D1772052

பெருமாள்முருகன் சிறுகதைகள்
(1988 – 2015)

பெருமாள்முருகனின் பிற நூல்கள்
[காலச்சுவடு வெளியீடு]

நாவல்

- ஏறுவெயில்
- நிழல் முற்றம் (தமிழ் கிளாசிக்)
- கூளமாதாரி (தமிழ் கிளாசிக்)
- கங்கணம்
- ஆளண்டாப் பட்சி
- பூக்குழி
- மாதொருபாகன்
- அர்த்தநாரி
- ஆலவாயன்
- பூனாச்சி அல்லது ஒரு வெள்ளாட்டின் கதை
- கழிமுகம்
- நெடுநேரம்

சிறுகதை

- சேத்துமான் கதைகள்
- மாயம்
- வேல்!
- போண்டு

கவிதைகள்

- மயானத்தில் நிற்கும் மரம்
- கோழையின் பாடல்கள்

கட்டுரைகள்

- துயரமும் துயர நிமித்தமும்
- கரித்தாள் தெரியவில்லையா தம்பீ . . .
- பதிப்புகள் மறுபதிப்புகள்
- வான்குருவியின் கூடு (தனிப்பாடல் அனுபவங்கள்)
- கெட்ட வார்த்தை பேசுவோம்
- ஆர். ஷண்முகசுந்தரத்தின் படைப்பாளுமை
- நிழல்முற்றத்து நினைவுகள்
- நிலமும் நிழலும்
- தோன்றாத் துணை
- மனதில் நிற்கும் மாணவர்கள்
- மயிர்தான் பிரச்சினையா
- அப்படியெல்லாம் மனசு புண்படக்கூடாது
- பாதி மலையேறுன பாதகரு
- காதல் சரி என்றால் சாதி தப்பு
- கவிதை மாமருந்து

பதிப்புகள்

- சாதியும் நானும் (அனுபவக் கட்டுரைகள்)
- கு.ப.ரா. சிறுகதைகள் (முழுத் தொகுப்பு)
- கருவளையும் கையும்

தொகுத்தவை

- உடைந்த மனோரதங்கள்
- பிரம்மாண்டமும் ஒச்சமும்
- பறவைகளும் வேடந்தாங்கலும் – மா. கிருஷ்ணன்
- உ.வே.சா. பன்முக ஆளுமையின் பேருருவம் (கட்டுரைகள்)
- தீட்டுத்துணி – சி.என். அண்ணாத்துரை (தேர்ந்தெடுத்த சிறுகதைகள்)
- கூடுசாலை – சி.சு. செல்லப்பா (கிளாசிக் சிறுகதைகள்)

பெருமாள்முருகன் சிறுகதைகள்

(1988 – 2015)

பெருமாள்முருகன் (பி. 1966)

படைப்புத் துறைகளில் இயங்கிவருபவர். அகராதியியல், பதிப்பியல், மூலபாடவியல் ஆகிய கல்விப்புலத் துறைகளிலும் ஈடுபாடுள்ளவர்.

2023ஆம் ஆண்டுக்கான 'பன்னாட்டுப் புக்கர் விருது' நெடும் பட்டியலில் 'பூக்குழி' நாவலின் ஆங்கில மொழிபெயர்ப்பு 'Pyre' இடம்பெற்றது. இவரது 'ஆளண்டாப் பட்சி' நாவலின் ஆங்கில மொழிபெயர்ப்பான 'Fire Bird' நூலுக்கு 2023ஆம் ஆண்டு ஜேசிபி இலக்கியப் பரிசு வழங்கப்பட்டது.

● அன்பார்ந்த வாசகருக்கு,

வணக்கம்.

காலச்சுவடு நூலை வாங்கியமைக்கு நன்றி.

நூலின் உள்ளடக்கம், உருவாக்கம், அட்டைப்படம் இன்ன பிற அம்சங்கள் பற்றிய உங்கள் கருத்துகளையும் ஆலோசனைகளையும் காலச்சுவடு வரவேற்கிறது. தகவல், எழுத்து, வாக்கியப் பிழைகள் தென்பட்டால் அவசியம் தெரிவித்து உதவுங்கள். நூல் தயாரிப்பில் கடும் குறைபாடு இருப்பின் மாற்றுப் பிரதி உங்களுக்குக் கிடைக்கக் காலச்சுவடு ஏற்பாடு செய்யும்.

மின்னஞ்சல்: **publisher@kalachuvadu.com**

காலச்சுவடு நாகர்கோவில் அலுவலகத்திற்குக் கடிதம் அனுப்பலாம்.

தங்கள்
எஸ்.ஆர். சுந்தரம் (கண்ணன்)
பதிப்பாளர் — நிர்வாக இயக்குநர்

Unauthorised use of the contents of this published book, whether in e-book or hardcopy format, for any type of Artificial Intelligence (AI) training — including but not limited to Machine Learning, Deep Learning, Natural Language Processing, Computer Vision, Chatbot Training, Image Recognition Systems, Recommendation Engines, and Language Models — is strictly prohibited without prior licensing from the publisher. Any such unauthorised use may result in legal action.

பெருமாள்முருகன் சிறுகதைகள்

(1988 – 2015)

காலச்சுவடு பதிப்பகம்

பெருமாள்முருகன் சிறுகதைகள் (1988–2015) ❖ சிறுகதைகள் ❖ ஆசிரியர்: பெருமாள்முருகன் ❖ © பெருமாள்முருகன் ❖ முதல் பதிப்பு: டிசம்பர் 2016, மேம்படுத்திய ஒன்பதாம் பதிப்பு: டிசம்பர் 2024, பதினொன்றாம் பதிப்பு: ஆகஸ்ட் 2025 ❖ வெளியீடு: காலச்சுவடு பப்ளிகேஷன்ஸ் (பி) லிட்., 669 கே. பி. சாலை, நாகர்கோவில் 629001

parumaaLmurukan ciRukataikaL (1988-2015) ❖ Short Stories ❖ Author: PerumalMurugan ❖ © PerumalMurugan ❖ Language: Tamil ❖ First Edition: December 2016, Enhanced Ninth Edition: December 2024, Eleventh Edition: August 2025 ❖ Size: Demy 1 x 8 ❖ Paper: 18.6 kg maplitho ❖ Pages: 736

Published by Kalachuvadu Publications Pvt. Ltd., 669 K.P. Road, Nagercoil 629001, India ❖ Phone: 91-4652-278525 ❖ e-mail: publications @kalachuvadu.com ❖ Printed at Manipal Technologies Limited, Manipal 576104, Karnataka

ISBN: 978-93-5244-077-1

08/2025/S.No. 754, kcp 5914, 18.6 (11) rss

எப்போதும்
என்னுடன் இருக்கும்
நண்பர்கள்
கண்ணன்
ஆ. இரா. வேங்கடாசலபதி
ஆகியோருக்கு

பொருளடக்கம்

	ஒன்பதாம் பதிப்பு முன்னுரை	13
	பின்னோக்கிய பயணம்	17
1.	மாலை நேரத் தேநீர்	21
2.	உள்ளத்தில் எழுதிய முகம்	34
3.	எருமைச் சீமாட்டி	43
4.	வறுகறி	50
5.	சீமைச்சரக்கும் சிகரெட்டும்	66
6.	உச்சிக்காற்று	79
7.	மன்னாசமுத்திரம்	90
8.	சிறிது நிழல்	97
9.	கோம்பைச் சுவர்	106
10.	மாப்புக் குடுக்கோணுஞ் சாமீ	116
11.	குமரேசனின் அதிர்ஷ்டங்கள் நான்கு	126
12.	ஆந்தைகள் அலறலை நிறுத்திய இரவு	142
13.	தனித்தமிழில் சொன்னால் புணர்வறை	154
14.	பதினோரு வரிசை அடுக்கு மொடாக்கள்	169
15.	உனக்கு என்ன வேணுமய்யா?	184
16.	வேப்பெண்ணெய்க் கலயம்	202
17.	நல்ல கெதி	215
18.	இருள்திசை	222

19.	நீர்ச்சங்கிலி	230
20.	வெள்ளிமீன்	236
21.	புஞ்சை வாழை	247
22.	பெருவழி	257
23.	அந்தரக் கயிறு	268
24.	நிலவு ததும்பும் சாலைகள்	279
25.	சின்னக் கருப்பசாமி	296
26.	இடையீடு	304
27.	சந்தனச் சோப்பு	310
28.	நின்றவண்ணம் கிடந்தவண்ணம்	321
29.	புகை உருவங்கள்	330
30.	மஞ்சள் படிவு	338
31.	பிசாசுக்குப் போதுமான விஷயம்	347
32.	வராக அவதாரம்	355
33.	கருதாம்பாளை	364
34.	தோழர் பி.எம்.மின் வெற்றி	378
35.	கடைசி இருக்கை	390
36.	அத்தை வீட்டுக் கோடை	398
37.	கருப்பனார் கிணறு	408
38.	வளர்சிதை	418
39.	மகாமுனி	423
40.	சிறுத்த பூதம்	431
41.	இசை நாற்காலி	438
42.	எல்லை	446
43.	இருள் அழைப்பு	451
44.	நடுப்பகல் மீன்கள்	457
45.	காக்கை	464
46.	விதானம்	471

47.	தீச்சாலை	476
48.	பீ	482
49.	உள் நுழைந்த மூஞ்சுறு	495
50.	எருக்கஞ்செடிகள்	503
51.	நீர் விளையாட்டு	512
52.	சுவர்களும் கதவுகளும்	520
53.	பெரிதினும் பெரிது	527
54.	புகலிடம்	534
55.	நீலாக்கா	541
56.	கோடித்துணி	548
57.	குரல்கள்	556
58.	கடைவீதியில் ஒருவன்	563
59.	பீவாங்கியின் ஓலம்	570
60.	வேட்கை	579
61.	கெக்கலி	587
62.	மழைக்குருவி	592
63.	திருச்செங்கோடு	597
64.	அது	604
65.	கொட்டு	608
66.	விசுவாசம்	614
67.	மேடு	619
68.	ஆளுக்காரன்	625
69.	கீற்று	631
70.	மொக்கப்பட்டம்	635
71.	வெம்பல்	644
72.	ஓடை	649
73.	ஏவாரி	655
74.	முடக்கம்	659

75.	கொடுப்பினை	665
76.	சிதைவு	671
77.	ஓரம்பரை	676
78.	வேக்காடு	682
79.	உண்ணிகள்	689
80.	பலன்	698
81.	தடம் மாறும் வண்டிகள்	705
82.	கொறங்காடு	713
83.	முதல் சுவடு	723
84.	நிகழ்வு	729
	தலைப்பகராதி	733

ஒன்பதாம் பதிப்பு முன்னுரை

இப்பதிப்பில் 'திருச்செங்கோடு' சிறுகதையைச் சேர்த்துள்ளேன். 'மாதொருபாகன்' பிரச்சினைக்குப் பிறகு 2016இல் வெளியான இந்நூலில் அக்கதையைத் தவிர்த்திருந்தேன். அது என் முன்னோர்கள் வாழ்ந்த ஊர்ப்பெயர். நான் பிறந்து வளர்ந்து நெடுங்காலம் வாழ்ந்த சொந்த ஊர். 1994இல் எனது முதல் சிறுகதைத் தொகுப்பை வெளியிடக் கதைகளைத் தொகுத்தபோது அனைத்தும் சொந்த ஊர்க் களத்தைக் கொண்டிருப்பவையாகத் தோன்றின. ஆசை ஆசையாகச் சொந்த ஊர்ப் பெயரில் ஒரு கதை எழுதிச் சேர்த்து அதையே நூல் தலைப்பாகவும் வைத்தேன். எதிலும் பிரசுரமாகாத, தொகுப்புக்கு என்றே எழுதிய சிறப்புக் கதை இது. இதைத் தவிர்க்கும் நிலை வரும் என்று ஒருபோதும் கருதியதில்லை. மனிதர்கள் மேலான கோபம் ஊர்ப் பெயருக்கு ஆகி வந்து உதறித் தள்ளத் துணிந்தேன்போல.

ஆனால் இக்கதை என்னை விடவில்லை. முன்னரே செக் மொழிக்குச் சென்றிருந்தது. பிறகு மலையாள மொழிபெயர்ப்பாளர் விரும்பியதால் தலைப்பை மாற்றிக் கொடுத்தேன். மாதொருபாகன் நாவலோடு இதை இணைத்துப் பேசுவோரை அவ்வப்போது சந்திப்பதுண்டு. வாசகர் சிலரது நினைவில் தங்கியிருந்து தன்னை வெளிப்படுத்திக் கொண்டே இருந்தது.

சமீபத்தில் வினோத் ராஜ் என்னும் நண்பர் தம் முகநூல் பதிவில் கீழ் வருமாறு எழுதியிருந்தார்:

பெருமாள்முருகன் சிறுகதைகள் (1988–2015)

சமீபத்தில் பெருமாள்முருகனின் சிறுகதைகள் தொகுப்பை வாங்கியிருந்தேன். எட்டாம் பதிப்பு ஆகஸ்ட் 2024. இத்தொகுப்பின் முதல் பதிப்பு டிசம்பர் 2016இல் வெளியாகியுள்ளது. 8 ஆண்டுகளில் எட்டாவது பதிப்பைக் கண்டுள்ளது. இத்தொகுப்பில், 1988ஆம் ஆண்டு முதல் 2015ஆம் ஆண்டு வரையிலான 82 கதைகள் தொகுக்கப்பட்டுள்ளன.

கதைத் தலைப்புகளைப் பார்த்துக்கொண்டிருந்தேன். அவரது முதல் சிறுகதைத் தொகுதியின் தலைப்புக் கதையான ‘திருச்செங்கோடு’ சிறுகதையைக் காணவில்லை. சரி, இதுகுறித்து முன்னுரையில் ஏதேனும் குறிப்பிட்டுள்ளாரா எனப் பார்த்தேன். நான்கு தொகுப்புகளாகத் தனது கதைகள் வெளியாகியிருக்கின்றன என்ற செய்தியுடன் ‘திருச்செங்கோடு (1994)’ என்ற பெயர் இடம் பெற்றிருக்கிறதேயன்றி அக்கதையைத் தொகுப்பில் சேர்க்காதது குறித்து ஒரு சொல் இடம்பெறவில்லை. ‘பின்னோக்கிய பயணம்‘ எனும் தலைப்பில் அவர் எழுதியிருக்கும் முன்னுரையை 24.12.2016 அன்று எழுதியதாக அச்சிடப்பட்டிருக்கிறது. ஆக, இது முதல் பதிப்புக்கு எழுதிய முன்னுரை என்பது தெளிவாகிறது. முதல் பதிப்பிலும் அந்தக் கதை இடம்பெறவில்லையா என்ன என்று எனக்குத் தெரியவில்லை. முதல் பதிப்பை வைத்திருப்போர்தான் சொல்ல வேண்டும்.

சில வருடங்களுக்கு முன்பு, நற்றிணை பதிப்பகம் பதிப்பித்த ‘திருச்செங்கோடு’ சிறுகதைத் தொகுப்பை வாசித்திருக்கிறேன். அத்தொகுப்பில் அக்கதை கடைசி கதையாக இடம்பெற்றிருந்தது. மாதொருபாகன் நாவலின் களத்துடன் பொருந்தகூடிய கதை அது. அதனால் நீக்கினாரோ என்னவோ தெரியவில்லை. இருந்தாலும் அது குறித்து எழுதியிருக்கலாம். முன்னுரையில் சேர்த்திருக்கலாம்.

‘பதிப்புகள் மறுபதிப்புகள்’ எனக் கட்டுரைத் தொகுப்பு தந்தவர் இப்படிச் செய்ததை என்னால் ஏற்க முடியவில்லை. அத்தொகுப்பை வாசித்தவர்களுக்குப் புரியும். மேலும், அவரொரு பதிப்பாசிரியரும்கூட. அதனால் அச்சிறுகதை நீக்கம் குறித்து வாசகர்களுக்குத் தெளிவுபடுத்தி இருக்கலாம்.

சில வருடங்களுக்கு முன்பு, காலச்சுவடு இதழில், (தி.ஜா கதையா கு.ப.ரா கதையா என நினைவில் இல்லை) இதுவரை எந்தத் தொகுப்பிலும் வெளியாகாத கதை என்று கண்டெடுத்து பிரசுரம் செய்திருந்தார்கள். அப்போது அதை வாசித்த எனக்கு இதைப் பிரசுரம் செய்யாமலே இருந்திருக்கலாம். அல்லது கண்டெடுக்காமலே இருந்திருக்கலாம் என்று தோன்றியது. (இந்த எண்ணம் சரியா தவறா என்பது வேறு.) ஒரு வேளை அந்தக் கதையை எழுதிய எழுத்தாளரேகூட இது தொகுப்பில் சேர்க்க தகுந்தது அல்ல என்று நீக்கியிருக்கவும் வாய்ப்புண்டுதான். அல்லது வேறேதேனும் காரணங்கள் இருக்கவும் வாய்ப்புண்டு. ஆனால் கண்டெடுத்து சேர்த்தார்கள்.

'திருச்செங்கோடு' என்ற கதை பெருமாள்முருகனின் 82+ சிறுகதைகளில் ஒன்று என்று கடக்கக்கூடிய ஒன்று அல்ல. அது அவரது முதல் தொகுப்பின் தலைப்பு கதை. ஒரு வகையில், சிறுகதை ஆசிரியராக அவருக்கான முதல் அடையாளமும்கூட.

வரும் காலங்களில், எவரேனும் பெருமாள்முருகனின் விடுபட்ட கதைகள் மற்றும் அச்சிலேறாத கதைகளைக் கண்டெடுக்கிறேன் என்று பதிப்பாசிரியராக அவரது கதைகளைத் தொகுத்தால், திருச்செங்கோடு கதையைச் சேர்க்கலாமா வேண்டாமா என்பதை இப்போதே அவர் சொல்லிவிடுவது நல்லது என்று தோன்றுகிறது. ஏனெனில், அக்கதையை நீக்க அவருக்கு ஏதேனும் ஒரு நியாயம் தோன்றியிருக்க வேண்டும். அதற்கு நாம் மதிப்பளித்தே ஆக வேண்டும் இல்லையா?

(Vinoth raj முகநூல் பதிவு,
அக்டோபர் 19, 2024)

இப்பதிவே மீண்டும் அக்கதையைத் தொகுப்பில் சேர்க்கத் தூண்டியது. வாசகர் கருத்துக்கு என் மனதில் எப்போதும் மதிப்புண்டு. வினோத் ராஜ்க்கு நன்றி.

25-12-24   பெருமாள்முருகன்
பெங்களூரு

முன்னுரை

பின்னோக்கிய பயணம்

சிறுகதை வாசிப்பும் எழுதிப் பார்ப்பதும் என் பள்ளி நாட்களிலேயே தொடங்கிவிட்டவை. சில கதைகள் எழுதி வெகுஜன இதழ்களுக்கு அனுப்பி வைத்ததும் உண்டு. அவை வெளியாகும் எனக் கருதி வாராவாரம் ஆர்வமாக வாங்கிப் பார்த்து ஏமாந்திருக்கிறேன். என்றாலும் கதை எழுதும் ஆர்வம் குறையவில்லை. சிறுசிறு சம்பவங்கள், பாத்திர வார்ப்புகள் என எழுதிக்கொண்டே இருந்தேன். என் குறிப்பேட்டில் நிறைந்திருக்கும் கதைகள் பல. அவற்றில் ஒன்றிரண்டைத் திரும்ப எழுதிப் பார்த்ததும் உண்டு. சிற்றிதழ்கள் அறிமுகமான பிறகு வேறோர் இலக்கிய உலகம் பிடிபட்டது. அதற்குள் நகர்ந்த எனக்குப் பல பிடிமானங்கள் கிடைத்தன. எழுதுவதைப் படித்துப் பார்க்க நண்பர்கள் அமைந்தார்கள். கல்லூரி ஆண்டுமலர் போன்ற கைக்கெட்டியவற்றில் சில கதைகள் வெளியாயின.

முதுகலை படித்துக்கொண்டிருந்த சமயத்தில் எனக்கமைந்த அருமையான பேராசிரியர் ச. மருதநாயகம் அவர்கள். நவீன இலக்கியத்தில் ஆழமான வாசிப்பும் ரசனைமுறை விமர்சனப் பார்வையும் கொண்டவர். புதுக்கவிதை பற்றிக் கட்டுரைகள் எழுதியவர். சில சிறுகதைகளையும் அவர் எழுதிப் பார்த்திருக்கிறார். ஏராளமான நூல்களை வைத்திருந்தார். அன்பும் அரவணைப்பும் மிக்கவர். தமிழில் கடுஞ்சொல் ஏதும் இல்லையோ

என்னும் ஐயம் அவர் பேசும்போது ஏற்படும். அவரது வழிகாட்டுதலால் நிறையக் கதைகள் எழுதினேன். அவரது தேர்வின் அடிப்படையில் 'நிகழ்வு' என்னும் சிறுகதையைக் *கணையாழி* இதழுக்கு அனுப்பினேன். அக்கதை மார்ச் – ஏப்ரல் 1988இல் வெளியாயிற்று. அதுதான் என் முதல் பிரசுரம் எனச் சொல்லிக்கொள்ள விரும்புகிறேன். அதன் பிறகு 1989இல் தொடங்கி 1991வரை *மனஓசை* இதழில் பல கதைகள் எழுதினேன். அதே காலகட்டத்தில் வெவ்வேறு இதழ்கள் என் கதைகளை வெளியிடலாயின. என் கதைகள் பிரசுரமாகத் தொடங்கி 2015ஆம் ஆண்டோடு இருபத்தேழு ஆண்டுகள் ஆகின்றன.

இதுவரை எண்பது சொச்சம் கதைகள் எழுதியிருக்கிறேன். இது மிகவும் குறைவு என இப்போது எண்ணுகிறேன். இன்னும் நூறு கதைகளாவது எழுதியிருந்தால் ஓரளவு மனநிறைவு பெற்றிருப்பேன். என்னுள் தூங்கும் கதைகளை எழுதாமல் ஏனிருந்தேன்? வெவ்வேறு வடிவங்களில் இயங்கும்போது குறிப்பிட்ட வடிவம் ஒன்றில் முழுக்கவனம் செலுத்த முடியாமல் போவது ஒரு காரணம். மேலும் நான் முழுநேர எழுத்தாளனாக இல்லை என்பதும் இன்னொரு காரணம். என் வாழ்க்கைப் பாதையில் கவனம் செலுத்த வேண்டிய பல்வேறு விஷயங்கள் கையைப் பிடித்து வேறு திசைக்கு இழுத்துச் சென்று நேரத்தை அபகரித்துக்கொள்வது மற்றுமொரு காரணம். இப்படியெல்லாம் காரணங்களைக் கற்பித்துப் பட்டியலிட்டுப் பார்த்தாலும் சமாதானம் கொள்ள முடியவில்லை. இன்னும் கதைகள் எழுதியிருக்கலாம்தான். இனியேனும் எழுத வேண்டும் என்னும் உத்வேகத்தை இத்தொகுப்பு முயற்சி தருகிறது. எழுதலாம். மேலும் இக்கதைகள் என் இலக்கிய ஆற்றலின் போக்கை உணர்த்தும் பெரும்சான்றாக விளங்கி வாசிப்போரின் அனுபவ வெளியை விரிவாக்கும் எனவும் நம்புகிறேன்.

ஏற்கனவே 'திருச்செங்கோடு' (1994), 'நீர் விளையாட்டு' (2000), 'பீக்கதைகள்' (2004), 'வேப்பெண்ணெய்க் கலயம்' (2012) ஆகிய நான்கு தொகுப்புகளாக கதைகள் வெளியாகியுள்ளன. இத்தொகுப்புக்களில் இடம்பெறாத கதைகள் சிலவும் உள்ளன. இவை அனைத்தும் இந்நூலில் சேர்ந்துள்ளன. காலத்தை இறங்குவரிசை முறையில் கொண்டு கதைகள் கொடுக்கப் பட்டுள்ளன. அதாவது கடைசியாகப் பிரசுரம் ஆன கதை, தொகுப்பின் முதல் கதையாக உள்ளது. 1988ஆம் ஆண்டு *கணையாழி*யில் வெளியான முதல் கதை 'நிகழ்வு' தொகுப்பின் கடைசிக் கதையாக வைக்கப்பட்டிருக்கிறது. எனது கவிதை களைத் தொகுத்து 'மயானத்தில் நிற்கும் மரம்' என்னும்

தொகுப்பாக்கியபோது ஏறுவரிசையில் கவிதைகளை அமைத் திருந்தேன். அதைப் பற்றி யோசித்துக்கொண்டிருந்த நேரத்தில் இறங்குவரிசையில் கொடுத்திருந்தால் நன்றாக இருந்திருக்குமே எனத் தோன்றியது. சரி, கதைகளில் அதை அமல்படுத்திவிடலாம் என முடிவுசெய்தேன். சமீபத்தில் எழுதிய கதையிலிருந்து பின்னோக்கிய பயணத்தை இன்றைய வாசகர் விரும்பக்கூடும். அவர்களுக்கு இதுதான் பிடித்தமானதாக இருக்கும் என நினைக்கிறேன். என் தொடக்க கால எழுத்துக்களுக்கும் முக்கியத்துவம் இருக்கிறதுதான். அதை அறிய விரும்புவோர் கடைசிவரை பயணம் செய்யட்டும்.

இந்தக் கதைகளில் வெளிப்படும் என் படைப்புலகம் பற்றி என்ன சொல்ல? நானே இனித்தான் அதைக் கண்டுணர வேண்டும். ஒருபடித்தானதாக அமைந்திருக்க முடியாது என்று மட்டும் தோன்றுகின்றது. இது தொகுப்பு மட்டுமல்ல, திருத்தப் பதிப்பும்கூட. பெயர்களைத் மாற்றியிருக்கிறேன். தலைப்புகள் மாற்றம் பெற்றிருக்கின்றன. எனினும் வடிவத்திற்கும் கதையமைப்புக்கும் எந்தப் பங்கமும் நேராமல் பார்த்துக்கொண்டிருக்கிறேன். எனினும் இப்போது ஓர் குறிப்பையும் சொல்ல வேண்டியிருக்கிறது. இக்கதைகள் அனைத்தும் கற்பனையாகப் புனையப்பட்டவை. இவற்றில் ஒரு துளியும் உண்மை கிடையாது. எவரையும் எவ்விடத்தையும் குறிப்பனவும் அல்ல. இதைச் சமூகத்திற்கு அறிவித்துக்கொள்கிறேன் சாமிகளே.

ஏற்கனவே வெளியான சிறுகதை நூல்களை முறையே தோழர் சுரேஷ் என்கிற சீனிவாசன், பேரா. ச. மருதநாயகம், நண்பர் க. காசிமாரியப்பன், காலச்சுவடு கண்ணன் ஆகியோருக்கு காணிக்கை ஆக்கியிருந்தேன். அந்தந்தக் காலகட்டச் சூழலை ஒட்டிச் செய்தவை அவை. இபோது இந்த ஒட்டுமொத்தத் தொகுப்பைக் காலச்சுவடு கண்ணன், ஆ. இரா. வேங்கடாசலபதி ஆகிய நண்பர்களுக்குக் காணிக்கை ஆக்கியுள்ளேன்.

என் நூல்களை மறுபதிப்பாக்குவதில் பெரும் ஈடுபாடு ஏதுமில்லாமல் இருந்த என்னைத் தூண்டிச் செலுத்தியவர் கண்ணன். ஈடுபட்ட பிறகு ஆர்வம் பெருகிற்று. நானே எழுதியதை இத்தனை தீவிரமாக இப்போதுதான் வாசித்தேன். இந்த வாசிப்பின் மூலம் புத்துலகம் ஒன்றைக் கண்டடையும் பேறு கிடைத்தது. அதற்கு வழிவகுத்த கண்ணனுக்கு நன்றிகள். என்மீது அன்பு செலுத்தித் திரும்ப வர வேண்டும் என வலியுறுத்திக்கொண்டே இருந்த நண்பர்கள் பலர். அனைவருக்கும் நன்றிகள். இந்நூல் உருவாக்கத்தில் பங்காற்றிய ப. நல்லுசாமி, இரா. பிரபாகர்,

பெ. குணசேகரன் ஆகியோருக்கும் அச்சுத் திருத்தத்தில் உதவிய ஜி.ஆர். மணிகண்டனுக்கும் நன்றி. பல நூல்கள் என்னும் மலைப்பிலிருந்து என்னை விடுவித்து நடைமுறைகளை மிகவும் எளிதாக்கி மறுபதிப்பு வேலையைச் சுணக்கமில்லாமல் செயல்படுத்திய *காலச்சுவடு* ஊழியர் திருமதி பா. கலா முருகன் அவர்களுக்குப் பெருநன்றி.

நாமக்கல்   **பெருமாள்முருகன்**
24–12–16

மாலை நேரத் தேநீர்

பேராசிரியர் குமரேசன் போட்ட மாலை நேரத் தேநீர் கொஞ்சம் அதிகமாகிவிட்டது. வருசக் கணக்காகப் போட்டுக்கொண்டிருந்தாலும் இன்னும் அளவு பிடிபடவில்லை. எதையோ நினைத்துக் கொண்டு, இருந்த பால் முழுவதையும் ஊற்றி விட்டார். பாத்திரத்தில் தண்ணீர்விட்டு அலசி மேலும் ஊற்றியதால் அளவு கூடியிருக்கலாம். அவ்வளவிலும் தூளைப் போட்டுச் சர்க்கரையையும் கொட்டியிருக்கிறார். கைக்குக் கட்டுப்பாடு விதிக்க முடிவதில்லை. பல நேரங்களில் உடலும் மனமும் இயைவதில்லை. மனம் சஞ்சாரத்திற்குப் போனால் உடல் அனிச்சைக்கு மாறிவிடுகிறது. ச்சீ என்றிருந்தது. எரிச்சல்பட்டு இந்த நேரச் சந்தோசத்தை இழந்து விடக் கூடாது என்னும் எச்சரிக்கையைத் தனக்குள் ஏற்படுத்திக்கொண்டார்.

மேற்கு ஜன்னல் வழியாக வெயில் இன்னும் வீட்டுக்குள் விழுந்துகொண்டிருந்தது. வெளியே போய் உட்காரமுடியாது. பட்டிக்காடாக இருப்பதால் இப்படி ஒரு வீடு ஐந்நூறு ரூபாய் வாடகைக்குக் கிடைத்திருக்கிறது. சமையலறை, படுக்கையறை, பெரிய வரவேற்பறை. எல்லாவற்றையும்விட முன்னால் விரிந்த மொட்டை மாடி. கீழிருந்து முருங்கை வளர்ந்து தலை நீட்டி எட்டிப் பார்க்கும். கீரையும் காயும் கைக்கு எட்டும் தொலைவில். பூப் பூப்பதிலிருந்து நூலிழை போலப் பூம்பிஞ்சு உருவாகிப் படிப்படியாகப் பிஞ்சு, காய் என வளர்ந்து முற்றும் வரை அணுஅணுவாகப் பார்க்கலாம். கொழுந்துத்

தழைகளைப் பார்க்கத் தொட்டுத் தடவிக் கொடுக்கத் தோன்றும். வீடு ஓராளுக்கு மிகப் பெரிது. அருகில் வீடுகளே கிடையாது. தென்னை மரங்களும் கிணறும் தோட்டமுமாக எங்கும் பசுமை. நாளுக்குநாள் பசுமையின் தோற்றம் மாறியபடி இருக்கும். தினம்தினம் பசுமையை அளவிடுவார். ஆனாலும் கண்களை ஏமாற்றிவிட்டுத் திடீரென்று வேறொரு முகம் காட்டும். இந்தச் சூழலும் சிலசமயம் சலிப்பாகிவிடும்.

தேநீர் இன்னொரு முறை தேவைப்படும் என்பது கைக்குத் தெரிந்திருக்கிறது. பீங்கான் கோப்பையின் பாதியளவுக்குத் தேநீரை நிரப்பியபின் மீதமிருந்ததைப் பிளாஸ்கில் ஊற்றி வைத்தார். அதன் கழுத்துவரை தேநீர் வந்தது. அடேங்கப்பாஞ் இவ்வளவா? இவ்வளவையும் என்ன செய்வது? நல்ல தேநீர் என்றால் அது குறைவாக இருக்க வேண்டும். ஒவ்வொரு மிடறும் சுவைக்க வேண்டும். இது எப்படி இருக்கிறதோ? இருக்கட்டும். வடிகட்டியையும் பாத்திரத்தையும் உடனே கழுவி வைத்துவிடலாமா என்று நினைத்தார். அதைச் செய்தால் தேநீர் ஆறிப் போகும், குடிக்கிற மனநிலையே மாறிப் போய்விடலாம். அப்படிக் கழுவத் தொடங்கிச் சில சமயம் தேநீரை மறந்துவிட்டுப் பாத்திரம் கழுவுவதில் வெகுநேரம் ஈடுபட்டதும் உண்டு. திரும்பத் தேநீரைச் சூடாக்கினால் கரிந்த நாற்றம் சேர்ந்துவிடும். வாய் ஏற்றுக் கொண்டாலும் மூக்கு மறுக்கும்.

கோப்பையைக் கையில் எடுத்துக்கொண்டு முன்னறை நாற்காலியில் வந்தமர்ந்தார். ஒயரால் முதுகும் பிருஷ்டமும் பின்னப்பட்ட நாற்காலி அது. கை வைத்துக்கொள்ளவும் சாயவும் வசதியாக இருக்கும் என்று ஒரு மாலை நேர நகரப் பயணத்தில் வாங்கினார். அவர் அந்தக் கல்லூரிக்கு வந்து இரண்டாண்டுகள் கடந்தபின்தான் இப்போதைக்குத் தன் சொந்த ஊருக்குப் பக்கத்தில் மாற்றல் கிடைப்பது அத்தனை சுலபமில்லை என்னும் ஞானோதயம் வந்திருந்தது. சில வசதிகளை ஏற்படுத்திக்கொள்ளவும் தோன்றியது. இந்த மாடி வீடு கிடைத்தபோது இதற்குள் எதுவுமற்று வெறுமனே வைத்திருக்கவும் ஒரு மாதிரி இருந்தது. உள்ளே நுழைந்தால் வெறிச்சோடித் தனிமையை மிகுவிக்கும். இந்த ஒற்றை நாற்காலி வந்து வீட்டையே நிறைத்துவிட்டது.

பெரிய வரவேற்பறையின் நடுவில் அதைப் போட்டுவிட்டுக் கதவுக்கு வெளியே நின்று பார்ப்பார். ஒற்றை நாற்காலி இத்தனை பெரிய இடத்தைத் துலங்கச் செய்துவிட்டதே என்று தோன்றும். இதை வாங்கும்போது அப்போது இரண்டாமாண்டு படித்துக் கொண்டிருந்த மாணவர்கள் ஆனந்தகுமாரும் சந்திரசேகரும்

உடன் வந்தார்கள். இருவரும் இயற்பியல் மாணவர்கள். இலக்கிய ஈடுபாட்டின் காரணமாக அவரோடு ரொம்பவும் நெருக்கமாக இருப்பார்கள். அவர் வைத்திருக்கும் இலக்கியப் பத்திரிகைகளை எல்லாம் வரி விடாமல் வாசிப்பார்கள். வாசிப்புச் சுகத்தில் மெய்ம்மறந்து அங்கேயே தங்கிக்கொள்வதும் உண்டு. அந்த நாட்கள் அவருக்குச் சந்தோசமாக இருக்கும். வீட்டைக் கூட்டுவதிலிருந்து சமையல் வரைக்கும் எல்லாம் நடக்கும். அவரை ஒருவேலை செய்வதற்கும் விடமாட்டார்கள். பேசிக் கொண்டிருந்தால் போதும். வீடு இத்தனை நாள் இவ்வளவு மோசமாகவா இருந்தது என்று நினைக்கும்படி மாறியிருக்கும். வேலைக்குச் சளைக்காதவர்கள். அவர்கள்தான் நாற்காலியைப் பேருந்தில் ஏற்றிப் பின் இங்கே நிறுத்தத்தில் இறக்கி ஆளுக்கொரு பக்கமாகப் பிடித்துப் பிறந்த குழந்தையைப் போலத் தூக்கி வந்தார்கள். இந்தப் பெரிய முன்னறையில் போட்டுவிட்டு 'ஐயா உக்காருங்க' என்று இருவரும் ஏகோபித்துச் சொன்னார்கள்.

அவர்களுக்கு அதில் உட்கார்ந்து பார்க்க விருப்பமோ என்னவோ என்று நினைத்து 'நீங்க உக்காருங்கப்பா' என்றார். அவரது அனுமதி கிடைத்ததும் இசை நாற்காலிக்குப் போட்டி போடுவது போல இருவரும் யார் முதலில் உட்கார்வது என்று ஒருவரை ஒருவர் தள்ளியபடி முயன்றார்கள். உற்சாகமான விளையாட்டு. 'சண்ட போட்டு ஒ ச்சிராதீங்கப்பா' என்றார். அவர்களின் விளையாட்டு சட்டென நின்றது. அப்படிச் சொல்லியிருக்கக் கூடாது என்று பின் பலமுறை எண்ணியிருக்கிறார். அது சட்டென அவருக்குள் தோன்றிய ஒரு எச்சரிக்கை உணர்வுதான். ஆனால் உற்சாக விளையாட்டை அப்படியே நிறுத்திவிட்டது. பொருளைவிட மகிழ்ச்சிதான் பெரிது என்பது மனதுக்குத் தெரிவதில்லை. அவர்களை ஆசிரியரின் ஒவ்வொரு அசைவுக்கும் மதிப்புக் கொடுக்கும் தொட்டாற்சிணுங்கிப் பையன்கள் என்பார். அந்த நாற்காலியில் அதன்பின் அவர்கள் உட்காரவே இல்லை. வேறு யார் வந்தாலும் உட்கார்வது இல்லை. அவருக்கானதாகிவிட்டது. உட்காரும் ஒவ்வொரு முறையும் அவர்கள் நினைவு ஒரு கணமேனும் வருவதைத் தவிர்க்க முடிந்ததில்லை. சம்பவங்களோடு தொடர்புபடும்போதுதான் ஒரு பொருளுக்கு அர்த்தம் உருவாகிறது.

இந்த நாற்காலி ஒன்றைத் தவிர வேறு உருப்படியான பொருள் எதையும் அவர் வாங்கவில்லை. ஒற்றை ஆளுக்கு என்ன வேண்டியிருக்கிறது? ஆனால் அப்படியும் இப்படியுமாய்ப் பொருள்கள் சேர்ந்துவிட்டன. எதிரில் இருக்கும் தகர நாற்காலியும் சுவரை ஒட்டிப் போட்டிருக்கும் மரப் பெஞ்சும் வீட்டுக்காரர்களுடையவை. கூடப் பணியாற்றும் ஆசிரியர்

வெங்கடேசன் இங்கே வந்தபோது இந்த ஒற்றை நாற்காலி பிரச்சினையாயிற்று. அவரை அதில் உட்காரச் சொன்னால் மூத்த ஆசிரியரான இவர் நிற்கத் தான் உட்கார்வதா என்று அவர் மறுத்துவிட்டார். இளைஞர் என்றாலும் சதை பெருத்த உருவம். 'உங்க ஒடம்புக்கு இது பத்தாதா?' என்று கேலி செய்தபோதும் சிரித்தாரே தவிர உட்காரவில்லை. இவருக்குரியது அது என எப்படியோ பதிந்திருக்கிறது. கல்லூரியில்கூட ஒருவருக்கு உரிய நாற்காலியில் இன்னொருவர் உட்கார்வதில்லை. அரிதாக உட்கார்ந்தாக வேண்டும் என்று நேரும்போதும் இருக்கும் இடத்திலேயே உட்கார மாட்டார்கள். கொஞ்சம் பக்கவாட்டில் இழுத்துப் போட்டு இடம் மாற்றித்தான் உட்கார்வார்கள். வெங்கடேசனின் வாய் கீழேயே உட்கார்ந்துகொள்ளலாம் என்று சொல்கிறதே தவிர உடல் உட்காரவேயில்லை. அந்தப் பக்கமும் இந்தப் பக்கமுமாக நெளிகிறார், நடக்கிறார். கீழே உட்கார்ந்தால் எழுந்திருப்பது கஷ்டமோ?

இவர் கொஞ்ச நேரத் தவிப்புக்குப் பிறகு கீழே வீட்டுக்காரர்களிடம் போய்க் கூச்சத்தோடு கேட்டார். அவர்களிடம் அதுவரை எதையும் கேட்டதேயில்லை. வெளி வராண்டாவின் ஓரத்தில் போட்டிருந்த அழுக்குப் பிடித்த நாற்காலி ஒன்றில் பேஸ்ட், பிரஷ், சோப்பு என என்னென்னவோ வைத்திருந்தார்கள். அவற்றை எடுத்துக் கீழே வைத்துவிட்டு எடுத்துப் போகச் சொன்னார்கள். அதை என்ன துடைத்தாலும் வெண்ணிறப் படிவுகள் போகவில்லை. மேலே ஒரு துண்டை மடித்துப் போட்டு மறைத்தார். அப்படி ஒரு நாற்காலியை வாங்கி வந்து போட்டபின் 'எதுக்குங்க ஐயா உங்களுக்குக் கஷ்டம்' என்றபடி வெங்கடேசன் உட்கார்ந்தார். வாங்கிய நாற்காலியைத் திரும்பக் கொண்டுபோய் அதே இடத்தில் வைத்து எல்லாப் பொருள்களையும் அதன்மேல் எடுத்து அடுக்கினார். அவர் செயல் வீட்டுக்காரம்மாவுக்குத் திருப்தியைக் கொடுத்தது. 'தமிழய்யா . . . நான் எடுத்து வெச்சுக்க மாட்டனா?' என்று கேட்டாலும் அவர் முறையாக அடுக்குவதை ரசித்ததாகத் தோன்றியது.

அவர் செயலை மெச்சியோ இரக்கப்பட்டோ வீட்டுக்காரம்மா 'தமிழய்யா, மாட்டுக் கொட்டாயில ஒரு தகரச் சேரும் பெஞ்சும் கெடக்குது. வேண்ணா எடுத்துப் போட்டுக்கங்க' என்றார். எடுக்கலாமா வேண்டாமா என்று அன்றைக்கு முழுதும் யோசித்தார். சொல்லி எடுக்கவில்லை என்றால் அதற்கும் கோபித்துக்கொள்ளக்கூடும். கொட்டகையில் ஏரும் கலப்பையும் உயரத்தில் கட்டித் தொங்கவிடப்பட்டிருந்தன. கொத்து, மண்வெட்டி, கொந்தாளம் என்று என்னென்னவோ

கருவிகள் கொட்டகையின் மேல்பகுதி முழுவதிலும் செருகி வைக்கப்பட்டிருந்தன. தொண்டைமானின் படைக்கலக் கொட்டில் அவருக்கு நினைவு வந்தது. கீழே கூடைகளும் தீவனங்களும் மிகுதியாக இருந்தன. அவற்றினூடே நாற்காலியும் பெஞ்சும் அடித்துத் தூக்கிப் போட்ட உடல்களைப் போலத் தலைகீழாகக் கிடந்தன. அந்த மாடி வீட்டைக் கட்டும்போது சாரப் பலகைகளைக் கொண்டு தற்காலிகமாகத் தயாரித்த சின்ன முட்டான் ஒன்றும் அதற்குள் கிடந்தது. அதையும் எடுத்துக்கொள்ளலாமா என்று தோன்றியது. தேநீர்க் கோப்பையையோ தண்ணீர்ச் சொம்பையோ அதன்மேல் வைக்கலாம். எப்படிக் கேட்பது என்று தெரியவில்லை. தேவையைப் பொருள் அதிகரித்துவிடுகிறது.

அடுத்த நாள் மாணவர்கள் வந்தபோது அவற்றை எடுத்தார்கள். முட்டானை வெளியே தூக்கி வைத்தார்கள். அதைப் பார்த்த வீட்டுக்காரம்மா 'இதயும் வேண்ணா எடுத்துக்கங்க. உக்கோர ஆவாது. எதுனா பொருள் வெச்சுக்கலாம்' என்றார். அவருக்குச் சந்தோசமாக இருந்தது. என்றாலும் வெளியே காட்டிக்கொள்ளவில்லை. 'என்ன பண்றங்கம்மா. இதுவே போதும்' என்றார். 'சும்மா எடுத்துக்கிட்டுப் போங்கய்யா' என்று அந்தம்மா வற்புறுத்தினார். அங்கிருந்து அப்புறப்படுத்தினால் போதும் என்று நினைத்தார் போல. நாற்காலி நன்றாகவே இருந்தது. பெயிண்ட் தூர்ந்து போய் துருமுகம் காட்டியது. உட்கார்ந்தால் துரு துணியில் படிந்துவிடும். ஒருபக்கம் கொஞ்சம் சரிந்தாற் போலிருந்தது. பார்த்து உட்கார வேண்டும். இல்லாவிட்டால் கவிழ்த்துவிடும். பெஞ்சுக்கு ஒரு கால் முடம். அதுவும் அரதப் பழையதுதான். முடக்காலைச் சுவர்ப்பக்கம் வைத்து ஏதேதோ முட்டுக் கொடுத்து உட்கார்கிற மாதிரி செய்தார்கள். நான்கு பேர் தாராளமாக உட்காரலாம். மாணவர்கள் ஐந்து பேர்கூட உட்கார்வார்கள். முட்டான் தொளதொளத்து எல்லாப் பக்கமும் ஆடியது. ஆணிகளின் வலுவில்தான் அந்த வடிவம் இருந்தது. இந்த வீட்டை வாடகைக்குக் கொடுக்கும் முன் இவை இதற்குள்தான் கிடந்திருக்க வேண்டும்.

ஒரு விடுமுறை நாளில் காந்தராசன் என்னும் மாணவன் பெயிண்ட் டப்பாவோடு வந்து மூன்றுக்கும் அழகாகப் பெயிண்ட் அடித்தான். கண்ணை உறுத்தாத நீல வண்ணம். அவன் பெயிண்டிங் வேலைக்குப் போய்க்கொண்டே படித்தான். எங்கோ மீதமானதைக் கொண்டுவந்து அடித்தான். எதையும் சட்டெனப் புதிதாக்கிவிடும் வல்லமை கொண்டவர்கள் மாணவர்கள் என்னும் எண்ணம் அவருக்கு நிரந்தரமாவதற்கு இந்த வண்ணமும் ஒரு காரணம். நாற்காலியின் சரிவையும் எந்தெந்தப் பக்கமோ

தட்டி நீவிச் சரிப்படுத்திவிட்டான். முட்டானுக்கும் இன்னும் ஆணிகள் வைத்து அசையாமல் செய்தான். அறையின் நடுவில் புது நாற்காலி. அதற்கு எதிர்ச்சுவரை ஒட்டித் தகர நாற்காலி. இரண்டுக்கும் நடுவில் முட்டான். மேற்குப்பக்கச் சுவரை ஒட்டிப் பெஞ்சு. கிழக்குப் பக்கம் படுக்கையறை, நுழைவாயில். பெஞ்சுக்குத் தாங்கல் தேவை என்பதால் அதை மாற்ற முடியாது. நாற்காலிகள் இரண்டையும் வெவ்வேறு நிலைகளில் மாற்றிப் போட்டுப் பார்த்தார். இதுதான் சரியாகத் தோன்றியது.

இப்போது அறை அழகோடு நிறைந்துவிட்டதாகப் பெருமிதம் கொண்டார். தகர நாற்காலி நீள்முதுகு கொண்டது. அது பெரும்பாலும் காலியாகத்தான் இருக்கும். மாணவர்கள் என்ன சொன்னாலும் நாற்காலியில் உட்கார மாட்டார்கள். பெஞ்சுதான். பெஞ்சு போதாதபோது கடைசியாக வரும் யாராவது தயங்கித் தகர நாற்காலியின் நுனியில் உட்கார்வார்கள். அவர் மொட்டை மாடியில் உட்கார வேண்டும் என்றால் அதைத் தூக்கிக்கொண்டு போய்ப் போட்டுக்கொள்வார். கைப்பிடி இல்லாத அதன் முதுகைப் பிடித்துத் தூக்கிச் செல்லும்போது கறிக்கு அடித்த கோழியின் கழுத்தைப் பிடித்துப் பொங்குரிக்கத் தூக்கிச் செல்லும் நினைவு வரும்.

மொட்டை மாடிக்கு வேலையாக வந்த, வேலை இல்லை என்றாலும் வருவார், வீட்டுக்காரப் பாட்டி வீட்டுக்குள் எட்டிப் பார்த்தார். பாட்டி எப்போது வந்தாலும் எட்டிப் பார்ப்பார். கண்கள் வீட்டுக்குள் எல்லாவற்றையும் துழாவும். பாட்டியைப் பார்க்கும் போதெல்லாம் வெள்ளைக்கொக்கு நினைவு வரும். பாட்டியின் வெள்ளுடை மட்டும் அதற்குக் காரணமல்ல. மூக்கும் ரொம்ப நீளம்தான். இந்த இரண்டையும் பார்த்துவிட்டு 'எங்களுதா வாத்தியாரு' என்று ஆச்சரியமாகக் கேட்டார் பாட்டி. உடனே வேண்டும் என்று கேட்டுவிடுவாரோ என்றிருந்தது. யாருக்கும் ஆசையைத் தூண்டும் வண்ணம். ஆனால் 'எங்களுக்கு வேணுங்கும்போது குடுத்திருங்க' என்றார். 'இப்பவே வேண்ணாலும் எடுத்துக்கங்கம்மா' என்றதும் 'இல்லயில்ல. பத்தரமா வெச்சிருக்கறீங்கஞ் இருக்கட்டும் இருக்கட்டும்' என்று பாட்டி போய்விட்டார். எப்போதாவது பாட்டி மாடிக்கு வரும்போது இவற்றைக் கேட்கத்தானோ என்று பரபரப்பாவார். மறுபடியும் கேட்கவேயில்லை.

அப்படி இவற்றைப் புதிதாக்கிய காந்தராசன் இப்போது எங்கே இருக்கிறானோ என்ன செய்கிறானோ. இப்படித்தான் நிறையப் பேர் காணாமல் போய்விடுகிறார்கள். சிலரை எங்காவது திடுமெனச் சந்திக்கவும் நேரும். நாற்காலியை

வாங்கிவந்த ஆனந்தகுமாரும் சந்திரசேகரனும் இப்போதும் தொடர்பில் இருக்கிறார்கள். ஊருக்கு வரும்போது கட்டாயம் வீடு தேடிவந்து அரை நாளாவது உடனிருந்து போவார்கள். அடிக்கடி வர மாட்டார்களா என்றிருக்கும். நல்ல பையன்கள். இருவரும் அப்போதிருந்து இப்போது வரை அப்படியொரு நட்பு. ஒன்றாகவே சென்னைக்குப் போய்ப் படித்தார்கள். போட்டித் தேர்வுகளுக்கெல்லாம் படித்துக்கொண்டும் எழுதிக் கொண்டும் இப்போதும் அங்கேதான் இருக்கிறார்கள். ஏதாவது ஒரு வேலையில் சேர்ந்துவிடுவார்கள். ஏனோ இன்றைக்கு அவர்களின் நினைவு வந்துகொண்டே இருக்கிறது.

ஒரு மிடறு குடித்தபின் ஆசுவாசமாகிக் கோப்பையை முட்டான் மீதிருந்த துண்டுத் தாளின் மேல் வைத்தார். வீடு முழுக்கப் பளீரென்று வெளிச்சம் அடித்துக்கொண்டிருந்தது. இன்னும் கொஞ்ச நேரம் தூங்கியிருக்கலாம். ஆனால் தூக்கம் வரவில்லை. இரண்டு வேளைக்கும் சேர்த்துக் காலையிலேயே சமைத்துவிட்டார். துணிகளை நேற்றே துவைத்துவிட்டார். வேலை ஏதுமில்லை. காலை உணவுக்குப் பின் செய்தித்தாள் படித்துக்கொண்டே தூங்கிப் போனார். எழுந்தபோது மதிய உணவு நேரம். உண்டுவிட்டு மீண்டும் படுத்தபடி படிக்க ஆரம்பித்தார். அவரை அறியாமல் கொஞ்ச நேரம் கண் அசந்தது. அப்புறம் தூக்கம் வரவில்லை. புரண்டுகொண்டே கிடந்தார். எவ்வளவு நேரம் புரள்வது? தேநீர் குடிக்கலாம் போலிருந்தது. எழுந்துவிட்டார்.

தேநீர்ச் சீக்கிரம் தீர்ந்துவிடக் கூடாது என்று ஒவ்வொரு மிடறாக உறிஞ்சியபடியிருந்தார். பின்னால் மாடிப்படியில் காலடிச் சத்தம் கேட்பது போலிருந்தது. வீட்டுக்காரர்களின் நடமாட்டமாக இருக்கலாம். இல்லை, படியேறும் சத்தம். பாட்டியல்ல. அவர் ஏறினால் சுவரைப் பற்றிப் பற்றி ஒவ்வொரு அடியாக எடுத்து வைப்பார். வருகிற சத்தமே கேட்காது. திடுமென மேலே வந்து நிற்பார். சிலசமயம் யாரும் வராமலே அப்படிக் கேட்பது போல மனம் உருவாக்கிவிடும். வெகுநேரம் கேட்கும். யாரும் வர மாட்டார்கள். பொறுக்காமல் எழுந்து போய் மாடிப்படியைப் பார்த்துவிட்டும் வந்திருக்கிறார். இப்போது காதை உன்னிப்பாக்கிக்கொண்டு கேட்டார். சத்தம் உண்மைதான் போல. வேகமாக அடியெடுத்து வைக்கும் சத்தம். மேற்கு ஜன்னல் வழியாகப் பார்த்தார்.

படியேறி ட வடிவில் நடந்துதான் முன் வாசலுக்கு வர வேண்டும். ஜன்னலிலேயே ஆளைக் கண்டுகொள்ளலாம். ஏதாவது தேவை என்றால் அருகிலே வசிக்கும் மாணவர்கள்

மாலை நேரத் தேநீர்

யாரையாவது வரச் சொல்வார். என்ன பெரிய தேவை? அரிசி, பருப்பு ஏதாவது வாங்க வேண்டியிருக்கும். கொஞ்ச நேரம் காலார நடக்கத் துணை தேவைப்படும். இன்றைக்கு அப்படி யாரையும் சொல்லவில்லை. சொல்லாவிட்டாலும் அவ்வப்போது வருவார்கள். கொஞ்சநேரம் அவருடன் பேசிக்கொண்டிருக்க வந்ததாகச் சொல்வார்கள். பையில் சில காய்களையோ பழங்களையோ கொண்டுவந்து கொடுத்துச் செல்வார்கள். இந்த ஊருக்கு வந்ததிலிருந்து இதுவரை அவர் காய்கறி வாங்கியதே இல்லை. தினமும் கூட்டாஞ்சோறோ கூட்டுச்சாறோ வைக்கிற அளவுக்குக் கிடக்கும். ஐந்தாறு தேங்காய்களைக் கொண்டு வந்து போட்டுவிட்டு 'ஊருக்கு எடுத்துக்கிட்டுப் போங்கய்யா' என்பார்கள். ஊருக்கு எடுத்துப்போக அவருக்கு விருப்பம் இருந்ததில்லை. வெகுதூரம் சுமக்க வேண்டும். பயணத்தைச் சுமையாக்கிக்கொள்ள மாட்டார். ஒருமுறை கொண்டுபோனால் ஒவ்வொரு முறையும் எதிர்பார்ப்பார்கள். அங்கு வரும் பிற மாணவர்கள் யாரையாவது எடுத்துப்போகச் சொல்லிவிடுவார்.

அப்படி யாரேனும் பையோடு வருகிறார்களோ என்னவோ? யாராக இருக்கும்? யாராக இருந்தாலும் மாலைப் பொழுது ஓடிவிடும் என்று மனம் குதூகலித்தது. எதிர் நாற்காலியில் யாரோ இருக்கிற மாதிரி நினைத்துக்கொண்டு தானாகப் பேச வேண்டியதில்லை. அவரைச் சட்டை செய்யாமல் பறந்தேகும் பறவைகளை வலிந்து அழைக்கத் தேவையில்லை. ஜன்னலில் அசைவுகள் தெரிந்தன. ஒருவரல்ல, இருவர். கண் கூசலில் யாரெனத் தெளிவாகவில்லை. வெயிலுக்கெனச் சாத்தியிருந்த கதவை எழுந்து போய் வேகமாகத் திறந்தார். சட்டென வெயில் உள்ளே நுழைந்தது. 'ஐயா வணக்கம்' குரலுடன் வந்த இருவரையும் கண்டார். ஆனந்தகுமாரும் சந்திரசேகரனும். 'வாங்க வாங்கப்பாஞ் என்ன ஆச்சர்யம். இப்பத்தான் உங்க ரண்டு பேரையும் நெனச்சுக்கிட்டே டீக் குடிச்சன். வந்துட்டீங்க. சந்தோசமா இருக்குப்பாஞ் வாங்க' என உற்சாகமாக வரவேற்றார். இந்த நேர்வு ஆச்சர்யமானதுதான். எப்படியோ அவர்கள் வருகையை மனம் முன்னுணர்ந்திருக்கிறது.

ஒவ்வொரு முறை பார்க்கும்போதும் அவர்களின் உடல் வளர்ச்சியும் அறிவு வளர்ச்சியும் ஒருசேரப் புலனில் வந்து உறைக்கும். இந்த முறை இருவரும் நல்ல உயரமாகவும் இளம்பருவத்தின் உச்சத்தை அடைந்துவிட்டவர்களாகவும் சட்டென அவருக்குத் தோன்றினர். இங்கே படித்தபோது துள்ளல் கொண்டவர்களாக இளம்பருவத்தின் நுழைவாயிலில் இருந்தனர். அப்போது அவர் நிறையப் பேசுவார். அவர்கள் கேட்டுக்கொண்டிருப்பார்கள். இப்போதெல்லாம் அவர்களிடம் பேசும்போது தானும்

ஈடு கொடுக்கவேண்டுமே என்னும் தயக்கமும் பின்தங்கிப் போய்விட்டோமோ என்னும் தாழ்வுணர்ச்சியும் உருவாகி ஒருவிதப் பதற்றம் கொண்டுவிடுகிறார். அவர் கேள்விப்பட்டிராத சில பெயர்களை அவர்கள் உச்சரிக்கிறார்கள். அவற்றைத் தெரிந்தவை போலக் காட்டிக்கொள்ள முயன்று சமாளித்ததுண்டு. அதில் ஒருவாறு தெளிந்து அவர்களிடம் கேட்டுக்கொள்ளும் மனநிலைக்கு வந்திருந்தார். வரும்போதெல்லாம் அறிவின் வேறொரு நிலையைப் பெற்றவர்களாக அவர்கள் மாறியிருப்பதைப் பார்க்கச் சந்தோசமாயிருந்தது. போதாமையை உணர்ந்து ஈடு கொடுக்க முடியாத சந்தர்ப்பத்தில் அவர்களைப் பேசவிட்டு ரசித்துக் கேட்பார். மிகவும் கஷ்டமாக இருந்தால் எப்படியாயினும் உரையாடலை அவர் விரும்புகிற மாதிரி திருப்பிவிட முடியும் என்னும் நம்பிக்கையும் இருந்தது. இப்படிச் சவால் விடும் மாணவர்கள் அரிதாகவே வாய்ப்பார்கள்.

ஆனந்தகுமார் செருப்பைக் கழற்றி விட்டுவிட்டு வெளியிலேயே நிற்பதைக் கண்டதும் தான் கதவை அடைத்தபடி நிற்கும் உணர்வு வந்தது. ‘அடடாஞ்’ என்று தலையில் அடித்துக்கொண்டு ‘வாப்பா உள்ள’ என்று அழைத்தார். தன் நாற்காலியில் உட்கார்ந்தார். நாற்காலி கொஞ்சம் பளபளப்பு குறைந்த மாதிரி தெரிந்தது. முதுகுப்பக்கம் போட்டிருந்த துண்டை எடுத்துக் கைப்பிடியைத் துடைத்தார். எதிரில் இருந்த தகர நாற்காலியைக் குமாருக்குக் காட்டினார். ‘எப்பிடி இருக்கீங்க ஐயா’ என்றான் குமார். அவன் முகத்தில் கொஞ்சம் பொலிவு குறைந்த மாதிரி அவருக்குத் தோன்றியது. ‘எங்கப்பா காணோம்’ என்று வெளியே பார்த்துக் குரல் கொடுத்தார். ‘ஷூவக் கழட்டிட்டு வர்றங்க ஐயா’ என்னும் சந்திரசேகரின் குரல் வந்தது. ‘என்னப்பா விசேஷம்?’ என்று எப்போதும் முதலில் கேட்கும் கேள்வியைக் கேட்டார். ‘குரூப் ஒன்னுல சேகருக்குக் கெடச்சிருக்குங்கய்யா’ என்றான் குமார். ‘அப்பிடியாஞ் ரொம்ப ரொம்பச் சந்தோசம்பா. பட்ட பாட்டுக்குப் பலன் கெடச்சிருச்சு. உன்னுது?’ என்றார். ‘இதுல இண்டர்வியூவுல கொஞ்சம் கொறஞ் சிருச்சுங்கய்யா. குரூப் டூவும் எழுதியிருக்கன். அதுல கண்டிப்பா வந்திருங்கய்யா’ என்றான் குமார். அவன் முக வாடலின் காரணம் உணர்ந்து கொஞ்சம் சங்கடப்பட்டார். ‘கண்டிப்பா அதுல கெடச்சிரும்பா. நீ மட்டும் உட்டவனா என்ன? ரண்டு பேரும் ரட்டப் பிறவிங்க மாதிரி. ஒன்னாக் கெடச்சிருந்தா இன்னம் சந்தோசமா இருந்திருக்கும். அதனால என்ன, சீக்கிரம் கெடச்சிரும்’ என்று சில வார்த்தைகளை ஆறுதலாகப் பேசினார்.

அதற்குள் சந்திரசேகரன் உள்ளே நுழைய ‘வாப்பா கலெக்டரு’ என்றார் பெரும் உற்சாகத்தோடு. அவரது தொனியும் உற்சாகமும்

அவர்களையும் தொற்றிக்கொண்டது. குமார் வாய்விட்டுச் சத்தமாகச் சிரித்தான். சேகரின் முகம் வெட்கத்தால் கனிய 'கலெக்டரெல்லாம் இல்லீங்கய்யா' என்றான். 'இதுல சீக்கிரம் புரமோஷன் வந்திரும்பா. கலக்டர் ஆயிரலாம்' என்றவர் அவன் நிற்பதை அப்போதுதான் கவனித்தவர் போலச் சட்டென எழுந்தார். 'உக்கோருப்பா' என்றார். தன் நாற்காலியை இழுத்து அவன் பக்கம் விடலாமா என்று தோன்றியது. இன்னொரு நாற்காலி இருந்திருக்கலாம். அவர் கண்கள் குமார் உட்கார்ந்திருந்த தகர நாற்காலிமேல் பதிந்து பதறி அலைந்து பின் சுவரோரப் பெஞ்சுப் பக்கம் நிலைத்தது. இருவருக்கும் இடையில் நுழைந்து சங்கோஜத்தோடு சேகர் போய்ப் பெஞ்சில் உட்கார்ந்தான். சுவரின் வெள்ளை முதுகில் படிந்துவிடாமலிருக்க அதில் சாயாமல் முன்தள்ளிக் கொண்டான். சேகருக்கு மிடுக்கும் கம்பீரமும் வந்திருந்தது. அதற்கேற்ற மாதிரி கட்டமிட்ட சட்டையை உள்நுழைத்திருந்தான். தன் கண்ணுக்குத்தான் அப்படித் தெரிகிறதோ என்றும் நினைத்தார்.

பொதுவான நலம் விசாரிப்புகள் நடந்தன. பின் தேர்வு தொடர்பான பேச்சுக்கள் தொடர்ந்தன. சேகர் விரல்களைக் கோப்பதும் பிரிப்பதுமாக இருந்தான். பெஞ்சில் அவ்வப்போது கையை ஊன்றி உடலை லேசாகத் தூக்கிவிட்டு உட்கார்ந்தான். தமிழை ஆர்வத்தோடு படித்தால் இத்தகைய போட்டித் தேர்வுகளை எளிதாக எதிர்கொள்ளலாம் என்பது பற்றி அவர்கள் சொன்னார்கள். கேட்கச் சந்தோசமாக இருந்தது. அவர் சொன்னால் தமிழாசிரியர் அப்படித்தான் சொல்வார் என்று ஏளனமாகப் பார்ப்பார்கள். இது மாதிரி பயன்பெற்றவர்கள் சொல்தான் எடுபடும் என்று நினைத்தார். பேச்சு நடந்தாலும் குமார் அவ்வப்போது நெளிவது தெரிந்தது. நாற்காலியை முழுமையாக ஆக்கிரமித்துக் கொள்ளவில்லை. பட்டும் படாமல் உட்கார்ந்திருந்தான். சேகர் சுவரில் சாய்ந்துவிடக் கூடாது என்பதாலோ என்னவோ முதுகைக் கூனியபடி முன்பக்கம் சாய்ந்தே உட்கார்ந்திருந்தான். என்னவோ குறைகிற மாதிரி இருந்தது. அதை மீறி இயல்பாகப் பேச முயன்றார். தனக்குத்தான் அப்படி இருக்கிறதா அவர்களுக்குமா என்று தெரியவில்லை.

குமாரின் துயரம் படிந்த முகம் இன்னும் தெளியவில்லை. பேசப்பேசத் தெளிவாகும். பேச்சு சில சமயம் துயரத்தை அதிகமாக்கிவிடவும் கூடும். எச்சரிக்கையோடு பேசி அவனை மாற்ற வேண்டும் என்று நினைத்து 'குமாருக்கும் கெடச்சிருந்தா இன்னம் சந்தோசமா இருந்திருக்கும்' என்று தொடங்கினார். சேகர் உடனே 'இண்டர்வியூவெல்லாம் நல்லாத்தான் பண்ணுனான். மெயின்ல கொஞ்சம் மார்க் கொறஞ்சிருச்சி. இன்னம் நல்லாப்

பிரிப்பேர் பண்ணியிருக்கணும். அடுத்ததுல அடிச்சிருவாங்கய்யா' என்றான். 'நல்லாப் பிரிப்பேர் பண்ணியிருக்கணும்' என்பதை என்னவோ அழுத்தம் கொடுத்துச் சொன்ன மாதிரி இருந்தது.

'நல்லாத்தான் பண்ணுனன். என்னவோ வர்ல. இதிலெல்லாம் அதிர்ஷ்டமும் வேணும். அது இப்ப எனக்கு இல்ல. அடுத்துக் குரூப் டூ ரிசல்ட் வரப் போவுதுங்கய்யா. அதுல கண்டிப்பாக் கெடச்சிரும். அதுல இருந்துக்கிட்டே குரூப் ஒன்னுல அடுத்த முற பாக்கலாங்கய்யா. யுபிஎஸ்ஸியும் ட்ரை பண்றேன்' என்றான் வேகத்துடன் குமார். 'கெடச்சிரும் உனக்கு, கவலப்படாத படிப்பா. பாத்துக்கலாம் புடி. இது கெடக்கலீன்னா இதவிட நல்லது கெடைக்கப் போவுதுன்னு அர்த்தம். நேரடியா ஐஏஎஸ்ஸே அடிச்சாலும் அடிச்சிருவ. நீ வந்துருவ' என்று உற்சாகம் கொடுத்தார். 'கவலயெல்லாம் இல்லீங்கய்யா. பாத்துக்கலாம்' என்று சட்டென மறுத்தான் குமார்.

அவன் அடிக்கடி வெளிப்பக்கம் பார்த்தான். அவர் முகத்தை நேராகப் பார்ப்பதைத் தவிர்த்தான். அவர் பேச்சை மாற்ற முயன்றார். அவர்கள் படித்த புத்தகம் பற்றிக் கேட்கத் தொடங்கினார். ஏதேதோ புதுப்புதுப் பத்திரிகைகளின் பெயர்களை அவர்கள் சொன்னார்கள். சில கவிஞர்களின் பெயர்களையும் உச்சரித்தார்கள். ஆங்கில நூல்கள் சிலவற்றைப் பற்றியும் பேசினார்கள். ஏதோ ஒரு நூலைப் பற்றிச் சொன்னபோது 'அது தமிழ்ல வந்திருக்குதா?' என்றார். 'அத்தன சீக்கிரத்துல வந்துருமாங்கய்யா' என்றான் சேகர். நாற்காலிப் பிடியில் வைத்திருந்த கைகளின் அடியே வேர்வை நசநசத்தது. விசிறியை இன்னும் கூட்டி வைத்திருக்க வேண்டுமோ. அண்ணாந்து பார்த்தார். அதிகபட்சத்தில்தான் இருந்தது.

சட்டென நினைவு வந்தவராய் 'உங்களுக்கு ஒன்னுமே குடுக்கலியேப்பா. தண்ணிகூடக் குடுக்கல பாரு' என்று பதற்றத்தோடு சொல்லியபடி எழுந்தார். 'நீங்க இருங்கய்யா. நாங்க குடிச்சுக்கறம்' என்று அவர் பின்னாலேயே உள்ளே வந்தனர். குடத்திலிருந்து நீரை மொண்டு குடித்தனர். இளக்கம் வந்திருந்தது. பிளாஸ்கில் இருந்த தேநீரை இரண்டு கோப்பைகளில் அவர் ஊற்றினார். சின்னப் பீங்கான் கோப்பைகள். கல்லூரியில் ஏதோ ஒரு நிகழ்வில் நினைவுப் பரிசாக அவருக்குக் கொடுக்கப்பட்டவை. அவர் குறைவாகவே தேநீர் குடிப்பார் என்பதை அறிந்து கொடுத்த மாதிரி இருந்தது. கோப்பை சிறியதாக இருப்பதால் இருவருக்கும் கொடுக்க முடிகிறது. ஆபத்தை முன்னுணரும் நாயைப் போல இந்த மனம் இரண்டு பேர் வருவார்கள் என்பதை எப்படியோ அறிந்திருக்கிறது என வியந்தார்.

‘என்னங்கய்யா... முன்னாலயே போட்டு வெச்சிட்டீங்களா?’ என்றான் சேகர். ‘என்னமோ கை பாட்டுக்குப் போட்டு வெச்சிருச்சு. நீங்க வர்றது எப்படியோ தெரிஞ்சிருக்குது பாரேன். இப்பிடி நல்ல சேதியோட வர்றது தெரிஞ்சிருந்தா எதுனா இனிப்பு வாங்கி வெச்சிருப்பன்’ என்றார். ‘நானே வாங்கிட்டு வரலான்னு இருந்தங்கய்யா. ஐயாவ வெளியே கூட்டிக்கிட்டுப் போலான்னு குமார் சொன்னான். அதான் வந்துட்டம். இன்னைக்கு என்னோட ட்ரீட்டு. வாங்கய்யா போலாம்’ என்றான் சேகர். ‘போலாங்கய்யா’ என்று வலியுறுத்தினான் குமார். ‘போனாப் போவுதுப்பா. இங்க வெட்டியாத்தான இருக்கறன். வேலயில சேந்துட்டு மொத சம்பளம் வாங்கிப் பெருசாப் பண்ணு. இப்பச் சின்னதாப் போதும். பணம் இருக்குதாப்பா’ என்று ஒப்புதலைத் தெரிவித்ததோடு ஆசிரியருக்குரிய அக்கறையையும் வெளிப்படுத்தினார். ‘பணம் ஒன்னும் பிரச்சின இல்லீங்கய்யா. பெரிசாவே வெச்சிரலாம்’ என்று சிரித்தான் சேகர்.

தேநீர் இரண்டு கோப்பைகளில் நிறைத்தது போக அவருக்கும் அரைக்கோப்பை அளவுக்கு மீந்தது. அவர்கள் ஆளுக்கொரு கோப்பையைக் கையில் எடுத்துக்கொண்டு வரவேற்பறைக்குச் சென்றனர். காலையிலேயே வந்திருந்தால் ஏதாவது வாங்கி வந்து இங்கேயே சமைத்திருக்கலாம். இனிமேல் அதற்கு வாய்ப்பில்லை. வெளியே போனாலும் நன்றாகத்தான் இருக்கும். அதிகம் செலவு வைக்காமல் பார்த்துக்கொள்ள வேண்டும். தேநீர்க் கோப்பையைக் கையில் எடுத்தவர் கண்ணில் பிளாஸ்க் பட்டது. பிளாஸ்கை மட்டும் கழுவி வைத்துவிடலாம் என்று நினைத்தார். இல்லாவிட்டால் அப்படியே மறந்து போய்விடும். பின் கழுவினால் அந்த நாற்றம் போக நாள் பிடிக்கும். இரண்டு முறை அலசி நீரை நன்றாக வடித்து வைத்தார்.

அதிகமாகப் போட்டிருந்தாலும் தேநீரின் நிறமும் சுவையும் இன்றைக்கு நன்றாக அமைந்தது சந்தோசமாக இருந்தது. வெளியே போனால் இவர்களுடன் சந்தோசமாகப் பொழுதும் போய்விடும், இரவுக்குச் சமைக்கவும் வேண்டியதில்லை. குமாரின் வருத்தம் சீக்கிரம் தீர்ந்துவிடும். சேகருக்குக் கிடைத்துவிட்டது என்னும் வேகமே அவனை இயக்கும். தேநீர்க் கோப்பையை எடுத்தபடி முன்னறைக்கு வந்தார். ‘உங்களுக்கு இருக்குதுங்களாங்கய்யா. எங்களுக்கே நெறையக் குடுத்திட்டீங்க’ என்று குமாரின் குரல் சுவர்ப்பக்கம் இருந்து கேட்டதும் சட்டெென அங்கே திரும்பினார். பெஞ்சில் உட்கார்ந்து சுவரில் முதுகைச் சாய்த்திருந்த ஆனந்தகுமார் அவர் பார்வை பட்டதும் லேசாக மேலெழுந்தான். ‘போதும் போதும்பா. இப்பத்தான குடிச்சன்.

நீ உக்காந்து குடிப்பா' என்று சொல்லாலேயே அவனை எழ விடாமல் செய்தார். பார்வை நகர்ந்து எதிரே வந்ததும் தகர நாற்காலியில் நன்றாகச் சாய்ந்து உட்கார்ந்திருந்த சந்திரசேகரன் அவரைப் பார்த்தபடி எழ முயன்று பின் தேநீர் குடிப்பதைத் தொடர்ந்தான். ஜன்னல் வெயில் குறைந்திருந்தது. 'செரீப்பா... இன்னைக்குச் சேகரோட விருந்து. எங்க போலாம் சொல்லுங்க' என்று சிரித்தபடி தன் நாற்காலியில் ஆசுவாசமாக உட்கார்ந்தார் பேராசிரியர் குமரேசன்.

●

03.10.14
காலச்சுவடு, ஜனவரி 2015

உள்ளத்தில் எழுதிய முகம்

சரஸ்வதி எதையும் கவனித்ததாகக் காட்டிக் கொள்ளவில்லை. துண்டு துண்டாகக் காதுகளில் விழுந்தவற்றை வைத்து ஊகம் செய்தாள். வாரப் பத்திரிகையில் அரவிந்தசாமியைப் பற்றிச் செய்தியோ நேர்காணலோ வந்திருக்கிறது. அதில் ஒரு வரி படிப்பதும் சரஸ்வதியை ஒரு பார்வை பார்ப்பதும் பின் தங்களுக்குள் முணுமுணுத்துக்கொண்டு சிறு சத்தத்தோடு சிரிப்பதுமாக இருந்தனர் சக ஆசிரியைகள் இருவரும்.

அவளைப் பற்றிய ரகசியங்கள் எல்லாம் அனைவருக்கும் தெரிந்தவையாக இருந்தன. அவை எந்த வழியாக அவர்களை வந்து சேர்ந்தன என்று தெரியவில்லை. பிறரைப் பற்றி அறிய ஆயிரம் வழிகள். இங்கிருந்து ஆசிரியர் சங்கக் கூட்டத்திற்கோ பயிற்சி வகுப்புக்கோ செல்லும்போது வந்திருக்கும் யாராவது 'சரஸ்வதி என்னோட பிரண்ட்தான்' என்று ஆரம்பித்திருப்பார்கள். அப்புறம் ஏளனச் சிரிப்போடு அரவிந்தசாமியைப் பற்றிய பேச்சு நடந்திருக்கும். இரண்டு பேரும் இந்த விஷயத்தைப் பேசுவதிலேயே நெருக்கம் கூடி நண்பர்களாகியிருப்பார்கள். எனினும் ஒருவரும் அவளிடம் இதுவரை நேரடியாகக் கேட்டதில்லை. திருமணத்தைப் பற்றி மட்டும் அக்கறையாக விசாரிப்பதுண்டு. அவ்விசாரணைகளை மெல்லிய புன்னகையோடு கடந்துவிடுவாள்.

சிலசமயம் தொலைக்காட்சியில் அரவிந்தசாமி நடித்த படம் போடும் செய்தியையும் இப்படித்தான்

பேசுவார்கள். முதல் மேஜையிலிருந்து கடைசி மேஜைக்குக் குரல் எழும்பும். 'இன்னைக்கு அரவிந்தசாமியும் ஸ்ரீதேவியும் நடிச்ச படம். லீவு போட்டுட்டுப் பாக்கலாமுன்னு நெனச்சன். லீவே இல்ல.' மாணவர்களுக்கு வகுப்பு எடுக்கும்போது குரல் இத்தனை சத்தமாக எழுவதில்லையே என்று எரிச்சல் வரும். சரஸ்வதி கட்டுப்படுத்திக்கொள்வாள். அன்றைக்கு முழுக்க அந்தப் படப் பேச்சையே இடைவெளி கிடைக்கும் போதெல்லாம் பேசுவார்கள். 'இந்த ஸ்ரீதேவி ... அவளவிடச் சின்னப் பையங்கூட ஜோடி போட்டுக்கிட்டு நடிச்சிருக்கறா பாரேன். என்ன தெகிரியம்' என்பார் ஒருவர். 'ஆமா எல்லாம் தனக்கேத்த ஜோடியத்தான் பாக்கறாங்களா' என்று ஜாடை பேசுவார் இன்னொருவர். சிலசமயம் 'தளபதி போட்டான், நீங்க பாத்தீங்களா டீச்சர்' என்று அவளிடமே கேட்டதும் உண்டு. உதட்டைப் பிதுக்கித் தலையை ஆட்டிவிடுவாள் சரஸ்வதி. என்றாலும் அவ்வப்போது அவளைச் சீண்டாமல் இருப்பதில்லை. 'அதுல அரவிந்தசாமியப் பாக்கோணுமேஞ் மாவுல புடிச்சு வெச்ச செலயாட்டம்' என்று சொல்லியபடியே அவளைப் பார்ப்பார்கள். சிரிப்பாளே தவிரப் பதில் சொல்லமாட்டாள்.

பட்டென மேஜைமேல் போட்டுவிட்டு இருவரும் எழுந்து போனபோது பத்திரிகையின் பெயர் தெரிந்தது. எடுத்துப் பார்க்கலாமா என்று தோன்றிய எண்ணத்தைக் கட்டுப்படுத்திக்கொண்டாள். அவள் எடுக்கிறாளா என்று கவனிப்பதற்காகக்கூட இப்படிப் போட்டுப் போயிருக்கலாம். கிட்டத்தட்டப் பத்தாண்டுகளாகவே அரவிந்தசாமியைப் பற்றி எந்தச் செய்தியும் வருவதில்லை. புகைப்படம் எதுவும் பிரசுரம் ஆவதில்லை. அவற்றைச் சேகரிக்கும் ஆர்வம் அற்றுப் போய்விட்டதால் அவள் கண்களுக்குப் படாமலும் இருந்திருக்கலாம். இந்த மாதிரி பத்திரிகைகள் வாங்குவதைக்கூட அவள் தவிர்த்துவிட்டாள். ஒரு சமயத்தில் அரவிந்தசாமியைப் பற்றிச் செய்தி வெளியிடாதவை எல்லாம் பத்திரிகைகளா என்னும் கோபமும் இருந்தது.

அவளுடைய ஊரிலிருந்து சென்று நகரத்துக் கல்லூரி ஒன்றில் இளங்கலை சேர்ந்திருந்த காலம். அரசு நல விடுதியில் இடம் கிடைத்திருந்தது. அப்பனையும் அம்மாளையும் சிரமப்படுத்தாமல் படிக்க முடிந்தது. கையகல நிலத்தில் கீறிக் கொண்டு விவசாயம் செய்யும் அவர்கள் ஐந்து பிள்ளைகளை வளர்க்கப் பட்டபாடு பெரிது. நான்கைந்து வெள்ளாடுகளும் எருமைக் கன்றுகளும்தான் வயிற்றை நனைத்தன. 'விவசாயப் பெருங்குடி' என்று அவ்வப்போது பெருமை பீற்றிக் கொள்வார்

அப்பன். நகரத்திற்கு வந்தபின் அவளுக்கு அந்தப் பெருமையில் துளியும் அர்த்தமில்லை என்றாகியது.

பெருநகரம் கொஞ்ச நாள் தன் அரக்க வாயைக் காட்டிப் பயமுறுத்தியது. பழகப் பழக அதன் கோரப் பல்லிளிப்பு அவளுக்குத் தென்படத் தொடங்கியதும் இயல்பாகிவிட்டாள். தன் செலவுகளுக்குச் சம்பாதிக்க எளிதான சில வேலைகளை நகரம் வைத்திருந்தது. பகுதி நேர வேலை கொடுக்கும் கடைகள் பல. அவற்றிலும் வாடிக்கையாளரைக் கவனிக்க சரஸ்வதியை நிறுத்த மாட்டார்கள். உள்வேலைகள் செய்யப் பலபேர் வேண்டியிருக்கும். அந்த வேலைதான் அவளுக்கும் சரியெனப்பட்டது. அதில் அவ்வப்போது விடுப்பு எடுத்தாலும் பாதிப்பில்லை. ஒரு கடையில் பிரச்சினை என்றால் இன்னொன்றுக்கு எளிதாக மாறலாம். ஒவ்வொரு சமயம் எல்லாச் செலவுகளும் போகக் கை நிறையக் காசுகள் இருந்தன. அப்போது ஊருக்கும் செல்வாள்.

உடனிருந்த பெண்களின் தொந்தரவைத்தான் சகித்துக் கொள்ள முடியவில்லை. சரஸ்வதி கருப்பு நிறம். கருப்பு என்றால் அப்பி வைத்த கருப்பு. அம்மாவே ஒருசமயம் 'தார்ல போட்டுப் பொரட்டி எடுத்தாப்ல எங்கடி இப்பிடி வந்து பொறந்த?' என்று கேட்டிருக்கிறாள். வீட்டில் எல்லாரும் கருப்புத்தான். ஆனால் அவ்வளவு கருப்பில்லை. தங்கைகள் மூன்று பேர். தம்பி ஒருவன். பையனுக்கு ஆசைப்பட்டு நான்கு பெண்களைப் பெற்றிருந்தார்கள். விடுதியில் தோழிகளுக்கு விளையாட்டுப் பொருள் போலானாள். அது விடுதி ராகிங்கிலேயே தொடங்கிவிட்டது. அவள் உடம்பில் பல பாகங்கள் நன்றாகத் தெரியும்படி நிற்க வைத்தார்கள். கையை உயர்த்தி ஒயிலும் காட்ட வேண்டுமாம். ஒவ்வொருத்தியாக வந்து அவள் உடம்பில் அழுந்த விரல் பதித்து எடுத்துத் தம் நெற்றியில் பொட்டிட்டுக் கொண்டார்கள். சிலர் கண்ணுக்கும் தடவி அலங்கரித்தனர். ஐம்பது பேருக்கு மேல் பொட்டிட்டும் அவள் உடம்பின் மை குறையவேயில்லை.

'கருப்பழகி' என்றார்கள். அதுவே பெயராகவும் ஆயிற்று. 'சரஸ்வதின்னு உனக்கு ஏம் பேரு வெச்சாங்க. பார்வதின்னு வெச்சிருந்தாப் பொருத்தமா இருக்கும்' என்று சொன்னார்கள். தினசரி ஒருத்தியாவது சரஸ்வதியின் உடலைத் தொட்டுப் பொட்டிடுவாள். இந்தத் தொடுதலில் உடல் கூசியது படிப்படியாகக் குறைந்து யாராவது விரலை நீட்டிக்கொண்டு வந்தால் 'இந்தா தொட்டுக்கோ' என்று முகத்தையோ இடுப்பையோ காட்டிக் கொண்டு நிற்கும் அளவுக்குத் தைரியமானாள். பெரும்பாலோர் அவள் இடுப்பை அழுந்தக் கிள்ளித்தான் மை எடுப்பார்கள். சில சமயம் பிருஷ்டத்தைக் காட்டுவாள். 'இவளுக்கு எல்லாம்

அத்துப் போச்சு' என்று கோபித்துச் சிரிப்பார்கள். எல்லாரும் தன்னால் சந்தோசமாக இருக்கிறார்கள் என்பதில் திருப்திதான். 'இந்தக் கருப்புக்கு ஏத்தாப்பல மாப்பளய எங்கிருந்து புடிப்படி?', 'உன்னயத் தொட்டதும் மாப்ள ஒடம்பும் கருப்பாயிருமே' என்றெல்லாம் கேலி செய்வார்கள்.

'தளபதி' படம் வெளியாகி மும்முரமாக ஓடிக்கொண்டிருந்த சமயம். விடுதியில் இருந்து கும்பலாகப் படத்திற்குப் போனார்கள். படம் பற்றியே கொஞ்சநாள் பேசிக்கொண்டிருந்தார்கள். அதில் அறிமுகம் ஆகியிருந்த அரவிந்தசாமியும் முக்கியமான பேசுபொருள். 'உன்ன மாதிரியே உங்கொழந்தைகளும் கருப்பாப் பொறந்தா என்னடி பண்ணுவ?' என்று அறையில் உடனிருந்த பத்மா அக்கறையாக விசாரிப்பது போலக் கேலி செய்தாள். 'எங்க அப்பா அம்மா என்னய வளத்துனாப்பலதான் நானும் வளத்துவன்' என்று சொல்ல வாய் வந்தது. ஆனால் ஏனோ அதைத் தவிர்த்து 'அரவிந்சாமியக் கலியாணம் பண்ணிக்குவன்டி. அப்பறம் பாரு கொழந்தைங்க எல்லாம் அப்பிடிக் கலராப் பொறக்கும்ல' என்று சொல்லிவிட்டாள். தளபதி படம் பார்த்ததில் இருந்து அரவிந்தசாமியின் முகம் அவள் மனதுக்குள் பதிந்திருந்து வெளிப்பட்டுவிட்டது போலும்.

'சாக்ரடீஸ் கிட்டயோ பெர்னாட்ஷா கிட்டயோ ஒரு பொம்பள கேட்டாப்பல இருக்குதே. அதுசரி, உங்கலருலயே பிள்ளைங்க பொறந்துட்டா என்ன பண்ணுவ?' என்றாள் பத்மா. 'அரவிந்சாமி சுட்ருடி. அதுக்கு முன்னால எல்லாம் பொசுங்கீரும்' என்று கவிதை போல வார்த்தை வந்துவிட்டது. விடுதி முழுக்க அவள் வார்த்தை தீப்போலப் பரவியது. 'அரவிந்சாமி என் ஆளுடி. நீ எப்பிடிச் சொல்லலாம்' என்று சண்டைக்கு வந்தவர்களும் 'போனாப் போவுது நீயும் வெச்சுக்க' என்று பெரிய மனது செய்தவர்களும் இருந்தனர். இந்தப் பேச்சு இப்படியே போய் சரஸ்வதி என்றாலே அரவிந்தசாமி என்றாகிவிட்டது. யோசிக்க யோசிக்க அரவிந்தசாமி மீதான ஈடுபாடு அபரிமிதமாகக் கூடிக் கொண்டே வந்தது. விடுதியில் அவளையும் அவள் கருப்பையும் பற்றிப் பேசுவதற்குப் பதிலாக அரவிந்தசாமியைப் பற்றிப் பேசும்படி ஆயிற்று. அது அவளுக்குப் பெரிய நிம்மதியைக் கொடுத்தது.

பள்ளியில் அவளுக்கு வேலையே ஓடவில்லை. அந்தப் பத்திரிகையை வாங்கிப் பார்த்துவிடலாமா என்று குறுகுறுத்தது மனம். 'சாசனம்' என்னும் படத்திற்குப் பின்னால் எதுவும் வரவில்லை. அதுவும்கூட நடித்து ரொம்ப நாள் கிடப்பிலிருந்து பின் வெளியாயிற்று. இப்போது மீண்டும் ஏதாவது படத்தில்

நடிக்க வருகிறாரோ? திரும்ப எதற்கு வர வேண்டும்? அப்படி இருந்தால் அது தப்பான முடிவு என்று தோன்றியது. வேறு செய்தியாக இருக்கும். தொழில்ரீதியானவை, அவர் கலந்து கொண்ட விழாக்கள் என்று எதையாவது போட்டிருப்பார்கள். அவர் தோற்றம் மாறிப் போனதுகூட முக்கியமான செய்திதான். அதைப் படிக்கவும் நிறையப் பேர் இருப்பார்கள். வயதானால் தோற்றம் மாறத்தானே செய்யும். அதுசரிதான். ஆனால் அவருக்கும் மாறுமா? ஏன் மாறாது. தளபதியில் பார்த்ததற்கும் பம்பாயில் பார்த்ததற்கும் வித்தியாசம் இல்லையா? அப்போதெல்லாம் தொடர்ந்து பார்த்துக்கொண்டே இருந்ததால் மாற்றம் எதுவும் தெரியவில்லை. நேசம் கண்களைக் கட்டிவிடும்.

அரவிந்தசாமியை மனதுக்குள் தீவிரமாக நேசித்தாள். தன் பிரச்சினைகளை எல்லாம் தீர்க்க வந்த அவதாரம் போலக் கருதினாள். பெயரைச் சொல்வதைத் தவிர்த்து 'அவர்' என்று சொன்னாள். ரோஜா படம் வெளியான போது கூடுதலாக ஒரு சீட்டு வாங்கினாள். அதற்கான இருக்கையை 'அவருக்கு' வழங்கினாள். உடன் வந்த தோழிகள் யாரையும் அதில் உட்கார விடவில்லை. அவளருகில் 'அவர்' உட்கார்ந்து படம் பார்ப்பதை நினைக்கவே பெரும் சந்தோசமாக இருந்தது. பேருந்தில்கூட அவருக்கும் ஒரு சீட்டு வாங்கத் தொடங்கினாள். தன்னுடன் எப்போதும் இருப்பவர் அவர் என்றுணர்ந்தாள். படுக்கையில் பெரும்பகுதியை அவருக்கு ஒதுக்கினாள். தன் வாழ்வில் எப்போதும் அவருக்கான இடத்தை ஒதுக்குவதில் தயக்கம் வந்ததேயில்லை. அவருடன் என்னென்னவோ பேசினாள். திடுமென அவள் சிரிப்பதையும் தானாகப் பேசுவதையும் பொது இடத்தில் பலரும் வித்தியாசமாகப் பார்த்தனர். அவள் யாரையும் பொருட்படுத்தவில்லை.

அவர்தான் இந்த உலகத்திலேயே பேரழகன். மாசு மருவற்ற உருண்டை முகம். சிறுபுள்ளி கருப்பாகப் படிந்தாலும் சட்டெனத் துலங்கிவிடும். இரண்டு கைகளாலும் அள்ளிக் கொள்ளலாம். இந்த உருண்டை வடிவம் எந்த நடிகருக்காவது உண்டா? தமிழ்நாட்டில் ஒருவருக்கும் இருக்காது. ஒரு துளி எண்ணெய் வடிதல் உண்டா? தந்தத்தில் செதுக்கி வைத்தது போல. நடுவில் இறக்கை சுருக்கிப் படுத்திருக்கும் கருவண்டைக் கொண்ட கண்கள் மொழி பேசும். ரோஜா நிற இதழ்கள் பிரிபடும்போது பெட்டகம் திறப்பதைப் போலிருக்கும். இதழ் பிரிந்தாலே சிரிப்பு கூடிவிடும். அது முகம் முழுக்கப் பரவி உற்சாகத்தை ஊட்டும். சத்தமாகச் சிரிப்பதே அவரிடம் இல்லை. வாயென்ன ஒலிபெருக்கியா? அந்தக் குரலுக்குத்தான் என்ன மகிமை. கண்ணை மூடிக்கொண்டு கேட்டால் புல்லாங்குழல் காற்றில்

இசைந்து வந்து தழுவி அழைத்துச் செல்வதைப் போலிருக்கும். உடலில் அப்படியொரு துள்ளல். உற்சாகமே பிறப்பெடுத்து வந்தது மாதிரி. நினைத்துக்கொண்டேயிருக்கலாம்.

'என்னடி மொகம் அது? அனுமாருக்கு வெண்ணெக் காப்புப் போட்டாப்பல. கொஞ்சமாச்சும் அசையுதா பாரேன்' என்பாள் உமா. 'பொறாமைடி பொறாம. அழுது ஆர்ப்பாட்டம் பண்ணுனாத்தான் நடிப்பா? அந்தக் கண்ணுல ஒரு சோகம் காட்டுவாரே அது போதாதா?' என்பாள். 'ஏண்டி, நெஜமாலுமே அரவிந்சாமியக் கலியாணம் பண்ணிக்க முடியுமாடி? எதுனாலும் ஒரு அளவோட இருக்கணும். கனவு கண்டு வாழ்க்கைய அழிச்சுக்காத' என்று அவளுக்கு அறிவுரை சொல்லாதவர்களில்லை. 'அவருக்குக் கலியாணம் ஆயிருச்சு, செரி. அவர் மாதிரி ஒரு மாப்ள கெடச்சாப் பண்ணிக்கலாம்' என்பாள். அவரது படங்கள், செய்திகள் எல்லாவற்றையும் கொண்ட பெரிய ஆல்பம் ஒன்றைத் தயாரித்திருந்தாள். அதை ஒருமுறையாவது எடுத்துப் பார்ப்பதும் அதில் புதியவற்றைச் சேர்ப்பதும் தினசரிக் கடமையாயின. 'மறுபடியும்' படத்தின் ஒரு புகைப்படம் அவளுக்கு மிகவும் பிடித்திருந்தது. உட்கார்ந்த கோணத்திலான புகைப்படம். அதற்கு நிகரான ஒரு புகைப்படம் இல்லை.

பள்ளி முடிந்து வீட்டுக்குத் திரும்ப நடந்தாள். நடந்து செல்லும் தொலைவில்தான் வீடு. வங்கிக்கடனில் வாங்கிய வீடு. நான்கு கல் தூரத்தில் இருந்த சிறுநகரத்திற்குப் போனால் அந்தப் பத்திரிகையை வாங்கலாம். வீட்டுக்குப் போகலாமா, பேருந்து பிடித்து நகரத்துக்குப் போகலாமா என்று ஊசலாட்டமாக இருந்தது. இப்போதைய அந்த முகத்தைப் பார்க்கலாமா வேண்டாமா? முதுமையின் சாயை படிந்த முகமும் உருவமும் என்ன தரப் போகின்றன? எல்லாரும் சொல்வது மாதிரி இருக்காது. இன்னும் அந்த வசீகரம் வற்றியிருக்காது. அது ஜீவன் ஊற்று. அவளால் ஒன்றும் தீர்மானிக்க முடியவில்லை. அந்த முகத்தைப் பார்க்கும் ஆவலையும் கட்டுப்படுத்த இயலவில்லை. அது சாதாரண முகமல்ல. அவள் மேற்கொண்டு படிக்கவும் உற்சாகமாக முன்னேறவும் ஊக்கம் கொடுத்த முகம். அவளைக் கைப்பிடித்து வழிகாட்டிச் சென்ற முகம்.

அவளுடைய தங்கைகள் பள்ளிப் படிப்போடு நின்றுவிட்டார்கள். முதல் பெண்ணை விட்டுவிட்டு அடுத்த பெண்களுக்குத் திருமணம் செய்வதைப் பற்றித் தயக்கம் இருந்தாலும் சரஸ்வதி தன் படிப்பைக் காரணமாக்கித் தப்பித்துக் கொண்டாள். தங்கைகளுக்கு அடுத்தடுத்துக் கல்யாணம் ஆயிற்று. இரண்டு தங்கைகளுக்குத் திருமணம் ஆனபின் அவள் ஆசிரியை ஆனாள்.

அரசு வேலை. கை நிறையச் சம்பளம். அடுத்த தங்கையின் திருமணத்தை அவளே முன்னின்று நடத்தினாள். அப்போது மற்ற தங்கைகளும் மனநிறைவு கொள்ளும் வகையில் எல்லாம் செய்தாள். தம்பிக்கு மணமாகும் முன் அவளுக்குச் செய்துவிட வேண்டும் என்று அம்மாளும் அப்பனும் எங்கெங்கிருந்தோ மாப்பிள்ளை கொண்டுவந்தார்கள். அவளும் எல்லாரின் புகைப்படங்களையும் பார்க்கத்தான் செய்தாள். அவரின் சாயல் படிந்த ஒருமுகம்கூட இல்லை. எல்லா முகங்களும் சப்புளிந்து ஒடுக்கு விழுந்தவை. இல்லையேல் குதிரை முகமாய் நீண்டவை. முக அமைப்பே பொருந்தாதபோது நிறத்தைப் பற்றி என்ன கவலை? உதடு பிதுக்கலில் எல்லாவற்றையும் நிராகரித்து விட்டாள். 'படிக்க வெச்சிருக்கக் கூடாது இவள. படிச்ச திமுரு. எல்லாத்தயும் எடுத்தெறியுது' என்று அம்மாவே பேசினாள்.

ஊரிலிருந்து வெகுதூரத்தில் பணியிடம். உடனிருக்க அம்மா வந்து சேர்ந்தாள். அப்பனுக்கு ஊரை விட முடியவில்லை. வெள்ளாட்டின் பின் திரிய விதித்திருப்பதற்கு அவள் என்ன செய்வாள்? இனி அவள் திருமணம் செய்துகொள்ளமாட்டாள் என்று ஒருவழியாய் முடிவெடுத்து எல்லாரும் நிம்மதியானார்கள். எந்தத் தேவை என்றாலும் அவளைத் தேடி ஓடி வருவார்கள். ஒருபோதும் அவள் இல்லை என்று சொன்னதில்லை. அவரால் தான் எல்லாருக்கும் உதவ முடிகிறது என்று நினைப்பாள். இப்போதும் அவளுக்கு எல்லா இடத்திலும் இரண்டு இருக்கைகள் தேவைப்பட்டன. பணியிடத்தில் அது கொஞ்சம் கஷ்டம். வீட்டில் எல்லாம் இரண்டிரண்டுதான். உணவு மேஜையில் இரண்டு தட்டுக்களை வைத்துப் பரிமாறி உண்பதில் விருப்பம். அம்மா இல்லாதபோது அது நிறைவேறும். இருக்கும்போது கொஞ்சம் ஏமாற்றி இரண்டாவது தட்டையும் வைத்துவிடுவாள். 'ஒருத்திக்கு எதுக்கு ரண்டு வட்டலு?' என்று அம்மா முணுமுணுப்பாள். அம்மாவின் நச்சரிப்பு மட்டும் மழைச் சிணுங்கல் போல இன்னும் தொடர்கிறது. அங்கே இருக்கிறது மாப்பிள்ளை, இங்கே இருக்கிறது மாப்பிள்ளை என்று ஊருக்குப் போய்வரும் ஒவ்வொரு முறையும் சொல்லிக்கொண்டுதான் இருக்கிறாள்.

வீட்டுக்குள் நுழைந்ததும் முகத்தைக் கழுவிக்கொண்டு கண்ணாடி முன்னால் சென்று நின்றாள். கருப்பு போகவில்லை என்றாலும் கொஞ்சம் மாநிறம் வந்து சேர்ந்திருக்கிறது. ஆசிரியர் வேலையாகிய நிழலால் இது அமைந்திருக்கலாம். முகத்தில் லேசான ஒரு வாடல் தவிர வயதாவதின் பதிவு ஏதுமில்லை. தன் வயதுப் பெண்கள் திருமணம் செய்து பிள்ளை பெற்று இப்போது நடக்க முடியாமல் உடம்பைத் தூக்கிச் சுமப்பது போல இல்லை. முகத்தையும் இடுப்பையும் பார்த்தால்

இப்போதும் கிள்ளி மை வைத்துக்கொள்ளத்தான் தோன்றும். ஒன்றும் கெட்டுப் போகவில்லை. அம்மாவிடம் சொன்னால் மாப்பிள்ளை பார்த்துவிடுவாள். அரவிந்தசாமிக்கு வழுக்கை விழுந்துவிட்டதாம். தொப்பை பெருத்துவிட்டதாம். முகத்தில் சதை பிதுங்கிச் சுருக்கங்களும் கூடியிருக்கலாம். தலைமயிரும் படிந்த மீசையும் அடங்கிய புருவமும்கூட நரைத்திருக்கலாம். நரைக்கு மை தடவியிருப்பாரோ? அந்த முகம் இன்னும் தேவைப்படுகிறதா? அதனால் இனியென்ன பலனிருக்கும்? கனவுக்காலம் கொஞ்சம் கொஞ்சமாக மாறி வருகிறது. இப்போது அருகில் இருப்பதாகக் கற்பனை செய்ய ரொம்பவும் மெனக்கெட வேண்டியிருக்கிறது. சிலசமயம் முகம் நினைவிலிருந்து அகன்று போய்விடுகிறது. இனி அப்படித்தான் என்றால் என்ன பயன்? மிச்சக்காலம்? அம்மா சொல்கிறாளே, 'எங்காலத்துக்கு அப்பறம் உனக்கு ஆருடி தொண? தனியாவே காலத்துக்கும் ஒரு பொம்பள இருந்திர முடியுமா? தம்பி தங்கச்சி எல்லாரும் பாசமா வருவாங்க போவாங்க. அள்ளிக் குடுக்கறது நின்னு போயிருச்சுனா ஆரும் வர மாட்டாங்க பாத்துக்க.'

இத்தனை காலமும் வீணா? இப்போதும் ஒன்றும் கெட்டுப் போய்விடவில்லை. கொஞ்சம் வயதானவனாக இருந்தாலும் ஒரு கணவன். வேலையும் சம்பளமும் ஆளைக் கூட்டி வரும். பிள்ளை பெறவும் வாய்க்கலாம். ஆயிரமாயிரம் மருத்துவங்கள் வந்துவிட்டன. இருந்தால் ஒரே ஒரு பிள்ளை. சின்னக் குடும்பம். நாற்பது வயது என்று சொல்ல முடியாத உடம்பு. செய்து கொள்ளலாம். தப்பில்லை. நினைக்கச் சந்தோசமாகத்தான் இருக்கிறது. கொஞ்சம் உருண்டை முகமாக இருந்தால் போதும். இல்லாவிட்டால்தான் என்ன? இப்போது எதிலும் எதையும் பொருத்திப் பார்த்துக்கொள்ளும் பக்குவம் வந்திருக்கிறது. அம்மா கொடுத்த தேநீரைக் குடித்துவிட்டுத் தலையை ஒதுக்கிக் கொண்டு மெல்ல வெளிக் கிளம்பினாள். 'எதுவரைக்கும்? நானும் வரட்டுமா?' என்றாள் அம்மா. பள்ளிக்கூடத்தைத் தவிர்த்து வெளியே எங்கே போனாலும் அம்மாவின் கேள்வி இதுதான். உடன் வரவும் செய்வாள். எரிச்சலாக இருக்கும். இன்னும் பொத்திப் பொத்திப் பாதுகாக்கிறாள். இதற்காகவாவது இன்னொரு முகத்தைத் தேடிக்கொள்ள வேண்டும். கடக்க வேண்டிய காலத்தில் கைப்பிடித்துக் கூட்டிச் செல்லும் முகமாக அது இருக்கும். 'கடைக்குப் போயிட்டு வர்றம்மா' என்று வேகமாகச் சொல்லிவிட்டு நடந்தாள்.

பத்திரிகையில் அந்தப் படத்தைப் பார்த்தால் என்ன தோன்றும்? இப்படியாகிப் போய்விட்ட முகத்தையா இன்னும் பூசித்துக் கொண்டிருக்கிறோம் என்று தோன்றலாம். தனக்குள்

உள்ளத்தில் எழுதிய முகம்

இருக்கும் முகம் குலைந்து சிதறலாம். புன்னகை இறுகலாம். பொலிவில் தூசிப்படலம். அப்படித்தான் நேர வேண்டும். அதுதான் இப்போதைய தேவையும்கூட. ஒருவழியாய் அதை வாரிக் கொட்டிவிட்டுப் புதுமுகம் ஒன்றை உண்மையாகவே குடியேற்றலாம். வெறும் படுக்கையில் இடம் ஒதுக்கியது போய் தொட்டால் உடலை உணர வாய்க்கலாம். குருவிக் கூட்டுக்குள் ஒடுங்குவதைப் போலப் பாதுகாப்போடு இருக்க முதலில் அந்த முகத்தைச் சிதைக்க வேண்டும். பத்திரிகைப் படத்தைப் பார்த்தால் நிச்சயம் சிதைந்து போகும். சோகம் போக்க ஓரிரு நாள் ஆகலாம். துக்கம் கொண்டாடத் தயாரானாள். அவளுடைய நடையில் வேகம் கூடியது.

பேருந்து நிறுத்தத்தை அடையும் முன் வழியில் ஆறாம் வகுப்பு வகிதாவைப் பார்த்தாள். ட்யூசனை மறந்து விட்டோமே என்றிருந்தது. ‘டீச்சர் இன்னைக்கு டூசன் இல்லையா டீச்சர்?’ என்றாள் வகிதா. ‘இருக்குது. நீ போய் வீட்டுல உக்காந்து எழுதிக்கிட்டிரு. டீச்சர் கடைக்குப் போயிட்டு வந்திர்றன்’ என்றாள் சரஸ்வதி. ‘எங்க வீட்டுக்குப் பக்கத்துல ஒரு அண்ணன் ஏழாப்புப் படிக்கறாங்க. அவங்களுக்கும் பணம் வாங்காம சொல்லிக் குடுப்பீங்களான்னு கேட்டுட்டு வரச் சொன்னாங்க டீச்சர்’ என்றாள் வகிதா.

ஒரு கணம் என்ன சொல்வதென்று தெரியாமல் நின்றாள் சரஸ்வதி. உடனே ‘வரச் சொல்லும்மா. யாரு வேண்ணாலும் வரலாம், டீச்சர் பணம் வாங்க மாட்டாங்கன்னு சொல்லு, சரியா?’ என்று சொல்லிக்கொண்டே வகிதாவின் முகத்தைப் பார்த்தாள். மாசு மருவற்ற உருண்டை முகம். அழிவற்ற கருமுகம். கைகளைச் சேர்த்து இரு கன்னத்திலும் வைத்து அப்படியே அள்ளி நெட்டி முறித்தாள். அருகில் இருக்கும் முகம். வழிகாட்ட வந்து சேர்ந்த முகம். உள்ளத்தில் எழுதிய முகம். அதன் கையைப் பிடித்துக்கொண்டு வீட்டுப்பக்கம் நடந்தாள் சரஸ்வதி.

●

***ஆனந்த விகடன்*, 29.10.2014**

எருமைச் சீமாட்டி

அம்மாவின் கத்தல் சத்தம் கேட்டு எல்லாரும் எழுந்துவிட்டார்கள். கோடை நிலவின் குளிர் ஒளியில் வாசலில் கட்டில் போட்டுப் படுத்திருந்தார்கள். 'அம்மா... என்னம்மா... என்னம்மா' என்று பெரியவன் உலுக்கிக் கேட்டதும் அழத் தொடங் கினார். 'எருமப் பித்துப் புடிச்சுக் கத்தறாடா உங்கம்மா' என்று சலிப்போடு சொல்லிவிட்டு அப்பன் அவர் கட்டிலில் போய் உட்கார்ந்து பீடியைப் பற்ற வைத்தார். அம்மாவின் முகத்தை நிமிர்த்தி 'அழுவாத சொல்லும்மா. எதுனாக் கனா கண்டயா' என்றான் பெரியவன். பயந்து சின்னவனும் அழ ஆரம்பித்தான். அவனை வாரித் தன்னோடு சேர்த்துக்கொண்ட அம்மா 'எருமச் சீமாட்டி வந்து கத்திக் கூப்புட்டாடா' என்றாள்.

'ஆமா. எரும வந்து கூப்பட்டா எமன் வந்து கூப்பட்டான்னு அர்த்தம். அது வாலப் புடிச்சுக் கிட்டே போய்ச் சேரு சீக்கரம்' என்று முனகியபடி எச்சிலைக் காறித் துப்பினார் அப்பன். நள்ளிரவில் தூக்கம் முற்றாகக் கலைந்துவிட்ட எரிச்சல். இடையில் விழிப்பு வந்துவிட்டால் மறுபடியும் அவ்வளவு சீக்கிரம் அவருக்குத் தூக்கம் வராது.

'கெழட்டெரும நெனப்புலயே இருந்திருப்ப. அதான் அப்பிடிக் கெனா வந்திருக்குது' என்று சமாதானம் சொன்னான் பெரியவன்.

'இல்லடா கூப்ட்டா. தீனி போடச் சொல்லிக் கேக்கற குரல்லயே கூப்ட்டா' என்று அழுத்திச் சொன்னாள் அம்மா.

கிழட்டெருமையை விற்று ஒரு வாரமாகிவிட்டது. வாங்கிய ஏவாரி வெள்ளிக்கிழமை பொழுதிருக்கவே பிடித்துச் சென்று விட்டார். அப்போது அம்மா வீட்டில் இல்லை. ஏதோ வேலை யாகக் காட்டுப்பக்கம் போவது போல மத்தியானம் கிளம்பியவள் வரவேயில்லை. கயிற்றில் கோத்திருந்த திருகாணியைக் கழற்றிக் கொண்டு எருமையைப் பிடித்து ஏவாரி கையில் கொடுத்தார் அப்பன். மறுநாள் சனிக்கிழமை. மண்ணூர் மாட்டுச் சந்தை. எருமையைச் சந்தைக்கு அனுப்புவதன் வேதனை அப்பன் முகத்திலும் தெரிந்தது. வீட்டு மனுசி அது. ஆனால் என்ன செய்வது?

கல்யாணமாகி வந்தபோது அம்மா தன்னோடு சீராகக் கொண்டு வந்தார். அப்போது ஒருவருசக் கன்றுக் குட்டி. மேல் முழுக்கச் செம்பட்டை மயிர்கள் படர்ந்திருக்கும். வயிறு மட்டும் தாழிபோலப் பெருத்திருக்கும். தீனியில் கெட்டி. எதைப் போட்டாலும் தின்றுவிடும். இங்கே வந்து அம்மா பட்ட கஷ்டங்கள், சந்தோசங்கள் எல்லாம் அதற்குத் தெரியும். அதன் கழுத்தைக் கட்டிக்கொண்டு ஆசை ஆசையாய்ப் பேசுவார் அம்மா. 'இவ எரும இல்லடா... என்னயக் காப்பாத்த வந்த சீமாட்டி' என்பாள். 'என்னக் குடுத்துக் காப்பத்துனா?' என்றால் அம்மாவுக்கு முகம் இறுகிவிடும். அப்படிக் கேட்டவர்களைத் தண்டிப்பது மாதிரி கொஞ்சநேரம் எதுவும் பேசமாட்டார். அப்புறம் பேச ஆரம்பித்தால் பெருவேகக் காற்று சுழன்றடிக்கும்.

'எல்லாங் குடுத்தவ அவதான். இவ இருக்கறப்ப ஒன்னும் கொண்டு வராதவன்னு என்னய ஆராச்சும் ஒருவார்த்த பேச முடியுமா? தங்கன்னுவளுக்குப் பாலுக் குடுத்தாளோ இல்லயோ, எம் பசவளுக்கு அவதான் இன்னைக்கு வரைக்கும் பாலுக் குடுக்கறா. அவளாலதான் பட்டி பெருகுச்சு. வரத்தரயாக் கெடந்த கட்டுத்தர நெறஞ்சுச்சு. இந்தக் குடிய ஒசத்தினது அவதான். எந்தாயா நின்னு என்னயத் தாங்கறவதான் இந்தச் சீமாட்டி' என்று ஆவேசத்தோடு பேசிவிட்டு அழுவாள். எந்தப் பேச்சையும் அழுகையில்தான் அம்மா முடிப்பார்.

'சிந்தித் தடவித்தடவி செவுரு முழுக்கச் சளி ஒழுவிக் கூரையெல்லாம் ஊளமூக்காக் கெடக்குது. எங்கிருந்துதான் வருமோ இவளுக்கு. பனமரத்துப் பாள ஊறறாப்பல' என்று அப்பன் பேசும் ஏகடியத்தைச் சட்டை செய்யமாட்டார் அம்மா. 'எம்பாரத்த மூக்கச் சிந்தித்தான் கொறைக்கோணும். சீமாட்டி மட்டும் எங்கூட வல்லீனா இங்கயா இருந்திருப்பன். எப்பவோ வாழாவெட்டியா எங்கூருக்குப் போயி அங்க மூக்கச் சிந்திக்கிட்டு இருந்திருப்பன்' என்பார்.

வந்த இடத்திற்கு ஒரு குறையும் வைக்கவில்லை அது. அம்மாவைப் போலவே. கன்று ஈன்றபின் நாலாம் மாதம் பயிராகி

விடும். சினை உறுதியான பின் பாலுக்கு நிற்காமல் உதைத்துக் கொண்டு போயிற்று என்னும் பேச்சேயில்லை. அடுத்த கன்று ஈனும் வரைக்கும்கூடப் பீய்ச்சிக் கொண்டேயிருக்கலாம். ஏழாம் மாதம் முடிந்ததும் 'பாலு அப்பிடியே சீய்யாட்டம் வருது. ஆனாலும் நிக்கறா பாரு. சீமாட்டின்னாலும் எருமைங்கறது செரியாத்தான் இருக்குது' என்று செல்லமாகத் திட்டிக்கொண்டே பீய்ச்சாமல் நிறுத்திவிடுவார் அம்மா.

இதுவரைக்கும் வீட்டுக்குப் பால், தயிர், மோர், நெய் எல்லாம் அது கொடுத்ததுதான். மூன்று மாதம் கறவை இல்லாத சமயத்தில் தவித்துப் போவார்கள். அது தரும் பாலின் வாசம் பழக்கமானதில் வேறு கறவைகளின் பால் வாசனையே பிடிப்பதில்லை. அம்மா வேறெங்கு போய்ச் சாப்பிட்டாலும் பாலோ தயிரோ வேண்டாம் என்று சொல்லிவிடுவார். 'சீமாட்டி பாலக் குடிச்ச வாயிக்கு மத்ததெல்லாம் காமாட்டி பாலுத்தான்' என்பார்.

இதுவரைக்கும் அது ஈன்ற கன்றுகளில் மூன்று மட்டும் கிடா. மற்ற எல்லாமே கிடாரிதான். எல்லாக் கன்றுகளையும் வளர்ப்பார்கள். ஏதாவது ஒரு காரணத்தால் அவற்றை விற்க நேரும். ஒருபோதும் சீமாட்டியை விற்கும் எண்ணம் யாருக்கும் வந்ததில்லை. இப்போது கட்டுத்தரையில் நிற்பவை எல்லாம் அதன் வர்க்கம்தான். இளம்வர்க்கம் பெருகப்பெருகச் சீமாட்டியை அம்மாவைத் தவிர எல்லாரும் 'கெழட்டெரும' என்று சொன்னார்கள். அம்மா ஒருபோதும் அப்படிச் சொன்னதில்லை. 'சொல்றவிய ஆருக்கும் வயசாவதயா போயிரும்?' என்பதோடு நிறுத்திக்கொள்வார்.

போன ஈற்றுச் சினையானபின் அது பட்ட பாட்டைக் கண் கொண்டு பார்க்க முடியவில்லை. வயிற்றுச் சுமையோடு படுத்து எழுவதற்குள் கண்களில் நீர் முட்டிவிடும். தீனி எடுத்துக் கடிக்க முடியவில்லை. பற்கள் சிதைந்துவிட்டன. கன்றுக்குச் சரியான ஆகாரம் போய்ச் சேரவில்லை. எலும்பும் தோலுமாகக் கன்றை ஈன்றுவிட்டு அதற்குப் பால் கொடுக்கக் கூட எழுந்து நிற்கவில்லை. சுடுதண்ணி வைத்துக் கழுவிவிட்டார் அம்மா. கம்பை வேக வைத்துத் தின்னக் கொடுத்தார். அருகில் உட்கார்ந்துகொண்டு கையில் எடுத்து எடுத்து ஊட்டினார். 'எங்காலம் முடியங்காட்டி அனாதயா உட்டுட்டுப் போயராத' என்று அழுதார்.

ஒருவழியாக எழுந்து பால் கொடுப்பதற்குள் கன்று பசியால் நுரைதள்ளிவிட்டது. ஆனால் எருமை அடுத்த நான்கு மாதத்தில் சினைக்குக் கத்த ஆரம்பித்தது. 'கெழடாகியும் இன்னம் ஒடம்பு கேக்குதா உனக்கு' என்று கோபத்தோடு திட்டியதோடு இனிமேல் அது சினையாக வேண்டாம் என்று அம்மா முடிவு செய்து

விட்டார். கிடா சேர்த்தக் கொண்டுபோகவில்லை. அது இரண்டு மூன்று நாள் கத்திக்கத்தி ஓய்ந்தது. ஆறேழு மாதத்திற்குப் பின் மீண்டும் கத்தியது. அப்போது பாலும் குறைந்தது. அதை என்ன செய்வதென்று அம்மாவுக்குப் புரியவில்லை. 'வித்தர்லாம்' என்று அப்பன் சொன்ன அன்றைக்கே அம்மா அழத் தொடங்கினார்.

கிட்டத்தட்ட ஒருமாதம் இருவருக்கும் இதே பேச்சுத்தான். தினம் முன்னிரவில் சண்டை தொடங்கி அழுகை, அடி என்று ஓயும். 'கெழட்டெருமயக் கட்டுத்தரயில வெச்சிக்கிட்டுப் பாவன பாக்க நம்மால முடியுமா' என்றார் அப்பன். பால் குறைந்து போனதால் காலையில் மட்டும் பீச்சினார் அம்மா. ஒரு படிக்கு வரும். பருத்திக்கொட்டைக் குழம்பு போலிருக்கும். படிக்குப் படி எனச் சரியாகத் தண்ணீர் சேர்ப்பார். அப்பவும் தண்ணீர் கலந்த மாதிரியே தெரியாது.

கடைசியில் ஒரு படி பாலோடு ஏவாரிக்கு விற்றுவிட்டார் அப்பன். சனிச் சந்தைக்குப் போன எருமை கறிவெட்டுக்குப் போயிற்றோ வத்தப்பால் பீய்ச்ச யாராவது வாங்கிப் போனார்களோ தெரியவில்லை. அது போனபின் கட்டுத்தரை வெறுமையாய்க் கிடந்தது. கட்டுத்தரைப் பூவரசின் அடியில் போய் உட்கார்ந்து எங்கேயோ வெறித்துப் பார்த்திருப்பார் அம்மா. யாரிடமும் சரியான பேச்சில்லை. எதைக் கேட்டாலும் சட்டெனக் கண்ணீர் திரண்டு விடும். இரவுத் தூக்கத்தில் திடீர் திடீரென்று இப்படிக் கத்திக்கொண்டு எழுவார். அப்புறம் அவரைச் சமாதானப்படுத்த வெகுநேரம் ஆகும்.

'நல்லா எங்காதுல கேட்டுது நம்ம சீமாட்டித்தான் கனச்சா' என்றார் அம்மா. 'பேசாத படும்மா. எல்லாங் காத்தால பாத்துக்கலாம்' என்று பெரியவன் அவளைப் பிடித்துச் சாய்த்துக் கட்டிலில் படுக்க வைத்தான். 'இல்லடா எனக்கு நல்லாக் கேட்டுது' என்று முனகினார் அம்மா. எல்லாருக்கும் தூக்கம் வந்து கண்ணைச் செருகிய நேரத்தில் திரும்பவும் அம்மா கத்திக்கொண்டு எழுந்தார். 'அவதான் . எனக்கு நல்லாக் கேட்டுது. அவளேதான்' என்று பிதற்றினார்.

பெரியவனும் சின்னவனும் பிடிக்கப் பிடிக்கக் கையை உதறிக்கொண்டு கட்டுத்தரையை நோக்கி ஓடினார். 'எருமப் பைத்தியம் புடிச்சே இவளக் கொண்டோயிருமாட்டம்' என்று சலித்து மறுபடி பீடியைப் பற்ற வைத்தார். அம்மாவின் பின்னாலேயே இருவரும் ஓடினார்கள். கட்டுத்தரைப் பூவரசின் அடியில் எருமை படுத்து அசை போட்டுக்கொண்டிருந்தது. மூன்று பேருமே அப்படியே நின்றுவிட்டார்கள். 'அவதான்டா வந்துட்டா. என்னயத் தனியா உட்டுட்டுப் போவமாட்டா' என்றார் அம்மா மகிழ்ச்சிக் குரலில்.

அவர்களைப் பார்த்துச் சற்றே ஓங்கிய குரலில் கனைத்தது அது. கண்களை நன்றாகத் தேய்த்துவிட்டுக்கொண்டு பார்த்த போதும் எருமை தெரிந்தது. அம்மா ஓடிப்போய் அதன் கழுத்தைக் கட்டிக்கொண்டார். அம்மாவை நக்கிக் கொடுத்தது. அப்பனும் வந்துவிட்டார். எல்லாருக்கும் ஆச்சரியம். அம்மா தீனியை அள்ளிக்கொண்டுவந்து போட்டார். அதைச் சீண்டவில்லை. வரும் வழியில் எங்கேயோ மேய்ந்து வயிற்றை நிரப்பிக்கொண்டிருந்தது. சுகமாக அசை போட்டபடியே எல்லாரையும் பார்த்துக் கனைத்தது. தனக்குரிய இடத்தை வந்தடைந்துவிட்ட நிம்மதி அதன் கனைப்பில் தெரிந்தது.

பூவரசு மர நிழல் இருளில் அதன் கண்கள் மினுங்கின. அவர்களின் சத்தம் கேட்டுக் கொஞ்சம் தூரக் காடுகளில் குடியிருந்த ஆட்கள் எல்லாம் வந்துவிட்டனர். பல கன்றுகள் ஈன்ற எருமை எங்கோ விற்கப்பட்டு வீடு தேடி வந்துவிட்டது சாதாரண விசயமாக இல்லை. யார் வாங்கிப் போயிருப்பார்கள், எவ்வளவு தூரத்திலிருந்து தடம் கண்டுபிடித்து வந்திருக்கும் எனப் பேசிக்கொண்டார்கள்.

கன்றுக்குட்டியாக இருந்தபோது இந்த ஊருக்கு வந்த எருமை ஊர் எல்லையைத் தாண்டிப் போன சந்தர்ப்பங்கள் குறைவு. பக்கத்து ஊர்க் கரடுகளுக்கு மேய்ச்சலுக்குப் போய்த் திரும்பியிருக்கிறது. கிடா சேர்த்துவதற்காக இரண்டு ஊர்கள் தாண்டியிருக்கிற மணியாரர் வீடுவரை சில தடவையும் நகரத்துக் கால்நடை மருத்துவமனை வரை ஓரிரு முறையும் போனதுண்டு. கட்டுத்தரையும் மேட்டுக்காடுமே அது சுற்றிச் சுழன்ற இடங்கள்.

மண்ணூர் சனிச்சந்தை பத்துக் கல் தொலைவு. அவ்வளவு தூரம் டெம்போ வைத்துத்தான் ஏவாரி ஏற்றிப் போனார். சந்தையிலிருந்து வாங்கி வந்தவர்கள் பக்கத்து ஊர்க்காரர்களாக இருப்பார்களோ. வாங்கிப் போனவர்கள் கயிற்றைக்கூட மாற்றவில்லை. திருகாணி கோத்திருந்தார்கள். கயிறு அறுபட வில்லை. இழுப்பில் அவிழ்த்துக்கொண்டிருக்கலாம். இழுத்து அவிழ்க்க எருமைக்கு வலுவில்லை. சரியாக முடிச்சிட்டுக் கட்டியிருக்கமாட்டார்கள்.

ஒருவாரத்தில் வயிறு ஒட்டிப் போயிருந்தது. முகச் சோர்வு நிலவொளியில் தென்பட்டது. வண்டி, சந்தை, புதுக்கட்டுத்தரை என்று அலைந்தாலும் ஒருவழியாய் வந்து சேர்ந்துவிட்ட ஆசுவாசத்தை அது உணர்வதை அசை போடல் காட்டியது. போன செல்வமெல்லாம் ஒருசேரத் திரும்பிவிட்ட மாதிரி அம்மா உணர்ந்தார். 'வாங்குனவங்க தேடிக்கிட்டு வருவாங்க' என்று யாரோ சொன்னார்கள். அதைக் கேட்டதும் அம்மாவின்

முகம் வாடிப் போயிற்று. அப்படி யாரும் வரக்கூடாது என்று நினைத்தாள்.

அடுத்த பத்து நாள் வரை ஒருவரும் வரவில்லை. வரத்தட்டுக்களைக் கடிக்க முடியாது என்று சோகைகளை மட்டும் இனுங்கிச் சேர்த்து எருமைக்குத் தின்னக் கொடுத்தார் அம்மா. பக்கத்தில் உட்கார்ந்துகொண்டு குழந்தைக்கு ஊட்டுவது போல எடுத்து எடுத்து வாயில் வைத்தார். பெரியவனை விரட்டி எங்கெங்கோ அலைந்து தினமும் சிறுகூடை நிறையப் பச்சைப் புல் வெட்டி வரச் செய்தார். பச்சையைப் பால் மணக்கக் கொரித்துத் தின்றது. கொஞ்சம் தேறிய மாதிரி தெரிந்தது. அரைப்படி அளவாகக் குறைந்திருந்த பால் பழையபடி திரும்பியது. வீடு முழுக்கப் பழைய வாசனை வந்து சேர்ந்திருந்தது.

எருமையைத் தேடி இனி யாரும் வரப் போவதில்லை என்று நினைத்திருந்தபோது அந்தப் பதினோராவது நாள் எங்கிருந்தோ ஏழெட்டுப் பேர் சேர்ந்து வந்து கட்டுத்தரையில் நின்றுகொண்டார்கள். 'சந்தயில வாங்கியாந்து கட்டுத்தரயில கட்டியிருந்த எருமய ராத்திரியோட ராத்திரியா களவாடிக்கிட்டு வந்துட்டா உட்ருவாமா. ஞாயத்தக் கேக்க எங்களுக்கும் நாலு பேரு இல்லாதயா போயிருவாங்க. திருட்டுப் பொழப்புக்கு நாண்டுகிட்டுச் சாவலாம். கொழந்தப் பாலுக்கு வேணுமின்னு வத்தக் கறவயாப் பாத்து இந்தக் கெழட்டெருமய வாங்கியாந்தம். இதப் போயித் திருடிக்கிட்டு வந்திருக்கறாங்களே.'

யாரையும் அவர்கள் பேசவே விடவில்லை. முந்தானையை வாயில் பொத்திக்கொண்டு அம்மா அழுதுகொண்டிருந்தார். எருமை எதையும் உணராமல் எல்லாரையும் உற்றுப் பார்த்தபடி நின்றது. அதனருகே போய்ப் பாதுகாவல் போலச் சின்னவன் நின்றுகொண்டான். அவனை மீறி யாரும் எருமைக்குப் பக்கத்தில் போய்விட முடியாதாம். பெரியவன் நகம் கடித்தபடி நடப்பதைப் பார்த்துக்கொண்டிருந்தான். அப்பன் அப்போது இல்லை.

எருமை திருட்டுப் போய்விட்டது என்று முடிவு செய்து பத்து நாட்களாகவே ஆளாளுக்குச் சுற்று வட்டார ஊர்களுக்கு எல்லாம் போய் நோட்டம் பார்த்திருக்கிறார்கள். கள் குடிக்க வருபவர் போல ஒருவர் இந்தப் பக்கமும் வந்து கட்டுத்தரையில் எருமை நிற்பதைப் பார்த்துவிட்டார். தனியாள் கேட்டால் தட்டி அனுப்பிவிடுவார்கள் என்று உடனே ஊருக்குப் போய் ஆட்களைக் கூட்டி வந்திருக்கிறார். கிடா மீசையோடு வெள்ளையும் சொள்ளையுமாய் இருந்த ஒருவர் எவரையும் பேசவிடாமல் அவரே பேசிக்கொண்டிருந்தார். பெரும் களவைக் கண்டுபிடித்துவிட்ட சாகசமும் செய்தவர்களைத் தண்டிக்கும் உரிமை தனக்கு இருக்கும் திமிருமாக அவர் பேசினார்.

கண்களைத் துடைத்துக்கொண்ட அம்மா பெரியவனை அருகழைத்து 'உங்கொப்பன் எங்காச்சும் காட்டுல கள்ளுக் குடிச்சுப்புட்டு உருண்டு கெடப்பான். எழுப்பிக் கூட்டியா' என்று அனுப்பினார். அதற்குள் பக்கத்துக் காடுகளில் இருந்தெல்லாம் ஆட்கள் வந்து குழுமி விட்டார்கள்.

'என்ன ஒரு தெகிரியம் இருந்தா ஊட்டுக்கிட்டக் கட்டியிருந்த எருமய உள்ள வந்து அவுத்துக்கிட்டு வந்திருப்பாங்க. எருமைக்கு முன்னால நிக்கறானே இந்தச் சின்னப்பயன்... இவன் மூஞ்சிய பாத்தாலே திருட்டுக்கள தெரியுது' என்றார் அவர்.

ராமக்காப் பாட்டிதான் குரலெடுத்துப் பேசினார்.

'அட சும்மா தொறக்காத. ஆரு ஊட்டுக்கு வந்து என்ன பேச்சுப் பேசற. கன்னுப் போட்டதுல இருந்து இந்தக் கட்டுத்தரயில இருக்கற எரும இது. ஊருக்கே தெரியும். என்னமோ அளக்கற. உன்னெருமைங்கறதுக்கு என்ன அடையாளம்? சொல்லு பாப்பம்' என்று பாட்டி எகிறியதும்தான் வழிக்கு வந்தார்கள்.

சனிச் சந்தையில் ஏவாரியிடத்தில் அவர்கள் வாங்கிய விவரம் தெரிந்தது. பட்டூர்க்காரர்கள் ஏழெட்டுக் கல் தொலைவு. சந்தையில் வாங்கிய எருமையை இந்த வழியாகத்தான் கொண்டு போயிருக்கிறார்கள். எருமை தடம் பார்த்துக்கொண்டது. எருமை தானாகவே வந்து சேர்ந்துவிட்டது என்பதை அவர்கள் நம்பவில்லை. ஊரே சொல்லும்போது மறுக்கவும் முடியவில்லை.

'செரி... எருமய அவுத்துக் குடுக்கச் சொல்லுங்க. இன்னமே அவுத்துக்கிட்டு வராத பாத்துக்கறம்' என்று அவர் இறங்கி வழிக்கு வந்தார். சின்னவன் எருமையை நெருங்கி அதனோடு ஒட்டி நின்றுகொண்டான். கண்ணீரை முந்தானையில் துடைத்துக் கொண்டு அம்மா எழுந்தார். எல்லாரையும் பொதுவாகப் பார்த்துச் சத்தமாகப் பேசினார்.

'வித்த எரும எங்கட்டுத்தரயத் தேடித் தானாவே வந்திருச்சு. நான் வளத்த சீமாட்டி அவ. என்னய உட்டுப் போவ மாட்டீங்கறா. தேடி வந்து கட்டுத்தரயில நின்னவள வெரட்டி உடமாட்டன். வாங்குன பணத்தத் திருப்பிக் குடுத்தர்றன். வாங்கிக்கிட்டுப் போவச் சொல்லுங்க. எருமதான் வேணுமின்னா எஞ்சவத்து மேல ஏறிப் போயிப் புடிச்சுக்கிட்டுப் போவட்டும்.'

பேச்சற்று எல்லாரும் அம்மாவையே பார்த்தார்கள்.

●

***ஆனந்த விகடன்*, 15.05.2013**

வறுகறி

தாத்தன் செத்தபோது குமரேசனுக்கு ஏழெட்டு வயதிருக்கும். அந்த ஊரில் வயிற்றுப்பாட்டுக்குப் பிரச்சினை அவ்வளவாக இல்லை என்பதால் ஓராண்டுக்கு மேல் நிலையாக அவன் குடும்பம் அங்கே தங்கியிருந்தது. பறவைகள் கும்மாளமிடும் ஏரிக்கரையோரப் பாறைச் சிறுகுடிசை அவர்களின் வசிப்பிடம். நீர்ப்பறவைகளை வேட்டையாடுவது அவர்களின் தொழிலல்ல. ஊரார் யாரும் எச்சமயத்திலும் பறவைகளுக்கு ஊறு விளைவிப்பதில்லை. ஆகவே அவற்றோடு விளையாடி மகிழ்ந்திருந்தான். தாத்தா பாட்டியுடன் அவன் குடும்பமும் சித்தப்பன் குடும்பமும் எனப் பன்னிரண்டு, பதின்மூன்று பேர் இருந்தார்கள்.

பாட்டிக்குத் தினம் ஒரே வேலை. முன்னிரவில் ஊருக்குள் போய் வருவாள். மூன்று சட்டிகளே அவள் சொத்து. அவள் கைச்சட்டியில் சோறு நிறைந்திருக்கும் நாளில் 'நெறசட்டி கட்டியாள்ற மவராசருங்க ஊரு' என்பாள். குறைந்திருப்பின் 'கழுவிக் கமுத்துன வெறுஞ்சட்டிப் பிசுனாரி ஊரு' என்பாள். தூங்கிவிட்ட பிள்ளைகளையும் எழுப்பிக் கை நிறையக் கொடுப்பாள். பெரும்பாலும் கம்மஞ் சோற்று உருண்டைகள் சாற்றோடு கலந்துகிடக்கும். களியைத் தனிச்சட்டியில் வாங்கியிருப்பாள். உருண்டைகள் மிஞ்சினால் தண்ணீரில் போட்டு வைப்பாள். ஊறிய களியைக் கரைத்துக் குடித்துவிட்டுப் பகலெல்லாம் பெருவேம்பின் அடியில் சுகமாகப் படுத்திருப்பாள். அவளுக்கு விருப்பமிருந்தால் விறகு வெட்டுவது, தண்ணீருக்குப்

போய் வருவது எனச் செய்வாள். மூன்று சட்டிகளையும் கழுவிச் சோற்று நாற்றம் போக வெயிலில் உலர்த்துவது தவறாத வேலை.

அவன் அம்மாவும் சித்தியும் மற்ற பெண்பிள்ளைகளும் கட்டைக்கொடி வெட்டி வரக் காடுகாடாகச் சில நாள் போவார்கள். நீண்டு செல்லும் கிழுவை வேலிகளில் கட்டைக் கொடிகள் ஏறிக்கிடக்கும். நடுவிரல் தடிமன் அளவு பெருத்த கொடிகளையே வெட்டுவார்கள். ஓரளவு கொடி சேர்ந்ததும் அவை வெயிலில் காயும். இணக்கம் கிடைக்கும் அளவு வாடியதும் கொடிகளைக் கொண்டு ஒட்டுக்கூடை பின்னுவார்கள். ஐந்தாறு கூடை சேர்ந்ததும் அவற்றைக் குடியானவர்களின் காடுகளுக்கு எடுத்துச் சென்று கொடுத்தால் தவசமோ பணமோ கிடைக்கும். ஓரிரு சந்தைகளுக்கும் போவதுண்டு. கட்டைக்கொடியைத் துண்டிக்காமல் வெகுநீளம் விட்டு அவர்கள் பின்னும் ஒட்டுக்கூடை மீது குடியானவர்களுக்குப் பெருவிருப்பம். கட்டைக்கொடி காயக்காய ஒட்டுக்கூடை லேசாகும். சாணியும் குப்பையும் அள்ளவும் உதறவும் அவையே வாகு. அரிவாளால் வெட்டினால் ஒழியத் துண்டாகாது. வெகுநாள் உழைக்கும்.

அந்தியில் மட்டுமே ஏரிக்குள் அடுப்பு புகையும். பெண்களின் வருமானம் சோற்றுக்குப் போதும். சாறு காய்ச்ச ஆண்கள் எப்படியும் கறியைத் தயார் செய்துவிடுவார்கள். நாள் முழுக்க ஆண்களுக்கு அதுதான் வேலை. பகலெல்லாம் புதர்களையும் வங்குகளையும் அணைந்து கிடப்பார்கள். வெள்ளாமைக் காலத்தில் இரவுகளிலும் அவர்களின் வேட்டை தொடரும். எலி, பெருக்கான், முயல், உடும்பு என ஏதாவது ஒன்று தினமும் மாட்டிக்கொள்ளும். காடை, கௌதாரிகளைக் கண்ணி வைத்துப் பிடிப்பார்கள். அந்த ஊரில் தென்னைகளும் இருந்தன. அவற்றில் அணில்கள் ஏறிக் குரம்பைகளைக் கடித்து உறிஞ்சித் துப்பும். தென்னைக்காரர்கள் தேடி வந்து அணில்களைப் பிடிக்கச் சொல்வார்கள். கிட்டி வைத்தால் ஓரிரு நாட்களில் அணில்களின் எண்ணிக்கை குறைந்துவிடும். அணில்கறி நெய் வடியும் ருசி. விதவிதமான கறிச்சுவை கண்டு சுற்றித் திரிந்தான்.

தாத்தனுடனும் அப்பனுடனும் காடு மேடாகத் திரிந்து கொண்டிருந்தவனைக் கட்டாயப்படுத்தி மதிய உணவுக்காகப் பள்ளிக்கூடத்தில் வைத்தார்கள். அவன்சோட்டுப் பையன்களை வாத்தியார் குறி வைத்துப் பெரும ளவு வெற்றியும் பெற்றிருந்தார். மதிய உணவுத் திட்டம் தொடங்கிய சமயம் அது. சில நாள் போவான். சில நாள் எங்காவது ஓடி ஒளிந்துகொள்வான். கோதுமைச் சோறு போடும் நாளில் அவனைப் பள்ளிப் பக்கமே பார்க்க முடியாது. ஒரே ஒரு வாத்தியார். சிறுகுழந்தையில்

எலிக்குஞ்சு போல இருந்ததால் 'எலியான்' என்றே அதுவரை எல்லாரும் அவனைக் கூப்பிட்டார்கள். வாத்தியார்தான் அவனுக்குப் பெயர் சூட்டினார். அவனை அடிக்கமாட்டார். செல்லமாக ஏதாவது சொல்வார். அடித்தால் ஓடிப் போய்விடுவான். பள்ளியில் எண்ணிக்கை குறைந்துபோகும். அதனால் அந்தச் செல்லம். பெயர் சூட்டியிருந்தாலும் அது 'அட்டன்டன்ஸ் பெயர்'தான். 'டேய் நாடோடிப்பயலே' என்று கூப்பிடுவார். 'ஓடக்கானையும் பல்லியையும் தவிர எல்லாத்தையும் சாப்பிடுவாண்டா இவன்' என்று அவ்வப்போது கேலி பேசுவார்.

ஊர் முழுக்கக் குடியானவர்களே வசித்தனர். அந்தப் பெண்கள் பன்றிக் கறி சமைக்கவும் மாட்டார்கள். சாப்பிடவும் மாட்டார்கள். ஆனால் ஆண்களை அப்படிச் சொல்ல முடியாது. அவர்கள் பன்றி வெறியர்கள். மூன்று மாதங்களுக்கு ஒருமுறையேனும் சாப்பிடாவிட்டால் வெள்ளையனால் முடியாது. 'ஒடம்பு சூடாயிருச்சு' என்றோ 'ஒழுங்கா வெளியில போவ முடியில' என்றோ அவர் யாரிடமாவது சொல்ல ஆரம்பித்தால் பன்றிக்கறிக்கு அடிப் போடுகிறார் என்று அர்த்தம். அடுத்த ஒருவாரத்திற்குள் அப்படி இப்படி என்று பத்துப் பதினைந்து கூறுக்கு ஆள் சேர்த்துவிடுவார். கூறு இரண்டு ரூபாய். பன்றியைப் பொறுத்துக் கூறுகளின் எண்ணிக்கை மாறும். பத்துப் பேர் சேர்த்து அவர்களிடம் இரண்டிரண்டு ரூபாய் முன்பணமும் வாங்கியாயிற்று என்றால் உடனே பன்றி தேட ஆரம்பித்துவிடுவார்.

மனைவியைச் சமாளிப்பதுதான் அவருக்குக் கஷ்டம். பேச்சுக்குப் பேச்சுப் 'பீத்தின்னி' என்று திட்டுவாள். 'பன்னிக்கறி திங்கலீன்னா இந்தப் பீத்தின்னிக்கு வீங்கிப் போயிரும்' என்று சாடை பேசுவார். 'எந்தக் குடியானச்சியாச்சும் முருவானப் பன்னின்னு சொல்லுவாளா' என்பதோடு அவர் நிறுத்திக் கொள்வாள். வீட்டுக்குப் போவதைத் தவிர்த்துவிட்டுக் காட்டுப் பக்கமே சுற்றிக்கொண்டிருப்பார். சுற்று வட்டாரத்தில் பன்றி வளர்க்கும் இடங்கள் எல்லாம் அவருக்கு அத்துபடி. தினம் ஓரிடம் என்று போய்வருவார். பத்துப் பதினோரு மணிக்கு அங்கே இருக்கிற மாதிரி போவார். காலை நேரத்தில் முருவான்கள் சுறுசுறுப்பாகப் போய் உணவு தேடிவிட்டு வெயில் நேரத்தில் வந்து வீடடைந்து படுத்துக் கிடக்கும். அவரோடு பேச்சுத்துணைக்கு என்று பெரும்பாலும் குமரேசனின் தாத்தனைக் கூட்டிச் செல்வார். தாத்தனை அந்த ஊரில் எல்லாரும் 'பூச்சி' என்று கூப்பிடுவார்கள். பூச்சியிடம் 'மனசனாட்டம் வேவாத வெயில்ல எந்த மிருகமும் வேல செய்யாதப்பா. வெயில் நேரத்துல ஊடடஞ்சு சொகமா இருக்கோணும். முருவானப் பாத்தே அதத்

தெரிஞ்சுக்கலாம்' என்று சொல்வார். கிழடாகவும் இல்லாமல் பிஞ்சாகவும் இல்லாமல் பருவமாகப் பார்த்து முடிவு செய்வார். பூச்சி என்ன சொல்கிறார் என்று கேட்டுக்கொள்வார்.

நான்கைந்து இடங்களையும் பார்வையிட்டு விட்டுத்தான் விலை கேட்க ஆரம்பிப்பார். விலை படிந்தால் ஒருவாரம் தவணை சொல்லி முன்பணமும் கொடுத்துவிட்டு வருவார். முடிவானதும் எத்தனை கூறு வரும் என்பதையும் கணக்கிட்டுவிடுவார். இன்னும் ஆள் சேர்க்க வேண்டியிருந்தால் அதற்கு முயல்வார். பார்க்கிற ஆட்களிடம் எல்லாம் 'முருவானப் பாக்கோணுமே அப்பிடியே வெள்ளாட்டுக்கெடா மாதிரி. பீத்திங்கற பக்கமே உடாத வளத்தறானப்பா ரங்கன். குச்சிக்கெழங்கு மாவு போட்டுத் திங்கடிக்கறான். டவுனுப்பக்கம் போயி சோத்தோட நீத்தண்ணி கொடங்கொடமா எடுத்தாந்து ஊத்தறான். அதுவ உலும்பித் திங்கறதப் பாக்கோணுமே. நம்புளுக்கும் ஆசயா இருக்குது. நாம்ப ஆடு வளக்கற மாதிரியே தானப்பா. என்ன, ஆட்டோட இது ஒடம்புக்கு ரொம்ப ரொம்ப நல்லதுதான் பாத்துக்க' என்பார். 'அட எல்லா முருவானுமாப்பா பீத்திங்குது? வரப்பீய மருக்குமருக்குன்னு திங்கற ஆடுவ கூடத்தான் இருக்குது' என்று பலமாதிரி பேசுவார். பன்றிக்கறி சாப்பிட்டுப் பழக்கம் இல்லாதவர்க்குக்கூட ஒருமுறை சாப்பிட்டுப் பார்க்கலாம் என்று எண்ணம் தோன்றிவிடும். கறி போடும் நாளாக வியாழக்கிழமையைத் தேர்வு செய்வார். அன்றைக்கு வேறு பிரச்சினை ஏதும் இருக்காது. ஞாயிறு, புதன் கிழமைகளில் ஆடு, கோழி என்று வீட்டில் செய்யக்கூடும். அதுவா இதுவா என்று யாருக்கும் குழப்பம் ஏற்படும். அதைத் தவிர்க்கவே வியாழக்கிழமை.

பன்றிக்கறி போடும் திட்டத்தில் இறங்கிவிட்டால் அவருக்குப் பூச்சி துணை இல்லாமல் முடியாது. ஒவ்வொரு முறையும் தாத்தனோடு வருவதாகக் குமரேசன் அடம் பிடிப்பான். அவர் வலுக்கட்டாயமாக மறுத்துவிடுவார். 'அவுங்க அடிச்சிருவாங்க' என்று பயமுறுத்துவார். போய்விட்டு வந்ததும் அங்கே கிடைத்த வறுகறிச் சுவையை நாக்கு நுனியில் நிறுத்திக் கொண்டு 'அம்மாதிரி இருந்துது' என்பார். வறுகறியில் தன் பங்கு குறைந்துவிடும் என்பதால்தான் தாத்தன் தன்னைத் தவிர்க்கிறார் என்று நினைத்தான். வறுகறியைப் பொறுத்தவரை அங்கேயே சாப்பிட்டுவிட வேண்டும். கொஞ்சம்கூட எடுத்துச் செல்லக்கூடாது என்பது எழுதப்படாத விதி. எப்படியாவது ஒருமுறை அவருக்குத் தெரியாமலாவது பின்னால் போய்விட வேண்டும் என்று நினைத்திருந்தான். வெயில் சுளீரென்று முதுகில் சாட்டை வாராய் இறங்கும்வரை கோட்டுவாய் ஒழுகத் தூங்கும்

அவனுக்குத் தெரியாமலே விடிவேளையில் அவர் போயிருப்பார். தன் தூக்கத்தின் மேல் அவனுக்கு வெறுப்பாய் இருக்கும்.

அன்றைக்கும் அப்படித்தான் நேர்ந்திருக்கும். ஆனால் அவசரமாய் மல் முட்டி அவனை எழுப்பியது. 'நீங்க கொண்டாந்து குடுக்கற தழையில வெக்கிற ரசம் அப்பிடி இருக்குமாமே. எனக்குப் பொறிச்சாந்து குடேன்' என்று வல்லாயி வற்புறுத்திக் கேட்டதால் பாட்டி தன் வழக்கத்திற்கு மாறாக வேலிவேலியாய்ச் சுற்றிக் கிழுவங்கொழுந்து, முடக்கத்தான், புண்ணாக்குப் பூடு என்று பல தழைகளையும் பறித்துக் கொண்டுபோய்க் கொடுத்தாள். அங்கிருந்து பாட்டி வாங்கி வந்த தழை ரசத்தை வயிறு முட்டக் குடித்ததால் அந்நேரத்தில் புரண்டு படுத்து அடக்கப் பார்த்தும் முடியவில்லை.

கண்ணைச் சரியாய்த் திறக்காமல் எழுந்து பாறை கடந்து போய் நின்றான். 'பன்னிக்குப் போறன். ஒரு கூறு தருவாங்க. ஆளுக்கு ரண்டுதான் வரும். சாறு காச்சிரலாமா?' என்று தாத்தன் யாரிடமோ கேட்கும் குரல் உணர்ந்ததும் அவசரமாய் மண்டுவிட்டுக் கோவணத்தை இறுக்கிக்கொண்டு ஓடினான். ஏரி மேட்டில் அவர் ஏறும்போது ஓடிப்போய்த் தொடையைக் கட்டிக்கொண்டான். காலை அவர் எப்படி அசைத்தும் அவன் விடவில்லை. 'வறுகறி திங்காத உடமாட்ட. செரி வந்து தொல' என்ற பின்தான் விட்டான். ஒற்றைக் கையால் தூக்கி அவனைத் தோளில் வைத்துக்கொண்டார். நெடுநெடுத்த அவர் உருவத்தின் மேல் உட்கார்ந்திருப்பது வானில் பறப்பதைப் போலச் சுகமாயிருந்தது. கோவணம் அசைய அவர் நடப்பது கருங்கல் ஒன்று பெயர்ந்து போவதைப் போலவே தோன்றும். அவர் தலையைப் பற்றிக்கொண்டான். வெள்ளையனின் கட்டுத்தரைக்குப் போய்ச் சேர்ந்ததும் இறக்கிவிட்டார்.

நேரம் எவ்வளவிருக்கும் என்பது ஒன்றும் அவனுக்குத் தெரியவில்லை. இருள் தேன்கூடாய் அடர்ந்திருந்தது. சாணி அள்ளிய கட்டுத்தரையில் மாடுகள் தீனி தின்றுகொண்டிருந்தன. வெள்ளையன் இடுப்பில் வேட்டியைச் சுற்றிக்கொண்டிருந்ததை லாந்தர் வெளிச்சத்தில் கண்டான். அவரும் பேருருப் பெற்றவர்தான். தாத்தனுக்கும் அவருக்கும் இந்த வேட்டி ஒன்றுதான் வித்தியாசம். காட்டில் இருக்கும் போதெல்லாம் அவரும் கோவணம்தான் கட்டியிருப்பார். முழங்கால் வரை நீண்டு தொங்கும் கோவணம். எங்காவது வெளியே கிளம்புவது என்றால் கோவணத்திற்கு மேலேயே வேட்டியைச் சுற்றிக் கொண்டு தோளில் துண்டு ஒன்றையும் போட்டுக்கொள்வார். ஆனால் தாத்தன் எங்கே போனாலும் கோவணம்தான்.

அவர் கிளம்பியதும் அவனை மீண்டும் தாத்தன் தோளில் ஏற்றிக்கொண்டார். நகரத்தின் விளிம்புக்குப் போகவேண்டும். அங்கேதான் ரங்கனின் பன்றிக்கிட்டி இருந்தது. இருளும் நடை வேகமும் இல்லை என்றால் கீழே விட்டு நடக்கச் சொல்லியிருப்பார். எத்தனை பேர் கறி சொல்லியிருக்கிறார்கள் என்று தாத்தனிடம் அவர் வரிசை சொல்லியபடி வந்தார். அதில் சிலரைத் திட்டிக்கொண்டிருந்தார்.

அவருடைய இணைபொலிக்காரர் செல்லையனோடு இப்போது பேச்சு இல்லை. பொதுப்பொலியில் நின்றிருந்த வேம்பின் வாதுகளை ஆளுக்கொரு வருசம் அரக்கிவிட்டுக்கொள்வது என்பது அவர்களின் அப்பன் தாத்தன் காலத்திலிருந்து வழக்கம். மரம் பலத்து வாதுகளைப் பரப்பியிருந்தது. கதவுக்கும் நிலவுக்கும் கூட ஆகும். ஆனால் யாரும் வெட்ட உரிமையில்லை. வெள்ளாமைக் காட்டில் நிழல் விழுந்து பயிர்களைத் தீய்த்துவிடக் கூடாது என்பதற்காகத்தான் தழைகளை அரக்குவது. இரண்டு பேரும் ஒத்து வந்து மரத்தை வெட்டி விற்கலாம். அதற்குத் தேவை வரவில்லை. அதில் போன வருசம் தழைகளை அரக்கும்போது கிழக்குப் பக்கம் ஓடியிருந்த வாது ஒன்றை இரண்டு மார் அளவுக்குச் செல்லையன் வெட்டிவிட்டார். அதையும் வெள்ளையன் கவனிக்கவில்லை.

மம்மட்டிக் காம்பு போடப் பட்டறைக்குப் போனபோது அவர் செதுக்கிக்கொண்டிருந்த வேப்பங்கட்டையைப் பார்த்தார். கலப்பைக்கு வாகாகத் தோன்றியது. ‘உங்க பங்காளிதான் கலப்ப செய்யச் சொல்லிக் கட்டயக் கொண்டாந்து போட்டாரு’ என்று பட்டறைக்காரர் சொன்னார். உடனே பொலி வேம்பைப் போய்ப் பார்த்தார். கிழக்குப் பக்க வாது முடமாகியிருந்தது. பொது மரத்தை எப்படி வெட்டலாம் என்று இருவருக்கும் பிரச்சினை ஆகி அடிதடி வரைக்கும் போய்விட்டது. அரிவாளைத் தூக்கிக்கொண்டு செல்லையன் துடியாய்ப் பேசினார். எனினும் வெள்ளையனும் அடங்கவில்லை. ‘அரக்கும்போது அருவாத் தவறி வாதுல வெட்டு உழுந்திருச்சு’ என்றும் ‘எங்காட்டுப் பக்கந்தான வாது நெறைய இருக்குது. அதுல ஒன்ன வெட்ட எனக்கு உரிம இல்லயா’ என்றும் செல்லையன் வாதிட்டார். வெள்ளையன் விடவில்லை. ஊர்க்கூட்டம் கூட்டினார்.

வெட்டிய வாதுக்கு நிகராக வெள்ளையனும் ஒருவாதை வெட்டிக்கொள்ளலாம் அல்லது அதற்கெனப் பத்து ரூபாய் பணத்தைப் பெற்றுக்கொள்ளலாம் என்றும் ஊருக்குத் தண்டமாக இரண்டு ரூபாய் கொடுத்துவிட வேண்டும் என்றும் நியாயம் பேசியபின்தான் ஓய்ந்தார். வாதுக்கு நிகராக வாது என்பதை அவர்

மறுத்துவிட்டார். அதேமாதிரி வாதைத் தேடி வெட்டினாலும் யாருடையது பெரிது என்று பிரச்சினை வரக்கூடும். அதனால் பத்து ரூபாய் பணத்தைக் கொடுத்து விடட்டும் என்று சொன்னார். ஊருக்கு முன்னால் உடனொத்த பங்காளிக்குப் பத்து ரூபாய் கொடுத்ததைச் செல்லையன் மானப்பிரச்சினையாக எடுத்துக்கொண்டார். வேறு வழியில்லை. ஊர்ப்பேச்சைத் தட்ட முடியாது. அதிலிருந்து ஒருவரை ஒருவர் எதிர்கொள்ளும்போது காறித் துப்பும் அளவுக்கு உறவு முறிந்துவிட்டது.

அப்பேர்ப்பட்ட சண்டைக்காரரான செல்லையன் பன்றிக்கறி போடும்போது மட்டும் வெட்கம் இல்லாமல் சிங்கான் மூலமாகத் தனக்கும் ஒரு கூறு சொல்லியிருந்தார். அந்த விவரம் முதலில் வெள்ளையனுக்குத் தெரியவில்லை. இரண்டு கூறு என்று சொல்லிச் சிங்கான் பணத்தைக் கொடுத்திருந்தார். யார் யாருக்கு என்று அவரும் சொல்லவில்லை. இவரும் கேட்கவில்லை. கூறுக் கணக்குப் போடும்போது எதேச்சையாகக் கேட்க விஷயம் தெரிய வந்தது. 'அவனை எப்படிச் சேர்க்கலாம்' என்று கோபமாகக் கேட்டதும் 'பொதுக்காரியம்னா நாலு பேரு வரத்தான் செய்வாங்க. அதுல சேக்காளியும் இருப்பான், பகையாளியும் இருப்பான், அதப் பாத்தா முடியுமா' என்று சிங்கான் சாதாரணமாகச் சொல்லிவிட்டார். அதைப் பற்றி விலாவாரியாகத் தாத்தனிடம் விவரித்துக்கொண்டே வந்தார் வெள்ளையன்.

குமரேசனின் குடும்பம் அந்த ஊருக்கு வந்த போதிருந்து தாத்தனுக்கும் அவருக்கும் ஒரு நெருக்கம் இருந்தது. அதற்குக் காரணம் பன்றிக்கறிதான். தாத்தனோடு சேர்ந்து அவரும் சில சமயம் வேட்டைக்குப் போவார். 'உடனொத்த குடியானவனுக்கு ஊருக்கு முன்னால காசெடுத்துக் கொடுத்ததில கெவுருதி போச்சுனா இப்ப ஆளு வெச்சுக் கறி வாங்கிச் சப்புக் கொட்டிக்கிட்டுத் திங்கறப்ப அந்தக் கெவுருதி போவுலியா?' என்றார் அவர். 'அது செரி சாமி' என்றார் தாத்தன். அவர் எது சொன்னாலும் 'அது செரி சாமி' என்றே தாத்தன் பெரும்பாலும் சொல்வார். அப்படித்தான் சொல்ல வேண்டும் போல எனக் குமரேசனும் அப்போது நினைத்திருந்தான். 'தங்காட்டுக்குள்ளதான் நெறைய வாது இருக்குதுன்னு வெட்டுனன்னு சொன்னானே, இப்ப எங்காட்டுக்குள்ள போடற முருவாங்கறிய எப்பிடித் திங்க வாய் வருது?' என்று அவர் வேகமாகக் கேட்டுக்கொண்டிருந்தபோது ரங்கன் வீட்டுக்குப் போய்ச் சேர்ந்தார்கள்.

சொப்பியிருந்த இருள்கூடு மெல்லக் கலையத் தொடங்கியது. தோளிலிருந்து துண்டு நழுவுவது போலக் குமரேசன் கீழிறங்கினான்.

ஆளரவம் கேட்டோ இருள் விலகுவதாலோ கிட்டிக்குள் இருந்த பன்றிகள் இப்போது லேசாக உறுமத் தொடங்கியிருந்தன. வாசலில் படுத்துக் கிடந்த ரங்கனை அவர் காலால் எத்தினார். 'நடுச்சாமம் வெரைக்கும் குடிச்சுக்கிட்டிருந்தா ஊடுன்னு தெரீமா வாசலுன்னு தெரீமா' என்றார். ரங்கன் சட்டென்று எழுந்து உட்கார்ந்தான். அவனுக்குச் சூழல் புரிபட அவர் குரல்தான் காரணமாயிருந்தது. வெளிச்சம் வந்துவிட்டால் கிட்டிப் பன்றிகள் வெளியேறிவிடும். ஒன்றைப் பிடிக்க வேண்டும் என்றால் அத்தனை எளிதல்ல. பறக்கும் கோழியும் கொஞ்ச நேரத்தில் சங்கிப் போகும். ஆனால் பன்றி வெகுதூரம் ஓடினாலும் சங்காது. துரத்தும் ஆட்கள்தான் ஓய்ந்து நிற்க வேண்டும். அதனால் அவர் கிட்டிக்குள்ளேயே பன்றியைப் பிடித்துவிடவே இந்த நேரத்தில் புறப்பட்டு வருவார்.

நாற்புறமும் தோளுயர மண்சுவர்க் கிட்டிக்குள் ரங்கனோடு தாத்தனும் நுழைந்தார். அவரோடு குமரேசன் வாசலிலேயே நின்றான். 'நீ எப்படா புடிச்சுப் பழவப் போற' என்று அவர் அவனிடம் கேட்டார். அவன் பயந்து போய்த் தாத்தனின் பின்னால் ஓடினான். 'அங்கயே நில்லுடா' என்று அவனைத் துரத்தினார் தாத்தன். 'இருட்டுல மாத்திப் புடிச்சராதீங்கடா' என்று அவர் கத்தினார். ரங்கனின் குரல் பன்றிகளுக்குப் பழக்கப்பட்டது போலவே பன்றிகளின் குரல்களும் அவனுக்குப் பழக்கப்பட்டிருந்தன. அவர் பேசியிருந்த பன்றியைப் பிடித்துக் குரல்வளை மேல் கால் வைத்து ரங்கன் அழுத்திக்கொண்டான். பன்றியின் கால்களைச் சேர்த்துத் தாத்தன் கட்டினார். மற்ற பன்றிகள் பயந்து கிட்டி ஓரங்களுக்கு ஓடின. வாய்க்குக் கயிற்றுச் சுருக்கால் பூட்டுப் போட்டு வெளியே தூக்கி வந்தார்கள். மரக்கட்டைகளால் கட்டப்பட்டிருந்த பாடையில் பன்றியைப் போட்டு அதனோடு சேர்த்து அவர் கொண்டுவந்திருந்த சேந்துகயிற்றால் இறுக்கிக் கட்டினார்கள். அதைப் பாடை என்று சொன்னால் ரங்கன் கோபித்துக்கொள்வான். இரண்டு பக்கமும் தோளில் வைக்க வாகாக வழவழப்பான ஒற்றைக் கட்டையை நீட்டிவிட்டிருந்தான். அதைப் பல்லக்கு என்றே சொல்வான். ஒவ்வொரு பன்றியையும் ஏற்றி அனுப்பிய பின்னால் 'எஞ்சாமி பல்லக்குல போவுது' என்று சந்தோசமாகக் கூவுவான்.

நிழல் போல வெளிச்சம் பரவியிருந்தபோது பன்றிப் பல்லக்கை அவர் ஒருபக்கமும் தாத்தன் ஒரு பக்கமும் தூக்கிக் கொண்டு நடக்க ஆரம்பித்தார்கள். முன்பக்கமாய்த் தாத்தன் இருந்ததால் குமரேசன் அவரை ஒட்டி ஓட வேண்டியிருந்தது. 'பொறத்தாண்ட வாடா' என்று அதட்டினார். 'பொடிப்பயன இந்நேரத்துக்கு எதுக்குக் கூட்டியாந்தீடா பூச்சி' என்று சலிப்பாகக்

கேட்டார் அவர். 'வறுகறி ரண்டு துண்டு வேணுமாம் சாமி. அதுக்குத்தான் பய தூங்காத எந்திருச்சு வந்திட்டான். நீங்கதான் சாமி பாத்துக்கோணும்' என்று வேண்டுகோள் வைத்தார் தாத்தன். 'அறியாப்பயனுக்கு ரண்டு துண்டு குடுக்கறதுல என்ன கொறஞ்சி போயிருது வா' என்று அவர் சொன்னதும் குமரேசன் உற்சாகம் பெற்றான். கட்டுக்களை மீறிப் பன்றி அவ்வப்போது அசைந்தது. உறுமவும் முயன்றது. கொஞ்ச தூரத்திற்கு ஒருமுறை தோள் மாற்றிக்கொண்டார்கள். அவர்களைத் தொடர்ந்து குமரேசன் ஓடிக்கொண்டிருந்தான்.

பச்பச்சென்று விடிந்தபோது அவர் காட்டுக்குப் போயிருந் தார்கள். ஆழக் கிணறும் அதில் குருவி குடிக்கப் போதுமான அளவு நீரும் இருந்தன. இரண்டு தென்னைகள் வெகு உயரமாய் நின்றன. அவை எப்போதும் காற்றில் ஒடிந்து விழலாம் என்பதால் அவற்றை ஒட்டி இரண்டு இளம்பிள்ளைகளை வைத்திருந்தார். அவையும் ஐந்தாறு மட்டைகளை விட்டுப் பெரும்பரப்பில் படர்ந்திருந்தன. இரவே வெட்டிப் போட்டிருந்த மட்டை ஒன்று வாய்க்காலில் வாடலோடு கிடந்தது. பன்றியைப் பல்லக்கோடு இறக்கி வைத்துவிட்டு அவர் கட்டுத்தரைக்குப் போய்விட்டார். அவருக்கு இன்னும் சில வேலைகள் இருந்தன. அவர் வருவதற்குள் தாத்தன் பன்றிக்கான சில வேலைகளைச் செய்து வைத்திருக்க வேண்டும். அங்கே இருந்த பண்ணையில் முதல்நாளே நீர் நிறைத்து வைத்திருந்தார் அவர். அவர் போனதும் தென்னையில் முதுகைச் சாய்த்தபடி துண்டில் முடிந்து வைத்திருந்த சுருட்டை எடுத்துப் பற்ற வைத்தார் தாத்தன்.

நீர் நிறைந்திருந்த பண்ணை குமரேசனை ஈர்த்தது. பெரிய கல்லைத் தொட்டியாகச் செதுக்கியிருந்தார்கள். இதை எப்படி, எங்கிருந்து தூக்கி வந்திருப்பார்கள் என்னும் யோசனையோடு அதை நெருங்கினான் குமரேசன். 'டேய் பக்கத்துல போயராத. தண்ணீல கை வெச்சிட்டீன்னாப் போச்சு. நம்மள ஊர உட்டுத் தொரத்தீருவாங்க. வா இந்தண்ட' என்று தாத்தன் அதட்டினார். பன்றிக்கு அருகில் போய் நின்றான். அது கட்டுண்டு கிடந்தது. எனினும் சிறுத்த கண்களால் அவனை உற்றுப் பார்த்தது. சிறு குச்சியை எடுத்து அதன் மூக்கில் நுழைத்தான். சுழித்து உடலை உதற முயன்றது. வாய்ச்சுருக்கு இறுகிக் கிடந்ததால் சத்தம் மெல்லவே வந்தது. உடல் முழுக்கச் சேறு படிந்திருந்தது. குட்டை வால் நெளிந்து அசைந்தது. அதைச் சீண்டி விளையாடினான்.

அதற்குள் தாத்தன் 'வாடா இங்க. பன்னி பலத்தச் சேத்துத் துள்ளுச்சுன்னாக் கட்டுப் பிரிஞ்சாலும் பிரிஞ்சிரும். வந்து என்னோட வேலயப் பாரு. வேல செஞ்சீன்னாத்தான் ரண்டு கறி குடுப்பாங்க' என்றார். வாடல் மட்டையைக் கீற்றாகப் பிளந்து

கொண்டிருந்தார். பிளந்தவற்றைச் சேர்த்துத் திருப்பி எதிர் எதிராகப் போட்டுப் பின்னல் வேலையைத் தொடங்கினார். அவரோடு சேர்ந்து பின்ன அவனுக்கும் ஆசையாக இருந்தது. ஆனால் அவரது வேகத்திற்கு ஈடு கொடுக்க முடியவில்லை. அவரது கைக்குள் போய்ப்போய் விழுந்தான். வாயைச் சப்பிச் சலித்தபடி 'போயி நாலு ஓல, பன்னாட எதுனாப் பொறுக்கி எடுத்துக்கிட்டு வாடா' என்று அனுப்பினார். ஓரணப்புத் தாண்டி நின்றிருந்த பனஞ்சாரியை நோக்கி ஓடினான். ஓலைகளும் பட்டைகளும் பன்னாடைகளும் யாரோ விசிறி விட்டாற்போல் கிடந்தன. மரத்தடியிலேயே நுங்கு வெட்டித் தின்றுவிட்டுப் போட்ட தொரட்டிகள் இரைந்திருந்தன. ஓலைகளை இழுத்தபடிப் புழுதிக் காட்டில் வேகமாக ஓடிவந்தான். பனித்துளி விழுந்து மண் அடங்கிக் கிடந்ததால் புழுதி பறக்கவில்லை. ஓலைகளின் பரபரப்பு ஓசையில் பன்றி துள்ளிப் பார்த்தது. மறுபடியும் ஓடி ஓலையின் மேல் பன்னாடைகளையும் பட்டைகளையும் பரப்பி வைத்து இழுத்தோடி வந்தான். ஓலைவண்டி என்று அதற்குப் பெயரும் வைத்தான்.

தாத்தன் கீற்றுப் பின்னி முடிப்பதற்குள் அவன் பெருமளவு விறகைச் சேர்த்திருந்தான். 'இவ்வளவு எதுக்குடா. என்னயப் போட்டு எரிக்கவா' என்று சொல்லிக்கொண்டே ஓலைகளையும் பன்னாடைகளையும் பிரித்து வைத்துவிட்டுப் பட்டைகளைத் தனியாக எடுத்துக் கட்டி வைத்தார். எடுத்துப் போனால் விறகாகும். அவன் மீண்டும் ஓலைக்கு ஓடினான். தாத்தன் திரும்பவும் சுருட்டைப் பற்ற வைத்துக்கொண்டு காத்திருந்தார். பொழுது கிளம்பி பனை உயரம் வந்த பிறகுதான் வெள்ளையன் வந்தார். சுருட்டை வேகமாக அணைத்த தாத்தன் பல்லக்கிலிருந்து பன்றிக் கட்டை அவிழ்த்தார். இப்போதுதான் பன்றி நன்றாக மூச்சு விடுவது தெரிந்தது. வயிறு ஏறி இறங்கியது. இந்த மூச்சு இன்னும் கொஞ்ச நேரம்தான். ஓலை விளையாட்டை விட்டு விட்டுப் பன்றியைப் பார்க்கத் தொடங்கினான்.

பன்றியின் முன்னங்கால்களைத் தாத்தனும் பின்னங்கால்களை அவரும் பிடித்துத் தூக்கிக்கொண்டு போய்க் காட்டுக்குள் போட்டார்கள். வாய்க்குப் போட்டிருந்த கட்டை அவிழ்க்காமலே சேந்துகயிற்றைக் கொண்டு வாயை மேலும் இறுக்கிக் கட்டினார் தாத்தன். கயிற்றின் மறுமுனையைத் தென்னையில் கட்டினார் அவர். ஆவலோடு அருகே போன குமரேசனைப் 'போடா தூர' என்று தாத்தன் விரட்டினார். அவர் அவனை எதுவும் சொல்லிவிடக் கூடாது என்பதில் அவர் கவனமாக இருப்பதாகத் தோன்றியது. அவர் அவனைப் பொருட்படுத்தவில்லை. அவர் எண்ணம் முழுதும் செல்லையன் மேலேயே இருந்தது.

வறுகறி

'இப்பிடி மூனாம் மனசன் மூலமாக் கறி எடுத்துத் திங்கறதுக்குப் பிய்யத் திங்கலாமே. மானங்கெட்ட நாயி' என்று பேசினார். செல்லையனின் அற்பத்தனங்களைப் பட்டியலிட்டுக்கொண்டே வேலையில் ஈடுபட்டார். தாத்தன் 'அது செரி சாமி' என்பதைத் தவிர வேறொன்றும் சொல்லவில்லை.

காட்டுக்குள் கிடந்த செவ்வகக் கல் ஒன்றைப் பன்றியின் முன்னால் போட்டு அதன் மேல் பன்றிவாயைத் தூக்கி வைத்து அளவு பார்த்தார்கள். அவன் தென்னையின் பக்கம் நின்றுகொண்டிருந்தான். ஒரு தென்னையை ஒட்டிச் சாய்த்து வைத்திருந்த சம்மட்டியைத் தாத்தன் எடுத்துச் சென்றார். என்ன செய்யப் போகிறார் என்பது புரியாமல் அவரையே பார்த்துக்கொண்டிருந்தான். அவர் பன்றியின் மேல் ஏறிக் கால்களால் அதை அழுத்திப் பிடித்துக்கொண்டார். கல்லில் வைத்திருந்த பன்றித்தலையில் சம்மட்டியால் தாத்தன் அடித்தார். இமைப்பொழுதும் இடைவெளி இல்லாமல் அடுத்தடுத்து நான்கைந்து அடிகள். பன்றி எந்தச் சத்தமும் இல்லாமல் அடங்கிப் போயிற்று. அவன் இதை எதிர்பார்க்கவில்லை. எப்படியும் பன்றி வெகுநேரம் துடிக்கும் என்றே நினைத்திருந்தான். அடிபட்டு வெகுநேரம் துடித்துச் சாகும் உயிர்களையே அவன் கண்டிருந்தான். சட்டென இப்படிச் செத்துப் போவது நல்லதுதான் என்று தோன்றியது. 'இந்த அடி வித்ததான் எனக்கெல்லாம் வரமாட்டீங்குதுடா' என்று சொன்னவர் 'செரி தீச்சு வெய்யி. நாம் போயி வவுத்துக்கு ஒருவா நீத்தண்ணி ஊத்திக்கிட்டு ஆயுதத்தோட வர்றன்' என்று கிளம்பிவிட்டார்.

பன்றியின் கட்டுக்களை அவிழ்த்ததும் கால்கள் விறைத்து இழுத்தன. உயிர் போகும் இறுதி அது. பன்றியையே அசையாமல் பார்த்துக்கொண்டிருந்தவனைத் 'தீப் பத்தப் போடு வாடா' என்று தாத்தன் அதட்டினார். மீண்டு ஓடிப் போய்ப் பஞ்சாய் இருந்த பன்னாடை ஒன்றை அடியில் வைத்துத் தீப் போட்டான். ஓலையில் ஏறித் தீ நன்றாய்ப் பற்றியதும் பன்றியைத் தாத்தன் தீக்குக் கொண்டு வந்தார். ஓலைகளைத் தூக்கிப் பன்றியின் மேல் போட்டார். கொழுந்துயர எரிந்து ஓலை தீரத்தீர எடுத்து வந்து போட்டுக்கொண்டேயிருந்தான். பன்றியைத் திருப்பித் திருப்பித் தீக்குள் போட்டபடியே தாத்தன் இருப்பதைப் பார்த்து ஓலைகள் போதாதோ என்று தோன்றியது. அப்போது தாத்தன் அவனைக் கூப்பிட்டார்.

அரணாக்கயிற்றில் எப்போதும் தொங்கவிட்டிருக்கும் சூரியால் பன்றியின் காதுகளை அறுத்தார். அவனிடம் ஒன்றைக் கொடுத்துவிட்டு மற்றொன்றை அவர் தின்றார். சூடாகவும்

மொரமொரப்பாகவும் கையில் அழுந்திய காதைக் கைமாற்றிச் சூடாற்றினான். எதுவும் செய்யாமல் அப்படியே வாய்க்குள் போட்டுத் தாத்தனால் எப்படி மெல்ல முடிந்தது? கையகலம் தட்டிப் போட்டுச் சுட்ட குச்சிக் கிழங்கு வடையைத் தின்பது போல ருசியாக இருந்தது காது. அதைத் தின்று முடிப்பதற்குள் வாலையும் அறுத்து அவனிடம் நீட்டினார். இதற்கெல்லாம் அவர் ஒன்றும் சொல்லமாட்டார் போல. இவை தாத்தனின் பங்கு என்று புரிந்துகொண்டான். வால் மொறுமொறுக்கவில்லை. சதைக் கறியைத் தின்பது போலத்தான் இருந்தது. அவன் தின்பதைப் பார்த்துச் சிரித்தார் தாத்தன். அவருடைய பங்கு இன்று தனக்கு வந்துவிட்டது என்று நினைத்தான். அவர் அதைப் பற்றி ஒன்றும் நினைத்தமாதிரி தெரியவில்லை.

ஏற்கனவே எடுத்து வைத்திருந்த தேங்காய்த் தொட்டியைக் கொண்டு பன்றியின் தோலை அழுத்திச் சுரண்டினார். அவனும் அவருக்கு உதவ அருகில் போனான். ‘சுடும்டா. பாத்துச் சொரண்டோனும். நீ தொடப்பக்கம் வேண்ணாச் சொரண்டு’ என்று சொல்லிக்கொண்டே அவர் வேகமாகச் சுரண்டினார். அவ்வப்போது கையால் நீவிப் பார்த்தார். மயிர் துளியும் அழுந்தாமல் மொழுமொழுவென்று இருந்தால்தான் வார்க்கறி தின்ன நன்றாக இருக்கும். மயிர் அழுந்தினால் தாத்தனுக்குத் திட்டு விழும். வெகுநேரம் இருவரும் சுரண்டினார்கள். சூடு குறைந்துவிட்டது என்று தோன்றினால் உடனே ஓலை ஒன்றைப் பற்ற வைத்துச் சூடாக்கிச் சுரண்டினார். சுரண்டியபின் பன்றியின் கருநிறம் போய்த் தோல் முழுக்க வெளுத்துத் தோன்றியது. ஓலை ஒன்றில் பன்றியைத் தூக்கி வைத்துவிட்டு ஓய்வாக உட்கார்ந்து சுருட்டுப் பிடிக்கத் தொடங்கினார். பெருக்கான் வால்போல உருண்டிருந்த வாலை மென்றுகொண்டு மேடும் பள்ளமுமாய் இருந்த வாரிவெளியில் ஓடி விளையாடினான் அவன்.

கொஞ்ச நேரத்தில் பேச்சரவம் கேட்டது. சிங்கானும் செல்லையனும் வந்தார்கள். செல்லையனின் கையில் மரக்கைப்பிடி போட்ட பெருங்கத்தி மினுங்கியது. ‘பூச்சி வேலயெல்லாம் முடிச்சு வெச்சுட்டு உக்காந்திட்டயா’ என்றார் சிங்கான். ‘முடிஞ்சுச்சுங்க சாமி’ என்றார் தாத்தன். அவரைத் தண்ணீர் ஊற்றச் சொல்லிக் கையைக் கழுவிக்கொண்டார். குமரேசனும் கைக் கழுவினான். ‘என்ன பேரனுக்குப் பழக்கி உடறயா’ என்றார் அவர். தாத்தன் சிரிப்பையே பதிலாக்கினார். ‘எதோ நாடோடி ஒன்னு நம்பூருக்கு வந்ததுனால முருவான் சுத்தம் பண்ணப் பிரச்சின இல்லாத போச்சு’ என்றார் சிங்கன். ‘பூச்சிதான நம்ப பங்காளிக்கு நெருக்கம்’ என்று ஒருமாதிரியாகத் தாத்தனைப் பார்த்துக்கொண்டே சொன்னார் செல்லையன்.

அவர்கள் பேசிக்கொண்டிருந்தபோதே வெள்ளையன் இன்னும் இருவரோடு வந்தார்.

செல்லையன் வந்திருப்பதைப் பார்த்ததும் வெள்ளையன் முகம் வேப்பெண்ணெய் குடித்தது போலாயிற்று. சிங்கானைப் பார்த்து முறைத்தார். 'கூறு போடற வேலக்கி நானும் வர்றமின்னு சொல்லி எம் பொறத்தாண்டயே வர்றான், நானென்ன பண்ணட்டும்' என்று சிங்கான் குசுகுசுத்தார். 'கூறு போட ஆளுப்படை போதும். ஆரும் புதுசா வந்து சேந்துக்க வேண்டாம்' என்று சத்தமாகச் சொன்னார் வெள்ளையன். 'சும்மா வல்ல. கூறுக்குக் காசு குடுத்த ஆளுதான். ரண்டு வறுகறிக்கு லச்ச கெட்டு ஒன்னும் வல்ல' என்றார் செல்லையன். அத்தோடு சாடைப் பேச்சை நிறுத்தும் வகையில் 'மஞ்சளக் கொண்டாங்கப்பா. வேலயப் பாப்பம்' என்றார் சிங்கான் 'தீட்டுப் போவ நல்லாத் தேச்சுக் கழுவுங்கப்பா' என்றார் இன்னொருவர்.

பன்றிக்கு மஞ்சள் குளியல் நடந்தது. தோலே மஞ்சளாக மாறிற்று. பின் கீற்றில் தூக்கிப் போட்டுக் கால்களை வெட்டி எடுத்தார்கள். கிழிக்க நுனிக்கூரும் அறுக்கத் தீட்டிய வாயுமாய் ஆளுக்கொரு கத்தி. மல்லாக்க வைத்து நெஞ்சின் இருபுறமும் நீள்வாக்கில் வகுந்தெடுத்ததும் குடல் வெளியே முட்டிற்று. ஒதவு சிந்தாமல் உருவுவது பழக்கமானவர்கள் வேலை. வயிற்றுப் பகுதியில் தேங்கியிருந்த ரத்தம் இரண்டு படி இருக்கும். அதற்கான குண்டா நிறைந்தது. குடலைச் சுத்தம் செய்ய இருவரும் கறி வெட்ட இருவரும் உட்கார்ந்துகொண்டார்கள். வெள்ளையன் வாய்க்கால் ஓரமாய்க் கிடந்த கற்களைக் கொண்டு அடுப்புக் கூட்டச் சொன்னார். தாத்தனும் அடுப்புக் கூட்டி நிமிர்ந்தார். வறுகறிக்கெனக் கிணற்றோர நொச்சியின் அடியில் கவிழ்த்து வைத்திருந்த முட்டியை எச்சரிக்கையாகத் தூக்கித் துடைத்தபடியே 'பூச்சி நீ போயி கூறுக்குப் பச்ச ஓல கொண்டா' என்று சொன்னார் அவர். 'நம்ம காட்டுக்குள்ள இருக்கற கருக்குலயும் வெட்டிக்கிட்டு வா பூச்சி' என்று செல்லையன் சத்தமாகச் சொன்னார். இதுவெல்லாம் வறுகறிக்கு அனத்தம் என்பது புரிந்தாலும் என்ன செய்வதென்று தாத்தனுக்குத் தெரியவில்லை. வெள்ளையன் ஏதாவது சொல்வார் என்று எதிர்பார்த்தார். அவர் ஒன்றும் சொல்லவில்லை. அப்படியானால் அவருக்கும் சம்மதம்தான் என்று நினைத்துக் குமரேசனைக் கூட்டிக்கொண்டு தாத்தன் நகர்ந்தார்.

ஆளுயரப் பனங்கருக்குகளில் நீட்டிக்கொண்டிருந்த ஓலைகளில் நடுப்பகுதியை மட்டும் லாவகமாக அரிந்தெடுத்தார் தாத்தன். 'ஓல ஒடஞ்சிராம வெச்சுக்கோணும்' என்று சொல்லி

அவனிடம் கொடுத்தார். பத்து விரல்களையும் சேர்த்து விரித்தது போல விரிந்த ஓலை கூறுக்கறியை வைத்துச் சுருட்டிக்கட்ட வாகாக இருக்கும். அவன் இரு கைகளையும் ஏந்தி ஓலையை வாங்கிக்கொண்டான். வெள்ளையன் காட்டில் பெரும்பகுதியும் செல்லையன் காட்டுக் கரையில் இருந்த கருக்குகளில் பேரளவுக்கும் வெட்டினார். கறி இருபது கூறோடு வறுகறி பிரிக்கவும் என எண்ணிக் கிட்டத்தட்ட முப்பது ஓலைகள் சேர்ந்தபின் கறி போடும் கிணற்று மேட்டுக்கு வந்தார்கள். அவர்கள் வரும்போது வறுகறி வாசம் காடெங்கும் கமழ்ந்தது. குடல், ரத்தம், கால் ஆகியவற்றோடு ஓரிரு துண்டு வார்க்கறியும் சதைக்கறியும் போட்டு முட்டியில் வெந்துகொண்டிருந்தது. வெள்ளையன் பனந்திடுப்பால் கிளறிவிட்டுத் தீயைத் தணித்து வைத்தார். ஒவ்வொரு முறையும் வறுகறி பற்றித் தாத்தன் சொல்லும்போது நாக்கில் எச்சில் ஊறும். இப்போது மணமே நாவூற வைத்தது.

கறிக்கூறுகள் கீற்றில் பிரிந்து கிடந்தன. எல்லாக்கூறுக்கும் எல்லா வகைக் கறியும் வரும் வகையில் போட்டுக் கொண்டிருந்தார்கள். ‘போன மொறைய விட இந்த மொற கறி எச்சுத்தான் மாமோய்’ என்று ஒருவர் வெள்ளையனிடம் சந்தோசத்தைப் பகிர்ந்துகொண்டார். ‘வாரு பாரப்பா சீம்புத் துண்டாட்டம். பருவத்துல பன்னிகூட நல்லாத்தான் இருக்கும்னு செலவாந்தரம் சும்மாவா சொல்லுது’ என்றார் இன்னொருவர். ‘கறி வெந்திருக்குமா?’ என்று சொல்லியபடி செல்லையன் வறுகறி வேகும் இடத்திற்குப் போய் திடுப்பால் கிண்டி விடுவது போல இரண்டு துண்டுகளை எடுத்து வாயில் போட்டுக் கொண்டார். ‘இன்னம் கொஞ்சநேரம் வேவோணும். ரண்டு கல்லு உப்புப் போட்டா ஜோரா இருக்கும்’ என்றார். ‘உப்புப் பாக்கறன், வெந்துச்சான்னு பாக்கறன்னு ஆளாளுக்கு அள்ளித் தின்னா பாடுபட்டவங்களுக்கு வறுகறி வந்தாப்பலதான்’ என்றார் வெள்ளையன். ‘அட ஒரு சோறு பதம் பாத்துத்தானப்பா ஆவணும்’ என்று எங்கோ பார்த்துக்கொண்டு செல்லையன் சொன்னார். இருவரின் பேச்சும் நேருக்கு நேர் அமைவதில்லை. சாடைதான்.

கூறு போடும் வேலை முடிந்து ஒவ்வொரு கூறாகக் கறியை ஓலையில் எடுத்துக் கட்டினார்கள். ஒருவர் ஓலையை விரித்துப் பிடிக்க இன்னொருவர் கறியை எடுத்து வைத்தார். ஓலையைச் சுருட்டிக் கோட்டையாக்கும் கைகளையே பார்க்க வேண்டும் போலிருந்தது அவனுக்கு. ஓலையை எடுத்து எடுத்து நீட்டினார் தாத்தன். ஒவ்வொருவரும் அவரவர் கொண்டு சென்று கொடுக்க வேண்டிய கூறுகளைத் தனித்து வாங்கிக் கொண்டபின் வறுகறிப் பக்கம் வந்தார்கள். வெள்ளையன்

கொஞ்ச தூரத்தில் காட்டுக்குள் இருந்த கம்மந்தட்டுப் போருக்குப் போய் அங்கிருந்து சாராயப் போத்தல்கள் இரண்டை எடுத்து வந்தார். அவை பன்றிக்கறி செலவில் அடங்குபவை. வறுகறிச் சட்டியை மட்டும் எடுத்துக்கொண்டு மின்ன மரத்தடியில் உட்கார்ந்தார்கள். பொழுது அண்ணாந்து பார்க்கும் உயரத்தில் இருந்தது. அவனுக்குப் பசி தொடங்கி அடங்கி விட்டிருந்தது.

தாத்தன் வெள்ளையனுக்கு முன்னால் போய் 'சாமீ... சின்னப்பையன் இருக்கறான்' என்றார். 'வறுகறியப் பிரிக்கறதுக்குள்ள அவ அவசரம் என்னப்பா' என்றார் சிங்கான். 'கறி அறுக்கறமின்னு வந்து ஒப்புக்கு ஒக்காந்தவனுக்கே பங்கு வருதுன்னா முருவானச் சொமந்து வந்தவனுக்கு அவசரமில்லாத இருக்குமா?' என்ற வெள்ளையன் ஒரு ஓலைக்கோட்டையில் பாதியளவு கறியை அள்ளிப் போட்டுக் கொடுத்ததோடு தாத்தனுக்கான பங்காகக் கூறுக்கறி ஒன்றையும் கொடுத்தார். தாத்தனுக்குப் பின்னாலிருந்து மெதுவாகக் குமரேசனின் ஓலையும் நீண்டது. 'ஒனக்குத் தனியே வேணுமாடா பயா' என்று சிரித்தபடி அவர் அவனுடைய ஓலையிலும் ஓரகப்பை வைத்தார். 'நம்மள உடத் அவனுக்குதாம்பா இப்பக் காலம்' என்றார் செல்லையன். 'இன்னொரு கோட்டயக் கொண்டாடா பூச்சி' என்று சொல்லி அதில் சாராயத்தை ஊற்றினார் வெள்ளையன். பன்றியைக் கொன்ற கல்லருகே போய் இருவரும் உட்கார்ந்துகொண்டார்கள்.

தாத்தன் சாராயத்தைக் குடித்தார். அதற்குள் வறுகறியைப் பார்த்தான் குமரேசன். ரத்தமும் குடலும் கலந்து கருநிறத்தில் கறி. பச்சை மிளகாய் ஒன்றிரண்டு கண்ணுக்குத் தெரிந்தது. கையில் அள்ளி ஒருவாய் தின்றான். இதுவரைக்கும் இப்படி ஒரு ருசியை எந்தக் கறியிலும் அவன் கண்டதில்லை. இத்தனைக்கும் வெறும் பச்சை மிளகாயும் உப்பும்தான். சீக்கிரம் தீர்ந்துவிடுமோ என்னும் பயத்தில் முதல் வாய்க் கறியையே மெதுவாகத் தின்றான். அப்படித் தின்பதுதான் ருசியை மிகுவித்தது. தாத்தனும் கறியை அள்ளி வாயில் வைத்தார். அதற்குள் வறுகறிப் பிரிப்பில் அவர்களுக்குள் ஏதோ தகராறு. வழக்கம் போல அவர்கள் இருவரும் ஏதாவது பேசிக்கொள்வார்கள் என்று தோன்றியது.

வெள்ளையன் 'அலஞ்சு திரிஞ்சு முருவான் பேசிக் கொண்டாறது ஒருத்தன். பேருக்கு வந்து நின்னுட்டு ஒருத்தன் சமபங்கு கேட்டா ஞாயமா?' என்று கத்தினார். 'பெரிய ஞாயத்தக் கண்டிட்ட. எதுக்கெடுத்தாலும் ஞாயம் பேசறவனா நீ?' என்று செல்லையன் எழுந்து வெள்ளையனின் நெஞ்சில் கை வைத்துத் தள்ளினார். 'வறுகறியப் பிரிச்சுக் குடுத்திட்டுப் பங்காளிச் சண்டய வெச்சுக்கங்கப்பா' என்று தவித்தார் ஒருவர். 'எங்காட்டுக்குள்ளயே

வந்து என்னயவே தள்ளறயாடா நீ' என்று வேகமாக எழுந்தார் வெள்ளையன். கையில் எதுவும் கிடைக்குமா என்று தேடினார். அதற்குள் கறி அரிந்த கத்தியைக் கையில் எடுத்துக்கொண்டார் செல்லையன்.

வாயில் வைத்த கறியை அப்படியே துப்பிவிட்டுத் தாத்தன் ஓடி 'வேண்டாஞ் சாமீ' என்று கை நீட்டிக் குறுக்காட்டினார். மற்றவர்களும் ஆளுக்கொரு ஆளைப் பிடித்தார்கள். செல்லையனின் வேகத்தைத் தடுக்க முடியவில்லை. தாத்தனின் தோள்பட்டையில் ஆழ இறங்கிய கத்தியைச் சிரமத்தோடு பெயர்த்தெடுத்து வெள்ளையனின் நோக்கிப் பாய்ந்தார் அவர். வெள்ளையன் பயந்து காட்டுக்குள் ஓடினார். வாய்க்காலில் சாய்ந்த தாத்தனைத் தாங்கிப் பிடிக்கக் குமரேசனைத் தவிர அங்கே யாருமில்லை.

●

_காலச்சுவடு_, நவம்பர் 2012

சீமைச்சரக்கும் சிகரெட்டும்

குமரேசன் அந்தக் கல்லூரியில் சேர்ந்தபோது இப்படி ஒரு வாய்ப்புக் கிடைக்கும் என்று நினைக்கவே இல்லை. நான்கைந்து பாடங்களுக்கு விண்ணப்பித்திருந்த அவன் நண்பர்கள் பலருக்கு எந்தப் பாடமும் கிடைக்கவில்லை. ஏதாவது ஒரு பாடம் கிடைத்தால் போதும் என்று ஒவ்வொரு துறையாக அலைந்துகொண்டிருந்தார்கள். குமரேசனுக்கு அந்தப் பிரச்சினையே இல்லை. அவன் ஊரிலிருந்து சென்று ஏற்கனவே அந்தக் கல்லூரியில் படித்துக்கொண்டிருந்த அண்ணன்களிடம் கேட்டுத் தன் மதிப்பெண்ணுக்கு அறிவியல், கணிதப் பாடங்கள் எதுவும் கிடைக்க வாய்ப்பில்லை என்பதைத் தெரிந்துகொண்டு பிஏ தமிழ் இலக்கியப் பாடத்திற்கு மட்டும் விண்ணப்பித்தான். முதல் அழைப்பிலேயே அவனுக்குச் சேர்க்கைக் கடிதம் வந்துவிட்டது. ஊசலாட்டம் ஏதும் இல்லாமல் சேர்ந்துவிட்டான்.

சேரப் போனநாளே சீனியர்களிடம் அவனுக்குப் பெரும் மரியாதை கிடைத்தது. நான்கைந்து கும்பல்கள் தனித்தனியாக வந்து ஏதாவது உதவி தேவையா என அக்கறையாக விசாரித்தார்கள். ஒன்றும் புரியவில்லை. சீனியர் என்றால் ராகிங் செய்வார்கள் என்பதுதான் திரைப்படங்கள் அவனுக்குச் சொல்லிக் கொடுத்திருந்த பாடம். இங்கே அதற்கு நேர்மாறாக இருந்தது. ஒவ்வொருவரும் 'மாப்ள', 'மச்சி' என்று வரிசை வைத்து அழைத்தார்கள்.

அவர்களுடைய அணுகுமுறையில் அவன் சொக்கினான். கல்லூரி வாழ்க்கை சொர்க்கமாக இருக்கும் என நினைத்தான். சேர்ந்த பின் என்றைக்கு வகுப்பு தொடங்கும் என்று ஆவலாக எதிர்பார்த்தான். பதினைந்து நாட்களுக்குப் பின் முதலாமாண்டு வகுப்பு தொடங்கியது.

தொடக்க நாள் கல்லூரிக்குள் நுழைந்ததும் அசந்து போனான். பல வண்ணச் செண்டாக்கள் கட்டி கல்லூரி விழாக்கோலம் பூண்டிருந்தது. நுழைவாயில் தொடங்கி நூறுநூறு மீட்டர் இடைவெளியில் ஒவ்வொரு கும்பல் நின்றுகொண்டு வரும் முதலாமாண்டு மாணவர்களை ஆர்வத்துடன் வரவேற்றது. பெயரும் வகுப்பும் கேட்டுத் தாள் ஒன்றில் குறித்துக்கொண்டு அழகாகக் கட்டப்பட்ட பரிசுப் பொட்டலம் ஒன்றைக் கையில் கொடுத்தார்கள். ஓரிடத்தில் 'ஸ்மோக்கிங் உண்டா மாப்ள' என்று ஒருவர் கேட்டார். என்ன சொல்வது என்று கொஞ்சம் தடுமாறிப் போனான். 'உண்டு' என்றால் 'இந்த வயசுலயே இந்தப் பழக்கமா' என்று திட்டக்கூடும். 'இல்லை' என்றால் 'இந்த வயசுல பிடிக்காம எந்த வயசுல பிடிக்கறது' என்றும் திட்டக்கூடும். அவன் குழப்பமாக நிற்பதைப் பார்த்துச் சிரித்தபடி அவர் 'சீக்கிரம் கத்துக்குவான் மாப்ள' என்று சொல்லிப் பரிசுப்பொருள் ஒன்றை எடுத்துத் தந்தார். நன்றாக அலங்கரிக்கப்பட்டு வெள்ளை உடையுடன் பொம்மை போல் இருவர் 'மாப்ள... ஞாபகம் வெச்சுக்க மாப்ள' என்று ஒவ்வொரு கும்பலின் முன்னாலும் நின்று சிரித்தபடி தங்கள் பெயரைச் சொல்லிக் கும்பிடு போட்டார்கள்.

தங்கள் தங்கையைக் குமரேசனுக்குத்தான் தரப் போகிறவர்கள் மாதிரி ஒவ்வொருவர் அழைப்பிலும் அத்தனை அந்நியோன்யம் இருந்தது. மாணவர் பேரவைத் தேர்தலுக்கான வேட்பாளர்கள் அவர்கள் என்பது அன்றைக்குத் தெளிவாகத் தெரிந்தது. அவன் வகுப்பு மாணவர்களில் சிலர் அவன் பள்ளியில் படித்தவர்களாக இருந்தனர். பெரும்பாலானோர் வேறு பள்ளிகளில் இருந்து வந்தவர்கள். எனினும் எல்லார் முகத்திலும் தமிழ் படிக்கச் சேர்ந்த வருத்தம் இருந்தது. அந்த வருத்தத்தைப் போக்கச் சிலர் பரிசுப்பொருள் பொட்டலத்தைப் பிரித்துப் பார்த்தனர். சிலர் வீட்டுக்குப் போய்த்தான் பொட்டலத்தைப் பிரிப்பது என்று முடிவு செய்திருந்தார்கள். குமரேசனும் அந்தக் கூட்டத்தில் சேர்ந்தான். பிரித்தவன் பொட்டலத்துக்குள் என்ன இருக்கிறது என்று தெரிந்துவிட்டது. பொட்டலமாக எடுத்துச் செல்வது எளிது என்பதால் குமரேசன் அந்த முடிவுக்கு வந்திருந்தான். பரிசுப்பொருள்கள் ஒவ்வொன்றும் ஒவ்வொரு

விதமாகக் கவர்ந்தன. அதுவரைக்கும் எந்தப் பரிசும் எங்கும் வாங்கியதில்லை அவன். ஆகவே எது கொடுத்திருந்தாலும் சந்தோசமாகவே இருந்திருக்கும்.

முட்டை வடிவிலான டிபன் பாக்ஸ், அழகான வட்டில், பிளாஸ்டிக் பேனாக் கூடு, வரவேற்பு வாசகம் தாங்கிய வாழ்த்தட்டை, சீனாக்களிமண்ணாலான சிறு கோப்பை ஆகியவை பரிசுப் பொருள்களாக இருந்தன. எந்தப் பரிசு விலை உயர்ந்தது என்று மாணவர்களிடையே விவாதம் நடந்துகொண்டிருந்தது. விலை உயர்ந்த பரிசை வழங்கியவன் போட்டியில் நிலைத்திருப்பான் என்று அவர்கள் பேசிக் கொண்டார்கள். தன்னைவிட அதிகமான விஷயங்கள் தெரிந்த மாணவர்கள் இருப்பதைக் கண்டு ஆச்சரியப்பட்டான். பள்ளியில் வேறு குரூப் படித்தவனும் விளையாட்டுப் போட்டி ஒன்றின் போது குமரேசனோடு சண்டையிட்டவனுமான செல்வன் இப்போது அவனருகில் வந்து உட்கார்ந்துகொண்டான். எந்த உறுத்தலும் இல்லாமல் ‘டிபன் பாக்ஸ் தாண்டா பரவால்ல. பஸ்ல வரும்போது எடுத்துக்கிட்டு வர வசதியா இருக்கும்’ என்று பேசினான். பள்ளிப்பகையை இங்கு வளர்க்கக்கூடாது என்பதால் செல்வனைப் பார்த்துச் சிரித்துக் குமரேசன் ஆமோதித்தான். ‘ஆஸ்டல்ல இருக்கற பசங்களுக்கும் ரூம் எடுத்துத் தங்கறவங்களுக்கும் வட்டில்தான் யூஸாகும்’ என்றான் அருகில் இருந்த இன்னொருவன். கோப்பையைத் தன் முன்னால் வைத்து மிடறுமிடறாக மது அருந்துவது போல ஒருவன் பாவனை செய்தான். எல்லாரும் சிரித்தார்கள்.

தேர்தல் முடியும் வரை வகுப்பு ஏதும் நடக்காது, இப்படியேதான் சந்தோசமாகப் போகும் என்றும் அடுத்த வாரத்தில் தேர்தல் அறிவித்துவிடுவார்கள் என்றும் சொன்னார்கள். அன்றைக்கு வகுப்புக்கு வந்த ஆசிரியர் ‘தமிழ் படிக்கச் சேர்ந்ததற்காக வருத்தப்பட வேண்டாம்’ எனவும் ‘நிறைய வேலைவாய்ப்புகள் இருப்பதாக’வும் விரிவாகப் பேசிவிட்டுப் போனார். எல்லாருக்கும் கொஞ்சம் தெம்பு வந்தது. கல்லூரியில் யாரிடம் பேசினாலும் தேர்தல் பற்றிய பேச்சுத்தான். பரிசுப்பொருள்களைப் பத்திரப்படுத்தி எடுத்துச் செல்ல வேண்டும் என்பதில் குமரேசன் கவனமாக இருந்தான். ஆகவே வகுப்பு முடிந்ததும் நேராக வீட்டுக்குப் பேருந்து ஏறினான். வீட்டுக்குச் சென்றதும் அவனுக்கான பரிசுப்பொருள்களைப் பிறந்த குழந்தையைத் தூக்குவது போல மென்மையாகப் பிரித்தான். பீங்கான் கோப்பைக்குப் பதிலாகப் பீங்கான் புகைக்குப்பி இருந்தது. சீனியர் ‘ஸ்மோக்கிங் உண்டா’ என்று கேட்டதன்

ரகசியம் இப்போது விளங்கியது. அவன் புகை பிடிப்பவன் அல்ல எனினும் மாணவர்களின் தேவை அறிந்து பரிசுப்பொருள் தேர்வு செய்திருந்த விதத்தை நினைத்து வியந்தான்.

அந்தப் புகைக்குப்பியை அப்பனுக்குக் கொடுத்துவிடலாம். பீடியைக் கண்ட இடத்தில் எறியும் அவருக்கு இது பயன்படும். வீட்டில் அன்றைக்கெல்லாம் அவன் கொண்டு வந்த பரிசுப்பொருள்கள் பற்றிய பேச்சாகவே இருந்தது. டிபன்பாக்சையும் வட்டிலையும் எடுத்துச் சென்று பக்கத்து வீடுகளில் எல்லாம் அம்மா காட்டினாள். அவன் கல்லூரிக்குப் படிக்கப் போவதில் இனி அவளுக்கு எந்த ஆட்சேபணையும் இருக்கப் போவதில்லை. இன்னும் ஒரு வாரத்திற்கு அம்மாவிடம் இருந்து திட்டும் விழாது என்று சந்தோசப்பட்டான். அந்த வட்டில் தனக்குத்தான் என்று அவன் தம்பி சொல்லிவிட்டான். தம்பி சொன்னால் சொன்னதுதான். கல்லூரி மாணவனாகி விட்டதால் இனிச் சண்டை போடக்கூடாது என்று குமரேசனும் அதைப் பெருந்தன்மையோடு அங்கீகரித்தான். பேனாக்கூட்டை வீட்டில் எங்கே வைப்பது எனத் தெரியவில்லை. வாழ்த்து அட்டையில் அவனுக்குப் பிடித்த நடிகை சிரித்துக்கொண்டிருந்தாள். இரண்டையும் அவனுடைய பெட்டிக்குள் வைத்துக்கொண்டான்.

அவன் அப்பன் வேலை முடிந்து வரும்போது விதவிதமான பொருள்களைக் கொண்டுவருவார். எல்லாம் பழையவை. அவற்றைப் பற்றி அவர் எவ்வளவு சொன்னாலும் பயன்படுத்த அவனுக்குப் பிடிக்காது. அம்மா பயன்படுத்தினால் திட்டுவான். ஆனால் இதுவரை அவருக்கும் இப்படி ஒரு குப்பி கிடைத்ததில்லை. புகைக்குப்பியைத் திருப்பித் திருப்பிப் பார்த்தார். கையைக் குவித்துப் பிடித்துக்கொள்ளும் வகையில் அரைக்கோள வடிவில் வழவழப்பாக இருந்தது அது. பழுப்புநிறச் சாயம் பூசப்பட்டிருந்தது. அங்கங்கே மெல்லிய காவிநிற டிசைன். மேல் பகுதியில் பீடியைத் தாங்கும் வண்ணம் நான்கைந்து இடங்களில் லேசான குழிவு செய்யப்பட்டிருந்தது. தான் பிடித்துக்கொண்டிருந்த பீடியை அந்தக் குழிவில் வைத்துப் பார்த்தார். பின் எடுத்து இரண்டு இழுப்பு இழுத்து உள்ளே அழுத்தி அணைத்தார். அவர் முகத்தில் ஒரே சிரிப்பு. அதை வழங்கிய மாணவனுக்கே வாக்களித்து விடுவது என்று அந்தக் கணத்தில் முடிவு செய்தான்.

அடுத்த நாள் கல்லூரிக்குச் சென்றபோது ஐந்து குழு நான்காகக் குறைந்திருந்தது. ஒரு குழு இன்னொரு குழுவுடன் இணைந்துவிட்டது. தலைவர், செயலர் ஆகிய பதவிகளுக்கான தேர்தல். ஐக்கியமாகிவிட்ட குழுவுக்கு என்ன கிடைத்திருக்கும் என்பது பற்றித்தான் அன்றைக்கெல்லாம் பேச்சாக இருந்தது.

அவர்கள் பேச்சிலிருந்து இன்னும் குழுக்கள் குறைவதற்கான வாய்ப்புகள் இருப்பதைக் குமரேசன் தெரிந்துகொண்டான். ஆளும்கட்சி, எதிர்க்கட்சி இரண்டின் ஆதரவைப் பெற்றவர்கள் தவிர மற்றவர்கள் நிலைப்பது கடினம். இரண்டாம் நாள் பரிசுப்பொருள் எதுவும் கிடைக்கவில்லை. வேட்பாளர் படம் பெரிதாகப் போடப்பட்ட துண்டறிக்கைகள் விதம்விதமாகக் கிடைத்தன. அவற்றை வாங்கிப் பத்திரப்படுத்தினான். பிற மாணவர்கள் வீசி எறிந்ததையும் எடுத்துக் குறிப்பேட்டுக்குள் சேர்த்தான். அன்றைக்கு வீட்டுக்கு வந்தபோது அம்மா அவன் கைகளையே பார்த்தாள். கையில் பொட்டலம் ஏதுமில்லை என்றதும் ஏமாற்றத்தை மறைக்க முகத்தை வேறுபக்கம் திருப்பிக்கொண்டாள். அவன் சேகரித்திருந்த துண்டறிக்கைகளில் ஒருபக்கம் மட்டுமே அச்சிருந்தது. மறுபக்கம் தூவெள்ளை. அவற்றை ஒன்று சேர்த்து மெல்லிய நூலால் தைத்து வைத்தான். நாற்பது பக்கக் குறிப்பேடு ஒன்று தேறிவிட்டது. இன்னும் ஒருவாரம் சேகரித்தால் வகுப்பில் குறிப்பெடுக்க நோட்டே வாங்க வேண்டியதில்லை.

அடுத்த நாள் போனபோது கல்லூரியில் இரண்டு குழு மட்டும் தெளிவாகப் பிரிந்து துண்டறிக்கை கொடுத்துக் கொண்டிருந்தது. போட்டியில் இருந்து விலகிக்கொண்டவர்கள் தாங்கள் யாரை ஆதரிக்கிறோம் என்று தெளிவாகச் சொல்லி வாக்குச் சேகரித்தார்கள். இப்படித் திடுமென மாறியதற்கு என்ன காரணம் என்று மாணவர்களுக்குள் பேச்சு நடந்தது. ஆளுக்கொரு தொகையைச் சொல்லிக் கைமாறி இருக்கும் என்றார்கள். ஆள் வைத்து மிரட்டிப் பணியச் செய்திருக்கக்கூடும் என்றும் பேச்சு நடந்தது. எப்படியும் போட்டி இருக்கும் என்பதைக் கேட்கக் குமரேசனுக்குச் சந்தோசமாக இருந்தது. இரண்டு குழுவானதும் துண்டறிக்கை எண்ணிக்கை குறைந்துவிட்டது என்றாலும் அன்றைக்கு இரு குழுவுமே பரிசாகப் பேனாவும் அத்துடன் சாக்லேட்டும் கொடுத்தார்கள். இரண்டு பேனா கிடைத்தும் அவனுக்குத் திருப்தி ஏற்படவில்லை. இன்னும் இரண்டு வாங்கிவிட வேண்டும் என்று முயன்றான்.

வகுப்பு ஒன்றும் நடக்கவில்லை. ஆசிரியர்கள் குழுக்குழுவாகத் தேநீர் அருந்தக் கேண்டீனுக்குச் சென்றார்கள். அங்கு மாணவர்கள் கூட்டமும் மிகுந்திருந்தது. பிரச்சாரக் குழு ஒன்று கேண்டீன் நோக்கிப் போய்க்கொண்டிருந்தது. அதில் பேனாப் பையை வைத்திருந்தவரோடு போய்ச் சேர்ந்து நின்றான். 'ஸ்மோக்கிங் உண்டா' என்று கேட்டுப் புகைக்குப்பி கொடுத்தவர் அவர். அவனை அடையாளம் கண்டுகொண்டு 'யூஸாகுதா' என்றார். தன் அப்பனுக்குக் கொடுத்துவிட்டதை வெட்கத்தோடு குமரேசன்

சொன்னதும் அவர் சிரித்தார். சில பேருக்கு மட்டுமே புகைக்குப்பி கொடுத்ததைச் சொல்லிவிட்டுப் 'பேனா வாங்கிட்டியா' என்று கேட்டார். 'இல்லண்ணா' என்றான். 'இந்தா வெச்சுக்க மச்சி' என்று அவர் இரண்டு பேனாக்களைக் கொடுத்தார். ஊர், படித்த பள்ளி, கூடப் பிறந்தோர், அப்பனின் வேலை உள்ளிட்ட விவரங்களை விசாரித்தபின் 'ஆகா நீ நம்மாளு. அப்படீன்னாப் பங்காளி' என்று சந்தோசப்பட்ட அவர் 'நாளன்னிக்கு வெள்ளிக்கிழம அறிவிப்பு வந்திரும். அன்னைக்கு மண்டபத்துக்குப் போயரலாம். தயாரா வந்திரு. ஒருவாரம் ஜாலியா இருக்கலாம்' என்றார். கேண்டீனில் குமரேசனுக்கும் போண்டாவும் டீயும் கிடைத்தன. வேகமாகத் தின்றுவிட்டு மீண்டும் ஒன்று வாங்கிக்கொண்டான்.

மண்டபத்துக்குப் போய் ஒருவாரம் தங்குவதை நினைக்கும்போதே குமரேசனுக்குச் சந்தோசமாக இருந்தது. வீட்டில் என்ன சொல்வது என்பதுதான் பிரச்சினை. தேர்தல் வேலைக்காக ஒருவாரம் விடுதியில் தங்க வேண்டியிருக்கிறது என்றும் தேர்தல் முடிந்ததும் பணமும் பரிசுப்பொருளும் கிடைக்கும் எனவும் அம்மாவிடம் சொல்லிவிட்டால் காரியம் முடிந்துவிடும். அதன்பின் வீட்டுக்குப் போகும்போது ஏதாவது சொல்லிச் சமாளித்துக்கொள்ளலாம். மண்டபத்திற்குச் செல்வதில் அவ்வளவாக ஆர்வம் காட்டாத செல்வனுக்கும் பலவிதமாகச் சொல்லி ஆசையை மூட்டினான். ஒருவழியாக அவனும் வர ஒத்துக்கொண்டான். சீனியர்கள் சொன்ன மாதிரியே அந்த வாரம் வெள்ளிக்கிழமை பிற்பகலில் தேர்தல் அறிவிப்பு வெளியானது. வேட்புமனு தாக்கல், பரிசீலனை, இறுதி வேட்பாளர் பட்டியல் அறிவிப்பு, பிரச்சாரம், தேர்தல் என எல்லாம் ஒருவாரத்திற்குள் முடிவடைந்துவிடும். அடுத்த வெள்ளிக்கிழமை தேர்தல். அன்றே முடிவும் அறிவிக்கப்படும்.

அறிவிப்பு வெளியானதும் இரு குழுக்களும் அதிவேகமாகச் செயல்பாட்டைத் தொடங்கினர். கல்லூரிக்கு முன்னால் இரண்டு டெம்போக்கள் நின்றன. விடுதியின் முன்னாலும் பேருந்து நிலையத்திலும் அதேபோல டெம்போக்கள் நிற்பதாகச் சொன்னார்கள். கல்லூரி கேட் வழியாக வந்தால் டெம்போவில் ஏற்றிவிடுவார்கள் எனப் பயந்து சிலர் பின்பக்கமாகச் சுவரேறி ஓடிப் போனார்கள். செல்வனையும் அழைத்துக்கொண்டு பெருவிருப்புடன் குமரேசன் புகைக்குப்பியும் இரண்டு பேனாவும் வழங்கிய சீனியரைப் பார்த்து அவர் சொன்ன டெம்போவில் ஏறிக்கொண்டார்கள். 'பாத்துக்கலாம். நல்லா கவனிச்சிரலாம் ஏறு பங்காளி' என்றவர் 'இவனும் நம்மாளுத்தானா' என்று குமரேசனிடம் மெதுவாக விசாரித்தார். முதலில் தயங்கிப் பின் 'ஆமாண்ணா' என்று வேகமாகத் தலையாட்டினான் குமரேசன்.

காலையில் கல்லூரிக்கு வரும்போதே மழைக்காகிதப் பை ஒன்றில் உள்ளாடைகள், துண்டு, லுங்கி ஆகியவற்றை எடுத்து வந்திருந்தான். பஸ்ஸில் இருந்த பலபேர் முதலாமாண்டு மாணவர்கள்தான். இரண்டாமாண்டு, மூன்றாமாண்டு மாணவர்களைக் கட்டாயப்படுத்த முடியாது. அவர்கள் தாமாகவே விரும்பியபோது மண்டபத்துக்கு வந்து செல்வார்கள் என்றார்கள். டெம்போவின் இருபக்கப் பலகைகளைப் பிடித்துக் கொண்டும் நடுவில் உட்கார்ந்துகொண்டும் சென்றார்கள். குமரேசன் நடுவில் உட்கார்ந்துகொண்டான். நெரிசலின் கஷ்டம் தெரியாமல் பையன்கள் கத்திக்கொண்டு வந்தார்கள். சீனியர் இருவரும் அந்த டெம்போவில் உடன் வந்தனர். நகருக்கு வெளியே இருந்த கல்லூரியில் தொடங்கி நகருக்குள் வந்து பின் வேறொரு வெளிச்சாலையில் டெம்போ சென்றது. போகப்போக ஆள் அரவமே இல்லை. கத்தலினால் பயனில்லை என்று தெரிந்து குறைத்துக்கொண்டார்கள்.

அந்த மண்டபம் நகரத்துக்கு வெளியே சிறுகுன்று ஒன்றின் அடிவாரத்தில் இருந்தது. அங்கிருந்து சாலைக்குச் செல்ல வேண்டும் என்றால் இரண்டு கல்தொலைவு நடந்துதான் போக வேண்டும். குமரேசனுக்கு அந்த இடம் மிகவும் பிடித்திருந்தது. மண்டபத்தில் இவர்கள் போய் இறங்கும்போதே ஆவி பறக்க உப்புமா தயாராகிக்கொண்டிருந்தது. கொஞ்ச நேரத்தில் எல்லாருக்கும் உப்புமா பரிமாறப்பட்டது. சூடான உப்புமாவும் தண்ணீர் போன்ற சாம்பாரும். நிறையச் சாம்பார் ஊற்றச் சொல்லி அதில் உப்புமாவை நன்றாக ஊறவைத்துச் சாப்பிட்டான். சாப்பிட்டதும் பரந்த மண்டபத்திற்குள் பலபேர் அங்கங்கே நீட்டிப் படுத்தார்கள். ஏற்கனவே தயாராக வைக்கப்பட்டிருந்த சீட்டுக்கட்டை எடுத்துக்கொண்டு ஒரு குழு ஓரமாக ஒதுங்கியது. ஐம்பது பேர் இருப்பார்கள். இன்னும் டெம்போவில் மாணவர்கள் வருவார்கள் என எதிர்பார்த்துக்கொண்டு சீனியர்கள் அங்கும் இங்குமாய் அலைந்துகொண்டிருந்தார்கள்.

ஆடிமாதம் என்பதால் மண்டபத்தில் திருமணம் எதுவும் நடக்க வாய்ப்பில்லை. ஆகவே ஒருவார வாடகைக்கு இது கிடைத்திருக்கிறது. யாரும் எதற்காகவும் வெளியே போகக் கூடாது எனவும் எது வேண்டும் என்றாலும் சொன்னால் கிடைக்கும் எனவும் சீனியர்கள் அறிவித்தார்கள். அப்படி வெளியே போக வேண்டும் என்றால் அனுமதி பெற்றுத்தான் செல்ல வேண்டும். குமரேசன் சீனியருக்கு நெருக்கமானவன் என்னும் தைரியத்தில் மண்டபத்தை அங்கும் இங்கும் சுற்றி வந்தான். மண்டபத்தை ஒட்டியிருந்த சிறுகுன்றில் முருகன் கோயில் இருப்பதை 'ஓம் முருகா' என்று பெரிதாக வைத்திருந்த எழுத்துகள் காட்டின.

அவனுக்கு அந்த முருகன் கோயிலுக்குப் போய்வர வேண்டும் என்று ஆசையாக இருந்தது. செல்வனிடம் சொன்னான். செல்வனுக்கு இந்த நேரத்தில் மலையேற விருப்பம் இல்லாமல் இருந்தது. மேலும் செல்வனின் ஊரைச் சேர்ந்த மாணவர்கள் சிலரும் வந்திருந்தனர். அவர்களோடு சேர்ந்திருப்பது அவனுக்கு வசதியாக இருந்தது. எனினும் 'இன்னும் கூட்டம் வந்துவிட்டால் வெளியே விடமாட்டார்கள். இப்போது போய் வருவது சுலபம்' என்று குமரேசன் சொன்னதை ஒத்துக்கொண்டான்.

மண்டபம் பெரிதாக இருக்கக் காரணம் முகூர்த்த நாளில் ஒரே சமயத்தில் பல திருமணங்கள் நடக்கும் என்பதுதான். ஒவ்வொரு திருமணக் கூட்டத்துக்கும் ஒரு பகுதியை ஒதுக்கி விடுவார்கள். கூட்டமாக வந்துபோன அறிகுறியாக அழுக்கு, சுவரில் சுண்ணாம்புத் தடவல், சளிப்படிவு என்று பல தடயங்கள் தென்பட்டன. சீனியர் அண்ணனிடம் தயவாகப் போய் 'மலைக்குப் போய் வரட்டுமாண்ணா' என்று அனுமதி கேட்டான். அவர் சிரித்தபடி 'செரி போய்ட்டுவா பங்காளி' என்று அனுமதி கொடுத்தார். 'நம்மாளு ஜெயிக்கணும்னு வேண்டிக்கத்தான் போறம். சூடம் தேங்காபழம் வாங்கக் காசு வேணுமண்ணா' என்றான். 'நீ கில்லாடியிடா' என்று சொன்ன அவர் இன்னொருவரிடம் போய்ப் பேசி பத்து ரூபாய் வாங்கி வந்து கொடுத்துச் 'சந்தோசமா' என்றார். 'இந்தண்ணன் ரொம்ப நல்லவருடா' என்று சொல்லியபடியே குமரேசன் மலையேறினான். அவன் செயல் எதிலும் ஈடுபாடு இல்லாதவன் போலச் செல்வன் கூடவே வந்தான்.

அழகான சிறு குன்று அது. ஒன்றிரண்டு குறுமரங்கள் தென்பட்டன. மற்றபடி மொட்டைப்பாறை. படிகள் இல்லை. நடந்து போகிற மாதிரி அகலப் பாதை. மத்தியான நேரம் என்றாலும் அன்றைக்கு வானம் மேகமூட்டம் கொண்டிருந்தது. பூட்டியிருந்த கோயில் கதவுக் கம்பி வழியாகச் சாமி பார்த்துக் கும்பிட்டுவிட்டுக் கீழிறங்கினார்கள். வாங்கிய பத்து ரூபாயில் ஒரு பைசாவும் செலவழிக்கவில்லை. அது மனதில் உறுத்தினாலும் எதுவும் கேட்காமல் உடன் வந்தான் செல்வன். அதில் ஐந்து ரூபாய் கொடுப்பான் அல்லது பிறகு கொடுக்கிறேன் என்று சொல்வான் என எதிர்பார்த்தான். ஆனால் பணம் பற்றிய நினைவேதும் இல்லாதது போலக் குமரேசன் நடந்துகொண்டான்.

அவர்கள் மண்டபத்திற்குள் போனபோது இன்னும் இரண்டு டெம்போக்களில் வந்திறங்கிய மாணவர் கூட்டம் உப்புமா தின்றுகொண்டிருந்தது. மண்டபம் முழுக்கச் சலசலவென்று பெருங்கூட்டம். அது குமரேசனுக்குப் பிடித்திருந்தது. கிழிபட்ட

பாய்களும் நைந்த தலையணைகளும் விரித்துக் கிடந்தன. ஓரிடத்தில் போய்க் குமரேசன் படுத்துக்கொண்டான். அத்தனை சத்தங்களுக்கு இடையேயும் அவன் வெகுநேரம் தூங்கினான். விழித்தபோது மெல்லிய இருள் நிழல் எங்கும் படர்ந்திருந்தது. தன் பை பத்திரமாக இருக்கிறதா எனப் பார்த்துக்கொண்டு எழுந்தான். பையன்கள் தங்கள் வீட்டில் இருப்பது போல சகஜமாக உலவிக்கொண்டிருந்தனர். மண்டபத்திற்கு வெளியிலும் சாலை மரங்களின் அடியிலும் பையன்கள் கும்பலாக உட்கார்ந்து பேசிக்கொண்டிருந்தனர். குன்றும் மண்டபமும் தவிர அங்கே வேறேதும் இல்லை. சுற்றிலும் வெகுதூரத்திற்கு மேட்டாங்காடுகள். எல்லாம் குறையாகக் கிடந்தன. மழை பெய்தால் ஆவணி அல்லது புரட்டாசியில் சோளம் விதைப்பார்கள். மாணவர் கூட்டத்திற்கு வெளிக்காடு அது. பயிருக்கு நல்ல உரம் என்று நினைத்துக் குமரேசன் சிரித்துக்கொண்டான்.

மண்டபத்திற்குப் பின்பக்கம் பெரிய சமையல் கட்டு. அங்கே வேலை நடந்துகொண்டிருப்பதைச் சத்தங்களை வைத்து யூகித்தான். பெரிய போவணி நிறைய டீ வைத்துக் கொண்டு லோட்டாவில் மொண்டு டம்ளர்களில் ஊற்றிக் கொடுத்துக்கொண்டிருந்ததைப் பார்த்து அங்கே போய்ப் பெரிய டம்ளரில் டீ வாங்கிக் குடித்தான். இன்னும் கொஞ்ச நேரம் எழாமல் இருந்திருந்தால் டீ காலியாகியிருக்கும். செல்வனைக் காணோம். அவன் சேர்க்கைக்குழு மாறிவிட்டது. இந்த மாதிரியான சமயத்தில் எழுப்ப வேண்டும் என்றுகூட அவனுக்குத் தோன்றவில்லை. கூட்டத்தில் தனக்கு ஏற்ற மாதிரி யாராவது ஒருவனை நண்பனாக்கிக்கொள்ள வேண்டும் என்று நினைத்தான். அவனுக்குத் தெரிந்தவர்கள், அவன் வகுப்பு மாணவர்கள் சிலர் கலந்திருந்த சீட்டாட்டக் குழுவில் போய்க் கொஞ்ச நேரம் நின்று பார்த்தான். அவர்கள் எட்டணா, நாலணா என்று பந்தயம் வைத்து ஆடினார்கள். ஆட்டத்தில் கலந்து கொள்ளாத சிலர் யார் ஜெயிப்பார்கள் என்று தங்களுக்குள் பந்தயம் கட்டிக்கொண்டிருந்தார்கள். இதில் எப்படியும் பணம் போய்விடும் என்று குமரேசனுக்குத் தோன்றியது. அதனால் வெறுமனே பார்த்துக்கொண்டிருந்தான்.

சிலர் சத்தம் போட்டு ஓடிப் பிடித்து விளையாடிக் கொண்டிருந்தார்கள். யாருக்கும் எந்தக் கட்டுப்பாடும் இருப்பதாகத் தெரியவில்லை. இந்நேரம் வீட்டிலாக இருந்தால் 'இதைச் செய்யாதே அதைச் செய்யாதே', 'இதை ஏன் செய்தாய், அதை ஏன் செய்தாய்' என்று இடைவிடாத ஏச்சுக் கேட்டுக்கொண்டேயிருக்கும். அது மட்டுமா? நாய், பன்றி, கழுதை என்று எத்தனையோ விலங்குகளாக்கியிருப்பாள்

அம்மா. அப்பன் திட்ட ஆரம்பித்தால் யாரோடாவது சம்பந்தப்படுத்தும் வார்த்தைகளை வீசுவார். சட்டையைத் துறந்துவிட்டுப் பனியனோடும் வெறும் மேலோடும் சிலர் திரிந்துகொண்டிருந்தனர். எல்லாரும் இருந்தனர். ஆனால் யாராலும் யாருக்கும் எந்தத் தொந்தரவும் இல்லை. கல்லூரி வாழ்வின் சுதந்திரத்தைத் தொடக்கத்திலேயே அனுபவிக்க முடிந்த சந்தோசம் அவனுக்கிருந்தது.

நூற்றைம்பது பேர் இருப்பார்கள். இன்னும் பலர் வந்துபோய்க் கொண்டும் இருப்பார்கள் என்று தெரிந்தது. இன்றைக்கு இரவே குடிப்பதற்கு ஏதாவது வரும் என்றும் பேசிக் கொண்டார்கள். டீ குடிக்கப் போனபோதே பெரியாட்டுக்கறி வெந்துகொண்டிருப்பதைச் சிலர் எட்டிப் பார்த்து வந்து சொன்னார்கள். தொலைக்காட்சிப் பெட்டிகள் இரண்டு ஒரு டெம்போவில் வந்து இறங்கியதையும் குமரேசன் பார்த்தான். இன்னும் கொஞ்ச நேரத்தில் அதையும் போட்டுவிடுவார்கள். ஒரு வாரத்திற்கு இந்த மண்டபம்தான். கறியுடனான சாப்பாடு, குடிக்கப் பானங்கள், நினைத்தபோது தூக்கம், விளையாட்டு. தோன்றினால் குளிக்கலாம். பெரிய தொட்டியில் தண்ணீர் ஊற்றிக்கொண்டிருந்தது. அதன் கீழ் குழாயடியில் சிலர் குளித்துக் கொண்டுமிருந்தார்கள். இதுவல்லவா வாழ்க்கை. இப்படியே அன்றாடம் அமைந்துவிட்டால் மகிழ்ச்சியாக வாழ்ந்து சாகலாம். சரி, ஒருவாரம் போதும். அடுத்த வருசமும் இதே மாதிரி ஒருவாரம் வருமல்லவா என்று நினைத்துக்கொண்டான்.

இரவு எட்டு மணிவாக்கில் இரண்டு இரு சக்கர வாகனங்களில் நான்கைந்து கேன்கள் வந்திறங்கின. செய்தி தெரிந்து எல்லாரும் வெளியே வந்து எட்டிப் பார்த்தார்கள். கேன்களை இறக்க ஆளாளுக்கு உதவினார்கள். சமையல் செய்யும் இடத்திற்கு அருகாக மண்டப மூலையில் பெரிய அண்டாவை வைத்து அதில் கேனைக் கவிழ்த்து ஊற்றினார்கள். எங்கும் சாராய நெடி பரவியது. ஆளுக்கொரு டம்ளருடன் மாணவர் கூட்டம் அங்கே அலை மோதியது. தானாகவே ஒரு வரிசை உருவாகிவிட்டது. குமரேசன் வரிசையின் முன்பகுதியில் போய் நின்றுகொண்டான். செல்வனைக் காணோம். ஆனால் யாருக்கும் ஊற்றவில்லை. கொஞ்ச நேரம் பொறுக்க வேண்டும் என்று சொன்னார்கள். மணத்தை நுகர்ந்தபடி கால்மணி நேரம் நின்றார்கள்.

எவ்வளவு நேரம் இப்படி நிற்பது என்று முணுமுணுப்பு கிளம்பியபோது பெரிய கார் ஒன்றில் வெள்ளை வேட்டி சட்டையுடன் பேருருவம் ஒன்று வந்து இறங்கியது. 'மாவட்டச் செயலாளர்' என்று கிசுகிசுத்தார்கள். வந்தவர் அண்டாவின்

முன் நின்றுகொண்டு எல்லாருக்கும் வணக்கம் சொன்னார். வேட்பாளர் இருவரையும் தம் இருபக்கத்தில் நிறுத்திக் கொண்டார். அவர்களும் வெள்ளையில் வந்திருந்தார்கள். அவர்கள் இருவரையும் இரண்டு கைகளில் இறுக்கி அணைத்தபடி 'நம்ம பசங்க. பாத்து எல்லாரும் ஓட்டுப் போட்ருங்க' என்றார். அவர்களும் கும்பிட்டபடி நின்றார்கள். 'எதுனாலும் எந்த நேரத்திலயும் என்னய வந்து பாக்கலாம். காலேஜ்னு சொன்னாப் போதும். செஞ்சு கொடுப்பன்' என்று சொன்னார். 'இங்க எதுனா வசதி கொறைன்னாச் சொல்லுங்க. ஒடனே செஞ்சு தரச் சொல்றன்' என்றார். எல்லாரும் கை தட்டினார்கள். 'ஓட்டுப் போட்டுருவீங்களா' என்று எல்லாரையும் பார்த்துக் கேள்வியாகக் கேட்டார். 'போட்டுருவம்' என்று கத்தினார்கள்.

ஒருவன் 'திங்கற சோத்துக்குத் துரோகம் பண்ண மாட்டம்' என்று சத்தமாகச் சொன்னான். 'ம். அது' என்று சொல்லிச் சிரித்தவர் 'நாட்டுச் சரக்குன்னாலும் நல்லா நச்சுன்னு இருக்கும். அளவாக் குடிச்சு நல்லா அனுபவிங்க. ஒவ்வொரு நாளும் நம்ம கட்சி ஆளுங்க ஒவ்வொருத்தரு ஒவ்வொரு செலவ ஏத்திருக்கறாங்க. ஒருநாள் என்னோட செலவு. அன்னைக்கு எல்லாருக்கும் சீமச்சரக்கும் சிகரெட்டும்' என்று அவர் அறிவித்ததும் விசில் பறந்தது. லோட்டாவில் மொண்டு முதல் மூன்று பேருக்கு அவர் ஊற்றிவிட்டுப் புறப்பட்டுப் போனார். டம்ளரில் வாங்கிக் கொண்டு தண்ணீர் இருக்கும் இடத்துக்குப் போனார்கள். முதல் ரவுண்டுக்கு மட்டும்தான் வரிசை. அதன்பின் யாருக்கு எப்போது வேண்டுமானாலும் போய் ஊற்றிக்கொள்ளலாம். கறியைத் தட்டில் வாங்கிக்கொண்டார்கள். அங்கங்கே கும்பல் கும்பலாக உட்கார்ந்துகொண்டார்கள். மண்டப முற்றத்தில் ஜமக்காளம் விரித்துப் பீடிகளும் தீப்பெட்டிகளும் போட்டிருந்தார்கள்.

குமரேசன் செல்வனைத் தேடிப் பார்த்துக் காணவில்லை என்றதும் தங்கள் வகுப்புப் பையன்களோடு போய்ச் சேர்ந்து கொண்டான். சரக்கு உறைப்பாக இருந்தது. கறி வாயில் வைக்க முடியாத அளவு காரம். குமரேசன் வேகமாக இரண்டு மூன்று ரவுண்டுகள் போனான். கறியும் சோறும் தீர்ந்துவிடுமோ என்று பயந்தான். அதனால் வேண்டும் மட்டும் விரைவாகச் சாப்பிட்டான். கிறக்கம் மீறி ஒரு மூலையில் சுருண்டு படுத்தான். காலையில் வெகுநேரம் கழித்து அவன் எழுந்தபோது நாற்றம் குடலைப் பிடுங்கியது. பெரும் வாந்திக்குள் கிடப்பதை உணர்ந்தான். அவன் எழுந்ததைப் பார்த்துவிட்டு அவன் வகுப்பு மாணவர்கள் இருவர் வந்து அவன் கையைப் பிடித்துத் தூக்கி நிற்க வைத்தார்கள். அப்படியே அவனைத் தண்ணீர்த்

தொட்டிக்கு நடத்தினார்கள். அவனைப் பார்த்துச் செல்வன் சிரிப்பது தெரிந்தது. குளிக்கும்போது சீனியர் ஒருவர் வந்து 'இப்படியா குடிச்சிட்டு வாந்தியெடுத்துக் கெடப்ப? ஒழுங்காப் போயி எல்லாத்தயும் கிளீன் பண்ணீரு' என்றார்.

குடம் குடமாக வாந்தி எடுத்தது போல அந்த இடம் நிறைந்து கிடந்தது. குடலைப் பிடுங்கும் நாற்றம். சகித்துக்கொண்டு வேறு வழியில்லாமல் சுத்தம் செய்தான். அள்ளி எடுத்துத் தண்ணீர் விட்டுச் சுத்தம் செய்ய ஒரு மணி நேரத்துக்கு மேலாயிற்று. காலையில் அவனுக்குச் சாப்பிடத் தோன்றவில்லை. இரவு எவ்வளவு குடித்தோம், என்ன சாப்பிட்டோம், எப்போது வாந்தி எடுத்தோம் எதுவும் அவனுக்கு நினைவில் இல்லை. 'காஞ்ச மாடு கம்புல பூந்தாப்பல இப்பிடியா பண்ணுவ' என்றான் செல்வன். 'நீ உழுந்து கெடந்ததுக்கு அப்பறம் டிவியில 'அந்த'க் கேசட் போட்டாங்கடா' என்று சொல்லி வெறுப்பேற்றினான். போனது போகட்டும். இனிமேல் எச்சரிக்கையாக இருக்க வேண்டும் என்று நினைத்து மனதைத் தேற்றிக்கொண்டான். மத்தியானச் சாப்பாட்டின்போது அவன் உற்சாகமாகிவிட்டான். எல்லாரும் அவனை ஒருமாதிரி பார்த்துச் சிரிப்பதாகத் தோன்றியது. எனினும் அதைப் பொருட்படுத்தவில்லை.

ஆனால் அன்றைக்கு இரவு மட்டுமல்ல, அங்கிருந்த ஒருவாரமும் வாந்தியை அவன் சுத்தம் செய்யும்படிதான் ஆயிற்று. 'அந்தப் படத்'தைப் பார்க்கவும் கொடுத்து வைக்கவில்லை. தேர்தலுக்கு முதல்நாள் இரவு மாவட்டச் செயலாளர் சீமைச்சரக்கும் சிகரெட்டும் கொடுத்தார். ஆட்டுக்கறியும் சோறும். அன்றைக்கு மிகவும் கட்டுப்பாட்டோடு நடந்துகொள்ள வேண்டும் என்று நினைத்திருந்தான். ஆனால் அது அவன் கையில் இருக்கவில்லை. தேர்தல் நாள் காலையிலும் வாந்தியைச் சுத்தம் செய்தான். வாரம் முழுக்க எடுத்து எடுத்துத் தன் மேல் முழுக்க வாந்தி படிந்துவிட்டது போல உணர்ந்தான். வெகுநேரம் குளித்தான். ஓரளவு தெம்பும் உற்சாகமும் வந்திருந்தது. அன்றைக்கு ஒவ்வொருவர் கையிலும் பத்து ரூபாய் நோட்டு ஒன்றையும் கொடுத்தார்கள். வீட்டைச் சமாளித்துவிடலாம் என்னும் நம்பிக்கையும் வந்திருந்தது.

டெம்போவில் போயிறங்கி தனக்குச் சோறும் கறியும் போட்ட வேட்பாளர்களுக்கே வாக்களித்தான். வெளியே வந்து மரத்தடியில் நின்றுகொண்டிருக்கும்போது வருத்தமாக 'எல்லாம் நல்லாத்தான் இருந்துது. இந்த வாந்தி விசயந்தாண்டா மாப்ள எப்பிடி நடந்ததுன்னே தெரியல' என்றான். செல்வன் பூடகமாகச் சிரித்தான். அதைக் கண்டு 'என்னடா' என்றான்.

'நாஞ்சொன்னன்னு யாருக்கும் தெரியக்கூடாது என்ன' என்று எச்சரித்துவிட்டுச் சொன்னான்.

'நல்லாக் குடிச்சுச் சாப்புட்டுட்டு நீ படுத்துத் தூங்கினியே தவிர ஒருநாளும் வாந்தி எடுக்கல. ஒவ்வொரு நாளும் எவன் எவனோ வாந்தி எடுத்தான். வாந்தி கெடந்த எடத்துல உன்னயக் கொண்டுபோயிப் போட்டுட்டாங்க.'

இதைக் கேட்டுச் சினந்து மூச்சிரைத்த குமரேசனின் முகத்தைப் பார்த்த செல்வன் 'சுத்தம் பண்ண ஒராளு வேணுமில்ல' என்றான்.

●

ஆனந்த விகடன், 10.10.2012

உச்சிக்காற்று

வளத்தித் தென்னை தங்களுக்குப் பிரிந்ததும் குமரேசன் குதியாளம் போட்டான். அவன் மனசுக்குள் பெரியகாண்டியை நிறுத்தி 'வளத்தித் தென்ன எங்களுக்கு வரணும், எங்களுக்கு வரணும்' என்று இடைவிடாமல் வேண்டிக் கொண்டதற்குப் பலன் கிடைத்துவிட்டது. அப்போதே ஓடிப்போய்த் தென்னையைக் கட்டிக்கொள்ள வேண்டும் என்று தோன்றிய ஆவலைக் கட்டுப்படுத்திக்கொண்டான். வானளாவிய தென்னையின் முகத்தை அண்ணாந்து பார்த்து கண் சூட்டைச் சுழித்துத் தன் திருப்தியைத் தெரிவித்தான். அப்புறம் பார்க்கலாம் என்று அர்த்தப்படும்படி கைச்சாடை காட்டினான். அந்தத் தென்னை அவனுக்கு அவ்வளவு பழக்கம். அவனைத் தவிர வேறொருவர் நாட முடியாது. அவன் அண்ணன் முருகேசனோடு சண்டை வரும்போதெல்லாம் கடைசியாக 'வளத்தித் தென்னையில் உன்னால ஏற முடியுமாடா?'என்று கேட்பான் குமரேசன். வாயைக் கோணித் தோல்வியை ஒப்புக்கொண்டு பின்வாங்குவான் அண்ணன்.

இத்தனை காலம் காட்டைப் பாகம் பிரிக்க வில்லை. குமரேசன் வீட்டுக்கும் சித்தப்பாக்களுக்கும் பொதுவாகவே எல்லாம் இருந்தன. தாத்தாவும் பாட்டியும் சொன்னபடி ஆளுக்கொரு பகுதியை உழுதுகொண்டிருந்தார்கள். இனியும் அப்படி முடியாது என்று பங்கு வைத்துக் கறார் செய்து பிரித்தாகிவிட்டது. அவரவர் பங்கில் வரும் பனை தென்னை உள்ளிட்ட மரங்களும் அவரவர்க்கு. அதில் கூடுதல் குறைச்சல் என்று பிரச்சினை

வரக்கூடாது. கிணறு மட்டும் பொது. அதைச் சுற்றி ஐந்தடி தூரம் கிணற்றுக்குச் சேரும். அந்த ஐந்தடிக்குள் இருந்த ஐந்து தென்னைகளைப் பிரிக்கும்போது தங்களுக்கு என்று இரண்டு தென்னைகளை வைத்துக்கொண்டு மூன்றை மகன்களுக்கு விட்டுவிடுவது என்று பாட்டி சொன்னதை எல்லாரும் ஏற்றுக்கொண்டார்கள். யாருக்கு எந்தத் தென்னை என்று பிரச்சினை வந்தபோது பாட்டியே கைகாட்டட்டும் என்றார்கள். 'வளத்தித் தென்னை பெரியவனுக்கு' என்றாள் பாட்டி. அவள் நாக்கில் பெரியகாண்டியே வந்து உட்கார்ந்திருக்க வேண்டும்.

வளத்தித் தென்னையின் மீது அவ்வளவு பிரியம் குமரேசனுக்கு. எங்கும் பனைகளே நிறைந்திருக்கும் ஊரில் அவர்கள் காட்டில் மட்டும் பதினைந்து தென்னைகள் இருந்தன. அதனால் தேங்காய் வாங்க ஊர் ஆட்கள் வந்தபடி இருப்பார்கள். கிணற்றின் மேல்மூலையோரம் இந்த வளத்தித் தென்னை நின்றிருந்தது. அதை எப்போது வைத்தார்கள் என்பது யாருக்கும் தெரியாது. பாட்டனைக் கேட்டால் 'எங்க பாட்டங்காலத்துலயோ அவுங்கப்பன் காலத்துலயோ வெச்சிருப்பாங்க. எனக்கு நெனப்புத் தெரிய இந்தத் தென்ன கொமரியா இருந்தது பாத்துக்க' என்பார். அதனோடு இருந்தவை எல்லாம் ஒவ்வொன்றாக எப்போதோ போய்விட்டன. இதுமட்டும் இன்னும் உயிர் வைத்துக்கொண்டிருக்கிறது. பாளை விட்டுக்கொண்டும் தேங்காய் காய்த்துக்கொண்டும் இருக்கிறது. அடிப்பகுதி அகண்டு நடுவில் பருத்து அதற்குமேல் மெலிந்த உடலுடன் நெளிந்து நெளிந்து காற்றில் வரைந்த ஒற்றையடித் தடம்போலச் செல்லும் அதன் உருவத்தைப் பார்க்கப் பார்க்க ஆசையாக இருக்கும் குமரேசனுக்கு.

அவனுக்கு மரம் ஏறுவதில் கொள்ளை ஆசை. தென்னைதான் அவனுக்குப் பிடித்தது. நெஞ்சை மரத்துக்குக் கொடுத்து ஏறுவது அவன் வழக்கம். பனைக்கு அது சரிப்படாது. பனைக்கு நெஞ்சைக் கொடுத்தால் சிராய்த்து ரத்தம் கசிய வைத்துவிடும். தென்னை அப்படி அல்ல. நெஞ்சைக் கொடுத்தால் மென்மையாய் அணைத்துக்கொள்ளும். எத்தனை பெரிய மரமானாலும் அவன் ஏறிவிடுவான். அதுவும் மரம் உயரமாகப் போகப்போக அவனுக்கு உற்சாகம் கூடும். நூலேணி ஒன்றில் சரசரவென்று காற்றில் ஏறிச் செல்வதுபோல இருக்கும்.

வளத்தித் தென்னையில் ஏறுவதை மிகவும் விரும்புவான். அப்போது தனக்கு நிகர் யாருமில்லை என்னும் கர்வம் மிகும். பெருந்தலையை அசைத்துக்கொண்டு வெற்றுடம்புடன் அவன் ஏறுவதைப் பார்த்தால் கரும்பல்லி தென்னையில்

ஒட்டிக்கொண்டு மேலேறுவதைப் போலத் தோன்றும். கிணற்றைச் சுற்றி இருந்த மரங்கள் எல்லாம் பாட்டிக்கு என்று இருந்தபோது வளத்தித் தென்னையில் தேங்காய் பறிக்கக் குமரேசனைத்தான் பாட்டி அழைப்பாள். அத்தனை உயரம் பயமில்லாமல் ஏற அவனைத் தவிர யாருமில்லை. எந்த மரமேறியும் அதில் ஏற மறுத்துவிடுவார்கள். நடுப்பகுதி தாண்டி மரத்தின் கழுத்துக்குப் போகும்போது மனிதக் கனம் தாங்காமல் அசையும். ஒடிந்து விழுந்துவிடுமோ என்னும் பயம் யாருக்கும் சட்டெனை வந்துவிடும். அதுவும் அங்கிருந்து கீழே பார்த்துவிட்டால் அவ்வளவுதான். கிணறு ஆவென்று விழுங்கத் தயாராய் வாயைத் திறந்துகொண்டு இருப்பது கண்ணில் பட்டபின் மேற்கொண்டு யாராவது மரத்தில் ஏறுவார்களா?

கிணறும் சாதாரணமானதல்ல. வெகு ஆழம். எட்டு முட்டு. எட்டிப் பார்த்துத் தண்ணீரைக் கண்டுபிடிக்க முடியாது. ஆழத்தில் கருங்குழம்பாய்க் கிடக்கும் நீரைக் காண ஏற்ற மேட்டுக்குப் போய் ஏற்றக்கால் ஓரத்தில் கால் வைத்து நிற்க வேண்டும். படிகள் தூர்ந்து கிடக்கும் கிணற்றுக்குள் இறங்குவதும் அவ்வளவு சுலபமல்ல. வளத்தித் தென்னையில் தேங்காய் காய்ந்து விழுந்தால் பெரும்பாலும் கிணற்றுக்குள் தான் விழும். அது கைக்கு வந்து சேராது. பெரும்பூத வயிறு விழுங்கியது போலத்தான். கிணற்றுக்குள் ஊறிக் கிடக்கும் தேங்காய்கள் எப்போதாவது ஏற்றப் பறி ஏறி ஒன்றிரண்டு மேலே வரும். அவற்றை எடுத்தாலும் ஒரு பயனும் இல்லை. நீருக்குள் ஊறி நசநசவென்று போயிருக்கும்.

வளத்தித் தென்னை வயதானதாக இருந்தாலும் தேங்காய் நன்றாக இருக்கும். குரும்பை அளவுக்குத்தான் முற்றல் தேங்காயே. ஆனால் மட்டையும் ஓடும் லேசாகவும் பருப்பு மொத்தமாகவும் இருக்கும். அதன் தேங்காயை உடைக்கும் ஒவ்வொரு முறையும் பருப்பைக் கையில் வைத்துக்கொண்டு பாட்டி வியந்து சொல்வாள். ஒரு துண்டை எடுத்து வாய்க்குள் போட்டுக் கொண்டு 'அடடா தேனைக் குடிச்சாப்பல இருக்குதடா' என்பாள். உண்மையோ இல்லையோ பாட்டி சொல்வதைக் கேட்டாலே அதைத் தின்ன வேண்டும் போலிருக்கும். அருகிலிருக்கும் பிள்ளைகளுக்குச் சிறுசிறு துண்டுகளைக் கம்பரக் கத்தியால் தோண்டித் தருவாள். இன்னொரு துண்டு தர மாட்டாளா என்று எல்லார் கண்களும் பாட்டியையே பார்க்கும். அதற்குள் தேங்காய் தீர்ந்து போயிருக்கும். அத்தனை சிறிய தேங்காய்.

வளத்தித் தென்னையில் தேங்காய் பறிக்கச் செவ்வாய்க்கிழமையைப் பாட்டி எதிர்பார்த்திருப்பாள்.

குமரேசனின் அம்மா சந்தைக்குப் போகக் கூடையை எடுத்துக் கொண்டு கிளம்பிக் காட்டுத்தடம் பிடித்து நடக்கத் தொடங்கியதும் குமரேசனைப் பாட்டி கூப்பிடுவாள். ‘சின்னவனே’ என்று அவள் அழைக்கும் குரல் கேட்டதும் துள்ளி வரும் அவனிடம் வளத்தித் தென்னையைக் கைகாட்டுவாள். மரத்தின் மேலேறினால் அம்மாவின் கண்ணில் படுமா என்பதைப் பார்த்தபடி அவன் ஏறுவான்.

அம்மாவுக்கு அந்த மரத்தில் அவன் ஏறுவது துளியும் பிடிக்காது. லேசாகக் காற்று அடித்தாலே ஒடிந்துவிழும் போலிருக்கும் மரத்தில் சின்னப்பையனை ஏறச் சொல்லலாமா என்று சண்டைக்கு வருவாள். குமரேசனும் அவன் அண்ணன் முருகேசனும் என்று இரண்டு பையன்கள் அவளுக்கு. கொழுந்தனார் வீடுகளில் பிள்ளைகள்தான் அதிகம். அதனால் எல்லார் கண்ணும் தன் பையன்கள் மேல் இருப்பதாகவும் யாருக்காவது ஏதாவது நேர்ந்தால் எல்லாரும் சந்தோசப்படுவார்கள் என்றும் அவள் நினைப்பு. பாட்டியை அவளுக்குப் பிடிக்கவே பிடிக்காது. வளத்தித் தென்னையில் ஏற வைத்துச் சின்னவனைத் தொலைப்பதுதான் பாட்டியின் எண்ணம் என்பாள். ‘கொழந்தப் பையன மரமேற வெச்சுத் தேங்கா புட்டுத் திங்கறாளே, இதெல்லாம் ஒரு பொழப்பா?’ என்று சாடை பேசும் அம்மாவுக்கு ‘பன்னண்டு வயசுப் பையன் இவளுக்குக் கொழந்தயா? இன்னம் பால் குடியா மறக்காத இருக்கறான்? உட்டுப் பாரு உம் பையன என்ன வேல செய்யறான்னு’ எனச் சிரித்தபடி பதில் பேசுவாள் பாட்டி. ‘இந்த வயசுல பேசற பேச்சப் பாரு. வாய் புழுத்துத்தான் சாவுவா கெழவி’ என்று சாபமிடுவாள் அம்மா.

‘சின்னவனே’ என்று குமரேசனை அழைப்பது எல்லாம் வேசம் என்றும் அப்படிப் பிரியம் இருந்தால் வளத்தித் தென்னையில் அவனை ஏற விடுவாளா என்றும் கேட்பாள். பெரிய ஆட்களே ஏறத் தயங்கும் மரத்தில் சின்னப் பையனை ஏறச் சொல்கிறாளே இவளெல்லாம் பெற்று வளர்த்தவள்தானா என்று ஏசுவாள். பாட்டி அது எதற்கும் மசிபவள் அல்ல. வளத்தித் தென்னையின் காய்களை இழக்க அவள் விரும்புவதில்லை. காற்றடிக்காத மத்தியான நேரத்தில் குமரேசனை ஏறச் சொல்வாள். இப்போது வளத்தித் தென்னையைத் தங்களுக்கு ஒதுக்கியதுகூடப் பாட்டியின் சதிதான் என்றாள் அம்மா.

பாட்டி எது செய்தாலும் அது தனக்கு எதிரானதாகவே இருக்கும் என்பது குமரேசன் அம்மாவின் அசைக்க முடியாத நம்பிக்கை. வளத்தித் தென்னை தங்களுக்கு வேண்டாம் என்று

சொல்லச் சொல்லி குமரேசனின் அப்பனைப் பின்னிருந்து வற்புறுத்தினாள். ஆனால் அவர் கேட்கவில்லை.

'ஒரு காத்து ஏறி அடிச்சா ஒடிஞ்சு உழுந்திரும் அந்த மரம். அதப்போயி நம்மளுக்குக் கைகாட்டுனான்னா பாத்துக்க உங்கொம்மாவோட வஞ்சனைய' என்றும் 'அந்த மரத்துல எம்பையனத் தவிர ஒராளும் ஏற முடியாதுன்னு தெரிஞ்சுக்கிட்டு அவனத் தொலைக்கவே இந்த வேலயச் செஞ்சிருக்கறா கெழவி' என்றும் பலவிதமாகப் பேசினாள்.

'அடிப் போடி. நூறு வெருசத்துக்கு மேல இருக்கற தென்னயப் பத்தி உனக்கு என்ன தெரியும். வெட்டிப் போட்டமுன்னா ரண்டு கட்டலுக்குக் குத்துக்காலும் சட்டமும் வந்திரும். சேவேறி வெளஞ்ச தென்னயில செஞ்ச கட்டலு பத்துத் தலமொறையின்னாலும் தாங்கும். அதுக்குத்தான் செரின்னு சொன்னன்' என்று குமரேசனின் அப்பன் விளக்கம் கொடுத்தும் அம்மாவுக்கு ஆறவில்லை.

பங்கு வைத்து ஐந்தாறு நாட்கள் இருக்கும். வளத்தித் தென்னையின் அடியில் நின்று அண்ணாந்து பார்த்தாள் அம்மா. குமரேசனும் ஆவலாய் அவளுக்கு அருகில் போய் நின்றான். வயதானதால் சிறுத்த மட்டைகள் கீழிருந்து பார்க்க மேலும் சிறுத்து சிறுபிள்ளை கைவிரித்து நிற்பதைப் போலத் தோன்றிற்று. அடி மட்டைகள் இரண்டு காய்ந்து விழத் தயாராகத் தொங்கிக் கொண்டிருந்தன. அவற்றிற்கு மேல் நுங்குக் குலைகள் போல இரண்டு குலைத் தேங்காய்கள் தெரிந்தன. இரண்டு குலைகளுமே அனேகமாக நன்கு முற்றியவையாகவே இருக்க வேண்டும். மரத்தில் ஏறி இரண்டு மாதங்களுக்கு மேலிருக்கும் என்று குமரேசனுக்குத் தெரியும். 'அந்தக் கொல ரண்டும் முத்தத் தேங்கா தாம்மா' என்று அம்மாவுக்குச் சொன்னான்.

இரண்டு குலைகளிலும் சேர்த்து எப்படியும் பதினைந்து காய்கள் இருக்கும். காய் நாலணா என்று வைத்துக்கொண்டாலும் சுளையாக மூன்று ரூபாய் வரும். ஒருவாரச் சந்தைச் செலவை ஈடுகட்டி விடலாம். அம்மாவின் மனதில் ஓடியவற்றைப் படித்தவனாய்க் குமரேசன் 'மெதுவா ஏறிப் புட்டுப் போட்டரம்மா' என்றான். அம்மா தயக்கமாய் அவனைப் பார்த்தாள். மட்ட மத்தியானம். எங்கும் வெயில் பரவித் தகித்துக்கொண்டிருந்தது. காற்று உறைந்துபோய் மூச்சுக்குக் கூட இல்லாதது போலத் தோன்றிற்று. எந்த நேரத்திலும் தென்னையில் ஏறுவது அவனுக்கு ஒன்றும் பிரச்சினையில்லை. ஆனால் இந்தச் சூழல் சாதகமாக அம்மாவுக்குத் தோன்றும் என்று அவளைத் தூண்டுவது போலக்

குமரேசன் பேசினான். ‘காத்தே இல்லம்மா. கண் மூடித் தொறக்கறதுக்குள்ள எறங்கீருவம்மா’ என்றான்.

அம்மா எல்லாப்புறமும் பார்த்தாள். ஒருவரையும் காணோம். முக்கியமாகப் பாட்டியின் தலை எங்கும் தெரியவில்லை. தெளிவில்லாத மனசோடும் கூம்பிய முகத்தோடும் ‘செரி பாத்து ஏறு’ என்று அனுமதி கொடுத்தாள். சட்டென மரத்தடிக்குச் சென்றான் குமரேசன். அடிமரத்தைத் தொட்டுக் கும்பிட்டுவிட்டுச் சரசரவென ஏறத் தொடங்கினான். மரத்தைத் தாவிப் பிடித்துக்கொண்டு நெஞ்சைப் பதிய வைத்து அவன் ஏறுவதைப் பார்க்க வவ்வால் கீழிருந்து மேலே பறப்பதைப் போலிருந்தது. ‘மெதுவாடா’ என்று அம்மா சொல்லச் சொல்ல அவன் பாதி மரம் ஏறிவிட்டான். அதற்கும் மேல் ஏற அவன் உள்ளம் உற்சாகம் பொங்கிப் பரபரத்தது. அம்மாவின் குரல் மெலிந்துகொண்டே வந்தது. அம்மா என்ன சொன்னாலும் இனி அவன் விருப்பம்தான். ஆனால் இன்னொரு முறை ஏற அவள் அனுமதி கொடுக்கும் வகையில் நடந்துகொள்ள வேண்டும் என்னும் எண்ணம் மட்டும் அவனுக்கிருந்தது.

மரத்தின் உச்சிக்குப் போகப் போக லேசாக அதன் தலை அசைந்தது. இப்போது அம்மாவின் குரல் தூரத்து மைனாவின் கீச்சுக்குரலாய் மெலிந்து மேலேறி வந்தது. ‘பாத்துப் பாத்து’ என்றோ ‘மெதுவாடா’ என்றோ அந்தக் குரலுக்கு அர்த்தமிருக்கும். ஒருவேளை பயந்துபோய் ‘வேண்டாம். எறங்கு’ என்றுகூடச் சொல்லலாம். இனிமேல் அதற்கு வாய்ப்பில்லை. அவன் வெற்றுடம்பில் சுளீரிட்ட வெயில் மேலே போகப் போக இதமாய் மாறிக்கொண்டிருந்தது. அவன் வழக்கப்படி அங்கிருந்து லேசாகக் குனிந்து கிணற்றைப் பார்த்தான். கிணற்றின் அடிப்பகுதி வெயில் வெளிச்சத்தில் நன்றாகத் தெரிந்தது. நீர் குறைவாக இருந்ததால் நீரை ஊடுருவிச் சென்ற கதிர் கிணற்றுத் தரையைத் தெளிவாகக் காட்டியது. அவன் குனிந்து பார்ப்பதைக் கண்ட அம்மா கத்தினாள். அவளின் அபாயக் குரல் கேட்டதும் சிரித்தபடி மேலேறினான். தென்னையின் கழுத்துப் பகுதி ஒற்றைக் கைக்கு அடங்கும் அளவில் சிறுத்திருந்தது. அங்கிருந்து கையை அப்படியே விட்டுவிட்டுக் காற்றிலே பறந்துவிடலாம் எனத் தோன்றிற்று. அந்த எண்ணத்தை அனுபவிக்கக்கூட அம்மாவின் குரல் விடவில்லை.

தொங்கிக்கொண்டிருந்த அடிமட்டைகளை ஒரு கையால் இழுத்துக் கீழே விட்டான். பறவையின் வெட்டிச் சரித்த இறக்கைகள் போல இரண்டும் தரையைச் சென்று அடைவதைக் கண்டான். பன்னாடைகள் சிலவற்றை இழுத்து எறிந்தான். காற்று

இல்லை என்றாலும் பன்னாடைகள் மட்டைகளைப் போல வேகமாகச் செல்லவில்லை. உதிரும் இறகுகளாய் அவை பயணம் செய்தன. மேல் மட்டையைப் பற்றிக் குருத்துக்குச் செல்லலாமா என்று நினைத்தான். ஆனால் அம்மா பதறிப் போவாள். அதனால் குரல்வளையை நெரித்தேறிக் குலைகளைப் பார்த்தான். காய்கள் பச்சை மாறி மஞ்சள் பூக்கத் தொடங்கியிருந்தன. காயைத் தொட்டதும் உடல் முழுக்கக் குளிர்ச்சி பரவியது. லேசாகத் தடவிப் பார்த்தான். உருண்டையாகத் திரண்டிருந்த காய் பரவசம் ஊட்டிற்று. இதுதான் சரியான பதம். 'தாத்தா காலத்துல இருந்து இப்ப வரைக்கும் நீ கொமரிதான் போ' என்று அதனிடம் சொல்லிச் சிரித்தான்.

அடிக்காயின் தலையில் கைவைத்து அழுத்தியதும் அது பூப்போலப் பாளை விட்டு நீங்கிக் கீழிறங்கியது. அடுத்தடுத்த காய்களைப் பரவசத்தோடு தொட்டு அப்படியே உதிர்த்தான். காய்கள் ஒன்றுகூடக் கிணற்றுப் பக்கம் போகாமல் காட்டுப்பக்கம் விழும்படி தள்ளினான். ஒன்றன்பின் ஒன்றாக அவை வந்து தரை சேரும் வேகம் பார்த்து அம்மாகூட அதிசயப்பட்டுத் தூரத்தில் ஒதுங்கி நின்றாள். இரண்டு குலைகளையும் உதிர்த்ததும் மனமேயில்லாமல் இறங்கினான். ஏறும் நேரத்தில் கால்வாசிகூட இறங்க ஆகாது.

கால்களை நீள வைத்து அவன் இறங்குவதற்குள் அம்மா காய்களை ஒருபக்கமாகப் போட்டுக்கொண்டிருந்தாள். காய்கள் விழுந்த சத்தம் கேட்டு வெயில்நேரக் கண்ணசரல் கலைந்து பாட்டி மரத்தடிக்கு வந்திருந்தாள். காய்களைப் பொறுக்கிக் கொண்டிருந்த முசுவில் பாட்டியை அம்மா பார்க்கவில்லை. இறங்கி மரத்தைத் தொட்டுக் கும்பிட்டுவிட்டு நகர்ந்த குமரேசனைப் பார்த்துச் சிரித்தபடி பாட்டி சொன்னாள்.

'உங்களுக்குன்னு வந்தொடன எப்பிடி இப்ப உங்கொம்மா பயப்படாத ஏறச் சொன்னா? எல்லாம் தனக்கு தனக்குன்னா தம்புடுக்கும் கள வெட்டும் டோய்.'

சட்டெனத் திரும்பிய அம்மா 'அறியாப் பையன் ஏறிப் புடறன் புடறன்னு வக்குபருத்தரான்னு தொணைக்கு வந்தன். வளத்தி மரத்துல ஏறப் பழக்குனது நானா? தாயி பேச்சக் கேக்குதா இந்த நாயி?' என்றாள் அம்மா.

இருவரும் இப்படி மூன்றாம் மனிதரை வைத்துச் சாடையாகப் பேசுவதுதான் வழக்கம். காய்களை ஒருபக்கமாகக் குவித்து வைத்துவிட்டு அவனைப் பார்த்துப் 'போயிக் கூடைய எடுத்தாடா' என்று அவனை ஏவினாள் அம்மா. அவனை விட்டுவிட்டுப் போனால் பாட்டிக்கு ஒன்றிரண்டு காய்களைக்

கொடுத்துவிடக் கூடும் என்னும் பயம். இனி அவ்வளவுதான். இரண்டு மூன்று மாதம் கழிந்தால் இதுபோல ஒன்றிரண்டு குலை கிடைக்கலாம். அதன்பின் மரம் ஏறுவதைப் பற்றி அவனை ஒன்றும் சொல்வதில்லை அம்மா. என்றாலும் பாட்டியைத் திட்ட வேண்டும் என்றால் பட்டியலில் வளத்தித் தென்னையை ஒதுக்கிய விஷயமும் சேர்ந்தே இருக்கும்.

காட்டுப்பக்கம் போகும் போதெல்லாம் குமரேசன் வளத்தித் தென்னையை ஒருமுறை அண்ணாந்து பார்ப்பான். அதன் உயரமும் மட்டை உதிர்ந்த தழும்புகள் மறைந்து வழவழத்த உடலும் அவனை வசீகரமூட்டி அழைத்தன. யாரும் இல்லாத போதில் சும்மா ஏறிப் பார்க்கலாம் என்று தோன்றுவதுண்டு. எவராவது வந்துவிடக் கூடும் என்னும் பயத்தில் கட்டுப்படுத்திக் கொண்டு நகர்ந்துவிடுவான். அன்றாடம் மரத்தைக் கவனிக்கத் தவறியதே இல்லை. அருகிலே சென்று அடிமரத்தில் கைவைத்துத் தழுவியபடி அதனிடம் ஒன்றிரண்டு வார்த்தைகள் பேசாமல் வரமாட்டான். ‘அப்பறம் வர்றன்’, ‘நல்லா நெறையாக் கொல உடு. அப்பத்தான் நான் ஏறி வர முடியும்’, ‘நான் இருக்கறன். ஒன்னுக்கும் கவலப்படாத’ என்று எதையாவது உளறிக் கொட்டுவான்.

சில நாட்களாகப் பருந்து ஒன்று மரத்தில் வந்து அமர்ந்திருப்பதைக் கண்டான். குருத்தோலைக்குக் கீழிருந்த மட்டையில் வெகுநேரம் அது உட்கார்ந்திருக்கும். பின் நினைவு வந்ததுபோல வானில் பறந்து மறையும். பருந்தை அப்படியே விட்டால் அது தன் இடமாக்கிக்கொள்ளக்கூடும் என்னும் பயம் வந்தது. இளைப்பாறும் பருந்து பிறகு கூடு வைக்கலாம். வைத்துவிட்டால் அது குஞ்சு பொரித்து வெளியேறும் வரை மரத்தின் பக்கம் அணுக முடியாது. நிரந்தரமாகப் பருந்து மரத்தைத் தன்னுடையதாக்கிக் கொள்ளலாம். கீழிருந்து கத்திப் பார்த்தான். கையை உயர்த்தி விரட்டினான். கல்லெடுத்து எறிந்தான். கல் மரத்தின் பாதியைக்கூட எட்டவில்லை. பருந்து அவன் செயல்களை வேடிக்கை பார்த்தபடி அசைவில்லாமல் மட்டையில் உட்கார்ந்திருந்தது.

அவனுக்குக் கோபம் தாளவில்லை. பெரிய கல்லொன்றை எடுத்துப் போய் அடிமரத்தில் பட்பட்டென்று கொட்டினான். அது மரம் முழுக்க அதிர்ந்து எதிரொலித்தது. என்னவென்று அறியாமல் பயந்துபோன பருந்து விர்ரெனப் பறந்தது. அடுத்த நாளும் அதே முறையைப் பின்பற்றிப் பருந்தை ஓட்டினான். நான்கைந்து நாட்களுக்குப் பிறகு பருந்து வருவதை நிறுத்திக்கொண்டது. வேறிடம் பார்த்திருக்கும் என நினைத்துக்கொண்டான்.

மரம் பாளை விடுவதிலிருந்து அதன் அன்றாட வளர்ச்சியைப் பார்த்து இன்னும் எத்தனை நாளில் மரமேறலாம் என்று கணக்கிட்டான். சாதாரண மரங்களில் ஏறும் வாய்ப்புக்குப் பஞ்சமில்லை என்றாலும் அவற்றில் அவன் மனம் ஈடுபடவில்லை. வளத்தித் தென்னையைப் போல வசீகரமும் சாகசமும் வேறெதிலும் இல்லை.

தேங்காய் முற்றுவதற்கு முன்னரே மரத்தில் ஏறும் வாய்ப்பு அவனுக்கு ஏற்பட்டது. பாட்டிக்கும் அம்மாவுக்கும் ஏதோ ஒரு சிறு பிரச்சினையில் சண்டை வந்துவிட்டது. இருவரும் ஒருவர் மீது ஒருவர் ஏராளமான குற்றச்சாட்டுக்களைச் சுமத்திக் கத்திக் கொண்டனர். ‘வளத்தித் தென்னய எனக்கு ஒதுக்கி எம்பையனக் கொல்லப் பாத்த பாதகத்திதான நீ’ என்று அம்மா பேசிக் கொண்டிருந்தபோது குமரேசன் அந்த இடத்திற்குப் போனான். அம்மா கையை நீட்டிக் கத்துவதைப் பார்க்கச் சகிக்கவில்லை. ‘பேசாத வாம்மா’ என்று அடக்கி இழுத்துச் செல்லப் பார்த்தான்.

அம்மாவின் கோபம் முழுக்க அவன் மேல் திரும்பி விட்டது. ‘இந்த நாயும் அப்பனாட்டமே அவ முந்தானையப் புடிச்சிக்கிட்டுக் கெடக்கறான். நீயெல்லாம் ஒழுங்காச் சொல் பேச்சுக் கேட்டிருந்தா வளத்தித் தென்னய நம்ம தலயில கட்டி இருப்பாளாடா கெழவி? எனக்குன்னு வந்து பொறந்தயே’ என்று திட்டியபடி அவன் முதுகில் ஓங்கி அடித்தாள். தலைமயிரைக் கொத்தாகப் பிடித்துத் தலையைக் கீழே அழுத்தி இடக்கையால் முதுகில் அறைந்தாள். வெறிநாயிடம் மாட்டிக்கொண்டு விடுபட முடியாமல் தவித்தான் குமரேசன். தூரத்தில் நின்று சிரித்தபடி இதைப் பார்த்துக்கொண்டிருந்தான் அவன் அண்ணன். அவன் அப்படி ஓர் அடியை எதிர்பார்க்கவில்லை. பாட்டியின் மேலிருந்த கோபம் முழுக்க அவன் முதுகில் இறங்கிவிட்டது. தலையைச் சிலும்பிப் ‘போ’ என்று அவளை உதறித் தன்னை விடுவித்துக் கொண்டு தூர வந்தான். அவனுக்குக் கோபமும் அழுகையும் வந்தன. அம்மாவின் கத்தலும் பாட்டியின் பதிலும் என அவன் காதில் விழுந்துகொண்டே இருந்தன.

விசும்பலுடன் கிணற்றோரம் வந்தவன் கண்ணில் மரம் பட்டது. என்ன நினைத்தானோ தெரியவில்லை. அருகிலே போய் நின்று கொண்டு ‘எல்லாம் உன்னாலதான்’ என்று அடிமரத்தை அறைந்தபடி அழுதான். பின் சரசரவென்று மரத்தைப் பற்றி ஏறினான். மாயத்தில் மர உச்சிக்குப் போய்விட்டான். அடி மட்டை ஒன்று லேசாகப் பழுக்கத் தொடங்கியிருந்தது. அதில் கை வைக்காமல் மேல் மட்டையை எட்டிப் பிடித்து எம்பி ஏறிக் குருத்துக்குப் போனான். மரம் உயரம் என்பதால் எலியோ

பாம்போ ஏறியிருக்க வாய்ப்பில்லை. என்றாலும் கொஞ்சம் சத்தம் எழுப்பித் தட்டிப் பார்த்துக்கொண்டான். இவையெல்லாம் அனிச்சையாக அவனுக்குக் கைவந்திருந்தன.

வளத்தி மரத்தின் குருத்துக்கு ஏறி உட்கார்ந்து பார்க்க வேண்டும் என்னும் ஆசை அப்போதுதான் நிறைவேறியது. அம்மாவின் மேலான கோபம் கொஞ்சம் குறைந்த மாதிரி தெரிந்தது. அடிமட்டைக்கும் குருத்துக்கும் இடையில் இரண்டடுக்கு மட்டைகள் இருந்தன. அவற்றில் ஓரடுக்கு விரிந்திருந்தது. குருத்தை ஒட்டிய அடுக்கு தலைக்கு மேல் உயர்த்திய கைகளைப் போல நேராக நிமிர்ந்திருந்தது. குருத்தை ஒட்டிய அடுக்கு மட்டைகள் இரண்டில் கால்களை அகட்டி வைத்துக் குருத்தின் மேல் சாய்ந்து வசதியாக உட்கார்ந்தான். மெலிந்த பாளைகள் நான்கைந்து அங்கங்கே தெரிந்தன. ஒன்றில் மட்டும் குரும்பை பசுமையாகக் கண்ணை ஈர்த்தது.

அம்மாவின் கை விளாறு வீசிய வலி நினைத்துக் கொஞ்ச நேரம் அழுதான். நேரம் போகப் போக அழுகை அடங்கிற்று. மேலிருந்து பார்க்க வேண்டும் என்னும் ஆசை நினைவுக்கு வந்தது. சாவகாசமாக இப்படி உட்கார்ந்து பார்க்க ஒருபோதும் வாய்த்ததில்லை. வானைப் பார்த்தான். கீழே இருந்த போது மரத்தின் உச்சிக்கு வந்துவிட்டால் வானை எட்டிப் பிடித்துவிடலாம் என்று நினைத்தது எவ்வளவு தவறு என்று தோன்றியது. இன்னும் பழைய உயரம் அப்படியே இருந்தது. பொழுது மேற்கு வானில் சாய்ந்திருந்தது. லேசான ஈரக் காற்று வந்து முகத்தில் மோதியது. அவன் தலைக்கு நேராய்ப் பறந்து சென்றன காக்கைகள். ஒரு காக்கை தென்னையில் உட்கார வந்து அவனைப் பார்த்து அதிர்ந்து தடுமாறி மீண்டும் பறந்தது. காற்றில் தடுமாறி விரிந்த அதன் இறக்கைகளை நெருக்கத்தில் கண்டான்.

தென்னையின் எதிர்ப்பக்கம் வந்து அதேமாதிரி உட்கார்ந்து கொண்டு கிணற்றைப் பார்த்தான். செவ்வக வாயாய் மேலே திறந்திருந்த கிணறு பெருங்குகையாய்த் தெரிந்தது. எட்டிப் பார்த்தான். கிணற்றில் பாதிக்கு மேல் நீர் இருந்தால் மரத்தின் மேலிருந்து அப்படியே தாவிக் குதிக்கலாம். ஆழம் எந்தச் சேதமும் இன்றி உள்ளிழுத்துக் கொள்ளும். எல்லாவற்றையும் பார்த்துக்கொண்டிருக்கும்போதே கண்கள் சொக்கின. குருத்தில் முதுகை நன்றாகச் சாய்த்துக்கொண்டான். கால்களைக் கவையாக்கி மட்டைகளில் பற்றிக்கொண்டான். அப்படியே தூங்க ஆரம்பித்தான்.

எவ்வளவு நேரம் தூங்கினான் என்பது தெரியவில்லை. காற்றில் மட்டைகள் ஆடும் ஓசை கேட்டு விழித்தான். வளத்தித் தென்னையை காற்று வளைத்திருந்தது. சுற்றிலும் காற்று என்பதால் மரத்தின் தலை ஒருபக்கம் சாய்ந்து பின் எழுந்தது. சாயும்போது குமரேசனும் சாய்ந்தான். கால் கவட்டியை இறுக்கிக் கொண்டான். மரத்திற்குக் கீழே ஒரே செம்புழுதி. வானில் கருமுகில்கள் கலைந்து நகர்ந்தன. மழை பெய்தால் பரவாயில்லை. காற்றும் புழுதியும் அடங்கிவிடும். ஆனால் முகில்கள் வேகமாகக் கலைந்தன. மரத்தின் தலை ஒவைந்து பேயாட்டம் போட்டது. வசமாகச் சிக்கிக்கொண்டதை உணர்ந்தான்.

இந்தச் சமயத்தில் இறங்க முடியாது. கால் லேசாகப் பிறழ்ந்தால் போதும். தலை குப்புறக் கீழே போக வேண்டியதுதான். காற்றின் வீசலில் தூக்கி எறியப்பட்டுக் கிணற்றுக்குள்ளும் போய் விழலாம். மரத்தின் தலை ஒடிந்து அதோடு சேர்ந்து கீழே போய் விழவும் நேரலாம். என்ன ஆகுமென்று தெரியவில்லை. புழுதி கலைந்தபோது கீழே பார்த்தான். ஏழெட்டு மனிதத் தலைகள் தென்பட்டன. எல்லாரும் அண்ணாந்து மரத்தையே பார்த்தபடி கை நீட்டிக் கத்திக்கொண்டிருப்பது தெரிந்தது. சத்தம் எதுவும் வந்து சேரவில்லை.

அவனுக்குக் காற்றுப் போதவில்லை. கால்களும் கைகளும் குப்பென்று வியர்த்தன. கால் வழுக்கி விடுமோ என்று பயந்தான். சுழற்றலில் மரம் ஒருபக்கம் சட்டெனச் சாய்ந்து மீண்டது. மட்டைகளின் இடைவிடாத ஓலம். ஏதும் செய்ய இயலவில்லை. மரத்தில் கட்டுண்டு கிடப்பதைத் தவிர வழியில்லை. காற்றின் வாகுக்கு ஏற்ப மெல்லக் கால்களை எடுத்துக் குருத்தைச் சுற்றிக் கொண்டு வந்தான். தளதளவென்றிருந்த குருத்தை இருகைகளாலும் கட்டி அணைத்து இறுகப் பிடித்துக்கொண்டான். ‘உன்னோட சேத்துக்க. என்னய உட்ராத’ என்று முனகினான். கன்னத்தில் மோதிய குருத்து வருடி வருடிச் சென்றது. கண்களை மூடி அப்படியே கிறங்கினான். இதுவரை அவன் அறிந்திராத பெருமழைத் துளி ஒன்று அவன் முகத்தில் வந்து விழுந்தது.

●

***அந்திமழை*, இதழ் 1, ஆக. 26 – செப். 25, 2012**

மன்னாசமுத்திரம்

பெருமழைச் சொட்டுக்கள் முத்தான் நெற்றிப் பொட்டில் வெங்கச்சங்கற்களாய் விழுந்தன. வானத்தை அண்ணாந்து பார்த்தான். கருகும்மென்று இருந்தது. வெகுநேரம் நூல் பிடித்தாற் போல் கொட்டிய மழை இப்போது சொட்டுக்களாய்க் குறைந்திருக்கிறது. இப்படியே படிப்படியாகக் குறைந்தால் நல்லது. மூன்று நாட்களாக இடைவிடாமல் பெய்து சலிக்கிறது. எல்லா இடமும் நசநசத்து ஈரம். ஆடுகள் ஒருநிமிடம்கூடப் படுக்க முடியாமல் நின்றுகொண்டே இருக்கின்றன. ஒருவேலையும் ஓடவில்லை. புற்கள் அழுகத் தொடங்கிவிட்டன. கடலைக்கொடிப் போர் இருப்பதால் ஆடுகள் அரைவயிறாவது நிரம்புகின்றன.

அண்ணாந்த முகத்தில் மழைச்சரம் வந்து தாக்கத் தொடங்கியது. உடனே கொட்டாய்க்குள் போய், கட்டில் மேல் உட்கார்ந்துகொண்டான். மழையின் வேகம் கூடக்கூட உள்ளேயிருந்த வெள்ளாடுகளின் கத்தல் கூடியது. என்னவாகுமோ தெரியவில்லை. ஏரியில் தண்ணீர் நிறைந்து ஐந்தாறு ஆண்டுகள் இருக்கும். அப்போதும் இப்படித்தான். ஒன்றுக்கிருக்கக் கூட வெளியே போக விடவில்லை. ஏரிக்கரை ஓரமாய் இருக்கும் அவன் காட்டில் கடலை போட்டிருந்தான். ஏரி நிறைந்து காடு முழுக்கத் தண்ணீருக்குள் மூழ்கிவிட்டது. மதகில் வழிந்து வெளியேறிக் கொண்டேயிருந்தாலும் காட்டில் நின்ற தண்ணீர் மட்டம் குறையவே இல்லை. பூத்துச் செழித்திருந்த கடலைக் கொடிகள் அழுகி நீர்ச்சமாதி ஆகிவிட்டன. ஓர் ஏக்கரில்

போட்டிருந்த கடலை முழுக்கவும் காலி. ஆடுகளுக்குக் கொடி பிடுங்கக்கூட வழியில்லை. இந்த வருசம் என்னவாகுமோ?

ஆட்டுக்கொட்டாயை விட்டுத் ஓலைக்குடையைப் பிடித்துக் கொண்டு வீட்டுக்குச் சோறுண்ணப் போனான். இருட்டில் தடுமாற்றம். பழகிய வழிதான் எனினும் தேங்கியும் ஓடியும் வெள்ளம் பாதையைப் புதிதாய் ஆக்கிவிட்டிருந்தது. எடுத்து வைக்கும் அடிதோறும் மழை தாக்கியது. இது இப்போதைக்கு ஓயாத பேய் மழைதான். மழையைப் பற்றிப் புலம்பிக்கொண்டே சோறு போட்டாள் செல்லாயி. அவன் ஒரு வார்த்தையும் பேசாமல் உண்டான். 'எதுக்கு இப்பிடி உம்முனு இருக்கற? ஒலகத்துல கோடானு கோடி உசுரு வாழுது. ஊடு கட்டி ஒதுங்கிக் கெடக்கற மனசனே இப்பிடிக் கஷ்டப்பட்டா அதுவெல்லாம் என்ன பண்ணும்? ஒரு பத்து நாளைக்கிக் கஷ்டப்பட்டா வருசம் பூரா வளமா இருக்கலாம். தொரசாமி மனசு வெச்சா இந்த வெருசம் ஏரி நெறஞ்சிரும். சனங்க நெல்லஞ்சோறு தின்னும். ஒன்னயும் நெனைக்காத போயிப் போத்திப் படு போ' என்றாள் அவள். அவனுக்கு அவளைப் பிடித்திழுத்து இரண்டு சாத்தலாமா என்றிருந்தது. ஏரி நீருக்குள் மூழ்கப் போகும் கடலைக்கொடி பற்றி அவள் வாயிலிருந்து ஒரு வார்த்தையும் வரவில்லை.

எதுவும் பேசாமல் சோறுண்டு விட்டுத் திரும்பும்போது லாந்தரைக் கையில் கொடுத்துவிட்டாள். காலடிக்குள் வெளிச்சத்தைத் தந்தது அது. அவன் யோசனை கடலைக்காட்டை எப்படிக் காப்பாற்றுவது என்றேதான் ஓடியது. ஏரிக்குக் காட்டை அரசாங்கம் எடுத்தபோது ஏரி நிரம்பினால் காட்டுக்குள் தண்ணீர் நிற்கும் என்பது தெரிந்தேதான் இருந்தது. என்றாலும் 'எப்பவோ ஒரு வருசம் தண்ணி வருதுன்னு காட்ட உட்டற முடியுமா? அந்தக் காட்டுல நம்மளாட்டம் எளிய வெள்ளாமை எதுனா வெச்சுக்க வேண்டியதுதான்' என்று அவன் அப்பன் சொல்லியிருக்கிறார்.

அப்பன் இருந்த வரைக்கும் சோளம்தான் விதைப்பார். சோளப்பயிர் ஆளுயரம் நிற்கும். ஏரி நிறைந்தாலும் கணுக்கால் அளவு தண்ணீருக்குள் போய்ச் சோளத்தட்டைப் பிடுங்கி வந்துவிடலாம். ஆனால் முத்து அந்தக் காட்டில் எப்போதும் கடலைதான் போடுகிறான். செம்மண் காட்டில் கொடிக்கடலை போட்டால் கொத்துக்கொத்தாகக் காய்க்கும். அந்த ஆசைதான். இந்த வருச மழையில் எப்படியும் ஏரி நிறைந்துவிடும். காட்டோடு கடலை போய்விடும். சோளம் விதைத்திருந்தால் பிரச்சினை இல்லையே என்று இந்த மாதிரி சமயத்தில் தோன்றும். என்றாலும் ஆசை விடுவதில்லை. கடலையை எப்படியாவது காப்பாற்ற

முடிந்தால் போதும். அடுத்த வருசம் சோளம் விதைத்துக் கொள்ளலாம் என்று நினைத்தான். எப்படிக் காப்பாற்றுவது?

ஆட்டுக் கொட்டாயில் தூக்கமின்றி படுத்துக்கிடந்தான். கொட்டாயின் மேல் மழை கொட்டுவதையும் அது குறைந்து சிணுங்குவதையும் ஓலைச் சத்தத்தை வைத்தே உணர்ந்தான். மழை பெரும்பாலும் ஊற்றிக்கொண்டேதான் இருந்தது. காட்டுக்குள் தண்ணீர் நிற்காமல் செய்ய வேண்டுமானால் ஏரி மதகு இன்னும் கொஞ்சம் உயரம் குறைந்திருக்க வேண்டும். தோளுயர மதகில் ஓரிடத்தில் மார் அளவு உடைப்பை ஏற்படுத்திவிட்டால் போதும். காட்டுக்குள் ஒரு சொட்டுத் தண்ணீர் நிற்காது. உடைத்து விட்டால் யாராவது கண்டுபிடித்து விடுவார்களா? அவன் காடு மட்டுமல்ல, இன்னும் சிலரின் காடுகளுக்கும் இந்தக் கதிதான். ஆக யாரென்று தெரியும்? ஒவ்வொரு முறை ஏரி நிரம்பும்போதும் இந்த யோசனை மனதில் வரும். செயல்படுவதற்குள் காலம் கடந்துவிடும். இந்த முறை அப்படி ஆக விடக்கூடாது.

ஏரியின் வால் பகுதியில் கொஞ்சம் பேர் கொட்டாய் போட்டுக் குடியிருக்கிறார்கள். இந்நேரம் அவர்கள் காலி செய்துகொண்டு மேடேறி இருப்பார்கள். அவர்கள்கூட மதகை உடைத்துவிட வேண்டும் என்று நினைத்திருக்கலாம். யார் யார் மீதோ சந்தேகம் வர வாய்ப்பிருக்கிறது. மதகை உடைத்து விட வேண்டியதுதான் என்று நினைப்பு பலமாக ஓடியது. சாக்குப் போர்வைக்குள் நெண்டிக்கொண்டே கிடந்தான். வெகுநேரத்திற்குப் பிறகு ஒரு முடிவோடு எழுந்தான். மழை வலுத்துத்தான் இருந்தது. சாக்கைப் போர்த்திக்கொண்டு ஓலைக்குடையுடன் வெளியே வந்தான். லாந்தர் வேண்டாம். கொட்டாயின் ஓரத்தில் ஓடும் மழை நீரில் நீண்டு கிடந்த கடப்பாரையை எடுத்துக்கொண்டான். ஈரத்தில் விறைத்திருந்த கை கடப்பாரையைப் பிடித்ததும் சூடு கொண்டதாக மாறியது போலிருந்தது. மழைக்குள் நடந்தான்.

இத்தனை அடர்இருளை அவன் வாழ்நாளில் கண்டதில்லை. தடம் அவனுக்குப் பழக்கமானதுதான். கால்களை வேண்டு மென்றே சத்தம் வரும்படி ஓங்கி வைத்து நடந்தான். சேறு தெறித்துக் கால்களில் அப்பியது. எனினும் காலடிச் சத்தம் கேட்டுப் பூச்சி பொட்டுகள் பயந்தோடும் என்று அப்படியே நடந்தான். நேரத்தை அனுமானிக்க முடியவில்லை. பொரியை இறைத்ததுபோல நிறைந்திருக்கும் வானம் இப்போது இருப்பதே தெரியவில்லை. கடப்பாரையால் மதகை இடிப்பது சுலபமாக இருக்குமா? பலகாலமாகி விட்ட ஏரி. அவனுடைய அப்பன் சின்னப் பையனாக இருக்கும்போது கட்டிய ஏரி. இந்தப்

பக்கத்துக் கிணறுகள் எல்லாம் வருசாவருசம் தை தொடங்கியதும் காய்ந்துவிடும். ஐந்தாறு மாதங்களுக்குத் தண்ணீர் பெரும்பாடு. மாடுகன்றுகளை விற்றுவிட்டு மழை வந்தபின் புதிதாக வாங்கிக் கொள்ள வேண்டியதுதான். தண்ணீர் இல்லை என்றால் எதுவுமில்லை. வேண்டாத சாமியில்லை. வைக்காத வேண்டுதல் இல்லை.

ஒரு வருசம் இந்தப் பக்கம் குதிரையில் வந்த வெள்ளைக்காரத் துரை ஒருவருக்குத் தாகம். தொண்டை வறண்டு எச்சிலும் வற்றிப் போய்விட்டது. எங்காவது ஒருகை தண்ணீர் கிடைத்தால்தான் உயிர் பிழைத்துக் கிடக்கும் என்னும் நிலை. வழியில் இருந்த கிணறுகள் எல்லாம் வற்றிக் கிடந்தன. தாங்கள் குடித்துக் கொண்டிருந்த சேற்றுத் தண்ணீரைத் துரைக்குக் கொடுக்க எல்லாருக்கும் தயக்கமாக இருந்தது. என்றாலும் உயிர்க் காரியம். எத்தனை வேகமாகக் குடித்தாரோ அதே வேகத்தில் எக்கி வாந்தி எடுத்தார். அந்தத் துரைதான் இந்த ஏரியைக் கட்டுவதற்குக் காரணம். ஏரி என்றால் சாமான்யப்பட்ட ஏரி அல்ல. சமுத்திரம். ஊருக்கே அப்படிப் பேராகிவிட்டது. 'மன்னாசமுத்திரம்.' துரையின் பேர் மன்றோ. அவர் பேரை வைத்து 'மன்றோ சமுத்திரம்' என்று வைக்கப்பட்ட பெயர் இப்படியாகிவிட்டது.

எங்கெங்கோ இருந்து வேலை செய்ய ஆட்கள் கூட்டம் கூட்டமாய் வந்தார்கள். மண்ணை வெட்டுவதும் கூடையில் அள்ளிக் கொண்டுவந்து கொட்டுவதுமாய் வருசக்கணக்கில் வேலை நடந்தது. ஏரிக்கரையை மலைபோல உயர்த்த வேண்டும் என்றால் சும்மாவா? ஊரில் யாரும் அப்போது வெள்ளாமைக் காட்டுப் பக்கம் போகவில்லை. ஏரி வேலைதான். ஏரி வந்துவிட்டால் முப்போகம் நெல் நடலாம் என்று ஆசைப்பட்டார்கள். ஒரு வருசம் வீசியடித்த பெருமழையில் ஏரிக்கரை தூர்ந்து பாதி காணாமல் போயிற்று. என்றாலும் துரை அசரவில்லை. ஒரு வருசம் மழை முடிந்ததும் மதகைக் கட்டும் வேலை தொடங்கிற்று. மறுமழை வரும் முன் அதை முடித்தாக வேண்டும். மதகை மட்டும் சுண்ணாம்பும் முட்டையும் கலந்து கட்டுவதற்கு ஆறுமாதமாயிற்று.

ஏரி கட்டி முடித்த வருசம் நல்ல மழை. ஏரி நிரம்பியது. சுற்று வட்டாரக் கிணறுகளில் எல்லாம் கடைபோக நீர் ததும்பிற்று. அந்தப் பக்கத்துத் தண்ணீர்ப் பிரச்சினை தீர்ந்துவிட்டது என்று தெரிந்த துரையின் கண்களில் ஆனந்தக் கண்ணீர். துரையின் கால்களில் விழுந்தும் கையெடுத்தும் கும்பிட்ட மக்கள் அனேகம். அவரை எல்லாரும் கடவுளாகவே நினைத்தார்கள். இதைச் சொல்லிவிட்டு அவர் அப்பன் சொல்வார், 'ஏரியில வருசவருசம்

தண்ணி வல்லீனாலும் இந்தப் பக்கம் கெணத்துல குருவி குடிக்கற அளவுக்காச்சும் தண்ணி கெடக்கறது அந்த தொரசாமியாலதான்.' ஏரிக் கரையோரம் காவலுக்கு வைக்கப்பட்ட முனியப்பன் கோயிலில் ஒருபக்கம் முழுக்கால் அங்கராக்கும் சட்டையும் போட்டுக்கொண்டு கையில் துப்பாக்கி பிடித்தபடி துரைசாமி சிலையும் நிற்கிறது. முனியப்பனுக்குப் போலவே துரைசாமிக்கும் பூசை உண்டு. ஏரிப் பாசனத்தைப் பயன்படுத்தும் குடும்பங்களில் ஒவ்வொரு தலைமுறையிலும் ஒரு பையனுக்குத் துரைசாமி என்று பெயர் இருக்கும்.

முத்தான் ஏரிக்கரைக்குப் போய்ச் சேர்ந்தபோது எங்கிருந்தோ வந்து ஏரிக்குச் சேரும் நீரின் பேரோலம் கேட்டது. இருளில் ஒன்றும் தெரியவில்லை. ஒரு மின்னல் பளீரிட்டு மறையும்போது பார்த்தான். இன்னும் ஏரி நிறையவில்லை. தலைதட்டும் அளவு நீர் தெரிந்தது. ஏரி இரவுக்குள் நிரம்பிவிடும் என்பதை நீரோலம் உணர்த்தியது. ஏரிக்கரையிலும் ஏரிக்குள்ளும் வளர்ந்திருக்கும் முட்களையும் மரங்களையும் ஆள்விட்டு வெட்டி வைத்திருந்ததால் அவனுக்குத் தடுமாற்றம் ஏதுமில்லை. எல்லாவற்றையும் சுத்தம் செய்து வைத்திருந்தும் பல வருசம் ஏமாற்றிவிடும் மழை. ஏரி காவலுக்கும் ஓர் ஆளைப் போட்டு வைத்திருப்பார்கள். மழைக்காலம் முடியும் மட்டும் காவலிருந்தால் போதும்.

ஏரிக்கரை மீது நின்று பார்த்தபோது அவன் காடு முழுக்கவும் இருளாகத் தெரிந்தது. மறுமின்னல் அடிக்கும்வரை காத்திருந்தான். அடுத்த மின்னல் இடியோடு வந்திறங்கியது. அவன் காடு முழுக்கத் தளதளவென்று கடலைக் கொடிகள் அகண்டு படர்ந்திருந்த அழகை ஒருகணம் கண்டான். காட்டுக்குள் நீரேற்றம் தொடங்கி யிருந்தது. விடிவதற்குள் எல்லாம் நீருக்குள் மூழ்கிவிடும். இந்த வருச உழைப்பு முழுக்கப் பாழ்தான். எப்படியும் கடலையைக் காப்பாற்றிவிட வேண்டும். ஓலைக்குடையைக் கரைமேல் இருந்த ஊஞ்சக் கொத்தில் மாட்டிவிட்டுக் கடப்பாரையோடு கீழே இறங்கினான். மழை மேலும் வலுத்தது. வெற்றுடம்பில் சாட்டை வீசினாற்போல் துளிகள் விழுந்தன. கடப்பாரையைத் தூக்கியபடி மதகை நெருங்கினான்.

மதகின் முன்னிருந்த பாறைகள் இன்னும் பாசி படிந்திருக்க வில்லை. எனினும் கால்களை அழுந்த வைத்து மதகில் ஏறினான். மேல் பகுதி கூம்பு வடிவில் அமைந்திருந்தது. இருபுறமும் கால்களைப் போட்டு வாகாக உட்கார்ந்தான். நீளச் செல்லும் மதகைத் திரும்பிப் பார்த்தான். நேராய் நிமிர்த்தி வைத்த பாம்பாய் முன்னும் பின்னும் தெரிந்தது. இருபுறமும் சமமாக இருக்கும்படி பார்த்துக்கொண்டான். மையத்தில் உடைத்தால்தான் இருபுறத்து

நீரும் ஒரே அளவாய்த் திரண்டு வந்து வழியும். முன்புறமாய் நகர்ந்து மீண்டும் சரிபார்த்தான். மதகின் உள்புறம் வைத்திருந்த கணுக்கால் பகுதி நீருக்குள் மூழ்கியது. இன்னும் ஓரடி நீர் உயர்ந்தால் மதகின் கூம்புப் பகுதியை எட்டிவிடும்.

வாகான இடம் பார்த்துக் கடப்பாரையை ஓங்கிப் போட்டான். ணங்கென்ற சத்தத்தோடு கடப்பாரை கைகளிலிருந்து மேலெழும்பியது. மீண்டும் இரண்டு மூன்று முறை போட்டான். கடப்பாரை எதிர்த்து அடித்ததே தவிர மதகில் சிறுகாயமும் பட்ட மாதிரி தெரியவில்லை. மதகின் மீது கோபம் மிகுந்து இரண்டில் ஒன்று பார்த்துவிடும் வேகம் வந்தது. எழுந்து நின்று கடப்பாரையை ஓங்கப் பார்த்தான். கால்கள் வழுக்கின. மீண்டும் உட்கார்ந்து முயன்றான். கால் மேல் நீரேறி உயர்ந்துகொண்டே வந்தது. அவன் எதையும் கவனிக்கவில்லை. மதகைச் சிதைத்து விடும் ஆவேசம். ஓங்கி ஓங்கிக் கடப்பாரையைப் போட்டபடியே இருந்தான். கடப்பாரைச் சத்தம் நீரோசைக்குள் ஒடுங்கியது.

கடப்பாரையை ஓங்கிய தருணம் ஒன்றில் மதகின் வெளிப்புறம் வைத்திருந்த காலை எதுவோ கவ்வுவது போலத் தெரிந்தது. சட்டென இழுத்த போதும் கால் வரவில்லை. ஓங்கிய கையை இறக்காமல் குனிந்து பார்த்தான். முகத்தை நீர்த்தாரை மூடியிருக்க நிற்கும் செல்லாயி மின்னல் வெட்டில் தெரிந்தாள். காலை உதறிவிட்டுக் கடப்பாரையை மதகின் மேல் போட்டான். ஏதேதோ சொல்லிக்கொண்டு தன் கைகள் இரண்டையும் உயர்த்திக் கடப்பாரை விழும் இடத்தில் வைத்தபடி மதகோடு ஒட்டிக்கொண்டாள். இத்தனை முறை கடப்பாரையைப் போட்டதில் லேசான காயம் விழுந்திருந்த இடத்தில் இப்போது செல்லாயி கைகள். கால்களால் அவள் கைகளை விலக்கப் பார்த்தான். அவள் அசையாமல் அப்படியே இருந்தாள். அவன் உதைக்கும் போதெல்லாம் அண்ணாந்து ஏதோ சொன்னாள். அவள் வார்த்தைகள் தெளிவாகக் கேட்கவில்லை.

இந்தச் சமயத்தில் எதற்கு வந்தாள்? பல்லி போல மதகில் ஒட்டிக் கிடக்கும் அவள் கைகளை விலக்க முடியவில்லை. கடப்பாரையை ஊன்றிக் கீழே குதித்தான். அவள் தலைமயிரைக் கொத்தாகப் பற்றித் தூர இழுத்து வந்தான். இப்போது மழை குறைந்திருந்தது. 'போய்த் தொல சனியனே' என்று அவளை உந்தித் தள்ளினான். ஊர்ந்தபடி அவன் கால்களைப் பற்றிக் கொண்ட அவள் 'வேண்டாம். உடமாட்டன்' என்றாள். அவனை அசையவிடாமல் கால்களைப் பிடித்திருந்தாள். மீண்டும் அவள் மயிரைப் பற்றித் தூக்கி இழுத்து எறிந்தான். அவன் விட்ட வேகத்தில் மழையோடு அப்படியே ஓடினாள். அவள் ஓடும்

வேகம் பார்த்துப் பயந்த அவன் பின்னாலேயே ஓடினான். திறந்த வெளியில் நின்றிருந்த முனியப்பன் கோயிலுக்குள் அவள் புகுவது மின்னல் வெளிச்சத்தில் தெரிந்தது. கோயிலுக்குள் அவனும் நுழைந்தான். கண்ணுக்கு அவள் தென்படவில்லை. மின்னலின் துணையோடு எல்லாப்புறமும் பார்த்தான். வானம் முழுக்கப் பளீரிட்ட மின்னல் தோன்றியபோது விழித்துப் பார்க்கும் துரைசாமி சிலை தெரிந்தது. அதன் கையிலிருந்த துப்பாக்கி அவனையே குறி பார்த்துக்கொண்டிருந்தது.

●

ஆனந்த விகடன், 21.03.12

சிறிது நிழல்

திடீரென்று விழித்தவன் காதுகளில் வெகுநேரமாக அழுது தேய்ந்த குரல் விழுந்தது. குழந்தை எவ்வளவு நேரமாக அழுததோ தெரியவில்லை. எழுந்து பார்த்தான். தொட்டில் அடிமுழுக்க ஈரம்பட்டிருந்தது. தொட்டில் தலைமாடும் கால்மாடும் சமமாக இருந்திருக்கிறது. குழந்தை ஒன்னுக்கிருந்ததும் சமமாகப் பரவித் தலைவரை போய் நனைத்துவிட்டது. தலைமாட்டுப் பக்கம் கொஞ்சம் ஏத்திக் கட்டியிருக்க வேண்டாமா? இதுகூடவா தெரியாது அவளுக்கு? அப்படி என்ன அவசரம்? இவள்தான் போய்ச் சரிந்துகிடக்கும் தேரைத் தூக்கி நிறுத்துகிறாளோ? எரிச்சல் வந்தது. நல்லவேளையாகக் குழந்தையின் தலை வெளியே வரவில்லை.

வேம்பின் சற்று உயர்ந்த வாதில் கட்டப்பட்டிருந்த தொட்டிலுக்கும் தரைக்கும் இடுப்பளவு உயரம். தலை வெளியே வந்து ஒரு துள்ளல் விட்டிருக்குமானால் குழந்தை கீழேதான். கயிறு இன்னும் கொஞ்சம் நீளமாக இருந்திருக்க வேண்டும். எட்டி வாதின்மீது வீசிக் கயிற்றை முடி போட்டிருக்கிறாள். பெரும்முடிச்சு. அதிலேயே கயிற்றின் இரண்டு முழம் அடங்கிவிட்டது. அதனால்தான் தரைக்கும் தொட்டிலுக்கும் அரையாள் உயரம். இன்னொரு கயிற்றைத் தேடிப் பிணைத்துக் கட்ட அவளுக்குப் பொறுமை இருந்திருக்கவில்லை. அவள் குழந்தை வளர்க்கும் லட்சணம் இதுதான் என்று மனசுக்குள் சொல்லிக்கொண்டே பரிவோடு போய்க்

குழந்தையை எடுக்க முனைந்தான். ‘கண்ணு கண்ணு ஏண்டா கண்ணு’ என்று சத்தம் கொடுத்தான். மங்கிப் போயிருந்த அதன் குரல் அவனைப் பார்த்ததும் இன்னும் கூடியது.

தொட்டிலுக்குள் இருந்து குழந்தையை எடுப்பது அவ்வளவு சுலபமாக இல்லை. கயிற்றில் தொங்கிய தொட்டில் துணி குழந்தையின் கனத்திற்கு இறுகி விறைத்திருந்தது. இருபக்கத் துணியையும் விலக்கித் தலையை உள்ளே நுழைத்தான். கத்தல் மேலும் அதிகரித்தது. கைகளிலும் தலையிலும் மாட்டிய துணிப்பகுதிகளை விடுவித்துப் பெரும் போராட்டம் நடத்தி வெளிக்கொண்டு வந்தான். கன்னம் முழுக்க நனைந்து, கண்களில் கண்ணீர் தேங்கிக் கிடந்தது. சளி வாய்க்கும் மூக்குக்கும் இருந்த இடைவெளியை நிரப்பி வாயையே காணாமல் போக்கியிருந்தது. அழுகை மாறித் தேம்பலாகியது.

ரொம்ப நேரம் கதறிய குழந்தை முகத்தில் பயம் பரவியிருக்க அவனைப் பற்றிப் பிடித்துக்கொண்டது. விட்டால் ஓடிவிடுவான் என்றோ தனது துன்பத்தை அழுத்தமாக அவனுக்குத் தெரிவிக்கவோ அவ்வாறு செய்தது. தன் தூக்கத்தின்மீதும் வெறுப்பு மிஞ்ச ‘ஏம்மா கண்ணு’ என்று மார்போடு சேர்த்துக் கொண்டான். கட்டிலின் மீதிருந்த துண்டால் சளியையும் கண்ணீரையும் துடைத்தான். இப்போதுதான் குழந்தையின் முகம் தெளிவாகத் தெரிந்தது. விட்டுவிட்டு வரும் தேம்பல் மட்டும் இருந்தது. கொஞ்ச நேரம் நெஞ்சோடு அணைத்தபடியே ‘போச்சாது போச்சாது’ ‘ஒண்ணுமில்லடா’ ‘அழுவாதம்மா’ என்றெல்லாம் சொல்லித் தேற்றினான். ஒருவாறு அழுகை அடங்கியதுபோலத் தெரிந்தது. ஆனால் மீண்டும் வந்துவிடவும் வாய்ப்பிருந்தது. கட்டிலின் அடியே சொம்பில் தண்ணீர் இருந்தது. கனத்திருந்த பித்தளைச் சொம்பைத் தூக்கி அதன் வாயில் வைத்தான். தடித்த சொம்பின் வாய் குழந்தையின் உதடுகளுக்குப் பொருந்தவில்லை. குழந்தையை நெஞ்சோடு சாய்த்துக்கொண்டு ஒவ்வொரு மொடங்காக அதற்குக் கொடுத்தான். மொட்டை வெயிலில் களை வெட்டி வந்தவள் பருகும் வேகத்தோடு குழந்தை குடித்தது. தானும் கொஞ்சம் நீரைக் குடித்துவிட்டுச் சொம்பைக் கீழே வைத்தான். குழந்தையின் நெஞ்சில் வழிந்தோடிய நீரைத் துடைத்தான்.

கட்டிலில் படுத்துத் தன்னருகே குழந்தையைப் படுக்க வைத்தான். எந்த எதிர்ப்பும் காட்டாமல் அவனை ஒட்டிக் குழந்தை படுத்துக்கொண்டது. அவன் உடல் இன்னும் வெகுநேரம் தூங்க வேண்டும் என்பதுபோல் சோர்ந்து கிடந்தது. பேசாமல் தன்னருகில் படுத்துக்கொண்ட குழந்தையை அப்போது மிகவும்

பிடித்திருந்தது. சற்றுக் கழிந்து குழந்தை புரண்டு தலையைத் தூக்கி அவன் வயிற்றின்மேல் வைத்துக்கொண்டது. குழந்தைக்கு இன்னும் பெருத்த பிடிமானம் தேவையாயிருந்தது. அதன் தலை வயிற்றில் அழுந்தியதும் மெல்லிறகால் வருடுவதுபோல உணர்ந்தான். அவன் கை குழந்தையின் முதுகைத் தட்டிக்கொண்டேயிருந்தது.

வெயிலை உறிஞ்சிக்கொண்டு வேப்பமரம் ஈரக்காற்றை மட்டும் வெளிவிட்டது. இறக்கை விரித்து ஒற்றைக் காலில் உட்கார்ந்திருக்கும் ஆளண்டாப் பட்சிபோல வேப்பமரம் தோன்றியது. மெல்லிய காற்றில் இலைகள் அசைய அதன் தாலாட்டலில் அப்படியே சொருகிக் கண்ணசந்துபோனான். ஆனால் குழந்தை தூங்கவில்லை. வெகுநேரமாகத் தூங்கி எழுந்த புத்துணர்ச்சியோடு அவனைப் பார்த்தது. அவன் கண்கள் மூடியிருப்பது அதற்குப் பிடிக்கவில்லை. அவன் தாடையை மெல்லத் தட்டி 'ப்பா, ப்பா' என்றது. எங்கோ ஆழ் பள்ளத்துக்குள் இருந்து மெல்ல வெளிவந்து 'என்னடா கண்ணு' என்று முனகினான். 'ம்மா' என்பதைக் கேள்வியாய் நிறுத்தியது. கண்களை முழுவதும் திறக்காமலே 'டாட்டா போயிருக்கிறா. வந்துருவா' என்று சொல்லிவிட்டு மீண்டும் தூக்கத்திற்குள் நழுவிப்போனான்.

இரவு நெடுநேரம் கழித்துத்தான் வீட்டிற்கு வந்திருந்தான். காலையில் எப்போதும்போல் நேரத்தில் எழுந்துவிட்டான். அதனால்தான் பகல் தூக்கம். இரவில் நேரத்தில் வந்து படுத்துத் தூங்குவது எப்போதாவது அரிதாகத்தான் வாய்க்கிறது. இரவிலே பறந்து திரிகிற வாழ்க்கையாகிப் போயிற்று. தூக்க மயக்கத்திலும் வயிற்றில் குழந்தையின் தலை உருள்வது அவனுக்குப் புரிந்துகொள்ள முடியாத இன்பத்தைக் கொடுத்தது. அவன் வயிறும் நெஞ்சும் குழந்தைக்கு விளையாட வாகாக இருந்தன. மல்லாந்து தலையை உருட்டியும் கவிழ்ந்து கன்னத்தை வைத்துப் புரட்டியும் பார்த்தது. வயிறு இலைபோலக் குழிந்து உள்வாங்குவதும் நெஞ்சு அசையாமல் இறுகி இருப்பதுமான வித்தியாசம் அதன் விளையாட்டுக்கு உற்சாகம் தந்தது. நெஞ்சு முடியில் விரல் நுழைத்து எடுத்துச் சிரித்தது. பூங்கையின் ஒத்தடத்தில் அவன் ஆழ்ந்து உறங்கிப்போனான். ஆனால் குழந்தைக்குக் கொஞ்ச நேரத்தில் விளையாட்டு சலித்துப் போயிற்று.

குழந்தை அவன் நெஞ்சில் தட்டி 'ப்பா, ப்பா' என்றது. இப்போது அவன் லேசில் விழிக்கிறவனாயில்லை. கன்னத்தில் முகம் வைத்து 'ப்பா' என்றது. அவன் கிருதா மயிரை அளைந்து 'ப்பா' என்றது. காதுக்கு அருகில் உதடுகளைக் குவித்து 'ப்பா' என

ரகசியம் பேசிற்று. அவன் கழுத்தில் முகத்தைப் பதித்து 'ப்பா' எனப் பிரியம் காட்டிற்று. நினைத்ததைச் சாதிக்கும் பிடிவாதம் கொண்டதைப் போல இடைவிடாமல் 'ப்பா, ப்பா' என்று கூப்பிடுவதும் தாடையையும் கன்னத்தையும் தட்டுவதுமாக இருந்தது. உதடுகளைச் சுழித்தும் தலையை அசைத்தும் 'ப்ச்' என்றான். குழந்தை விடவில்லை. வெறுப்போடு பாதிக் கண்திறந்து 'என்ன' என்றான். குரல் கொஞ்சம் உயர்ந்திருந்தது.

அவன் கேட்ட தொனியில் குழந்தை மிரண்டுபோனது. முகம் அழுகையை வெளிவிடக் கூம்பி விரிந்தது. அதற்குள் சுதாரித்துக்கொண்டவனாய் 'என்னம்மா சும்மா' என்று சமாதானத்திற்குப் போனான். அழுகையை விழுங்கிக்கொண்டே அவன் குரலின் வெறுப்புக்காக அழவில்லை என்பதைச் சொல்வதுபோலப் பரிதாபமாய் முகத்தை வைத்தபடி 'ஊ' என்று முழங்காலை நீட்டித் தொட்டுக் காட்டியது. காட்டிய இடத்தில் புண் காய்ந்த வடு தெரிந்தது. அதன் ஒற்றைச்சொல் மொழி அவனுக்குப் பழக்கமாகி இருந்தது. 'ஊவா? நல்லாப் போயிரும் தூங்கு' என்று சொல்லித் தன் கையின் மேல் அதன் தலையை இருத்தி நெஞ்சைத் தட்டிக்கொண்டே இமைகளை மூடினான்.

விழித்துக் குழந்தையோடு விளையாட வேண்டும் என்று மனம் விரும்பினாலும் உடல் தயாராக இல்லை. அப்படியே அசையாமல் இரண்டு நாளுக்குக் கிடந்தால்தான் ஆயாசம் தீரும் போலிருந்தது. தலை எரிக்கும் இந்த மொட்டை வெயிலில் வேம்பு நிழலை விட்டு வெளியே போனால் அவ்வளவுதான். நத்தை உடலின் மென்மை கொண்டு குழந்தை அவன் உடலெங்கும் ஊரும் இன்பத்தை அனுபவிக்க முடியவில்லையே என்னும் ஏக்கம் அவனுக்குள் கவிந்தது. இன்பம் நமக்கு எதிரில் வந்து கை கொடுத்துக் கூப்பிட்டாலும் அதை ஏந்திக்கொள்ள உடலும் மனமும் தயாராக இருக்க வேண்டும். பிணத்திற்கு முன் பெருவிருந்துச் சோற்றை வைத்து என்ன பயன்?

குழந்தையைத் தூங்க வைத்துவிட்டு அவள் போனபோது ஒரு பேச்சுக்குத்தான் அவனிடம் சொன்னாள். பக்கத்து ஊரில் ஒரு பெரியகாரியம். பாங்கிழடு ஒன்று நெடுநாளாய் இழுத்துக்கொண்டு கிடந்து இப்போது போய்விட்டது. ஊர்ப் பெண்டுகள் எல்லாம் போகும் போதே உடன் போய்விட்டால் பிரச்சினையில்லை. தனியாகப் போக முடியாது. யாராவது வருகிறார்களா என்று பார்த்துச் சேர்ந்து போக வேண்டும். அந்தச் சமயம் வாய்க்க வேண்டும். 'நல்லதுக்குப் போகலைன்னாலும் கெட்டதுக்குப் போவோனும்' என்று ஒருசொல் வந்துவிடும்.

அவனுக்கு எங்கே போகவும் வாய்ப்பதில்லை. எல்லா இடத்திற்கும் அவள்தான். குழந்தையைத் தூக்கிக்கொண்டு போக முடிகிற இடத்திற்குத் தயங்காமல் தூக்கிப் போவாள். பெரிய காரியத்திற்குப் போகையில் தான் குழந்தையை ஆள் பார்த்து ஒப்படைக்க வேண்டும். இன்றைக்கு அவன் தூங்கிக் கொண்டிருந்ததால் பிரச்சினையில்லை.

அவனுக்குப் பகல் படுக்கை இந்த வேம்படிதான். யார் தொந்தரவும் இல்லாமல் பொழுதிறங்கும் வரை அசந்து தூங்கலாம். எப்பேர்ப்பட்ட அனல் காற்றையும் ஈரமாக்கியே வேம்பு அனுப்பும். பெரும்பாத்தி அளவை அடைத்துக்கொண்டு மரமிருந்தது. சுற்றிலும் கொஞ்ச தூரத்திற்குப் பயிர் எதுவும் விளையாது என்றாலும் நிழலுக்கும் தூக்கத்திற்குமாக வேம்பை அவன் அரக்கிக்கூட விடாமல் வைத்திருந்தான். மரத்தடியை ஒட்டிக் கட்டிலைப் போட்டுக்கொண்டால் நிழல் குறைந்தாலும் நீண்டாலும் பிரச்சினையில்லை. அவன் இருப்பதால் மரத்தில் தொட்டில் கட்டிக் குழந்தையைப் படுக்க வைத்தாள். வேம்பின் மகிமையோ என்னவோ இரண்டே ஆட்டில் குழந்தை தூங்கிவிட்டது.

எப்படியும் குழந்தை மூன்று மணிவரை தூங்கும். அதற்குள் வந்துவிடலாம் என்ற நம்பிக்கையில், ‘எந்திரிக்காது, எதுக்கும் அப்படியே பாருங்க’ என்று சொல்லிக்கொண்டே நடந்திருந்தாள். அதற்குள் எங்கிருந்தோ ஒரு குரல் ‘வா சீக்கிரமா’ என்று அவளைக் கூப்பிட்டது. பெரிய காரியத்திற்குப் போவதென்றால் பெண்களுக்கு அவ்வளவு பிரியம். ஆட்களைக் கட்டி அழுது ஒப்பாரி வைத்து முந்தானையில் மூக்கைச் சிந்திக்கொண்டு வரும்போது அந்த முகங்களில் அப்படி ஒரு தெளிச்சி இருக்கும். அவன் சிரித்துக்கொண்டே அவளைப் போகச் சொல்லித் தலையாட்டினான். அவனுக்குத் தொந்தரவு தர அவளுக்கும் விருப்பமில்லை. ஆனால் அவள் கணக்கு இன்றைக்குத் தப்பிவிட்டது.

குழந்தை ஒன்னுக்கு விட்டதால் நனைந்து தூக்கம் இடையிலேயே கலைந்துவிட்டதோ. அவசரப்பட்டு எடுத்திருக்கக் கூடாது. இப்படிப்பட்ட சமயத்தில் குழந்தையைத் தூக்காமல் தொட்டில் துணியை உருவி ஈரப்பகுதியை மேலே கொண்டு வந்து அப்படியே ஆட்டிக் குழந்தையைத் தூங்கச் செய்துவிடும் அவள் செயல் நினைவுக்கு வந்தது. அப்படிச் செய்து இன்னும் கொஞ்சம் ஆட்டிவிட்டிருந்தால் தூங்கியிருக்கும். வீட்டில் என்றால் தொட்டில் கட்டையை வைத்துக் காற்றுக்கு வழி விட்டிருப்பாள். வேம்படியில் சிறு சந்து போதுமானதாயிருந்தது.

தூக்கச் சடைவு எதையும் யோசிக்க விடவில்லை. வயிறு நிறையப் பால் கொடுத்திருந்தால் இவ்வளவு சீக்கிரம் எழுந்திருக்காது. அரைத்தூக்கத்தில் அவன் மனம் விவாதித்துக்கொண்டிருந்தது.

அரை நிமிசத்தில் அவன் கைத்தலையணையில் இருந்து தலையைக் குழந்தை விடுவித்துக்கொண்டது. டுவாங் டுவாங்… கொட கொட கொட என்று வாய்க்கு வந்த ஒலிகளை எல்லாம் வெளியிட்டது. உச்சக் குரலில் குருவியொன்று கத்துவதைப் போலக் குரலெழுப்பிக்கொண்டே அவன் முழங்கால்வரை உருண்டு விளையாடியது. அவனைக் கூப்பிட்டுப் பயனில்லை எனத் தெரிந்திருந்தது. தானாகவே விளையாடிக்கொள்ள முயன்றது. வேகமாக வந்து வேம்பின் வாதில் உட்கார்ந்து 'காகா' வெனக் கத்திய காக்கையின் வாயழகை அண்ணாந்து பார்த்துச் சிரித்தது. காக்கையும் கழுத்தைச் சாய்த்துக் கீழே குனிந்து பார்த்தது. கையை நீட்டிப் பேசும் குழந்தையைக் கண்டு மீண்டும் இருமுறை கத்திவிட்டு நிறைய வேலை தனக்கு இருப்பதுபோல வெயிலோடு பறந்து போயிற்று. காக்கையைத் துரத்தியது குழந்தையின் பார்வை.

அதன் பார்வை மரக்கிளைகளிலும் வெயில் படர்ந்த வெளியிலும் தூரத்தில் தென்பட்ட ஒன்றிரண்டு பனைகளிலும் சுற்றித் தாவியது. கொஞ்ச தூரத்தில் நின்றிருந்த ஒற்றைப் பனையின் காலடியில் குவிந்திருந்த நிழலில் குழிபறித்து நாக்குத் தொங்க நாயொன்று படுத்திருந்தது. வெயில் தாக்குதலில் குலைந்து மூச்சுவாங்கக் கிடந்த நாயைக் கண்டதில் குழந்தையின் முகமெங்கும் பூரிப்பு. தன் கைகளைக் கொட்டிக் கொட்டிச் சிரித்தது. எழுந்து அவன் கால்களில் கை ஊன்றி எம்பிப் பார்த்தது. நாய் கானல் தாங்காமல் எழுவதும் படுப்பதுமாக இருந்தது. அதன் நீள நாக்கில் சொட்டும் நீர். அதைக் காணக் குழந்தைக்கு மேலும் சிரிப்புப் பொத்துக்கொண்டு வந்தது. அப்பாவின் நெஞ்சைத் தட்டி 'ப்பா ப்பா' என்று அழைத்தது. தான் ரசித்த காட்சியை அப்பனும் பார்க்க வேண்டும் என்று விரும்பியது போலும். அவன் 'ம்' என்று புரண்டு படுக்கப் போனவன் குழந்தை இருப்பது ஞாபகம் வந்து சிரமத்துடன் சட்டென விழித்தான்.

குழந்தை அவனைப் பார்த்துச் சிரித்துக்கொண்டிருந்தது. 'தூ' 'தூயா' என்று கையை நீட்டி நாயைக் காட்டியது. அவன் ஆர்வமாக எட்டிப் பார்த்து நாயைக் கண்டு 'நாயா' என்று சுவாரஸ்யம் இல்லாமல் கேட்டான். 'சரி கட்டலச் சுத்தி வெளையாடு. வெயிலுக்குப் போயிராத' என்று சொல்லிக் கீழே இறக்கிவிட்டு முகத்தைத் துண்டால் மூடிப் படுத்தான். திரும்பத்

திரும்ப விழித்ததில் ஓரளவுக்குத் தூக்கம் கலைந்துபோயிருந்தது. அவள்மீது கோபமாக இருந்தது. எதிரில் இருந்தால் இரண்டு அறை விட்டு ஆற்றிக்கொள்ளலாம். பேச்சுக்குத்தான் பார்த்துக்கொள்ளச் சொல்கிறாளாம். குழந்தையை விட்டுவிட்டுப் போனோமே, சீக்கிரத்தில் வரலாம் என்ற எண்ணம் வேண்டாமா? துப்புக் கெட்ட கழுதை. மனுஷன் கொஞ்ச நேரம் நிம்மதியாகத் தூங்க முடிகிறதா? அவளைத் திட்டிக்கொண்டே உறங்க முயன்றான்.

பழைய காக்கையோ புதிதோ தெரியவில்லை, மீண்டும் வந்து வேம்பின் அடர் இலைகளுக்குள் உட்கார்ந்துகொண்டு கத்தியது. குழந்தை மேலே பார்த்துக்கொண்டு 'க்கா க்கா' என்றது. காதுக்குள் கம்பியை விட்டுக் குத்துவது போலிருந்தது. அவனுக்கு எரிச்சல் சொல்ல முடியவில்லை. 'தூய்' என்று எழுந்து காக்கையை ஓட்டினான். குழந்தையின் முகம் சுண்டிப்போனது. 'சத்தம் போடாத வெளயாடோனும்' என்று விரல் நீட்டி எச்சரித்துவிட்டுப் படுத்துக்கொண்டான். குழந்தை கொஞ்சம் அழுது பார்த்தது. அது என்ன அழுதாலும் திரும்பிப் பார்ப்பதில்லை என்ற வைராக்கியத்தோடு அவன் படுத்திருந்தான். தூக்கம் முழுக்கவே கலைந்து போய்விட்ட மாதிரி தெரிந்தது. இருந்தாலும் மிகுந்த தூக்கத்தில் இருப்பவன்போலக் குறுக்கி முறுக்கிப் படுத்துக்கொண்டான். இந்த நேரத்தில் அவள் வந்தால் திட்டுவதற்கு இந்தப் பாவனைதான் ஏற்றதாக இருக்கும் என்று எண்ணிக்கொண்டான். குழந்தை அழுகையினால் பயனில்லை என்பதைக் கண்டுகொண்டது. அவனையே திரும்பிப் பார்த்துப் பார்த்து அழுதது.

அவன் அசையவேயில்லை. அழுகையை மறந்தபடி கீழே உட்கார்ந்து மண்ணை அள்ளிக் குவித்தும் வீசியும் விளையாடியது. அவன் ஒரு கண்ணால் குழந்தையைப் பார்த்தான். அதுபாட்டுக்கு விளையாடத் தொடங்கியதும் நிம்மதியாயிருந்தது. கண்களை மூடித் தூங்க எத்தனித்தான். மனம் நினைவோடி அடங்க மறுத்தது. மனைவியைத் திட்டுவதாகவும் அவள் எதிர்த்துப் பேசுவதாகவும் உடனே கீழே கிடந்த விளாரை எடுத்து அவளை விளாசுவதாகவும் கற்பனை செய்துகொண்டான். தூக்கத்தைக் கெடுத்ததற்குப் போதுமான தண்டனை இதுதான். மனம் திருப்திகொண்டு மெல்ல அடங்கியது. வேம்பின் இலையோசை தவிர வேறொன்றும் இல்லை.

தூங்கினாலும் மனதின் ஓர் ஓரம் எச்சரிக்கை கொண்டேதான் இருக்கிறது. சற்று நேரத்தில் எதுவும் எழுப்பாமலே பயங்கரக் கனவு கண்டவனைப்போல விழித்தான். முகத்திற்கு நேராக வந்து விழுந்த வெயில்தான் எழுப்பியிருக்கக்கூடும் என நினைத்தான்.

இலைச்சந்துக்குள் புகுந்து வெயில் அவன் முகத்திற்கு நேராக வந்திருந்தது. கண்கள் முதலில் குழந்தையைத் தேடின. கட்டிலின் நாற்புறமும் குழந்தையைக் காணோம். வேம்பின் அடியில் தேங்கியிருக்கும் சிறிது நிழலைத் தாண்டி வெயிலுக்குப் போய்விட்டதோ? அங்கிருந்து வீடு ஒருகாடு தொலைவிருக்கும். கானல் அலையில் வீடு மங்கித் தெரியும். இப்போதுதான் எடுத்த அடி வைத்து நடக்கத் தொடங்கியிருக்கும் குழந்தை வீட்டை அடைவதற்குள் வெப்பமண் உடலைப் பொசுக்கி விடுமே. வீட்டில் யாரும் இல்லை. என்னவாயிற்றோ தெரியவில்லை எனப் பதறிக் கட்டிலை விட்டிறங்கிப் பார்த்தான். குழந்தை கட்டிலுக்கு அடியில் இருந்து 'ப்பா' என்று இளித்தது. ஓரிரு அரிசிப் பற்கள் பளீரிட்டன.

குழந்தையின் மேல்முழுக்க மண்ணின் நிறம். முகம்கூடத் தெரியவில்லை. அங்கங்கே திட்டுத்திட்டாய் ஆய். ஆயிருந்து அதன்மீதே உட்கார்ந்து விளையாடிக்கொண்டிருந்தது. அருவெறுப்பில் முகம் சுழித்தான். அவனுக்கு என்ன செய்வ தென்றே புரியவில்லை. இத்தனை வேலை செய்யும் குழந்தையை விட்டுவிட்டுப் போனவள், ஒரேயடியாகப் போய்விட்டாளா? அவளுக்கு இழவு வந்துவிட்டதா? கைக்குழந்தையை விட்டுப் போய் என்னத்தைத் தூக்குகிறாள்? இவள் ஒப்பாரி வைத்துத்தான் செத்த கிழம் துள்ளத் துடிக்க எழுந்து வரப்போகிறதா? பொறுப்பற்ற கழுதை. ஒழுங்காகக் குழந்தையை ஆய் போகக்கூடப் பழக்கவில்லை. என்னதான் செய்கிறாள் தினமும்? பற்களைக் கடித்துக்கொண்டு குழந்தையிடம் போனான். அவன் வரும் வேகம் கண்டு குழந்தை சிரிப்பை நிறுத்திவிட்டுத் திகிலோடு அவனைப் பார்த்தது.

குழந்தையைப் பிடித்திழுத்துத் தூக்கினான். அதன் ஒருகை அவன் கையிலிருக்கக் குழந்தை அந்தரத்தில் தொங்கியது. வீரிட்டுக் கத்தியது. அவனுக்குக் குழந்தையின் கத்தல் உறைக்கவில்லை. ஒரே நாற்றம். அதுதான் சகிக்க முடியவில்லை. கொஞ்ச தூரத்தில் தாழியில் நீர் இருந்தது. வெள்ளாடு குடிப்பதற்காக ஊற்றி வைத்திருந்த நீர். தொங்கிய குழந்தையைத் தாழி நீருக்குள் இறக்கினான். குழந்தை உடலை உதறிக் கத்தியது. அப்படியே விட்டுவிட்டுப் பக்கத்தில் தேங்காய் நார் தேடினான். நைந்து போன நார் ஒன்று மண்ணில் கிடந்தது. அதைக் கொண்டு தேய்த்துக் கழுவக் குழந்தையைத் தொட்டான். தாழி நீர் கை பொறுக்கும் சூடு இருந்தது. அதைப் பொறுக்க முடியாமல் தான் குழந்தையின் அழுகை அதிகமாகியிருந்தது. சுடுநீர் இருப்பதும் ஒருவகையில் நல்லதுதான். கழுவச் சுலபமாக இருக்கும். குழந்தையைக் கையில் தொட அசூயையாய் இருந்தது. அவன்

இழுப்புகளுக்கு உடல் நெளிந்துகொடுக்க முடியாமல் குழந்தை தத்தளித்தது. அழுது துவண்டது.

பிடுங்கிக்கொண்டு தாழிக்குள் இருந்து ஏற முயன்றது. பல்லைக் கடித்தபடி முதுகில் இரண்டு அடி விட்டான். ‘அம்மாளுக்குத் தப்பாத பொறந்திருக்கற நாயி’ என்று திட்டினான். பளார் என்று விழுந்த அடி தாங்க முடியாமல் அலறியது. ஒற்றைக் கையைப் பிடித்துத் தூக்கிப்போய் வேம்பினடியில் போட்டான். ஈர உடலில் புழுதி மண் படியக் குழந்தை வீரிட்டுக் கத்தியது. ‘ச்சீ நாயே’ என்று ஓர் அடி மறுபடியும் விட்டான். அழுதுகொண்டே அவனை நோக்கி வந்தது குழந்தை. ‘பெசாசுக்குட்டி’ என்று உறுமிக்கொண்டே தள்ளிவிட்டான். அவன் தள்ளிவிடவிட அழுதபடி அவனிடமே வந்தது. கண்ணீரும் சளியும் முகம் முழுக்க மூடிக்கொண்டன. எப்படியும் இந்தப் பிசாசு விடாது போலிருக்கிறதே என்று நினைத்தபடி எட்டி உதைத்தான். உதை லேசாகத்தான் விழுந்ததுபோலும். கீழே விழுந்து சுதாரித்து எழுந்து அழுகையோடு அவனை நோக்கி வந்தது. அவன் கால்களை இறுகக் கட்டிக்கொண்டது. இருகால்களுக்கும் இடையே முகத்தைப் புதைத்துக்கொண்டது. அதை விடுவிக்கக் காலை உதறினான். ‘ச்சீய் உடு நாயே’ என்று அவன் கத்திய கத்தல் குரல்வளை அறுபடும் ஆட்டின் வீரிடலாய் எழுந்தது.

அதுகேட்டு வேம்பிலிருந்து சிட்டுக் குருவி ஒன்று சட்டெனத் திகிலோடு கத்தியபடி எழுந்து பறந்தது. அவன் கண்ணுக்கு முன் பதறிப் பறக்கும் குருவியின் உருவம் கண்டான். அவன் கன்னத்தில் யாரோ அறைந்தது போலிருந்தது. தலையை உதறிக் கோபத்திலிருந்து விடுபட்டு ஆசுவாசமாக முயன்றான். என்ன செய்துவிட்டோம் என்று நினைத்தான். குழந்தை பற்றிக்கொள்ள எதுவுமற்று அவன் கால்களை மீண்டும் கட்டிக்கொண்டு அலறியது. தன் மாரில் அறைந்துகொண்டு ‘வாடா கண்ணு ... வாடிச் செல்லம்’ எனக் கொஞ்சிச் சட்டென வாரி அணைத்தான். குழந்தையின் விசும்பலோடு அவன் அழுகையும் சேர்ந்தது.

●

தினமணி தீபாவளி மலர், 2011

கோம்பைச் சுவர்

ஒரு மாதமாகவே முத்துப்பாட்டாருக்குத் தூக்கம் வரவில்லை. நாள் முழுக்கக் காடுகரைகளில் சுற்றித் திரிவதால் எப்போது படுப்போம் என்றிருக்கும். படுத்ததும் மாயம்போலத் தூங்கிவிடுவார். மாடு கன்றுகள் கத்தினாலும் நாய் குரைத்தாலும் கிழவிதான் எழுப்பிவிடுவாள். 'பொணமாட்டம் தூங்கற. எத்தன சத்தம் கேட்டாலும் மனசனுக்குச் சொரண வர்றதே இல்ல' என்று பேசுவாள். சிறுவயதிலிருந்தே அவருக்கு இந்தத் தூக்கம் பெரிய சொத்து. அதனாலேயே பட்டி காவலுக்கோ களத்துக் காவலுக்கோ அவரை அனுப்பமாட்டார்கள். 'போதகாரங்கூடச் சாமத்துல முழிச்சுக்குவான். இவனுக்கு வெடிஞ்சாத்தான் முழிப்பு வரும்' என்பார்கள். அந்தத் தூக்கத்திற்கு ஒருநாளும் குறை வந்ததில்லை. 'எதையும் மனசுல போட்டுக் கொழப்பிக்காத மனசனப்பா அவரு. அதான் இப்பிடி ஆனந்தமாத் தூக்கம் வருது' என்று அவர் வயசு ஆட்கள் பொறாமைப்படுவார்கள்.

அப்பேர்ப்பட்ட தூக்கம் எப்படித் தொலைந்தது என்று அவருக்குப் புரியவே இல்லை. எத்தனை முறை இழுத்து இழுத்துக் கட்டினாலும் குழிந்துவிடும் கட்டிலுக்குள் தன் ஆறடி உருவத்தைக் குறுக்கிக் கொண்டு கிடப்பதைப் பார்த்தால் சிறுகுழந்தை தொட்டிலுக்குள் ஆழ்ந்து தூங்குவதைப் போலிருக்கும். ஒரே கிடைதான். உடலை அப்படி இப்படிப் புரட்டுவதோ கவிழ்ந்துகொள்வதோ ஒன்றும் இல்லை. தூக்கம் வரவில்லை என யாராவது புலம்புவதைக் கேட்கும்போது அப்படியும் இருக்குமா என்று ஆச்சர்யப்படுவார். பகலெல்லாம் திண்ணை

தேய்க்கும் படுசோம்பேறிப் பயல்களுக்குத் தூக்கம் போகும். நிற்க நேரமின்றி மாடுகன்றுகளுடன் அலைபவருக்கு எப்படிப் போகும்? 'காலாற நடந்து காடுகரையச் சுத்திப் பாத்துட்டாச்சும் வாங்கப்பா. தூக்கம் வந்திரும்' என்பார்.

அவரைப் போலவே நாள் முழுக்கப் பாடுபடும் ஆட்களும் தூக்கம் வரவில்லை என்றுதான் சொல்வார்கள். 'அட ஊட்டுக் குள்ள போவையில செருப்பயும் போட்டுக்கிட்டா போறம்? வெளிவாசல்ல கழட்டி எறிஞ்சுட்டுத்தான போறம். அதுமாதிரிதான். கட்டல்ல ஏர்றதுக்கு முன்னாலயே கவலயெல்லாம் எறக்கி வெச்சரோனுமப்பா' என்பார் சாதாரணமாக. 'எங்க எறக்கி வெக்கறது. கவலயெல்லாம் கட்டையோடதான் போவும்' என்பவர்களை ஏளனமாகப் பார்ப்பார். ஆனால் இப்போது அவர் சித்தாந்தம் பொய்யாயிற்று.

தூக்கம் இல்லாமல் புரண்டுகிடந்த முதல் நாள் ஏதோ வயிற்றுப் பிரச்சினை என்று நினைத்தார். சேராத எதையாவது தின்றுவிட்டால் சில நாட்கள் கால் குடைச்சலும் மேல் வலியும் இருக்கும். அப்படியும் கட்டிலில் படுத்து இரண்டு முறை புரண்டால் தூக்கம் கண்களுக்குள் குடி வந்துவிடும். ஆனால் அன்றைக்குத் துளியும் தூங்கவில்லை. கண்களை எவ்வளவு நேரம் மூடியபடியே கிடந்தும் எதுவும் நடக்கவில்லை. காலையில் கண்கள் கோவைப்பழமாகிப் பிதுங்கித் தெரிந்ததால் எல்லாரும் விசாரித்தார்கள். என்ன பதில் சொல்வதென்று தெரியவில்லை. அது எப்படித் தூக்கம் வராமல் போகும்? கொஞ்சம் சோம்பலில் அன்றைய இரவுக் குளியலுக்குச் சுடுதண்ணீர் வைக்காமல் பச்சைத் தண்ணீரையே ஊற்றிக்கொண்டார். அதுதான் காரணமாக இருக்கும் என்று தோன்றியது. இந்த உடம்பு என்னென்ன சொகுசுகளைக் கேட்கிறது.

அடுத்த நாள் படுக்கப் போகும் முன்னிரவில் சுடுதண்ணீரை ஆவி பறக்க மேலே ஊற்றிக்கொண்டார். கொதிக்கும் வேனலிலும் சுடுதண்ணீரை மேலுக்கு ஊற்றிக்கொண்டால்தான் அவர் மனசுக்கு ஒப்பும். 'வெயில்ல பழமாட்டம் வெந்து கெடக்கற ஒடம்புல இப்பிடிக் கொதிக்கக் கொதிக்கச் சுடுதண்ணிய ஊத்தற நிய்யும் மனசந்தானா?' என்று கிழவி கேட்பாள். அவளுக்கு இந்தச் சுகம் தெரியாது. 'எருமக்கிச் சேத்துத் தண்ணிச் சொகந்தான் தெரியும்' என்று சொல்லிச் சிரிப்பார். 'ஆமாமா. இந்த எரும இல்லீன்னா உம்பொழப்புத் தெரியும்' என்று கிழவியும் பதிலடி தருவாள். சுடுதண்ணீர்க் குளியலுக்குத் தூக்கத்தை வரவழைக்கும் சக்தி எப்போதும் உண்டு. உடம்பைத் துவட்டியதும் ஒரு தூக்கச்சடைவு தோன்றும். அப்படியே இரண்டு கவளம் சோற்றை உள்ளே தள்ளினால் போதும். கை கழுவுவதுகூட நினைவிருக்காது.

கட்டிலில் நீட்டிவிடலாம். ஆனால் அன்றைக்கு அனல்போல உடம்பு காந்தியதே தவிரத் தூக்கம் வரவில்லை.

ஓலைக் கொட்டாயின் கீழ் மூலையில் கயிற்றுக் கட்டிலைப் போட்டுப் படுப்பது அவர் வழக்கம். வெயில் மழை காற்று எதுவென்றாலும் அதுதான் அவர் இடம். அவர் குழந்தையாக இருந்தபோது அம்மா கட்டிலைப் போட்டு அவரை அணைத்துப் படுத்திருந்த இடம் அது என்பார். அங்கே படுத்தால் இன்னும் அம்மாவின் அணைப்பில் இருக்கும் பாதுகாப்பு கிடைப்பதாக உணர்வார். அதை வெளியில் சொல்லமாட்டார். வெளியூருக்குப் போய் அவர் ஒருபோதும் தங்கியதில்லை. அப்படிக் கட்டாயமாய்த் தங்க நேர்ந்த ஓரிரு சந்தர்ப்பங்களில் தூங்கவே இல்லை. ஆனால் நினைவு தெரியாத குழந்தையிலிருந்து பழகிய இடம்கூட அந்நியமாகிப் போகுமா? எதற்கும் இடத்தை மாற்றிப் பார்க்கலாம் என்று தோன்றியது. பிசாசு குடிவந்துவிட்ட இடத்தில் படுத்தால் தூக்கம் வராது. ஆனால் புதிய இடத்திலும் பிசாசு குடியிருந்தது. கண்கள் மூடவேயில்லை. வேறு எங்கோ கோளாறு இருக்கிறது என்று தோன்றியது.

யாராவது செய்வினை வைத்திருப்பார்களா? மாடமாளிகை கட்டி ஆள் அம்புகளுடன் பெரும்பிழைப்பா நடத்துகிறோம், செய்வினை வைக்க? நாற்பது வருசங்களுக்கு மேலாக உடனிருக்கும் பெண்டாட்டிக் கிழவி வைத்தால்தான். முறுக்கமாக இருந்த காலத்துக் கொடுமைகளை எல்லாம் தாங்கிக்கொண்டவள், காலம் போன கடைசியில் அப்படிச் செய்யமாட்டாள். மாட்டுக் கட்டுத்தரைச் சாணமும் அடுப்புப் புகையும் தவிர அவளுக்கு வேறென்ன தெரியும்? மகன்கள் தனித்தனியாக ஆளுக்கொரு ஓலைக்கொட்டாயில் குடியிருக்கிறார்கள். அவரால் அவர்களுக்கு எந்தத் தொந்தரவும் இல்லை. இறக்கை முளைத்ததும் குஞ்சுகளைத் தனியாக இரை தேட அனுப்பிவிட்டார். தனக்கெனக் கொஞ்சம் நிலத்தை வைத்துக்கொண்டு மற்றதை எல்லாம் அவர்களுக்குப் பிரித்துக் கொடுத்திருக்கிறார். நல்லவேளை அவருக்கு இரண்டு மகன்கள்தான். மகள் இல்லை. பாட்டார் போய்ச் சேர்ந்தால் யாருக்காவது கூரையைப் பிய்த்துக் கொட்ட ஒன்றுமில்லை. அரைக்காசு பொறாத நான்கைந்து பொத்தல் கோவணத்துணிகள் மிஞ்சும். உடனிருக்கும் உறவுகளைத் தாண்டிச் செய்வினை வைக்க எங்கிருந்து கட்டுச்சோறு கட்டிக்கொண்டு ஆள் முளைக்கும்?

வேளைக்கு நான்கு உருண்டைக் கம்மஞ்சோறு என்றிருந்தது, இப்போது இரண்டாகக் குறைந்துவிட்டது. 'அந்த நாள்ல இருந்து ஆக்கிப் போட்டுத் தீரல. இப்பவாச்சும் கொறஞ்சுதே' என்று கிழவி சந்தோசப்பட்டாள். பாட்டாரின் வேலையிலும் சுணக்கம்தான். பகலில் தூங்கிப் பழக்கமே இல்லை. இப்போது

படுத்துப் பார்த்தால் கண் சிரிக்கிறது. கைக்கெட்டும் தூரத்தில் ஆள் நிற்பது தெரியாத கரும் இருட்டிலேயே மூடாத என்னை, வெயில் எரிக்கும் மொட்டை மத்தியானத்தில் மூட வைக்க முடியுமா என்று அந்தச் சிரிப்புக்கு அர்த்தம். திருநீறு மந்திரித்தும் தாயத்துக் கட்டியும் பாடம் போட்டும் பார்த்துவிட்டார். பாடம் போடும்போது செங்காப் பாட்டார் 'என்ன முத்து உனக்கா தூக்கம் வல்ல? வெளியில சொன்னாச் சிரிக்கப் போறாங்கப்பா' என்று கேலி செய்தார். ரொம்பவும் புலம்பிச் சொன்ன பிறகுதான் அவரே நம்பிப் பாடம் போட்டார். 'சின்ன வயசுல புடிச்ச தூக்கப்பிசாசு இப்பத்தான் உன்ன உட்டு ஓடியிருக்குது' என்று அவர் கேலியும் செய்தார். ஆனால் தூக்கம் ஓடியது ஓடியதுதான். பெண்டாட்டி கோபித்துக்கொண்டு போனால் அவள் அம்மா வீட்டில் இருப்பாள். நான்கு நாள் விட்டுப்பிடித்துப் போய்க் கெஞ்சிக் கொஞ்சிக் கூட்டி வந்துவிடலாம். தூக்கம் எங்கே போய்த் தொலைந்தது என்று எப்படிக் கண்டுபிடிப்பது?

மனிதர்களுக்கும் மாடுகளுக்கும் ஏராளமான பண்டிதம் செய்பவர் பாட்டார். அந்தக் காலத்துத் திண்ணைப் பள்ளிக் கூடத்தில் ஏதோ சில நாட்கள் போய் உட்கார்ந்து வந்திருந்தார். அதனால் வாகட ஓலைச் சுவடிகளையும் வைத்தியச் சுவடிகளையும் எழுத்துக் கூட்டிக்கூட்டிப் படிக்கிற பழக்கம் இருந்தது. யாராவது பண்டிதத்திற்கு வந்தால் உடனே சுவடிக்கட்டைப் பிரித்து உட்கார்ந்துவிடுவார். என்ன பிரச்சினை, என்ன தர வேண்டும் என்பதெல்லாம் நன்றாகத் தெரிந்தாலும் சுவடியைப் பார்ப்பது போலப் பாவனை செய்வார். அப்போதுதான் வந்தவருக்கும் மனம் குளிரும். அப்பேர்ப்பட்டவர் தனக்கு ஒன்று என்றால் கண்டுபிடிக்க மாட்டாரா? இத்தனை நாள் பண்டிதம் பார்த்து என்ன பயன்?

தூக்கமின்மை என்பது தனி நோயாகச் சுவடிகளில் காணோம். வேறு ஏதாவது பிரச்சினையோடு சேர்ந்துதான் தூக்கமின்மையும் இருந்தது. தனக்கு வேறு என்ன பிரச்சினை என்பதை அவரால் கண்டுபிடிக்க முடியவில்லை. எல்லாம் சரியாக இருப்பது போலவே தோன்றியது. வெளியே இருந்து யாரோ வந்து தன் தூக்கத்தைப் பிடுங்கிக்கொண்டிருப்பார்கள் என்னும் எண்ணத்தைத் தூக்கி எறிந்துவிட்டுத் தனக்கு என்ன பிரச்சினை என்று யோசிக்கத் தொடங்கினார். நடக்கும்போதும் ஆடுகளை மேய்ச்சலுக்கு ஓட்டிவிட்டு மரநிழலில் உட்கார்ந்திருக்கும் போதும் என எப்போதும் தன் பிரச்சினை பற்றியே யோசனையாக இருந்தது. எவ்வளவு யோசித்தும் ஒன்றும் புலப்படவில்லை.

ஒரு மட்ட மத்தியான நேரத்தில் காட்டுப்பக்கம் இருந்து வந்துகொண்டிருந்தார். யோசனைக்கு ஒன்றும் குறைவில்லை.

அப்போது தலைமேல் பெரிய புல்கத்தை இருந்தது. அவர் புல்லுக்குப் போவது எப்போதும் மத்தியான நேரத்தில்தான். காட்டுப்பக்கம் ஒரு காக்காகூட இருக்காது. விரும்பியபடி யார் காட்டில் வேண்டுமானாலும் பிடுங்கிக்கொண்டு வரலாம். குட்டிக்கொடிகள் படர்ந்து காடெங்கும் மூடிக் கிடந்த காத்தான் காட்டில் சும்மா ஒரு அரைப்பாத்தி அளவுக்குச் சுருட்டினார். பெரிய கத்தை சேர்ந்துவிட்டது. யாராவது கேட்டால் 'எங் காட்டுல இல்லாத பில்லா? நான் எதுக்கு ஒரு மயரான் காட்டுக்குப் போறன்?' என்று எகத்தாளமாகப் பேசிவிடுவார். முகத்திலும் உடம்பிலும் பூச்சிகள் ஊர்ந்தன. புல்லிலிருக்கும் பூச்சிகள் மேலே ஊர்வது வழக்கம்தான். ஆனால் இப்போது ஊர்வது அவரது யோசனையின் மீது. அரிப்பு அதிகமானதால் சட்டென்று புல்கத்தையைக் கீழே வீசிப் போட்டார்.

"ஏந்தாத்தா, கனமா?"

என்று கேட்டவன் தெரிந்தான். முருகேசன். அவர் காணப் பிறந்த சிறுபயல். அவர் பேரனைவிடக் கொஞ்சம் வயது கூடுதலாக இருக்கும். காட்டு வேலையையும் பார்த்துக் கொண்டு நூல் மில் வேலைக்கும் போகிறான். ஊரிலிருந்து ஐந்தாறு கல் தொலைவில் அந்த நூற்பாலை இருந்தது. அங்கே குடியானப் பையன்களுக்கு முன்னுரிமை கொடுத்து வேலைக்கு எடுத்தார்கள். கொஞ்சம் நிலம், ஆடுமாடு என ஏதாவது வைத்துப் பண்ணயம் பார்ப்பவர்களுக்கு நூற்பாலை வேலை கூடுதல் வருமானம். சம்பளம் கூடக்குறைய என்றாலும் பேசாமல் வேலையைச் செய்வார்கள். மற்ற சாதிக்காரர்களை நம்ப முடியாது. எதற்கெடுத்தாலும் கொடி பிடித்துக் கோஷம் போடத் தொடங்கிவிடுவார்கள். அந்தத் திட்டத்தில் முருகேசனுக்கும் வேலை கிடைத்தது. ரொம்பவும் பொறுப்பாக வேலைக்குப் போய் வந்தான். காட்டுவேலை தொலையாதா? எல்லாவற்றையும் அவன் அம்மாவே பார்த்துவிடுவாள்.

ஒருநாள்கூட வீட்டில் இருக்கமாட்டான். கல்யாணம் காட்சி என்று எதற்காவது லீவு போடச் சொன்னால் கோபம் வந்துவிடும். நூற்பாலையில் அவர்களாகப் பார்த்துப் பாவம் பையன் என்று லீவு எடுத்துக்கொள்ளச் சொன்னால்தான். அதேபோலச் சம்பளத்தில் ஒருபைசா செலவு செய்யமாட்டான். ஐந்து கல் தொலைவில் இருந்த நூற்பாலைக்குச் சைக்கிளிலேயே போய்வந்துவிடுவான். அந்தச் சைக்கிளை அவன் பாங்கு பார்க்கிற விதமே தனி. காலையில் அரைமணி நேரம் அதன் பக்கம் நின்று சுத்தம் செய்து எல்லாம் சரியாக இருக்கிறதா என்று பார்த்துத்தான் எடுப்பான். நூற்பாலையில் கொடுக்கும் கருப்பட்டியைக்கூட ஊருக்குக் கொண்டுவந்து யாருக்காவது

காசுக்கு விற்றுவிடுவான். பஞ்சுத்துகள் காற்றில் கலந்து நெஞ்சுக்குள் போய் ஒட்டி எளப்பு நோயை அழைத்து வந்துவிடும். அதைத் தவிர்க்கத்தான் கருப்பட்டி. வாரம் ஒரு கருப்பட்டியாவது தின்றுவிட வேண்டும். நெஞ்சாங்குலையை அது சுத்தப்படுத்தி வைத்திருக்கும். அதைச் சொன்னால் 'வரும்போது பாத்துக்கலாம்' என்று சாதாரணமாகச் சொல்லிவிடுவான். பெருங்கருப்பட்டிச் சில் ஒன்று மூன்று ரூபாய் கொடுத்து வாங்க ஆள் இருக்கிறது. அப்படி அவன் ரொம்பக் கருத்து.

அவன் அப்பனும் அம்மாவும் வைத்தது பொத்தல் குடிசைதான். அதுவும் மழையில் கரைந்து சரியும் மண்சுவர். போதுமான அளவு ஓலை வாங்கி வேயவே அவர்களால் முடியாது. இனிமேல் வீட்டில் இருக்க முடியாது என்னும் நிலை வந்தால்தான் அங்கே இங்கே கடனை உடனை வாங்கி ஒருவழியாக வேய்வார்கள். பத்து வருசத்துக்கு ஒருமுறை திருவிழாப் போல அந்த வேலை நடக்கும். அதை வருசா வருசம் பாங்கு பார்த்து வைத்துக்கொள்ளக்கூட அவர்களால் ஆகவில்லை. ஆனால் அவன் தலையெடுத்து இப்போது செங்கல் சுவர் வைத்து வீடு கட்டிக்கொண்டிருக்கிறான். வில்லை ஓடு போடப் போகிறானாம். கைஓடு போட்டு இப்போது யார் வேய்கிறார்கள்? எல்லாம் வில்லை ஓடுதான். வேலையும் வெகு சுலபம். ரீப்பர் கட்டையில் ஓடு மாட்டத் தெரிந்தால் போதும். ஒரு ஓடு உடைந்துவிட்டால்கூட யாரும் சுலபமாகக் கழற்றி மாட்டிவிடலாம். வீடு கட்டிவிட்டுத்தான் கல்யாணம் என்கிறான் முருகேசன். வில்லை வீட்டில் படுத்தால்தான் பிள்ளை பிறக்குமா? வில்லை வீட்டுக்காரனுக்கு நல்ல பசையுள்ள இடத்துப் பெண் கிடைத்துவிடும். அதற்காகத்தானிருக்கும்.

அவனோடு பேசப் பாட்டாருக்குக் கொள்ளை ஆசை. மனதில் எப்படி நினைத்தாலும் வெளியில் அவன் மனம் குளிரும்படி நாலு வார்த்தை சொல்வார். அதனால் அவனும் அவர் மேல் பிரியம் காட்டுவான். அவரிடம் ரொம்பவும் உரிமையோடு யோசனை கேட்பான். வீடு கட்டத் தொடங்கியபோது 'செவுரு ரண்டாளு ஓயரம் வெச்சாப் போதுமா தாத்தா?' என்று கேட்டான். 'அட நிய்யொரு திருவாத்தான். அது எப்பிடிப் பத்தும்? நாம நின்னு கை ஒசத்துனா ஓட்டுல இடிக்குமே. காசப் பாக்காதயப்பா. தாராளமா மூனாளு ஓசரம் வெச்சிரு. காத்துத் தங்குண்டியா உள்ள போயி வரட்டும்' என்றார். அவர் யோசனை அவனுக்குப் பிடித்திருந்தது. சொன்ன பேச்சுக் கேட்கிற இப்படி ஒரு பையன் நமக்கு இல்லையே என்றும் நினைப்பார். எது சொன்னாலும் அதற்கு எதிராகப் பேசுவதோ செய்வதோதான் அவர் மகன்களின் வேலை. ஒருகாசுக்கு அவரை மதிப்பதில்லை.

"என்னப்பா ஊட்டு வேல எந்தளவுக்கு நடக்குது?"

என்று முருகேசனை விசாரித்தார். தினமும் அந்தப் பக்கமாகப் பார்க்கும்போதும் போகும்போதும் வீட்டு வளர்ச்சியைத் துல்லியமாக அளவிட்டுக்கொண்டுதான் இருக்கிறார். அவனை விடவும் அவருக்குத்தான் நன்றாகத் தெரியும். என்றாலும் பேச்சை இப்படித்தானே தொடங்க வேண்டும்?

வீட்டு வேலை எதிர்பார்த்த அளவில் நடக்கவில்லை என்றும் வேலைக்குச் சரியாக ஆட்கள் வருவதில்லை என்றும் வந்தாலும் வேலை செய்யாமல் ஏமாற்றுகிறார்கள் என்றும் கூலி மட்டும் துளி குறைக்காமல் வாங்கிக்கொள்கிறார்கள் என்றும் விலாவாரியாக அவனும் புலம்பினான். அவன் வேலை செய்யும் நூற்பாலை முதலாளி, வாராவாரம் சம்பளம் கொடுக்கும்போது புலம்பும் அதே சொற்கள் அவன் வாயிலிருந்தும் வந்தன. கடைசியாக இப்படி முடித்தான்.

"சின்னதா ஒரு சாதாரண ஓட்டு வீடு கட்டறதுக்கே இந்தப் பாடு பட வேண்டியிருக்குதே. பெரிய பெரிய மாளிகையெல்லாம் கட்டறவங்க என்ன பாடு படுவாங்களோ?"

அவனுக்கு ஆறுதலாக நான்கு வார்த்தைகள் சொன்னார்.

"நீ தலையெடுத்து ஓட்டு வீடு கட்டற. நல்லா இரு . . . நல்லா இரு . . ."

முருகேசனையே புல்கத்தையைத் தூக்கிவிடச் சொல்லித் தலையில் வைத்துக்கொண்டு நடந்தார். பூச்சிகள் ஊர்வது நிற்கவில்லை. அங்கிருந்து நூறடி தூரத்தில் அவருடைய கொட்டாய். அங்கே போய்ச் சேர்வதற்குள் மனதில் யோசனை ஓடியது. ஐம்பது, அறுபது வருசமாக இந்தக் காடுமேடுகளில் கஷ்டப்பட்டும் ஓலைக் கொட்டாய்தான் நிரந்தரமாக இருக்கிறது. அதுவும் அவருடைய அப்பா காலத்தது. மூன்று நான்கு வருசத்திற்கு ஒருமுறை ஓலையை மாற்றி வேய்வதற்கே முடிவதில்லை. ஒழுகும் பக்கத்தில் ஓலையைச் செருகியும் கூரைமேல் சாக்கைப் போட்டு மூடியும் மழை நாட்களைச் சமாளிக்கப் பார்ப்பார். மழைத்துளி ஊசிச் சரம்போலக் கூரையைத் துளைத்துக் கொண்டிறங்கும். 'காலம் பூரா இந்த ஓட்டக் கொட்டாயில கெடக்க எனக்கு விதி. அழுவற ஊட்டுல இருந்தாலும் இருக்கலாம், ஒழுவற ஊட்டுல இருக்கக்கூடாதுன்னு செலவாந்தரம் சொல்லறது சும்மாவா? இருந்தென்ன, எனக்கு வாய்ச்ச வரம் இப்பிடி' எனக் கிழவி ஜாடை பேசுவாள். வேறு வழியில்லாமல் அப்படி இப்படிப் புரட்டி, அங்கே இங்கே வாங்கிக் கூரை வேய்வார்.

இந்தப் பயல் முருகேசன், முளைத்து மூன்று இலைகூட விடவில்லை. அதற்குள் வில்லை ஓட்டு வீடு கட்டுகிறான்.

‘மாளிகை கட்டறவங்க என்ன பாடுபடுவாங்க’ என்று பேசுகிறான். மாளிகை கட்டும் திட்டம் அவன் மனதில் இருக்கிறது என்றுதானே அர்த்தம்? கட்டினாலும் கட்டுவான். இருபத்தைந்து வயதுக்குள் ஓட்டு வீடு கட்டுகிறவனுக்கு ஐம்பது வயதுக்குள் மாளிகை கட்டுவதா பிரமாதம்? புல் கத்தையை வீசிப் போட்டுவிட்டுத் ‘தூத்தெறி’ என்று சொல்லி எச்சிலைக் காறித் துப்பினார். மொத்தையாக அவர் முகத்தின் மீதே அப்பிக்கொண்டது போலிருந்தது. முருகேசன் வீட்டுப் பக்கம் கண்ணோட்டினார். இரண்டு அறைகள் கொண்ட சிறிய வீடு. செங்கல் சுவர் ஆளுயரத்திற்கு மேல் எழும்பிவிட்டது.

“வயசான காலத்துல முடிஞ்ச வேலயச் செஞ்சமா, அக்கடான்னு வந்து படுத்தமான்னு இருக்கறத உட்டுட்டு மனசனுக்கு அப்பிடி என்ன ஓசன? காலம் போன கடசீல கோட்டயப் புடிக்கப் போறயா? அதான் வவுத்துக்குக் கொட்டிக்கிட்டயே, அப்பறமும் என்ன, பசி பொறுக்காத பாம்பாட்டம் நெளிநெளியின்னு நெளியிற?”

என்று கிழவி எத்தனையோ பேசினாள். கிழவியின் பேச்சு பாட்டாருக்கு வெறும் ஒலியாய் விழுந்தது. அவள் இல்லை என்றாலும் கொட்டாய் முழுக்க அவள் குரல் ஒலித்துக்கொண்டே தானிருக்கும். எந்தச் சமயத்தில் அக்குரல் என்ன சொல்லும் என்பதும் அவருக்குத் தெரியும். குரலைப் பல்லிச் சத்தத்தோடு இணைத்து அவர் புரிந்துகொள்வார். கொட்டாயின் கிழக்கு மூலையில் அடுப்பு இருக்கிறது. அங்கிருந்து பல்லிக் குரல் அடிக்கடி ஒலிக்கும். எந்த இடத்திலிருந்து வருகிறது, எந்த நேரத்தில் வருகிறது என்பதைக் கொண்டு அதற்குப் பொருள் பிரிப்பார். அக்குரல் ஒன்றுதான் எப்போதும் அவருக்கு ஆறுதல்.

இரவோ பகலோ முருகேசன் வீட்டுப் பக்கம் கண் திரும்பும் போதெல்லாம் அவரை அறியாமல் ஏறிட்டுப் பார்ப்பார். வேலை செய்யும் ஆட்கள் அவ்வப்போது தென்படுவார்கள். அவர்களிடம் பேச்சும் கொடுப்பார். ‘பையன் பாவம் ஒவ்வொரு காசாச் சேத்துக் கட்டறான். துரோகம் பண்ணீராதீங்க’ என்பார். ‘அப்பிடிக் காசுதான் நிக்கப் போவுதா தாத்தா. என்ன ஆயரம் வெருசம் கோட்ட கட்டி ஆள்றமா? ஆளு இருந்தாலும் இல்லைன்னாலும் நம்ம வேல சுத்தமா இருக்கும்’ என்று அந்த மேஸ்திரி சொல்வார். சுவர் நாலாப்புறமும் ஏறிக்கொண்டிருந்தது. காட்டுப்பக்கம் வேலையாய் அவர் போய்த் திரும்பும் ஒருபொழுது நேரத்திற்குள் வீட்டுச் சுவர் முழம் ஏறியிருக்கும். அது அவருக்கு அதிசயம் போலத் தோன்றும். ஒன்றும் இல்லாத வெற்றுவெளியில் திடுமென இப்படிப் புற்றைப் போலச் சுவர் எழும்பிவிடுகிறதே என்று நினைப்பார். முருகேசனின் கொட்டாய் ஊருக்குள் இருக்கிறது.

இங்கே காட்டுக்குள் வீட்டைக் கட்டினால் தாராளமாகவும் கட்டலாம். ஆடு குட்டிகள் வைத்துப் பார்க்கவும் வசதி என்பதால் அவன் இந்த இடத்தைத் தேர்வு செய்திருக்கிறான். 'நீங்கெல்லாம் பக்கத்துல இருக்கற தெகிரியத்துலதான் இங்க கட்டிக் குடி வரப்போறன் தாத்தா' என்பான். 'சந்தோசமடா சாமி. நல்லா வா. என்னத்த வாரிக்கிட்டுப் போறம். ஒருத்தருக்கு ஒருத்தர் ஒத்தாசதான' என வாய் நிறையச் சொல்வார். தன் மகன்களைப் பார்க்கும்போதெல்லாம் கோபம் ஏறிச் சொற்கள் படபடக்கும். கண்டபடி திட்டித் தீர்ப்பார்.

"முருகேசனுந்தான் இருக்கறான். அவந்தான் பையன். நீங்கெல்லாம் எதுக்குடா இருக்கிறீங்க? அப்பங் காலந்தான் ஓலக் கொட்டாயிலயே போயிருச்சு. நாமளாச்சும் கடன ஒடன வாங்கி வில்லயூடு கட்டுவம்னு தோனுச்சா? கையாலாவாத நாய்ங்க."

இந்தக் கிழவனுக்குத் திடீரென்று என்ன வந்துவிட்டது என மகன்கள் குழம்பினார்கள். ஒருநாளும் அவர் இப்படிப் பேசியதில்லை. 'நாலு பேரு நாக்கு மேல பல்லுப் போட்டுப் பேசாத அளவுக்குப் பொழச்சுக்குங்கடா' என்பதுதான் அடிக்கடி அவர் சொல்லும் புத்தி.

"கத்த கத்தயா சம்பாரிச்சு மொடாக்குள்ள அடுக்கி வெச்சிருக்கற நீ. நாங்க எடுத்தெடுத்து ஊடு கட்டறம். கடன வாங்கி ஊடு கட்டீட்டு உள்ளதயும் வித்துக் குடுக்கச் சொல்றியா? இருக்கறது நெலச்சாப் போதும் போ."

என்று மகன்கள் பதிலடி கொடுக்கவும் செய்தார்கள். ஒருத்தனாவது 'சரி கட்டுகிறேன்' எனப் பேச்சுக்குக்கூடச் சொல்லவில்லை.

முருகேசனிடம் பேசிவிட்டு வந்த பின் என்னென்னவோ மனதில் ஓடிற்று. ஒரு நிலையில் இல்லை. அவனிடம் இரண்டு வார்த்தை பேசினால் இழந்த எதையோ பெற்றது போலிருக்கும். வாலிப முறுக்கு கொடுக்கும் வலு அது என்று நினைப்பார். ஆனால் அன்றைக்கு என்ன பேசியும் சமாதானம் சொல்லிப் பார்த்தும் மனம் ஆறவில்லை. தூக்கம் போனதுதான். இனி இப்படியேதானா? துக்கம் கெட்டுக் கிடந்தால் சீக்கிரம் போய்ச் சேரலாம். கண்களை மூடிக்கொண்டு குலதெய்வம் கரியகாளியை நினைக்க முயன்றார். அவர் நினைத்ததும் ஆங்கார ரூபமாய்க் கண்ணுக்குள் வந்து நின்றுவிடும் கரியகாளியிடம் தன் கோரிக்கைகளை ஒவ்வொன்றாக நிதானமாகச் சொல்வார். ஆனால் எவ்வளவு முயன்றும் கரியகாளியின் முகத்தைத் தன் முன் கொண்டுவர முடியாமல் தோற்றுப் போன அன்றைய இரவில்,

கிழவியை எழுப்பிவிடக் கூடாது என்னும் எச்சரிக்கையோடு மெல்ல வாசலுக்கு வந்தார். கோவணத்தை இறுக்கிக்கொண்டு மூளி முறித்தார். வாய் பிய்ந்துவிடுகிற மாதிரி கொட்டாவி வந்தது. இதற்கு மட்டும் குறைச்சலில்லை என எண்ணமிட்டவாறு முருகேசன் வீட்டுப் பக்கம் எதேச்சையாய்த் திரும்பினார்.

நிலா வெளிச்சத்தில் வீடு வடிவாகத் தெரிந்தது. இரண்டு கைகளையும் சேர்த்துக் கூப்பிக்கொண்டு யாரோ வரவேற்கிற மாதிரி இருந்தது. கோம்பைச் சுவர் இவ்வளவு எழும்பிவிட்டதா என்று நினைத்தார். இனி என்ன, பூச்சும் கூரையும்தான். நிலவு துலக்கிக் காட்டும் வீட்டை அருகே போய்த் தொட்டுப் பார்த்தால் எப்படியிருக்கும்? அரவமற்ற நள்ளிரவு. எதுவோ அவரை உந்தித் தள்ளியது. மெல்ல நடந்து அந்த வீட்டுக்கு முன்னால் போய் நின்றார். சுற்றும் பார்த்தார். சுவர்களுக்குள் புகுந்தார். மேற்கூரை இல்லாததால் உள்ளும் நிலவொளி தாராளமாகக் காய்ந்தது. சுவர்களைத் தொட்டுத் தடவிப் பார்த்தார். குழந்தையை ஆசையாய்த் தழுவும் சுகம். கன்னத்தை அதன் மேல் இழைத்தார். உடலெங்கும் குளிர்ச்சி பரவியது. எவ்வளவு நேரம் அப்படியே வைத்திருந்தாரோ தெரியவில்லை. எங்கோ கோழி கூவியது.

அன்றைக்குச் சாரம் அமைத்து மேலே கட்டியிருந்த சுவர்ப் பக்கம் வந்தார். ரொம்பவும் முயன்று சாரத்தின்மேல் ஏறினார். மாலையில் முடித்திருந்த கோம்பைச் சுவர் நுனியைக் கையை மடக்கிக் குத்தினார். வாயில் மீதமிருந்த பற்கள் நெரிந்தன. குத்தில் இரண்டு மூன்று செங்கற்கள் உதிர்ந்தன. மீண்டும் ஓங்கிக் குத்தினார். காப்புக் காய்ச்சிய விரல் முட்டிகளை மீறியும் வலித்தது. இரண்டாம் குத்தில் தடதடவெனச் செங்கற்கள் சரிந்தன. அவ்வளவுதான்.

நடுங்கிய கால்களோடு இறங்கி வெளியே வந்தார். மூளியாய்த் தெரிந்த சுவரைப் பார்த்ததும் மனதுக்கு ஆறுதலாக இருந்தது. தன் கொட்டாய்க்குப் போகும்வரை அதையே பலமுறை திரும்பித் திரும்பிப் பார்த்தார். பெரிய சுமை இறங்கிவிட்ட மாதிரி தோன்றியது. போய்ப் படுத்தவர் விடிந்து வெகுநேரம் ஆனபின்னும் எழவில்லை. அப்படியொரு தூக்கம். 'கெழவனுக்கு இன்னக்கித்தான் பித்துத் தெளிஞ்சிருக்குது' என்று கிழவி தானாகப் பேசிக்கொண்டிருந்தாள்.

●

உயிர் எழுத்து, **அக்டோபர் 2011**

மாப்புக் குடுக்கோணுஞ் சாமீ

ஊர் முழுக்கச் சாக்குருவியின் ஓலம். ஒரு மாதத்திற்குள் இது ஆறாவது சாவு. மாகாட்டுச் செங்கான் கட்டுத்தரையில் தொடங்கி ஒவ்வொன் றாகப் பரவி மணகாட்டு ராமசாமி காடுவரை வந்துவிட்டது. அரக்கத் தவளையின் தாவல்போலச் சாக்காடு. ராமசாமி பெண்டாட்டி பூவாயி வைத்த ஒப்பாரி இருளைக் கிழித்துக்கொண்டு போயிற்று. துக்கம் ஒவ்வொரு வீட்டுக் கதவின் முன்னும் நாயாய் முடங்கிப் படுத்துக்கொண்டு ஊளையிட்டது. சாக்காட்டின் அடுத்த தாவல் தம் வீட்டுக்குள்ளாக இருக்குமோ என்னும் கலக்கம் எல்லாரிடத்திலும் இருந்தது. பொழுது சாய்ந்த வேளையில் நடந்ததால் ஒரு எட்டி போய் விசாரித்துவிட்டு வரலாம் என்று அந்த முன்னிரவிலேயே கையில் லாந்தரை எடுத்துக் கொண்டு போனார்கள். பூவாயின் விரித்த தலையும் அழுத கண்களும் அரற்றும் வாயும் யாரையும் கலங்கச் செய்துவிடும். இடையிடையே மாரில் படார்படாரென்று அடித்துக்கொண்டு கீழே புரண்டு கதறினாள்.

கன்று ஈனி ஒருமாதம் தானிருக்கும். காளைக்கன்று என்பதால் வயிறு முட்டப் பால் குடிக்கவிட்டு வளர்த்தார்கள். வேலைக்குத் தோதாக இந்தக் கன்றை வளர்த்துக்கொள்ள வேண்டும். சுழி சுத்தம். இன்னும் தலைகுனிந்து ஒரு புல்லைக் கடித்துப் பார்க்கவில்லை கன்று. பால் குடிக்கும் தினவில் மண்ணை ருசிக்க ஆரம்பித்துவிட்டது. மண் தின்னவிடாமல் வாய்க்கூடை போட்டுக் காடு

முழுக்கக் குதித்தோட விட்டிருந்தார்கள். பொழுது கிளம்பும் வேளையில் எகிறித் துள்ளி ஓடும் அதன் ஆர்ப்பாட்டம் தாங்க முடியவில்லை. துள்ளிக் குதித்தால்தான் கால் வலுவாகும். ‘கன்னுக்குட்டியா குதிரயா இது? இப்பிடிப் புழுதி கௌப்புது’ என்று கேட்டவர்களிடம் ‘ஏப்ப சாப்பயாவா எங்கன்னுக்குட்டிய வளப்பன்?’ என்றார் அவர். இப்போது அது தாயைத் தேடி வர்வர்ரென்று கத்திய வண்ணம் இருந்தது. கன்றுக்குப் போக இரண்டு நேரமும் மூன்று நான்கு படி பால் பீச்சலாம். மாடு வேலைக்கும் சளைத்ததல்ல. கன்று கொஞ்சம் பெரிதானதும் ஏரில் பூட்டினாலும் வண்டியில் கட்டினாலும் சுணங்காமல் போகும். விலையும் கொஞ்சமா? விற்றால் தாராளமாக ஒரு பவுன் வாங்கலாம். அப்புறம் பூவாயிக்கு வருத்தம் இல்லாமலா இருக்கும்? புருசனையே வாரிக் கொடுத்துவிட்டவள் போல மாய்ந்து அழுதாள். கேட்கப் போகும் யாரும் ஒரு வார்த்தை பேச முடியவில்லை. தொடங்குவதற்குள் அவளுக்குக் கண்ணீர் முட்டிக்கொண்டு வந்தது.

வீட்டு வாசலில் கட்டில்களிலும் அங்கங்கே ஓரம்பாரம் போட்டிருந்த கற்களிலும் உட்கார்ந்திருந்த ஆம்பளைகளைப் பார்க்க இழவு வீட்டின் சாயல் முழுதாகத் தெரிந்தது. சுடரை இறக்கிவிட்டு வைத்திருந்த பத்துப் பதினைந்து லாந்தர்கள் மின்மினிகளாய் ஒளிர்ந்தன. யாருக்கும் என்ன செய்வதென்று தெரியவில்லை. ஊருக்கு ஏதோ சாபம் என்றார்கள். ஒருமாதத்திற்கு முன் ஊருக்குள் வந்துபோன குடுகுடுப்பைக்காரன் ஏவலாக இருக்கும் என்றும் சொன்னார்கள். சுடுகாட்டுக்குப் போய்விட்டு நடுச்சாமத்தில் வந்து வீடுகளுக்குக் குறி சொன்ன அவன் மறுநாள் பகலில் வந்து சில வீடுகளில் பரிகாரம் செய்ய வேண்டும் என்று சொன்னான். கையில் காசில்லாத கானல் காலம் என்பதால் யாரும் அவ்வளவாக ஆர்வம் காட்டவில்லை. அதனால் அவன் ஏதும் செய்திருக்கக் கூடும். தை மாசியில் அவன் வந்திருந்தால் தவச மூட்டையை வண்டி வைத்துத்தான் கொண்டு போக வேண்டியிருந்திருக்கும். வெறுங்கையோடு திரும்பும் அவமானத்தில் எதை இங்கே விட்டுவிட்டுப் போனானோ?

மாடுகளுக்கு என்ன பிரச்சினை என்றாலும் கைவசம் வைத்தியம் வைத்திருக்கும் பன்னாட்டுப் பாட்டாராலேயே இதைத் கண்டுபிடிக்க முடியவில்லை. அவரிடமிருந்த வாகடச்சுவடிகளை இரவு முழுக்க உட்கார்ந்து மண்விளக்கு வெளிச்சத்தில் கண்ணில் விளக்கெண்ணெய் விட்டுக்கொண்டு படித்துப் பார்த்துவிட்டார். அவருக்குத் தெரிந்தவர்களிடம் போய் விசாரித்துப் பார்த்தார். சுவடி இருந்த வீடுகளில் அதைப் படிப்பதற்காகவே இரவுத் தங்கல் போட்டார். அகல் வெளிச்சத்தில் சுவடியைப் பிரித்தால்தான்

அதில் சொல்லியிருக்கும் விஷயங்கள் பலிக்கும் என்பதால் அந்த முறை மாறாமல் எழுத்தெண்ணி வரிவரியாகப் படித்தார். இப்படிப்பட்ட நோய் என்று எதுவுமில்லை. இதுகாலம் வரை வராத புதுநோய் ஒன்றும் உண்டா? ஆயிரமாயிரம் வருசம் வாழ்ந்து பார்த்தவர்களுக்குத் தெரியாததா 'எல்லாவற்றையும் கண்டுபிடித்து முன்பே சொல்லி வைத்திருக்கிறார்கள். அந்தக் குறிப்புகளைப் புரிந்துகொண்டால் போதும்' என்பார். அவரே கைவிரித்தபின் காரணத்தை எங்கே போய்த் தேடுவது? தெய்வக் குற்றம் தவிர வேறென்ன இருக்க முடியும்?

எந்தக் காலத்திலும் காணாத கண்காட்சியாக இப்படி நடக்கிறது. செங்கான் வீட்டு மாட்டில் சாயங்காலம் பால் பீச்சிக்கொண்டிருந்தபோது அதன் பின்னங்கால் தொடைகள் இரண்டும் வெடவெடவென்று நடுங்கின. மாடுதான் ஏதோ திருகல் செய்கிறது என்று நினைத்து அவர் அதட்டினார். ஈத்துமாட்டுக்கு இன்னுமா மடிக்கூச்சம்? ஆனால் கால்கள் நடுங்க நடுங்க அதன் வாயில் நுரை தள்ளியது. ஐந்து நிமிட நேரமாகியிருக்கும். என்ன ஏதென்று நிதானிப்பதற்குள் 'ம்மா' என்று பரிதாபமான ஒரே கத்தலிட்டுக் கீழே படாரெனச் சாய்ந்தது. உடனே கண்கள் நிலைகுத்திவிட்டன. பெரிய உருவம் கீழே விழுந்த அதிர்வில் உடல் கொஞ்சநேரம் அசைந்துகொண்டிருந்ததே தவிர, உயிர் முதலிலேயே பிரிந்துவிட்டது. மாட்டுக்கு நோய் பீடித்து ஒன்றிரண்டு நாட்கள் பண்டிதம் பார்த்துச் சலித்துக் கைவிட்டுப் போயிருந்தால் ஆசுவாசமாக இருந்திருக்கும். நின்ற நிலையில் துள்ளத் துடிக்க விழுந்து மாய்வதைத் தாங்க இயலவில்லை.

ஆள்குடிக்குச் சொல்லிவிட்டதும் அவர்கள் கூட்டமாக வந்து வண்டியில் தூக்கிப் போட்டுக்கொண்டு போனார்கள். வடக்கயிற்றை மாட்டின் உடல் முழுக்க வரிந்து கட்டித்தான் வண்டியில் ஏற்ற வேண்டியிருந்தது. வண்டியே பெரும்பாரம் ஏற்றியதுபோல் நிறைந்திருந்தது. விட்டிருந்தால் காட்டுக்குள்ளேயே ஒருபக்கம் போட்டு அறுத்துத் தோலுரித்துக் கறிக் கூறோடு போயிருப்பார்கள். பால்மாட்டை அது மேய்ந்து திரிந்த காட்டுக்குள்ளேயே அறுக்கக்கூடாது என்று சொல்லிவிட்டார். மாட்டை விஷம் தீண்டியிருந்தால் உடனே தெரிந்துவிடும். நாக்கை இழுத்துப் பார்த்துப் 'பூச்சி பொட்டு ஒன்னும் இல்லீங்க' என்று அவர்கள் குரல் கொடுத்தனர். இப்படியான அவசரச் சாவு விஷம் தீண்டுவதால்தான் வரும். நாக்கு நீலம் பாரித்துக் கிடப்பதைப் பார்த்ததும் கண்டுபிடித்துவிடலாம். அந்த மாட்டின் தோலை மட்டும் உரித்துக்கொண்டு பெருங்குழிக்குள் போட வேண்டியதுதான்.

சேராததைத் தின்று செத்திருந்தால் குடலை வெளியே தள்ளும்போது கண்டுபிடித்துவிடலாம். பொடங்குச் சோளத் தட்டை வயிறு முட்ட மேய்ந்திருந்தால் பிழைப்பது கஷ்டம். காடு முழுக்க வெயில் அலையோடிக் கிடக்கும் வேனலில் பொடங்குச் சோளத்தட்டுக்கு எங்கே போவது? கயிற்றை அவிழ்த்து இழுத்தால் தான் கட்டுத்தரை விட்டு நகரும் மாடு அது. சிறுபூண்டில் கயிற்றைச் சிக்க வைத்துவிட்டாலும் அப்படியே நிற்கும். அது எந்த ஊருக்குப் போய் மேய்ந்து வந்திருக்கும்? மாட்டுக்கு எந்த நோயும் வந்த மாதிரி தெரியவில்லை. அதன் ஈரல் தளதளவென்று இருந்தது. அடுத்த நாள் காலையில் அவர்கள் வந்து 'ஒன்னுமே கண்டுபுடிக்க முடியலீங்க சாமீ' என்று சொன்னபோது துக்கம் அதிகமாயிற்று. காத்துக் கருப்பு அடித்திருக்கும் எனச் சமாதானம் கொண்டு அதை மறப்பதற்குமுன் அடுத்தது நடந்தது. வடகாட்டுச் சின்னான் மாடு. அதுவும் அதேமாதிரிதான். செம்மண்காடு, ஓட்டுக்காடு, சரக்காடு என்று தாவி இப்போது மணற்காட்டில் வந்து நிற்கிறது.

எப்போதும் போல நன்றாக இருக்கும் மாடு திடுமெனப் பின்னங்கால்கள் நடுங்க வாயில் நுரைத்து ஒரே கேவலோடு படாரென விழுந்து செத்துப்போகும். வாரத்திற்கு இரண்டு மாடு இப்படிப் போனால் ஊரில் மாடு வைத்துப் பண்ணயம் செய்ய முடியுமா? பால்மாடுகளுக்குத்தான் இப்படி நேர்கிறது என்றதும் சிலர் உடனே சந்தைக்குக் கொண்டுபோய் விற்றார்கள். தொடர்ந்து மாடுகள் இறப்பது சுற்று வட்டாரம் எலலாம் பரவியதால் அடிமாட்டு விலைக்குத்தான் கேட்டார்கள். நூதனமான நோய் ஏதாவது பீடித்திருந்து அதை வாங்கிக் கொண்டுபோய் மற்ற ஊர்களுக்கும் பரவிவிட்டால் என்ன செய்வது என்னும் பயம் எல்லாருக்கும் இருந்தது. ஊருக்கே சாந்தி செய்யவும் நேர்த்திக் கடன்கள் நிறைவேற்றவும் பொதுப் பணத்திலிருந்து செலவு செய்தும் சாவு நின்றபாடில்லை. இதற்கு மேலும் செய்ய ஏதுமில்லை. கோயில் திருவிழா இந்த வருசத்திலிருந்து கொண்டாடலாம் என வேறுபாடுகளை எல்லாம் மறந்து முடிவு செய்தார்கள். மாடு செத்த வீட்டின் முன்னால் போய்த் துக்கம் கேட்டு உட்கார்ந்திருப்பதைத் தவிர ஒன்றும் செய்ய முடியவில்லை. மாட்டுக்கு நோய் வருவதை முன்கூட்டியே அறியமுடிந்தால் ஏதாவது செய்யலாம். ஒரு அறிகுறியும் இல்லை. வந்த நிமிசமே வாரிக் கொண்டுபோகும் நோய்க்கு எந்தப் பண்டிதத்தைப் பார்ப்பது?

ராமசாமி பெண்டாட்டி பூவாயியின் கதறல் தாங்க முடியாத ஊர்த்தலைவர், 'எதுக்கப்பா இப்படிக் கத்துது பிள்ள? ஊருல இது ஆறாவது. உங்க ஒருத்தருக்கா துக்கம்? எப்ப வருமோ எப்பிடி

வருமோன்னு ஊரே கெடந்து தவிக்குது. கத்திக் கத்தி இந்தப் பிள்ளக்கி என்னாச்சும் வந்தரப் போவுதப்பா. அங்க நிக்கற பொம்பளைங்கெல்லாம் என்ன செய்யறீங்க? ஆத்துங்கம்மா … வாய வாயப் பாத்துக்கிட்டு இருந்தா ஆச்சா?' என்று சத்தம் போட்டார்.

'உங்களுக்கென்ன ஆம்பளைங்க நாயம் பேசித் தீத்துக்குவீங்க. பொம்பளைங்க அழுதுதான தீக்கோனும்' என்று வந்த பதில் அவரை முகம் சுழிக்கச் செய்தது. 'பேச்சுக்கு மறுபேச்சுப் பேசறதுக்குக் கொறயில்ல' என்று சீறினார். பெண்கள் பக்கம் முணுமுணுப்பு மட்டும் நிலைத்தது.

அப்போது இருளுக்குள்ளிருந்து வந்த வேட்டுக்காட்டான் நிறைந்திருந்த வாசலைப் பார்த்து, 'இங்க எழவு ஊடாக் கெடக்குது. அங்க கும்மாளம் நடக்குது' என்றான். திண்ணையின் ஓரத்தில் உட்கார்ந்தவனைப் பார்த்து 'என்னடா சொல்ற?' என்றார் ஊர்த்தலைவர். அவன் ஆள்குடிவளவில் நடக்கும் விஷயத்தைப் பற்றிச் சொன்னான். கறி போடும் நாளில் அந்த வளவு திருவிழாப் போலத்தானிருக்கும். பண்ணயத்து வேலைக்கு வருபவர்கள்கூட அவசர அவசரமாக வந்து பேருக்குக் கொஞ்ச நேரம் செய்துவிட்டு ஓடிவிடுவார்கள். இரவிலே கறிபோட்டால் கொண்டாட்டம் இன்னும் மிகுதியாகும். தீப்பந்த வெளிச்சத்தில் மாட்டை அறுத்துக் கறி வெட்டிக் கூறு பிரிக்கும் வேலை மும்மரமாக நடக்கும். சாந்து அரைத்து வைத்துக்கொண்டு பெண்கள் உட்கார்ந்திருப்பார்கள். கறியைக் கலக்கி அடுப்பில் வைத்ததும் தொடங்கும் குடி வெகுநேரம் நடக்கும். சண்டையும் சச்சரவும் வெடிக்கும். ஓரிரு நிமிசத்தில் சரியாகிவிடும். 'காக்காக் கூட்டமப்பா அது. ஒன்னு சேந்திருச்சுன்னா கராமுராதான். நம்பளாட்டம் திக்காலுக்கு ஒன்னாக் கெடந்தா எப்பிடி? ஒருத்தரு பேசறது இன்னொருத்தருக்குக் கேக்கோனுமின்னாக்கூட கூவோனும்' என்று ஊர்த்தலைவர் சொல்வார்.

மூன்று வாரங்களில் ஆறாவது மாடு. ஒவ்வொன்றும் பெருத்த உடல். பால் மாடுகளுக்கான கவனிப்பில் செழித்திருந்த கறி அந்த வளவு முழுவதற்கும் தாராளமாகக் கிடைத்தது. வீடு எண்ணிக் கறியைப் பிரித்தும் கொள்வார்கள். ஆள் எண்ணிக்கைக்கும் சலுகை உண்டு. தோல் மட்டும் வளவுப் பொதுவுக்குச் சேரும். அந்த வளவுப் பக்கம் ஏதோ வேலையாகப் போன வேட்டுக் காட்டான் அந்த ஆரவாரத்தைக் கண்டு வந்திருந்தான். அவன் சொன்னான்.

"ஊடொன்னுக்குக் கறி ஒவ்வொரு சட்டி வரும். அத்தனயும் ஒரே நாள்ல எப்பிடித் திங்க முடியும்? நாளைக்குப் போய்ப்

பாருங்க, எல்லா ஊட்டு வாசல்லயும் கறியக் கோத்துத் தொங்க உட்டுருப்பாங்க. உப்புக் கண்டம் போட்டு எடுத்து வெச்சுக்கிட்டுத் தெனமும் கறிக் கொழம்புதான், கடிச்சிக்கக் கறியச் சுட்டு எடுத்துக்கறாங்கப்பா. கொழந்தைங்களுக்குப் பண்டமே இப்பக் கறிதான்."

"மாப்ள, நம்மளுக்கு வவுத்துவலி, அவுங்களுக்கு ராசபோகம். அவுங்கள அப்பிடிப் படச்சிருக்கறான் ஆண்டவன்" என்ற ராமசாமியின் குரலில் பெருந்துக்கம் ஏறியிருந்தது.

'இன்னக்கிக்கூட மாடு சாவறதுக்குக் கொஞ்ச மின்னாலதான வந்து மாட்டுக்குத் தட்டள்ளிப் போட்டுட்டுப் பால்மாட்ட நல்லாக் கவனீங்க சாமீன்னு சொல்லீட்டுப் போனான் கந்தன். அட சாமீ... அப்பேர்ப்பட்ட மாட்டக் கோத்துப் போட்டுத் திங்க எப்டீடா மனசு வந்துச்சு...' என்று பூவாயி கூவி ஒப்பாரி வைத்தாள்.

"இந்த ஆளுவ நாயத்தக் கொஞ்சம் ஓசிக்கோனுமாட்டம் இருக்குதுங்க. கந்தன் வந்தானாமா, தட்டள்ளிப் போட்டானாமா, சொன்னானாமா, போனானாமா. எதோ கதயாட்டல்லம் இருக்குது? அவனென்ன இவுங்கூட்டுக்குப் பண்ணயம் கட்டறவனா? ஆளுக்காரனா? அவனுக்கென்ன அக்கர மசிரு?" முத்தான் சொல்ல எல்லாருக்கும் சரியென்றே பட்டது.

"கறிக்கு ஆசப்பட்டு அவந்தான் மாட்டுக்கு என்னமோ செஞ்சிருக்கறானப்பா" என்று ஒரு குரல் ஓங்கி ஒலித்தது. செங்கான் தன் மாடு செத்த அன்றைக்கு ஆள்கார ராமன் கட்டுத்தரைக்கு வந்துபோனதாய் ஞாபகப்படுத்திச் சொன்னார். தன் மாடு செத்த அன்றைக்கு ஆள்காரக் குப்பன் வந்துபோன மாதிரி இருக்கிறது என்று மாரப்பன் சொன்னான். ஆறு கட்டுத்தரைக்குமே ஆட்கள் வந்து போயிருந்தது தெரிந்தது. அதில் சிலர் பண்ணயம் கட்டுபவர்களாகவும் இருந்தனர். 'அவுங்க எப்பவுமே கட்டுத்தரைக்கு வந்து போறவங்க தானப்பா' என்று வேலப்பன் சொன்ன சொல் கூட்டத்தில் எடுபடவில்லை.

கட்டுத்தரைக்கு அவர்கள் வந்துபோன கொஞ்ச நேரத்தில் தான் எல்லா மாடுகளும் செத்திருந்தன. மாட்டுக்குச் சேராத தழையைக் கொடுத்திருக்கக்கூடும். செய்வினைப் பொருள் எதையாவது தீவனத்திற்குள் கலந்து வைத்திருக்கலாம். சிலருக்கு மந்திரமே தெரியும். சாமியாடுபவர்களும் உண்டு. அவர்கள்தான் மாட்டுக்கு என்னவோ செய்திருக்கிறார்கள். செத்த மாட்டைக் கறி போட்டுக் கூறு பிரிக்கும் முன் ஆள் வந்து மாடு இன்ன காரணத்தால் செத்திருக்கிறது என்று சொல்லிப் போவான்.

இந்த மாடுகள் செத்ததற்கு மறுநாள் மெதுவாக வந்து 'ஒன்னும் தெரியலீங்க' என்று சாவகாசமாகச் சொல்கிறார்கள். ஏதோ வருசத்திற்கு ஒன்றிரண்டு மாடுகள் இப்படிக் கிடைக்கும். ஒரு மாதம், இரண்டு மாதத்திற்கு ஒருமுறை சந்தைக்குப் போய் வயிறு காய்ந்து கிடக்கும் கன்றுக்குட்டியைப் பிடித்து வந்து கறி போட்டால் ஒவ்வொரு வீட்டிலும் சட்டியே தின்றுவிடும். கரண்டியைப் போட்டு வழித்தெடுக்க எடுக்கச் சாறுதான் வரும். சாற்றுக்கென்ன, தண்ணீரை எவ்வளவு வேண்டுமானாலும் ஊற்றலாம். அப்படிக் காய்ந்து கிடந்தவர்கள் தொடர்ந்து கறி தின்ன ஏற்பாடு செய்த வேலைதான் இது என்று பேச்சு வேகமாக எழுந்தது.

ஒரு மாதத்திற்கு முன்னால் ராமன் பையன் ராசு, செங்கான் காட்டுக் கிணற்றில் ஆள் இல்லாதபோது இறங்கி நீச்சல் அடித்துவிட்டான். அவனைப் பிடித்த செங்கான் கையையும் காலையும் கட்டிச் சாட்டை வாரால் விளாசித் தள்ளினார். செத்துத் தொலையப் போகிறான் என்று கட்டை அவிழ்த்து விட்டதும் கன்றுக்குட்டி போலத் துள்ளி எழுந்தோடிய அவன், 'டே செங்கான்... என்னய அடிச்சிட்ட இல்ல. உன்னயப் பாத்துக்கறண்டா' என்று கத்திக்கொண்டே ஓடிப்போனான். அப்போது ஊரை விட்டு ஓடியவன்தான். இதுவரைக்கும் வரவில்லை. அவன் அப்பனும் அம்மாளும் வந்து அழுதார்கள். 'அவந்தல ஊருக்குள்ள தெரிஞ்சா வெட்டிப் பலி போட்டிருவன்' என்று அவர் விரட்டி அனுப்பினார். அவன் ராத்திரியில் வந்து தலை காட்டாமல் வீட்டுக்குள்ளேயே இருந்துவிட்டுப் போகிறான் என்றும் பேச்சு வந்தது. அவன்தான் பழி வாங்க ஏதோ கள்ளத்தனம் செய்கிறான். இத்தனை காலமாக இல்லாத புதுநோய் திடீரென்று எங்கிருந்து முளைத்து வரும்? எழுதி வைத்த ஏட்டில்கூட இல்லாத நோயை யார் உற்பத்தி பண்ண முடியும்? உயிரோடு திரியும் பால்மாட்டைக் கறி தின்னக் கொல்வார்களா? நெஞ்சில் இரக்கம் உள்ளவர் செய்யும் காரியமா? உடனே அவர்களைக் கூப்பிட்டு விசாரிக்க வேண்டும் என்று தீர்மானமாயிற்று.

ஆள் விட்டு அழைத்து விசாரிக்க இது என்ன வெற்றிலை பாக்கு வியாபாரமா? சப்புக் கொட்டிக்கொண்டு கறிதின்னும் வாய்களின்மேல் இரண்டு போடு போட்டு இழுத்து வந்து விசாரித்தால் உண்மை வரும். ராத்திரியோடு ராத்திரியாய் வந்து போகும் கள்ளன் என்னத்தைக் கொண்டுவந்து தந்தான்? அவன் இப்போது எங்கே? எல்லாக் கேள்விக்கும் பதில் வேண்டும். முன்னிரவின் இருளில் ஊர் இளவட்டங்கள் முழுக்கச் சாவடிமுன் கூடின. எல்லார் கைகளிலும் வலுவான

தடிகள். வண்டி மொளக்குச்சிகள் சிலர் கைகளிலும் போர் அடிப்பட்டரைக்குப் போடும் உருட்டுக் குச்சிகள் சிலரிடமும் பூச்சி பொட்டுக்களை அடிக்கவென வீட்டுச் சுவரோரம் சாய்த்து வைத்திருந்த வேப்பங்கம்புகள் சிலரிடமும் இருந்தன. எந்தத் தடியும் கழுத்து உயரத்திற்குக் குறைவில்லை. சாவடியில் தீப்பந்தங்கள் நாலாப்புறமும் வெளிச்சம் பரப்பிக்கொண்டிருந்தன. இளவட்டம் மட்டும் போவது என்று தீர்மானம். ரொம்ப நேரமாகக் கூடாது. உயிர்ச்சேதம் இல்லாமல் பார்த்துக்கொள்ள வேண்டும். திரும்பும்போது ஒவ்வொரு தடியின் முன்னாலும் ஒருவனாவது இருக்க வேண்டும்.

தடிகளோடு இளவட்டங்கள் கிளம்பியதும் கீழ்ப்பக்கப் பள்ளத்துச் சரிவில் இருக்கும் ஆள்குடிவளவிலிருந்து வரும் சத்தத்தைக் காது கொடுத்துக் கேட்க வேண்டும் என்று சாவடி முழுக்க அமைதியாக இருந்தது. சாவடித் திண்டில் உட்கார்ந்திருந்த ஊர்த்தலைவரும் மற்றவர்களும் ஒருவருகொருவர் ஏதும் பேசிக்கொள்ளவில்லை. அங்கங்கே மண்ணில் குழுக்குழுவாகப் பெண்களும் குழந்தைகளும் உட்கார்ந்திருந்தார்கள். சிலசமயம் குசுகுசுவெனப் பேச்சுக் கிளம்பி ஊர்த்தலைவர் செருமல் கேட்டு அடங்கியது.

தடிகள் நடந்த வழிகளில் நாய்கள் இடைவிடாமல் குரைத்தன. நாற்பது ஐம்பது வீடுகள் இருந்தாலும் எல்லாம் சின்னப் பரப்பளவுக்குள் அடங்கியிருந்தன. தூரத்திலேயே திட்டமிட்டுக் கொண்டபடி வளவைச் சுற்றி வளைத்தன தடிகள். சின்னச் சீழ்க்கையொலி எல்லாத் தடிகளும் ஒரே நேரத்தில் வளவுக்குள் இறங்க வழிகாட்டிற்று. எரிந்துகொண்டிருந்த அடுப்பின் மேல் அப்போதுதான் கொதிவரத் தொடங்கிய கறிச்சட்டியை முதலில் தடிகள் உடைத்தெறிந்தன. அடுப்புக்கு முன் உட்கார்ந்திருந்த பெண்களின் கால்களும் முதுகும் அடுத்த இலக்காயின. சாய்ந்த தலைமயிரைச் சுற்றிச் செருகி இழுத்து அவர்களைக் கீழே தள்ளிய தடிகள் உடல் முழுவதும் ஆக்கிரமித்தன. குழந்தைகள் ஓரிரு அடிகளில் அலறி ஓடிப்போய்க் குடிசை மூலைகளில் பயந்து பதுங்கினார்கள்.

குழந்தைகளின் அழுகையும் பெண்களின் கூக்குரலும் கேட்ட ஆண்கள் குழுவாகக் குடித்துக்கொண்டிருந்த இடத்திலிருந்து திடுக்கிட்டு எழுந்தார்கள். என்ன நடக்கிறதென்று புரியவில்லை. நிழல் உருவங்களாய்த் தடிகள் வளவு முழுக்க நடமாடுவதை உணர்ந்த சிலர் வளவுக்கு வெளியே பள்ளத்து முள்ளுக்குள்ளும் இருள் செறிந்த வெள்ளாமைக் காடுகளுக்குள்ளும் ஓடிப் புகுந்தார்கள். தடிகளின் வேகத்திற்கு எதிராக எந்த ஆயுதத்தையும்

சட்டெனப் பெற முடியாத இளைஞர்களில் சிலர் கைகளை உயர்த்தி உயர்த்தித் தடுத்தும் மோதியும் பார்த்தார்கள். வயசாளிகள் 'அய்யா சாமீவளா . . . என்னய்யா செஞ்சம்? எதுனாலும் மாப்புக் குடுங்கய்யா. அடிச்சுக் கொல்லாதீங்கய்யா' என்று தடிகளின் கால்களைப் பற்றிக் கெஞ்சி ஒரே உதறலில் தூரப் போய் விழுந்து ஓலக்குரலிட்டுக் கத்தினார்கள்.

தடிகளின் வாய்கள் இரண்டே கேள்விகளை முன்வைத்தன. 'என்னடா செஞ்சீங்க?', 'எங்கடா அவன்?' பூடகமான இந்தக் கேள்விகளுக்கு யாராலும் பதில் சொல்ல முடியவில்லை. பதிலை எதிர்பார்த்துத் தடிகள் நிற்கவும் இல்லை. ஒரு நிமிசமும் ஓய்வற்று அவை இயங்கின. முன்னால் இருக்கும் எல்லாவற்றின் மீதும் இறங்கின. அங்கங்கே கட்டியிருந்த ஒன்றிரண்டு வெள்ளாடுகளும் கன்றுக்குட்டிகளும் கால் முறிந்து கழுத்தொடிந்து கதறித் துடித்தன. மாட்டெலும்புகளைக் கடித்து ஓய்ந்திருந்த நாய்கள் அஞ்சி வளவை விட்டு ஓடின. பூனைகள் கூரைகளுக்குள் எலிகளாய்ப் பதுங்கின. வீட்டுப் பண்ட பாத்திரங்கள் நொறுங்கின. குடிசைக் கூரைகளின் மேல் ஓங்கித் தட்டிய தட்டலில் காய்ந்திருந்த ஓலைகள் நுணுகிச் சிதைந்து சிதறின. கோழிகள் கூடைகளின் மேலும் சிறு மரங்களின் மேலும் பறந்து ஏறி அபயக் குரல் கொடுத்தன.

தடிகளின் வெறி அடங்கியபாடில்லை. கைக்குச் சிக்கிய ஆண்களின் உடல் முழுவதும் அவை தடிப்புகளாய் இறங்கின. இரத்த வீச்சம் எங்கும் எழுந்து தடிகளின் கைகள் ஓய்ந்தபோது ஓலம் மட்டுமே எழுந்தது. ஒவ்வொரு தடியின் முன்னும் கைகள் பிணைக்கப்பட்ட ஓர் உருவம். சில தடிகள் தங்கள் சாமர்த்தியம் காரணமாக இரண்டு உருவங்களை முன்னிறுத்தியிருந்தன. 'அய்யோ சாமீ...' என்பதைத் தவிர உருவங்களின் வாய்களில் வார்த்தை எதுவும் வரவில்லை. 'நடங்கடா' என்று உறுமிய தடிகள் நெட்டித் தள்ளின. வளவின் நுழைவுப் பகுதிவரை ஓடியும் நடந்தும் ஊர்ந்தும் வந்த பெண்கள் தடிகளின் உறுமலுக்குப் பயந்து அப்படியே நின்றுவிட்டனர். கைகள் பிணைக்கப்பட்ட உருவங்கள் கூனிக் குறுகி நடந்தன. சில உருவங்கள் கோவணத்தோடு இருந்தன. சில உருவங்கள் முழு மொட்டைக்கட்டை. நெட்டித் தள்ளிச் செல்லும் தடிகளை முட்களுக்குள்ளும் புதர்களுக்குள்ளும் மறைந்திருந்த கண்கள் அச்சத்தோடு பார்த்தன. என்ன காரணம் என்று ஒருவருக்கும் புரியவில்லை.

ஊர்ச் சாவடியின் முன் தள்ளப்பட்ட உருவங்கள் கேவி அழுதன. வலி தாளாமல் துடித்த உடல்கள் தம் வாதையை

அழுகையால் மட்டுமே வெளிப்படுத்த முடிந்தது. மொட்டைக் கட்டை உருவங்கள் தம்மை மறைத்துக்கொள்ள மிகவும் முயன்று கூட்டத்தின் நடுவே நுழைந்துகொண்டன. சுற்றிலும் தடிகள் அதட்டியபடி நின்றன. சில சமயம் நீண்ட தடிகள் விலா எலும்புகளைக் குத்தின. சாவடியின் மையத்தில் உட்கார்ந்திருந்த ஊர்த்தலைவர் இப்போது விசாரணையைத் தொடங்கினார். 'என்னடா செஞ்சீங்க?' ஒரே கேள்வி. ' ஒன்னுமே செய்யலியே சாமீ...' என்று அழுகையினூடே குழறியது ஓர் உருவம். உடனே அதன் பின்னாலிருந்து நீண்ட தடி முதுகில் குத்தி 'ஒன்னுமே செய்யலியா?' என்று உறுமியது. 'எங்கடா அவன்?' இந்தக் கேள்விக்கும் ஒரு பதிலும் சொல்ல முடியவில்லை. 'எவன்?' என்று திருப்பிக் கேள்வி கேட்கவும் முடியாது. 'தெரியலியே சாமீ...' என்ற உருவத்தின் காலில் பட்டென்று தடி பாய்ந்ததும் 'அய்யோ' எனக் குறுகிச் சாய்ந்தது உருவம். எந்தப் பதிலும் சொல்லாமல் மௌனம் காப்பதுதான் சரியானது என்பதை உணர்ந்த சில உருவங்கள் தலைகுனிந்தபடி நின்றனவே தவிர வாய் திறக்கவில்லை. 'என்னடா செஞ்சீங்க?' மீண்டும் மீண்டும் ஒரே கேள்வி.

வட்டத்திற்கு வெளியே நின்றிருந்த பெண் குரல் ஒன்று 'இப்பிடிக் கேட்டாச் சொல்லுவானுங்களா? கையக் கால முறிச்சுப் போட்டுக் கேளுங்க' என்றது. 'தாயோலி ராசு எங்கடா?' என்று தலைவருக்கு அருகிலிருந்த ஆள் கேட்டதும் அவனுக்காகத்தான் இந்த விசாரணை என்று புரிந்துகொண்ட உருவங்கள் 'அவனப் பாக்கலியே சாமீ...' என்று ஒருசேரக் கத்தின. 'மாட்டுக்கு வெக்க என்ன மருந்துடா குடுத்தான்?' என்று கேள்வி இன்னும் கொஞ்சம் விளக்கமானதும் 'இல்லியே சாமீ...' என்று கத்திய உருவங்கள் ஒருசேரப் படுகிடையாக மண்ணில் விழுந்தன. அவற்றின் கைகள் கூப்பி நின்றன. 'ஒன்னும் தெரியாது சாமீ... மாப்புக் குடுக்கோணும் சாமீ...' என்று அவை இறைஞ்சத் தொடங்கின.

●

காலச்சுவடு, **செப்டம்பர் 2011**

குமரேசனின்
அதிர்ஷ்டங்கள் நான்கு

மிக இளம் வயதிலேயே அதாவது இருபதாம் வயதில் அரசு வேலை கிடைத்தது குமரேசனுடைய அதிர்ஷ்டம்தான். அதுவும் மிகப் புனிதமான ஆசிரியப் பணி. ஆட்சி மாறும் போதெல்லாம் அரசு வேலைகளுக்கு ஆட்களைத் தேர்வு செய்யும் விதிமுறைகளும் மாறிக்கொண்டேயிருக்கின்றன. ஒரே ஆட்சியேகூட அடிக்கடி விதிகளை மாற்றிக் கொள்கிறது. அதனால் கிட்டத்தட்ட ஓய்வு பெறும் வயதை நெருங்கும் கிழவர்களுக்குச் சிலசமயம் வாய்ப்புக் கிடைக்கிறது. புதுரத்தம் வெதுவெதுப்போடு ஓடும் இளைஞர்களுக்கும் சிலசமயம் வேலை கிடைத்துவிடுகிறது. நடுத்தர வயதில் இருப்பவர்கள்தான் பாவம். அவர்களுக்கு வாய்ப்புக் கிடைக்கிற மாதிரி விதிகள் வரும் என்று காத்துக்கொண்டே இருக்கிறார்கள்.

குமரேசன் ஆசிரியர் பயிற்சி முடித்த சமயம் அது. இளைஞர்களுக்குச் சாதகமாக விதிகள் இருந்தன. அவசர அவசரமாகச் சான்றிதழ்களை வாங்கிக் கொண்டு ஓடினான். சூடு ஆறும் முன் வேலைக்குத் தேர்வாகிவிட்டான். கலந்தாய்வு முறை மூலம் பணியிடம் ஒதுக்கப்பட்டது. முக்கியஸ்தர்களின் வேண்டுகோளுக்காகச் சில காலியிடங்களை வெளிப்படுத்தாமல் மறைத்து வைத்திருந்தார்கள். இடம் தேர்வு செய்த பின்னும் ஆணை வழங்கச் சிலரைக் காத்திருக்கச் சொல்லிவிட்டார்கள். ஒரு சிலருக்கு அந்தக் கணமே ஆணை வழங்கப்பட்டது.

உடனடியாக ஆணை பெற்றவர்களில் குமரேசனும் ஒருவன். அதுவும் அவனுடைய சொந்த ஊரிலேயே வேலை.

ஆணையைப் பெறுவதற்கு முன் இருந்த குமரேசனும் பெற்ற பின்னான குமரேசனும் ஒருவர் அல்லர். பெற்று வந்தபின் முகம் கடுகடுப்பாக மாறிவிட்டது. வீட்டை முழுவதுமாகச் சுற்றிப் பார்த்தான். இரண்டே அறைகள்தான். எதுவும் ஒழுங்காக இல்லை. ஒருநாள் முழுக்க எல்லாவற்றையும் ஒழுங்குபடுத்த முனைந்தான். மாலையில் பார்த்தபோது ஓரளவு திருப்தியாக இருந்தது. இன்னும் ஓரிருநாள் முயன்றால் முழுவதும் சரியாகிவிடும் என்று நினைத்தான். ஆனால் காலையில் எழுந்தபோது எல்லாம் கலைந்திருந்தன. அம்மாவுக்கு இரவு வெகுநேரமும் விடிகாலையிலும் தொடர்ந்து வேலைகள் இருந்தன. அதற்காக அவள் பொருட்களை எடுப்பதும் வைப்பதுமாக இருந்தாள். அதில்தான் இந்தக் கலைதல். அம்மாவுடன் கடுமையாகச் சண்டை போட்டான். விரல்களை நீட்டுவதும் கைகளை ஓங்குவதும் பற்களைக் கடிப்பதும் பேசும் சொற்களும் மிகப் பொருத்தமாக அமைந்தன. பயந்துபோன அம்மா அவன் வைத்தது போலவே மாலைக்குள் ஒழுங்குபடுத்தி விடுவதாகச் சொன்னாள்.

ஆடைகள் அழுக்குப் படியாமலும் மடிப்புக் கலையாமலும் பார்த்துக்கொண்டான். சட்டைக் காலரில் லேசாக அழுக்குப் படிவு தென்பட்டாலும் அம்மாவின் முகத்தில் வீசியடித்தான். எவ்வளவு கவனம் எடுத்துத் தேய்த்தாலும் தம்பியின் வேலையில் குறை சொன்னான். அவன் செருப்புகளைப் பராமரிக்கும் விதமே தனி. வீட்டிலிருந்து கிளம்பும்போது செருப்பின் அடியில் துளிகூட மண் இருக்கக்கூடாது. நான்கு அடி வைத்ததும் மண் பாதையில்தான் இறங்க வேண்டும். ஆனால் அந்த நான்கடி தூரம் முக்கியம். அதேபோல வீட்டுக்குத் திரும்பியதும் துளிகூட மண் இல்லாமல் துடைத்துச் சுத்தப்படுத்தி வைத்துவிட்டுத்தான் உள்ளே நுழைவான்.

வீட்டை ஒழுங்குபடுத்த ஒரே விதி கொண்ட சட்டத்தையே அமல்படுத்தினான். அது: 'எடுத்த பொருளை எடுத்த இடத்தில் வைக்க வேண்டும்.' எப்போதும் ஏதாவது ஒருபொருள் இடம் மாறிவிடும். அவன் கண்களுக்கு மட்டும் அது தெளிவாகத் தெரியும். யார் இந்த வேலையைச் செய்தது என்று பெரிய விசாரணை நடத்துவான். அதற்கு ஒத்துழைத்தாலும் யாரும் குற்றத்தை ஒப்புக்கொள்ளமாட்டார்கள். யாராவது ஒருவர் பொறுப்பேற்கும் வரை விடமாட்டான். தலை சீவியதும் சீப்பைக் கண்ணாடி மேல் வைக்காமல் அவன் புத்தகங்களின்மேல் வைத்துவிட்டதைப்

பற்றி நடந்த விசாரணையின்போது 'முட்டாள்கள் முட்டாள்கள்' என்று திட்டினான். 'மறந்து வைத்தது நீயாகக்கூட இருக்கலாம்' என்று அவன் தம்பி சொன்னதும் மௌனமாகிவிட்டான். கொஞ்சநேரம் இடைவெளி விட்டுத் தம்பியின் வாய்த் துடுக்கைப் பற்றிப் பேசத் தொடங்கினான். நல்லவேளையாகப் பள்ளிக்கு நேரமானதால் அப்போதைக்குத் தம்பி தப்பித்தான்.

அவனுக்குச் சாப்பாடு போடும்போது ஒரு பருக்கைகூட இரையக் கூடாது. பாத்திரத்தில் இருந்து எடுக்கும்போது குழம்போ ரசமோ சிறிது சிந்திவிட்டாலும் அவன் முகம் பொரியும். 'போன ஜென்மத்துல திருவள்ளுவனாப் பொறந்தது இவந்தான்' என்று அவனில்லாத போது அம்மா சொல்ல எல்லாரும் சிரிப்பார்கள். எப்போது சாப்பிட்டு முடித்து எழுந்து போவான் என்று அம்மா எதிர்பார்த்துக்கொண்டே இருப்பாள். உடனடியாகப் போகவும் மாட்டான். சோற்றை நன்றாக மென்று தின்ன வேண்டும், எச்சிலும் சோறும் சேர்ந்து அரைக்கப்பட்டு வயிற்றுக்குள் போனால்தான் எளிதாக ஜீரணமாகும் என்று ஏதோ புத்தகத்தில் படித்திருந்தான். அதனால் சோற்றை வெகுநேரம் மெல்லுவான். கூழானால்தான் விழுங்குவான். ருசி பற்றி அவனுக்குப் பிரச்சினை ஏதுமில்லை. மணிக்கணக்கில் உட்கார்ந்து சாப்பிடுபவனை என்ன செய்வது? அவன் வெளியே கிளம்பும்வரை அம்மா பதற்றத்தோடே இருப்பாள். பின் பெரிய சுமை இறங்கிவிட்டது போலப் பெருமூச்சு விட்டு நிதானமாவாள்.

சிறுவயதில் வேலை. அவன் ஊதியம் குடும்பத்திற்குத் தேவைப்பட்டது. அரசு வேலையில் இருப்பது அந்தச் சிற்றூரில் பெரிய கௌரவம். அவன் வீட்டில் இல்லாத நேரம் பார்த்து அப்பா, தம்பி, தங்கை எல்லாரும் தங்கள் காரியங்களை முடித்துக்கொண்டார்கள். வீட்டுக்குள் அவன் நுழைகையில் யாரும் இருக்கமாட்டார்கள். அம்மாவுக்கு வேறு போக்கிடம் இல்லை. தன்னை மட்டும் தனியாக விட்டுவிட்டு எல்லாரும் போய்விடுகிறார்களே என்று புலம்புவாள். குளியலறைக்குள் போனால் அங்கிருந்து கத்துவான். சோப்பைத் தண்ணீரோடு யாராவது வைத்திருப்பார்கள். ஷாம்பு காகிதத்தை உள்ளேயே போட்டிருப்பார்கள். கழிப்பறையில் இருந்தும் கத்துவான். கால் வைக்கும் இடத்தில் சிறு கறை தெரியும். குழாயிலிருந்து நீர் லேசாகச் சொட்டும்.

ஆடைகள் யாருடையதும் இன்னொருவருடையதோடு கலந்துவிடக் கூடாது. காலை அவசரத்தில் ஒருமுறை தம்பியின் ஜட்டியைப் போட்டுக்கொண்டு போய்விட்டான். தம்பியும் கிட்டத்தட்டத் தோளுக்கு மேல் வளர்ந்தவன் என்பதால்

சட்டென வித்தியாசம் காணமுடியவில்லை. பள்ளிக்கூடத்தில் இருக்கும்போது இடுப்புப் பகுதியில் இறுக்கம் அதிகமாக இருப்பதை உணர்ந்தான். கழிப்பறையில் போய்க் கழட்டிப் பார்த்தால் தம்பி ஜட்டி. அன்றைக்கு மாலையில் வந்து வீட்டில் எல்லாரையும் உண்டு இல்லை என்று செய்துவிட்டான். துணி மடிக்கும்போது ஏன் மாற்றி வைத்தாய் என அம்மாவுக்குக் கேள்வி. உன்னுடைய ஜட்டியைக் காணவில்லை என்று நீ சொல்லியிருக்க வேண்டாமா எனத் தம்பிக்கு. வீட்டில் எந்த ஒழுங்கும் கிடையாது. ஒழுங்கு இருந்தால் ஒழுக்கம் வரும். ஒழுக்கம் இல்லை. ஒழுக்கம் இருந்தால் பொறுப்பு வரும். பொறுப்பு இல்லை. பொறுப்பு இருந்தால்... இப்படி ரொம்ப நேரம் நீட்டிப் பேசிக்கொண்டேயிருந்தான்.

ராத்திரித் தூக்கத்தில் திடுமென எழுந்து பார்த்தபோதும் அண்ணன் ஏதோ பேசிக்கொண்டிருப்பதைக் கண்டு தம்பி பயந்தான். அறை முழுக்க அண்ணனின் குரல் ஒழுங்குக்கு உட்பட்டு ஒலித்துக்கொண்டிருப்பதாகத் தோன்றியது. தூங்குவதற்கு வெகுநேரமாயிற்று. தன்னுடைய துணிக்குள் ஒரு ஜட்டி கூடுதலாக வந்து சேர்ந்ததை அண்ணன் ஏன் கண்டு பிடிக்கவில்லை? அணிந்துகொள்ளும்போதும் தெரியவில்லையா? ஆனால் இவற்றை அண்ணனிடம் எப்படிக் கேட்பது? ஏற்கனவே அதிகப் பிரசங்கி என்று தம்பிக்குப் பெயர். காலையில் எழுந்ததும் ஒரு கம்பெனியின் பேரைச் சொல்லி இனிமேல் அந்தக் கம்பெனி ஜட்டியைத்தான் தம்பி போட வேண்டும் என்று சொல்லி விட்டான். வெவ்வேறு கம்பெனி என்றால் மாறாதல்லவா? அவன் சொன்ன கம்பெனி தம்பிக்குச் சுத்தமாகப் பிடிக்கவில்லை. பட்டாபட்டி டிராயர்போல ஜட்டி தயாரிக்கும் கம்பெனி அது. கோவண வடிவில் ஜட்டியை வடிவமைத்துச் சந்தையில் விற்பனைக்கு விட்டிருக்கும் புதிய கம்பெனி ஒன்றின் தயாரிப்பை வாங்க வேண்டும் என்பது தம்பியின் சமீபகால ஆசை. அதற்கு வாய்ப்பில்லாமல் போனதால் தம்பி அண்ணனைக் கடுமையாக வெறுத்தான்.

சில நாட்களாகத் தன்னைப் பள்ளி விடுதியில் சேர்த்து விடும்படி தங்கை நச்சரித்தாள். பணம் பிரச்சினையாக இருக்கும் என்றாலும் விடுதியில் இருந்தால் ஒழுங்கு வரும். காலையில் குறிப்பிட்ட நேரத்தில் எழுவது, கடன்களை முடிப்பது, படிப்பது, பொருட்களைப் பாதுகாப்பாக வைத்துக்கொள்வது என்று வேலைகளில் ஒழுங்கு படிந்துவிட்டால் எதிர்காலத்தில் ஒழுக்கமும் பொறுப்பும் கொண்ட குடிமகளாகிவிடுவாள் தங்கை. ஆசிரியர் என்னும் பெயரில் பிரம்புகளைக் கையில் சுழற்றிக்கொண்டு எந்நேரமும் கண்காணிக்க விடுதியில் ஆட்கள்

இருப்பார்கள். கண்காணிப்புக்கு உட்படாத பிள்ளைகள் உருப்படாது. கொஞ்சம் பணம் ஏற்பாடு செய்தபின் பார்க்கலாம் என்று சொல்லி வைத்தான். அவள் பள்ளிப் படிப்பை முடிக்கும் வரை அப்படியேதான் சொல்லிக்கொண்டிருக்க நேர்ந்தது. அண்ணனிடமிருந்து தப்பிக்க அவளுக்கு வழியே கிடைக்கவில்லை. படிக்கிறேன் என்று சொல்லிவிட்டுத் தம்பி தன் நண்பர்களின் வீடுகளில் இரவுகளைக் கழித்தான். பையனாகப் பிறக்காமல் போனோமே என்று தங்கை மனதுக்குள் வருந்தினாள்.

மழை நாள் விடுமுறை ஒன்றில் வீட்டுக் கதவை ஒட்டி நின்றுகொண்டு குமரேசன் மழையை ரசித்துக்கொண்டிருந்தான். வீட்டில் எல்லாரும் அன்றிருந்தார்கள். மழையை ரசிக்கும் முகமும் அவன் உதடுகளில் ஆனந்தமான சிரிப்பும் தெரிந்தன. கண்களை இறுக மூடிக்கொண்டு மழையோசையில் லயிப்புண்ட அவன் தோற்றம் எல்லாருக்கும் ஆச்சர்யத்தைக் கொடுத்தது. ஏதோ நடக்கிறது என்று நினைத்துக்கொண்டிருந்தபோதே அவன் முகம் இறுகிக் கோபத்தில் முனகினான். 'மழ பெய்யுது பாரு, சனியன்.' சீராகப் பெய்துகொண்டிருந்த மழை காற்று வீசலில் அலைப்புண்டு ஒலி மாறத் தொடங்கியதுதான் அவன் கோபத்திற்குக் காரணம்.

வேலை அலுப்புக்காக மாதம் ஒருநாள், இரண்டு மாதத்திற்கு ஒருநாள் என்று எப்போதாவது அவன் அப்பன் குடிப்பது வழக்கம். அப்படிக் குடித்து வந்த ஓர் இரவில் குமரேசன்தான் கதவைத் திறக்க நேர்ந்தது. அப்பனிடமிருந்து வந்த மதுமணம் அவன் மூச்சுக்குள் நுழைந்து கிறக்கத்தை உண்டாக்கியது. சட்டெனச் சுதாரித்துக் கதவைச் சாத்தித் தாழிட்டுவிட்டான். விழித்துப் பார்த்த அம்மாவிடம் 'போதையில இருக்கற ஆள உள்ள விடக்கூடாது' என்று சொல்லிவிட்டான்.

'எம்பையனத் தப்பான வேலக்கிப் படிக்க வெச்சிட்டனே' என்று புலம்பித் தலைமேல் கை வைத்துக்கொண்டு வாசலில் உட்கார்ந்தார். கொஞ்ச நேரம் பொறுத்துப் பார்த்த அம்மா எழுந்துபோய்க் கதவைத் திறந்தாள். 'அம்மா' என்றான் வேகமாய். 'நானும் வெளிய போறண்டா' என்று சொல்லிக் கதவை மூடி வெளியே போய்விட்டாள். அதன்பின் அவருக்குக் குடிக்கத் தோன்றினால் சமையல் அறையிலேயோ குளியலறையிலேயோ அவனுக்குத் தெரியாமல் குடித்துவிட்டுப் பேசாமல் படுத்துக் கொள்ளும் ஏற்பாட்டை அம்மா செய்தாள்.

சமையலறை மின்விளக்கு ஆள் இல்லாத நேரத்திலும் எரிந்துகொண்டிருப்பது அவனுக்குப் பெரிய பிரச்சினையாக இருந்தது. வெளியே வரும்போது அணைத்துவிடுவதும் உள்ளே

போகும்போது போட்டுக்கொள்வதும் என்னும் ஒழுங்குகூட இல்லை என்றால் இத்தனை வருசம் அம்மா என்னத்தைக் கற்றுக்கொண்டிருக்கிறாள்? இரவில் கழிப்பறைக்குப் போனால் விளக்கை நிறுத்துவதில்லை. சிலநாள் வெளிவிளக்கு விடிய விடிய எரிந்துகொண்டேயிருக்கிறது. திடுமெனத் தூக்கத்திலிருந்து விழித்து எல்லா விளக்குகளும் அணைக்கப்பட்டிருக்கின்றனவா என்று பார்ப்பான். ஏதாவது எரிந்தால் அம்மாவை எழுப்புவான். 'நீயே நிறுத்தேண்டா' என்பாள் அம்மா. வீட்டைத் தன்னால் ஒழுங்குக்குக் கொண்டு வர முடியவில்லையே என்று பலசமயம் நினைத்து வருந்துவான். விடிவிளக்கை நிறுத்திவிட்டுப் படுப்பாள் அம்மா. படுக்கும்போது சிறுவெளிச்சம் வேண்டும் என்பதற்காகத்தானே அந்த விளக்கைக் கண்டுபிடித்திருக்கிறார்கள்? அவன் அதைப் போட்டு வைப்பான். அம்மா நிறுத்தியிருந்த விளக்கை அவன் போட்ட ஓர் இரவில் அம்மாவும் அப்பனும் கட்டிப் பிடித்துத் தூங்குவதைப் பார்த்து உடனே அணைத்துவிட்டான். சிலநாள் மனமே சரியில்லை. பிள்ளைகள் பெரியவர்களான பின்னும் அம்மாவும் அப்பனும் இப்படி நடந்துகொள்கிறார்களே என்று வருத்தமான வருத்தம். ஒழுக்கமற்ற குடும்பத்தில் வந்து பிறந்து விட்டோமே என்று பிறப்பையே நொந்துகொண்டான். சின்ன விஷயத்தில்கூட ஒழுங்கு இல்லை. அப்புறம் எங்கிருந்து ஒழுக்கம் வரும்?

பள்ளியில் ஆசிரியர்களிடையே அவனுக்கு நல்ல பெயர். பள்ளியில் மூன்றே வகை ஆசிரியர்கள்தான் இருந்தனர். கடுமையாக ஒழுங்கைக் கடைப்பிடிப்பவர்கள், ஓரளவு கடுமையாக ஒழுங்கைக் கடைப்பிடிப்பவர்கள், ஒழுங்கைக் கடைப்பிடிப்பவர்கள். முதல் வகையில் குமரேசன் வந்தான். எந்த வேலையாக இருந்தாலும் தலைமையாசிரியர் முதலில் அவனைத்தான் கூப்பிடுவார். எதையும் ஒழுங்காகச் செய்வான். பள்ளிப் பிள்ளைகள் எப்போதும் வரிசையாகத்தான் போக வேண்டும், வர வேண்டும். வரிசை குலைந்தால் ஆக்ரோசம் கொண்டு விடுவான். அவன் பேசமாட்டான். பிரம்புதான் பேசும். எத்தனை கடுமையாக ஒழுங்கைக் கடைப்பிடிப்பவன் அவன் என்பதற்குப் பள்ளி வட்டாரத்தில் ஒரு சம்பவத்தை உதாரண மாகச் சொல்வார்கள். இடைவேளை நேரத்தில் சிறுநீர் கழிக்க வரிசையாகப் பிள்ளைகளை அனுப்பிக்கொண்டிருந்தான். வரிசை என்றால் ஒருவர் பின் ஒருவராக எப்படி வேண்டுமானாலும் போவதல்ல. முன்னால் நின்று பார்த்தால் எல்லாரின் தலைகள் மட்டும் தெரிய வேண்டும். சிறு விலகல்கூட இருக்காது. சிறுநீர் வரிசையில் ஒரு பையன் சற்றே விலகி 'சார் அவசரம்' என்றான். அவன் மற்றொரு கை கால்சட்டையை அழுத்திப் பிடித்திருந்தது.

குமரேசனின் அதிர்ஷ்டங்கள் நான்கு 131

அவனுடைய அவசரம் பற்றி ஒன்றுமில்லை. வரிசையில் ஓர் உடல் விலகலாமா? குமரேசனின் கை பிரம்பை உயர்த்தியதும் உடல் மூச்சுவிடாமல் வரிசையில் முழுமையாகச் சேர்ந்துகொண்டது. முறை வரும்வரை அடக்கிக்கொண்டிருக்க முடிந்தது. அப்புறம் எதற்கு அவசரம் என்று கேட்டான். ஒழுங்கைக் குலைப்பதுதான் நோக்கம். அதற்கு இடம் கொடுத்திருந்தால் அவன் வெற்றி பெற்றிருப்பான் என்று தன் வெற்றிப் பெருமிதத்தைப் பற்றிச் சொல்வான்.

ஓரளவு கட்டாயமாக ஒழுங்கைக் கடைப்பிடிக்கும் ஆசிரியர் 'அவசரமாக வருபவர்கள் வரிசையின் முன்னால் வந்துவிடுங்கள்' என வரிசை ஒழுங்கை ஓரளவு மாற்றியிருக்கலாம் என்று கருத்துத் தெரிவித்தார். கேட்டவனை மட்டும் 'ஒரே ஓட்டமாக முன்வரிசைக்கு வந்துவிடு' எனச் சொல்லியிருக்கலாம் என்பது ஒழுங்கைக் கடைப்பிடிக்கும் ஆசிரியரின் அபிப்ராயம். 'அவசரமாக வருகிறது என்று எல்லாரும் ஒரே சமயத்தில் சொன்னால் என்ன செய்வது?' என்பது குமரேசனின் கேள்வி. அவனைவிடப் பல ஆண்டுகள் பணி அனுபவம்கொண்ட ஆசிரியர்கள்கூட அதற்குப் பதில் சொல்ல முடியவில்லை.

சிறுவயதாக இருந்தாலும் குமரேசன் சிறந்த ஆசிரியர் என்றும் அவனுக்கு நல்லாசிரியர் விருது கொடுக்க அரசிடம் பரிந்துரைக்கலாம் என்றும் தலைமையாசிரியர் முடிவு செய்தார். அதற்காக உள்ளூர் அரசியல்வாதியிடம் பரிந்துரைக்கச் சொல்ல வேண்டும். அதற்குக் கொஞ்சம் பணம் செலவாகும். என்ன செய்வது? வீட்டுச் சுமைகளைக் கொஞ்சம் குறைத்தபின் பார்க்கலாம் என்று குமரேசன் சொல்லிவிட்டதால் நல்லாசிரியர் விருது தாமதமானது. கையெழுத்து கிறுக்கல் முறுக்கலாக இருக்கக் கூடாது, புத்தகங்கள் நோட்டுக்கள் கிழியக் கூடாது, மூக்கில் சளி ஒழுகக் கூடாது, உடைகள் அழுக்காகும்படி விளையாடக் கூடாது, கத்திக் கூச்சல் போடக் கூடாது என்று கூடாது வகை விதிமுறைகள் பலவற்றைப் பிள்ளைகளுக்குச் சொல்லிக் கொடுப்பான். வகுப்பாசிரியராகக் குமரேசன் அமைந்துவிடக் கூடாது எனப் பிள்ளைகள் கூடுதலாக ஒன்றையும் சேர்த்துக் கொள்வார்கள்.

ஐந்து நிமிடம் குறைவாக நேரத்தைக் காட்டுகிறது கடிகாரம் என்று திட்டிவிட்டு வேகமாக அவன் வெளியேறிய பொழுதொன்றில் தம்பியும் தங்கையும் அம்மாவைப் பார்த்தார்கள். அவர்கள் பார்வையில் வெறுப்பு திரண்டிருந்தது. இது தவறாயிற்றே என நினைத்த அம்மா அவர்கள் முன்னால் உட்கார்ந்தாள். சிரித்துக்கொண்டே 'உங்க அண்ணன் சாமிகிட்ட

வரம் வாங்கி வந்தவன்' எனத் தொடங்கி அந்தக் கதையைச் சொன்னாள்.

ஈஸ்வரனும் ஈஸ்வரியும் இந்த உலகத்து உயிர்களுக்கெல்லாம் படியளந்துகொண்டிருந்தார்கள். 'இன்ன வேலையைச் செய்து உன் வயிற்றை நிரப்பிக் கொள்' என்று வரம் கொடுப்பதுதான் படியளப்பு. ஒவ்வோர் உயிராக வந்து வரம் வாங்கிச் சென்றது. எல்லாருக்கும் வரம் வழங்கி முடித்தபோது ஈஸ்வரனுக்குப் பசி. சாமியே ஆனாலும் வயிற்றுப் பிரச்சினை வந்துவிட்டால் கோபம் வருவது இயல்பு. இருவரும் புறப்பட்டுக்கொண்டிருந்த சமயத்தில் அவசர அவசரமாகப் பேன் ஓடி வந்தது. ரொம்ப நேரம் தூங்கிவிட்டது அது. பேனைக் கண்டுகொள்ளாமல் ஈஸ்வரனும் ஈஸ்வரியும் புறப்பட்டார்கள். சாமியின் காலைப் பிடித்துக்கொண்ட பேன் 'நான் எங்க இருக்கறதுன்னு வரங் குடுங்க சாமீ'ன்னு கெஞ்சிச்சு. 'போஞ் போயி மசுருல இருந்துக்க' என்று கோபமாகக் கத்தினார் ஈஸ்வரன். அவர் சொல்லிவிட்டால் அதை அவராலேயே மாற்ற முடியாது. பேன் அழுதுகொண்டே மயிரில் வசிக்கப் போயிற்று. அதன் அழுகை ஈஸ்வரனுக்கும் ஈஸ்வரிக்கும் கஷ்டத்தைக் கொடுத்தது. அடடா, கோபத்தை அரைநொடி நேரம் கட்டுப்படுத்தியிருந்தால் ஒரு உயிருக்குக் இந்தக் கஷ்டம் வந்திருக்காதே என்று வருத்தப்பட்டார்கள். என்ன செய்வது? பேனின் வாழ்க்கையில் ஒழுங்கு இல்லை. சரியான நேரத்தில் தூங்கிச் சரியான நேரத்தில் எழும் ஒழுங்கு இருந்திருந்தால் அதற்கு இந்தத் துன்பம் வந்திருக்குமா என்று யோசித்தார்கள்.

அந்தச் சமயத்தில் குமரேசன் உள்ளே நுழைந்தான். 'ஏழைப் பெற்றோரின் மூத்த மகனாகப் பிறந்ததால் வேலைகளை முடித்துவிட்டு வர நேரமாகிவிட்டது' என்றான். மனமிரங்கிய ஈஸ்வரனும் ஈஸ்வரியும் 'எல்லாவற்றையும் ஒழுங்குபடுத்து போ' என்று வரம் வழங்கி அனுப்பிவிட்டார்கள். அதனால்தான் அவனுக்கு ஆசிரியர் வேலை கிடைத்தது என்று அம்மா சொல்லி முடித்தாள். கதையின் முதல் பாதி அவர்களுக்குத் தெரிந்ததுதான் என்றாலும் பிற்பாதி ரொம்பவும் பிடித்திருந்தது. கதைகள் தரும் குதூகலத்தை அவர்கள் அனுபவித்தார்கள். தங்கை பாயில் படுத்தபடி படித்துக்கொண்டிருந்தபோது அண்ணன் வந்துவிட்டான். 'ச்சீ என்ன பழக்கம்? படுத்துக்கிட்டுப் படிக்கறது?' என்று சீறி விழுந்தான். தங்கை சட்டென்று எழுந்து உட்கார்ந்துகொண்டாள். படித்ததெல்லாம் மறப்பதுபோல இருந்தது. முகம் கூம்பிவிட்டது. அதைப் பார்த்த தம்பி மெல்ல அவளருகே வந்து காதில் 'வரம்' என்றான். தங்கை அடக்க

முடியாமல் சிரித்தாள். அதுமுதல் அண்ணனின் கோபத்தைச் சமாளிக்க 'வரம்' அவர்களுக்குக் கை கொடுத்தது.

'பேனுக்கும் கடசியாப் போன ஆளு, எங்களுக்குத் தெரியாதா?' என்று தங்களுக்குள் பேசிக்கொள்வார்கள். இப்படிக் கொஞ்சம் கொஞ்சமாகக் குமரேசன் வரம் பெற்ற கதை பரவலாகிவிட்டது. எதையும் சமாளிக்கும் வித்தையைக் கற்றுக் கொடுப்பதுதானே கதை. அரசல் புரசலாகக் கதை குமரேசனின் காதுகளிலும் விழுந்தது. கடவுளிடம்தானே வரம் வாங்கினேன் என்று சமாதானம் சொல்லித் தன் கோபத்தைக் கட்டுப்படுத்திக்கொண்டான். கதைக்குக் கால்கள் முளைத்து விதவிதமாகப் பரவிற்று. ஈஸ்வரன் ஈஸ்வரி கால்களைப் பிடித்துக் கொண்டு குமரேசன் கதறினான் என்றும் உள்ளே போகும்போது மூக்கொழுகிச் சளி வாய்வரை வந்திருந்தது எனவும் கதை விரிந்தது. வரம் பெற்றுத் திரும்பும்போது காற்றில் ஆடிப் படார் படாரென்று அடித்துக்கொண்டிருந்த கைலாசத்தின் ஜன்னல் பலகைகளுக்குக் கொக்கியை மாட்டிவிட்டும் கதவுக்குக் கட்டையைப் பொருத்திவிட்டும் வந்தான் எனவும் அவன் செய்ததைப் பார்த்து ஈஸ்வரனும் ஈஸ்வரியும் வியந்துபோனார்கள் எனவும் கதையின் பின்பகுதியில் கொஞ்சம் சேர்ந்துகொண்டது. மூக்குச் சளியைச் சிந்திவிட்டும் கால் கழுவிவிட்டும் ஈஸ்வரி அவனைச் சுத்தமாக அனுப்பினாள் என்று ஒருமுறை அவன் அப்பன் சொன்னார். 'எம்பையனுக்கு ஈஸ்வரியே கால் கழுவி உட்டிருக்கறா' என்பார் போதையில்.

வரத்திற்கு ஏற்றபடி நடந்துகொள்ள வேண்டிய நிர்ப்பந்தமும் அவனுக்கு இருந்தது. முன்னைவிடக் கடுமையாக ஒழுங்கு பார்க்கத் தொடங்கினான். அவனுக்குப் பெண் பார்க்க ஆரம்பித்தபோது அது வெளிப்பட்டது. அவனுக்குச் சீக்கிரம் கல்யாணம் செய்துவிடுவதில் அம்மாதான் தீவிரமாக இருந்தாள். கல்யாணம் முடிந்த உடனே தனிக்குடித்தனம் அனுப்பிவிட வேண்டும் என்பதிலும் தெளிவாக இருந்தாள். ஆனால் பெண் கிடைப்பதுதான் பெரியபாடாக இருந்தது. அவர்கள் சாதியில் படித்த பெண்கள் மிகக் குறைவு. படிப்புக்கேற்ற வேலை செய்யும் பெண்களோ அரிதினும் அரிது. ஆசிரியப் பணியிலிருக்கும் பெண்ணாக இருந்தால் நல்லது என்று முதலில் நினைத்தான். அவர்களிடம் ஒழுங்கு தானாகவே படிந்திருக்கும், குழந்தைகளையும் நல்ல ஒழுக்கத்தோடு வளர்ப்பார்கள் என்று எண்ணம். அதற்கு வாய்ப்பில்லை எனத் தெரிந்ததும் சரி, ஓரளவு படித்த பெண்ணாக இருந்தால் போதும் என நினைத்தான். நிறையப் பெண்களைப் போய்ப் பார்த்து வந்தான். ஒருவரையும்

பிடிக்கவில்லை. தோற்றம் பற்றி அவன் அவ்வளவாக அக்கறை காட்டவில்லை. ஆனால் செயலில் நேர்த்தியும் ஒழுங்கும் இருக்க வேண்டும் என்பதுதான் அவன் எதிர்பார்ப்பு.

ஒரு பெண்ணின் ரவிக்கையின் கை ஒருபக்கம் நீளமாகவும் இன்னொரு பக்கம் குட்டையாகவும் இருந்தது. 'அவசரத்துல டெய்லர் தெச்சுக் குடுத்திருப்பாங்க. அதானால என்னடா?' என்றாள் அம்மா. ரவிக்கையில்கூட நேர்த்தி இல்லாத பெண்ணோடு எப்படி வாழ்வது? இன்னொரு பெண்ணின் தலைமயிர் கொஞ்சம் நெற்றியில் வந்து விழுந்திருந்தது. ஒழுங்காகப் படியச் சீவ வேண்டாமா? 'இந்தக் காலத்துல அப்பிடி மயிர எடுத்து விட்டுக்கறது பழக்கம்டா' என்றாள் அம்மா. பொட்டு சரியில்லை, சேலை சரியில்லை, நகை அணியத் தெரியவில்லை, காப்பி டம்ளரை எடுத்த முறை சரியில்லை, கைக்கு வைத்த மருதாணியில் ஒழுங்கு இல்லை என்று இல்லைகளைப் போட்டு மறுத்துக்கொண்டிருந்தான். இந்த ஜென்மத்தில் இவனுக்குக் கல்யாணம் இல்லை என்று அம்மா கவலைப்பட்டாள். பெண் பார்க்கப் போகும் இடத்தில் மெதுவாகப் பெண்ணின் அறைக்குள் போய் அம்மாவே எல்லாவற்றையும் சரி செய்தாள். அப்படியும் அவன் கண்ணுக்கு ஏதாவது ஒழுங்கின்மை தென்பட்டுவிடும்.

சில இடங்களில் மாமியார் இப்பொழுதே கட்டளை போடுகிறாள் என்று அம்மாவை விமர்சித்தார்கள். 'இப்படியுமா ஒருவன் வரம் வாங்கி வந்திருப்பான்' என்று நொந்துபோனாள் அம்மா. பெண் பார்க்கிற வேலை தொடங்கியதிலிருந்து அதைப் பற்றியே பேச்சு. வீட்டு ஒழுங்குகளைக் கொஞ்சம் மறந்திருந்தான். அதில் எல்லாருக்கும் நிம்மதி. 'எவளயாச்சும் பாத்து அவனையே கூட்டிக்கிட்டு வரச் சொல்லு' என்று சலித்துச் சொன்னார் அப்பன். 'அந்தக் கொடுப்பின அவனுக்கு ஏது? அவனத் தெரிஞ்சவ எவளாச்சும் கூட வருவாளா?' என்றாள் அம்மா. அவனை எப்படி வழிக்குக் கொண்டுவருவது என்று யோசித்தும் நெருங்கியவர்களிடம் ஆலோசனை கலந்தும்கூட எந்த முடிவுக்கும் வர இயலவில்லை. பெண் பார்க்கும் படலம் தொடர்ந்துகொண்டேயிருந்தது. ஆசிரியராக இருப்பவனுக்குப் பெண் கொடுக்கப் பலரும் தயாராக இருந்தார்கள். அதிக வேலை இல்லை, விடுமுறை நிறையக் கிடைக்கும், கை நிறையச் சம்பளம், சமூகத்தில் மதிப்பு இன்ன பிற காரணங்களை எல்லாரும் தெரிந்து வைத்திருந்தார்கள். பல்லாயிரம் கோடி ஊழல் செய்தியைச் சிறிதாகப் போட்டுவிட்டு ஒரு சதவீத ஈட்டுப்படி அரசு ஊழியர்கள் எல்லாருக்கும் அரசு அறிவித்தால்கூட 'ஆசிரியர்களுக்கு ஜாக்பாட்', 'ஆசிரியர்களுக்கு லக்கிப் பிரைஸ்'

குமரேசனின் அதிர்ஷ்டங்கள் நான்கு

என்று கொட்டை எழுத்தில் தலைப்புச் செய்திபோடும் உள்ளூர்ச் செய்தித்தாள்களை மக்கள் தவறாமல் படிப்பதனால் உண்டான அறிவு அது.

பார்க்கும் பெண்களை எல்லாம் குமரேசன் மறுத்துக் கொண்டிருந்தபோதும் புதிது புதிதாகப் பார்க்கும் பாக்கியம் கிடைத்துக்கொண்டேயிருந்தது. பெண் தேடத் தொடங்கிய சமயத்தில் பார்த்த ஒரு பெண்ணின் தந்தை விடாமல் பல வழிகளில் முயன்றுகொண்டிருந்தார். அந்தப் பெண் ஐந்தாம் வகுப்புவரை படித்தவள். அத்துடன் கொஞ்சம் கறுப்பு. கறுப்பாக இருப்பதால்தான் மாப்பிள்ளை மறுக்கிறார் என்று அவராக முடிவு செய்து அதற்காக நகைகளும் பணமும் கூடுதலாகக் கொடுப்பதாகச் சொல்லி அனுப்பினார். அந்தப் பெண்ணை என்ன காரணம் சொல்லி மறுத்தான் என்பது மறந்து போயிருந்தது. அவள் நகங்கள் அழுக்குப் படிந்து கருத்திருந்தன என்பதாக நினைவுக்கு வந்தது. உடல் கறுப்பல்ல, நகக் கறுப்பே அவன் பிரச்சினை. 'நகத்தக்கூட வெட்டி ஒழுங்கா வெச்சுக்கத் தெரியாதவ எதையம்மா ஒழுங்கா வெச்சுக்குவா?' என்றான். 'ஏம்பயா, உன்னாட்டம் அந்தப் பொண்ணு வாத்தியாரு வேலயா பாக்குது? நகத்துல அழுக்குப்படாம ஊட்டு வேல செய்ய முடியுமா? பாத்திரங் கழுவோணும், ஊடு கூட்டோணும், துணி தொவைக்கோணும். இதா எங்கையப் பாரு, நகமெல்லாம் கருத்துத்தான் கெடக்குது. வெட்டுனாலும் அப்பிடித்தான் ஆவுது. பெருவெரல் நகத்தயெல்லாம் பொம்பளைங்க வெட்ட முடியாது பையா. வெங்காயம் தொலிக்கோணும், மொளகா கிள்ளோணும், அதுக்கு நகம் வேணுமில்ல.' பொறுமையாக அம்மா சொன்ன காரணங்கள் சரியாகவே பட்டன. 'எதுனாலும் நீ ஒரு சமாதானம் சொல்லீருவ' என்றான். 'கட்டிக்கிட்டு வந்ததுக்கப்பறம் நகத்துல அழுக்குப்படாத நாம வெச்சுக்கலாம். நான் வேண்ணா வெங்காயம் தொலிச்சுக் குடுத்தர்றன்' எனச் சிரிக்காமல் சொன்னாள் அம்மா. மௌனமாக இருந்தான்.

ரொம்ப நாளாகப் பெண் பார்த்ததில் அவனுக்கும் அலுப்பு வந்திருந்தது. முன்னெல்லாம் வாரம் ஒருமுறை என்றிருந்த லுங்கி ஈரம் இப்போது ஒருநாள் விட்டு ஒருநாள் ஆனதால் தான் ஒழுங்காக இருக்கிறோமா என்னும் கவலையும் மிகுந்திருந்தது. அவன் மௌனத்தைச் சாதகமாகக் கொண்டு பெண் வீட்டில் சம்மதம் சொல்லிவிட்டாள். இருபதாம் வயதில் வேலை கிடைத்த அதிர்ஷ்டத்தைப் போலவே இருபத்தைந்தாம் வயதில் திருமணம் அமைந்தது. உண்மையில் வேலையைப் போலத்தான் அவன் மனைவியும். ஒரு சிக்கலுமில்லை. பள்ளியிலாவது கையில் பிரம்பு வேண்டும். வீட்டில் எதுவும் தேவையில்லை. வா, போ,

எடு, போடு, வை, படு, கழற்று, ஊற்று இப்படி ஏராளமான வினைச்சொற்களை அவளிடம் பயன்படுத்தினான். நில், உட்கார், எழுது, படி, ஓடு என்பவை அவன் பள்ளியில் அதிகம் பயன்படுத்துபவை. ஒழுங்கு குலைந்ததைக் கண்டுபிடித்து அவன் திட்டினால் பேசாமல் வாங்கிக்கொள்வாள். 'இனிமே இப்படிச் செய்யாத' என்று முடிப்பான். 'சரிங்க' என்பாள் அவள். 'சரிங்க சார்' என்று பிள்ளைகள் பள்ளியில் சொல்லும். தன் வீட்டில் ஏராளம் வேலைகள் செய்து களைத்துப்போனவள் அவள். குமரேசன் ஒருவனைச் சமாளிப்பது பெரிய விஷயமாயில்லை.

தனிக்குடித்தனம் அனுப்பும்போது அவனுடைய அம்மா சொல்லியனுப்பிய மாதிரி நகங்களை அழுக்கு அண்டாமல் வைத்துக்கொள்ள முயன்றாள். சின்ன வெங்காயம் தொலிப்பதற்குக் கஷ்டம். பெரிய வெங்காயம் பயன்படுத்தினால் கத்தியில் அரிந்தால் தோல் தானாக வந்துவிடும். ஏதாவது பொருள் தினமும் வாங்கிக்கொண்டேயிருப்பதால் பிளாஸ்டிக் பைகள் சேர்ந்தபடியே இருக்கும். பைகளைக் கைகளுக்கு உறைபோல மாட்டி ஒரு ரப்பர் பேண்ட் போட்டுக்கொள்வாள். அதற்கு நல்ல பலன் இருந்தது. அவன் பார்வை தினந்தோறும் ஒருமுறையாவது அவள் நகங்களை நோக்கி நகர்ந்துவிடும். பார்த்துத் திருப்தி கொள்வான். அவன் பொருட்களை அனுமதி இல்லாமல் அவள் எடுக்கமாட்டாள். அவளுடைய எச்சரிக்கையை மீறியும் ஏதாவது கண்டுபிடித்தால் மிகப் பழைய சட்டத்தைச் சொல்வான். 'எடுத்த பொருளை எடுத்த இடத்தில் வை.' எழுதி வைக்கவில்லை என்றாலும் சுவர்கள் அந்த வாசகத்தை எதிரொலித்துக் கொண்டேயிருந்தன.

ஒழுங்கு, ஒழுக்கம், பொறுப்பு இத்யாதிகள் பற்றி அவன் அதிக நேரம் வகுப்பெடுக்கும் அன்றைக்கு மாமியார் வீட்டுக்குப் போய்ச் சொல்லி அழுவாள். மாமியார் சிரித்தபடி 'அவன் அப்படித்தான்' என்பாள். தான் தப்பித்துக்கொண்ட மகிழ்ச்சியை வேறெப்படி வெளிப்படுத்த முடியும்? தம்பி 'வரம்' என்பான். 'அண்ணி, பள்ளிக்கொடத்துல இப்பப் பரிட்ச நடக்குது. முடியற வரைக்கும் வீட்டுலதான் வகுப்பு. பரிட்ச முடிஞ்சு பள்ளிக்கொடம் தொறந்திட்டாங்கன்னா செரியாப் போயிரும்' என்பாள் அவன் தங்கை. அவர்கள் சொற்கள் தரும் ஆறுதலோடு திரும்பி வீட்டுக்கு வருவாள்.

கல்யாணமாகி இரண்டு மாதத்திற்குப் பின் ஓர் இரவில் அவள் கிச்சத்தில் முகம் புதைத்திருந்தபோது சட்டெனெ விலகிக் 'குளிச்சயா?' என்றான். அவள் அதிர்ச்சியோடு அவனைப் பார்த்தாள். 'போ குளிச்சிட்டு வா' என்று திரும்பிப் படுத்துக்

கொண்டான். அவள் எழுந்து போகவில்லை. அவமானத்தை அழுது கரைத்தாள். கொஞ்ச நேரம் கழித்து அவனாகவே அவள் பக்கம் திரும்பி 'சாரி சாரி... எம் மூக்க அறுத்தெறியோணும்' என்று சொல்லிச் சமாதானமானான். அன்றுமுதல் இரவில் ஒருமுறையும் குளிக்கப் பழகிக்கொண்டாள். மறுபடியும் ஒருமுறை அந்த வார்த்தை அவன் வாயிலிருந்து வந்துவிடுமோ என்று பயந்தாள். அதற்குள் அவனுக்கு மறுபடியும் அதிர்ஷ்டம்.

மூன்றாவது மாதம் அவள் வாந்தியெடுத்தாள். கட்டுப்படாத வாந்தி. அவள் அம்மா வீட்டில் கொண்டுபோய் விட்டு வந்தான். ஒருவாரம் தனியாக வீட்டிலிருந்து பார்த்தான். வழக்கம்போல வீட்டில் ஏதாவது ஒழுங்கு குலைந்திருக்கும். ஆனால் யாரிடம் சொல்வது? பேசாமல் இருக்கவே முடியவில்லை. பக்கத்துத் தெருவில் இருந்த அம்மாவிடம் போனான். அவன் மனைவி குழந்தை பெற இன்னும் ஏழெட்டு மாதமாகும். கைக் குழந்தையோடு அனுப்ப மாட்டார்கள். குழந்தைக்கு ஏழு மாதம் ஆக வேண்டும். இன்னும் ஒரு வருசத்துக்கு மேல் ஆகும். இங்கேயே வந்து தங்கி விடுவானோ என்று அம்மா பயந்தாள். மூன்று மாத நிம்மதி அவ்வளவுதானா என்று அப்பன் புலம்பினார். தம்பி, தங்கைகள்தான் அம்மாவுக்கு அந்த யோசனையைச் சொன்னார்கள். வீட்டைத் தனியாக விடக் கூடாது. அண்ணன் அங்கேயே இருக்கட்டும். வேளாவேளைக்குச் சாப்பாட்டைக் கொண்டுபோய்க் கொடுத்துவிடலாம். அம்மா சின்ன வேலை சொன்னாலும் செய்ய மறுக்கும் பிள்ளைகள் அண்ணனுக்குச் சோறு கொண்டுபோய்த் தரும் வேலையைத் தட்டாமல் செய்தார்கள். முடிந்தவரை சோற்றை வைப்பதும் எடுப்பதும் அண்ணன் கண்ணில் படாத வகையில் நடந்தது.

குமரேசன் ஒன்றிரண்டு முறை மாமனார் வீட்டுக்குப் போய் வந்தான். மனைவி நன்றாகக் கவனித்தாள். ஆனால் மாமனார் வீட்டில் ஒரு ஒழுங்கும் கிடையாது. அவனுக்குப் பிடிக்கவேயில்லை. யாரிடமும் சொல்லக் கூடிய சுதந்திரமும் அங்கே இல்லை. மனைவியைக்கூட அங்கே வைத்து ஒன்றும் சொல்ல முடியவில்லை. அந்தச் சமயத்தில் அவன் பக்கத்து வீட்டுக்காரர் தன் மகன் சரியாகப் படிக்காமல் எந்நேரமும் விளையாடிக்கொண்டே இருக்கிறான் என்று சொல்லி அவனிடம் ட்யூசன் எடுக்க முடியுமா என்று கேட்டார். மிகக் கடுமையாக ஒழுங்கைக் கடைப்பிடிக்கும் ஆசிரியர் அவன் என்றும் எவ்வளவு குறும்பு செய்யும் பையனாக இருந்தபோதும் அவன் வழிக்குக் கொண்டுவந்து விடுவான் என்றும் அவருக்கு யாரோ சொல்லியிருந்தார்கள். அவன் மிகுந்த சந்தோசத்தோடு ட்யூசனை ஆரம்பித்தான்.

பக்கத்து வீட்டுக்காரரைப் போலவே பிள்ளைகள் பற்றிக் கவலை கொண்ட பெற்றோர் ஏராளம். ட்யூசனுக்குக் கூட்டம் நிரம்பி வழிந்தது. அவனுடைய மாலைப் பொழுது அருமையாகக் கழிந்தது. எந்தப் பிள்ளை ஒழுங்காக இருக்கிறது? அவனுக்குப் பள்ளியைப் போலவே ட்யூசனிலும் வேலை நிறைய இருந்தது. சம்மணம் போட்டு ஓரிடத்தில் ஒருமணி நேரம் பிள்ளைகளை உட்கார வைப்பதே பெரிய சவால். கிள்ளுதல், பிடுங்குதல், அடித்தல் என்று எப்போதும் ஒழுக்கமற்ற காரியங்களைச் செய்யும் பிள்ளைகளைப் பண்படுத்தும் பெரிய பொறுப்பு. கிட்டத்தட்ட ஒன்றரை வருசம். சந்தோசமான வேலைக்குக் கூடுதலாகப் பணமும் கிடைத்தது.

அவனுக்கு எப்போதும் அதிர்ஷ்டம்தான். கடவுள் வரம் வாங்கிய பிறவி. அழகான பெண் குழந்தையோடு அவன் மனைவி வந்து சேர்ந்தாள். குழந்தை தவழும் பருவத்தில் இருந்தது. குழந்தைக்கு 'ரிதிஷ்னா' என்று பெயர் வைத்திருந்தான். 'ரி' என்ற எழுத்தில்தான் பெயர் வைக்க வேண்டும் என ஜோதிடர் சொல்லியிருந்தார். ரிஷ்கா, ரிக்ஷா, ரிம்பா, ரிதா, ரித்தா, ரித்னா, ரித்தினா, ரிங்கா, ரிச்சிகா, ரிதிஷ்கா, ரிதிஷ்னா என்று சொல்லப்பட்ட பல பெயர்களிலிருந்து 'ரிதிஷ்னா'வைத் தேர்வு செய்திருந்தான். தன் பள்ளித் தமிழாசிரியர் ஒருவரிடம் இந்தப் பெயரை வைக்கலாமா என்று கேட்டான். அவர் 'தாராளமாக வைக்கலாம்' என்று சொல்லிப் பெயருக்கு விளக்கமும் கூறினார். 'ரிதம்' என்றால் சந்தம் என்று பொருள். சந்தம் என்பது என்ன? ஒழுங்குக்கு உட்பட்ட ஓசை. ஆகவே ரிதிஷ்னா என்றால் ஒழுங்குள்ளவள் அல்லது ஒழுங்குக்கு உட்பட்ட ஓசை போன்றவள். விளக்கம் குமரேசனுக்கு மிகுந்த திருப்தியைக் கொடுத்தது. எனினும் சின்னச் சந்தேகம். இது தமிழ்ப் பெயர்தானா? தமிழ்ப் பெயராகவும் இருந்துவிட்டால் பெருமையாகச் சொல்லிக்கொள்ளலாம். அந்தத் தமிழாசிரியர் கடும் தனித்தமிழ்ப் பற்றாளர் என்றபோதும் பெரும்போக்கானவர். 'உலகத்து முதல்மொழி தமிழ். தமிழிலிருந்துதான் எல்லா மொழிகளும் தோன்றின. ஆகவே எந்தச் சொல்லாக இருந்தாலும் அது தமிழ்ச்சொல்தான்' என்றார்.

பெயருக்கு ஏற்றபடி ரிதிஷ்னா ஒழுங்குக்கு உட்பட்டவளாக இல்லை. பெரிய அதம் செய்தாள். கைக்கு எட்டும்படி ஒரு பொருளையும் வைக்க முடியாது. இழுத்துத் தள்ளிவிடுவாள். எடுத்து வாயில் போட்டுக்கொள்வாள். ஓங்கிப் போட்டு உடைப்பாள். ஒன்றிரண்டு நாட்கள் குழந்தையைப் பார்த்த சந்தோசம் இருந்தது. அவன் எடுத்துக் கொஞ்சிக்கொண்டிருந்த சமயத்தில் மடியிலேயே ஆய் போய்விட்டாள். அவன்

சாப்பிட்டுக்கொண்டிருந்தபோது வட்டலுக்கு அருகில் மண்டு வைத்தாள். அவன் கண்ணெதிரிலேயே ஒரு புத்தகத்தை எடுத்துச் சுக்கலாகக் கிழித்தாள். ஒன்றாம் வகுப்புப் பாடப் புத்தகம் அது. இப்பவே கிழிக்கிறாள், படிச்சாப்பலதான் என்று நினைத்தான். வயிற்றை இழுத்துக்கொண்டு வீடு முழுக்க ரிதிஷ்னா ஊர்ந்தாள். கால் முட்டிபோட்டுக் கையை ஊன்றிச் சில சமயம் தவழ்ந்தாள். ஏதாவது பிடிமானம் கிடைத்தால் எழுந்து நின்றுகொண்டாள். பொருளற்ற ஒலிகளைச் சத்தமாக எழுப்பினாள். அவள் இழுத்தும் தூக்கியும் எறியும் பொருள்களின் ஓசையைவிட அதிகமாகக் கத்தினாள்.

எப்போது வீட்டுக்குள் நுழைந்தாலும் வீடு முழுக்கப் பொருட்கள் இரைந்து கிடக்கும். மனைவியைப் பார்த்துக் கத்துவான். அவள் ஓடிவந்து எல்லாவற்றையும் பொறுக்கி அதனதன் இடத்தில் வைப்பாள். ஏராளம் பொம்மைகள் வாங்கிப்போட்டான். எந்தப் பொம்மையாக இருந்தாலும் சில நிமிச நேரம்தான். தூக்கி வீசிவிட்டு வேறொரு பொருளுக்குப் போய்விடுவாள். மனைவிமேல் எவ்வளவு கோபித்தும் பயனில்லை. எல்லாவற்றையும் சரி செய்கிறாள். குழந்தையை முடிந்த அளவு இடுப்பில் தூக்கி வைக்கிறாள். எந்நேரமும் வைத்திருக்க முடியவில்லை. குழந்தையும் இடுப்பில் இருக்கப் பிரியப்படுவதில்லை. கீழே தவழ்ந்து ஓடத்தான் விரும்பும். வேலைகளைப் பார்க்கும்போது குழந்தையைக் கீழே விட்டாக வேண்டும். இப்படிப்பட்ட குழந்தையை எதிர்காலத்தில் ஒழுங்காக வளர்க்க முடியுமா என்று கவலைப்பட்டான். தன் குழந்தையை எப்படியெல்லாம் வளர்க்க வேண்டும் என்று கனவு கண்டானோ அதற்கு நேர்மாறாகக் குழந்தை வந்து பிறந்திருக்கிறது. இரண்டு வயதுவரை வீட்டில்தான் வைத்திருந்தாக வேண்டும். பள்ளிக்கு அனுப்ப முடியாது. முடிந்தால் விடுதியில் சேர்த்துவிடலாம். அதற்கும் உடனடியாக வழியில்லை. பிள்ளைகளை வளர்த்திருக்கும் முறை பற்றிப் பல பெற்றோரைத் திட்டியிருக்கிறான். தன்நிலையே கேவலமாகப் போய்விடும் போலிருக்கிறதே என்று வருந்தினான். தவழ்ந்து குழந்தை வேகமாக வருவதைப் பார்த்தாலே பயம் வந்தது. இதென்னா அரக்கக் குழந்தையா?

அவன் மனைவிக்குக் கவலை ஏதும் இருப்பதாகவே தெரியவில்லை. குழந்தையைக் கொஞ்சுவதும் அதன் மொழியில் ஏதேதோ பேசுவதும் எனச் சந்தோசமாக இருந்தாள். அது என்ன செய்தாலும் துளி கண்டிப்போ மிரட்டுவதோ இல்லை. குழந்தையை இவள்தான் கெடுக்கிறாள் என நினைத்தான். விடுமுறை நாளொன்றில் கண்ணாடியைக் கழற்றிப் புத்தகம் ஒன்றின் மேல் வைத்துவிட்டு அலமாரியில் என்னவோ தேடிக்

கொண்டிருந்தான். குழந்தை எவ்வளவோ முயன்றும் கைக்குக் கிடைக்காத பொருள் ஒன்று இப்போது கைக்கு எட்டும் தொலைவில். வேகமாக வந்த குழந்தை சட்டெனக் கண்ணாடியை எடுத்து உட்கார்ந்துகொண்டது. இரண்டு கைகளிலும் பற்றி வாய்க்குக் கொண்டுபோனது. பதறி ஓடி வந்தான். அவன் பிடுங்கிவிடுவான் என்பதை அறிந்து கண்ணாடியை வீசி எறிந்தது குழந்தை. சுவரில் பட்டுப் பிரேமில் விரிசல் விழுந்துவிட்டது.

அவனுக்கு வந்த கோபத்திற்கு அளவில்லை. அப்படியே குழந்தையை ஆவேசமாகத் தூக்கிப் பல்லைக் கடித்துக்கொண்டு கத்தினான். பொருள்களை வீசுவதுபோலக் குழந்தையை வீசிவிட எத்தனித்த கணம். ஓடி வந்த மனைவி குழந்தையைப் பிடுங்கிக் கொண்டாள். பயந்து வீரிட்டு அலறியது குழந்தை. மாரோடு சேர்த்துத் தேற்றினாள். கண்ணில் நீர் நிரம்ப அவனைப் பார்த்துக் ‘குழந்தைங்க’ என்றாள். குழந்தையோடு திரும்பி வந்தபின் அவள் பேசும் அதிகபட்ச வார்த்தை அது என்று உணர்ந்தான். அவள் முகமும் சொன்ன தொனியும் அவன் இறுக்கத்தைத் தளர்த்தின. படுக்கையில் விழுந்தவன் யோசித்தபடியே தூங்கிப் போனான்.

திடீரென முகத்தில் தண்ணீரைக் கொட்டியது போலச் சில்லிப்பு. விழித்தான். குழந்தை சிரித்தபடி அவனருகே உட்கார்ந்து கையால் அடித்துக்கொண்டிருந்தது. ஒத்தடம் கொடுப்பதுபோல அத்தனை சுகமாக உணர்ந்தான். அப்படியே கண்களை மூடிக் கொஞ்சநேரம் அதை அனுபவித்தான். தூக்கி வீசப் பார்த்தவன் அவன் என்பதை அதற்குள் மறந்துவிட்டதா குழந்தை? பிரியமாய்க் குழந்தையைத் தூக்கி வயிற்றின்மேல் இருத்திக்கொண்டான். இரு கைகளாலும் நெஞ்சில் அடித்தது. அதன் சிரிப்பில் சந்தோசம் பொங்கியது.

குழந்தையோடு சேர்ந்து வீட்டைப் பார்த்தான். எல்லாப் பொருள்களும் ஒழுங்கில் இருப்பதாகத் தோன்றியது. இங்கே வைத்த பொருள் அங்கே இருந்தால் என்ன? எல்லாம் இடம் தானே. முழுதான பொருள் உடையட்டும். எப்போதிருந்தாலும் உடையப் போவதுதான். குழந்தையின் பார்வையை முழுதாக வாங்கிப் பார்த்தான். ஒழுங்கு என்று ஒன்றுமில்லை. ஒழுங்கற்று இருப்பதே ஒழுங்கு. குழந்தையோடு சேர்ந்து சந்தோசமாகச் சிரித்தான். கடவுள் தனக்கு ஒரு வேலையும் கொடுக்கவில்லை என்று அப்போது தோன்றியது.

●

காலச்சுவடு, **ஏப்ரல் 2011**

ஆந்தைகள் அலறலை நிறுத்திய இரவு

பெரிய பண்ணை வீடொன்றில் இரவுக் காவலனாக வேலைக்குச் சேர்ந்திருந்தான் ராஜு. ஊருக்கு வெளியே வெகுதூரத்தில் அந்த வீடு இருந்தது. வயதான பெண் ஒருத்தி மட்டும் வசித்தாள். அவள் தேவைகளைப் பூர்த்தி செய்யவும் பண்ணையைப் பராமரிக்கவும் அமர்த்தப்பட்டிருந்த வேலையாட்கள் மாலை ஆறு மணிக்குக் கிளம்பிப் போய்விடுவார்கள். புதுமலர்ச்சியோடு ராஜு வரும்போது அவர்கள் சிரித்தபடி கையசைத்துப் போவார்கள். கிழவிக்குச் (அவளை எல்லாரும் 'அம்மா' என்பார்கள். ராஜு அவனுக்குள்ளாக அழைத்துக்கொள்ளக் 'கிழவி'என்றே சொல்வான்.) சமைக்க, துவைக்க, வீடு பெருக்க என ஓர் ஆள். உள்ளே இன்னொரு வீடும் இருந்தது. அதை வீடு என்று சொல்வதைவிட அறைகள் என்று சொல்லலாம். கிழவிக்கு வேண்டியவர்கள், சொந்தக் காரர்கள் வந்தால் அங்கே தங்குவார்கள். கிழவியின் மகன் பரிந்துரையில் வாடகை கொடுத்தும் ஒருசிலர் அதில் தங்கிப் போவதுண்டு. அந்த வீட்டையும் அதில் தங்குபவர்களையும் கவனிக்க ஓர் ஆள்.

பண்ணை நான்கு ஏக்கர் பரப்பளவில் அமைந் திருந்தது. முழுக்க மரங்கள். வேம்பு, புங்கை, கொன்றை, பலா என எல்லாம் நாட்டுமரங்கள். கொஞ்சம் தென்னைகளும் பப்பாளிகளும் உண்டு. அடிப்பகுதிக் கிளைகளை அரக்கிவிட்டு நெடுநெடுவென மரம் வளரும்படிச் செய்திருந்தார்கள். அண்ணாந்து

பார்த்தால் வெகு உயரத்தில் கூடுகள்போலத் தழைகள் தெரியும். அந்த மரங்களைப் பராமரிக்கவும் சுற்றிலும் இருந்த வேலிகளைத் தினமும் செப்பனிடவும் ஓர் ஆள். கிழவி எங்காவது வெளியே செல்ல விரும்பினால் கார். அதை ஓட்டவும் இரண்டு வீடுகளின் ஜன்னல், கதவுகள் என எல்லாப் பக்கமும் பூச்சிகள் நுழைந்து விடாமலும் பறவைகள் கூடு வைத்துவிடாமலும் பரிசோதிக்கவும் ஓர் ஆள் உண்டு. அந்த ஆள் அங்கே மேனேஜர் மாதிரி. வேலைகள் சொல்வதும் ஊதியம் கொடுப்பதும் அவர்தான்.

ராஜூ சேர்ந்தபோது எல்லாம் பேசி முடித்துக் கிழவியிடம் கூட்டிப் போனார். அப்போது ஒரே ஒருமுறை கிழவியைப் பார்த்ததுதான். பகலில் வெளியே வந்து கிழவி நடமாடக்கூடும். பகலில் பேச்சுக் குரல்களும் சிரிப்புச் சத்தங்களும் அவ்வப்போது கேட்கும். இரவில் நாய்களின் குரைப்பொலிகள்தான். நான்கு நாய்கள் இருந்தன. இரவில் எந்நேரமும் நான்கும் பண்ணை முழுக்கத் திரியும். அவற்றை ராஜூவுக்கு அவ்வளவாகப் பிடிக்காது. பண்ணைக்குள் மாடு வளர்ப்பதற்கான கொட்டில் ஒன்றிருந்தது. அதில் நான்கைந்து மாடுகள் இருந்தனவாம். இப்போது மரக்கட்டைகளை அடுக்கி வைத்திருந்தார்கள். மாடுகளைப் பராமரித்துக்கொண்டிருந்த ஆள் தங்குவதற்குச் சின்ன ஓட்டுவீடு இருந்தது.

இரண்டு மாதங்களுக்கு முன் அவன் வேலைக்குச் சேரும் போது சில நிபந்தனைகள் சொல்லப்பட்டன. அவனும் சில நிபந்தனைகளைச் சொன்னான். அவன் சொன்னவை மூன்று. தங்குவதற்கு இடம் தர வேண்டும். மூன்று வேளை உணவும் டீயும் வழங்க வேண்டும். பகலில் எந்த வேலைக்கும் கூப்பிடக் கூடாது. அவற்றை அப்படியே ஏற்றுக்கொண்டார்கள். மாட்டுக்காரன் வீட்டை ராஜூவுக்குக் கொடுத்திருந்தனர். நல்ல பராமரிப்போடு இருந்த அழகான வீடு. நான்கைந்து துணிமணிகள் உள்படச் சொற்பமான உடைமைகள் அவனுடையவை. பகலில் படுத்துத் தூங்கத் தொந்தரவில்லாமல் இருந்தால் போதும். இரவுக் காவலனுக்கு இதைவிட வசதியான இடம் கிடைக்காது.

ஊரை விட்டு ஓடிவந்த இத்தனை வருசங்களில் பல ஊர்களில், பலவிதமான இடங்களில் இரவுக் காவலனாக வேலை பார்த்துவிட்டான். தொடக்கத்தில் அவனுக்குக் கிடைத்த வேலை அதுதான். அதுவே பழக்கமான வேலையாகிவிட்டது. ஓரிடத்தி லிருந்து வெளியேறி இன்னோர் இடத்தில் வேலைக்குச் சேர ஆகும் ஒன்றிரண்டு நாட்களில் மிகவும் கஷ்டப்பட்டுப் போவான். இரவு துளிகூடத் தூக்கம் வராது. அவனுக்குக் கிடைத்திருக்கும் பொந்து போன்ற அறைக்குள் தூங்காமல் எத்தனை நேரம் கிடப்பது? இரவுகள்தான் அவனுக்குப் பழகியவை. பகல்

முழுக்கத் தூங்கியே கழிப்பான். பெரும்பாலான நாட்களில் அவன் பொழுதைப் பார்த்ததேயில்லை. அவன் வேலையை எந்தக் குறையும் இல்லாமல் செய்வதாகவே நினைத்தான். ஆனால் எதிர்பார்க்காத ஏதாவது ஒரு பிரச்சினை உருவாகி வேலையிடத்தை மாற்றிக்கொள்ளும்படி நேரும். அவன் வேலைக்கு எப்போதும் ஆள் தேவையிருந்ததால் உடனடியாக வேறிடத்தில் வேலை கிடைத்துவிடும். தங்கும் இடம்தான் பிரச்சினை. பகல் தொந்தரவு எதுவுமில்லாமல் தூங்க வசதியான இடமாக இருக்க வேண்டும்.

இரவில் விழித்திருப்பது பழகிவிட்டது. ஆனால் இரவில் மனிதர்களைச் சந்திக்கவும் பேசவும் முடியாது. அவனைப்போல வேலை செய்பவர்களிடத்தில் திரும்பத் திரும்ப ஒரேமாதிரியான அலுப்பூட்டும் விஷயங்களையே பேசிக்கொண்டிருக்க வேண்டும். புது மனிதர்களைப் பார்க்கவும் பழகவும் வாய்ப்பே இல்லை. அதுவும் பெண்களைப் பார்ப்பது அரிதான ஒன்று. அவன் வெளிவரும் நேரத்தில் பெண்கள் வீட்டுக்குச் சென்றிருப்பார்கள் அல்லது சென்றுகொண்டிருப்பார்கள். நின்று கவனிக்க அவனுக்கு நேரமும் இருக்காது. பெண்களிடம் பேசிய சந்தர்ப்பங்கள் அவன் வாழ்க்கையில் அபூர்வம். அவர்களிடமிருந்து வெளிப்பட்ட ஒன்றிரண்டு சொற்கள் வேதம்போல அவன் காதுகளில் ஒலித்துக்கொண்டேயிருக்கும். மனதில் ஆணியடித்துச் சில முகங்களை மாட்டி வைத்திருக்கிறான். அவ்வப்போது எடுத்துக் கொஞ்சிக்கொள்வான்.

சில வருசங்களுக்கு முன் ஊருக்குப் போயிருந்தபோது அவன் கல்யாணம் பற்றி அம்மா பேசினாள். ஒரு பெண்ணை நெருக்கத்தில் அறிய அவனுக்குப் பேராசைதான். இரவில் வெளியிலும் பகலில் வீட்டிலும் கிடக்கும் ஒருவனைக் கட்டிக்கொள்ளச் சம்மதிக்கும் பெண்ணை இன்னும் அவன் அம்மா தேடிக்கொண்டேயிருக்கிறாள். ஓசைகளை அவனுக்கு ரொம்பப் பிடிக்கும். இரவில் ஓசை மெல்ல மெல்ல அடங்கி எல்லாம் மௌனமாகிவிடும் தருணத்தை வெறுப்பான். அந்தச் சமயத்தில் ஏதாவது பாடல்களை முணுமுணுப்பான். தன் கைத்தடியால் ஓங்கித் தட்டுவான். மனிதக் குரல்களுக்கு ஈடாக எந்த ஓசையும் ஆகாது. யாராவது அவனிடம் ஒரு வாக்கியத்திற்குமேல் பேசிவிட்டாலோ அவன் பேசுவதை நிதானித்துக் கேட்டுவிட்டாலோ அன்றைக்கெல்லாம் மிக உற்சாகமாக இருப்பான். பெரும்பாலும் நகரத்து அழுக்கடைந்த சாலை ஓரங்களில் இரவெல்லாம் திரிய நேரும். பெரிய அலுவலகக் கட்டிடம், வங்கி, கிடங்குகள், பணக்கார வீடுகள் என எதுவாக இருந்தாலும் குவிந்திருக்கும் குப்பைகளையும்

திரியும் நாய்களையும் பார்த்துக்கொண்டே சாலையில் உலவுவதுதான். மனித நடமாட்டம் அருக அருகச் சாலைக்குப் பிணத்தின் முகம் வந்து விடுகிறது. நள்ளிரவில் அழுகல் நாற்றம். விடிகாலையில் பால்காரர்கள், காய்கறிச் சந்தைக்காரர்கள்தான் சாலையை உயிர்ப்பிப்பவர்கள். சாலை உயிர் பெறப்பெற அவன் விடைபெற்றுக்கொண்டிருப்பான். சாவை அருகிலிருந்து பார்ப்பதும் உயிரை விட்டு விலகுவதும் யாருக்குப் பிடிக்கும்?

இந்தப் பண்ணை வீடு இதுவரைக்கும் அவன் வேலை பார்த்த இடங்களிலிருந்து வித்தியாசமானது. பெண்களை மட்டுமல்ல, மனிதர்களைப் பார்ப்பதே அதிசயம். ஆனால் ஓங்கி வளர்ந்த மரங்கள், பறவைகள் என்று வேறொரு உலகம் இயங்கிக் கொண்டிருக்கும். மாலை ஆறு மணிக்கு அவன் பண்ணையின் எல்லாப் பக்கங்களிலும் இருக்கும் விளக்குகளைப் போடுவான். கட்டப்பட்டிருக்கும் நாய்களை அவிழ்த்துவிடுவான். அதேபோல விடிகாலை ஆறுமணிக்கு விளக்குகளை அணைப்பதும் நாய்களைக் கட்டுவதும் வேலை. இரவு முழுக்கப் பண்ணை முழுவதையும் சுற்றிவர வேண்டும். இந்த நாய்கள் ஒன்றுக்கும் பிரயோசனம் இல்லாதவை. ஏதாவது ஒரு பக்கத்தைப் பார்த்துத் தலை நிமிர்த்திச் சும்மா குரைத்துக்கொண்டிருக்கும். ஓடிப் பார்த்தால் சிறு சருகின் அசைவுகூட இருக்காது. தன்னைப் போல ஒன்றும் செய்யாமல் இருப்பதால் சடைவாகிக் குரைக்க ஆரம்பிக்கின்றன என்பதைக் கண்டபின் குரைப்பொலிக்கு முக்கியத்துவம் கொடுப்பதை நிறுத்திவிட்டான்.

பண்ணை பெரிய செவ்வகப் பரப்பு. கிழக்குப் பக்கமிருக்கும் நுழைவாயில் அருகே போய் உட்கார்ந்திருப்பான். இருபதடி அகலமுள்ள மண் பாதையில் என்றைக்காவது ஒரு வாகனம் போகும். அது எங்கே போகிறது என்று ரொம்ப நேரம் யோசித்துக் கொண்டிருப்பான். அருகில் நிறுத்தும் ஓசை கேட்கிறதா என்று உற்றுக் கவனிப்பான். அதை ஒரு விளையாட்டுப் போலச் செய்வான். மற்ற மூன்று திசைகளிலும் போனால் வேலிகள் முட்டும். வெகுதூரம் கூர்மையாக ஒளிவீசும் டார்ச் லைட் அவன் கையில் இருக்கும். எந்தப் பக்கம் போனாலும் அடித்துக்கொண்டுதான் போவான். பாம்புகள் நடமாடும் என்று சொல்லியிருந்தார்கள். அவன் கண்ணுக்குப் பாம்புகள் படவில்லை. கற்பனை செய்ய முடியாத பேருருவத்தில் எலிகள் ஓடும். இரவின் ஆழ்மௌனத்தை உடைக்கும்படி ஆந்தைகள் அலறும். வெண்ணிறத்தில் கறுப்புக் கோடுகளும் புள்ளிகளும் வைக்கப்பட்ட நிற இறக்கைகள் கொண்ட வித்தியாசமான ஆந்தைகள். முதலில் அந்த அலறலைக் கேட்டுப் பயந்தான். உற்றுக் கேட்கக் கேட்க அது பிடித்தமானதாக மாறிவிட்டது.

ஆந்தைகள் அலறலை நிறுத்திய இரவு

ஆந்தைகள் மெதுவாக ஒலி எழுப்புவதே கிடையாது. மெல்லத் தொடங்கிப் படிப்படியாக உயர்வதுமில்லை. தொடக்கமே உச்சம் தான். கிள்ளி வைத்தால் குழந்தை குரலெடுத்து அழுமே அதுமாதிரிதான். ஆந்தைகளை அவன் விரும்பினான். அவையும் தன்னைப் போலத்தான் என்று தோன்றியது. தன் இனமாகிய பறவைகள் ஏதும் விழித்திருக்காத இரவில் அவை விழித்திருக்கின்றன. ஆனால் தனியாக ஆந்தை இருப்பதில்லை. எப்போதும் ஒன்றுக்கும் மேற்பட்டவை சேர்ந்துதானிருக்கும். உச்சமான அலறல் என்று சொன்னாலும் அதிகம் பேதம் கண்டுபிடிக்க முடிந்தது. அவை புணரும்போது எழுப்பும் ஒலியில் மிக வேகமாகக் குழைவும் இருந்தது. ஆவலில் மரத்தை நோக்கி ஒருமுறை விளக்கை அடித்துவிட்டான். ஒருசேரத் தாவிப் பறந்த இரண்டு ஆந்தைகள் தெரிந்தன. அவற்றின் சந்தோசத்தைக் கெடுத்துவிட்டோமே என்று வருத்தப்பட்டான். ஆந்தைகள் கொஞ்சம் கீழாகத் தரையை ஒட்டி வாழ்ந்தால் நன்றாக இருக்கும். அந்தப் பண்ணையில் மரங்களின் கீழ்க்கிளைகள் எல்லாவற்றையும் தரித்து நெடுக வளரச் செய்திருந்தார்கள். உச்சியில் கூடாரமாய்த் தலை விரித்திருக்கும். ஆந்தைகள் அங்கேதான் உட்காரும். ரொம்பவும் பிரயாசைப்பட்டுத்தான் பார்க்கலாம். இறங்கி வந்து தங்குமானால் கிளியைப் போலப் புறாவைப் போல ஆந்தையிடமும் ஏதாவது பேசலாம். ஆந்தை அலறல் தனக்கு அவ்வப்போது உற்சாகம் தரும் சின்னத்துணை என்று கொண்டான்.

உணவுக்கும் தங்குமிடத்துக்கும் பிரச்சினை இல்லை என்றதும் மாதச் சம்பளம் சேமிப்பாகும் அதைக் கொண்டு திருமணத்துக்குப் பெண்ணைத் தேட முடியும் என்று நம்பிக்கை வந்தது. கையில் பணப்பசை இருந்தால் ஒட்டிக்கொள்ள உறவுகள் தேடிவரும். அவன் நம்பிக்கையைக் குலைக்கும் விதமாய் அன்றைக்கு எதேச்சையாகப் பார்த்த நண்பன் சுந்தரம் விஷயம் சொன்னான். இரண்டு வங்கிகளின் அருகருகே அமைந்திருந்த ஏடிஎம் மையத்தில் காவல் வேலை செய்தபோது அவன் பழக்கம். சுந்தரத்தால் தூக்கத்தைக் கட்டுப்படுத்த முடியாது. இரவு ஒருமணிக்குமேல் உள்ளே போய்ப் படுத்துவிடுவான். அவன் மையத்திற்கும் ராஜூதான் காவல். அதனால் ராஜூவின்மேல் அவனுக்குப் பிரியமுண்டு. பண்ணை வீட்டில் வேலை செய்வதைச் சொன்னதும் உடனடியாக அவன் 'அங்க பேய் இருக்குமே' என்றான்.

அந்த வீட்டுக்கு இரவுக் காவல் போட்டதே இல்லையாம். நான்கைந்து பேர் ஒரு பெண்ணைக் கொண்டுவந்து பலாத்காரப்படுத்திக் கொன்று போட்டுவிட்டுப் போனார்களாம்.

அது பெரிய பிரச்சினையாக, வெளிநாட்டிலிருக்கும் அந்தக் கிழவியின் மகன் வரவேண்டி ஆனதாம். அதன் பிறகுதான் இரவுக் காவலுக்கு ஆள் போட்டார்களாம். வேலைக்குச் சேரும் ஆள் யாரும் ஒரு மாதத்திற்குமேல் அங்கே இருப்பதில்லை. சம்பளம் வாங்கிய கையோடு நின்றுவிடுவார்கள். செத்துப் போன அந்தப் பெண் பண்ணைக்குள்ளேயே தான் உலவுகிறாளாம். 'உன் கண்ணுக்கு இதுவரை படவில்லையா?' என்று கேட்டான் சுந்தரம்.

அன்றைய இரவு ராஜுவுக்குப் பெரும்பயத்தோடு கழிந்தது. ஆந்தைகளின் அலறல் வேறு அர்த்தத்தைக் கொடுத்தது. பேயின் வருகையை அவை அறிவிக்கின்றன என நினைத்து ஆந்தை அலறல் ஒலிக்கும் பக்கம் போவதைத் தவிர்த்தான். நாலாப்புறமும் மாற்றி மாற்றி ஆந்தைகள் அலறின. பண்ணை முழுக்கவே அவள் நடமாடுவதுபோல் தெரிந்தது. அமானுஷ்ய சக்திகள் நாய்களின் கண்களுக்கு நன்றாகத் தெரியும். அதுதான் இந்த நாய்கள் இலக்கற்று அரவமே இல்லாத பக்கம் பார்த்துக் குரைக்கின்றன. சில சமயம் நான்கு நாய்களும் ஒன்று சேர்ந்து குரைக்கும். எதிரில் எதுவுமில்லாதபோது நாய்கள் குரைக்க இதுவரை காரணம் கிடைக்கவில்லை. இனி அவ்வளவுதான். இந்த மாதம் சம்பளத்தை வாங்கிக்கொண்டு சொல்லாமல் கொள்ளாமல் கிளம்பிவிட வேண்டியதுதான் என்று முடிவு செய்தான்.

அதுவரை எப்படித் தாக்குப் பிடிப்பது? இன்னும் பதினைந்து நாட்களுக்குமேல் இருந்தது. பண்ணையின் எந்தப் பக்கம் போனாலும் பின்னாலோ பக்கவாட்டிலோ யாரோ நடந்து வரும் ஓசை கேட்டது. தன் நடையின் எதிரொலிதான் அது என்று நினைத்தாலும் மனம் சமாதானமாகவில்லை. சட்டென நின்று 'யாரு' என்று சத்தம் போட்டான். அவன் குரலே திரும்ப அவனிடம் வந்தது. ஒவ்வொரு நாள் இரவையும் பயந்தபடியே எப்படிக் கழிப்பது? இரவு முழுவதும் ஏதாவது ஒருபக்கம் நடப்பதும் உட்கார்ந்திருப்பதும் எனச் சோர்ந்திருந்தவன் மூளை உற்சாகமாகிவிட்ட மாதிரி உணர்ந்தான். சருகொலி, கிளையசைவு, பறவை எச்சம் எனச் சிற்றொலியையும் அவன் காதுகள் இழக்கவில்லை.

எந்த நேரத்தில், எந்த வடிவத்தில் வரும் எனக் கண்டுபிடிக்க முனைந்தான். நாய்கள் குரைக்கும்போது உற்றுப் பார்த்தான். நாய்க் கண்கள் நமக்குக் கிடைத்திருந்தால் நன்றாக இருக்கும். உருவமற்றவற்றைக் காணும் பாக்கியத்தைக் கடவுள் நாய்களுக்கே கொடுத்திருக்கிறார். அடித்துவைத்த சிலைபோல எல்லாம் உறைந்திருந்த நள்ளிரவில் தெற்குத் திசை நோக்கி அவன்

நடந்தபோது அப்பக்க வேலியிலிருந்து விஸ்ஸென்ற சத்தத்துடன் சிறுசுழல் உருவாகி, நகர்ந்து வந்து ராஜுவைத் தழுவிக் கொஞ்ச தூரம் சென்று அடங்கியது. இதுநாள் வரை அப்படியொரு தழுவலின் சுகத்தை அவன் உணர்ந்ததில்லை. உடல் முழுவதையும் கட்டி இறுக்கி எடுத்துக்கொண்டு அந்தரத்தில் சிலநேரம் மிதக்கவிட்டுக் கீழே இறக்கிவிட்டுச் சென்றதைப் போல உணர்ந்தான். அவனை எதுவும் செய்யாமல் பெரும் இன்பத்தைக் கொடுத்துச் சென்றிருப்பவளைக் கண்டு பயப்படத் தேவையில்லை.

அன்றைய பகல் தூக்கத்தில் துண்டு துண்டாக ஏதோ கனவுகள் வந்தன. பெரும்பாலும் கனவற்ற ஆழ்ந்த தூக்கம் வரும். கனவுக்குக்கூடத் தன்னைப் பிடிக்கவில்லையோ என்று வருந்தியதுண்டு. எல்லாவற்றையும் நிவர்த்தி செய்வதுபோல ஒரே நாளில் ஏராளம் கனவுகள். அவற்றை வகை பிரித்துச் சொல்ல முடியவில்லை எனினும் சந்தோசமாக இருந்தது. அடுத்த நாள் அதே இடத்தில் போய் நின்றான். வெகுநேரம் நின்றும் சுழல் வரவில்லை. அந்த இடம்தான் அவள் படுத்துக்கிடந்த இடமாக இருக்கும் என்று ஊகித்தது தவறோ என்று தோன்றியது. விடியும் வரையும் எதுவுமில்லை. அவளுக்குத் தன்னைப் பிடிக்கவில்லையோ? என்றைக்கும் கண்ணாடி பார்த்திராத அவன் அறையின் குளியலறையில் அகலமாக மாட்டியிருந்த கண்ணாடி முன் நின்று வெகுநேரம் தன் தோற்றத்தை ஆராய்ந்தான். இளமையின் கருக்கு மறையாதபடிதான் உடல் இருந்தது. தன்னைச் சிதைத்த ஆண்களின் காரணமாக அவளுக்கு ஆண்களையே பிடிக்காமல் போயிருக்கலாம். தான் அப்படிப்பட்ட ஆளில்லை என்பதை அவளுக்கு எப்படி உணர்த்துவது?

முகத்திற்குப் பவுடரைப் பூசினான். நல்ல சட்டை போட்டுக்கொண்டு இரவுக் காவலுக்குக் கிளம்பினான். முந்தைய நாள் சுழல் வீசிய நேரம் வரை காத்திருந்து அந்த இடத்திற்குப் போனான். காத்திருந்து பார்த்தும் காற்று வரவில்லை என்றதும் 'வா ... எங்கிட்ட ஏன் பயப்படற? நான் உன்னய ஒன்னும் செய்யமாட்டன் வா ...' என்று கத்தி அழைத்தான். நாய்கள் குரைத்தன. தன்குரல் கேட்டு அவை குரைக்கின்றனவா, அவள் திசைமாறி வேறுபக்கம் நகர்ந்துவிட்டாளா எனப் புரியவில்லை. அவனுடைய குரல் நாய்களுக்குப் பழக்கமாகிவிட்டது. அப்படியானால் அவள்தான் திசைமாறிப் போயிருக்க வேண்டும். நாய்களின் குரைப்பொலி கேட்ட திசைக்குப் போனான். அங்கு ஒன்றுமில்லை. சோர்ந்து அவன் பலபக்கங்களிலும் சுற்றி அலைந்தபோது வடக்குத் திசைப்பக்கம் எதிர்பாராத தருணத்தில் சிறு சுழல் உருவாகிப் பழையபடி அவனைத்

தழுவி மறைந்தது. அது அடங்கிய இடத்தை நோக்கிப் பேச ஆரம்பித்தான்.

ஒரு பெண்ணிடம் பேசும் தொடக்கத் தயக்கங்களை அவனால் எளிதாகக் கடக்க முடிந்தது ஆச்சர்யம்தான். சுழல் மறைந்தபின்னும் லேசான புகையுருவம் ஒன்றை அவனால் காண முடிந்தது. நாய்களின் பார்வை தனக்கும் வாய்த்துவிட்டதாக உணர்ந்தான். அவன் நடக்கும்போது குறிப்பிட்ட இடைவெளியில் அவ்வுருவமும் நகர்ந்து வந்துகொண்டிருந்தது. அவளைப் பார்த்து நாய்கள் குரைத்ததும் அவற்றை மோசமாகத் திட்டிக் கட்டுப்படுத்தினான். தன் கோபத்தையும் பயன்படுத்தும் சொற்களையும் அவள் வெறுத்து ஒதுக்கிவிடுவாளோ என்று பயந்து திட்டலைக் குறைத்து நாய்களை மெதுவாக அதட்டினான். அவள் சிரித்த மாதிரி தெரிந்ததும் திரும்பிப் பார்த்து அவனும் சிரித்தான். கள்ளத்தனத்தை எளிதாகப் புரிந்துகொண்டாள் என்பதால் கொஞ்சம் வெட்கப்பட்டான். அவளிடம் சகஜமாகப் பேசத் தொடங்கியதும் அவளைப் பேசும்படி எவ்வளவோ தயவாகக் கேட்டும் உற்சாகப்படுத்தியும் அவள் வாய் திறக்காமல் இருந்தது வருத்தம் தந்தது.

அன்றைய பகலில் சரியாகத் தூக்கமின்றி அவள் பேச மறுப்பதைப் பற்றியே யோசித்துக் கிடந்தான். அவள் பெண், தயக்கம் இருக்கும், போகப்போகச் சரியாகிவிடும் என்று சமாதானப்படுத்திக்கொண்டான். அவள் உடன் வந்தால் போதும் என்று சொல்லி அவன் பேசத் தொடங்கினான். பேசுவதற்கு அவனுக்கு ஏராளமான விஷயங்கள் இருந்தன, பல வருசங்களாக அவனுக்குள் தேக்கம் கொண்டிருந்த எல்லாம், திட்டமிடவே தேவையில்லை, அவைபாட்டுக்கு வந்துகொண்டிருந்தன. ஊரை விட்டு ஓடி வருவதற்கு முன்னால் அவன் பால்ய காலங்கள் சந்தோசம் ஊற்றெடுக்கும் பெரிய ஆற்று மணல் பரப்பை ஒத்தவை. அவை முடிவுறாத நிகழ்வுகளாலும் மனிதர்களாலும் நிரம்பியவை. அவற்றைப் பேசுவதில் அவனுக்குப் பெரும் உற்சாகம் ஏற்பட்டது. சின்னக் குழந்தைக்குள் கொட்டிக் கிடப்பவை கண்டு அவனுக்கே ஆச்சர்யமாயிருந்தது. ‘எல்லாருக்குமே பால்யம் சந்தோசமானதாக இருக்கும்’ என்றான். அவள் முணுமுணுப்பது கேட்டது. கொஞ்சம் சத்தமாகவே சொல்லலாம், இங்குதான் யாருமே இல்லையே என்றான். அவளைப் பார்த்துக் குரைக்காதபடி நாய்களை முழுதாகக் கட்டுப்படுத்தியிருந்தான். அவனிடம் செய்வதுபோல அவளுக்கும் வாலாட்டி அவை கௌரவிக்கும்படி பழக்கப்படுத்திக் கொண்டிருந்தான். மீண்டும் அவள் முணுமுணுத்தாள். ‘எல்லாருக்கும் பால்யம் மட்டுமே சந்தோசமானதாக இருக்கும்’ என்று அவள் சொன்னாள்.

அதிலே பொதிந்திருந்த உண்மையையும் சோகத்தையும் பகலெல்லாம் நினைத்துக் கிடந்தான். பால்யத்தின் சந்தோசம் வளர வளர வடிந்துவிடுவதன் மர்மத்தை யோசித்தபோது அவனுக்குப் பல திறப்புகளும் முடிச்சுகளும் ஒருசேரக் கிடைத்தன. அவளுடைய பால்யம் பற்றி அறிந்துகொள்ள விரும்பியும் அவள் பேசவில்லை. தானாகவே சொல்லத் தொடங்குவாள், சொல்லித்தானே தீர வேண்டும் என்று நினைத்துக்கொண்டான். சந்தோசமே பால்யமாயிருப்பதால் அது மட்டுமே நினைவில் இருக்கிறது. வளரும் போதான சந்தோசங்கள் கரைந்து போக ஏராளமான வழிகள் இருக்கின்றன என்று நினைத்துக்கொண்டான். அவன் ஊரை விட்டு வெளியேறிய நாளை, வளர்ந்த பருவமாகக் கணக்கில் எடுத்துக்கொள்ளலாம் என்றும் தன்னைப் பற்றித் தீர்மானிக்கும் பொறுப்பைத் தானே கைக்கொண்ட தருணம் அது என்றும் சொன்னான்.

வெளியேறக் காரணம் அவனுடைய அப்பன்தான். அம்மா வைத்திருந்த முட்டைக்குழம்பில் அப்பனுக்கென்று இருந்த பங்கு முட்டையையும் தானே சாப்பிட்டுவிட்டதால் அப்பன் பட்ட கோபத்தையும் அவனுக்கு விழுந்த அடிகளையும் நினைவுகூர்ந்து சிரித்தான். ஒரே ஒரு முட்டை தன் வாழ்க்கையின் போக்கை மாற்றிவிட்டது என்பது எவ்வளவு பெரிய நகைச்சுவை. அவனுடைய இடத்தையும் மனிதர்களையும் ஒரே கணத்தில் மாற்றிவிட்டதே. பெரிய மாற்றங்கள் நடைபெற சின்னச் சின்ன விஷயங்களே போதும் என்று தத்துவம் சொல்லி அவளைப் பார்த்தான். அதில் அவள் ஏதும் திருத்தம் செய்யக்கூடும் என்றும் அப்படிச் செய்தால் மிகுந்த பொருளுடையதாக இருக்கும் எனவும் கருதி எதிர்பார்த்தான். அவள் ஒன்றும் சொல்லாததால் முழுக்க அவள் உடன்படும்படியான ஒரு கருத்தைத் தான் சொல்லிவிட்டதான மகிழ்ச்சியில் திளைத்தான்.

ஊரை விட்டுக் கிளம்பியபோது அவனுக்குள் பெரும் திட்டம் இருந்தது. பெருநகரத்திற்குப் போனால் தனக்குத் திரைப்படத்தில் நடிக்க வாய்ப்புக் கிடைக்கும் என்று எண்ணியிருந்தான், சாதாரண நடிகனல்ல, கதாநாயகன். அப்பனின் சட்டைப் பையிலிருந்து காசைத் திருடிக் கொண்டுபோய் ஏராளமான திரைப்படங்கள் பார்த்திருந்தான். திரைப்பட நடிகனாவதற்கு அதைவிடப் பெரிய தகுதி என்ன வேண்டும்? அந்தப் பருவத்தில் எல்லாருமே தம்மைக் கதாநாயகனாகக் கற்பனை செய்துகொள்வதுதான் இயல்பு. அதனால் தன் எண்ணத்தில் எந்தத் தப்பும் இல்லை என்று சொன்னான். திரைப்படத்துறை என்பது சொர்க்கத்திற்குப் போவதுபோல. ஏராளமான கதவுகள் திறக்கப்பட வேண்டும். கதவுகளைக் கண்டுபிடிக்கச் சாதாரண மனிதனால் முடியாது.

அதனால் வெகு சீக்கிரத்திலேயே இரவுக் காவலனாகி விட்டதைச் சொன்னான்.

இரவுக் காவலனுக்கு என்ன தகுதி? தூங்கக் கூடாது என்பது ஒன்றுதான். இத்தனை வருசத் தன் அனுபவத்தில் திருடன் எவனையும் பார்த்ததுமில்லை; பிடித்ததுமில்லை என்றான். ஆனால் திருடர்கள் எல்லா இடங்களிலும் நிரம்பி இருப்பதான எண்ணம் எப்படி வந்தது என்றே தெரியவில்லை. இபோதெல்லாம் அவன் இரவுகள் வேகமாக ஓடின. சுற்றி வருவதற்கு அந்தப் பண்ணையின் பரப்பளவு போதவில்லை. யாருமற்ற உலகத்தில் தானும் அவளும் மட்டுமே இருப்பதாகவும் அதுதான் பெரிய பாக்கியம் என்றும் தோன்றியது. நாய்கள் அவளைப் பார்த்துக் குரைப்பதை நிறுத்திவிட்டன. ஒருமுறை குரைத்தபோது 'டூடூ' என்று பெயர் கொண்ட பெரியநாயைத் தன் கை டார்ச் லைட்டால் ஓங்கி அடித்துவிட்டான். அதிலிருந்து நாய்களிடம் சிறுமுனகல்கூட வருவதில்லை.

ஆந்தைகளை ஒன்றும் செய்ய முடியவில்லை. ஏதாவது முக்கியமான விஷயத்தை அவளிடம் விவரித்துக்கொண்டிருக்கும் போது திடுமென ஆந்தைகள் அலறும். விஷயம் அறுபட்டுத் துண்டாகி நிற்கும். மறுபடியும் பழைய மனநிலைக்குப் போய் விட்ட இடத்தைப் பிடித்துத் தொடர்வதற்குள் போதும் போதுமென்றாகிப் போகும். அவனுடைய தடுமாற்றம் அவளுக்குக் களிப்பைத் தருவதாகத் தோன்றுவதால் ஆந்தைகளைத் திட்டுவதில்லை. தங்களுக்குள் புக ஆந்தைகளுக்கு ஏதோ பூர்வ உரிமை இருப்பதாகக் கருதி அனுமதித்தான். இடையில் அவன் நண்பன் சுந்தரத்தைப் பார்க்க நேர்ந்தபோது 'இன்னும் அந்தப் பண்ணையிலா இருக்கிறாய்?' என்று கேட்டு ஆச்சர்யப்பட்டான். 'பேய் ஒன்றும் செய்யவில்லையா?' என்று அவன் கேட்டதற்கு மெல்லக் காதில் 'நாந்தான் அத வசியம் பண்ணிக்கிட்டு இருக்கறன்' எனச் சிரித்தான். ஒன்றும் புரியாமல் அவனை ஒருமாதிரி பார்த்துவிட்டுப் போனான் சுந்தரம்.

தொடர்ந்து அவனே பேசிக்கொண்டிருப்பதில் சலிப்பு ஒன்றும் வரவில்லை. இத்தனை பேசும்போது எதிரில் இருக்கும் ஆளுக்கும் சில விஷயங்களைச் சொல்லும் தூண்டுதல் ஏற்பட வேண்டும் அல்லவா? ஒன்றிரண்டு வாக்கியங்களோடு அவள் நிறுத்திக்கொள்கிறாள். அதுவும் அவன் சொன்ன விஷயங்களைப் பற்றிய சின்ன அபிப்ராயம் அல்லது திருத்தம். அவளைப் பற்றி இன்னும் வாய் திறக்கவில்லை. அவள் முகத்தை முழுதாகக் காட்டவில்லை. அவனிடமிருந்து குறிப்பிட்ட தூர இடைவெளியை அப்படியே வைத்திருக்கிறாள். அவளுக்கு அந்தப் பண்ணை வீட்டில் நேர்ந்த அவலத்தை ஒருபோதும் நினைவுபடுத்தக் கூடாது

என்று தீர்மானமாக இருந்தான். அவளுடைய மற்ற விஷயங்களை, குறிப்பாகச் சந்தோசங்களைச் சொல்லத் தொடங்கலாமே. வற்புறுத்தினால் விலகிப் போய்விடுவாள் என்னும் பயமும் இருந்தது. 'எனக்கு என் அப்பனைத் துளியும் பிடிக்காது. உனக்கு?' என்று ஒருமுறை தூண்டில் போட்டுப் பார்த்தான். 'எனக்கு உன் அப்பனையே தெரியாதே' என்று சொல்லி அதை நகைச்சுவையாக மாற்றிவிட்டாள். 'உன்னைப் பற்றி நீ எதுவும் சொல்லாவிட்டால் இனிமேல் நான் பேசமாட்டேன்' என்று கோபித்துக்கொண்டான். ரொம்பச் சத்தமாகவும் வேகத்தோடும் அதைச் சொன்னதாக உணர்ந்தான்.

முகமெல்லாம் வேர்த்துப் போய் மூச்சு வாங்குவதை அறிந்ததும்தான் எதற்கு இப்படி உணர்ச்சிவசப்படுகிறோம் என்று தோன்றியது. அவள் வராமல் இருந்துவிட்டால் என்ன செய்வது என்னும் பயம் மிகுதியானது. 'நாளைக்குச் சொல்கிறேன்' என்றாள். கோபத்திற்கும் பலன் இருக்கிறது என்பது சந்தோசம் தந்தது. நாளைக்குச் சொல்ல வேண்டும் என்பதைப் பலமுறை உறுதிப்படுத்திக்கொண்டான். அவள் குரல் இதுவரை முனகல் போலவே வந்துகொண்டிருந்தது. நாளைக்கு அதன் இனிமையைக் கேட்க முடியும் என்பதும் அவளைப் பற்றி அறிந்துகொள்ள முடியுமென்பதும் அவள் முகம் காட்டிப் பேசக்கூடும் என்பதும் அவனுக்கு மிகுந்த எதிர்பார்ப்பைக் கொடுத்தன. அந்த ஆவலில் விடியும்வரை ஏதேதோ உளறிக் கொட்டிவிட்டுப் படுக்கப்போனான். ஒன்பது மணிவரை தூங்கி எழுந்தால் காலை உணவு கதவுக்கு முன்னால் வைக்கப்பட்டிருக்கும். உண்டுவிட்டுக் கொஞ்சநேரம் அறையைச் சுற்றி வருவான். மீண்டும் அசரப் படுத்தால் மதிய உணவுக்குத்தான் எழுவான். மதியம் உண்ணும்போதே தூக்கம் தள்ளும். தூங்கி எழுந்தால் நான்குமணிக்கு மேலாகியிருக்கும். துணி துவைக்க, குளிக்க என்று நேரம் சரியாக இருக்கும். ஆறுமணிக்கு முதல் விளக்கைப் போட்டுவிடுவான்.

அன்றைய காலை உணவுக்காக அவன் எழுந்தபோது அவன் அறைக்கு முன்னால் மானேஜர் நின்றார். அவன் வேலையில் இதுவரை குறை நேர்ந்ததில்லை. எதற்காக வந்திருப்பார் என்று ஊகிக்க முடியவில்லை. அவர் நேரடியாகச் சொல்லத் தொடங்கிவிட்டார். கொஞ்ச நாளாகவே இரவில் அவ்வப்போது மனிதக்குரல்கள் பண்ணையில் கேட்டுகொண்டிருப்பதாக அம்மா சொன்னதாகவும் அது வெறும் பிரமையாக இருக்கும் என்று அவர் சொன்னதாகவும் கூறினார். ஆனால் நேற்றிரவு திடுமெனக் கத்தல் கேட்டுத் திடுக்கிட்ட அம்மா பயந்தபடி ஜன்னல்களைத் திறந்ததும் ராஜு கத்துவதையும் தானாகப் பேசிக்கொண்டு

ஓடுவதையும் பார்க்கமுடிந்ததாம். நான்கு பக்க ஜன்னல்களயும் திறந்து வைத்து விடிய விடிய அவன் நடமாட்டத்தையே அம்மா பார்த்தாராம். இடைவிடாமல் தானாகப் பேசிக்கொண்டிருக்கும் கிறுக்கனை வேலைக்கு வைத்திருந்தால் இரவில் எப்படிப் பயமில்லாமல் இருக்க முடியும் என அம்மா கேட்கிறாராம். ஒழுங்காக வேலை செய்கிறாயா, இப்போதே வேலையை விட்டுப் போகிறாயா என்று மானேஜர் கேட்டார். அவன் எதுவுமே பேசாமல் நின்றான். ஒன்றிரண்டு நாள் பார்த்துவிட்டு வேறு ஆள் போட்டுக்கொள்ளப் போவதாகவும் இன்று அம்மாவுக்குத் துணையாகச் சமையல்காரியைப் படுக்க வைப்பதாகவும் சொல்லிவிட்டுப் போனார்.

அதற்குப் பின் அவன் தூங்கவில்லை. வெகுநேரம் அப்படியே உட்கார்ந்திருந்தான். ஆனால் வழக்கம்போல் ஆறு மணிக்கு முதல் விளக்கு எரிந்தது. அன்றைய இரவில் அம்மாவும் சமையல்காரியும் ஜன்னல்களைத் திறந்து வைத்தபடி பார்த்திருந்தார்கள். ராஜூவின் குரல் எதுவும் கேட்கவில்லை. நாய்கள் பழையபடி குரைத்தன. வழக்கத்திற்கு மாறாக ஆந்தைகள் அலறலை நிறுத்தியிருந்தன.

●

***உயிர் எழுத்து*, ஏப்ரல் 2011**

தனித்தமிழில் சொன்னால் புணர்வறை

சண்முகம் வெளியே அறை எடுத்துத் தங்கினான். மாணவர்களுக்கு இலவசப் பேருந்துப் பயணத்திற் கென அரசு நிர்ணயித்திருக்கும் தொலைவுக்குள்தான் அவன் ஊர் வருகிறது என்றாலும் நண்பர்களோடு சேர்ந்து சந்தோசமாக இருக்கலாம் என்னும் எண்ணம். ஆங்கிலத் தாள்களில் தேர்ச்சி பெற வேண்டும் என்றால் நண்பர்களோடு தங்கி 'குரூப் ஸ்டடி' செய்தால்தான் முடியும் என்று சொன்னான். ஆங்கிலப் பாடத்தை மனப்பாடம் செய்து தேர்வு எழுதினான். இருபத்தெட்டு போட்டிருந்தார்கள். சொந்தமாகப் பக்கங்களை நிரப்பி வைத்தால்தான் தேர்ச்சி பெறலாம் என்றார்கள் நண்பர்கள். தனக்குத் தெரிந்த ஐம்பது அறுபது வார்த்தைகளை மாற்றி மாற்றிப் போட்டுச் சொந்தமாக எழுதினான். அப்போதும் இருபத்தெட்டுத்தான். மனப்பாடம் செய்து எழுதினால்தான் தேர்ச்சி உறுதி என்றார்கள். எப்படி எழுதினாலும் அதிர்ஷ்டம் வேண்டும் என்று சொல்லும் ஒரு குழு இருந்தது. அதிர்ஷ்ட வகையில் அவனும் சேர்ந்துகொண்டான். ஆனால் கொஞ்சம் முயற்சியும் தேவையல்லவா? வெளியே தங்கிப் படிப்பதுதான் அந்த முயற்சி.

வீட்டில் எப்போதும் ஏதாவது ஒரு கண் தன்னை நோட்டமிட்டுக் கொண்டேயிருக்கும். உணர்வு ஏதுமற்று வெளியே தங்குவதன் சுதந்திரத்தை வெகுசீக்கிரம் சந்தோசமாக அனுபவிக்கத் தொடங்கினான். மூன்று பேர் ஏற்கனவே அந்த

அறையில் தங்கியிருந்தார்கள். ராமு, மணி, செந்தில். அதை அறை என்று சொல்ல முடியாது. சிறுகுடும்பம் வசிப்பதற்கேற்ற வீடு. குட்டிச் சமையலறை. அதை ஒட்டிக் குளியலறையும் கழிப்பறையும். இன்னொரு பெரிய அறை. வீட்டுக்கு வாடகை இவ்வளவு என்றில்லை. தங்கும் ஆட்களின் எண்ணிக்கைக்கு ஏற்ப மாறும். ஓர் ஆளுக்கு இருநூறு ரூபாய். பத்துப் பேர் தங்கினாலும் வீட்டுக்காரருக்குச் சந்தோசம்தான். குளிப்பதையும் துவைப்பதையும் அத்தியாவசியமான விஷயமாகக் கருதாதவர்கள் என்பதால் தண்ணீர்ப் பிரச்சினை இல்லை. குறைந்தபட்சம் எப்போதும் நான்கு பேர் இருப்பார்கள்.

வீட்டுக்காரர் பெயர் யாருக்கும் தெரியாது. 'குள்ளான்' என்னும் பட்டப்பெயரிலேயே அவர் அறியப்பட்டார். இருந்த நிலத்தை மனை போட விற்று மூத்த மனைவியின் பிள்ளைகளை ஒருமாதிரி தேற்றி வெளியே அனுப்பிவிட்டார். தனக்கென்று ஒரு மனையை ஒதுக்கி அதில் வீடு கட்டிக்கொண்டு இரண்டாம் மனைவியோடு இருந்தார். இரண்டாம் மனைவிக்கு இரண்டு பையன்கள். கொஞ்சம் பணத்தை வங்கியில் போட்டு வட்டி வாங்குகிறார். அதற்கு மேல் வீட்டு வாடகை. சில எருமைகளும் வைத்திருந்தார். புதிதாக மனை பிரித்துப் போட்ட இடம். நிறையக் காலி மனைகள் புல் முளைத்துக் கிடந்தன. எருமைகள் மேய்ந்துகொண்டேயிருக்கும். குள்ளானுக்கு வீட்டு வாடகை மேல்தான் கண். குந்தியபடியே சம்பாதித்துத் தருவது வீடு.

யாராவது வீடு வாடகைக்கு வேண்டும் என்று கேட்டு விட்டால் போதும். தன் வீட்டின் ஏதாவது ஒருபகுதியை ஒதுக்கி அவர்களுக்குக் கொடுத்துவிட முடியுமா என்று பார்ப்பார். கல்லூரி மாணவர்களைப் பொறுத்தவரை பிரச்சினையில்லை. எத்தனை பேர் என்றாலும் ஒரே அறைக்குள்ளேயே புரண்டு கிடப்பார்கள். வீட்டின் மாடிப்பகுதியின் பாதியை மாணவர்களுக்கு என்று ஒதுக்கியிருந்தார். இன்னொரு பாதியில் வேறொரு குடும்பம் இருந்தது. யாராவது தாங்கள் கொடுப்பதை விட ஐம்பதோ நூறோ அதிகம் கொடுப்பதாகச் சொன்னால் உடனடியாகக் காலி செய்யச் சொல்லிவிடுவார் என்று அந்தக் குடும்பம் எப்போதும் பயந்துகொண்டேயிருந்தது. கீழேயிருந்த ஒரு வீட்டில் குள்ளான் குடும்பம். இன்னொரு வீட்டில் வாடகைக்குக் குடியிருந்த குடும்பம். கீழ் வீட்டுக்கும் அதே பயம். அதனால் இரண்டு வீட்டுக்கும் ஒரு ஒப்பந்தம். வாடகைக்கு வீடு கேட்டுவரும் யாரைக் கண்டாலும் இந்தப் பக்கம் வந்துவிடாமலும் குள்ளானைப் பார்க்கவிடாமலும் செய்துவிட வேண்டும் என்பது அது.

குள்ளானின் இரண்டாம் மனைவி பரிதாபத்திற்குரிய பெண். அவளுக்கும் இரண்டு குழந்தைகளுக்கும் தேவையான

வற்றை அளந்துதான் கொடுப்பார். இரண்டோ மூன்றோ சேலைகள் அவளிடம் உண்டு. உலகத்திலேயே இத்தனை குறைவான சேலைகள் வைத்திருக்கும் பெண் அவள்தான் என்பது சண்முகம் குழாமின் தீர்மானம். மாணவர்கள் யாரும் அவளோடு பேசிவிட முடியாது. 'அக்கா' என்று அழைப்பார்கள். அதையும் குள்ளானால் தாங்க முடியாது. வீட்டுக்குப் பக்கத்தில் எங்காவது அவர் இருக்கிறாரா என்று பார்த்துவிட்டு ஓரிரு வார்த்தைகள் பேசுவாள். கீழே குடியிருக்கும் குடும்பத்திற்கும் அவளுக்கும் நல்ல உறவு உண்டு. மீந்த சாம்பார், ரசம் அவளுக்குக் கொடுப்பார்கள். சிறுசெலவுகளைக் கடன் கேட்டால் தருவார்கள். யாராவது வாடகைக்கு வீடு கேட்டு வந்தால் குள்ளானுக்குத் தெரியப்படுத்தமாட்டாள். அதுதான் அவள் செய்யும் உதவி.

இப்படி எல்லா ஏற்பாடுகளையும் மீறி ஒருவர் குள்ளானிடம் போய்விட்டார். சண்முகம் படித்த அரசு கல்லூரிக்குச் சென்னையிலிருந்து பதவி உயர்வு பெற்று மாற்றலாகி வந்த கண்காணிப்பாளர் சங்கரன். தான் மேல் என்றும் எந்தக் கடையிலும் சாப்பிட முடியாது என்பதால் தனியாகச் சமைத்துக்கொள்ளும்படி தனக்கு ஓர் அறை கிடைத்தால் நல்லது என்றும் எருமை மேய்த்துக்கொண்டிருந்த குள்ளானிடம் நேராகப் போய்க் கேட்டார் சங்கரன். ஒரு நிமிடத்திற்கு மேல் குள்ளான் யோசிக்கவில்லை. அவரைக் கூட்டிவந்து தன் வீட்டின் பின்பக்கக் கதவைத் திறந்து காட்டினார். சமையலறை. முன்னறைக்குச் செல்லும் கதவைச் சாத்திவிட்டால் பின்பக்க வழியாக வரும்படி தனியறை கிடைத்துவிடும். சங்கரருக்கு வெகுதிருப்தி.

குள்ளானின் மனைவி வீதியில் உட்கார்ந்து அழுதாள். குள்ளான் தூரத்தில் வருவதைப் பார்த்ததும் அவசரமாக எழுந்து உள்ளே போய்விட்டாள். ஒரே நாளில் சங்கரருக்கு அறை கிடைத்துவிட்டது. வாசலில் வைத்து அக்கா சமைத்தாள். 'குருவிக்காரங்க பொழப்பாப் போயிருச்சு என்னுது. இருக்கட்டும். எம்பசவ பெரிசாவட்டும். இந்தக் கெழவனப் பேசிக்கறன்' என்று புலம்பினாள். அவளுடைய எதிர்காலத் திட்டம் குள்ளானின் கடைசிக் காலத்தில் பழி வாங்க வேண்டும் என்பதுதான்.

சங்கரர் பூச்சிபோல இருக்குமிடம் தெரியாமல் இருந்தார். காலையில் அவர்தான் முதலில் கல்லூரிக்குப் போவார். இருட்டிய பின்னரே திரும்புவார். அரசு ஆணைகள், விதிமுறைகள் எல்லாம் அவருக்கு அத்துபடி. அரசு அலுவல் மொழியில்தான் எப்போதும் பேசுவார். அரசு விதிகளுக்கு எந்தப் பங்கமும் ஏற்பட்டுவிடாமல் காப்பாற்றி வந்ததால் 'ரூல் சங்கரன்' என்று அவருக்குப் பெயர். ஒடிந்தாலும் ஒடிவாரே தவிர வளையமாட்டார். அதனால் சென்னையிலிருந்து இங்கே தூக்கியடித்துவிட்டார்கள். குள்ளான்

பெண்டாட்டி வாசலில் சமைத்தால் என்ன, வீதியில் சமைத்தால் என்ன, அவருக்கு அறை கிடைத்துவிட்டது. அக்கா தினமும் என்ன சமைக்கிறாள் என்பது இப்போது எல்லாருக்கும் தெரிந்து போயிற்று. தினமும் காலையில் சோறும் ரசமும். எருமை இருப்பதால் குள்ளான் அளந்து கொடுக்கும் அரைக்கால்படி பாலில் தயிர் போட்டு அதைக் கடைந்து மோர். அதுதான் காலை, மதியம் இரண்டு வேளையும். இரவில் கொஞ்சமாகப் பருப்புக் கடைவாள். நான்கே வெங்காயம்தான் குள்ளான் எடுத்துக் கொடுத்திருப்பார். வெங்காயத்தை எண்ணிக் கணக்கு வைத்துக்கொள்ள அவருக்கு எப்படி முடிகிறது என்பது எல்லாருக்கும் ஆச்சர்யம்தான். காய்கறி என்னும் பேச்சே கிடையாது. இதைத் தின்றுகொண்டு எப்படி உயிர் வாழ முடியும்? ஆனால் பையன்களும் அவர்களும் நல்ல திடகாத்திரமாகவே இருந்தார்கள்.

இந்தச் சமையலைப் பார்த்து எல்லாரும் சிரித்தார்கள். வாடகைக்குக் குடியிருந்தவர்கள் எதுவும் சொல்லாமல் வீட்டுக்குள் சிரித்துக்கொண்டார்கள். அவமானப்பட்ட அக்கா விடிகாலையில் சமைத்துவிடுவாள். இருள் சூழ்ந்த பின் இரவுச் சமையல். ஆனால் சண்முகம் குழாம் அதையும் விடாது. காலையில் அந்நேரத்திற்கு அவர்கள் யாரும் எழுவதில்லை. இரவுச் சமையல் நடக்கும்போது 'பால்கனி'யில் வந்து நின்றுகொள்வார்கள். நான்கு பேர் நிற்கும் அளவுக்குத்தான் இடம். கைப்பிடிக்கச் சுவரில்லை. சுவர் மாதிரி ஓட்டைவிட்டுச் செய்யப்பட்ட கான்கிரீட் ஜன்னல் தடுப்புகள் ஒட்ட வைத்திருக்கும். அதன்மேல் கையூன்றி நிற்கக் கூடாது. குள்ளான் பார்த்தால் சத்தம் போடுவார். அங்கே நின்றுகொண்டு 'அக்கா சமையலா?' என்று கத்துவார்கள். 'மணக்குது, கோழியா?' 'ராத்திரிக்குப் பொரியல் உண்டா?' 'மத்தியானப் பொரியலே ராத்திரிக்குமா?' என்று கேட்டு ஒரேயடியாகக் கிண்டல் செய்வார்கள்.

இது எப்படியோ குள்ளான் காதிலும் விழுந்திருக்க வேண்டும். மறுநாள் காலையில் கட்டிட வேலைக்கு ஆட்களைக் கூட்டிவந்துவிட்டார். குறைந்த செலவில் நிறைந்த வருமானம் என்பது அவர் கொள்கை. பத்தடி தூரம் இருந்த வாசலின் இரண்டு பக்கங்களிலும் இரண்டு அறைகள் ஒரே நேரத்தில் கட்டத் தொடங்கினார். லேசான அஸ்திவாரம். சிமிட்டிக் கல் சுவர். சிமிட்டி அட்டைக் கூரை. ஒரே வாரத்தில் வேலை முடிந்துவிட்டது. இந்த வேலைக்கு மேஸ்திரியோடு கடுமையாகச் சண்டை போட்டுத்தான் கணக்கு முடித்து அனுப்பினார். குள்ளான் வீட்டுக்கு முன் கட்டப்பட்ட அறை அவர்களுக்குச் சமையலறை. வாசலில் வைத்துச் சமைத்த அதே பதார்த்த

வகைகளை இப்போது சுவர்களுக்குள் வைத்து அக்கா சமைப்பாள். இன்னொரு அறை எதற்கென்று யாருக்கும் தெரியவில்லை. கீழ் வாடகைப் பகுதியின் முன் துருத்திக்கொண்டிருந்தது அந்த அறை. வாசல் நடுவில் ஒரு சின்னச் சதுரம்தான் பாக்கி. அதற்குள் நுழைந்து வீடுகளுக்குப் போக நடைதடம் அளவுக்கே இடம். சின்னச் சதுரத்தை விட்டுத்தானாக வேண்டும். அதை எதுவும் செய்து வாடகைக்கு விடமுடியாத வருத்தம் குள்ளானுக்கு இருக்கும்.

இனிமேல் யாரும் வாடகைக்கு இடம் கேட்டால் குள்ளான் என்ன செய்வார்? இரண்டாம் மாடியில் கட்டினால்தான். புதிதாக வலப்பக்கம் கட்டிய அறையிலும் அலமாரிக்கல், தண்ணீர்க் குழாய், வாஷ்பேசின் எல்லாம் வைத்திருந்தார். இருப்பதிலேயே விலை குறைந்ததைத்தான் குள்ளான் வாங்குவார். ஆனால் இன்னொரு சமையலறை எதற்கு? அக்காவுக்கும் தெரியவில்லை. 'அந்தக் கல்லு மனசுல என்ன இருக்குதுன்னு ஒடச்சுப் பாத்தாத்தான் தெரியும். என்னைக்கு அந்தக் கல்லெடுப்பு நடக்கப் போவுதோ?' என்றாள்.

புதுச் சமையலறையில் அக்கா சமைக்கத் தொடங்கி ஒரு வாரம் இருக்கும். மட்ட மத்தியானத்தில் பைக் ஒன்று வந்து அந்தச் சின்னச் சதுரத்தில் நின்றது. ஆணும் பெண்ணும் இறங்கினார்கள். புருசன் பெண்டாட்டி போலத் தெரிந்தார்கள்.

வலப்பக்கச் சமையலறைப் பூட்டை அந்த ஆள் திறந்தான். கையில் உணவுப் பொட்டலப் பை. எல்லா வீடுகளிலிருந்தும் எட்டிப் பார்த்தார்கள். சண்முகம் குழாம் தங்கள் பால்கனியிலிருந்து கீழே பார்த்தது. யாரையும் வந்தவர்கள் பார்க்கவில்லை. கதவைத் திறந்து உள்ளே போனதும் தாழிட்டுக்கொண்டார்கள். வீதிப் பக்கம் கையகல ஜன்னல் மேற்புறமாக வைக்கப்பட்டிருந்தது. அதற்கும் ஒற்றைக் கதவுதான். அது திறந்திருந்தால் உள்ளே லேசாக வெளிச்சம் வரும். மற்றபடி மின்னிணைப்பு கொடுக்கப்படவில்லை. உள்ளே போனவர்கள் வெகுநேரம் வெளியே வரவில்லை. புது வீட்டுக்குக் குடி வந்தவர்கள் அக்கம் பக்கம் இருப்பவர்களை அழைத்துப் பால் காய்ச்ச வேண்டாமா? குடியிருக்க வந்தவர்கள் மாதிரியும் தெரியவில்லை. மணி சொன்னான், 'பால் காய்ச்சல. உள்ள பால் கறக்கற வேல நடக்குது.'

ஒன்றரை மணி நேரம் இருக்கும். யாருக்கும் எந்த வேலையும் ஓடவில்லை. எல்லாரும் அந்தக் கதவையே பார்த்துக்கொண்டிருந்தார்கள். அக்கா அழுதபடி திண்ணையில் உட்கார்ந்திருந்தாள். சாவியைப் போட்டுத் திறக்கிறார்கள் என்றால் குள்ளான்தான் கொடுத்திருக்க வேண்டும். யார், என்ன, ஏது என்று எப்படி

விசாரிப்பது? உன்னை யார் கேட்கச் சொன்னார்கள் எனக் குள்ளான் மிதிக்க வந்துவிடுவார். போய்க் கதவைத் தட்டி யார் என்று கேட்கலாமா எனப் பரபரத்தாள். என்ன இருந்தாலும் அவள்தான் வீட்டுக்குச் சொந்தக்காரி. எங்கோ தூரத்தில் எருமையை விரட்டும் குள்ளானின் சத்தம் அவள் காதுகளில் அனிச்சையாக விழுந்தது. பேசாமல் எழுந்து சமையலறைக்குள் போய் உட்கார்ந்து அங்கிருந்து பார்த்துக்கொண்டிருந்தாள்.

எதிர்பார்த்துச் சலித்து வெவ்வேறு வேலைகளில் அவரவர் ஈடுபடத் திரும்பிய சமயத்தில் திடுமெனக் கதவு திறக்கும் சத்தம் கேட்டது. தகரக் கதவு அது. திறந்தால் வீதியில் போவோர்கூட என்னவோ ஏதோ என்று எட்டிப் பார்க்கும் வகையில் சத்தம் போடும். ரொம்பவும் முயன்றால் லேசாகச் சத்தத்தைக் குறைக்கலாம். சாப்பிட்ட கழிவைப் பாலித்தின் பைக்குள் போட்டு வெளியே கொண்டுவந்தவன் தெருவின் எதிர்ப்பக்கக் காலிமனையில் அதை வீசினான். அதற்குள் அறையை அவள் பூட்டியிருந்தாள். பைக் கிளம்பிவிட்டது. மேலும் கீழும் இருந்த யார் முகத்தையும் அவர்கள் பார்க்கவில்லை.

அவர்கள் முகம் களைத்தும் உடல் வேர்த்தும் இருந்ததாகச் சண்முகம் அறை பேசிக்கொண்டது. அது சமையலறை இல்லை என்பது உறுதியாகிவிட்டது. 'பெட் ரூம்டா' என்றான் மணி. 'அது என்ன அழகான வார்த்த. இந்தப் பொந்துக்கு அத வெக்கலாமாடா?' என்று ஒருவன் சொல்ல அந்த அறைக்குப் பெயர் வைக்கும் ஆலோசனைக் கூட்டம் அன்றைய இரவு முழுவதும் தொடர்ந்தது. லாட்ஜ், கேபின், சொகுசு என்னும் பெயர்கள் பரிசீலிக்கப்பட்டன. அந்தப் பக்கம் பிட் படத்திற்குப் பிரபலமான 'ஜோதி' தியேட்டர் பெயரையே வைத்துவிடலாம் எனவும் ஒரு யோசனை.

சண்முகம் தமிழ் இலக்கியம் படிக்கிறவன். ஏதாவது தமிழ்ப் பெயராகச் சொல் என்றார்கள் அவனிடம். தமிழில் ஆர்வமும் நல்ல புலமையும் உடையவன் அவன். ஆகவே அகம், புணர்ச்சி ஆகிய சொற்களுக்கு அவனுக்கு நன்றாகப் பொருள் தெரியும். அவற்றைக் கொண்டு 'தனித்தமிழ்ல சொன்னாப் புணர்வறை. அகவறையின்னும் சொல்லலாம்' என்றான். 'இந்தத் தமிழ்ப் புலவனுங்க எப்படா நம்ம காலத்துக்கு வருவானுங்க' என்று கேலி செய்துவிட்டு 'என்னடா அகவறை புணர்வறைன்னு? தனித்தமிழாம் தனித்தமிழ். ஓலறைன்னு தெளிவாத் தமிழ்ல சொல்லு' என்று மணி சொன்னது எடுபட்டது. ஓலறை ரொம்பப் பொருத்தம். ஆனால் பொதுவிடத்தில் பேச முடியாது. தங்களுக்குள் பேசும்போது 'ஓலறை' என்றும் பொதுவிடத்தில் 'குஜால்' என்றும் வைத்துக்கொள்ள முடிவாயிற்று.

வந்து போனவர்களைப் பற்றிக் குள்ளானிடம் மறைமுக மாகவும் நேரடியாகவும் பலரும் விசாரித்துப் பார்த்தார்கள். ஒருவார்த்தை வெளிவரவில்லை. உண்மையை அப்படிக் காப்பாற்றி வைத்திருந்தார். சண்முகம் அறைக் குழாமில் குள்ளானிடம் நன்றாகப் பேசுபவன் ராமு தான். அவர் எருமை மேய்க்கும் பக்கம் ஏதோ வேலையாகப் போவது போலப் போய் வேறு ஏதேதோ பேச்சுக் கொடுத்தான். குள்ளான் மனைவியிடம் ராமு பேசியதை அவர் இதுவரைக்கும் பார்த்ததேயில்லை. அதனால் அவனை ரொம்பவும் ஒழுக்கமானவன் என்று நம்பியிருந்தார். அவனும் அந்தப் பெருமையைப் பல கஷ்டங்களுக்கு இடையே காப்பாற்றி வந்தான். வீட்டில் தங்களோடு தங்க இன்னொரு பையன் வர இருப்பதாகவும் அதற்கு அவரிடம் அனுமதி கேட்பதாகவும் பாவனை செய்தான். இருநூறு ரூபாய் கூடுதலாக வருமானம் வந்தால் சந்தோசப்படுவார். அவர் சந்தோசமாக இருக்கும்போது விசயத்தைக் கறந்துவிடலாம் என நினைத்தான்.

அவருக்குத் தெரியாமல் அறையில் நண்பர்களை ஒளித்து வைப்பதில் அவன்தான் சமர்த்தன். எப்படியும் யாராவது ஒருவர் அறையில் கூடுதலாகத் தங்கியபடியே இருப்பார்கள். ஒருநாளுக்கு மேல் யாரும் தங்கக் கூடாது என்பது அவர் விதி. அவருக்குத் தெரியாமல் பத்து நாளுக்குக்கூடத் தங்க வைத்திருப்பான் ராமு. அவர் எருமை மேய்க்கப் போன சமயத்தில்தான் கீழே இறங்க வேண்டும், அதேபோல மேலே வருவதும் அப்படித்தான். அதையும் மீறிச் சந்தேகம் வந்து சோதிக்க வந்தாரென்றால் கழிப்பறைக்குள் ஒளிந்திருக்கச் செய்துவிடுவான். அவன்மேல் அவருக்கு முழு நம்பிக்கை இருந்ததால் 'யாருமில்லை' என்று அவன் சொன்னால் நம்புவார். புதிதாக ஓர் ஆளைச் சேர்த்துக்கொள்ள உடனடியாக அனுமதி கொடுத்துவிட்டார். மெல்ல ராமு 'புது ரூமுக்கு வர்றமின்னு ரண்டு பசங்க கேக்கறாங்க. சும்மாதான கெடக்குது, வரச் சொல்லலாமா?' என்றதும் அவர் முகத்தில் கோபம். இதுவரை பலபேர் விசாரித்துவிட்டதால் அந்தக் கோபம். 'அதெல்லாம் உட்டாச்சு' என்று சொல்லிவிட்டு எருமைக்குப் பின்னால் நடந்துவிட்டார். அக்கா சொல்வதுபோல மனுசனுக்குக் கரையாத கல் மனசுதான் என்று நினைத்துக்கொண்டு தொங்கிய முகத்தோடு அவன் திரும்பினான்.

அடுத்த இரண்டு நாளில் அந்த அறைக்கு மின்னிணைப்பு தரப்பட்டது. குண்டு பல்பைத் தொங்க விட்டு எரியச் செய்து பார்த்தார். அதில் மின்விசிறி போட முடியாது. ஆறடி உயரம் உள்ள ஆளின் தலை கூரையில் இடிக்கும். ஸ்விட்ச் போர்டில் பிளக் வைக்கப்பட்டது. இந்த வேலை நடந்தவுடன் அன்றைக்கோ அடுத்த நாளோ அந்த ஜோடி வரக்கூடும் என்று எதிர்பார்ப்பு

நிலவியது. வரவில்லை. ஒருவாரம் கழித்து அதேபோல மத்தியான நேரத்தில் பைக்கில் வந்திறங்கினார்கள். சண்முகம் குழாமுக்குக் காலை நேரக் கல்லூரி. அதிலும் ஆசிரியர்கள் வகுப்பெடுத்துச் சோர்வாக இருந்தால் 'போங்கடா நாளைக்குப் பாத்துக்கலாம்' என்று அனுப்பிவிடுவார்கள். கிராமத்துக் கல்லூரி என்பதாலும் பேருந்திலிருந்து இறங்கி ஒரு கல் தொலைவு நடந்துதான் கல்லூரிக்குச் செல்ல வேண்டும் என்பதாலும் ஆசிரியர் எண்ணிக்கையும் குறைவு. ஆசிரியப் பணிக்கு வருபவர்கள் நகரத்துக் கல்லூரிகளையே விரும்பினார்கள்.

மாணவர் பேரவைத் தேர்தல் நடந்து தலைவன் இருக்கிறான். அவன் தனக்குப் பிடித்த கதாநாயக நடிகருக்குப் பிறந்தநாள் என்றாலும் நடிகைக்குப் பிறந்த நாள் என்றாலும் அதைக் கொண்டாட வேலைநிறுத்தம் செய்துவிடுவான். கல்லூரிப் பக்கம் அவன் தென்பட்டால் அன்றைக்குக் கல்லூரி நடக்காது என்பது நிச்சயம். மாணவர்களுக்கு மட்டுமல்ல, ஆசிரியர்களுக்கும் மிகவும் உதவியாக இருந்தான். ஆகவே சண்முகம் குழாம் பெரும்பாலான நாட்களில் மத்தியானத்திற்கு மேலும் மற்ற நாட்களில் முழுநாளும் அறையிலேயே அடைந்து கிடக்க வேண்டியதுதான். அதனால் அந்த ஜோடியைப் பார்க்க முடியவில்லையே என்று ஆதங்கப்பட நேரவேயில்லை.

தொடந்து ஒவ்வொரு வாரமும் அவர்கள் வந்தார்கள். அதிகம் பேசாதவனாகிய செந்தில் அவர்கள் வரும் நாளைக் கணித்துச் சொன்னான். முதல்முறை வந்தது வெள்ளி. அடுத்து வியாழன், அப்புறம் புதன். இந்த வாரம் செவ்வாய் வருவார்கள் என்றான். அப்படியே ஆயிற்று. நாள் கணக்குத் தெளிவாகி விட்டதால் அந்த நாளில் அறையில் நண்பர்கள் கூட்டம் மிகுதியானது. பால்கனி, மாடிப்படி, தெருவின் எதிர்ப்பக்கம் எனக் கிடைக்கும் இடங்களில் எல்லாம் நின்றபடி பார்த்தார்கள். வெவ்வேறு இடங்களில் அறை எடுத்துத் தங்கியிருந்தவர்கள் எல்லாம் வந்தார்கள். ஆனால் அந்த ஜோடியின் செயலில் எந்தப் பிசகும் இல்லை.

பைக் வேகமாக வந்து சின்னச் சதுரத்தில் நிற்கும். கதவைத் திறப்பார்கள். சாப்பாட்டுப் பொட்டலத்தோடு உள்ளே போய்த் தாழிட்டுக்கொள்வார்கள். ஒருமுறை மேஜை மின்விசிறி கொண்டு வந்ததுதான் வித்தியாசம். அலாரம் வைத்ததுபோல ஒன்றரை மணி நேரத்தில் வெளியே வருவார்கள். அதுவரை உள்ளே நடக்கும் விஷயங்களைக் கற்பனை செய்து சண்முகம் குழாம் சுவாரஸ்யமாகப் பேசிக்கொண்டிருக்கும். 'அவ்வளவு நேரம் ஆகுமாடா?' என்றான் ராமு. 'ஆளப் பொறுத்தது. ஆனாலும் ஆவும்' என்றான் சண்முகம். 'முடிஞ்சு ரெஸ்ட் எடுத்திட்டு வருவாங்கடா'

என்ற மணியின் முடிவு எல்லாருக்கும் சரியெனப்பட்டது. அவர்கள் இருவரும் புருசன் பெண்டாட்டி என்றும் கள்ளக் காதலர்கள் என்றும் பலவிதமான பேச்சுகள் உலவின. புருசன் பெண்டாட்டியாக இருந்தால் வீட்டை விட்டுவிட்டு எதற்கு இங்கே வருகிறார்கள்? வீட்டில் நிறையப் பேர் இருப்பார்கள், இடவசதி போதாமலிருக்கும். கள்ளக் காதலர்கள் என்றால் இரவில் யாருக்கும் தெரியாமல் சந்திப்பார்கள். இப்படிப் பட்டப்பகலில் ஊரே கூடி வேடிக்கை பார்க்க வருவார்களா? வெகுதூரம் கடந்து வருவார்கள். அப்போதுதான் யாருக்கும் தெரியாமலிருக்கும். பலவிதமான கேள்விகளுக்கும் பதில்களுக்கும் சாத்தியம் இருந்தன. எதுவும் முடிவாகத் தெரியவில்லை.

அந்த மாதம் மின்கணக்கு எடுக்க வந்த ஊழியர் குள்ளான் வீட்டுக்கு வந்தபோது அந்தக் குஜாலைப் பார்த்து 'இதுதான் அரண்மனையா?' என்றார். ஓலறைக்கு அரண்மனை என்றொரு பெயர் எங்கோ புழக்கத்திலிருப்பது தெரிந்தது. வேறொன்றும் யாருக்கும் புரியவில்லை. அவர் ஏதோ விஷயம் தெரிந்தவர் என்று மட்டும் பட்டது. மின்கணக்கு எடுக்கும் நாளில் குள்ளான் அங்கேயே உலாத்திக்கொண்டிருப்பார். தொகையைப் பார்த்து உடனடியாக ஒவ்வொரு வீட்டுக்கும் இவ்வளவு என்று பிரித்துச் சொல்லி வசூலையும் தொடங்கிவிடுவார். அவர் வீட்டுக்குப் பைசாவும் வராதபடி அந்தக் கணக்கு இருக்கும். 'வந்த வேலயப் பாத்துக்கிட்டுப் போவ முடியாதாய்யா?' என்று ஊழியரைக் குள்ளான் அதட்டியதும் அவர் சிரித்துக்கொண்டே போய்விட்டார். அடுத்தடுத்த வீடுகளுக்குப் போய்க் குள்ளான் அதட்ட முடியாத காரணத்தால் விஷயம் ஊர் முழுக்கப் பரவிற்று.

அவர்கள் இருவரும் மின்வாரியத்தில் பணிபுரியும் ஊழியர்கள். அந்த ஆளுக்குக் கல்யாணமாகி மனைவியும் குழந்தை களும் இருக்கிறார்கள். அந்த அம்மாவுக்கும் புருசனும் பிள்ளை களும் இருக்கிறார்கள். ஒரே இடத்தில் வேலை செய்யும்போது அவர்களுக்குள் காதல் உருவானது. இரண்டு குடும்பங்களுக்கும் தெரிந்து கண்டித்தபோது இரண்டு பேரும் எங்கோ ஓடிப் போனார்கள். தேடிப் பிடித்துக் கூட்டி வர வேண்டியதாயிற்று. இருவரும் ஒரே இடத்தில் இருந்தால்தானே பிரச்சினை என்று வெவ்வேறு இடத்திற்கு மாறுதல் வாங்கினார்கள். ஆனால் அவர்கள் சந்தித்துக்கொள்வதைத் தடுக்க முடியவில்லை. ரொம்பக் கண்டித்தால் ஊரை விட்டே ஓடிப் போய்விடுவார்கள். இதுவரைக்கும் பத்து முறையாவது அப்படி நடந்திருக்கும். இரண்டு குடும்பங்களுக்கும் அவர்கள் தேவைப்பட்டார்கள். அவர்கள் சம்பளம் தேவைப்பட்டது. எப்படியோ இருந்து

தொலையட்டும், குடும்பத்திற்குப் பாதிப்பில்லாமல் இருந்தால் சரி என்று இரண்டு பக்கத்தவர்களும் விட்டுவிட்டார்கள். இப்போதும் இருவருக்கும் வேறுவேறு இடத்தில்தான் வேலை. அரைநாள் விடுமுறை வருகிற நாளில் எங்காவது இப்படி இடம் பார்த்துச் சந்தித்துக்கொள்வார்கள். அந்த ஊழியர் இப்படி முடித்தார் 'செக்குக்கும் கொழவிக்கும் பொருந்தீருச்சு. ஒன்னவிட்டு ஒன்னு வெலக மாட்டீங்குது.' அவர்களுடைய பெயர் முதற்கொண்டு எல்லாவற்றையும் அந்த ஊழியர் சொல்லிவிட்டுப் போனார். அந்தப் பக்கம் கொஞ்சம் வீடுகளுக்குக் கணக்கெடுக்கவே அவருக்கு நாள் போதவில்லை. விசாரிப்பவர்களுக்கு எல்லாம் அவர் உற்சாகத்துடன் விஷயத்தை விவரித்தார். உணவு உள்ளிட்ட சில சலுகைகளும் அன்றைக்கு அவருக்குக் கிடைத்தன.

விவரம் முழுக்கத் தெரிந்துவிட்டதால் ஆர்வம் வடிந்துபோய்ப் பார்க்கும் கூட்டம் படிப்படியாகக் குறைந்துவிட்டது. கல்லூரி மாணவர்களுக்கு உற்சாகம் கூடியதே தவிரக் குறைந்தபாடில்லை. சண்முகம் குழாமுக்குக் கல்லூரியில் பெரிய வரவேற்பு. 'குள்ளான் வீட்டுல குடியிருக்கறீங்க. உங்களுக்கு என்னடா ... ஜோதித் தியேட்டருக்குப் போயிப் பொம்மையப் பாக்க வேண்டியதில்ல. நேர்லயே பாத்துக்கலாம்.' 'ஓரம்பாரமா நீங்களும் கொஞ்சம் தடவிக்கச் சான்ஸ் கெடைக்குமான்னு பாருங்கடா.' இன்னும் அசிங்கம் அசிங்கமாகப் பேசினார்கள். கல்லூரி முழுக்கத் தெரிந்தவர்களாகிவிட்டதில் அவர்களுக்கும் சந்தோசம்தான். ஊரே குள்ளானைக் கேவலமாகப் பேசியது. வாரத்துக்கு ஒருநாள் வர வாடகைக்கு விடுவதுபோல மற்ற ஆறு நாட்களும் விட்டால் இன்னும் கூடுதலாக வருமானம் என்றார்கள். குடும்பமெல்லாம் குடியிருக்கும் இடத்தில் இப்படி ஒரு அசிங்கத்திற்கு இடம் கொடுக்கலாமா?

யார் என்ன சொல்லியும் குள்ளான் கேட்கவில்லை. அவர்களால் ஒரு தொந்தரவும் இல்லை. பேசிய வாடகை துளி குறையாமல் வந்துவிடுகிறது. வீட்டில் ஆள் இருந்தால் மின்சாரம், தண்ணீர் எல்லாம் செலவு. எதுவுமே இல்லாமல் வாடகை கிடைக்கிறது. அவர்களுடைய குடும்பங்களே அனுமதித்திருக்கிறபோது நமக்கென்ன கஷ்டம்? குள்ளானின் தரப்புக்கு யாரும் பதில் சொல்ல முடியவில்லை.

பால்கனியில் கைப்பிடிச் சுவரைத் தொடாமல் நின்று பார்த்துக்கொண்டிருந்த ஒருநாளில் அந்தப் பெண் லேசாகத் தலை நிமிர்த்திச் சிரித்த மாதிரி தெரிந்தது. அவள் யாரைப் பார்த்துச் சிரித்திருக்கக் கூடும் என்று கடுமையான விவாதத்தில் ஈடுபட்டார்கள். கொஞ்சம் சிவப்பாக இருந்த சண்முகத்தைத்தான் பார்த்திருப்பாள் என்றார்கள். அவளோடு வருகிற ஆள் மாநிறமாக

இருக்கிறான் என்பதால் ராமுவைத்தான் பார்த்தாள் என்றது ஒரு தரப்பு. கருப்பாக இருந்தாலும் களையாக இருப்பவன் மணி. அவனுக்கு மன்மதன் என்று பட்டப்பெயர். அவனுக்குத்தான் அந்தச் சிரிப்பு.

செந்திலை யாரும் கணக்கிலேயே எடுத்துக்கொள்ள வில்லை. 'என்னயப் பாத்துச் சிரிக்கலப்பா' என்றான் அவன். 'ஊமயனாட்டம் இருந்துக்கிட்டு எதுனா கைச்சாட காட்டி யிருப்பான்டா. செந்திலத்தான் பாத்திருப்பா.' இப்படி ஒருவாரம் வரைக்கும் பேச்சு ஓடியது.

அடுத்த வாரம் அவர்கள் வந்துபோன அன்று சண்முகம் குழாம் விருந்துக்கு ஏற்பாடு செய்திருந்தது. வருசத்தின் இறுதியில் நான்கைந்து விருந்துகள் வரிசையாக நடக்கும். அது அவர்களுக்கு உதவித்தொகை வருகிற தருணம். பணம் கைக்கு வந்ததும் ஆளுக்கொரு நாள் செலவு என்பது முறை. அவரவர்க்கு வேண்டிய நண்பர்களையும் அழைத்துவரலாம். அந்த வருச விருந்தில் பேசப்பட்ட விஷயம் குஜால் ஜோடி பற்றித்தான். குழந்தைகள் பெற்றபின் ஒருத்தி ஊரறிய இன்னொருத்தனோடு போகிறாள் என்றால் அவளுக்கு எவ்வளவு கொழுப்பு இருக்கும்? குடும்பத்தைப் பற்றிக் கவலைப்படாதவள் பெண்ணா? விலைமகளுக்கும் இவளுக்கும் என்ன வேறுபாடு? இப்படிப்பட்ட கருத்தை ஒருதரப்பு அநாகரிகமான மொழியில் வெளிப்படுத்தியது. அவனும்தானே தப்புச் செய்கிறான், அவனுக்குக் குடும்பம் இல்லையா, அவனுக்கு அந்தக் கவலை இல்லையா என்றது மற்றொரு தரப்பு. ஆயிரம் செய்தாலும் அவன் ஆண். பெண் இப்படிச் செய்யலாமா? விவாதம் சூடு கிளம்பியது.

சண்முகம் மெல்லக் கேட்டான், 'கலியாணமாகிக் கொழந்த பெத்ததுக்கப்பறமும் ஒடம்பு இப்பிடிக் கேக்குமா? கட்டுப்பாட்டுல ஒடம்ப வெச்சிருக்க முடியாட்டி என்னடா உசிரு இது?' 'ஆமாமா. ரொம்பச் சொல்லாத. ராத்திரிக்கு உம்பக்கத்துல எவனாச்சும் படுக்க முடியுதா? ஒடம்ப ரொம்பக் கட்டுப்பாட்டுல வெச்சிருக்கற உசுரு பாரு நீ?' என்று மணி சொல்ல ஒரே சிரிப்பு. கதவுகள், ஜன்னல்கள் எல்லாவற்றையும் இழுத்துச் சாத்தியிருந்ததால் சத்தம் அவ்வளவாக வெளியே போக வாய்ப்பில்லை. 'அவுங்க வந்திட்டுப் போனா மனசு கெட்டுப் போயிருதுடா. கை சும்மா இருக்க மாட்டீங்கிது. படிப்பிலயே கவனம் இல்ல. டிகிரிய முடிப்பனான்னு சந்தேகமா இருக்குதுடா. இங்கிலீச எப்படீடா பாஸ் பண்றது? அரியர்ஸோட ஊருக்குப் போனா அவ்வளவுதான். சென்ட்ரிங் வேலதான் செய்யோணும்' என்று ராமு வருத்தப்பட்டான். 'படிப்பப் பத்தி ரொம்பக்

கவலப்படறாண்டா' என்று எல்லாரும் கேலி செய்தாலும் ராமுவைக் கட்டுப்படுத்த முடியவில்லை. ஒரே அழுகை. 'ஒரு பீரடிச்சுட்டு இந்த ஆர்ப்பாட்டம் பண்றாண்டா' என்றார்கள்.

    அவன் பேச்சில் நியாயம் இருப்பதாக உணர்ந்த சண்முகம் 'இங்கிலீஸ்ல பாஸ் பண்ணனும். அதுதான்டா எனக்கும் பிரச்சின. நீ சொல்றது சரிடா, எவளும் எவனும் எப்படியோ போறதுக்கு நடுவுல நமக்கேன்டா இந்தக் கஷ்டம்? இப்ப என்னடா ஓலறயக் காலி பண்ண வெக்கணுமா, சொல்லு, பண்ணீரலாம்' என்றான். 'அது யாராலும் முடியாது. குள்ளாங்கிட்ட வேல நடக்குமா?' என்றான் மணி. 'என்னடா பெரிய குள்ளான். நான் காலி பண்ண வெக்கறன். என்னடா பெட்டு?' என்று சண்முகம் கத்த விஷயம் தீவிரமாயிற்று. விருந்துக்கு வந்திருந்த நண்பர்களும் உற்சாகத்தோடு இந்தப் பந்தய விவகாரத்தில் ஈடுபட்டார்கள். பதினைந்து நாள் அவகாசம். அதற்குள் காலி செய்ய வைக்கவேண்டும். வைத்துவிட்டால் வரும் வருசம் முழுக்கச் சண்முகத்துக்குரிய செலவை மற்றவர்கள் ஏற்றுக்கொள்வார்கள். காலி செய்ய முடியாவிட்டால் எல்லார் செலவையும் சண்முகம் ஏற்றுக்கொள்ள வேண்டும். சவாலோடு அன்றைய விருந்து நிறைவு பெற்றது. வழக்கத்தைவிடக் கூடுதலாகக் குடித்துவிட்டு மறுநாள் பிற்பகல் வரைக்கும் தூங்கிக் கிடந்தார்கள். குடியில் பேசிய பேச்சு என்று சண்முகம் விடவில்லை. மாலையிலேயே வேலையைத் தொடங்கி விட்டான்.

    குடியிருந்த குடும்பத்துப் பெண்களிடம் தனியாகப் போய்ப் பேசிவிட்டு வந்தான். என்ன பேசினான் என்று யாருக்கும் சொல்லவில்லை. குள்ளான் பெண்டாட்டியிடம் தனியாகப் பேச வேண்டியிருக்கவில்லை. எருமை மேய்க்கும் இடத்திற்குப் போய்க் குள்ளாண்டியைப் பார்த்தான். அவருக்குச் சண்முகத்தைப் பிடிக்காது. 'குட்டக் கலப்ப எந்நேரத்திலயும் கவுத்துப்புடும்' என்பது அவர் அபிப்ராயம். குள்ளானும்கூடக் குள்ளம்தான். சண்முகம் அவரிடம் பவ்வியமாக விஷயத்தைச் சொன்னான். அந்தப் பொம்பளையின் புருசன் ரொம்பக் கோபத்தில் இருப்பதாகவும் அவர்கள் இரண்டு பேரையும் வெட்டாமல் விடுவதில்லை என்று திரிவதாகவும் சொன்னான். கையோடு பிடிக்க இந்த வாரம் குள்ளாண்டி வீட்டுக்கு அவன் வர இருப்பதாகவும் உஷாராக இருக்க வேண்டும் எனவும் எச்சரித்தான். குள்ளான் அதை நம்பவில்லை. வரட்டும், பார்க்கலாம் என்றார். இதற்கெல்லாம் மசிபவரா குள்ளான் என்று மணி சிரித்தான். ராமுவுக்குக்கூட போதையில் பேசிய பேச்சுக்குச் சண்முகம் இப்படி முக்கியத்துவம் தருவது ஆச்சர்யமாக இருந்தது. 'குள்ளாங்கிட்டக் கஷ்டம்டா. உடுடா' என்று சொல்லிப் பார்த்தான். செந்தில் ஏளனமாகச்

சிரித்தான். எல்லாரும் சொல்லச் சொல்லச் சண்முகத்துக்கு வேகம் கூடியது. பலவாறு திட்டங்கள் போட்டான்.

கள்ளக் காதல் எப்போதும் கொலையில்தான் முடியும் என்றும் எல்லாரும் சாட்சி சொல்லப் போக வேண்டியிருக்கும் என்றும் பரவலாகக் கிளப்பிவிட்டான். குஜால் அறை கொலையறையாக மாறப் போகும் பயம் எல்லார் மனதிலும் வரும்படி விவரித்துப் பேசினான். அந்தப் பேச்சு பரவலாகிக் குள்ளானைப் பார்க்கும் போது ஊர்க்காரர்கள் 'களி திங்கப் போற' என்றார்கள். இந்தப் பேச்சு உச்சத்தில் இருக்கையில் சண்முகம் மீண்டும் குள்ளானைப் பார்க்கப் போனான். கையில் கயிற்றைப் பிடித்தபடி எருமை மேய்த்துக்கொண்டிருந்தார் அவர். பத்துநாள் தினத்தந்தி நாளிதழைக் கையில் வைத்திருந்தான். அவற்றில் அன்றாடம் தவறாமல் வந்திருந்த கள்ளக் காதல் கொலைச் செய்திகளைப் புரட்டிக் காட்டினான். குள்ளான் கைநாட்டுப் பேர்வழி. அதனால் சில செய்திகளை அவன் கல்லூரிப் பேச்சுப் போட்டிகளில் பேசும் பாவனைகளோடு வாய்விட்டுப் படித்துக்காட்டினான். குள்ளானின் முகத்தில் மாற்றம் ஒன்றையும் காண முடியவில்லை. குள்ளான் மனம் மட்டுமல்ல உடம்பு, முகம் எல்லாம் கல்லால் செய்ததுதான் என்று நினைத்துச் சண்முகம் வெறுத்துப் போனான். என்றாலும் விடவில்லை.

வாடகைக்குக் குடியிருந்தவர்களிடம் பேசியிருந்தது போலக் கடைசி அஸ்திரத்தைப் பிரயோகிக்க முடிவு செய்தான். எருமை மேய்ந்த இடத்திற்குப் போய்க் கோபமாக முகத்தைக் காட்டினான். 'கூட்டிக் குடுக்கற லாட்ஜ் நடத்தற எடத்துல இன்னமே எங்களால குடியிருக்க முடியாது. எங்க அப்பா அம்மால்லாம் படிக்கறதுக்குத்தான் எங்கள இங்க அனுப்பிருக்கறாங்க. வெளக்குப் புடிக்கறதுக்கில்ல' என்று காட்டமாகச் சொன்னான். இந்த மாதத்தோடு அறையைக் காலி செய்துகொள்வதாகவும் வாடகை போக முன்பணத்தைத் தயார் செய்து வைக்கும்படியும் சொல்லிவிட்டு வந்தான். அவனுக்கு முன்னரே இரண்டு குடும்பங்களும் சொல்லியிருப்பது தெரிந்தது. சங்கரர், 'பணம் செலவானாலும் பரவால்ல. நான் டவுனுப்பக்கம் போயிர்றன். கொலக் கேசுக்கெல்லாம் என்னால அலைய முடியாது' என்றும் யார் யாரெல்லாம் சாட்சி சொல்ல வேண்டியிருக்கும் என்றும் சட்ட விதிகளை எண்களோடு கறாராகச் சொல்லிவிட்டார். அப்போதுதான் அவர் முறையாகத் தடையில்லாச் சான்றிதழ் பெற்றுப் பகுதிநேரத்தில் சட்டம் பயின்றுகொண்டிருப்பது தெரியவந்தது. சங்கரர் சொன்னதும்தான் குள்ளானுக்கு விஷயத்தின் தீவிரம் புரிந்தது.

வாடகைக்கு இருக்கும் மொத்தப் பேரும் காலி செய்து விட்டால் புதிதாக வருவதற்கும் பயப்படுவார்கள். அந்த வாரம் பைக் வந்தபோது சதுரத்தைத் தாண்ட விடவில்லை குள்ளான். அந்த ஆள் குள்ளானிடம் ஏதேதோ கத்தினான். குள்ளான் வாங்கியிருந்த முன்பணத் தொகை பேச்சில் தெரியவந்தபோது எல்லாருக்கும் அதிர்ச்சியாக இருந்தது. வீட்டுக்குள் போய்ப் பணத்தைக் கொண்டுவந்து அவனிடம் வீசிவிட்டார். அவ்வளவு பணத்தை ஒருவரிடம் குள்ளான் கொடுத்தது அன்றைக்குத்தான். இருவருக்கும் வாக்குவாதம் நடந்தபோதும் அந்தப் பெண் ஒருவார்த்தை பேசவில்லை. நெருப்பின்மேல் நிற்பவளைப் போலிருந்தாள். அங்கிருந்து விரைவில் கிளம்பி விடுவதே அவள் நோக்கமாயிருந்தது. மறக்காமல் சாவியை வாங்கிக்கொண்டு அவர்களைத் திருப்பி அனுப்பிவிட்டார். மறுநாளே சிமிட்டி மூட்டைகள் அடுக்கி வைக்க ஒரு மேஸ்திரிக்கு வாடகைக்கு விட்டார்.

சண்முகம் வெற்றியைப் பெரிய விருந்து வைத்துக் கொண்டாடினார்கள். இனிமேல் பட்டம் வாங்கிவிடலாம் என நம்பிக்கை கொண்டான் ராமு. சண்முகம் ரொம்பச் சந்தோசமாக இருந்தான். அவனுக்கு வரும் வருசம் முழுக்க எந்தச் செலவும் இல்லை. வாடகை, சாப்பாடு, கல்லூரிக் கட்டணம் எல்லாம் நண்பர்கள் பார்த்துக்கொள்வார்கள். குள்ளான் திருப்பி அனுப்பியபோது அந்தப் பெண்ணின் முகம் இருண்டு போனதாகவும் பதற்றமாக இருந்ததாகவும் தலையைக் குனிந்தவாறே வண்டியில் ஏறினாள் என்றும் சொன்னார்கள். குடியிருந்த குடும்பத்தாருக்கு ரொம்பத் திருப்தி. 'தேவ்டியாளுக்குச் சூடு சொரண இருக்கப் போவுதா? எல்லாம் நடிப்பு' என்றாள் அக்கா. அவமானம் துடைக்கப்பட்ட நிம்மதியில் அக்கா சண்முகத்தின் கன்னங்களைக் கிள்ளி முத்தம் கொடுப்பதுபோல உதடுகளைக் குவித்துத் திருஷ்டி கழித்தாள். சங்கரர் அன்றைக்குச் சர்க்கரைப் பொங்கல் வைத்து எல்லாருக்கும் வழங்கினார். யார் எது கொடுத்தாலும் அவர் வாங்கிக்கொள்ளமாட்டார். ஏதாவது அதிகமாகச் செய்து விட்டால் எல்லாருக்கும் கொண்டுவந்து தருவார். பிரசாதம் பெற்றுக்கொள்ளும் பவ்வியத்தோடு வாங்கிக்கொள்வார்கள். அன்று பொங்கல் நல்ல ருசி.

அந்த வருசம் தேர்வுகள் முடிந்து விடுமுறையில் ஊருக்குப் போய்விட்டு உற்சாகமாகக் கல்லூரிக்கு வந்தார்கள் நண்பர்கள். கொஞ்சம் படித்தும் கொஞ்சம் சொந்தமாகவும் எல்லாவற்றுக்கும் மேலாக அதிர்ஷ்டத்தை நம்பியும் ஆங்கிலத் தேர்வுகளைச் சண்முகம் எழுதியிருந்தான். ஆனாலும் அவன் முகத்தில் மட்டும் அவ்வளவு களையில்லை. அவன் இயல்பான சிரிப்பும்

தொணதொணப்பும் மறைந்து பேருக்குச் சிரித்தான். யாருடனும் கலகலப்பாகப் பேசவில்லை. கேட்டால் ஒரு வார்த்தையில் பதில் சொன்னான். எந்நேரமும் முகட்டை வெறித்தபடி படுத்துக் கிடந்தான். சாப்பிட நான்கைந்து முறை கூப்பிட்டால்தான் வந்தான். எதையோ தீவிரமாக யோசித்தபடியே இருந்தான். நடக்கும் ஒன்றிரண்டு வகுப்புகளுக்கும் வராமல் அறையிலேயே படுத்திருந்தான். கண் விழித்தபடியே அவன் படுத்திருப்பதை எந்நேரமும் கண்டார்கள். எப்படிக் கேலி செய்தாலும் அவனை ஒன்றும் பாதிக்கவில்லை. 'பேயடிச்ச மாதிரி இருக்கறாண்டா' என்றார்கள்.

கைப்பிடிச் சுவரைத் தொடாமல் பால்கனியில் நின்று தெருவைப் பார்த்துக்கொண்டிருந்த மாலையில் 'ஓலற இப்பக் குடோனாப் போயிருச்சு. பொம்பள படுத்த எடத்துல சிமிட்டி மூட்ட. கருமம் கருமம்' என்றான் மணி. 'அவுங்க வர்றன்னிக்கு எவ்வளவு பரபரப்பா இருப்பம். குள்ளான் செலவில்லாம அருமையான ஏற்பாட்டப் பண்ணி வெச்சிருந்தான். நாமதான் கெடுத்துக்கிட்டம்' என ராமு வருத்தப்பட்டான். ஒன்றும் சொல்லவில்லை என்றாலும் செந்தில் அந்தப் பெண்ணை மனக்கண்ணில் ரசித்துக்கொண்டுதானிருந்தான். அதனால் அவன் முகமும் வாட்டம் கண்டது. எதுவும் பேசாமல் சட்டென உள்ளே போய்விட்டான் சண்முகம். அவனால் அந்த அறையைப் பார்க்கவே முடியவில்லை. அறைக்குள் விசும்பல் கேட்டு ஓடினார்கள். நண்பர்கள் உள்ளே போனபோது சண்முகம் அழுது கொண்டிருந்தான். 'என்னடா' என்று எல்லாரும் வற்புறுத்திக் கேட்கக் கேட்க அழுகை மீறிக் கதறலானது. மூவரும் அவனைச் சூழ்ந்துகொண்டு 'என்னடா என்னடா' என்று பதறியபோது அழுகை மாறாமல் சொன்னான். 'பாவம்டா. நான் பாவம் பண்ணிட்டண்டா. இந்தப் பாவத்தத் தொலைக்க என்னடா செய்யறது?'

●

மணல் வீடு, **ஜூலை – ஆகஸ்ட் & செப் – அக். 2010**

பதினோரு வரிசை அடுக்கு மொடாக்கள்

அடுக்கு வரிசையின் கடைசி மொடாவைப் பெருமாயி வெளியே கொண்டு வந்தாள். ஒருத்தியால் தூக்க முடியவில்லை. துணைக்கு மகனை அழைத்து ஆளுக்கொரு பக்கம் பிடித்துத் தூக்கினார்கள். கல்லில் செய்தது போலக் கனம். இத்தனைக்கும் தட்டினால் ணங்கென்று வெண்கல ஓசை வரும்படி லேசான ஓடுதான். ஒருபக்கம் பிடித்திருந்த மகன் கஷ்டப்படவில்லை. ஆனால் அவளால் முடியவில்லை. வெளியே வருவதற்குள் இரண்டுமுறை கீழே வைத்து நின்றாள். தானே தூக்கிக்கொண்டு போய்விடுவதாக மகன் சொன்ன போதும் அவள் அனுமதிக்கவில்லை. எதிலாவது லேசாகப் பட்டு விட்டால்கூடப் போச்சு. விரிசலோ சின்ன ஓட்டையோ விழுந்துவிட்டால் மொடா அவ்வளவுதான்.

எந்த வருசத்து மொடா என்று எப்படிச் சரியாகச் சொல்ல முடியும்? நிச்சயம் நூறு வருசம் கடந்திருக்கும். அவளுடைய அம்மாயிக்குக் கல்யாணம் ஆனபோது சீராக வந்த மொடா. ஒவ்வொரு அடுக்கிலும் அடியில் குன்னுமொடா, மேலே இரண்டு மொடாக்கள், அதற்குமேல் ஆலச்சட்டி என்று நான்கு பாண்டங்கள். அப்படிப் பதினோரு அடுக்கு. கல்யாணச் சீருக்கென்றே தனியாகச் சூளை போட்டுச் செய்ததாம். அம்மாவுக்குக் கல்யாணம் ஆனபோது ஏழு வரிசைகளைச் சீராக அம்மாயி கொடுத்தனுப்பினாளாம். மொடாச்சீரை மட்டும் ஏழுமுறை மாட்டுவண்டி போய்க் கொண்டு

வந்ததாம். அப்படிப் பாதுகாப்பாகக் கொண்டுவந்து சேர்த்த வரிசையில் ஐந்து பெருமாயிக்குச் சீராக வந்திறங்கியது.

உள்வீட்டுக் கிழக்குச் சுவர்ப்பக்கம் மொடா வரிசையாக அடுக்கியிருந்தது. அறுவடைக் காலத்தில் எல்லா மொடாக்களும் நிரம்பித் ததும்பும். மேலே மூடுவதற்கு வைத்திருக்கும் ஆலச்சட்டிகூட நிமிர்ந்து தவசத்தோடு நிற்கும். மாரியம்மன் திருவிழாவிற்கு மாவிடித்து உருண்டை பிடித்து ஆலச்சட்டியில் போட்டுத் துணியால் வேடுகட்டி மொடாமேல் வைக்கும் போதுதான் மறுபடி அது நிமிரும். ஒவ்வொரு மொடாவாகத் தவசம் காலியாகிக்கொண்டே வரும். ஆனால் அடியிலிருக்கும் குன்னுமொடா ஒருபோதும் காலியாகாது. புதுத் தவசம் வீட்டுக்கு வந்து சேரும்போது பழையதை நிறைப்பார்கள். சில சமயம் குன்னுமொடாத் தவசம் விதைக்கு ஆவதும் உண்டு. ஒரு குன்னுவில் ஒன்றரை மூட்டைத் தவசம் நிறைக்கலாம்.

தவசம் சாக்குக்கு மாறி மூட்டையாகத் தொடங்கியதும் மொடாக்களுக்கு வேலை குறைந்தது. 'உங்கம்மா கொண்டுவந்த சீர் இந்த மொடா வரிசைதான்' என்று தன் பிள்ளைகளிடம் ஏளனமாகச் சொன்னார் அவள் புருசன். பனையேறி பெண்டாட்டி பூங்காயோடு சிரித்துச் சிரித்துப் பேசும் தன் புருசன்மேல் சந்தேகம் வந்தது. சாராயம் காய்ச்ச அவளுக்கு மொடாக்களைத் தூக்கிக் கொடுத்துவிட அவன் செய்யும் தந்திரம்தான் இந்தச் சாக்கு மூட்டைகளோ என்று நினைத்தாள். மொடா வரிசைக்கு எதிரே அடுக்கிக் கிடக்கும் மூட்டைகள் மீது அவளுக்குச் சரியான கோபமாக இருந்தது. அளந்து போடவும் தைத்து வண்டியில் போட்டுவரவும் கொண்டு வந்தபின் அடுக்கவும் மூட்டை எளிதாக இருக்கும்போது மொடாவை யார் சீந்துவார்கள்? அடிமொடாவில் இருக்கும் தவசத்தை அள்ளக் கட்டாயம் இரண்டு ஆட்கள் தேவை. இறக்கவும் இறக்கியதைப் பிடிக்கவும் ஆள் அவசியம். ஆனால் மூட்டைக்கு ஒன்றும் தேவையில்லை. ஒருமுறை நிறைத்து வைத்துவிட்டால் தீரும்வரை சாத்திவைத்த சிலைபோல நின்றுகொண்டிருக்கும். மொடாவைப் போல வளைவு நெளிவு இன்றி மேலிருந்து கீழ்வரை ஒரேமாதிரி துணி திணித்த சோளக்கொல்லைப் பொம்மை போலிருக்கும் மூட்டைகளைப் பார்த்துச் சில சமயம் சிரிக்கவும் செய்தாள். இந்த மூட்டை போலத்தானே பூங்காயும் இருக்கிறாள் என்று தோன்றியது.

மூட்டைக்காக இத்தனை வருசத்து மொடாவைச் சும்மா போட முடியாது. மூட்டையிலிருந்து அள்ளி மொடாவில் போட்டு வைத்தாள். சமைக்கும்போது மொடாவிலிருந்து எடுத்தாள். இரட்டை வேலை என்றாலும் அவளுக்குச் சலிப்பு தோன்றாது.

எப்போதாவது எடுத்துப் பயன்படுத்தும் போர்வைகளை ஒரு மொடாவுக்குள் போட்டு வைத்தாள். பழந்துணிகளை மற்றொன்றுக்குள். தேடிப் பிடித்து எதை எதையோ போட்டு நிரப்பி வைத்தாலும் சில மொடாக்கள் காலியாகவே இருந்தன. அந்த மொடாக்களில் எவற்றைப் போட்டு வைக்கலாம் என்று யோசனை ஓடிக்கொண்டேயிருந்தது.

ஒரு மொடாவில் வைக்கோல் பரப்பிக் கருப்பட்டி இரண்டு மனுவு வாங்கி அடுக்கினாள். வருசத்துக்கும் வரும் என்று நினைத்தாள். ஆனால் வருசத்தைத் தாண்டியும் வந்தது. யாரும் எடுத்துத் தின்னவில்லை. அவள் எடுத்து உடைத்துக் கொடுத்தால் பெயரளவுக்குச் சின்னத் துண்டு ஒன்றை எடுத்துக்கொள்வதோடு சரி. கருப்பட்டி வீணாகக் கிடக்கிறதே என்று அவளாக நினைத்து ஏதாவது பலகாரம் செய்தால்தான். இன்னொரு மொடாவில் புளியைப் போட்டு நிறைத்தாள். கொஞ்ச நாளில் புளி கருப்பு நிறமாகிவிட்டது. ரசம் கருநிறத்தில் கலங்கலாகத் தெரிந்தது. பிள்ளைகள் ஊற்றிக்கொள்ள மறுத்து முகத்தைச் சுளித்தார்கள். புளியை எடுத்து வெளியே போட அவளுக்கு மனம் வரவில்லை. புதுப்புளி ரசம் எல்லாருக்கும். அவளுக்கு மட்டும் பழைய புளியில் கருரசம். அருமையாக இருப்பதாகச் சொல்லி அவளே ரசித்துக் குடித்தாள். கேலிப் புன்னகையோடு புருசன் அவளையே பார்த்தான். பிள்ளைகள் சிரித்தார்கள். தின்று பார்த்தால் தானே தெரியும் என்று சாடை பேசினாள். அம்மாயிக்கும் அம்மாயி காலத்து மொடாப்புளி ருசியாகத் தான் இருக்கும் என்று ஏளனம் செய்துவிட்டு அவள் பேச்சைக் கேட்கப் பிரியப்படாமல் வெளியே ஓடினான் புருசன்.

மகளை எப்படியாவது தன்வசப்படுத்திவிடலாம் என்று நினைத்தாள். தனக்குப் பின் மொடாக்களை மெருகு குலையாமல் காப்பாற்றப் போவது மகள்தான். வேறு யாரையும்விட மகளுக்கு அந்தக் கடமை இருப்பதாக நினைத்தாள். மொடாவைப் பற்றி எதுவும் தெரியவில்லை என்றால் மகள் வாழப் போகும் வீட்டில் 'பிள்ளய வளத்திருக்கறா பாரு' என்று அவளைத்தான் கேவலமாகப் பேசுவார்கள். அதனால் அவ்வப்போது மொடாவின் பெருமைகளை மகளிடம் சொன்னாள். 'ஒரு வருசம் கம்பமாவு, தெனமாவு, கடலமாவு, அரிசி மாவு நாலும் இடிச்சன். ஆலச்சட்டி பத்தல. அதுக்கும் கீழ் மொடா ஒன்னுலயும் போட்டு வெக்க வேண்டியதாச்சு. வந்த ஓரம்பரைக்கெல்லாம் ஒவ்வொரு மாவுலயும் ஒவ்வொரு உருண்ட போட்டுக் குடுத்தன். அப்பவும் ரண்டு சட்டி மாவு மிச்சம். ஆலச்சட்டி மாவு ஆறு வருசத்திக்கிக்கூடக் கெடாது பாத்துக்க.' இப்படி ஒவ்வொன்றைப் பற்றியும் சொல்லும்போது அது கதைபோல விரிந்தது.

ஒரே கதையையே பலமுறை மகள் கேட்க வேண்டியும் இருந்தது. திரும்பத் திரும்பச் சொல்லித்தான் மனதில் பதிய வைக்க வேண்டும். மொடாக்களைப் பற்றித் தொடங்கினால் அவளுக்குச் சலிப்பே வராது. பேசப் பேச உற்சாகச் சுழலில் சிக்கிக்கொள்வாள். ஒன்றைச் சொல்லத் தொடங்கினால் அதன் தொடர்ச்சியை மகள் இரண்டே தொடர்களில் சொல்லி முடித்து 'இதுதானேம்மா' என்று கேட்டாள். ஏதோ ஒரு கணத்தில் பெரிய பெரிய மொடாக்களைத் தலையில் சுமந்துவரும் பெண்கள் பற்றிய காட்சிச் சித்திரம் ஒன்று மகள் மனதில் உருவானபோது 'கனக்காதாம்மா' என்று கேட்டாள். 'பெரிய மொடால்ல. கனக்குந்தான்' என்று பதில் சொன்னாள். 'நீயே சொமந்துக்க. எந்தலையில தூக்கி வெச்சு அனுப்பீர்லாம்னு நெனச்சராத' என்று தீவிரத்தோடு சொல்லிவிட்டு மகள் விளையாடப் போய்விட்டாள். அதற்குப் பின் மொடாக் கதையைக் கேட்பதில் மகள் ஆர்வம் காட்டவில்லை. பேச்சை எடுத்தாலே ஏதாவது சாக்குச் சொல்லிவிட்டு நகர்ந்தாள். அவளுக்கு ஆத்திரமாக வரும். 'பொட்டப்பிள்ள, மொடாவப் பத்தித் தெரிஞ்சுக்காம எப்படிப் பொழைப்பாளோ? போற எடத்துல என்னயத்தான் சொல்வாங்க' என்று பல்லை நெரித்துப் பேசினாள். கேட்கும் தூரத்தில் மகள் இருக்கமாட்டாள்.

சின்னவனுக்கும் கொஞ்சநாள் மொடாக் கதை கேட்பதில் பிரியம் இருந்தது. அவனிடம் வேறு மாதிரி சொன்னாள். மொடா வீட்டில் இருப்பது பெரிய ஐசுவரியம் என்று தெரிவித்தாள். லட்சுமி படத்தில் பார், இரண்டு பக்கமும் தங்கக்காசுகள் கொட்டுவது மொடாவில் இருந்துதானே என்று ஆதாரம் காட்டினாள். கடவுள்கள் எல்லாம் மொடாக்களில் சுமந்துவந்து எல்லாருக்கும் வாரி வழங்குவது போன்ற கதைகளைப் புனைந்தாள். மொடாப் புதையலைக் காவல் காக்கும் பூதங்களும் மொடாக்களைப் பறித்தோடும் அரக்கர்களும் கதைகளில் வந்தார்கள். தங்கக்காசுகள் நிரம்பிய மொடா அடுக்குகளைச் சின்னவன் கற்பனை செய்தான். பெரிய பெரிய வீடுகளைக் கண் சிமிட்டாமல் பார்க்கும் பழக்கம் அவனுக்கிருந்தது. அந்த வீடுகளில் தங்கக் காசு மொடா வரிசை இருக்கும் என்று நினைத்தான். சில வீடுகளுக்குள் நுழையும் வாய்ப்புக் கிடைத்தபோது அங்கெல்லாம் மொடா இல்லையென்பதையும் தங்கக் காசுகளைப் போட்டு வைக்கப் பீரோக்களும் சுவர் அலமாரிகளும் வசதி என்பதையும் உணர்ந்தான். அம்மாவின் மொடாக்கள் கற்பனையிலிருந்து உருண்டோடி உடைந்தன. கான்கிரீட் போட்டுத் தான் எதிர் காலத்தில் கட்டவிருக்கும் வீட்டில் மொடா வரிசைக்கெல்லாம் ஒதுக்கி இடத்தை வீணாக்க முடியாது என்று அம்மாவிடம் அவன் கறாராகச் சொல்லிவிட்டான்.

அதன்பின் தன்னையொத்த பெண்களிடம் எப்பேர்ப்பட்ட மொடாக்கள் என்று சொல்லி இப்போது வெறுமனே அடுக்கி நிற்கும் அவலத்தைக் கூறிப் புலம்பத் தொடங்கினாள். அவள் சொல்லும் முறையிலிருந்து ஏதாவது ஒன்றைத் தூக்கித் தலையில் வைத்துக்கொண்டு போ என்று சொல்லிவிடுவாளோ எனப் பயந்தபடியே கேட்டார்கள். சிலர் தம் வீட்டு மொடா வரிசைகளும் சும்மா இருக்கும் விசயத்தை எடுத்துவிட்டு அவளை ஆறுதல் படுத்தினார்கள். மொடாவைப் பற்றித் தெரியாத அல்லது தெரிந்து கொள்ள விரும்பாதவர்களைப் பற்றிய புகார்கள் எல்லாருக்கும் இருந்தன. பரஸ்பரம் அவற்றைப் பகிர்ந்துகொள்வதில் கொஞ்சம் மன நிம்மதி கிடைத்தது. மொடாக் கதைகள் எல்லாரிடமும் இருந்தன. ஒருவர் தொடங்கினால் இன்னொருவர் தம் வீட்டு மொடாக் கதை ஒன்றைச் சொல்வதும் அது அப்படியே சங்கிலித் தொடர்போல விரிவதுமாக அவர்கள் பேச்சு காட்டு வேலைச் சமயங்களில் நடந்தது.

தன் அம்மா வீட்டு விசேசத்திற்குப் போய் ஒருவாரம் இருந்தாள். கல்யாணமாகி இத்தனை வருசத்தில் ஒருபோதும் இப்படி வந்து தங்கியதில்லை. வீட்டில் அந்த வேலை இருக்கிறது, இந்த வேலை இருக்கிறது என்று சொல்லி உடனடியாகக் கிளம்பிவிடுவாள். ஆனால் அந்தச் சமயம் மனம் ஒருமாதிரி இருந்தது. பெரியவன் யாருக்கும் சொல்லாமல் சாதி தெரியாத ஒரு பெண்ணைக் கூட்டிப் போய்க் கோயிலில் திருமணம் செய்துகொண்டு வந்திருந்தான். மருமகள் எப்படி இருக்க வேண்டும் என்றும் மகன் திருமணத்தை எப்படியெல்லாம் விமரிசையாக நடத்த வேண்டும் எனவும் கனவு கண்டு வைத்திருந்ததற்கு அர்த்தம் ஒன்றும் இல்லாமல் போனதை அவளால் தாங்கிக்கொள்ள முடியவில்லை. தன் தாய் வீட்டு மக்களோடு ஆர அமரப் பழமை பேசி மன ஆறுதல் கிடைத்த பிறகு சலிப்போடு வீட்டுக்குத் திரும்பினாள்.

ஒரு வரிசை மொடா குறைந்ததை உள்ளே நுழைந்தவுடன் கண்டுபிடித்தாள். பதறிக் கொண்டு புருசனிடம் சொல்ல மாட்டுக் கட்டுத்தரைக்கு ஓடினாள். அங்கே புருசனைக் காணவில்லை. மொடாக்கள் இருந்தன. மாட்டுத் தாழிக்குப் பக்கத்தில் ஒவ்வொரு மொடாவையும் வைத்துத் தண்ணீர் நிரப்பி வைக்கப்பட்டிருந்தது. புருசன்மேல் வெறியாக வந்தது. தனிச் சூளை போட்டுச் செய்த மொடாக்கள். வைக்கோல் பரப்பிப் பாதுகாப்பாக வண்டியில் கொண்டுவந்து சேர்த்த மொடாக்கள். நெகுநெகுவென்று பிரகாசிக்கும் அதன் உடல் இதுவரை இப்படி வெட்டவெளியைப் பார்த்ததேயில்லை. அதுவும் கேவலம், மாட்டுக் கட்டுத்தரை.

மொடாக்களைக் கட்டித் தழுவி வெகுநேரம் புலம்பினாள். திடுக்கிட்டு எழுந்தபோது மாடுகளுக்குத் தீனி போட்டுக் கொண்டிருந்தான் புருசன். போய் அவன் கால்களை வலுவாகப் பிடித்துக் கத்தினாள். அவள் வேதனை உணர்ந்தவனாய் மௌனமாகப் பெரியவன் பக்கம் கைகாட்டினான். அம்மா அழுவதைப் பார்த்துச் சிரித்தபடி வந்த பெரியவன், உன் மொடாக்கள் எங்கேயும் போய்விடவில்லை. பத்திரமாக இங்கேதான் இருக்கின்றன, தண்ணீர் நிரப்பப் பயன்படுகின்றன, எப்போது தேவைப்பட்டாலும் உடனே தண்ணீரைக் கவிழ்த்துவிட்டு வீட்டுக்குக் கொண்டுபோய்விடலாம், ஆனால் மொடாக்கள் காலாவதி ஆகிவிட்டன, அவற்றிற்குப் பதிலாக விதவிதமானவையும் எளிமையாகக் கையாளத்தக்கவையுமான பாத்திரங்கள் வந்துவிட்டன என்பதையும் புரிந்துகொள் எனப் பலவிதமாக ஆறுதல் சொன்னான்.

அவன் சிரித்தபடியே இருப்பதைப் பார்த்தவளுக்குத் தான் மிகவும் உணர்ச்சிவசப்படுகிறோமோ என்று சந்தேகம் வந்தது. அவன் சொல்வதெல்லாம் சரிதானே என்றும் யோசித்தாள். மொடாக்கள் காலாவதி ஆகிவிட்டன என்று சொன்னதை மட்டும் அவளால் செரிக்க முடியவில்லை. அம்மாயிக்கும் முன் அவளுடைய அம்மாவுக்கும் முன் என்று எத்தனையோ காலமாகத் தொடர்ந்து வரும் மொடாக்கள் எப்படிக் காலாவதி ஆகும்? அவனிடம் பேசிச் சண்டை போட அவளுக்கு விருப்பமில்லை. எல்லாவற்றுக்கும் ஏடாகூடம் பேசும் அவனிடம் சண்டை போட்டுப் பயனென்ன? மாடுகள் உருட்டித் தள்ளினால் உடைந்து போகுமே என மெல்லச் சொன்னாள். அவன் அசரவில்லை. மொடாக்களை மாட்டுக்கு எட்டாத தூரத்தில் வைத்திருப்பதைச் செயல் விளக்கமாகக் காட்டினான்.

ஒருவாறு திருப்திப்பட்டுக்கொண்ட அவள் மொடாக்களைப் பார்த்தபடியே போனாள். இந்த ஒரு வரிசையோடு சரி, இனிமேல் இப்படி மொடாவை எடுக்கக் கூடாது என்று கெஞ்சும் தொனியில் சொன்னாள். 'சரி சரி' என்று பெரியவன் தலையசைத்தான். அவன் முகத்தில் அப்போதும் சிரிப்பு. இதிலே அவனுக்குக் கொஞ்சம்கூட வருத்தமே இல்லையா? அதுவுமன்றிச் சிரிக்கிறானே. வீட்டுக்குள் பாதுகாத்து வைத்திருந்த மொடாக்களை வெட்டவெளியில் தூக்கிப் போட்டுத் துடிக்கச் செய்யும் வலி அவனுக்குத் தெரிய வில்லை. அவனைப் பொருத்தவரை காலியாய்க் கிடக்கும் மொடாவை வெளியே கொண்டுவந்து ஏதோ பயன்பாட்டுக்கும் உரியதாக்கிவிட்ட சந்தோசம். பிள்ளைகள் சந்தோசப்பட்டால் சரிதான். இன்னும் நான்கு அடுக்கு மொடாக்கள் இருக்கின்றன. அவை போதும். அவற்றைக் காப்பாற்றிக்கொள்ளவேண்டும்.

வாசல் தெளிக்கச் சாணம் எடுத்துவரக் கட்டுத்தரைப் பக்கம் போவதுண்டு. இப்போது அதை நிறுத்திவிட்டாள். மருமகளின் நடமாட்டம் கட்டுத்தரைப் பக்கம் அதிகமாக இருந்தது மட்டும் காரணமல்ல. அங்கே போய் மொடாக்கள் சீரழியும் அவலத்தைப் பார்த்தால் தாங்க முடியாது. மாடு முட்டியோ கால் பட்டோ உடைந்தாலும் சரி, அதைப் பற்றிக் கவலைப்படக்கூடாது. உள்ளே இருப்பவற்றைப் பாதுகாப்பாக வைத்துக்கொண்டால் போதும். தன் காலம் வரைக்கும் அவற்றைப் பத்திரப்படுத்தி வைத்திருப்பதாகவும் அதற்குப் பின் என்ன நடந்தாலும் தான் பார்க்கப் போவதில்லை என்றும் மகள் வரும்போது சொன்னாள். அம்மாவைப் புதைக்கும் குழியின் கால்மாட்டில் தண்ணீர்க்குடம் வைப்பதற்குப் பதிலாக மொடாவை வைத்துவிடலாம் என்று பேசிச் சிரித்தார்கள்.

வீட்டில் பெரிய கிடாவெட்டு விசேசம் வந்தது. பல வருசங்களாக வைத்திருந்த நேர்த்திக்கடன்களை எல்லாம் ஒன்று சேர்த்து ஐந்து கிடாக்கள் வெட்டினார்கள். ஐந்து கிடாக்கறிக்கு ஏற்ற மாதிரி பெரிய அளவுக்கு ஓரம்பரைகளை அழைத்திருந்தார்கள். வெறும் கறி போட்டால் யாருக்குப் பிடிக்கும்? கறி விருந்து என்றால் இலைக்கு முன்னால் சாராய டம்ளர்கள் வைக்க வேண்டும். அவள் புருசன் ஆட்களைக் கூட்டி வந்து வீட்டிலேயே அடுப்புப் போட்டுக் காய்ச்சினான். பத்துப் பாட்டில் சாராயமாவது வேண்டும். ஊறல் போடவும் காய்ச்சி வடிக்கவும் நான்கைந்து மொடாக்கள் தேவை. அரசாங்கம் என்னதான் தடை செய்திருந்தாலும் உள்ளூர்க் கலை இந்த மாதிரி ரகசியமாக வாழ்ந்துகொண்டிருப்பதைத் தடுத்துவிட முடியாதுதான். இப்போதைய குயவர்களுக்கு அடுக்கு மொடா செய்யும் தேவையுமில்லை. தெரியவும் தெரியாது. வீட்டு அடுக்கிலிருந்து நான்கு மொடாக்களைச் சாராயம் காய்ச்ச அவள் புருசன் தூக்கிக் கொடுத்தான். அவளை ஒரு பார்வை பார்த்தபடிதான் அதைச் செய்தான். இருவர் பார்வையும் சந்தித்துக் கொண்டபோது நானென்ன செய்யட்டும், தேவைப்படுகிறதே என்னும் செய்தியை அவளுக்கு உணர்த்தினான். சாராயம் என்றால் கட்டியிருக்கும் கோவணத் துணியையும் கழற்றிக் கொடுக்கும் ஆள் நீ, உனக்கு இந்த மொடாக்கள் எம்மாத்திரம் என்று நினைத்துக்கொண்டாள். திருவிழா சமயம் என்பதால் தன் ஆத்திரத்தை உள்ளேயே அடக்கிக்கொண்டாள்.

அதிலே இரண்டடுக்குகள் கலைந்துவிட்டன. போன மொடாக்களைப் பற்றி நினைக்கக்கூடாது என்று அடிக்கடி தன் மனதுக்குச் சொல்லிக் கட்டுப்படுத்திக்கொண்டு கறி விருந்தில் சந்தோசமாக இருப்பதாகக் காட்டிக்கொண்டாள்.

சாராயம் காய்ச்சப் போன மொடாக்களை அவள் மறுபடியும் பார்க்கவில்லை. இருக்குமிடம் தெரியாமல் பாந்தமாக வீட்டுக்குள் இருந்தவை அவை. கர்ப்பிணிப் பெண்போல எப்போதும் வளமை நிறைந்து பொலிந்தவை. கேவலம் சாராயம் காய்ச்ச எடுத்துப் போட்டிருக்கிறானே என்ன மனிதன் இவன் என்று புருசனைத் திட்டித் தீர்த்தாள். கிடா வெட்டுவதாக நேர்த்திக் கடன் செய்தவளே அவள்தான். அதனால் எல்லாவற்றையும் மனதுக்குள் போட்டு அடக்கிக்கொண்டாள்.

இருக்கும் இரண்டு அடுக்குகள் பற்றியே இப்போது கவலை. அவற்றை எந்தச் சமயத்தில் கலைப்பார்களோ எனப் பயந்தாள். எல்லாரும் திட்டமிட்டு மொடாக்கள் மேலேயே எப்போதும் கண்ணாக இருப்பதாக அவளுக்குத் தோன்றியது. மொடாவை எடுப்பவர்கள் தன்னிடம் ஒரு வார்த்தைகூடக் கேட்பதில்லை என்பதில் பெரிய ஆதங்கம். இப்படி இப்படி அதனால் இதை எடுத்துக் கொள்கிறேன் என்று அவளுக்குத் தகவல் தெரிவித்தால்கூடப் போதும். தாய் வீட்டுச் சீராக அவள் கொண்டுவந்த மொடாக்கள் என்பதையே எல்லாரும் மறந்துவிட்ட மாதிரி இருந்தது. அதை எவ்விதம் அவர்களுக்கு நினைவுபடுத்துவது என்றும் தெரியவில்லை. தான் வெளியே போயிருக்கும்போதோ தூங்கிக்கொண்டிருக்கும்போதோ திடுமென இரண்டைத் தன் கண்முன்னாலேயே எடுத்துக்கொண்டு போனால் தான் என்ன செய்ய முடியும்? மொடா மீதான உரிமை எதுவும் தனக்கில்லை என்பதையும் இருக்கும்வரை கண்ணில் பார்த்துக்கொள்ளலாம் என்பதையும் அவள் புரிந்துகொள்ளவே ரொம்ப நாளானது.

சின்னவனோடு படிக்கும் பையன் ஒருவன் வீட்டுக்கு வந்திருந்தான். மொடாக்களைப் பார்த்துவிட்டு ஆச்சர்யமாகக் கத்தினான். எவ்வளவு பெரிசு என்று வியந்தான். நகரத்தில் வளர்ந்தவன் அவன். எதைப் பார்த்தாலும் அதைத் தன் உடைமை ஆக்கிக்கொள்ள வேண்டும் என்றும் அதன் பயன்களை முழுமையாக நுகர்ந்துவிட வேண்டும் என்றும் தீவிரமாகச் சிந்திப்பவன். அரசின் தொல்பொருள் துறை வளாகத்தில் கவனிப்பாரற்றுக் கிடக்கும் பழங்காலப் பொருள்களின் நிலையோடு மொடாக்களை ஒப்பிட்டுப் பார்த்தான். பராமரிப்பில் நன்றாகவே இருந்தாலும் குகை போன்ற இந்த வீட்டு இருளுக்குள் இவை புதைந்து கிடக்கின்றனவே என்று யோசித்தான். மொடாக்களைப் பற்றிய விவரங்களை அவளிடம் கேட்டான். அவளுக்கு அப்படி ஒரு சந்தோசம்.

பேரப்பிள்ளைகள்கூட மொடாவைப் பற்றிச் சொன்னால் கேட்பதில்லை. இத்தனைக்கும் கதைபோலத்தான் சொல்வாள்.

சிலசமயம் ஏதாவது கதை சொல்லும்போது அதற்குள் மொடாக்களை நுழைத்துவிடுவாள். பூதமோ மந்திரவாதியோ மொடாவுக்குள் ஒளிந்துகொண்டிருப்பதாகச் சொல்லி அந்த மொடாவைப் பற்றி விவரிப்பாள். மொடாவின் அழகு, வழவழப்பு, பயன்பாடு, ஒவ்வொருவரும் மொடாவின் மேல் கொண்டிருக்க வேண்டிய விசுவாசம் என்று அவள் விவரிப்பு நீளும். குழந்தைகள் மனத்தில் பதிய வைத்துவிட்டால் மொடாவை எக்காலத்திலும் காப்பாற்றிவிடலாம் என நினைத்தாள். அவள் தந்திரம் குழந்தைகளுக்குப் புரியும். கதையை மேலே சொல்லு என்பார்கள். மொடாவைப் பற்றி இன்னும் கொஞ்சம் நீட்டினால் குழந்தைகள் எழுந்து ஓடிவிடுவார்கள் என்பது அவளுக்குத் தெரியும். அதனால் சட்டென்று கதைக்குப் போய்விடுவாள். அவள் சொல்லும் எந்தக் கதையிலும் நான்கைந்து முறை மொடா வரும் என்பது புரிந்ததால் யாரும் கதை கேட்கவே வருவதில்லை.

சின்னவனின் நண்பனுக்கு மொடாவைப் பற்றி விவரித்தாள். தன் அம்மாவின் அம்மா காலத்தது என்பதில் தொடங்கி அவற்றை எடுத்து வந்தது, தவசங்கள் போட்டு வைத்திருந்தது என எல்லாவற்றையும் சொன்னாள். மொடாவை உதாசீனப்படுத்துவது எவ்வளவு தவறு என்பதற்கான காரணங்களை அடுக்கினாள். கட்டுத்தரை, சாராய விசயங்கள் மட்டும் வரவில்லை. பொத்தாம்பொதுவாக எல்லாம் போய் இரண்டு வரிசைகள்தான் இருக்கின்றன எனச் சொல்லிப் பெருமூச்சு விட்டாள். அவள் சொன்ன விவரங்கள் அவனுக்கு எந்த அளவுக்கு ஆர்வம் ஊட்டின என்பது தெரியவில்லை. அடிக்கடி மொடாக்களைத் தொடுவதும் தடவிப் பார்ப்பதும் என்றிருந்தான். மொடாக்கள் மேல் அவன் ஆர்வத்தைப் பார்த்துப் பிரியமாக என்னென்னவோ சமைத்துப் போட்டாள். இந்த வயசில் ஒரு பையன் மொடா மேல் இத்தனை ஈடுபாட்டோடு இருப்பது அபூர்வம். பையன் என்றால் இப்படி இருக்கவேண்டும் என்று தன் மகன்களிடம் சொல்லிச் சிரித்தாள்.

சின்னவனும் அவன் நண்பனும் தனியாகக் காட்டுப்பக்கம் போனபோது தன் தந்தை கட்டிக்கொண்டிருக்கும் வீட்டில் அழகான சிறு தோட்டம் அமைப்பதாகவும் அதில் இந்த மொடாக் களை வைத்தால் அழகாக இருக்கும் என்று நினைப்பதாகவும் சொன்னான். அம்மாவிடம் கேட்டால் கொடுப்பாளா என்பது அவன் சந்தேகம். மொடாக்கள் வீட்டுக்குள் அடைந்து பழமைத் தோற்றத்தைத் தருவதை விரும்பாத சின்னவன் தன் நண்பனுக்கு உபாயம் சொல்லிக் கொடுத்தான். தோட்டத்தில் வைப்பதாகக் கேட்க வேண்டாம் எனவும் வரவேற்பறையிலும் சாமியறையிலும் வைக்கப் போவதாகச் சொல்லலாம் எனவும் வழி

சொன்னான். அது பலித்தது. தன் மொடாக்கள் இப்போதுதான் பொருத்தமான இடத்திற்குப் போவதாக அவள் நினைத்தாள். அவற்றின் அருமை தெரிந்தவனுக்குத் தூக்கிக் கொடுப்பதில் பெருமைப்பட்டாள். தன் வீட்டில் அதன் இடம் காலியாவதைப் பற்றிக் கவலைப்படவில்லை. எங்கிருந்தாலும் நன்றாக இருந்தால் சரி என்று நினைத்தாள்.

மினிடோர் வண்டி ஒன்றைக் கொண்டுவந்து அதில் மொடாக்களை ஏற்றினார்கள். அடியில் காகித அட்டைகளைப் போட்டு அடுக்கி அசையாமலிருக்க இரண்டு ஆட்களை நிறுத்திப் பெரும் பாதுகாப்போடு கொண்டுபோனதைப் பார்க்க அவள் கண்களில் நீர் துளிர்த்தது, மாட்டு வண்டியில் சீர் கொண்டுவந்த காலம் நினைவுக்கு வந்திருக்கலாம். அம்மாவை ஏமாற்றுகிறோமோ என்னும் சந்தேகத்தை நண்பன் கேட்டபோது அவன் முதுகில் தட்டிக்கொடுத்துச் சின்னவன் சாதாரணமாகச் சொன்னான். வீட்டுக்குள் வைப்பதாகச் சொன்னோம், வீட்டுக்கு வெளியே வைக்கப்போகிறோம், எப்படியிருந்தாலும் வீட்டில்தானே. நாம் சொன்ன சின்னப் பொய் ஒன்று அம்மாவுக்குப் பெரிய சந்தோசத்தைக் கொடுத்திருக்கிறது என்றால் அது நல்லதுதானே. என்றெல்லாம் சொல்லித் தேற்றிவிட்டு 'மொடாவ வெச்சிருக்கறதுக்குப் பொருத்தமானவனத்தான் அம்மா புடிச்சிருக்கறா' என்று கேலியும் செய்தான்.

அந்தப் பையனின் நல்ல குணங்களைப் பற்றி அடிக்கடி அவள் பேசிக்கொண்டிருந்தாள். அடுத்த முறை வரும்போது அவனை அழைத்துக்கொண்டு வா என்று ஒவ்வொரு முறையும் சொல்லியனுப்பினாள். 'நீ அவன் வீட்டுக்குப் போனாயா? மொடாவைப் பத்திரமாக வைத்திருக்கிறானா? என்னவெல்லாம் செய்கிறான்?' என்று கேள்விமேல் கேள்வி கேட்டாள். சிலசமயம் ஏதாவது பதில் சொல்லிச் சமாளித்தான். பலசமயம் எரிச்சல் பட்டுக் கத்தினான். உண்மையில் மொடாவைப் பற்றி நண்பனிடம் ஒருபோதும் அவன் விசாரிக்கவேயில்லை. நண்பனும் சொல்லவில்லை. அது ஒரு விஷயமாகவே அவர்களுக்கு இல்லை. பங்களாவின் தோட்ட மூலை ஒன்றில் மொடாக்கள் வைக்கப்பட்டிருக்கலாம் அல்லது கிடக்கலாம். அவ்வளவுதான்.

தேர்த்திருவிழா வந்தபோது ஊர் சார்பாகத் தண்ணீர்ப் பந்தலும் நீர்மோர்ப் பந்தலும் அமைத்தார்கள். அதற்குத்தான் அன்பளிப்பாக அவள் இரண்டு மொடாக்களைக் கொடுக்க வேண்டி இருந்தது. பொதுக்காரியத்தில் அவள் பங்கு பெற்றால் வீட்டுக்கு நல்லது என்றும் திருவிழா முடிந்ததும் மொடாக்கள் கோயிலுக்குள் வைக்கப்படும் என்றும் உறுதிமொழி கொடுத்து

அந்த மொடாக்களைப் பெற்றார்கள். ஊரில் எந்த வீட்டிலும் மொடாக்கள் இல்லை என்றும் மொடாவின் அருமை இந்தக் காலத்தவர்களுக்கு எங்கே தெரிகிறது என்றும் ஊர்ப் பெரியவர்கள் புலம்பிப் பாதுகாப்பாக வைத்திருக்கும் அவளைப் புகழ்ந்தார்கள். புகழ்ச்சியைப் போலக் காரியம் சாதிக்கும் கருவி வேறேதுமில்லை.

கோடை மதியமொன்றில் ஓய்வாக வீட்டுக் காரையில் படுத்திருந்தபோது கிழக்குச் சுவர்ப்பக்கம் பார்வை திரும்பியது. ஒரு மூலையில் குன்னுமொடா ஒன்றே ஒன்று மிஞ்சி இருப்பது தெரிந்தது. எப்படி இருந்த வீடு. இப்படி வெறிச்சோடிப் போய்விட்டதே என்று எண்ணிப் பெருமூச்சு விட்டாள். இருக்கும் ஒன்றையாவது கடைசிகாலம் வரைக்கும் வைத்துக் காப்பாற்றிவிட வேண்டும். அப்போதுதான் வாழ்ந்ததற்கு அர்த்தம் என்று தீவிரமாகச் சொல்லிக்கொண்டாள். ஒன்றே ஒன்றாக இருந்தாலும் குன்னுமொடாவின் இருப்பே பெரிய தைரியத்தைக் கொடுத்தது. தன் அம்மாவோ அம்மாயியோ கூடவே இருப்பதுபோல உணர்ந்தாள். வீட்டில் தனியாக இருக்கும் உணர்வே தோன்றாது. பெரிய மனுசி ஒருத்தி வீட்டு மூலையில் படுத்துக்கொண்டு தன் செயல்களை எல்லாம் கவனிப்பதாக நினைத்தாள். குன்னுவைப் பார்த்துச் சிரிக்கவும் அதட்டவும் செய்தாள்.

ஆனால் அந்த மொடாவையும் அவளே வெளியே தூக்கிக் கொண்டுவரும்படி ஆகிவிட்டது. சுண்டெலி ஒன்றால் வந்த வினை. எப்படியோ உள்ளே வந்து புகுந்துகொண்ட சுண்டெலி ஒரு பொருளையும் திறந்து வைக்க விடவில்லை. காய்களைச் சுரண்டித் தின்றுவிடும். தக்காளியை முழுவதுமாகத் தின்று தீர்த்தால் பரவாயில்லை. ஒவ்வொரு தக்காளியையும் கொஞ்சம் கொஞ்சம் கடித்து வைக்கும். தக்காளிக்குப் பாதுகாப்பு செய்ததும் வெங்காயத்தைக் கடித்துத் தின்றது. தூக்கில் போட்டிருந்த சேலையைக் கொரித்திருந்தது. ஒன்றிரண்டு முறை ஓடும்போது அதைப் பார்த்தாள். ஆனால் அடிக்குச் சிக்கவில்லை.

அந்தப் பகல் நேரத்தில் கண்ணில் பட்ட சுண்டெலியை விரட்டிக்கொண்டு போனாள். வெளியே இருந்த பெரியவனைக் கூப்பிட்டாள். அங்கே இங்கே ஓடிச் சட்டென்று மொடாச் சந்துக்குள் போய்ப் புகுந்துகொண்டது. மொடாவை அசைத்தும்கூட அது வெளியே வரவில்லை. பெரியவன் மெதுவாக மொடாவைத் தூக்கினான். அடியே இருந்த பிரிமணையின் விளிம்பை ஒட்டி எலி படுத்திருந்தது, விளக்கமாற்றால் ஒரே போடு. மொடாதான் அதற்குப் பாதுகாப்பான இடமாக இருந்திருக்கிறது. இதை எதற்கு உள்ளே வைத்திருக்கிறாய் என்று பெரியவன்

எரிச்சலோடு சொன்னதும் எலி கொடுத்த தொந்தரவுகளும் சேர்ந்து அவளுக்கே மொடாவின்மேல் கோபத்தை ஏற்படுத்தியது. இன்னொரு எலி வந்து அண்டாமல் இருக்க மொடாவை வெளியே கொண்டுபோய்ப் போட்டுவிடலாம் என்று அந்தக் கணத்தில் முடிவெடுத்தாள்.

அவளால் தூக்க முடியவில்லை. வயதாகிவிட்டதாக உணர்ந்தாள். மகனின் உதவியுடன் வெளியே கொண்டுவந்தாள். வாசல் வெளி பரந்திருந்தபோதும் அதற்குப் பாதுகாப்பான இடம் எது என்று தேடினாள். வாசல் ஓரத்தில் பருத்து வளர்ந்திருந்த வேம்பின் அடிப்பகுதியை ஒட்டி மொடாவை வைத்தாள். மொடாவுக்குள் பழைய துணிமணிகள் சில, எப்போதாவது ஆகும் என்று சுருட்டிப்போட்ட கயிறுகள் கிடந்தன. இப்படியே வைத்தால் இதற்குள் பாம்பு வந்து குடியிருந்தால்கூடத் தெரியாது என்றான் பெரியவன். எல்லாவற்றையும் வெளியே எடுத்துவிட்டு மொடாவைக் கவிழ்த்து வைத்தாள். மண்ணிலிருந்து முட்டிய அரக்க வயிறு போலத் தெரிந்தது. கொண்டுவந்த காலத்தில் இருந்த நிறம்கூட மங்கவில்லை. யாரும் பழையது என்றே சொல்லமாட்டார்கள். இப்பேர்ப்பட்டதை வாசல் வெளியில் தூக்கிப்போட வேண்டியிருக்கிறதே என்று நினைத்தாள். எப்படி யானாலும் கண்முன்னேதான் கிடக்கிறது என்று சமாதானம் கொண்டாள்.

அடுக்கு வரிசை முழுதாக இருந்தபோது வீட்டை அதம் செய்யும் முகட்டெலிகள் மொடாச் சந்துகளுக்குள் புகுந்து புகுந்துதான் ஓடும். விரட்டியடித்தும் எலிப்பூண் வைத்தும் அவற்றை ஓட்டுவாள். ஒருபோதும் மொடா வரிசையைக் கலைக்க வேண்டும் என்று தோன்றியதில்லை. சாதாரணச் சுண்டெலி ஒன்றிற்காகக் கடைசி மொடாவை வெளியே தூக்கிவந்து போட்டாள். வாசலுக்கு வரும்போதெல்லாம் மொடாவின்மீது பார்வை ஓடும். ராத்திரியில் எழுந்து வரும்போதும் அதன் பக்கம் கண்ணோட்டுவாள். தேமேவென்று அதுபாட்டுக்குக் கிடக்கும். தான் அந்த வீட்டுக்கு வந்த நாளில்தான் மொடாவும் வந்தது. அந்த வீட்டோடு இருவருக்குமே ஒரே அளவு நெருக்கம். இப்போது அவள் உள்ளே. அது வெளியே. வெள்ளாட்டுக் குட்டி ஒன்று அதன்மேல் ஏறிக் குதித்து விளையாடியபோது பதறி ஓடிவந்து விரட்டினாள். ஒன்றிரண்டு சாக்குகளை அதன்மேல் போட்டு மூடிவைத்தாள். யாராவது வீட்டுக்கு வரும்போது அதில் உட்கார்ந்துவிடாமல் கவனமாகப் பார்த்துக்கொண்டாள். ஆள் உட்கார்ந்தால்கூடத் தாங்கும். அத்தனை கனமான மொடாதான். ஆனாலும் எச்சரிக்கையோடு இருந்தாள்.

அவள் கண்காணிப்பில் இருந்த மொடா வெயில் அடித்தபோது வேம்பின் நிழலால் வெம்மை ஏறாமல் தப்பித்தது. வீட்டுக்குள் இருந்தபோதைய குளுமை கிடைக்கவில்லை. மழைக்காலத்தில் சடசடவெனச் சொட்டுக்கள் விழுந்து தெறித்தன. அதன் வாய்ப் பகுதி முழுவதும் மண் அப்பியது. மழைக்காலம் முடிந்ததும் நன்றாகத் துடைத்து வாயை மேலே நிமிர்த்திக் காற்றாட விட்டாள். வாய் மூடியிருந்த மண்பகுதி துளியும் நனையாமல் இருந்தது. தன்னால் முடிந்ததை அது செய்துகொண்டுதான் இருக்கிறது எனத் திருப்திப்பட்டாள். பேச்சுத் துணைக்கு யாருமே இல்லாத பொழுதுகளில் திண்ணையில் உட்கார்ந்தபடி மொடாவைப் பார்த்துப் பேசிக்கொண்டிருந்தாள். அதனோடு பேசுவதற்கு அவளுக்கு எத்தனையோ விசயங்கள் இருந்தன. அடிக்கடி 'நீயும்தானே பார்த்துக்கொண்டிருந்தாய், உனக்குத் தெரியாதா' என்றெல்லாம் மொடாவைப் பார்த்துச் சொன்னாள். அம்மாயிக்கும் அம்மாவுக்கும் அதனோடு இப்படித் தனியாகப் பேச வாய்த்திருக்குமா தெரியவில்லை.

அவள் தன் குறைகளை ஒருசேர அள்ளிக் கொட்டினாலும் மொடா கேட்டுக்கொண்டேயிருக்கும். அவள் வார்த்தைகளை உறிஞ்சி இழுத்துத் தன் பெருவயிற்றுக்குள் அடக்கிக்கொள்ளும். அது அவளுக்குச் சொல்ல முடியாத ஆறுதலைத் தரும். மொடாவோடு பேசத் தேவையில்லாதபடி வருசத்திற்குச் சில நாட்கள் அவளுக்குக் கிடைக்கும். பேரன் பேத்திகள் வந்து தங்கியிருந்து கும்மாளம் போடுவார்கள். அப்போது அவர்களைக் கவனித்துக்கொள்ளவும் பார்த்து ரசிக்கவுமே சரியாக இருக்கும். மொடா கண்ணில் பட்டாலும் மனதில் பதியாது. அப்போதெல்லாம் மொடாவுக்குப் பெருங்கோபம் ஏற்பட்டு உறுமும். வருசம் முழுக்கத் தான் வேண்டியிருக்கிறது, பேரன் பேத்திகளைப் பார்த்துவிட்டால் தான் தேவையில்லாமல் போய்விடுகிறோம் என்று அது நினைத்திருக்கக்கூடும்.

அந்த வருசம் குழந்தைகளால் நிறைந்திருந்தது வீடு. மகன்கள், மகள் எல்லாரும் வந்திருந்தார்கள். முகத்தில் பூரிப்போடு அவள் உலவினாள். மருமகள்களுக்குச் சமையல் தொடர்பான கட்டளைகளைப் பிறப்பிப்பதும் கேட்கும் ஏதாவது பொருள் இருக்கும் இடத்தைச் சுட்டிக் காட்டுவதும் அவளுக்குச் சந்தோசம் கொடுத்தன. வீடு முழுக்கத் தன்னுடைய ஆளுகைக்கு உட்பட்டது என்பதை இருந்த இடத்திலிருந்தே உறுதிபடுத்திக் கொண்டிருந்தாள். குழந்தைகள் கண்ணாமூச்சி விளையாடின. பிடிக்கப் போகும் குழந்தையின் கண்களை தன் இரு கைகளாலும் மூடிக் 'கண்ணாங் கண்ணாங் மூச்சு காட்டுத்தல மூச்சு... ஊள

மொட்டத் தின்னுட்டு நல்ல மொட்டக் கொண்டுவா' என்று பாடி 'ஓடு' என விரட்டும் வேலை அவளுக்கு. உட்கார்ந்தபடியே அந்த விளையாட்டில் மும்முரமாகக் கலந்துகொண்டாள். கலகலப்பாகப் போய்க்கொண்டிருந்த தருணத்தில் பெரிய பேரன் 'போண்டி'யாக இருந்தான். ஒளிந்திருந்த எல்லாரும் வந்து சேர்ந்திருந்தார்கள். மகள் வயிற்றுப் பேத்தியை மட்டும் கண்டுபிடிக்க முடியவில்லை.

வீட்டைச் சுற்றியும் வீட்டுக்குள்ளும் கண்ணுக்கு எட்டிய வெளிப்புறங்களிலும் பேரன் ஓடி ஓடித் தேடினான். குழந்தையைக் கண்டுபிடிக்க முடியவில்லை. எங்காவது ஒளிந்திருப்பாள். போக்குக் காட்டுகிறாள் என்றிருந்த அலட்சியம் நேரமாகியும் அவள் வரவில்லை என்றதும் பரபரப்பை உண்டாக்கியது. பெரியவர்கள் குழந்தைகள் எல்லாரும் சேர்ந்து தேடினார்கள். குழந்தையின் பெயரைச் சொல்லிக் கூப்பிட்டுப் பார்த்தார்கள். எங்கிருந்தும் பதில் இல்லை, வீட்டைவிட்டு வெகுதூரம் போய் எங்காவது காட்டுக்குள் ஒளிந்திருப்பாளா என்று யோசித்தார்கள். வீட்டுப் பகுதியைக் கடந்து போகக் கூடாது என்பது விளையாட்டின் அடிப்படை விதி. எங்கே போயிருக்க முடியும்? அவள் மகள் அழுது புலம்பத் தொடங்கிவிட்டாள். குழந்தைகள் விளையாட்டில் தானும் இருந்ததால் தேடும் பொறுப்பு தனக்கு அதிகம் இருப்பதாக அவள் நினைத்தாள். எல்லாரையும்விட அந்த வீட்டையும் சுற்றுப்புறத்தையும் அதிகம் அறிந்தவள் அவள்தான்.

குழந்தைக்கு ஏதாவது ஆகிவிட்டால்? குற்றம் முழுவதையும் அவள்மேல் தூக்கிப் போடுவார்கள். வருசத்தின் சிலநாள் வருகைகூட நின்றுபோகும். பரபரத்த மனதைச் சற்றே அடக்கி எங்கே ஒளிந்திருக்க முடியும் என்று நோட்டம்விட்டாள். வேம்பின் பின்னால் ஒளிந்திருந்த மொடா கள்ளப் புன்னகை புரிந்தது. வேகமாக அதனருகே ஓடினாள். அதன் வாய்ப்பகுதி நகர்ந்திருந்தது. அவள் எண்ணத்தை அறிந்தபடி பின்னால் வந்தவர்கள் மொடாவின் கழுத்துப் பகுதியை இரு கைகளாலும் பற்றி மெல்லத் தூக்கினார்கள். உள்ளிருந்த குழந்தை மண்ணில் சரிந்தாள். இத்தனை பெரிய மொடாவை எப்படித் தூக்கி உள்ளே போனாள்? அதற்குள் போய் ஒளிந்துகொள்ள வேண்டும் என்று எப்படித் தோன்றியது? உள்ளே போனபின் குழந்தையால் தூக்கித் திறந்திருக்க முடியாது. உள்ளிருந்து கூப்பிட்டால் வெளியே கேட்காது. மொடாவின் மேலே சாக்குகளைப் போட்டு மூடியிருந்ததால் துளி சத்தம்கூட வெளியே வராது. எத்தனை நேரம் கத்திக் குழந்தை ஓய்ந்தாளோ?

நல்லவேளை, மயக்கம்தான். காற்றாடப் படுக்க வைத்து லேசாகத் தண்ணீர் தெளிக்கவும் சிறிது நேரத்தில் குழந்தை விழித்துப் பார்த்தாள். அவள் மகள் குழந்தையை நெஞ்சோடு சேர்த்தணைத்துக் கதறினாள். அவள் மொடாவைப் பார்த்தாள். வாய் திறந்து நேராக நின்றிருந்த மொடா தன்னை நோக்கி எல்லாரையும் ஈர்த்துவிட்ட மமதையோடு வெற்றிக் களிப்பில் சிரிப்பதாகப் பட்டது. ஒருபோதும் இல்லாத கோபத்தோடு மொடாவையே வெறித்தாள். எல்லா மொடாக்களும் கைவிட்டுப் போய்விட்டபோதும் ஒண்டியாக இங்கேயே உட்கார்ந்திருந்தது உயிரைக் குடிக்கத்தானா? இரண்டு நாள் பேசாமல் எல்லாவற்றை யும் வேடிக்கை பார்த்துக்கொண்டு உன்னால் உட்கார்ந்திருக்க முடியாதா? இப்படிச் செய்தால் உன்னை யார் மதிப்பார்கள்? கண்டபடி மொடாவைத் திட்டினாள். அது கல்போல நின்றது. இப்போது வாய் மேலே இருந்தது. வெகுநாள் கழித்து ஆசுவாசமாய் மூச்சு விடும் சந்தோசத்தை அனுபவிப்பதாகத் தோன்றியது. யார் கண்ணுக்கும் படாமல் வேறேதாவது இடத்திற்கு நகர்த்திவிடலாமா என யோசித்தாள்.

அப்போது பற்களை நரநரவென்று கடித்துக்கொண்டு அவள் மகள் எழுந்தாள். வெளியே ஓடிக் காட்டுக்குள் கிடந்த கருங்கல் ஒன்றை இரண்டு கைகளிலும் பற்றித் தூக்கி வந்தாள். ‘அய்யோ வேண்டாம் வேண்டாம்‘ என்று பெருமாயி கத்தியது மகளுக்குக் கேட்கவேயில்லை. ஓங்கிய கல்லை மொடாவின் மேல் வெறியோடு போட்டாள். குறி தவறிக் கல் மொடாவைத் தாண்டிப் போய் விழுந்தது. மொடாவை எட்டி உதைத்துத் தள்ளிக் கல்லை மறுபடியும் தூக்கி அதன் பெருவயிற்றில் போடப் போனபோது அவள் ஓடிவந்து குறுக்கே பாய்ந்தாள். ‘வேண்டாம் உட்ரு’ என்று கெஞ்சினாள். ஒருகையால் அவளைத் தள்ளிவிட்டுக் கல்லைப் போட்டாள் மகள். கல் மொடாவின் கழுத்தில் பட்டு ஓட்டை விழுந்தது. மகள் மறுபடியும் கல்லைத் தூக்கிக்கொண்டு வந்தாள். ‘அத ஒன்னும் பண்ணீராத’ கதறியபடி மொடாவை அவள் மறைத்து நின்றாள். கண்ணீர் முகத்தை மூடியிருந்தது. யாரோ வந்து அவளை வலுக்கட்டாயமாக இழுத்துச் சென்றார்கள். கலவரம்போலப் பொருளற்ற எல்லார் பேச்சுக் குரலுக்கு இடையிலும் மொடா சிறுசிறு ஓடுகளாய் நொறுங்கிச் சிதறும் சத்தம் மட்டும் அவளுக்குத் தெளிவாகக் கேட்டது.

●

***உயிர் எழுத்து*, ஜூலை 2010**

உனக்கு என்ன வேணுமய்யா?

ஐப்பசி மாதத்து நிலா காடெல்லாம் பொழிந்தது. எல்லாரும் ஆச்சர்யப்பட்டு அதையே பேசிக்கொண்டிருந்தார்கள். காட்டுக் கருப்பனாருக்கு ஒவ்வொரு வருசமும் மழையில்தான் பொங்கல். தேடிச் சேர்த்து வைத்த விறகுச் சுள்ளிக்கட்டும் பொங்கல் பானையுமாக வாசலையே பார்த்தபடி உட்கார்ந்திருக்க வேண்டும். மழைத்தூறல் அடங்கிக் குசுகுசுப் பேச்சாய் ஒன்றிரண்டு துளி விழும் சத்தம் மட்டும் கேட்கும் தருணம் பார்த்து அவசரமாய் ஓட வேண்டும். மீண்டும் மழை வலுக்கும்முன் பொங்கல் பொங்கிவிட்டால் கருப்பனார் கருணை. அடுப்பு அணைந்து மறுபடி மறுபடி பற்ற வைத்துப் பொங்கல் வேலையை முடிப்பதற்குள் பெண்களுக்குப் பெரும்பாடு. ஏன்தான் கருப்பனார் பொங்கல் ஐப்பசியில் வருகிறதோ என்று சலிக்காத பெண் இல்லை. ஏரிக்கரை முனியப்பனுக்கு ஐப்பசியில் திருநாள். அதே நாளில் கருப்பனாருக்கும் என்று காலகாலமாக வந்துகொண்டிருக்கிறது.

நேற்றுவரை மழைதான். இன்றைக்குக் காலையிலிருந்து வானம் வெட்டாப்பு விட்டது. ஆனால் இந்த இரவில் இப்படி நிலா இறைக்கும் என யாரும் எதிர்பார்க்கவில்லை. பால மரத்தடி மண்ணுக்குள் மேனி புதைந்து சிறுதலையை வெளிக்காட்டும் கருப்பனாருக்கு முன்னால் பொங்கல் தீ சடசடத்து எரிந்தது. கடலை பிடுங்கிய காட்டின் மண் குளுமையில் பெண்கள் உட்கார்ந்து ஆற அமரப் பழமை பேசினார்கள். பனித்திரையை விலக்கிக் கொண்டு பரவிய நிலவொளி எங்கும் மயக்கத்தைத்

தெளித்துவிட்டிருந்தது. பெண்களின் சிரிப்பொலி அனாதிக் காட்டின் வெகுதூரம் வரை ஒலித்து ஓய்ந்தது.

பாவாத்தாளின் முகம் வெகு நாட்களுக்குப் பிறகு மலர்ந்து பெருமை ஏறியிருந்தது. வயதின் தள்ளாட்டம் திடுமெனக் குறைந்து சின்னப்பிள்ளையாய் அந்தக் காடுகளுக்குள் திரிந்த காலம் மீண்டும் வந்துவிட்டதாய்க் குதூகலித்தாள். சற்றுத் தூரத்தில் பிள்ளைகள் ஓடிப் பிடித்து விளையாடுவது மங்கலாகத் தெரிந்தது. நள்ளிரவில் நிலா வெளிச்சத்தில் இந்த அளவு பார்வை தெரிவது கருப்பனாரால்தான் என்று நினைத்தாள். ‘கருப்பையா… உன்னோட காலடியில எப்பவும் கெடப்பனய்யா… நல்லது பண்ணய்யா’ என்று மனதுக்குள் கைகுவித்துக் கும்பிட்டாள். உறவுக்காரப் பெண்கள் இப்படி விருந்துக்கு வந்து குழந்தை குட்டிகளோடு பேசிச் சிரித்து எத்தனையோ வருசமாகிவிட்டது. எல்லாமும் கருப்பனாரால்தான் நடந்திருக்கிறது என நினைக்கவும் பெருமிதமாக இருந்தது. கொண்டாட்டம் கூட்டத்தில்தான் உருவாகிறது.

மட்ட மத்தியான வெயில் வேளைகளில் பால மரத்தடி நிழலில் வந்து உட்கார்ந்துகொண்டு புற்களுக்கிடையே மறைந்திருக்கும் கருப்பனாரிடம் மனம் நெகிழ்ந்து கண்ணீர் சிந்தித் தன் கவலைகளை எல்லாம் கொட்டுவாள். வயதான காலத்தில் அவள் பேச்சைக் கேட்க வேறு நாதி ஏது? அவளுக்கும் என்ன பெரிய கவலைகள்? சொன்னபடி கருப்பனாருக்கு எதுவும் செய்ய முடியவில்லையே என்னும் ஆதங்கம்தான். சின்னப் பிரச்சினையிலிருந்து குடும்பத்தையே குலை நாசமாக்கும் பிரச்சினைகள்வரை எல்லாவற்றிற்கும் கருப்பனாரின் காலடியைப் பிடித்து அவரிடம்தான் வேண்டுதல் வைத்திருக்கிறாள். ஈத்துக்கு ஐந்து குட்டிபோடும் வெள்ளாடு ஒன்று முதிய காலத்தில் சினையானபோது அது நல்லபடியாக ஈன்றால் உனக்கு ஒரு கிடா என்று கருப்பனாரிடம் வாக்குக் கொடுத்தாள். கம்மம்பூட்டை பொறுக்குகையில் ஈக்கி கண்ணில் குத்தி ஒருவாரமாகச் சிவந்து கிடந்தபோது ‘கண்ணக் காப்பாத்திக் கொடய்யா. உனக்குக் கெடா ஒன்னக் கொடுத்தர்றன்’ என்று வேண்டினாள்.

அவள் மகன் கன்னையன் மாமனார் வீட்டோடு இருந்தான். மருமகள் செல்லம்மா வீட்டுக்கு ஒரே பெண். கொஞ்சம் மேட்டுக்காடு இருந்ததால் அதைப் பார்த்துக்கொள்ளக் கன்னையனும் அங்கேயே போய்விட்டான். ஒத்தைக்கு ஒரு மகன் மாமனார் வீட்டோடு போனாலும் பாவாத்தா கவலைப் படவில்லை. இங்கிருக்கும் கையகல நிலத்தைப் பார்க்க அவள் ஒருத்தியே போதும் என்று நினைத்தாள். ஆனால் கன்னையனுக்கு

மாமனார் வீட்டோடு என்னவோ பிரச்சினை உண்டாகிப் பித்துப் பிடித்ததுபோல ஒருவாரமாகப் பாவாத்தாளின் கொட்டாயில் விட்டம் பார்த்துப் படுத்திருந்தபோது ‘கருப்பையா இது உனக்குத் தகுமா. உன்னயத் தவர எனக்கு ஆரய்யா இருக்கறா. எம்பையனக் கரை சேத்தி உடய்யா’ என்று மாரில் அடித்துக்கொண்டு இறைஞ்சினாள். ‘சொன்ன வாக்கக் காப்பாத்துவனய்யா. வர்ற ஐப்பசி பொங்கலுக்கே இந்தப் பால மரத்தடியில ரத்தம் செதறுமய்யா. தாகம் தீத்துக்கோ’ என்று அப்போதும் கிடா வெட்டும் உறுதி கொடுத்தாள். அவளுடைய பேரனுக்குத் தோலெல்லாம் வெண்பொருக்கு உண்டாகி எங்கெங்கோ பார்த்தும் குணமாகாதபோது ‘அய்யா... என்னோட வம்சத்தக் கொலச்சராத. உனக்கு ரட்டக்கெடா வெட்டி ரட்டப் பொங்க வெக்கறனய்யா’ என்று கருப்பனாரிடம் நீட்டி விழுந்து கதறினாள். இன்னும் இப்படி எத்தனையோ வேண்டுதல்கள்.

காலங்கள் போனாலும் கருப்பனாருக்குக் கொடுத்த எந்த உறுதியையும் அவள் மறக்கவில்லை. இதுவரைக்குமான கணக்குப்படி பதினான்கு கிடாய்களும் பதினான்கு பொங்கலும் கருப்பனாருக்கு அவள் கொடுக்க வேண்டும். ஆனால் தன் வாழ்நாளுக்குள் கருப்பனாருக்குக் கணக்குத் தீர்க்க முடியாது என்று தோன்றிவிட்டது. கன்னையன் எதற்கும் ஒத்துக் கொள்ளவில்லை. அவன் கணக்கே வேறு மாதிரி.

“கண்டதுக்கெல்லாம் வேண்டி வெச்சிருவ. எடுத்துச் செய்யறது யாரு? கெடா வெட்டுன்னா அர மூட்ட அரிசியாவும். பாத்திரம் பண்டம் எலதழ சமையலுக்கு ஆளுக்கீளுன்னு கணக்குப் போட்டா முவ்வாயரமாவுது வேணும். அதில்லாம ஊரு கூப்படப் போவோணும். அவனவன் வந்து எல நெறையக் கொட்டித் தின்னுட்டுப் போறதுக்கு நான் வேலய உட்டுட்டு ஊரூராப் போயி அழைக்கோணும். இதெல்லாம் நம்மளால முடியாது. வயசான காலத்துல என்ன முடியுமோ அத வேண்டிக்கோ. சாமிக்கு வெளக்குப் போடு. தேங்கா ஒடை. ஒருநாளைக்கு முழு அவுசியம் பண்ணு. நம்மளத் தொந்தரவு பண்ற வேல வெச்சுக்காத.”

எப்போதாவது அம்மாவைப் பார்க்க வந்து இந்தக் கருப்பனார் சம்பந்தமாகச் சண்டை போட்டுப் போவது வழக்கமாயிற்று. இதற்காகவே அவன் வருவதில்லை. வந்தேயாக வேண்டும் என்றால் மட்டும் வேண்டா வெறுப்பாகத் தலை காட்டுவான். அவனுக்கு மாமனார் வீட்டுப் பிரச்சினை தீர்ந்து சுமுகம் ஆனதே கருப்பனாரால்தான் என்றால் பல்லைக் கடித்துக்கொண்டு எழுந்து வெளியே போய்விடுவான்.

படுகிடையாகக் கிழவன்போல ஒருவாரம் படுத்துக்கிடந்தபோது 'கருப்பனாருக்கு வேண்டியிருக்கறஞ் சாமி. உனக்கு ஒன்னும் ஆவாது. இப்படியே கெடக்காத. எந்திரிச்சி அந்தப் பக்கம் இந்தப் பக்கம் போயிட்டு வா சாமி' என்று சொல்லியிருக்கிறாள். அப்போதெல்லாம் தலையாட்டினவன் எல்லாம் சரியானபின் குறுக்கே திரும்பிக்கொண்டான். கிழவி வேண்டுதல் வைத்தாளே என்று கருப்பனார் பொறுத்திருந்தார். அப்படிப் பொறுத்துக் கொள்கிற சாமியா அது? கண்டத்தைக் குதறி ரத்தம் உறிஞ்சி விடும் கடும் கோபக்காரச் சாமி. பாவாத்தாதான் போய்ச் சமாதானம் சொல்லிக்கொண்டிருந்தாள். 'உன்னயச் சும்மா உட்ர மாட்டன். கோபத்தக் காட்டீராத' என்ற அவள் சொல்லுக்குக் கட்டுப்பட்டுக் கருப்பனார் இருந்தார்.

மூன்று வருசங்களுக்கு முன்னால் ஊரையே அள்ளிப் போகிற மாதிரி ஒரு காய்ச்சல் வந்தது. அதில் பாவாத்தாளும் சிக்கிக்கொண்டாள். எழுந்து வெளிக்காட்டுக்குக்கூடப் போக முடியாமல் கால்கையெல்லாம் வலி. படுத்தால் எழ முடியாது. உட்கார்ந்தால் நிற்க முடியாது. நின்றால் நடக்க முடியாது. அவள் வாழ்நாளில் இப்படிப்பட்ட காய்ச்சலைக் கண்டதில்லை. மகன் அவ்வப்போது வந்து வைத்தியம் பார்த்துப் போனான். அந்தச் சமயத்தில் கருப்பனாரிடம் சொன்னாள். 'உங்கடனத் தீக்கலீன்னுதான இப்படிக் கோவத்தக் காட்டற. எம்மேல காட்டு. தாங்கிக்கறன். ஆனாப் பாரு. இந்த வெசக்கா என்னக் காப்பாத்தி உட்ரு. உங்கடன ஓட்டுமொத்தமாத் தீத்தாறன. அதுக்கப்பறம் என்ன வேணாப் பண்ணிக்கோ.' அவள் கல்யாணமாகி இந்தக் காட்டுக்கு வந்த காலத்திலிருந்து கருப்பனாரைத் தெரியும். கருப்பனாரைத் தவிர வேறெங்கும் போய் எதையும் வேண்டுவ தில்லை. அதனால் அவள் சொன்னால் கருப்பனார் கேட்பார்.

பிழைத்து எழுந்ததும் மகனிடம் சொல்லிவிட்டாள். இந்த முறை கருப்பனார் கடனை என் உயிரைக் கொடுத்தாவது தீர்ப்பேன் என்றாள். அவள் வளர்த்த தலையீத்து மூடு ஒரே ஒரு கிடாக்குட்டி போட்டிருந்தது. ஈரம் காயும் முன்னால் குட்டியை அப்படியே தூக்கிக்கொண்டுபோய்க் கருப்பனாருக்கு முன்னால் போட்டுவிட்டுச் சொன்னாள். 'அய்யா இது உன்னோடது. ஆரு என்ன சொன்னாலும் இது உனக்குத்தாய்யா. என்னால பதினாலு கெடா வெட்டி உனக்குப் பலி போடச் சமுத்து இல்ல. காலம் போன கடசீல என்னய நிறுத்தி வெச்சுட்டு இந்தக் கெழவி என்ன பண்ணுவான்னு வேடிக்க பாக்கற. எல்லாத்துக்கும் சேத்து இந்த ஒன்ன வளத்து உனக்கு வெட்டிர்றன். பொன்னு வைக்கற எடத்துல பூதான். மன்னாப்புக் குடுத்து ஏத்துக்கோணும்'

கிடாவுக்கு ஒரு வருசம் ஆனபோது திமிறும் முறுக்கத்தில் துள்ளியது. அதை அவளால் கட்டுப்படுத்த முடியவில்லை. அவளை இழுத்தெறிந்துவிட்டுத் தளையறுந்து காட்டுக்குள் ஓடிவிடுமோ என்று பயந்தாள். கருப்பனாரின் வலிமை முழுக்கக் கிடாவின் மேல் ஏறிவிட்டதாகத் தோன்றிற்று. 'என்னால வெச்சிருக்க முடியல சாமி. ஐப்பசில வெட்டீரலாம்' என்று மகனிடம் கேட்டாள். 'ம்ம்' என்றானே தவிர வாய் திறந்து ஒருவார்த்தை பேசவில்லை. செலவைப் பற்றி யோசிக்கும் அவன் முகத்தில் நிழல் படர்ந்தது போலிருந்தது. அதற்குமேல் வலியுறுத்த முடியவில்லை. கருப்பனாருக்கு என்ன தகுமானம் சொல்வதென்று புரியவில்லை. கிடாவை மேய்ச்சலுக்குக் கொண்டு போகும்போது கிடா அவளை இழுத்துப் போகிறதா, அவள் கிடாவை இழுத்துப் போகிறாளா என்று பார்ப்பவருக்குச் சந்தேகம் வந்துவிடும். ஆனால் அந்த வருச ஐப்பசி கடந்து போயிற்று. இன்னும் ஒரு வருசத்திற்கு மேய்த்துத்தான் ஆக வேண்டும். கருப்பனாருக்கு அந்த ஒருநாளில்தான் பலி. மற்ற நாட்களில் அவர் ஏற்றுக்கொள்வதில்லை.

கிடாவுக்கு ஓடை தட்டிவிடலாம் என்றார்கள் பலர். வெள்ளாடு கண்டால் துள்ளியோடும் அதன் ஆட்டத்தை அடக்க வேறு வழியில்லைதான். ஆனால் கருப்பனாரின் மேல் கை வைக்கலாமா? அவள் சிறு பிள்ளையாய் இந்த வீட்டிற்கு வந்தபோது வருசம் தவறாமல் கருப்பனாருக்குக் கிடா வெட்டு நடக்கும். வெட்டுக்கு ஒருவாரம் முன்னாலேயே அவள் மாமனார் பால மரத்தடியைச் சுத்தம் செய்யத் தொடங்குவார். பெருஞ் சீவன் படுத்துக் கிடந்தாலும் தெரியாத அளவு மூடிக் கிடக்கும் புற்களைப் பிடுங்கியெடுத்துக் கருப்பனாரைக் கண்டுபிடிப்பார். கருப்பனாருக்குப் பக்கவாட்டில் தவமிருக்கும் கன்னிமார்கள் எழுவரின் கற்களையும் மீட்டெடுப்பார். விளக்குக்கூடு சிதைந்து போயிருந்தால் புதிதாக வாங்கி வருவார். எப்போதோ நடப்பட்ட வேலின் மணிகளை மாற்றுவார். கொஞ்ச நாட்கள் காற்றில் மணிகள் ஓசை எழுப்பிக் கலகலத்துக்கொண்டிருக்கும். அப்போது வெட்டிய ஒரு கிடா துள்ளிக் குதித்து அடங்க மறுத்தபோது சொந்தக்காரர் ஒருவர் சொன்னார் 'ஓடையடிச்சு உட்டிருக்கலாமுல்ல' என்று. அதற்கு அவள் மாமனார் சொன்ன சொற்கள் இன்றுபோல அவள் காதில் ஒலித்துக் கொண்டிருக்கின்றன.

"கெடாயக் கருப்பனாருக்குன்னு எப்ப உட்டுட்டமோ அப்பவே அதுமேல கருப்பனாரு வந்திருவாரு. கருப்பனாரும் கெடாயும் வேறவேற இல்ல. கெடா மேல கைய வெச்சா அது கருப்பனாரு மேல வெக்கிற மாதிரிதான்."

கருப்பனார் கிடாயைக் கையாலோ தடியாலோ அடிப்பது கூடாது என்றபின் இடுக்குக்கோல் போட்டு ஒடை அடித்தால் அது கருப்பனாரின் வலிமையை நசுக்குவது மாதிரிதானே. கருப்பனார் எல்லாவற்றையும் விருத்தி செய்யும் வெள்ளாமைக்காட்டுத் தெய்வம். கிடா தன் இனத்தை விருத்தி செய்ய முடியாமல் விதைகளை நசுக்கிவிட்டால் அது கருப்பனாருக்குப் பலியாகுமா? தன்னையே இழுத்துக் கிடா தள்ளிவிட்டாலும்கூடப் பரவாயில்லை என்று சொல்லி ஒடை அடிக்க அவள் ஒப்புக்கொள்ளவில்லை. கன்னையன் 'வெள்ளாட்டு மேல கெடா உழுந்துச்சின்னாக் கறி மொச்சையடிக்கும்னு சொல்றாங்கம்மா. ஒடையடிச்சுப்புடலாம்' என்றான். 'எடேய், கெடா கருப்பனாருக்கா நம்மளுக்கா. கருப்பனாரு சப்பிப் போட்ட சக்கக்கறிதான் நாம திங்கறது. தெரிஞ்சுக்கோ' என்று அடக்கினாள்.

கிடாயை அதட்டிக்கூடக் கூப்பிட மாட்டாள். 'கருப்பையா' என்று வாய் நிறையப் பேர் சொல்லி அழைப்பாள். தினமும் இரண்டு வெள்ளாடுகளாவது கருப்பையாவைத் தேடி வந்துவிடும். நான்கைந்து ஊர்களுக்கு அப்பால் இருந்துகூட வெள்ளாடு கொண்டு வருவார்கள். வெள்ளாட்டுக் கவுச்சியை வெகு தூரத்தில் பிடித்துவிட்டுக் கருப்பையா ஆட்டம் போடுவான். கயிற்றை அறுத்துவிடுகிற மாதிரி இழுப்பான். 'அட இரு கருப்பையா. பக்கத்துல வரட்டும். உன்னய அவுத்து உட்றன். பொறுத்துக்கோ' என்பாள். கயிற்றையே கழுத்தில் போடாமல் சுதந்திரமாக எங்கும் சுற்றி வரும்படி விட்டுவிட வேண்டும் என்பதுதான் அவள் விருப்பம். எங்கெல்லாம் கருப்பையா தேவைப்படுகிறானோ அங்கெல்லாம் உடனே போய் இந்தப் பூலோகம் முழுக்கத் தன் வம்சமாகப் பெருக்கட்டும் என்பது தான் நினைப்பு. ஆனால் ஐப்பசியில் பலியிட எங்கே போய்த் தேடுவாள்? வெள்ளாடு கொண்டு வருபவர்கள் மடியிலிருந்து பணத்தை எடுத்து நீட்டுவார்கள். அதை ஏறெடுத்தும் பார்க்க மாட்டாள். கருப்பையாவை வைத்துப் பணம் சம்பாதிப்பதா? வெள்ளாட்டுக்காரர்கள் 'பாவு... அதிகம் வாங்காட்டிப் போவுது. இந்த நாலணாக் காச வெச்சுக்க. வெத்தல பொவையில வாங்கிக்க' என்பார்கள். 'நீட்டு வெத்தல போட்டுத்தான் காவியேறுதா' என்று சொல்லி மறுத்துவிடுவாள்.

கிடா வெட்டுச் செலவுக்குப் பணம் சேர்க்கவேண்டும் என்று அவள் முயன்றபோது வெள்ளாட்டுக்காரர்களிடம் பணம் வாங்கலாமா என்று மனதில் லேசான தடுமாற்றம் தோன்றியது. அப்படித் தோன்றியபோது பால மரத்தடிக்குப் போய் உட்கார்ந்துவிட்டாள். 'எம்மனசுல இப்படி ஒரு எண்ணத்த

நீ கொடுக்கலாமா. இவ கெழடி. எங்கிருந்து பணம் சேக்கப்போறா. இப்படியாச்சும் ஒராசையக் குடுத்துப் பாக்கலாம்னு நெனச்சயா. இந்த மனசத் துள்ளத் துடிக்க அறுத்தெடுத்து உம் முன்னால வெச்சாலும் வெப்பனே தவிர, உன்ன வெச்சுப் பணம் சம்பாரிக்க மாட்டனப்பா' என்று அன்றைக்கெல்லாம் அங்கேயே புலம்பிக் கொண்டிருந்தாள். கருப்பையாவின் புகழ் எல்லாத் திக்கிலும் பரவி அவள் காதுக்கு வந்துகொண்டிருந்தது. பணம் வாங்கினால் அந்த வார்த்தைகள் யார் வாயிலிருந்தாவது வருமா? 'உங்கெடா ஒரு முதிதான் முதிச்சது. அப்படியே சென நின்னு போச்சாயா' என்பார்கள். 'இந்தப் பக்கத்துக்கே பாவா கெடா இல்லீனா வெள்ளாட்டுக்கெல்லாம் என்னதான் பண்றதோ போ' என்று எத்தனையோ பேர் சொல்லிப் போயிருக்கிறார்கள்.

இரண்டாவது வருச ஐப்பசியும் கிடாவை உயிரோடு விட்டுவிட்டுக் கடந்தபோது பாவாத்தா இரண்டு நாள் படுகிடையாகி விட்டாள். இனிமேல் மகனை நம்பிப் பயனில்லை என்றானது. கிடா கிழடு தட்டிப்போய்ச் சோர்ந்து நடமாடுவதைப் பார்த்துக்கொண்டிருக்க முடியாது. கருப்பனாரின் இயலாமையை ஊருக்குக் காட்டவா கிடா வேண்டுதல்? யாரையும் அழைக்காமல் கிடாவை வெட்டிக் கறி பிரித்து ஏழை பாழைகளுக்குக் கொடுத்துவிடலாம் என்று யோசித்தாள். பெரிய கௌரவக் குறைச்சலாகிவிடும். சாகப் போகிறவளுக்கு என்ன கௌரவம்?

சந்ததிதோறும் தொடரும்படி ஓர் அவப்பெயரை உண்டாக்கிப் போகவா தனக்கு விதித்திருக்கிறது என நொந்துகொண்டாள். அவள் சம்பாத்தியம் வாய்க்கும் வயிற்றுக்குமே போதுவதில்லை. மேம்பான காட்டு வேலைகள்தான் செய்ய முடிகிறது. ஒண்டி என்றாலும் சோறு ஆக்க வேண்டியிருக்கிறது. எதையாவது போட்டுச் சாறும் காய்ச்ச வேண்டும். தேரும் திருநாளும் வரும்போது பேரக் குழந்தைகள் கையில் தனக்குத் தக்கன வகையில் ஏதாவது கொடுக்க வேண்டும். கோயில் வரிக்கு மகனை எதிர்பார்க்க முடியுமா? கணக்குப் பார்த்தால் மிகைச் செலவு வெற்றிலை பாக்கும் புகையிலையும் மட்டுமே.

'கெடா உட்டுட்டன். அத எடுத்துக்கறதுக்கு ஏன் தாமசம் பண்ற? உனக்குத் தெரியாத வழியா. எதுனா ஒரு வழியக் காட்டு. அது இருட்டா இருந்தாலும் பரவால்ல. கோலு குச்சிய ஊனிக்கிட்டு நடந்திருவன்' என்று கருப்பனாரிடமே முறையிட்டு அழுதாள். 'காலம் முழுக்க உங்காலடியில கெடந்து அழுதிட்டன். காலம் போன கடசீல இந்த உயிரத் தவிக்க உட்ராத. நிம்மதியா என்னக் கொண்டுபோயிச் சேரு' என அவள் உருகிஉருகித் தவித்தாள். கருப்பனார் மனித வடிவம் கொண்டிருந்தால் நான்கு வார்த்தை சொல்லித் தேற்றி மடி கிடத்தி முதுகு வருடிப்

பெரும் ஆறுதலைக் கொடுத்திருக்கக்கூடும். நேரடியாக எதையும் செய்தால் அப்புறம் என்ன கருப்பனார்?

அன்று இரவுச் சமையலுக்காகச் செலவுப் பெட்டியை உருட்டிக்கொண்டிருந்தபோது துணி முடிச்சு கைகளில் சிக்கியது. பிரித்து விளக்கு வெளிச்சத்தில் பார்த்தாள். காதுக்கொப்பு இரண்டும் மின்னின. அவளே மறந்துபோய்விட்ட நகை. இருபது வருசத்திற்குமுன் அவள் புருசன் இறந்தபோது கழற்றி முடிச்சிட்டுச் செலவுப் பெட்டியின் ஒரு தடுப்புக்குள் போட்டதுதான். அதைப் பற்றிய நினைவை இவ்வளவு காலம் மறக்கடித்துவிட்டு இப்போது கருப்பனார் கொடுத்திருக்கிறார். அவருக்காகவே புதையல்போல ஒளிந்திருந்த காதுக்கொப்பு. ஆவலோடு அவற்றைக் கையில் பரப்பிப் பார்த்துக்கொண்டிருந்தாள். புதுப் பெண்ணாகப் புகுந்த வீட்டுக்கு அவள் வந்தபோது காதில்போட்ட நகை அது. அப்போது அதன்விலை வெறும் பதினைந்து ரூபாய். கருப்பனார் பொங்கலுக்கும் கிடா வெட்டுக்கும் தாராளமாகப் போதுமளவு பணம் கிடைக்கும் இப்போது. 'உன்ன இத்தன வருசமாக் கும்பிட்டுக்கிட்டு வாரேன். என்னய எப்பவும் நீ கை விட்டதில்ல. நான் சாகப் போறதுக்குள்ள இன்னம் என்னவெல்லாம் எனக்குக் காட்டப் போறயோ' என்று கருப்பனாரிடம் பேசினாள்.

மறுநாள் காலை பளிச்சென்று விடிந்தது. இத்தனை தூய்மையான வெண்ணிறக் காலைப் பொழுதைக் கண்டு வெகுநாட்களாகிவிட்டதாக உணர்ந்தாள். தலையை ஆட்டி அவளை நோக்கிக் கத்திய கருப்பையாவை வாஞ்சையாகப் பார்த்து 'இந்த ஏழ சொல்லும் அம்பலம் ஏறுதய்யா' என்றாள். அப்போது மணற்காட்டுச் சென்றாயன் கருப்பையாவிடம் வாக்குக் கேட்கவென்று வந்தான். கிணற்றுக்குப் போய் நிறைகுடமாகச் சேந்திய நீரில் ஒரு சொம்பு எடுத்து அதில் மஞ்சளும் சிவப்பும் கலந்தாள். வேப்பிலையை உருவி உள்ளே போட்டாள். கிழக்கு முகமாக நின்று 'அய்யா. நீ நல்ல வார்த்த சொல்லுவீன்னு வந்திருக்காங்க. ஏமாத்திப்புடாதய்யா' என்று மனத்துக்குள் வேண்டினாள். சென்றாயனும் கும்பிட்டான். சொம்பு நீரால் கிடாயின் கால்களைக் கழுவினாள். தன் காரியத்தை மனத்துக்குள் சொல்லிச் 'செய்யலாமா வேண்டாமா வழிகாட்டு கருப்பனாரே' என்று கீழே விழுந்து மீண்டும் கும்பிட்டான் சென்றாயன். உடலை முறுக்கி அசைத்தபடி பாவாத்தாளின் கையிலிருந்து நெகிழ்ந்த கயிற்றை இழுத்துக்கொண்டு தூர ஓடிற்று கிடா. இரண்டு பேரின் முகத்திலும் சந்தோசம். காரியம் பலிக்கும் என்று குறிப்புக் காட்டிவிட்டார் கருப்பனார். கிடா முடக்கிப் படுத்திருந்தால் நினைத்த காரியமும் அப்படியே முடங்கிப் போகும். இப்படி எத்தனையோ பேருடைய காரியங்களுக்கு

வழி காட்டியிருக்கிறார் கருப்பனார். இந்த நல்லதுக்குத்தான் மூன்று வருசம் வரையிலும் கிடாவை விட்டுவைத்திருக்கிறார் என்றும் சிலசமயம் பாவாத்தாளுக்குத் தோன்றும்.

சென்றாயன் கையில் காதுக் கொப்புகளை அன்றே கொடுத்துவிட்டாள். குறைந்த வயதாக இருந்தாலும் ஆள் ரொம்ப இரக்க சுபாவம். தொண்டைக்குழிக்குள் போனதைக்கூடக் கக்கிக் கொடுப்பான். நம்பலாம். கருப்பனார் கிடா வெட்டுக்குத்தான் காதுக்கொப்பு விற்ற பணம் என்பதைச் சொல்லி அவனையே வைத்திருக்கும்படி கேட்டுக்கொண்டாள். அவனும் ஒரு நியாயமான வட்டி தருவதாகச் சொன்னான். 'கருப்பனாரு கொடுத்த பணத்தப் பத்தரமா வெச்சிருந்து தந்திரு. கருப்பனாருக்கு வட்டிக் காசுல கெடா வெட்டுனா வீசி எறிஞ்சிருவாரு' எனப் பதில் கொடுத்தாள். ஐப்பசி தொடங்கியதும் பௌர்ணமி எப்போது வருகிறதெனக் கேட்டு விசாரித்துப் பொங்கல் நாளை முடிவு செய்து ஊர் கூப்பிடத் தொடங்கினாள்.

மகன் வீட்டுக்குப் போய் அழைத்து அவனையும் விருந்தாளி ஆக்கினாள். செலவுக்குப் பணம் பற்றி அவன் எதுவும் கேட்கவில்லை. அவளும் சொல்லவில்லை. முனியப்பன் கோயில் பூசாரியிடம் சொல்லி வைத்தாள். முனியப்பன் கிடாவெட்டு விடிகாலை ஆகிவிடும் என்பதால் அதற்கு முன்னதாக நள்ளிரவிலேயே வந்து பூசை முடித்துக் கருப்பனாருக்குப் படையல் போட்டுவிடலாம் என்று பூசாரி சொன்னார். பூசைப் பொருட்களுக்குத் தாராளமாகப் பணம் கொடுத்தாள். தோலுரிக்கவும் கறி அரியவும் கந்தனிடம் சொன்னாள். பணம் தராமல் தோலை அவனே வைத்துக்கொள்ளலாம் என்றும் வாக்குறுதி தந்தாள். உறவுக்காரப் பெண்களில் பாவாத்தாளின் நங்கையா மருமகள் ரச்சியும் தங்கச்சி பேத்தி பொரசாவும் இத்தகைய காரியங்களில் எடுத்துச் செய்யும் குணம் பெற்றவர்கள். சமையல் முழுக்க அவர்கள் பொறுப்பாயிற்று. ஒருவாரம் முந்தியே செவ்வாய்ச் சந்தைக்குப்போய் மிளகாய் செலவுகள் வாங்கி வந்தாள். மிளகாய், கொத்தமல்லி எல்லாவற்றையும் வெயிலடிக்கும் நேரம் பார்த்துக் காயப்போட்டு வறுத்து அரைத்துப் போவனி நிறைய வைத்துக்கொண்டாள். ஒரு மாதம் முழுக்க அவளுக்கு இதே வேலைதான். கருப்பனார் கடனை அடைக்காமல் போனால் கட்டை வேகுமா?

இதோ எல்லாம் கூடி வந்துவிட்ட அருமையான இரவு. சீப்படக் கூடாது என்று கருதித்தான் மழையை நிறுத்தியிருக்கிறார் கருப்பனார். அது மட்டுமா. நிலா என்கிற பெருவிளக்கை ஏற்றிக் காடெல்லாம் வெளிச்சத்தை வீசியிருக்கிறார். குளிர்மண்ணில்

வட்டமாய் உட்கார்ந்து பெண்கள் வெங்காயம் உரித்துக் கொண்டே பழமை பேசினார்கள். செல்லம்மா பொங்கல் அடுப்பிடம் நிற்கிறாள். ஆண்கள் அங்கங்கே நின்றுகொண்டும் கற்களின்மேல் உட்கார்ந்துகொண்டும் பூசாரிக்குப் பாங்கு சொல்கிறார்கள். பால மரத்தடிக்குக் கொஞ்சம் தள்ளிக் குட்டிப் பனங்கருக்கு ஒன்றில் கிடா கட்டியிருக்கிறது. அம்மா தன்னிடம் ஏதும் பணம் கேட்கமாட்டாள் என்று தெளிவாகிவிட்டதால் மகன் சந்தோசமாகக் காரியங்களில் கலந்துகொள்கிறான்.

சொந்தக்காரர்களிடம் முகப்பூரிப்போடு அவன் பேசிப் பாவாத்தா இப்போதுதான் பார்க்கிறாள். 'எல்லாம் கருப்பனார் செஞ்ச மாயம்' என்று நினைத்துக்கொண்டாள்.

"அம்மோவ் . . . கெடா நல்லா தாட்ரிக்கமா இருக்குதே. இதுக்கேத்த சனம் கூப்பிட்டிருக்கறயா" நங்கயா மருமகள் ரச்சிக்கு நல்ல சந்தேகம்தான்.

"நிய்யொருத்தி போதாதா. இன்னம் சனம் கூப்பட வேணுமா?"

யாரோ ஆண் குரல் கேலி செய்கிறது. குரல்களைப் பிரித்துப் பார்க்கும் அளவுக்கு இப்போது காதில்லை. முறைக்கார ஆண் யாரோ என்று மட்டும் தெரிகிறது. கேலிக்கு ரச்சி மட்டும் விட்டவளா?

"மாமனவுங்க வந்திருக்கீங்களா. அது தெரியாம கேட்டுப்புட்டேன். தின்னது போவ மிச்சமிருந்தா டவுசர் பாக்கெட்டுக்குள்ள போட்டுக்கிட்டுப் போயிருவீங்களே."

"அட இல்லையாத்தா. நாலு தொடையையும் அப்பிடியே வக்கச் சொல்லீர்றன். நாலு நாளைக்குத் தங்கியிருந்து மொட தீரத் தின்னுட்டுப் போ ஆமா."

"ஆமா. நாங்க இந்த மொச்சக் கறியப் பாத்திருக்கறமா ஒண்ணா. எங்களுக்குத்தான் மொட. நீங்க வையாபுரிக் குடும்பமல்ல."

பேச்சு எங்கெங்கோ திசை மாறிப் போவதைப் பாவாத்தா உணர்ந்தாள். சந்தோசக்களைக் கட்டும் நேரத்தில் ஏதாவது ஏடாகூடமாகிச் சச்சரவு வந்துவிடக் கூடாது. சொற்களில்தான் சந்தோசத்தின் சூட்சுமமும் துயரத்தின் உற்பத்தியும் முடங்கிக் கிடக்கின்றன. பாவாத்தா தலையிட்டாள்.

"ரச்சிக்கண்ணு மூனு வருசத்துக் கெடான்னாலும் மொச்ச கிச்ச ஒன்னும் அடிக்காது. இது கருப்பனாரு கெடா. இந்த மூனு

வெருசமா கருப்பனாரோட உசுருதான் இந்தக் கெடாக்குள்ள நிக்குது பாத்துக்கோ. அவரு மொச்சய நம்மளுக்குத் தரமாட்டாரு. கோவக்காரச் சாமி. கன்னத்துல போட்டுக்கிட்டு வெங்காயத்தத் தொலி ஆயா" என்று பாவாத்தா சொன்னதும் 'அப்பிடியாம்மா' என்று அவள் எழுந்து போய்க் கருப்பனாருக்கு முன்நின்று கும்பிட்டு வந்தாள். அப்புறம் பேச்சு வேறுபோக்கில் தொடர்ந்தது. பாவாத்தா கிடாயைப் பார்த்தாள். நிலவொளியை உறிஞ் சிக்கொண்டு கண்கள் கிறங்க அசை போட்டபடி படுத்திருந்தது. எந்த விங்கனமும் இல்லாமல் நல்லபடி நடக்கும் கிடாவெட்டு என்று மனதிற்குப்பட்டது. மூன்று வருசமாக ஒருநாளும் பிரிந்திராமல் தனக்குத் துணையாக இருந்த கிடா இது என்னும் எண்ணம் உண்டாயிற்று. அதனால் என்ன. கருப்பனார் கிடா வடிவில் இருந்தார். இனி வேறு ஏதாவது வடிவம் கொள்வார் எனத் திடம் கொண்டாள்.

பொங்கல் வேலை முடிந்து செல்லம்மா பொங்கல் பானையைச் சாமிக்கு முன்னால் கொண்டுபோய் வைத்தாள். பூசைக்கு எல்லாம் தயாராக வைத்திருந்த பூசாரி, பொங்கலுக்குள் ஆப்பை போட்டுத் தோண்டி இலையில் ஒடுக்கஞ்சோறு எடுத்து வைத்தார். 'பூசையாவுது வாங்க' என்று சத்தமாக வார்த்தை சொல்லிவிட்டு அவர் காரியத்தைக் கவனிக்கலானார். வாயைத் துணியால் கட்டிக்கொண்டார். கருப்பனாருக்கும் முனியப்பனுக்கும் இதுதான் வழமுறை. மரத்தைச் சுற்றியிருந்த இருளை மண்விளக்குகள் போக்கிக்கொண்டிருந்தன. சேகண்டிச் சத்தம் முழங்கியது. உற்சாகமாய்க் கத்திய கோட்டானின் குரல் அதற்குள் அடங்கிற்று.

பாவாத்தாளின் மனதுக்குள் கருப்பனாரின் நெடுநெடுத்த உருவம் ஓங்கி நின்றது. 'எந்த கொற இருந்தாலும் மன்னிச்சுக்கய்யா' என்று வேண்டினாள். எல்லாம் ஓய்ந்தது. மழைக் காலப் பூச்சிகள் இடைவிடாது ரீங்கரிக்கும் ஓசை மட்டும். 'கெடாயக் கொண்டாங்க' என்றார் பூசாரி. அரவம் மீண்டும் எழுந்து எல்லாம் இயங்குவது போலிருந்தது. பாவாத்தா கண்களைத் திறந்தாள். கன்னையன் கிடாயை அவிழ்த்துக்கொண்டு வந்து சாமிக்கு முன் நிறுத்தினான். நிறைசொம்புத் தீர்த்தத்தை அள்ளிக் கிடாயின் தலைமீதும் உடம்பிலும் மூன்று முறை தெளித்தார். எங்கும் பரவியிருந்த குளிருக்குக் கிடாயின் மேல் விழுந்த ஜில்லென்ற தீர்த்தம் பட்டதும் உடம்பை உதறி உடனே துலுக்கியிருக்க வேண்டும். ஆனால் கிடா அசையாமல் நின்றது. மேலே அண்ணந்து பார்த்தது. பக்கவாட்டில் பார்த்தது. 'மேமே...' என்று கத்தியது.

அதன் கத்தல் இதுவரை பாவாத்தா கேட்டிராத குரல். கிடாயின் குரல் ஒலிகள் அனைத்தையும் வகை பிரித்து அர்த்தம் கண்டுணர அவளால் முடியும். மேய்ச்சலுக்கு அவிழ்த்துவிடச் சொல்லும் குரல். தூரத்தில் வரும் வெள்ளாட்டு வாசனை உணர்ந்து கதறும் இம்சைக் குரல். தண்ணீர் கேட்கும் குரல். இப்போது என்ன வேண்டி இப்படிக் கத்துகிறது? பலியாகப் போகும் உயிரின் இறுதிக்குரல் ஒருவேளை இப்படி ஒலிக்குமோ. கிடா துலுக்கவில்லை. பூசாரி மறுபடியும் தீர்த்தம் போட்டார். உடம்பில் நீர்பட்ட உணர்வைச் சிறிதும் வெளிக்காட்டாமல் அங்கும் இங்கும் வெற்றுப்பார்வை பார்த்துக்கொண்டு அப்படியே நின்றது. பலியை ஏற்றுக்கொள்ளக் கருப்பனாருக்கு என்ன தயக்கம்?

"பதினாலு கெடாய்க்கு இது ஒன்னு ஈடாவுமான்னு கேட்டுத் தாமசம் பண்றயா. உங்கிட்ட எல்லாத்தையும் சொல்லித்தானய்யா இந்தக் கெடாய உட்டன். எனக்கு மன்னாப்பு கொடுத்து ஏத்துக்கய்யா"

மனம் குலைந்து தரையில் விழுந்தாள். கூப்பிய கைகள் கருப்பனாரின் காலடியில் பட்டு இறைஞ்சின. பாவாத்தாளின் பேரனிடம் கிடாயின் கயிற்றைக் கொடுத்துவிட்டு கன்னையனும் விழுந்து கும்பிட்டான். 'என்னோட வசதிக்கு உனக்குத் தாராளமாச் செய்யற மாதிரி என்னய நீ வெக்கல. காரணம் சொல்றன்னு நெனக்காத. எதுன்னாலும் மன்னிச்சுக்க. உன்னயவே நெனச்சுக்கிட்டு இருக்கிற எங்கம்மாவப் பாத்து ஏத்துக்கய்யா' என்று அவன் மனதுக்குள்ளேயே நெகிழ்ந்து கருப்பனாரிடம் கெஞ்சியிருக்கலாம். கருப்பனார் இரங்கவில்லை. தீர்த்தத்தால் கிடா கிட்டத்தட்டக் குளித்துவிட்டது. பூசாரி 'பாவு... நீ வந்து கெடாயப்புடி ஆயா. இது ஆங்கார சாமி. என்னத்த மனசுல வெச்சுக்கிட்டு இப்படிப் பண்ணுதோ தெரீல' என்றார்.

கிடா கயிற்றைப் பாவாத்தா பிடித்தாள். லேசாகப் பூத்தூறல் தொடங்கியது. தளக்கமாகக் கயிற்றை விட்டுக் கிடாயின் போக்கில் நகர்ந்தாள். விளக்குகள் அசைந்தாடின. கிடாயின் நிழல் பேய்போல் அவள் மேல் விழுந்தது. அவளை நிமிர்ந்து பார்த்த கிடா சட்டென உடலைக் குலுக்கி மயிர் சிலும்பத் துலுக்கியது. யாரோ 'கில்லலக்க கில்லலக்க' என்று கத்தினார்கள். பூசாரி 'ஊ... ஊ' என்று சத்தம் எழுப்பினார். கிடாயின் கயிற்றைக் கழுத்துக்கு அருகில் பிடித்துக்கொண்டான் கன்னையன். மறுதுலுக்குத் துலுக்க விடக்கூடாது. பூசாரி அரிவாளை எடுத்தார். கருப்பனாருக்குப் பலி என்றால் ஒரே வெட்டில் தலை துடித்து விழவேண்டும். அதற்கேற்ற மாதிரி சொணப்பாக அரிவாள் இருக்கவேண்டும்.

கருப்பனார் முகத்தில் ரத்தம் தெறிக்கிற வாகில் கிடாயைத் திருப்பச் சொன்னார். பெண்கள், குழந்தைகள் எல்லாரும் மரத்தடியை விட்டு நகர்ந்து காட்டுக்குள் போய் நின்றனர். குழந்தைகள் பயந்துவிடக் கூடாது என்று 'அங்க பாக்காத' என்று அம்மாக்கள் முகத்தைச் சேலைக்குள் அழுத்திக்கொண்டனர். அப்படியும் சில குழந்தைகள் ஆர்வ மிகுதியால் திமிறி அங்கேயே கண்கொட்டாமல் பார்த்தனர். பூசாரி அரிவாளை ஓங்கிக் கிடாயின் கழுத்தை நோக்கி வேகமாக இறக்கினார். ஆனால் கிடா துள்ளிக் கன்னையனைக் கீழே தள்ளிவிட்டு எதிர் திசையில் காட்டுக்குள் புகுந்து ஓடியது. பூசாரியின் அரிவாள் தரையில் குத்தி நின்றது.

கருப்பனார் கோயிலுக்குத் தென்புறம் நான்கைந்து காடுகள் கடந்தபின் பெரும் ஓடைப்பள்ளம் இருந்தது. அது எங்கே தொடங்குகிறது என்பது யாருக்கும் தெரியாது. வெகுதூரத்தில் இருந்து வருகிறது என்று மட்டும் சொல்வார்கள். கிளை ஆறு ஒன்றின் அளவுக்கு அகலம் கொண்ட அந்தப் பள்ளம் நெடுகச் சம்பங்கோரைகளும் சீமைக்கருவேல மரங்களும் அடர்ந்து கிடந்தன. பல ஏரிகளில் போய்ச் சேர்ந்து கடைசியாகக் காவிரி ஆற்றை அடைகிறது என்று சொல்வார்கள். மழைக்காலங்களில் நீரோடும் சலசலப்பைக் கேட்கலாம். பகல் நேரத்தில் அருகே போனால் ஓடும் நீரின் மினுங்கலை மரச்சந்துகளில் காணலாம். கோடை நாளில் அதனுள்ளே ஆடுகள் மேயும். சீமைக்கருவேல மரத்தின் மஞ்சள் காய்கள் பொன்வளையங்களாய் விழுந்து கிடக்கும். ஆடுகள் உள்ளே நுழைந்து நுழைந்து ஆசையாய்ப் பொறுக்கிச் சாப்பிட்டு வயிறு நிரம்பிய பின்தான் வெளியே வரும். விதவிதமான பாம்புகளும் முயல்களும் கீரிப்பிள்ளைகளும் அங்குண்டு. உடும்புகளும் வசித்தன. குள்ள நரிகள் இருப்பதாகவும் சிலர் சொல்வர். ஆனால் யாரும் பார்த்ததில்லை.

கருப்பனார் கிடா, கம்பீரமான குதிரை தாவிப் பாய்வதைப் போல ஆகாயத்தில் மிதந்து ஓடி அப்பள்ளத்துப் புதர் மரச் செறிவுக்குள் புகுந்துகொண்டது. பின்னால் துரத்தி ஓடிய எல்லாரும் அதைப் பார்த்தார்களா. பிடரி சிலிர்க்க எழும்பிய அதன் முதுகில் கருப்பனார் உட்கார்ந்திருப்பதைப் போலவும் தோன்றியது. பள்ளத்துக்கு அருகில் போய் நின்று தேடியபோது உள்ளே அரவம் எதுவும் கேட்கவில்லை. பெரும் பாறாங்கல்லை விழுங்கிவிட்டு அதன் சுவடே இல்லாமல் மௌனம் காக்கும் ஆழ்கிணறு ஒன்றைப்போல ஓடைப்பள்ளம் இருந்தது. கன்னையன் பரபரத்தான். 'பக்கூஉ ... பக்கூஉ' என்று கத்திக் கூப்பிட்டான். வெளியே நிலவொளியின் கனவு வெளிச்சம். உள்ளே கடும் இருள். நிலவின் மென்கதிர்கள் அந்த இருள்கூட்டைச் சிறிதும் துளைக்க

முடியவில்லை. கிடா உள்ளோடி மறைந்தது மாயம். சிறுசரசரப்பு, மரஞ்செடி கொடிகளில் சிறுசலனம் எதுவுமில்லை. ஆண்கள் அந்தப் பக்கமும் இந்தப் பக்கமும் ஓடோடிப் பார்த்தார்கள்.

“பேட்டரி லைட் கீது எடுத்தாங்கப்பா”

மண்விளக்குகளும் லாந்தர்களும் இந்த நீள்புதருக்குப் பயனற்றவை. அங்கே இங்கே ஓடி அலைந்து தீப்பந்தங்கள் சிலவற்றைக் கொளுத்தி வந்தனர். பள்ளத்தின் இருபுறமும் வெளிச்சக்காடாக மாறிற்று. ஆனால் உள்ளே வெளிச்சம் நுழைய முடியவில்லை. எவ்வளவு தூரம் வரைக்கும் ஓடிப் பார்ப்பது என்றும் புரியவில்லை. ஓடைப்பள்ளம் நெளிந்தோடிக் கொண்டேயிருந்தது.

“கெடா இந்நேரம் வெகுதூரம் போயிருக்குமப்பா”

“பள்ளத்துச் சீன்றத்துக்குள்ள ஆரு போயிப் பாக்கறது”

“அது குறுகுறுன்னு எங்கயாச்சும் படுத்திருந்தாலும் நம்புளுக்குத் தெரியவா போவுது”

ஆளாளுக்கு அபிப்ராயம் சொன்னார்கள். வெளிச்சம் தேடிப் போனவர்கள் முனியப்பன் கோயில் கூட்டம் என எல்லாருக்கும் செய்தி போய்ச் சேர்ந்துவிட்டது. சிலபேர் காய்ந்திருந்த சம்பங்கோரையில் தீ வைத்தார்கள். எங்கிருந்தாவது எலியைப் போல முட்டிக்கொண்டு வெளியே ஓடிவரும் என்று எதிர்பார்த்தார்கள். ஆனால் கிடாயின் இருப்பிற்கான எந்தச் சுவடும் தென்படவில்லை.

கருப்பனார் கோயில் ஈரமண்ணில் வீழ்ந்து கிடந்த பாவாத்தாவை எழுப்பி அவள் பேரன் கைத்தாங்கலாகப் பள்ளத்துக்குக் கூட்டி வந்தான். அழுகையின் உச்சம் போய் வெறும் கேவலாய் அவள் குரல் ஒலித்தது. பிதுமாறு கெட்டவளாய் வெறித்துவெறித்துப் பார்த்தாள்.

“நீ கூப்புடாயா. உன்னோட கொரலக் கேட்டாக் கத்துனாலும் கத்தும்.” என்று பேரன் வற்புறுத்தினான். கூட இருந்த பெண்டுகள் எல்லாம் ‘ஆமா, ரண்டு சத்தம் கூப்புடு பாக்கலாம்’ என்றார்கள். பாவாத்தா ரொம்பவும் முயற்சிசெய்து ‘கருப்பையா’ என்று குரலெடுத்தாள். துக்கம் பொங்கக் குரல் உடைந்து தழுதழுத்தது. ஒன்றிரண்டு முறை கூப்பிட்டதும் கொஞ்சம் தெளிவு வந்தாற்போலிருந்தது. ‘கருப்பையா… கருப்பையா’ என்று சத்தம்போட்டு அழைத்தாள். யாரோ ‘என்ன … கருப்பையா கருப்பையானா … இந்தா வந்தர்றனாயான்னு சொல்லிக்கிட்டு வந்துருமா. வெள்ளாட்டக் கூப்படறாப்பல கூப்புடு’ என்றார்கள்.

‘கருப்பையான்னு மகனாட்டம் வெச்சிருந்து தான் இப்ப இந்தக் கோலம் பண்ணீட்டுப் போயிருக்குது’ என்றொரு குரல் கேட்டது.

கிடாயைக் ‘கருப்பையா’ என்று அழைத்துத்தான் பழக்கம். சாதாரண வெள்ளாட்டைப் போல அவள் நடத்தவில்லை. ஆனாலும் எல்லாரும் சொல்லும்போது இப்படிப்பட்ட ஒரு சந்தர்ப்பத்தில் முடியாது என்று மறுக்க வாய் வராது.

“கூஉ . . . பக்கூஉ . . . பா . . . பா . . . குவ்வே... கருப்பையா” என்று குரலைப் பலவிதமாக மாற்றிக் கூப்பிட்டாள். எந்த அழைப்புக்கும் கருப்பையா செவி சாய்க்கவில்லை. பாவாத்தா பேரனின் பிடியிலிருந்து கையைப் பிடுங்கிக்கொண்டு பள்ளத்தை ஒட்டிச் செல்லும் கொடித்தடத்தில் ஓடினாள். பஞ்சுக் கூந்தல் அவிழ்ந்து தொங்கியதும் அவளுக்குத் தெரியவில்லை. கால்களிலும் உடம்பிலும் பட்டு இழுத்த முள் விளாறுகள் உண்டாக்கிய காயங்களும் வலியும் பற்றிய உணர்வு எதுவுமில்லை. எதிரே என்ன இருக்கிறது என்பதைத் தெளிவாகப் பார்க்க முடியவில்லை. ‘கருப்பையா கருப்பையா’ என்று கதறிக்கொண்டே வேகமாக ஓடினாள். பின்னோடிப் பிடிக்கப் பாய்ந்த பேரனை ஒரே உதறலில் கீழே தள்ளினாள். கிடாயைக் காணாமல் நிற்க மாட்டாள் என்பதுபோலப் பரபரத்து ஓடினாள். முள்மேல் விழுந்த பேரனைச் சிலர் வந்து தூக்கினர்.

“இந்தக் கெழடுக்குக் கிறுக்குப் புடிச்சுப் போச்சுப்பா. இழுத்தாங்க” என்று கத்தினர். சிலர் பாவாத்தாவைத் தொடர்ந்து ஓடிப் பிடிக்க முயன்றனர். கிழவி போகும் வேகமா அது? பனியொளிக்குள் புகைமூட்டமாய் மறைந்து போனாள். அவள் குரல் மட்டும் ‘கருப்பையா’ என்று வானில் பரவி எதிரொலித்தது. இளவட்டப் பையன்கள் சிலர் வலு முழுக்கப் பயன்படுத்தி ஓடிப் பிடித்தனர். எல்லாரும் ஆளுக்கொரு பக்கமாய்த் தாவிப் பிடித்தும் பாவாத்தாளைக் கட்டுப்படுத்த முடியவில்லை. வெறிகொண்டு துள்ளி ஓடினாள். விட்டால் குழிமுயல் போல முட்புதருக்குள் புகுந்து துழாவிக் கிடாயை வெளியிழுத்து வந்துவிடுவாள் என்று நினைக்கும்படி அவள் வேகம் இருந்தது. நான்குபேர் சேர்ந்து அமுக்கிப் பாவாத்தாளைக் கருப்பனார் கோயிலுக்குக் கொண்டு வந்தனர். விட்டால் திரும்பவும் ஓடிவிடுவாளோ எனப் பயமாக இருந்தது. பாவாத்தாளின் மருமகள்தான் வாய்க்கு வந்தபடி திட்டினாள்.

“ஆளுக்கொரு பக்கம் தடுமாறிக்கிட்டு இருக்கறாங்க. நீ வேற இந்தக் கச்ச கட்டறயா. வயசான காலத்துல ஊடுண்டு வாசலுண்டுன்னு இருக்காம அதுக்கு வேண்டறன் இதுக்கு வேண்டறன்னு இந்தக் கூத்துக் கட்டற.”

திட்டுக்களை எல்லாம் உணரும் நிலையில் பாவாத்தா இல்லை. பாலமரத்தடியில் போய் விழுந்தாள். கற்களும் தெரியவில்லை, செடிகொடி எதுவும் தெரியவில்லை. முனகிக் கொண்டே கிடந்தாள். திடுமென எழுந்து அகாலத்தில் ஊளையிடும் நாய்போல ஓங்கிக் குரலெடுத்து ஓய்ந்தாள். அவள் ஒரு நிலையில் இல்லை. சிலநேரம் மயங்கிக் கிடப்பவளாகவும் சிலநேரம் தெளிவோடு 'கருப்பையா' என்பவளாகவும் இருந்தாள். அவள் நெஞ்சு இடைவிடாமல் கருப்பனாரோடு பேசிக்கொண்டேயிருந்தது. 'நா வந்த நாள்ல இருந்து உன்னத் தவர எனக்கு யாரத் தெரியும்? உன்னயே நம்பி இருந்த என்ன இப்படி அந்தரத்துல உட்டுட்டியே. உனக்கு என்ன வேணும் உனக்கு என்ன வேணும்' என்று அவள் கேட்டபடியே இருந்தாள். அவள் உள்பேச்சின் துணுக்குகளாக 'என்ன வேணும்' என்பது மட்டும் அவ்வப்போது ஒலித்து அடங்கியது.

கிடாயைத் தேடிச் சலித்துச் சோர்ந்து போனார்கள். அடுத்து என்ன செய்வதென்று யாருக்கும் தெரியவில்லை. இதுநாள் வரை இப்படி ஒருநிலை ஏற்பட்டதில்லை. சாமிக்கு நேர்ந்துவிட்ட கிடா திருட்டுப் போயிருக்கிறது; நோய் வந்து செத்துப் போயிருக்கிறது. அப்போதெல்லாம் அதற்குப் பதிலாக மாற்றுக்கிடா நேர்ந்து கொடுத்துப் பலியிட்டதுண்டு. 'உனக்குன்னு உட்டதுக்கு அப்பறம் நீதான் காப்பாத்திகோனும். உன்னாலயே முடியலீன்னா நான் என்ன செய்வேன்' என்று சாமியிடம் வழக்காடிக் கைவிரித்து விட்டவர்களும் உண்டு. கோயில் வரைக்கும் போய்த் தீர்த்தம் போட்டுத் துலுக்கியபின் கிடா ஓடியதைச் சுற்றுப்பட்டி கிராமங்கள் எங்கும் கேள்விப் பட்டதில்லை. இந்தப் பூசையைப் பலிச்சோறு கொடுத்து மறுபூசையிட்டு முடித்து வைக்காமல் பூசாரி முனியப்பன் கோயிலுக்குப் போக முடியாது. இது தனிப்பட்ட ஓராள் காரியம். முனியப்பன் வேலை ஊர்க்காரியம். பொங்கல் வைத்து முடித்துக் கோழி, கிடாக்களோடு தயாராக இருக்கிறார்கள் அங்கே. எவ்வளவு நேரம் குறவன் குறத்தி ஆட்டத்தைப் பார்த்துக்கொண்டிருப்பார்கள்? பூசாரிக்கு எதுவும் தோன்றவில்லை.

கன்னையன் போய் ஊர்ப் பெரியவர்கள் சிலரைக் கூட்டி வந்தான். இந்தச் செய்தி தெரிந்து பெருங்கூட்டம் கருப்பனார் கோயில் காட்டுக்குள் கூடிவிட்டது. 'இது ஊருக்குப் பெருங்கேடு வரப்போவதன் அறிகுறி' என்று சிலர் பேசினார்கள். 'பாவாத்தா என்ன தப்புப் பண்ணுனாளோ, கருப்பனாரு பலியேத்துக்கல' என்றார்கள். நேரம் சாமத்தைக் கடந்துவிட்டது. எல்லாரும் கூடிப் பேசியும் ஒரு முடிவுக்கும் வரமுடியவில்லை. இன்னொரு கிடாயைக் கொண்டுவந்து வெட்டிவிடலாம் என்று சொன்னால்

துலுக்கிய கிடாய்க்குப் பதிலாக இன்னொரு கிடா எப்படி என்று கேள்வி வந்தது. பதிலாக ஏதாவது செய்தாக வேண்டும். உடனே இன்னொரு கிடா எங்கிருந்தாவது வாங்கிவிடலாம் என்று கன்னையன் பைக்குள்ளிருந்து பணத்தை எடுத்தான். செலவுக்கு வேண்டும் என்று அம்மா கேட்டால் கொடுக்கலாம் எனத் தயாராக வந்திருப்பான்போல. சேவல் கொண்டுவந்து இப்போதைக்கு அறுத்துவிடலாம்; கருப்பனார் சாந்தியாகிவிடுவார். பிறகு அடுத்த வருசம் வேறொரு கிடா வெட்டிக்கொள்ளலாம் என்றும் ஒரு யோசனை வந்தது.

“இத்தன வருசத்துல கருப்பனாரு பலியேத்துக்காம போனதில்ல. இப்ப எதோ அதுக்குக் கொற. அதத் தெரிஞ்சு நிவர்த்தி பண்ணாம கருப்பனாரு கோபம் அடங்காது பாத்துக்கங்க.”

படுகிழவர் ஒருவரின் அனுபவம் பேசியது. கன்னையனுக்குப் பெருத்த அவமானமாக இருந்தது. ஊரே கூடி ‘என்னமோ குறை’ என்று சொல்வது அவனைக் குத்திக் காட்டுவதுபோலிருந்தது. அம்மா ‘என்ன வேணுமென்று’ புலம்பியபடி அப்படியே கிடக்கிறாள். சாமிக்கு வேண்டியது அவனில்லை. அவனுக்கும் இதற்கும் ஒரு சம்பந்தமும் இல்லை. என்ன காரணம் என்று கண்டுபிடிப்பது?

“சட்டுப்புட்டுன்னு எதாச்சும் செஞ்சு முடிங்கப்பா. நேரமாவ நேரமாவ அங்க முனியப்பன் கோவிச்சுக்குவாரு” என்று வாலிபக்குரல் ஒன்று சொல்ல எல்லாரும் சிரித்தார்கள். அதற்குள் தட்டாமாலை போலக் கையை உயர்த்தி மூளி முறித்தபடி பெண்ணொருத்தி ‘உச். உச்’ என்று சத்தம் எழுப்பினாள். அவளைச் சுற்றிக் கூட்டம் சூழ்ந்தது. கொஞ்ச நேரம் ஈரமண்ணில் சுழன்று ஆடினாள். இடுப்பில் துண்டைக் கட்டிக்கொண்டு பெரியவர் ஒருவர் கேட்டார் “சாமி அய்யா ... வந்திருக்கறது ஆரய்யா. ஒரு வார்த்த சொன்னாத்தான தெரியும்“

“ம்ம் ... நானா ... என்னயவாடா ஆருன்னு கேக்கற”

பற்களைக் கடித்துக்கொண்டு சாமியாடியவள் அனல் மூச்சு விட்டாள்.

“வந்திருக்கறது பேயோ என்னமோ”

சொன்ன குரல் கூட்டத்திற்குள் ஒளிந்துகொண்டது. கூட்டம் சிரித்தது. இந்தச் சமயத்தில் சிரிப்பது பொருத்தமல்ல எனச் சிலர் வாய்க்குள்ளாக அடக்கிக்கொண்டனர்.

"பாவாத்தாளக் கூட்டியா சொல்றன்" என ஆணையிட்டு விட்டுச் சாமி மறுபடியும் வேகமாகச் சுழன்றாடத் தொடங்கியது. மகனும் பேரனும் ஓடிப்போய்ப் பாவாத்தாளைத் தூக்கினார்கள். பாலமர வேரில் ஒட்டிக்கொண்டு கிடந்தாள். மரப்பட்டையை உரிப்பதுபோல அவளை இழுத்தெடுக்க வேண்டியிருந்தது. "சாமி கூப்புடுது வாயா" என்று பேரன் எரிச்சலோடு கையைப் பற்றி இழுத்தான். குழந்தையின் களங்கமற்ற பார்வையோடு அவனைப் பார்த்து 'உனக்கு என்ன வேணும்' என்றாள். ஆளுக்கொரு பக்கம் பிடித்துத் தூக்கினார்கள். நிற்கவே மறுத்தாள். கொஞ்ச தூரத்தில் காட்டுக்குள் சாமி இன்னும் 'உச்' எனப் பெருமூச்சுவிட்டு ஆடிக்கொண்டிருந்தது. 'வாயா' என்று காட்டுக்குள் இழுத்தான். கால் மடக்கிக் கீழே சரிந்தாள். 'உனக்கு என்ன வேணுமய்யா' என்றாள் அவள். ஒருசொம்பு தண்ணீரைக் கொண்டுவந்து அவள் முகத்தில் சடாரெனத் தெளித்ததும் கொஞ்சம் உணர்வு வந்தது போலிருந்தது.

"சாமி உன்னயக் கூப்புடுது வந்து கேளு வா"

'என்ன வேணும் என்ன வேணும்' என்று யாரும் எதிர் பார்க்காதபடி வேகமாக எழுந்தவள் வெகுபலத்துடன் கருப்பனார் கோயிலை நோக்கி ஓடினாள். தரையில் பதிந்து தாகம் தீராமல் கிடந்த அரிவாளை எடுத்து 'இந்தா எடுத்துக்கய்யா' என்று கூவியபடி தன் கழுத்தில் இறக்கினாள். இரத்தம் பீரிட்டு இருளில் தெறித்தது. அறுபட்ட கழுத்து துடிக்கக் கருப்பனார் காலடியில் பாவாத்தாளின் தலையும் முண்டமும் கிடந்தன.

●

உயிர் எழுத்து, ஜனவரி, 2010

வேப்பெண்ணெய்க் கலயம்

பேரனைக் கையில் பிடித்துக்கொண்டு குள்ளப்பாட்டி வீட்டைவிட்டுப் புறப்பட்டபோது பொழுது கிளம்பியிருக்கவில்லை. பேரன் முகத்தில் தூக்கம் படர்ந்திருந்தது. பாட்டி எங்கே கூட்டிப் போகிறாள் என்று அவனுக்குத் தெரியாது. ஆனால் ஏதோ புது இடத்திற்காகத்தான் இருக்கும். பாட்டி வீட்டுக்கு வந்த இந்த இரண்டு வாரத்தில் அவன் கண்ட இடங்கள் எல்லாம் புதிதானவை. அவன் கனவுகளில்கூட நுழைந்திராத புத்தம்புதுப் பிரதேசங்கள். 'எங்க ஆயா போறம்' என்று சிணுங்க லோடு பலமுறை கேட்டு நச்சரித்தான். பாட்டி தன் குட்டைக் கையைத் தூக்கி முன்னால் காட்டி 'அங்க போறம்' என்றாள். 'அங்கன்னா எங்காயா' என்று கால்களை நிலத்தில் உதைத்துக் கொண்டு கேட்டான். 'அங்கன்னா அங்கதான்' என்று சொன்னாள் பாட்டி. இருவருக்கும் அது ஒரு விளையாட்டுப் போலவும் நடையை அலுப்பில்லாமல் தொடரவும் உதவியது.

எப்படியும் தெரியத்தானே போகிறது என்று அவன் பாட்டிக்கு முன்னும் பின்னுமாக ஓடி வேறு விளையாட்டுக்கு மாறினான். விளையாட்டு அலுக்கும்போதெல்லாம் ஓடிவந்து பாட்டியின் கைகளைப் பிடித்துக்கொண்டு கெஞ்சுவது போல 'எங்காயா போறம்' என்பான். எங்கே போகிறோம் என்று தெரிந்து அதற்காகத் தயாரிப்புகள் எல்லாம் செய்து புறப்பட்டுத்தான் அவனுக்குப் பழக்கம். பாட்டி வீட்டுக்கு வரும் முன் அவன் மட்டுமல்லாமல் அவன் அப்பா அம்மாவும் சேர்ந்து எத்தனையோ தயாரிப்புகள் செய்தார்கள். எதுவுமே

இல்லாமல் எங்காவது போவது இந்தப் பாட்டியால்தான் முடியும். அவனுக்குப் ஏதாவது பதில் சொல்லிக்கொண்டும் பதில் சொல்லாமல் வெறும் பொக்கைச் சிரிப்பைத் தந்து கொண்டும் தன் கூனுடம்பை மெல்ல நகர்த்திக் காடுகளை இணைத்துச் செல்லும் கொடித்தடத்தில் ஊர்ந்தாள் பாட்டி.

அவனுடைய பெயர் பாட்டிக்கு வாயில் நுழையவில்லை. அதனால் அவள் 'குஞ்சு' என்று அழைத்தாள். 'குள்ளப்பாட்டி பேரன் குஞ்சு' என்று ஊர்ச் சிறுசுகளும் பெரிசுகளும் கேலி செய்தார்கள்.

குஞ்சு குஞ்சு
குட்டிக் குஞ்சு
கோழிக்குஞ்சு
காக்காக் குஞ்சு
கருவாட்டுக் குஞ்சு
டவுசர் போட்ட
டவுனுக் குஞ்சு

எனச் சிறுவர்கள் ராகம் போடும்போது மண்ணை அள்ளித் தூற்றிவிட்டு ஓடி வந்துவிடுவான். பதினைந்து நாள்களுக்குள் குஞ்சு இத்தனை தெரிந்துகொண்டிருக்கிறான் என்பதில் பாட்டியின் முகம் பூரிக்கும். கைகளால் வாரிக் கன்னத்தில் இருத்திக்கொள்வாள்.

பேரன் என்றால் நேரடிப் பேரன் இல்லை. கொள்ளுப் பேரன். பாட்டிக்குப் பேத்தி மகன். மகள் வயிற்றுப் பேத்தி. மகள் போயே சில வருசங்கள் ஆகிவிட்டன. பேத்தி எப்படியோ ஞாபகம் வைத்திருக்கிறாள். பாட்டியின் சொந்தங்கள் எல்லாம் இறக்கை முளைத்த குஞ்சுகளாய் இரை தேடி திக்காலுக்கொன்றாய்ப் பறந்து போயின. ஊரில் நல்லது கெட்டது என்று எதற்காவது யாராவது வரும்போது பாட்டியையும் பார்த்துப் போவார்கள். கையில் ரூபாய்த் தாள்களைத் திணிப்பார்கள். அதை வாங்கித்தான் அவள் சாப்பிட வேண்டும் என்பதில்லை. மாதாமாதம் வருமானம் வருகிற மாதிரியான ஏற்பாடு இருக்கிறது. ஒண்டிச் சீவனுக்கு அதுவே தாராளம். என்றாலும் வாங்கிக்கொள்வாள். கொடுப்பவருக்குச் சந்தோஷம் கிடைக்குமானால் ஏன் கெடுப்பானேன்? எல்லாரும் ஒருநாளைக்குச் சேர்ந்துவருவார்கள். பாட்டிக்கு இத்தனை சொந்தங்களா என்று ஊரே கண் விரியப் பார்க்கும். அப்போது எல்லாரையும் பார்க்கத் தன்னால் முடியாது என்று தோன்றும். தூக்கம் வராத இரவுகளில் வானத்தைப் பார்த்துக் தன் சொந்தங்களின் கிளைகளை எல்லாம் எண்ணிப் பார்ப்பாள்.

யாருடைய முகமாவது நினைவில் வராமல் போனால் வருத்தமாகிப் போகும். எப்படியாவது முயன்று அந்த முகத்தை மனத்திற்குக் கொண்டுவந்த பின்னால்தான் நிம்மதியாகும். பெயர்கள் நினைவிலிருந்து கழன்று வெகுகாலமாகிவிட்டது.

பாட்டியின் உடல் குறுகிப் போய்விட்டது. ஆனால் அவளுடைய அன்றாட வேலைகளில் எந்தச் சுணக்கமும் இல்லை. வீடு வாசலைச் சுத்தம் செய்வது, சமைப்பது, சாப்பிடுவது, குளிப்பது என்று நாள் ஓடிவிடும். வாசல் திண்ணையில் உட்கார்ந்து பார்த்துக்கொண்டிருந்தால் எத்தனையோ காட்சிகள். மனிதப் பேச்சுகளும் நடவடிக்கைகளும்தான் காணக் காணத் தீராத வேடிக்கைகளாய் விரிகின்றன. ஆகாத பண்டமாய் ஒதுங்கிக் கிடந்தாலும் பாட்டியை வம்புக்கிழுத்து யாராவது ஒன்றிரண்டு வார்த்தை பேசிப் போவார்கள். அதுவே அன்றைய நாளுக்குப் பெரிய ஆறுதலாகிவிடும். 'யாரப் பாத்துக்கிட்டு உக்காந்திருக்கற பாட்டி' என்று எவளாவது குமரியொருத்தி பாட்டியின் வாயைக் கிளறுவாள். முன்பெல்லாம் இப்படி யாராவது கேட்டால் பாட்டியும் பதிலுக்கு வம்பாகச் சொல்வாள் 'உன்னூட்டுக்காரன் பொழுது மசங்க வர்றமுன்னான். அதான் பாத்துக்கிட்டு உக்காந்திருக்கறன்'. பதிலும் வரும், 'பாட்டிக்கு இன்னம் கொழுப்பு அடங்கல பாத்துக்க' என்கிற மாதிரி. ஆனால் இப்போதெல்லாம் பொக்கை வாய் விரியச் சிரித்துக்கொண்டு 'அந்தக் கூத்துவந்தான் வருவான்னு பாக்கறன்' என்கிறாள். 'எல்லா ஊட்டுக்கும் கூத்துவன அனுப்பிட்டுக் கல்லாட்டம் உக்காந்திருக்கற. நீதான் கூத்துவன் போ' என்று கேலி செய்கிறார்கள். அதில் உண்மையும் இருப்பதால் பாட்டியின் முகம் வாடிப் போகும். எத்தனையோ சாவுகளைப் பார்த்துவிட்டவள். 'நானா மாட்டீங்கறன். ஏனோ கூத்துவனுக்கு என்னயப் புடிக்க மாட்டீங்குது' என்று நினைத்துக் கலங்குவாள்.

அருகில் நெருங்காத கூற்றுவனின் கொடூர சிந்தை பற்றி எண்ணமோடி 'இன்னம் என்னென்னத்தப் பாக்கோனுமின்னு எந்தலையில எழுதி வெச்சிருக்கற' என்று தனக்குள்ளாகவே புலம்பியபடி திண்ணையில் தலைசாய்த்திருந்த நண்பகல் பொழுதில் அவளுக்கு முன்னால் மோட்டார் வண்டியில் பேத்தியும் அவள் புருசனும் இந்தக் குஞ்சுவோடு வந்து இறங்கினார்கள். வேறேதாவது வேலையாக வந்தவர்கள் அப்படியே பார்த்துப் போக வந்திருப்பார்கள் என்று நினைத்து வரவேற்றாள். உடனடியாக அடையாளம் கண்டுகொண்டதும் சில விஷயங்களை விசாரித்ததும் அவர்களுக்குப் பெருத்த மனநிறைவைக் கொடுத்தன. பாட்டி தண்ணீர் மொண்டுவர உள்ளே போனபோது 'கெழ்டுக்கு வயசாவ வயசாவக் கண்ணு

காதெல்லாம் நல்லாக் கூராகிக்கிட்டே வருது' என்று பேத்தி பேசுவது காதில் விழுந்தது. குஞ்சு பாட்டியையே பார்த்துக் கொண்டு இறுகி நின்றான்.

பேத்தி வந்த காரியம் கொஞ்ச நேரம் கழித்துத்தான் விளங்கியது. அவர்கள் இரண்டு பேருமே 'ஆப்பீஸ் வேலை'யில் இருப்பவர்கள். இரண்டு பேருக்கும் ஒரே சமயத்தில் வெளியூர் போய்ச் சில நாட்கள் இருக்கும்படி நிர்ப்பந்தம். பையனுக்குக் கோடை விடுமுறை. அதனால் இந்தக் குஞ்சுப் பையனைப் பாட்டிதான் பார்த்துக்கொள்ள வேண்டும். வேறெங்கும் விட வழியில்லை.

பாட்டியால் முடிகிறவரை பார்த்துக்கொண்டால்போதும். அதற்குள் வேறு ஏதாவது ஏற்பாடு செய்துகொள்வார்கள். இன்னும் இரண்டு மூன்று இடங்களையும் யோசித்து வைத்திருந்தார்கள். பாட்டி மறுத்துவிடுவாளோ என்னும் பயத்தில் பேத்தி ரொம்பவும் கெஞ்சுகிற தொனியில் விஷயத்தைச் சொன்னாள். இன்னும்கூடத் தன்னால் ஏதோ பயன் இருக்கிறது என்று பாட்டி அப்போதுதான் உணர்ந்தாள். 'தாராளமா உட்டுட்டுப் போம்மா. ஒரு மாசத்துக்குனாலும் குஞ்ச நா பாத்துக்கறன்' என்று சொன்னாள். ஆறு வயதுப் பையன். இதுவரை அப்பா அம்மாவைப் பிரிந்து இருந்ததில்லை. நிர்ப்பந்தத்தால் இந்தக் கிழவியிடம் விடவேண்டியிருக்கிறதே என்னும் கவலை மிகுந்த அவர்கள் முகத்தைப் பார்த்ததும் சமாதானப்படுத்தி நம்பிக்கை கொடுக்கப் பாட்டி முயன்றாள். தன் ஈரம் மிகுந்த கைகளால் குஞ்சுவின் கன்னத்தை வாரிப் பிடித்துக்கொண்டாள். அவன் நெளிந்தான். காப்புக் காய்ச்சிய வடுக்கள் உரசின. ஆனால் அந்தத் தொடுதல் அவனால் விலக்க முடியாததாக இருந்தது.

'குஞ்சு உனக்கு வேணுங்கறத இந்தப் பாட்டி வாங்கிக் குடுப்பன். இந்த வீதியெல்லாம் உன்னோடதுதான். ஓடி வெளையாடலாம். காட்டுக்குள்ள ஒரு மரத்துல கிளிக்குஞ்சு இருக்குது உனக்குப் புடிச்சுத் தருவன். என்ன குஞ்சு என்னோட இருந்துக்குவியா.'

பையனின் முகத்தில் தெளிவும் குழப்பமும் மாறிமாறித் தோன்றின. உடலெங்கும் சுருக்கங்களும் இடுங்கிய கண்களும் கூனிய முதுகும் கொண்ட கிழவியை அவன் கார்ட்டூன் படங்களில் கொடூர சூன்யக்காரிகளாகத் தான் பார்த்திருக்கிறான். இந்தக் கிழவியின் தோற்றம் அப்படி இருந்தாலும் பேச்சில் வழியும் பிரியமும் இதுவரைக்கும் அவனை யாரும் அழைக்காத விதத்தில் 'குஞ்சு' என்று அவள் கூப்பிடுவதும் குழப்பின. வாய்க்குள் அமுங்கிக் கிடக்கும் உதடுகளை வெளிப் பிதுக்கி அவள் பேசுவதும்

பையனுக்கு அவ்வளவாகப் புரியவில்லை. அப்பாவும் அம்மாவும் அவனுக்கு எத்தனையோ சொல்லித்தான் கூட்டி வந்தார்கள். அடம் செய்தால் அழ அழ விட்டுவிட்டுப் போய்விடுவார்கள். கோடைகாலச் சிறப்பு வகுப்பு என்று சொல்லி எங்காவது விடுதியில் விட்டுவிடும் அவர்கள் யோசனையை அவன் முன்பே அழுது வன்மையாக நிராகரித்திருந்தான்.

பத்து நாட்களுக்கான தின்பண்டப் பைகளையும் சாக்கு போன்ற பெரிய பொம்மைப் பை ஒன்றையும் கொடுத்துவிட்டு நான்கைந்து பெரிய ரூபாய்த் தாள்களைப் பாட்டி கையில் வைத்தார்கள். பேத்தி முகத்தைக் கலவரமாக நோக்கி 'எதுக்கும்மா' என்றாள் பாட்டி. பையனைப் பார்த்துக்கொள்ளக் கூலியோ என்று விதிர்த்துப் போனாள். 'பையன் அதையும் இதையும் கேப்பான். வாங்கிக் குடு. அதுக்குத் தான் அம்மாயி' என்று பேத்தி சொல்லவும்தான் மனம் சமாதானப்பட்டது. பையனைப் பிரிய மனமே இல்லாமல் ஏதாவது சொல்லிக்கொண்டே இரண்டு பேரும் நின்றார்கள். ஏழெட்டுக் குழந்தைகளைப் பெற்று வளர்த்தவள் பாட்டி. பெற்றுச் சில மாதங்களிலேயே இறந்து போனது ஒன்று. தெருவெல்லாம் ஓடிப் புழுதி அடித்துக்கொண்டு வெண்ணிறமாய் மாறிவரும் குறும்பிராயத்தில் துள்ளத்துடிக்க ஒன்றை வாரிக் கொடுத்தாள். அந்தக் குழந்தைதான் இப்போதும் கண்களில் வந்து நின்று கொட்டிச் சிரிக்கும். அது வளரவே இல்லை. குழந்தையாகவே இத்தனை வருசங்களாகச் சிரித்தாடுகிறது. வளர்ந்து வேலைவெட்டி என்று ஓடிவிட்டவர்களின் குழந்தைத் தோற்றம் இப்போது நினைவில் இல்லை. தன் மனத்தில் அப்படியே இருக்கும் அந்தக் குழந்தைதான் குஞ்சுவாக வந்திருப்பதாகத் தோன்றியது. இல்லை என்றால் இத்தனை வருசம் கழித்துத் தன்னைத் தேடி ஒரு குழந்தை வருவானேன்? பாட்டியின் உடலிலும் மனத்திலும் புதுத்தெம்பு கூடியது.

இரண்டு வாரமாகப் பாட்டிக்கு நிற்க நேரமில்லை. குஞ்சுவின் தேவைகளைப் பார்த்துப் பார்த்துச் செய்தாள். மூன்று வேளையும் அவனுக்குச் சூடாக வேண்டும். ஒருவேளை செய்ததையே நாள் முழுதுக்கும் வைத்துக்கொண்டிருந்தவள் இப்போது மூன்று வேளையும் செய்ய வேண்டியதாயிற்று. அவனைக் குளிக்க வைக்கப் பெரும்பாடு பட வேண்டியிருந்தது. தன் கைச்சமையல் அவனுக்குப் பிடிக்குமோ என்னவோ என்று பாட்டிக்குக் கவலை. அவனும் விரும்பிச் சாப்பிட்டான். மசாலா போட்ட உணவு வகைகளைச் சாப்பிட்டுப் பழகியிருந்த அவன் நாக்கு இத்தகைய ருசிகளைக் கண்டதேயில்லை. இத்தனைக்கும் பாட்டி மிளகாயைக் கிள்ளிப் போட்டுப் பருப்பைப் பன்னீராட்டம் கடைவாள்; பீர்க்கங்காய், நக்கிரி, சுரைக்காய், கத்திரிக்காய் என்று

எல்லாவற்றையும் கடைவாள். காய்களின் ருசி மாறாத அந்தக் குழம்புகளை ஆவலாகச் சாப்பிட்டான் குஞ்சு. சமைக்கும் வேலை எந்நேரமும் இருந்தது. கொஞ்ச நேரம் கால் நீட்டப் படுக்கவோ கண்மூடவோ பகலில் நேரம் கிடைப்பது அரிதாயிற்று. ஆனால் பாட்டி அதை உணரவில்லை.

அவனுக்கென்று பால் வாங்கித் தயிர் போட்டாள். கெட்டித் தயிரை வழித்து நக்கிச் சாப்பிட்டான். காலை நேரத்தில் குஞ்சு வெகுநேரம் தூங்கினான். அவனை எழுப்பவே மனம் வராது. பத்து மணிக்கு மேலும் அசந்து தூங்குவான். சமைத்து வைத்துவிட்டு அவன் எழுந்திருப்பானா என்று அவனையே பார்த்தபடி உட்கார்ந்திருப்பாள். தூங்குகிற பையனை இப்படிப் பார்த்துக் கொண்டிருந்தால் தன் கண்ணே பட்டுவிடும்; சாயங்காலம் அவனுக்குச் சுத்திப் போட வேண்டும் என்று நினைப்பாள். வெறும் வயிற்றோடு தூங்குகிறானே என்று மனமே இல்லாமல் எழுப்புவாள். அவசர அவசரமாக எழுப்பி வேகவேகமாகப் புறப்பட வைத்துப் பள்ளிப் பேருந்தில் திணித்து ஓட வேண்டிய தேவையில்லாததாலும் பாட்டி தன்னைத் திட்டி ஒரு வார்த்தையும் சொல்லாததாலும் அவனுக்கு அந்தப் பட்டிக்காடு ரொம்பவும் பிடித்திருந்தது. பாட்டி செய்து வைத்திருக்கும் உணவைத் தின்றுவிட்டு ஓடிவிடுவான்.

தெருவில் ஏற்கனவே பலவிதமான விளையாட்டுகள் களை கட்டியிருக்கும். அதில் ஏதாவது ஒன்றுக்குள் அவனும் நுழைந்துவிடுவான். அப்புறம் மறுபடியும் சாப்பிடப் பாட்டி வந்து கூப்பிடும்போதுதான் அவனுக்கு நினைவே வரும். அவன் விளையாடும் இடத்திலேயே பாட்டி சுற்றிச் சுற்றி வந்து கூப்பிடுவாள். ராசா, குஞ்சு, கண்ணு, பொன்னு என்று எத்தனையோ இனிய வார்த்தைகளால் அவனை அழைப்பாள். ஆனால் காதிலேயே வாங்கிக்கொண்ட மாதிரி தெரியாது. உடனே விளையாட்டில் இருக்கும் மற்ற பையன்களிடம் கெஞ்சுவாள். அவர்களை இப்படிச் சாப்பிடச் சொல்லி அழைக்க யாரும் வருவதில்லை. அந்த ஏக்கம் கேலிச் சிரிப்பாய் மாற அவனை அனுப்பி வைப்பார்கள். சாப்பிட்ட உடனே வந்து விடுவேன் என்று அவர்களுக்கு உறுதி கொடுத்துவிட்டு ஓடி வருவான். வீட்டுக்குப் பாட்டி வந்து சேர்வதற்குள் அவன் சாப்பிட்டு முடித்திருப்பான். மீண்டும் விளையாட்டை நோக்கி ஓட்டம்தான். மாலையிலும் விளையாட்டு. பேத்தி கொடுத்துப் போன பொம்மைப் பை பிரிபடாமல் அப்படியே கிடந்தது.

முன்னிரவில் வீட்டு வாசலில் கட்டிலைப் போட்டுப் படுத்துக்கொள்வார்கள். அவன் கதை சொல்லச் சொல்வான். பாட்டிக்குக் கதைகள் எல்லாம் மறந்துபோயிருந்தன. சொல்லிப்

பல வருசங்கள் ஆனதால் இப்போது நினைவுக்குக் கொண்டுவர முயன்று பார்த்தாள். அப்புறம் தனிக்கதை எதற்கு என்று தன் வாழ்க்கைக் கதையையே சொல்ல ஆரம்பித்தாள். அது குஞ்சுவுக்கு மிகவும் பிடித்திருந்தது. அவனுக்காகப் பல சம்பவங்களை நினைவிலிருந்து மீட்டு அவற்றை உருக்கத்தோடும் ஏக்கத்தோடும் சொல்லிக்கொண்டிருந்தாள். அவளுக்குள் இறுகிக் கிடந்த எல்லாம் இளகிப் பாகுக் குழம்பாய் வெளியேறிக்கொண்டிருந்தன. எந்தச் சந்தேகம் கேட்டாலும் பாட்டி திட்டாமல் அவளுக்குத் தெரிந்த பதிலைச் சொன்னாள். அதனால் குஞ்சு நிறையக் கேள்வி கேட்டான். பாட்டிக்கு இப்போது கூத்துவன் மறந்துபோனான். எதிரில் அவன் வந்தால்கூட அவளுக்கு அடையாளம் தெரியாது. தெரிந்தாலும் இன்னும் கொஞ்ச நாள் கழித்து வா என்று விரட்டி விடுவாள். பாட்டி தன்னுடைய இளவயதில் இருந்த சந்தோசத்தையும் களிப்பையும் இப்போது அனுபவித்துக் கொண்டிருந்தாள்.

தினந்தோறும் இரவில் எட்டுமணி தவறாமல் பாட்டி வீட்டுக்குக் கொஞ்சம் தள்ளியிருந்த வீடு ஒன்றிற்குத் தொலைபேசி வரும். பாட்டியும் குஞ்சுவும் போய்க் காத்திருந்து பேசுவார்கள். பாட்டி இதுநாள்வரை தொலைபேசியில் பேசியதே இல்லை. குஞ்சுதான் சொல்லிக்கொடுத்தான். குஞ்சுவின் அப்பனும் அம்மாவும் மாறி மாறி அவனுக்குப் புத்தி சொல்லிக்கொண்டே இருப்பார்கள். பாட்டிக்கும் புத்திதான். அவனை எப்படி எப்படி எல்லாம் கவனித்துக்கொள்ள வேண்டும் என்பதுதான் அவர்கள் பேச்சின் முழுமையாக இருக்கும். அவர்கள் என்ன சொன்னாலும் அவன் 'ம்' 'சரி' என்றுதான் சொல்லிக் கொண்டேயிருப்பான். அவனைப் பார்த்துப் பாட்டியும் அப்படிச் சொல்லக் கற்றுக்கொண்டாள். பாட்டி பேசி முடிக்கும்வரை வாங்கியைப் பாட்டியின் காதின்மேல் வைத்துப் பிடித்துக் கொண்டேயிருப்பான் குஞ்சு. அப்பனையும் அம்மாவையும் வரச் சொல்லி ஒருமுறைகூடக் குஞ்சு சொல்லவே இல்லை. அதுதான் பாட்டிக்குச் சந்தோசம் தருவதாக இருந்தது. 'பேரன் வந்தொடனப் பாட்டியக் கைல புடிக்க முடியல' என்று சொல்லி மற்றவர்கள் சிரித்துக் கேலி செய்வதையும் பாட்டி சந்தோசமாகவே எடுத்துக்கொண்டாள்.

குஞ்சுவின் உலகம் தெருவோடு நின்றுவிடவில்லை. பையன்களோடு சேர்ந்துகொண்டு அவன் காடுகளுக்குள் திரியப் போனான். சில பையன்கள் பனைகளில் ஏறி நுங்கு வெட்டிக் கொடுத்தார்கள். விரல் விட்டு நோண்டி அப்படியே வாயருகில் வைத்து நுங்கை உறிஞ்சத் தெரிந்துகொண்டான். மொட்டை மரங்களில் கிளிக்குஞ்சைத் தேடித் திரிந்தார்கள்.

கடும் கானல். ஆனால் குஞ்சு மற்ற பையன்களோடு சேர்ந்து திரிவதை நிறுத்தவில்லை. பாட்டிக்குக் காடுகளுக்குள் போய்த் தேடி அவனைக் கண்டுபிடிக்க முடியவில்லை. மத்தியானச் சோற்றை ஆக்கி வைத்துவிட்டுத் தெருமுனையையே பார்த்தபடி உட்கார்ந்திருந்தாள். சூடு பிடித்து அவன் மல்லவே சிரமப்பட்டுக் கத்தினான். அப்போதிலிருந்து பாட்டிக்குப் பயம் பிடித்துக் கொண்டது. கம்மஞ்சோற்று நீத்தண்ணியை வடித்துக் குண்டா நிறையக் குடிக்கக் கொடுத்தாள். கொஞ்ச நேரத்தில் சரியாகி விட்டதென்றாலும் மறுநாள் அவனை எங்கும் போக விடவில்லை பாட்டி. அவனுக்கு ஏதாவது ஒன்று என்றால் பேத்திக்கு என்ன பதில் சொல்வது என்று பயந்தாள். சூடு பிடித்த விசயத்தைப் பேத்திக்குத் தொலைபேசியில் சொல்லவில்லை. பயந்து போய்விடக் கூடும் என்று பாட்டியும் குஞ்சுவும் சேர்ந்து மறைத்து விட்டனர். குஞ்சுவின் துணையோடு பெரிய காரியம் ஒன்றைச் செய்துவிட்டதுபோலப் பாட்டி மகிழ்ந்தாள். மறைப்பில் இருக்கும் இன்பம் அவளுக்கு இந்த வயதிலும் விளங்கியது.

ஒருநாள் முழுக்க வீட்டருகிலேயே விளையாடிக்கொண்டிருந்தான். தன்னந்தனியாக விளையாடுவது அவனுக்குப் பழக்கம்தான் எனினும் பாட்டி வீட்டுக்கு வந்ததிலிருந்து அது விட்டுப் போயிருந்தது. தெருவையே ஏக்கத்தோடு பார்த்தபடி விளையாடினான். வழக்கத்திற்கு மாறாக மத்தியானத்தில் நல்ல தூக்கம் போட்டான். பையன்கள் சிலபேர் வந்து வந்து 'குஞ்சு வெளையாட வர்லியா' என்று கேட்டுப் போனார்கள். அடுத்த நாள் அவனால் வீட்டோடு இருக்க முடியவில்லை. ரொம்ப தூரம் போகமாட்டேன் என்று உறுதி கொடுத்துவிட்டுத் தெருவுக்குப் போனான். பாட்டியால் கறாராக மறுத்துச் சொல்ல முடியவில்லை. அவன் கொஞ்ச நேரத்தில் வழக்கம்போல மாறிவிட்டான். ஆனால் காட்டுப்பக்கம் போகவில்லை. அவன் விளையாடும் இடத்திற்குப் போய்ச் சாப்பிடக் கூட்டி வந்தாள். ஓரிரு நாட்கள் இப்படிக் கழிந்தது.

அடுத்தொரு நாள் யாரும் எதிர்பாராத வகையில் அவன் மற்ற பையன்களோடு சேர்ந்து கிணற்றுக்குப் போய்விட்டான். வெயில் காலத்துக்கிணறு வாய் திறந்து எல்லாரையும் வாவாவென்று கூப்பிட்டுக்கொண்டிருக்கும். பையன்கள் கிணற்றின் பல பக்கங்களிலிருந்தும் மாறி மாறிக் குதித்துக்கொண்டிருப்பார்கள். நீச்சல் பழகியவர்களின் ஆரவாரத்துக்கிடையே புதிதாகப் பழகுபவர்களின் அழுகைக் குரல்களும் ஓரளவு பழகியவர்கள் சுரைப் புருடையையோ முருங்கைக் கட்டையையோ முதுகில் கட்டிக்கொண்டு முழுக்கிணற்றையும் வட்டமடிக்கும் சந்தோசக் கூச்சலும் இடைவிடாது கேட்டுக்கொண்டிருக்கும். குஞ்சு கிணற்று

மேட்டின் ஒரு ஓரத்தில் உட்கார்ந்து உள்ளேயே பார்த்துக் கொண்டிருந்தான். இறங்கி நீந்த வேண்டும் என்னும் ஆவலைக் கட்டுப்படுத்த முடியவில்லை. அங்கிருந்த திளைப்பில் அவனை யாரும் கண்டுகொள்ளவில்லை. ஒரு சுரைப் புருடை இருந்தால் தானும் கிணற்றுக்குள் இறங்கலாம் என்று யோசித்தான்.

அன்று இரவு பாட்டியிடம் சுரைப் புருடை கேட்டு நச்சரித்தான். அவன் கிணற்றுப் பக்கம் போனான் என்பதையே பாட்டியால் தாங்க முடியவில்லை. வெயில் காலக் கிணறு சந்தோசத்தை வெளிப்படுத்தும். குரூரத்தைத் தனக்குள் மறைத்து வைத்திருக்கும். சந்தர்ப்பம் பார்த்துக் குரூரம் வெளிப்பட அது எக்காளமிடும். இரண்டு மூன்று வருசத்திற்கு ஒருமுறை சின்னப் பையன்கள் யாரையாவது காவு வாங்கிவிடும். எல்லாரும் சந்தோசமாக நீந்திக்கொண்டிருக்கும்போது நீச்சல் தெரியாத யாரையாவது மெல்ல உள்ளிழுத்துக் கொள்ளும். பாட்டியின் ஆயுளில் அவள் எத்தனையோ முறை இத்தகைய சாவுகளைப் பார்த்துவிட்டாள். அப்போதெல்லாம் 'சேவேறி முத்துன கட்ட கெடக்கறன். என்னய உட்டுட்டுச் சின்னக் கொழுந்தக் கிள்ளிப் போட்டுட்டயே அப்பா' என்று கூத்துவனைப் பார்த்துப் புலம்புவாள். குஞ்சு அந்தப்பக்கம் போகிறான் என்பதை அவளால் செரித்துக்கொள்ள முடியவில்லை. கிணற்றின் இயல்பு அவளுக்குத் தெரியும். அது ஆசை காட்டிக்கொண்டேயிருக்கும். ஒருமுறை அந்தப்பக்கம் போனவர்களை மீண்டும் மீண்டும் வரச் சொல்லி மாயக்கரம் நீட்டி மயக்கும் குரல் கொண்டு அழைப்பு விடுத்தபடியே இருக்கும். அதை மீறுவது யாருக்கும் கடினம்தான்.

யாராவது பொறுப்பான பெரிய பையனைப் பார்த்துச் சொல்லிக் குஞ்சுவுக்கு நீச்சல் பழக்கிவிடலாம். பாட்டியும் போய்க் கிணற்று மேட்டின்மேல் காவலுக்கு உட்கார்ந்து கொள்ளலாம். கண்களை இடுக்கியபடி அவனையே பார்த்துக் கொண்டிருக்கலாம். அவனுக்கு ஏதாவது என்றால் உள்ளிறங்கிக் காப்பாற்ற முடியவில்லை என்றாலும் கத்திக் கூப்பாடு போட முடியும். கல்யாணம் ஆகிக் குழந்தை எல்லாம் பிறந்த பின்னும் பாட்டி கிணற்றுக்குள் குதித்து நீச்சல் போட்டிருக்கிறாள். ஆனால் இப்போது அந்த வலுவில்லை. உடல் தசைகள் இளகாமல் அங்கங்கே இறுகிப் பிடித்துக்கொண்டிருக்கின்றன. கை விரல்கள் கூடச் சிலசமயம் நீட்டினால் மடக்க முடிவதில்லை. மடக்கினால் நீட்ட முடிவதில்லை. நீச்சலுக்கு வலுவில்லை என்றாலும் குரல் இப்போதும் கூர்மையோடும் வலுவோடும் இருக்கிறது. குஞ்சுவுக்கு ஒன்றும் ஆகாமல் இருக்கக் குரல் பாதுகாப்பு போதும். ஆனால் பேத்தியை நினைத்துப் பயந்தாள். அம்மாயி என்று

வாய் நிறைய அழைப்பவள் பையன் கிணற்றுக்குப் போனான் என்று தெரிந்தால் எப்படி ஆவாளோ? அதுவும் புருடை கட்டி நீச்சல் அடித்தான் என்றால் சந்தோசப்படுவாளா?

கிணற்றுப் பக்கம் போகக்கூடாது என்று குஞ்சுவுக்கு எவ்வளவோ சொன்னாள். கிணற்றுப் பக்கம் போகாத பையன் களோடு விளையாட வேண்டும் என்று கெஞ்சினாள். ஆனால் பொழுது நெற்றிக்கட்டுக்கு நேராக வந்துவிட்டால்போதும் எல்லாப் பையன்களும் கிணற்றில்தான் இருந்தார்கள். கிணறும் நிறைந்திருந்தது. கிணற்று மேடும் நிறைந்திருந்தது. குஞ்சு என்ன செய்வான்? அவனை இனிக் கட்டுப்படுத்த முடியாது என்பது தெரிந்ததும்தான் பாட்டி இந்த முடிவுக்கு வந்தாள். பாட்டியின் தேவை முடிந்துவிட்டது எனத் தோன்றியது. குஞ்சை உரிய இடத்தில் சேர்க்கும் நேரம் வந்துவிட்டது. ஏதோ இந்த வயதில் இப்படிக் கொஞ்ச நாள் பயன்படும்படி விதித்த சாமிக்குக் கைமாறாக என்ன செய்வது என்று தெரியவில்லை. வேப்பெண்ணெய்க் கலயமும் ஒரு வேலைக்கு ஆகும் என்று செலவாந்தரம் சொன்னது பொய்யாகுமா?

பேத்தி சொல்லியிருந்தது போலக் குஞ்சுவை மெல்ல அழைத்துக் கொண்டுபோய் நகரத்துக்கு முன்னாலேயே இருக்கும் இன்னொரு பேத்தி வீட்டில் விட்டுவிட்டால் போதும். அவர்கள் குஞ்சுவை அவன் அப்பா அம்மாவிடம் பொறுப்பாகச் சேர்த்துவிடுவார்கள். கிழக்கே மலையின் பக்கவாட்டில் இருந்து பொழுது சிவப்புப் பந்தாய் எழும்புவதைக் குஞ்சு ஆர்வமாகப் பார்த்தான். உடலை லேசாகக் கூனியபடி பாட்டி மெல்ல நடந்தாள். அவள் வெகுதூரம் நடந்து பல நாட்களாகிவிட்டன. வீட்டைவிட்டு வெளியே போவது இரண்டு குடம் தண்ணீருக்காகவும் வாசல் தெளிக்கச் சாணம் எடுத்துவரவும்தான். உள்ளூரிலேயே நடக்கும் விசேசங்களுக்குக்கூடப் போவதில்லை. வீட்டில் என்றால் கால் நீட்டி உட்காரலாம். கொஞ்சநேரம் படுக்கலாம். போகிற இடத்தில் எப்படி இருக்குமோ? விசேசப் பலகாரங்களை யாராவது வீடு தேடிக் கொண்டுவந்து கொடுத்தால் பாட்டி மறுப்பதில்லை.

சிவப்புப் பந்து மெல்ல நிறம் மாற மாறக் குஞ்சுவுக்குக் குதூகலம் பீரிட்டது. அறுவடை முடிந்த மேட்டாங்காடுகள் பரந்து கிடந்தன. யாரோ கழற்றி வீசி எறிந்திருந்த கிழிந்த நீளக் கோவணத்துணியெனக் கிடந்த ஒற்றையடித் தடத்தை விட்டு விலகி அவன் குதித்துக்கொண்டோடினான். விடிகாலைப் பனி எங்கும் லேசான ஈரத்தைப் பரப்பியிருந்தது. 'குஞ்சு குஞ்சு' என்று பாட்டி கத்தக் கத்த அவன் காட்டுக்குள் சுழன்றோடினான். துவரங்கட்டைகளோ கொட்டக்கட்டைகளோ காலில் ஏறிவிடும்

என்று பாட்டி பயந்தாள். ஆனால் குஞ்சுவின் உற்சாகத்தைக் கட்டுப்படுத்த முடியவில்லை. காட்டுக்குள் இறங்கியிருந்த மைனாக் கூட்டம் ஒன்று கத்தியபடி மேலெழும்பிப் பறந்தது. அற்புதமான கோலம் ஒன்று வானில் விரிவதை அவன் கண்டான். அந்தக் கோலம் கணந்தோறும் மாறிக்கொண்டேயிருக்கும் விந்தையை அண்ணாந்து பார்த்தபடி நின்றான். பாட்டியும் அண்ணாந்து பார்த்தாள். கரும்புள்ளிகள் இணைந்து நகர்வதாய்த் தெரிந்தது. 'எதப் பாத்தாலும் குஞ்சுக்கு அரிசயம்தான்' என்று வாய்விட்டுச் சொல்லிக்கொண்டாள்.

அவளுக்குச் சின்னஞ்சிறு பிள்ளையாய் அந்தக் காடுமேடு களில் தான் திரிந்த காலங்கள் நினைவில் வந்தன. முகம் காலை மலராய்ப் பொலிந்தது. குஞ்சுவின் இருப்பு பாட்டியின் இத்தனை கால ஆயுளுக்கு மாபெரும் அர்த்தத்தைக் கொடுப்பது போலிருந்தது. இன்னும் சிலநாள் குஞ்சு இங்கேயே இருக்கலாம். அடுத்தடுத்த விடுமுறைகளுக்கு அவன் இங்கே வந்து தங்கிப் போகலாம். அவனை விடுவார்களா? ஒவ்வொரு விடுமுறையின் போதும் அவர்களுக்கு ஏதாவது வேலை வரவேண்டுமே. குஞ்சு இங்கிருந்தே பள்ளிக்குப் போனால் என்ன? அவனைக் கூட இருந்து கவனித்துக்கொள்ளும் வலு பாட்டிக்கு இருக்கத்தான் செய்கிறது. அந்தப் புலர்பொழுது அவளுக்குள் ஏராளமான எண்ணங்களைக் கிளறிவிட்டன. சமீப காலத்தில் பாட்டி இத்தனை யோசித்திருக்கவில்லை.

ஏன் இவன் வந்திருக்க வேண்டும். இப்படிச் சீக்கிரத்தில் போக வேண்டும். அவன் போகக் கேட்கவில்லை. அவர்களும் வந்து அழைக்கவில்லை. ஆனாலும் அவனை வைத்திருக்கப் பயமாக இருக்கிறது. இன்னொரு பேத்தி வீட்டில் அவனை ஒப்படைத்துத் திரும்பிவிட்டால் பொறுப்பு முடிந்தது. ஒற்றையடிப் பாதை வேலியடிக்குப் போய் அதை ஒட்டி நீளப் போகும் மற்றொரு ஒற்றையடிப் பாதையில் முடிந்தது. பாட்டிக்கு மூச்சிரைத்தது. வெயிலேறிவிட்டால் நடப்பது இன்னும் சிரமமாகிவிடும். கல்லொன்றில் உட்கார்ந்தாள். குஞ்சு காட்டுக்குள் இருந்து ஓடி வந்தான். 'இது என்ன ஆயா' என்று கண்களை விரித்துக் கேட்டான். அவனுடைய இத்தனை நாள் இருப்பில் காட்டு வேலியை அவனுக்குக் காட்டியிருக்கவில்லை. 'வேலி குஞ்சு' என்றாள். 'இது எங்கிருந்து வருது?' என்றான் குஞ்சு. அதுதானே இது எங்கிருந்து வருகிறது? பாட்டி இத்தனை காலத்தில் யோசித்ததில்லை. கிளுவை, நொச்சி, வேம்பு, மின்ன மரங்கள் என்று எத்தனையோ மரங்களும் கொடிகள் ஏறிய அடம்பும் கொண்ட இந்த வேலி எங்கே தொடங்குகிறது? பாட்டி யோசித்தாள்.

அவளுக்கு வேலி போகும் பல காடுகள் நினைவுக்கு வந்தன. அவற்றைத் தாண்டியும் வேலி போய்க்கொண்டிருந்தது. அடுத்த ஊர், அதற்கடுத்த ஊர், அதற்கும் அடுத்தது என்று அவளுக்குத் தெரிந்த தூரம் வரைக்கும் வேலி போனபடியே இருந்தது. எங்கே தொடங்குகிறது என்று சொல்ல முடியவில்லை. 'அங்கருந்து வருது' என்று குருட்டாம் போக்கில் கை காட்டினாள். 'எங்கருந்து?' 'ஊரத் தாண்டி' 'அதுக்கப்பறம் எங்கருந்து?' 'அடுத்த ஊரு' 'அப்பறம்' பாட்டி பதில் சொல்லி ஓய்ந்து போனாள். 'ஒருநாளைக்கு நாம ரண்டு பேரும் நடந்து போயிக் கண்டுபுடிக்கலாம்' 'வானத்தத் தாண்டிப் போவுமா?' என்றதும் 'வாடா என் ராசு' என்று அவனை அருகிழுத்து மடியமர்த்தி முத்தமிட்டாள். பற்களற்ற வாய்க்குள்ளிருந்து பிதுங்கி வந்த உதடுகள் மெத்தெனக் கன்னத்தில் பதிந்தன.

அவளிடமிருந்து விடுவித்துக்கொண்டு 'இப்ப எங்க போறம். சொல்லு' என்றான். 'உங்க பெரியம்மா ஊட்டுக்குப் போறம்' என்று ஆனந்தமான முகபாவனையோடு சொன்னாள் பாட்டி. பாட்டிக்கு முதுகைக் காட்டிக்கொண்டு திரும்பி நின்றான் குஞ்சு. அனேகமாகப் பாட்டியின் தந்திரம் அவனுக்குப் புரிந்திருக்க வேண்டும். 'எந்தப் பெரியம்மா வீட்டுக்கு?' என்றான். அந்தப் பேத்தியின் பெயர் பாட்டிக்கு மறந்துவிட்டது. அந்த ஊர்ப்பெயரைச் சொன்னாள். குஞ்சுவைப் பாட்டியிடம் ஒப்படைக்கும்போது அவன் அம்மா சொன்னது அவனுக்குள் பதிந்திருந்தது. 'உன்னால முடியலீன்னா பக்கத்தூர்ல இருக்கறாளே எங்க பெரியம்மா பொண்ணு. அதான் உம்மவ ஆராயியோட பேத்தி . . . நெனப்பிருக்குதா அம்மாயி? அவுங்க ஊட்டுல கொண்டாந்து உட்ரு. அங்க டிவி இருக்குது. பாத்துக்கிட்டுக் கெடப்பான். ஒன்னு ரண்டு நாள்ல நான் எதாச்சும் ஏற்பாடு பண்ணிக்கறன்.' அம்மா சொன்ன அந்த வீட்டுக்குத்தான் பாட்டி கூட்டிப் போகிறாள் என்பது முடிவாகிவிட்டது. குஞ்சுவை அங்கே விட்டுவிட்டுப் பாட்டி திரும்பிவிடுவாள். இனி இந்த ஊர் அவ்வளவுதான்.

திடுமென 'நான் வர்ல' என்று கத்திக்கொண்டே வேலிக்குள் ஓடினான் குஞ்சு. தடுமாறிப் பாட்டி எழுவதற்குள் வேலியின் தொக்கடவுக்குள் புகுந்துவிட்டான்

குஞ்சு. 'குஞ்சு குஞ்சூ' என்று பதறி விளித்தாள் பாட்டி. வேலியில் பாம்புகள் நடமாடும். ஓடக்கான்களும் பல்லி, அரணைகளும் சாதாரணமாக உலவும். பெருக்கானுக்கும் எலிக்கும் வேலியைப் போல வசிப்பிடம் வாய்ப்பதில்லை. அடர்புதர் கொண்ட வேலிப் பகுதியில் முயல்கள் காது விறைத்து

நிற்கும். கொஞ்சம் ஏமாந்தால் வேலிமுட்கள் துணிகளை மட்டுமல்ல உடம்புச் சதையையும் பதம் பார்க்கும். வேலிகளில் சில கொடிகள் உண்டு. அவை உடம்பைச் சுற்றி முறுக்கிக் கொண்டால் விடுபடுவது கடினம். பாட்டிக்கு அந்த வேலி சின்னஞ்சிறு வயது முதலே பழக்கமானதுதான். வீட்டிலிருந்து வெகுதூரம் நடந்த களைப்பால் பாட்டி சோர்ந்துபோயிருந்தாள். கண் மசமசத்தது. குஞ்சு வேலிக்குள் மறைந்துவிட்டான்.

'கண்ணு குஞ்சூ ராசூ' என்று பலவிதமாக அழைத்துப் பார்த்தாள். 'பாட்டீ' என்று அவன் குரல் வேலித் தொக்கடவு ஒன்றின் பக்கமிருந்து சிரிப்போடு வந்தது. மங்கலாக அவன் முகம் தெரிந்தது. 'வா குஞ்சு' என்று அவள் அழைக்க அழைக்க அவன் சிரித்தபடியே தொக்கடவுகளுக்குள் புகுந்து புகுந்து ஓடிக் கொண்டேயிருந்தான். அவன் முகம் எல்லாத் தொக்கடவுகளிலும் தெரிந்தது. இனி அவனை ஒன்றும் செய்ய முடியாது. 'என்னையும் கூட்டிக்கிட்டுப் போ குஞ்சு. இந்த வேலி எங்க தொடங்குதுன்னு நானும் பாக்கறன்' என்று கூவிக்கொண்டே உடலை நகர்த்தியபடி வேலியை ஒட்டிச் செல்லும் கொடித்தடத்தில் ஓடுவதுபோல நடந்தாள் பாட்டி. குஞ்சுவின் சிரிப்பொலி வழிநடத்தியது.

●

காலச்சுவடு, ஆகஸ்ட் 2009

நல்ல கெதி

அம்மாவுக்குக் காட்டுவேலை எதுவும் இல்லாததால் அன்று விடியற்காலையில் எழவில்லை. வழக்கம்போல விழிப்பு வந்தும் சோம்பலாகப் படுத்துக்கொண்டே இருந்தாள். பொழுது கிளம்பியபின் மெதுவாக எழுந்தாள். இதுமாதிரி நாட்களில் செய்வதற்கென்றே சில வேலைகள் வைத்திருப்பாள். எங்கோ போய்ப் பெரிய மொத்தையாகச் சாணி எடுத்து வந்தாள். வாளிவாளியாகக் கரைத்து வாசல் முழுக்கத் தெளித்தாள். ஓரம்பாரம்கூடப் பாக்கியில்லை. எல்லாம் குளிரும்படி நிதானமாக நடந்தது தெளிப்பு. சாணம் போட்டு மெழுகிய வீடு மாதிரி ஆகிவிட்டது வாசல்.

கடுங்காப்பி வைத்து ஒரு பெரிய டம்ளரில் ஊற்றித் திண்ணையில் உட்கார்ந்து வெகுநேரம் சுவைத்துக் குடித்தாள். எண்ணெய்ப் பாட்டிலைக் கொண்டுவந்து கை நிறைய ஊற்றி ஊற்றித் தேய்த்தாள். பல நாளாகப் பூத்திருந்த செம்பட்டையை ஒரே நாளில் போக்கிவிடும் வேகம். தலையைப் படியச் சீவிக் கொண்டை போட்டுக்கொண்டாள். இன்னும் தூங்கிக்கொண்டிருக்கும் பையன்களை எழுப்பினாள். தம்பிக்குக் கோட்டுவாய் படிந்து வெள்ளையாய்த் தெரிந்தது. பிரியத்தோடு கூட்டிப்போய்க் கழுவி விட்டாள். வாயைக் கொப்பளிக்க வைத்துப் பல் துலக்கச் சொன்னாள். அம்மாவின் கவனிப்பு அவனுக்கு ஆசையாயிருந்தது.

இத்தகைய நாட்களில் கேட்கும் 'இன்னக்கி வேல இல்லயாம்மா' என்னும் கேள்வியைக் கேட்டான்.

அம்மா சிரித்தபடி 'இல்லடா கண்ணு' என்றாள். அண்ணன் ரொம்பவும் படிமானம் உள்ளவனாய் அம்மா சொல்லாமலே எல்லாக் காரியத்தையும் செய்தான். அவர்களுக்குக் காப்பியை ஊற்றிக் கொடுத்தாள். இரண்டு பேருக்கும் ஒரே அளவான டம்ளர்தான். எனினும் தம்பிக்கு நிறைவில்லை. அண்ணனுடைய டம்ளரில் கொஞ்சம் அதிகம் இருப்பதாகப் பட்டது. 'அதான் எனக்கு' என்று அண்ணனுடையதை வாங்கிக்கொண்டான். அம்மா அபூர்வமாகச் சிரித்தாள்.

'இங்கயே வெளையாடணும்' என்று கட்டளை இட்டாள். அதுதான் ரொம்பக் கஷ்டமானது. அம்மாவுக்கு இன்றைக்கும் வேலை இருந்திருக்கலாமே என்று நினைக்க வைக்கும் கட்டளை அது. அண்ணனும் தம்பியும் புத்தகப் பையை நோண்டினார்கள். அப்புறம் கல்யாணப் பத்திரிகைகளில் இருந்து கிழித்து வைத்த சாமி படங்களை ஆளுக்கொரு பக்கமாகக் கதவைப் பிரித்துக் கொண்டு ஒட்டினார்கள். காலித் தீப்பெட்டிகளால் செய்த ரயிலை ஓட்டிப் பார்த்தார்கள். இவையெல்லாம் மிகவும் பாந்தமான விளையாட்டுக்கள். தெருவிலோடிப் புழுதியில் பையன்களோடு ஆடும் விளையாட்டிற்குச் சமமாகுமா? ஆனால் என்ன செய்வது? அம்மா இன்று வீட்டிலிருக்கிறாளே.

முறத்தில் கம்பை அள்ளிக் கொண்டுவந்து புடைத்து நேம்பினாள். காட்டுக் கம்பு மினுமினுத்தது. உரலில் இட்டுக் குத்தினாள். மூத்தலிட்ட கம்பை அள்ளி வந்து புடைத்துத் தவிட்டை நீக்கினாள். அப்போதுதான் கவனிப்பவன் போல அண்ணன் ஓடிவந்து 'அம்மா அம்மா கருப்பட்டி இருக்குதாம்மா' என்று கேட்டான். கெஞ்சலும் கொஞ்சலும் கொண்ட அவன் கேள்வி அம்மாவுக்குச் சிரிப்பை மூட்டியது. 'எதுக்கு' என்றாள். 'கம்மமாவு இடிச்சுக் குடும்மா' என்றான். தம்பியும் ஓடிவந்து 'ஆமாம்மா ... கம்மமாவு' என்றான்.

'சரிடா' என உடனே அம்மா ஒப்புக்கொண்டாள். கம்பை இடித்து முடித்து மாவை முறத்தில் அள்ளியபோது உரலிலேயே கொஞ்சத்தை விட்டாள். முறத்து மாவில் ஆளுக்கொரு கையள்ளி வாயில் போட்டுக்கொண்டார்கள். அம்மா உள்ளிருந்து கருப்பட்டித் துண்டொன்றை எடுத்து வந்து உரலில் மீந்திருந்த மாவில் போட்டாள். கொழிமண் போலிருந்த மாவு இடித்தபோது பிசுபிசுப்பாகி உரலோடு ஒட்டிக்கொண்டது. நான்கைந்து குத்தலில் கம்மமாவு தயாராகிவிட்டது. உரலிலேயே அள்ளி உருண்டை பிடித்து ஆளுக்கொன்றைத் தந்தாள். பெரிதாகத் தோன்றிய உருண்டையைத் தம்பி வாங்கிக்கொண்டான். உருண்டைக்குப் போக மீதமிருந்ததில் கொஞ்சம் எடுத்துத் தன்

வாயில் போட்டுக்கொண்டாள். தித்திப்பாய்க் கரைந்தோடும் மாவுச் சுவையை உணர்ந்தபடியே தம்பிக்குத் தெரியாமல் அண்ணனுக்குக் கொஞ்சம் கொடுத்தாள். தம்பிக்குப் பெரிய உருண்டை என்று நினைத்து வாடியிருந்த முகம் இப்போது பிரகாசமாயிற்று.

நேற்றைய சோற்று உருண்டைகளைப் பெரிய போவனியில் போட்டுக் கரைத்து ஆளுக்கு இரண்டு குண்டா ஊற்றினாள். அம்மாவின் கைபட்ட கரச்சோறு என்றுமில்லாத குளிர்ச்சியோடு வயிற்றுக்குள் இறங்கியது. அம்மாவும் குடித்தாள். திண்ணையில் வந்து உட்கார்ந்த முத்தக்காப் பாட்டியைப் பார்த்து 'அம்மா... சோறு ஒருவாய் குடிக்கறீங்களா' என்று கேட்டாள். பாட்டியை 'அம்மா' என்று வரிசை வைத்து அழைப்பதுதான் வழக்கம். பாட்டி சுருக்குப் பையிலிருந்து வெற்றிலையை எடுத்து நீவிக்கொண்டே 'இப்பத்தான் குடிச்சன்' என்று சொல்லியது. அம்மாவுக்கும் வெற்றிலையைக் கொடுத்துத் தானும் குதப்பத் தொடங்கியது. பேச்சுவாக்கில் 'உனக்கென்னாயா... ரண்டும் சிங்கக்குட்டியாட்டம் ஆம்பளப் புள்ளைங்க. ஒரு செலவும் இல்ல' என்றது பாட்டி. அப்போது பையன்களைப் பார்த்த பாட்டியின் பார்வை கிட்டத்தட்ட அவர்களை அள்ளி விழுங்கிவிடுவது போலிருந்தது. அம்மா மனதுக்குள் இன்றைக்குப் பையன்களுக்கு மிளகாய் சுற்றிப் போட வேண்டும் என்று நினைத்துக்கொண்டே வெளியே சிரித்து வைத்தாள்.

'எதா இருந்தாலும் வளத்துத்தான ஆவோணும்' என்று பொத்தாம் பொதுவாகச் சொன்னாள் அம்மா. 'ஆமாமா... அது செரி. பொட்டப்பிள்ளைன்னா சாமானஞ்சட்டச் சேக்கோணும். நககிக பண்ணி வெக்கோணும். வாயக்கட்டி வவுத்தக் கட்டிப் பணஞ் சேக்கோணும்... ஆம்பளப் பிள்ளைன்னா அதுக்கெல்லாம் கவல இல்ல பாரு' என்று விஸ்தாரமாகச் சொன்னாள் பாட்டி. அம்மா அடுப்பைப் பற்ற வைத்தாள். திண்ணையோரம் இருந்த அடுப்பு வேலையையும் கவனித்துக் கொண்டே பாட்டியிடம் பேசினாள் அம்மா. நைசாகப் பேச்சை மாற்றினாள். எப்போது பார்த்தாலும் பையன்கள் மேல்தான் இந்தக் கிழட்டுக்குக் கண் என்று உள்ளூரக் கறுவினாள். உலை கொதித்து மாவைக் கொட்டிக் கிளறும்வரை பாட்டியோடு பேச்சு தொடர்ந்துகொண்டிருந்தது.

வீடு முழுக்கவும் திண்ணையெங்கும் ரயிலோட்டம் நடந்தது. அவ்வப்போது 'கூகூ'வென்று ரயில் சத்தமெழுப்பியது. அம்மா தீயைத் தணித்தாள். புடைத்து மேலெழும் காளான் போலச் சோறு எழும்பியது. பின் குமிழ் வெடித்துப் புஸ்ஸென்று

காற்றை வெளியேற்றி அடங்கியது. அப்போது தலையைச் சீவி முடிந்துகொண்டே பார்வதியக்கா வந்தாள். யாரோ ஒரு கிழவர் அன்று காலையில் இறந்துபோனதைச் சொல்லி 'எழவுக்கு வர்லியா' என்றாள். 'இவுங்கப்பன் இருந்தாலாச்சும் அனுப்பி வெக்கலாம். அது போயி ரண்டு நாளாச்சு. இன்னங் காணாம். நாந்தான் வரோணும்' என்றவள் அடுப்பில் தணல் மட்டும் இருக்கும்படி வைத்துவிட்டுச் சோற்றை மேலாகத் தட்டி மூடினாள்.

அண்ணனுக்கும் தம்பிக்கும் வீட்டைவிட்டு வெளியே போகக் கூடாதென்று கறாராகச் சொன்னாள். அடுப்பிலிருக்கும் சோறு நன்றாகப் புழுங்க வேண்டும். சோற்றைப் பார்த்துக்கொண்டு அங்கேயே விளையாட வேண்டும் என்று திரும்பத் திரும்பச் சொல்லிவிட்டு இழவுக்குக் கிளம்பினாள். 'அதெல்லாம் பசங்க பாத்துக்குவாங்க. கெட்டிக்கார மாப்பிள்ளைங்க' என்று பாட்டி நெட்டி முறித்தாள். பாட்டிக்கு எல்லாம் பேத்திகள். அதனால் பையன்களைக் கண்டால் தாங்காத நெஞ்செரிச்சல் கொண்டு சாதாரணமாகப் பேசுவதுபோல ஏதாவது சொல்லிக் கொண்டேயிருப்பாள்.

அம்மா போனபின்னும் அண்ணனும் தம்பியும் கொஞ் சம்கூட மனம் இளகாமல் வீட்டுக்குள்ளேயே விளையாடினார்கள். வீட்டுக் கூரை மீதிருந்து காக்கை கத்தினால் ஓடிப் போய்ச் சத்தமிட்டு விரட்டினார்கள். கல்லெடுத்து எறிந்தார்கள். காக்கையை விட்டால் அவ்வளவுதான். எங்கே எதுவிருந்தாலும் மூக்கு வேர்த்த காக்கைகள் வந்துவிடும். சோற்றின் மேல் மூடியிருக்கும் தட்டச்சட்டியை மிகச் சாதாரணமாக அலகால் இழுத்துக் கீழே வைத்துவிட்டுச் சோற்றைக் கொத்தத் தொடங்கி விடும். வாசல் பக்கம் அவ்வப்போது ஓடிவந்த நாய்களையும் கல்லெறிந்து அடித்தார்கள். அது ஒரு விளையாட்டுப் போல.

சில நாய்கள் கல்லெறியிலிருந்து லேசாகக் காலைத் தூக்கியோ உடலை ஒருபக்கம் நகர்த்தியோ தப்பிக்க முயன்றன. கண்ணை மூடி மூடித் திறந்தபடி அங்கேயே நின்றன. இவையெல்லாம் சோற்றைக் காணாத திருட்டு நாய்கள். சாதாரண அடி இவற்றுக்குப் போதாது. மேலே படும்படி எறிந்தபோது ஒருநாய் உர்ரென்று சத்தமெழுப்பிக் கோபத்தைக் காட்டியது. அண்ணனுக்கும் தம்பிக்கும் வேகம் வந்து வீதியில் கிடந்த கற்களை எல்லாம் சேகரித்துக் கொண்டுவந்தார்கள். குச்சிகளை ஒடித்து வைத்தார்கள். இருவரின் தாக்குதலுக்கும் பயந்து அந்தப்பக்கமாக ஒரு காக்கையோ நாயோ அண்டவில்லை. வெயில் நேரம் வேறு. எல்லாம் ஓடி நிழல் பார்த்து முடக்கிக் கொண்டன போலும்.

விளையாட்டுக்கு எதிராள் இல்லாமையால் சோர்வாக இருந்தது. வீட்டுக்குப் பின்பக்கம் ஒன்றுக்குப் போவதுபோலப் பாவனை காட்டிய தம்பி அப்படியே ஓடி மறைந்தான். தெருப் புழுதியில் குதித்து விளையாடும் பையன்களோடு கலந்துபோனான். திருட்டுத்தனமாய் ஓடிப்போன தம்பியைத் திட்டியபடியே திண்ணையில் உட்கார்ந்திருந்தான் அண்ணன். கோபமும் அழுகையும் அவனுக்குச் சேர்ந்து வந்தன. அம்மா திரும்பி வந்தால் அவனைத்தான் அடிப்பாள். தம்பியையும் சேர்த்துப் பார்த்துக்கொள்வது அண்ணன் பொறுப்புத்தானே. தம்பியைத் தெருவிலிருந்து மீட்டு வீட்டுக்குக் கூட்டிவர வேண்டும் என்னும் ஆவேசத்துடன் அண்ணன் புறப்பட்டான். தம்பியோடு பெரிய கூட்டமே தலைதட்டி விளையாடிக்கொண்டிருந்தது. தொட வரும்போது உட்கார்ந்துகொண்டவர்களின் தலையைத் தட்டி உயிர் கொடுக்கும் அந்த விளையாட்டு அண்ணனுக்கும் மிகவும் பிடித்ததுதான். அவனும் ஓர் ஆளாகச் சேர்ந்துகொண்டான். ஓட்டமும் கத்தலுமாக விளையாட்டு வெகுநேரம் நீடித்துக் கொண்டிருந்தது.

இழவுக்குப் போன அம்மா வழியிலேயே கிணற்றில் குளித்துவிட்டு ஈரப்புடவையோடு வீட்டுக்கு வந்தபோது அடுப்பில் கம்மஞ்சோற்றுச் சட்டி இல்லை. பையன்களையும் காணவில்லை. சோற்றைப் பத்திரமாக வீட்டுக்குள் எடுத்து வைத்திருப்பார்கள் என்று நினைத்தாள். தூக்கில் கிடந்த புடவையை மாற்றிக் கொண்டு உள்ளே ஓடிப் பார்த்தாள். சோற்றுச் சட்டி இல்லை.

ஒரே ஒரு அறையாகிய அவ்வீட்டின் நான்கு மூலைகளிலும் சட்டி இல்லை என்றானபின் வேறெங்கே இருக்கப் போகிறது? கோபமும் அழுகையும் கொப்பளிக்க வீட்டைச் சுற்றி ஓடினாள். தூரத்தில் கடலைக் காட்டுக்குள் நாய்கள் கூட்டம் தெரிந்தது. அவை ஒன்றோடு ஒன்று சண்டையிட்டுக் குதறிக் கொண்டிருந்தன. அம்மா அங்கே ஓடிவரும் வேகத்தைக் கண்டு அவை கலைந்தோடின. கடலைச் செடிகளின் உள்ளே சோற்றுச்சட்டி நான்கைந்தாக உடைந்தும் சோறு சிதறியும் கிடக்கக் கண்டாள். நாளைக்குக் காலைவரை சோறு வேண்டும் என்று ஒருபடி கம்பெடுத்து இடித்திருந்தாள். எல்லாம் போய்விட்டது. சோற்றுச்சட்டி நன்றாகப் பழகி வந்திருந்தது. அதில் நீரூற்றி வைத்தால் கம்மஞ்சோற்று நீத்தண்ணி கமகமவென்று மணக்கும். அப்படி ஒரு சட்டியைப் பழக்கப்படுத்த இன்னும் எத்தனை நாள் பிடிக்குமோ?

கடலைக்காட்டுக் கரையிலேயே தலையைப் பிடித்தபடி உட்கார்ந்துவிட்டாள். போன இடத்தில் கட்டி அழுததில் ஏற்கனவே தலை பாரமாயிருந்தது. இப்போது லேசாகக்

நல்ல கெதி 219

கிறுகிறுப்பு வந்துவிட்டது. கொஞ்சநேரம் தலையை மடிக்குள் புதைத்திருந்துவிட்டுத் தேறி எழுந்தாள். அண்ணனையும் தம்பியையும் கடித்துக் குதறியெறியும் வேகத்தில் போனாள். இப்போது விளையாட்டுத் தலைதட்டியிலிருந்து மரங்கொத்திக்கு மாறியிருந்தது. தன் கோபத்தை மறைத்துக்கொண்டு பிரியமாகக் கூப்பிடுவது போல இருவரையும் பேர் சொல்லிக் கூப்பிட்டாள். விளையாட்டை விட மனமில்லை. எனினும் தின்பண்டம் ஏதாவது கொண்டுவந்திருப்பாள் என்னும் நம்பிக்கையில் இருவரும் ஓடி வந்தார்கள். அருகில் வந்ததும் இருவரின் தலைமயிரையும் கப்பென்று பிடித்துக்கொண்டாள். 'எச்சக்கல நாய்ங்களே . . . அப்பன் புத்தி அப்படியே இருக்குது . . . நா செத்தாத்தான் உங்களுக்கு நல்ல புத்தி வரும்' என்று கூவிக்கொண்டு மயிரைப் பிடித்து இழுத்துப் போனாள். எண்ணெயின்றி வறண்டு கிடந்த கூடை மயிர்கள் பிடிக்கு வாகாக இருந்தன. என்ன திமிறியும் பிடியிலிருந்து விடுவித்துக்கொள்ள முடியவில்லை.

வீட்டுக்குள் இழுத்துப் போய்ப் போட்டுக் கதவைச் சாத்திக்கொண்டாள். களிக் கிளறும் திடுப்பை எடுத்துப் பிடித்தாள். அண்ணனுக்கும் தம்பிக்கும் மாறிமாறி அடி விழுந்தது. அவள் குறியெல்லாம் கால்களைப் பார்த்து அடிப்பதிலேயே இருந்தது. அந்தக் கால்கள்தானே சொன்ன சொல்லை மீறி ஓடுகின்றன. கால்களை ஒடித்துப்போட்டு வீட்டில் வைத்துக் கஞ்சி ஊற்ற வேண்டியதுதான். காலையில் அண்ணனும் தம்பியும் என்னமாய்ப் போக்குக் காட்டினார்கள். வீதியே என்னவென்று தெரியாத அப்பாவிப் பையன்கள் போல. மாவுக்குக் குழைந்த குழைவைப் பார்க்க வேண்டுமே. இப்படியும் அதிசயமான பிள்ளைகளா என்று தோன்றும். இப்படியே விட்டு வைத்தால் வெளியூருக்குப் போனவன் வந்து பெரிய புடுங்கியாட்டம் இதுதான் பிள்ளைகளை வளர்க்கிற லட்சணமா என்று மூஞ்சிக்கு நேரே கேட்பானே.

திடுப்புக்கோல் அடி திப்திப்பென்று விழுந்தது. காலுக்கு வரும் திடுப்பைக் கையால் தடுக்கவும் ஒதுங்கவும் முயன்றபோது அடி உடம்பில் எங்கெங்கோ மாறிமாறி விழுந்தது. ஆளுக்கொரு மூலைக்கு ஓடினார்கள். அம்மா துரத்தித் துரத்தி அடித்தாள். கதவைத் திறந்து ஓட முயன்றபோது தம்பிக்குக் கூடுதலாகக் கிடைத்தது. அவன் கண்ணீரும் சளியும் சேர்ந்தொழுக முகமெல்லாம் வீங்கிப் போனான். அண்ணன் திடுப்பைக் கையால் பற்றி இழுத்தான். அம்மாவிடமிருந்த திடுப்பு இப்போது அவனிடம் வந்துவிட்டது. ஓகோ அவ்வளவுக்காயிற்றா என்று எறவாணத்தில் செருகியிருந்த மத்தை எடுக்கப் போனாள். எப்போதோ மாடோட்டப் போனபோது அப்பன் கொண்டுவந்த

சாட்டைக்குச்சி கையில் கிடைத்தது. அண்ணன் மேல் வீசியடித்தாள். 'அய்யோ ... அம்மா அம்மா' என்று அவன் துடித்துப் புரண்டான். தம்பி பேச்சற்று ஒரு மூலைக்குள் ஒதுங்கிக்கிடந்தான்.

கை ஓயும்வரை வெளுத்தபின் கதவைத் திறந்துகொண்டு வெளியே போனாள். திண்ணையில் உட்கார்ந்து அழுதாள். அண்ணனின் விசும்பல் மட்டும் கேட்டது. தம்பி பயத்தில் இன்னும் குறுகிக் கிடந்தான். வெற்று அடுப்பைப் பார்க்கப் பார்க்க அவள் ஆங்காரமும் அழுகையும் கூடின. முத்தம்மாப் பாட்டி திண்ணைக்கு வந்தாள். அம்மாவின் கோலமும் உள்ளேயிருந்து வந்த விசும்பலும் பாட்டியைப் பதறச் செய்தன. 'என்ன ஆச்சு என்ன ஆச்சு' என்று அம்மாவின் தாடையைப் பிடித்துக் கேட்டாள். அம்மாவுக்கு அழுகையைத் தவிர வார்த்தை வரவில்லை. பாட்டி உள்ளே போனாள். அண்ணனும் தம்பியும் கிடந்த நிலையைப் பார்த்துப் பாட்டி 'அய்யோ' என்றாள். அண்ணனைத் தொட்டுத் தூக்கினாள். அவன் உடம்பு முழுதும் வரிவரியாய்த் தடிப்புகள். அவன் உடம்பு கிடுகிடுவென்று நடுங்கியது. பாட்டி மடியில் கிடத்திக்கொண்டு 'பையன இப்பிடியுமா ஒரு பொம்பள அடிப்பா' என்று கதறினாள். தம்பியின் தலையைத் தடவி வெளியே கூட்டி வந்தாள்.

"ஆம்பளப் பசங்கள இப்படி அடிக்க எப்படீடி உனக்கு மனசு வந்துச்சு" என்று அம்மாவைப் பார்த்துக் கேட்டாள். 'புத்தி கெட்ட கழுதை' என்று அம்மாவைத் திட்டினாள் பாட்டி. 'பசங்களுக்குப் பத்து நாளைக்கு ஒத்தடம் கொடுக்கோணும்' என்று சொல்லிக் கத்தினாள். அம்மா அப்போதுதான் உணர்வு வந்தவளாய் அண்ணனையும் தம்பியையும் திரும்பிப் பார்த்தாள். இரு கைகளையும் நீட்டி வாரி அணைத்தவளாய் ஒப்பாரியைத் தொடங்கினாள்.

ரண்டுல ஒண்ணாச்சும் – எனக்குப்
பொண்ணாப் பொறந்திருந்தா
நாலுவேல நடந்திருக்கும் – எனக்கு
நல்ல கெதி கெடச்சிருக்கும்

ரண்டு பொறந்தாலும் – ரண்டும்
ஆணாப் போயிருச்சே
நாலுவேல நடக்கலியே – எனக்கு
நல்லகெதி கெடக்கலியே.

●

***வடக்கு வாசல் இலக்கிய மலர்* 2008, செப்டம்பர் 2008.**

இருள்திசை

பெரியவனைத் தட்டி எழுப்பினாள் அம்மா. அவன் உணர்வற்றுக் கிடந்தான். ஆனால் எழுப்புவதைத் தவிர வேறு வழியில்லை. அம்மா உலுக்கினாள். நடுங்கிய படி விழித்து எழுந்தான் பெரியவன். 'ஒன்னுமில்ல... நாந்தான்' என்று சாந்தப்படுத்திய அம்மா அவனை நெஞ்சோடு அணைத்துக்கொண்டாள். அவனுக்குப் புரிந்து விட்டது. அப்பன் இன்னும் வீடு வந்து சேரவில்லை. டிரவுசரை மேலேற்றிக் கொண்டபடி எழுந்து நின்றான்.

குறுக்குவாட்டில் படுத்துக் கிடந்த சின்னவனை நோக்கினாள் அம்மா. போர்வையை எடுத்துப் போர்த்தினாள். போர்த்திப் பயனில்லை. ஒருமுறை புரண்டால் போர்வை சுருண்டு அடியிலே போய் விடும். குளிரெடுத்தால் உடலைக் குறுக்கிக் கோழிக்குஞ்சு போல அம்மாவின் வயிற்றுக்கு வந்து ஒட்டிக்கொள்வான். எப்படிப் புரண்டாலும் போர்வை விலகாதபடி சுற்றிப் போர்த்தப் பயமாக இருக்கும். கைகால்களைப் பிரிக்க, அகட்ட முடியாமல் போய்விட்டால் பையன் கஷ்டப்படு வான். அவன் அதிகமும் அம்மா படுத்திருக்கும் வலப்புறமே திரும்பியிருப்பான். தலையணையை எடுத்து வலப்புறத்தில் அணை கொடுத்து வைத்தாள். தூங்கும்போது அவன் கைகள் மட்டும் துழாவும். அம்மா தட்டுப்பட வேண்டும். இல்லையோ சட்டென எழுந்துகொள்வான். மறுபுறத்திற்குப் போர்வை களைச் சுருட்டி வைத்தாள். இனி அவ்வளவு சீக்கிரம் எழ மாட்டான் என்று தோன்றியது.

விளக்குக்கட்டையின் மீதிருந்த மண்விளக்கில் லேசாகத் துளிர்த்தபடியிருந்த தீக்கொழுந்தைத் தூண்டிச் சற்றே பெரிதாக்கினாள். வீட்டுக்குள் எல்லாம் தெளிவாகத் தெரிந்தது. எண்ணெய்யை விளக்கு நிறைய ஊற்றினாள். அதற்குள் பெரியவன் தூக்கம் வடிந்து தெளிவாகியிருந்தான். அவன் கதவுத் தாழைத் திறந்தான். அம்மா சின்னவனையே பார்த்துக்கொண்டிருந்தாள். திரும்பிவர எவ்வளவு நேரமாகுமோ. ஏதோ ஒரு சின்னஞ்சிறு கனவு அவனைத் திடுமென எழுப்பிவிட்டால்? அம்மாவுக்குக் கால்கள் நகரவில்லை. வெளியே வந்த பெரியவன் 'வாம்மா' என்று சலிப்போடு கத்தினான். சத்தம் எழுப்பாதபடி கதவைத் தாண்டி ஓடிவந்த அம்மா உதட்டில் கைவைத்து 'ஸ்' என்றாள். பெரியவன் போட்ட சத்தத்தில் சின்னவன் விழித்துக்கொண்டிருப்பானோ என்னும் பயத்தில் திரும்ப உள்ளே போய்ப் பார்த்தாள். அவனிடம் அசைவில்லை. ஆழ்ந்த தூக்கம். குழந்தையின் கனவில் அந்த மாதேவி கரியகாளி வந்து நின்று அணைத்துக் காக்க வேண்டும். திரும்ப வரும்வரை அவன் விழித்துவிடக் கூடாது.

அம்மா கதவைச் சாத்திப் பூட்டினாள். ஒரு நிமிடம் தயங்கிவிட்டு விடுவிடுவென்று கிளம்பினாள். பெரியவன் அவளைப் பின்தொடர்ந்து ஓடிவந்தான். எங்கோ ஓலைச் சந்தில் படுத்துக் கிடந்த நாய் 'வவ்'வென்று குரைப்போடு ஓடிவந்து ஆளை உணர்ந்ததும் வாலாட்டியது. 'போ' என்று கையை உயர்த்தினான் பெரியவன். எட்டி அவன் கையை நக்கிவிட்டு அப்படியே நின்றுகொண்டது. நாய் ரொம்ப குரைத்தாலும் வீட்டுக்குள் அவ்வளவாகக் கேட்காது. அதுவும் சின்னவனின் தூக்கத்தைக் கலைக்கும் அளவுக்குச் சத்தம் உள்ளே புகாது. அம்மா வேகமாக நடந்து கிணற்றுமேட்டுக்கு வந்தாள்.

சிலநாள் இரவில் கிணற்று வாரிவெளி அப்பனின் படுக்கையாகும். இன்று அங்கே இல்லை. உடனே கிணற்றோரத் தடத்திற்கு வந்தாள். அவ்விடத்தில் நின்று பெரியவனை முன்னால் அனுப்பிப் போகச் சொன்னாள். கிணற்றோரத் தடம் ஒருகால் மட்டும் வைக்குமளவு வெகு சிறிது. அந்தத் தடத்தில் மண் சரிவு இருக்கிறதா என்பதையும் பெரியவன் அறியாமல் பரிசோதிப்பாள். அப்பன் ஏதேனும் ஓர் இரவில் கால் சரிந்து கிணற்றுக்குள் விழுந்துவிடுவார் என்னும் பயமும் எதிர்பார்ப்பும் அம்மாவுக்கு இருப்பது போலப் பட்டது. பெருக்கான் ஓடிச் சரிந்திருந்த மண்ணைப் பார்த்து ஒருநாள் கலவரமாகிப் போனதைப் பெரியவன் நினைத்தான்.

கிணற்றைக் கடந்ததும் சட்டென விரிந்தன நிலங்கள். மிளகாய்ச் செடி அடர்ந்த சிறுவயல் மட்டும் ஆட்டுக்கூட்டம்

இருள்திசை

நிற்பதைப் போலத் தெரிந்தது. அதன்பின் எல்லாம் மொட்டையாய்க் கிடந்த மேட்டுக்காடு. பெரியவன் வானத்தைப் பார்த்தான். வானெங்கும் விண்மீன் கூட்டம் பூத்துச் சிரித்தது. மேற்கு வானில் கால்நிலா வெண்மேகத்திற்குள் புகுந்து புகுந்து ஓடிக்கொண்டிருந்தது. பெய்துகொண்டிருந்த பனி, ஒளியில் படர்ந்திருந்தது. இப்படி இரவில் நடந்து செல்வது பெரியவனுக்குப் பிடிக்கும். வெற்றுக்காலில் படும் தரையின் சில்லிப்பும் பனிநீர் நனைப்பும் நடக்கும் ஆசையைத் தூண்டின. அம்மாவின் பார்வை நிலமெங்கும் பரவிச் சென்றது.

இப்படித்தான் ஆகிவிடுகிறது. வாரத்திற்கு இரண்டு நாட்களாவது இரவில் அப்பனைத் தேடிப் பயணம் போகிற வேலை. பெரியவனுக்கு எல்லாவித இரவுகளும் பழகிப் போய்விட்டன. நிலாவற்ற மையிருட்டில்கூட அம்மாவுடன் நடந்திருக்கிறான். அம்மாவுக்கு உடம்பெங்கும் கண்கள். இருளைத் துளைக்கும் வண்டுக் கண்கள். எப்படியான இரவிலும் தேடி அப்பனைக் கண்டுபிடித்துவிடுவாள். இருளோடு இருளாய்க் கரைந்து வீழ்ந்து கிடக்கும் அந்த ஒல்லி உருவத்தை அடையாளம் காண்பது அவளால் மட்டும் முடிகிற காரியம்.

அப்பன் எவ்வளவோ நல்ல மனிதர்தான். ஒருநாளேனும் மடியில் பட்சணப் பொட்டலம் இல்லாமல் வீட்டுக்கு வரமாட்டார். தன் கையால் எடுத்துக் கொடுத்துப் பையன்கள் இருவரும் ஆசையாய்த் தின்பதைப் பார்ப்பார். அவரது முரட்டு விரல்கள் தலையில் தடவித் தரும் அன்பின் உணர்த்தலில் பையன்கள் சிரிப்பார்கள். தனக்கு இரண்டும் பையன்களாகப் பிறந்ததில் அவருக்குப் பெருமிதம் சொல்லிமுடியாது. மூத்தவன் பிறந்து நான்கு வருடங்கள் கழித்துச் சின்னவன் பிறந்தான். வயிற்றில் அவன் இருக்கும்போதே ‘பையந்தான்’ என்று சந்தோசமாகச் சொல்வார்.

“எனக்குப் பொறக்கறதும் பையந்தான். எம்மாடுக போடறதும் காளைகதான்”

என்று வீரம் பேசுவார். அவர் வளர்த்த மாடுகள் எல்லாம் எப்போதும் காளைக் கன்றுகளையே ஈன்றன. அது என்ன மாயமோ தெரியவில்லை.

பையன்கள் கேட்பதை எல்லாம் கேள்வி முறையின்றி வாங்கிக் கொடுப்பதிலும் குறையில்லை. காட்டு வேலைகளுக்குப் போய்விட்டுச் சாராய போதையோடு வருவதுகூடப் பெரிய பாதிப்பு என்று சொல்ல முடியாது. எத்தனை சாராயம் கிடைத்தாலும் கள்ளில் தான் அவருக்குப் பிரியம். வெளிச்சத்தில்

கள் இறக்க வழியில்லை. மரமேறிகள் போலிசுக்குப் பயந்து ஊரடங்கிய பின்னரே கள் இறக்கினார்கள். அப்பனைப் போலப் பிரியம் உள்ள சிலருக்கு மட்டும் அந்த இரவில் கள் கிடைத்தது. பட்டிக்கு நாய்ச்சோறு எடுத்துக்கொண்டு ஆட்கள் போனதும் அப்பன் கிளம்புவார்.

காட்டிற்குள் இருக்கும் தனிவீடு. பெண்டாட்டியும் பையன்களும் மட்டுமே இருக்கிறார்கள். கள்ளுக்குப் போனோம், சீக்கிரம் வந்தோம் என்றில்லை. மரமேறிப் பாட்டார் இறக்கிச் சுரைப்புரடையில் நுரை சுரக்கச் செங்குளவியின் ரீங்காரச் சத்தம் போலப் பொரிப்பொரிய வைத்திருக்கும் கள்ளை வெகுநேரம் குடிப்பார். பாட்டாரும் சேர்ந்துகொண்டால் இருவருக்கும் நேரம் போவதே தெரியாது. அப்பன் கள்ளுக்கென்றே கொண்டு வந்திருக்கும் ஊறுகாய்ப் பொட்டலத்தை நக்கியபடி முன்னிரவு கடந்தும் குடிப்பார்கள். அதற்குப் பின் வந்து அப்பன் எங்கே சாப்பிடுவது? பெரும்பாலான நாட்களில் இரவுச் சாப்பாடு கிடையாது.

மரமேறிப் பாட்டார் அவர் குடிசையில் அப்படியே வீழ்ந்துவிடுவார். அப்பன் எப்படியும் வீட்டுக்கு வந்துவிடும் எண்ணத்தில் தடுமாறி வருவார். பெரும்பாலும் அவராகவே வந்துவிடுவதுண்டு. சிலநாட்கள் போதை மீறி வழியிலேயே எங்காவது விழுந்து கிடப்பார். அப்பன் வந்து சேரும்வரை அம்மா தூங்குவதில்லை. பையன்களைத் தூங்க வைத்துவிட்டு விழித்தபடியே கிடப்பாள். அவளுக்கு எப்படித்தான் அந்த நேரம் தெரியுமோ. அதுவரை பொறுத்திருந்துவிட்டுப் பெரியவனை எழுப்பிக் கூட்டிக்கொண்டு தேடப் போவாள்.

இருளில் சின்னஞ்சிறு பையனுடன் காட்டுக்குள் நடந்து செல்வதில் அவளுக்கு எந்தப் பயமுமில்லை. தனியாகச் சின்னவனைப் பூட்டிய வீட்டுக்குள் விட்டுவிடுவதில்தான் பயம். அதனால் அவள் நடையும் செயல்பாடும் வெகுவேகமாக இருக்கும். பெரியவனுக்குத் தூக்கம் போன சலிப்பு கொஞ்ச நேரம் இருந்தாலும் பின்னர் குஷியாகிவிடுவான். காற்று வீசல்கூட அற்றுப் படிந்துபோன மௌன இரவு அவனுக்குப் பிடிக்கும். பகலில் தெரியும் பொருட்களை எல்லாம் இருளில் காண்பது மிகப்பெரிய விளையாட்டு. எந்தெந்தப் பொருட்கள் எந்தெந்த உருவமாக மாறியிருக்கின்றன என்பதைக் கண்டுபிடிக்க முயல்வான். சில பொருட்கள் இரவில் தங்கள் உருவத்தை விதவிதமாக மாற்றிக்கொண்டிருக்கும். அவற்றைச் சரியாகக் கண்டுபிடிப்பதும் இருளில் தெரியும் உருவங்களை விதவிதமாகக் கற்பனை செய்வதும் அவன் விளையாட்டு.

அம்மாவின் பரபரப்பு அவனைத் தொற்றிக் கொள்வதில்லை. ஏதாவது ஒரு வரப்போரத்தில் கிடக்கும் அப்பனை எழுப்பிக் கைத்தாங்கலாகக் கூட்டிவரும் வேலை அவனுக்குப் பழகிப்போன ஒன்று. எதற்கு அம்மா இத்தனை பதற்றம் கொள்ளவேண்டும் என்றும் யோசிப்பான். எங்காவது கிடக்கும் அப்பன் போதை தெளிந்து எழுந்து வரட்டும். இல்லாவிட்டால் காலையில்தான் வரட்டுமே. போதையில் எதுவும் தெரியாமல் படுத்திருக்கும் அப்பன் வீட்டிலிருந்தால் மட்டும் என்ன பெரிய பாதுகாப்பு? தனக்கும் பையன்களுக்கும் பாதுகாப்புத் தேடுகிறாளா, அப்பனுக்குப் பாதுகாப்பு என்று நினைக்கிறாளா? அவன் யோசனைகள் எப்படிப் போனாலும் அம்மாவிடம் சொல்வதில்லை.

அவனுக்கு அந்த இரவு விளையாட்டு ஒன்று போதும். சிலசமயம் நிலா வெளிச்சத்தில் ஒற்றை நாரை பரிதாபமாகக் குரலெழுப்பிக்கொண்டு போகும். ஆந்தைகள் பனைமரங்களிலிருந்து சந்தோசமாக அலறும். கோட்டானின் வித்தியாசமான குரலை அம்மாதான் ஒருமுறை அவனுக்குக் காட்டினாள். ஆந்தையோ, கோட்டானோ அலறினால் அம்மா கையைத் தலைக்கு மேலுயர்த்தி 'அம்மா கரியகாளித் தாயே' என்று விளிப்பாள். பெரியவனும் கன்னத்தில் போட்டுக்கொள்வான்.

நிலா இறங்கிக்கொண்டிருந்த அந்த இரவில் அம்மாவைத் தொடர்ந்து பெரியவன் ஓடிக்கொண்டிருந்தான். இந்த இருளும் நிலவும் அப்பனுக்கு விருப்பமாகித்தான் இப்படித் திரிகிறாரோ. கள்ளுக்கும் இரவுக்கும் ஒரே தன்மை இருக்கும்போலும். இரண்டும் மகிழ்ச்சி வெறியைக் கொடுப்பன. அம்மா ரொம்பதூரம் நடந்துவிட்டாள். இன்னும் அப்பனைக் கண்டுபிடிக்க முடியவில்லை. மரமேறிப் பாட்டாரின் குடிசைவரைக்கும் போவதுதான் அம்மாவின் நோக்கம். ஆனால் ஒருநாளும் அங்கே போக வேண்டியிருந்ததில்லை. அங்கிருந்து ஒவ்வொரு நாளும் ஒவ்வொரு நேரத்திற்கு அப்பன் கிளம்பினாலும் அம்மாவுக்கு அந்த நேரம் எப்படியோ தெரிந்துவிடுவதுதான் ஆச்சர்யம்.

எங்கிருந்தோ பட்டி ஆடு ஒன்று குட்டியை அழைக்கும் குரல் கேட்டது. அந்தக் குரல் கொஞ்சம் கொஞ்சமாகப் பதற்றத்தோடு உயர்ந்தது. அம்மா அப்படியே நின்றுவிட்டாள். ஆட்டின் குரல் இறங்கிக் குட்டியைத் தழுவும் வகையில் ஒலித்தது. 'சின்னவனே' என்று சொல்லியபடி அம்மா பெரியவனைத் தன்னோடு சேர்த்துக்கொண்டாள். அவள் கண்கள் கலங்கி மின்னின. அவர்கள் பெரிய வரப்பொன்றின் மேல் நின்றார்கள். அப்போது வழக்கத்திற்கு மாறாகப் பெரியவன் கண்களுக்கு

அந்த உருவம் தென்பட்டது. 'அம்மா' என்று உருவத்தைச் சுட்டினான் அவன். அவர்கள் காலடியில் சரிந்துபோய் விழுந்த வரப்புப் பள்ள நிலத்தில் அப்பன் கிடந்தார். 'அய்யோ' என்று கத்தியபடி கீழோடி வாரிக்கொண்டாள் அம்மா. அவள் கத்தலைக் கொண்டுதான் வழக்கத்திற்கு மாறாக ஏதோ நடந்திருக்கிறது என்னும் உணர்வு கொண்டான் அவன். அவன் இறங்குவதற்குள் அம்மா, அப்பனைத் தூக்கி மடியில் கிடத்தியிருந்தாள். அவர் மேலெல்லாம் மண் அப்பியிருந்தது. முகத்தில் அங்கங்கே காயச்சுவடுகள். ரத்தம் கசிவதைக் கையால் துடைத்து அம்மா உணர்ந்தாள். அவர் முகத்தைச் சுழித்து முனகினார். வேட்டி இடுப்பிலிருந்து கழன்றிருந்தது. தலைத்துண்டு எகிறிப்போய்த் தூர விழுந்திருந்தது. அவன் ஓடி அதை எடுத்து வந்தான். துண்டை வாங்கி அப்பனின் மேல் முழுக்கத் துடைத்தாள். முகத்தில் அங்கங்கே ஒற்றி எடுத்தாள்.

செங்குத்துச் சரிவைக் கொண்ட வரப்பு அது. போதையில் மேலேறும் போது எப்படியோ காலை இழுத்துச் சரித்திருக்கிறது. நல்லவேளை. உருண்டு விழுந்தவர் மல்லாந்து கொண்டிருக்கிறார். இந்த மாதிரியான ஒரு சந்தர்ப்பத்தை வெகுநாளாக எதிர் பார்த்திருந்ததால் அம்மாவுக்கும் பெரிய அதிர்ச்சி தோன்றவில்லை போல. ஆனால் இடைவிடாமல் அழுதாள். அவளுடைய கேவல் அவ்வப்போது எழுந்து அடங்கியது. இந்தச் சமயத்தில் என்ன செய்வதென்று பெரியவனுக்குப் புரியவில்லை. அவனுக்கு ஏனோ அழுகை வரவில்லை. இரவுக் காட்சிகளைத் தவறவிட வேண்டிய வருத்தம் மட்டும் இருந்தது.

அம்மா அப்பனைத் தூக்கினாள். பெரியவனும் ஒருபக்கம் பிடித்துக்கொண்டான். இதுபோன்ற சமயங்களில் அப்பா ஓரளவு தெளிவு பெற்று அவராக நடந்து வருவார். இருபக்கமும் லேசான பிடிப்புக்குக் கை கொடுத்தால் போதும். இப்போது அவருடைய நிலை அப்படியில்லை. அம்மா, அவள் மேல் அப்பனின் பாரத்தை முழுமையாகச் சாய்த்துக்கொண்டாள். பெரியவன் இன்னொரு பக்கம் ஒருமாதிரி பிடித்திருந்தான். அவனுக்கு அப்பனின் தோள்கள் எட்டவில்லை. இடுப்புப் பகுதியைப் பிடித்தவாறு பாரம் தாங்கினான். அப்பன் அடிக்கடி ஏதோ முனகினார். வலியினால் ஏற்பட்ட வேதனை ஒலியாக இருக்கக்கூடும். ஆனால் அந்த முனகல்தான் நம்பிக்கை தந்தது. அம்மா கஷ்டப்பட்டாலும் வெளிக்காட்டாமல் சமாளித்து நடந்தாள். தடம் போதாமல் நிலத்திற்குள் விலகி நடக்க வேண்டியிருந்தது. அப்பனின் கால்கள் நிலத்தில் உரசிக்கொண்டுவரக் கிட்டத்தட்ட இரண்டு பேரும் அவரைத் தூக்கி வந்தார்கள். கிணற்றுத்தடம் ஆபத்தானது என்பதால் மிளகாய்க் காட்டைச் சுற்றி வர வேண்டியிருந்தது.

அப்பன் வாயைத் திறந்து முனகும் போதெல்லாம் புளித்த நாற்றம் எழும்பி வாந்தியை உண்டாக்கும் உணர்வேற்படுத்தியது. ஓரிடத்தில் அவர் அம்மாவின் தோளிலிருந்து தலையை உயர்த்தி 'ஏவ்' என்று பெரிய ஏப்பம் விட்டார். வினோதப் பறவை ஒன்றின் ஆபத்துகால வீரிடல்போல இருந்தது ஏப்ப ஒலி.

நின்று நிதானித்துத் திரும்பவும் அவர் தலையை அம்மா தோளில் சாய்த்துக்கொண்டாள். பெரியவனுக்கு மூச்சு வாங்கியது. உடம்பெல்லாம் பெரிய சுமை நீக்க முடியாமல் நிரந்தரமாகி விட்டதாகத் தோன்றியது. நிலா இன்னும் கொஞ்சம் முகம் காட்டியபடியிருந்தது. கடும் இருளாக இருப்பின் இந்தச் சூழலைச் சமாளிப்பது கஷ்டமாகியிருக்கும். பனியின் சில்லிப்புப் போய் மேலெல்லாம் வியர்வை வழிந்தது. அப்பனின் மேல் என்றுமில்லாத கோபம் வந்தது. அப்படியே கீழே தள்ளிவிட்டு ஓடிவிடலாம் என்றிருந்தது. அம்மா அழுதுகொண்டே வந்தாள். பாரத்தையும் தாங்கிக்கொண்டு எப்படி அழ முடிகிறதென்று தெரியவில்லை. வீட்டு வாசலில் அப்பனைக் கிடத்தினார்கள். லேசான கற்கள் உடம்பைக் குத்தக்கூடும். என்ன செய்ய. நிலத்திற்குள் கிடந்ததைவிட இது மோசமில்லை. அம்மா செவி விறைத்த நாயாய் வீட்டுக்குள்ளிருந்து ஏதும் சத்தம் வருகிறதா என்று கவனித்தாள். சத்தமில்லை. சின்னவன் ஆழ்ந்து தூங்குகிறான்.

எதிரில் மாட்டுக் கொட்டகைப் பக்கம் சாய்த்து வைத்திருந்த கட்டிலை எடுத்து வந்து வாசலில் போட்டாள். அம்மா தலைப்பக்கமும் பெரியவன் கால் பக்கமும் பிடித்துக் கட்டிலில் படுக்க வைத்தார்கள். திண்ணை மேலிருந்த சொம்புத் தண்ணீரைக் கொண்டு வந்து முகத்தில் தெளித்தாள் அம்மா. 'இதா… இதா…' என்று தட்டிக் கூப்பிட்டாள். லேசாகப் புரண்டு 'என்ன பிள்ள' என்று சொல்லிவிட்டு மீண்டும் அடங்கினார். கன்னத்தைத் தட்டித் 'தண்ணி குடி' என்றாள். அவர் வாயைத் திறக்க அம்மா தண்ணீரை மெதுவாக ஊற்றினாள். தொண்டையில் இறங்கும் சத்தம் தெளிவாகக் கேட்டது. அம்மாவிடமிருந்து மிகப் பெரிதாகப் பெருமூச்சு வெளியாயிற்று.

சாவகாசமாகப் போய்க் கதவைத் திறந்தாள். உள்ளே இருள். விளக்கு எப்போதோ அணைந்துபோயிருந்தது. கை நிதானத்தில் தடவித் தீப்பெட்டியை எடுத்தாள். பெரியவன் அப்பனுக்குப் பக்கத்திலேயே உட்கார்ந்திருந்தான். தீக்குச்சி வெளிச்சமும் 'சின்னவனே' என்னும் அலறலும் ஒன்றாக வந்தன. பெரியவன் எழுந்து உள்ளே ஓடினான். சின்னவன் படுத்திருந்த இடம் வெறுமையாகத் தெரிந்தது. அம்மா 'சின்னவனே சின்னவனே'

என்று கூப்பிட்டாள். பெரியவனும் 'தம்பி தம்பி' என்றான். அதற்குள் தீக்குச்சி அணைந்துபோயிற்று. அம்மாவின் அழுகை பெரிதாகக் கூடிற்று. பெரியவன் தீப்பெட்டியை வாங்கி விளக்கை ஏற்றப் போனான். விளக்குத் திரி முழுவதுமாக எரிந்து காய்ந்து போயிருந்தது. இப்போது விளக்கேற்ற முடியாது.

அந்தச் சிறு அறையின் ஒவ்வொரு மூலைக்கும் ஓடிஓடித் தீக்குச்சியைக் கிழித்தான். கிழமூலையின் பானை இடுக்கில் சின்னவனின் உருவம் தெரிந்தது. 'தம்பி தம்பி' என்பதற்குள் குச்சி அணைந்தது. அடுத்த குச்சியைக் கிழித்தான். அதற்குள் அம்மா ஓடிவந்து அவனைப் பானை இடுக்கிலிருந்து மீட்க முயன்றாள். பானை சரிந்தது. எதிர்ப்புறமாகச் சரித்துவிட்டுப் பையனைத் தூக்கினாள். முகமெல்லாம் வீங்கி வயிறு உப்பிப் போயிருந்தது. பையன் பயத்தில் வெகுநேரம் கதறி அழுதிருக்க வேண்டும். இருளில் திசை தெரியாமல் இன்னும் கண் திறக்காத நாய்க்குட்டி போல ஊர்ந்துபோய்ப் பானைச் சந்தில் புகுந்திருக்கக் கூடும். தொடர்ந்த அழுகை மயக்கத்தைக் கொடுத்திருக்கும். பையனை வெளியே கொண்டுவந்தாள். நிலா வெளிச்சத்தில் அவன் விசும்பல் இன்னும் லேசாக இருப்பது தெரிந்தது. 'பெரியவனே தண்ணி கொண்டாடா' என்று கத்தினாள் அம்மா.

அழுதுகொண்டே தண்ணீர் மொண்டு வர ஓடினான் பெரியவன்.

●

உயிர் எழுத்து, செப்டம்பர் 2008

நீர்ச்சங்கிலி

நீர் சொட்டும் சப்தம் எவ்வளவு நேரமாகக் கேட்டுக்கொண்டிருக்கிறது என்பது அவனுக்குத் தெரியவில்லை. ஆனால் உறக்கத்தின் ஆழ்பள்ளத்துக் குள் உணர்வற்று வீழ்ந்து கிடந்த அவனை மெதுமெதுவாகத் தூக்கி வந்து நிறுத்தியிருப்பது இந்தச் சப்தம்தான். கண்கள் பிரிபடவே விரும்பவில்லை. மீண்டும் மீண்டும் அடம் பிடிக்கின்றன. பகலின் அலைச்சல் கனம் இரும்புக்குண்டாய் இமைகளின் மீது உட்கார்ந்திருக்கிறது. எனினும் காதோரம் பெரிய சம்மட்டி ஓசைபோலச் சொட்டுச் சப்தம் ஓங்கி வீழ அதிர்ந்து இமைகள் பிரிகின்றன.

அருகில் மிக நெருக்கத்தில் கணேசன் படுத்திருப்பது தெரிகிறது. விடிவிளக்கின் மௌன ஒளியில் அயர்ந்து உறங்கிக்கொண்டிருக்கிறான் அவன். பால் வடியும் குழந்தைமை மாறாத முகத்தில் சாம்பல் மீசை மயிர்கள் மின்விசிறிக் காற்றில் மெலிதாக அசைகின்றன. கன்னக் கதுப்புகள் இறுகி எந்த நெகிழ்வுமின்றித் தூக்கத்தில் இருக்கிறான். ஒன்றிரண்டு பருக்கள் வெட்கத்தோடு மெல்ல எட்டிப் பார்க்கின்றன. வறட்சி பொதிந்த உதடுகள் லேசாகக் கருமை படரத் தொடங்கியிருப்பதைக்கூடப் பார்க்கமுடிகிறது. போர்வையை முற்றாக உதறி எறிந்துவிட்டுக் கலைந்து கிடக்கிறான். மாநிறம் பொலியும் அவன் மார்புக்கூடு சீராக ஏறி இறங்கு கிறது. அக்குளில் வழிக்காத மயிர்கள் ஒட்டிப் பிணைந்து மெலிந்த வியர்வை நாற்றத்தை நாசியில் ஏற்றுகின்றன.

அந்த நிலையில் கணேசனைப் பார்க்க ஏனோ அவனுக்கு இதுவரை இல்லாத பிரியம் சுரக்கிறது. அத்தோடு மிகப் பெரும் பரிதாபமும் சூழ்கிறது. வெகுநேரம் பேருந்தில் வந்த அசதியினால் கணேசனுக்கு இந்தப் பரிதாபத் தோற்றம் வந்து சேர்ந்திருக்கலாம். அவன் மார்பில் கை வைத்து ஆறுதலாகத் தட்டிக் கொடுக்கத் தோன்றுகிறது. அது அவன் தூக்கத்தைக் கெடுத்தது போலாகி விடலாம். வேண்டாம்.

திரும்பிப் படுத்துக்கொள்கிறான். நீர் சொட்டும் சப்தம் இப்போது மெல்லிய முனகலாகக் கதவுக்கு அப்புறமிருந்து. குழாயை மூடாமல் விட்டுப்போனது யார்? பழுதுபட்டிருக்குமோ? படிப்படியாக அது எப்படி மிகப் பெரும் அரக்கப் பிளிறல் போல உருவம் பெறுகிறது? ஒரு சொட்டு தொம்மென அவனது செவிப்பறைக்குள் விழுந்து அதிர்ந்ததும் ஏற்படும் இடைவெளி. அந்த இடைவெளி பற்றிவைத்திருக்கும் இறுகிய மௌனம். மௌனத்திற்குள் கண்ணுக்குத் தெரியாமல் திரளும் அந்தச் சொட்டு. கதவை மூடி அறைக்குள் படுத்திருந்தபோதும் மிகத் தெளிவாக உணர முடிகிறது. கதவைத் துளைத்துக்கொண்டு அவன் மூளை பார்க்கிறது. வெறுமை படிந்த குழாயில் எங்கிருந்து வருகிறது என்பதே தெரியாமல் அதன் திறந்த முனையில் மெல்ல உருளும் நீர். புலனறியாத காற்று வந்து அதனுள் புகுந்து ஊதிப் பெருக்குகிறது.

எங்கே ஓடினாலும் துரத்திக் கொல்கின்ற தேனீக்கள் சூழ்ந்த தேனடை போல அது ராட்சச உருவம்கொள்கிறது. அதுவரைக்கும்கூட மனம் தாங்கிக்கொள்ளும். அதன்பின் குழாயின் கைப்பிடி நெகிழ்ந்து விட்டுப்பிரிய இயலாமல் கதறிக்கொண்டு நீர்ச்சொட்டு கீழே விழ எத்தனிக்கிற கணம். அவன் மிகுந்த பதற்றத்துக்கு ஆளாகிறான். மூச்சிரைக்கும் ஓசையில் சொட்டின் ஒலியை அமுக்கிவிட முயல்கிறான். ஆனால் சொட்டு அவனை விடுவதில்லை. செவிப்பறை அதிரப் பூதாகரமாகக் கீழே விழுகிறது. உடல் முற்றிலுமாகப் புரண்டு அந்தர வெளியில் தூக்கி எறியப்படுகிறது. ஓடிக் களைத்த நாய் போல மூச்சிரைத்துக்கொண்டு படுக்கையில் கிடக்கிறான். அதன் ஆசுவாசம் அடங்கித் தீர்வதற்குள் குழாய் முனையில் அடுத்த சொட்டுக்கான ஆயத்தம். அவனைப் பீதி சூழ்கிறது.

கணேசனின் அதே தூக்க வடிவம். அரை வேட்டி முழங்கால்களுக்கு மேலேறிக் கிடக்க அது பற்றிய லட்சியமே இல்லாமல். தலை வைத்துப் படுக்க லகுவான அசையாத சப்பட்டைக் கல்போலத் தொடை தெரிகிறது. அவனால் எப்படி உறங்க முடிகிறது? அவனுடைய காதுக்கு மட்டும் இந்த நீர்ச்சொட்டுக்

கேட்காத மர்மம் என்ன? பயத்தின் வெளிறலில் கணேசனுக்கு அருகில் அவன் வந்துவிட்டிருக்கிறான். நடுங்கும் விரல்களை மெல்ல நகர்த்தி கணேசனின் இடையை வளைக்கிறான். இப்போது சொட்டின் துரத்தல் பயம் ஓரளவு விலகிப் போய்விட்டது. பயத்திற்கு அடைக்கலம் தருகிற சக்தி கணேசனுக்கு இருக்கிறது.

கணேசன் இப்போது பெரிய நம்பிக்கையாய் மாறி விட்டிருக்கிறான். நடுக்கத்தோடு இடை பற்றிய விரல்கள் அழுந்த கணேசன் புரள முயல்கிறான். அவனிடமிருந்து சிறு முனகல்கூட வருகிறது. தூக்கத்திலிருந்து விழித்துக்கொள்ளலாம்.

சட்டென்று கையை எடுத்துக்கொண்டு திரும்பிப் படுக்கிறான். பொருளற்ற முனகலோடு கணேசன் உடலை முறுக்கிப் பின்னும் பழையபடியே அசைவற்றுப் போய்விடுவதை அவனால் உணரமுடிகிறது.

நிம்மதியைக் கொடுக்கும் பெருமூச்சு. அச்சத்திற்கு அடைக்கலமாகவும் அச்சத்தைக் கொடுப்பவனாகவும் ஒரே நேரத்தில் கணேசன். வாய்விட்டே கணேச நாமத்தைச் சொல்லிக் கொள்கிறான். அவன் புறம் மீண்டும் திரும்பக் கூடாது என்கிற வைராக்கியம் மனத்தில். பாம்பின் துரத்தலில் இருந்து தப்பி வந்தவனின் ஆசுவாசம். கண்ணுக்கெட்டிய தூரம்வரை பார்க்கிறான். காற்றில் பாம்பின் நிழலசைவுகூட இல்லை. ஆனால் கண்ணில் படலம் கட்டித் திரை மறைக்கிறது. அதன் சீறல் ஒலி இல்லை என்கிற நிம்மதி.

அப்படியே மெல்லத் தூக்கக் கடலுக்குள் இறங்கிவிடலாம் என்று தோன்றுகிறது. மூச்சடைக்கும் அழுக்குப் பொதிந்த போர்வையைத் தலை முழுக்க இழுத்துப் போர்த்திக் கண்களை மூடிக்கொள்கிறான். இறுகிய அதன் அழுக்கைத் துளைத்துக் கொண்டு எந்த ஒலியும் காதுகளை வந்தடைய முடியாது. இனி நிம்மதிதான். தூரத்தில் மின்சார ரயிலின் ஓசை தேய்ந்து மறைகிறது. அதையே கவனத்தில் குவிக்கிறான். கரைந்துவிட்டதைக் கற்பனை செய்யத் தொந்தரவாக இருக்கிறது. மனத்தைக் குவிக்க எண்களை வரிசைப்படுத்தி எண்ணத் தொடங்குகிறான். மனப்பாடம் செய்து ஒப்பிக்கும் சிறுவனைப் போல வேகமாகத் தொடங்கித் தடைபட்டுத் தடைபட்டுத் தொடர்கிறது. இடையே மூக்கு நுனியை எதுவோ மெல்லத் தீண்டும் உணர்வு. அதிர்ந்து கண்களைத் திறக்கிறான்.

கண்ணுக்கு நேராகப் போர்வையில் ஓட்டை. சிரித்துக் கொண்டே அதில் அடுத்த சொட்டு நீர் விழுகிறது. இப்போதும் மூக்கு நுனியில். அதன் பேயரவம் செவிகளில். போர்வையை

இழுத்து ஓட்டையைக் கிழடைக்க முயல்கிறான். ஆனால் கைகள் வரவில்லை. சுற்றிலும் ஏதோ பிணைத்திருக்கிறது. நீர்ச் சங்கிலி. கால்களையும் அசைக்க இயலவில்லை. கனத்த உருண்டை நீர்த்திரள் சொட்டுகள் அவன் உடம்பு முழுவதையும் சூழ்ந்து விலங்கிட்டிருக்கின்றன. அவன் அசைவில் ஒரு துளிகூட உடைபடவில்லை. ஓட்டை வழியாக மீண்டும் மீண்டும் துளி விழும் பேரோசை. குளியலறைக் குழாய் தன் முகத்துக்கு நேராக அறைக் கூரைக்கு எப்படி வந்தது என்று தெரியவில்லை. தன்னை ஊர்ந்து நகரும் சொட்டுக்கள் அப்படியே இறுக்கிக் கட்டிக் கொன்றுவிடும் என்று பயந்து அலறுகிறான்.

போர்வை நூல்நூலாகப் பிய்ந்துபோகிறது. நீர்த் திரள்களை அசைத்து வீழ்த்தியபடி புரள்கிறான். மிகப் பெரிய கடிகாரத்தின் ஓசையைப் போலச் சொட்டு விழும் சப்தம் சீராக. செவ்வக அறை முழுவதும் ஒரு தூசியையும் விடாமல் சப்தம் அடைத்துக் கொண்டிருக்கிறது. இன்னும் ஒரு துளி. அது விழுந்தால் அவனது செவிப்பறை கிழிந்து செயலிழந்து விடலாம். வலி பிய்த்தெடுத்தது. மயங்கிய உடலின் மீது ஆதரவாக ஒரு கரம்.

தூக்கத்தில் வீசிப் போட்ட கணேசனின் கை. அதைப்பற்றிக் கொண்டு பெரும்புதருக்குள் மறைந்துகொள்ளும் எலி போலானான். கணேசனின் அக்குள் வேர்வை வீச்சத்திற்குள் முகம் புதைந்து மறைந்தான். நீர்ச்சொட்டு வெளியே தயங்கித் தயங்கி நின்றுகொண்டிருக்கிறது. அவன் வழுவழுப்பான அகன்ற முதுகில் பயமேதும் இன்றி இளைப்பாறலானான். ஆனால் கணேசன் நெளிந்து முனகினான். எதிர்ப்புறம் ஒருக்களித்துக் கொள்ள முயன்றான். கணேசன் மெல்ல விழிப்புக்கு ஆளாவதை உணர்கையில் அச்சம் சில்லிட்டது. உதறிவிட்டுப் போர்வைக்குள் நுழைந்துகொண்டான் அவன். ஏனோ அழுகை வந்தது. கேவல் வராமல் அழத் தொடங்கினான். எது எதன் மீது என்று புரியாமல் ஆத்திரம். எல்லாவற்றையும் நிர்மூலமாக்கிக் காலடிக்குள் ஆள வேண்டும் என்கிற ஆவேசமும் எதுவும் தனக்கு ஆதரவாய் இல்லை என்கிற வெறுமையும் ஒருங்கே சூழ மேலும் அழுகை வளர்ந்தது.

உடல் குறுக்கிக் கிடந்தான். அவனது மூச்சின் மெலிந்த வீச்சம் நாறத் தொடங்கியது. சுண்ணாம்புக் காளவாய்க்குள் கிடப்பதைப் போலத் தகித்தது. கண்களை மூடிக்கொண்டு தனக்கு விருப்பமான கடவுள் உருவங்களை மனதுக்குள் கொண்டுவர முயன்றான். எதுவும் அவனுக்குக் கை கொடுக்க வரவில்லை. கூரை முகட்டில் பெரும் வலையாய் ஓர் உருவம். அதையே சேவிக்கலானான். அவன் வேண்டுதல் கூடக்கூட

வலை சுருங்கிக் கண்ணாடி நீர்ச்சொட்டு ஒன்றாய் மாறியது. அது இதயத் துடிப்போடு சேர்ந்து வெகுவேகமாய்க் கொட்டத் தொடங்கிற்று. அவனுக்கு அவலம் மீதூரத் தன்மீதே கோபித்துக் கொள்வதைத் தவிர ஒன்றும் செய்ய இயலவில்லை. சதைக்குள்ளும் எலும்புக்குள்ளும் நீர்ச்சொட்டின் ஊடாட்டம் பெருகியது. போர்வையை உதறி எழுந்தான். சொட்டுச் சப்தம் சிதறக் கதவைப் பெரும் ஓசையோடு திறந்துகொண்டு வெளியேறினான்.

இருளில் சொட்டுச் சப்தத்தை நோக்கி நகர்ந்தான். குளியலறையின் மெலிந்த விளக்கு வெளிச்சத்தில் பாச்சைகள் பயந்து சிதறின. கதவை மூடிக்கொண்டு குழாயை முற்றிலுமாகத் திறந்தான். நீர் ஆவேசத்தோடு பாய்ந்தது. காலையில் மொத்த வீடுகளுக்கும் தண்ணீர் இல்லாமல் போகலாம். வீட்டுக்காரர் அவனைக் காலி செய்யச் சொல்லலாம். எதுவும் அவனுக்குப் பொருட்டில்லை. சுவரில் சாய்ந்துகொண்டு நீர் பெருகி ஓடும் ஒலியைச் சந்தோசமாகக் கேட்டுக்கொண்டிருந்தான். அவன் முழுதும் களைத்துப் போகும்வரை தண்ணீர் கொட்டியது. பின் மெல்லக் குறைந்து சிறுநீரின் ஒலிபோலக் கேட்டது. அவ்வளவுதான். புலன்களில் எச்சரிக்கை கூடிற்று. குழாயைக் கூர்ந்து கவனிக்கத் தொடங்கினான். மொத்த நீரும் வடிந்து போயிற்று. தொட்டி காலி. குழாயின் தாளம் சுருதி இழந்து மாறிற்று. இப்போது பழையபடி அந்தச் சப்தம். உடம்பு முழுவதையும் கூனிக்கொண்டு குழாயை எட்டி உதைக்கத் தீர்மானித்தான். ஆனால் அவனை லட்சியம் செய்யாமல் குழாய் சொட்டத் தொடங்கிற்று. வரிச் சிரிப்பு வீரலிடச் சீரான இடைவெளியில் அவ்வொலி. வெறி கொண்டவனாய்க் குழாயைப் பிடித்து ஆட்டினான். இருளைக் கீறியபடி அதன் அசைவில் சொட்டுச் சப்தம் கொஞ்சம் ஓய்ந்தது. களைத்துக் குழாயை விட்டுவிட்டான். அதிசயமாகச் சப்தம் கேட்கவில்லை.

குழாயைக் கூர்ந்து பார்த்தான். அதன் வாய் முனையில் மெல்லத் திரண்டு ஒரு துளி உருவாவதை ஊகித்தான். அது கீழே விழாமல் கையால் பற்றி வீசினான். சப்தமே இல்லாமல் சுவரில் மோதி விழுந்தது. அவன் பார்வை அங்கும் இங்கும் நகரவில்லை. குழாய் முனையிலேயே குவிந்திருந்தது. வெகுநேரம் திரளும் சொட்டுக்களைப் பிடித்துப் பிடித்து வீசிக்கொண்டிருந்தான்.

ஒருவழியாய் அவன் பார்வைக் கனலுக்குப் பயந்து குழாய் நின்றுவிட்டது. ஆனாலும் அவனுக்கு நம்பிக்கை வரவில்லை. எட்டிய மட்டும் விரல் நுழைத்துப் பார்த்தான். கண்ணுக்குப் புலப்படாத ஜில்லிப்பைத் தவிர எதுவும் இல்லை. வாய் வைத்து உறிஞ்சிப் பார்த்தான். காற்றால் கன்னங்கள் உப்பின.

நீர் வரத்தில்லை. ஒரு மாதிரி நிம்மதி வந்தது. எனினும் சற்றே விட்டு விட்டுக் குழாயைக் கவனித்துக்கொண்டிருந்தான். அவன் பார்க்காதபோது திருட்டுத்தனமாய்ச் சொட்ட முயலலாம். ஆயினும் எதுவும் இல்லை. குழாய் முற்றிலும் வறண்டு காய்ந்து கொண்டிருந்தது.

விடிகாலை மின்ரயில்கள் ஓடத் தொடங்கும் நேரமாகி விட்டிருக்க வேண்டும். தூரத்தில் கரையும் ஓசை. குளியலறைக் கதவை அழுத்தி மூடித் தாழிட்டுவிட்டு வந்தான். மனசு வெறுமையாக இருந்தது. கண்களில் தூக்கம் நிமிண்டும் எரிச்சல். அறைக் கதவைத் திறந்து மிகவும் எச்சரிக்கையாக கணேசன் புறம் கண்கள் படாமல் அடக்க ஒடுக்கமாகத் தன்பாயில் விழுந்து போர்த்திக்கொண்டான்.

இனி எதுவுமில்லை. நிறைந்த தூக்கம்தான். கண்களை மூடிக்கொண்டு தூங்க எத்தனித்தான். தூக்கத்தில் கணேசன் ஏதோ பிதற்றுவது கேட்டது. அந்தப் பக்கம் திரும்புவதில்லை என்கிற வைராக்கியத்தோடு மல்லாந்து படுத்தான். கொஞ்ச நேரத்தில் தூங்கிவிடலாம். மெதுமெதுவாகத் தூக்கச் சரிவில் இறங்கிக்கொண்டிருந்தபோது தெளிவாக ஒலி. அவன் நெற்றிப் பொட்டில் அந்த நீர்ச்சொட்டு.

●

உயிர் எழுத்து, நவம்பர் 2007

வெள்ளிமீன்

பூபதியின் திட்டத்தில் சிறுபிசகு ஏற்பட்டு விட்டது. கிடாயின் பற்களுக்குச் சிக்காமல் நாக்கின் அசைவைத் துண்டிக்க அவன் விரல்கள் கவ்விய பிடிப்புச் சற்று நழுவியது. சரியாக்கிக்கொண்டு அதன் குரலை அறுக்க முயன்றான். அதற்குள் நாக்கு நடுங்கக் கிடா வாய் திறந்து ஒற்றைச் சத்தம் ஒன்றை எழுப்பி ஓய்ந்தது. அடர் இருளைத் துளைத்துக் கொண்டோடிப் பனியால் விறைத்திருந்த கதவைத் தட்டி யாரையும் இந்தக் குரலால் எழுப்பிவிட முடியாது என்னும் திடத்துடன் கிடாயைத் தன் நெஞ்சோடு சேர்த்துத் தூக்கினான். கிடா கொஞ்சம் கனம்தான். துள்ளலும் கால்களை விடுவிக்க உதைத்தலுமான கிடாயின் அடுத்த அசைவுகள் அவனுக்குப் பழக்கமானவை. அவற்றுக்கு இடம் கொடுக்காமல் அவன் பிடிகள் இருந்தன. ஒரு கை வாய்க்குள். இன்னொரு கை உடலோடு கிடாயை இறுக்கி. இனி எல்லாம் வழக்கம்போல நடக்கும் எனத் தடத்தை நோக்கி அவன் வேகமாக அடிகளை வைத்தான். செருப்பற்ற பாதங்கள் மண்ணில் பூப்போல் பதிந்தன.

இருபதடி தூரம் கடந்திருக்கும். 'ஆர்ரா அது' என அதட்டும் குரலும் ஓலைச் சரசரப்பும் பின்னால் கேட்டன. குரலுக்கு உரியவனைப் பூபதி உணர்ந்து கொண்டான். கிடாயை அதே இடத்தில் வீசிவிட்டு ஓடிவிடலாமா, சுமந்துகொண்டே ஓடலாமா என அவனுக்குள் தடுமாற்றம். நின்றுவிட்டான். இருள் அசைவுக்குக் கண்கள் பழகி ஆள் தூரத்தி

வருவதற்குள் புழுதியைக் கடந்து சாலைக்குப் போய்விட முடியும். அங்கே வண்டியோடு காத்திருக்கும் முருகேசன், ஆள் உட்கார உட்கார ஒருகல் தொலைவு ஓட்டிப்போகும் அளவு வேகம் கொண்டவன். கிடாயைச் சுமந்து ஓடும்போது எப்படியும் சத்தம் வரும். துரத்தும் ஆளுக்கு லகுவாகும். இப்படி ஒரு இக்கட்டில் அவன் சிக்கியதில்லை.

'அப்போய்... எங்க கெடாயக் காணாம்' என்று பதறும் குரலில் பூபதியின் உடல் சிலிர்த்தது. கையில் கிடைத்தால் அவ்வளவுதான். கிடாயை அப்படியே கீழே போட்டான். அறுபட்ட நாக்கு திரும்பக் கிடைத்ததும் கிடாயின் குரல் ஓலமிட்டது. மண்ணில் பொத்தென விழுந்த அதிர்ச்சியும் அச்சமும் கூடிய குரலின் உயிரோலம் பூபதியின் காதுகளில் விழுந்தபோது அவன் கொஞ்ச தூரம் ஓடியிருந்தான். அங்கங்கே ஆட்களின் அரவமும் நாய்களின் குரைப்பும் சேரத் தொடங்கின. புளியங்காயைக் குறிவைத்துத் தாட்ரிக்கமான சிறுவன் இட்ட கல்லின் வேகத்தில் உடலை விசிறிக்கொண்டு ஓடினான். அவன் காலடிகளின் ஓசையே திடும்திடுமெனக் காதுகளைத் தாக்கியது. பின்னால் யாரோ ஓடி வருவது போலவும் உணர்ந்தான். திரும்பிப் பார்ப்பது வேகத்தைக் குறைத்துவிடும்.

உறங்கிக் கிடந்த நாய்கள் ஒருசேரக் குரைத்தன. பூபதியின் காது மடல்கள் பயம் ஏறிச் சிலிர்த்தன. 'திரடன் திரடன்' 'புடிங்கடா' என்னும் கத்தல்கள் கிணற்றுக்குள் இருந்து பேசுவதுபோல அவனுக்குக் கேட்டன. ஒலியை வெளிவிடாத வண்டியை ஆயத்தத்தோடு கிளப்பி மோரிக்குப் பக்கத்தில் நின்றிருக்கும் முருகேசனை அடைந்துவிட்டால் போதும். ஒரே குறியாக மோரியை நோக்கி ஓடினான். கால்கள் தார்ச்சாலைக் குழிகளில் பதிந்ததும் எழுந்து தாவின. இருளுக்குப் பழகியிருந்த வெளிச்சத்தில் இன்னும் நான்கைந்து தாவல்களில் முருகேசனைப் பிடித்விடலாம் என்று தோன்றியது.

இதோ இதோ என்று கால்களுக்கு ஆசை காட்டி வேகத்தைக் கூட்ட முயன்றான். ஒரே தாவலில் வண்டியின் பின்னிருக்கையில் குதித்துவிடலாம் என்று தைரியம் கொண்டபோது அவன் பிடரியில் விழுந்த கை பின்னிழுத்துத் தள்ளியது. நடுங்கிய கால்கள் இடறிக் கீழே விழப்போனான். மோரிச் சுவரில் கை ஊன்றினான். முருகேசன் வண்டி யாரும் தொடர முடியாத தூரத்திற்குப் போயிருக்கும். அவனை இழுத்துத் தள்ளிய கை வண்டியின் பின் சில அடிகள் ஓடி இனிப் பயனில்லை என்று மீண்டும் திரும்பி வருவதற்குள் பூபதி சமாளித்துத் தன்னிலை அறிந்தான். சாலையின் இருபுறமும் அடைபட்டுவிட்டன.

மனிதர்களும் நாய்களும் சாலைக்கு உயிர் கொடுத்துவிட்டனர். மிஞ்சியிருப்பது மோரியின் இருபக்கங்கள்தான்.

சாக்கடைக் கழிவுநீர் புரண்டுவரும் பெருவெள்ளத்திற்குள் சட்டெனக் குதித்தான். வயல் சேற்றுக்குள் வைத்த கால் புதைவதைப் போல முழங்கால்வரை புதையுண்ட கால்களை வேகமாக வெளியெடுத்து அடுத்த அடி வைத்து உள்ளே போனான். விஸ்தாரமான பெரிய வானி. எங்கும் சம்பங்கோரைகளும் சீமைக் கருவேல முள் மரங்களும் அடர்ந்து கிடந்தன. சாக்கடை நீர் வானி முழுக்கத் தேங்கி நின்றது. மோரியடியில் நீர்ச் சுழித்தோடும் சத்தம். பூபதி சம்பங்கோரைக்குள் புகுந்து போனான். இருட்டில் கோரை அசைவுகள் வெகுதூரம் தெரிய வாய்ப்பில்லை.

பூபதி நீருக்குள் குதித்ததும் பின்னால் வந்தவன் அதிர்ந்து நின்றுவிட்டான். ‘அதா போறான் அதா போறான்’ என்று அவன் கத்தியபடியே மோரிமேல் ஏறினான். ‘ஓடியாங்கடா ஓடியாங்கடா’ என்று அவன் அழைப்பதும் கேட்டது. பூபதி கோரைக்குள் வெகுதூரம் வந்திருந்தான். ஆட்களும் நாய்களும் அரவமிட்டவாறு வானியைச் சூழ்ந்துகொண்டிருந்தனர். இதற்குமேல் அசைவு காட்டாமல் இருப்பதுதான் நல்லது என்று தோன்றியது. ஆளுயரம் வளர்ந்திருந்த சம்பங்கோரைகளுக்கு நடுவே ஒற்றைக்கல் கூச்சாம்பாய் நீட்டிக்கொண்டிருந்தது. அதன்மேல் ஏறி உட்கார்ந்துகொண்டான். கால்கள் நடுங்கின. சேறும் நீரும் கலந்து பாதி உடம்பை ஈரமாக்கிவிட்டன. தலையிலிருந்து மேலெல்லாம் வேர்வை வழிந்து குளித்தது போலிருந்தது.

துரத்தி வந்தவன் எல்லோருக்கும் விவரத்தைச் சொல்லிக் கொண்டிருந்தான். பேட்டரி விளக்குகள் வானிக்குள் அடித்தன. மோரிப் பக்கம் பெருங்கூட்டம் திரண்டது. முப்பது நாற்பது பேர்கள் இருக்கலாம். சிலர் கைகளில் தடிகள் இருந்தன. கோரை அசைவை இருள் காட்டிக் கொடுக்காது. கோரைக்குள்ளேயே இன்னும் கொஞ்சதூரம் போனால் ஏரி மதகு வரும். பக்கங்களைக் குறிவைத்து நடந்தால் ஒருபுறம் சித்தாலச்சுவர் எழுப்பப்பட்ட தென்னந்தோப்பு. இன்னொருபுறம் ஏரியை நோக்கிப் போகும் மண்தடம். கோரைகள் அசைவது தெரிந்தால் போதும். அந்த இடம் நோக்கி யாராவது இறங்கக் கூடும். கூச்சாம்புக் கல்லில் ரொம்ப நேரம் உட்கார்ந்திருக்க முடியாது. பாதங்கள் எரிந்தன. கோரைக் கூட்டத்தின் நடுவே சிறு மண்மேடு இருப்பதுபோல் தெரிந்தது.

கல்லை விட்டிறங்கி அதை நோக்கிப் போனான். மண்மேடுதான். முள்செடி ஒன்று அதன் பெரும்பகுதியை

அடைத்திருந்தது. கால்களில் நறநறவென ஏதேதோ மிதிபட்டன. இடுப்பில் செருகியிருந்த சிறுகத்தியை எடுத்துத் தரைப்பக்கம் நீட்டியிருந்த முள்கொத்துகளை மெல்ல வெட்டினான். அவற்றை ஓரமாய்ச் சேர்த்தான். தரையோடு ஒட்டிப் படுத்துக்கொள்ள இடம் கிடைத்தது. ஒருக்களித்துப் படுத்தான். மல்லாந்தால் கண்களை உறுத்தும் முள். நீட்டினால் நீரைத் தொடும் கால். ஒருமாதிரி குறுக்கிப் படுத்துக்கொண்டான். எங்கும் எந்த அசைவும் இல்லை.

வானிக்கு வெளியே குரல்கள் இப்போது தெளிவாகக் கேட்டன. ஓசைகளுக்கு இருள் துல்லியத்தைச் சேர்க்கும் என்பதை அவன் அறிவான். சரக்கென்னும் சிறு சத்தமும் அவன் காதுகளை விறைக்கச் செய்யும்.

"எங்கயும் போயிருக்க முடியாது. இதுக்குள்ளதான் எங்காச்சும் உக்காந்திருப்பான்."

"அவன் போன வேகத்தப் பாத்தா ஏரிப்பக்கம் போயி இந்நேரம் மேல ஏறி ஓடியிருப்பான்."

"இதுக்குள்ள ஒரு மனுசன் எறங்கறான்னா அவன் உசுருக்குத் துணிஞ்சவனாத்தான் இருக்கோனும்."

வானியின் மூன்று பக்கங்களிலும் மனித நடமாட்டம். விளக்குகள் இடைவிடாமல் பளிச்சிட்டுக் கொண்டிருந்தன. எதுவும் தன்னை வந்தடையாது எனப் பூபதி நினைத்தான். மையத்தில் இருந்தான் அவன். சுற்றிலும் கோரைகள். தூரத்தில் இருந்து பார்க்க எந்த வெளிச்சத்திலும் இந்த இடம் தெரியாது. இதற்குள் அடைத்திருக்கும் இருள் கோரைகளால் நிறைந்திருப்பதாய்த் தோற்றம் காட்டிவிடும். தன்னைப்போல் தாட்டிக்கமாக இருக்கும் நான்கைந்து வாலிபப் பையன்கள் துணிந்து உள்ளே இறங்கிவிட்டால் என்ன செய்வது என மனத்தில் கற்பனை விரிந்தது.

அடங்கத் தொடங்கியிருந்த வேர்வை மேலும் பூத்தது. தன் குல தெய்வத்தின் நினைவு வந்தது. 'அம்மா ... கரியகாளி ... என்னயக் காப்பாத்தி உட்ராயா ...' என்று முணுமுணுத்தான். மேற்கொண்டு என்ன வேண்டுவதெனத் தெரியவில்லை. கண்களை மூடிக்கொண்டு 'காளீம்மா ... காளீம்மா ...' என மந்திரம்போலச் சொல்லிக்கொண்டிருந்தான்.

பேச்சுக் குரல்கள் அதிகரித்துக்கொண்டேயிருந்தன. இருளும் பனியும் கலந்த நடுச்சாமம். எனினும் எல்லோருக்கும் வேடிக்கை பார்க்கும் ஆசை. கிடா மட்டும் திருட்டுப் போயிருந்தால் அது வெறும் சேதியாக முடிந்திருக்கும். இப்போது இன்னும் சில

நாள்களுக்குச் சுவாரஸ்யமாகப் பேசுவதற்கான விசயமாயிற்று. பெண்கள் குழந்தைகள் என எல்லாவிதக் குரல்களும் கேட்டன. பூபதியின் காதுகள் நாயின் காதுகளென விடைத்து நின்றன. முதலில் கோரைகளுக்குள் சரமாரியாகக் கற்கள் விழும் சத்தம். 'வெளிய வாடா . . . தாயோலி' என்று தொடங்கிக் கெட்ட வார்த்தைத் திட்டுகள் பொங்கி வந்தன. ஏதாவது கல் தன்னருகே வருமோ என்ற எதிபார்ப்போடு உடலைக் குறுக்கிக்கொண்டிருந்தான். ஆனால் ஒருகல்லும் அவன் பக்கம் வரவில்லை. பனம்பழம் விழுவது போலச் சொத்தெனக் கற்கள் சேற்றுக்குள் விழுந்தன. எதுவும் அணுக முடியாத தூரம் தானிருப்பது என்று ஊகித்தான்.

விடிந்து வெளிச்சம் பரவினாலும் இப்படியே படுத்துக்கிடந்தால் ஒருவராலும் கண்டுபிடிக்க முடியாது. பூபதிக்கு வெகுவாகத் தைரியம் வந்தது. கற்களின் சத்தம் குறைந்தபடியிருந்தது. அடுத்து என்ன செய்வதென்று கூட்டத்திற்குத் தெரியவில்லை. ஆளாளுக்கு ஏதேதோ சொன்னார்கள். கிடாக்காரன் தன் சாகசத்தை விதவிதமாகப் பலரிடமும் விவரித்தபடியே இருந்தான். கடைசியாக இப்படி முடித்தான்:

"ஒருநூல் தவறிப் போச்சு. மயிரப் புடுச்சு இழுத்தெறிஞ்சவன அப்பிடியே கொரவளயப் புடிச்சிருந்தனா தப்பிச்சிருக்க முடியாது. வண்டியில போறவனயும் புடிச்சிரலாமுன்னு பாஞ்சனா . . . அதுக்குள்ள இவன் சுதாரிச்சுக்கிட்டான். நாங் கண்டனா . . . இந்தப் பொண நாத்தமடிக்கற சீன்றத்துக்குள்ள குதிச்சுக் கெணத்துல நீந்தறாப்பல போவான்னு . . ."

கைவிளக்குகள் சம்பங்கோரைகளை இடைவிடாமல் துளைத்துக்கொண்டேயிருந்தன. 'டேய் உங்க எவனாலயும் என்னோட ஒரு மயிரக்கூடப் புடுங்க முடியாதுடா. எவனுக்காச்சும் தெகிரியம் இருந்தா வாங்கடா பாப்பம்' என்று அவன் வாய் முணுமுணுத்ததைக் கண்டு அவனுக்கே சிரிப்பு வந்தது. யாரோ ஒரு பெண் சலிப்போடு சொன்னாள்.

"அதான் கெடா தப்பிச்சிருச்சில்ல. இந்தப் பனியில ஏன் இப்பிடி அலயறீங்க. இந்தக் கொடுமைக்குள்ள போனவன் இன்னமா இருக்கப் போறான். எந்தப் பக்கம் ஏறி எப்பிடி ஓடுனானோ . . . இருட்டா இது . . . அப்பிடியே பாளம்பாளமா அறுத்தெடுத்துக்கற மாதிரி குமிஞ்சு கெடக்குது. போய் வேலயப் பாருங்கப்பா . . ."

"உனக்குக் கஷ்டமா இருந்தாப் போவியா . . . என்ன ஒரு தெகிரியமிருந்தா ஊட்டு வாசல்ல கட்டியிருக்கற கெடாயவந்து புடிப்பான். அவன் மூஞ்சி என்னன்னு பாக்காம போறதா.

வெடியவெடிய இருந்துனாலும் புடிக்காம உடறதில்ல . . .” என்றது ஒரு துடிப்பான குரல். யாரோ ‘போய்த் தீப்பந்தம் கொண்டாங்கப்பா’ என்றார்கள். போகிற அரவங்கள் கேட்டன. ‘காத்தாலக்கி வேலக்கிப் போவோனும்பா. தூக்கம் அசத்துது’ என்று சொல்லிவிட்டு ஒன்றிரண்டு பெண்கள் கிளம்பினார்கள். தீப்பந்தம் எதற்கென்று அவனுக்குப் புரியவில்லை. அதை வைத்துத் தன்னை நெருங்கிவிடுவார்களோ என்று ஒருகணம் தோன்றியது. வரட்டும் பார்த்துக்கொள்ளலாம் என்று நினைத்தபடி காலை நீட்டினான். அந்த இடம் இப்போது படுத்துக்கொள்ளத் தோதானதாக மாறியிருந்தது. முட்சந்துகளில் வானில் இருந்த நட்சத்திரங்கள் சிலவும் தெரிந்தன.

“ஏ . . . மாரப்பா . . . அந்தப் பக்கமே பாத்துக்கிட்டு இருங்க. ஏறிக்கீது ஓடப்போறான். பசவ தீப்பந்தம் கொண்டாரப் போயிருக்கறாங்க. வரட்டும்.”

மண்பாதைப் பக்கமிருந்து தென்னந்தோப்புப் பக்கத்திற்குச் சேதிபோனது. தோப்புப் பக்கம் அதிக ஆட்களில்லை. அங்கே பீக்காட்டுக்குப் போவோர் போட்ட ஒற்றையடித் தடம் மட்டும்தான் உண்டு. ரொம்ப நேரம் அந்தப்புறம் யாரும் இருக்க முடியாது. வெளியேறும்போது அந்தப் பக்கமாகப் போகலாம் என்று தோன்றியது. அடுத்து நடக்கப் போவதையும் அதற்குத் தன்னைத் தயார்ப்படுத்திக்கொள்வதையும் கொஞ்சம் ஒத்திப்போட்டான். இப்போது பேச்சுக் குரல்களில் ஆவேசத்தைக் காணமுடியவில்லை. இதற்குமுன் நடந்த ஆட்டுத் திருட்டுகள் பற்றிய கதைகளாய் அவை இருந்தன. அதில் சில பூபதி செய்தவை என்பது புரிந்தது.

பூபதிக்கு ஆடு திருடுவதைப் பழக்கிவிட்டவர் அவன் அப்பன்தான். அவரோடு ஒப்பிட்டால் தன் திருட்டு ஒன்றுமே இல்லை என்று படும். அவர் ஒருநாளும் இப்படி மாட்டிக் கொண்டதில்லை. அவரை அழைத்துப்போக ஓராள் வண்டியில் காத்திருந்ததில்லை. எவ்வளவு தூரமானாலும் தோள்மேல் போட்ட ஆடு சிறுசத்தமும் இல்லாமல் வரும். ஆடு திருடத் தோதான நேரத்தை அவர்தான் அவனுக்குச் சொல்லித் தந்தார். உயிர்களை எல்லாம் தூக்கத்தில் அடித்துப்போட்டு எமன் சந்தோசமாக விளையாடும் நேரம் அது. ராத்திரி பன்னிரண்டு மணியிலிருந்து மூன்று மணிவரை. கிழடு கட்டைகளும் நோயாளிகளும்கூடக் கண்ணயரும் நேரம். அந்த நேரத்தைத்தான் கடவுள் நமக்குக் கொடுத்திருக்கிறார் என்பார்.

செயல்களில் பதற்றம் இருக்கவே கூடாது என்பது அவர் பாடம். ஆட்டின் நாக்கைப் பற்றும் முறையையும் லாகவமாகத்

தூக்கிக்கொள்ளும் திறத்தையும் அவரிடமிருந்தே பெற்றான். முதன்முதலாக அவன் தொழிலைத் தொடங்கியது, ஒரு கிழவியின் வீட்டில். பூங்கிழவியான அவள், இரண்டு வெள்ளாடுகளை வைத்துக்கொண்டு ஒண்டியாகக் காட்டுக்கொட்டாயில் கிடந்தாள். சரியான பருவத்தில் ஓடையடித்து வளர்த்த கிடா ஒன்றும் மூட்டுக்குட்டி ஒன்றும் இருந்தன. கிடா வெள்ளை. மூடு கருப்பு. வெள்ளைத் தோலுக்கு விலை அதிகம். ஒரே இடத்தில் இரண்டு வேட்டை கிடைக்கும் என்றால் எதில் வருமானம் அதிகமோ அதைத் தேர்வு செய்துகொள்ள வேண்டும் என்பதும் அப்பன் தந்த பாடம். கிடாயைக் குறி வைத்தான். ஆனாலும் மனத்தில் ஒரு சங்கடம். ஒற்றை ஆளாகக் கிடக்கும் கிழவியின் உழைப்பையா அபகரிப்பது?

"கஷ்டம்னு பாத்தா எல்லாருக்கும் இருக்கும். அப்பறம் நாம தொழில் செய்ய முடியாது. நம்ம கஷ்டத்த மனசுல வெச்சுக்க" என்றார் அப்பன். அந்தக் கிடாயைத் திருடியதில் எந்தச் சாகசமும் இல்லை என்று தோன்றும். சரியான பிடி. கிழவிக்குச் சின்ன சந்தேகமும் ஏற்படவில்லை. அவனுக்குத்தான் கால்கள் நடுங்கின. கிடாயைக் கொண்டுவந்து சேர்த்த பின்னும் நடுக்கம் நிற்கவில்லை. மனம் திடமாக இருப்பதாகவே பட்டது. எல்லாப் பயமும் ஒருசேரக் கால்களில் இறங்கிவிட்டது போலும். அதற்கப்புறம் எல்லாம் சகஜமாயிற்று.

ஆட்டின் நாக்கைப் பிடிப்பதும் தூக்குவதும் சாதாரண விஷயம். அதற்குமுன் நோட்டம் பார்க்கும் வேலைதான் முக்கியம். ஆடுகளைக் கட்டியிருக்கும் இடம், அந்த இடத்தை அடைவதற்கான சுலப வழி, அதற்கும் வீட்டுக்கும் இருக்கும் தூரம், வீட்டில் இருக்கும் ஆட்களின் எண்ணிக்கை, யார் யார் எங்கெங்கே படுப்பார்கள், தூங்கித் தொலையாத பிறவி எது, என்றென்றைக்கு ஆள் எண்ணிக்கை குறையும், வண்டி எங்கே நின்றால் வசதி, நாய் இருக்கிறதா என்பதை எல்லாம் பார்த்து வைத்துக்கொள்வதற்குத்தான் அதிகம் அலைய வேண்டியிருக்கும். கள் குடிக்கப்போகும் ஆட்களாய், எருமைக் கன்று மாட்டுக் கன்று வியாபாரிகளாய்ப் பலவிதமாகப் பாவிக்க வேண்டும். எல்லாம் சரியாகக் கணித்துவிட்டால், இரவுக் காரியம் வெகுசுலபம். ஆட்டுக்காரன் ஆட்டைக் காணோம் என்று கண்டுபிடிப்பதற்குள் ஆட்டுக்கறி எங்காவது வீடுகளில் சலசலத்து வெந்துகொண்டிருக்கும்.

பூபதியும் முருகேசனும் கூட்டுச் சேர்ந்த பின்னால் காரியம் இன்னும் வெகுசுலபமாயிற்று. துளியும் சத்தமிடாத வண்டியை விளக்குப் போடாமல் எப்பேர்ப்பட்ட இருளிலும்

அவன் ஓட்டுவான். வண்டியில் கிடாயோடு ஏறிவிட்டால் போதும். அதற்கப்புறம் யார் பின்னால் வந்தாலும் பிடிக்க முடியாது. எப்போதும் அளவாக வைத்துக்கொள்ள வேண்டும் என்று சொல்வான். ஒரு ஆட்டைக் கொண்டுவந்துவிட்டால் அதற்கப்புறம் குறைந்தது ஒருவாரம் இடைவெளி விட்டுவிட வேண்டும். ஒரு திருட்டுக்கும் இன்னொன்றுக்கும் பத்துக் கிலோமீட்டர் தூரமாவது தேவை.

முருகேசனுக்கும் சில சமயம் உற்சாகம் வந்துவிடும். அப்போது விதவிதமான திட்டங்கள் அவன் மூளையில் சட்டென உதிக்கும். ஒரு கிடாயைக் கொண்டுவந்து கறிக்கடைத் தெருவில் வழக்கமான கசாப்புக்காரனிடம் கொடுத்துவிட்டுப் பணத்தை வாங்கியபோது அவன் சொன்னான். 'இன்னக்கிக் கெடாயே கெடைக்கல. அங்கங்க ஊர் நோம்பி. இன்னொரு கெடா இருந்தாப் பரவால்ல. அம்பது நூறு சேத்தி வேண்ணாலும் குடுத்தர்றன்.' விடிகாலை நான்கு மணிக்குமேல் ஆனபின் என்ன செய்ய? திருட்டு ஆடு என்றாலும் பேரம் பேசாமல் ஒரு நியாயமான தொகையைக் கொடுத்துவிடுவான் அவன். ரொம்ப நாள் வாடிக்கை. ஏற்கனவே எத்தனை கிடா இருந்தாலும் இவர்கள் கிடா கொண்டுவந்தால் அதை முதலில் அறுத்துத் தோலை உரித்துவிடுவான். அதனால் முருகேசன் உடனே 'நம்மாளுக்கு எப்பிடியாச்சும் ஒதவோனும்பா' என்றவன் கசாப்புக்காரனிடமே வண்டியை வாங்கிக்கொண்டான். சத்தம் கேட்கக் கூடிய, விளக்கெரியும் வண்டி. 'பாக்கறன். அப்பறம் உன்னோட அதிர்ஷ்டம்' என்றான்.

ஊரை ஒட்டியிருந்த வீட்டுக்குமுன் வண்டியை நிறுத்தினான். கட்டுத்தரையில் யாரோ பால் கறந்துகொண்டிருக்கும் சத்தம். இருட்டில் முகம் தெரியவில்லை. நேராகப்போனவன், 'அம்மோவ் கெடாயப் புடிச்சிக்கறன்' என்றான். கட்டியிருந்த கிடாயை அவிழ்த்துக்கொண்டு வந்தான். பால் கறந்தபடியே இருந்தவள், 'அந்தத் திருவாணியக் கழட்டி வெச்சிட்டுப் போப்பா' என்றாள். திருகாணியைக் கழற்றித் திண்ணையில் வைத்துவிட்டு 'வச்சிட்டனம்மோவ்' என்றான். திருகாணியோடு ஆட்டைக் கொடுத்தால் அதன் வம்சம் தக்காது.

'பத்து மணிக்கு வருவன். காசக் கைல வெச்சரோனும்னு நாட்ராயங்கிட்டச் சொல்லு' என்று அவள் கத்தினாள். 'பத்து மணிக்கு டாண்ணு உனக்குப் பணம் வந்திரும்மா' என்றபடியே கிடாயைத் தூக்கி மடியில் வைத்துக்கொண்டு வண்டியில் உட்கார்ந்தான். அந்தக் கிடா ஏற்கனவே நாட்ராயனுக்குப் பேசி விற்ற கிடா. அன்று காலையில் வந்து பிடித்துக்கொள்வதாகச்

சொல்லியிருந்தான். இவர்கள் போனதும் நாட்ராயனின் ஆட்கள் என்று நினைத்துவிட்டாள். விடிந்த பின் நாட்ராயனின் ஆள் கிடா பிடிக்கப் போகும்போதுதான் திருட்டு விஷயம் தெரிந்திருக்கும்.

"காதுல உழுவற எதுனாலும் கவனமாக் கேட்டுக்கோனும். வேப்பெண்ணக் கலயமா இருந்தாலும் ஒரு வேலைக்கு ஒதவும் தெரியுமா" என்பான் முருகேசன். அவனுக்கும்கூட இதுவரைக்கும் இப்படி ஒருநிலை ஏற்பட்டிருக்காது. இந்தக் கூட்டத்தின் கையில் மாட்டிக்கொண்டால் உடலைப் பிய்த்தெடுத்துவிடுவார்கள். அதற்குப்பின்னான உடலைக்கொண்டு பிச்சை எடுத்து வேண்டுமானால் சாப்பிடலாம். அதனால்தான் சின்னக் கத்தி ஒன்றை லுங்கி மடிப்பில் வைத்திருப்பான் அவன். லேசாகக் கீறி விட்டாவது தப்பித்துக்கொள்ளலாம்.

இரண்டு மூன்று தீப்பந்தங்கள் தெரிந்தன. அவற்றைப் பிடித்துக்கொண்டு வானிக் கோரைக்குள் ஆட்கள் நுழையலாம். அப்படி நுழைந்தால் இடம் மாற நேரிடும். தவளையைப் போல ஏதாவது இண்டு இடுக்குப் பார்த்துப் புகுந்துகொள்ளலாம். மெல்லத் தவழ்ந்தபடியே போனால் எதிர்ப்பக்கம் ஏதாவது ஓரிடத்தில் சட்டென ஏறிப் பாய்ந்தோடிவிடலாம். ஆனால் அவன் எதிர்பார்த்தபடி யாரும் உள்ளே இறங்கவில்லை. தீப்பந்தம் கொண்டு காய்ந்திருந்த இடங்களைக் கொளுத்தினார்கள். அதுவும் லேசில் பற்றவில்லை. பனியில் நவுத்துக் கிடந்த தோகைகள் சடசடத்து அணைந்துபோயின. அதற்குமேல் ஆட்கள் ஆர்வமற்றுப் போனார்கள்.

"அட வாங்கடா ... இதுக்குள்ள போனவனப் பாம்பு புடுங்கட்டும்."

"திருடிப் பொழைக்கறவன் அப்பிடித்தான் சாவான்."

"சீமக் கருவேல முள்ளு கொத்தோட ஏறிக்கெடப்பான் பாரு. காத்தாலக்கி வந்து பொணத்த எடுக்கலாம் வாங்கடா."

"எங்கிருந்தோ வர்ற பீத்தண்ணியில கண்ணாடி கிண்ணாடி கெடந்து கால வவுந்துடாதயா போயிரும். எச்சக்கல நாயி ... ஆடு திருட வர்றதுக்கு அவுங்க அம்மாள உட்டுச் சம்பாரிக்கறது."

பெரும் சாபங்களோடு கூட்டம் மெல்லக் கலைந்தது. வாயிலும் வயிற்றிலும் அடித்துக்கொண்டு எத்தனையோ பேர் அவனை நோக்கி எறிந்த சாபச் சொற்கள் எல்லாம் காற்றோடு கரைந்து போயின. செய்யாத திருட்டுக்கான இந்தச் சாபங்களா பலிக்கப் போகின்றன? அவன் மெல்லச் சிரித்துக்கொண்டான். கண்களை மூடினான். கூட்டத்தின் பேச்சு படிப்படியாகக் குறைந்து சாலைக்குப் போய் முணுமுணுப்பாய் ஒலித்தது.

தென்னந்தோப்புப் பக்கம் இருந்த ஒன்றிரண்டு பேரும் நகர்வது பேச்சாய்க் கேட்டது.

அவனை ஏமாற்றிவிட்டு யாராவது சிலர் ஒளிந்து கொண்டிருக்கலாம். வெளியே தலை தெரிந்தால் சட்டென அமுக்க வரலாம். கிடாக்காரன் கொஞ்சம் துடி. கத்தி எதுவும் வைத்திருப்பான் என்று பயப்படாமல் தொடர்ந்து வந்தவன். அவன் பிடியும் தள்ளலும் இன்னும் உடம்பிலிருந்தன. அதனால் இப்போதைக்கு எழக்கூடாது என்று நினைத்தான். எல்லாம் அடங்கட்டும் என்று காத்திருப்பதைத் தவிர வேறு வழியில்லை. கண்களின்மேல் அமர்ந்தபடி தூக்கம் வாட்டியது. தூங்கிவிடக் கூடாது என்று எவ்வளவோ சொல்லியும் கேட்கவில்லை. ஆனால் அவனது இரவுத் தூக்கம் கோழித்தூக்கம் போன்றதுதான். தலை சாய்ந்தால் விழித்துக்கொள்வான்.

அவன் விழித்தபோது முகமெல்லாம் பனி ஈரத்தை உணர்ந்தான். சட்டென எழ முடியவில்லை. முள் கிளைகள் ஒரு வலையென அவன்மேல் போர்த்தியிருந்தன. கால்களில் சேறு காய்ந்து விர்ரெனப் பிடித்துக்கொண்டிருந்தது. அசைப்பதே சிரமமாக இருந்தது. வானத்தைப் பார்த்தான். வெள்ளி மீனைப் போலவே பிரகாசித்து ஏமாற்றும் ரெட்டிமீன் கீழ்வானில் பளீரிட்டது. நேரம் மூன்றரையிலிருந்து நான்கிற்குள் இருக்கும் எனக் கணக்கிட்டான். படுத்தபடியே ஊர்ந்து முள்வலையிலிருந்து வெளியே வந்தான். இருளின் திரள் முன்பு போலவே அப்பிக் கிடந்தது.

ஏதேதோ பூச்சிகளின் வினோதமான ஒலிகள். இதுவரை அடைத்திருந்த காது திடுமெனத் திறந்துகொண்ட மாதிரி இருந்தது. தவளைச் சத்தமா வேறா என்றறிய முடியாதபடி குர்குர்ரென எங்கிருந்தோ அடித்தொண்டைக் கதறல். அது பாம்பு பாஷையோ எனத் தோன்றியது. எட்டிய தூரம்வரை சம்பங்கோரைகள் ஆளுயரத்தைத் தாண்டி நின்றிருந்தன. இதற்குள் என்னவெல்லாம் இருக்குமோ. திட்டிலிருந்து தாவிக் கூச்சாம்புக் கல்லின் மேல் ஏறினான். வந்த வழியில் திரும்பப் போகக்கூடாது. வேறு வழியைத்தான் கண்டுபிடிக்க வேண்டும். சுற்றிலும் பார்த்தான். கோரைகளின் மேலுயர்ந்து சீமைக் கருவேல மரக்கிளைகள் எலும்புக் கூடுகளைப் போலிருந்தன. எல்லாப்புறமும் இதே தோற்றம்தான்.

தென்னந்தோப்புப் பக்கம் போகலாம் என்று தீர்மானித்துக் காலெடுத்து வைத்தான். கோரை வேர்களுக்குள் கால்கள் புதைந்துபோயின. முழங்காலுக்கும் மேலாகக் கால் உள்ளிறங்கியது. பயந்துபோனான். சுற்றிலும் பூச்சிகளின் சத்தம் கூடுவது

போலிருந்தது. கால்களை உருவி எடுக்க முனைந்தான். மேலே வருவது போலத் தோன்றி மீண்டும் அமிழ்ந்தது. எட்டி அந்தக் கல்லைப் பிடித்துக்கொண்டான். கைகளை அழுந்த ஊன்றிக் கால்களை மேலெடுத்தான். கல்லின்மேல் ஏறி உட்கார்ந்ததும் ஆசுவாசமாய் உணர்ந்தான். பனிப்பதத்தை மீறி உடல் வியர்க்கத் தொடங்கியது.

மீள இயலாத பெரும்புதைக்குள் சிக்கிக்கொண்டதை உணர்ந்தான். யார்யாரோ விட்ட சாபங்கள் திரண்டு கோரைகளாய் முட்களாய் புதைசேறாய் உருமாறித் தன்முன் நிற்கக் கண்டான். இது வந்த வழிதானே, அப்போது விலகிய கோரைகள் இப்போது எப்படி மூடிக்கொண்டன? அவனை அறியாமல் கால்கள் நடுங்கின. முதல்முதலாகக் கிழவியின் வீட்டில் கிடாயைப் பிடித்தபோது ஏற்பட்ட நடுக்கம் இது. நடுக்கத்தைக் காலில் படிந்த சேறாய் உதறிவிட்டு மனத்தைத் திடப்படுத்திக்கொள்ள முனைந்தான்.

வானத்தைப் பார்த்தான். பெரிய மஞ்சள் கல்லாய் ஒளிவிடுவது வெள்ளி மீன்தான். நேரம் கடந்துவிட்டது. மனித சஞ்சாரம் தொடங்கும் இனி. எங்கோ பேச்சுக்குரல் கேட்பதாய்க் காதுகள் சொல்லின. சுற்றிலும் இருக்கும் கோரைகள் மனித உருக்களாய் மாறிக் கத்தின. கவ்விப் பிடிக்கக் கைகளை விரித்துக்கொண்டு நிற்கும் மனிதர்களாயின முள்மரங்கள். எல்லா ஒலிகளும் திரண்டு 'திரடன் திரடன்' என்னும் கத்தல். அவனுக்குள் பதற்றம் கூடிற்று. கால்கள் தாவத் தொடங்கின.

●

காலச்சுவடு, அக்டோபர் 2007

புஞ்சை வாழை

திருடன் பிடிபட்ட சேதியைக் கேட்டுத் தயங்கித் தயங்கி ஓடினான் ராசு. ஏதாவது சந்துக்குள் ளிருந்து அம்மாவின் கை நீண்டு தலைமயிரைப் பற்றிக் கொள்ளுமோ. பயத்தில் கண்கள் எல்லாப்புறமும் அலைபாய்ந்தன. அரைஞாண் கயிற்றுக்குக் கட்டுப்படாத ட்ரவுசரும் கோட்டுவாய்ப் படிவும் பூளை படிந்த கண்களும் கொண்டிருந்தான் ராசு. இதுவரை திருடனை நேரில் பார்த்ததில்லை அவன். அதனாலேயே நெஞ்சு அடித்துக்கொண்டது. முன்னும் பின்னும் பையன்கள் உற்சாகமாகக் குரல் எழுப்பியபடி செங்கான் கடைப்பக்கம் போனார்கள். அம்மாவின் கண்ணுக்கு எட்டாத தொலைவு என்று உறுதிப்பட்டதும் யாரையாவது துணைக்குக் கொண்டால் பரவாயில்லை என்று தோன்றியது. வேலு ஒரு குழுவோடு வந்துகொண்டிருந்தான். ஆட்டுக்கிடாய் தலைநிமிர்த்தி வருவதுபோல அவன் நடை இருந்தது. அவனுக்குப் பின்னால் சேர்ந்து கொள்வது பாதுகாப்பாக இருக்கும் என்று எண்ணி 'டேய் வேலு... இருடா' என்றபடி அவன் தோளைத் தழுவினான். கையை விலக்கிவிட்டு 'வாடா' என்று முன்னால் நடந்தான் வேலு.

அவர்கள் செட்டியார் கடையை அடைந்த போது ஐந்தாறு பெரியாட்களும் பத்துப் பதினைந்து பையன்களும் நின்றுகொண்டிருந்தனர். கடையில் டீ வியாபாரம் மும்முரமாக இருந்தது. ஊரில் ஏதாவது பிரச்சினை என்று முன்னாலேயே தெரிந்தால் பாலையோ பாலில் நீரையோ கூட்டுவதும் இட்லிமாவுக்கு அரிசி அதிகம் போடுவதும் செங்கான்

வழக்கம். திருடன் பிரச்சினை வருமெனத் தெரியாமல் போய்விட்ட வருத்தம் அவர் முகத்தில் இருந்தாலும் காட்டிக்கொள்ளாமல் டீ போடுவதிலும் காசு வாங்குவதிலும் கவனமாக இருந்தார். அங்கு வந்திருந்த தாத்தாக்கள், அப்பாக்களின் தயவால் பையன்கள் சிலரும் டீ குடித்தார்கள். கண்ணாடி டம்ளர்களை வெறுமனே பார்த்துவிட்டு அதிலெல்லாம் கிடைக்காத சந்தோசம் திருடனைப் பார்ப்பதில் கிடைக்கும் எனக் கூட்டத்திற்குள் நோட்டம் விட்டான் ராசு. ஆனால் சட்டெனத் திருடன் தெரியவில்லை.

வேலுவுக்குப் பின்னால் பதுங்கிப் போனான் ராசு. கூட்டத்திற்குமேல் தலைதூக்கி எகிறியும் திருடனைப் பார்க்க முடியவில்லை. வேலு 'பயந்து சாகாதீடா' என்றான். பெரிய சூரப்புலி போல. வேலு உள்ளே நுழைந்து போனான். இப்போது திருடன் கீழே உட்கார்ந்திருப்பது தெளிவாகத் தெரிந்தது. தலை குனிந்திருந்தான் திருடன். கைகளும் கால்களும் கயிற்றால் கட்டப்பட்டிருந்தன. ராசு எதிர்பார்த்த மாதிரி திருடன் திடகாத்திரமான உருவம் கொண்டிருக்கவில்லை. நொய்ந்துபோன முறம்போல முதுகு தெரிந்தது. தைரியத்தோடு இன்னும் நெருங்கினான் ராசு. அப்போது 'எங்க... எங்க அவன்' என்று கேட்டுக்கொண்டு வேகமாக நுழைந்த மோளையன் திருடனைச் சரமாரியாக அடிக்கத் தொடங்கினான். வாலிப வேகம் திருடன் முதுகில் குடீரெனக் குத்துகளாய் விழுந்தன. தலையைப் பிடித்துப் புரட்டினான். திருடனிடமிருந்து 'ஏ ... ஏ ...' என்ற தீனக்குரல் மட்டும் எழுந்தது. புரள்கையில் திருடனின் தோற்றம் வெளிப்பட்டது. ஒடுக்கு விழுந்த சப்பட்டை முகம். செழுசெழுப்பே இல்லை. கண்கள் மட்டும் உருண்டு பெரிதாகத் தெரிந்தன.

ராசுவுக்கு ஏமாற்றமாக இருந்தது. அவன் கேட்ட கதைகளில் வந்த திருடர்களின் உருவம் வேறு மாதிரியானது. நன்கு பருத்த உடல். அகண்ட முகம். பெரிய மீசையும் கிருதாவும். சிவப்பேறிய கண்கள். மனிதர்களில் சேர்த்தியே இல்லை. அச்சமூட்டும் அப்படிப்பட்ட உருவங்களைத் திரைப்படங்கள் சிலவற்றிலும் கண்டிருக்கிறான். ஆனால் இப்படிப்பட்ட நோஞ்சான் எப்படித் திருடனாக முடியும் என்று சந்தேகமாக இருந்தது. முரட்டு ஆடைகளையே திருடர்கள் உடுத்துவார்கள் எனவும் நம்பியிருந்தான். இந்த நோஞ்சானுக்கோ இற்றுப்போன லுங்கியைத் தவிர வேறொன்றுமில்லை. திருடர்கள் கறுப்பு நிறமுடையவர்கள் என்று அவன் மனத்தில் உருவாக்கி வைத்திருந்ததும் ஒத்துவரவில்லை. இந்தத் திருடனின் முதுகு மாநிறமாயிருந்தது. எப்போதும் சட்டையைக் கழற்றாமலே

போட்டிருப்பான் என்றால் இன்னும் சிவப்பாக இருப்பான் என நினைத்துக்கொண்டான் ராசு.

மோளையன் இளவட்டம். சம்மட்டிக் கையால் அத்தனை அடி போட்டும் பொருளற்ற ஓலக்குரல் தவிர ஒரு வார்த்தையும் திருடனின் வாயிலிருந்து வராதது கண்டு எரிச்சல்கொண்டான். நவண்டைக் கடித்துக்கொண்டு திருடனின் முதுகில் உதைத்துத் தள்ளினான். 'ச்சீ மரம் மரம்... மரக்கட்ட' என்று முனகியபடி வெறி தணிந்து நிறுத்தினான். திருடனைப் பார்த்து இப்போது பயமில்லை ராசுவுக்கு. அடித்தவனைப் பார்க்கப் பயமாயிருந்தது.

"வேல செஞ்சு பொழைக்கக் கையாலாவலைனா புளிய மரத்துல நாண்டுக்கிட்டுச் சாவுடா. திருட்டெல்லாம் ஒரு பொழப்பாடா நாயே..." என்று கூவியபடி முகத்தில் வெறியேறி இறுக, மீண்டும் ஓடிய மோளையன் குறுகிக் கிடந்தவனைக் காலால் எத்தி மிதித்தான். திருடனின் தோல் சிலிர்த்து அடங்கியது. பையன்கள் பயமும் ஆர்வமும் சேரத் திருடனையே பார்த்துக் கொண்டிருந்தார்கள். திருடன் கைகால்களை முடக்கியபடி கீழே கிடந்தான்.

எந்த நேரத்திலும் சட்டெனு எழுந்து மோளையனையும் கூட்டத்தையும் துவம்சம் பண்ணிவிட்டுத் திருடன் ஓடிப்போகலாம் என எதிர்பார்ப்புடன் இருந்தான் ராசு. திருடனைப் பிடித்த பொங்கியண்ணன், 'இந்த அடியெல்லாம் அவனுக்கு எந்த மூல. எல்லாத்தையும் வெச்சுத் தேச்சுட்டுப் போயிருவான். நானும் வெடியக்காலைலருந்து எத்தனையோ அடி அடிச்சுப் பாத்துட்டேன். எந்த ஊரு என்ன பேரு... ஒரு பேச்சும் வெளில வரமாட்டேங்குது' என்றார்.

அவர் தன் நரைமீசையை நீவிக்கொண்டு சத்தமாகப் பேசினார். திருடனைப் பிடித்ததைவிட இத்தனை பேர் கூடத் தானே காரணம் என்னும் பெருமை அவர் முகத்தில் ஒளிர்ந்தது. இந்தக் கிழட்டு வயதில் தனி ஒரு ஆளாகத் திருடனைப் பிடிப்பது சாதாரணமல்ல. அவர் பேச்சு கிளர்ச்சி தந்தது ராசுவுக்கு. அவர் அசைவுகளைப் பார்த்துக்கொண்டேயிருக்க வேண்டும் எனவும் தோன்றியது. திருடனைப் பிடித்த அந்தச் சாகசத்தைத் தெரிந்துகொள்ளும் பரவசம் அவனைப் போலவே எல்லாப் பையன்களுக்கும் இருந்தது. எப்படிக் கேட்பதெனத் தெரியவில்லை.

அடித்துச் சோர்ந்திருந்த மோளையன் அவரைப் பார்த்து,

"வெடியக் காத்தாலயே புடிச்சிட்டீங்களா?" என்று கேட்டான். அவர் என்ன சொல்லப் போகிறார் என்று கேட்க ஆவலாயிருந்தது.

“ஆமா. அப்ப மணி இருந்தா ரண்டுரண்டரை இருக்கும். மொதக்கோழிகூடக் கூப்படலீனாப் பாத்துக்கவே . . .” என்று தொடங்கினார் பொங்கியண்ணன். காது குவித்தார்கள் பையன்கள். ராசு கொஞ்சம் முன்னால் நின்றுகொண்டான்.

இந்த ஊரிலும் பக்கத்து ஊர்களிலும் ஆறு மாதமாகவே வாழைக்குலைகள் திருட்டுப் போய்க்கொண்டிருந்தன. வாழை பெருத்த ஊர்கள் அல்ல இவை. வானம் பார்த்த புஞ்சைக் காடுகள்தான். எங்கோ ஒன்றிரண்டு கிணறுகள் தினம் நான்கு செரவுகள் பாயுமளவு நீர் கொண்டிருக்கும். நீர் தயங்கியோடும் வாய்க்கால் ஓரங்களில் ஒன்றிரண்டு வாழைகளை ஆசைக்காக வைத்திருப்பார்கள். அவை பூப்பதும் பூவெடுத்து மணப்பதும் வீட்டுப் பெண் பருவம் எய்திவிட்ட மகிழ்ச்சி தரும். அப்படி அதிசயமாக வளரும் வாழைக்குலைகள் முதிர்ந்து பழப்பருவம் எய்தும்போது அடியோடு வெட்டிப்போகும் திருட்டு நடந்தது. குலையைப் பறி கொடுத்தவர்கள் பக்கத்துக் காட்டுக்காரர்கள், ஏற்கனவே சண்டையாகிப் பேச்சுவார்த்தை இல்லாமல் போன பங்காளிமார்கள் மீதெல்லாம் சந்தேகப்பட்டு ஜாடை பேசினார்கள். அது பெரும் சண்டையாக முடிந்ததும் உண்டு. எல்லாருடைய அபிப்ராயமும் ஒன்றாகவே இருந்தது.

“இந்தத் திருட்டுக்கு வெளில இருந்து கட்டிச்சோறு கட்டிக்கிட்டா திருடன் வரப்போறான். எல்லாம் உள்ளூருத்தான்.”

எந்த வீட்டிலிருந்தாவது பழத்தோல் எறியப்படுகிறதா தடயம் எங்காவது கிடக்கிறதா என்றெல்லாம் வேவு பார்த்தும் எதுவும் கண்டுபிடிக்க முடியவில்லை. பூவனோ தேன்வாழையோதான் என்றாலும் குலை எப்படியும் நூறு ரூபாய்க்காவது போகும். அந்தப்பக்கத்து ஊர்களில் பத்துக்கல் தொலைவில் நாளொரு சந்தை உண்டு. சந்தைக்குப்போய் வாழைக்குலையை என்ன அடையாளம் வைத்துக் கண்டுபிடிப்பது? வீட்டுப் பொடக்காலியில் ஈனியிருந்த குலை ஒன்றும் ஒருமுறை வெட்டப்பட்டது. எல்லாருக்கும் வாழையின் மீதான பிரியமே அற்றுப்போயிற்று. வாய்க்கால் ஓரத்தில் இருக்கட்டுமா போகட்டுமா என்று சோர்ந்து முகம் காட்டும் கன்றுகளைப் பார்த்து ‘எந்த மவராசனுக்குக் கொடுத்து வெச்சிருக்குதோ’ என்று முகம் தெரியாத திருடனை நினைத்துப் பேசிச் சிரித்தார்கள். கன்றுகளை வெட்டியும் எறிந்தார்கள்.

பொங்கியண்ணன் காட்டிலும் அங்கங்கே வாழைகள் நின்றிருந்தன. மற்ற காடுகளைவிடக் கூடுதலாகவே தண்ணீர் ஊறும் கிணறும் அவருக்கு வாய்த்திருந்தது. தென்னைகள் சிலவும் கருவேப்பிலை மரமொன்றும் அரணாக இருக்கச்

சோளப்பயிர்களின் மறைவில் வாழைகள் இலேசாகத் தலை தூக்கித் தெரிந்தன. பூவன் ஒன்று குலைவிட்டது. நெருக்கமான குலை. பெரும் பழங்களாகவே பத்துச் சீப்பு தேறும். விரலளவுப் பழங்கள் கொண்ட சீப்புகள் இரண்டு மூன்று. அவற்றை வீட்டுக்கு வைத்துக்கொண்டாலும் பெரும்பழங்களை அறுபது எழுபதுக்கு ஊரிலேயே விற்கலாம் என்றிருந்தார். எல்லாக் கணக்கும் பொய்க்க, ஒருநாள் காலை வாய்க்காலில் நோட்டம் விட்டபடி போனவர் கண்ணுக்குச் சாறு கொட்டிக் கருத்துப்போன வெட்டுவாய் மட்டும்தான் தெரிந்தது. தன் தலையே அறுபட்டுப்போனது போலக் கதறினார். யாரிடம் சொல்லி இந்தக் கொடுமையை ஆற்றிக்கொள்வதென்று தெரியவில்லை. யாரையும் சந்தேகப்படவும் தோன்றவில்லை. எல்லா முகங்களும் அப்பாவிகளாகத் தோன்றின. அவர் ரணம் முழுவதுமாக ஆறுவதற்குள் இன்னொரு வாழை கூப்பிய கைகளை உயர்த்துவதுபோலப் பூவை வெளித்தள்ளியது.

அதை ஆவலோடு பார்த்தவர் இந்த முறை ஏமாந்துவிடக் கூடாது என்று உறுதிகொண்டார். காய் திரண்டு பருக்கும்வரை வழக்கம் போலவே இருந்தார். ராச்சாப்பாட்டை முடித்தபின் தூங்குவதுபோலப் படுத்துகொள்வார். சில சமயம் ஒரு தூக்கம் போட்டுவிடுவார். பின் விழிப்புவரும். எழுந்து அரிவாளை இடுப்பில் செருகியபடி கைத்தடி ஒன்றையும் எடுத்துக்கொண்டு காட்டுப்பக்கம் நடப்பார். இருளசவைக்கூட ஏற்படுத்தாமல் மெதுவாக இருக்கும் அவர் நடை. வாழைக்குக் கொஞ்சம தொலைவில் சோளத்தட்டு அறுபட்ட மறைப்பில் சாக்கை ஏற்கனவே விரித்து வைத்திருப்பார். அதில் போய்ப் படுத்துக் கொள்வார் தூக்கம் துளியும் கிடையாது. சிறு அசைவுக்குக்கூடச் சடக்கென எழுந்திருப்பார். குலைத் திருடனுக்கு இந்த முறை விட்டுக்கொடுத்தால் அதற்கப்புறம் கையில் ஏர்க்கலப்பையைத் தொடுவதில்லை என்று வைராக்கியமாக நினைத்துக்கொள்வார்.

அவருடைய திட்டம் ஊர்க்காரர்கள் யாருக்கும் தெரியாது என்பதில் சுவாரஸ்யம் கூடியது. அவர் கதை சொல்பவருக்கேற்ற தோரணையில் நீட்டினார். இந்த நோஞ்சான் திருடன் கதைக்குள் வரும் கட்டத்தை ராசு எதிர்பார்த்திருந்தான். அப்போது பெண்கள் சிலர் வந்து எட்டிப் பார்த்தனர். 'என்ன மாமா ... திருடன ஒண்டியாப் புடிச்சிட்டீங்களாமா' என்றாள் ஒருத்தி. மீசையை அழுந்தத் தடவியபடி 'ம்' என்றார். அவர் முகம் முழுக்க பெருமிதம் படர்ந்தது. அம்மாவும் வந்திருக்கிறாளோ எனப் பார்த்து வேலுவின் முதுகு மறைப்புக்குள் ஒடுங்கினான் ராசு. ஆனால் அவன் அம்மா வரவில்லை. திருடன் பிடிபட்ட கதை இன்னும் உற்சாகமாகத் தொடர்ந்தது.

திருடனின் நேரம் அவருக்குத் தெரியும். பெரும்பாலும் இரண்டு மணியிலிருந்து மூன்று மணிக்குள்ளாகத்தான் திருட்டு நடக்கும். அது நாய்களும் கண்ணயரும் நேரம். அந்த நேரத்தில் ரொம்பவும் விழிப்பாக இருப்பார். அப்படித்தான் இந்த நோஞ்சான் திருடனைப் பிடித்ததும். ஆளரவம் உணர்ந்ததும் மெல்ல எழுந்து சோளக்காட்டுக்குள் போய் நின்றுகொண்டார். விண்மீன் வெளிச்சத்தில் இரண்டு உருவங்களின் அசைவுகள் தெரிந்தன. எந்த நேரத்தில் எப்பக்கமாக இருந்து பார்த்து வைத்தார்களோ. தடுமாற்றமின்றி வாழையை நோக்கி நகர்ந்தனர். பொங்கியண்ணன் சுதாரித்துக்கொள்வதற்குள் 'சக்'கென்ற சிறு ஓசை. காதைக் கூர்மையாகத் தீட்டி வைத்திருந்தால்தான் கேட்கும். குலை வெட்டுப்பட்டது. பதம் பார்த்து வெட்டும் கூர் அரிவாள்.

குலையைத் தூக்கி ஓர் உருவம் முன் நகரப் பின்னால் மற்றொன்று. 'டேய்' என்று ஆங்காரக் கூச்சலிட்டுக்கொண்டு ஓடிப் பின்னால் போனவனின் குதிகாலில் தடியை இறக்கினார். குலையை எறிந்துவிட்டு முன்னவன் இருளில் கலந்தான். தடிக்குச் சிக்கியவன்தான் இந்த நோஞ்சான். ஆளைப் பிடித்துக் கட்டி இழுத்துவந்து செங்கான் கடைக்கு முன்னால் போட்டார். தடியால் கண்ணை மூடிக்கொண்டு அடித்தார். 'யார்ரா நீ? எந்த ஊர்ரா? உங்கூட வந்தவன் எவன்டா?' என்று எத்தனையோ முறை கேட்டும் திருடன் பதிலேதும் பேசவில்லை. திருட்டு மொழி மௌனம்.

திருடனைப் பிடித்த வீரக் கதையை அதிகாலையிலிருந்து பத்துக்கும் மேற்பட்ட முறை அவர் சொல்லியிருக்கக்கூடும். அதனால் ரொம்பச் சரளமாகவும் சாகச உணர்ச்சியுடனும் சொல்லிப்போனார். நள்ளிரவில் தன்னந்தனியாக இருவரோடு போராடிய அவருடைய துணிச்சல் ராசுவுக்கு ஆச்சர்யமாக இருந்தது. அந்த நேரத்தில் தனியாக மல்லப் போகவே துணைக்கு ஆள் வேண்டும். பிசாசின் வலு கொண்ட அவரை நோட்டம் விட்டான். இடுப்பில் கோவணம் மட்டும். மேலெங்கும் நரைத்த மயிர்களோடு பூதம் போலத் தோன்றினார். ஒல்லிக்குச்சித் திருடனைக் கோழியை அமுக்குவது மாதிரி சட்டென்று தாவிப் பிடிக்கச் சரியான ஆள்தான். வேலு துடுக்காகக் கேட்டான் அவரிடம்.

"தாத்தோவ்... திருடன் ஊமையோ என்னமோ."

"ஆமாண்டா. காரிய ஊம பாத்துக்கோ" என்றார்.

"எந்த ஊர்க்காரனா இருப்பான்?" என்றொரு பெரிசு கேட்டது. தனக்குத் தெரியாத ஊரே இருக்க முடியாது என்ற பாவனையில்.

“பாத்த சாடையே தெரீல. இந்தப் பக்கத்து ஊர்கள்ல எங்கயும் இப்படி ஒரு சப்புளிஞ்ச மூஞ்சியப் பாத்ததில்லீப்பா.”

இன்னொரு கூட்டம் வேகமாய் வந்தது. நின்றிருந்தவர்களை விலக்கி உள்ளே புகுந்த ஆட்கள் தங்கள் பங்குக்குத் திருடன் மேல் பாய்ந்தார்கள். திருடனின் சட்டையற்ற உடம்பு அங்கங்கே வீங்கிக் கன்றித் தெரிந்தது. இடுப்பில் இருந்த, இன்ன நிறம் என்றே சொல்ல முடியாத கிழிசல் வேட்டி முழுக்கவும் பொத்தலாகி உள்ளேயிருந்த காடா டவுசரை வெளிக்காட்டிற்று. அடி தாங்க முடியாமல் கண்கள் கிறங்கத் தரையில் அப்படியே கிடந்தான் திருடன்.

யாரோ ஒருவர் சொன்னார்.

“இப்படியே ஆளாளுக்கு அடிச்சுக்கிட்டிருந்தா என்னப்பா அர்த்தம்? ஆளு பொட்னு போயிட்டானா என்ன பண்றது?”

“திருடன அடிக்காம கொஞ்சோனுங்கறியா” என்றான், அடித்துக் களைத்து ஒரு பக்கமாய் ஒதுங்கிப் பீடி பற்ற வைத்திருந்த மோளையன்.

“அட அடீங்கப்பா. ஆரு வேண்டாங்கறா. அடிச்சுக் கொன்னு போடுங்க. அப்பறம் கச்சேரிக்கு ஆளாளுக்கு நடங்க. எனக்கென்ன வந்துச்சு?”

இந்தச் சண்டை ராசுவுக்கு ஈர்ப்பாயிருந்தது. பையன்கள் கைகொட்டிச் சிரித்து மகிழ்ந்தார்கள். ஆட்கள் வருவதும் போவதுமாயிருந்தார்கள். வெயில் லேசாக உறைக்க ஆரம்பித்ததும் வேலைக்குக் கிளம்பும் ஆட்கள் கலைந்தார்கள். பெண்கள் அவ்வப்போது ஓரிருவராய் வந்து எட்டிப் பார்த்து ‘இவனா திருடன்’ என்று கேட்டு உதட்டைப் பிதுக்கிக்கொண்டு உடனே கிளம்பினார்கள். பையன்களுக்கு வேலை ஒன்றும் இல்லாததால் யாரும் கலையவில்லை. யாராவது வருவதும் திருடனை அடித்துப் புரட்டுவதும் தொடர்ந்தது. வாய் திறந்த தவளையாய்க் குரலெழும்பாமல் திருடன் தரையில் கிடந்தான். மூச்சிரைக்கும் சத்தம் மட்டும் அவ்வப்போது வந்துகொண்டிருந்தது. பையன்களின் பக்கம் அவனுடல் விழுந்தபோது வேலு எட்டி உதைத்தான். எல்லாரும் ஓவென இரைந்து கத்தினார்கள்.

‘திருடனையே ஒதச்சம் பாத்தயா’ என்று நாளைக்குத் தோள் தட்டுவான் வேலு என்று நினைத்து ராசுவுக்கு எரிச்சலாயிருந்தது. திருடனின் உடல் கருங்கற்களால் செய்யப்பட்டிருக்குமோ என்று அவனுக்குச் சந்தேகமும் தோன்றியது. இத்தனை அடி உதையைத் தாங்கிக்கொண்டு விசித்திர ஐந்துவாய்ப் புரளும் அவ்வுடலைத்

தீண்டிப் பார்க்க அவனும் ஆசை கொண்டான். ஆனால் பயமாயிருந்தது. வேலு பெருமை பீற்றும்போது வெறுமனே அதைக் கேட்டுப் புழுக்கம் கொள்வதைத் தவிர வேறு என்ன செய்ய முடியும்?

பொங்கியண்ணனுக்குப் பங்காளி முறைக்காரர் ஒருவர் வந்தார். திருடனை அடிக்கவும் உதைக்கவும் அவருக்கு மட்டுமே உரிமை இருப்பதாய்ப் பாவித்துக்கொண்டார். கையும் காலும் கட்டப்பட்ட மனிதப் பந்து ஒன்றாய்த் திருடன் எல்லாப் பக்கமும் உருண்டான். அவன் வாய் மேலும் மேலும் பெரிதாகத் திறந்து கொண்டிருந்தது. அவனை மேற்கொண்டு என்ன செய்வதென்று ஆளாளுக்குப் பேசினார்கள். ஒன்றும் முடிவதாகக் காணோம். “கச்சேரிக்குக் கொண்டோயரலாம்” என்றார் பொங்கியண்ணன்.

“கேச எடுக்கறதுக்கே ஐநூறு கேப்பான் அவன். குடுப்பியா” என்றார் பங்காளி.

“ஆள இப்பட அடிச்சுக் கொண்டாந்திருக்கற. நாளைக்கி எதாச்சும் ஒண்ணுனா உம்மேல கொலக்கேசு போடுவம்னு மெரட்டுவான் பாத்துக்க.”

இப்படிப் பேச்சு போய்க்கொண்டிருந்தது. சாராய விற்பனை காரணமாகப் போலீசோடு நெருங்கிய தொடர்பு வைத்திருந்த காத்தான் வந்ததும் சத்தம் கொஞ்சம் மேலோங்கியது. கூட்டத்தை விலக்கிக்கொண்டு உள்ளே வந்த அவர் பதறிப் போனார்.

“கட்ட அவுத்து உடுங்கப்பா” என்று கட்டளை போட்டார்.

கட்டுக்கள் அவிழ்ந்ததும் திருடன் ஒருவகையாய் உட்கார்ந்து மேல்மூச்சு கீழ்மூச்சு வாங்கினான். இலக்கற்ற அவன் பார்வையைக் கொடூரம் கொண்டதாக உணர்ந்தான் ராசு.

“கொஞ்சம் தண்ணி கொண்டாப்பா” என்றார்.

பெரிய சொம்பில் செங்கான் கொண்டுவந்து கொடுத்தார். கை உயர்த்திச் சொம்பைப் பிடிக்க அவனால் முடியவில்லை. அண்ணாந்த அவன் வாயில் நீரை ஊற்றியதும் தடுமாறி விழுங்கினான். கண்டம் சிராய்ப்புடன் ரத்தம் தோய்ந்திருந்தது.

“எந்திருச்சு ஓடுறா நாயே. இன்னமே இந்தப் பக்கம் திருட்டுப் பெரட்டுன்னு வந்த... உப்புக்கண்டம் போட்டுருவம் பாத்துக்க” என்றார் காத்தான்.

திருடன் போனதும் கூட்டம் கலைந்துவிடும் எனப் பதறிப்போன செங்கான் ‘யோசிச்சுச் செய்யுங்கப்பா. சாதாரண வேலயா செஞ்சிருக்கறான். திருட்டுப் பெரட்டுல்லா’ என்று

பட்டும் படாத மாதிரி சொன்னார். அவர் கை டீ டம்ளரைக் கழுவியபடி இருந்தது. செங்கானைப் போலவே திருடனை அனுப்பிவிடும் அவர் முடிவில் யாருக்கும் உடன்பாடில்லை. எல்லாரும் முணுமுணுத்தார்கள்.

"ஆளப் போட்டு நொக்கி வெச்சிருக்கறீங்க. அவனால எட்டி வெச்சுக்கூட நடக்க முடியாது. இப்பிடி ஆள வேற என்ன செய்யப் பிரியமோ செய்யுங்கப்பா. என்னால போலீசுக்கெல்லாம் வர முடியாது" என்று தீர்மானமாகச் சொல்லிவிட்டார் அவர். திருடன் கண்களை உருட்டி அவரையே பார்த்துக்கொண்டிருந்தான்.

"இவனாலயா நடக்க முடியாது. எல்லாம் நடிப்பு. இத்தன அடி உழுந்தும் வாயத் தொறந்தானா? உட்டுப் பாருங்க... கொஞ்ச தூரம் போயி அப்பறம் திப்புருத் திப்புருன்னு ஓடறானா இல்லையான்னு பாருங்க" என்று மோளையன் குரல் கொடுத்தான்.

அவனுக்கும் காத்தானுக்கும் அவ்வளவாக ஆகாது. அவனிடம் நேரடியாகப் பேச அவர் விரும்பவில்லை.

"பொங்கியண்ணா நீ என்ன சொல்ற?" காத்தான் கேட்டார்.

"போய்த் தொலையட்டும் உடுங்க" என்றார் சாகசம் முடிந்த சலிப்போடு. கச்சேரி, போலீசு, கொலைக்கேசு எனப் பேச்சு வந்ததில் கொஞ்சம் அரண்டு போயிருந்தார். ஆளைப் பிடித்த பெருமை நிலைத்தால் போதும் என்பதாக இருந்தது அவர் எண்ணம்.

மோளையன் சொன்ன மாதிரி திருடன் கொஞ்ச தூரம் போய் வேகமாக ஓடிவிடுவான் என்றுதான் தோன்றியது ராசுவுக்கு. 'போடா' என்று அதட்டினார் காத்தான். அனுமதி கிடைத்ததும் திருடன் தரையில் மெல்லக் கையூன்றி எழுந்தான். பையன்கள் கூச்சலிட்டுக்கொண்டு பின்னகர்ந்தார்கள். நின்றபோதுதான் தெரிந்தது, திருடனின் நெடுநெடுத்த உயரம். ஆனால் மெலிந்த உடம்பு. கூன் விழுந்து கொக்கி போலத் தலை வளைந்திருந்தது. எறும்பு ஊர்வது போல அடியெடுத்து வைத்தான். யாரேனும் பின்னிருந்து வந்து தாக்கக்கூடும் என்னும் பயத்தில் தலையைத் திருப்பித் திருப்பிப் பார்த்தான். திடீரென அவன் யார் மீதும் பாய்ந்துவிடுவானோ என அஞ்சிப் பையன்கள் தூர விலகிக்கொண்டார்கள்.

திருடன் சாலையில் ஏறி ஒரு புளியமரத்தை மெதுவாகக் கடந்தபோது எவனோ எறிந்த கல் முதுகில் பட்டது. பட்ட உணர்வே சிறிதும் இல்லாமல் அவன் நடந்துகொண்டிருந்தான்.

தொடர்ந்து நான்கைந்து கற்கள். 'டேய் சும்மா இருக்க மாட்டீங்க' என்று காத்தானின் சத்தம் கேட்டதும் பையன்கள் ஆளுக்கொரு பக்கம் சிதறி ஓடினார்கள். ராசுவும் ஓடினான். திருடன் கொஞ்ச தூரம் நடந்து பின் ஓடுவான் என்று மோளையன் சொன்னது அவனுக்குள் ஓடிக்கொண்டிருந்தது.

செங்கான் கடையின் பின்பக்கமாகப் போய் ராசு மறைந்து கொண்டான். ஓரப்பக்கமாக நழுவிச் சாலைப் புளியமரத்திற்கு வந்தான். அடிமரம் அவனை முழுமையாக மறைத்தது. மெல்ல எட்டிப் பார்த்தான். இரண்டு புளிய மரங்களுக்கு அந்தப்பக்கம் திருடன் ஊர்வது தெரிந்தது. எல்லாம் நடிப்பு. இன்னும் சிறிது நேரம்தான். திருடன் ஓடத் தொடங்குவான். நீண்ட கால்கள் வேகமாக ஓடும். அப்போது அவன் தன்னைப் பார்த்துவிடக் கூடாதே என்று பயமாக இருந்தது.

சாலையில் திருடனைத் தவிர யாருமில்லை. அவனுக்குத் தெரியாமல் ராசு புளியமரம் புளியமரமாய் ஒளிந்து போனான். சுமைதாங்கிக் கல் நடப்பட்டிருந்த மரம்வரை அவன் நடக்கவே வெகுநேரமாயிற்று. கல்லடியே திருடன் உட்கார்ந்தான். காலை மடித்து உட்காரவே மிகவும் சிரமப்பட்டது தெரிந்தது. அப்படியே கல்மேல் சாய்ந்துகொண்டான். ஏதாவது கணத்தில் எழுந்து திடுமென அவன் ஓடக்கூடும் என நினைத்துக் கண் கொட்டாது பார்த்தபடியே இருந்தான் ராசு.

வெகு நேரமாயிற்று. திருடன் எழவேயில்லை.

●

ஆனந்த விகடன் தீபாவளி மலர், 2006.

பெருவழி

பூபதி இரவு வெகுநேரம் கழித்துத் தன் அறைக்கு வந்து கதவைத் திறந்தபோது, மறுநாள் ஞாயிற்றுக்கிழமை என்பது துலங்கிற்று. விரித்தபடி கிடந்த பாயில் தடாரென்று விழுந்தான். விடிவிளக்கு வெளிச்சத்தில் தென்பட்ட அறை அவனுக்குச் சந்தோசம் கொடுத்தது. மண்ணெண்ணெய் ஸ்டவ்வும் பாத்திரங்களும் ஒரு பகுதியில் பரவிக்கிடந்தன. பாத்திரங்களிலிருந்து கமழ்ந்த புளித்த வாடை அறை முழுக்க வீசிக்கொண்டிருந்தது. அழுக்குத் துணிகளும் புத்தகங்களும் இறைந்திருந்தன. கடந்த ஒருவார காலமும் எத்தனை நாற்றம் மிக்கதாயிருந்தது, அது உற்பத்தி செய்த அழுக்குகள் எவ்வளவு என்பதற்கெல்லாம் தன் அறையே சாட்சியாக இருப்பதாக உணர்ந்தான். ஒவ்வொரு நாளும் திருத்தமாகக் கிளம்பிப் பகல் முடிவில் அவன் திரட்டிவரும் கசப்புகள் அறையெங்கும் வீசிக்கொண்டேயிருக்கின்றன. அவற்றை எப்படித் தவிர்க்க முடியும்? அவன் படுத்துக்கிடக்கும் பாயின் அடியில் சேகரமாயிருக்கும் மண் துகள்கள் அவன் இந்த வாரம் முழுக்க நடந்து தொலைத்த தூரத்தின் அளவு.

நாளைக்கு ஞாயிற்றுக்கிழமை. ஆனால் அம்மா வரமாட்டாள். பகலெல்லாம் தூங்கலாம். ஒழுகும் கோட்டுவாயின் நசநசப்போடும் முட்டும் சிறுநீரை அடக்கிக்கொண்டும் மாலை வரைக்கும் தூங்கலாம். எப்போதாவது தோன்றினால் அறை சேமித்து வைத்திருக்கும் வாரப் புழுக்கத்தைக்

கணக்கெடுக்கலாம். அறையின் முன் நின்று கையை அசைத்தால் தேநீரும் சிகரெட்டும் கொண்டுவரும் டீக்கடைப் பையனின் கையில் பத்து ரூபாயைக் கொடுத்தால் போதும். முன்னிரவொன்றில் வந்து அறையை வரும் வாரத்திற்குத் தயார்ப்படுத்தி விடுவான். ஞாயிற்றுக்கிழமையைப் பார்த்து இனிப் பயப்படத் தேவையில்லை.

வாரம் முழுக்க உறைந்து கிடக்கும் அறையின் மௌனம், அந்த ஒரு நாளில் படீரென வெடித்துத் திறந்துகொள்ளும். அம்மாவின் இடைவிடாத சொற்கள் அறையை நிரப்பி எப்போது திங்கள் விடியும் என்று எதிர்பார்க்க வைத்துவிடும். விடிந்தும் விடியாததுமாக அறையைவிட்டு வெளியேறுவான். தினமும் எட்டு மணிக்குமேல் எழுந்து மாடியிலிருந்து கைகாட்டுபவன், திங்கள்கிழமை அதிகாலை ஐந்து மணிக்கே, பால் காய்ந்துகொண்டிருக்கும்போதே டீ கேட்டு வந்து நிற்கும் மர்மத்தை அந்தக் கடைப் பையன் எத்தனையோ முறை கேட்டும் தெரிந்துகொள்ள முடிந்ததில்லை. இதழ் திறந்த வெற்றுப் புன்னகைதான் அவன் பதில்.

அம்மாவுக்குத் தெரியாமல் பல மாதங்கள் அந்தச் சிறுநகரத்தின் குறுந்தெருக்களுக்குள் அவன் ஒளிந்து வாழ்ந்தான். ஊர்க்காரர்கள் யாரையாவது காணும்போது அவர்கள் மூலமாக அம்மாவுக்குக் கையிலிருக்கும் தொகையைக் கொடுத்தனுப்புவான். அம்மாவின் முகம் லேசாக மங்கிக்கொண்டிருந்த நாள்களில், ஞாயிற்றுக்கிழமை ஒன்றின் விடிகாலைப் பொழுதில் அறைக்கு முன்னால் அம்மா வந்து நின்றாள். அந்த அறையை அவளுக்கு யார் காட்டினார்கள், எப்படி முகவரி கிடைத்தது, ஞாயிற்றுக்கிழமைதான் அவனுக்கு விடுமுறை தினம் என எப்படித் தெரிந்தது என்பதொன்றும் புரியவில்லை. அம்மாவிடம் லேசாகத் தூண்டில் போட்டுப் பார்த்தான். பதில் சொல்வதற்கான கேள்வி அதுவல்ல என்பதாகப் பேச்சை எங்கோ திசைமாற்றிவிட்டாள். அறை இருந்த கோலத்தில் அம்மாவை எவ்விதம் வரவேற்பது என்று தயங்கினான். அவனுடைய வழக்கம் அறிந்தவள்போல 'நீ படுத்துக்கோ' என்றாள் அம்மா. அவள் முகம் சரியாகப் பதியாத தூக்கச் சடைவில் போய்ப் படுத்துக்கொண்டான்.

வெகுநேரம் கழித்து அவன் விழித்தபோது அறை மாறி வந்துவிட்டதாக உணர்ந்தான். சில மணி நேரங்களில் அவன் அறை மாயமாக மாறியிருந்தது. இறைந்து கிடந்த அழுக்குத் துணிகளைக் காணவில்லை. பாத்திரங்கள் துலங்கின. அறைக்குள் இதுவரைக்கும் நுகராத ஏதோ ஒரு குழம்பின் மணம் பரவியிருந்தது. விழித்ததும் சுவரின் மேலே நேராகத் தென்படும் பெரிய

சிலந்தியின் பின்புற முட்டை அன்றைக்குத் தெரியவில்லை. அவனும் அவன் பாயும் தவிர மற்றெல்லாம் அம்மாவின் கைக்குப்போய் மாறியிருந்தன. அம்மாக்கள் மாயக்காரிகள், அவர்களிடம் எப்போதும் எச்சரிக்கையாக இருக்க வேண்டும் என்று யோசித்துக்கொண்டே வெளியே வந்தான். கண்கூச்சம் தெளிந்து பார்க்கையில் மாடிப்படியில் நின்றுகொண்டு கீழ்வீட்டுப் பெண்ணிடம் அம்மா சுவாரஸ்யமாகப் பேசியபடியிருந்தாள். அந்தப் பெண்ணிடம் அவன் இதுவரைக்கும் ஒரு வார்த்தைகூடப் பேசியதில்லை. இரவில் அவள் கண்ணில் பட்டதேயில்லை. பகலில் அவன் வெளியேறும் நேரங்களில் சில சமயம் நிழல்போல அவள் நகர்வதைக் கண்டிருக்கிறான். வந்த சில மணி நேரங்களில் அன்னியோன்னியமாகச் சிரித்துப் பேசுமளவு எப்படி நெருக்கமாயிற்று? அம்மாவின் திறனில் பாதியளவு தனக்கு இருந்தால் போதும், தொழிலில் பெரும் வெற்றி பெற்றுவிடலாம் என நினைத்தான்.

அம்மா பரிமாறியபோது எல்லாம் ருசியாக இருந்தன. அவள் பேச்சுத்தான் ருசிக்கவில்லை. சாயம்போன சேலை முந்தானையால் விசிறியபடி அவள் பேச ஆரம்பித்தபோது, கஷ்டங்களைச் சொல்லிப் புலம்பிப் பெரிய தொகையாக ஏதாவது கேட்பாள் என்று நினைத்தான். பின் எதற்காக இத்தனை சிரமப்பட்டு ஆளைத் தேடிக் கண்டுபிடித்து வரவேண்டும்? ஆனால் அம்மா, அவனுக்குப் பார்த்து வைத்திருக்கிற பெண்கள் பற்றிப் பேசினாள். அவள் சொல்வதைக் கேட்க, ஊரெல்லாம் அவனுக்காகவே பெண்களை வளர்த்து வைத்திருக்கும் பெற்றோர்கள் அனேகமாக இருக்கிறார்கள் எனத் தோன்றியது. ஒவ்வொரு பெண்ணைப் பற்றியும் விதவிதமான தகவல்களைச் சொன்னாள். சில பெண்களின் அங்க லட்சணங்கள் பற்றி. சிலரின் வசதிகள் பற்றி. ஒருத்தியை அவன் கட்டிக்கொள்ளலாம் என்பதற்கான காரணத்தை இப்படிச் சொன்னாள்.

"பொண்ணுக்குக் கழுத்து நெறையப் போடுவாங்கடா."

அவன் பதில் எதுவும் சொல்லவில்லை. எனினும் அம்மா பேசிக்கொண்டிருந்தாள். அவள் பேச்சில் சமையலின் ருசி முழுக்கக் கரைந்துவிட்டதாக உணர்ந்தான். வழக்கம்போலவே அவன் நாக்கு மரத்திருந்தது. மாலை நேரமான பின்னும் அம்மா கிளம்புவதாகத் தெரியவில்லை. இரவிலும் இங்கேயே தங்கிவிடுவாளோ என்று பயந்தான். புறப்படச் சொல்லும் வார்த்தைகள் மனத்தில் இருந்தாலும் நாக்கு மடியவில்லை. ஞாயிற்றுக்கிழமை அவன் வெளியே போவதேயில்லை. அன்றைய உலகம் அறைச்சுவர்களோடு முடிந்துவிடும். ஆனால் அம்மாவை

எப்படியாவது கிளப்பவேண்டும் என்பதற்காக வெளியே கிளம்புவதாகச் சொன்னான். அவன் எதிர்பார்ப்புப் பலித்தது. 'பொழுதாச்சு. நானும் போயிட்டு வாறன்' என்றாள் அம்மா. அப்பாடா என்றிருந்தது. கூடவே இருந்துகொண்டு நச்சரித்து நச்சரித்துத் தன்னைக் குடும்பத்துக்குள் தள்ளி விழிபிதுங்க வைத்துவிடுவாளோ என்ற பயம் விட்டது. அம்மாவிடம் ஏதோ ரூபாய் நோட்டைத் திணித்தான். அம்மா ஒன்றும் சொல்லாமல் வாங்கிக்கொண்டாள்.

அம்மாவை அனுப்ப வேண்டுமே என்னும் அவசரத்தில் கையில் கொஞ்சம் அதிகமாகக் கொடுத்துவிட்டோமோ என்று தோன்றியது. வரும் வாரத்தைச் செலவழிக்கப் போதுமான தொகையைப் பெற்றுக்கொள்ள முடியும் என்பதால் கவலையை விட்டான். அம்மா, பாலிதீன் பை ஒன்றைக் கையில் பிடித்துக் கொண்டு அரவமற்ற அந்தத் தெருவை நடந்து கடப்பதையே பார்த்துக்கொண்டிருந்தான். திருப்பத்தில் அம்மாவின் தலை மறைந்ததும் கடையை நோக்கிக் கைகாட்டினான். அன்றைய நாளின் முதல் சிகரெட்டும் தேநீரும் மிகுந்த ஆசுவாசம் கொடுத்தன. அவனுடைய உலகத்திற்குக் கொஞ்சமும் சம்பந்த மில்லாதவளாகிவிட்டாள் அம்மா. ஆனால் அது அவளுக்குப் புரியவில்லை.

அதற்குப்பின் ஞாயிற்றுக்கிழமைதோறும் அவன் அறையைத் தேடி வருவதை வழக்கமாக்கிக்கொண்டாள் அம்மா. அவனுடைய தூக்கம் தொலைந்துபோயிற்று. கிராமத்திலிருந்து விடிகாலை முதல் பேருந்தைப் பிடித்து, இரண்டு பேருந்துகள் மாறி வந்து அறைக் கதவை விரல் மடித்து மெல்ல அவள் தட்டும்போது சரியாக ஏழு மணியாயிருக்கும். அவள் குரலும் தட்டலைத் தொடரும். 'பூபதீ...' என்னும்போது அது கிச்சுக்கிச்சு மூட்டி எழுப்புவதாயிருக்கும். திறக்க முடியாத கண்களோடு அவன் கதவைத் திறப்பான். 'படுத்துக்கோ' என்பாள் அம்மா. படுத்துக் கொள்வான். அவன் தூக்கத்தைக் கெடுத்துவிடக் கூடாது என்னும் எச்சரிக்கையோடுதான் அம்மா வேலைகள் செய்வாள். ஆனாலும் அந்த பூனைச் சத்தங்கள் அதிர்வலைகளாக அவனை வந்தடையும். வெகுநேரம் இஷ்டப்படி தூங்க முடியாது. அவன் விழிக்கும்போது பாயடியில் படிந்திருக்கும் மண் துகள்களைக் கூட்டி எடுப்பது ஒன்றுதான் பாக்கி என்பதாகக் கதவை ஒட்டி அம்மா உட்கார்ந்திருப்பாள்.

அறையைப் பார்க்க ஒளிவீசும். இவ்வளவையும் அம்மா செய்திருக்கிறாளே என்னும் குற்றவுணர்வு அவனைப் பீடிக்கும். அன்று மட்டுமல்ல, அடுத்தடுத்த நாள்களில் அறை தன் பழைய

நிலையை அடைய முயலும்போதெல்லாம் 'அம்மாதான் வந்து இதையெல்லாம் சரியாக்க வேண்டும்' என்று நினைப்பான். மனம் குன்றி இயல்பாக இருக்க முடியாமல்போகும். அவன் நடைமுறைகளே வேறு. குறைந்த விலையில் வாங்கும் உள்ளாடைகளை ஒருமுறை அணிந்துவிட்டுத் தூக்கி வீசிவிடுவான். குவியலாகப் போட்டிருக்கும் அவற்றையெல்லாம் துவைத்துப் பாந்தமாக அடுக்கிவைத்திருப்பாள் அம்மா. ஞாயிற்றுக்கிழமையே அடுத்த இரண்டு மூன்று நாட்களுக்கு ஆகிற மாதிரியான குழம்பு வகைகளைச் செய்துவைத்துப் போவாள். அதைச் சாப்பிடும்போது அவன் மனம் வலிக்கும். அம்மா செய்கிற வேலைகள் எதுவுமே அவனுக்குச் சந்தோசம் தருவதாயில்லை. குற்றவுணர்வை ஏற்படுத்திக்கொண்டே இருப்பவள் அம்மா. அதுதான் அவள் வாழ்க்கை லட்சியம். ஒவ்வொரு ஞாயிற்றுக்கிழமையின் அதிகாலை விழிப்பின்போதும் அம்மா வரக்கூடாது, அம்மா வரக்கூடாது என்று வாய்விட்டுப் பிரார்த்திப்பான். அவன் வேண்டுதல்களுக்கு ஒருபோதும் பலன் கிடைத்தில்லை.

தேர்ந்த சொற்பொழிவாளார் ஒருவரின் திட்டமிடுதலோடு அம்மா வருவதாகத் தோன்றும். அவள் பேச்சனைத்தும் ஒரு பொருள் பற்றியவையே. கல்யாணம் செய்துகொள்ள வேண்டும் என்பதுதான். அதை ஒவ்வொரு முறையும் வெவ்வேறு விதமாக வலியுறுத்துவாள். ஒருநாள் முழுக்க அவன் ஜாதகத்தைப் பற்றியே பேசினாள். ஜாதகத்தில் குருபலன் இப்போதுதான் கூடிவந்திருப்பதாகவும் அடுத்த வயது தொடங்கும்முன் அவனுக்குத் திருமணமாவது நிச்சயம் என்பதையும் பலவாறு விரித்துரைத்தாள். இதற்கு முன்னான வருசங்களில் அவள் எவ்வளவோ முயற்சிகள் செய்தபோதும் திருமணமாகாததற்கு ஜாதகப் பலனே காரணம் என்பதாகக் காட்டினாள். அவனுடைய ஜாதகத்தைப் பல இடங்களுக்கும் கொண்டுசென்று பார்த்துப் பார்த்து அவளே கிட்டத்தட்ட ஜோசியக்காரி ஆகிவிட்டாளோ என்று அவனுக்குத் தோன்றியது. அன்று கடைசி அஸ்திரத்தைப் போகும்போது பிரயோகித்தாள். கல்யாணத்திற்குப் பிறகுதான் அவனுக்கு யோகம் கூடிவரும் என்றும் யார் கீழும் வேலை செய்யாமல் அவனே பத்துப் பேருக்கு வேலை கொடுக்கும் நிலைக்கு உயர்வான் எனவும் சொன்னாள்.

அம்மா சொன்ன அந்த வாசகங்கள் இவை. 'பொண்டாட்டி வாற நேரம் ஒவ்வொருத்தரத் தூக்கி உடும். ஒவ்வொருத்தரக் கவுத்துப்போடும். தூக்கி உடற ஜாதகம் உன்னோடது.' அவனுக்கும் கொஞ்சம் சபலம் தட்டிற்று. தனக்குக் கீழ் பத்துப் பேர் வேலை செய்யும் காட்சியைக் கற்பனை செய்துகொள்ளவே சந்தோசமாயிருந்தது. தினமும் ஒருவனிடம் பலவிதமான

சமாதானங்களைக் கூறித் தன்னை இழிவுபடுத்திக்கொள்ள வேண்டிய நிலையில்தான் அவன் இருந்தான். தன் சமாதானங் களைத் துச்சமாக நினைத்து அவனைக் கேவலமான சொற்களால் தாக்கும் அந்த ஒருவனுக்காகவே அம்மா கைகாட்டும் பெண்ணைக் கட்டிக்கொண்டு யோகக்காரனாகிவிட வேண்டும் என்றெண்ணினான்.

இன்னொரு வாரம், சோற்றைப் பரிமாறிக்கொண்டே பேச்சைத் தொடங்கினாள். அன்றைக்கு ஒரேஒரு பெண்ணைப் பற்றித்தான் பேச்சு. வீட்டுக்கு ஒரே பெண் என்று சொல்லி, அவளுடைய பின்புலத்தைப் பலவிதமாக விவரித்தாள். ஒரே பெண்ணாதலால், அவளுக்குரியவை அனைத்தும் அவனுக்குக் கிடைத்துவிடும் என்பதன் சூசகம் அது. அவ்வாரம், அந்தப் பெண்ணைக் கல்யாணம் செய்துகொண்டு தன் அடிப்படை வசதிகளைப் பெருக்கிக்கொள்வது பற்றி யோசிக்கலானான். சுகமாக இருந்தது. அறைக்குச் சற்று முன்னேரத்தில் திரும்பி வந்த அவன், வாசல் மொட்டை மாடியில் படுத்துக்கொண்டு வானத்து மீன்களை இலக்கற்று எண்ணியபடியிருந்த பொழுதில், சட்டென அவன் மனத்தில் அம்மாவின் சாகசங்கள் பிடிபட்டன. ஏதாவது செய்து அவனைப் பிடித்துப் பெரிய புதைகுழிக்குள் தள்ளிவிட வரும் அம்மா, பிசாசாய்ப் பீடிக்கும் சொற்களைப் பிரயோகிக்கும் தந்திரத்தை அப்போது உணர்ந்தான். அம்மாக்களின் பரிதாப முகங்கள் அனைத்தும் சாகசப் பாவனைகளை ஒட்டியவைதான்.

அம்மாவின் வலையை அறுத்தெறியும் நேர்த்துணிவு அவனுக்கில்லை. யாருக்குமே இருக்காது என்றும்கூடத் தோன்றியது. அவளை எப்படியாவது தவிர்த்துவிட வேண்டும். கிராமத்தின் வீட்டுத் திண்ணையில் அவள் உளறல்கள் கேட்டுக் கொண்டிருந்தால் போதும். அந்த வார ஞாயிற்றுக்கிழமை அறையில் இருப்பதில்லை என முடிவெடுத்தான். சனிக்கிழமை இரவே நண்பன் ஒருவனுடைய அறைக்குப் போய்ப் படுத்துக் கொண்டான். காலையில் ஒன்பது மணிக்குத்தான் விழித்தெழுந் தான். அம்மா ஏழு மணிக்கெல்லாம் வந்து கதவில் தொங்கும் பூட்டை வெறித்துப் பார்த்துவிட்டுக் கிளம்பியிருப்பாள். அரை மணிநேரம், ஒரு மணிநேரம் காத்திருந்து பார்த்தாலும்கூட இந்நேரம் போயிருக்கக்கூடும். வரும்வாரம் முழுக்க அம்மாவின் ரீங்கரிப்பு உடன்வந்து படுத்தாது என்று நினைக்கவே சந்தோசமாயிருந்தது. நண்பனின் அறையில் சாவகாசமாகப் புகை ஊதி, இரண்டு முறை தேநீர் சொல்லிக் குடித்து மெதுவாக அறையை நோக்கிப் புறப்பட்டான். அறைக்கு வந்த பின்னும் இன்னொரு பெருந்தூக்கம் போட வேண்டும் என்பதுதான் அவன் திட்டம்.

வெகுநாள்களுக்கு அப்புறம் ஒரு ஞாயிற்றுக்கிழமை கிடைக்கப் போகிறது என்னும் சந்தோசம் அவனுள் பெருகிற்று. தூக்கம் நீங்காத முகத்தோடு மாடிப் படியேற முனைந்தபோது, கீழ் வீட்டுக்காரப் பெண் அவன்மீது ஒரு வெறுப்புப் பார்வையை வீசிவிட்டு உள்ளே வேகமாகப் போனாள். அம்மா, இந்தப் பெண்ணிடம் அவனைப் பற்றி விசாரித்திருக்கக்கூடும். சாவியைக் கொடுத்துப் போயிருக்கிறானா என்றும் கேட்டிருக்கலாம். வெயில் உறைக்கும் முற்பகல் பொழுதில் தூக்கம் பொங்கப் படியேறும் அவனைப் பற்றித் தன் புருசனிடம் சொல்வதற்காகத்தான் அவள் அவசரமாக உள்ளே போகிறாள். அப்பாடா, இப்படியான தொந்தரவுகள் தனக்கில்லை எனப் பெருமூச்சு விட்டுக்கொண்டே படியேறியவனின் சந்தோசம் முழுக்க வடியும்படியாக அறைவாசலில் அவன் அம்மா உட்கார்ந்திருந்தாள்.

அவனைக் கண்டதும் ஊரிலிருந்து அவள் சுமந்து வந்திருந்த பைமூட்டை சாய எழுந்தாள். அவள் உட்கார நிழலே அற்ற வகையில் அவன் அறை இருந்ததை அப்போதுதான் உணர்ந்தான். 'ஊருக்குப் போயிருக்கலாமில்ல' என்று எரிச்சலோடு முனகிக்கொண்டே கதவைத் திறந்தான். அம்மா அவனுக்குச் சமாதானங்கள் சொல்லத் தொடங்கினாள். எப்படியும் நண்பகலுக்குள் அவன் அறைக்கு வந்துவிடுவான் என்று நம்பிக்கை கொண்டிருந்தாள். அறையை ஒழுங்குபடுத்த அவனுக்கு நேரமிருக்காதே என்பதால் எவ்வளவு நேரமானாலும் பரவாயில்லை என்றிருந்தாள். ஊரிலிருந்து தூக்கிவந்த மூட்டைப் பொருள்களைத் திரும்பவும் எடுத்துப்போவது சிரமம் என்பதால் வாசலிலேயே உட்கார்ந்துவிட்டாள். அன்றைக்குக் கிளம்பும்வரை அதுதான் பேச்சு. இடையிடையே அவனுக்கு அலுவலகத்தில் வேலை அதிகமா என்று கேட்டு, ஞாயிற்றுக்கிழமைகூட முழுதாக விடுமுறை தராத அவன் அதிகாரிகளைத் திட்டினாள். அவன் மீதான அக்கறைகளை அவள் மிகுதியாக வெளிப்படுத்துவது அவனால் சகிக்க முடியாததாக இருந்தது. அதீதங்களே அம்மாக்கள். அவனால் பொறுத்துக்கொள்ள முடியவில்லை. 'தூக்கம் வருதும்மா' என்று சொல்லிவிட்டுக் கொஞ்சநேரம் தூங்குவது போலப் பாவித்துத் தப்பித்தான். ஆனால் விலக்கவே இயலாத இருளாக அம்மா அவன்மீது கவிந்துகொண்டிருந்தாள்.

அந்த வாரம் முழுக்க அவன் யோசனைகள் எல்லாம் அம்மாவைப் பற்றியே இருந்தன. வேலைகளில் கவனம் சிதறியது. பழகிப் போயிருந்தாலும் கூடுதலாகத் திட்டுகள் வாங்க வேண்டியிருக்கிறதே என மன உளைச்சல் பட்டான். இப்போதிருக்கும் அறையை மாற்றிக்கொள்ளலாம் எனத் தீவிரமாக நினைத்தான். பகலெல்லாம் பல முகங்களை இடைவிடாமல்

சந்தித்துக்கொண்டேயிருப்பதால் இரவுகளிலும் ஞாயிறுகளிலும் முழுக்கத் தனித்திருப்பதை அவன் மனம் விரும்பியது. மீண்டும் மனிதர்களைச் சந்திக்கும் பலம் பெறுவதற்குத் தனிமையே காரணம் என்று நம்பினான். அதற்கு இப்போதிருக்கும் இந்த மாடியறை ரொம்ப வாகாக அமைந்தது. அவன் தொழில் சார்ந்த நண்பர்கள் கூடித் தங்கப் பலமுறை அழைத்திருக்கிறார்கள். அவன் சிறிதும் சஞ்சலமில்லாமல் அவற்றைத் தவிர்த்திருக்கிறான். அந்த அளவு மாடியறை அவனுக்குப் பொருந்திப் போயிருந்தது. அதை உதறிவிட்டு இந்த நகரத்தின் ஏதோ ஒரு மூலையில் புறாக் கூண்டு அறை ஒன்றுக்குள் போய் ஒளிந்துகொண்டாலும் அம்மா கண்டுபிடிக்கமாட்டாள் என்பது என்ன நிச்சயம்?

பதற்றத்தோடு காத்திருந்த அந்த ஞாயிற்றுக்கிழமையும் வழக்கம்போல அம்மா வந்தாள். காலையும் பகலும் சாப்பிடாமலேகூடக் கழிந்துபோகும் அவன் நாள், இப்போது காலம் தாழ்ந்தேனும் இருவேளையும் சாப்பிடும்படி ஆயிற்று. சோற்றைப் பிசைந்துகொண்டிருந்தபோது அம்மா பேச்சைத் தொடங்கினாள். வெகுகாலம் உள்ளேயிருந்த தகிப்புப் பொங்குவது போலச் சொற்களைக் கொட்டினாள். எல்லாம் ஒரே புலம்பல். செத்துப்போனபின் கொள்ளிபோடப் பேரன் வேண்டும் என்னும் பிதற்றல். சொத்து, பணம் எதுவும் இல்லாதபோதும் வாரிசுக்கு அம்மா ஆசைப்படும் சூட்சுமம் அவனுக்குப் புரிந்தது. அவன் நலத்திற்காகத் திருமணம் பற்றிப் பேசுவதாக அவள் செய்த பாவனை அப்பட்டமாயிற்று. அம்மாவின் சுயநலம் இவ்வளவு சீக்கிரம் வெளிறிப் போகும் என்று அவன் எதிர்பார்த்திருக்கவில்லை.

அவன் வெறுமனே தலையைக் குனிந்துகொண்டிருந்தான். படுத்தும் தூக்கம் வரவில்லை. அம்மா எழுப்பும் ஓசைகள் தொந்தரவு கொடுத்தன. சின்ன அறை ஒன்றுக்குள் எத்தனை விதமான வேலைகளை அம்மாவால் ஏற்படுத்திக்கொள்ள முடிகிறது என்று எரிச்சல் பட்டான். எழுந்து உட்கார்ந்தால் பேச்சு தொடரும் என்னும் பயத்தால் தூங்குவது போலப் படுத்தே இருந்தான். அம்மாவின் அசைவுகளால் கொஞ்சம் முன்னதாகவே கிளம்ப ஆயத்தம் செய்வதாகப்பட்டது. சந்தோசத்தோடு எழுந்தான். அம்மா சுவரைப் பார்த்துச் சொன்னாள்.

“சரசூட்டுக் கலியாணத்துக்குப் போவோனும்”

தன்னையும் அழைக்கிறாளோ எனப் பதறி ‘எந்தச் சரசு?’ என்றான்.

“எத்தன சரசு இருக்கறாங்க. எல்லாம் உனக்கு மறந்து போச்சு. நம்ம பக்கத்தூட்டுச் சரசுதான்டா. எதோ அவ ஒருத்திதான்

எனக்குக் கூடமாட ஒத்தாசயா இருக்கறா. அவளும் இல்லீனா எப்பவோ நாதியத்தவளாகிப் போயிருப்பேன்.”

பேசும்போதெல்லாம் அவன் மௌனமாக இருப்பது அம்மாவுக்குக் கூடுதல் பலத்தைக் கொடுத்துவிடுகிறது.

“அவ தம்பிக்குக் கலியாணம். என்னயக் கட்டாயம் வரோனும்னு வழியெல்லாம் எழுதிக் குடுத்துட்டுப் போயிருக்கறா. அங்கயாச்சும் போயி ரண்டு நாளைக்கு அக்கடான்னு இருக்கறன். எனக்குன்னு போக்கிடம் எங்க இருக்குது.”

இந்த உளறல்களுக்கு விரைவில் முடிவு கட்ட வேண்டும் என்று நினைத்துக்கொண்டான். வேறொரு நகரத்திற்குத் தன் வேலையை மாற்றிக்கொள்ளலாமா என்று தோன்றியது. எல்லா நகரங்களுக்கும் ஒரே முகம்தான். எங்கே என்றாலும் செய்ய வேண்டிய வேலையும் ஒன்றேதான். முதலில் செல்லுபடியாகக் கூடிய சொற்களை இலவசமாக வழங்க வேண்டும். முடிவில் ஏதோ ஒரு பொருளைத் தலையில் கட்ட வேண்டும். இந்தச் சிறு நகரத்தைவிடப் பெருநகரம் ஒன்றுக்குள் புகுந்துவிட்டால், எல்லாவிதமான அடையாளங்களும் அழிந்துபோகும். என்ன பாடுபட்டாலும் அம்மாவால் கண்டுபிடிக்கவே முடியாது. சொந்த ஊர், உறவு முகங்கள் என்று அடிக்கடி தென்பட்டுக் கொண்டிருப்பதாலேயே அடையாளங்கள் உயிர் வாழ்கின்றன. இவை எட்டாத தூரத்து நகரம், அடையாளங்களை இழக்கச் செய்யும். அடையாளமற்றுத் திரிவதன் சந்தோசத்தை எண்ணி அவன் மனம் ஏங்கியது.

இடமாறுதல் ஆவதில் அவனுக்குச் சின்ன சங்கடம் இருந்தது. இப்போதிருக்கும் நிலையைத் தொடர்ந்தால் இன்னும் ஓரிரு ஆண்டுகளில் கொஞ்சம் பதவி உயர்ந்து இயல்பாகவே பெருநகரம் ஒன்றிற்குப் போய்விடலாம். அப்போது வேலையிலும் இத்தனை அலைச்சல் இருக்காது. இதைவிட்டு வேறொரு இடத்தில் போய்ப் பொருந்துவதென்றால், மீண்டும் தொடக்கத்திலிருந்தே வர வேண்டும். அம்மாவைத் தவிர்க்க அந்தச் சிரமத்தையும் தாங்கிக்கொள்ளலாமோ என்று பட்டது.

அம்மா கேட்டாள்.

“இங்கருந்து சேத்தூருக்குப் போற பஸ் எத்தன மணிக்குடா இருக்குது?”

“எந்த ஊரு?”

“சேத்தூரு.”

அந்தப் பெயர் அவனுக்குள் பரவசத்தைக் கொடுத்தது. அவன் முதன்முதலாக வேலை தொடங்கிய ஊர் அது. அதன் சந்துபொந்துகள்கூட அவனுக்கு நன்றாகத் தெரியும். ஆனால் சேத்தூர் என்னும் பெயர் கொண்ட சிறியதும் பெரியதுமான ஊர்கள் ஆறேழு இருக்கக்கூடும். அம்மா போக வேண்டியது எந்த சேத்தூர்? அவனிருந்த சேத்தூர் நடுத்தர நகரம். அம்மா நிச்சயமாக அந்த ஊருக்குப் போக வேண்டியிருக்காது. ஏதாவது குக்கிராமமாகத்தான் இருக்கும். அவன் மூளையில் பெரும் குழப்பம் சட்டெனத் தெளிவு பட்டது. அம்மாவுடன் ஆவலோடு உரையாடலானான்.

"எந்த சேத்தூரம்மா?"

"அதெதுவோ, எனக்கா தெரியுது?"

என்றபடியே திருமணப் பத்திரிகை ஒன்றையும் கசங்கிய வெள்ளைத் தாளையும் நீட்டினாள். அவன் நினைத்தபடி அம்மா போக வேண்டிய சேத்தூர் சின்ன கிராமம். ஆனால் அதற்கும் குறைந்தது ஒன்றரை மணிநேரப் பயணம். அம்மாவிடம் ரொம்ப வாஞ்சையாக 'அவ்வளவு தூரமாம்மா போற' என்று கேட்டான். அம்மா, சரசுவின் நெருக்கம் பற்றித் திரும்ப விவரித்து, அப்பேர்ப்பட்டவள் அழைக்கும்போது போகாமல் இருப்பதா என்று முடித்தாள். 'நானே வந்து பஸ் ஏத்தி விடறம்மா' என்றான். வெகுசீக்கிரத்தில் முகம் கழுவி ஆடை மாற்றித் தயாரானான்.

அம்மாவோடு சிரித்துப் பேசியபடி அவன் படியிறங்கும்போது பார்த்த கீழ்வீட்டுப் பெண் கனவு காண்பவளைப் போல விழி விரித்து நின்றாள். அவளை மேலும் சீண்ட வேண்டும் என்னும் ஆவல் மிக, பிரியத்தோடு அம்மாவின் பையைக் கையில் வாங்கிக்கொண்டான். அவனைப் பற்றிய சித்திரத்தில் கீறல் விழுந்ததைப் புருசனிடம் சொல்வாளா? சந்தேகம்தான். ஆட்டோவில் அம்மாவை ஏற்றினான். ரொம்பக் கூச்சத்தோடு 'எதுக்குடா?' என்று சொல்லிக்கொண்டே ஏறி உட்கார்ந்து கொண்டாள் அம்மா. ஆட்டோ பயணம் அம்மாவுக்கு இதுதான் முதல்முறையாக இருக்கக்கூடும். தாராளமாக இடம் இருந்த போதும் ஒடுங்கி உட்கார்ந்திருந்தாள் அம்மா.

தலைநகரத்திற்குச் செல்லும் பெருவழியிலிருந்த சேத்தூருக்குப் பயணச் சீட்டு வாங்கினான். அந்த சேத்தூருக்குப் போக எட்டு மணி நேரம். அம்மாவைப் பேருந்தின் மையப்பகுதி இருக்கையில் உட்கார வைத்தான். சேத்தூர் வந்ததும் இறக்கிவிடும்படி நடத்துநரிடம் சொல்லி வைத்தான். பையனுக்குப் பொறுப்பு வந்துவிட்டதென்று சந்தோசப்படும் அம்மாவின் முகம் ஜன்னல்

வழித் தெரிந்தது. கையாட்டி வழியனுப்பிவிட்டு அறைக்கு நடந்தான். மறுநாள் விடிகாலையில் சேத்தூர் பேருந்து நிலையத்தில் பையோடு அம்மா நிற்கும் காட்சி மனத்தில் வந்தது. அந்த ஊரில் பரோபகாரிகள் அதிகம். யாராவது அம்மாவுக்குத் தண்ணீர் தருவார்கள். படுத்துக்கொள்ளும்படி தெருவோரத்தில் இடமும் கொடுப்பார்கள்.

ஞாயிற்றுக்கிழமைக்காகக் காத்திருக்கத் தொடங்கினான் பூபதி.

●

காலச்சுவடு, ஜூலை 2006

அந்தரக் கயிறு

கண்களை மூடுவதற்கே பயமாக இருந்தது. தூங்கச் செல்வதே பீதியூட்டும் காரியமாயிற்று. மனதை எத்தனை கட்டாயப்படுத்தி வேறெதிலாவது குவிக்க முயன்றாலும் கொஞ்ச நேரந்தான். ஆழ்மனம் திட்டமிட்டுக் கட்டும் கற்பனையா எந்தச் சம்பந்தமும் இன்றி எங்கிருந்தோ வந்து பரவும் கனவா என்பதை அவனால் தெளிவாக உணர முடியவில்லை. சிலசமயம் எல்லாமே உண்மை போலவே தோன்றின. தொடக்கத்தில் மனதுக்கு ரொம்பவும் திருப்திகரமான செயலாக இருந்தது அது. தன்னைப் பற்றிய பிம்பங்கள் கட்டி எழும்புவதை மனதார நேசித்தான். அதன் விரிவு இப்படிப் போகும் என்று கருதவில்லை. இப்போது தன்முன்னே தன் தசைகள் ரத்தம் பெருகத் துடித்துத் துவள்வதைக் கண்டு அதிர்ந்துபோகிறான். முன்பெல்லாம் எப்போதோ ஒருமுறை தேடிவரும் தூரத்து நண்பனைப் போல அபூர்வமாக வந்து மனதை இதமாகத் தடவிச் சென்றது. இப்போது அப்படியல்ல. எப்போதும் தன்னுடனேயே தானாகவே மாறிப்போய்விட்ட ஒன்றாகத் தோன்றுகிறது. மனம் வெறுத்து விலக்கித் தள்ளும்படியான ஒட்டுண்ணி ஒன்றாக இருக்கிறது அது.

முதலில் பயணத்தின் போதுதான் தொடங்கியது. பேருந்துப் பயணம். அப்போதெல்லாம் பயணம் என்பது அவனுக்கு உவப்பாக இருந்ததில்லை. பேருந்து வடிவமும் அதனுள்ளிருந்து கிளம்பும் டீசல் புகை நாற்றமும் அவன் உடலைச் சிலிர்க்கச் செய்யும். குடல் புரண்டு எல்லாவற்றையும்

வெளித்தள்ளும். பலமுறை பேருந்தினுள்ளும் அதன் ஜன்னல் சதுரத்தின் வெளியிலும் எக்கி எக்கி வாந்தியெடுத்து நாறச் செய்திருக்கிறான். அதனாலேயே பேருந்துப் பயணம் கொடுமை நிறைந்த பெரும் தண்டனையாக இருந்தது. எந்த வகையிலாவது அதனைத் தவிர்க்க முயல்வான். அவனுடைய தந்தை பழனிமுருகன் மேல் மிகுந்த பக்தி கொண்டவர். கிருத்திகை தவறாது வெகுதூரம் பேருந்தில் பயணம் செய்து தரிசித்து வருவார். ஆண்டுக்கு ஒருமுறை குடும்பம் முழுவதையும் கூட்டிச் செல்வது அவர் வழக்கம். அந்தச் சமயங்களில் அவன், உடன்வரும் எல்லாருக்கும் எரிச்சலாக மாறிப்போவான். அந்த வாந்தியைத் தவிர்க்க எத்தனை வழிமுறைகள். எலுமிச்சம் பழத்தை உருட்டி உருட்டி முகர்ந்துகொண்டே செல்வான். அதன் வீர்யம் கொஞ்ச தூரம்தான். கை மணிக்கட்டுப் பகுதியில் எச்சிலைத் தேய்த்து மோந்து பார்த்துக்கொள்ளும்படி அப்பன் சொன்னார். கையிலிருந்து எழும்பும் அழுக்கு நாற்றத்தைச் சகிக்க முடியவில்லை. தன் உடம்பு இத்தனை நாற்றம் மிகுந்தது என்பதை நினைக்கும்போதெல்லாம் வாந்தி பொங்கியது. பின் வயிற்றை வெறுமையாக வைத்திருக்கப் பழகினான். சுத்தமாகத் தண்ணீர்கூடப் பருகுவதில்லை. அப்படியே இருந்தாலும் குடல் எங்கே சேமித்து வைத்திருக்குமோ தெரியவில்லை. கப்பி நிறத்தில் உள்ளிருந்து வந்து கொட்டும். 'பித்த உடம்பு' என்று தன் வைத்திய அறிவைக் காட்டுவார் அவன் தந்தை. மறுநாள் பயணம் என்றால் முதல்நாள் இரவு முழுக்கத் தூங்குவதில்லை. பின் பேருந்தில் ஏறி உட்கார்ந்ததும் கண்களைச் சுழற்றிக்கொண்டு தூக்கம் வரும். அந்த உத்திதான் ஓரளவு பயனளித்தது. பேருந்துப் பயணத்தின் பெரும் நேரத்தைத் தூக்கத்தில் கழித்துவிட்டால் வாந்திக்கு நேரமில்லாமல் போய்விடும் என்னும் கணக்கு ஓரளவு பயன் தந்தது.

அவன் பேருந்தில் தூங்கிப் பழகியது அப்படித்தான். ஏறி உட்கார்ந்து கொஞ்ச தூரம் நகர்வதற்குள் கண்கள் கிறங்கிப் போகும். பேருந்துக் குலுங்கலிலோ இடைவிடாது எழுப்பும் ஒலிப்பான் சத்தத்திலோ திடீரெனக் கண் விழிக்க நேரும். பின் சூழலைப் புரிந்துகொள்ளவும் தன்னை உணரவும் சில கணங்கள் எடுக்கும். அப்புறம் தூக்கம் சட்டென வராது. வெறுமனே கண்களை மூடிக்கொண்டிருக்க வேண்டும். பேருந்து ஜன்னலிலிருந்து நிழலும் ஒளியும் மாறி மாறி முகத்தில் வந்து விழுவதை உணர்ந்தபடியே உள்ளம் மெல்லத் தொடங்கிற்று. சில நிமிசங்களில் தூக்கம் பிடித்துக்கொண்டது. ஆனால் அவனுள்ளே உருவான அந்தக் காட்சி நிலைபெற்றிருந்தது. அது இப்படி பிரேக் பிடிக்காமல் போய்விடும். ஓட்டுநர் நிலைதடுமாறிச்

சாலையோரப் புளியமரம் ஒன்றில் கொண்டு மோதினார். கோரமான விபத்து. எங்கும் ஓலம். அவனுக்கு மட்டும் ஒன்றும் ஆகவில்லை. உடனே ஓடிப்போய்ப் பக்கத்திலிருந்த தொலைபேசியில் விபத்துச் செய்தியைக் காவல்துறைக்கும் தீயணைப்புத்துறைக்கும் தெரிவித்தான். கதறிக்கொண்டிருக்கும் பெண்கள் குழந்தைகள் எனப் பலரையும் வெளியே கொண்டுவந்து காப்பாற்றினான். பெருத்த காயம் பட்டவர்கள், ஓரளவு காயம் பட்டவர்கள் எனப் பலர். கடைசியாக வந்து சேர்ந்த காவல் துறை, தீயணைப்புத்துறை வீரர்களோடு அவனும் சேர்ந்துகொண்டான். பேருந்தின் ஓட்டுநரைக் காப்பாற்றுவதுதான் பெரும் கஷ்டமாகப் போய்விட்டது. அவருடைய கால்கள், சிதைந்த பாகங்களுக்குள் நன்றாக மாட்டிக்கொண்டன. அவற்றை விடுவிக்க மிகவும் சிரமப்பட வேண்டியதாயிற்று. அவரை விடுவித்து முடிக்கையில் பேருந்து ஊர்வந்து சேர்ந்திருக்கும். சாவகாசமாக இறங்குகையில் ஓட்டுநரின் கால்களை நோட்டம் விடுவான். ரத்தச் சுவடுகள் எதுவுமின்றி முழுமையாக இருக்கும் அவற்றைப் பார்த்து, ரொம்பவும் சிரமப்பட்டுக் காப்பாற்றியதால் அல்லவா இப்போது கால்கள் சரியாகி இருக்கின்றன என்று நினைத்துக்கொள்வான்.

சிலசமயம் பேருந்து ஊர்வந்து சேரும்போது காவல்துறையின் பெரிய அதிகாரி அவனோடு கைகுலுக்கி விடை கொடுத்துக் கொண்டிருப்பார். ஊர் மக்கள் பலர் அவனைச் சூழ்ந்துகொண்டு பாராட்டுத் தெரிவிப்பதுமுண்டு. இந்தக் காட்சி பழைய காலத் திரைப்படம் போல வளர்ந்து போய் முதலமைச்சர், ஜனாதிபதி ஆகியோரிடம் பதக்கம் பெறுவதில் வந்து நிற்பதுண்டு. விபத்துக் காட்சியின் கொடூரத்தைத் தாங்க முடியாது என்பதாலோ என்னவோ அந்தப் பகுதி சுணங்கிவிடும். ஓட்டுநரை மீட்பது மாத்திரம் சற்றே விரியும். ஒரே புளிய மரத்தில் திரும்பத் திரும்ப மோதியதால் அம்மரம் வேர் பலவீனப்பட்டுச் சாய்ந்துவிட்டது போலும். அதன்பின் இருபுறமும் மரங்களே அற்ற சாலைகளே அவனுக்குக் காட்சியாயின. அந்தச் சாலைகளில் பெரும் பள்ளத்திற்குள் பேருந்து சரிந்து விபத்து ஏற்படும். எதிர் வரும் பேருந்து அல்லது லாரிகளோடு மோதுவதால் விபத்து ஏற்படும். விபத்துக்கு வாய்ப்புகள் எப்போதும் ஏராளம். லாரியோடோ பேருந்தோடோ மோதுவதால் ஏற்படும் விபத்துத்தான் அவனுக்கு மிகவும் பிடிக்கும். அதில்தான் சேதம் அதிகம். கப்பாற்றுவதற்கான, உதவுவதற்கான சந்தர்ப்பங்களை எவ்வளவு வேண்டுமானாலும் நீட்டலாம்.

வெளியூரில் அவன் தொடர்ந்து தங்க நேரிட்டபோது காட்சிகள் மாறின. வீட்டின்மீது ரொம்பவும் பிடிமானம் உள்ளவன் அவன். பனைகள் சூழ்ந்த காட்டுவெளியில் அவனது

ஒற்றை வீடு. அதுவும் சின்ன ஓலைக்கொட்டகை. மழைக்காலம் தவிர, வருடத்தின் பெரும்பகுதி நாட்களில் வெட்டவெளி வாசலில் கட்டில் போட்டுத் தூங்குவார்கள். காற்று ஆசையாய் வந்து தழுவும். நிலா அவனுக்கெனவே வானில் ஊரும். இருள் நாட்களில் விண்மீன் கூட்டம் பொரி இரைத்ததுபோலக் கொட்டிக் கிடப்பதைப் பார்த்துக்கொண்டே தூங்கிப்போவான். அந்தச் சூழலைத் தவிர வேறு இடங்கள் எதுவுமே நிம்மதியான தூக்கத்தை அவனுக்குக் கொடுத்ததில்லை. வெளியூரில் சிறு நகரங்களில் தொடர்ந்து அவன் தங்க வேண்டியிருந்தது. முன்னிரவுகளில் அவனுக்குத் தூக்கமே வருவதில்லை. காற்றோ வெளிச்சமோ இல்லாத அறைகள். இரவுப் பூச்சிகளின் ரீங்காரமோ மூத்திரத்தில் நனைந்து வாலடிக்கும் மாடுகளின் சிறு கனைப்புக்குரலோ கேட்டால் போதும். அவனுக்குத் தூக்கம் வந்துவிடும். எதற்கும் வழியில்லாமல் வெறுமனே புரண்டு கிடப்பான். பின்னிரவில் எந்நேரம் என்றே தெரியாமல் தூக்கம் வந்திருக்கும்.

அப்படி ஒரு தூக்கத்தை வரவழைத்துக்கொள்வதற்கும் அவன் மனம் சில தந்திரங்களில் ஈடுபடுவதை அவன் எதேச்சையாக உணர்ந்தான். அவனுடைய அப்பாவைக் குடிகாரர் என்று சொல்ல முடியாது. குடிக்கும் பழக்கம் கொண்டவர். தன்னுடைய வேலைகளில் எப்போதும் சரியாக இருப்பார். அந்தச் சமயத்தில் அவனுக்கு மாதச் செலவுக்கான பணத்தை அனுப்பியதோடு குடும்பச் செலவுகள் முழுவதையும் அவரேதான் கவனித்தார். அவனது காட்சி, அப்பா நிறையக் குடிப்பதாகத் தொடங்கும். நினைவிழக்கும் அளவு குடித்துவிட்டு நிலாவற்ற இருளிரவில் தன் வழக்கமான மிதிவண்டியில் அவர் தள்ளாடியபடியே செல்வார். அடர்ந்த புளியமரங்கள் நிறைந்திருக்கும் சாலையில் ஒரே விளக்கோடு வெகுவேகமாக வரும் ஏதோ வாகனம் அவரது மிதிவண்டியில் மோதிவிட்டு நிற்காமலே சென்றுவிடும். நடுச்சாலையில் மிதிவண்டியும் அவரும் அனாதைகளாய்க் கிடப்பார்கள். தலைவிரி கோலமாய் வயிற்றில் அடித்துக்கொண்டு அம்மா அழுவாள். குடும்பமே அவரைச் சுற்றி ஒப்பாரி வைக்கும். சிதைந்துபோன உறுப்புகள் அதிக நேரம் தாங்காது என்று சொல்லி விரைவாகப் பிணத்தை அப்புறப்படுத்திவிடுவார்கள்.

எல்லாம் முடிந்தபின் அவன் வந்து சேருவான். அம்மா அலறிக்கொண்டு ஓடி வருவாள். சுற்றம் கதறும். ஊரின் பெரிய மனிதர்கள் என்று அவன் கருதும் ஆட்கள் அவனிடம் துக்கம் விசாரிக்க வருவார்கள். முகத்தைத் துக்ககரமாகவே வைத்துக் கொள்ள அவன் இம்சைப்படுவான். எல்லாரும் அவன்மீது இரக்கம் கொட்டும் வார்த்தைகளைப் பொழிவார்கள்.

"உம்மேல பெரிய பாரத்தத் தூக்கி வெச்சிட்டு அவன் போயிட்டான்."

"பையனுக்குக் கல்யாணம் ஆகற வரைக்கும் இருந்திருக்கக் கூடாதா?"

"அறியாப் பையன் குடும்பத்த எப்படித் தாங்குவானோ?"

மனித குணத்தின் ஒட்டுமொத்த இரக்கமும் அவனுக்குக் கிடைக்கும். லேசாக விழிப்புத் தொடங்கும். ஆனால் அதைத் தவிர்க்கக் கடுமையாக உழைத்துக் குடும்ப பாரத்தைத் தாங்கிப் பாராட்டுப் பெறும் காட்சிகளைப் புனைய ஆரம்பிப்பான். தூக்கம் எப்படியோ தொடர்ந்துவிடும். அப்பா இறப்பதற்கான சூழல் மட்டும் அவ்வப்போது மாறிக்கொண்டேயிருக்கும். குடிபோதையில் நெகா சிக்காமல் புளிய மரம் ஒன்றில் மிதிவண்டியை மோதித் தார்ச்சாலையில் மல்லாக்க விழுந்து தலையில் அடிபடும். தார்ச் சாலைகளைக் கடந்து வந்த பின் ஊர் நுழைவாயிலில் இருக்கும் அடர்ந்த மரங்கள் கொண்ட சுடுகாட்டுக்கு அருகே விழுந்திருப்பார். 'பேயடிச்சிருச்சி' என்று ஊர் சொல்லும். இதைத் தவிர மற்ற எல்லாம் ஒரே மாதிரிதான்.

ஊருக்குப் போகையில் அப்பாவைப் பார்க்கச் சங்கடமாக இருக்கும். தெளிவும் குழந்தைச் சிரிப்பும் நிலைத்திருக்கும் அவர் முகத்தைச் சின்னாபின்னப்படுத்திக் கற்பனை செய்ய நோய் பீடித்த மனம் கொண்டவனால்தான் முடியும் என்று நினைப்பான். 'வாய்யா' என்று அவனை வரிசை வைத்து அழைக்கும் அப்பாவை ஏராளமான முறை பிணமாக்கிப் பார்த்தாயிற்று. அவர் முகம் நோக்கிப் பேசவே நாணப்படுவான். விடை பெறும்போது அவனுடைய வசதிகள் பற்றி விசாரிப்பார். செலவுக்குப் பணம் போதுகிறதா என்று கேட்பார். அவன் மனம் அப்பா நெடுங்காலம் வாழவேண்டும் என்று நினைக்கும். வாய் 'அப்பா நல்லாருக்கணும் அப்பா நல்லாருக்கணும்' என்று தொடர்ந்து சொல்லியபடியே இருக்கும். தன் கனவு பலித்துவிடுமோ என்றஞ்சி நள்ளிரவுகளில் மவுனமாய் அழுவான். அப்பாவுக்காக ரொம்பவும் கவலைப்பட்ட நாளொன்றில் அவனுக்குள் காட்சி மாற்றம் நிகழ்ந்தது.

இப்போது அப்பாவுக்குப் பதிலாக அம்மா. அவன் நெகிழ்ந்து போகும் ஒரே உறவு அம்மாதான். அம்மா காடுமேடுகளில் இரவுபகல் பாராமல் திரிபவள். நாள் முழுக்கவும் இடைவிடாமல் வேலை செய்பவள். அவளுடைய வேலைகள் இவைதான் என்று வரிசைப்படுத்திவிட முடியாது. எப்போதும் ஏதாவது வேலை இருந்துகொண்டேயிருக்கும். இல்லாவிட்டால் அவளாக

உருவாக்கிக்கொள்வாள். உழைப்பதற்கென்றே பிறந்தவள் அவள். புருசனுக்காக உழைப்பவள். பிள்ளைகளுக்காக உழைப்பவள். தனக்கென்று எதையும் செய்துகொள்ளாதவள். ஏன், எல்லாத் தாய்களும் ஒரே மாதிரியாக இருக்கிறார்கள்?

விடியற்காலையில் காற்றிலசையும் சேலைபோல இருள் படர்ந்திருக்கும் நேரத்தில் அம்மா பனம்பழம் பொறுக்கப் போவாள். கரட்டுச் சந்துகளிலும் முட்புதர்களிலும் நின்றிருக்கும் பனைகளைக்கூட விடமாட்டாள். ஏரிமேட்டில் ஒரு பனை உண்டு. அடிக்கறுப்புப் போலவே மேல்வரைக்கும் இருக்கும் அதற்குப் பெயர் 'சட்டிப்பனை.' அதன் பழம் ஒவ்வொன்றும் பெரிய சட்டியைக் கவிழ்த்து வைத்தாற்போல் தோன்றும். அத்தனை பெரிய பழங்கள் அதிசயம். சிறு பழங்களைக் கொண்டிருக்கும் மரங்கள் வயிற்றோட்டம் பிடித்தவை போலப் பழங்களைக் கொட்டும். சட்டிப்பனை அப்படி அல்ல. தினமொன்று. சில நாட்களுக்கு இல்லாமலும் போகும். அம்மா அந்தப் பனையடியில் போய்த் தேடுகிறாள். பழத்தைக் காணோம். அவளுக்கு முன்பே யாராவது வந்து எடுத்துச் சென்றிருப்பார்களா? ஒருபழம் என்றாலும் சுட்டுச் சாப்பிட நன்றாக இருக்குமே. இருளில் குனிந்து மரத்தைச் சுற்றிலும் அம்மா அலையும்போது மரம் பெரும்பழம் ஒன்றை உதிர்க்கிறது. கனமான கல் போன்ற பழம் வேகமாக வந்து அம்மாவின் முதுகில் விழுகிறது. நெஞ்சடைக்க ஓசையற்றுச் சாய்கிறாள் அம்மா.

அவனுக்குத் தகவல் தெரிவித்து அவன் வரும் வரை பிணம் காத்திருக்கிறது. எந்நேரமும் நடமாடிக்கொண்டிருக்கும் அம்மாவின் உடல் அசைவற்றுக் கிடப்பதைப் பார்க்கிறான். அம்மா எப்போதாவது அதிசயமாகப் பகலில் கொஞ்சநேரம் தூங்கக் கண்ணை மூடினால் அவன் பதறிப் போவான். அது அம்மாவின் இயல்பில்லையே. அம்மாவுக்கு என்னவோ ஆகிவிட்டதென்று தோன்றும். ஆனால் இப்போது அம்மா நிரந்தரமாக ஓய்வெடுக்கிறாள். மக்களுக்கிடையே பாடையில் படுத்திருக்கும் அம்மாவின் பல கோணத் தோற்றங்கள். இப்போதுதான் புத்தம் புதுப் புடவை அணிந்திருக்கிறாள். அவன் கையால் கொள்ளி வாங்கிச் சொர்க்கம் சேர ஆவல் கொண்டிருக்கிறாள். அம்மா நிச்சயம் சொர்க்கத்திற்குத்தான் போவாள். அம்மாவின் கிடப்பு அவனுக்குப் பெருந்துக்கத்தை மூட்டுகிறது. உடைந்து கதறி அழுகிறான். அவன் கதறல் கூட்டம் முழுவதையும் அழுகையில் தள்ளுகிறது. அவன் அழுகை நிற்கவேயில்லை. கானக்காடு போய் அம்மாவின் பிணத்தைப் புதைத்துச் சடங்குகள் செய்து திரும்பும்போதும் அழுதுகொண்டேயிருக்கிறான்.

சொந்தக்காரர்கள் வந்து ஆறுதல் சொல்கிறார்கள். நண்பர்கள் அவன் கையைப் பற்றியபடி வெகு நேரம் பேசுகிறார்கள். ஊர்ப் பெரியமனிதர்களில் பலர் அவன் தோளைத் தட்டி ஆதரவு தெரிவிக்கிறார்கள். ஆனால் ஒருபோதும் அவன் அழுகை அடங்கவில்லை. அது மேலும் மேலும் பீரிடும் ஊற்றாய்ப் பொங்கிக்கொண்டேயிருக்கிறது. அதைப் பார்த்து ஊரே பேசுகிறது.

"அம்மா மேல இப்படி ஒரு பாசமா?"

"அவனுக்கு எங்கிருந்துதான் கண்ணீரு வருதோ?"

"ரத்தமெல்லாம் கண்ணீராக் கொட்டுது."

"என்னதான் ஒழைச்சாலும் தாய் மேல இத்தன பிரியம் வெச்சிருக்கிற பசங்க இவனாட்டம் எவனிருக்கிறான்?"

புகழ் வார்த்தைகள் பெருகிப் பெருகி அவனை அந்தரத்தில் தூக்கும். ரொம்பவும் திருப்தியோடு உறங்கிப் போவான். இதிலும் அம்மாவின் உயிர் பிரிவதற்கான காரணம் மட்டும் அவ்வப்போது மாறும். களையெடுக்கக் காட்டுக்குள் போகும்போது பாம்பு காத்திருந்து கடித்துவிடும். சந்தையில் வாங்கிவந்த பாய்ச்சல் மாடு தன் கூர்கொம்புகளை அம்மாவின் வயிற்றில் சொருகித் தூக்கித் தள்ளியிருக்கும். இப்படி ஏதாவது.

இந்தக் கனவுப்படம் சுவராசியமாக ஓடும் நாளிலும் அதற்கடுத்த நாளிலும் அச்சத்தால் வெளிறிப் போவான். அம்மா தூங்குவதைப் பார்த்தாலே தாங்கிக்கொள்ள முடியாத அவன்முன் அம்மாவின் பிணம். அம்மாவுக்கு உண்மையிலேயே ஏதாவது ஆகிவிடுமோ. அப்படி ஆகுமென்றால் அதற்குத் தான்தான் காரணமாக இருப்போம் என்றெல்லாம் நினைப்பான். அம்மா இல்லாத ஓர் உலகம் யதார்த்தத்தில் இல்லை. எந்தச் செயலும் யாருக்காகவும் காத்திருப்பதில்லை என்பது பொதுவிதியாக இருக்கலாம். ஆனால் அம்மாவின் செயல்களை அம்மாதான் செய்ய முடியும். அதற்கு மாற்றாக ஒன்றுமில்லை. அம்மாவுக்குக் கடிதம் எழுதுவான். உடல் நிலையை நன்றாகப் பார்த்துக் கொள்ளுமாறும் வேளாவேளைக்குச் சாப்பிடும்படியும் கடிதத்தில் இருக்கும். ஊருக்குப் போகும்போது அதைச் சொல்லி அம்மா சிரிக்கும். "எவ்வளவு பெரிய மனுசனாயிட்டான் எம்மகன்" என்கும். அம்மாவைப் பிணமாக்கும் தன் கனவுக்குப் பிராயச்சித்தம் கடிதம் ஒன்றுதான் என்று எண்ணுவான்.

ஒருமுறை கோடைகாலத்துக் காற்று அம்மாவை உயரத்திற்குத் தூக்கிப்போய் பெரும்பாறை ஒன்றில் படீரென்று போட்டு

விடுவதாகக் கண்டான். அன்றைய இரவு துளி தூக்கமில்லாமல் போயிற்று. தூக்கம் வரவைப்பதற்குத் தன்மனம் செய்திருந்த தந்திரம் இப்போது முழுமையாகத் தூக்கத்தைப் போக்குவதற்கு மாறிவிட்டதை உணர்ந்தான். அழுதான். அம்மாவுக்கா தனக்கா என்று தெரியாத குழப்பம்.

அந்தச் சமயத்தில் அவன் ஒருதலைக் காதல் ஒன்றில் தீவிரமாக ஈடுபட்டிருந்தான். அவனோடு சின்ன வகுப்புப் பள்ளிக்கூடத்தில் படித்த பெண்ணொருத்தியை எதேச்சையாகப் பேருந்து நிறுத்தத்தில் சந்தித்தான். அவள்தானா என்று வியந்துபோனான். சுத்த சாம்பலின் நிறத்தில் அவள் இருந்தாள். முகமும் உடலும் கொண்டிருந்த பொலிவும் செழுமையும் அவனைத் தடுமாறச் செய்தன. அவன் மனதுக்குள் சட்டென அவள் நிறைந்துவிட்டாள். அவளோடு பேசவில்லை. அவன் சிரித்ததாகவும் அதை அங்கீகரித்து அவள் புன்னகை பூத்ததாகவும் நினைவு. அடுத்த சில நாட்கள் தொடர்ந்து பேருந்து நிறுத்தத் திற்கு வந்தான். ஆனால் அவளைப் பார்க்க முடியவில்லை. ஒரு முழுநாள் நிறுத்தத்திலேயே நின்று பார்த்தான். அவள் வரவில்லை. மனம் வெறுமையாக இருந்தது. ஆனால் இரவுகள் சந்தோசமாகக் கழிந்தன. இளமையின் வசீகரம் கூடிய அந்த முகத்தைத் தனக்கு முன் கொண்டுவந்து பார்த்தபடியே இருந்தான். அந்த இதழ்களில் லேசான முத்தம் வைத்தான். தினந்தோறும் அவள் மீதான காதல் கொள்ளையாகப் பெருகிற்று. அவள் உடலைத் தனக்கேற்றபடி பயன்படுத்த முனைந்தான்.

மீண்டும் ஒருமுறை அவளைச் சந்திக்கும் பேறு கிட்டிற்று. அவன் ஊருக்குப் போயிருந்தபோது உறவினர் வீட்டு விசேஷம் ஒன்றிற்கு அவளும் வந்திருந்தாள். முன்னைவிடவும் சிநேக பாவத்துடன் நீளமான புன்னகை சிந்தினாள். அளவாக விரிந்த இதழ்கள் அப்படியே அவன் மனதில் காட்சியாக ஒட்டிக் கொண்டன. எல்லாவற்றையும் ஈர்த்துக்கொள்ளும் பெரும்சக்தி அந்த இதழ்களில் பொதிந்திருந்தது. அவன் மனச்சுவரில் ஆழமான ஆணி அடித்து அந்த இதழ்களின் படம் எப்பேர்ப்பட்ட காற்றிலும் ஆடி அசையாமல் இருக்கும்படி நிரந்தரமாகப் பொருத்தினான். சின்ன வகுப்பில் குழுவாக எடுத்துக்கொண்ட புகைப்படத்தைத் தன் சேகரிப்புக்குள் தேடிப் புதையலெனக் கண்டான். அந்தப் படத்தில் அவள் இரட்டைச்சடையும் தலை நிறையப் பூச்சரமுமாக நின்றிருந்தாள். முகம் வெளிறிப் பயத்தோடு இருப்பதாகப் பட்டது. அவளை அடுத்து இரண்டு பேர் தள்ளி அவன் நின்றான். அவளுக்கு அருகில் நின்றிருக்கக்கூடாதா என்று ஏக்கமாக இருந்தது. எவ்வளவு சின்னப் பெண். ஆனால் அவள் கண்களில் அப்போதே ஒரு விசை இருந்ததாகத் தோன்றிற்று.

இரவுகளில் அவள் விதவிதமாக அவனுக்குமுன் காட்சியானாள். அவள் கண்களை மட்டும் பார்த்துக்கொண்டே ஒரு இரவு முழுவதையும் கழித்தான். இன்னொருமுறை அவளை நேரில் பார்க்க வேண்டும் என்றுகூடத் தோன்றவில்லை. அவள் எல்லாவிதமாகவும் அவனுக்கு அறிமுகமாகிக்கொண்டிருந்தாள். இமை மூடி அவள் படுத்திருந்தாள். இமைகளை அவள் திறந்துவிடக் கூடாது என்னும் எச்சரிக்கையோடு பூவை ஒற்றியெடுப்பது போல முத்தமிட்டான். அப்படியே கன்னம் ஊர்ந்து இதழ்களுக்கு வந்தான். அவை வறண்டிருந்தன. பதித்தபோது உயிர்ப்பில்லை. கருநீலம் கொண்டிருந்த இதழ்கள். அவளல்ல. அவள் பிணம்.

அதிர்ச்சியில் விழித்துக்கொண்டான். உடல் வியர்த்து யோசனைகள் அற்றவனாய் அப்படியே வெகுநேரம் கிடந்தான். அதற்கு மேல் துளியும் தூக்கமில்லை. பிணத்தை முத்தமிட்டவன் நிம்மதியாகத் தூங்க முடியுமா? ஈரம் கனிந்து பளபளக்கும் அவள் இதழ்களை உயிர்ப்பற்றதாக்கிப் பார்க்கும் மனம் நோய் பீடித்ததுதான். துக்கம் பெருக அழுவதைத் தவிர அவனால் ஒன்றும் செய்ய முடியவில்லை. அடுத்தநாள் காட்சிகள் வேறாக விரிந்தன. முன்பகுதியில் அவனும் அவளும் உயிருக்குயிராகக் காதலிக்கும் புனிதக் காட்சிகள். அவன் ஆனந்தமாய்த் தலை வைத்துகொள்ள மடி விரித்துத் தந்தாள். அவன், அவளின் சிறு தேவைகளையும் குறிப்பறிந்து நிறைவேற்றிக் கொடுத்தான். அன்றைக்கு முத்தமிட்டுக் கொள்ளவில்லை. ஆனால் அவர்களின் சந்திப்பு அவளுடைய பெற்றோருக்கு எப்படியோ தெரிந்துவிட்டது. அவள், அவனைவிடச் சற்றே உயர்ந்த சாதியைச் சேர்ந்தவள். கொஞ்சம் செல்வ வளம் உடையவளும்கூட. அதற்குப்பின் அவளைச் சந்திக்க அவன் செய்த முயற்சிகள் எதுவும் பலிக்கவில்லை. தூக்கிட்டுச் செத்துப்போன அவள் பிணத்தைத்தான் பார்த்தான். உடல் உருகிக் கரையும் அளவுக்குக் கதறினான். பார்த்தவர்கள் எல்லாம் அவன்மேல் அனுதாபம் கொண்டனர்.

"இப்பேர்ப்பட்ட பையனுக்குப் பொண்ணக் குடுத்திருந்தா என்ன?"

"அடேங்கப்பா ... இவந்தான் காதலன்."

"கண்ணுக்குள்ள வெச்சுப் பொண்ணக் காப்பாத்தியிருப்பானே."

"இவனவிடச் சாதியும் பணமுமா பெருசு?"

பிணவீட்டில் கூடிய கூட்டம் முழுக்க அவனைப் பற்றியேதான் பேசியது. பெண்ணின் தந்தை ஆள் வைத்து அவனை வெளியே இழுத்துவிட்டார். இல்லாவிட்டால் இன்னும்

அவனைப் பற்றிய பேச்சுகள் காதில் விழுந்துகொண்டேயிருக்கும். ஆனால் என்ன, அங்கே அவனைப் பற்றிய பேச்சுகள் தானே இனிமேல் நடக்கும்.

அவன் தன்னை முழுவதுமாக வெறுத்தான். தன் எதிர் காலத்திலேயே கைவைத்துவிட்ட கற்பனையை எப்படி விரட்டி ஓட்டுவது என்று தெரியவில்லை. அவனும் அவளும் சேர்ந்திருக்கும் காட்சிகள் குறைந்துகொண்டே வந்தன. அவளுடைய பிணம், கூட்டம், வானத்தைப் பிளக்கும் அவன் கதறல், அவனைப் பற்றிய கூட்டத்தின் பேச்சு எனப் பிற்பகுதி விரிந்துகொண்டே போனது. அவள் பிணத்தின் முன் கிடந்த அவன் பைத்தியமாக எழுவதாகத் தோன்றிற்று. அன்று கூட்டத்தில் இரக்கம் ஒருசேர அவன்மேல் கவிந்தது. நெஞ்சை ஈர்க்கும் அழகான பெண்ணைப் பற்றிய கற்பனைக்குள்கூடத் தன்னால் சஞ்சரிக்க முடியவில்லை என்னும் வருத்தம் அவனை நிரந்தரத் துக்கத்துள் தள்ளியது.

அவனுடைய அன்றாட வேலைகள் அப்படியே கிடந்தன. பகலெல்லாம் வெறுமனே கண்மூடிப் படுத்திருந்தான். இரவுகளைக் கண்டு பயந்தான். வறண்டு நீலம் பாரித்த பிணத்தின் உதடுகளை முத்தமிடும் காட்சி அவன் முன் உருவாகிப் பதற்றம் கொடுத்தது. உயிர் பிளக்கும் வேதனைக்கு உள்ளானான். இரவைத் தூங்காமல் கழிக்க முயன்றான். அவனுக்கு எப்போதோ லேசாகப் பழக்கமாகியிருந்த மதுவைப் பருகினான். நகரத்தின் வீதிகளில் கூட்டம் நிறைந்திருக்கும் பகுதிகளாகப் பார்த்து நடந்தான். நடப்பது ஒன்றே அவனுக்கு ஆறுதல் தருவதாயிருந்தது. இரவுகள் பெருகின. அவன் கண்கள் ரத்தக் குழம்பாகி வெளித்தள்ளின. அவன் முகம் யாருடையதோ போலத் தோன்றிற்று. அவளின் இதழ்களுக்கு லேசான ஈரம் வந்தால் எல்லாம் உயிர்ப்பாகிவிடும் என்று பட்டது. ஆனால் அதற்கு வழி தெரியாதவனாய்த் திரிந்தான்.

சாரம் உறிஞ்சப்பட்ட வெற்றுச் சக்கையாகத் தன் வாழ்க்கை கிடப்பதைப் பார்த்தான். இனியும் இந்த உலகில் கால்கொண்டு உலவுவதில் எந்தப் பயனுமில்லை என்று நினைத்தான். தற்கொலை பற்றி அவன் தீவிரமாகச் சிந்திக்கலானான். எந்த வகையான தற்கொலை தனக்கு உகந்ததாக இருக்கும் என்று அவனால் தீர்மானிக்க முடியவில்லை. விபத்தில் தன்னுடல் சிதறுவதாகக் கற்பனை செய்தான். அது கொஞ்சம்கூடப் பிடிக்கவில்லை. ஏற்கனவே அவனுக்குப் பலவிதமாக அறிமுகமாயிருந்த விபத்துகளின் கோரக் காட்சிகள் சலிப்பூட்டுபவையாக இருந்தன. அவனுடைய ஊரில் பூச்சிக்கொல்லி மருந்தைக் குடித்துத் தற்கொலை செய்துகொள்பவர்களின் எண்ணிக்கை அப்போது

அதிகமாயிருந்தது. அவனும் பூச்சிக்கொல்லி மருந்தை மனத்தில் கொண்டுவந்து பார்த்தான். அந்தப் பாட்டில்களின் வடிவங்களும் அவற்றின் நிறமும் அவனுக்கு வாந்தியைக் கொடுத்தன.

தற்கொலை சம்பந்தமான வழிமுறைகள் பலவற்றையும் இப்படிப் போட்டுக் குழப்பியபடி அன்றைக்கு இரவு படுக்கைக்குப் போனான். பலமுறை பெருமூச்சுகளை உதிர்த்துக்கொண்டிருந்தவன், அவனையறியாமல் உறங்கிவிட்டான். நெடுநாளைய உறக்கம் முழுவதையும் ஒருசேரத் தூங்கிக் கழித்தான். ஆழ்தூக்கம் லேசாகக் கலையத் தொடங்கியபோது அவன் முன் நிழல்போலக் காட்சி ஒன்று தோன்றியது. தொய்ந்த கால்களுடன் தொங்கும் பிணம். அதன் கழுத்திலிருந்து மேலே போன கயிறு முடிவற்று வான்வெளியில் கலந்தது. காலுக்குக் கீழே விரிந்த பள்ளம். அதன் கீழ்த்தரை தென்படவேயில்லை. அந்தரத்தில் தொங்கும் பிணம். கயிற்றை மேகம் மூடிச் செல்கிறது. காற்றில் பிணம் அசைந்தசைந்து நிலைகொள்கிறது. எதிலிருந்து தொடக்கம், எங்கே முடிவு? ஒன்றும் தெரியவில்லை. லேசான தெளிவு பிறப்பது போல ஒளி. பிணத்தின் முகம் துலங்குகிறது. அது அவன்.

அவன் விழித்தெழுந்தபோது உற்சாகமாயிருந்தான்.

●

***குதிரைவீரன் பயணம்*, ஜூன் 2006.**

நிலவு ததும்பும் சாலைகள்

வீட்டை விட்டு வெளியேறி விடுவதெனத் தீர்மானித்தேன்.

அந்தக் கணத்தில், சூரியன் மேற்கு வானில் புதைந்துகொண்டிருந்த அந்த அந்தியில், சட்டென எண்ணம் தோன்றிற்று. இதற்கு முன்னும் எத்தனையோ முறை வெளியேறும் தீர்மானம் வந்திருக்கிறது. ஆனால் ஒருபோதும் முடிந்ததில்லை. ஏதாவது ஒரு சுட்டுவிரல் மனவெளியில் வந்து நீண்டு தன் இருப்பைப் பூதாகரமாக்கிக் காட்டி என் தீர்மானத்தைப் பொலபொலவென உதிர்த்துவிடும். ஆனால் இந்த முறை அப்படியல்ல. எதனாலும் என்னைத் தடுக்க முடியாது. வீடு எப்போதும் வீடாக இல்லை. வெறும் சுவர்கள். உள்ளிருக்கும்போது நெருங்கி நெருங்கி வந்து சுற்றிலும் சூழ்ந்து மூச்சு முட்டும்படி செய்யும் சுவர்கள். சமயத்தில் அண்ணாந்தும் பார்க்க முடியாது. கூரை முகடு மூக்கு நுனியைப் பதம் பார்க்கத் தயாராக நிற்கும். காற்று, வெளிச்சம் எல்லாம் தம் வரவை நிறுத்திக் கொண்டபின் இந்தச் சுவர்களுக்குள் வசித்துத்தான் ஆக வேண்டுமா?

இதுதான் விதியென்று வெம்மையில் விதிர்த்துப் பல இரவு பகல்களில் கிடக்க நேர்ந்திருக்கிறது. ஆனால் இப்போது அப்படியல்ல. சுவர்களின் அழுத்தம் கூடி என்னைப் பிதுக்கித் தள்ளி விட்டது. இனி அதனுள் வலுக்கட்டாயமாக நுழைந்து சுவர்களைத் தள்ளி நிறுத்தி அதனை வீடாக்குவது

இயலாத காரியம். எண்ணம் தோன்றியவுடனே வெளியேறி நடந்தேன். திசை பற்றிய இலக்கற்று வெகுநேரம் நடந்துகொண்டிருந்தேன். சட்டென உணர்வு தோன்றிய ஒரு கணத்தில், இதுவரைக்கும் நான் நடந்த பகுதிகள் அனைத்தும் ஏற்கனவே எனக்கு அறிமுகமான, எத்தனையோ முறை நடந்து திரிந்த பாதைகள் என்பதை அறிந்தேன். கால்கள் பழக்கப்படுத்திய நாய்க்குட்டிபோல் செயல்பட்டிருக்கின்றன. இதுவரைக்கும் நுழைந்திராத தெரு ஒன்றிற்குள் புகுந்தேன். மனிதர்களும் வீடுகளும் கடைகளும் நிறைந்த அந்தத் தெரு பொம்மை உலகம்போல் தோன்றிற்று. எல்லாம் ஏற்கனவே தீர்மானிக்கப்பட்ட மாதிரி இயங்கிக்கொண்டிருந்தன. அது முடிவற்ற பெருஞ்சாலையாய் விரிந்தது. எனினும் சலிப்பற்று நடந்தேன். நடக்கும்போதெல்லாம் இன்னும் என் வீடெனும் கொக்கி சட்டைக் காலரில் மெல்லிய இழையாய்ப் பதிந்திருப்பதாய் உணர்ந்தேன்.

அதிலிருந்தும் தப்பித்துச் செல்ல வேண்டும். சாலை இன்னுமொரு சாலையில் மோதி அதனோடு கலந்துபோயிற்று. அவ்விடம், ஏராளமான பேருந்துகள் நின்று செல்லும் இடமாக இருந்தது. மனிதத் தலைகள் விதவிதமாகத் தெரிந்தன. அவர்கள் கைகளில் மூட்டைகளும் பைகளும் எனச் சுமைகளைக் கொண்டிருந்தனர். அங்கே எந்தச் சுமையும் அற்றவன் நான் ஒருவனாகத்தான் இருப்பேன். ஒரு பேருந்து வந்ததும் ஐந்தாறு பேர் ஓடிப்போய் முண்டியடித்து ஏறினர். அவர்கள் மூட்டை முடிச்சுகள் ஏராளமாக வைத்திருந்தனர். ஒருவன் அவற்றை எடுத்து எடுத்துப் படியில் வைக்க இன்னொருவன் உள்ளே தள்ளிக்கொண்டிருந்தான். பொறுமையற்று ஓட்டுநர் ஒலிப்பானில் அவசரத்தைச் சொன்னார். நடத்துநர் ஏதோ கத்தினார். ஆனாலும் அவர்கள் எல்லாச் சுமைகளையும் ஏற்றிய பின்னரே பேருந்து நகர்ந்தது. எத்தனை சுமைகள். வழியெல்லாம் அவற்றைப் பாதுகாத்து, சுமந்து, ஏற்றி, இறக்கி, எங்கே கொண்டுபோய்ச் சேர்ப்பார்களோ. சேர்த்த பின்னும் சுமை விட்டுவிடுமா. அவர்களை நினைக்கப் பாவமாக இருந்தது. அந்த நிறுத்தத்தில் இன்னும் எத்தனையோ பேர். சுமைகளுடன் அவர்கள் அல்லாடுவதைப் பார்க்கப் பிடிக்கவில்லை. ஏதாவது ஒரு பேருந்து வந்தால் ஏறிக்கொள்ள வேண்டும். என்ன, அந்தப் பேருந்து கூட்டமற்று, உட்காரக் காலி இருக்கைகளுடன் வந்து நிற்க வேண்டும்.

சாலையின் இயக்கம் அச்சமூட்டுவதாக இருந்தது. அதைக் கவனிப்பதைத் தவிர்க்கப் பார்வையை வானத்தில் ஓட்டினேன். பெரிய பூதம்போல மேகமொன்று பரவிச் சென்றுகொண்டிருந்தது. சூரியன் முழுவதுமாக மறைந்துவிட்டாலும் இன்னும் வெளிச்சம்

இருந்தது. விளக்குகள் எரிந்து கண் கூச ஆரம்பிக்கும் முன் ஏதாவது ஒரு காலியான பேருந்து வந்துவிட வேண்டுமெனப் பிரார்த்தித்தேன். பிரார்த்தனையின் பலனாய்க் கடவுள் ஒரு காலிப் பேருந்தை அனுப்பி வைத்தார். நடத்துநர் படியில் நின்று அழைத்தபோதும் ஒருவரும் ஏறவில்லை. சாவகாசமாக நான் ஏறப்போனேன் "எதுவரைக்கும்" என்றார் நடத்துநர், மிகுந்த பொறுப்புணர்வுடன்.

அப்போது உலகிலேயே பதில் சொல்ல முடியாத கேள்வி அதுவாகத் தோன்றிற்று எனக்கு. அவர் முகத்தைத் தவிர்த்துவிட்டு உள்ளே ஏறினேன். சிடு சிடுத்தபடி அவர் அதே கேள்வியை வலியுறுத்திக் கேட்பார் என்று எதிர்பார்த்தேன். அப்படிக் கேட்டால் சட்டெனக் கீழே இறங்கிவிட வேண்டுமெனவும் முடிவெடுத்தேன். ஆனால் அவர் எதுவும் பேசவில்லை. பேருந்தும் புறப்பட்டுவிட்டது. யாரும் ஏறவில்லை. காலியாக இருப்பதுபோலத் தோன்றினாலும் நான் நினைத்த அளவுக்குப் பேருந்து காலியாக இல்லை. குறிப்பாக ஜன்னல் ஓர இருக்கை எதுவும் காலியாக இல்லை. திருப்தியாக இல்லை என்றாலும் வேறு வழியற்று ஓர் இருக்கையில் அமர்ந்து கண்களை மூடிக்கொண்டேன்.

நடத்துநர் வந்து மெதுவாகத் தோளைத் தொட்டார். மீண்டும் பழைய கேள்வியையே கேட்டார். 'எதுவரைக்கும்?' அப்போதுதான் என் சட்டைப் பையைத் தொட்டுப் பார்த்தேன. அதனுள் நிறைய ரூபாய் நோட்டுகள் இருந்தன. அவர் கேட்ட கேள்வியையே திருப்பிக் கேட்டேன். 'எது வரைக்கும் போவுது?' அவர் ஊர்ப் பெயரைச் சொன்னார். கடைசியாகப் பேருந்து போய் நிற்கும் ஊர் வரைக்கும் சீட்டு வாங்கிக்கொண்டேன். ஆனால் மனதுக்குள் எதுவோ விட்டுப்போயிற்று. சட்டெனப் பேருந்து வீட்டைப் போலத் தோன்ற ஆரம்பித்தது. சட்டையில் பணம் இல்லாமல் போயிருந்தால் நன்றாக இருந்திருக்கும். பேருந்துக்குள் விளக்குகள் போடப்பட்டன. டேப் ரிகார்டர் சத்தமாக ஒலித்தது. எல்லாம் வீட்டின் நினைவைப் பெருக்கின. பேருந்து சாயும்போதும் ஆடும்போதும் ஒருபக்கச் சுவர் என்மேல் விழுந்து அழுத்திக்கொள்ளும்போல் பயமாக இருந்தது. எத்தனையோ இரவுகளில் கூரை பெயர்ந்து என்மேல் பெருத்த ஓசையோடு வந்து விழுந்திருக்கிறது. அவற்றில் எல்லாம் எப்படியோ தப்பித்திருக்கிறேன். நான் தூங்கினால் என்மேல் விழுந்துவிடும் என்னும் பயத்தில் தூங்காமலே புரண்டுகிடந்த இரவுகள் பல. பேருந்தின் செவ்வகம் திரும்ப வீட்டுக்கு என்னை அழைத்துப் போய்விடுமோ என்று அஞ்சினேன்.

கண்களை இறுக மூடிக்கொண்டேன். ஜன்னல் பக்கத்து இருக்கை கிடைத்துவிட்டால் எல்லாம் சரியாகிவிடும் போலிருந்தது. ஆனால் பேருந்து எங்கும் நிற்பதாகவோ யாரும் இறங்குவதாகவோ எந்தச் சுவடும் தென்படவில்லை. மிகையான வேகமெடுத்துப் பேருந்து போய்க்கொண்டிருந்தது. அதனால் உள் முழுக்கக் காற்று பரவிற்று. என்னையும் அறியாமல் தூங்கிப் போய்விட்டேன். பிசிறில்லாத நல்ல தூக்கம். திடுமெனப் பேரரவம் என்னைச் சூழ்ந்தது. சட்டென விழித்தேன். பேருந்து நின்றுகொண்டிருந்தது. பெரும் கூட்டம் முட்டிமோதி ஏறிற்று. இரண்டு மூன்று பேருந்துகளுக்கான கூட்டம் இந்த ஒன்றில் ஏற முயன்றுகொண்டிருந்தது. பதறிப்போய் இந்த இடத்திலேயே இறங்கிக்கொள்ளலாமா என்று யோசித்தேன். ஆனால் எந்தப் பக்கமும் இறங்க முடியாத நிலைமை. கால்களை உள்ளிழுத்துச் சுருக்கி ஒடுங்கினேன். கூட்டத்தைத் திணித்துக்கொண்டு பேருந்து புறப்பட்டுவிட்டது.

என்னருகில் ஒரு முக்கால் கிழவி வந்து நின்றாள். பிதுங்கிக் கொண்டிருந்த பெரிய பையைக் கையில் வைத்திருந்தாள். பையைப் பிடிக்கும்போது கம்பியை விட்டுவிடுவாள். கம்பியைப் பிடிக்கும்போது பையை விட்டுவிடுவாள். இரண்டு பக்கத்துச் சீட்டுகளிலும் போய் மோதிமோதிச் சாய்ந்தாள். பை ஒருவேளை மிகுந்த சுமை உடையது போலும். கிழவிக்கு ஸ்தூலமான உடம்புவேறு. பேருந்தின் அசைவுக்குத் தகுந்தவாறு தன்னை நிலைப்படுத்திக்கொள்ள இயலவில்லை. பையைக் கையிலும் வைத்திருக்க முடியவில்லை. கால்களுக்கு இடையில் வைத்து நின்று கொள்ளவும் முடியவில்லை. கிழவி பெரும் அவஸ்தைப் பட்டாள். எனக்கு முதலில் சிரிப்பாக இருந்தது. இந்தக் கிழ வயதில் எதற்கு இத்தனை சுமைகள் இவளுக்கு? இந்தச் சுமைகள்தான் துயரத்திற்குக் காரணம் என்பதை அவளால் அறிய முடியுமா? சுமைகள் இல்லாவிட்டால் கிழவி ஒன்றுமற்றுப் போய்விடுவாள். அவைதான் அவளுடைய வாழ்வை அர்த்தப்படுத்தக்கூடும். இத்தனை கூட்டத்தில் சுமையோடு ஏறிப் போக வேண்டியது என்ன நிர்ப்பந்தம்? கிழவியின் இரண்டு பக்கம் நின்றவர்களும் அவளை எரிச்சலோடு திட்டலானார்கள். பத்து நிமிடம் ஆகியும் கிழவியால் நிலைப்பட முடியவில்லை. பேருந்தில் எல்லோர் பார்வையும் அவள் மீதே இருந்தது.

என்னையும் அறியாமல் கிழவியின் கையிலிருந்த பையை வாங்கி என் காலடியில் வைத்துக்கொண்டேன். பை ரொம்பவும் கனம்தான். திடமாக ஓரிடத்தில் நிற்காதபடி பைக்குள் என்னென்னவோ பொருள்கள் இருக்கக்கூடும். இரு கால்களுக்கு இடையில் பை சிக்கி நிற்கவில்லை. எவ்வளவு

அழுத்தமாகப் பிடித்தாலும் ஒருபுறம் பிதுங்கிச் சரிந்தது. கம்பியோடு சாய்த்துவிட்டுப் பார்த்தேன். ரொம்பவும் தொய்ந்தது. ஏதாவது கொட்டிப்போய்விட்டால் கிழவி பெருங்கஷ்டப்பட நேரலாம். பையின் இரு காதுகளையும் சேர்த்து முடி போட்டுப் பார்த்தேன். முடி ஒரு சுற்றுக்கூட வரவில்லை. விட்டதும் அவிழ்ந்துகொண்டது. கால்களை எதிர் இருக்கையின் கம்பியில் சகஜமாக வைத்து உட்காரவும் முடியவில்லை. பையோடு வெகுநேரம் போராடிவிட்டுப் பின் கீழே வைத்துக் கையிலும் பிடித்துக்கொண்டு ஒருவாறு சமாளித்தேன்.

இப்போது கிழவியைப் பார்த்தேன். அவள் இருக்கைக் கம்பியின் மேல் சாய்ந்து கண்களை மூடிக்கொண்டிருந்தாள். தூங்குகிறாள் போலும். அவள் சுமை முழுவதையும் என்னிடம் சுமத்திவிட்டு நிம்மதியாக இருக்கிறாள். சுமையின் அவஸ்தையை எனக்கு மாற்றிவிட்டாள். கிழவியின் நிச்சலனம் எனக்கு எரிச்சலேற்படுத்தியது. திரும்பவும் என் கட்டுப்பாடுகளைத் தாண்டி மனம் வீட்டிற்குப் போய்விட்டது. வீடு எப்போதும் என் தோளில் பாரமாக உட்கார்ந்துகொண்டிருந்தது. உள்ளிருக்கும் போது எலும்புகளை நெரிக்கும் பெரும்பாரம். முதுகு கூனியும் கால்கள் பின்னியும் சுமக்கவியலாப் பாரம். வீடு தனக்குள் இருக்கும் கனம் முழுவதையும் ஒரு சேர ஏற்றி வைத்துவிடும். வெளியே போனால் வீட்டின் பாரம் கொஞ்சம் குறைந்தது போலிருக்கும். ஆனால் குறைவதில்லை. என்னென்னவோ கொடுக்கச் சொல்லித் தன் பிடியை இறுக்கமாக்கும். நேரம் செல்லச் செல்லக் குரல்வளையில் அதன் பிடி நெரிக்கும். கிழவியின் பை வீடு என்னும் பாரமாய் என்னுள் ஏறிற்று. எதை உதறி வந்தேனோ அதன் நெருக்கடி இன்னும் தீர்ந்தபாடில்லை. எத்தனையோ விதங்களில் அது தன் இருப்பை உணர்த்திக்கொண்டேயிருக்கிறது. விரிந்த வலையின் கண்ணிகள் எவ்வளவு தூரம்வரைக்கும் நீண்டிருக்கக்கூடும்?

பையைக் கிழவியிடமே திரும்பக் கொடுத்துவிட எண்ணினேன். ஆனால் எதுவோ என்னைத் தடுத்தது. கிழவி என்னைப் பற்றி என்ன நினைப்பாள்? பேருந்துப் பயணிகள் பார்வையில் நான் எப்படிப்பட்டவனாக உருப்பெறுவேன்? அதையெல்லாம் நினைத்து அந்த எண்ணத்தைத் தவிர்த்துக் கொண்டேன். என் விருப்பங்களை, ஆசைகளைத் தவிர்த்துக் கொள்ள இப்படி எத்தனை விதமான பிடுங்கல்கள். என் கைப்பை சுவராய் விரிந்தது. கொஞ்சம் கொஞ்சமாய் அது தன் ஆகிருதியை விரிவுபடுத்தி என்னை மூழ்கடிப்பதாய்த் தோன்றிற்று. அதற்குள் மூச்சு முட்டிக்கொண்டிருந்தபோதில், கிழவி பையைக் கேட்டாள். பேருந்து நின்றிருந்தது. ஏதோ

நிலவு ததும்பும் சாலைகள் 283

ஒரு பெரிய நகரத்தின் நுழைவாயில் நிறுத்தம். முந்தைய ஊரில் ஏறிய கூட்டம் முழுவதும் இறங்கியது. அதற்கு முன் ஏறியவர்களும்கூடப் பலர் இறங்கினர். ஜன்னலோர இருக்கைகள் பல காலியாயின. ஆசுவாசமாய் இரண்டு இருக்கை கொண்ட பக்கம் ஜன்னலோரத்தில் போய் அமர்ந்தேன். ஜன்னலாகிய அந்தச் சதுரம் விஸ்தாரமான வெளியைக் காட்டிற்று. தலையைக் கொஞ்சம் கீழிறக்கினேன். ஏராளமான சுவரொட்டிகள் மறைத்த நீளச்சுவர் என்முன். தலையை உலுக்கிக்கொண்டு மீண்டும் பார்வையை மேலேற்றினேன். இப்போதைய வானம் வெறும் வெளியாயிருந்தது. அதன் நிர்மலம் சில கணங்கள் சந்தோசம் கொடுத்தது. அடுத்த கணம் அந்த வெளியை ஏதேனும் சிறு மேகத் துணுக்கு ஓடிவந்து நிறைத்துவிடுமோ என அஞ்சலானேன். என் அச்சம் கூடியபடி இருந்தது. மேகம் எதுவும் வரவில்லை எனினும் வரப்போகும் மேகம் மிக அருகில்தான் இருக்கிறதென்னும் பயம் நீங்கவில்லை. மனதில் அழுத்தம் கூடிற்று. ஏதாவது மேகம் வந்துசேர்ந்துவிட்டால்கூட நிம்மதியாயிருக்கும் என்று தோன்றிற்று. என் உடல் இறுகித் தவித்தது. ஜன்னல் வழியாக வெளியே குதித்துவிடும் எண்ணம் தீவிரமாகத் தோன்றியது.

பார்வையைச் சிரமப்பட்டுச் சாலைக்குக் கொண்டுவந்தேன். பழையபடி இயல்பு மாறிய சுவர் பட்டது. பேருந்தில் இருந்து இறங்கிய, இறங்கிக்கொண்டிருக்கும் மனித முகங்கள். சுமை கூடிய உடல்கள். அக்கூட்டத்தில் சட்டென ஒரு முகம் பொலிவோடு துலங்கிற்று. கண்கள் அந்த முகத்திலேயே நிலைத்தன. அது என்ன முகம். வசீகரத்தின் ஈர்ப்பு பொங்கிச் சுழலும் முகம். பிரகாசத்தின் நடுவே அடர்த்தியான கருமீசை மட்டும் தெளிவாகத் தெரிந்தது. உதடுகளில் கவர்ந்து விழுங்கிவிடும் மென்சிரிப்பு. அந்தச் சிரிப்பு மௌனமாக என்னை அழைத்தது. அழைப்பின் தீவிரம் கணத்திற்குக் கணம் பெருகிற்று. மறுப்பதைப் பற்றி யோசிக்கவே விடாத அழைப்பு. என் உடல் சுருண்டு ஜன்னல் வழியாக வெளியே குதித்துவிடும் போலிருந்தது. உடனே எழுந்து படிகளை நோக்கி ஓடினேன். பேருந்து புறப்பட ஆயத்தமாகிக்கொண்டிருந்தது. அது கிளம்பக் கிளம்ப இறங்கி விட்டேன். என் கவனம் முழுக்க அந்த முகத்திலேயே இருந்தது. முகம் நோக்கி நடந்தேன். இன்னும் அழைப்பின் தொனி மாறாத சிரிப்பு அப்படியே இருந்தது.

வயதை நிர்ணயிக்க முடியாத முகம். குறிப்பான அடையாளங்களைச் சொல்லி வருணிக்க முடியாத முகம். என் துக்கங்களை எல்லாம் துடைத்தெறிந்து சமப்படுத்தும் புது மழையின் தூய்மை கொண்ட முகம். யார் அது? என் வாழ்வின் இதுவரையான கணங்கள் எதிலும் நான் சந்தித்திருக்கவில்லை. என் சுருங்கிய

உலகம், என் வீடு, தெரு, ஊர் நண்பர்கள் ஆகியவற்றோடு நின்றுவிட்டது. அதற்குள் எப்போதும் இந்த முகம் வந்ததில்லை. ஏற்கனவே இந்த முகத்தைச் சந்தித்திருப்பேனென்றால் என் பாதைகள் மலர் செழிக்கும் வளம் கொண்டிருக்கக் கூடும். இத்தனை காலம் எங்கே ஒளிந்திருந்த முகம் இது?

முகத்தின் நேரடியான ஒளி கருக்க, நான் தலை குனிந்து கொண்டேன். முகத்தின் கைகள் என் தோள்களைத் தழுவின. ஆனந்தப் பரவசத்தில் பெரும் தோழமையின் அருகிருப்பை உணர்ந்தேன். அவன் எனக்கு முன்னே நடந்தான். முழு ஈடுபாட்டோடு பின் தொடர்ந்தேன். ஜனநெருக்கம் மிகுந்த வீதிகளினூடே அவன் போனான். மிக எளிதாக நான் தொடரும் படியான வேகம்கொண்ட நடை. என்னை அலைக்கழிக்கும் விருப்பமற்ற ஒரு தோழமை. சில சமயங்களில் அவனுக்கு இணையாக நானும் நடக்க முடிந்தது. அப்போது அவனுடைய பக்கவாட்டு முகம் எனக்கு மிகவும் பரிச்சயமான சாயலாக இருந்தது. எவ்வளவு தூரம் அவன் அழைத்துப் போனாலும் எங்கெங்கே அவன் சுற்றிச் சென்றாலும் எந்தத் தயக்கமுமின்றி, சிரமமுமின்றி அவனைப் பின் தொடர என்னால் இயலும். அப்படிப் பின் தொடர்வது ஒன்றுதான் எனக்கு வழி. வீட்டை விட்டு வெளியேறியதன் நோக்கம் இப்போதுதான் நிறைவடையத் தொடங்கியிருக்கிறது. எப்போதும் இல்லாத ஒரு நிம்மதி என்னுள் பரவுவதை உணர்ந்தேன். என் மனமும் உடலும் அவன் வசமாகி ஒருநிலைப்பட்டன. என்னுள் ஏதேதோ உடைவுகள் நேரத் தொடங்கின. மனதின் அழுத்தமான, கப் பென்று மூடிக்கிடந்த பெரும் கல்லொன்று மெல்லப் பெயரத் தொடங்கிற்று.

இப்போது அவன் பக்கவாட்டு முகம் எனக்குத் தெளிவாகத் தெரிந்தது. அது என்னைக் கொஞ்சம் வெட்கத்திலும் சங்கோஜத்திலும் ஆழ்த்திற்று. பார்க்கக் கூசி வேறு பக்கம் முகம் திரும்பிக்கொண்டேன். இருப்பினும் அந்த முகம் என்னை விட வில்லை. லகுவாக என் கவனத்தை வேண்டிற்று. அந்த முகத்தைத் தைரியமாக ஏறிட்டு நோக்கினேன். மிகுந்த சினேகபாவத்துடன் அது புன்னகைத்தது. எத்தனையோ வருடங்களாக என் முன் இறுகி நின்ற அந்த முகம். அதனைக் கண்டதும் எனக்குள்ளும் தோன்றும் வெறி. எல்லாம் அந்த நொடியில் விலகின. ஆண்டாண்டுகளாக மனதைக் குடைந்துகொண்டிருந்த அந்த வெற்று வைராக்கியம் பிளவுண்டுபோயிற்று. நானும் மனம் குளிரச் சிரித்து என் ஆமோதிப்பைத் தெரிவித்தேன். எத்தனையோ விடுபட்ட விஷயங்களை அம்முகத்தோடு பேச ஆவல்கொண்டேன். அதற்கான திறப்பை அம்முகமே வழங்கிற்று.

அந்த முகத்திற்குரியவன் என் பிள்ளை விளையாட்டுத் தோழன். அவனும் நானும் ஒன்றாகவே பள்ளிக்கூடம் போவோம். ஒன்றாகவே திரும்புவோம். எந்த விளையாட்டென்றாலும் எனக்கு அவனிருக்க வேண்டும். அவனுக்கு நானிருக்க வேண்டும். இருவர் வீடுகளும் பக்கத்துப் பக்கத்துத் தெருக்களில். பள்ளிக் கூடத்திலும் அருகருகேதான் உட்கார்ந்துகொள்வோம். எந்த எதிர்பார்ப்புகளுமற்று மனமொன்றிய நட்பு எங்களுடையது. எட்டாம் வகுப்புவரை சிறு பிசிறுமில்லாமல் தொடர்ந்து கொண்டிருந்த எங்கள் நட்பு சிறுகாற்றில் பெருமரமென வீழ்ந்துபோயிற்று. எட்டாம் வகுப்பின் அரையாண்டுத் தேர்வு முடிந்து பள்ளி திறந்த முதல் நாள். எனக்குத் தலைமையாசிரியரிடம் இருந்து அழைப்பு வந்தது. அவர் வேறொரு வகுப்பறையின் முன் நின்றுகொண்டிருந்தார். என்னைக் கண்டதும் காதைப் பிய்த்துவிடுவதுபோலத் திருகி இழுத்து ஒரு பெஞ்சின் முன் கொண்டுபோய் நிறுத்தி 'படிடா' என்றார். டெஸ்கின் ஒரு ஓரத்தில் பேனாவால் எழுதப்பட்டிருந்த வாசகங்கள். ஆண் பெண் பிறப்புறுப்புகளின் பெயர்கள். அவை இணையும் குறியீடுகள். அதற்குரிய சொற்கள். அவற்றின் கீழே என் பெயரும் வகுப்பும். கண்கள் நிறைந்த கண்ணீரோடு தலைமையாசிரியரைப் பார்த்து மன்றாடும் குரலில் 'நானில்ல சார் . . . நானில்ல சார்' என்று திரும்பத் திரும்பச் சொல்லித் தலையை ஆட்டினேன். என் மன்றாட்டு வெறும் நடிப்பாக அவருக்குத் தெரிந்திருக்க வேண்டும். நான் அந்த அறையில்தான் தேர்வு எழுதினேன். ஆனால் அந்த பெஞ்சில்தானா என்பது தெரியவில்லை. பெஞ்சுகளை இப்போது வகுப்பறைக்குத் தகுந்த மாதிரி நெருக்கமாகப் போட்டிருந்தார்கள். என் பெயர் எழுதப்பட்டிருப்பது அவருக்கு முக்கியமான சான்றாகிவிட்டது. என்ன செய்வது என்று தெரியாமல் 'நானில்ல சார் . . . நானில்ல சார்' என்று இடைவிடாமல் சொல்லிக்கொண்டிருந்தேன். ஆனால் தலைமையாசிரியர் மனம் இளகவில்லை. அந்த வகுப்பாசிரியர் என் துணைக்கு வந்தார்.

அவர் எனக்குச் சாதகமாகச் சந்தேகம் ஒன்றை எழுப்பினார். அந்த வார்த்தைகளை எழுதியவன் தன் பெயரையும் எழுதுவானா என்பதுதான் சந்தேகம். தலைமையாசிரியர் கொஞ்சம் இறங்கி வந்து அந்தக் கையெழுத்து யாருடையது எனப் பார்த்துச் சொல்லச் சொன்னார். என் வகுப்பு மாணவர்கள்தான் அங்கே தேர்வெழுதியவர்கள். முதலில் பார்த்தபோது கையெழுத்தில் என் கவனம் போகவில்லை. திரும்பவும் அதைப் பார்த்தபோது சட்டென எனக்குத் தெளிவாகிவிட்டது. அது என் நண்பனின் கையெழுத்து. என் உடல் வியர்த்துப்போயிற்று. நாக்குழறிப் பேச்சு எதுவும் வரவில்லை. அது யார் கையெழுத்து என எனக்குத்

தெரியவில்லை என்பதை எப்படியோ சொன்னேன். ஆனாலும் கையெழுத்துக்குரியவனைக் கண்டுபிடித்துவிட்டார்கள். அன்றைக்கு அவன் எதிரியானான். அதன்பின் இது நாள்வரை இருவருக்கும் பேச்செதுவும் இல்லை. அவன் மிகவும் சங்கோஜி, கெட்ட வார்த்தைகள் மீதான பிரியத்தை ஏனோ அப்படி வெளிப்படுத்தி இருக்கிறான். அது சரி. என் பெயரை ஏன் எழுதி வைக்க வேண்டும்? எனக்கு இன்னும் புரியாத புதிர்.

வளர்ந்து மீசை முளைத்துப் பெரியவர்களான பின்னும் அவனை எங்காவது எதிர்ப்பட்டுப் பார்க்கையில் பழைய சம்பவமும் கோபமும் வந்துகொண்டேயிருந்தன. சின்ன ஒரு விளையாட்டுத் தனத்தை ஊதிப் பெருக்கி இன்னும் பகைமை பாராட்ட வேண்டியதில்லை என எத்தனையோ முறை சமாதானப்படுத்திக்கொண்டபோதும் அது இயன்றதில்லை. அது என்னுள் பெருந்துக்கமாகவே மண்டிப்போய்விட்டது.

அந்த நண்பனோடு கைகோர்த்து நடந்தேன். அவனோடு எவ்வளவோ பேசினேன். இருளை விரட்டிப் பிரகாசமாய் மின்னிய விளக்குகளினூடே நடந்தோம். நேரம் என்னவோ தெரியவில்லை. ஒரு திருப்பத்தைக் கடந்து வேறொரு தெருவுக்குள் நுழைந்தோம். அந்தப் பக்கவாட்டு முகத்தின் தோற்றம் மெல்ல மெல்ல மாறி என் நண்பன் மறைந்துபோனான். எனினும் என் நண்பனோடு குலாவ நெஞ்சுள் வைத்திருந்த ஆசைகள் நிறைவேறிய குதூகலம் என்னுள் முகிழ்த்தது. என் மீதான சுய இரக்கப் படிவுகள் நொறுங்கிச் சிதறியதைக் கண்டேன். வெகுதூரம் அந்த நிர்மலமான முகத்தோடு நடந்தேன். களைப்பே என்னவென்று தெரியவில்லை. ஒரு இணையான நடையின்போது அந்த முகம் சிறு குழந்தை ஒன்றின் முகமாக மாறியிருந்தது. அதுவும் எனக்கு மிகவும் பரிச்சயமான முகம். மனதின் அடி ஆழத்தைத் தோண்டி எடுத்துக் கொண்டுவர வேண்டியதில்லை. என்னைக் கீழானவனாக உணரவைக்கும், அவமான உணர்வுக்குக் காரணமான முகம் அது. களங்கத்தின் கீற்றும்கூடப் படியாத பால் முகம் அது. அதனைப் பார்க்கும் தெம்பு எனக்கு வரவில்லை. ஆனால் அந்த முகம் என்னெதிரில் நின்று கலகலத்துச் சிரிக்கிறது. அந்த ஓசை செவிகளில் புகுந்து நரம்புகள் அதிர்கின்றன. மெல்ல உயர்த்திப் பார்க்கிறேன். குழப்பங்களின் சாயல் படியாத தெளிந்த முகம். அதனைக் குழந்தையாகப் பார்க்க வாய்க்காத என் கேவலத்தை எண்ணித் தலைகுனிகிறேன். அந்தச் சம்பவத்தைச் சொல்ல நாக்கூசுகிறது. எத்தனை பேர்மீது என்னென்னவோ குற்றங்களைச் சுமத்தி என்னை யோக்கியனாகக் காட்டிக்கொள்ள முயன்றிருக்கிறேன். எல்லாம் இந்த முகத்தின் முன் செல்லுபடியாவதில்லை.

அது ஒரு கருங்குழந்தை. மினுங்கி ஈர்க்கும் நெய்க் கருப்பு. என் உறுப்புக்களின் இருப்பை அறிந்துகொண்ட அந்தப் பதின்வயதில் நிகழ்ந்தது அது. உறுப்பு குறித்த விஷயங்கள் எல்லாம் மர்மங்களாகவே நீடித்தன. என் உடம்பின் ஒவ்வொரு அதிர்வும் புது விதமான ஓசை எழுப்பிற்று. இந்த உலகமே புதுக் கோணத்தில் தென்படலாயிற்று. வெட்கம் கவிய எந்த ஒன்றையும் காணலானேன். இரவுகளிலும் தனியான பகல்களிலும் உறுப்புக்கள் பூதாகரமாகி என் உடல்மொழியை உணர்த்திக்கொண்டிருந்தன. எனக்குப் புரிபடாத, நான் அறிந்து கொள்ளாத விஷயங்களின் பெருக்கம் என்முன் குவிந்து கிடந்தது. அதிலொன்றை அறிந்துகொள்ளும் ஆர்வத்தில் அந்தக் குழந்தையை அழைத்துவந்தேன். மிகச் சிறு குழந்தை அது. இன்னும் திருத்தமான சொற்களைப் பேசவே வாய் திரும்பாத இளங் குழந்தை. என் வீட்டுக்கு அவ்வப்போது யாருடனாவது வந்து போகும். அதனால் பரிச்சயமுண்டு. நான் மட்டுமே தனித்திருந்த பகலில் எதற்கோ வந்தது. மிட்டாய் தருவதாய்ச் சொல்லி உள்ளே அழைத்துக்கொண்டேன். அதன்பின் அச்சத்தோடும் மிரட்சியோடும் அழுதுகொண்டே திரும்பிப் போயிற்று. உறுப்பறியும் என் ஆர்வம் குழந்தை என்றுகூடப் பார்க்கவில்லை. என்னுள் வடுவாய்த் தேங்கிப் போன சம்பவம் அது.

மகிழ்ச்சியும் உற்சாகமும் என்னுள் பெருகும்போதெல்லாம அந்தச் சம்பவம் முன்னால் வந்து நின்று பல்லிளிக்கும். அதற்குச் சாட்சியாக இருந்த என் வீட்டின் அறைச்சுவர்தான் முதலில் என்னை விரட்டத் தொடங்கியது. அந்நியமாகிப் போய்விட்ட அந்த அறைக்குள் என்னால் இயல்பாக நடமாட முடிந்ததேயில்லை. எதையாவது எடுக்கப் போனால் வாய் திறந்த குகைபோல் என்னை அது விழுங்க வரும். தப்பித்து ஓடி வந்துவிடுவேன். ஒருநாளும் அந்த அறையோடு இணக்கம் ஏற்படவில்லை. எனக்குள் மட்டுமே புதைந்துபோய்விட்ட ரகசியம் இதுவென்று கருதிக்கொண்டிருந்தேன். அக்குழந்தை வளர்ந்தாள். பெரியவளானாள். கல்யாணமும் செய்துகொண்டாள். அவளுக்கு எல்லாம் மறந்துபோயிருக்கும் என்று எவ்வளவுதான் தேற்றிக் கொண்டாலும் அவள் எதிர்ப்படும்போது பதற்றம் கூடி எனக்கு வியர்த்துப்போகும். ஒளிந்துகொள்ள இடம் தேடிக்கொள்வேன். இன்று ஏதோ பரிகாரம் செய்துவிட்டதான திருப்தி வருகிறது.

தைரியத்தோடு அம்முகத்தை அண்ணாந்து பார்த்தேன். என்னை மன்னித்துவிட்ட அல்லது அதையே மறந்துவிட்ட வெகு இயல்பான சுபாவத்தோடு அதன் சிரிப்பு என்னுள் நிரம்பிற்று. குழந்தையோடு கொஞ்சி விளையாடித் திரிந்தேன்.

குழந்தையிடம் குழந்தை மொழிகளைப் பிதற்றிக்கொண்டு சென்றேன். குழந்தைகளின் உலகையே இழந்துவிட்ட என்னுள் ஆனந்தம் முகிழ்த்தது. எந்த முடிவுகளும் அற்று வெகுநேரம் அதன் உலகத்துள் தங்கியிருந்தேன். மின் விளக்குகளை எல்லாம் மிஞ்சி வானில் பிறைநிலா ஒளிர்ந்தது. சாலையின் வேறொரு திருப்பத்தைக் கடந்தோம். இப்போது குழந்தையின் முகம் மறைந்தது. அவன் முகம் வந்திருந்தது. அடையாளங்கள் குழம்பி ஒளிரும் முகம். ஆனால் ஆதரவும் புகலும் தந்து அணைத்துக் கொள்ளும் இன்ப முகம்.

அவனை ஆசையோடு பின் தொடர்ந்தேன். அவன் யாராக இருந்தால் என்ன. என்னுள் சாம்பல் பூத்த கங்குகளாய்க் கிடக்கும் எண்ணங்களை எல்லாம் தன் ஆகர்ச சக்தியால் வெளிக்கொணரும் ஆற்றல் கொண்டவன். அவனிடம் ததும்பும் கருணையில் என் தவறுகள் பொசுங்கிப்போகின்றன. நான் கொஞ்சம் கொஞ்ச மாகப் புது வடிவம் எடுத்துக்கொள்கிறேன். என் வீட்டின் அந்த அறை இனி என்னை மிரட்ட முடியாது. அவனுடைய கைகளைப் பற்றிக்கொண்டேன். அவனோடு ஒட்டிக்கொண்டு உடலோடு உரசியபடி நடக்க மிக ஆசையாக இருந்தது. அவன் மறுப்பெதுவும் சொல்லவில்லை. இப்போது பெரு நகரத்தின் மையமான பகுதியில் இருப்பதாக உணர்ந்தேன். கடை வீதி அது. இடை விடாத அழைப்புக் குரல்கள். மக்கள் தேனீக்கள் போல மொய்த்துக்கொண்டிருந்தனர். அவர்களினூடே புகுந்து போவது சிரமமாக இருந்தது. எனினும் எந்தக் கூட்டத்திலும் தனித்தொளிரும் அவன் முகம். கஷ்டமின்றிப் பின் தொடர்ந்தேன். என் மன அழுத்தங்கள் குறைந்து லேசாகி வருவதாக உணர்ந்தேன். அவன் முகம் அடுத்து என்னவாக உருப்பெறும் என்பதை அனுமானிக்க முடியவில்லை. என்னுள் தேடிப் பார்த்தேன். அலைக்கழியும் முகப் பிம்பங்களுக்குள் எதனை அவன் தேர்வு செய்யக் கூடும்? ஆவல் கூடிற்று.

அவனுக்கு இணையாக நடக்க முண்டியடித்துப்போனேன். அவன் கண் மூடியிருந்தது. சட்டென விழித்தான். வெறும் வெண்படலம். பக்க முகம் முழுவதும் இப்போது எனக்குக் காட்சியாயிற்று. இது என் இரக்கமற்ற கொடூரத்தின் சாட்சி முகமல்லவா? அந்தக் கண்கள் என்னைப் பார்க்க முடியாது என்னும் துணிவில் நன்றாக ஏறிட்டுப் பார்த்தேன். பரிதாபத்திற்குரிய முகம் அது. அதனோடான என் உறவு முடிந்தவுடன் என் வீட்டில் ஓர் அறை கூடிவிட்டது. அது எனக்கு மட்டுமே தெரியும்படியான மாய அறை. அப்படி எத்தனை அறைகள். மாயவெளியில் மிதந்துகொண்டிருக்கும் அறைகளில் ஏதாவது ஒன்று என் வீட்டுக்குள்ளும் வந்து உட்கார்ந்துகொள்ளும்.

நிலவு ததும்பும் சாலைகள்

பொருட்கள் கலைந்து கிடக்கும் போதுகளில் எல்லாம் அந்தக் குறிப்பிட்ட அறையின் வரவு நிகழ்ந்துவிடும். மற்ற அறைகளைப் போல அது சுருங்கி வந்து என்னை நெருக்குவதில்லை. அச்சுறுத்துவது அதன் நோக்கமில்லை. எந்த அலட்டலும் இல்லாமல் அது வெறும் காட்சியாக விரிந்து நிற்கும். நான் திரும்பும் இடமெல்லாம் எந்த மாற்றமும் இல்லாமல் அந்த அறைக் காட்சிகள். அழுத்தித் திணறடிக்கும் அறைகளைச் சமாளித்து விடலாம். மௌனமாகத் தன்னைக் காட்டிக்கொண்டு நிற்கும் இந்த அறை குற்றவுணர்வைப் பெருக்கிப் பெருக்கிச் சட்டென வெளியே விரட்டிவிடும்.

சில காலங்களுக்கு முன் நான் பார்வையற்ற ஒருவருக்கு உதவியாளனாகப் பணிபுரிந்துகொண்டிருந்தேன். அவர் கல்லூரி மாணவர். நாளின் குறிப்பிட்ட சில மணி நேரங்களை அவருடன் செலவிட வேண்டும். அவருக்கு ஏதோ ஒரு புரவலர் பண உதவி செய்துகொண்டிருந்தார். அதில் உதவியாளருக்கான சம்பளமும் அடங்கும். என் வேலை எளிமையானதுதான். அவர் படித்துக்காட்டச் சொல்லும் பகுதிகளைப் படிக்க வேண்டும். எழுதச் சொல்லும் குறிப்புக்களை எழுத வேண்டும். சில சமயம் நூலகங்களுக்குப்போய்க் குறிப்பிட்ட நூலை எடுத்து அதில் குறிப்பிட்ட பகுதியைப் படித்துக் குறிப்புத் தயாரித்து வரவேண்டியிருக்கும். சிலவற்றைச் சத்தமாகப் படித்து டேப் ரிகார்டரில் பதிவுசெய்ய வேண்டும். வேலைகளை மிகவும் ஆர்வமாகச் செய்தேன். ஆர்வத்தின் மிகையில் தொடக்கத்தில் எனக்கு எந்த வித்தியாசமும் தெரியவில்லை.

சில நாட்களுக்குள்ளாகவே எனக்கு எரிச்சல் ஏற்படுத்தும் காரியங்கள் பல நடந்தன. நான் போகவேண்டிய நேரத்திற்கு ஐந்து நிமிடம் தாமதித்துப் போனாலோ உரிய நேரத்திற்கு முன் புறப்பட வேண்டியிருந்தாலோ அவர் ரொம்பவும் எரிச்சல் பட்டார். முகத்தை இறுக்கிக்கொண்டு வெண்ணிற விழிகளை உருட்டி உருட்டி அவர் பேசுகையில் எனக்கு அச்சமாக இருக்கும். வேலை செய்யாமல் நான் ஏமாற்றிவிடுவேன் என்னும் பயம் அவருக்கு எப்போதும் இருந்துகொண்டிருந்தது. எழுத்து வேலை கொடுத்துவிட்டால் சில நிமிடங்களுக்கு ஒருமுறை எவ்வளவு முடிந்திருக்கிறது என்னும் கேள்வியைக் கேட்பார். எழுதாமல் வெறுமனே உட்கார்ந்திருப்பேன் என்னும் சந்தேகம் அது. நூலகங்களுக்கு அனுப்பும்போது சுதந்திரமாக விடுவதில்லை. நான் போன கொஞ்ச நேரத்தில் அவரும் வந்துவிடுவார். அவர் சம்பளம் கொடுக்கும் முதலாளியாகவும் நான் ஏமாற்றும் வேலைக்காரனாகவும் அவர் எண்ணத்தில் உருவாகிவிட்டோம். கேசட்களில் பதிந்த என் குரலில் தெளிவில்லை என்றும்

உச்சரிப்பு சரியில்லை என்றும் நிறையக் குறைகளைச் சொல்லிக் கொண்டேயிருந்தார். அதாவது குறை சொன்னால்தான் நான் மேலும் மேலும் கவனத்துடன் வேலை செய்வேன் என்பது அவர் எண்ணம். அவருடைய அறைக்குள் புகுந்துவிட்டால் நேரம் முடிந்துதான் வெளியே வர வேண்டும். இடையே சிறுநீருக்காகப் போனால்கூடப் பத்து நிமிடம் போய்விட்டதெனச் சிடுசிடுப்பார். சில நாள் வீம்பாக நான் கூடுதலாகப் பத்து நிமிடம் வேலை செய்துவிட்டு அவருக்கு நேரத்தைச் சொல்லி வருவேன். அப்போது அசட்டுப் புன்னகை அவரிடம் விரியும்.

ஒரு நூலின் சில பகுதிகளைக் கொடுத்துக் கேசட்டில் பதிவு செய்யச் சொல்லிவிட்டு அவர் வெளியே போனார். ரோஸ் பவுடரைத் தன் கறுப்பு முகத்தில் ஒரு இன்ச் அளவுக்குப் பூசிக்கொண்டு 'எப்படியிருக்கிறது?' எனக் கேட்டார். சகிக்க வில்லை. இருப்பினும் 'ரொம்பவும் அழகாயிருக்கிறது' என்று புகழ்ந்தேன். ஏதாவது பெண்ணைச் சந்திக்கச் செல்கிறார்போலும் என நினைத்துக்கொண்டேன். என் வேலைகள் தவிர வேறு எதையும் கேட்டுக்கொள்வதில்லை. கறுப்புக் கண்ணாடியோடு டக்கென்று வெளியேறிப் போய்விட்டார். அன்று வெகு சுதந்திரமாகப் படித்துப் பதிவு செய்தேன். இடையிடையே தண்ணீர் குடித்தேன். சிறுநீர் கழிக்கப் போனேன். சடவாக இருந்தபோது அவர் வைத்திருந்த சில பாடல்களைப் போட்டுக்கேட்டேன். வழக்கத்தைவிட அதிகமாகவே பதிவு செய்திருப்பதாகத் தோன்றியது. அவருக்காகக் காத்திருந்தேன்.

பதற்றத்தோடு வந்தவர் 'என்ன செய்றீங்க என்ன செய்றீங்க' என்றார். காத்திருப்பதைச் சொன்னேன் அவருக்குத் திருப்தியாயில்லை. அவர் வரும்போது என் குரல் கேட்டுக் கொண்டிருக்க வேண்டும் என்று விரும்பினார்போலும். அப்போதுதான் நான் பதிவுசெய்கிறேன் என்பதை நம்பியிருப்பார். நான் பதிவு செய்த அளவில் அவருக்கு நிறைவில்லை. 'இவ்வளவுதானா' என்றார். அவர் கொடுக்கும் சம்பளத்தையும் நான் வேலை செய்வதில் உள்ள சுணக்கத்தையும் ஒப்பிட்டு ஐந்து நிமிடம் பேசினார். கேட்டுக்கொண்டிருந்தேன். உடை மாற்றிக்கொண்டு கழிப்பறைக்குச் சென்றுவிட்டார். இனி அங்கே வேலைக்கு வருவதில்லை என்னும் முடிவேற்பட்டது. கனன்றுகொண்டிருந்த மனம் அந்த அறையை அப்படியே விட்டுப் போகாதே என்றது. மிகுந்த கோபத்தோடு சில நிமிசங்களில் அறையைச் சூறையாடினேன். எல்லாம் கலைபட்டுப்போனது. முக்கியமாக டேப் ரிகார்டரைப் போட்டு உடைத்தேன். பொருட்கள் சிதைந்த அறைக்குள் அவர் தடுமாறும் காட்சியைக் கற்பனை செய்து ரசித்தபடி வெளியேறிப் போனேன்.

என் செயல் குற்றம் என எத்தனையோ முறை தோன்றி யிருக்கிறது. ஈவு இரக்கமற்ற மொண்ணைப் பிறவியாக அந்தச் சமயத்தில் நடந்துகொண்டிருக்கிறேன். பழியைப் போல் வேறொரு குரூரம் உண்டா? நான் இருக்குமிடம் சற்றே கலைபட்ட அறையாக இருப்பினும் அந்த விடுதி அறை சட்டென அங்கே வந்து உட்கார்ந்துகொள்ளும். அதனால் எதையும் எங்கும் ஒரே இடத்தில் வைத்து அறையைக் கலைபடாமல் பார்த்துக்கொள்பவனாக மாறிப்போனேன். எவ்வளவு எச்சரிக்கையோடு இருந்தபோதும் தினந்தோறும் ஒருமுறையாவது அந்த மாய அறையைச் சந்திக்க வேண்டி நேர்ந்திருக்கிறது. இன்றைக்குத்தான் அதிலிருந்து விடுதலை. இதோ அந்தப் பார்வையற்ற முகத்தின் கனிவு என்மேல் பொழிகிறது. அதன்முன் மனதார மண்டியிட்டு என் மன்னிப்பைக் கோரினேன். என்னைப் பீடித்துத் திரிந்த மாயத்தில் இருந்து விடுபட்டாயிற்று. இதனையெல்லாம் எனக்குச் சாத்தியப்படுத்தியவன் இதோ தன்னை யாரென்று இதுவரைக்கும் காட்டிக்கொள்ளாத இந்த ரட்சகன். அந்தச் சாலையின் நெருக்கடி யில் அவனோடு என் நெருக்கம் கூடிற்று. பேருந்திலிருந்து நான் பார்க்கும்போது தெரிந்த அந்தப் பழைய முகம் வந்திருந்தது. அவன் உடல் எனக்கு இசைவான வெம்மையில் இருந்தது. மெல்ல இடையைத் தழுவிக்கொண்டு நடந்தேன். நெகிழ்வான கணங்கள்.

என்னை நீ என்னவாக்க விரும்புகிறாயோ அதுவாக நான் தயார்; என்னை முழுதாக உன்னிடம் ஒப்படைத்தாயிற்று என்று அவனுக்கு உணர்த்த விரும்பினேன். அதையெல்லாம் உணர்ந்த ஞானியைப் போல் அவன் சிரித்தான். வேறொரு திருப்பம் வருமெனவும் அதில் அவன் முகம் என்னவாக மாறும் எனவும் யோசித்தேன். ஆனால் இன்னொரு திருப்பத்தில் எனக்கு அவ்வளவாக விருப்பமில்லை. இப்போதே மிகவும் இளகிக் கரைந்துகொண்டிருக்கிறேன். இனிமேலும் இந்த ஆட்டம் தொடர்ந்தால் என்ன ஆவேனோ? அவனோடு அவனிடம் அவனுக்குள் என்று விருப்பங்கள் இப்போது அவனை முன் வைத்தே தோன்றுகின்றன. என் மனநிலையை உணர்ந்தவன் போலக் கைப்பற்றிக் கடை ஒன்றிற்குள் கூட்டிச் சென்றான்.

அது மிகப் பெரிய மதுக் கடை. மேஜைகளையும் கூட்டத்தையும் பார்க்கையில் பெரிய உணவகம் போலத் தோன்றிற்று. விதவிதமான விளக்கொளிகள் கொண்ட நீண்ட கூடம். அந்தச் சூழல் ரம்மியம். என் மனநிலைக்கேற்ற இடத்தை அவன் தேர்வு செய்திருக்கிறான் என்பதில் மிகவும் சந்தோசம் கொண்டேன். அவன் எப்போது ஆர்டர் செய்தானெனத் தெரியவில்லை. உடனே மேஜை நிரம்பிற்று. பரிமாறுபவர்கள்

முகம் நல்ல களையாக இருந்தது. என் நாக்கில் நீரூறச் செய்யும் வகைகள் மேஜையிலிருந்தன. தேன் நிற உயர் ரக மதுப் பாட்டிலைத் திறந்து நிறைத்தான். அவனுக்கு நிரப்பிக்கொண்டான். எனக்கு அந்த வகை மது மீது மிகப் பிரியம். தொண்டையில் குழைவுடன் இறங்கி மெல்ல மேலெடுத்துச் செல்லும் அற்புத மதுவகை அது. ஆவலோடு குடித்தேன். என் வழக்கம் எடுத்தால் ஒரே சமயத்தில் டம்ளரைக் காலி செய்துவிடுவதுதான். கொறிக்கும் தீனி வகைகள் எனக்குப் பிடித்தமானவை அல்ல. உண்ணும்படி இருக்க வேண்டும். அத்தகைய உணவுகளே இருந்தன. எல்லாம் என் மனதுப்படியே. குதூகலத்துடன் வாரிப் பருகி உண்டேன். பசி இப்போதுதான் ஆங்காரம் கொண்டெழுந்தது.

ஓரளவு பசியடங்கினேன். இரண்டு அல்லது மூன்று சுற்றை முடித்திருக்கக்கூடும். கண்கள் கலங்கின. அவனுக்கு என்ன விதத்தில் என் நன்றியைத் தெரிவிப்பேன்? தெய்வமாக என் வழியில் வந்திருக்கிறான். அவன் கால்களைப் பற்றிக்கொண்டு கதற மனம் எழுச்சிகொண்டது. தலையை அவனை நோக்கித் திருப்பினேன். அவன்முன் டம்ளர் நிறையப் பானம் அப்படியே இருந்தது. முதல் சுற்றையே முடிக்க வில்லையோ. ஒரு மிடறாவது வாயில் வைத்திருப்பானா தெரியவில்லை. அவன் பக்கவாட்டு முகம் மட்டுமே வெகு நேரமாக எனக்குத் தெரிந்திருந்தது. இப்போது முழு முகத்தையும் காணும் ஆவலில் பார்த்தேன். கண் நிறைய நீர் இருப்பதால் முகம் குமிழிகளில் இருந்தது. தலையை உதறிக் கண்களைச் சரி செய்துகொண்டேன். போதையொன்றும் எனக்கு அவ்வளவாக இல்லை. இன்னும் இரண்டு சுற்றுக்கூட எனக்குச் சாதாரணம். எத்தனை போதையிலும் உணர்வோடு இருக்க என்னால் முடியும். இப்போது அவன் முகம் தெளிவாயிற்று. இல்லை, இது அவன் முகமில்லை. என் வீடு முழுவதும் என்முன் உட்கார்ந்திருப்பதாகச் சட்டென உணர்ந்தேன். இது என் அப்பனின் முகம். எதற்காக இந்த நேரத்தில் என் அப்பனின் முகம்?

என் அம்மா தினமும் அடிபடும் அவலம் பொறுக்க முடியாமல், என் அப்பன் குடிக்கும் இடத்திற்கே போய் அவன் வாயில் உறிஞ்சிக்கொண்டிருந்த டம்ளரைத் தட்டிவிட்டு உடைத்திருக்கிறேன். அதையெல்லாம் நினைவுபடுத்தி என்னை மண்டியிடச் செய்யும் தந்திரம் இதுவா? இதுவரைக்கும் கொஞ்சம் கொஞ்சமாக வீட்டுக்குத் தக்கவனாக என்னை உருமாற்றிக் கொண்டே வந்திருக்கிறான். இப்போது முழு வீட்டையும் என்முன் நிறுத்திவிட்டான். திரும்பவும் ஒரு டம்ளரைக் காலி செய்தேன். உணவுப் பதார்த்தங்கள் எனக்கு வேண்டியிருக்கவில்லை. இவன் யார் என்னும் கேள்வி என்னுள் தீவிரமாக எழுந்தது.

இதுவரைக்கும் இவன் பேசவில்லை. ஒரே ஒரு சிரிப்பை உதிர்ப்பான். அதுவும் ஒரே மாதிரியான நிலைப்பட்ட சிரிப்பு. அதிலேயே எல்லாவற்றையும் சாதித்துக்கொள்ளும் கள்ளன் இவன். உடன் எழுந்து அவன் சட்டையைப் பிடித்துக்கொண்டேன்.

'யார்டா நீ' என்னும் கேள்வியைத் திரும்பத் திரும்பக் கேட்டேன். என் குரலில் உக்கிரம் கூடி வந்தது. என்னை இவ்வளவு நேரம் குற்றவாளியாக்கி விளையாடிப் பார்த்த அவன் மீது வெறியேறிற்று. 'யோக்கிதக் கூதியாடா நீ' என்று கேட்டுச் சரமாரியாக வார்த்தைகளைப் பொழிந்தேன். பாவமன்னிப்புக் கொடுக்க வந்துவிட்டானா பெரிய புடுங்கி? 'யார்டா உன்ன அனுப்புனது' என்றேன். மேஜையின் எதிர் எதிரில் இருந்ததால் வாகாக அவனைத் தாக்க முடியவில்லை. அளவற்ற முகமூடிகளைக் கைவசம் கொண்டிருக்கும் இந்தப் பச்சோந்தி, என் ரகசியங்களை எல்லாம் பிடுங்கிக்கொண்டு கால காலத்திற்கும் என்னை அடிமையாக்கிக்கொள்ளும் தந்திரம் கொண்டது. எனக்கு முன்னால் உட்கார்ந்துகொண்டு ஒரு துளியும் குடிக்காமல் என்னையே கவனித்துக்கொண்டிருக்கிறான் என்றால் இவன் எவ்வளவு பெரிய துரோகி? நான் தடுமாறித் தவிப்பவனாகவும் அவன் ஒரு ஏளனச் சிரிப்போடு என்னையே பார்ப்பவனாகவும் இருந்தால் அது என்ன சம நிலைமை? எனக்கு நண்பன் தேவையில்லை. ரட்சகன் தேவையில்லை. தெய்வம் தேவையில்லை. எல்லாம் ஒரு துரோகக் கூட்டம். வீடு எனக்கு முன்னால் எனக்கும் தெரியாமல் அனுப்பி வைத்த துரோகி இவன்.

சட்டையை விட்டுவிட்டு மறுபடியும் ஒரு டம்ளரைக் குடித்தேன். அவனைச் சும்மாவிடப் போவதில்லை. கால் கையை முறித்து முடமாக்கிப் போட வேண்டும். வேகத்தோடு 'யார்டா நீ' என்று உக்கிரமாகக் கத்தினேன். அவன் என் எதிரில் இல்லை. சுற்றிலுமிருந்த கூட்டம் அந்தரத்தோடு நான் பேசுவதாகக் கருதி என்னைக் கவனித்தது. பின் சட்டெனத் தமது வேலையில் சுருங்கிக்கொண்டது. அவனைத் தேடினேன். கடையிலிருந்து வெளியேறிக்கொண்டிருந்தான். 'டேய்' என்று கத்தியபடி அவனைத் தொடர்ந்து ஓடினேன். என்னிடம் இந்த மாற்றத்தை அவன் எதிர்பார்த்திருக்கமாட்டான். கால் நக்கிக் கொண்டு கிடப்பேன் என்று நினைத்திருப்பான்.

கூட்டத்துள் புகுந்து புகுந்து போனான். அவன் ஓடுகிறானா, நடக்கிறானா என்பதைத் தீர்மானிக்க முடியவில்லை. ஆனால் நான் ஓடினேன். எந்தப் பொந்துக்குள் ஓடி ஒளிந்தாலும் விடக்கூடாது. அவன் ஏதேதோ தெருக்களைக்கடந்து போய்க்

கொண்டே இருந்தான். அவனுக்கும் எனக்கும் குறிப்பிட்ட தூரம் இருந்துகொண்டே இருந்தது. என் வலு முழுவதையும் பயன்படுத்தித் தொடர்ந்தேன். சட்டென மின் விளக்குகள் அற்ற, ஜனத்திரள் அற்ற ஒரு சாலையில் புகுந்தான். இரு புறமும் புதர்களும் மரங்களும் நிறைந்த சாலை. என்னைத் திசை திருப்பித் தப்பித்துவிட எண்ணம் கொண்டிருப்பான். நல்ல நிலவொளியில் அவன் உருவம் தெளிவாகத் தெரிந்தது.

அவன் ஓட ஓடக் கொலைவெறி என்னுள் மூண்டது. மிஞ்சியிருந்த பாட்டிலைக் கையில் எடுத்து வந்திருக்கலாம். இன்னும் கொஞ்சம் பலம் கூடியிருக்கும். நிலவு ததும்பிய சாலையில் போகிறான். விடாமல் தொடர்ந்தேன். இப்போது என்னிலிருந்து விலகி வெகு தொலைவில் போவதாக உணர்ந்தேன். எனினும் அவனை விடப்போவதில்லை. அவன் புள்ளியாய்ச் சுருங்கினான். சிறிது நேரத்தில் ஒளியில் கரைந்துபோனான். ஆனால் என்ன? அவனை நான் விடப்போவதில்லை. ஆளற்ற அந்தச் சாலையில் கரைந்த ஒளியுள் புகுந்து போய்க்கொண்டேயிருந்தேன்.

●

காலச்சுவடு, நவம்பர் 2004

சின்னக் கருப்பசாமி

எப்போதும்போல்தான் சண்டை தொடங்கிற்று. ஆனால், எப்போதும் இல்லாத உக்கிரத்துக்குச் சென்று முடிந்தது.

செவ்வாய்க்கிழமை சண்டையை மூட்டும் சந்தைநாள். அன்றைக்கு அம்மா சந்தைக்குப் போய் வருவாள். நடுப்பகலுக்கு மேல்தான் கிளம்புவாள். சாயங்காலம் ஆக ஆகப் பொருட்கள் சகாய விலையில் கிடைக்கும். திரும்ப வரும்போது பொழுது மஞ்சள் வெயிலைப் பரப்பத் தொடங்கி யிருக்கும். அம்மா கூடையை இறக்கி வைத்ததும் தின்பண்டங்களை வெளியே எடுப்பாள். அதற்குள் அண்ணனும் அவனும் பரபரத்துப் போவார்கள். திண்ணைமேல் இருக்கும் கூடையை எட்டி எட்டிப் பார்ப்பார்கள். அவர்களுக்குத் தெரியாமல் அம்மா எதையேனும் மறைத்து வைத்துக்கொள்வாள் என்னும் சந்தேகம். எப்படித் தோண்டித் துருவினாலும் அம்மா சிலவற்றை எப்படியோ மறைத்துவிடுவாள். அது சிலநாட்கள் கழித்துத்தான் வெளிப்படும்.

மேலாக வைத்திருக்கும் பொரிக்கடலையை முதலில் எடுப்பாள். அப்புறம் ஏதாவது ஒரு பழம். பருவத்துக்குத் தகுந்த மாதிரியிருக்கும். கொடை ஆரஞ்சு, சீத்தாப்பழம், பேரிக்காய், மாம்பழம், இவற்றோடு கச்சாயம் கண்டிப்பாக இருக்கும். ஆளுக்கு இரண்டாகக் கச்சாயத்தைக் கையில் தருவாள். பழங்களைப் பிரித்துப் பங்கு வைப்பாள். அதற்குள் கச்சாயம் இரண்டையும் அண்ணன் காலி செய்திருப்பான். அவனோ ஒன்றில்

பாதியைத்தான் தின்றிருப்பான். அண்ணன் எல்லாவற்றையும் அன்றைக்கே காலி செய்துவிடக் கூடியவன். அவன் எதையும் பாங்காக வைத்துச் சாப்பிடுவான். சிலசமயம் அடுத்தவாரம் சந்தைவரும் வரை அவனுக்கான பண்டங்கள் இருப்பில் இருக்கும். அண்ணன் அடுத்தநாளே அலைபாய்வான்.

அதில்தான் சண்டைவரும். யாருக்கும் தெரியாமல் அவனுடைய பண்டங்களை அபகரிக்கும் வித்தைகள் சிலவற்றை அண்ணன் தெரிந்திருந்தான். அருமையான வில் ஒன்றையோ நுங்கு வண்டி ஒன்றையோ செய்துகொண்டு முன்னால் இப்படியும் அப்படியும் போக்குக் காட்டுவான். அவற்றைச் செய்யும் நுட்பங்கள் எதுவும் பிடிபடாதவன் அவன். ஆசையோடு பார்ப்பான். அடக்க முடியாமல் 'டேய் எனக்குடா' என்பான். அவன் கேட்கும் வரைக்கும் அண்ணன் எதுவும் பேசமாட்டான். கேட்டதும் ஏதாவது பிகு பண்ணுவான். அதைச் செய்ய எவ்வளவு கஷ்டப்பட்டான் என்று விவரிப்பான். எங்கெங்கே போய் அதற்கான பொருள்களைச் சேகரித்தான் என்று சாகசம் காட்டுவான். கொஞ்சநேரம் பேச்சு இப்படிப் போய்க் கடைசியில் பேரத்தில் வந்து நிற்கும். ஒரு உழக்குப் பொரி, ஒரு பேரிக்காய், ஒரு துண்டு மாம்பழம் என்று ஏதாவதொன்றில் பேரம் முடியும்.

வேறு சில வழிகளும் அண்ணனிடம் உண்டு. அவன் ஒளித்து வைத்திருக்கும் இடங்கள் யாராலும் கண்டுபிடிக்க முடியாத மாயமந்திரக் குகைகள் அல்ல. ஏதாவதொரு பானைக்குள் இருக்கும். சிலசமயம் பாத்திரங்களுக்குள் வைத்திருப்பான். அவனுடைய புத்தகப்பையும்கூட பண்டங்களுக்கான இடமாகும். இடமறிந்துவிட்டால் எப்படியும் கொஞ்சமேனும் களவு போய்விடும். அவன் அறியாதவாறு எடுப்பதில் அண்ணன் வெகுசமத்து. பொரிகடலையில் ஒரு கை அள்ளிக்கொண்டால் தெரியவா போகிறது? துண்டு போட்டுத் தின்றிருந்த பழத்தில் இன்னொரு துண்டு எடுக்கலாம். கச்சாயத்தைப் பிட்டு வைத்திருந்தால் வசதி. கண்டுபிடித்துவிட்டால்கூட 'நீ எங்க வச்சிருந்தியோ… எலி தின்னிருக்கும்' என்று ஒரே வார்த்தையால் சொல்லிவிடுவான் அண்ணன்.

அவன் கொஞ்ச நேரம் அழுவான். சிலசமயம் புழுதியில் விழுந்து புரள்வான். கற்களை எடுத்து இடுவான். அந்த இடத்தில் நிற்கக்கூடாது. எங்காவது ஓடிப்போய் விளையாடிவிட்டு மெதுவாக வரலாம். அதுவரை கோபம் நீடிக்கப் போவதில்லை. அம்மாவோ அப்பனோ யாராவது கோபத்தை ஆற்றித் தேற்றியிருப்பார்கள். அவன் கோபித்துக் கத்த ஆரம்பிக்கும்போது, எப்படி நடந்துகொள்ள வேண்டும் என்பது அண்ணனுக்குப் பழக்கத்தில் வந்திருந்தது. வாய்வார்த்தை கொடுத்துவிட்டால்

அவ்வளவுதான். அவன் எந்த நிலைக்குப் போவான் என்று சொல்லமுடியாது. அதோடு அம்மாவும் அவனுக்குச் சார்பாக மாறிவிடக்கூடும். 'திருடித் தின்னதுமில்லாம வாய் வேறயா' என்று அம்மா தொடங்கிவிட்டால் அவ்வளவுதான் அண்ணன்பாடு.

இது தொடர்ந்து நடந்தாலும் அவன் ஏன் இப்படி இருக்கிறான்? என்பது தான் எல்லாருக்கும் புரியவில்லை. பிள்ளை என்றால் தின்பண்டத்தில் ஆசையில்லாமல் எப்படிப் போகும்? நங்கு பார்த்து ஒளித்து வைத்தால் அண்ணன் திருடாமல் இருப்பானா? அன்றைக்கும் அதுதான் நடந்தது. வீட்டுக்குள் சென்று எதையோ தேடிப்பார்த்தவன் ஓடிவந்தான். கண்ணீர் கொட்டுகிறது. உடல் நடுங்கித் துடிக்கிறது. வெகுநேரம் துரத்திப் பிடிபட்ட கோழி வாயைத் திறந்து 'ங்கெஸ்' வாங்குவதைப் போல மூச்சு வாங்கி நடுங்குகிறான். அண்ணனுக்குப் புரிந்துவிட்டது. விளையாட ஓடலாம் என்றால் மொட்டை வெயில். எவனும் இருக்கமாட்டான். என்ன செய்வது? அம்மா கேட்டாள். 'எதுக்குடா ஊளக்குரிக்கற' ஒழுகும் சளியைத் துடைக்கக்கூட முயலாமல் 'என்னோட கச்சாயம்... கச்சாயம்...' என்று தேம்பினான்.

"எந்தக் கச்சாயம் . . . செவ்வாக்கெழம வாங்கியாந்தனே அதுவா . . ." அம்மா இழுத்தபடி கேட்டதில் கேலியின் துளி பொதிந்திருந்தது. அதை அவன் உணராதவனாக ஆமாம் எனத் தலையசைத்தான்.

"அடேங்கப்பா . . . அத இன்னமா வெச்சிருந்த" என்று கேட்டாள். அம்மாவின் பேச்சு தனக்குச் சாதகமாகப் போய்க்கொண்டிருப்பதை உணர்ந்த அண்ணன் வெயிலில் ஓடவேண்டியதில்லை என்பதை நினைத்து நிம்மதிப் பெருமூச்சு விட்டான். அவனுடைய அழுகை மேலும் கூடியது. அம்மா சொன்னாள்.

"காத்தால நீ வெளையாடப் போனப்ப ஊடு கூட்டுனன். அப்ப எறும்பு மொச்சுக்கிட்டு ஒரு துண்டு கெடந்தது. என்னமோ ஏதோனு வெளிய எடுத்துப் போட்டுட்டண்டா கண்ணு."

அம்மா அண்ணனைக் காப்பாற்ற முயல்கிறாள் என்று அவனுக்குப் புரிந்துவிட்டது. "ஓலைக்குள்ள வெச்சிருந்தன் . . . இவந்தான் இவந்தான் . . ." என்று அண்ணனைக் கைகாட்டி அழுதான். உடல் குதி போட்டது. அம்மாவுக்கு என்னவோ அப்போது அவனைச் சீண்டும் மனநிலை இருந்திருக்கவேண்டும்.

"ஓலைக்குள்ள வெச்சிருந்தயா... எலிங்கதான் தின்னிருக்கும். மொவுட்டெலி நம்ம ஊட்டுல பட்டாளமாத் திரியுதே.

உனக்குத் தெரியாது ...” என்றாள். அப்போது இரண்டு கால் எலியாகிய அண்ணனை ஒரு கண்ணால் பார்த்துச் சிரித்தாள். அண்ணனும் கமுக்கமாகச் சிரித்தான். இந்த ஜாடை அவனுக்குத் தெரிந்துவிட்டது.

“எப்பவும் உங்களுக்கு மூத்தவன்தான் வேணும்” எனக் கத்தினான்.

“இல்லீடா கண்ணு. சின்னவன்தான் பொறுப்பான பையன். மூத்தவன் ஒரு பெருந்தீனிக்காரன். உன்னாட்டம் ஆரப்பா சேத்து வெப்பா ...” என்று சொன்னதன் கேலி அவனை மேலும் உசுப்பியது.

“அவனுக்கு நீதான் எடுத்துக் குடுத்திருப்ப” என்றபடி கீழே கிடந்த நீளக் குச்சியொன்றை எடுத்து அம்மாவின்மேல் இட்டான். அம்மாவின் காலில்பட்டுச் சுள்ளென்று வலியைக் கிளப்பியது. எரிச்சலில் அம்மா திட்டினாள்.

“எந்த நேரத்தில இந்த நாயி வந்து பொறந்தானோ. எதுக்கெடுத்தாலும் கோவம்.”

அவனும் விடவில்லை.

“ஆமா. மூத்தவனையே வெச்சுக் கொஞ்சுங்க.”

“ஆமான்டா. அவனத்தான் கொஞ்சுவம்.”

“அப்பறம் என்னய எதுக்குப் பெத்தீங்க?”

கடைசியாக இந்தக் கேள்வியைத்தான் கேட்பான். அதற்கு அம்மாவின் பதில் வழக்கம்போல் வரும்.

“சும்மா இருக்க முடியாம பெத்துட்டு இப்பச் சீரழியறம்டா.” யாராவது இருந்தால் இந்தப் பதிலைக் கேட்டுச் சிரிப்பார்கள். ஆனால் அவனுக்கு இந்தப் பதில் கோபத்தை வளர்க்கும்.

“பெத்தா ... ரெண்டு பேரும் ஒன்னுதான்.”

“ஆமா. ஆரு இல்லைங்கிறா. நீதான் வேறவேறங்கற.”

“அவனுக்குத்தான் செல்லங் காட்டற.”

“அவன் எம்பையன்.”

“நான் உம்பையனில்லையா. அப்ப எங்கயோ போறன்.”

அந்தச் சமயத்தில் அவன் போனால் போதுமென்றிருந்தது அம்மாவுக்கு. அதனால் சொன்னாள்.

“போய்க்கோ.”

அவனைத் திரும்பிப் பார்த்தாள். சின்னக் கருப்பசாமி மாதிரி நின்றான். எங்காவது ஓடித் தொலைந்தால் தேடிப் போகவேண்டும் என்ற பயம் அம்மாவுக்கு வந்தது. கொஞ்சம் அணை போடக் கருதிச் சொன்னாள்.

"நீ போட்டிருக்கற டிராயர்கூட நான் வாங்கித் தந்ததுதான் பாத்துக்க."

உடனே அவனுக்கு வெறியேறிற்று. டிராயரைக் கழற்றி வீசி எறிந்தான். அம்மணமாக நிற்கும் அந்த வத்தல் உடம்பைப் பார்த்து அண்ணன் சிரித்தான். அம்மாவும் சிரித்தாள். இப்படிக் கேவலப்படுத்தும் சிரிப்பைப் பார்த்தும் இங்கே இருப்பதா? அவன் வீட்டைச் சுற்றிக்கொண்டு ஓடினான். வெயில் தெரியவில்லை. புழுதிமண் காலில் சூடேற்றுவதும் தெரியவில்லை. காட்டுக்கரைகளைக் கடந்து மேலே ஓடினான். லேசாகப் பின்னால் திரும்பிப் பார்த்தான். யாரும் தொடர்ந்து வரவில்லை. அது மேலும் ஆங்காரம் கொள்ள வைத்தது.

இது வழக்கமானதுதான் என்று அம்மா இருந்துவிட்டாள். வீட்டுக்குப் பின்னால் வந்து அண்ணன் கொஞ்சம் எட்டிப் பார்த்தான். வெயில் கூசும் வெளியில் புகைபோல அவன் ஓடுவது தெரிந்தது. எங்கே போய்விடுவான்? ஏதாவது பனையின் அடியில் உட்கார்ந்து கிடப்பான். கிணற்றுத் தென்னை நிழலில் தூங்கிப் போவான். கொஞ்சம் வெயில் தாழப் போய்ச் சமாதானம் செய்துகொள்ளலாம். அப்படிப் போனால்தான் சட்டெனச் சமாதானம் ஆவான். 'நீ எம்பையன்டா கண்ணு' என்று அரவணைத்து அம்மாவையும் அண்ணனையும் வாய்க்கு வந்தபடி திட்டினால் போதும். குளிர்ந்துபோய் அப்பனோடு வந்துவிடுவான். அதனால் அண்ணனும் திரும்பிவிட்டான்.

அவன் எங்கும் நிற்கவில்லை. பனைகளின் கையகல நிழல் அன்று அவனைக் குளிர்விக்கவில்லை. புழுதிக் காடுகளைத் தாண்டி ஓடினான். அவ்வப்போது பின்னால் திரும்பிப் பார்த்துக் கொண்டான். தொடர்ந்து யாரும் வரும் சுவடே இல்லை. சிலசமயம் அண்ணன் அவனுக்கே தெரியாமல் வருவான். அவன் ஒளியும் இடத்தைப் பார்த்து வைத்துக்கொள்வான். இப்போது அண்ணனும் வரவில்லை. அவ்வளவுதான். எல்லாரும் அவனைக் கைவிட்டதாகத் தோன்றியது. ஆளரவமற்ற அந்த மொட்டைக் காட்டில் நின்று ஏங்கி அழுதான். அழ அழ வெறி கூடிக்கொண்டே வந்தது. இனிமேல் இவர்கள் யாரையும் பார்க்கக்கூடாது. எப்படித் தேடினாலும் கைக்குச் சிக்கவே கூடாது. யாருக்கும் தெரியாத, யாரும் கண்டடைய முடியாத இடத்தை நோக்கிப் போய்விட வேண்டும். எப்போதாவது தேட

வருவார்கள்தானே. தேடித்தேடிக் கண்டுபிடிக்க முடியாமல் எல்லாரும் அழுது மாயவேண்டும்.

அவனுக்குள் பழி தீர்க்கும் எண்ணங்கள் புரண்டோடின. கோணச்சிரிப்பு சிரித்த அம்மா வயிற்றில் அடித்தபடி அழுவதைக் கற்பனை செய்துகொண்டான். அப்போது அவனுக்கு எதிரே வெகுதூரத்தில் நீரோடையின் நீண்ட புதர்க்காடு தவளையை விழுங்கிய பாம்பாய்த் தெரிந்தது. அதனை நோக்கி நடந்தான். அவன் ஒருபோதும் தனியாக அந்தப்பக்கம் போனதில்லை. இப்போது அந்தப் புதர்க்காடுதான் தனக்குரிய இடம் என்பதாகத் தோன்றிற்று. அதற்குள் புகுந்திருக்கும் முயல் குட்டியை யாராலாவது கண்டுபிடிக்க முடியுமா? எத்தனையோ முறை துரத்திப் பார்த்திருக்கிறார்கள். ஆனால் பிடிக்க முடிந்ததில்லை. அதற்குள் குள்ளநரிகளும் பொந்துவால் நரிகளும் இருப்பதாகப் பேச்சு. எதுவும் அவன் நினைவில் இல்லை. அதற்குள் புகுந்து கொண்டால் யாராலும் தன்னை அறியமுடியாது என்று நினைத்தான். காட்டைச் சுற்றி நின்றுகொண்டு 'பையா ... சின்னவனே' என்று அம்மா கதறியழைக்கும் குரலைக் கேட்க வேண்டும் என்னும் ஆசை பெருகி ஓடிற்று. அண்ணன் வந்து 'இன்னமே உன்னோடத எடுக்க மாட்டன்டா!' என்று கெஞ்சிக் கூப்பிடவேண்டும். அதற்கு அவர்கள் அறியாத இடமாகப் பார்த்துப் போய்விடுவதுதான் சரி.

நினைக்க நினைக்க அவனுக்கு அழுகை பொங்கிற்று. அம்மாவுக்கு ஏன் அவன்மீது பிரியமில்லை? இருந்திருந்தால் அண்ணனைப் பிடித்து 'இன்னமே திருடுவியா?' என்று கேட்டு விளாசியிருக்க வேண்டுமே. அண்ணனுக்கு ஆதரவாகப் பேசினாளே. அதுவும் அவனை எப்படியெல்லாம் கேலி செய்தாள். திருடன்தான் இவர்களுக்கு நல்லவன். காரைப் பல்லைக் காட்டிக்கொண்டு அண்ணன் இளிக்கிறான். ச்சே இப்படி ஒரு அண்ணன் எனக்கு எப்படி வாய்த்தான்? திருடன். திருட்டை ஆதரிக்கும் அம்மா. அண்ணனுக்கும் அவனுக்கும் சமமாகப் பங்கிட்டுக் கொடுப்பதுதானே சரி. அவனுக்குத் தெரியாமல் மறைத்துவைத்து அண்ணனுக்குக் கொடுப்பாள். அவன் தின்னும்போது அண்ணன் பார்த்துக்கொண்டிருப்பது பாவமாம். எல்லாம் ஓரவஞ்சனை. இந்த அப்பன் மட்டும் என்னவாம். அவன் தூங்கியபின் நடுராத்திரியில் வந்து அவிழ்த்து முறுக்குப் பொட்டலத்தை அண்ணனுக்குக் கொடுப்பார். என்னதான் முயன்றாலும் அப்பன் வரும் நேரம்வரை அவனால் விழித்துக்கொண்டிருக்க முடிந்ததில்லை.

எல்லாவற்றுக்கும் இன்றோடு ஒரு முடிவு. அவன் புதர்க்காட்டின் அருகில் வந்திருந்தான். காட்டுக்கு ஏது வாசல்?

முன் பகுதியில் கூடு கூடுகளாய் அமர்ந்திருந்த ஆவாரஞ்செடிகளின் உள்ளே நுழைந்தான். கேவலும் மூச்சு வாங்கலும் தொடர்ந்து கொண்டிருந்தன. பிரண்டைக் கொடிகள் ஏறிப் படர்ந்த கிழுவைகளும் கற்றாழைகளும் நிறைந்திருந்தன. அவற்றினுள்ளே புகுந்து வேகமாய்ப் போனான். நிறை அம்மணமாய் அவன் ஓடிக்கொண்டிருப்பது, பயந்துபோய்ப் புகலிடம் நோக்கி ஓடும் வெள்ளாட்டுக் குட்டியைப் போலிருந்தது. உள்ளே இருந்த சந்துகளில் எல்லாம் நுழைந்து போய்க்கொண்டிருந்தான். யாராலும் அறியமுடியா நடுவிடம் ஒன்றை எட்டுவதே அவன் எண்ணமாயிருந்தது. கடைசியாக ஓரிடத்தை அடைந்தான். அது மரமொன்றின் வேர்ப்பகுதியாயிருந்தது. அதனடியே வேர்முண்டுகள் புடைத்து நின்றன. அங்கே போய் உட்கார்ந்தான்.

அதன்பின் அவனுக்கு அழுகை கூடிப்போயிற்று. தனக்கு யாருமில்லை என்னும் உணர்வு தீவிரமாய்த் தோன்றியது. அது எங்கும் வியாபிக்க அழுகை பெருகியது. அவன் பெருங்குரலெடுத்து அழுதான். காடெங்கும் அவன் குரல் ஒன்றே நிரம்பியது. அழ அழ எதுவோ குறைவதைப் போலுணர்ந்தான். எத்தனை நேரம் அழுதிருப்பானோ, அவனையறியாமல் தூங்கிப் போனான்.

திரும்பவும் அவன் எழுந்தபோது அவனுக்குமுன் இருள் லேசாகத் திரையிட்டிருந்தது. உடனே அவன் மனம் திக்கென்று ஆகிப்போனது. கண்களைத் துடைத்துக்கொண்டு பார்த்தான். இருள் வெகுவேகமாக வந்து எல்லா இடத்திலும் நிரம்பிக் கொண்டிருப்பது தெரிந்தது. அவன் இருந்தது மிகப்பெரிய முள்மரம். அரக்கக் கைகளை வானை நோக்கி வீசிக்கொண்டு அது பிரம்மாண்டமாக எழும்பியிருந்தது. எதிரே பார்த்தான். தனக்குமுன் எப்போதோ யாரோ வெட்டிப்போட்ட முள் செதில்கள் குவியல் குவியலாகக் கிடந்தன. அதற்குள் எந்த இடத்திலும் வழியெதுவும் தெரியவில்லை. உடம்பு முழுக்க மண்ணும் தூசிகளும். அனிச்சையாகத் துடைத்துக்கொண்டான். எறும்புகள் கடித்த தடிப்புகள் உடலெங்கும்.

எப்படியாவது உடனே அவ்விடத்தைவிட்டு வெளியேறிவிட வேண்டும் என்னும் உணர்வு கொண்டான். முட்கள் குறைவாக இருப்பதாகத் தோன்றிய ஒரு பகுதியில் கால்வைத்து ஏறிப்போனான். கால்களில் முட்கள் புதைந்தன. அவற்றைப் பொருட்படுத்தாமல் வேகமாகக் கடந்தான். இப்போது அவன் நிற்கும் இடம் எது? திசை எது? எந்த வழியே வந்தான்? அவன் வீட்டுக்குப் போகவேண்டிய நிலங்கள் எந்தப் பக்கம் இருக்கின்றன? எதுவும் புரியவில்லை. இப்போது அவனுக்கு யாருமில்லை என நினைத்தான். அந்த நினைவு கூடக்கூட

அழுகை கிளம்பிற்று. குரலெடுத்து அழுது பார்த்தான். காடு முழுக்க அசைவற்றிருப்பதாகத் தோன்றிற்று. அழுது பயனில்லை. ஏதாவதொரு வழியைக் கண்டடைய வேண்டும்.

அவன் ஆவேசமாகக் கிடைத்த சந்துகளுக்குள் ஓடத் தொடங்கினான். வெகுதூரம் ஓடியபின் நிதானித்தான். இப்போது இருள் முழுமையாக நிரம்பிவிட்டது. எல்லாப் பக்கங்களிலும் இருள்தான். வானத்து மீன்கள் ஒவ்வொன்றாகத் தெரிந்தன. இனித் தனக்கு யாருமில்லை என்பது உறுதியாகிவிட்டதாகக் கருதினான்.

மண்ணுக்குள் மூழ்கிப் பெரிய கல் ஒன்று மட்டும் தெரிந்த பாறையைக் கண்டுபிடித்து உட்கார்ந்தான். எந்தப் பக்கமாவது சின்னச் சத்தம் வந்தாலும் உடல் சிலிர்க்க எழுந்து பார்க்கத் தொடங்கினான். அப்போது அவனுக்கு அம்மாவும் அண்ணனும் நினைவுக்கு வந்தார்கள். எல்லாரும் எங்கெங்கோ தேடிப் பார்த்திருப்பார்கள். இந்தப் பக்கமும் வந்திருக்கக்கூடும். கண்டுபிடிக்க முடியாமல் திரும்பியிருப்பார்கள். அப்பன் அம்மாவையும் அண்ணனையும் அடித்திருப்பார். எல்லாரும் திட்டியிருப்பார்கள். அம்மா என்ன செய்வாள்? அண்ணன் என்ன செய்வான்? தலைகுனிந்து அழுதபடி கிடப்பார்கள். அழுகையும் பேச்சும் கூடியிருக்கும். இரவில் விளக்கேந்தித் தேடவும் செய்யலாம். மனம் சந்தோசத்தால் நிறைந்தது. அவன் லேசாகச் சிரிக்கவும் தொடங்கினான்.

●

ஆனந்த விகடன், தீபாவளி மலர் 2004

இடையீடு

வீட்டின் நிழல் படர்ந்த மேற்குச்சுவர் மறைவில் குழந்தைகள் விளையாடிக்கொண்டிருந்தனர். அவர்கள் மூன்று பேர். தலையில் முக்காடிட்டுத் துண்டால் சடை பின்னி முழங்கால்வரை தொங்கவிட்டிருந்த பெண்குழந்தைக்கு ஆறேழு வயதிருக்கலாம். அவள்தான் அவர்களில் மூத்தவள். அதனால் தலைமையேற்று எல்லாரையும் வழிநடத்தும் அதிகாரத்தைக் கையிலெடுத்திருந்தாள். மற்ற இரண்டு குழந்தைகளுக்கும் ஐந்து வயது, இரண்டு வயது அளவிற்கு இருக்கலாம். பெண் குழந்தை ஒன்று. ஆணொன்று. மூத்த குழந்தை அம்மாவாக வேடம் தாங்கியிருந்தாள். மற்ற இரண்டு பேரும் அந்த அம்மாவின் குழந்தைகள். அவர்கள் ஒன்றும் புதிது புனைந்து தங்கள் விளையாட்டை உருவாக்கிக் கொண்டிருக்கவில்லை. தினந்தோறும் தமது வீட்டில் என்னவெல்லாம் பார்த்தார்களோ அவற்றையே விளையாட்டாக ஆக்கியிருந்தனர்.

அம்மாக்குழந்தை தன் இரண்டு குழந்தைகளையும் அழைக்கிறாள். 'மேலெல்லாம் பாரு... எத்தன அழுக்கு' என்று குரலில் கரிசனம் காட்டி முகத்தில் பாசத்தைத் தேக்கிக் கொள்கிறாள் அம்மா. பெரிய பாத்திரமொன்றைக் கஷ்டப்பட்டுத் தூக்கி வருகிறாள். குடத்தைக் கக்கத்தில் வைத்துக் கொண்டு வந்து தண்ணீர் நிறைக்கிறாள். முதலில் ஒரு குழந்தையை அழைத்துத் தன்னருகில் நிறுத்திக் குளிக்க வைக்கிறாள். இரண்டு கைகளையும் விரித்த நிலையில் கீழே கொண்டுபோனால் தண்ணீர் மொள்ளுவதாக அர்த்தம். மேலே கொண்டுவந்து

கைகளைக் கவிழ்த்தால் ஊற்றுதல். குழந்தைகளின் பாவனைகளில் அற்புதங்கள் பொங்கி வருகின்றன.

உண்மையான அம்மா ஊற்றும்போது அழுது அடம் பண்ணும் குழந்தைகள் இந்தப் பொய் அம்மாவிடம் எவ்வளவோ பாந்தமாக நடந்துகொள்கின்றனர். திரும்பும்படி சொன்னால் திரும்புகின்றனர். கண்களை மூடச் சொல்கையில் சேட்டை எதுவும் செய்யாமல் மூடிக்கொள்கின்றனர். 'சோப்பு பட்டுக் கண்ணு எரியும். அழுவாத' என்று அம்மா சொல்கையில் அப்படியே கேட்டுக்கொள்கின்றனர். 'எவ்வளவு அழுக்கு', 'ஊளமூக்கு மட்டும் போறதேயில்ல' என்றெல்லாம் அம்மா வளவளவென்று பேசிக்கொண்டே செய்கிறாள். குழந்தைகளுக்குக் குழந்தை நடிப்பு வரவில்லை போல. பொம்மைகளாய் அவள் சொல்வதைச் செய்கின்றனர். துண்டெடுத்துத் துவட்டுகிறாள். உடைகள் அணிவிப்பதாய்ப் பாவனை நடக்கிறது. எதற்கும் குழந்தைகளிடம் ஆர்ப்பாட்டமே இல்லை. 'எனக்கு இந்தத் துணி வேண்டாம். அதுதான் வேணும்' என்றுகூடக் கேட்கவில்லை. பெரியவர்களுக்கு மிகவும் பிடித்தமான குழந்தைகளாக நடந்து கொள்கின்றனர்.

அப்போது அவர்களின் பாட்டி எட்டிப் பார்த்துவிட்டு 'இங்கயா இருக்கறீங்க' என்று வருகிறார். அம்மாக்குழந்தை 'நாங்க வெளையாடறோம்' என்று வெட்கப்பட்டுக்கொண்டே அறிவிக்கிறாள். அதைத் தொடர்ந்து சின்னவர் இருவரும் 'வெளையாதுதோம்' என்று மழலை பேசுகின்றனர். அவர்கள் அறிவிப்பின் சூட்சுமத்தைப் பாட்டி புரிந்துகொள்ளவில்லை. பெரியவர்களுக்குத்தான் புரிந்துகொள்வதில் பல சிரமங்கள் இருக்கின்றன. நிழலில் ஓரமாய் உட்கார்ந்துகொண்டு 'வெளையாடுங்க வெளையாடுங்க' என்கிறார் பாட்டி. குழந்தைகள் வெயிலில் கண்டபக்கம் ஓடி அலையாமல் ஒருபக்கமாக விளையாடுவதில் பாட்டிக்கு நிம்மதி. தேடுவதும் கண்டுபிடித்தவுடன் அதட்டி மிரட்டிக் கூட்டி வருவதும் அலுப்பூட்டும் வேலை. அதுவில்லாததால் ஆசுவாசத்தோடு பாட்டியால் உட்கார முடிகிறது.

குழந்தைகள் மீண்டும் அவர்கள் விளையாட்டில் நுழைகிறார்கள். உடை அணிவிக்கும் வைபவம் முடிகிறது. அம்மா சமையல் செய்யப் போவதாகவும் குறும்பு எதுவும் செய்யாமல் இருக்க வேண்டும் என்றும் கூறுகிறாள். சமையல் தொடங்குகிறது. சின்னச் சின்ன டப்பாக்கள், மரச் சாமான்கள் என்று சேர்த்த பாத்திரங்கள் எக்கச்சக்கமாகக் கிடக்கின்றன. அம்மா கழுவிக் கழுவிக் கொடுக்கக் குழந்தைகள் வாங்கிக் கொண்டுபோய் வைக்கின்றனர். பையன் ஒன்றை வாங்கிக்

கொண்டு போனால் அடுத்தது பெண்ணுக்கு. பாடல் போலப் பொருளற்ற சொற்களை உதிர்த்துக்கொண்டு அவை நடந்து போவதும் வேலை செய்வதும் பார்க்கப் பாட்டிக்குப் பெருமை பிடிபடவில்லை. இந்த வயதில் எப்படி இவற்றைக் கற்றுக் கொண்டன என்னும் ஆச்சர்யமும் தன் பேத்துகள் எவ்வளவு பொறுப்பாக இருக்கின்றன என்று மகிழ்ச்சியும் கொள்கிறார். அவர்களின் ஒவ்வொரு அசைவும் அவருக்குப் பேரானந்தம் கொடுக்கிறது. இரண்டு வயதுகூட நிரம்பாத அந்தச் சுட்டிப் பையனுக்குத்தான் எத்தனை அறிவு. சாமான்களை என்ன வரிசையாக அடுக்குகிறான். அவர்கள் விளையாட்டில் ஓர் அங்கம்போலப் பாட்டியும் ஒன்றிவிடுகிறார்.

'சோறு ஆக்கலாமா' என்று அம்மா கேட்டதும் இருவரும் உற்சாகமாகத் தலையசைக்கின்றனர். விளையாட்டு வேறொன்றாக மாறுகிறது. குழந்தைகள் சமையலில் ஆர்வமாக ஈடுபடுகின்றனர். சமைக்கும் வேலையை இத்தனை சந்தோசமாகப் பாட்டி எப்போதும் உணர்ந்ததில்லை. ஆச்சர்யத்தோடு பாட்டி 'எனக்குக் கொஞ்சம் தர்றீங்களா' என்று கேட்கிறார். 'ஆக்கிப் போடறம் இரு' என்று அம்மாக்குழந்தை கொஞ்சம் வேகமாகச் சொன்னதும் 'ஆயாளுக்கு நீங்கதாண்டா கண்ணு சோறு போடோனும்' என்று சரியான தருணத்தில் தன் கோரிக்கையை வைக்கிறார் பாட்டி. கோரிக்கையைக் குழந்தைகள் கவனிக்கவில்லை. அவர்களுக்குப் புரிந்திருக்கவும் வாய்ப்பில்லை. ஆனாலும் பாட்டிக்குத் திருப்தியாக இருக்கிறது. இந்தக் குழந்தைகள் தன்னைக் காப்பாற்றும் என்னும் நம்பிக்கை முழுமையாக வந்திருக்க வேண்டும். அம்மாக்காரி 'போயி அரிசி வாங்கியா' என்கிறாள். பெண் குழந்தை ஒரு சாமானை எடுக்கிறாள். பையன் அதைப் பிடுங்குகிறான். 'டேய் சண்ட போடாம வெளையாடுங்கடா' என்று பாட்டி கத்துகிறார். 'சரி நிய்யே போய் வாங்கியா. நாங் காய் வாங்கியாறன்' என்று பெண் சமாதானத்திற்குப் போனதும் உடனடியாகச் சண்டை தீர்ந்ததும் அதிசயம்தான்.

கொஞ்ச தூரத்தில் போய்த் தன் பாத்திரத்தில் மண்ணை அள்ளி நிறைக்கிறான் பையன். கற்களை நீக்கிவிட்டுக் கொழிமண்ணாகப் பார்த்து எடுத்து எடுத்துப் போடுவதைப் பார்த்ததும் பாட்டியால் சும்மா இருக்க முடியவில்லை. 'அடேய் மண்ணுல வெளையாடாதீடா. பூச்சி வந்திடுச்சுன்னு உங்கொம்மா கத்துவா' என்று குரல் கொடுக்கிறார். குழந்தைக்குப் பூச்சி வந்துவிடும் என்ற கவலையைவிடத் தன்மீது குறை வந்துவிடக்கூடாதே என்னும் ஆதங்கம் அதிகமாய்த்

தொனிக்கிறது. இடத்தை விட்டு எழுந்து போக முடியவில்லை. குரலே போதுமென்று தோன்றுகிறது. பையன் பாட்டியைப் பார்த்துக் கையை ஓங்கிக்கொண்டு உதடுகளைக் குவித்துக் கோபப்படுவதைப் பார்க்கையில் கிள்ளி எடுத்துக்கொள்ளலாம் போல ஆசையாக இருக்கிறது பாட்டிக்கு. அவன் கை ஓங்கலுக்குப் பயந்து போவதாய் முகத்தைப் பின்னிழுத்து 'அய்யோ' என்று போலிப் பாவனை காட்டுகிறார்.

அவன் மீண்டும் மண்ணுக்குப்போய் டப்பா நிறைய மண்ணை நிறைத்துக்கொண்டு அம்மாவிடம் போகிறான். காய்கறி வாங்கப் போனவளோ பல கடைகளில் பேரம் பேசுபவளைப் போல ஒவ்வொரு செடியிலும் சிலசில இலைகளைக் கிள்ளிக் கொண்டிருக்கிறாள். 'செடியக் கிள்ளித் தொலைக்காதீடி. அப்பறம் எப்படிக் காய்க்கும்?' என்று பாட்டியின் குரல் அங்கும் போகிறது. 'போயா' என்று முகத்தைச் சுளித்துச் சொல்லிவிட்டு மேலும் நான்கைந்து இலைகளைக் கிள்ளி வருகிறாள் பெண். அதற்குள் அடுப்புக் கூட்டிப் பாத்திரத்தை ஏற்றி வைத்திருந்த அம்மா அரிசி அரிக்கிறாள். காய்களைத் தரம் பிரித்து அடுக்கிவிட்டு அரிகிறாள். ஒரு கருவியும் இல்லாத வெற்றுவெளியில் எல்லாக் கருவிகளும் வந்து சேர்ந்துவிடுகின்றன. அம்மாக்குழந்தையின் கைகள் கருவிகளை லாவகமாகக் கையாளுகின்றன. வெங்காயம் பூண்டு எல்லாம்கூட அங்கிருக்கிறது. அடேங்கப்பா இன்றைக்கு விருந்துச் சாப்பாடுதான் என்று பாட்டிக்குத் தோன்றுகின்றது.

'தண்ணி வேணுமே' என்று அம்மா சொன்னதும் குழந்தைகள் இருவரும் நான், நீ என்று போட்டி போட்டுக் கொண்டு ஓடுகின்றனர். தண்ணீரைத் தொடுவதும் மொண்டு கொட்டுவதும் மிகுந்த சந்தோசத்தைத் தரும் விளையாட்டு. உண்மையான தண்ணீரைத்தான் இதற்குக் கொண்டுவருவார்கள். தொட்டியில் அரைவாசி அளவுக்குக் கிடந்த நீரை அள்ளி இறைத்துக்கொண்டு வெகுநேரம் கூட்டத்துக்கிடையே நீருக்காக நின்று அல்லாடுபவர்களைப் போல விளையாடுகிறார்கள். அம்மாக்குழந்தை தானாகவே போய்க் கொஞ்சம் தண்ணீரைக் கொண்டுவருகிறாள். அப்போதும் குழந்தைகள் வரவில்லை. பாட்டிக்குக் கத்திக் கத்தித் தொண்டை தீய்ந்து போய்விடும் போலிருக்கிறது. அவ்வளவு சீக்கிரம் எழுந்திருக்க உடல் ஒத்துழைக்கவில்லை. இருந்த இடத்தில் இருந்துகொண்டே கத்தித் தீர்க்கிறார். ஆனால் குரல் வெறுமனே காற்றில் கரைகிறது.

"தண்ணியில வெளையாடாதீங்கடா ... வாங்கடா."

"இதுவ சொல்பேச்சுக் கேக்குதா. தடி கொண்டுக்கிட்டு வர்றன் இரு."

இடையீடு 307

அம்மாக்குழந்தை மண்ணில் நீரை விட்டுப் பிசையத் தொடங்கியதும் இருவரும் ஓடி வருகின்றனர். ஒன்றில் சலிப்பு உண்டானதும் உடனடியாகக் குழந்தைகளால் மற்றொன்றுக்கு மாறிக்கொள்ள முடிகிறது. நீர் விளையாட்டைவிட மண்ணில் சேறு குழப்புவதில் குழந்தைகளுக்குப் பெரும் ஈடுபாடு. நான்கைந்து பாத்திரங்களில் தண்ணீரை விட்டு விட்டு அவரவர் பங்குக்குப் பிசைகிறார்கள். மேலெல்லாம் சேற்றுத் திட்டுகள் படிய வயலில் வேலை செய்து வந்தவர்களைப் போலத் தெரிகிறார்கள். பையனின் முகத்திலும்கூட சேறு இழுக்கியிருக்கிறது.

"இத்தன சேத்தப் பூசிக்கிட்டா ஆருடா கழுவறது?"

"இதுங்ககிட்ட அழுவ முடியலீப்பா."

"அதுங்கதான் கழுதைங்க. இந்தப் பெரிய கழுதைக்காச்சும் அறிவு வேண்டாம்?"

பாட்டியின் சொற்கள் ஒன்றும் குழந்தைகளின் காதில் ஏறவில்லை. விளையாட்டு களைகட்டி மும்முரமாகத் தொடர்கிறது. சேறு குழப்பி அரிசி போட்டு அடுப்பில் ஏற்றி வைத்தாயிற்று. குழம்புக்கு இன்னொரு அடுப்பு. சமையல்கட்டு சாதாரணமாக உருவாகிவிட்டது. விறகு கொண்டுவரப் போகிறார்கள். சுவரின் ஓர் ஓரமாய்ச் சாத்தி வைத்திருந்த விளக்கமாற்றுக் குச்சிகளைப் பையன் உருவுகிறான். பாட்டி ஆங்காரமாய்க் குரலெடுத்துக் கத்த வேண்டியிருக்கிறது.

"அத உருவாதீடா... எதுல கூட்டறது?"

அவன் சட்டை செய்யாமல் முகத்தைக் கோபமாகப் பாட்டிக்குக் காட்டிவிட்டு மீண்டும் அதே வேலையில் ஈடுபடுகிறான். அவன் உருவிக் கொடுக்கப் பெண் இரண்டு மூன்றாக ஒடித்துச் சேர்க்கிறாள். பாட்டி இப்போது சும்மா இருக்கவில்லை. மிகச் சிரமத்தோடு எழுந்துவிடுகிறார். அவர்கள் கையிலிருந்து பிடுங்கி எட்டாத உயரத்தில் சுவர்மேல் விளக்கமாற்றை வைக்கிறார். பையன் அதுதான் வேண்டும் என்று ஒரே அடமாகக் கத்திக்கொண்டு பாட்டியின் கால்களைக் கடிக்கவும் கையை ஓங்கி அடிக்கவும் முயல்கிறான். அவன் அழுகை அவ்வளவு சீக்கிரத்தில் அடங்கப் போவதில்லை. அம்மாக்குழந்தை அத்தனை சத்தத்தில் சோறு ஆக்க முடியாமல் தவிக்கிறாள். பாட்டியை முறைத்துக்கொண்டு தனக்கு முன்னால் இருந்த சமையல் சாமான்கள், பொருட்கள் எல்லாவற்றையும் உதைத்துச் சிதைக்கிறாள். குழம்பும் சோறும் கலந்து இறைகின்றன. எதையும் இனிச் சேர்க்க முடியாது. பெண்குழந்தை பதற்றத்தோடு வந்து கேட்கிறாள்.

"ஆப்பு ஆக்கலியாம்மா."

அம்மாக்குழந்தை அம்மாவுக்கும் குழந்தைக்கும் இடையே ஊசலாடி எதை மேற்கொள்வது எனத் தெரியாமல் தவிக்கிறாள். ஆனால் இனிமேல் அம்மாவாகச் செயல்படுவது இயலாது என்று உடனே தோன்றிவிடுகிறது. சொற்கள் ஆங்காரமாய் வருகின்றன.

"எல்லாத்தையும் நாய் தின்னுடுச்சு போ."

இறுகிய முகத்தோடு சொல்லிவிட்டு அம்மாக்குழந்தை வெறும் குழந்தையாகிச் சுவர் மறைவில் ஓடுகிறாள். அவளைப் பெண் குழந்தையும் தொடர்கிறாள். பையனின் அழுகைச் சத்தத்தில் அவர்கள் பேச்சு பாட்டிக்குச் சிறிதும் கேட்டிருக்கவில்லை.

●

சந்தனச் சோப்பு

அந்தப் பையனை முதலில் அவனுக்கு அடையாளம் தெரியவில்லை. உடல் நடுங்கத் கதறிக்கொண்டு ‘அண்ணா, அண்ணா . . .’ என்றான். ஈரம் நசநசத்த தரையும் வரிசையாக இருந்த கழிப்பறைகளின் நாற்றமும் கால்களைக் கெட்டியாகப் பற்றிக்கொண்டிருந்த சிறுவனுமாய்ச் சேர்ந்து தனது அன்றைய அலுவலில் ஏதோ மாற்றத்தை ஏற்படுத்த சதி செய்வதாய்த் தோன்றியது. செல்ல வேண்டிய இடங்களும் சந்திக்க வேண்டிய நபர்களும் அவன் மனத்தில் அணிவகுத்தன. பதற்றம் கூடச் சட்டைப் பையில் கைவிட்டு எத்தனை ரூபாய் என்று தெரியாத ஒரு நோட்டை எடுத்து ‘இந்தா வெச்சுக்க . . .’ என்று திணிக்கப் பார்த்தான். இரக்கத்தைத் தோற்றுவிக்க முயலும் அழுகை. அதுவும் பொதுவிடத்தில் என்றால் அது காசுக்காகத்தான் இருக்கும் என்பது அவன் அனுபவம். முகத்தைப் பரிதாபமாக்கிக்கொண்டு சாதாரணமாகப் பயணிகளின் கால்களைத் தொட்டுச் சிறுவர், சிறுமியர் பிச்சைகேட்கும் காட்சி அவன் தன் பயணங்களில் அன்றாடம் காணக்கூடியதுதான்.

பையன் பரிதாபமாக நிமிர்ந்து அவன் கண்களைப் பார்த்தான். ‘அண்ணா . . . நான் உங்க ஊரு அண்ணா’ என்றான். விசும்பல் அதிகமாகிக் கண்கள் கசிந்துளகொண்டேயிருந்தன. அவன் அதிர்ந்துபோய்ப் பையனைப் பற்றித் தூக்கினான்.

‘என்னடா சொன்ன ?’

'நா சரசக்கா பையண்ணா . . . என்னயத் தெரியலியா' பையனின் முகத்தில் சரசக்காவின்ஜாடை இப்போது தெரிந்தது. 'வாடா' என்று பையனை இழுத்துக்கொண்டு வெளியே வந்தான்.

மேஜைக்கு அருகே உட்கார்ந்து காசு வாங்கிக்கொண் டிருந்தவனை நோக்கி 'அண்ணன் எங்கூரு' என்றான் பையன். அது தகவல் போலில்லாமல் அனுமதி கேட்பதாயிருந்தது. மேஜையடியில் வைத்திருந்த பையை எடுத்தபோது அந்த ஆள் அவனை நிமிர்ந்து ஒரு மாதிரி பார்த்தானே தவிர எதுவும் பேசவில்லை. 'வாடா' என்று பையனைக் கட்டாயமாக நகர்த்தியபடி பேருந்து நிலையத்தினுள் நடந்தான் அவன்.

அவனுடைய அன்றாட விடியல்கள் அனைத்தும் ஏதோ ஒரு நகரத்தின் பேருந்து நிலையத்தில் நிகழ்வதாயிருந்தன. எல்லா நகரங்களின் பேருந்து நிலையக் கழிப்பறைகளும் அவனுக்கு அறிமுகமானவையே. கதவுகளே இல்லாதவை, கதவுகளைப் போன்றவை, தட்டி வைத்து மறைக்கப்பட்டவை, கதவுகளின் அடிப்பகுதி அரிக்கப்பட்டு ஓட்டை விழுந்தவை என்றெல்லாம் பலமுகம் காட்டும். அவற்றின் தோற்றங்கள் அவனுக்குப் பழகிப்போனவை. எவ்வளவு நீரூற்றினாலும் மூழ்கிப் போகாத மலக்குவியல்கொண்ட பேசினைக் குனிந்து பாராமலே தன் கடனை முடித்துக்கொண்டு வந்துவிடுவான். ஆனால் உள்ளே நுழைந்து ஓட்டைத் தாழை ஒரு வழியாகச் செருகிக் கதவை மூடி உட்கார்ந்ததும் 'சார் வாங்க . . . சார் வாங்க . . .' என்று கூவித் தட்டும் குரல் தரும் எரிச்சல்தான் தீராது.

எல்லா இடத்திலும் இதற்கான ஓர் ஆளை வைத்திருப்பார்கள். அவர்களின் முகங்களைப் பார்த்து மனத்தில் பதித்துக்கொள்ளும் பொறுமை இருந்ததில்லை. வயோதிகம், நடுத்தரம், பால்யம் என்று குரல்களை அடையாளம் காணமுடியும். எல்லாக் குரல்களிலும் ஒரே தொனி. ஒரே சொற்கள். 'சார் வாங்க... சார் வாங்க... கதவைத் தட்டும் முறையிலும் ஒற்றுமை உண்டு. அபயம் கேட்டுத் தட்டுவதுபோல அவசரமாய் இரண்டு தட்டு. தகரக் தகவுகள் வீரிட்டுக் கத்தும். அந்த வீரிடலின் எதிரொலி முடியும் முன்னே மீண்டும் தட்டப்படும். ஒவ்வொரு கதவுக்கு முன்னாலும் ஒன்றிரண்டு பேர் காத்துக்கொண்டிருப்பது காலை நேரத்தில் சகஜமான விஷயம். கதவு திறந்து வெளியே வரும்முன் ஒருவாளித் தண்ணீர் உள்ளே போய்விழும். வாளியை வீசிய அந்தக் கை ஏந்தி நிற்கும். கழிப்பறைக்கு இரு தட்சணைகள். கழிப்பறையின் வெளியில் ஒன்று. அந்த உள் உலகத்தில் இந்தப் பையன் எப்படி நுழைந்தான்? அவனைப் பற்றியிருந்த கை சில்லிட்டுக் குளிர்ந்தது.

அவன் தனது பயணத்தடத்தில் சொந்த ஊர் மனிதர்கள் எத்தனையோ பேரைச் சந்திக்க நேர்ந்திருக்கிறது. பூர்வ ஜென்ம வாசனையை நுகர வாய்த்ததுபோன்ற அந்தச் சந்திப்புகள் தேநீர் குடிக்கிற நேரங்களில் மட்டுமே நீடிக்கும். நாளின் பெரு நேரத்தைப் பேருந்துப் பயணங்களில் கழிப்பவன் அவன். குளிரூட்டப்பட்ட அறைகளில் அளவாகப் பேசும் மனிதர்களை மிகக் குறைந்த நேரம் சந்திப்பான். அலுவல் நிமித்தமான உயிரற்ற சந்திப்புகள் அவை. மினி பஸ்கள்கூட எட்டாத அளவு உள்ளொடுங்கிய குக்கிராமத்திலிருந்து வரும் மனிதர்களை ஏதாவதொரு எதிர்பாராத் திருப்பத்தில் சந்திப்பதில் உள்ள ஆர்வமும் மகிழ்வும் அவனுக்குப் போதை ஊட்டுபவை.

பேருந்து நிலையத்திற்குள் பாதிதூரம் வந்ததும் பையனைத் திரும்பிப் பார்த்தான். பையன் வெகு பிரயாசைப்பட்டு அடி எடுத்து வைப்பவனாகத் தோன்றினான். சோடியம் விளக்கொளியும் விடியலின் லேசான வெளிச்சமும் அவன் முகச் சோர்வைத் துலக்கிக் காட்டின. சரசக்காவுடைய சாயலின் கைப்பிடித்து நடந்து செல்வதுபோல ஒரு மகிழ்ச்சி உண்டாயிற்று. உடனடியாகத் தேநீர் வாங்கிக்கொடுப்பதுதான் பையனுக்குத்தான் செய்யும் உதவியாக இருக்கும் என்றுபட, கடை நோக்கி நடந்தான். கழிப்பறை இருந்த கோடியிலிருந்து விலகிய தூரம் கூடக் கூடப் பையனைப் பெரிய ஆபத்திலிருந்து காப்பாற்றிக் கூட்டிவந்துவிட்டதான உணர்வு தோன்றிற்று. சாகசம் செய்துவிட்ட பெருமை தன்னுடைய நடையில் இருப்பதாகவும் பட்டது.

தேநீர் சொல்லிவிட்டுப் பையனை உட்கார வைக்க இடம் தேடினான். வட்டமான பிளாஸ்டிக் முட்டான்களைக் கடைக்காரன் வெளியே கொண்டுவந்து போட்டான். குறிப்பறிந்து நடந்துகொள்ளும் கடைக்காரனை ஒரு சிரிப்பால் கௌரவிக்கத் தோன்றிற்று. அநேகமாக இதுதான் முதல் போணியாக இருக்கக்கூடும்.

பையனுக்கு இப்போது அழுகை நின்று ஆசுவாசம் கூடிவிட்டிருந்தது. பெரியவர்கள் அணியும் அண்டர்வேர் ஒன்றை அணிந்திருந்தான். அதற்குப் பொருத்தமற்ற சட்டை. மிகச் சிறியது. கண்ணீர் காய்ந்து முகத்தில் தடமோடியிருந்தது. பன்னிரண்டு வயதிருக்கலாம். இன்னும் வெகுளித்தனம் மறையாத பிஞ்சுமுகம். இவனை மிகச் சிறு குழந்தையாகப் பார்த்திருக்கக்கூடும். சரசக்கா மார்மீது இவனைத் தூக்கிப் போட்டுக்கொண்டு நடக்கும்போதோ, தளர்நடை கொண்ட குழந்தையை ஆசையாய்க் கைப்பிடித்துத் தெருவில் அழைத்துச்செல்லும் சமயத்திலோ பார்த்திருக்கலாம்.

பையனுடைய தலையை லேசாகத் தடவிவிட்டான். தன்னுடைய அன்பையும் ஆதரவையும் அப்படித்தான் தெரிவிக்க முடியும் என்று பட்டது.

“அண்ணா... என்னயக் கூட்டிக்கிட்டுப் போயிருண்ணா...” பையன் குரலில் துயரத்தின் வலி கூடியிருந்தது. அவன் மூலமாக விடிவு கிடைத்துவிடும் என்று நம்புவதுபோலவும் இருந்தது. பையனின் கோரிக்கை அவனுடைய பயணத் திட்டத்தைச் சீர்குலைத்துவிடும். கொஞ்சம் எச்சரிக்கையாகத்தான் பையனை அணுக வேண்டும்.

“எப்படீடா இங்க வந்த”

என்று சிறுகேள்வியைப் போட்டதும், பையன் விஸ்தாரமாகத் தன் கதையைச் சொல்லத் தொடங்கினான். அவ்வப்போது இடையில் நுழைந்து பையனை விஷயத்திற்குக் கொண்டுவர வேண்டி இருந்தது. அவனோடு இருக்கும் நேரத்தைக் கூட்டும் பொருட்டுப் பையன் கதையை முடித்துவிடாமல் நீட்டிப்பதாகப்பட்டது. இன்றைய காலைப் பொழுது இப்படியா ஆக வேண்டும்? இது இத்தோடு முடிந்துவிடுமா. இன்னும் எங்கெங்கே இழுத்துச் செல்லப் போகிறதோ. இன்றைய ராசிபலனைப் பார்க்க வேண்டும்.

பையனுடைய கதையை நான்கே வரிகளில் சொல்லி முடித்துவிடலாம். அவனுடைய அப்பன் சம்பாதிக்கும்பொருட்டு கேரளாவுக்குச் சென்றவன். ஆறு மாதங்களாகத் தகவல் எதுவும் தரவில்லை. குழந்தைகளைப் பாராமரிக்க சரசக்கா கஷ்டப்பட்டுக்கொண்டிருந்த போது, ஒரு இழவுக்காகக் காரில் வந்தார் பையனுடைய முதலாளி, சரசக்கா அவருடைய கால்கைகளில் விழுந்து ‘மொதலாளி... எம்பையனுக்கு எதாச்சும் வேலபாத்துக்குடுத்து, நீங்கதான் குடும்பத்தக் காப்பாத்தோணும்’ என்று மன்றாட, அவரும் ரொம்ப யோசித்து ‘செரி என்னோட வரட்டும்’ என்று பெரிய மனது செய்தார். பெரிய ஹோட்டல், பேருந்து நிலைய சைக்கிள் ஸ்டேண்ட், கழிப்பறைக் குத்தகை எனப் பல தொழில்கள் செய்துவரும் முதலாளி. ‘இப்பத்திக்கு இங்க இருடா. அப்புறம் ஓட்டலுக்கு வந்தர்லாம்’ என்று சொல்லிக் கழிப்பறைக் கதவுகளைத் தட்ட அனுப்பிவிட்டார்.

இந்த விஷயத்தைப் பையன் பலவித பாவங்களில் சொன்னான். நிறைய ஆதாரங்களையும் அடுக்கிக் காட்டினான். தன்னுடைய வேலைக்குப் பையன் வந்தால் தனக்கேகூடப் போட்டியாகிவிடலாம் என்று நினைத்தான் அவன். மலம் நிறைந்த பேசின்களுக்கு இடைவிடாமல் சிறுவாளியில் நீரள்ளி

ஊற்றுகையில் சுவாசிக்க வேண்டியிருக்கும் நாற்றங்களின் கொடுமை. பார்வையில் படும் பலவேறு விதமான மலங்களின் தோற்றம். கழிப்பறைக்குள்ளிருந்து வருவோர் வீசியெறியும் சில்லரைகள் எனப் பலவற்றையும் விவரித்துவிட்டுச் சட்டென கால்கள் இரண்டையும் நீட்டிக் காட்டினான். ஈரத்திலேயே நின்று நின்று பாதங்கள் முழுக்க நொசநொசத்துக் கிடந்தன. வெண்ணிறத்தோல் உப்பி வெடித்த புண்கள். குனிந்து பார்ப்பதுபோலப் பாவனை செய்யத்தான் முடிந்தது அவனால். அதனை முழுக்க உள்வாங்கிக்கொண்டால், பையனைவிட்டு விலகவே முடியாது என்று நினைத்தான். எல்லாவற்றையும் முடித்த பின் பையன் தன் கோரிக்கையை இப்படிப் புதுப்பித்தான்.

“அண்ணா ... என்னைய எப்பிடியாச்சும் இங்கிருந்து கூட்டிக்கிட்டுப் போயிரண்ணா... என்னோட ஒடம்பு முழுக்கப் பீ இருக்கிற மாதிரி இருக்குதண்ணா ... போட்டுக் குளிக்கச் சோப்புகூட இல்ல ... சாப்பிடவே முடியல. ஓங்கரிச்சிகிட்டு வாந்தியா வருது. என்னயக் கூட்டிக்கிட்டுப் போயி எங்கம்மாகிட்ட உட்ரண்ணா ...”

பையனை என்ன விதத்தில் சமாதானப்படுத்துவது என்றே தெரியவில்லை. தேநீரை உறிஞ்சும் சத்தம் தவிர எதுவுமில்லை. பையனிடமிருந்து தன்னைக் காத்துக்கொள்வதற்குத் தேநீர் கவசமாயிற்று. எவ்வளவு மெதுவாகக் குடித்தாலும் தீர்ந்துவிடும் அளவில்தான் இருந்தது. சிகரெட்டைப் பற்றவைத்து முதல் உறிஞ் சலுக்குப்பின் ஒருவிதமாக நெருக்கடி தீர்ந்துபோய்விட்டிருந்தது. பையனோடு சகஜமாகப் பேசவும் வாய்த்தது.

“ஓட்டல் வேலக்கி எப்ப அனுப்புவாங்களாமா ...”

“அதொன்னும் தெரீலிண்ணா... சும்மா பேச்சுக்குச் சொல்றாங்களோ என்னமோ... எங்கம்மாக்கிட்டக் கூட்டிக்கிட்டுப் போயிரண்ணா ...”

அவனுக்குள் என்ன பேசுவதென்ற தீர்மானம் ஏற்பட்டு விட்டிருந்தபோதிலும் யோசிப்பது போலச் சற்றே சிகரெட் புகையை உறிஞ்சிக்கொண்டிருந்தான். மௌனத்தைப் பொறுக்க இயலாமல் திரும்பவும் பையன் பிதற்ற ஆரம்பித்தான்.

“தெனமும் மூணு மணிக்கெல்லாம் எழுப்பி உட்ராங்கண்ணா... அதுலருந்து பொழுதா வெரைக்கும் ஒரே பீ நாத்தந்தான் ... என்னால முடியாதுண்ணா ... என்னையக் கூட்டிக்கிட்டுப் போயிரண்ணா ...”

ஓரிரு நிமிடங்களில் இதுபோலப் பல விஷயங்களைச் சொல்லிக் கடைசியில் ‘கூட்டிக்கிட்டு போயிரண்ணா ...” என்று

முடிவு கொடுத்தான். பையனைச் சமாளிக்கிற விதமாய் மெல்லத் தன்னை வெளிப்படுத்திக்கொண்டான் அவன்.

“பாருடா . . . எனக்கு இன்னக்கி முழுக்க இங்க வேல இருக்குது . இது முடிஞ்சு ஈரோடு, கோயமுத்தூர்னு போவோனும். மூனு நாலு நாள் ஆவும். ஆபிஸ் வேலய உட்டுட்டு உன்னயக் கூட்டிக்கிட்டு ஊருக்குப் போகமுடியாது. வேல முடியறவரைக்கும் எங்கூடவும் கூட்டிக்கிட்டுப் போவமுடியாதுஞ் என்ன செய்யலாம் சொல்லு . . .”

இவ்வளவு நேரம் பேசிய சொற்களுக்கான பலன் இப்படியாய் முடியும் என்று பையன் எதிர்பார்த்திருக்கவில்லை. மெலிந்த குரலில் ‘என்னண்ணா பண்ணலாம்’ என்றான்.

“மொதலாளிக்கிட்ட வந்து ஓட்டல் வேலக்கி அனுப்புங்கன்னு சொல்லட்டுமா”

அதைப் பையன் உடனடியாக மறுத்தான்.

“என்னத்துக்குடா... இதப்போயிக் கண்டவங்ககிட்டயெல்லாம் சொல்றன்னு அடிப்பாங்கண்ணா . . .”

பையன் மனதில் தன்னைப்பற்றிக் கொண்டிருந்த நெருக்கம் குறைந்து, தான் ‘கண்டவங்க’ ஆகிவிட்டதை உணர்ந்தான். தன் வார்த்தைகளில் நம்பிக்கை இல்லாமல் போய்விட்டதை அவனால் தாங்கிக்கொள்ள முடியவில்லை. ஏதேனும் ஓர் உறுதிமொழி மூலமாகப் பையனைத் தன்னை நோக்கித் திருப்ப முடியலாம்.

“கோயமுத்தூரெல்லாம் போயிட்டு வரும்போது இந்த வழியாத்தான் வருவன். அப்பக் கூட்டிக்கிட்டுப் போயிர்றன். அதுக்கு முன்னாடி ஊர்க்காரங்க யாரையாச்சும் பாத்தன்னா உங்கொம்மாவுக்குச் சொல்லி உடறன்ஞ் என்ன . . .”

பையனின் முகத்தில் நம்பிக்கையும் தெளிவும் கூடியிருந்தது. ஆமோதிப்பதுபோலத் தலையாட்டினான். உறுதிப்படுத்தும் விதமாக ‘பயப்படாத... எப்படியாச்சும் கூட்டிப் போக ஏற்பாடு பண்ணீர்றன்’ என்று பலமுறை சொல்ல வேண்டியிருந்தது. திருப்தியுடன் பையன் ‘சரீண்ணா’ என்றான். ஒரு மாதிரி இருள் பிரிந்து வெளிச்சம் வந்திருந்தது. ஓட்டலோ லாட்டரிக் கடையோ தெரியவில்லை, “காக்க காக்க” என அலறவைத்துவிட்டான். மேற்கொண்டு பையனிடம் பேச ஒன்றுமில்லை.

“ரண்டு மூணு நாளுக்குப் பொறுத்துக்க. ஏற்பாடு பண்ணீர்றன்.”

“செரீண்ணா. எப்படியோ கூட்டிக்கிட்டுப் போயிரண்ணா… நேரமாயிருச்சு. காணம்னு திட்டுவாங்க. கொஞ்சநேரம் உட்டுட்டா தண்ணி ஊத்தாம நெறஞ்சு நொரச்சுக்கிட்டுக் கெடக்கும்.”

பையனுக்குத் தான் இருந்தாக வேண்டிய இடம் ஞாபகம் வந்துவிட்டது. தான் எதிர்கொள்ளப் போகும் ஆட்கள், சொற்கள் எல்லாம் உள்ளே ஓடிக்கொண்டிருக்க வேண்டும். பையன் நகரத் தொடங்குகையில் நினைவு வந்தவனாய் அழைத்துப் பக்கத்துக் கடையில் சந்தனச்சோப்பு ஒன்றை வாங்கிக் கொடுத்தான். பையனுடைய பிரச்சினைக்கு எளிதான, உடனடியான தீர்வாகச் சோப்பு அமையும் என்று தோன்றிற்று. சோப்பைக் கையில் பிடித்துக்கொண்டு வேக நடைவிடும் பையனையே சிகரெட் தீரும்வரை பார்த்துக்கொண்டிருந்தான். அதன்பின் அலுவல்கள் அவனை அழைக்க ஆரம்பித்துவிட்டன. அவனுடைய அன்றைய அலைச்சலின்போது சில காட்சிகள் திரும்பத் திரும்ப மனதில் வந்துகொண்டிருந்தன.

கருத்த முகத்துடன் ஒளிகூடிய சரசக்கா. அவளின் அளவான முலைகள். ‘அக்காமுறை ஆவுது’ என்று சொல்லி அடக்கிய தன் மனம்.

வாளிவாளியாய்த் தண்ணீர் ஊற்ற நுரைத்து நுரைத்து எழும் மலக்குவியல்.

பையன் கையில் மணக்கும் சந்தனச் சோப்பு.

மூன்று மாதங்களுக்கு மேலிருக்கும். திரும்பவும் அவன் அந்த நகரத்திற்கு வரவேண்டியிருந்தது. பேருந்திலிருந்து இறங்கிக் கழிப்பறை நோக்கிச் செல்லும்போதுதான் பையனின் நினைவு வந்தது. இதற்கு முன் அந்த நினைவே இல்லை என்றும் சொல்லிவிட முடியாது. இடைப்பட்ட காலத்தில் ஓரிருமுறை பொறி தட்டியதுபோல பையனின் முகம் வந்திருக்கிறது. ஊருக்குப் போகவே வாய்க்கவில்லை. எதேச்சையாகத் தட்டுப்பட்ட ஊர் முகங்களிடம் இதைப்பற்றிப் பேச ஏனோ தயக்கமாயிருந்தது. கழிப்பறைக்குச் செல்லாமல் வேறிடம் பார்த்துக்கொள்ளலாமா என்று நினைத்தான். பையன் முகத்தை எதிர்கொள்ளும் வலு மனதில் இல்லை. வயிறு எப்போதும்போல் கடமுடவென உருட்டிற்று. இடைப்பட்ட வழியில் விழுங்கிய புரோட்டாக்கள் நொதித்துத் தள்ளின. அன்றாட வழக்கத்தைத் தள்ளிப்போடுவது சாத்தியமாகவும் இல்லை. வேறுவழியற்றுக் கழிப்பறைப் பக்கம் போனான்.

காசைக் கொடுத்தபின் பையை மேஜையடியில் வைத்து விட்டுப் பார்த்தான். உட்கார்ந்திருந்த ஆள் முகத்தில் தூக்கச்சடைவு

நீங்காமல் இருந்தது. உள்ளேயிருந்து 'சார் வாங்க... சார் வாங்க' என்ற குரல். அது பையனுடையது போலவும் இல்லை என்பதாகவும் தோன்றிற்று. ஒவ்வொரு கழிப்பறை முன்னும் ஒன்றிரண்டு பேர். கதவு தட்டுகிறவன் லுங்கி கட்டியிருந்தான். பையன் ஓட்டல் வேலைக்குச் சென்றிருப்பான் என்று நினைக்க ஆசுவாசமாயிருந்தது. ஒரு கதவின் முன் நின்றுகொண்டான். அதன் முன் ஏற்கனவே ஒருவன் காத்துக்கொண்டிருந்தான். கதவு தட்டுகிறவன் 'சார் வாங்க' என்று இடைவிடாமல் கத்தினான். அவன் நின்றிருந்த கதவுக்கு அருகில் வந்து தட்டியபோது லுங்கிக்காரன் ஆள் இல்லை, பையன்தான் என்பது தெரிந்தது. சாயம்போன சாதாரண லுங்கி ஒன்று ஆளையே மாற்றிருந்தது. பையனைக் கூப்பிடலாமா வேண்டாமா என்று ஒரு கணம் தயக்கம் கொண்டான். வந்த சுவடு தெரியாமலே போய்விடுவது நல்லது. பையனிடம் தன்னைக் காட்டிக்கொள்ளாமலே கழிப்பறைக்குள் போய்விட்டு நகர்ந்துவிடலாம். 'அது தர்மமில்லை' என்றொரு குரல் சன்னமாக அவன் ஆழத்தில் இருந்து கூவிக்கொண்டிருந்தது. அக்குரலுக்குச் செவி கொடுத்துப் பையனிடம் பேச முடிவு செய்தான்.

அதற்குள் பையன் வரிசையின் கோடிக்குச் சென்றிருந்தான். அவன் கையில் நீர் நிறைந்த சிறுவாளி இருந்தது. கைதட்டிக் கூப்பிடவும் கூச்சம். பையன் பெயரைப் போனமுறை கேட்டுக் கொள்ளவேயில்லை. அவ்வளவு நேரம் பையன் கதை சொல்லியும் பேரைக் கேட்டுக்கொள்ளத் தோன்றாத தன் அக்கறையின் மேல் வெறுப்புக்கொண்டான். பேர் தெரிந்திருந்தாலும் இந்த இடத்தில் சொல்லி அழைப்பது சாத்தியமெனப் படவில்லை. பையன் திரும்ப வரட்டும் எனக் காத்திருந்தான்.

அவன் நின்றிருந்த கழிப்பறைக் கதவு இப்போதைக்குத் திறக்குமெனத் தோன்றவில்லை. அவனுக்கு முன்னால் ஏற்கனவே ஒருவர் காத்திருந்தார். அதைப்போல ஒவ்வொரு கதவுக்கு முன்னும் இரண்டு பேருக்கும் குறைவாக எதிலும் இல்லை. இன்னும் புதிதாக ஆட்கள் உள்ளே நுழைந்து இடம் தேடிக்கொண்டும் இருந்தனர். பையனின் சத்தம் உள்ளிருக்கும் எவரையும் அசைத்ததாகத் தெரியவில்லை. ஏதோ ஒரு கதவு கிரீச்சிடும் சத்தம் காதைக் கிழித்தது. நடுவறை ஒன்றிலிருந்து வேட்டியைத் தூக்கிக் கட்டிக்கொண்டு ஒருவர் வெளிப்பட்டார். ஆளின் உருவத்தைப் பார்த்தால் வெகுநேரம் உள்ளிருந்திருக்க வேண்டும் எனத் தோன்றியது. உடனே அந்த அறைக்கு அருகே பையன் ஓடினான். வாளி நீரை உள்ளே வீசினான். நீர் சுவரில் விழுந்ததோ தரையில் விழுந்ததோ தெரியவில்லை. அவசரமாய் வேட்டி கட்டியவரிடம் ஓடிக் கையேந்தினான். வயிறு ஆசுவாசமாய்

இருந்ததால் அவரும் சலித்துக்கொள்ளாமல் பையனுக்குக் காசை எடுத்து நீட்டினார் போலும். பையன் செய்வது ஒரு முக்கியமான சேவைதான். அவனிருக்கும் பக்கமாகப் பையன் வந்தான். குரல் அனிச்சையாக 'சார் வாங்க' என்றும் கை கதவைத் தட்டிக்கொண்டும் வந்தன.

சற்றே எட்டிப் பையன் தோள்மேல் கை வந்தான். 'அவசரப்படாதீங்க சார் . . . வந்திருவாங்க' என்று சத்தமாகக் கத்தியபடி அவனைப் பார்த்தான். சட்டென அடையாளம் உணர்ந்தான் பையன். 'அண்ணா . . . நீங்களா . . . எப்ப வந்தீங்க' பையனின் ஆச்சரியமும் வரவேற்பு வாசகங்களும் அவனுக்குச் சங்கடத்தை உண்டாக்கின. முன்னால் நின்றுகொண்டிருந்தவர் அவன் பக்கம் திரும்பி லேசாகச் சிரிப்பதாகப் பட்டது. பையனுக்குப் பதில் பேசாமல் நின்றான்.

'அண்ணா... இருங்க' என்றவன் வேகத்தோடு ஓடிப்போய்க் கதவுகளைத் தட்டினான். 'வாங்க சார்...' என்ற அவன் அழைப்பு வாசகத்தில் சலிப்பும் ஆணையும் இருந்தன. ஒரு கதவு மெல்லத் திறப்பதற்கான அறிகுறிகள் தென்பட்டன. அதனருகே ஓடி நின்றுகொண்டு 'அண்ணா வாங்க . . . அண்ணா வாங்க . . .' என்று கத்தினான்.

போவதா வேண்டாமா என்று தீர்மானிக்க முடியவில்லை. அவனையே எல்லோரும் பார்த்துக்கொண்டிருந்தனர். பையன் 'வாங்கண்ணா சீக்கிரம்' என்றான். அந்த அறைக்குள்ளிருந்து சுருட்டிவிட்ட பேன்ட்டுடன் ஒருவர் வெளியேறினார். எல்லோரின் பார்வையைத் தவிர்ப்பதற்குவழி பையனின் குரலுக்கு இணங்கிவிடுவதுதான். வயிறும்கூட முடுக்கியது. பையனை நோக்கிப் போனான். யாரோ ஒருவர் 'இதுக்குக்கூட ஆள் புடிச்சு வெச்சிருக்கறாங்கப்பா' என்று முனகுவது நன்றாகக் கேட்டது. தலையைக் குனிந்தபடியே போனான். அந்த அறைக்கு முன்னால் நின்றிருந்தவர்களை ஏறெடுத்தும் பார்க்கவில்லை. நீரைப் பொறுப்பாக ஊற்றினான் பையன். அறைக்குள் போய்த்தாழிட்டான். அவன் மீண்டும் தாழைத் திறக்கும்வரை கதவு தட்டலோ அவசரப் படுத்தும் கூக்குரலோ வரவேயில்லை. எந்த அவசரமும் இல்லாமல் பொறுமையாக உள்ளிருந்து வயிற்றைக் காலியாக்க முடிந்தது என்றாலும் பையனின் கவனிப்பு மிகுந்த வெட்கத்தை உண்டாக்கிற்று.

கதவு திறந்து வெளியே வந்தவுடன் பையன் வரவேற்க நின்றான். சிறுவாளியைத் தண்ணீர்த் தொட்டியின்மேல் வைத்துவிட்டு 'வாங்கண்ணா' என்று கையைப் பிடித்துக்கொண்டான். சுருட்டிய பேன்டை இறக்கிவிடத் தோன்றாமலும் மற்றவர்களைப் பார்க்கக்

கூசியும் பையனோடு வெளியே வந்தான். பையன் கல்லாவில் காசுவாங்கிப் போட்டுக்கொண்டிருந்தவனிடம் ‘எங்கூரு அண்ணன் வந்திருக்காரு. அவரோட போயிட்டு வந்தர்றேன்’ என்று சொன்னான். ‘கூட்டம் இருக்கறப்ப எங்கடா போற’ என்ற அதட்டலை வெகு உரிமையோடு எதிர்கொண்டு ‘வந்தர்றண்ணா’ என்று அழுத்தமாகச் சொல்லிவிட்டு வந்தான். அவனுடைய பையைத் தானே தூக்கிக்கொண்டான். லுங்கி கால்வழியப் புரள நடந்தான். பின் ஒரு கையில் பையையும் மற்றொரு கையில் லுங்கியின் முனையையும் பிடித்துக்கொண்டான். பையனோடு என்ன பேசுவது என்றே அவனுக்குத் தோன்றவில்லை. ஊருக்குப் போகாதது, பையனுடைய அம்மாவிடம் தகவல் சொல்லாதது, வாக்குக் கொடுத்தபடி வந்து கூட்டிப் போகாதது எல்லாம் மனதில் ஓடிக்கொண்டிருக்கக் குற்ற உணர்ச்சியோடு அவன் நடந்தான். அந்த அதிகாலையில் பையன் வெகு சுறுசுறுப்பாக இருந்தான்.

‘இவன் பெரிய புடுங்கி. கூட்டத்தக் கண்டுட்டான் என்று கல்லாக்காரனைத் திட்டிக்கொண்டே வந்தான். எந்த நேரத்தில் கேள்விகளை அள்ளி வீசுவானோ என்று பயமாக இருந்தது. அந்த ஊரைப் பற்றியும் மக்களைப் பற்றியும் என்னவோ சொன்னான். அவனுக்கு மனதில் பட்டும் படாமலும் இருந்தது. பையனை ஏதோ ஒரு கடைக்குக் கூட்டிப் போனான். தேநீர் சொன்னான்.

“இந்தூர்ல எத்தன நாளக்கி இருப்பீங்கண்ணா” என்று கேட்டான் பையன்.

“இன்னக்கி மட்டுந்தாண்டா. வேலமுடிஞ்சு கௌம்பீருவன்” என்றான்.

பையன் கேட்கும் முன்பே முந்திக்கொள்ள வேண்டும் என்னும் எண்ணத்தில் தயக்கமாக ‘ஊருக்குப் போவ முடியலடா’ என்றான். பையன் சிரித்துக்கொண்டே ‘கஷ்டந்தான்’ என்று சொன்னான். அது எவ்வளவோ ஆறுதலாயிருந்தது. மேற்கொண்டு அந்தப் பேச்சு தொடராமல் இருந்தால் நல்லது என்று நினைத்தான். அதுபோலவே ஆயிற்று. தேநீர் குடித்து முடித்தபின் ‘எப்ப வந்தாலும் வாங்கண்ணா… நா இங்கதான் இருப்பன்’ என்றான் பையன். திடீரென நினைவு வந்தவனாய் லுங்கியைத் தூக்கி உள்ளிருந்த டிராயருக்குள் எங்கோ கைவிட்டுக் கொஞ்சம் கடும் முயற்சி செய்து உருவினான். பலவிதமான மடிந்து கசங்கிய நூறு ரூபாய் நோட்டுக்கள்.

“ஐநூறு ரூவா இருக்குது. சம்பளமில்லாம நானா சேத்தது. நீங்க போவீங்களோ, அனுப்புவீங்களோ தெரியாது… எங்கம்மாகிட்டப் போயரோனும்”.

அந்தப் பணத்தை மிகுந்த மரியாதையோடு பெற்றுக் கொண்டான் அவன்.

“ஊருக்கு வர இன்னம் ரண்டு மூனு மாசமாவும். அப்பச் சம்பளப் பணத்த வாங்கியாரன்னு சொல்லுங்க.” அவன் தலையாட்டினான்.

“எங்கம்மாகிட்ட நா கக்கூஸ்ல வேல செய்றன்னு மட்டும் சொல்லீராதண்ணா”

இதைச் சொல்லும்போது மட்டும் பையன் குரல் உள்ளொடுங்கி முகம் வாடியதுபோலிருந்தது. ‘சொல்லமாட்டண்டா’ என்று உறுதி கொடுத்தான். ‘சரீண்ணா … நேரமாச்சு, போவோனும். இங்க வரும்போது கண்டிப்பா என்னயப் பாக்காம போயரக்கூடாது’ என்று சொல்லிக்கொண்டே விளக்கு ஒளியில் நடந்தான்.

சற்று தூரம் போய் கொஞ்சம் சத்தமாக ‘நீங்க வாங்கிக் குடுத்தீங்களே அதே சந்தனச் சோப்பத்தான் போடறன். நல்ல மணமா இருக்குது’ என்றான். அப்போது பையன் லேசாகச் சிரித்ததுபோலிருந்தது.

●

நின்றவண்ணம் கிடந்தவண்ணம்

அப்போது நீலனின் விளையாட்டு முழுக்க ஏரிக்கரையில்தான் நிகழ்வதாக இருக்கும். செம்மண் நிறத்தில் அலைபுரளும் நீரைப் பார்த்த படியே விளையாட அவனுக்கு மிகப் பிடிக்கும். பொழுதிறங்கி இருள் சாம்பல் பூசும் வரைக்கும்கூட அங்கேயே குதித்துவிட்டு ஆரவாரக் கூச்சலோடு ஊரை நோக்கி ஓடும் சிறுவர் கூட்டம். அவர்களில் கடைசியாய் நீலன் இருப்பான். நீரோசையைவிட, பறவைகளின் ஒலியைவிடக் கூடுதலாய் எப்போதும் கலாமுலாவென்று சிதறிக்கிடக்கும் பிள்ளைகளின் கூச்சல். ஏரிக்கரையோர மேட்டில் சிறுகுடிசை முளைத்தபின், சொல்லிவைத்ததுபோல வற்றிப் போய்விட்டது. அம்மாக்கள், ஏரிக்கரை நோக்கிப் போகும் பிள்ளைகளை அடிப்பதும் உதைப்பதும் சூடு வைப்பதுமென ஏராளமான தண்டனைகளைக் கொடுத்தார்கள். எல்லாப் பிள்ளைகளுக்கும் பெரியவர்கள் எதிரிகளாயினர். வேண்டாம் என்கிற செயலில் விரும்பம் பெருகி நாளின் ஏதாவது ஒரு கணத்தில் பிள்ளைகள் ஏரிக்கரையை அடைந்தார்கள். பெரியவர்களைப் போலில்லாமல் ஏரி எல்லோரையும் அன்போடு வரவேற்றது.

கரையோரம் குடிசையில் எப்போதாவது தடித்த ஆண் ஒருவர் தென்படுவதைத்தவிர ஒன்றும் மாற்றமில்லை. பிள்ளைகள் விஷயத்தில் அந்த ஆளும் தலையிடுபவராக இல்லை. ஒருபோதும் அவர் பேசிப் பிள்ளைகள் பார்த்ததில்லை. பிள்ளைகளைக் கட்டுப்படுத்த முடியாத பெரியவர்கள், அச்சுறுத்தும் கதைகளைச் சொன்னார்கள். கூரையோரக்

குடிசையில் வசிக்கிற ஆள் மந்திரவாதி என்றும் பிள்ளைகளை அவன் வசியம் செய்து கூட்டிப்போய்ப் பலிகொடுத்து விடுவான் என்றும் பயமுறுத்தினார்கள். சத்தம் போடும் பிள்ளைகளின் வாயைக் கட்டி ஊமையாக்கிவிட அவனால் முடியும். குடிசைப் பக்கமாக ஓடி விளையாடும் பிள்ளைகளின் கால்களை முடக்கிச் சூம்பச் செய்யும் மந்திரம் அவனுக்குத் தெரியும். அதென்ன, ஏரியில் புரளும் நீரலையின் துள்ளலைக்கூடச் சில நிமிடங்கள் நிறுத்திக் காட்டக்கூடியவன் அவன் என்றெல்லாம் கதை பரவிற்று.

அந்தக் கதைகளுக்குப் பலன் கிடைத்தது. பிள்ளைகள் பயந்து ஏரிக்கரையை மறக்கத் தொடங்கினார்கள். விளையாட்டிற்கு ஒரு இடம் போனால் இன்னொரு இடம். புதுப்புது இடங்களைக் கண்டடையவும் உருவாக்கிக்கொள்ளவும் பிள்ளைகளால் முடியும் என்றாலும் நீலனால் ஏரிக்கரையை விடமுடியவில்லை. பயந்தபடி பதுங்கிக்கொண்டே அங்கே செல்வான். பிள்ளைகளின் குதியாட்டம் இல்லாமல் ஏரி வறண்டு தெரியும். காற்று கொண்டுமோதும் அலைகள் வேதனையால் வீரிடும். ஆளற்ற எந்த இடமும் சோகம் படிந்துபோய்விடுகிறது. குடிசைக்கு முகத்தைக் காட்டாமல் மறைந்துகொண்டு விளையாட ஏற்ற இடங்களை ஏரி வைத்துத்தான் இருந்தது. அவ்விடங்களில் தன்னந்தனியாய் எத்தனை நேரம் விளையாட முடியும். தவளைகளும் நண்டுகளும் விளையாட்டுத் தோழர்களின் இடத்தை வெகுநேரத்திற்கு நிரப்ப முடியாதுதான். கொக்குகளும் நாரைகளும் ஆக்காட்டிகளும் பறந்து திரியும் ஏரிவானத்தை வெறுமனே பார்த்துக்கொண்டிருக்க எத்தனை நாளுக்கு ஆகும்?

நீலனின் கவனம் கொஞ்சம் கொஞ்சமாய்க் குடிசையை நோக்கித் திரும்பிற்று. பெரும்பாலான பகல் நேரங்களில் குடிசையின் தட்டிக்கதவு மூடியே கிடக்கும். ஆள் நடமாட்டமற்ற குடிசையும் தனிமையில் தவித்து நிற்கும். ஏரிக்கரையை விட்டு அவன் வெளியேறும் நேரம்வரைக்கும்கூட அந்த ஆள் வருவதில்லை. இல்லாத ஆளைப் பற்றிய பயமுறுத்தல் மிகைதானோ என்று தோன்றும். ஆள் இல்லை என்னும் தைரியத்தில் தட்டான்களைத் துரத்திக்கொண்டு கரை முழுக்க அவன் ஓடிக்கொண்டிருந்த பிற்பகல் ஒன்றில் தூரத்துக் கொடித் தடத்தில் அந்த ஆளின் உருவம் தோன்றத் தொடங்கிற்று. எதேச்சையாகத் திரும்பிய கண்கள் நன்றாகப் பார்த்துவிட்டன. பயச் சிலிர்ப்புடன் புதர் மரங்களினூடே ஓடி ஒளிந்துகொண்டான்.

நடந்துவரும் உருவம் தெளிவாகத் தெரிந்தது. நெடுநெடுத்த உருவம். முறுக்கி நிறுத்திய மீசை, தலையில் கடுக்குடுமி. இடுப்பில் முழங்காலுக்கு மேலுயர்ந்த சிறு வேட்டி. அதுவும்

மடித்துக் கட்டப்பட்ட வேட்டி அல்ல. அதன் நீளமே அவ்வளவுதான். ஒருவேளை துண்டாகவும் இருக்கலாம். அதனுள் கட்டியிருக்கும் கோவணத்தைப் பின்புறம் நீண்டு தொங்கிய வால் காட்டிக்கொடுத்தது. மற்றபடி மேலில் எதுவும் இல்லை. கால்களில் செருப்புங்கூடக் காணோம். எங்கேயோ வெறித்த விழிகள். சிலிர்ப்புடன் குறுகி ஒடுங்கிக்கொண்டான். யாருமற்ற தனித்தீவில் வினோத மிருகம் ஒன்றிடம் சிக்கிக்கொண்ட மன உணர்வு தோன்றிற்று. தன்னை முழுக்க மறைத்துக்கொண்டு புதர் ஜீவனானான். அவன் பக்கமிருந்து சிறு அசைவும் இல்லை.

குடிசையின் கதவு திறந்தது தெரிந்தது. அப்புறம் ஆளைக் காணோம். கதவு திறந்தேதான் இருந்தது. உள்ளே நுழைந்ததும் உருவத்தை மாயமாக்கிக்கொள்ளும் மந்திரம் இருக்குமோ, உண்மையில் வெளியே மனிதனாகவும் உள்ளே பிசாசாகவும் திரியும் ஜீவனோ. அவனுக்கு இடத்தைவிட்டு நகரவும் பயமாயிருந்தது. வெகுநேரம் ஒளிந்திருந்ததில் சலிப்பு மிகுந்து எச்சரிக்கையாக இடம் மாறலானான். ஒரு மரக்கிளைச் சந்தில் அவன் பார்வை நுழைந்தபோது அந்த அற்புக் காட்சி தென்பட்டது. குடிசையின் பரப்பு முழுவதையும் ஆக்கிரமித்தபடி தரையில் படுத்துக்கிடந்த தோற்றம். விரிப்பு எதுவுமில்லை. வெறுந்தரை. மல்லாந்த நிலையில் உருவம். கைகள் இருபுறமும் விரிந்திருந்தன. ஓரளவு அகட்டப்பட்ட நிலையில் கால்கள். அவன் பார்த்துக்கொண்டிருந்த வரையில் எந்த அசைவுமில்லை. சிறு புரளல் இல்லை. அடித்து வைத்த சிலை. பார்க்கப் பார்க்கத் தீராத வசீகரமாய் அந்தக் காட்சி இருந்தது. நீலன் இருந்த புதர் எங்கும் இருள் மெல்லிய படலமாய்ப் பரவத் தொடங்கிற்று. அந்தப் புதர் ஜீவன்களில் ஒன்றாய் உருமாறி அந்தக் காட்சியைப் பார்த்துக்கொண்டேயிருக்க விரும்பினான். ஆனால் எல்லாப் பக்கமும் இருள் அடைந்து காட்சியைக் கெடுத்தது. மனமின்றி இடம் விட்டகன்றான். வீட்டுக்குச் செல்லும் நோக்கமின்றி காடெங்கும் அலைந்து திரிந்தான்.

வானத்தில் நட்சத்திரங்கள் நெருப்புக் கங்குகளாய்க் கொட்டிக் கிடந்தன. படுத்துக்கிடக்கும் நீள் உருவின் தோற்றம் விட்டகலாது அவனைத் தொடர்ந்துகொண்டேயிருந்தது. இதற்குமுன் எந்தக் காட்சியின்மீதும் தோன்றாத ஈர்ப்பு. எந்நேரம் வீடு சென்றான், என்ன செய்தான், எப்படித் தூங்கினான் எதுவும் நினைவில் இல்லை. அனைத்தும் அழிபட்ட மனதின் விஸ்தாரத்திற்குள் ஒரே காட்சி பெருகிக் கிடந்தது. தூக்கத்திலிருந்து விழித்ததும் தவறு செய்துவிட்ட உணர்வுடன் எழுந்து ஓடலானான். நீர்ப்பரப்பைக் கிழித்துக்கொண்டு அவன் புதருக்குள் புகுந்தான். எதிர்ப்பட்ட காட்சியில் சூன்யம். குடிசையின் கதவு மூடியிருந்தது. நினைவு

வந்தவனாய்ப் பொழுதை நோக்கினான். நெற்றிக்கட்டுக்கு நேராக நின்றிருந்தது. அன்றைக்கெல்லாம் நீடித்த இழப்பின் சோகம் மாலையிலும் தொடர்ந்தது. குடிசையை நோக்கி நடந்துவரும் காலடிகள் இரவின் நெடுநேரம் வரைக்கும்கூடக் காணவில்லை. சோர்ந்து திரும்பினான். முதல்நாள் மாலை கிளர்ச்சியூட்டிய உருவத்தின் கிடந்த வண்ணத்தை விடவும் திறவுபடாத குடிசைக் கதவின் மாயம் மிகுந்தது. இரவெல்லாம் விழித்துக்கிடந்த மனம் விடிகாலை உறங்கிப்போய்விட்டது. இருப்பினும் நேற்றை விடவும் முன்பே விழித்தபடி ஏரிக்கரை நோக்கி ஓடிற்று. ஏரி நீருக்குள்ளிருந்து வெளியேறி அந்த உருவம் குடிசையை நோக்கி நடந்தபோது நீலன் புதர் மறைவிலிருந்தான். ஏரி நீரின் அலைவுச் சத்தத்தில் அச்சம் கூடிய ஓலம். காற்று நீர்ப்பரப்புக்குள் மாத்திரம் சுழன்று சுழன்றோடியதுபோலும். நீர் சிதற நடந்த உருவத்திற்கு வழிவிட்டு நின்றது. குடிசை வாசலில் கூடியிருந்த கூட்டம். பத்துப் பேர் இருக்கலாம், தளர்ந்த, கூனிய உடல்கள். துன்பத்தின் உச்சம் ஏறிக்கொண்டு உலுக்கும் உடல்களாய் இருந்தன. உள்ளே சென்ற உருவம் சொஞ்சநேரம் காணவில்லை. நீர் இன்னும் வழிந்து கொண்டிருந்த முடிக்கற்றையோடு திருநீற்றுத் தட்டத்தை ஏந்தியபடி உருவம் வெளிவந்தது. எரிந்த கற்பூரம் மீது கைகுவித்துக் கூட்டம் வணங்கித் திருநீறு வாங்கிற்று. சிலர் மீது திருநீற்றை வீசிற்று உருவம். கூட்டம் கலைவதைக் காண முடிந்தது. பின் யாருடனோ உருவம் வடக்குத் திசை நோக்கி நடக்கத் தொடங்கிற்று. அவ்வளவுதான், அன்றைய கொடுப்பினை.

எத்தனை விடிகாலையில், எழுந்தோடி வந்தாலும் நீலனின் வரவுக்கு முன்பே எழுந்துகொள்வதை வழக்கமாக்கிக் கொண்டிருந்தது அவ்வுருவம். அன்றாடம் விதவிதமான மனிதர்கள் எங்கெங்கிருந்தோ வந்துகொண்டிருந்தனர். எல்லா முகங்களிலும் ஒரே சாயை; ஒரே ஏக்கம்; ஒரே வேண்டுதல்; சிலசமயம் கண் மூடியபடி உருவம் திருநீற்றைக் கைகளில் அளாவி வெகுநேரம் மந்திரிக்கும் காட்சி. அந்நீறு பிடித்து வீசப்படும்போது தரையில் விழாமல் காற்றில் ஏறி வெளியெங்கும் சிதறிற்று. அத்துளிகளில் பரவிய ஏவல் என்னவோ தெரியவில்லை. அவன் பார்வைக்குப் புலனாகாத உயரம் நோக்கி அவை சென்றுகொண்டிருந்தன. உருவம் யாராவது ஒருவருடன் தினந்தோறும் சென்றுவிடும். நடக்க இயலாத நோயாளிகளையும்கூட அங்கே தூக்கி வந்தார்கள். அவர்களை உருவம் கடிந்துகொள்வதை உதட்டசைவில் காணமுடிந்தது. நண்பர்களுடனான விளையாட்டுக் காலம் நீலனுக்குச் சட்டென முடிந்துபோய் இன்னொரு விளையாட்டுடனான

தொடர்பு உருவாகியிருப்பதைச் சீக்கிரமே உணர்ந்தான். இது சூன்யத்துடனான விளையாட்டு. விதிகள் எதுவும் புரிபடாத விளையாட்டு. வெறுமனே விழிகளால் தொடர்ந்துகொண்டிருக்கும் விளையாட்டு. ஆவல் கூடிய நாளொன்றின் பகல் பொழுதில் மிகுந்த தயக்கத்தோடு குடிசையை அணுகினான். வாசலின் சதுர அகலம் சாணிகொண்டு மெழுகப் பட்டிருந்தது. உள்ளேயும் அவ்விதமே இருக்கக்கூடும். யார் செய்த வேலை? உருவம் வெளியேறியதும் புதரைவிட்டு ஏகிவிடும் அவன் கண்கள் ஏமாற்றப்பட்டுவிட்டன. கலவரத்தோடு தட்டிக்கதவைத் திறந்தான். கைப்பட்டதும் விசுக்கென்று உள் விரிந்தது. நேர் மையத்தில் சட்டம் போடப்பட்ட 'காளி'யின் பெரிய படம். கரிய காளி. அரைச் சுவர் உயரத்திற்கு. அதன்முன் திருநீற்றுத் தட்டம். அறை முழுக்கக் காளியே நிறைந்திருந்தாள். வேறு எதுவுமில்லை. முழுக்கச் சுற்றிச்சுற்றிப் பார்த்தான்.

பாத்திரம் பண்டம் துணிமணி – எதன் சுவடும் இல்லை. அதனுள்ளே வெகுநேரம் இருக்க விரும்பினான். இந்தக் குடிசை, வீடல்ல. இதற்கும் வெளிக்கும் எந்த வேறுபாடும் இல்லை. இருப்பின் அடையாளம்தான் குடிசை. இங்கே வேறு எதுவும் நடப்பதில்லை. தேடி வருவோர் கண்டடையும் அடையாளம் இது. அவ்வளவுதான். அதனுள் நிறைந்திருந்த குளிர்ச்சியின் ஈரம் ஏரி நீரிலும் கிடைப்பதல்ல. காலகாலத்திற்கும் பாதுகாப்பான கருவறைக்குள் இருப்பதுபோன்று உணர்ந்தான். வெளியேறும் எண்ணமே இல்லை. ஆனால் பொழுது மேற்குத்திசையில் சரிவதை வாசல் காட்டிற்று. நுண்ணிய சுவடுகளை உள்ளேயே விட்டுவிட்டு வெளியேறினான். இப்போது புதர் மறைவுக்குச் செல்ல நேரமில்லை.

தினசரி அவன் பகல்கள் குடிசைக்குள் கழிந்தன. உள்ளிருந்தபோதுகளில் தாகம் பசி என்னும் எந்தச் சலனமும் அவனுள் ஏற்படவில்லை. பயமில்லை. செயலில்லை. ஆனால் தன்னைச் சுற்றி ஏதோ பெரிய கவசம் பூட்டப்பட்டிருப்பதை உணர்ந்தான். உள்ளே என்ன செய்துகொண்டிருந்தான் என்பதைப் பற்றி எதுவும் நினைவில்லை. ஆனால் உள்ளே இருந்தான். எண்ணங்களற்ற வெறுமையின் சுகானுபவத்தில் அவன் திளைத்துக்கொண்டிருந்த ஒரு பகலின் உச்சிப்பொழுதில் ஏதோ கண்கள் அவனைத் தொடர்ந்து கவனித்துக்கொண்டிருப்பதாகத் தோன்றியது. எல்லாம் கலைந்து சட்டெனக் கூரை முகட்டில் பார்த்தான். ஒன்றுமில்லை. வெளியே வாசலில் உட்கார்ந்திருந்த உருவம் அவனையே பார்த்துக்கொண்டிருந்தது. சட்டென வெளியேறி ஓடிவிட எத்தனித்தான். சில அடிதூரம்வரைகூடக் கால்கள் கடந்திருக்காது. 'டேய்...' என்னும் ஏவல் வார்த்தைகள்

அவனைக் கட்டிப் பின்னுக்கு இழுத்தன. குற்ற உணர்ச்சியும் அச்சமும் ஒருசேர மிரட்டின. அந்தக் குரல் 'இருந்தியாடா' என்றது. 'இருக்கல' என்றான். 'அப்பச்சரி' என்று அவர் சிரித்தார்.

சினேகபாவத்துடனான அந்தச் சிரிப்பு நீலனை அரவணைத்துக்கொண்டது. அவர் இருக்கும்போதும் இல்லாத போதும் குடிசைக்குள் இருக்க அவனுக்கு அனுமதி கிடைத்து விட்டது. அவருடைய செயல்கள் எல்லாவற்றையும் அருகிருந்து கவனிக்க முடிந்தது. அவற்றில் சிறிதளவு அவனின் பங்கேற்பும் இருந்தது.

செய்தியை அறிந்த நீலனின் அம்மா அந்த நாட்களில் பேயாட்டம் ஆடித் தீர்த்தாள். 'நரகலத் திங்கப் பொறந்திட்டயாடா' என்று அவனைப் பார்க்கும் நேரங்களில் எல்லாம் தொடர்ந்து ஒப்பாரி வைப்பாள். அவன் எதுவும் பேசுவதில்லை. அவன் மௌனமே உறுதியை வெளிப்படுத்தி இருக்கும். அவனைப் பெற்றது குற்றம் என்னும் தொனியில் அவள் வார்த்தைகள் அமைந்திருக்கும். 'ஊர்வாய்ல உழறதுக்குன்னு எனக்குப் பொறந்திருக்கற' என்பாள். 'எப்பத்த சாபமோ நரகலத் திங்கன்னு எனக்கு ஒருத்தன் வந்து வாச்சுட்டான்' என்பாள். அவளுடைய பிலாக்கணத்தின் துயரம் அவனுக்குப் புரிபடவேயில்லை. அவள் சொற்சிடுக்குகளை உருவிப் பார்க்கும் பொறுமையும் அவனுக்குக் கிடையாது. வீட்டுக்கு வரும் நேரங்கள் வெகுவாகக் குறைந்துவிட்டன. ஏரிப்பரப்பும் குடிசைத் திடலும் அவன் இருப்புக்கான இடங்களாயின. அவர் ஏரியில் நீராடும் அந்த அதிகாலை நேரத்தில் அவனுக்கும் நீராடப்பிடிக்கும். நீருக்குள் அவர் காலை வைத்ததும் அந்தப் பரப்பே உன்மத்தம் கொண்டுவிடும். குளிர்ச்சியான நாட்களில் நீரை வெகுவெதுப்பானதாகவும் வெம்மையான நாட்களில் நீரைக் குளிராகவும் மாற்றிவிட அவரால் முடிந்தது. அவர் மனம்போல மீன்கள் துள்ளும். அவர் யோசனைகளற்றுச் சிரித்து நீராடும் நாட்களில் வெகு ஆவலாக மீன்கள் அவரைச் சூழ்ந்துகொள்ளும். தீவிரமான சிந்தனைக்குள் அவர் மூழ்கியிருக்கும் நாட்களில் அந்த ஏரியில் மீன்கள் வசிக்கின்றனவா என்று சந்தேகம் ஏற்படும்.

மனம் எட்டாத அடியாழத்துக்குள் அவை ஒளிந்திருக்கும் இடங்களைப் போய்க் காண்பதரிது. அவர் நீராடும் இடத்திலிருந்து பத்து அடி தள்ளித்தான் நீலன் குளிப்பான். நண்பர்களோடு குதித்த காலத்தின் நினைவுகள் அவனுக்குள் மங்கிப்போயின. நீருக்குள் இப்படி ஓர் அற்புதம் புதைந்திருக்கும் வியப்பு அவனை மலர்விக்கும். அவர் விட்டுச் செல்லும் கணங்கள் நீடிக்கும்வரை உள்ளேயே இருப்பான். அவர் மேலேறிய பின்னும் அந்தச்

சுகத்தை அவனால் அனுபவிக்க முடியும். அவளைப் பார்த்துச் சிரித்தபடி மேலேறும் நாட்களில் அவனால் நீண்ட நேரம் உள்ளிருக்க முடியும். சில நாட்களில் அவர் பின்னாலேயே அவனும் ஏறி ஓட வேண்டியிருக்கும்.

மாதத்தின் சில கிழமைகளில்இரவுகளில் அவர் குடிசைக்கு வருவதில்லை. சுற்று வட்டார கிராமங்களின் ஏதாவது ஒரு திசையிலிருந்து சன்னமாக அவர் குரல் வந்தெட்டும். ஏரிக்கரையின்மேல் உட்கார்ந்துகொண்டால் காற்று தாராளமாகக் குரலை அள்ளிக்கொண்டு வரும். உடுக்கையொலி சேர்ந்த குரலின் கம்பீரம் கேட்டு எதுவும் அடிபணியும். போவென்றால் போகவும் வாவென்றால் வரவும் அந்தக் குரலில் சமிக்ஞைகள் நிறைந்திருந்தன. 'எந்தவூரு சண்டாளக் காரனடா, எனக்கறிய எஞ்சாமி சொல்லுமடா, ஊருமென்ன பேருமென்ன ஒளியாமெ எஞ்சாமி சொல்லுமடா' என்பதில்தான் அந்தக் குரல் தொடங்கும். அதில் குவிந்திருக்கும் மிரட்டல் மிகப் பிடிக்கும். சில நாட்களில் மிகுந்த பரவசத்தோடு 'ஒன்னுன்னா ஒன்னுமம்மா... ஒலகமெல்லாந் தாயே ஒன்னுமம்மா' என்று காளியை விளிப்பார். பத்துக்குள் காளிஅங்கே வந்து பிரசன்னமாகி விடுவாள். பாட்டு மாறும் ஒலியில் அதை உணர்ந்துகொள்ளலாம். அந்தச் சூழலை என்னதான் கற்பனை செய்துகொண்டாலும் திருப்தியில்லை. எப்போதாவது அழைத்துப் போவார் என்று ஏங்கி ஏங்கி எதிர்பார்த்துக் குமைந்து கிடந்தான் நீலன்.

அவனுள் எத்தனையோ கேள்விகள். ஏன் கூப்பிட்டுக்போக மறுக்கிறார்? ஒரு பாட்டைச் சொல்லிக் கொடுத்தாலென்ன, கைகளில் தகடுகளைத் தடவிக்கொண்டு முணுமுணுக்கும் வார்த்தைகளை வீசினாலென்ன – என்றெல்லாம் எண்ணி மருகுவான். மீசை சாம்பல் கட்டிய வயது. வேகம் பொறுமை மீற மீற அவர் மிக அமைதியாக மாறிப் போய்க்கொண்டேயிருந்தார். இந்தக் குடிசைக்குள் நுழைந்த அந்த நாளில் கிட்டிய பேரின்பம், கிளர்ச்சி எல்லாம் எங்கே போயிற்று? மனதுள் அறிந்துகொள்ளும் ஆர்வம் துளிர்த்து வளர அனைத்தும் கருகிப் பதற்றம் ஒன்றே நிலை கொண்டு நீலன் தவித்தான்.

தாவிவரும் மீன்களோடு விளையாடியபடி மகிழ்ச்சியாக நீராடிக்கொண்டிருந்த ஒரு விடிகாலைப் பொழுதில் அவரிடம் கேட்டுவிடுவதெனத் தீர்மானித்தான். அன்று காலை ஒருருக்குப் புதைக்கப்பட்ட தகடு இருக்கும் இடங்களைக் கண்டறிந்து தோண்டி எடுக்கப் போக இருந்தார். அதிலிருந்து தன் கவனிப்பைத் தொடங்கலாம் என நீலன் நினைத்தான். அவன் மேல் நெகிழ்ச்சி கூடியிருந்தது போலப் பட்ட நாட்கள் அவை.

அதனால் தைரியம் மிகுந்திருந்தது. மனதுக்குள் காரியம் பலிக்க வேண்டும் என்னும் நெடும் வேண்டுதல்களோடு அவரை மென்மையாக விளித்தான். "சாமி" அவன் குரல் அவனுக்கே கேட்கவில்லை. தொண்டையைச் சரிசெய்துகொண்டு "சாமி" என்றான் மீண்டும். இப்போது குரலுக்குக் கனம் கூடியிருந்தது. என்ன என்பதுபோல் புருவம் சுழிப்பட்டது. மீன்களோடு விளையாடிக்கொண்டே அவர் கவனம் அவன் சொல்லப் போவதிலும் இருந்தது. நேரடியாகச் சொன்னான்.

"இன்னக்கி நானும் உங்களோட வர்றன்"

மீன்கள் சிதறி நீருக்குள் ஓடின. அவர் முகம் இறுகிற்று. நீரலைகள் சற்றே நிதானித்துப் புரண்டன. அவர் கடகடத்துச் சிரிக்கும் ஓசை. நீலன் தன்னைச் சமாளித்துக்கொள்ள நீருக்குள் மூழ்கி எழுந்தான். அதற்குள் மேலேறிப் போய்க்கொண்டிருந்தார். உடனே தாவி அவனும் மேலேறி ஓடினான். அவர் எதுவும் பேசவில்லை. ஏதோ தவறு செய்துவிட்ட பாவனையோடு மெல்லமாக அடிவைத்துப் பின்னால் போனான். ஏரிக்கரை மேட்டில் நின்றார். குடிசைமுன் சில தலைகள் தெரிந்தன. கிழக்கே லேசாக முகம்காட்டிய பொழுதைக் கரைமேல் நின்ற வண்ணம் வணங்கினார். நீலனும் அவரைப் பின்பற்றினான் எங்கோ பார்த்துப் பேசுவதுபோல அவனிடம் கேட்டார்.

"ஆச வந்திருச்சா. சரி"

எல்லாச் சத்தங்களும் ஓய்ந்து அவர் குரல் மட்டுமே எங்கிருந்தோ ஒலித்தது. நீலனால் குரலின் மூலப்புள்ளியை உணர முடியவில்லை. ஆனால் அவரையே அங்காந்து பார்த்து நின்றான். சிறிய மௌனத்திற்குப் பின் மீண்டும் சில சொற்கள். "கஷ்டம். முடியுமா" அவர் குரலொலி முடியும் முன்பே அவன் பதில் தொடர்ந்தது.

"முடியுஞ் சாமி"

உதடு மிக லேசாக விரிந்து அவர் சிரிப்பதுபோலப் பட்டது. "நரகலைத் திங்கப் பழகிட்டு வா ... போ". உருவம் குடிசையை நோக்கிச் செல்வதை நிழல் அசைவுகளால் அறிந்தான். அப்படியே எவ்வளவு நேரம் நின்றிருந்தானோ தெரியவில்லை. ஆனால் வழக்கம்போல் முன்னிரவு கழிந்த பிறகே வீடு வந்து சேர்ந்தான். அவன் வாய் எதையோ முனகிக்கொண்டிருந்தது. அம்மா கேட்ட கேள்வி எதுவும் அவனுக்குள் நுழையவில்லை. அவன் நிலைகண்டு பதறி வாய்விட்டு அரற்றத் தொடங்கிவிட்டாள் அவள். அரற்றலின் தொடரொலி தாக்கும் துன்பம் பொறுக்காது அம்மாவை நோக்கி மெல்லக் கேட்டான்.

"அம்மா … நரகலத் திங்கோணுமா"

உடனே அம்மா சந்தோசமானாள். 'அது ஒரு பொழப்பாடா கண்ணு … ஊர் வாயில உழுந்து பொழைக்கோனுமா … ச்சீ … நாய்ப் பொழப்பு' என்னும் வசையோடு தொடங்கினாள். அமாவாசை இரவுகள் தவறாது நிறை அம்மணம்கொண்டு கைகளைப் புறத்தில் கட்டியபடி குனிந்து தேர்ந்த பன்றியாய் நரகலை வாய் வைத்துண்ணும் அந்தக் காட்சியை அவள் விவரித்தாள். மந்திரம் பலிக்கும் மூலவித்தை அந்தத் திறனில் ஒளிந்திருப்பதைக் காட்டிக்கொடுத்தாள். அப்போதுதான் அவனுக்கு நினைவுகள் ஓடின. அமாவாசை இரவுகளில் ஒரே சொல்லில் 'போ' என்று நீலனை அனுப்பிவிடுவார். அவனுக்கு ஏனென்று கேட்கத் தோன்றியதில்லை.

அன்று இரவு எவ்வளவு வற்புறுத்தியும் சாப்பிட மறுத்துப் படுத்துக்கொண்டான் நீலன். வட்டில் சோறு நரகல் குவியலாய்த் தெரிந்தது. இரவு முழுக்க அவனுக்குள் பல்வேறு காட்சிகள் ஓடின. அவனுக்கு முன் விதவிதமான நரகல். அவை ஒன்றோடு ஒன்று போட்டியிட்டு வளரத் தொடங்கின. மலையின் உச்சிபோல் நீண்டு உள்ளே அவனைப் புதைத்துக்கொண்டன. அதைச் சுற்றிலும் ஓடிவந்து மாரிலடித்து அழுது மாய்கிறாள் அம்மா. இருளை உடைத்துச் செல்லும் நிறை அம்மண நெடிய உருவம். இமைக்காத விழிகள் அகட்டி நரகல் குவியலில் வாய் புதைத்துச் சிரிக்கும் முகம். வெகுதொலைவிலிருந்து 'ஒன்னுன்னா ஒன்னுமம்மா …' என்று ரீங்கரிக்கும் குரல். ஏரி நீர் முழுக்க நரகல் நிறத்தில் குழம்பிய காட்சிகள் அவனை மொய்த்துச் சூழ்ந்தன.

மறுநாள் விடிகாலை அவனை எழுப்ப அம்மா வந்தபோது வழக்கம்போல் வெறும் படுக்கைதானிருந்தது.

●

புகை உருவங்கள்

அவர்களுடைய எல்லை ஆக்கிரமிக்கப்படுகிறது. மண்ணும் காற்றும் நிறமிழந்து பின்வாங்குகின்றன. ஆக்கிரமிப்பு எங்கிருந்து வருகிறது என்று தெரியவில்லை. வானத்திலிருந்து வந்திருக்கலாம் என்றோர் எண்ணம் நிலவியது. ஏனென்றால், பூமியிலிருந்து அந்நிய ஆட்கள் யாரையும் அவர்கள் பார்க்கவில்லை; பார்த்ததுமில்லை. அவர்கள் எல்லைக்கு அப்புறம் இருக்கிற பீக்காளான்கள் மூடிய நிலத்தில் கால் வைக்கவோ அந்தப்பக்கம் போய்வரவோ எப்போதும் எந்த அவசியமும் நேர்ந்ததில்லை. அவர்கள் என்ன வேண்டுகிறார்களோ அவை அனைத்தையும் அவர்கள் மண் பெருங்கருணையோடு அபரிமிதமாகவே வழங்கிவந்தது. அவர்களுடைய காற்று ஒருபோதும் ஏமாற்றியதில்லை. மழையைக் கொண்டு வாவென்றால் கொண்டுவரும். பயிர்களில் வெளிச்சம் படும்படி விலகிக்கொள் என்றால், விலகும். வீட்டுக் கூரைகளில் புகாதே என்றால், அடக்க ஒடுக்கமாகக் குறுகிய வாயில் வழியே உள்ளே சென்று சோற்று வாசனைகளைச் சேகரித்துக் கொண்டு வெளியேறும். அந்தக் காற்றும்கூட எல்லை தாண்டிப் போனதில்லை. காலகாலமாக அப்படித்தான்.

திடீரென்று ஓரடிக்குமேல் பீக்காளான்கள் முளைத்து அந்நிய ஆக்கிரமிப்புக்கு ஆளாகிவிட்டது. எல்லை ஓரமாக நட்டிருந்த மரக்கன்று ஒன்று முழுகிப் போய்விட்ட தருணத்தில்தான் அவர்கள் அதை அறிந்தார்கள். ஓடிவந்து பார்த்த எல்லோர் மனதிலும் பெரும் பீதி சூழ்ந்தது. அழிவுக்காலம்

நெருங்கிவிட்டதாய் உணர்ந்தார்கள். தங்கள் சிறுவர்களை நெஞ்சோடு அணைத்துக்கொண்டு மௌனமாய்க் கண்ணீர் வடித்தார்கள். காற்றையும் மண்ணையும் விழுந்து விழுந்து கும்பிட்டுக் கதறினார்கள். 'மேல போறவனே... நீ கேக்கக்கூடாதா' என்று பொழுதிடம் முறையிட்டார்கள். அனேகமாக அது தெய்வ குத்தமாகத்தான் இருக்கும் என்றும் இப்போதெல்லாம் கடவுள் வழிபாட்டில் யாருக்கும் கவனம் இல்லாமல் போய்விட்டதே என்றும் மனம் நொந்து புலம்பினார்கள்.

ஊர்க் கட்டளைபடி அவர்களின் கடவுளர்களான காளிக்கும் முனியப்பனுக்கும் ஒருவாரத் திருவிழாச் சாட்டி பொங்கல் கொண்டாடினார்கள். ஆடுகள், எருமைகள், கோழிகளைப் பலியிட்டும் திருப்தியுறாத சிலர் கைகளை அரிந்து எறிந்தனர். காளி பீடத்திற்குப் பரம்பரையாகப் பூசை செய்யும் பூசாரி, யாரும் எதிர்பார்க்காத தருணத்தில் கழுத்தைச் சீவிக்கொண்டு மாண்டான். கடவுளின் கோபம் இனித் தணிந்துவிடும் என்றே நம்பினார்கள். நாளொன்றுக்கு ஒரு குடும்பம் என்று முறை வைத்துக்கொண்டு பூசை செய்து படையல் போடுவதும் தொடர்ந்தது. கடவுளோடு சேர்ந்து காற்றும் மண்ணும் குளிர்ந்தன. பீக்காளான்களை ஏவுபவர்களைப் பற்றி இனிக் கவலை இல்லை என்று குதூகலித்த சமயம், ஓர் இரவுக்குள் இன்னும் ஓரடி தூரம் ஆக்கிரமிப்பு நடந்திருந்தது. அவற்றை அழித்துத் தங்கள் எல்லைக்குள் கொண்டுவந்துவிட என்னதான் முயன்றபோதும், அவர்களுடைய காற்று அந்தச் திசை நோக்கி நகரவே பிரியப்படவில்லை. அவர்களுடைய கட்டளையைக் கேட்டும் கேட்காததுபோலப் பாவனை செய்தது. மண் தன்னுடைய நிறத்தை வழங்கவும் சம்மதிக்கவில்லை.

பீக்காளான்கள் மேல் அவர்கள் கொண்ட கோபம் விரயமாயிற்று. அழித்த மறுநாள் அவை இன்னும் தளதளவென்று வளர்ந்து நிறைந்தன. காளான்களை யாரோ அனுப்புகிறார்கள் என்பதில் அவர்களுக்குச் சந்தேகம் வரவில்லை. எதிரிகளை அழித்து அவர்களைக் காப்பாற்றும் சக்தி கடவுள்களுக்குமா அற்றுப் போயிற்று? அவர்களுக்கு உதவக்கூடாது என்பதில் அப்படியென்ன வைராக்கியம்? தலை அறுத்துக் கொடுத்த பூசாரியின் காவு போதவில்லையா? முன்பைவிடவும் அதிகமான அளவில் பூசைகளும் பலியிடல்களும் நடந்தன. எந்நேரமும் ஒரு கூட்டம் சாமி குடியிருந்த மரத்தைச் சுற்றிக் கைகுவித்தபடி நின்றிருந்தது. ஆனால் காளான்களின் வளர்ச்சியும் பெருக்கமும் தொடர்ந்தன. அவர்கள் தங்கள் மண்ணையும் காற்றையும் இழந்துகொண்டே இருந்தார்கள்.

அவர்கள் இதற்குமுன் இப்படியான எதிரிகளைச் சந்தித்ததே யில்லை. நேரடியாக மூர்க்கம் கொண்டு மோதும் துஷ்ட மிருகங்கள் நிலங்களில் புகுந்திருக்கின்றன; பட்டி ஆடுகளைக் கவ்வித் தின்றிருக்கின்றன. அவற்றை அழிக்க ஆயுதம் எடுத்து இரவு பகலாய்க் காவல் புரிந்திருக்கிறார்கள். அவற்றோடு போராடி இருக்கிறார்கள். அவை எல்லாம் கண்ணுக்குத் தெரிந்து மோத வருபவை. நேர்மையான எதிரிகள். இதுபோன்ற தந்திரங்கள் நிறைந்த எதிரிகளை அவர்கள் எதிர் கொண்டவர்கள் இல்லை. இரவுகளில் தீப்பந்தம் பிடித்துக்கொண்டு, ஆண்களும் பெண்களுமாய்க் காவல் காத்தார்கள். குழந்தைகள் அங்கேயே உறங்கின. வீடு என்பதையே ஒருவரும் நினைக்கவில்லை. அப்படியிருந்தும் எந்த நிமிடத்தில் எதிரி வந்து விதைத்துவிட்டுப் போகிறான் என்பதையே அறிந்துகொள்ள முடியவில்லை. குறைந்தகால அவகாசத்தில் அவர்களுடைய மண்ணைப் பெருமளவுக்கு இழந்துவிட்டார்கள். இனி விளைச்சல் குறையும். வயிற்றை நிரப்பிக்கொள்ள முடியாது. இழந்ததைவிட இருப்பதை யாவது காப்பாற்றிக்கொள்ள முடியாதா என்கிற ஏக்கமே பெரிதாயிருந்தது.

காவல் காப்பது பயனில்லை என்றானபின், எதிரியின் பகுதிக்குள் தைரியமாக நுழைந்து பார்த்துவிடுவது என்பதே ஒட்டு மொத்த முடிவாயிருந்தது. எதிரியின் பலத்தைக் கணிக்க முடியாமல் எல்லோருமாய்ச்சேர்ந்து மாட்டிக்கொள்ளக்கூடாது என்பதில் தயக்கமும் சேர்ந்தது. யாராவது ஒருவரை அனுப்பி எதிரியை அறிந்து வருவது சரியானதென்று கருதினார்கள். எல்லோரும் ஒருமனதாக முனியப்பனையே தேர்ந்தெடுத்தார்கள். முனியப்பன் அவர்களுடைய கடவுளின் பெயரைக்கொண்டிருந்தவன் என்பதோடு திடகாத்திரமான உருவமும் உடையவன். அவன் தன்னுடைய ஆடு மாடுகளை மேய்ப்பதற்கு நிலங்களைக் கடந்து தென்பகுதியில் வனங்கள் சூழ்ந்த ஒரு மலைப் பகுதிக்கு அடிக்கடி சென்றிருக்கிறான். எல்லையைக் கடந்தவன் முதலில் அவன்தான். அந்த மலைக்கு முடிவேயில்லை என்றும் அதற்குள்ளிருந்து வழி கண்டுபிடித்து வருவது பெரும் சிரமம் என்பதையும் அவன் எத்தனையோ கதைகளில் அவர்களுக்கு உணர்த்தியிருந்தான். அந்த மலையிலிருந்துதான் யாரோ ஒரு முனிவரிடம் சில எழுத்துக்களையும் அவன் கற்று வந்திருந்தான். அவர்களுக்குள்ளேயே தைரியமானவனாகவும் வெளி உலக வாசலை மிதித்தவனாகவும் அவனே இருந்தான். அவன் கருத்த உடலின் வடிவமைப்பும் திரண்ட மீசைத் துடிப்பும் தங்கள் கடவுளே திரும்பவும் பிறந்திருப்பதாகக் கருதவைத்தது. அவன் மீது மையல் கொள்ளாத பெண்கள் அவனைப் பார்க்காத

பெண்கள்தான். எந்தப் பெண்ணுக்கும் அவன் மசிந்ததில்லை. தூசைத் தட்டி எறிவதுபோல, அவன் மாரில் சாய்ந்த பெண்களையும் விலக்கிவிட்டுப் போயிருக்கிறான்.

அவனின் அசையாத தன்மையே அவனுக்கு எதிரியாகவும் மாறி இருந்தது. அவனைப் பழிவாங்கும் எண்ணம் ஒவ்வொரு பெண்ணுக்கும் பிறந்திருக்க வேண்டும். அவனையே எல்லோரும் சுட்டியதற்கு வேறொரு காரணமும் உண்டு. அவனை அனுப்ப மறுப்பதற்குத் தாயோ தந்தையோ இல்லை. அவனுக்கென்று கொஞ்சம் ஆடு மாடுகளும் சிறிதளவு மண்ணும் காற்றும்தான். அவர்களில் அவனையே அறிவுடையவனாகவும் கருதியிருந் தார்கள். ஒரு சோகம் கவிந்த பொழுதில் தேவையான ஆயுதங் களைக் கையிலெடுத்துக்கொண்டு, எல்லை கடந்து அவன் போனான். பெண்களும் ஆண்களும் குலவையிட்டு வழி அனுப்பினார்கள். அவன் நல்லவிதமாகத் திரும்பி வரவேண்டும் என்று எப்போதும் கடவுளிடம் வேண்டுவதாகவும் நம்பிக்கை ஊட்டியிருந்தனர். அவர்களின் நம்பிக்கைச் சொற்களை ஒரு மெல்லிய புன்னகையுடன் அங்கீகரித்துக்கொண்டு, சிறிதும் பயமற்றவனாகப் பீக்காளான்களை மிதித்து அழித்துக்கொண்டு அவன் நுழைந்தான். நுழைந்த சில கணங்களில் சிறிது சிறிதாக அவன் உருவம் கரைந்து அவர்கள் கண்களுக்குத் தெரியாமல் போயிற்று. வெகுதூரம்வரை பார்வையில் பின்தொடர முடியும் என்று நம்பியிருந்த அனைவரும் ஏமாந்தனர்.

எதிரி விஷக் காற்றைச் சுவாசிப்பவன் என்று சிலர் கூறினர். இனி முனியப்பன் திரும்ப முடியாது என்றும் அதற்கான அபசகுனம்தான் பார்வையிலிருந்து அவன் சீக்கிரம் கரைந்துபோனது என்றும் அவர்கள் கூறினர். மிகப் பெரும் வனமலைக்குள் நுழைந்தபோதுகூட இனித் திரும்பமாட்டான் என்றுதான் எல்லோரும் நினைத்திருந்தோம்; ஆனால் அவன் எவ்வளவு கதைகளைச் சேகரித்துக்கொண்டு திரும்பினான் என்று எதிர்க்கேள்வி போட்டார்கள் சிலர். அவனுடைய திறமையில் நம்பிக்கைக்கொண்டிருந்தவர்கள் அனேகம். அவன் போனபின் பெண்கள் எல்லோரும் வெறுமையாக உணர்ந்தார்கள். அவனைப் பார்த்துக்கொண்டிருந்த வாய்ப்பும் பறிபோய்விட்ட சோகம் சூழ்ந்தது. அவன் போன சில நாட்கள் ஆக்கிரமிப்பு இல்லை. அவன் இருப்புத்தான் ஆக்கிரமிப்புக்குக் காரணம் என்று பலரும் வெளிப்படையாக முணுமுணுத்தார்கள். அவன் குலக்கேடன் என்றும் பெரியவர்கள் பேச்சைக் கேட்காமல் வனமலைக்குள் புகுந்து திரும்பியதும் கடவுளுக்குப் பொறுக்கவில்லை என்றும் வைதார்கள். அதற்கு முன் தங்கள் எல்லையைக் கடந்து எதிர்ப்பக்கம் போகக் கால் வைத்தவர்கள் எப்படி

எல்லாம் ரத்தம் கக்கிச் செத்தார்கள் என்பதைக் குறித்து இரவு நிலவொளிகளில் கதைகளைச் சொல்லி மாய்ந்தனர். துஷ்டன் ஒழிந்தது நல்லதுதான். இனிமேல் ஆக்கிரமிப்பு இருக்காது என்றும் புதிய பூசாரி சாமியாடிச் சேதி சொன்னான்.

அது விதைப்புப் பருவம். மழையைக் காற்று வாரி வந்தது. அவன் போதில் காற்றுக்குக்கூட குதூகலம்தான் என்றார்கள். நீர் நிலைகள் நிறைந்தன. இரண்டு மூன்று போகங்களுக்கு நீர் போதும். அவனை வனமலையில் இருந்து திரும்பி வந்தவுடனேயே பலி போட்டிருக்க வேண்டும். விட்டு விட்டதால்தான் இவ்வளவு மண்ணை இழக்க வேண்டி நேர்ந்தது என்று கோபத்தில் பல் கடித்துப் பல நேரங்களில் பேசிக்கொண்டார்கள். எல்லா இடங் களிலும் அவனைக் குறித்தான பேச்சுத்தான். விதைப்பு இந்தப் பருவத்தில் வெகு சுவாரஸ்யமாயிருந்தது. பேசுவதற்கு ஒருபோதும் இப்படியான விஷயம் அவர்களுக்குக் கிடைத்ததேயில்லை. அவன் குலக்கேடன்தானோ என்ற சந்தேகம் பெண்களுக்கும் வந்திருந்தது. விதைப்பு முடிந்து பயிர்கள் தழைந்தன. அதுவரைக்கும்கூட எதுவுமில்லை.

முன்புபோலவே ஓர் இரவுக்குள் எல்லைப் பயிர்கள் நிறம் வெளுத்து மண் நிறம் மாறிப் போயிருந்தது. அவனை விட்டுவிட்டு மீண்டும் எதிரியைப் பற்றிச் சிந்திக்கத் தொடங்கினார்கள். பயிரில்லாத காலத்தில் நடந்த ஆக்கிரமிப்பைவிட, பயிர்கள் கண் முன்னால் வெந்து சாகத் தொடரும் ஆக்கிரமிப்பை அவர்களால் சகித்துக்கொள்ளவே முடியவில்லை. பிள்ளைகளை இழந்ததுபோல், வாய்விட்டுக் கதறி அரற்றினார்கள். அடுத்து என்ன செய்வதென்றே யாருக்கும் தெரியவில்லை. சிந்திக்கவே திராணியற்றுச் சோர்ந்துபோய்க் கிடந்தனர். முனியப்பனைப் போன்றிருந்த இளவட்டங்கள் ஒன்றுகூடி இரண்டு இரண்டு பேர்களாக எதிர்ப்பக்கம் நுழையலாம் என்றும் ஒருவன் ஆபத்தில் சிக்கிக்கொண்டாலும் ஓடிவந்து சேதி சொல்ல இன்னொருவன் முயல வேண்டும் என்றும் முடிவெடுத்து, முதலில் இரண்டு பேரை அனுப்பினார்கள். அவர்களை வழியனுப்ப யாரும் வரவில்லை. அவர்களுக்குக் கொடுக்க நம்பிக்கை ஊட்டும் வார்த்தைகள் எதுவும் அவர்கள் வசம் இல்லை.

அழுகையின் ஓலத்தை அவர்கள் மேல் சுமத்த விரும்பாமல் வீடுகளை அடைத்துக்கொண்டனர். ஒன்றிரண்டு இளவட்டங்கள் எல்லைவரை வர, அந்த இரண்டு பேரும் சாம்பல் பூத்த எதிர் நிலத்தில் கால் பதித்து வெகு விரைவில் கரைந்துபோனார்கள். அந்த இருவருக்கும் தாய் தந்தையர் இருந்ததால், இறப்புக் கால ஒப்பாரி தீர்க்கமாக ஒலித்தது. அவர்களில் யாராவது ஒருவர்

திரும்பக்கூடும் என்றும் பயிர்கள் கதிர் பிடிப்பதற்குள் அவர்கள் திரும்பிவிடுவார்கள் என்றும் இளவட்டங்கள் ஒவ்வொரு வீட்டுக்கும் நம்பிக்கை வழங்க கூட்டுப்பயணம் போனார்கள். இளமைத் துள்ளலில் அவர்கள் பேசுகிறார்கள் என்றும் எல்லை கடந்து போனவன் எவனும் திரும்பிய வரலாறில்லை என்றும் பெரியவர்கள் முணுமுணுத்தார்கள். ஆனால், எல்லை பறிபோவதைத் தடுக்க வேறு வழியேதும் அவர்களால் சொல்ல இயலவில்லை. அடங்கிப் போவதைத் தவிர என்ன முடியும்?

எல்லைகளில் எந்த நேரத்திலும் இளைஞர்கள் உலவிக் கொண்டே இருந்தனர். நெற்றி மேட்டில் வைத்த கை இறங்கவே யில்லை. அந்தப் பக்கம் சிறு அசைவுகள் நேர்ந்தாலும் அவர்களின் இதயம் அடித்துக்கொண்டது. நாளாக நாளாக நம்பிக்கை தளர்ந்துகொண்டிருந்தது. ஆனால், இளைஞர்களிடம் ஆர்வம் பெருக்கெடுத்தது. என்ன இருக்கிறது அங்கே? செத்தொழிந்தாலும் சரி, அதைப் பார்த்துவிட வேண்டும் என்பதே வைராக்கியமானது. பெரியவர்கள் ஒருவருக்கும் சம்மதமில்லை. விட்டில் பூச்சிகளைப் போல், தங்கள் எதிர்காலத்தைக் கொண்டுபோய் நெருப்புக் குழியில் கொட்ட வேண்டுமா என்ற கேள்வி அவர்கள் பக்கமிருந்து ஒலித்தது. ஆர்வக் குமிழிகளில் அவர்கள் கேள்விகள் மோதிச் சிதறின. அடுத்து இரண்டு இளைஞர்கள் எல்லை கடந்து காலெடுத்து வைத்தனர். அவர்கள் போனபோது, துளி அழுகை இல்லை. விம்மிக் கிடந்த பெண்களை ஆட்டுப்பட்டிகளில் உள்ளோட்டி அடைத்தனர், எல்லைப் பகுதி எங்கணும் கொட்டு முழக்கும் ஆட்டமும் சேர்ந்து புழுதி பறந்தன. அவர்கள் திரும்ப மாட்டார்கள் என்பது பலருக்கு உறுதியாகத் தெரிந்தபோதும் யாரும் கவலைப்படவில்லை.

மர்மங்கள் சூழ்ந்த வெளி உலகம் ஒன்றுக்குள் காலடி வைத்த பின் காணாமல் போவதோ மாய்ந்து போவதோ எதுவாக இருந்தாலும் பெருமைதான். கட்டப்பட்ட எல்லைக்குள் எத்தனை காலம் வெந்து புழுங்கியாயிற்று. இதற்குள்ளேயே சுழன்று சுழன்று காற்றுகூட வெம்மை படிந்து போயிற்று. இந்த மண்ணிலேயே திரும்பத்திரும்ப ஒரே தானியத்தை விதைத்துக் கை சலித்தாயிற்று. முனியப்பன் சொல்லவில்லையா, நமக்குத் தெரியாத எத்தனையோ செடி கொடிகள், பயிர் பச்சைகளை மலைப் பக்கம் பார்த்ததாக. அப்போதெல்லாம் கேலிசெய்து பேசியதும் காளிக்கு ஆகாதென்று பயம் காட்டியதும் அவர்கள் நினைவுக்கு வந்தன. எல்லை கடப்பது என்பது சாகசம் நிறைந்து வீரச் செயல் என்றும் அலைபோல ஒன்று சேர்ந்து இளைஞர்கள் எல்லோரும் அப்பக்கம் போகத் தயாராகின்றனர் என்பதும் பீதியாய்ச் சூழ்ந்தது. கருப்புப் புள்ளிகள் கொண்ட மரப்

பல்லிகள் எல்லாப் பக்கங்களிலிருந்தும் சகுனம் சொல்லின. சாக்குருவிகள் வீட்டுக்கூரைகள் மேல் வந்தமர்ந்து சாவகாசமாய் இறகு கோதின. எந்தச் சகுனத்தையும் இளைஞர்கள் சட்டை செய்யவில்லை. எப்போதும் நடப்பதுதான் இன்றைக்குத்தான் அவற்றைக் கவனிக்கிறீர்கள் என்றும் சாதாரணமாகச் சமாதானம் சொன்னார்கள். தாய்மார்களின் கண்ணீர்த் துளிகளைச் சுமந்து கொண்டு எல்லை கடந்து கரைந்தனர். காதலிகளில் சிலர் காதலர்களைப் பிரிய இயலாமலும் வெளி உலகத்தில் என்ன இருக்கிறதென்று தெரிந்துகொள்ளும் ஆர்வத்திலும் அவர்களின் கைகோர்த்து அடி வைத்தனர். இளைஞர்கள் இரண்டிரண்டு பேராகவும் கும்பல் கும்பலாகவும் திருவிழாக் கூடடம் போல வெளியேறினர். அவர்கள் போகப் போக எல்லை குறுகுவதும் தொடர்ந்தது.

எதிரியின் ஆக்கிரமிப்பு வெகு வேகமாய் நிகழ்ந்தது. எல்லோரும் முனியப்பனைத் திட்ட ஆரம்பித்தனர். அவன்தான் மாயப் பிசாசுகளை ஏவி இளைஞர்கள் மனங்களைக் கெடுத்திருக்க வேண்டும் என்றனர். பிறந்தபோதே தாய் தந்தையை விழுங்கிய அரக்கன், சொல்பேச்சுக்கேளாத முரடன் என்றெல்லாம் தூற்றினர். அவன்தான் வெளி உலக ஆசையாகிய தீயைத் தங்கள் இனத்தின் மேல் வைத்துவிட்டு ஓடிவிட்டான் என்பதே ஒத்த கருத்து. இளைஞர்களுக்கோ முனியப்பனே ஆதர்சமானான். அவன் அத்தனை எளிதில் மாயக்கூடியவன் அல்லவென்பதும் வெளி உலக இன்பங்களை அவன் அனுபவித்துக்கொண்டிருப்பான் என்பதும் அவர்கள் நம்பிக்கையாயிற்று. எதிரியின் உலகம், எதிரியின் எல்லை என்பதெல்லாம் நடக்கமாட்டாத கிழடுகளின் வெற்றுக் கூக்குரல். வெளி உலகம் என்பதே இளைஞர்களின் பரவலான பேச்சு. எல்லை தாண்டிக் காலடி வைத்ததும் வித்தியமாசமான நறுமணத்தையும் பறப்பதுபோன்ற உணர்வையும் அவர்கள் எட்டினர். முனியப்பனைப்போலத் திரும்பாமல் நேராக அவர்கள் நடந்து போய்கொண்டிருக்கவில்லை. திரும்பத் தன் மக்களைப் பார்த்துக் கை ஆட்டினர். விதவிதமான ஒலிகளை எழுப்பிக்கொண்டு, குதித்துக்கொண்டே நடந்தனர். எல்லைக்குள்ளிருந்து கண்டவர்கள் எல்லோரிடமும் அந்த உற்சாகம் தொற்றிக்கொண்டது.

கடைசி இளைஞனும் எல்லை கடந்தபோது, அவர்கள் மண்ணும் காற்றும் வீடுகளிலிருந்து கண்ணுக்கெட்டும் தொலைவாய்ச் சுருங்கிவிட்டது. கிழடுகள் எப்படியும் தங்கள் காலம்வரை மண்ணையும் காற்றையும் முற்றிலும் இழந்துவிட முடியாது என்று நம்பியிருந்தனர். நடுத்தர வயதுக்காரர்களும் பெண்களும் எல்லைக்காவல் இருக்கும் இரவுகளில் புகை

படிந்த உருவங்களை எதிரி எல்லைக்குள் காண முடிவதாய்த் தகவல் கூறினர். ஆனால் அவற்றை நோக்கி எறிந்த ஈட்டிகளும் கத்திகளும் வெறும் இரும்புத் துண்டங்களாய்த் திரும்பிவந்து விழுந்தன. அந்த உருவங்கள் காற்றுவடிவில் வருவதாகவும் அதனால்தான் தாக்குதலுக்குச் சிக்கவில்லை எனவும் கூறினர். ஆனால் அவர்கள் எல்லை, வீட்டுக்கு மிக அருகில் வந்துவிட்டது. சேமிப்புத் தானியங்களைத் தவிர வேறொன்றுமில்லை.

மிகக் குறுகிய எல்லைக்குள் ஜாடிக்குள் அடைபட்டதுபோலக் காற்று சுழன்று சுழன்று கதறியது. மண் பாளம் பாளமாக வெடிக்க ஆரம்பித்தது. இரவுகளில் காவல் இருந்தவர்கள் கூட்டம் கூட்டமாய்ப் புகை உருவங்களைக் காண ஆரம்பித்தனர். ஆனால் அவற்றைப் பிடிக்க இயலவில்லை. அப்படியான ஓர் இரவில், கையிலேந்திய தீப்பந்த ஒளியால் ஒரு புகை உருவத்தைத் தடுக்க முனைந்த பெண்ணொருத்தி, அவ்வுருவத்தின் முகம் கண்டு திகைத்துப்போனாள். அவள் ஒரு காலத்தில் மயங்கிக் கிடந்த முனியப்பனின் முகம். ஆனால் ஒடுங்கி ஜீவனற்றுத் தெரிந்தது. ஒரே கணம்தான். விலகி ஓடிற்று உருவம். அவள் மனத்தில் பீறிட்ட ஒப்பாரியின் ஓலத்தை ஏந்தியபடி எல்லை உடைத்துக்கொண்டு காற்றும் வெளியேறத் தொடங்கிற்று.

●

மஞ்சள் படிவு

உண்ணாவிரதம் இருந்து என்பாட்டி செத்துப்போனாள். அந்தப் போராட்டம் பத்துநாள் தொடர்ந்திருக்கக்கூடும். அவளுக்கு ரொம்பவும் பிரியமான பேரனாகிய என்னால்கூட விரதத்தைக் கைவிடச் செய்ய முடியவில்லை. செய்தியைக் கேள்விப்பட்டதும் வெகுதொலைவிலிருந்து அவசரப் பயணம் செய்து ஓடி வந்தேன். நான் வரும்போது அவள் கருவிழிகள் நிலைகொண்டுவிட்டன. என்னை உணர்ந்துகொள்ளும் நிலையில் பாட்டி இல்லை. பாட்டி கடைப்பிடித்தது சாதாரண விரதமில்லை. பச்சைத் தண்ணீர்க்கூடப் பல்லில் படாத கடும் நோன்பு. வலுக்கட்டாயமாக வாயைத் திறந்து தண்ணீரை ஊற்றிவிடுவார்கள் எனப் பயந்து பற்களை இறுகக் கடித்துக்கொண்டுவிட்டாள்.

பாட்டி சாதாரண மனுஷியில்லை. பத்துப் பிள்ளைகளைப் பெற்றவள். நான்கு செத்துப்போயின. தங்கி வளர்ந்தவை ஆறு. ஐந்து மகன்கள்; ஒரே ஒரு மகள். அவர்கள் மூலமாக ஏராளமான பேரன் பேத்திகள். பேரன் பேத்திகள் மீது ரொம்பவும் பிரியமுண்டு. பிள்ளைகளுக்குத் திருமணம் செய்யும் கடமைகளை எல்லாம் நிறைவேற்றியபின், தான் மட்டும் தனி வீட்டில் வாழ்ந்தாள். எங்கள் தாத்தா எப்போதோ செத்துப்போயிருந்தார். பாட்டியின் வீடு நிலத்திற்குள் இருந்தது. இரண்டு அல்லது மூன்று ஏக்கர் நிலம் இருக்கும். அதில் ஏதோ பயிர்

பண்ணுவாள். குத்தகைக்கும் விடுவாள். கொஞ்சம் ரொக்கமாகப் பணமும் வைத்திருந்தாள். அந்த வருமானங்களெல்லம் ஒருத்தியின் வயிற்றுப் பாட்டுக்குப் போதுமானவை. நாங்கள் பள்ளி விடுமுறை நாட்களில் பாட்டி வீட்டுக்குப் போவோம். எங்கள் வீடுகளில் கிடைக்காத புதுவிதப் பலகாரங்களைச் செய்து தருவாள். தாராளமாக விளையாட அனுமதிப்பாள். இடைவிடாத திட்டுக்களோ அறிவுரைகளோ இன்றிச் சுதந்திரமாக விளையாட வேண்டியே அங்கே போவோம். இரவுகளில் வாசலில் கட்டிலைப் போட்டுப் படுத்துக்கொள்வோம். பாட்டி வீட்டில் இரண்டு மூன்று கட்டில்கள் உண்டு. வாசல் நிரம்பிக்கிடக்கும் நாட்களில் பாட்டியின் அருகில் படுத்துக்கொள்ளப் போட்டி நடக்கும். பாட்டி கடைசியாக என்னைத்தான் அவள் கட்டிலில் படுத்துக்கொள்ளச் சொல்வாள். என் உடன் பிறப்புகளுக்கு எரிச்சலாக இருக்கும். ஆனால் என்ன செய்ய, நான்தானே பாட்டியின் மனம் கவர்ந்த பேரன். அப்போதெல்லாம் ஏராளமான கதை சொல்வாள். கதை சொல்வதில் பாட்டிக்குச் சலிப்பே வராது. ஒரு கதை முடிந்து இன்னொரு கதை என்று போய்க்கொண்டே இருக்கும். சங்கிலித் தொடர் கதைகள். எங்கிருந்து இத்தனை கதைகளைப் பாட்டிப் படித்துக்கொண்டாள் என்று வியப்போம். ஒருமுறை சொன்ன கதையை மறுமுறை சொல்லத் தொடங்கும்போது எங்களில் யாராவது 'இது மொதல்லயே சொன்ன கதை' என்று தெரிவித்துவிட்டால் போதும். உடனே வேறொரு கதை வந்துவிடும். யோசிக்கக்கூட நேரம் எடுத்துக்கொள்ள மாட்டாள்.

நான்கு மைல் தொலைவிலிருக்கும் என் அத்தையின் ஊரைத் தவிர வெளியூர்களுக்குப் போய் அறியாதவள் பாட்டி. அவளுக்குப் பெரிய ஆசைகளோ தேவைகளோ இருந்ததாகத் தெரியவில்லை. அன்றாடம் ஒரேவிதமான வேலைகளைக் கொஞ் சம்கூட அலுப்பில்லாமல் செய்வாள். காலையில் எழுந்ததும் வாசல் கூட்டுவதில் தொடங்கும் அவள் வேலை. விஸ்தாரமான பெரிய வாசல். வேப்ப மரங்களும் பூவரச மரங்களும் நிறைந்த வாசல். இலைகளோ பூக்களோ இறைந்து வாசல் வழியும். அவற்றைப் பொறுமையாகக் கூட்டி அள்ளுவாள். முதல்நாளே எடுத்து வந்து வைத்திருக்கும் சாணத்தைக் கரைத்து வாசல் முழுக்கத் தெளிப்பாள். தினந்தோறும் தெளிப்பு நடக்கும். அதற்கே பத்துக்குடம் தண்ணீர் தேவைப்படும். அப்புறம் தண்ணீர் கொண்டு வரும் வேலை. பாட்டி வைத்திருந்தவை இரண்டு மண்குடங்கள். ஒவ்வொரு குடமாகத்தான் எடுத்து வருவாள். பானைகளை நிரப்பும்வரை ஓய மாட்டாள். இந்த வேலைகள் முடியவே வெகு நேரமாகும். பாட்டி சமைப்பது ஒரே ஒரு நேரம் மட்டும்தான். மாலை. காலையும் பகலும் பழைய சோறு,

குழம்பு. பாட்டி அன்றாடம் குளிப்பாள். பாட்டி குளிப்பது அதிசயமானதுதான். அது ஒரு வைபவம்போல நடக்கும். அரை மூடித் தேங்காயை மைய ஆட்டி எடுத்துக்கொள்வாள். தலைக்குச் சொதும்பத் தேய்த்து ஊற வைத்துக் குளிப்பாள். மூன்று நான்கு குடங்கள் தண்ணீர் தேவைப்படும். இவைதான் அவளுடைய பிரதான வேலைகள். இடையிடையே யாராவது வந்தால் சிறுசிறு பேச்சுகள். திரும்ப மாலையில் வாசல் கூட்டுதல். அப்புறம் சமையல். பள்ளிப் பருவம் முடியும் சமயத்தில், பாட்டியின் வாழ்வில் என்ன சுவராஸ்யம் இருக்கிறது என்று எனக்குத் தோன்றும். சமைப்பது, குளிப்பது இதுதான் வாழ்க்கை. அந்த வீட்டையும் நிலத்தையும் விட்டு வேறெங்குமே போவதில்லை பாட்டி. முன்பெல்லாம் அத்தையின் ஊருக்கு அவ்வப்போது போய் வருவாள். நான்கைந்து ஆண்டுகளாக அதுவுமில்லை. எப்படி இருக்க முடிகிறது பாட்டியால்? ஒரு சினிமாவுக்கோ விஷேசத்திற்கோ போகாவிட்டால் போகிறது. ஊருக்குள்ளேயே இன்னொருவர் வீட்டுக்குக்கூடப் போகவில்லை என்றால் எப்படி. மகன்களின் வீடுகளுக்கு நானறிய பாட்டி வந்ததேயில்லை. பேச்சும் வலிய யாரிடமும் கிடையாது. தன்னைத் தேடி வருபவர் களிடம், தன்னிடம் பேச்சுக் கொடுப்பவர்களிடம் மட்டும்தான் பதில் பேச்சு. பாட்டி இந்த உலகத்தை வெறுக்க அப்படி என்னதான் அவள் வாழ்க்கையில் நடந்ததோ.

உறவுகளிடமும் அப்படித்தான். மருமகள்கள் எவரையும் பாட்டிக்கு ஆகாது. பேச்சுக்கூட ஓரிருவரிடம்தான் என்று நினைக்கிறேன். என் பெரியம்மாவிடம் – பெரியம்மாதான் முதல் மருமகள் – சுத்தமாகப் பேச்சே கிடையாது. பெரியம்மா மருமகளாக வந்த நாட்களில் குடும்பம் ரொம்பவும் பெரியது. கூட்டுக் குடும்பம். பெரியம்மாவுக்கு ஏகப்பட்ட வேலைகள் இருந்திருக்கும். பாட்டிக்கும் பெரியம்மாவுக்கும் எதனால் சண்டை வந்ததோ தெரியவில்லை. சின்னச் சின்னப் பிரச்சினைகள் இருந்து பெரிதாக வெடித்திருக்கக்கூடும். பெரியம்மாவின் நீண்ட கூந்தலை அரிவாள்மனை கொண்டு பாட்டி அரித்து தள்ளிவிட்டாள். ஒரு பெண்ணுக்குக் கூந்தலை இழப்பது மிகப் பெரும் அவமானம். பெரியம்மா முக்காட்டைப் போட்டுக்கொண்டு பிறந்த வீட்டுக்கு ஓடிப்போனாள். அங்கேயும் அவள் வெளியே தலை காட்டவில்லை. மயிர் அறுபட்ட தலையைப் பார்த்தவர்கள் கிடையாது. அவளுடைய அம்மா பார்த்திருக்கலாம். சில மாதங்கள் கழித்துத் திருட்டுத்தனமாகப் பெரியம்மாவைப் பார்க்கப் போய்வந்த பெரியப்பா பார்த்திருக்கலாம். ஒரு வருசம் பெரியம்மா வீட்டுக்குள்ளேயே அடைப்பட்டுக் கிடந்தாள். முன்புபோல முடி வளர்ந்த பிற்பாடு வாசல் வெளியென

கொஞ்சம் கொஞ்சமாக நடமாட்டத்தைத் தொடங்கினாள். இனி மாமியாரோடு தன்னால் இருக்க முடியாது என்று சொல்லிவிட்டாள். பெரியப்பா ரொம்பவும் பிரயாசைப்பட்டு அம்மாவிடம் அனுமதி வாங்கிக்கொண்டு தனிக்குடித்தனம் போனார். பெரியம்மாவின் ஆங்காரம் இத்தனை காலமாகியும் தணிந்தபாடில்லை. “கெழவிக்கு நல்ல சாவு வருமா . . . கை காலெல்லாம் புழுத்துப் போயிக் கெடந்துதான் சாவுவா . . . எம் மயிர அறுத்த அந்தக் கையி ஒரு சொம்ப எடுக்கக்கூடத் தெம்பில்லாத போயி உழுந்து கெடக்கறத நான் பாக்கத்தான் போறன்.” என்று சாபமிடும். பெரியப்பாவுக்கும் அம்மாமேல் எந்தப் பிடிமானமும் கிடையாது. “கலியாணம் பண்ணி நா என்னத்தக் கண்டேன். அம்மாவுக்குத் தெரியாம ராத்திரியில போவன். அவ கதவச் சாத்திக்குவா. வெளியே திண்ணைல கெடந்துக்கிட்டுக் கதவத் தொறப்பாளா தொறப்பாளான்னு பாத்துக்கிட்டு கெடப்பன். அந்த வயசில எனக்கு வந்தாப்பல ஆருக்கும் வரக்கூடாதுடா” என்று பல சந்தர்ப்பங்களில் சொல்லிக் கேட்டதுண்டு. அதைப் பற்றிப் பேச்சு வரும்போது பாட்டி சாதாரணமாகச் சொல்லி முடிப்பாள். “மயிர அறுக்கலீன்னா அவ வந்து ஊடும் குடித்தனமுமா இருந்திருப்பாளா”

பாட்டிக்கும் பெரியம்மாவுக்கும் என்ன நடந்தது என்பதைப் பற்றிச் சரியாக யாருக்கும் தெரியாது. ஆனால் எல்லோருக்கும் தெரிந்த ஒரு சம்பவம் பாட்டியைப் பற்றிப் புரிந்துகொள்ளப் பிரபலமாகச் செல்லப்படுவதுண்டு. அது பாட்டியின் கடைசி மகன், மருமகள் சம்பந்தமானது. பாட்டிக்குக் கடைசி மகன் மீதுதான் ரொம்பவும் பாசம் என்பார்கள். நான்கைந்து வயதாகும் வரைக்கும்கூட அந்த மகனுக்கு—என் சித்தப்பாவுக்கு—பாட்டி பால் கொடுத்து வளர்த்தாள் என்பார்கள். பாட்டி ஓரளவு ஓய்ந்துபோகும் வரைக்கும் கூடவே இருந்தவர் அவர்தான். பாட்டி தன் தொண்டைக்குள் போனதைக் கக்கி எடுத்துச் சித்தப்பாவுக்குக் கொடுத்துவிடுவாள் என்று மற்ற மகன்கள் சொல்வார்கள். யாருக்கும் தெரியாமல் பாட்டி எத்தனையோ உதவிகளை அவருக்குச் செய்திருப்பதாகவும் அவள் வைத்திருக்கும் பணத்தின் அளவும் அவருக்குத்தான் தெரியும் என்பதாகவும் பேச்சு உண்டு. அப்பேர்ப்பட்ட சித்தப்பா, பாட்டியிடம் பலனை அனுபவிப்பதால் பிரியம்கொண்ட சித்தி இரண்டு பேரும் பாட்டியைப் பார்க்க ஒருமுறை போனார்கள். ஆட்டுக்கறி பாட்டிக்கு மிகவும் பிடிக்கும் என்று சமைத்து எடுத்துச் சென்றார்கள். ஒரு போசியில் சோறு. வேறொன்றில் குழம்பு. வறுகறி தனிப் பாத்திரத்தில். பாட்டி நன்றாகத்தான் வரவேற்றுப் பேசிக்கொண்டிருந்தாள். கறிக்குழம்புடன் சோறு

என்றதும் ஆவலாய்ப் பாட்டி உடனே சாப்பிடுவாள் என்று அவர்கள் எதிர்பார்த்தார்கள்போலும். அவள் பையைத் திறந்தும் பார்க்கவில்லை. சித்தி சொன்னபோது 'செரி வெய்யி' என்று சொல்லிவிட்டாள். சித்தப்பாவும் சித்தியும் புறப்படும்வரை பாட்டி சாப்பிடவில்லை. புறப்படும்போது பாட்டியின் பாத்திரங்களில் எல்லாவற்றையும் போட்டு வைத்துவிட்டு இரண்டுபேரும் கிளம்பினார்கள். நிலத்தைத்தாண்டி மண் பாதைக்குக்கூட அவர்கள் வந்திருக்க மாட்டார்கள். பாட்டி நாயைக் கூப்பிடும் சத்தம் கேட்டது. நின்று பார்த்தால், சோறு குழம்பு எல்லாம் நாய்ச் சட்டியில் போய் விழுந்தன. வெகு சுமுகமாகவே இருந்து வந்த அந்த உறவில் என்ன விரிசல் ஏற்பட்டிருக்கக்கூடும்? சித்தி தன் பாத்திரங்களைக் கழுவி எடுத்துக்கொண்டு வந்ததைத்தான் பாட்டியால் தாங்கியிருக்க முடியாது என்று அந்த நிகழ்ச்சிக்கு விளக்கம் சொல்வதுண்டு. ஆனால் சித்தி அந்தக் காரணத்தை ஏற்றுக்கொள்ளவில்லை. 'பாத்திரத்தை எடுத்துக்கிட்டுப் போ' என்று பாட்டி சொன்னபின்தான் பாத்திரங்களை எடுத்து வந்ததாகக் கூறினாள். அதற்குப் பின் மற்ற மருமகள்களோடு சித்தியும் சேர்ந்துவிட்டாள்.

ஏதாவது விசேஷத்தின்போது எல்லோரும் கூடுவார்கள். பேச்சு பாட்டியைப் பற்றித்தான் இருக்கும். யாருக்கும் புரியாத வன்மம் பாட்டிக்குள் புதைந்திருப்பதாக எல்லோரும் உணர்ந்தார்கள். என்னை ஜாடை சொல்லி 'உங்க பாட்டிகிட்ட எங்களயெல்லாம் சொல்லி வச்சராத' என்பார்கள். நான் எப்படியிருந்தாலும் மாதம் ஒருமுறை பாட்டியைப் பார்க்கப் போய்விடுவேன். என்னிடம் என்னைப்பற்றித் தவிர யாரையும் கேட்பதில்லை. நானும் சொல்வதில்லை.

அத்தைமீது மட்டும் பாட்டிக்குப் பாசம் குறையவில்லை. ஒத்தைக்கு ஒரே மகள். நாளைக்குத் தலைமாட்டில் உட்கார்ந்து அழப்போகிறவள். அப்புறம் பாசம் இல்லாமலா இருக்கும் என்பார்கள். பணத்தையெல்லாம் அத்தைக்குத்தான் கொடுக்கிறாள் பாட்டி என்றும் நாளைக்குச் செத்துப்போனால் செலவுக்காவது பாட்டி பணம் வைத்திருப்பாளா என்றும் சந்தேகம் நிலவும். பாட்டி போவதை நிறுத்திவிட்டாலும் அத்தை வாரம் ஒருமுறை வந்துவிடும். வேலைகளை எல்லாம் முடித்துவிட்டு இருள் லேசாக கட்டத் தொடங்கும் நேரத்தில் ஊரில் இருந்து புறப்படும். ஆள் முகம் மறைவதற்குள் வந்து சேர்ந்துவிடும். அம்மாவும் மகளும் இரவெல்லாம் பக்கத்தில் கட்டிலைப் போட்டுக்கொண்டு பேசுவார்கள். அத்தை வரும்போது எதையாவது கொண்டு வந்ததையோ போகும்போது எடுத்துப்

போனதையோ யாரும் பார்த்ததில்லை. வீட்டிலேயே கிடக்கும் பாட்டி எதைச் சம்பாதித்து மகளுக்குக் கொடுத்துவிட முடியும்? ஆனால் தங்களுக்கு உரியதை எல்லாம் அத்தை அனுபவிப்பதாக எங்கள் அம்மாக்களின் எண்ணம்.

உடல் திடகாத்திரமாகவே இருந்தது பாட்டிக்கு. கண் பார்வை கொஞ்சமும் குறையவில்லை. காது பாம்புச்செவியாக இருந்தது. தன் வேலைகளைச் செய்துகொள்ளும் அளவுக்குப் பலமாகவே இருந்தாள். நான் வெளியூருக்கு வந்தபின் பாட்டியைப் பார்க்கும் காலம் கூடிவிட்டது என்றாலும் ஊருக்குப் போகும்போதெல்லாம் பாட்டி வீட்டுக்குப் போவேன். முதலில் எதுவும் வாங்கிச் செல்லும் வழக்கம் இல்லை. வாங்கிப் போனால் தூக்கி வீசி முகத்தில் எறிந்துவிட்டால் என்ன செய்வது என்னும் பயம்தான். ஒருமுறை கொஞ்சம் தைரியமாக ஒரு சேலை எடுத்துச் சென்றேன். பாட்டி குட்டையான வெள்ளைப் புடவையைத்தான் கட்டும். எனக்கு அளவு தெரியவில்லை. டெரிகாட்டனில் நல்ல தூவெள்ளையாக ஒரு புடவை. பாட்டி அதைத் தூக்கிப் பார்த்துவிட்டுக் கண் விரிய 'ரொம்பக் கனம்' என்றாள். நானிருக்கும்போதே குளித்துவிட்டுப் புடவையை உடுத்தியும் கொண்டாள். கால் மறைய நல்ல நீளமான புடவைதான். பாட்டியின் முகத்தில் பொங்கிய சந்தோசக் களை என்னை வசீகரித்தது. அதற்கப்புறம் போகும் போதெல்லாம் எதையாவது வாங்கிச் செல்வது வழக்கமாயிற்று. பாட்டிக்கு எது தேவைப்படும் என்று ரொம்பவும் யோசித்துப் பொருள்களைத் தேர்வு செய்வேன். பித்தளையில் வெற்றிலைப் பெட்டி வாங்கிப் போனபோது 'இத்தன கனமா எதுக்குடா... நானென்ன கெவுளி கெவுளியாவா வெத்தல போடறன்' என்று செல்லமாகக் கோபித்துக்கொண்டாள். நகரத்துக் கிழங்கள் ஊன்றிச் செல்வதைப் போல 'வாக்கிங் ஸ்டிக்' வாங்கிப் போவதை ஒவ்வொரு முறையும் ஒத்திப்போட்டுக்கொண்டேயிருந்தேன். அதைப் பார்த்து 'என்னால முடியாமயா போயிடுச்சு' என்று பாட்டி கோபித்துக்கொள்ளக்கூடும். அப்புறம் தடி, வயதை நினைவுபடுத்தவும் செய்யும். எப்படியோ கடைசிவரை பாட்டிக்குத் தடி தேவைப்படவில்லை.

நடக்கப்பிடிக்க இருந்த பாட்டிதான். திடீரென்று என்னவோ கால் சுண்டியிழுத்ததுபோல இருந்ததாம். சீமெண்ணெய்யைத் தடவிக்கொண்டு படுத்திருக்கிறாள். இரவெல்லாம் தூக்கம் வரவில்லை. காலையில் எழுந்திருக்க முடியவில்லை. யாரும் வீட்டுப்பக்கமும் வரவில்லை. வாசல் முழுக்க வேப்பம் பூக்களால் நிரம்பிப்போயிற்று. எதேச்சையாக அன்றைக்கு வந்த அத்தை பதறிப் போயிருக்கிறது. அத்தை காய்ச்சிக் கொடுத்த

கஞ்சிதான் அன்றைக்கு உணவு. அத்தையின் வரவு அதன்பின் தினசரி நிகழ்வாயிற்று. அத்தைக்கு எந்த நேரம் முடிகிறதோ அப்போது வந்து சென்றுவிடும். இல்லாவிட்டால் இரவில் வந்து காலையில் செல்லும். பாட்டியை வெளிக்குக் கூட்டிப் போதல், குளிப்பாட்டி விடுதல், கஞ்சி அல்லது சோறு ஆக்குதல் என அத்தைக்குத் தினசரி வேலைகள். பாட்டியின் முகம் போகும் போக்கைப் பார்த்துச் சில நாட்கள் பகலிலும் அத்தை தங்கிவிடும். அத்தை வெள்ளாடுகள் வைத்திருந்தது. பாட்டியைக் கவனிப்பதைவிடவும் வெள்ளாடுகளை மிகுதியாகக் கவனிக்க வேண்டியிருக்கும். தினந்தோறும் நான்கு மைல் போக, நான்கு மைல் வர என நடப்பதென்றால் சாதாரணமில்லை. அத்தைக்கும் ஐம்பதைத் தாண்டிவிட்டது.

பாட்டி கட்டிலில் என்றானபின் ஒரே ஒருமுறை போனேன். என்னைக் கண்டவுடன் கண்கள் நிறைந்துவிட்டன. மருமகள்கள் யாரும் வந்து பார்க்கவில்லை. மகன்கள் பேருக்கு வந்து எட்டிப் பார்த்ததோடு சரி. பேரன் பேத்திகள் சிலர் வந்தும் சிலர் வராமலும். எல்லோருக்கும் ஏதோதோ நிர்பந்தங்கள். ஆனால் பாட்டி யாரைப் பற்றியும் புகார்கள் சொல்லவில்லை. எல்லாம் அத்தையின் வழியாக அறிந்ததுதான். நான் அங்கே இருந்தபோது பாட்டியை வெளிக்காட்டுக்கு அழைத்துச் செல்ல முயன்றேன். பாடடி ஒத்துக்கொள்ளவில்லை. பாட்டியின் உடம்பு கருவாடு மாதிரி ஒட்டிப்போயிருந்தது. உடலில் துணிகள் சுற்றப்பட்டிருந்தன. பாட்டிக்கு நல்ல மெத்தென்ற விரிப்பொன்றை அடுத்த முறை வாங்கி வர வேண்டும் என நினைத்துக்கொண்டேன்.

அத்தைக்கு நான்தான் அந்த யோசனையைச் சொன்னேன். வெள்ளாடுகளை இங்கேயே ஓட்டிவந்துவிட்டால் தினசரி நடை தேவையில்லை. அத்தைக்கு ஊரில் வேறு ஒன்றும் வேலைகளில்லை. மருமகள்கள் அவரவர் வேலையைப் பார்த்துக்கொள்வார்கள். மாமாவுக்குச் சாப்பாட்டுப் பிரச்சினையில்லை. அத்தைக்கு அது உகந்ததாகவே பட்டது. அதன்பின் வெள்ளாட்டுடன் அத்தை பாட்டிக்குத் துணையாகிவிட்டது. இப்பவும் தேங்காய் தேய்த்துக் குளிக்கும் வழக்கத்தைப் பாட்டி விடவில்லை. அத்தையின் உதவியால் அது நடந்துகொண்டிருந்தது. எப்படியிருந்தாலும் பாட்டி ரொம்ப நாளைக்குத் தாங்காது என்று எனக்குப் பட்டது. கடைசியாக விடைபெற்று வரும்போது வறண்ட கைகளால் என்னைப்பற்றி மென்மையாகச் சிரித்தாள் பாட்டி. என்னிடம் பாட்டியைப் பற்றி விசாரித்தறிந்த அம்மாக்கள் 'எங்கள வந்து பாக்கலீன்னு பாட்டி எதும் சொன்னாளா' என்றுதான் கேட்டார்கள். பாட்டி அப்படிக் குறை பேசுவாள், பேச வேண்டும்

என்பது அவர்கள் எதிர்பார்ப்பு. பாட்டிக்கு அவர்களைப் பற்றிப் புகார் எதுவுமில்லை என்பதில் ஏமாற்றம்தான். பெரியம்மா மட்டும் “இன்னும் எத்தன படப்போறா பாட்டி... பாரு... கட்டலோடு பேண்டுக்கிட்டு மண்டுக்கிட்டுக் கெடக்கோனும்... அதப் போயி நான் பாத்துச் சிரிக்கோனும்” என்றாள். “எத... பேண்டதையும் மண்டதையும் பாத்தா” என்று இன்னொரு பெரியம்மா கேட்க ஒரே சிரிப்பாக இருந்தது. பாட்டி எத்தனையோ தவறுகள் செய்திருந்தாலும் இவர்களின் இந்தச் சந்தோசம் எனக்கு ரசிக்கவில்லை. என் முகம் கோணியதைப் பார்த்துச் சித்தி ‘பேண்டு மண்டா... வழிச்சுக் கொட்டப் பேரன் போவான்’ என்று என்னை வம்புக்கு இழுத்தது. அந்த இடத்தைவிட்டு எழுந்து போவதைத் தவிர எனக்கு வேறு வழியிருக்கவில்லை.

அந்த முறை பயணத்தின்போது பாட்டிக்கு அப்படி ஒரு நிலை வந்துவிட்டால் என்ன செய்வது என்றுதான் எனக்கு யோசனையாக இருந்தது. அத்தை இருந்தாலும் பீ அள்ளி மல்லெடுத்துக் கொட்ட எத்தனை நாளைக்கு முடியும். பாட்டிக்கு அந்த நிலை வரக்கூடாது என்று எவ்வளவோ வேண்டிக் கொண்டேன். ஏனோ அதுமுதல் பாட்டியின் நினைவாகவே இருந்தது. வேலைகள் ஓடவில்லை. கயிற்றுக் கட்டிலின் குழிந்த பகுதியில் பன்னாடைபோல் கிடக்கும் உருவமே கண்ணுக்குள் இருந்தது. அந்தச் சமயத்தில்தான் உண்ணாவிரதம் பற்றிச் செய்தி வந்தது. அதன் காரணம் புரியவில்லை. அத்தை சென்னபிறகு நெஞ்சு அதிர்ந்துவிட்டது. பெரியம்மாவின் ஆசை பாட்டிக்குத் தெரிந்திருந்ததோ என்னவோ. மருமகள்கள் விருப்பத்தை அழித்துப் பழிவாங்க முடிவு செய்தாள்போல. எல்லோரின் ஏளனத்திற்கும் ஆளாவதைத் தன் கௌரவக் குறைச்சலாக நினைப்பாள் பாட்டி. புறக்கணித்துத் தனி ராச்சியம் நடத்தியவள் அல்லவா.

இரவில் ஏதோ சில நிமிடங்கள் கண்மூடி தூங்குவதோடு சரி. அதற்குப்பின் கொட்டக் கொட்ட விழிப்பதுதான். காலையில் துணிகளைத் துவைக்க எடுத்தபோது பாட்டியின் புடவையில் மஞ்சள் படிவை அத்தை பார்த்திருக்கிறது. சட்டெனக் கொஞ்சம் கோபத்தோடு ‘என்னம்மா அவசரம்... என்னயக் கூப்பிட்டிருந்தா வந்து வெளிய கூட்டிக்கிட்டுப் போயிருப்பன்ல... சீலயெல்லாம் நாத்தம் பண்ணி வெச்சிட்ட’ என்று சத்தம்போட்டிருக்கிறது. ‘அப்படியா’ என்றதோடு சரி பாட்டி. பாட்டியையும் அறியாமல் தானாகக் கழிந்துவிட்டிருக்கிறது. ‘அப்படியா’ வோடு எல்லாம் அடங்கிப்போனது. அதற்குப்பின் பாட்டி எதையும் உண்ணவில்லை. தண்ணீரும் குடிக்கவில்லை.

அத்தை எவ்வளவோ அழுதுபார்த்திருக்கிறது. 'தெரியாம சொல்லீட்டனம்மா. எதுனாலும் நான் பாத்துக்கறன் . . . நீ சாப்பிடும்மா.' என்ன சொல்லியும் கேட்கவில்லை. கண்ணை மூடிப் படுத்ததுதான். வாயும் கண்ணும் திறக்வேயில்லை.

ஊர்முழுக்கப் பாட்டியைப் பற்றித்தான் பேச்சு. குடும்பத்திற்கே அவமானத்தை உண்டாக்கிவிட்டாள் என்று எல்லோருக்கும் கோபம். பாட்டியின் சாவு யாருக்கும் வருத்தம் தந்ததாகத் தெரியவில்லை. 'அந்த ஒரு வார்த்தயச் சொல்லாத சீலயத் தொவச்சுப் போட்டிருந்தன்னா ஒன்னுமில்ல . . . எங்கம்மாவ நாந்தான் கொன்னுப்புட்டன்' என்று அத்தை மட்டும் எல்லோரிடமும் புலம்பிக்கொண்டிருந்தது.

●

பிசாசுக்குப் போதுமான விஷயம்

பாதி இரவுக்கு மேல் தூக்கம் பிடிப்பதில்லை. திடுக்கென்று விழிப்பு வந்துவிட்டால், அவ்வளவுதான். என்ன முயற்சி செய்தாலும் போனது போனதுதான். கண்களை இறுக மூடிக்கொண்டு சரசு ஒன்று இரண்டு எண்ணுவாள். நூறு, இருநூற்றுக்கு மேல் போகுமே தவிர தூக்கத்தை நெருங்க முடியாது. அருகில் படுத்துறங்கும் புருசனை, அவன் தூக்கம் கலையாதவாறு மென்மையாக அணைத்துப் படுத்துப் பார்ப்பாள். ஒன்றுக்கும் மசியாத தூக்கம் அது. பகலெல்லாம் கண் எரிச்சல் பாடாய்ப் படுத்தும். படுத்தால் பகலில் தூங்கலாம். ஆனால் அத்தை ஏதாவது நினைத்துக்கொள்ளக்கூடும் என்னும் பயமே படுக்க விடுவதில்லை. அத்தையும் பகலில் தூங்குவதாகக் காணோம். அத்தை தூங்கினாலாவது அதைச் சாக்காட்டிக் கொஞ்ச நேரம் கண்ணயரலாம். இரவிலும் இன்றி, பகலிலும் இன்றி எந்நேரமும் தூங்கினால் பரவாயில்லை என்று தோன்றிக்கொண்டேயிருக்கிறது.

சரசு புதுப்பெண்ணாகப் புருசன் வீட்டுக்கு வந்து இன்னும் முழுதாக ஒரு மாதம்கூட முடிய வில்லை. அதற்குள் நான்கைந்து முறை அம்மா வீட்டுக்குப் போய் வந்தாயிற்று. இருந்தாலும் அங்கே போக வேண்டும் என்னும் உணர்வைத் தவிர்க்க முடியவில்லை. புருசனைப் பற்றிப் பிரச்சினை ஏதுமில்லை. அவள் எதிர்பார்த்ததைவிடவும் அன்பானவனாகவும் பொறுமையானவனாகவும் இருக்கிறான். எந்நேரமும் சிரித்த முகம்தான். ஒவ்வொரு முகத்திற்குத்தான் இந்த ராசி வாய்க்கிறது. சிரித்தால்,

முகம் முழுக்கப் பொங்கும் சிரிப்பு. அவனிடம் கோபித்துக் கொள்ளவே தோன்றுவதில்லை. திட்டமிட்டுக் கோபித்துக் கொள்ள முயன்றாலும் அது ஒன்றும் செல்லுபடியாவதில்லை. அத்தையும் நல்ல மாதிரிதான். அதிரும்படியாக ஒரு வார்த்தை பேசுவதில்லை. எதையுமே செய்யச் சொல்வதில்லை. சரசுவாகச் செய்தால் உண்டு. புதுப்பெண்ணும் மாப்பிள்ளையும் சந்தோசமாக இருக்கட்டும் என்று விட்டுப்பிடிக்கிறாளோ என்னவோ. எல்லாம் மனசுக்குப் பிடித்திருக்கிறது. மனிதர்கள் பிடித்துவிட்டால் எல்லாம் பிடித்தமாதிரிதானே. வீடும்கூட அமைதியாக நல்ல காற்றோட்டமாக இருக்கிறது. பக்கத்து வீடு, அடுத்த வீடு என்று சொல்லும்படி வீடெதுவும் இல்லை. எல்லாம் கொஞ்ச கொஞ்ச தூரத்தில் இருக்கின்றன. மனைகள் பிரித்துப்போட்டபடி கிடக்கின்றன. புதிதாக வீடு எதுவும் உருவாகவில்லை. நிலச் சொந்தக்காரர்களின் வீடுகள்தான் இருப்பவையும். சரசுவின் புருசன் தன் கைக்கு ஏற்றமாதிரி சிமிட்டிக்கல்லில் வீடுகட்டி ஓடு வேய்ந்திருந்தான். சின்ன வீடு என்றாலும் சொந்த வீடு. பணம் சேர்ந்த பின்னால் விரிவாக்கிக் கட்டிக்கொள்ளத் திட்டம். எல்லாம் இருந்தும் ஒரே ஒரு சின்னக்குறை. சின்னக்குறை என்று எண்ணிச் சமாளித்து விடலாம் எனக் கருதினாள். ஆனால் அது தன்னைப் பூதாகரமாக்கிக்கொண்டேயிருக்கிறது.

காலையில் எழுந்தவுடன் சரசுவுக்குக் கக்கூஸ் போயாக வேண்டும். அதன்பின் காலை உணவை உண்டதும் ஒருமுறை போய் வருவாள். அப்போதுதான் வயிறு உறுத்தல் இன்றி வெறுமையாகச் சுதந்திரமாக இருக்கும். சிலசமயம் மாலையிலும் ஒரு முறை போக வேண்டியிருக்கும். எங்காவது வெளியே கிளம்பினால் கட்டாயம் கக்கூஸ் போய்விட்டுத்தான் கிளம்புவாள். அவளுடைய அம்மாகூட 'இவ கக்கூஸ் போறதுக்கே தெனம் பத்துக்கொடம் தண்ணி வேணும்' என்று சலித்துக்கொள்வாள். என்றாலும் அந்தப் பழக்கத்தை மாற்றிக்கொள்ள முடியவில்லை. தம்பி ரொம்பவும் பெரிய மனுஷன் மாதிரி 'போற எடத்துல திடீர்னு வந்துடுச்சுனா என்ன பண்றதுண்ணு எப்பவும் பயம் உனக்கு' என்பான். அது உண்மையோ என்னவோ. ஆனால் வீட்டிலிருக்கும்போதும் மூன்று முறை நான்கு முறை போக வேண்டியிருப்பதற்கு என்ன காரணம் சொல்வது? உடல் இயல்பு என்று சொன்னால் 'உனக்குத்தான் உலகத்திலில்லாத ஒடம்பு' என்பாள் அம்மா. புருசன் வீட்டில் அது ஒன்றுதான் குறை. இங்கே கக்கூஸ் கிடையாது. சுற்றிலும் காலியிடங்கள். கொஞ்சதூரம் போனால் விவசாய மானாவரி நிலங்கள். அதனால் இப்போதைக்குக் கக்கூஸ் தேவையில்லை என்று முடிவு செய்திருந்தார்கள். வீடுகள் பெருகினால் அப்புறம் பார்த்துக்கொள்ளலாம். அத்தோடு

தொட்டி கட்டி கக்கூஸ் போட கிட்டத்தட்ட பதினைந்தாயிரம் ரூபாயாவது தேவைப்படும். எல்லாவற்றையும் கணக்கில் வைத்துத்தான் கக்கூஸை ஒத்திப்போட்டிருந்தார்கள்.

கல்யாணம் முடிவாகிற சமயத்திலேயே 'வீட்டில் கக்கூஸ் இருக்கிறதா' என்று யாரையாவது கேட்டுவிட வேண்டும் என்றுதான் நினைத்திருந்தாள். ஆனால் யாரைக் கேட்பது? அம்மா, அப்பா, தம்பி எல்லோரும் போய் வந்திருந்தார்கள். அவர்களிடம் கேட்டால் ஏளனம் செய்து சிரிப்பார்கள். 'புருசன் எப்படிங்கறதுகூட சரசுக்குப் பிரச்சினயில்ல. கக்கூஸ்தான்' 'கக்கூஸ் இருந்துட்டாப் போதும். யாரைன்னாலும் சரசு கட்டிக்கும்' என்றெல்லாம் கிண்டல் வந்துவிட்டால் தாங்கிக்கொள்ள முடியாது. இந்தப் பேச்சு நான்கு பேரிடம் பரவிவிட்டால் ரொம்பவும் கஷ்டம். யார் முகத்திலும் விழிக்க முடியாமல் போய்விடும். அக்கம் பக்கம், ஊர் உறவு எல்லாம் பேசிச் சிரிக்க இது ஒரு விஷயமாகிவிடும். இதைப் போய் ஒரு விஷயம் என்று மதித்துக் கேட்பது யாரை? சரசு தனக்குள்ளேயே அடக்கிக்கொண்டாள். கல்யாணம் முடிந்து இங்கே அழைத்து வந்தபோது லேசாக நோட்டம் பார்த்தாள். அவள் பயந்த மாதிரியே கக்கூஸ் இல்லை. புதுப்பெண்ணாகத் தலைக்குனிந்து இருந்தபோதும் உடலெல்லாம் குப்பென்று வியர்த்துக் கொட்டியது. அப்போதே கக்கூஸ் போயாக வேண்டும்போல ஒரு உறுத்தல். தொந்தரவு. எவ்வளவோ கஷ்டப்பட்டு அடக்கிக்கொண்டாள். நல்லவேளையாக அன்றைக்குச் சாயங்காலமே அம்மா வீட்டிற்கு அழைத்து வந்துவிட்டார்கள். எல்லோரையும்விட அம்மாவின் மீதுதான் கோபமாக இருந்தது. 'எந்நேரமும் கக்கூஸ்லயே குடியிரு' என்று திட்டுகிற அம்மாவுக்கு அதைப் பற்றிய உணர்வு கொஞ்சமாவது இருந்திருக்க வேண்டாமா. கக்கூஸ் கட்டிவிட வேண்டும் என்றாவது ஒரு கட்டளை போட்டிருக்கலாமே. அம்மாவிடம் உர்ரென்று முகத்தை வைத்துக்கொள்ள முடிந்ததே தவிர, வேறு எவ்வகையிலும் உணர்த்த முடியவில்லை. இரண்டு நாட்கள் சேர்ந்தாற்போல் அம்மா வீட்டிலேயே இருந்தபோது புருசனை ரொம்பவும் பிடித்துப்போனது. கக்கூஸ் என்பது பெரிய பிரச்சினை இல்லை. லேசாக இருள் இருக்கும்போதே காட்டுப்பக்கம் போய்வந்துவிடலாம். அங்கேயும் பெண்கள் இருக்கிறார்கள். அவர்கள் ஏதாவது ஒரு பக்கம் போகத்தானே செய்வார்கள். ஒரு முறையிலேயே நிதானித்துப் போய்விட்டால் மறுபடியும் போக வேண்டியிருக்காது. என்னென்ன விதமாகவோ யோசித்து வைத்திருந்தாள்.

ஆனால் யோசனைக்கும் நடைமுறைக்கும் வெகுதூரம். முதல்நாள் காலை அத்தையிடம் தயங்கியபடி கேட்டபோது,

அவள் சகஜமாக 'வா போகலாம்' என்று கூட்டிப் போனாள். நன்றாகவே விடிந்திருந்தது. அத்தைக்குப் பின்னால் போகும் சரசுவை எல்லா வீட்டுக் கண்களும் உற்றுப் பார்ப்பது போலிருந்தது. தலையைக் குனிந்துகொண்டே நடந்தாள். அத்தை ஓரிடத்தைக் காட்டிவிட்டாள். மரங்களும் செடிகளும் நிறைந்த புதர்கள் சூழ்ந்த பெருந்திட்டு. அதற்குள் போக முதலில் பாம்பு, பூச்சி பயம். ரொம்ப எச்சரிக்கையாக உள்ளேபோய் கக்கூஸ் போலவே சுற்றிலும் இருந்த மரங்களைச் சுவர்களாகக் கற்பனை செய்துகொண்டு உட்கார்ந்தாள். அத்தை வெளியே காத்துக் கொண்டு நிற்பது கஷ்டமாயிருந்தது. ஏதோ போனதாய் பேர் பண்ணிக்கொண்டு வெளியே வந்தாள். கொஞ்சம் தூரத்தில் காட்டுக்குள் நான்கைந்து ஆண்கள் உரக்கப் பேசியபடி போய்க் கொண்டிருந்தார்கள். ஆள் நடமாட்டம் இல்லாத பகுதி என நினைத்தது தவறாகிப் போனது. மாலையில் தனியாக அந்தப்பக்கம் போய் வரலாம் எனக் கிளம்பினாள். அப்போதும் வீட்டுக்காரர்கள் எல்லாம் அவளையே பார்த்தார்கள். நிலத்துப் பக்கம் நிறைய ஆண்கள் கூட்டம் தென்பட்டது. பதறியபடி திரும்பி வந்துவிட்டாள்.

அந்தச் சமயம், கள் ஊறும் பருவம். கள் குடிக்க வரும் ஆண்களின் கூட்டம் காலையிலும் மாலையிலும் இருந்து கொண்டேயிருக்கும். கூட்டத்திற்கிடையே காட்சிப்பொருள் ஆக முடியாது. அத்தை எப்போது போவாள் என்பதைக் கண்டுபிடிக்க முடியவில்லை. அந்தப்பக்கம் இருந்த பெண்கள் எல்லாம் அதற்கெனப் போவதாகத் தெரியவில்லை. என்னதான் செய்வார்கள்? எப்போது போவார்கள். இது ஒன்றும் அவர்களுக்கெல்லாம் பிரச்சினையே இல்லையா. வயிறு எந்நேரமும் பொருமிக்கொண்டே இருந்தது. அது காலியாகவே இல்லை. சரசு சோற்றைக் குறைத்துக்கொண்டாள். அடிக்கடி அம்மா வீட்டிற்குப் போக வேண்டும் என்றாள். புதுப்பெண், வீட்டு ஞாபகம் இருக்கத்தானே செய்யும் என்று இரண்டு வீட்டு ஆட்களும் நினைத்துக்கொண்டார்கள். ஒருவருக்காவது சரசுவின் பிரச்சினை புரியவில்லை. ஒருநாளில் புருசன் 'போகலாம்' என அழைப்பான். சரசுவுக்குத் திக்கென்று ஆகிவிடும். ஆனால் மறுக்கமாட்டாள்.

புருசன் வீட்டிலிருக்கும்போது விடியற்காலம் ஐந்து மணிக்கெல்லாம் எழுந்துகொள்வாள். சின்ன டார்ச் ஒன்றைக் கையில் பிடித்துக்கொண்டு இருளோடு இருளாகப் போகப் பழகினாள். முன்னிரவில் நேரத்திலேயே 'உறங்கிவிடும் அந்தப் பக்கத்து ஆட்கள் விடிகாலை அவளுக்கு முன்பே எழுந்துவிடுபவர்களாக இருந்தார்கள். பால் கறக்கும் சத்தம், ஆடு

மாடுகளின் கனைப்புகள், மனித நடமாட்டம் என்றெல்லாம் இருந்தது அவளுக்குப் பயத்தைப் போக்கியது. இந்த நேரத்தில் டார்ச் லைட்டுடன் போவது இவள்தான் என்று அவர்களுக்கும் தெரிந்திருக்கும். 'செரியா அஞ்சு மணிக்கு இவ வெளீல போவா' என்று அவர்கள் பேசிச் சிரிக்கக்கூடும். தான் வெளியில் போகிற மணிக்கணக்கு இப்படி ஊரறிய நடக்கிறதே என்னும் மனவருத்தம் அவளுக்குள் மிகுந்தது. என்றைக்காவது ஆழ்ந்து உறங்கிப் போய் நன்றாக விடிந்துவிட்ட பின்னால் எழுந்தால் என்ன செய்வது என்று இரவு படுக்கும்போதெல்லாம் பயம் வரும். குடிகாரர்கள் கூட்டம் விடிந்தும் விடியாத முன்பே வந்து சேர்ந்துவிடுகிறது. அப்புறம் அந்தப் பக்கமே போக முடியாது. எங்கே ரொம்ப நேரம் தூங்கிப் போவோமோ என்னும் பயமே தூக்கத்தை விரட்டித் தொலைத்தது. ஐந்து மணிக்கு எழும் பழக்கம் இயல்பாகவே எழுப்பிவிடும் என்று என்னதான் தைரியம் சொல்லிக்கொண்டாலும் தூக்கம் வருவதில்லை.

அப்போது பெண்ணொருத்தி சரசுவுக்க அறிமுகமானாள். பத்தாம் வகுப்பில் தேர்ச்சி பெறாமல் வீட்டில் இருந்தாள் அவள். சிறுமி என்றும் சொல்ல முடியாது; பெரியவள் என்றும் சொல்ல முடியாத பருவம். அந்தப் பெண்ணுக்குச் சரசுவை ரொம்பவும் பிடித்திருந்தது. 'அக்கா அக்கா' என்று வந்து ஒட்டிக்கொண்டாள். பகலில் வேலையில்லாத பொழுதில் அவளோடு தாயம் விளையாடினாள். அந்தப் பக்கத்து விஷயங்களை எல்லாம் கேட்டுத் தெரிந்துகொண்டாள். அந்தப் பெண்தான் சரசுவை வெளிக்காடு என்று வேறொரு இடத்திற்குக் கூட்டிப் போனாள். அந்த இடம் கொஞ்சம் அடக்கமாக இருந்தது. சுற்றிலும் சீமைக்கருவேல முட்கள். ஏகப்பட்ட பேர் பலநாள் போகும் இடம் அது. கால் வைக்கவே கூசிற்று. அத்தோடு மண்பாதைக்கு அருகில் இருந்தது அந்த இடம். தொடர்ந்து இல்லை என்றாலும் ஐந்து நிமிடத்திற்கு ஒருமுறையேனும் வண்டியோ ஆட்களோ போய்க்கொண்டேயிருந்தார்கள். பாதையிலிருந்து பார்க்க உள்ளே இருப்பது தெரியுமா என்ற சந்தேகம் ஏற்பட்டது. மூக்கைப் பிடித்துக்கொண்டு உள்ளிருந்து வெளியேறுவதற்குள் கண்ணில் நீர் முட்டிவிட்டது.

இந்த விஷயத்திற்கு இத்தனை சிரமத்தை அவள் எதிர் பார்க்கவில்லை. வரவரப் பெரிதாகிக்கொண்டு வந்ததே தவிர, சுமுகம் இல்லை. அம்மா வீட்டிற்குப் போய்விட மனம் உந்திக்கொண்டிருந்தது. தூக்கம் அற்ற கண்கள், போதுமான உணவில்லாத உடம்பு எல்லாம் சேரக் கண்ணாடியில் தன் முகத்தைப் பார்க்கவே பிடிக்கவில்லை. கண்களின் கீழே கருவளையம் பட ஆரம்பித்துவிட்டது. கன்னங்கள் ஒட்டிப்

போனதுபோல் தோன்றியது. மாலையில் முகம் கழுவித் தலை சீவிப் பூ வைத்துக் கொண்டதும் வரும் மலர்ச்சி செயற்கையானதாகப் பட்டது. சில சமயங்களில் உடம்பு தள்ளாடுவதுபோலவும் தலை பாரமாகவும் வலியாகவும் தோன்றும். கனத்த உடம்பைச் சுமக்கும் துயரம் நீடித்துக்கொண்டேயிருந்தது. வயிறு எப்போதும் பொம்மென ஊதிப் போயிருப்பதாகப் பட்டது. யாருமில்லாத நேரங்களில் மௌனமாக அழுது கொஞ்சம் கரைத்துக்கொள்வாள். வேறு செய்வதற்கு ஏதுமிருப்பதாகப் படவில்லை.

அன்றைக்கும் தூக்கம் ஆழ்ந்து இருக்கவில்லை. கண் கிறங்கித் தூக்கத்தினுள் போனதும் ஏதோ திடுக்கிட்டு விழிக்கச் செய்துவிடும். புருசன் அவன் பாட்டுக்கு மல்லாந்து தூங்கிக்கொண்டிருந்தான். விடிவிளக்கு வெளிச்சத்தில் அவன் முகத்தைப்பார்க்கப் பெருமையாகவும் பொறாமையாகவும் இருந்தது. பார்த்துக்கொண்டே இருந்தவள் எவ்வளவு நேரமாயிற்றோ தெரியவில்லை. அப்படியே அவன் கையின் மேல் தலைவைத்து மார்பை அணைத்தபடி உறங்கிப் போனாள். அவளையறியாமல் தூக்கம் கவ்விக்கொண்டது. ஏதோ ஒரு கணத்தில் அவள் செவிகளில் பறவைகளின் குழுவான கத்தல் வந்து மோதிற்று. அச்சத்தோடு எழுந்தவளுக்கு எதுவும் புரிபடவில்லை. வெகுநேரம் தூங்கிப்போய்விட்டதான உணர்வு பீடித்து உந்தித் தள்ளக் கதவைத் திறந்துகொண்டு வேகமாக வெளியேறினாள். வெளியே வெளிச்சக்காடாகத் தெரிந்தது. இன்றைக்கு அவ்வளவுதான். கள் குடிக்கும் கூட்டம் காடெங்கும் வந்து திரிந்துகொண்டிருக்கும். அவர்களின் அசட்டுப் பேச்சுகளும் ஆங்காரச் சிரிப்புகளும் எனக் காடே நிறைந்துவிடும். அதனூடே சரசு அந்தப் பக்கமாகப் போனால் எல்லோர் கண்களும் அவள்மீது திரும்பிவிடும். அதையும் மீறி அந்தப் புதைக்குள் போய் உட்கார முடியுமா? அவசர அவசரமாகத் தடம் பிடித்து நடந்தாள். டார்ச் லைட் தேவையில்லை. நிலா வெளிச்சம் வெண்ணிறமாக எல்லாப்புறமும் பரவிவிட்டிருந்தது. பகலுக்கும் அதற்கும் வேறுபாடே தெரியவில்லை. சரசு வேக நடையுடன் வெகுதூரம் போய்விட்டிருந்தாள். சட்டென அவளைச் சுற்றிலுமிருந்த கடும் மௌனம் அவளுக்கு உறைத்தது. அதே இடத்தில் நின்றாள். பறவைகள் இடைவிடாமல் தன் காதுக்குள் வந்து கத்திய சத்தம் எங்கே? மரங்களில் அசைவில்லை. பறவையொலி துளியும் இல்லை. தூரத்தில் சிறுசிறு புதர்கள் நிழல்களாய்த் தெரிந்தன. கண் எட்டும் தூரத்து வீடுகளில் விளக்கொளியோ பால் கறக்கும் சத்தமோ இல்லை. ஆள் அரவம் எங்குமில்லை. அவள் காது மடல்கள் சிலிர்த்து விறைத்தன. கடிகாரத்தைப் பார்க்காமல் எழுந்து ஓடிவந்த தன் தவறு புரிந்தது.

எந்தப் புறமும் கண்களைத் திருப்பாமல் வீட்டை மட்டுமே குறிவைத்து, கிட்டத்தட்ட ஓடுவதுபோல நடந்தாள். அவள் மனம் சும்மாயிருக்கவில்லை. அவளைத் தடுமாற வைக்க எந்தப் பிசாசு செய்த வேலை இதுவோ என்றது. அதன் குரலை வளர விடாமல் கட்டுப்படுத்த முடியவில்லை. குரல் பல திசைகளில் எழும்பி அலைந்தது. உடலெங்கும் வேர்த்துப்போனாள். தலை தெறிக்க ஓடிவந்ததைப் போல மூச்சிறைக்க உள்ளோடிக் கதவைச் சாத்திக் கொண்டாள். கடிகாரம் நேரம் ஒரு மணியெனக் காட்டிற்று. ஓடிப்படுக்கையில் விழுந்து தலைகுப்புறப் படுத்துக்கொண்டு அழுதாள். எங்கிருந்து வந்ததோ அத்தனை கண்ணீர். அதன்பின் விடியும்வரை அழுகைதான். ஒன்றையும் அறியாமல் புருசன் அவன்பாட்டுக்குத் தூங்கிக்கொண்டிருந்தான். பறவைகளின் கூச்சல் ஆரவாரமாய் எழுந்ததையும் கடிகாரத்தையும் உறுதிப்படுத்திக் கொண்ட பின் எழுந்து வெளியே போனாள். அன்றைக்குத்தான் நிலா வெளிச்சத்திற்கும் விடியலுக்கும் உள்ள வித்தியாசத்தை உணர்ந்தாள். பலவித அரவங்கள் கூடிய விடியலில் எப்போதும்போல் செயல்களில் ஈடுபட்டாள். தொடர்ந்து அழுதிருந்ததால் மனம் லேசாகிவிட்டிருந்தது. எனினும் அந்த நடு இரவில் தனி ஒரு ஜீவனாய் நின்று தவித்ததை எண்ணினால் உடனே மீண்டும் அழுகை வந்துவிடும் போலிருந்தது. இறுதியில் எந்த இடம்வரைக்கும் வந்தாள் என்பதை உறுதிப்படுத்திக்கொள்ள முடியவில்லை. புது மணப்பெண்ணாக இருப்பவளைப் பிசாசு துரத்தும், ஏதேதோ தந்திரங்கள் செய்து ஏமாற்றி அழைக்கும் என்பதெல்லாம் உண்மைபோலத் தோன்றிற்று. ஆனால் தன்னை ஏமாற்ற இந்த அல்ப விஷயம் பிசாசுக்குப் போதுமானதாயிருந்ததை நினைக்க அவளுக்கு அருவெறுப்பாகவும் அவமானமாகவும் இருந்தது.

எதையும் வெளிக்காட்டாமல் வேலைகளைச் செய்தாள். நிசியில் எழுந்து வெளியேபோன விசயம் கணவனுக்கோ அத்தைக்கோ தெரியவில்லை. அந்தப் பகுதியில் இருக்கும் யாருக்குமே தெரியாது என்பது ஒன்றுதான் ஆசுவாசமாயிருந்தது. வேலைகளினூடே மனமும் ஓடிக்கொண்டேயிருந்தது. இனிமேலும் இதைச் சகித்துக்கொண்டு தன்னால் இருக்க முடியாது என்பது மட்டும் உறுதிப்பட்டது. அதை யாரிடம் எப்படி வெளிப்படுத்துவது? என்னென்னவோ விதமாக யோசித்துப் பார்த்தாள். விசயத்தைக் கேட்டு எல்லா முகங்களும் அவளை ஏளனச் சிரிப்போடு விசாரிப்பதான காட்சிகள் தோன்றிக்கொண்டே இருந்தன. புருசன் வேலைக்குப் புறப்பட்டுப் போனபின் அவசரமில்லாமல் குளித்தாள். கிளம்பத் தயாரானாள். அவள் புறப்பாட்டைப் பார்த்து அத்தை புருவத்தைச் சுளித்தாள். மறவாமல் ஐந்தாறு

புடவைகளைப் பெட்டியில் எடுத்து வைத்துக்கொண்டாள். அம்மா வீட்டுக்குப் போவதாகவும் புருசன் மாலையில் வந்ததும் வரச் சொல்லும்படியும் அத்தையிடம் சொன்னாள். அவனிடம் முன்கூட்டியே அனுமதி பெறாமல் திடுமென அவளாகக் கிளம்பிப்போவது அத்தைக்கு உறுத்தலாயிருந்தது. புருசன் பொண்டாட்டி விசயம் இது எனப் பெருந்தன்மையாக அத்தை வற்புறுத்திக் கேட்கவில்லை. 'அவங்கிட்டச் சொல்லலியோ' என்று மட்டும் பேருக்குக் கேட்டு வைத்தாள்.

கையில் பெட்டியோடு மகள் வந்ததைக் கவனித்தாலும் முகத்தில் பெரிய மாற்றம் எதுவும் தெரியாததால் அம்மாவும் பட்டும் படாமல் பேசிக்கொண்டாள். அன்று இரவு புருசன் வரவில்லை. சரசுவிடம் எதிர்பார்ப்பும் இல்லை. வேலை முடிந்து வீட்டுக்கு வரவே நேரமாகி இருக்கும். அதற்குப் பின்தான் விஷயம் தெரிந்திருக்கும். உடனே சரசுவைப் பார்க்கப் போகிறேன் என்று வந்துவிட முடியுமா? அப்படிப் புறப்பட்டால் அத்தை என்ன நினைத்துக்கொள்வாள்? ஒரு நாளைக்குக்கூடப் பொண்டாட்டியைப் பிரிந்திருக்க முடியவில்லை, வந்ததும் ஓடுகிறான் என்று கேவலமாகிவிடும். அதனால் மனத்தைப் பிடித்து நிறுத்திக்கொள்வான் என்று சரசுவுக்குத் தெரிந்திருந்தது. அவனிடம் சொல்லாமல் வந்ததைக்கூடப் பெரிய குறையாக எடுத்துக்கொள்ளமாட்டான். ஏதோ திடுமென அம்மா வீட்டு நினைவு வந்து போய்விட்டாள் என்றுதான் நினைப்பான்.

மறுநாள் அவன் வருவான் என்று மிகவும் எதிர்பார்த்தாள். மாலையிலிருந்தே பரபரப்புத் தொற்றிக்கொண்டது. அதுபோலவே அவன் வந்தான். உற்சாகமாய்ப் பேசிச் சிரித்துக்கொண்டிருந்தாள். சொல்லாமல் வந்துவிட்டதைப் பற்றி அவனும் கேட்கவில்லை; அவளும் சொல்லவில்லை. அன்றிரவு ரொம்பவும் நெருக்கமாக இருந்த தருணத்தில் அவன் காது மடல்களைக் கவ்வியபடி சொன்னாள் – 'மொதல்ல ஒரு டாய்லெட் கட்டுவீங்களாம். அதுக்கப்புறம் என்னய இங்க இருந்து கூட்டிட்டுப் போவீங்களாம்'. அவன் அணைப்பில் சட்டென ஒரு தளர்வு உண்டானதை உணர்ந்தாள். எனினும் உடனே அது சரியாகிவிட்டது. மீண்டும் அவள் 'சரியா' என்றாள்.

அவன் 'ம்' என்றான்.

●

வராக அவதாரம்

வேங்கடேசன் அந்த நகரத்திற்கு வந்திறங்கிய போது விடிந்திருந்தது. ஆனால் பொழுது கிளம்பியிருக்கவில்லை. வெயிலற்ற வெளிச்சம் பரவி சாலைகள் அழகுபெற்றிருந்தன. சோர்ந்த முகத்துடன் ஓரமாக நடந்துசெல்லும் சிலரும் பயணிகளாயிருந்தனர். உயர்ந்த கட்டிடங்களை அவ்வப்போது அண்ணாந்து பார்த்துக்கொண்டு எதிர்ப்பட்ட சாலையில் அவன் ஊர்ந்தான். அவன் பார்வையை மோப்பம் பிடித்து ஆட்டோ ஒன்று அவனைத் தொடர்ந்தது. எவ்வளவுதான் ஒதுங்கிப்போயும் ஆட்டோ விடுவதாயில்லை. சாக்கடையோரமாகக் காலடி வைக்கையில் ஆட்டோ குரல் கேட்டது. அவனைக் குறிவைத்துத் தொடரும் செய்தியை அப்போதுதான் புரிந்து கொண்டான். இதுமாதிரியான சமயத்தில் எப்படி நடந்துகொள்வதெனத் தெரியவில்மைல. நடராஜன் இதைப்பற்றி எதுவும் செல்லியிருக்கவில்லை. முகத்தை வேறு பக்கமாகத் திருப்பியபடி குரல் தனக்கானது இல்லை என்று பாவனை செய்துகொண்டு மௌனமாக நடந்தான். ஆட்டோ திரும்பத் திரும்ப அலறிப் பார்த்து, சில மோசமான வசவுகளை எறிந்துவிட்டு வேகமெடுத்துப் போய்விட்டது. அவனுக்குப் பதற்றம் குறைந்து ஆசுவாசமாயிற்று. ஆட்டோவைப் பின்வாங்கச் செய்துவிட்ட பெருமைகூடி நம்பிக்கை உண்டானது. இனி எதற்கும் பயமில்லை; கவலையில்லை. இந்த நகரத்தின் எல்லாத் தந்திரங்களையும் சாதாரணமாகச் சமாளித்துவிட முடியும்.

தெம்புடன் ஒரு கட்டிடமொன்றின் மூடிய கதவருகில் ஒதுங்கிப் பைக்குள் இருந்த தாளை எடுத்து ஆராய்ந்தான்.

அவனுக்கு நேர்முகத் தேர்வுக்கான கடிதம் வந்தவுடனேயே பயம் சூழ்ந்துகொண்டது. கடிதம் அனுப்பிய நிறுவனம் அந்தப் பெரிய நகரத்தில் இருந்தது. அந்நகரத்தைப்பற்றி உலவிய கதைகள் அனேகம். பிள்ளைகளைப் பிடித்துக்கொண்டுபோய்க் கண்களை நோண்டிப் பிச்சைக்காரர்களாக அங்கே திரியவிட்டுவிடுவார்கள் என்றும் பருவப் பெண்களாக இருந்தால் விபச்சாரிகளாக மாற்றிவிடுவார்கள் என்றும் கூறப்படுவது சகஜம். ஆண்களிடம் இருக்கும் பணத்தை அபகரித்துக் கொண்டதும், அவர்கள் அல்லாடுவதைப் பொறுக்க முடியாமல் இரக்கப்படுவதுபோல நடித்து ரத்தம் கொடுக்கக் கூட்டிச்செல்வார்கள் என்றும் ரத்தத்தை உறிஞ்சிக்கொள்வதோடு நிற்காமல் உடல் உறுப்புகளை எல்லாம் ரகசியமாக எடுத்துக்கொள்வார்கள் என்றும் பின் குற்றுயிராகக் குப்பை லாரியில் தூக்கிப் போட்டுக்கொண்டுபோய் அனாதிமேட்டில் கொட்டிவிடுவார்கள் என்றும் கழுகுகள் கொத்தி இழுத்துச் சிதையும் உடல்கள் அனேகம் அங்கே கிடக்கும் என்றும் சொல்வதுண்டு. பிரபலமான கதாநாயகன் ஒருவன் அந்த நகரத்திற்குச் செல்லும்போது அச்சதால் பணத்தை உள்ளாடைக்குள் மறைத்து வைத்துக்கொண்டிருப்பதாகத் திரைப்படக்காட்சி ஒன்றும் வந்திருந்தது. அங்கே மனிதர்களே இல்லை; பேய்கள்தான் மனித வடிவில் உலவுகின்றன என்ற நம்பிக்கை வேங்கடேசனுடைய ஊரில் பரவலாக நிலவியது. அங்கே சில மாதங்கள் தங்கியிருந்தவனும் அவ்வப்போது சென்று வருபவனுமாக நடராஜன் மட்டுமே இருந்தான். அதன் காரணமாகவே நடராஜனிடம் மதிப்போடும் அச்சத்தோடும் ஊரார் பழகினர். முன்னிரவில் அவனைச் சந்திக்க வேங்கடேசன் சென்றபோது அட்டகாசமாக வரவேற்றான். செலவைத் தான் பார்த்துக்கொள்வதாகச் சொல்லி நேர்முகத் தேர்வு நாளன்று நடராஜனும் உடன் வரவேண்டுமென்று கேட்டான். சிறிது நேரம் மௌனம் கொண்டிருந்த நடராஜன் சட்டென்று உரக்கச் சிரித்தான்.

"உனக்கு அங்கேயே வேல கெடச்சிடுச்சின்னு வெச்சுக்க. நானும் கூடவே இருக்க முடியுமா?" அவனுடைய கேள்விக்கு எந்தப் பதிலும் சொல்ல முடியவில்லை. பின் நடராஜன் வெகுவாகத் தைரியம் கொடுக்கத் தொடங்கினான். எல்லோரும் அதிகமாகப் பயமுறுத்துகிறார்கள் என்று சொல்லிவிட்டுக் கேட்டான்.

"பேய்கள் எங்குதான் இல்லை?"

நடராஜன் மேல் உண்மையாகவே மரியாதை தோன்றியது தைரியத்தோடு அவனைப் பார்த்துப் புன்னகைத்தவுடன்தான்

அவனுக்கும் திருப்தி வந்திருக்கும்போல. அரைத்தாள் கிழித்து அதில் வரைபடங்களை எழுதினான். அதற்குக் கொஞ்சநேரம் எடுத்துக்கொண்டான். தேர்ந்த ஓவியனைப் போல அவன் விரல்கள் இயங்குவதைப் பார்க்கப் பரவசமாயிருந்தது. திசைகள், சாலைகள், முக்கிய இடங்கள், பேருந்து எண்கள் ஆகியவற்றைக் கொண்ட அருமையான வரைபடம் அது. காட்டியபடி நடராஜன் விளக்கம் சொல்வதைக் கேட்டபோது நகரத்தைப் பற்றிய அச்சம் அனைத்தும் வடிந்து உற்சாகம் பெருகியது. அந்த வரைபடம் தன்னுடன் இருக்கும்வரை எந்தச் சிரமமும் இல்லாமல் நகரத்தின் மூலை முடுக்குகளுக்கெல்லாம் சென்றுவந்துவிட முடியும் என்று நினைத்தான்.

அவ்வப்போது வரைபடத்தை எடுத்துப்பார்த்து எல்லாம் சரியாக விளங்கியிருக்கிறதா எனப் பரிசோதித்துக்கொள்வான். ஏதேனும் குழப்பம் இருப்பதுபோலத் தெரிந்தாலோ கூடுதல் தகவல் தேவை என உணர்ந்தாலோ உடனே நடராஜனிடம் ஓடுவான். எந்த நேரத்திலும் எதைப்பற்றியும் விளக்கம் சொல்லத் தயாராக இருந்தான் நடராஜன். அவன் சொல்வதை கேட்கிறபோது, “அடேங்கப்பா . . .” என்று வியப்பேற்படும். நகரத்திலேயே பிறந்து வளர்ந்த ஒருவனுக்குக்கூட இவ்வளவு விவரங்கள் தெரிந்திருக்கும் என்பது சந்தேகம்தான். தனக்குத் தேவை என்று கருதியவற்றைத் தனியாக ஒரு தாளில் குறித்து வைத்துக்கொண்டிருந்தான். எல்லாம் சரியாக இருக்கிறது என்ற திருப்தி வந்திருந்தது. பேருந்து ஏறப்போகும் நாளில், விடைபெறச் சென்றிருந்த சமயத்தில் திடீரென நினைவு வந்தவன்போல நடராஜன் கேட்டான்.

“எங்க தங்கப் போற”

எல்லாம் குலைந்துபோய் இருள் கவ்விக்கொண்டதாகத் தோன்றியது. இதுவரைக்கும் எதையெதையோ யோசித்து விவரங்கள் தேடிக்கொண்டிருந்தவன், இதை எப்படி மறந்து போனோம் என்று குழப்பமாக இருந்தது. தினமும் சந்தித்துப் பேசுகையில் தங்குமிடம் பற்றி எதுவும் சொல்லாமல் இருந்துவிட்டு கடைசி நேரத்தில் நடராஜன்அதைப்பற்றிக் கேட்பதென்ன? எல்லாவற்றையும் சொல்லிவிடாமல் தன் பிடியில் சிலவற்றை வைத்துக்கொண்டு போக்குக் காட்டுகிற குரூர மனம் கொண்டவனா அவன்? ஆனால் நடராஜனின் முகத்தில் அப்படியொன்றும் தெரியவில்லை. எதேச்சையாக நினைவு வந்தவன் போலவும் முக்கியமான ஒன்றை மறந்துவிட்டவனின் பதற்றம் பரவிய முகமுமாக இருந்தான். பேருந்து விட்டு இறங்கியதும் நேராக அந்த நிறுவன அலுவலகத்திற்குச் சென்றுவிடலாம் என்றுதான் இதுவரைக்கும் கருதிக் கொண்டிருப்பதாகவும்.

ஆகவே அப்படியே செய்துவிடலாம் என்றும் 'எதற்குத் தங்க வேண்டும்' என்றும் வேங்கடேசன் கேட்டான்.

"எண்ண வடிஞ்ச மூஞ்சியும் அழுக்குச் சட்டையுமாவா போய் நிப்ப" நடராஜனின் கேள்வி மிகவும் நியாயமானது. நிறுவனம் சாதாரணமானதாகக்கூட இருக்கலாம். ஆனால் நேர்முகத் தேர்வுக்குச் செல்கிறபோது மாசுமருவற்ற முகத்துடனும் மடிப்புக் கலையாத உடையுடனும் போனால்தான் மரியாதை. எங்காவது அறை எடுத்துத்தங்கி அழுக்குகளையெல்லாம் போக்கிக்கொண்டு போவதுதான் நல்லது. நடராஜனே இன்னொரு பிரச்சினையையும் கிளப்பினான்.

"அதுக்குச் செலவு அதிகமாகுமே"

குருவி சேர்ப்பதுபோலச் சேர்த்து வைத்திருக்கும் வீட்டுப் பணத்தின் குறிப்பிட்ட பகுதி இந்தப் பயணத்திற்கே செலவாகப் போகிறது. இதற்கு மேலும் வீட்டில் கேட்க முடியாது. அறை எடுத்துத் தங்குவதைப் பற்றி யோசிக்கவே முடியாது. இவனின் கவலை படிந்த முகத்தைக் கண்டு நடராஜன் இரக்கம்கொண்டான். ஏதோவொரு பரம ரகசியத்தைச் சொல்பவனாய்த் தயங்கித் தயங்கிச் சொன்னான்.

"நா ஒரு எடஞ்சொல்றன். அது கொஞ்சம் அப்படி இப்படித்தான் இருக்கும். உனக்குப் பரவாயில்லீன்னா சொல்றன்"

வரைபடத்தில் அந்த இடம்பற்றிய குறிப்பு மிகத் தெளிவாக இருந்தது. பிரதான சாலை ஒன்றிலிருந்து சட்டென்று பிரிவதாயிருந்தது. 'மண்டித்தெரு.' தெருவின் பெயரைக் குறிக்கும் பலகை எதுவுமில்லை. ஆனால் வரைபடக் குறிப்பின்படி அதுவாகத் தானிருக்கும் என்று பட்டது. பிரதான சாலையிலேயே சிறிது நேரம் நின்று பார்த்தான். கை வண்டிகளும் பாரம் சுமப்பவர்களும் உள்ளிருந்து வந்துகொண்டிருந்தார்கள். அவர்களோடு வந்த காய்கறி மூட்டைகள் இது மண்டித்தெருதான் என்று உறுதிப் படுத்தின. யாரையும் கேட்காமலே ஊகிக்க முடிந்ததில் மகிழ்ச்சி கொண்டான். தெருவின் நுழைவாயிலில் அழுகல் காய்களை நீர் போட்டுக் கழுவிப் பிரித்துக்கொண்டிருந்தனர் பெண்கள் சிலர். உள்ளே எப்படி நுழைவது என்று தெரியாமல் தவித்து நின்றான். பிரதான சாலையின் வெறிச்சோடிய தோற்றம் இங்கே முற்றிலும் மாறியிருந்தது.

உள்ளே நுழைபவர்கள் தன்னைத் தவிர யாருமில்லை எனக் கண்டான். உள்ளே இருந்து எல்லோரும் வெளியே வந்துகொண்டிருந்தனர். நுழைவதற்குச் சிறு சந்துகூடத் தென்பட வில்லை. எந்தப் பக்கமும் ஒதுங்கி நிற்கவும் முடியவில்லை.

அவன் நிற்கும் புறமெல்லாம் இனம் காண இயலாத உறுப்புகள் வந்து மோதித் தள்ளிக்கொண்டே இருந்தன. அங்கும் இங்கும் நகர்ந்து நகர்ந்து நிற்கப் பார்த்தான். முதுகுப் பை அலைக்கழிந்து சுமை கூடியது. வெகுநேரமாக வாயிலிலேயே இருந்தான். உடல் முழுக்க வேர்த்து நசநசப்புக் கூடியது. பேருந்தின் அலுப்பு முழுவதும் வடிந்து அச்சம் சூழ்ந்தது. அவனுக்குரிய வழிகள் எல்லாம் அடைபட்டுப் போனதுபோல் உணர்ந்தான். எங்கிருந்து எப்படி வழியை உண்டாக்கிக்கொள்வதெனத் தெரியவில்லை. வரைபடத்தாள் முழுமையாக அவன் மனதிலிருந்து அழிந்து போயிருந்தது. நுழைவாயிலின் குறுகிய பரப்பில் இடைவிடாமல் அலைந்துகொண்டிருப்பதுதான் இனித் தனக்கு விதிக்கப்பட்டது என்று உணர்ந்தான். பதற்றத்தில் முன்னும் பின்னுமாய்த் தடுமாறிக்கொண்டிருந்தபோது எதுவோ முதுகில் உதைத்துத் தள்ளியதுபோலிருந்தது. பிதுங்கலாய் உள்ளேபோய் விழுந்தான்.

தெரு முழுக்க மனிதத் தலைகளாயிருந்தன. கண்ணுக்கெட்டிய தொலைவுவரைக்கும் தெரு நீண்டு சென்றது. பிரமித்து நின்ற ஒரு கணத்தில் பலவிதமாகத் தள்ளுண்டு இன்னும் கொஞ்சம் முன்னேறி இருந்தான். அதன்பின் எல்லாம் அவனுக்கு ஒருவாறு புரிய ஆரம்பித்தன. ஆட்களைக் கவனிக்க முடிந்தது. வண்டிகளின் வேகம் பிடிபட்டது. எதிலும் இடிபட்டுக்கொள்ளாமல் ஒதுங்கப் பார்த்தான். ஒதுங்க முயல்வது முன்னேறிச் செல்வதாயிருந்தது. அழுக்கேறிக் கருத்த சிறுதுண்டை இடுப்பில் கட்டிக்கொண்டு முதுகில் பெரும் மூட்டையைச் சுமந்துகொண்டிருந்த தலைகள், எதையும் பொருட்படுத்தாமல் ஓடிக்கொண்டேயிருந்தன. மூட்டை என்பது தலைகளின் உறுப்பாய் மாறிவிட்டிருந்தது. மூன்று சக்கர வண்டிகள் இடைவிடாமல் மணியடித்துக்கொண்டேயிருந்தன. அந்த மணிச் சத்தத்தோடு கலந்து குரல்கள் அடையாளமற்று வெற்றொலிகளாக மிதந்து வந்தன. சாதாரண மிதிவண்டியின் மணியோசை போலில்லாமல், கணீரென்று காதைத் தாக்கும் ஓசையைக் கொண்டிருந்தன. மனத்தின் பதற்றம் உடல் முழுக்கப் பரவிக் கால்களில் போய் நிலைகொண்டிருந்தது. நடக்கும்போதே நடுக்கத்தை உணர்ந்தான். முதுகுப் பையின் மீது அப்போதும் கவனமிருந்ததை நினைத்து ஆச்சரியப்பட்டான்.

வண்டியின் வேகமொன்றுக்கு அஞ்சிக் கடைப் படிக்குத் தாவியபோது அது ஒரு வாழைக்காய் மண்டியாய் இருந்தது. அதன்பின் தெருவின் இரு பக்கங்களிலும வாழைக்காய் மண்டிகளாய் இருப்பதைப் பார்த்தான். நடராஜன் சொல்லிவிட்ட இடம் ஒரு வாழைக்காய் மண்டிதான் என்பது நினைவில் தட்டியது. கடை வாசலின் ஓரமாய் நின்றுகொண்டு வரைபடத்தை எடுத்துப் பார்த்தான். அதில் கடையின் பெயரும் கடைக்காரரின்

பெயரும் தெளிவாக எழுதப்பட்டிருந்தன. அதிர்ஷ்டம் தன் பக்கம் இருக்குமானால் இந்தக் கடையாகவே இருக்கக்கூடும் என்று சந்தோசப்பட்டான். வாழைக் குலைகளின் இடையே மனிதர்களும் குரல்களும் தோன்றின. குலைகளைத் தூக்கிச் செல்லும் ஆட்களின் இயக்கம் நிகழ்ந்துகொண்டிருந்தது. யாரைக் கேட்பது என்பதும் தெரியவில்லை. கடையின் பெயரைச் சொல்லி கேட்பதா, கடைக்காரரின் பெயரைச் சொல்லிக் கேட்பதா என்பதையும் தீர்மானிக்க முடியவில்லை. கடைக்காரரின் பெயரைச் சொல்லிக் கேட்டால் மரியாதை குறைவாகக் கருதிக்கொள்ளக்கூடும். கடையின் பெயரைச் சொல்லிக் கேட்பதுதான் உசிதம். அவனருகில் ஒரு குலையைப் புரட்டிக் கொண்டிருந்த உருவத்திடம் கடையின் பெயரைச் சொல்லிக் கேட்டான். வேறு யாரிடமோ எதையோ கத்திக்கொண்டே "நாலு கட தாண்டிப் போ" என்றது. அது தனக்கான பதில்தானா என்று தெரியாமல் குழப்பினான். மீண்டும் 'ஏங்க' என்று தொடங்கியதும் "காது பேஜாரா உனக்கு... இன்னா... நாலு கட தாண்டிப் போ" என்று கத்தியது. பேந்தப்பேந்த விழித்துக்கொண்டு கடைகளைக் கடந்தான். குத்துமதிப்பாக ஒரு கடையைத் தேர்ந்தெடுத்து விசாரித்தான். பதிலுக்காகக் காதுகளை உன்னிப்பாக விறைத்துக்கொண்டான். ஆமோதிப்பான பதில் வந்ததும் முகம் விரிந்தது. நடராஜன் சொல்லி அனுப்பியிருந்த ஆளின் பெயரைச் சொன்னதும் பதில் சொன்ன ஆள் மேலும் கீழும் பார்த்தார். பின் உள்ளே சிறு மேசையொன்றின் பின்னால் உட்கார்ந்திருந்த உருவத்தைக் கைகாட்டினார்.

சிறிய வாசல் கொண்ட கடை, உள்ளே வெகு விஸ்தாரமாக விரிந்துகொண்டே சென்றது. மேசைக்காரரிடம் சென்றதும் 'இன்னா' என்றார். நடராஜனின் பெயரையும் ஊரையும் சொல்லி அவர் அனுப்பிவைத்தார் என்று சொன்னான். 'அவனா' என்றவர் இவனைப் பார்த்து 'வேல எதுனா வேணுமா' என்றார். இடையிடையே எங்கிருந்தோ சொல்லப்பட்ட கணக்குகளையும் குறித்தபடி இருந்தார். வேங்கடேசன் பேசாமல் நின்றிருந்தான். அவர் மீண்டும் அவனைப் பார்த்துப் புருவத்தைச் சுளித்தார். அவன் தனது நேர்முகத் தேர்வு, நிறுவனம் ஆகியவற்றைப் பற்றிச் சொன்னான். பைக்கான பாதுகாப்போடு குளித்து உடை உடுத்திச் செல்ல இந்த இடத்தை நடராஜன் சொல்லியனுப்பினான் என்றதும் அவர் சிரித்தார். சிரிப்பு அவரைப் பெரிய முதலாளி யாகக் காட்டியது. பாதுகாப்பான இடம் என்று சொன்னது அவருடைய தொழிலுக்குக் கிடைத்த பாராட்டிதழாக எடுத்துக் கொண்டார் என ஊகித்தான். மேற்கொண்டு நடந்த பேச்சில் அவர் நடராஜனைப் பற்றிக் கூறியதிலிருந்து அவன் இந்த மண்டியில் என்னவாகவோ வேலை செய்திருக்கிறான்

என்பது பிடிபட்டது. தெளிவாகவில்லை. இங்கேயே பையை வைத்துவிட்டுப் போகலாம் என்றும் எந்த நேரத்திலும் வந்து எடுத்துக்கொள்ளலாம் என்றும் உத்தரவாதம் கொடுத்தார். பையை அவர் காலடியில் மேசை சட்டங்களுக்கிடையே வைத்தான்.

உடைகள் இருந்த மழைக் காகிதப் பையை மட்டுமே கையில் வைத்துக்கொண்டான். இவ்வளவு அன்பாகப் பேசுபவர் காசு கொடுத்தால் வாங்கிக்கொள்வாரா, ஏளனமாகத் திட்டிவிடுவாரா எனத் தயக்கமாயிருந்தது. ஒரு ரூபாய் நாணயமொன்றை எச்சரிக்கையாக நீட்டினான். அவர் தயக்கமெதுவுமின்றிச் சாதாரணமாக வாங்கிக்கொண்டார்.

வாழைத்தார்களினூடே குளியலறையோ கழிப்பறையோ இருப்பதற்கான சுவடேதும் படவில்லை. அவன் அவரைப் பார்த்தான். கைக்காட்டி 'நேராப் போ' என்றார். தனித் தனியாக நிறுத்தி வைக்கப்பட்டிருந்த தார்களுக்கிடையே ஒற்றையடித்தடம் தென்பட்டது. தார்கள் முழுக்கப் பச்சையாக இருந்தன. பூவன்தார்கள்தான் அதிகமாக இருக்குமென்று தோன்றியது. தார்களின் காம்புகள் இலேசாக வளைந்து கிராப்புக் கோழிகளின் கழுத்தைப் போலிருந்தன. அவற்றைக் கடந்துபோவது பெரும் பிரயத்தனமாயிருந்தது. வாழைத்தாரின் காய்ந்த சாறுப் பிசின் உடையில் ஒட்டிக் கறைபட்டுவிடுமோ எனப் பயம். மனதுக்குள் ஒரு நிம்மதி கூடியிருப்பதாகப் பட்டது. மண்டிக்காரரின் பேச்சும் ஆதரவும் யாருமற்ற இந்நகரத்தில் பெருந்துணையாகத் தோன்றின. ஒற்றையடித் தட முடிவில் சுவர்முட்டித் திரும்பியது. திரும்பியதும் பெரிய வராண்டா விரிந்து சென்றது. தெருவில் நின்று பார்த்தபோது குறுகித் தெரிந்த இதன் முகம் எவ்வளவு விஸ்தாரமான உடலைக் கொண்டிருக்கிறது என்று வியந்தான். வராண்டா முழுவதிலும்கூட வாழைத்தார்கள் நின்றுகொண்டிருந்தன. அவற்றை ஒட்டி உள்சுவரால் தடுத்திருந்த ஒரு பகுதிதான் குளியலறையாக இருக்க வேண்டும். அருகே செல்லச் செல்ல நீர் விழும் சப்தம் தெளிவாகக் கேட்டது. உள்ளே ஆட்கள் இருக்கிறார்கள். சுவரைக் கடந்து சட்டென்று உள்ளே நுழைந்ததும் அதிர்ந்தான்.

தலையைத் தாழ்த்திக்கொண்டான். இரண்டு வரிசைகளில் குழாய்களும் அவற்றின் கீழே வாளிகளும் இருந்தன. எத்தனை பேர் என்று சரியாகத் தெரியவில்லை. உடம்பில் சிறு கோவணம்கூட இல்லாமல் குளித்துக்கொண்டிருந்தார்கள். அப்படியே திரும்பிச் சென்றுவிடலாம் என்று தோன்றியது. இந்த அம்மணக் கூட்டத்துக்குள் தானும் ஓராளாய்ப் போய் நின்று குளிப்பதை அவனால் கற்பனை செய்துகூடப் பார்க்க

முடியவில்லை. நீர்ப்பட்டுக் கால்கள் நனைந்தன. மெல்லத் தலையுயர்த்திப் பார்த்தான். முன்னால் நின்று குளித்தவன் நல்ல சிவப்பாக இருந்தான். அடுத்தவன் எதிர்மாறாகக் கறுத்துத் தெரிந்தான். எதிர்ப்புறத்தில் இருப்பவனைத் திரும்பிப் பார்க்கக் கூச்சப்பட்டான். ஏதாவது சொல்லிவிடுவார்களோ என்று தோன்றியது. சாய்வான பார்வையை ஓட்டினான். அவனுக்கு நீண்ட குறி என்று பட்டது. மூன்று பேருமே மினுமினுக்கும் உடல் கொண்டவர்களாக இருந்தார்கள். யாருமற்ற அனாதிவெளிக் காட்டாற்றில் முங்கி நீராடுபவர்களைப்போல ஆனந்தமாகக் குளிப்பதைப் பார்த்து 'வெட்கம் கெட்ட ஜென்மங்கள்' என்று முணுமுணுத்தான். அசைவுகளில் அவன் பக்கமாக ஆடிக் குலுங்கும் குறிகள் அவ்வப்போது தோன்றின. அவற்றைப் பார்க்க வேண்டும் என்று பட்டாலும் 'ச்சீ' என முகம் சுளித்துத் திரும்பிக்கொள்ள முயன்றான். செல்லாமல் எதற்காக அங்கேயே நிற்கிறோம் என்ற உணர்வு வந்ததும் தன் மேலேயே வெறுப்புக்கொண்டான். அவனைக் கேட்காமலேயே பார்வை உள்ளோடிக்கொண்டிருந்தது.

நேர்முகத் தேர்வுக்குச் செல்லும்போது பளிச்சென்று இருக்க வேண்டுமே. இந்தக் கருமங்களை எல்லாம் பார்த்துக்கொண்டிருந்தால் முடியுமா. அவன்கள் பாட்டுக்கு நிமிர்த்திக்கொண்டு குளிக்கட்டும். உள்ளாடைகளோடு ஒரு பக்கமாகக் குளித்துக் கொள்ளலாம். தயக்கத்தோடு ஆடைகளைக் களைந்து வெளிச்சுவரின் மேல் போட்டான். பைக்குள்ளிருந்து சோப்பை எடுத்துக்கொண்டு அதையும் சுவர்மேல் வைத்தான். ஜட்டி எந்த விக்கனமும் இல்லாமல் உடலோடு பொருந்தியிருந்ததால் திருப்தியாயிருந்தது. கால் வழுக்கிவிடும் பயத்தோடு எச்சரிக்கையாக அடிவைத்து உள்ளே போனான். உள்புற மூலையில் மறைவாக இருந்த கக்கூஸில் ஒருவன் தெரிந்தான். கதவற்ற கக்கூஸ். அவனும் அம்மணமாகவே இருந்தான். சுவரை வெறித்து முக்கிக்கொண்டிருந்தான். முக்கலில் குறி விறைத்து நின்றது. பேசினில் மலம் நிறைந்திருப்பதைப்போலப் பட்டது. கொஞ்சம்கூடக் கூச்சமில்லாமல் எப்படி இதற்குள் உட்கார்ந்து இத்தனை பேருக்கு முன்னால் பேழ முடிகிறது? வருவதுபோல இருந்த மலம் அடைப்புண்டது. இந்தக் காட்சி மறக்கும்வரை வயிறு இளகாது. கதவில்லாத கக்கூஸின் மேலே 'பன்றிகள்தான் அதில் கழிக்கும்' என்ற எழுத்துக்கள் மங்கித் தெரிந்தன. அந்த வாசகம் நிறைவைத் தந்தது. ஒருவன் நின்ற பக்கத்திற்குப் போய் வாளி ஒன்றை எடுத்துக் குழாயைத் திறந்தான். பக்கத்தில் இருந்தவன் இலேசாகக் கவினித்தது போலப் பட்டது. அனேகமாக ஜட்டியைக் கவனித்திருக்கலாம். மனசுக்குள் சிரித்திருப்பான்.

நீர் மொள்ளும்போது அந்தச் சுவரில் 'பன்றிகள்தான் நிர்வாணமாகக் குளிக்கும்' என்ற வாசகம் சுவருக்குள் மறைந்து தெரிந்தது. கழிக்கும், குளிக்கும் என்று சந்தத்தோடு எழுதி வைத்தவனின் தமிழுணர்வை மெச்சிக்கொண்டான். சுவருக்குள் ஒளிந்துகொண்டிப்பதால்தான் அந்த வாசகங்கள் யாருக்கும் தெரியவில்லை என்று நினைத்தான். புதிதாக எழுதி வைக்க வேண்டும். மண்டி முதலாளியிடம் சொன்னால் நிச்சயம் செய்வார். முதலாளிக்கு இப்படி நிர்வாணமாகக் குளிப்பதில் உடன்பாடில்லை என்பதையும் அவர்களைப் 'பன்றிகள்' எனத் திட்டுகிறார் என்பதையும் நினைக்க அவர் மேல் மரியாதை கூடிற்று. பன்னிங்க பன்னிங்க என்று பற்களைக் கடித்துக்கொண்டு திட்டினான். நீர் விழும் இரைச்சலில் பக்கத்தில் இருக்கிற ஆளுக்குச் சத்தம் கேட்டிருக்காது. நீரை மொண்டு ஊற்றிக்கொள்ளும் ஒவ்வொரு முறையும் 'பன்னிங்க' என்று சொல்லிக்கொண்டான். குளித்து முடித்த ஒருவன் சுவர்மேல் இருந்த லுங்கியையும் டிராயரையும் எடுப்பது தெரிந்தது. கக்கூஸுக்குள் இருந்தவன் இன்னும் முக்கிக்கொண்டிருந்தான். அவன் எழுந்து வருவதற்குள் குளித்து முடித்துப் போய்விட வேண்டும் என்று அவசரப்பட்டான். நனைந்து உடலோடு ஒட்டிக்கொண்டு ஜட்டிதான் இந்த இடத்தில் தன் மானத்தைக் காப்பாற்றுகிறது என்று எண்ணி அதனை அன்போடு பார்த்தான். கக்கூஸ்காரன் வெளியே வருவதற்கான ஆயத்தங்களில் இருந்தான். பக்கத்தில் இருந்தவன் இன்னும் குடைந்து குடைந்து நீராடிக்கொண்டிருந்தான். எத்தனை நாட்களின் அழுக்கோ?

விரைந்து குளித்து முடித்துச் சுவரோரம் வந்து பையை எடுத்தான். நீர் உடலெங்கும் ஊர்ந்து இறங்கிச் சென்றது. பைக்குள் துண்டைத் துழாவினான். அணிந்துகொள்ள வேண்டிய உள்ளாடைகள், பேன்ட், சட்டை எல்லாம் இருந்தன. துண்டைக் காணோம். அவசரத்தில் எடுத்து வைக்க மறந்திருக்க வேண்டும். மண்டி முதலாளியின் காலடியில் வைத்துவிட்டு வந்த பையில் இருக்கலாம். துண்டிருந்தால் அதைக் கட்டிக்கொண்டு ஜட்டியை மாற்றலாம். இல்லையே என்ன செய்வதென்று புரியவில்லை. உள்ளே பார்த்தான். கக்கூஸ்காரன் மிகுந்த திருப்தியோடு வெளிவந்து குளியல் குழாயைத் திறந்துகொண்டிருந்தான். சுவர் பார்த்து மற்ற இருவரும் குளித்துக்கொண்டிருந்தனர். இதுதான் சமயம் என்று பட்டது. சுவர் பக்கமாக முகத்தைத் திருப்பிக்கொண்டு செயலில் இறங்கினான்.

சட்டென்று வேங்கடேசனும் பன்றியாகிப்போனான்.

●

வராக அவதாரம் 363

கருதாம்பாளை

எங்கள் ஊருக்குப் 'பாம்பே கக்கூஸ்' என்று சொல்லப்படும் நவீனக் கழிப்பறையை அறிமுகப் படுத்தியவள் பொன்னாயாப் பாட்டியாகிய 'உருட்டுக்கிழவி'தான். கை கால்களெல்லாம் உருட்டுக் கட்டையைப் போலத் திரண்டு பருத்திருக் கும். கிழவிக்கு ஊரில் இருந்தது ஒரே ஒரு வீடு மட்டும். அவளுடைய புருசன் வெகுகாலத்திற்கு முன்னாலேயே, அதாவது கிழவி குமரியாக இருக்கும்போதே எமனைப் பார்க்கக் கிளம்பி விட்டான். அப்போது அவளுடைய பையனுக்கு ஒன்றரை வயதுதான் என்று கணக்குச் சொல்வாள் கிழவி. வாத்தியாருக்குத் தட்டைப் பயரும், மொச்சைக் கொட்டையும் கொண்டுபோய்க் கொடுத்து தொடக்கப்பள்ளி வரைக்கும் தடுமாறிச் சென்றுவிட்ட அவனால் அதற்குமேல் போக முடியாததற்குக் காரணம் உயர்வகுப்பு வாத்தியார்கள் கிடைத்ததற்கரிய பொருளாகிய தேங்காய்களைத் தட்சணையாக எதிர்பார்த்ததுதான். "நம்ம வசதிக்கு அது கட்டி வராது" என்று சொல்லிவிட்டாள் கிழவி.

அங்கே இங்கே என்று ஆளைப் பிடித்துப் பஞ்சாலை ஒன்றில் தினக்கூலியாக மகனைச் சேர்த்துவிட்டாள். கைக்குக் காசு வரவர மகனுக்கு நகரம் ரொம்பவும் பிடித்துவிட்டது. அங்கேயே அறை எடுத்துத் தங்கிக்கொண்டான். அவனை அப்படிப் பார்த்தேன், இப்படிப் பார்த்தேன் என்று யாராவது வந்து சொல்லும்போது கிழவிக்கு நெஞ்சு பதறிப்போகும். இரவெல்லாம் தனியாகப் புலம்பிக்கொண்டு கூரை முகட்டில்

ஓடும் எலிகளை வெறித்தபடி கிடப்பாள். இனிமேல் அவன் கைக்குச் சிக்கப்போவதில்லை என்பது தெளிவானதும் அவனை வழிக்குக்கொண்டுவரும் தந்திரத்தைச் செய்தாள். 'அகப்பட்டுக் கொண்டு கிடடா மகனே' எனச் சொல்லி சம்சார சாகரத்தில் தள்ளிவிட்டாள். அதன்பின் அவனும் கை மாற்றிக் கால் மாற்றி நீச்சலடித்து பார்த்தும் பயனில்லை. கரை என்பது கனவாகி விட்டது. கிழவிக்கு ரொம்பவும் சந்தோசம்.

கிழவி ஆனந்தமாக ஊரை உலா வந்தாள். அவளுக்குப் பிரியமிருந்தால் வேலைக்குப் போவாள். இல்லாவிட்டால் வேப்பமரத்தடியில் கட்டிலைப் போட்டுப் படுத்துக்கிடப்பாள். 'ஒரு வவுத்துச் சோறு தொலையாதா. காக்கா குருவி கொண்டாந்து போடற கம்பரிசியைப் பொறுக்குனாப் போதும்' என்பாள். எப்போதாவது நினைத்துக்கொண்டால் அரிசி முறுக்கோ கச்சாயமோ சுட்டு எடுத்துக்கொண்டு மகனைப் பார்க்கக் கிளம்பிவிடுவாள். தலைக்கு எண்ணெய் வழிய வழியத் தேய்த்துக் கொண்டு வலைப் பை ஒன்றைக் கையில் பிடித்தபடி கிழவி புறப்படுவாள். வழியெல்லாம் மகன் வீட்டுக்குப் போவதைச் சத்தமாகத் திடும்பு முழக்குவாள். வெயிலேறுவதற்குமுன் கிளம்பி மாலையில் வெயிலிறங்கி இருள் சூழும்போது திரும்பிவிடுவாள். வீட்டைவிட்டு ஒரு ராத்திரிக்குக்கூட வெளியில் தங்க முடியாது அவளால். 'ஊரு ஒலகமெல்லாம் சுத்தனாலும் கூடயை வந்து சேந்தரோணும்' என்பது அவள் தத்துவம்.

அந்த முறை மகன் வீட்டுக்குப் போனபோது அவளுடைய தத்துவத்தை அவளாலேயே கடைப்பிடிக்க முடியவில்லை. பேரன் பேத்திகளுக்குப் பள்ளிக்கூட விடுமுறை. பாட்டியைக் கதை சொல்லச் சொல்லிக் கட்டாயப்படுத்தினார்கள். தன் சின்ன வயசை ஞாபகப்படுத்திக்கொண்டு தன் பாட்டி சொன்ன கதைகளில் ஒன்றை அவிழ்த்தாள் கிழவி. அது அத்தனை வசமாகப் பொறியில் சிக்க வைத்துவிடும் என்று நினைக்கவில்லை. விடுமுறை முடியும் வரைக்கும் பாட்டி இங்கேயே இருக்க வேண்டும் என்று அடம்பிடித்தான் பேரன். 'ஊருல என்ன ... ஆடாகுட்டியா ... இன்னும் ஒரு வாரத்துக்கு இருந்துட்டுப் போங்களேன்' என்று மருமகள் அனுமதி கொடுத்தாள். பிள்ளைகளோடு பல்லாங்குழியும் தாயமும் விளையாடினாள் கிழவி. மருமகளுக்குக் கூடமாட ஒத்தாசை. புருசனும் பொண்டாட்டியுமாய்த் திரைப்படத்திற்குப் போகும்போது பிள்ளைகளைப் பார்த்துக்கொள்கிற வேலை. காடு மேடு, மரம் செடி எதையும் பார்க்க முடியவில்லை என்கிற ஏக்கம் மனசுக்குள் இருந்தாலும் தன் தத்துவத்தை இப்போது மாற்றிக்கொண்டாள் கிழவி. 'வவுத்துக்கு ஒருவா சோறு. கடைக்கற எடத்துல மொடக்கிக்க வேண்டியதுதான்.'

அங்கே இருந்தபோது ஒரே ஒரு பிரச்சினைதான். சமையலறையை ஒட்டிக் குளியலறையும் கழிப்பறையும் இருந்தன. 'திங்கறதும் உள்ளயே. பேழ்றதும் உள்ளயேவா' என்று முகம் சுளித்தாள். அருவருப்பாய் இருந்தது. சுவருக்குள் அடைப்பட்டுக் குந்தியிருந்தால் வயிறு இளக மறுத்தது. கெஞ்சிக் கூத்தாடி வயிற்றை இளகவைப்பாள். கீரிச்சிடும் தகரக் கதவைத் திறந்து வெளியே வரும்போது சாதனை புரிந்த பெருமையும் சோர்வும் முகத்தில் தோன்றும். கொஞ்சம் கொஞ்சமாகப் பழக ஆரம்பித்தது. கழிப்பறைக்குள் போனதும் என்னென்ன செய்ய வேண்டும், முடித்து வெளியே வரும்முன் என்னென்ன செய்ய வேண்டும் என்பதையெல்லாம் சிரத்தையோடு கற்றுக்கொண்டாள். முதியோர் கல்விப் போதனையில் பேரன் பேத்திகள் ஈடுபட்டனர். முதல் மதிப்பெண் வாங்காவிட்டாலும் கிழவி நடுத்தரமாக வாங்கினாள். பேசினில் மிதக்கும் கழிவு, வாளி நிறையத் தண்ணீர் பிடித்து ஊற்றியதும் மாயமாய் மறைந்துவிடுகிறது; கழிவுகள் மட்டும் உள்ளே போய் பேசினின் குரல்வளை வரைக்கும் நீர் அப்படியே நிற்கிறது. இந்த மாயம் கிழவிக்கு ஆச்சரியத்தை உண்டாக்கியது. அதைக் கண்டுபிடித்த புண்ணியவானை நேரில் சந்தித்துப் பாராட்ட வேண்டும் என்று தோன்றியது. யாரிடம் கேட்பதெனத் தெரியவில்லை. எதைக் கேட்டாலும் பேரன் பேத்திகளும் மருமகளும் கேலிசெய்து சிரித்தார்கள். ஒன்றும் தெரியாத முட்டாள் ஜென்மமாக வாழ்க்கையைக் கழித்துவிட்டோமே என்று கிழவி உணர்ந்தாள். பேசினுக்குள் போகிற கழிவு முழுவதும் எங்கே போய்ச் சேருகிறது எனப் பேத்தியிடம் ஒருமுறை கேட்டாள். பேத்தி சிரித்துக்கொண்டே அவர்கள் உட்கார்ந்திருந்த இடத்தைக் காட்டினாள். கழிப்பறைத் தொட்டியின்மேல்தான் அப்போது அவர்கள் உட்கார்ந்திருந்தனர். விவரம் புரிந்ததும் சட்டென்று எழுந்துகொண்டாள் கிழவி. பீக்குவியல் மேல் உட்கார்ந்திருந்ததுபோல் மேலெல்லாம் நாறியது. பாட்டியின் செயலால் ஏற்பட்ட சிரிப்பு ஓய வெகுநேரம் பிடித்தது.

எல்லாம் அந்தக் கணத்தில் தோன்றுவதுதான். போகப் போகச் சாதாரணமாகிவிடுகிறது. அதன் பின் எத்தனையோ முறை கழிப்பறைத் தொட்டியின் மேல் உட்கார்ந்துகொண்டு வெங்காயம் அரிந்தாள். காய் நறுக்கினாள். ஒன்றும் வித்தியாசமாய்த் தோன்றவில்லை. கழிப்பறைக்குப் போய்த் திரும்பியவுடன் யாராவது உள்ளே போய்ப் பார்த்துவிட்டுக் கிழவி இன்னின்ன தவறுகள் செய்திருக்கிறாள் என்று சுட்டிக்காட்டுகிற செயலும் படிப்படியாய் நின்றுபோய்விட்டது. மற்றவர்களுக்குச் சொல்லித் தருகிற அளவுக்குக் கிழவி உயர்ந்துவிட்டாள். எல்லாம் பழகி சகஜமாக உலவத் தொடங்கியபின், கிழவியால் சும்மா இருக்க

முடியவில்லை. மருமகள் எத்தனையோ பொருள்களை வீணாக்குவதாகத் தோன்றிற்று. வேலைகளை முறையாகச் செய்யாமல் கசமுசாவென்று செய்து வீட்டை நாறடிப்பதாய் உணர்ந்தாள். மகன் இரவும் பகலும் பாடுபட்டுக் கொண்டுவந்து கொட்டுகிற பணம் முழுவதும் வீண் செலவில் அழிந்துபோவதைத் தெரிந்துகொண்டாள். எல்லாவற்றையும் சரிசெய்துவிடும் முயற்சியில் இறங்கினாள். குறை சொல்லத் தொடங்கி அப்படியே தன்னை மேலுயர்த்திக்கொள்ளப் பார்த்தாள்.

மருமகளின் முணுமுணுப்பு கூடியது. பாதி ராஜ்ஜியத்தை கிழவி பிடுங்கிக்கொண்டு போய்விடுவாள் என்று பயந்தாள். மகனை ஆளாக்க புருசனில்லாமல் தனித்துப்பட்ட கஷ்டங்களை எல்லாம் விலாவாரியாய் அடுக்கினாள். மகன் உரிமையை ஸ்தாபித்துக் கொள்ளத் தொடங்கியபோது, பேரன் பேத்திகளுக்கு விடுமுறை முடிந்து பள்ளிக்கூடம் திறந்துவிட்டது. அவர்களுக்கு இனிமேல் கதை கேட்கவோ, விளையாடவோ நேரமில்லை. வீட்டுக்குள் இருந்துகொண்டே யுத்தத்தைத் தொடங்கினாள் கிழவி. நேராக எதிர்கொள்ளாமல் மருமகள் 'நமக்குன்னு இக்கற கையகல ஊட்டையும் பார்த்துக்க ஆளில்ல' என்று ஜாடை பேசினாள். அதன் தொடர்ச்சியாக மகன் 'காத்தடிச்சி ஊட்டுல ஓல ரண்டு மூணு தூக்கிக்கிடிச்சமா. ஊருல இருந்து வந்த மொட்டையன் சொன்னான். அது என்ன ஏதுன்னு போய்ப்பாரு' என்று சொல்லிப் பேருந்து ஏற்றி அனுப்பிவைத்தான். ஒரு மாதத்திற்கு மேலிருக்கும். சம்பந்தமே இல்லாத ஊருக்குப் போவதாய்த் தோன்றிற்று. பேருந்து ஜன்னல் காற்று புதியதாய் முகத்திலடித்தது. ஊருக்குப் புதியவளாய் வழிகளை உள்வாங்கிக்கொண்டு நடந்தாள். எதிர்ப்படுபவர்களின் முகங்களையும் பெயர்களையும் நினைவுக்குக் கொண்டுவர முயன்றாள். கிழவி ஒரு சுற்றுப் பெருத்துப் போயிருப்பதாய்ச் சொல்லிச் சிரித்தார்கள். நல்ல வெயிலில் கிழவி வீட்டைச் சென்றடைந்தாள். சுற்றிச்சுற்றிப் பார்த்தும் ஓலை ஒன்றும் காற்றால் தூக்கப்பட்டதாய்த் தெரியவில்லை.

ஊருக்கு வந்து இரண்டு மூன்று நாட்களிலேயே கழிப்பறை இல்லாத குறையைக் கிழவி உணர்ந்தாள். ஊரில் மந்தைக்காடு இருந்தது. கிழக்கே இருந்த காடு ஆண்களுக்கு, மேற்கே பெண்களுக்கு என்று பிரிக்கப்பட்டிருந்தது. காடு முழுக்கச் சீமைக் கருவேல முட்களாய் வளர்ந்து கிடந்தது. அதற்குள்ளேதான் வெளிக்காடு போக வேண்டும். பார்க்கும் பக்கமெல்லாம் பச்சையும் வறளுமாய்க் கழிவுகள் நிறைந்து கிடக்கும். அதற்குள் நடந்துபோய் வாகான ஓரிடத்தைத் தேர்ந்தெடுத்து உட்காருவதென்பதே பெரிய விஷயம். அங்கே போகும் ஒவ்வொரு முறையும் மகன் வீட்டுக்

கழிப்பறை நினைவுக்கு வந்துவிடும். வெள்ளை வெளேரென்ற பீங்கான் பேசினும் சுத்தம் செய்வதற்கென வைத்திருந்த பொருட்களும் மனதில் தோன்றி ஏக்கத்தை உண்டாக்கின. அதே நினைவில் கிழவியின் தேகம் வாடத் தொடங்கியது. மந்தைக்காட்டு நாற்றத்தைச் சுவாசித்தால் உடல் தேறவா செய்யும் என்று தனக்குத்தானே கேட்பாள். மிகப் பெரிய வசதி ஒன்றை மருமகளுக்குச் செய்துகொடுத்திருக்கும் மகன், இந்தப் பீக்காட்டில் தாயை அல்லாடவிட்டிருக்கிறான். 'அவன் நல்லா இருப்பானா' என்று கறுவுவாள். அடுத்த கணமே மகனை இப்படி நினைத்துவிட்டோமே என்று உள்ளம் மருகுவாள்.

மந்தைக்காட்டு நாற்றத்தைச் சகிக்க இயலாமல் வெகுதூரம் நடந்தாலும் சரி என்று எண்ணி வேளாண்மைக் காடுகளுக்குள் போக ஆரம்பித்தாள். சுற்றிலும் பயிர்கள் வளர்ந்திருக்க நடுவே மிதித்து இடம் உண்டாக்கிக்கொள்வது பெரும்பாடாய் இருந்தது. பயிர்த்தோகைகள் திமிறிக் கொண்டெழுந்து 'என்னை நாற்றமாக்குகிறாயா' எனக் கேட்டுக் குத்தித் துளைத்தன. சீன்றம் இல்லாமல் ஆசுவாசமாகப் போக முடிந்தது. ஆனால் அதுவும் நிலைக்கவில்லை. அப்படி ஒருமுறை போயிருந்தபோது, எதற்கோ அந்தப் பக்கம் வந்த காட்டுக்காரி பார்த்துத் தொலைத்து விட்டாள். சட்டென எழுந்திருக்க இயலவில்லை. பார்த்தும் பார்க்காததுபோல் காட்டுக்காரி போய்விடுவாள் என்று நினைத்தது நடக்கவில்லை. ஒதுங்கியவளாய்ச் சத்தமிட்டுச் சொன்னாள்.

"கெழ்ட்டுக்குப் பேழ எங்காடுதானா கெடச்சது"

"வெள்ளாமக் காட்டுக்குள்ள வந்து குந்த வெச்சுப் பேழ எப்படித்தான் கால் வருதோ"

"வயசானாப் புத்திக் கெட்டுப் போயிருது நாய்வளுக்கு"

எல்லாமே சுருக்கென்று குத்துகிற வார்த்தைகள். அவமான மாகப் போய்விட்டது. எனக்குன்னு எம்புருசன் கையகல நெலத்த உட்டு வெச்சுட்டுப் போயிருக்கக் கூடாதா என்று மனதுக்குள் புலம்பினாள். முகம் மறந்துபோன புருசனையும் முகம் காட்டாத மகனையும் அன்றைக்கெல்லாம் திட்டிக்கொண்டேயிருந்தாள். அந்தக் காட்டுக்காரிக்குப் பக்கத்திலேயே ஓர் அணப்பு நிலம் வாங்கி வெளிக்காட்டுக்குப் போக மட்டுமே அதைப் பயன்படுத்துவதாய்க் கற்பனை செய்து கொண்டு அன்றைக்கு இரவெல்லாம் சந்தோசப்பட்டாள்.

அந்தச் சமயத்திலேயே இன்னொரு நிகழ்ச்சியும் நடந்தது. கடலைக்காய் தொலிக்கும் வேலைக்குக் கிழவி போனாள்.

அந்த வேலை ரொம்பவும் பிடித்தமானது. சிறுசுகளிலிருந்து கிழடுகள் வரைக்கும் எல்லோரும் தொலிக்க வருவார்கள். அங்கே வேலை நடக்கிறதோ இல்லையோ அரட்டை வெகு ஜோராக நடக்கும். பேச்சும் சிரிப்பும் கலகலவென்றிருக்கும். காய்க்காரி எதுவும் அதட்ட முடியாது. தொலிக்கிற பருப்பை அளந்து அதற்கேற்ற கூலி. சுதந்நதிரமாகச் செய்கிற வேலை. வீட்டுத் திண்ணையில் கோட்டானைப்போலக் குந்த வைத்துக் கிடப்பதற்கு இப்படிக் கொஞ்ச நேரம் போய் வந்தால் விரல்களை நீட்டி மடக்க வலுக்கூடும் என்று எண்ணித்தான் கிழவி போனாள். அந்த வீட்டுக் கிழவிக்கும் உருட்டுக் கிழவிக்கும் சின்ன வயசிலிருந்து சினேகம். தொண்டைக்குள் போனதைக்கூடக் கக்கி எடுத்துக்கொடுக்கிற அளவு பிரியம். தொலித்த பருப்பை அளந்து போட்டுவிட்டு வரும்போது சினேகக் கிழவி கூப்பிட்டாள். இரண்டு கை நிறைய அள்ளிக் கொத்தவரங்காயை மடியில் போட்டாள். ஒரு குத்து கடலைப் பருப்பையும் கொடுத்தாள். ‘வணக்கித் தின்னு போ’ என்று வாய் நியைச் சொன்னாள். அந்தக் கிழவியின் கைகள் அந்தி வானம்போல் அப்படிச் சிவந்திருந்தன. சரியான பதத்தில் பிஞ்சுக் கொத்தவரை. பார்க்கும்போதே எச்சில் ஊறியது. கடலைப் பருப்பை வறுத்து, இடித்துக் காயோடு போட்டு வதக்கினால், கடல்கறி தோற்றுப்போகும். கொத்தவரைக்கு அத்தனை ருசி. பொறுமையாகச் செய்து முடிக்க இரவு ஒரு நாழிகையாகிவிட்டது. காயைச் சோற்றில் பிசைந்து தின்னத் தின்ன இன்னும் கொஞ்சம் என்று நாக்குக் கேட்டுக்கொண்டேயிருந்தது. காலையில் பழைய சோற்றுக்குக் கொஞ்சம் வைத்துக்கொள்ளலாம் என்று நினைத்திருந்தது நடக்கவில்லை. காயின் ருசியில் சோறு கூடுதலாகவே உள்ளே போயிருந்தது. வெகுநாள் கழித்துத் திருப்தியாக உண்டிருந்தாள். ஆழ்ந்த தூக்கத்தை வயிறுதான் கலைத்தது. விடிகாலை இருக்கும். காக்கைகள் மந்தைக்காட்டு மரங்களிலிருந்து கத்திக் கொண்டிருந்தன. கொத்தவரங்காய் வேலையைக் காட்டிவிட்டது. அன்றைக்கெல்லாம் மந்தைக்கு ஓடிஓடிக் கால்கள் ஓய்ந்துவிட்டன. அங்கேயே உட்கார்ந்துகொண்டாள். குடல்கள் முழுவதும் வெளியே வந்து விழுவதுபோலிருந்தது. கண்கள் உள்ளொடுங்கி நடக்கச் சீவனற்றுப் போயிற்று. ஓடிப்போய் உட்காருவதற்குள் காலோடு கழிந்தது. புடவையின் பக்கங்களெல்லாம் நாறின. மந்தைக் காட்டுத் தடத்தில் விழுந்து கிடந்தவளை யார் யாரோ தூக்கிக்கொண்டுபோய் ஊசிபோட்டுக் குளுக்கோஸ் இறக்கிக் காப்பாற்றினார்கள். இரண்டு நாள் கழித்து விஷயம் கேள்விப்பட்டு வந்த மகன் ‘வயசான காலத்துல கண்டதயும் திங்காட்டி என்ன?’ என்று கோபித்துக்கொண்டான். ‘உம் பொண்டாட்டிக்குக் கட்டிக் குடுத்திருக்கறாப்புல எனக்கும்

ஒன்னு கட்டிக் குடுத்தியிருந்தயின்னா இந்தக் கதிவருமா' என்று கேட்க நினைத்து முடியாமல் அழுதாள். மகனுக்கு எரிச்சலாயிருந்தது. 'எப்பிடியோ போ' என்று சொல்லிவிட்டுப் போனான். அவன் உடனே கிளம்பிப் போவதற்கும் மருமகளோ பேரன் பேத்திகளோ பார்க்க வராததற்கும் கழிப்பறை வசதி இல்லாமைதான் காரணம் என்று நினைத்தாள். நகரத்தில் பழகியவர்கள். பட்டிக்காட்டில் வந்து இருக்க வேண்டும் என்றால் கழிப்பறை அவசியம். கழிப்பறை இருந்துவிட்டால் போதும். அவர்களை ஒரு வாரத்துக்குக்கூட தங்கவைத்துவிடலாம். கழிப்பறை கட்டிவிட வேண்டும் என்னும் வைராக்கியம் அன்றைக்கே கிழவியின் மனத்தில் ஆழ உருவாகிவிட்டது.

❍ ❍ ❍

கதவைத் தாழிட்டுவிட்டு இரவு முழுக்க விழித்திருந்தாள் கிழவி. கை விளக்கின் துணைகொண்டு கூரை ஓலைகளில் ஒளித்து வைத்திருந்த பணங்காசுகளைத் தேடி எடுத்தாள். ஓலை வேய்ந்து அதற்குமேல் வைக்கோல் போட்டு கம்மந்தட்டுக்களைக் கொண்டு வேய்ந்த கூரை. வேய்ந்து பத்துப் பதினைந்து ஆண்டுகளுக்கு மேலிருக்கும். மகன் கையை இனிமேல் எதிர்பார்க்க முடியாது என்று தெளிவாகத் தெரிந்துவிட்டபின் அவளுக்கு இந்தப் பழக்கம் ஏற்பட்டது. காட்டு வேலை வீட்டு வேலை எதற்கும் சலிக்காமல் போய் மிச்சம் பிடித்த காசுகளைக் கூரையிலும் வீட்டுத் தரையிலும் பாத்திரம் பண்டங்களிலும் சேமித்துவைத்தாள். அவையெல்லாம் இப்போது உதவின. நினைவுக்கு வராதபடி ஏதாவது சந்துக்குள் வைத்திருக்கலாம் என்று நினைத்து ஓலைச்சந்து ஒன்றுவிடாமல் ஆராய்ந்தாள். பக்கத்து வீடுகளுக்கு அவள் விழித்திருப்பது தெரியக்கூடாது என்பதற்காக மிக மெதுவாகச் செயல்பட்டாள். எலிகள் கூரை ஓலையைக் கடிப்பது போன்ற மிகச்சிறு சத்தங்கள் தவிர வேறு எதுவுமில்லை.

அவ்வப்போது முட்டிக்கொண்டு ஓடும் பெரும் முகட்டெலிகள் சத்தத்தைக் கூட்டியபோது தேடுவதை நிறுத்திக்கொண்டு சற்று நேரம் சும்மாயிருந்தாள். அந்த எலிகள் செருகி வைத்திருந்த பணச்சுருள் எதையேனும் கடித்துக் குதறியிருக்கக்கூடுமோ என அஞ்சினாள். எலியின் பற்களுக்குச் சவால்விடும் வகையில் அவள் தனது சேமிப்பைப் பத்திரப்படுத்தியிருந்தாள். விளக்கிற்கு ஓரிரு முறை எண்ணெய் ஊற்றிக்கொள்ள வேண்டியிருந்தது. விளக்கைப் பிடித்துக்கொண்டிருந்த கையின் வலியைப் பொருட்படுத்தத் தோன்றவில்லை.

துணி முடிச்சுகள், சுருக்குப் பைகள், மழைக் காகிதச் சுருள்கள் என அனேகம் கைக்குக் கிடைத்திருந்தன. மிடாக்களில்

புடவைகளுக்கிடையே மூடி வைத்திருந்தவற்றை எடுத்தாள். தரையின் சில மூலைகளில், அடுப்புத் திட்டுகளில் சிறுகுழி பறித்து உண்டியல் மாதிரி இருந்த சொப்புகளை வெளிப்படுத்தினாள். இன்னும் சில இடங்களில் இருக்கும் என்னும் நம்பிக்கையும் சந்தேகமும் ஒருசேரக்கூடின. அவற்றையெல்லாம் பிறிதொரு தேவையின்போது எடுத்துக்கொள்ளலாம் என்றும் போதாவிட்டால் அப்போது பார்க்கலாம் என்றும் சமாதானம் சொல்லிக் கொண்டாள். இந்தச் சேமிப்புப் பணங்களை இதுவரைக்கும் எடுக்க வேண்டிய சந்தர்ப்பம் வாய்த்ததில்லை. முடிச்சுக்களை அவிழ்த்து ரூபாய்த் தாள்களைத் தனியாகவும் காசுகளைத் தனியாகவும் பிரித்தாள். முடிச்சுகள் அவிழ்ந்துகொண்டே இருந்தன. பலவிதமாக மடிக்கப்பட்ட ரூபாய்த் தாள்கள் முடக்குவாதம் பிடித்துக் கை கால்களை நீட்டி மடக்க ரொம்பவும் கஷ்டப்பட்டன. நிறம் மங்கித் தோன்றிய காசுகள் ஓசைகளை இழக்கவில்லை. தாள்களின் சரசரப்பும் காசுகளின் குலுங்கலும் கட்டுப்படுத்த இயலாமல் கேட்டுக்கொண்டே இருந்தன. மீண்டும் மீண்டும் எண்ணிப் பார்த்தாள். மொத்தமாக எவ்வளவு இருக்கிறதென்று அவளால் கணக்கு வைத்துக்கொள்ள முடியவில்லை. ரூபாய்த் தாள்களுக்கிடையில் வித்தியாசங்களைக் கண்டறியப் பெரும் சிரமமாயிருந்தது. ஐந்து ரூபாய்க்கும் ஐம்பதுக்கும் வேறுபாடுகளை விளக்கின் முன் பிடித்துத் திருப்பித் திருப்பிப் பார்த்தாள். நாணயங்களிலும் பல குழப்பங்கள் இருந்தன. எல்லாவற்றையும் மூட்டையாகக் கட்டி மிடாவுக்குள் வைக்கும்போது பறவைகள் கத்தத் தொடங்கின. கழிப்பறைச் செலவு போகப் பெரும்பணம் மீதமாகும் என்று தோன்றியது. அதனை மகனிடம் கொடுக்கலாமா, தன்னிடம் வைத்திருக்கலாமா என்பதைத் தீர்மானிக்க முடியாமல் வெகுநேரம் யோசித்துக்கொண்டிருந்தாள். கழிப்பறையைத் தொடங்கியபின் பணம் போதவில்லை என்று புலம்பி மகனிடம் இருந்து கொஞ்சமாவது வாங்கிவிடலாம் என்று நினைத்தாள். தொடங்கும்முன் கேட்டால் கழிப்பறை கட்டும் திட்டத்தையே அவன் நிறுத்திவிடுவான். ஒருத்திக்குக் காட்டுப்பக்கம் போய்க்கொள்ள முடியாதா என்பான். என்ன தடங்கல் ஏற்படுத்தினாலும் அதை மீறிவிட வேண்டும். 'பணம் நீயா தர்ற. எங்கிட்ட இருக்குது. கட்டறன்' என்று ஒரு போடு போட்டுவிட்டால் வாயடைத்துப் போய்விடுவான். மருமகள்காரி ஏதாவது துள்ளுவாள். ரொம்பவும் ஏறுகிற மாதிரி தெரிந்தால் 'உங்கப்பன் வீட்டுப் பணமா' என்று கேட்டுவிட வேண்டியதுதான். மகனை வளர்த்துவதற்குப்பட்ட கஷ்டத்திற்கு என்ன பலன் கிடைத்தது? எல்லாம் அனுபவிப்பவள் அவள்தான். கழிப்பறை கட்டும் திட்டம் பெரும் போர்க்களம் போல் விரிந்தது. கிழவி பற்பல வியூகங்களை வகுத்தாள். எந்தப் பக்கமிருந்து என்ன வகையில்

தாக்குதல் வரும் எப்படிச் சமாளிக்கலாம் என மனமெங்கும் யோசனைகள் கூடின. என்ன ஆனாலும் வெற்றிதான் அவள் இலக்காக இருந்தது. அதைநோக்கிக் காய்களை நகர்த்தியபடி தூங்கிப்போனாள். வெயிலேறி வெகுநேரம் ஆனபின்னும் கிழவி தூங்கிக்கொண்டேயிருந்தாள்.

○ ○ ○

கிழவியின் வீட்டுக்கு முன்னால் நீண்ட வாசல் வெளி இருந்தது. அதன் வலப்புறம் உயர்ந்தோங்கிய வேம்பு. காலியாக இருந்த இடப்புறத்தைக் கழிப்பறைக்காகத் தேர்ந்தெடுத்தாள். வீட்டுக்கும் அவ்விடத்திற்கும் இடையே இருபதடி தூரத்திற்கும் மேலிருக்கும். அத்தோடு தெருவிலிருந்து உள்ளே நுழையும்போது சட்டெனக் கண்ணில்படாது. ஒதுக்குப்புறமாகவும் இருக்கும். அப்போது இந்த வாஸ்து சாஸ்திரச் சங்கதிகளெல்லாம் பிரபலமில்லை. அதனால் கிழவியின் பணத்துக்கு அவ்வளவாகச் சேதாரமும் இல்லை. கிழவியின் மகனுக்கும் அந்த இடம் சரியானதாகத்தான் தோன்றியது. கழிப்பறை கட்டும் முடிவில் அவனுக்கும் மிகுந்த சந்தோசம். இதன் காரணமாகக் கிழவி எங்கெங்கோ ஒளித்து வைத்திருக்கும் பணமெல்லாம் வெளியே வந்துசேரும் என்பதாலும் ஓய்வு ஒழிச்சலாய் வந்து ஒன்றிரண்டு நாட்கள் தங்கி வேப்பமரக் காற்றை நுரையீரல் நிறைய நிரப்பிக்கொண்டு போகலாம் என்பதாலும்.

அவன் ஏற்பாடு செய்திருந்த ஆட்கள் இருவர் நகரத்திலிருந்து பேருந்து பிடித்துக் கழிப்பறை கட்டும் வேலைக்காக வந்தார்கள். முழுக்கைச் சட்டையும் பேண்டும் போட்டுக்கொண்டு காரை வேலைக்கு வரும் அவர்கள் ஆச்சரியமாகத் தெரிந்தார்கள். நவீனக் கழிப்பறை கட்டும் தொழில் நுட்பத்தை இத்தகைய நவீனமானவர்களால்தான் தெரிந்து வைத்திருக்க முடியும். அவர்கள் மிகக் குறைவான சொற்களையே பேசினார்கள். அதுவும் குசுகுசுவென்று எறும்பு ஊர்கிற மாதிரி. வேலையின் இடையில் யாராவது வந்து எதைப் பற்றியாவது கேள்விகேட்டால் பதில் எதுவும் சொல்லாமல் பார்வையாலேயே விரட்டினர். கழிப்பறை கட்டும் தொழில் நுட்பத்தை யாரும் தெரிந்துகொள்ளக்கூடாது என்றும் ஏதாவது ஒன்றிரண்டு வார்த்தைகள் பேசினாலும் அதிலிருந்து ரகசியம் கசிந்துவிடும் என்றும் நினைத்திருக்கக்கூடும். வேலை முடிந்து திரும்பும் ஒவ்வொரு மாலையிலும் அவர்கள் கிழவியிடம் பணம் கேட்டார்கள். அதில் இளைஞனாக இருந்தவன் ‘நாளையிலிருந்து வேலைக்கு வரமாட்டோம்’ என்று அன்றாடம் பயமுறுத்தினான். நகரத்தில் வேலைக்குப் போனால் கிடைக்கும் கூலியையும் இங்கே வருவதனால் ஏற்படும்

இழப்பையும் அவன் ஒப்பிட்டுப் பேசும்போது அதற்குத் தக்கச் சமாதானம் கூற அவளால் இயலவில்லை. ஓரிரு நாட்கள் திடீரென வேலைக்கு வராமலும் இருந்தார்கள். அன்றைக்கெல்லாம் கிழவி தவித்துப் போனாள். மகன் வீட்டுக்குப் போய்க் கேட்டு வரலாமா என்று தோன்றும். காவல் இல்லாமல் போனால் பொறாமை பிடித்தவர்கள் வேலை நடந்திருக்கும் இடத்தை ஏதாவது செய்துவிடுவார்களோ என்று அச்சமாகவும் இருக்கும். கல்யாணம் நிச்சயமானபின் உறக்கமின்றித் தவித்துக்கிடக்கும் மணப்பெண்போல அந்த நாட்களில் கிழவி அவஸ்தைப்பட்டாள் என்று கூறலாம். அவ்வப்போது எட்டிப்பார்த்த மகனிடம் செலவுக்கணக்குகளை ஒப்புவித்தாள். இடைவிடாமல் புலம்பி நச்சரித்தாள். கழிப்பறையில் தன் பங்கு இருந்தால்தான் நாளைக்குக் கிழவியிடம் உரிமை கொண்டாட முடியும் என்று தோன்றியதால் பத்து இருபது என்று மிகக் குறைவான தொகையைக் கொடுத்தான். அத்தோடு நகரத்திலிருந்து வேலைக்கு ஆள்பிடித்து அனுப்பும் தன்னுடைய சிரமங்களையும் பரப்பி வைத்தான். தாஜ்மகாலைக் கட்டுவதற்குக்கூட இத்தனை சிரமம் ஏற்பட்டிருக்காது. எப்படியோ நாளொருமேனியும் பொழுதொரு வண்ணமுமாய்க் கழிப்பறை வளர்ந்துகொண்டிருந்தது. அந்த நாட்களில் ஊரில் ஏற்பட்ட பரபரப்பு கொஞ்ச நஞ்சமல்ல. மனிதத்தலையும் மீனுடம்பும்கொண்ட பெண்ணைப் பார்க்க வரும் திருவிழாக்கூட்டம் போலக் கழிப்பறை வேலைகளைப் பார்வையிட வந்தவர்களின் பேச்சுக்கள் பலவிதம். உருட்டுக்கிழவியின் வயதொத்த கிழடுகள் கேள்விக் கணைகளைத் தொடுத்தனர்.

“ஊட்டுக்குள்ள எப்பிடி பொன்னா பேழ்றது”

“திமிறிக்கிட்டு நிக்கற கொமுரியா நீ. வெளிய போனா என்ன”

“சாவப்போற காலத்துல பொன்னாளுக்கு ஆசயப்பாரு”

“பொன்னாகிட்டக் காசு கெடக்குது. எதனாலும் செய்வா”

உருட்டுக்கிழவிக்கு வீட்டு அடுப்புத்திட்டுக்குள் இருந்து பெரும் புதையல் ஒன்று கிடைத்திருப்பதாகவும் பேச்சு அடிபட்டது. அவளுடைய முன்னோர் எவரோ மொட்டைத் தலைக் காசுகளாகச் சேர்த்துப் புதைத்து வைத்திருந்தது. எதேச்சையாகக் கிடைத்திருக்கிறது. தன்னுடைய வீட்டுக்குள் யாரையும் கிழவி எப்போதும் விடமாட்டாள். எப்பேர்ப்பட்ட விருந்தினராக இருந்தாலும் திண்ணையோடு சரி. அதற்குக் காரணம் கிழவியின் வீடு புதையல்கள் நிறைந்தது எனவும் யார் கண்ணுக்கும் படாமல் மறைக்கத்தான் எனவும் பேச்சு. அளவற்ற ரகசியங்கள் நிறைந்த மாயக் குகையாய்க் கிழவியின் வீட்டைக் கற்பனை செய்துகொள்ளும் வகையில் உரையாடல்கள் நடந்தன.

இளவட்டப் பையன்கள் மத்தியில் வேறொரு வகையான கதை உலவியது. பட்டப்பகலில் நடந்த நிகழ்ச்சியாய் அது சொல்லப்பட்டது. பெண்களின் பீக்காட்டுப்பக்கம் பகலில் யாரும் வரமாட்டார்கள் என்று அந்த ஊர் இளைஞன் ஒருவன் தன் ஆளை அங்கே வரச்சொல்லி இருந்தான். அவள் வருவாள் என்பதற்காக வெட்டவெளியில் காத்திருந்தான். வெகுநேரம் ஆயிற்று. அவள் வருவதாகக் காணோம். பீநாற்றம் சகிக்கவில்லை. என்னதான் அவளை நினைத்துக்கொண்டு நாற்றத்தை மறக்கப் பார்த்தாலும் கொஞ்ச நேரம்தான். திரும்பவும் நாற்றம் மூக்கிலடித்தது. யாரோ வருகிற சத்தம் கேட்டது. அவளாகத்தான் இருக்கும் என்று ஆவல் கொண்டாலும் அச்சமும் இருந்தது. நன்றாக மறைந்து கொண்டான். அவனுக்கு ஏமாற்றம்தான் கிடைத்தது. அந்த நேரத்தில் வந்தவள் உருட்டுக்கிழவிதான். தன் துரதிர்ஷ்டத்தை நொந்துகொண்டே கண்களை மூடிக்கொண்டான். திடீரென அவன் கண்களைத் திறந்தபோது பார்வைக்கு நேராகக் கிழவி குந்த வைத்திருந்தாள். திரும்பக் கண்களை மூடிக்கொண்டான். ரொம்ப நேரம் அப்படியேயிருக்க அவனால் முடியவில்லை. திறப்பதும் மூடுவதுமாக இருந்துபார்த்தான். பின் மூட முடியவில்லை. தன்னுடையவள் பற்றிய நினைவில் இருந்ததால் ஏற்கனவே ஒரு மாதிரியாக உடம்பிருந்தது. கிழவியை அவளாகக் கற்பனை செய்துகொண்டான். ஒன்றும் தாங்க முடியவில்லை. திடீரென எழுந்தோடிப் போய் கிழவியை ஆவிசேரக் கட்டிக்கொண்டான். எதிர்பாராத தாக்குதலில் குலைந்துபோன கிழவி, பேயோ பிசாசோ, உச்சி நேரத்தில் வந்தோமே என்று பயந்து அலறி அவனிடமிருந்து விடுவித்துக்கொண்டு வருவதற்குள் படாதபாடு பட்டுவிட்டாள். அவன் கிழவியைத் துரத்தக் கிழவி முள்ளுக்குள்ளும் பீக்குள்ளும் கால்வைத்து ஓட அதற்குப்பிறகுதான் கழிப்பறை கட்டியே ஆக வேண்டும் என்று கிழவி தீர்மானித்தாள்.

"கெழவியோட டூயட் பாடுனவன் யாருடா?" என்ற கேள்வி வரும்போது சமயத்துக்குத் தகுந்த மாதிரி ஒருவனைக் காட்டிப் பரிகசித்துச் சிரித்தார்கள். இலக்கானவன் 'நானில்ல' என்று எவ்வளவோ மறுத்தாலும் அவன்தான் என்பதற்குப் பல ஆதாரங்களை அடுக்கினார்கள். இந்தக் கதை பரிகாசத்திற்குச் சொல்லப்பட்டதோ என்னவோ. ஆனால் தன்னை இதனோடு சம்பந்தப்படுத்தும்போது ஒவ்வொருவரும் பயந்துபோனார்கள். கிழவியைத் துரத்திய இளைஞன் உருவம் அருவமாகிவிட, ஏதோ ஒரு சந்தர்ப்பத்தில் ஊரின் ஒவ்வொரு இளைஞனும் அந்த உருவத்தில் பொருந்திப்போனார்கள். ஆக, எல்லா இளைஞர்களுக்கும் கிழவியோடு 'டூயட்' பாடச் சந்தர்ப்பம் கிடைத்தது.

தேநீர்க் கடையில் தினந்தோறும் இதைப்பற்றித்தான் பேச்சு. கழிப்பறையின் அழகை யாரோ வருணித்து வருகையில், கிழவன் ஒருவன் நாக்கைச் சப்புக்கொட்டிக்கொண்டு சொன்னான். 'பொன்னாள எனக்குத்தான் மொதல்ல கட்டிக்குடுக்கறதா இருந்தாங்க'. 'கிழவியைக் கட்டியிருந்தால் வயதான காலத்தில் அங்கே இங்கே அலையாமல் இருந்த இடத்திலேயே பேண்டுகொள்ளலாம்' என்னும் ஏக்கம் அவரைப் பாடாய்ப் படுத்தியது. பொன்னாக் கிழவியின் இளமைப் பருவச்செழிப்பையும் வாளிப்பையும் அந்தக் கிழவன் கனவோடு வருணித்துச் சொல்ல, மற்ற கிழவர்கள் எல்லோரும் ஆமோதித்தார்கள். 'இப்பத்தான் கட்டிக்கிறது' என்று ஒருவர் சொல்ல அந்தக் கல்யாணப் பேச்சு வெகு மும்முரமாகச் சிலநாள் நடந்தது.

பெண்களிடம் என்னவிதமான கதைகள் உலவியிருக்கக் கூடும் எனத் தெரியவில்லை. அந்த அந்தரங்க உலகத்துக்குள் என்னால் நுழைய முடியவில்லை. ஆனால் இப்படிச் சில பேச்சுகள் மட்டும் காதில் விழுந்தன. 'உருட்டுக்கெழவிக்கிட்டக் கேட்டு ஒரு நாளைக்கு உள்ளாரப் போயிப் பேண்டாத்தான் பொச்சுல பீ வருமா?' 'கெழவி மாளிக கட்டி வெச்சிருக்கறா. அதுக்குள்ள போயிக் குடியிருந்துக்க'. எதையும் காதில் போட்டுக் கொள்கிறவளாயில்லை கிழவி. நல்லதொரு முகூர்த்தப் பொழுதில் கழிப்பறை கட்டி முடிக்கப்பட்டது. அதில் வைக்கப்பட்டிருந்த புகைபோக்கி கம்பீரமாக நிமிர்ந்து நின்றது.

கழிப்பறையின் கிரகப் பிரவேசம் எல்லாம் முடிந்து ஒருவார காலமிருக்கும். கிழவியின் வீட்டுக்கெதிரே ஐந்தாறு சிறுசுகள் விளையாடிக்கொண்டிருந்தன. நல்ல வெயில் பொழுது. அனேகமாகப் பள்ளிக்கூட விடுமுறை நாளாக இருக்க வேண்டும். இல்லாவிட்டால் ஓராசிரியர் பள்ளியின் ஆசிரியர் விடுப்பு எடுத்திருக்கக்கூடும். பிள்ளைகளின் விளையாட்டு, தகிக்கும் வெயிலில் சூடேறிக் கொண்டிருந்தது. தெருவின் குறுகிய வளைவு அவர்கள் கற்பனையில் விளையாட்டு மைதானமாய், ஆளரவமற்ற பெருவெளியாய் விரிந்திருந்தது. ஓட்டமும் குதிப்பும் பேச்சும் சிரிப்பும் எனக் களை கட்டியிருந்தது. ஒன்றிரண்டு சிறுசுகள் அழுதுகொண்டும் இருந்தன. 'நமக்கு நாமே' திட்டமெல்லாம் இல்லாத காலம். தெரு மண்ணிலிருந்து புழுதி கிளம்பியது. எதனாலேயோ தெரியவில்லை. திடீரென ஒரு பையனுக்குக் கால் சுடுவதாகத் தோன்றியது. உடனே அவன் 'நா நெவுலுக்குப் போறேன்' என்று சத்தமாகக் கத்திவிட்டுக் கிழவி வீட்டு வேம்பின் நிழலுக்கு ஓடினான். தலைவிரித்து வான்வெளியைப் பெருமளவு ஆக்கிரமித்துக்கொண்டிருந்தது மரம். சிறு துளையும் இல்லாத அடர் நிழல். கிழவி இருந்தால் அந்தப் பக்கம்

வருவோரில்லை. வேப்பமரத்தோடு சேர்த்து நிறுத்தியிருந்த கட்டில் அவள் இல்லாமையைத் தெரிவித்தது. நிழலும் களம் போலிருந்த வாசலும் சிறுசுகள் ஆனந்தமாக விளையாட இடம் கொடுத்தன. யாருடைய தொந்தரவும் இல்லாமல் வெகுநேரம் விளையாட்டு நடந்தது. இடையில் சிறு பொண்ணொருத்தி தன் ஓட்டைக் கவுனை வயிற்றுக்குத் தூக்கிப்பிடித்துக்கொண்டு 'வெளிக்கு வருது' என்று அறிவித்துவிட்டுத் தெருவோரத்தை நோக்கிப்போனாள். கொஞ்சம் பெரிய பையன்போலத் தோன்றியவன் சிரித்துக்கொண்டே 'கக்கூஸுக்குப்போய் இரு' என்றான். என்ன செய்வதென்று தெரியாமல் விழித்துக்கொண்டு நின்ற சிறுமியைப் பார்த்து எல்லோரும் 'கக்கூஸுக்குப் போ, கக்கூஸுக்குப் போ' என்று கத்தினார்கள்.

தகரக் கதவு போட்டுச் சாத்தியிருந்த கழிப்பறைக்கு அருகில் ஓடி அதன் தாழை ஒருவன் திறக்கவும் தொடங்கினான். கிரீச் கிரீச்சென்று கத்தி மாய்ந்தது தாழ். கிழவி கழிப்பறைக்குப் போவதை அறிவிக்கவென்றே அப்படிப்பட்ட தாழை மாட்டியிருந்தார்கள்போல. 'தம்' பிடித்துத் திறக்க வேண்டியிருந்தது. தாழ் விலகக் கதவு உள்நோக்கிப் பின் வாங்கியது. சொர்க்கவாசல் திறந்துவிட்டதுபோல எல்லோரும் எட்டிப் பார்த்தார்கள். நல்ல அகலமான அறைக்குள் பளிங்கால் செய்யப்பட்ட சிம்மாசனம் போல பேசின் உட்கார்ந்திருந்தது. அதையே வெறித்துப் பார்த்தார்கள். உள்ளே செல்வதற்குக் கால் எடுத்து வைக்க ஏனோ தயக்கம். கால் சட்டையைக் கழற்றி வெளியே எறிந்துவிட்டுப் பேசினில் போய் உட்கார்ந்துகொண்டான் கதவைத் திறந்த பையன். 'ஐ ஐ ஐயா ...' என்று உட்கார்ந்தபடியே நடனமிட்டான். உடனே எல்லோருக்கும் வெளிக்கிவர ஆரம்பித்தது. ஆளாளுக்குத் துணியைக் கழற்றிவிட்டு உள்ளோடிக் கிடைத்த இடத்தைப் பிடித்துக்கொண்டார்கள். பேசினின் நான்கு பக்கமும் நால்வர். இன்னும் சிலர் அதில் உட்காரத் தள்ளிப்பார்த்தார்கள். முடியாதபோது காரைத் தரையே போதுமானதாயிருந்தது. அது கழிப்பறை. எங்கே கழித்தால் என்ன?

வெளிக்கி இருப்பதும் ஒரு விளையாட்டானது. அதிகமாக கழிப்பவர் யார் என்னும் போட்டி நடைபெற்றது. எல்லோரும் அவரவர் பங்குக்கு முயன்று பார்த்தார்கள். கடைசியாகச் சிறுபிள்ளை ஒருத்தி வெற்றி பெற்றாள். பேசினில் இருந்தவர்கள் தங்களுடையதை அடையாளம் காட்டமுடியாமல் தடுமாறினார்கள். வீதியில் எங்கோ சத்தமாக ஒரு குரல் எழுந்தது. ஒருவன் 'கெழவீ...' என்றான். கல்லைக் கண்ட காக்கைகள் போல ஆளுக்கொரு திசையில் விழுந்தடித்துப் பறந்தார்கள். காலில் மிதிபட்ட கழிவுகள் கழிப்பறையெங்கும் அப்பிக்கொண்டன.

பேசின் நிறம் மாறிப்போய்விட்டது. திறந்திருந்த கதவு காற்றில் அலைப்புண்டு தவித்தது. கிழவி வீட்டுக்கு வந்துசேரும் வேலையாயிற்று. லேசான மஞ்சள் வெயில் மட்டும் வீடுகளுக்கு மேலே அடித்துக்கொண்டிருந்தது. தெருவைத்தாண்டி வாசலில் காலடி வைக்கும்வரை அவளுக்குக் கழிப்பறையின் நினைவே இல்லை. அப்படி ஏதோ அவசர வேலை. கதவு பட்பட்டென்று காற்றின் தள்ளளில் போய்ச் சுவரில் மோதுகிற சத்தம் கேட்டது. கண்களைச் சுருக்கிப் பார்த்தாள். கதவு திறந்திருப்பதைக் கண்டும்கூட வித்தியாசமாய் எதுவும் தோன்றவில்லை. அவசரமாகக் காலையில் புறப்பட்டுப் போகும்போது கதவைத் தாழிடாமல் போய்விட்டதாய் எண்ணினாள். 'இப்படியா மறக்கும்' என்று தன்னைத் திட்டிக்கொண்டே கதவருகில் போனாள். சிறுசுகளின் கழிவுகள் எல்லாம் காய்ந்து கறுத்துத் தெரிந்தன. சில இடங்களில் நீள் உருளை வடிவில் அவை இருந்தன. கிழவிக்குப் புரியவில்லை. பின் காற்றடிப்பதையும் கதவு திறந்திருப்பதையும் இணைந்து யோசித்து ஒரு முடிவுக்கு வந்தாள். காற்றுத்தான் எங்கிருந்தோ கருதாம்பாளைகளை வாரி எடுத்துக்கொண்டு வந்து கழிப்பறைக்குள் போட்டிருக்க வேண்டும். மாலை மசங்கலில் ஆண் பனையின் கருதாம்பாளைபோல அவை அவள் கண்ணுக்குத் தென்பட்டன. எல்லாவற்றையும் பொறுக்கி அள்ளி வெளியே எறிந்துவிடும் வேகத்தில் உள்ளோடிக் கைவைத்தாள். கை அமிழ்ந்து ஒட்டியதே தவிரப் பாளைகள் கைக்கு வரவில்லை. விளங்கிக்கொள்ளச் சற்று நேரமானது. கழிப்பறையைக் கழுவிச் சுத்தம் செய்ய வெகு நேரமாயிற்று. தன் கழிப்பறையை இப்படி அசிங்கப்படுத்தியவர்கள் பூண்டோடு ஒழிய வேண்டும் என்று சாபம் கொடுத்துத் திட்டினாள். இரவெல்லாம் புலம்பி ஒப்பாரி வைத்தாள். மறுநாள் யாரிடமோ சொல்லிவிட்டுப் பெரிய பூட்டு வாங்கி வந்தாள். அதன்பின் ஊரார் யாரும் கழிப்பறையின் உள்பக்கம் பார்க்க முடிந்ததில்லை. பூட்டுத் தொங்கிய கதவைத்தான் பார்க்க முடிந்தது.

●

தோழர் பி.எம்.மின் வெற்றி

நான் கண்விழித்துப் பார்த்தபோது தோழர் பி.எம்.மைக் காணவில்லை முகத்தில் சுள்ளென்று வந்து விழுந்த வெயில், நான் வெகுநேரம் உறங்கி விட்டதைக் குத்திக் காட்டியது. கண்ணுக்கு நேரே தெரிந்த கூரை சட்டெனச் சூழலை உணர்த்திற்று. தோழர் பி.எம். என்னைப் பற்றி என்ன நினைத்திருப்பாரோ. சோம்பேறிப்பயல் என்றும் பொறுப்பற்றத்தனம் என்றும் எண்ணியிருக்கலாம். ஏதாவது ஒரு சந்தர்ப்பத்தில் இதை விமர்சனமாக என்மேல் வைக்கக்கூடும். புது இடமாகையால் இரவு வெகுநேரம் தூக்கம் பிடிக்கவில்லை. விடிகாலையில் தூக்கம் வந்து பேயாய் அழுத்திக்கொண்டது. இருந்தாலும் அந்நிய இடமொன்றில் இவ்வளவு நேரம் தூங்கினால் இருப்பவர்கள் என்ன நினைப்பார்கள்? அதுவும் இது உழைக்கும் மக்கள் இருக்கும் குடியிருப்புப் பகுதி. தோழர் என்னை இங்கு அழைத்து வரும்போதே சொல்லியிருந்தார். இது கடலைக்காய் பிடுங்கும் பருவம். அதனால் எல்லோரும் அதிகாலையில் இருள் பிரியும் முன்பே காட்டுக்குப் போய்விடுவார்கள். நான் இவ்வளவு நேரம் தூங்கித் தொலைத்ததை யாரும் பார்த்திருக்க முடியாது. ஒருவாறு மனம் சமாதானப்பட்டது. இந்தத் தோழர் பி.எம். எங்கே போயிருப்பார். சொல்லி விட்டுப் போயிருக்கலாம். கூடவே அழைத்தும் போயிருக்கலாம். புது இடத்தில் எதற்குத் தடுமாற விட்டிருக்கிறார்?

நான் படுத்திருந்த இடம் சுற்றிலும் அடைப்புகள் ஏதுமற்ற ஓலைக்கொட்டகை. எதிரே பெயருக்குச்

சுவர்கள் இருக்கும் சிறு ஓலைவீடு. இரண்டுக்கும் இடைப்பட்ட வாசல் வெளியில்நின்று மூளி முறித்தபடி சுற்றிலும் பார்த்தேன். கொட்டாவியும் வந்து தொலைத்தது. மனிதர்கள் எவரையும் காணோம். தெளிவற்ற குரல்கள் வெகுதூரத்திலிருந்து மெலிந்து வந்தன. எங்கிருந்தோ ஒற்றைக் காகம் கத்தியது. என்ன செய்வதென்று புரியவில்லை. கொட்டகை ஓரத்து வேம்பில் கட்டியிருந்த எருமைக் கன்று தலையைத் தூக்கி என்னைப் பார்த்தது. அதன் கண்களில் மிரட்சி படர்ந்திருந்தது. கனைத்தபடி நிலைகொள்ளாமல் மரத்தைச் சுற்றி நகர்ந்தது. புது இடத்தில் எந்த வழிகாட்டலும் இல்லாமல் தன்னந்தனியாக விட்டுப் போவது என்னவகைத் தோழமை? இரவில்தான் இங்கே கூட்டிவந்தார். மின் விளக்குகள் இல்லாத பகுதி. இதைப் பற்றி எந்த அனுமானமும் எனக்கு இல்லை. தோழர் பி.எம். மேல் கோபமாக வந்தது. இரண்டு மூன்று கெட்ட வார்த்தைகள் சொல்லி மனதுக்குள் திட்டினேன்.

வெயில் ஒளிக்குக் கண்கள் பழகின. ஒரு கோணத்தில் பொழுது வெறும் ஒளிவட்டமாக மின்னியது. உள்ளே சென்று கட்டிலில் உட்கார்ந்தேன். விரிக்கவும் போர்த்தவும் என எனக்குக் கொடுக்கப்பட்டிருந்த ஒரே போர்வை கசங்கி கட்டிலின் நடுவில் ஒதுங்கியிருந்தது. அதை எடுத்து மடித்து வைத்தேன். பார்வை வெளியே அலைந்தபோது லேசாகச் சாய்த்து வைக்கப்பட்டிருந்த சிறுபானை ஒன்றில் தண்ணீர் தெரிந்தது. மெலிந்த காற்றால் அதில் குறுமடிப்புகள் உருவாகிப் பானையின் எல்லைக்குள்ளேயே அலைந்தன. அலை அசைவு அழைப்பாகத் தோன்றியது. இறங்கிச் சென்று வாய் கொப்பளித்து முகம் கழுவினேன். சில்லென்ற நீர்பட்டதும் மனத்தில் தெளிச்சி கூடிற்று. கொஞ்சம் தண்ணீர் குடித்தால் பரவாயில்லை. வீட்டின் ஓலைத் தடுக்குக் கதவு, கோல் ஒன்றால் முட்டுக் கொடுக்கப்பட்டு அழுந்த மூடியிருந்தது. திறந்து உள்ளே போய்க் குடிக்கச் சங்கடமாயிருந்தது. வீட்டுக்காரர்கள் கட்சிக்கு ஆதரவாளர்கள்தான். இருந்தாலும் ஆள் இல்லாத நேரத்தில் உள்ளே நுழைவது நல்லதில்லை. வாய் கொப்பளித்த நீரே சுவையாயிருந்தது. இரு கைகளாலும் அள்ளி உறிஞ்சிக் குடித்தேன். பானையடியில் பாசிகள் அசைந்தன. நீர் வயிற்றுள் இறங்கிக் கவ்விப்படிந்தது. வயிறு காலியாகி வெகுநேரம் ஆகிவிட்டதுபோல.

ஒழுங்கற்றுச் சந்துகளாய்த் தெரிந்த தெருவில் சோம்பலாய் ஒன்றிரண்டு நாய்கள் படுத்திருந்தன. எந்த வீட்டிலும் யாரும் இருப்பதாகத் தெரியவில்லை. குஞ்சு குளுவான்களிலிருந்து படுகிழடுகள்வரை எல்லோரும் வெளிக்கிளம்பிப் போயிருந்தது ஆச்சரியம் தந்தது. நாற்பது ஐம்பது குடிசைகளுக்கிடையே

நான் ஒருவன் மட்டும்தான். தோழர் பி.எம். மும் அவர்களோடு வேலைக்குச் சென்றிருப்பாரா. எங்கே போனால் என்ன தகவல் தெரிவித்துவிட்டுப் போயிருக்க வேண்டாமா. தயக்கத்தோடு கொட்டகைச் சந்தில் போய் உட்கார்ந்து ஒன்றுக்கிருந்தேன். கண்ணுக்குத் தெரியாத புறமிருந்து யாரும் பார்ப்பார்களோ என்ற அச்சத்தில் சீக்கிரம் முடித்து வாசலுக்கு வந்தேன். எருமைக் கன்று கட்டுத்தறியின் எதிர்ப்பக்க விளிம்பில் இழுத்துக்கொண்டு நின்றது. அதற்கு நம்பிக்கை ஊட்டும் வித்தை எனக்குத் தெரியவில்லை. தோழர் பி.எம். வரும்போது வரட்டும். அப்படியே மெல்ல நடந்து போய் எங்காவது கடை இருந்தால் ஒரு டீ குடித்து வரலாம் என்று தோன்றியது. கழற்றிக் கொட்டகை குச்சியொன்றில் மாட்டி வைத்திருந்த சட்டையை எடுத்துப் போட்டுக்கொண்டேன். தோழர் பி.எம். படுத்திருந்த கட்டில் எடுத்து நிறுத்தியிருந்தது. அதன்மேல் மடித்து வைத்திருந்த போர்வையும், தடிமனான புத்தகம் ஒன்றும் இருந்தன. புத்தகத்திற்குள் வழிகாட்டுக் கடிதம் ஏதாவது இருக்கும் என்ற நப்பாசையில் எடுத்தேன். லெனின் எழுதிய “என்ன செய்ய வேண்டும்” நூல் அது. உள்ளே வெறும் எழுத்துக்கள் மட்டுமே நிறைந்திருந்தன. கடிதம் எதுவும் இல்லை. அப்படியென்றால் வெகுதூரம் போயிருக்கமாட்டார். தோழர்கள் எவரிடமாவது செய்தி சொல்ல வேண்டியிருக்கும். விரைவில் முடித்து வரும்படியான பகுதி வேலை ஏதாவது இருக்கலாம். சீக்கிரம் வந்துவிடுவார் என்னும் நம்பிக்கையை அந்தப் புத்தகம் எனக்குக் கொடுத்தது. சமாதானத்தோடு கடை தேடி நடந்தேன்.

இரவு வெகுநேரம் கழித்துத்தான் தோழர் இங்கு அழைத்து வந்தார். குடியிருப்புப் பகுதி பற்றி எனக்கு எதுவும் தெரியவில்லை. குடிசைகளுக்கிடையே போகிறோம் என்ற உணர்வு மட்டும் இருந்தது. எல்லாம் கொஞ்சம் கொஞ்சம் வித்தியாசம்கொண்ட ஒரே மாதிரியான குடிசைகள். பெரும்பாலான குடிசைகளின் பக்கவாட்டில் எருமைக் கன்றோ, பசுக்கன்றோ நின்றன. ஆடுகள் கட்டியிருந்த புழுக்கைத் தடங்கள் தெரிந்தன. உழைக்கும் மக்கள் வாழும் சேரிக் குடியிருப்புப் பகுதி இது. இதுபோன்ற பகுதிகளில் கட்சி தீவிரமாகச் செயல்பட்டு அமைப்புக் கட்டியிருக்கிறது. ‘தோழர்’ என்ற வார்த்தையைச் சாதாரண மக்களின் வாயிலும் பேசவைத்திருக்கிறது. எதிர்காலப் புரட்சிக்கரச் செயல்பாட்டின் மையகேந்திரமாக இந்தப்பகுதியே விளங்கும் என்று கட்சி நம்பியது. அந்த அளவுக்குப் பலமான அணிதிரட்டல் இங்கே நடந்திருக்கிறது. ஆகவேதான் என்னைப் போன்ற புதிய தோழர்களைக் கட்சியின் செயல்பாடுகளை நேரில் கண்டு நம்பிக்கை கொள்வதற்கும் மக்கள் மத்தியில் பயிற்சி பெறுவதற்குமென இந்தப் பகுதிக்கு அனுப்புவது

வழக்கம். ஓராண்டாகக் கட்சியோடு ஏற்பட்டிருந்த தொடர்பில் ஆதரவாளர் நிலையிலிருந்து என்னை வளர்த்தெடுத்து அடுத்த கட்டத்திற்குக் கொண்டுசெல்லும் முயற்சியாக என் விடுமுறை நாட்களை இங்கே கழித்துப் பாருங்கள் என அனுப்பியிருக்கிறது. கிராமம், கிராமத்து மக்கள் பற்றிய கனவுணர்வு எனக்கும் இருந்ததால் இங்கே வருவதில் மறுப்பேதுமில்லை.

குடிசைகளிலிருந்து பிதுங்கி வெளியே வந்ததும் நிலங்கள். அவற்றைப் பிளந்துகொண்டு ஒற்றையடித்தடம். இதன் வழியாகப் போனால் கண்டிப்பாக டீக்கடையைச் சென்றடையலாம். எல்லா வழிகளும் டீக்கடைகளைச் சென்றடைகின்றன என்பதில் எனக்குச் சந்தேகமில்லை. எவ்வளவு உள்ளொதுங்கிய கிராமமாக இருப்பினும் அதனை ஒட்டுமொத்தச் சமூகத்தோடு இணைக்கும் கண்ணியாக டீக்கடை இருக்கும். ஆகவே நம்பிக்கையோடு அந்தத் தடத்தில் நடந்தேன். ஒரு டீக்கடைக்குக்கூட வழிகாட்டிச் செல்லாத தோழர் பி.எம். மக்களைப் புரட்சிக்கு எப்படி அழைத்துச் செல்லப்போகிறார்? அவரைக் கட்சி தவறாகத் தேர்ந்தெடுத்திருக்க வேண்டும். தோழர் பி.எம். மேல் எனக்கிருந்த வெறுப்பைச் சொல்லி முடியாது. விரைவில் ஒரு டீக்கடை தென்பட்டுவிட்டால் வெறுப்பு குறைந்துவிடலாம். ஆனால் ஒற்றையடித்தடம் வரப்பு வரப்பாகத் தாண்டிச் சென்றதே தவிர டீக்கடைக்குச் செல்வதாகக் காணோம்.

எவ்வளவு வளைவாகச் சென்றாலும் இது பெரும் சாலை ஒன்றைப் போய்த் தொடுவது உறுதி. நேற்றிரவு வரும்போது பேருந்தில் அங்குதான் இறங்கி இந்தப் பாதையில் நுழைந்தோம். என் முயற்சியில் சற்றும் தளராமல் நடந்துகொண்டிருந்தேன். நாக்கு டீத்தாகம் கொண்டு மிகவும் ஏங்கிற்று. வெயில் உயர்ந்து கொண்டிருந்தது. சோளப் பயிர்கள் அடர்ந்து வளர்ந்திருந்த காட்டுக்குள் புகுந்து தடம் சென்றபோது எதிர்பாராமல் தோழர் பி.எம். எதிரில் வந்தார். அவரைப் பார்த்ததும் உயிரே வந்துவிட்டதாய் உணர்ந்தேன். முகத்தை இறுக்கமாக்கிக்கொண்டே கோபத்தோடு ‘என்னங்க தோழர் . . . இப்படி அம்போன்னு உட்டுட்டுப் போயிட்டீங்க’ என்று கத்தினேன். என் கத்தல் அவர்மீது குற்றம் சாட்டும் தொனியைக் கொண்டிருந்தது. ஆனால் தோழர் பி.எம். பதற்றப்படாமல் சிரித்தார். தெய்வீகச் சிரிப்பு.

“பயந்துட்டீங்களா ?” என்றார்.

“பயமொன்னும் இல்லை. ஆளுங்கள யாரையுமே காணோம். கன்னுக்குட்டிகதான் அங்கங்கே மொறச்சுப் பாத்துட்டு நிக்கதுங்க. அதாங் கஷ்டமாப் போச்சு. சரி, நீங்க எங்க போனீங்க. சொல்லாம கொள்ளாம . . .”

“அதொன்னும் இல்லீங்க தோழர் . . . நாந்தான் முந்தியே சொன்னன்ல... இப்ப கல்லக்கா வெட்டு நடக்குது. சனங்கெல்லாம் வெடிகாலையிலேயே போயிருவாங்க. அப்பத்தான் நெறைய வெட்ட முடியும். வெய்ய வந்திடுச்சுன்னு வெச்சுக்கங்க . . .”

தோழர் பி.எம். கடலைக்காய் வெட்டு பற்றியான பலவிதமான தகவல்களை விவரித்தார். அந்தப் பகுதி மக்களின் வாழ்முறையைப் பற்றிய விஷயங்களையும் விவரித்து உரையாற்றுவார் போலிருந்தது. சட்டெனச் சுதாரித்துக்கொண்டேன். ‘செரி நடங்க . . . அப்பிடியே பேசிக்கிட்டு டீக் குடிச்சிட்டு வரலாம்’ என்றேன். இவ்வளவு நேரம் பேசியும் விடிகாலையில் புறப்பட்டு எங்கே போய்விட்டு வந்தார் என்பதைப் பற்றித் தோழர் பி.எம். துளியும் கசியவிடவில்லை என்பதை உணர்ந்தேன். அதைத் துருவிக் கேட்க எனக்குப் பிடிக்கவில்லை. ரகசியமாக இருக்கும் என்று நினைத்துக்கொண்டேன். தோழர் பி.எம். யோசித்தபடி நின்றார். இருவரும் எதிரெதிர் திசையில் பார்த்தபடி இருந்தோம். ‘சரி வாங்க போகலாம்’ என்று தோழர் டீக்கடைக்கு அழைத்துச் செல்வார் என எதிர்பார்த்திருந்தேன். அவர் சொன்னார்.

“டீக்கடையின்னா ரொம்ப தூரம் போவோணும். கஷ்டம். வேண்டாம் வாங்க.” குடியிருப்புப் பகுதிப் பக்கம் என்னைத் தாண்டி அவர் நடந்தார். ஆளற்ற வீடுகளில் போய் இவர் என்னத்தை அணிதிரட்டப் போகின்றார்?

“இல்லீங்க தோழர்... ஒரு டீக் குடிச்சாத்தான் பரவால்ல” என்று சொன்னேன். என் பிடிவாதம் அவரை ஆச்சரியப்படுத்தியிருக்க வேண்டும்.

“என்னாங்க தோழர், டீக்குப் போயி இப்படி அலையறீங்க”. என்றார். வேறு வழியற்று அவருக்கு விளக்க வேண்டியதாயிற்று. நிதானமாக என் நாக்கு டீக்காகத் தவிக்கும் தவிப்பையும் தினந்தோறும் குடித்துப் பழக்கமாகிவிட்டதையும் குடிக்காமல் விட்டால் அன்றைய செயல்பாடே முடங்கிவிடும் என்பதையும் சொன்னேன். கடைசியாக இதையும் குறிப்பிட்டேன். “டீக் குடிக்கலைன்னா காலைக்கடன் கழிக்க முடியாதுங்க தோழர்.”

“வெளிக்கிப் போறதச் சொல்றீங்களா” என்றார் தோழர் பி.எம்.

“ஆமாங்க தோழர். சூடாக் கொஞ்சமாச்சும் உள்ள எறங்குனாத்தான் வவுறு காலியாவும். டீக்கும் வவுத்துக்கும் அப்படியொரு இணக்கந்தோழர்.” வழிசல் சிரிப்போடு இதைத் தெரிவித்தேன். என்னுடைய சங்கடம் பற்றித் தோழர் பி.எம். தீவிரமாக யோசித்தார். அங்கங்கே நரைமுடிகள் துளிர்த்

தாடியைச் சொறிந்துகொண்டார். தோழர் பி.எம். மாநில அளவுக்கான கமிட்டியில் இல்லை என்றாலும் மாவட்ட அளவிலான கமிட்டியில் முக்கியமான ஒருவராக இருக்க வேண்டும். ஆக, அவர்முன் என் பிரச்சினை வைக்கப்பட்டாயிற்று. இனி அவர் தீர்க்கமாக யோசித்து முடிவு சொல்ல வேண்டும். பிரச்சினை என்னவென்று இருவருக்கும் தெளிவாகிவிட்டது. இனி விவாதம்தான். அதற்கான தொடக்கத்தை ஏற்படுத்திக் கொடுப்பதாக அவர் வார்த்தைகள் அமைந்தன.

"என்ன தோழர் செய்யலாம்?"

இதற்கு என்ன பதில் சொல்வது? எதிரில் இருக்கும் சோளப் பயிர்களை இருவரும் சேர்ந்து பிடுங்கலாம் என்று சொன்னால் தோழர் எப்படி எடுத்துக்கொள்வாரெனத் தெரியவில்லை. மேலும் என்னுடைய நிலையில் தீவிரமாக இருக்க முடிவு செய்துவிட்டேன்.

"போயி ஒரு டீக் குடிச்சிட்டு வந்தர்லாம் தோழர்" என்று சொன்னேன். பாதையோரம் இருந்த சிறு வேப்பஞ்செடி ஒன்றில் குச்சி ஒடித்து, இலைகளை உருவி எடுத்துவிட்டுப் பாதியை என்னிடம் நீட்டினார். குச்சியின் ஒரு முனையை உரித்துக்கொண்டே சொன்னார்.

"உங்ககிட்டக் குட்டி பூர்ஷ்வா மனப்பான்மை இருக்குங்கறதுக்கு இது நல்ல உதாரணந் தோழர். சாதாரண மக்கள் காலையில எந்திரிச்ச ஒடன டீக் குடிக்கணும்னா என்ன செய்வாங்க சொல்லுங்க. டீத்தூளு, சக்கர, பாலு எல்லாம் வாங்கனும்னா முடியுமா. உங்க வாழ்க்க முறையே மாறனுந் தோழர். நாம நம்மள உழைக்கும் வர்க்கத்தோட எணச்சுக்கனும்னா இந்த மாதிரி குட்டி பூர்ஷ்வாத் தனத்தை எல்லாம் விட்ரனும். டீக் குடிச்சாத்தான் வெளிக்கி வரும்னா இந்த நாட்டுல லட்சக்கணக்கான மக்கள் வெளிக்கியே இருக்காமதான் வாழோனும்..."

என் முகம் இறுகி இருண்டுபோயிருப்பதைக் கவனித்தார் போலும். அவருடைய உரையைச் சட்டென நிறுத்தினார். தீவிரமான குரலைக் கொஞ்சம் இளக்கிக்கொண்டு பாந்தமாகவும் சுருக்கமாகவும் முடிவை மேற்கொண்டார்.

"இதெல்லாம் பழக்கந்தான் தோழர். இன்னக்கி நீங்க டீ குடிக்காம இருந்துபாருங்க. வெளிக்கி வருதா இல்லையான்னு பாத்துருவோம்."

எனக்கு அடிவயிறு கலங்கியது. நிச்சயம் அது வெளிக்கி வருவதற்கான அறிகுறி இல்லை. டீ இல்லாமல் போய்விடும்

என்பதனால்தான். ஒரு டீக் குடித்துவிட்டு வந்து இந்த விவாதத்தைத் தொடரலாம் என்று சொல்ல நினைத்து அடக்கிக்கொண்டேன். என்ன இருந்தாலும் தோழர் பி.எம். என்னைவிட வயதில் மூத்தவர். கட்சி அனுபவம் மிகுந்தவர். தத்துவார்த்த அறிவும் நிரம்ப உடையவர். டீயை நோக்கி அவரை எப்படி நகர்த்துவது எனப் புரியவில்லை. குடியிருப்புப் பகுதிக்குப் போகாமல் தடத்திலிருந்து வரப்பு வழியாக நடந்தார். முட்கள் அடர்ந்த ஓடைப்பகுதி தென்பட்டது. நாக்கு வேம்பின் கசப்பை தாங்க முடியாமல் தவித்தது. காறிக் காறித் துப்பிக்கொண்டே நடந்தேன். “பழக்கத்துக்கு அடிமையாகறது இருக்கறவங்களுக்குத்தான். இல்லாதவங்க என்ன செய்யறது? குடிக்காம இருக்கறதுதான் பழக்கம். இந்த மாதிரி குட்டி பூர்ஷ்வா மனப்பான்மையில இருந்து விடுபட்டு வரனுங்கறதுக்குத்தான் கட்சி உங்களுக்கு இந்த வாய்ப்பக் குடுத்திருக்குது தோழர். இதப் பயன்படுத்திக்கிட்டு மாறி வரனும் தோழர்.” மீண்டும் மீண்டும் என்னைக் ‘குட்டி பூர்ஷ்வா’ என்று தோழர் பி.எம். குறிப்பிடுவது என்னவோபோலிருந்தது. அந்த வார்த்தை மேற்கொண்டு எதையும் பேசவிடாமல் என்னைத் தடுத்தது. கடுமையான எரிச்சல் எனக்குள். தொண்டையைக் கனைத்துக் காறி எச்சிலைத் துப்பிக் கொண்டு என் தரப்புக்கும் சற்றே வலிமை சேர்க்க முயன்றேன்.

“ஒடுக்கப்பட்ட மக்களும் டீக் குடிக்கறாங்க தோழர். அவங்க வாழ்ற பகுதிய நானும் பாத்திருக்குறன். காலையில எந்திரிச்ச ஒடனே போசியத் தூக்கிக்கிட்டு டீக்கடைக்குப் போறவங்க எத்தனையோ பேரு தோழர்.”

இத்தகைய பதிலைத்தான் அவர் எதிர்பார்த்தார்போலும். நான் உள்ளே வந்துவிட்டதில் அவர் மகிழ்ந்தார். என் பதில் விவாதத்திற்கான சூழலை உருவாக்கிவிட்டதாக எண்ணினார். சந்தோசத்தோடு அவர் பேச்சைத் தொடங்கினார்.

“ஒடுக்கப்பட்ட மக்கள் ஏன் போசியத் தூக்கிக்கிட்டு வர்றாங்க? டீக்குடிச்சா ஒரு வேள சாப்பிட வேண்டியதில்ல. டீ பசியக் கட்டீரும். அதுக்காகத்தான் அவங்க டீக் குடிக்கறாங்க. அதே காசுக்குச் சாப்பாடு கெடைக்கும்னா டீக் குடிக்கப் போவாங்களா. சொல்லுங்க தோழர்.”

என்னால் எதுவும் சொல்ல முடியாத அளவு முக்கியமான விஷயத்தை எனக்குத் தெளிவுபடுத்தியிருக்கிறார். மௌனமாக அவர் முகத்தையே பார்த்தேன். தான் போட்ட அஸ்திவாரம் பலமாக அமைந்துவிட்டதை என் மௌனத்தால் உணர்ந்து, மேற்கொண்டு கட்டி எழுப்ப முயன்று பேச்சைத் தொடர்ந்தார்.

“ஒடுக்கப்பட்ட மக்கள் டீக் குடிக்கறத நா மறுக்கல. ஏன்னா, டீக்குடிக்க வெக்கறதுக்கு எஸ்டேட் மொதலாளிங்க என்னென்ன தந்திரம் செஞ்சாங்கன்னு உங்களுக்குத் தெரீமா. தேயில விற்பனையப் பெருக்கறதுதான் அவங்களோட நோக்கம். அதுக்காக எல்லாத் தரப்பு மக்களையும் டீக் குடிக்கற பழக்கத்துக்குக் கொண்டுவர முயற்சி பண்றாங்க. அதுக்கு ஒடுக்கப்பட்ட மக்களும் விதிவிலக்கில்ல. என்ன ... கடைசித்தரமான டீத்தூள் அவுங்களுக்குக் கெடைக்கும். சமூகத்துல கடைக்கோடி மனுசன் குடிக்கற ஒரு டீயில் இருந்தும் லாபம் மொதலாளிங்களுக்குப் போய்ச் சேருது தோழர் ...”

தோழருடைய வாதம் சின்னப் பிரச்சினையைப் பிரபஞ்ச பிரச்சினையோடு இணைத்துக் காண்பதாக இருந்தது. டீக் குடிப்பதை நியாயப்படுத்தி எந்த வாதத்தையும் வைக்க முடியாதவனாக நான் இருந்தேன். நான் யோசிக்கத் தொடங்கியதும் இது ஒன்றை வைத்தே என் ‘குட்டி பூர்ஷ்வா’ மனப்பான்மையைக் கிள்ளி எறிந்துவிட முனைந்தார். மேலும் அடுக்கடுக்கான வாதங்களையும் முடிவில் கேள்விகளையும் எழுப்பினார். எல்லாவற்றையும் பொறுமையாகக் கேட்டுக் கொண்டிருந்துவிட்டுப் பரிதாபமாகக் கேட்டேன்.

“எல்லாம் சரிதான் தோழர். இன்னக்கி மட்டும் ஒரு டீக் குடிச்சரலாம்.”

அவர் இவ்வளவு நேரம் பேசியும் மனம் மாறாமல் நான் இருப்பதைக் கண்டு திகைத்துப் போனார். ஆகவே வாதத்தால், பேச்சால் எனக்கு உணர்த்த முடியாது என்பதை உணர்ந்து அனுபவரீதியாக உணர்த்துவது என்று முடிவு செய்துவிட்டார்.

“இங்க பாருங்கள் தோழர் ... இன்னக்கி ஒருநாள் டீக் குடிக்காம இருங்க. வெளிக்கி வருதா இல்லயான்னு பாக்கலாம்... வர்லீன்னா நாளக்கி நானே டீ வாங்கிக் குடுக்கறன்.”

என் முகத்தில் தோன்றிய பரிதாபக் களை அவரை இறங்கிவரச் செய்தது. இன்னும் சிறிது சலுகை கொடுக்க முடிவு செய்தார்.

“ஒருநாள் கூட வேண்டாந் தோழர். சாயந்திரம் வரைக்கும் பாக்கலாம். வெளிக்கி வரலைன்னா நானே உங்களுக்கு டீ வாங்கித் தர்றேன்.”

இங்கு வந்த முதல்நாளே என் குட்டி பூர்ஷ்வா மனப்பான்மைக்குத் தக்க தண்டனையைத் தோழர் பி.எம். கொடுத்துவிட்டார். அவர் முடிவு எனக்கும் சரியாகப்பட்டது.

எப்படியும் மாலையில் டீக் குடித்துவிடலாம் என்னும் நம்பிக்கை வந்தது. மீண்டும் குடியிருப்புக்குள் நுழைந்தோம். எனக்குக் கொஞ்சம்கூட உற்சாகமே இல்லை. கட்சியின் பயிற்சிக்கே வந்திருக்கக் கூடாதோ என்று நினைத்தேன். சாதாரணமான ஒரு டீக்குக் கட்டுப்படுத்திக்கொள்ள முடியவில்லை என்றால், புரட்சிக்காகச் செய்ய வேண்டிய பெரிய பெரிய தியாகங்களை என்னால் செய்ய முடியுமா? என்னுடைய உணர்வு மிகவும் குறைபாடு கொண்டதாக எனக்குப் பட்டது. தோழர் வைத்திருக்கும் சோதனை என்னை வளர்த்தெடுப்பதற்கான முதல் முயற்சியாக இருக்கக்கூடும். இதில் வெற்றி பெற்றுவிட்டால் இனிமேல் டீயே குடிக்கக்கூடாது எனத் தோழர் கட்டளை பிறப்பித்து விடலாம். எனக்குள் ஒரே குழப்பம். திரும்பத் திரும்ப யோசித்தபோது எனக்குள் ஒரு பட்டிமன்றமே நிகழத் தொடங்கிவிட்டது. தலைப்பு: 'வாழ்வில் முன்னுரிமை பெறவேண்டியது கட்சியா? டீயா?' இன்னும் கூர்மைபடுத்தினால் 'புரட்சியா? டீயா?' டீயை மனம் விரும்பினாலும் கண்டிப்பாகப் புரட்சியை ஆதரிக்காமல் இருக்க முடியுமா? இரண்டும் தேவைதான் என்று சமாதான முடிவை மேற்கொண்டால் தோழர் பி.எம். கேட்கும் கேள்வி இப்படி இருக்கும்.

"அப்பப் புரட்சிக்கும் டீக்கும் சம அந்தஸ்து குடுக்கறீங்களா?"

தோழருக்கு என்ன பதில் சொல்ல முடியும்? எதுவும் பேசாமலே நடந்தேன். நான் உள்ளுக்குள் சிந்திப்பதற்குச் சந்தர்ப்பம் கொடுக்க விரும்பித் தோழர் பி.எம். என்னைக் கலைக்காமல் நடப்பதாகத் தோன்றியது. மீண்டும் பழைய இடத்திற்கே சென்றோம். வாய் கொப்பளித்து முகம் கழுவினோம். ஓலைத் தடுக்கைத் திறந்துகொண்டு உள்ளே சென்று இரண்டு குண்டாக்களில் பழைய சோற்றை ஊற்றி எடுத்து வந்தார். வயிறு கபகப என்றிருந்தது. சோற்றைக் கரைத்துக் குடித்ததும் வயிறு குளிர்ந்தது... பழைய சோறு. நல்ல மணம். புளிப்பும் அவ்வளவாக இல்லை. கடித்துக்கொள்ள ஊறுகாய்த் துண்டோ சின்ன வெங்காயமோ இருந்திருக்குமென்றால் சுவை வெகுவாகக் கூடியிருக்கும். சோறும் கடகடவென்று வயிற்றுக்குள் இறங்கியிருக்கும். என்னைப் போலவே தோழர் பி.எம். மும் நினைத்தாரோ என்னவோ சொன்னார்.

"இதுதான் தோழர். தொட்டுக்க ஒரு ஊறுகாகூட இல்லாத சனங்க. இவங்ககிட்ட டீக்குடிச்சாத்தான் வெளிக்கி வரும்னு சொல்லிப் பாருங்க. சிரிப்பாங்க."

தோழரைப் பார்த்து அசட்டுச் சிரிப்பு சிரிப்பதைத் தவிர ஒன்றும் செய்ய முடியவில்லை. அவர் மேலும் சொன்னார்:

"டீக் குடிச்சாத்தான் வெளிக்கி வரும், சிகரெட் பீடி குடிச்சாத்தான் வரும்னு சொல்றவங்கள நானும் பாத்திருக்கறன். அதெல்லாம் டீக் குடிக்கவும் சிகரெட் குடிக்கவும் சொல்ற சாக்குத்தான். நெஜங்கெடையாது."

"அப்படியா சொல்றீங்க?" என்றேன்.

"ஆமாங்க தோழர், பழக்கம் நமக்கானதா இருக்கறது போயி நாம பழக்கத்துக்கு ஆனவங்களா மாறீர்றது. அதனால மனசு அப்படித் தந்திரம் பண்ணுது."

தோழர் பி.எம். உளவியல் அடிப்படையிலும் இந்தப் பிரச்சினையை அணுகுகிறார். வயிற்றுக்குள் போன பழைய சோறு சற்றே தலையைச் சாய்த்தால் பரவாயில்லை என்று எண்ண வைத்தது. கட்டில் குத்துக்காலில் தலை வைத்துப் படுத்தேன். இன்னொரு கட்டிலைப் போட்ட தோழர் அதன் நடுவில் சம்மணம் இட்டு உட்கார்ந்து புத்தகத்தைப் புரட்டிக்கொண்டே சொன்னார்:

"கொஞ்ச நேரம் பாருங்க. தானா வரும். உள்ள இருக்கறது வெளியில வந்துதான ஆவணும் தோழர்."

அதுதானே. உள்ளே இருப்பது வெளியில் வந்துதானே ஆகவேண்டும். இந்தத் தர்க்கம் எப்படி எனக்குத் தெரியாமல் போயிற்று? இந்த ஒரே நாளில் டீக் குடிக்கும் பழக்கத்தை ஒழித்துவிடுவதன் மூலமாக என்னைக் குட்டி பூர்ஷ்வா மனப்பான்மையிலிருந்து விடுவித்துவிடலாம் என்று தோழர் பி.எம். கங்கணம் கட்டிக்கொண்டிருந்தது தெளிவாகத் தெரிந்தது. கண் கிறுகிறுத்து அசதி கூடியது. அது டீக் குடிக்காத காரணத்தால்தான் என்று நினைத்துக்கொண்டேன். தோழர் பி.எம். சிறிது நேரம் கழித்து எங்காவது கிளம்பிச் சென்றுவிடலாம். அவருக்கு எத்தனையோ வேலைகள் இருக்கும். அவர் போய்விட்டு வருவதற்குள் நடையை சற்றே எட்டிப் போட்டால் டீக்கடைக்குப் போய் வந்துவிடலாம். யார் கண்டார்கள்? ஆதரவாளராக இருக்கும் இந்த வீட்டுத் தோழரே டீக்குடிப்பவராக இருக்கலாம். உள்ளே தேடிப் பார்த்தால் ஏதாவதொரு சின்ன டப்பாவில் டீத்தூளோ காப்பித் தூளோ இருக்கவும் செய்யும். இங்கேயே கடுங்காப்பி போட்டுக் குடித்துவிடலாம். எதற்கும் தோழர் பி.எம். கொஞ்சம் நகர்ந்தால் ஆகும். மெல்லத் தூண்டில் போட்டேன்.

"வேறெங்காச்சும் போற வேலையிருக்குதா தோழர்?" என்னுடைய திட்டங்களைத் தெரிந்துகொண்டவர்போல ஒற்றைச் சிரிப்போடு, "இல்லீங்க தோழர், சாயங்காலம் வேல முடிஞ்சு சனங்க எல்லாரும் வரணும். அவுங்களைப் பாக்கணும்.

பேசணும். அதுதான் வேல தோழர். அதுவரைக்கும் படிச்சுக் குறிப்பெடுக்க வேண்டியதுதான். நீங்கள் எதுனா படிக்கறீங்களா. புத்தகம்வேண்ணா இருக்குது" என்றபடி பையை எடுத்தார். நான் சட்டென்று "இப்ப வேண்டாம். அப்பறம் படிக்கறன் தோழர்", என்றேன். அவர் மேற்கொண்டு வற்புறுத்தவில்லை. அதுவே ஆசுவாசமாக இருந்தது. கண்களை மூடினேன். வயிற்றை நோக்கிக் கவனம் திரும்பியது. சோறு உள்ளே இறங்கியவுடன் ஏதாவது மாற்றம் நிகழ்கிறதா. வயிறு வலிப்பது போலவும் தோன்றவில்லை. சோற்றின் அழுத்தம் கழிவை வெளித்தள்ளிவிட வேண்டும். என் தர்க்கத்திற்கு மசியாமல் வயிறு கல்போன்றிருந்தது. கொஞ்சம் பொருமலாக இருப்பதாகவும் பட்டது. ஏப்பம் சரியாக வரவில்லை. ஒரே மந்தம். கைகால்கள் அசைவதற்கே விருப்பம் இல்லாமல் இருந்தன. தலையும் பெரிய பாறாங்கல்லைப் போல் கனத்தது. எப்படியோ சிறிது நேரத்தில் தூங்கிப் போய்விட்டேன்.

திரும்பவும் விழித்தபோது வெயில் ரொம்பவும் உறைப்பாக இருந்தது. மேலெல்லாம் வியர்வை வழிந்து கசகசத்தது. தோழர் பி.எம். மைத் திரும்பிப் பார்த்தேன். பழைய நிலையில் புத்தகத்தை விரித்தபடியே உட்கார்ந்திருந்தார். அவர் படித்துக் கொண்டிருக்கையில் நான் அசந்து தூங்கியிருக்கிறேனே என்னும் குற்ற உணர்வோடு எழுந்தேன். நான் விழித்ததைக் கண்டதும் தோழர் பி.எம். ஆவலோடு என்னைப் பார்த்துக் கேட்டார்.

"என்னங்க தோழர், வர்றாப்ல இருக்குதா?"

கொஞ்சம் நிதானமாக யோசித்தேன். வயிறு பழையபடியே தான் இருப்பதாகப் பட்டது. என்றாலும் லேசாக இளகி இருப்பதுபோலப் பாவித்துக்கொண்டேன். 'முயன்றால் முடியும்' என நம்பிக்கை வரவழைத்துத் தைரியப்பட்டேன். தோழரை முழுக்க அவநம்பிக்கையில் தள்ளக்கூடாது. 'வாழ்க்கையில நம்பிக்கை வேணுந் தோழர்' என்று அதைப் பற்றித் தோழர் பி.எம். பேசத் தொடங்கிவிடலாம். ஆகவே சொன்னேன்:

"கொஞ்சம் வர்றாப்ல தெரிது தோழர்"

உடனே தோழர் பி.எம். உற்சாகமாகிவிட்டார். அவர் முகத்தில் பிரகாசம். கட்டிலின் கீழே இருந்த பெரிய சொம்புத் தண்ணீரை எடுத்தார். 'இதக் குடியுங்க தோழர்' என்றார். வாங்கிக் குடிக்க முயன்றேன். ஓரளவு தாகமாகவும் இருந்ததால் அரைவாசியைக் குடிக்க முடிந்தது. சொம்பைக் கீழே வைக்க முயன்றபோது 'இன்னங் கொஞ்சங் குடிச்சிருங்க' என்று ஊக்கமூட்டினார். அதற்குமேல் முடியவில்லை. குமட்டியது. உள்ளே போனதும்கூட

வெளியே வந்துவிடும். "போதுந் தோழர்" என்றேன். என் குரலின் கெஞ்சல் அவரை மேலும் வலியுறுத்தவிடாமல் செய்துவிட்டது.

"அப்படியே கொஞ்ச தூரம் நடக்கலாம் வாங்க", என்று அழைத்தார்.

இரண்டு பேரும் மெல்ல நடந்தோம். டீயைப் பற்றித் தோழர் பி.எம். எதுவும் பேசவில்லை. எனக்கு நினைவூட்டக்கூடாது என்று நினைத்திருப்பார். ஆனால் சந்தோசத்தோடு பேசிக்கொண்டே வந்தார். அவர் பேச்சு முழுவதும் அந்தப் பகுதி மக்களைப் பற்றியும் அவர்களை அமைப்பாக்கக் கட்சி கொடுத்த வழிகாட்டல்கள் பற்றியும் அமைந்திருந்தது. சீமைக் கருவேல முட்கள் நிறைந்திருந்த பள்ளத்தைப் பார்த்ததும் மேட்டிலேயே நின்று கொண்டு தோழர் பி.எம். சொன்னார்.

"மறவாப் போங்க தோழர். இறுக்கமா வயித்த வச்சுக்க வேண்டாம். சாதாரணமா ரிலாக்சா இருங்க... வந்துரும்."

அவர் கொடுத்த தைரியத்தைத் துணைகொண்டு களமிறங்கினேன். வயிற்றில் தண்ணீர் குலுங்கியது. அடர்த்தியான முள் மறைப்பாகப் பார்த்து உட்கார்ந்தேன். அங்கிருந்து பார்க்கத் தோழர் பி.எம். மின் உருவம் தெரியவில்லை. கிட்டத்தட்ட நான்கு சுவர்களுக்கு இடையே இருப்பதாகவே உணர்ந்தேன். வயிறு கொஞ்சம் இளகி வருவதாகவும் தோன்றியது. மூச்சை அடக்கியபடி முயன்றேன்.

கடைசியாகத் தோழர் பி.எம். ஓரளவு வெற்றி பெற்றார்.

●

கவிதாசரண், செப். – அக்., 2003

கடைசி இருக்கை

பின்னாலிருந்து இடைவிடாமல் வந்து கொண்டிருந்த ரீங்காரம் போன்ற முணு முணுப்புத்தான் என்னை எழுப்பிவிட்டது. வெகுநேரம் ஆழ்ந்து தூங்கியிருந்தேன். ஜன்னல் வழியாக எந்த ஊர் என்பதைப் பார்க்க முயன்றேன். வெறும் இருள். காட்டுப் பகுதியாக இருக்கும். மணி ஒன்றைத் தாண்டியிருந்தது. அப்படியென்றால் பேருந்து விழுப்புரத்தைக் கடந்திருக்க வேண்டும். எங்கெங்கே நின்றுவந்ததோ, எந்தப் பாடாவதி ஓட்டலில் கால்மணி நேரம் போட்டானோ, எதுவும் எனக்குத் தெரியவில்லை. சென்னையிலிருந்து புறப்பட்டுத் தாம்பரம் வருவதற்குள் உறக்கம் என்னை இழுத்துக்கொண்டது. பேருந்தில் ஏறிக் கொஞ்ச நேரத்தில் கண்கள் கிறங்கிவிடுவது வழக்கம். பொல்லாத தூக்கத்திற்காகவே சாய்ந்துகொள்ள வசதியான இருக்கையாகப் பார்த்துக்கொள்வது. அதைவிட முக்கியம், அரசு விரைவுப் பேருந்தாகப் பார்ப்பது, மெதுவாகப் போனாலும் பரவாயில்லை. உறக்கத்திற்குக் கேடு தரும் குலுங்கலோ, சட் சட்டென்று பிரேக் போடும் அவஸ்தையோ இருக்காது. இருக்கையும்கூட இருவர் உட்கார்வதாக இருக்கும். மற்ற பேருந்துகளில் மூன்று இருக்கைகள் போட்டிருப்பான். முன்னால் காலை நீட்டினால் முட்டி பெயர்ந்துபோகும்.

சேலம் போய்ச் சேர இன்னும் எவ்வளவோ தூரம் இருக்கிறது. வெகுநேரம் தூங்கலாம். ஆனால் இந்த முணுமுணுப்பு நிற்பதாக இல்லை. பொருளற்று வெற்றொலி மட்டும் காதுகளில் விழுந்து குடைந்து

கொண்டிருந்தது. பொருட்படுத்தாமல் இருக்க முயன்றும் முடியவில்லை. என் காதுகளை நோக்கியே திட்டமிட்டு வீசப்படுவது போலிருந்தது. தலையை அசைத்துப் பார்த்தும் இருக்கையில் ஓரத்திற்கு நகர்த்தியும்கூடத் தப்பிக்க இயலவில்லை. சிறிது இடைவெளிவிட்டு என்றாலும் கேட்டுக்கொண்டேயிருந்தது. தப்பிக்கும் முயற்சி கைகூடவில்லை என்றாலும் மனம் அதைக் கொஞ்சமாகக் கவனிக்கத் தொடங்கிவிட்டது. முதலில், இருவேறு குரல்கள் அந்த முணுமுணுப்பில் சம்பந்தப்பட்டிருப்பதை உணர முடிந்தது. தெளிவாகக் கேட்கையில் அது ஒரு பெண்ணின் குரலாகவும் சிறுவனின் குரலாகவும் பிரிந்தது. முணுமுணுப்பு ஓர் உரையாடல்.

"டேய்... பேசாம வந்து தொலைய மாட்ட"

பெண்குரலில் எரிச்சலும் சலிப்பும். அதைவிட அதட்டல் தொனி நிரம்ப. எதிர்க்குரல் மறுபேச்சுப் பேசவில்லை. மௌனம். இனிக் குரல்கள் நின்று இதே மௌனம் நீடித்துவிடும் என்று தோன்றுகையில், மிகச் சன்னமாக ஆனால் பையனுடையது என்பதை அறியும் கூறுகளுடனான அந்தக் குரல் ஒலித்தது.

"அம்மா... ஆய் வருது"

தயங்கித் தயங்கி ரொம்பவும் பயத்துடன்தான் குரல் வந்தது. என் தூக்கத்தைக் கலைத்துவிட்டது என்று சொன்னால் எவ்வளவு நேரமாக இந்த உரையாடல் நடந்திருக்க வேண்டும்? அம்மாவின் அதட்டல்களையும் மீறிக் கெஞ்சுதலோடு குரல். அம்மா என்ன செய்வாள்? மீண்டும் அதட்டுவதைத் தவிர. அதட்டலுக்கு அடங்குமா.

எனக்குத் தூக்கம் முற்றிலுமாகக் கலைந்துவிட்டது. அதை வரவைப்பது அத்தனை சுலபம் இல்லை. எனக்கு அருகில் இருந்த அரைக்கிழடு நன்றாகக் குறட்டைவிட்டுக்கொண்டிருந்தது. விடிவிளக்கின் மெலிந்த வெளிச்சத்தில் கிழடின் முகம் தெரியாமல் இருந்ததால் மனசுக்குச் சந்தோசம். இருக்கைக்கு மேலே தலையுயர்த்தித் திரும்பிப் பார்த்தேன். லேசாக மேலெழுந்ததில் பின்னிருக்கை உருவங்களைப் பார்க்க முடிந்தது. இரண்டு பெண்கள். அவர்களின் மடியில் மூட்டையா குழந்தையா என்பதைச் சட்டென்று கண்டுபிடிக்க இயலாத வகையில் இரண்டு குழந்தைகள். இருவருக்கும் நடுவில் இருந்த மரக் கைப்பிடி தூக்கி விடப்பட்டிருந்தது. அந்த இடத்தில்தான் சிறுவன் உட்கார்ந்திருந்தான். மங்கலான ஓவியம் ஒன்றைப் போலத்தான் இந்தக் காட்சி எனக்குத் தெரிந்தது. எல்லோரும் அயர்ந்து தூங்கும் இந்த நள்ளிரவில் சிறுவன் விழித்துக்கொண்டு

வருகின்றான் என்றால், அவன் அவஸ்தை உண்மையாகத்தான் இருக்க வேண்டும். மடியில் இருக்கும் குழந்தையிடமிருந்து அம்மாவின் கவனத்தைத் திருப்பும் தந்திரம் இப்போது அவனுக்குத் தேவையில்லை. அவன் மீண்டும் சொன்னான்.

"அம்மா ... ஆய் வருது"

இதைச் சொல்லும்போது அவன் கண்களில் கண்ணீர் முட்டிக்கொண்டிருக்கும் என்று ஊகித்தேன். சிறுவனின் குரலும் உருவமும் ஆறேழு வயதுக்குள் இருப்பான் என்று காட்டின. இந்த வயதில் மலப்புழையைச் சுருக்கிச் சுருக்கி உள்ளே அடக்கிக்கொள்ளும் வித்தை தெரிந்திருக்குமா அவனுக்கு? அது இயல்பாக வரக்கூடியதுதானே என்று தோன்றியது. அப்படிச் செய்தும் அடங்காமல் முட்டிக்கொண்டு வருவதை என்ன செய்வது? அந்தச் சிறுவனின் கஷ்டம் யோசிக்க யோசிக்க என்மேல் ஏறிக்கொண்டிருந்தது. அவன் அம்மா பழைய பதிலையே கொஞ்சம் மாற்றிச் சொன்னாள்.

"கம்முனு வாடா ... பஸ் எங்கனா நிக்கும். போலாம்" அவனைச் சமாதானப்படுத்துவதுபோல இருந்தாலும் எதுவும் செய்ய இயலாமைதான் சிறுவனின் மேல் எரிச்சலாக விழுந்தது. இந்தப் பதிலும் அவனை ஓரிரு நிமிடங்களுக்கே கட்டுப்படுத்தும். அதேபோல் சில நிமிடங்களில் அழுகை பீறிட்ட குரலோடு "அம்மா ... ஆய் வருது" என்றான்.

பேச்சுக்குப் பின்னால் அழுகை தொடர்ந்து கொண்டே யிருந்தது. பேருந்து என்பதையும் இரவு என்பதையும் உணர்ந்து மெல்லிய விசும்பலாக அழுகையை உருவாக்கிக்கொண்டிருந்தான்.

அம்மாவின் சமாதானங்களை எதிர்கொள்ள அவனுடைய ஆயுதத்தை எடுத்துக்கொண்டுவிட்டான். அம்மா இனிமேல் என்ன செய்வாள்? அவனை அடிக்கலாம். அடிப்பதால் என்னவாகும்? அழுகை கூடும். அது பேருந்தில் இருப்பவர்களையெல்லாம் விழித்துக்கொள்ளச் செய்யும். எல்லோருக்கும் விஷயம் தெரியவரும். தூக்கம் கெட்டுப்போன எரிச்சலில் எத்தனை திட்டுக்கள் அவளுக்கு விழுமோ. என் கற்பனை விரிந்து காட்சிகளை உற்பத்தி செய்தது. ஆனால் அதுபோல் ஒன்றும் நடக்கவில்லை.

சிறுவனின் அழுகை கேட்டு இன்னொரு பெண் விழித்துக் கொண்டாள். முதியவள் என்பதைக் குரலும் செயலும் தெரிவித்தன. கிழவியின் குரல் கனமாக வந்தது.

"என்னத்துக்கு அழுவறான்"

கிழவியின் கேள்விதான் தெளிவாக வந்ததே தவிர, பதில் சொன்னவளின் பேச்சு முணுமுணுப்பாக மட்டுமே கேட்டது. கிழவி சிறுவனிடம் கேட்டாள்.

“என்னடா”

“ஆயா ... ஆய் வருது”

கிழவி அவனுக்கு ஆறுதலாக ஏதாவது செய்வாள் என்று பரிதாபமாக அழுகையைக் கூட்டிக்கொண்டு சொன்னான்.

“போற பக்கத்துலதான் உனக்குப் பேழ வருமா”

சலிப்போடு சொன்னாலும் கிழவி எதையாவது செய்வாள் என்று நினைத்தேன். மடியிலிருந்த குழந்தையை எடுத்து இருக்கையில் படுக்க வைத்தாள். தள்ளாட்டத்தோடு நின்றுகொண்டு மயிரை அவிழ்த்து முடிந்துகொண்டாள். தூக்கத்திலிருந்து எழுந்த அசரிக்கை முழுவதுமாகப் போய்விடவில்லை. முன்னும் பின்னும் பார்த்துவிட்டுக் கம்பிகளைப் பிடித்துக்கொண்டு முன் பக்கமாகப் போனாள். நடுவில் படுத்திருந்த யாருடைய உடம்பையோ மிதித்துவிட்டாள்போல, திடீரென்று சத்தம் கிளம்பியது. கீழே படுத்திருந்தவன் ஒரு ஆள்.

“கீழ படுத்திருக்கிறதுகூடக் கண்ணுத் தெரீல. முண்டம்”

கிழவி அவனை அழுத்தமாகவே மிதித்திருக்கிறாள். இல்லாவிட்டால் ‘முண்டம்’ என்ற கடுமையான வார்த்தையை அவன் பயன்படுத்தத் தேவையில்லை. தூக்கம் கலைக்கப்பட்ட வெறியில் கத்தினானோ என்னவோ. ‘முண்டம்’ என்ற சொல் கிழவிக்கு ‘முண்டை’ என்று காதில் விழுந்துவிட்டது. ஆக்ரோசமான சண்டைக்குத் தயாராகிவிட்டாள்.

“எடுபட்ட நாயி ... ஆரப் பார்த்துடா முண்டைங்கற”

“முதிச்சதும் இல்லாத சண்டைக்கு வர்றயா”

“உங்கிட்டச் சண்டைக்கு வர்றாங்க. போற பாதைல படுத்துக் கெடப்பீன்னு கெனாவா கண்டன் நான்”

‘இப்பப் பஸ் நின்று லைட்டுப் போட்டா இருக்கறாங்க. இருட்டுல ஆரு வரச் சொன்னா குருட்டு முண்டத்த”

அவரவர் பங்குக்குத் தர்க்க ரீதியான வாதங்களை முன்வைத்தும் திட்டுச் சொற்களை ஏகமாகப் பயன்படுத்தியும் சண்டையைத் தொடரவும் பெரும்பாலான பயணிகளுக்கு விழிப்பு வந்துவிட்டது. ஆனாலும் என் பக்கத்திலிருந்த கிழத்திடம் எந்த அசைவுமில்லை. சத்தம் வந்த இடத்திற்கு அருகில்

இருந்த விளக்கைப்போட்டு விட்டு நடத்துநர் கோபத்தோடு விரைந்து வந்தார். எல்லோருக்கும் எதற்காகச் சண்டை என்று தெரிந்துகொள்வதில் ஆர்வமில்லை. 'ஏதோ சண்டை, தூக்கத்தைக் கெடுக்க' என்பதோடு நிறுத்திக்கொண்டு எரிச்சல்பட்டு முனகினர். நடத்துநர் பொதுவாகப் 'பேசாம போவ மாட்டீங்க. நடுராத்திரியில நாய்ங்களாட்டம் கத்திக்கிட்டு' என்றார்.

கிழவி அவள் பக்கத்து நியாயத்தை எடுத்துச் சொன்னாள்.

"கொழந்தக்கி ஆய் வருதுன்னு செத்த பஸ்ஸ நிறுத்தச் சொல்லலாம்னு வந்தன்…" அதற்கு மேல் அவள் சொல்லவந்தது எதையும் கேட்கும் மனநிலையில் அவரில்லை. கிழவி சொன்னதே 'அவள் மீதுதான் தப்பு' என்று நிரூபிப்பதற்குப் போதுமானதாயிருந்தது. போக்குவரத்து விதிகளை எல்லாம் சொல்லி நடத்துநர் கிழவியைப் பேச ஆரம்பித்துவிட்டார்.

"உங்க இஷ்டத்துக்கு நிறுத்தறதுக்கு இது என்ன உங்கூட்டு பஸ்ஸா. அதெல்லாம் முடியாது. கண்ட கண்ட நேரத்துக்கு வந்தர்றீங்க"

"பஸ்ல போறமேன்னு இல்லாம கொழந்தைக்கிக் கண்டதையும் வாங்கித் தர்றது. அப்புறம் பஸ்காரன நிறுத்து நிறுத்துன்னு கெஞ்சறது…"

"அடக்கி வெச்சுக்கிட்டு வந்து சேலம் போயிப் பேழச் சொல்லு…"

கிழவி ஒரு வார்த்தை பேசினால் நடத்துநர் பல வார்த்தைகள் பேசினார். கிழவியால் மிதிபட்டவர் வேறு வெள்ளையும் சொள்ளையுமாக அவர் பக்கத்தில் நின்றுகொண்டிருந்தார். ஏதோ அவருக்கு இழைக்கப்பட்ட கொடுமைக்கு அவர் சார்பாகத்தான் நடத்துநர் வாதாடுகிறார் என்னும் பாவனையில் எதுவுமே பேசவில்லை. கிழவி பின்வாங்க வேண்டித்தான் வந்தது. உரக்கப் பேசிக்கொண்டே திரும்பி வந்தாள். இன்னொரு பெண், கிழவி இப்படி எல்லோருக்கும் தெரியும்படியாகக் கத்தி மானத்தை வாங்குகிறாளே என்று மிகவும் வேதனைப்பட்டு வாய்க்குள்ளேயே முனங்கிக்கொண்டிருந்தாள். பையனின் அழுகை இவர்களின் சத்தத்தில் எடுபடாமல் இருந்தது. இருக்கைக்கு அருகே வந்ததும் 'உன்னால தாண்டா… எச்சக்கல நாயி எடுபட்ட நாயிக்கிட்டயல்லாம் ஒரு பேச்சு வாங்க வேண்டியிருக்குது' என்று சொல்லிச் சிறுவனின் கன்னத்தில் இடித்தாள் கிழவி. அவன் அழுகை சற்றே உயர்ந்தது.

சில நிமிடங்களில் பேருந்து பழையபடி மௌனமானது. விடிவிளக்கு வெளிச்சம், தூக்கம் என்றாகியும் கிழவி

வாய்க்குள் முனங்குவதை விடவில்லை. சில சமயங்களில் முனகல் அவளையறியாமல் திடீரென்று உயரவும் செய்தது. பையனைவிடவும் மிதிபட்ட ஆளும் நடத்துநரும் அவளுக்கு முதன்மையாகிப் போனார்கள். இன்னொரு பெண் அவமானப்பட்ட உணர்வோடு மெல்ல ஏதோ கிசுகிசுத்தாள். அதற்குப் பின் கிழவியின் முனகல் அடங்கிப்போயிற்று. ஆனால் பையன் தொடர்ந்துகொண்டிருந்தான்.

"ஆயா … ஆய் வருது"

ஆயாவால்தான் ஏதாவது செய்ய முடியும் என்னும் நம்பிக்கை அவனுக்கு வந்திருந்தது. அவனுடைய குரலும் அழுகையும் மிகுந்த பரிதாபத்துக்கு உரியனவாக இருந்தன. இதற்கு மேலும் கட்டுப்படுத்திக்கொள்ள முடியாது என்னும் துடிப்பு அதில் வெளிப்பட்டது. கிழவியாலும் இப்போது செய்ய முடியும்? 'மூடிக்கிட்டுவாடா' என்று அதட்டல்போட்டாள். குரல் எதுவும் பையன் எழுப்பவில்லை என்றாலும் அழுகை தொடர்ந்துகொண்டேயிருந்தது. அனேகமாகப் பாதிப் பேருந்துவரை அவனுடைய அழுகையின் ரீங்காரம் சென்று சேர்ந்திருக்கும். எதிர்வினை எதுவும் இல்லாமல் அழுகை கரைந்து போயிற்று.

கொஞ்ச நேரத்தில் சிறிய நகரம் போன்ற ஊர் வந்தது. அங்கே நிறுத்துவதற்காக ஓட்டுநர் விளக்கைப்போட்டார். இறங்கும் சிலர் முன்பக்கத்தில் எழுந்தனர். விளக்கு வெளிச்சம் படர்ந்ததும் கிழவிக்கு நம்பிக்கை வந்தது. எப்படியும் இங்கே நிற்கும். நடத்துநரிடம் கெஞ்சிக் கேட்டால் சில நிமிடங்கள் தாமதிப்பார் என்று நினைத்தாள் போல. பையனின் கையைப் பிடித்துப் பேருந்தினுள் மெல்ல நகர்த்திக்கொண்டே முன்னால் போனாள். பேருந்து நின்றதும் சிலர் இறங்கினார்கள்; ஏறினார்கள். கிழவி நடத்துநரிடம் கெஞ்சிக்கொண்டிருந்தாள்.

"அய்யா … ஒரு நிமிசம் நிறுத்தய்யா … பையன் ரொம்பக் கஷ்டப்படறான்யா"

கிழவி ரொம்பவும் கீழிறங்கித் தயவாகக் கேட்டாள். அது நடத்துநருக்குத் தன் ஸ்தானத்தை உயர்த்திக்கொள்ளத் தோதாகப் போய்விட்டது. அவருடைய அங்க அசைவுகளும் ஒருமை விளிப்பும் கிழவியைக் கேவலப்படுத்துவதாக இருந்தன. அப்படியும் அவள் கெஞ்சுவதை விடவில்லை. ஆனால் நடத்துநரோ கொஞ்சம்கூட மசிவதாயில்லை. கிழவி ஓட்டுநரைப் பார்த்து சிபாரிசுக்குப் போனாள்.

"டிரைவர் தம்பி… உம் பிள்ளையாட்டம் நெனச்சு எரக்கம் காட்டுப்பா"

பையனையும் கிழவியையும் பார்க்கவும் இந்த விஷயமும் அவர்களுக்குக் கேலிக்குரியதாய்ப் போய்விட்டது. கிளம்பி விளக்கை நிறுத்திய பின்னும் சத்தம் போட்டுச் சிரித்து இதைப் பேசிக்கொண்டிருந்தார்கள். பயணிகளுக்கிடையிலும் கசமுசாவென்று இது பேச்சுப் பொருளாயிற்று. கிழவிக்கு எல்லோரும் சிரித்துப்பேசுவதைப் பற்றி அவமானம் எதுவும் தோன்றியதாய்த் தெரியவில்லை. அவளுடைய மகளோ, மருமகளோ – அந்த இன்னொரு பெண்ணுக்குக் கண்டிப்பாகப் பெருத்த அவமானமாகத்தான் இருந்திருக்கும். கிழவி இருக்கைக்கு வரும்வரைக்கும்கூடக் காத்திருக்காமல் உடனே விளக்கை அணைத்து விட்ட ஓட்டுநரைத் திட்டிக்கொண்டே வந்து சேர்ந்தாள். விளக்கை அணைத்தால்தான் கிழவி போவாள் என்று அவர்கள் கருதியிருக்கக்கூடும்.

இருபுறமும் எந்த வெளிச்சமும் அற்ற காட்டுப் பகுதியில் பேருந்து போவதுபோலத் தோன்றியது. விடிவிளக்கு ஒன்றைத் தவிர உள்ளும் புறமும் எங்கும் இருள். பையனின் விசும்பலும் அழுகையும் பேருந்தின் ஓசையில் அமுங்கிப்போய்விட்டன. ஆனால் எனக்குத் துல்லியமாகக் கேட்டது. அவனுடைய அவஸ்தை கட்டாயம் பொறுக்க முடியாததாகத்தான் இருக்கும். இன்னும் சிறிது நேரத்தில் கால் சட்டையோடு கழிந்து விடுவானோ என்னவோ. அப்படியான ஒரு நிகழ்வைத்தான் நான் எதிர்பார்த்துக்கொண்டிருந்தேன். அவனுடைய சிரமம் கிழவிக்கும் முழுதாகப் புரிந்திருக்க வேண்டும்.

இன்னொரு பெண்ணைப் பார்த்துக் குசுகுசுவென என்னவோ சொன்னாள். அந்தப் பெண் தயங்குவது தெரிந்தது. கிழவி மீண்டும் வலியுறுத்தவே, தயக்கத்தோடு அவள் உடன்படுவது போலிருந்தது. என்ன செய்யப் போகிறாள் என்கிற ஆவலில் நான் கழுத்து வலியையும் பார்க்காமல் கவனித்துக்கொண்டிருந்தேன். அந்தப் பெண் ஏதோ பொட்டலத் தாளைப் பைக்குள்ளிருந்து உருவி எடுத்துக்கொடுத்தாள். இருக்கைக்கு நடுவில் இருந்த இடத்தில் தாளை விரித்துப் பையனை உட்காரச் சொன்னாள். அவள் செயல் கண்டு நான் பயந்துபோனேன். வேண்டாம் எனத் தடுக்கலாமா? ஏனோ எனக்குள் தயக்கமாயும், அதிர்ச்சியாயும் இருந்தது. உட்கார்ந்த விநாடியில் பையன் ‘பொதக்’ என்று பேண்டுவிட்டான். அந்தச் சத்தம் எனக்கு மட்டுமில்லை, வேறு சிலருக்கும் கேட்டிருக்கக்கூடும். என்னத்தைத் தின்றிருப்பானோ தெரியவில்லை. பெருத்த நாற்றம் மூக்கைத் துளைத்தது. வயிறுகெட்டு நாறியிருக்கிறது. எனக்குப் போலவே அரைதூக்கத்தில் இருந்த சிலருக்கும் இந்த நாற்றம் மூக்கிலேறி இருக்க வேண்டும். நேராக எதிர்ப்பக்கத்தில்

இருந்த இருக்கைக்காரர் எழுந்து 'என்ன கருமம் இது' என்று கூப்பாடுபோட ஆரம்பித்துவிட்டார். இருளுக்குள் பையன் இன்னும் உட்கார்ந்து முக்கிக்கொண்டிருந்தான். கிழவி பாந்தமாகச் 'சின்ன பையனய்யா' என்று எதிர் இருக்கைக்காரர்களுக்குச் சமாதானம் சொல்லிக்கொண்டிருந்தாள். சத்தம் பெரிதாக எழ விளக்கைப் போட்டுவிட்டு நடத்துநர் ஓடிவந்து பார்த்தார். மூக்கை மூடிக்கொண்டு 'கருமம் கருமம்', இதுங்களயெல்லாம் பஸ்ல ஏத்துனா இப்படித்தான்' என்று கூப்பாடுபோட்டார். கிழவியைத் திட்ட முயன்றார். அவருக்குச் சரியாக வார்த்தைகள் வரவில்லை.

கிழவி நடத்துநரைச் சமாளிக்கப் பற்களைக் காட்டியபடி மெதுவாக என்னவோ சொன்னாள். மூக்கிலிருந்து கையை எடுப்பதும் திரும்ப வைத்துக்கொள்வதுமாக இருந்தார் அவர். சுற்றிலும் எல்லோரும் மூக்கைப் பிடித்துக்கொண்டு கத்தவும் திட்டவும் ஒரே கூச்சலாகப் போய்விட்டது. அத்தனைக்கும் பையன் சீட்டுக்குள்ளேயே உட்கார்ந்திருந்தான். கிழவி 'எடுத்துப் போட்றனய்ய' என்று சத்தமாக எல்லோருக்கும் சொல்லிக்கொண்டிருந்தாள். அவள் சொற்கள் கூச்சலில் கரைந்து போயின.

"இதுங்களயெல்லாம் இந்த எடத்துலயே எறக்கி உட்ரோணும்"

"பத்துப்பேரு இருக்கிற எடத்துல அசிங்கம் பண்ண எப்படித்தான் மனசு வருதோ"

என்று என்னென்னவோ வசனங்கள். என் பக்கத்துக் கிழம் எப்போது விழித்ததோ தெரியவில்லை. வாயைப் பிளந்தபடி 'போலீஸ் ஸ்டேஷனுக்குக் கொண்டுபோங்கய்யா' என்றது. எல்லாத் தாக்குதல்களுக்கும் கிழவி 'எடுத்துப் போட்றனய்ய' என்பதையே பதிலாகச் சொல்லிக்கொண்டிருந்தாள்.

●

முல்லை, டிசம். 2002 – பிப். 2003

அத்தை வீட்டுக் கோடை

அத்தையின் வீடு செந்திலுக்குக் கொஞ்சம் கூடப் பிடிக்கவில்லை. கதவைத் திறந்தால் உடனே உள்நுழையும் வாகன இறைரச்சல்கள். முகத்தில் வந்து அப்பும் மண் புழுதி. அவற்றைவிட விளையாட வாசலே கிடையாது. தப்பான இடத்திற்கு வந்து சேர்ந்துவிட்டோமோ என்று ரொம்பவும் பயந்துபோனான். ஊரில் பையன்களோடு காடு மேடுகளில் குப்பாங்குதி போட்டுக்கொண்டும் கண்ட கிணறுகளில் ஏற மனமின்றி நாள் முழுக்கக் குதித்துக்கொண்டும் கிடந்தவன், எதேச்சையாக அத்தை கண்ணில் பட்டுத் தொலைந்தான். இழவு காரணமாகவோ எதற்கோ யாரையோ விசாரிக்க வந்தவள் ஆர அமர அம்மாவிடம் பேசிக்கொண்டிருந்தபோது விளையாட்டு முசுவில் இருந்தவன், தண்ணீர் குடிக்க வீட்டுக்கு ஓடிவந்தான். ஆளையும் மேலையும் ஆராய்ந்து அத்தை இப்படிக் கேட்டாள்.

“என்ன பையன இப்படித் திரிய உட்ருக்கற?... அது அம்மாவைக் குறை சொல்வது போலிருந்தது. அம்மா சலிப்போடு சொன்னாள்.

“பள்ளிக்கொடம் ரீவு உட்டுட்டா இவனக் கையில புடிச்சா வெக்க முடியுது? நாயாட்டம் நாள் முழுக்கத் திரியறதுதான் வேல” அத்தை லேசான சிரிப்போடு இப்போது அவனைப் பார்த்துக் கேட்டாள்.

“வாடா ... எங்கூட்டுக்குத்தான் போலாம். நெவுலொனத்தியா ஒரு பத்துநாள் இருந்துட்டு வர்லாம்.”

தண்ணீரைக் குடித்துவிட்டுத் திரும்ப ஓட எத்தனித்தவன் அத்தையின் அழைப்பால் சற்றே நின்றான். அம்மாவின் முகத்தைத் திரும்பிப் பார்த்தான். அப்போது போவது, வேண்டாம் என எதைப் பற்றியும் அவன் தீர்மானித்திருக்கவில்லை. அம்மாதான் பதில் சொன்னாள்.

"இங்க காடெல்லாம் சுத்தித் திரியறவன் ஒரெடத்துல இருப்பானா..?"

"அங்க மட்டும் பிள்ளைங்க இல்லையா... வீதியெல்லாம் குதிச்சுட்டுக் கெடக்குங்க, மஞ்சுளா அதிகமா எங்கயும் போவ மாட்டா... வீட்டுக்குள்ளேயே எதுனா வெளையாடிக்கிட்டு இருப்பா. அதுக்குன்னு அஞ்சாறு வந்து சேர்ந்துரும். இவன் வந்தானா அவளுக்கும் ஒரு வெளையாட்டுத் தொணையா இருக்கும்..."

அத்தைப் பெண் மஞ்சுளாவைப் பற்றித்தான் விவரிப்பு. செந்திலை விட இரண்டு வயது மூத்தவள். அவளோடு என்ன விளையாட முடியும்? அதுவும் பெண்ணோடு. அவனுக்குக் கொஞ்சமும் பிரியமில்லை. அம்மா அவன் என்ன நினைக்கிறான் என்று முகத்தைப் பார்த்தாள். அவன் மனத்தைப் படித்தவளாய் 'இங்கயே திரியட்டும் நாயி' என்றாள் அம்மா. முடிவு வந்துவிட்டதென உணர்ந்து வெளியே ஓடக் காலடி வைத்தபோது, சிரித்துக்கொண்டே அத்தை வேறொரு தூண்டிலைப் போட்டாள்.

"அங்க வந்தா நெல்லஞ்சோறாத் திங்கலாம்..."

இதைக் கேட்டு அம்மாவின் முகம் கூம்பிப்போய்விட்டது. ஆனால், அவன் சிக்கிக்கொண்டான். போகலாம் என்று உடனே புறப்படத் தயாராகிவிட்டான் மனத்திற்குள். அத்தை மேலும் முடிச்சை இறுக்கினாள். "ரண்டு துணிய எடுத்துக்கிட்டுப் பொறப்படு. உங்கொம்மா ஒன்னுஞ் சொல்ல மாட்டா..."

அம்மாவின் மௌனம் எதையும் கண்டுபிடிக்க உகந்ததாக இல்லை. அவன் அப்படியே நின்றான். அம்மா எரிச்சலை உள்ளடக்கிக்கொண்டு 'செரி போடா' என்று அனுமதி வழங்கினாள். பையன் நெல்லஞ்சோறு சாப்பிடட்டும் என்று அவளும் விரும்பியிருக்கக்கூடும். படிப்பில் ரொம்பவும் ஆர்வம் உள்ளவனாகக் காட்டிக்கொள்ள புத்தகம் ஒன்றையும் நோட்டு ஒன்றையும் பையில் திணித்துக்கொண்டான். எந்தக் கோடை விடுமுறைக்கும் எங்கும் போகாதவனாகையால் இப்போதைய பயணம் பெருமை தருவதாகவும் இருந்தது. எதிரில் வந்த பையன்களைப் பார்த்து கர்வத்தோடு சிரித்தான். திருத்தமாகப் புடவை கட்டி நாகரிகமான தோற்றம்கொண்டிருந்த அத்தையின்

பின்னால் நடப்பது சந்தோசமாக இருந்தது. வெயிலிறங்கும் பொழுதில் பேருந்திறங்கி வீடு வந்து சேர்ந்தார்கள்.

முதல்நாள் வாசலையொட்டி இருந்த சிறு திண்ணையில் வெகுநேரம் உட்கார்ந்துகொண்டு கவனித்துக்கொண்டிருந்தான். சாப்பிடவென்று அத்தை கூப்பிட்டபோது மட்டும் உள்ளே போனான். வெள்ளி மீன் போலத் தகதகக்கும் நெல்லஞ்சோறும் குழம்பும் அருமையாக இருந்தன. என்ன கட்டுப்படுத்தியும் முடியாமல் ஆவலோடு சாப்பிட்டான். அத்தை அவன் வேகத்தைப் பார்த்துச் சிரித்ததுகூடத் தெரியவில்லை. மஞ்சு அவனை ஒரு பொருட்டாகவே மதிக்கவில்லை. 'காட்டான்' என்று உதட்டுக்குள் முணுமுணுத்துக்கொண்டாள்.

அடுத்தநாள் வீட்டின் பின்பக்கம் சிறுதோட்டம் இருப்பதைக் கண்டுபிடித்தான். நிறையப் பூச்செடிகளும் சிறு திராட்சைப் பந்தலும் கொண்ட தோட்டத்தில் எதையெதையோ வெட்டிச் செதுக்கினான். தண்ணீர் நிற்கும்படி சுற்றிலும் கட்டினான். பார்த்தால் கையகலத் தோட்டம். அதற்குள் எவ்வளவு வேலை. அன்றைக்கெல்லாம் அத்தைக்கு அவன்மேல் வெகு பிரியமாய் இருந்தது. ஆசை ஆசையாயப் பேசினாள். சோறு போட்டாள். மஞ்சுவைத் திட்டவும் செய்தாள். 'உன்னவிடச் சின்னப்பையன்னாலும் எவ்வளவு பொறுப்பா வேல செய்யறான் பாரு'. மஞ்சுவும் விடவில்லை. 'காட்டானுக்கு வேற என்ன தெரியும்' என்று தாக்கினாள்.

ஆனால், இந்தச் சூழல் இப்படியே நீடிக்கவில்லை. தோட்ட வேலை சீக்கிரம் முடிந்துபோயிற்று. என்ன செய்வதென்று தெரியாமல் அங்கும் இங்கும் திரிந்தவனுக்குப் பொக்கிஷம்போலப் பெரிய பெட்டிக்குள் இருந்து புத்தகங்கள் கிடைத்தன. எல்லாம் 'ராணி' இதழ்கள். அவற்றைத் தீவிரமாகப் படிக்கத் தொடங்கினான். குரங்கு குசலா உருவங்களும் சிறுவர் பகுதியும் அவனுக்கு மிகவும் பிடித்திருந்தன. 'மருதநாட்டு இளவரசி' தொடர்கதை வந்திருந்த இதழ்களை வரிசைப்படுத்திச் சேர்த்துப் படித்தான். ஆனால், படிப்பது சுவாரஸ்யமான வேலையாக இல்லை. நான்காம் வகுப்பு பையனுக்குத் தெரியாத, எழுத்துக்கூட்டியும் புரியாத சொற்கள் பலவாக இருந்தன. அவன் படித்துக்கொண்டிருக்கும் போது 'குரங்கு குசலா படி. உன்ன மாதிரியே இருக்கும்' என்று மஞ்சு கேலிசெய்தாள். வாயிருக்கமாட்டாமல் 'நீதான் குசலா' என்று ஒருமுறை சொல்லிவிட்டான். உடனே கோபித்துக்கொண்டோடி அத்தையிடம் 'என்னய குசலான்னு சொல்றாம்மா' என்று கோள் சொன்னாள். 'நீ கொரங்குன்னு சொல்லு' என்று சொல்லி அத்தை சிரித்தாள். இருந்தாலும் மஞ்சு கோபத்தோடு முகத்தைத் தூக்கிவைத்துக்கொண்டு திரிந்தாள்.

புத்தகங்கள் சலித்துப்போனவுடன் மஞ்சுவும் அவள் தோழர் தோழிகளும் சேர்ந்து விளையாடுவதைக் கவனிப்பான். ஒன்றிரண்டு பேர் இருந்தால் பல்லாங்குழி. நிறையப் பேர் இருக்கும்போது சீட்டு. சீட்டு அவனுக்குச் சுத்தமாகப் புரியவில்லை. கைகளில் சீட்டுக்கள் விசிறியாய் விரிவதைப் பார்ப்பதே நன்றாக இருக்கும். பொம்மைகள், எண்கள் என அனைத்தையும் பார்ப்பான். எதுவும் புரியவில்லை. எனினும் ஈர்ப்புக்குரிய விஷயமாக அவ்விளையாட்டு இருந்தது. அவர்களின் உற்சாகமும் ஆரவாரமும் அவனையும் தொற்றிக்கொள்ளும். ஏதோ ஒரு சந்தர்ப்பத்தில் திடீரென அவன் இருப்பை உணர்ந்தவளாய் மஞ்சு 'நீயும் உக்காருடா, என்று சொல்லிவிட்டாள். அவன் தயங்கினாலும் விருப்பமிருந்தது அது 'எஸ்' விளையாட்டு. அவர்கள் சீட்டை எடு என்றால் எடுத்தான். போடு என்றால் போட்டான். நுணுக்கங்கள் தெரியவில்லை. எல்லா ஆட்டங்களிலும் அவனே கழுதையானான். அவன் முகம் சுண்டிப்போக, அவர்கள் கும்மாளமிட்டுச் சிரித்தனர். மிகுந்த முயற்சியெடுத்து அந்த விளையாட்டைக் கற்றுக்கொள்ள முனைந்தான். ஒருமுறையாவது கழுதையாகாமல் தப்பித்துவிட்டால் அதுவே பெரிய வெற்றியாகும் என நினைத்தான்.

அவனுக்கு அந்தச் சூழ்நிலை பழகிப்போயிற்று. நாளைச் சந்தோஷமாகக் கழிக்கப் பல விஷயங்கள் இருந்தன. அத்தையிடம் கேட்காமலே பண்டங்களை எடுத்துத் தின்னவும் மஞ்சுவை அடித்துக் கிள்ளிச் சண்டை போடவுமெனச் சுதந்திரமாக ஆக்கிரமித்துக்கொண்டான். எல்லாம் பிடித்து அவனுடைய எதிர்கால வாழ்க்கை பற்றிய கனவுகள் விரிந்தன. அம்மாவை அத்தையின் உருவத்தில் வைத்துக் கற்பனை செய்தான். இப்படி எல்லாம் பிடித்துப்போனாலும் இரண்டு விஷயங்களை அவனால் சகித்துக்கொள்ள முடியவில்லை.

முதலாவது, எப்போதும் சட்டையும் கால் சட்டையும் அணிந்துகொண்டே இருக்க வேண்டும் என்பது. கால்சட்டை போடுவது அவன் பள்ளிக்கூடம் போகும்போது மட்டும்தான். மற்ற நேரங்களில் சிறு கோவணத்தைக் கட்டிக்கொண்டு திரிவான். இங்கோ எப்போதாவது சட்டை போடாமல் இருந்தால் போதும், 'பெரிய பயில்வான்… ஓடம்பக் காட்டறாரு பாரு' என்று மஞ்சுவும் மற்றவர்களும் கேலி செய்வார்கள். உடம்புப் பகுதிகளை வெடுக்கென்று கிள்ளவும் அடித்துவிட்டு ஓடவும் என விளையாட்டுப் பொருளாகிப்போவான். 'அம்மணமாகத் திரிஞ்ச நாயி… உட்டா எல்லாத்தயும் கழட்டிப் போட்டுருவான். உட்ராதீங்க' என அத்தையும் அவர்களை மிகவும் ஊக்கப்படுத்துவாள். கஷ்டமாக இருந்தாலும் வேறு வழியில்லாமல் அணிந்துகொண்டு உலாவினான்.

இன்னொரு விஷயம், கழிப்பறை. வீட்டைவிட்டுத் தோட்டம் கடந்து மூலையொன்றில் கழிப்பறை இருந்தது. வெளியே அதனருகில் தொட்டி ஒன்றில் நீர் நிரப்பி வைக்கப் பட்டிருக்கும். உள்ளே இருக்கும் வாளியை எடுத்து வந்து நீர் மொண்டு கொண்டு உள்ளே போக வேண்டும். அறை நல்ல விஸ்தார மாக இருக்கும். உள்ளே உட்கார்ந்து விரிந்த வயல் வெளியை அவனால் கற்பனை செய்துகொள்ள முடியும். அதுவல்ல பிரச்சினை. அப்போதெல்லாம் இந்த 'பாம்பே கக்கூஸ்' முறை வந்திருக்கவில்லை. 'அள்ளு கக்கூஸ்'தான். அறையின் நடுவில் ஒரு ஓட்டை இருக்கும். இப்போதைய பேசின் வடிவத்தில் இருபுறமும் கால்வைத்து உட்கார்வதற்கான திட்டுகள் காரையில் இருக்கும். ஓட்டைக் கீழே பெரிய தொட்டி அதில்தான் மலம் சேகரமாகும். அதில் உட்கார்ந்து மலங்கழிப்பதை அருவருப்பாக உணர்ந்தான். கீழே பார்வையை இறக்கக்கூடாது என்று எவ்வளவு பிரயாசைப்பட்டாலும் ஏதோ ஒரு கணத்தில் பார்வை அவனை அறியாமலே கீழ்நோக்கிவிடும். மலக்குவியல் கோபுரம்போல் நிற்கும். விதவிதமான மலங்கள். எல்லாம் கலந்தும் பிதுங்கியும் நிற்கும். யாருடைய மலம் எப்படி இருக்கும் என்று தரம் பிரிக்க முனைவான். ஆட்களுடைய உருவத்திற்கும் மல வடிவத்திற்கும் ஏதோ ஒரு தொடர்பை அவனால் உருவாக்கிக்கொள்ள முடிந்தது. மலக்குவியலில் புழுக்களும் கீரிப்பூச்சிகளும் நெளியும். அதன்மேல் தன் மலமும் போய் விழுந்து கலப்பதை அவனால் தாங்கிக்கொள்ள முடியவில்லை. தோட்டத்து மூலையொன்றில் சிறு குழிபறித்து, இருந்து மண்போட்டு மூடிவிடலாமா என்றுகூடத் தோன்றும். கையும் களவுமாகப் பிடிபட்டுவிட்டால் அவ்வளவுதான். மானத்தை வாங்கிவிடுவார்கள். மஞ்சுவின் கேலியை நினைத்துப் பயந்துபோனான்.

கழிப்பறையின் பின்புறம் மலத்தொட்டிக்குத் தகரக் கதவு ஒன்றிருந்தது. மூன்று நான்கு நாட்களுக்கு ஒருமுறை நகராட்சிப் பணியாளர் வருவார்கள். இருவர் அல்லது மூவர். கூடவே கைவண்டி ஒன்றும். அந்தத் தகரக் கதவைத் திறந்து மலத்தை இழுத்து அள்ளுவார்கள். அனைத்தையும் அள்ளி வண்டியில் சேர்த்த பிறகு தொட்டியைக் கழுவத் தண்ணீர் கேட்பார்கள். மேலிருந்து ஊற்ற வேண்டும். அத்தை செந்திலை அனுப்புவாள். மலம் அள்ள ஆட்கள் வந்திருப்பது தெரிந்தால் மஞ்சு எங்காவது ஓடிப்போய்விடுவாள். செந்திலும் ஓடிப்போகவே விரும்புவான். ஆனால், அத்தையின் கட்டளையை மீற முடியாது. அத்தை தூரத்தில் நின்றுகொண்டு ஏதாவது ஏவிக்கொண்டே இருப்பாள். அள்ளுபவர்களைத் திட்டுவாள். பெரும்பாலும் அவர்கள் நாள் கழித்து வந்ததற்காகத்தான் திட்டு நடக்கும். தண்ணீரை ஊற்றும்போது செந்தில் மூக்கைப் பிடித்துக்கொள்வாள். கீழே

கழுவும் ஆள் 'என்ன நாறுதா?' என்று சிரிப்பார். தண்ணீர் ஊற்றிவிட்டு வெளியே வந்ததும் சோப்புப் போட்டுக் கையை நன்றாகக் கழுவச் சொல்வாள் அத்தை.

இந்த அவஸ்தைகளை அவனால் பொறுத்துக்கொள்ள முடியவில்லை. தவிர்க்க எவ்வளவோ முயல்வான். மலத்தை அடக்கிவைத்து இரண்டு நாட்களுக்கு ஒருமுறை போகக் கற்றுக்கொண்டான். கீரிப்பூச்சிகள் குடையும். இருந்தாலும் கழிப்பறையைத் தவிர்க்க அவனால் முடிந்தது. இரண்டு நாட்களுக்கொருமுறை சும்மா கொஞ்சநேரம் தானே என்று தேற்றிக்கொள்ளப் பார்த்தான். ஆனால், தண்ணீர் ஊற்றும் வேலையைத் தவிர்க்க முடியவில்லை. என்றைக்கு எந்த நேரத்திற்கு வருவார்கள் என்பதை அத்தை எப்படியோ தெரிந்து வைத்திருந்தாள். அன்றைக்குக் காலையிலேயே அவனுக்குத் தகவல் சொல்லிவிடுவாள். எங்கேயும் போகாமல் வீட்டிலேயே இருந்தாக வேண்டும். அன்றைக்கெல்லாம் என்னதான் ருசியாகச் சமைத்திருந்தாலும் அவனுக்குப் பிடிக்காது. கொறிப்பான். அத்தை தலையில் கொட்டிச் சாப்பிடச் சொல்லி வற்புறுத்துவாள்.

மற்ற விஷயங்களுக்காக இவற்றைச் சகித்துக்கொள்வதைத் தவிர வேறு வழியில்லை. நாளாக ஆக ஏதோ அங்கேயே பிறந்து வளர்ந்தவன்போலப் பாவனைகள் புரிய ஆரம்பித்துவிட்டான். தன் வீட்டு நினைவையே முற்றிலுமாகத் துடைத்தெறிந்து விட்டவன்போலத் தோன்றினான். அவன் அங்கு வந்து பத்துப் பதினைந்து நாட்கள் கழித்திருக்கக்கூடும். அதைப்பற்றிய அக்கறை எதுவும் அவனுக்கில்லை. இடையில் ஒருமுறை அம்மா அவனைப் பார்ப்பதற்காக அத்தை வீட்டுக்கு வந்தாள். அம்மாவை ஒருநாள் பார்க்காவிட்டாலும் பதறிப் போய்விடுகின்ற அவன், இப்போது அவளைச் சுத்தமாகக் கவனிக்கவில்லை. ஊர் பற்றியோ அப்பா, நண்பர்கள் என எவரைப் பற்றியுமோ சிறு விசாரிப்புக்கூட இல்லை. அவன் பாட்டுக்கு விளையாட்டில் ஈடுபட்டிருந்தான். அவன் இருந்த இடத்திற்கெல்லாம் அம்மா வந்து வந்து நின்றுகொண்டு எதையெதையோ கேட்டுத் தூண்டினாள். நிறையப் பேச விரும்பினாள். ஆனால், அவன் அசட்டையாக ஓரிரு வார்த்தைகளில் பதில் சொல்லிவிட்டு ஓடிவிட்டான். எதற்கு இங்கே வந்தாள் என்றுகூடத் தோன்றியது. ஒருவேளை கூட்டிப் போய்விடுவாளோ எனப் பயந்தான். அந்த எண்ணத்தைத் தவிர்க்கும் பொருட்டே அவளிடமிருந்து தூர ஓடினான். அவன் அங்கே இருக்கும் விருப்பத்தை அவளாகவே உணர்ந்து விட்டுவிட்டுப் போய்விடுவாள் என நினைத்தான். அதே மாதிரிதான் நடந்தது. அம்மா அத்தையுடன் வெகுநேரம் பேசிவிட்டு இதைப் பற்றியும் பேசியிருக்க வேண்டும். அத்தைக்கு

அத்தை வீட்டுக் கோடை

அவனை அனுப்பப் பிரியமிருக்காது. 'லீவுதான் இன்னக் கொஞ்ச நாளைக்குப் பள்ளிக்கொடம் தொறக்கறவரைக்கும் இருக்கட்டுமே' எனச் சொல்லியிருக்கும். மறுத்துப் பேச அவளால் முடிந்திருக்காது. மகன் உடம்பு லேசாகப் பூசினாற்போலச் செழுசெழுப்புக் கொண்டிருப்பதையும் நிழலிலேயே இருப்பதால் நிறம் கூடியிருப்பதையும் கண்டு அவளுக்கும் சந்தோசம் வந்திருக்கும். இங்கேயே இருந்தால் நல்லபடியாக இருப்பான் என்று நம்பி அவனிடம் சொல்லிப் போக வந்தாள். அப்போது அவன் தோட்டத்தில் ஏதோ மும்முரமான வேலையில் ஈடுபட்டிருப்பது போல காட்டிக்கொண்டான். அம்மா வந்து நின்றது தெரிந்தது. தெரியாதுபோல இருந்தான். அம்மா கேட்டாள்.

"கண்ணு ... நா போவுட்டுமா ? ..."

'ம்' என்று தலையை ஆட்டிச் சம்மதம் தெரிவித்தான். அம்மா உடனே போகவில்லை. தயக்கத்தோடு 'நீ வர்லியா ?' என்றாள். 'ம்கூம்' என்று சொல்லிவிட்டுத் தெருப்பக்கமாய் ஓடிப் போனான். எவ்வளவோ நேரம் கழித்துத் திரும்பி வந்தபோது அம்மா இல்லை. நிம்மதியாயிருந்தது. இயல்பாகிவிட்டான்.

அத்தை வீட்டில் நிறைய உரிமைகளை எடுத்துக்கொண்டான். சோறு போடும்வரை பொறுக்காமல் அத்தையை ரொம்பவும் நச்சரித்தான். அத்தை ஏதாவது வேலை சொன்னால் 'போத்த' என்று சொல்லிவிட்டு விளையாட்டில் சேர்ந்துகொண்டான். மஞ்சுவைச் சுத்தமாகப் பொருட்படுத்துவதேயில்லை. அவள் என்ன எரிந்துவிழுந்தாலும் கண்டுகொள்ளாமல் விட்டான். மாமாவின் சட்டைப் பையிலிருந்து சில்லறை எடுத்துப் போய்க் கடையில் தின்பண்டம் வாங்கினான். நீ இந்த வீட்டுக்கு உரியவனில்லை என்பதை உணர்த்தும் விதமாக மஞ்சு ஏதாவது வார்த்தைகளை விட்டெறிவாள். தன்னுடைய உரிமையை நிலைநாட்டும் காரியங்களைச் செய்வாள். விளையாட்டில் அவனைச் சேர்த்துக்கொள்ளாமல் இருப்பதற்குப் பல தந்திரங் களைக் கையாளுவாள். எதுவும் அவனை ஒன்றும் செய்வதில்லை.

அவனுக்கும் அவளுக்கும் முக்கியமான ஒரு விஷயத்தில் போட்டி ஏற்பட்டது. திராட்சைப் பந்தலில் பழங்கள் பழுத்தன. நல்ல சுவையான கருந்திராட்சை, குலை முழுவதும் ஒரே சமயத்தில் பழுத்துவிடாது. நுனியில் இருக்கும் ஒன்றிரண்டு பழுத்திருக்கும். விடிந்ததும் போனால் அவற்றைப் பறித்து வாயில் போட்டுக்கொள்ளலாம். காலையில் யார் முதலில் எழுந்துபோய் அவற்றைப் பறித்துத் தின்பது என்பதில்தான் போட்டி. அவனுக்கு இயல்பாகவே விடிகாலை ஐந்து மணிக்கெல்லாம் விழிப்பு வந்துவிடும். வீட்டில் அம்மா பால் கொண்டுபோய்க் கொடுப்பதற்காக எழுப்பி எழுப்பிப் பழக்கமாகிவிட்டிருந்தது.

மஞ்சுவோ ஏழு மணிக்கு மேல்தான் எழுவாள். அதனால் எப்போதும் பழங்கள் அவனுக்கே கிடைத்தன. அவள் எழுந்து வந்து பார்க்கும்போது திரண்ட காய்கள் அவளை எதிர்கொள்ளும். அவன்மேல் பொங்கும் ஆத்திரத்தை அடக்கச் சிரமப்படுவாள். திராட்சைப் பந்தலைப் பிடித்து அசைப்பாள். அவன் 'சோம்பேறீ... சோம்பேறீ...' என்று உற்சாகமாகக் கூவுவான். 'செந்திலு குந்திலு பொந்திலு' என்று சத்தம் போட்டுக் கரிப்பாள். அவனும் பதிலுக்கு 'மஞ்சு கொஞ்சு பஞ்சு குஞ்சு' என்பான். 'குஞ்சு' என்பதை அழுத்திச் சொல்லிச் சிரிப்பான். அவளுக்கு அவமானமாகப் போய்விடும். 'போடா நாயே' எனக் கத்தி அழுதுகொண்டு அம்மாவிடம் ஓடுவாள். 'ஏண்டா அவளத் தொந்தரவு பண்ற' என்று அத்தை அவனைப் பார்த்துக் கத்தும். அவனுக்கு ஒரே சிரிப்புதான். அவனை நன்றாகத் திட்ட வேண்டும் என்று அத்தைக்கும் இருக்கும். ஆனால், அவன் போய்ச் சொல்லி 'எம் பையனைக் கூட்டிக்கிட்டுப் போயி இப்படித் திட்டியிருக்கிறாளே' என்று அவனுடைய அம்மா நான்கு பேரிடம் கேவலப்படுத்திவிடுவாளே என்ற பயத்தில் அடக்கிக்கொள்வாள். அவனுக்கு அது ஒன்றும் புரியாது. மஞ்சு அவனுக்குமுன் எழவேண்டும் என்பதற்காக அலாரம் வைப்பாள். அலாரம் அடித்தால் அதை அணைத்துவிட்டு மீண்டும் தூங்குவாள். இல்லை, அவள் வைக்கும் அலாரம் அவனை எழுப்பிவிடும். அந்த நேரத்தில் மாமா 'என்னத்துக்குக் கழுத இந்த நேரத்துல அலாரம் வெக்குது? என்று கத்துவார். தினந்தோறும் அவனுக்கேதான் திராட்சைப் பழங்கள் கிடைத்தன.

அத்தை அவனை வேறுவிதமாக அணுகினாள். அவன் முதலில் வந்த நாட்களில் துணிகள் எல்லாம் அன்னன்றைக்குத் துவைத்துப் பாச்சைக் குண்டுகள்போட்ட அலமாரியில் அத்தை வைத்திருப்பாள். பாச்சைக்குண்டு மணமேறிய உடைகளை அணிந்துகொள்ள ஆசையாயிருக்கும். சட்டையை அத்தை மடிக்கும் விதம்கூட அழகாக இருக்கும். அந்த நாட்கள் போயின. கழற்றிப் போட்டது போட்டபடியே கிடந்தன. அவன் இரண்டு மூன்று நாட்களுக்குக்கூட அழுக்கையே அணிய வேண்டியிருந்தது. சாப்பிட வருந்திக் கூப்பிட்டது போய் அவனாகவே வந்து 'அத்த சோறு' என்றால்கூட 'இருடா. என்ன அவசரம்' என்று மெத்தனம் காட்டினாள். அவன் மறுசோறு கேட்டால்தான் போடுவது. அவனாகவே 'எங்கள் வீட்டுக்குப் போகிறேன்' என்று சொல்ல வைப்பதுதான் அத்தையின் திட்டமாக இருந்தது. அவனுக்குத் திட்டமெல்லாம் புரியவில்லை. சீட்டில் 'ஏஸ்' விளையாட்டு கை வந்திருந்தது. கூட்டாளிகள் பெருகியிருந்தனர். நேரம் போவதே தெரியவில்லை. எதற்கும் அத்தையால் தீவிரமான நடவடிக்கை எடுக்க இயலவில்லை.

அவனுக்கு விடுமுறை கழிந்து பள்ளி திறக்கப் பத்து நாட்களுக்கு மேலிருந்த சமயம். ஒரு மத்தியான வேளை. கீழே மெத்தையை விரித்துச் சுவரில் தலையணையைச் சாய்வாக வைத்து அதில் சாய்ந்துகொண்டு 'மந்திரத்தீவு ரகசியம்' படித்துக் கொண்டிருந்தான். அந்த வேளையில் விளையாட்டுக்கு ஓய்வு. துணிகளை அலமாரியில் மடித்து வைத்துக்கொண்டிருந்தது அத்தை. அவனிடம் சுமுகமாகப் பேச்சுக் கொடுத்துக்கொண்டே 'கக்கூசுல நீயாடா எருவி வெச்சிருக்கற' என்று கேட்டாள். அவனுக்குச் சட்டெனப் புரியவில்லை. 'என்னத்த' என்றான். திரும்பவும் அத்தை கேட்டாள். அவன் அன்றைக்குக் காலையில் கக்கூஸ் பக்கமே போகவில்லை. அதற்கு முந்தைய நாள் போனபோது மல ஆராய்ச்சியில் ஈடுபட்டிருந்தான். வயிற்றெடுப்பால் யாரும் எருவி வைத்திருப்பது போன்ற மலம் தென்படவேயில்லை. இரண்டு நாளாக அடைத்துக்கொண்டிருந்த மலத்தைச் சிரமப்பட்டுத்தான் வெளியேற்ற வேண்டியிருந்தது. அதனால் பலமாகவே 'நான் ஒன்னும் எருவி வக்கலியே' என்று சொன்னான். அத்தை அப்படியா என்று கேட்டுக் கொண்டது. அத்தை கேட்டதின் சூட்சுமம் அப்போது அவனுக்குப் புரியவில்லை.

அன்றைக்குச் சாயந்திரம் அம்மா வந்தாள். அவனிடம் எதுவுமே கேட்கவில்லை. அவனுடைய பையைத் தேடி எடுத்துத் துணிகளைப் பொறுக்கித் திணித்தாள். அவனைப் பார்த்து 'மூஞ்சியக் கழுவிக்கிட்டு வாடா' என்று கடுமையாகச் சொன்னாள். அவனுக்குப் புரிந்தது. இனி என்ன சமாதானம் சொல்லியும் தப்பிக்க முடியாது. கூட்டிப் போகிற முடிவில் உறுதியோடு அம்மா வந்திருக்கிறாள். உடனே முகத்தைக் கடுகடுப்பாக வைத்துக்கொண்டான். கண்கள் சிவந்து அழுது விடுவான் போலிருந்தது. இந்த மாற்றங்களைக் கவனித்து இன்னும் சில நாட்கள் இங்கேயே தங்க அனுமதி பொடுப்பாள் என நினைத்தான். அம்மாவோ அவன் மாற்றங்களைக் கவனித்ததாகவே காட்டிக் கொள்ளவில்லை. விரைவுபடுத்தி அழைத்துச் செல்வதிலேயே குறியாக இருந்தாள். வெறுப்புடன் முகத்தைக் கழுவிக்கொண்டு வந்து உடை மாற்றினான். எல்லோரிடமும் அமைதி. அம்மாவை அந்தக் கணத்தில் அவனுக்குப் பிடிக்கவேயில்லை. அவள் சொன்னதற்காக மஞ்சுவிடம் போய் 'போயிட்டு வர்றேன்' என்றான். மஞ்சு சாதாரணமாகச் 'செரி' என்றாள். அவள் உதடுகளில் லேசாகச் சிரிப்பு இருப்பதாகவும் பட்டது. அத்தையிடம் சொல்லிக்கொள்ள முன்னால்போய் நின்றபோது குரல் கம்மியது. நெகிழ்ந்து அழுதுவிடுவான் போலிருந்தது. அத்தை அன்பாக அழைத்து வந்த அந்த நாள் நினைவுக்கு வந்துவிட்டது.

திக்கித் திக்கி 'போயிட்டு வர்றனத்த' என்றான். 'மகராசனாப் போயிட்டு வா' என்று சிரித்தபடி சொன்னாள். 'இன்னம் நாலு நாளைக்கு இருக்கட்டும் போ' என்று அம்மாவிடம் சொல்லி அத்தை தன்னைக் காப்பாள் என்று நினைத்தது தவறாகப் போய்விட்டது. படியிறங்கி வெளியில் வரும்போது 'நல்லா படி' என்று அத்தை சொன்னது ஒரு மாதிரி காதில் விழுந்தது. தலையை ஆட்டிக்கொண்டான். அம்மாவுடன் கொஞ்ச தூரம் வரும்வரை திடீரென அத்தை அழைத்துப் 'போவாத இருடா' எனச் சொல்லும் என எதிர்பார்த்தான். ஆனால், ஊருக்கு வந்தபோதிருந்த அத்தை இல்லை அவள்.

பேருந்து ஏறாமல் குறுக்குத் தடத்தில் அம்மா நடத்திக் கூட்டிக்கொண்டு வந்தாள். அம்மாவுடன் பேசவே பிடிக்கவில்லை. அவள் முகத்தைப் பார்க்காமலே நடந்தான். ஏதாவது கேட்டால் கோபமாகப் பதில் சொல்ல வேண்டும் எனத் தீர்மானித்திருந்தான். வீடுகளை எல்லாம் கடந்து காடுகளாய் விரிந்திருந்த பகுதிக்கு வந்ததும் அம்மா 'வெளிக்குப் போறயாடா? என்றாள். ரொம்பத்தான் அக்கறை என்று நினைத்துக்கொண்டு 'இல்லை' என்பதாய்த் தலையாட்டினான். அம்மா வற்புறுத்தினாள்.

"போறதுனா போய்ட்டு வாடா... இங்க எடம் வசதியா இருக்கும்"

"எனக்கொன்னும் வர்ல போ" என்றான் கோபமாய். மௌனமாகவே கொஞ்சதூரம் நடந்தார்கள். மீண்டும் அம்மாதான் பேசினாள்.

"வயித்தால போச்சா? கக்கூசுல எருவி வெச்சயா?" ஏன் இப்படிக் கேட்கிறாள் எனப் புரியாமல் 'இல்லையே' என்றான்.

"ரண்டு மூணு நாளா உனக்கு வயித்தால போவுது... கக்கூசிலயெல்லாம் எருவி எருவி வச்சிருக்கறயின்னு அத்த சொல்லி உட்ருந்தா"

அம்மா சொல்லிவிட்டு அவனைப் பார்த்தாள்.

"நானில்ல. அது வேற யாராச்சுமா இருக்கும்."

அம்மாவின் கைகளைப் பற்றிக்கொண்டான். அம்மா எதுவும் பேசவில்லை. அதற்குப் பின் எந்தக் கோடை விடுமுறைக்கும் அவனை அத்தை வீட்டுக்கு அம்மா அனுப்பவேயில்லை.

●

முல்லை, செப்.– நவம். 2002

கருப்பனார் கிணறு

உள்ளங்கைகள் வெளுத்துச் சுருக்கங்கள் விழுந்துவிட்டன. உடலில் குளிர் ஏறி நடுங்கியது. அப்பவும் நீரைவிட்டு வெளியேற மனம் வரவில்லை. கிணற்றுச் சுவரில் துருத்திய பற்களாய் அங்கங்கே நீண்டிருந்த கற்களைப் பற்றியபடி குமார் முதலில் மேலேறினான். வெயிலுக்கு இதமாய் உடலைக் காட்டியபடி உட்கார்ந்துகொண்டான். உள்ளே தொடர்ந்துகொண்டிருந்த கூச்சல் மிகக் கொஞ்சமாக மேலே கேட்டது. சுரங்கம்போல் ஆழ்ந்து சென்றிருந்தது கிணறு. சத்தத்தை மேலே கொண்டுவருமளவுக்கு அகலமில்லை. அதனால்தான் யாருக்கும் தெரியாமல் வெகுநேரம்வரை இதில் குதிக்க முடிகிறது. தன்னைப் பின்பற்றி யாரேனும் மேலேறி வருகிறார்களா என்று குமார் அவ்வப்போது உள்ளே நோக்கினான். மேலேறும் எண்ணமே அற்றவர்கள் போல் உள்ளே கும்மாளம் நீடித்துக்கொண்டிருந்தது. அவசரப்பட்டு வந்துவிட்டோமோ என்று தோன்றியது. திரும்பவும் தானாக உள்ளே இறங்கினால் கேலிக்கு இடமாகி விடும். முதுகில் வெயில் சுள்ளென்று உரைத்தது.

நடுக்கம் குறைந்து உடல் வெம்மை கூடிவிட்டது. கோவணத்தின் ஈரம் மட்டும் உறுத்தலாயிருந்தது. உருவிப்பிழிந்து கட்டிக்கொண்டான். அப்படியே உட்கார்ந்திருக்கவோ உள்ளிறங்கவோ முடிவுசெய்ய இயலாமல் தவிப்பாயிருந்தது. கல்லொன்றை எடுத்துக் குறியின்றி உள்ளே இட்டான். நெடுநேர மௌனத்தின்பின் ஏதோ ஒரு மூலையில் கல் நீருக்குள் சொருகும் சப்தம் கேட்டதாய் ஊகித்துக்கொண்டான்.

மனத்தின் பிடிவாதத்தைப் பொருட்படுத்தாமல் உள்ளே இறங்கிவிடுவது சரி என்று முடிவெடுத்த கணத்தில் முத்து மேலேறுவது தெரிந்தது. அவனைத் தொடர்ந்து மணியும் சின்னவனும். சந்தோசத்தோடு அவர்களை வரவேற்கிற மாதிரி எழுந்து நின்றுகொண்டான். நான்கு மணி நேரத்திற்குமேல் உடலுக்குள் நீர் மெல்ல மெல்லப் புகுந்து உண்டாக்கி இருந்த குளிர் சில நிமிடங்களிலேயே இருந்த இடம் தெரியாமல் ஓடிவிட்டது. தலையில்கூட நீர்த்துளி எதுவுமில்லை. பற்கள் வெடவெடவென்று அடித்துக்கொள்ள முத்து வெயிலில் உட்கார்ந்தான். மூவரும் நடுங்குகையில் தான் மட்டும் நடுங்காமல் தெளிவாக இருக்கும் பெருமையைக் காட்டச் சிரிபொன்றை உதிர்த்தான் குமார். உடலைக் குறுக்கிக்கொண்டு உட்காரப்பார்த்து இயலாமல் நெளிந்து சின்னவன் சொன்னான். 'வெளிக்கு வருதுடா'. கோவணத்தைத் தளர்த்தியபடி புழுதியைக் கிளப்பிக்கொண்டு நடந்தான் அவன். கொஞ்சதூரத்தில் முள்மறைப்புப் பகுதிக்கு அவன் போவது தெரிந்தது. எல்லோருக்குமே அந்தச் சமயத்தில் வெளிக்கு வருவது போலிருந்தது. ஏனோ சின்னவனைத் தொடர்வதற்குப் பிரியப்பட்டார்கள். ஒவ்வொருவரும் வயிற்றை நெறித்துக்கொண்டு அவனைப் பிடிக்க ஓடினார்கள். நிழலின் ஒரு பகுதியில் கோவணத்தை அவிழ்த்துத் தோளில் போட்டுக்கொண்டு உட்கார்ந்திருந்தான் சின்னவன். குத்தும் புற்கள் நீட்டிக்கொண்டிருந்த சமதளப்பரப்பாகவும் அடர் நிழலாகவும் இருந்த இடத்தை அவன் பிடித்துக்கொண்டான். பொறாமையோடு அவனைப் பார்த்துவிட்டுச் சற்றே தள்ளித் தள்ளி ஆளுக்கொரு இடத்தை உருவாக்கிக் கொண்டார்கள்.

நிழல் அனலடித்தது. சின்னவன் மட்டும் கொஞ்சம் தள்ளியிருக்க, மற்ற மூவரும் அடுப்புக்கற்களாய் முக்கூட்டுப் போட்டு உட்கார்ந்திருந்தனர். திடீரெனச் சின்னவன் சிரித்தான். செம்பழுப்பாய்த் தெரிந்த அவன் பற்கள் மூடுவதற்குச் சற்றே நேரமாயிற்று. அவன் எதற்குச் சிரிக்கிறான் என்றே புரியவில்லை. குமார் கல்லொன்றை விட்டெறிந்தான். அவன் கால்சந்தில் நுழைந்து பீக்குள் போய் புதைந்தது. 'எதுக்குடா சிரிக்கிற' என்று மணி கத்தினான். சிரிப்பை அடக்க முடியாமல் தவித்து 'இல்லடா...' என்று இழுத்தான். 'சொல்லீட்டு சிரிடா ...' மூவருக்கும் எரிச்சல் கூடிற்று. ஒருவாறு சிரிப்பை அடக்கிக்கொண்டு கண்களில் வழிந்த நீரைத் துடைத்துக்கொண்டே சின்னவன் சொன்னான்.

"இல்லடா... இந்த வெள்ளையன் தன்னோட கெணத்துல குதிக்கக்கூடாதுன்னு சட்டம் போட்டு வெச்சிருந்தான்ல ... அதுக்குன்னே நாள் பார்த்துகிட்டு இருந்தண்டா."

“நாம இப்பக் குதிக்கிறது தெரிஞ்சதுன்னா மேலிருந்து பெரிய கல்லாத் தலையில தூக்கிப் போட்டிருப்பான். கெணத்துக்குள்ளயே சமாதிதான்.”

பெரிய இக்கட்டிலிருந்து தப்பித்துக்கொண்ட பாவனையில் முத்து சொன்னான்.

“அதுக்குத்தாண்டா இன்னக்கி நா என்ன பண்ணுனந்தெரீமா... நெஞ்சுல, தொண்டையில, மூக்குல எல்லா எடத்துலயும் அடச்சிக் கிட்டிருந்த சளி முழுக்கத்தையும் சிந்திச் சிந்திக் கெணத்துக்குள்ளே போட்டுட்டன். அவன் நாளைக்கு வந்து எறச்சிக் காட்டுக்கு உடற தண்ணி, மாட்டுக்கு ஊத்தறது, அவன் ஊத்திக்கிறது எல்லாத்துலயும் என்னோட சளி மொதங்கும். அத்தன சளிய சிந்திப்போட்டிருக்கறன் ... பாத்துக்க.”

வெள்ளையனின் வெள்ளை வெளேர் என்றிருக்கும் உடல் முழுவதும் சின்னவனின் சளி ஊளை கொத்துக் கொத்தாக அப்பியிருக்கும் காட்சியைக் கற்பனை செய்து சிரித்தார்கள். வழித்து எறிய எறிய ஊளை பிசுபிசுவென ஒட்டிக்கொண்டேயிருந்தது. எறும்புகள் மொய்த்துக் கடிப்பதுபோல வெள்ளையன் அந்தப் பக்கமும் இந்தப் பக்கமும் திரும்பித் திரும்பி ஊளையை வழித்து எறிய முயல்வது வேடிக்கையாக இருந்தது. சட்டென முத்து சொன்னான்.

“நா என்ன பண்ணுனந் தெரீமாடா ... தொண்டையில இருந்துவந்த எச்சில் முழுக்கத்தையும் காறிக் காறித் துப்புணன்டா, ஊத்தை எச்சடா, மொத்த மொத்தயா தண்ணிக்குள்ள உழுந்தது. நாளைக்குப் பாரு வெள்ளையன் மட்டுமில்ல, அவன் பொண்டாட்டி மேலயும், என்னோட எச்சில் நொரை நொரையாப் படிஞ்சு கெடக்கும். அவுங்க என்ன பண்ணுனாலும் காயுமே தவிர போவாது. அவங்க மேலெல்லாம் உப்புப் படிஞ்சு திட்டுத்திட்டா என்னோட எச்சில் நிக்கும்டா ...”

கிணற்றில் குதித்துக்கொண்டிருந்தபோது வெள்ளையனின் பொண்டாட்டியிடம் முத்து ஒருமுறை ஏகமாகத் திட்டு வாங்கி யிருந்தான். அவனுடைய அம்மா அப்பாவையும் இழுத்துவைத்து அவள் ஏதேதோ கேள்வி கேட்டாள். மண்ணாங்கட்டிகளை எடுத்து இட்டுக் காட்டுக்குள் துரத்தினாள். அந்தக் கோபம் முத்துவின் மனத்தில் அப்படியே இருந்தது. எச்சில் நுரைப் பொருக்குள் வெள்ளையன் மேலும் அவன் பொண்டாட்டிமேலும் படிவாய்ப் படிந்து தோலே நிறம் மாறிப்போய் விட்டது. அவர்கள் பட்ட அவமானம் போதுமென்று தோன்றவில்லை. தன்பங்கை மணி எடுத்துச் சொன்னான்.

“நா மட்டும் சும்மா இருப்பனா … நாலுதரம் கெணத்துத் தண்ணியில மல்லு மண்டன். அவனும் அவம்பொண்டாட்டியும் பல்லு வெளக்கி வாய் கொப்பளிச்சா என்னோட மல்லுலதான் கொப்புளிக்கோணும். உப்புக்கரிச்சிகிட்டு அவ்வளவு ருசியா நாக்குல எறங்கும். நம்ம கெணத்துத் தண்ணி இனிக்குது இனிக்குதுன்னு ரண்டுபேரும் அள்ளி அள்ளிக் குடிப்பாங்க, எம்மல்ல.”

மணி சொல்லச் சொல்ல எல்லோருக்கும் சிரிப்பை அடக்க முடியவில்லை. அம்மணத்தோடு எழுந்து நின்று “மல்லக்குடிச்ச வெள்ளையா . . . எம் மல்லக் குடிச்ச வெள்ளையா . . .” என்று பாடிக்கொண்டு ஆட்டம் போட்டான் சின்னவன். பாட்டுக்கேற்ப அவன் குஞ்சு ஆடித் தாளம் போட்டது. வயிற்றைக் கையில் பிடித்துக்கொண்டு திரும்ப அவனிடத்தில் உட்கார்ந்து கொண்டான். முள் மரங்களைத் தாண்டிச் சிரிப்பு வெளியேறி ஓடிற்று. வெள்ளையன் இதைக் கேட்டிருந்தால் ‘அட சாமீகளா … இது உங்க கெணறுடா அப்பா … எப்ப வேண்ணாலும் வந்து குதுச்சுக்கங்க’ என்ற அனுமதி வழங்கியிருப்பான். சிரிப்பில் கலந்துகொள்ள இயலாமல் உம்மென்று இருந்தான் குமார். வெள்ளையனை எல்லோரும் அவமானப்படுத்தியிருக்கும்போது தான் மட்டும் எதுவும் செய்யாமல் வந்திருப்பது கௌரவக் குறைச்சலாகப்பட்டது. அவர்கள் கூட்டத்தில் இருந்து தன்னை விலக்கிவிடுவார்கள் என்று நினைத்தான். சளி, எச்சில், மல் என்று மனம் யோசனையில் வட்டமிட்டபோது பாக்கியிருந்த ஒன்று அவன் முன் வந்து நின்றது. சட்டென்று உற்சாகம் பெற்றவனாய் ‘நா செஞ்சது என்னன்னு தெரீமாடா’ என்றான். மூவரின் சிரிப்பும் சட்டென நின்றது. தான் செய்ததை அவ்வளவு எளிதில் சொல்லிவிட முடியாது என்பதுபோலத் தலையை ஒருச்சாய்த்து வானத்தைப் பார்த்தான். ‘என்னடா செஞ்ச’ என்று தவிப்போடு கேட்டான் முத்து. சின்னவன் கிட்டதட்ட நகர்ந்தபடி குமாருக்கு அருகிலேயே வந்துவிட்டான். மூவரையும் பார்த்து ஒரு பெருமிதப் புன்னகை பூத்துத் தலையை அசைத்தான்.

“கெணத்துத் தண்ணிக்குள்ள பீப்பேண்டன்டா.”

அவன் சொன்னதைக் கேட்டு யாருக்கும் சிரிப்பு வரவில்லை. அதிர்ந்து முகம் உறைய ஒருவரை ஒருவர் பார்த்துக்கொண்டார்கள். அவர்களை அதிரவைத்துவிட்டப் பெருமை குமாருக்குப் பிடிபடவில்லை.

“திருதிருன்னு முழிக்காதீங்கடா . . . நெசமாலுமே பீப் பேண்டன்.”

சின்னவன் முகத்தைத் தீவிரமாக்கிக்கொண்டு குமாரிடம் கேட்டான்.

"பொய் பேசாதீடா ... குசுவுதான உட்ட ..."

குமாருக்குத் தன்னை நிரூபித்துக்கொள்ளவேண்டிய கட்டாயம் ஏற்பட்டது. கோபத்தோடு சட்டெனக் கால்களைப் பின்னுக்கு நகர்த்திக் காட்டினான்.

"பாருங்கடா ... இவ்வளவு நேரம் உக்காந்திருந்தனே ... துளி பீப் பேண்டிருக்கறனா ... மல்லுதான் வந்திருக்குது. பீப் பூரா கெணத்துக்குள்ளதான் இருக்குது."

குமார் காட்டிய இடத்தில் சிறிதாக ஈரம் இருந்தது. அதைக் குச்சியால் குத்தி நோண்டி எடுத்தான். அப்பவும் அவர்களுக்குச் சந்தேகம் தீரவில்லை.

"எங்கக்கூடத்தானடா இருந்த ... எப்படிப் பீப் பேண்ட ..." மணி அவனை மடக்கினான். இந்தக் கிடுக்கிப் பிடியில் சிறிது தடுமாற்றம் உண்டானாலும் குமார் சட்டெனச் சமாளித்துக் கொண்டான். எத்தனையோ தருணங்களைக் கிணறு வழங்குகிறது. அதிலொன்றைப் பிடித்துக்காட்டுவது அத்தனை சிரமமில்லை. நம்பிக்கை உண்டாவதற்கான அனைத்து அம்சங்களையும் பின்னிச் சேர்த்து குமார் அந்தத் தருணத்தை எடுத்துக்காட்ட முயன்றான்.

"தொடற வெளையாட்டுப் போட்டமல்லடா ... அப்ப ஒரு ஆட்டத்துல ரொம்ப ஆழத்துக்குப் போய்ச் சேத்துக்குள்ள உட்காந்துக்கிட்டேன். சேறு லேசாக் கலங்கினாலும் தெளிவாகத்தான் இருந்திச்சு. அவசரமா வந்துதா ... அங்கயே இருந்து வெச்சு, சேத்தக் கொஞ்சம் அள்ளிப் போட்டு மூடிட்டு வந்துட்டன் ... வெள்ளையன் நாளைக்குக் குடிக்கப்போறது எம்பீ கரைஞ்ச தண்ணீடா."

குமார் மட்டும் கெக்கெக்கென்று சிரித்தான். இயல்பான சிரிப்பாயில்லை. அவன் சிரிப்பில் பிறர் யாரும் கலக்கவுமில்லை. மூன்று பேரும் சேர்ந்துகொண்டு தன்னைத் தப்புச் செய்தவனாக்கப் பார்க்கிறார்கள் என்று தோன்றியது. சின்னவன் மேலும் ஒரு சந்தேகத்தைக் கிளப்பினான்.

"நீ சேத்த அள்ளிப்போட்டு மூடற வரைக்கும் பீ இருந்துதா ... தண்ணியிலே ஒடனே கரஞ்சிருக்குமேடா."

"அடப்போடா ... உன்னாட்டம் தொறத்தொறன்னு எருவி வெப்பன்னு நெனச்சியா. எம் பிய்யி கல்லாட்டம் இருக்கும்டா ... எடுத்து இட்டா மண்ட ஒடஞ்ச போயிரும் தெரிஞ்சுக்க ..."

குமார் கொடுத்த பதிலடி சின்னவனைச் சரியாகப் போய்த் தாக்கியது. குமார் கிணற்று நீருக்குள் பேண்டு வைத்ததை மூன்று பேரும் நம்பிவிட்ட மாதிரிதான் தோன்றியது. கோவணத்தைத் தளர்த்திக் கட்டிக்கொண்டு முத்து சொன்னான்.

"என்ன இருந்தாலும் தண்ணிக்குள்ள பேண்டு வெக்கக்கூடாதுடா..."

"ஆமா... சளியச் சிந்தலாம்... எச்சியத் துப்பலாம்... மல்லலாம்... குசுவுக்கூட உடலாம்... ஆனா பேழக்கூடாதா..." குமாரின் குரல் கேலியாகக் கேட்டது. சின்னவன் பெரிய மனிதனைப்போலப் பதில் சொன்னான்.

"ஆமாண்டா... குசுவுக்கூட உடலாம்.. பேழக்கூடாதுடா... அது சாமி குத்தம்".

"சாமி குத்தத்தக் கண்டுட்ட... மயிருல இருந்து வந்த சாமி குத்தம்..." கோபத்தோடு குமார் கத்தினான்.

"உங்கம்மாகிட்டப் போயிச் சொல்லிப்பாரு... உனக்குப் பூசக்கெடைக்கும்." சொல்லிக்கொண்டே சின்னவன் உழவுத் தடங்களைச் சிதைத்துக்கொண்டு முன்னால் ஓடினான். 'பூச கெடைக்கும்டா பூச', 'பூச நல்லா வாங்கித் தின்னு'. உரக்கச் சொல்லிக்கொண்டு முத்துவும் மணியும் அவன் பின்னால் ஓடினார்கள். வேண்டுமென்றே அவர்கள் தன்னை ஒதுக்குவதாய்த் தோன்றிற்று. அவர்களால் செய்ய முடியாததை அவன் செய்துவிட்டதால் வந்த பொறாமை என்று சமாதானம் சொல்லிக் கொண்டான். "வெள்ளையன் எம் பீயத் திம்பாண்டா..." என்று பற்களைக் கடித்துக்கொண்டு கத்தினான். அதோடு சேர்த்து இன்னும் சத்தமாக 'நீங்களுந்தாண்டா' என்றான். அவர்கள் கண்ணுக்கு மறையும்வரை பார்த்துக்கொண்டிருந்துவிட்டு மீண்டும் உட்கார்ந்தான். மூன்று பீக்குட்டான்கள் அவன் முன்னால் உட்கார்ந்திருந்தன.

அடர் இருள் பரவி பூச்சிகள் மொய்க்கும் முன்னிரவுப் பொழுதில் தெருக்களைக் கடந்து வீட்டை நோக்கி அவன் வந்தான். வீட்டுக்கு வருவதற்கு அவனுக்குப் பிரியமே இல்லை. இருள் கொடுத்த அச்சமும் விளையாட்டு நண்பர்கள் எவரும் இல்லாமையும்தான் அவனை வீட்டை நோக்கி விரட்டின. உறக்கத்திற்கோ, உணவிற்கோ அவனுக்கு வீடு தேவையாயிருக்க வில்லை. அச்சத்திலிருந்து பாதுகாப்புப் பெறுவதற்கான இடமாக மட்டுமே வீட்டை அவன் உணர்ந்தான். சுவர்கள் தெருங்கி நகர்ந்து அவன் உடலை நோக்கி வருவதாகக் கனவு காணும்

கருப்பனார் கிணறு
413

பொழுதுகளில் எந்தப் பாதுகாப்பும் அற்றதாக வீடு தோன்றியது. ஆனால் வேறு வழியில்லை. வீட்டை நோக்கிச் செல்வதைத் தவிர.

அன்றைக்கு வீடு நிசப்தம் கொண்டிருந்தது. தம்பி தங்கைகளின் அரவம் சிறிதும் இல்லை. வழக்கமாக அந்நேரத்திற்குப் புகைந்தெரியும் அடுப்பு இருளால் மூடப்பட்டிருந்தது. மண் விளக்கின் சிறு சுடர் மட்டும் உள்ளே தெரிந்தது. தயக்கத்தோடு எப்போதும்போல் 'அம்மா ...' என்று குரல் கொடுத்தான். குரல் தாங்கவியலாத நடுக்கம் கொண்டிருந்தது. கனத்த இருளைச் சட்டெனச் சிதறடித்து 'வாடா நாயே . . .' என்று கத்திக் கொண்டே அம்மா ஓடிவந்து அவன் மயிரைக்கொத்தாகப் பற்றினாள். வெட்டப்படாமல் அடர்ந்திருந்த மயிர்க் கற்றைகள் அவள் கையில் வாகாகச் சிக்கிக்கொண்டன. வலியைவிடவும் எதற்கு இந்த வரவேற்பு என்பதை அறிவதிலேயே அவனுக்குக் கவனமிருந்தது. 'கழுதகூட நேரத்துக்கே வீட்டுக்கு வந்திருது. இவன் வர்ற நேரத்தாப்பாரு.' உந்தித் தள்ளினாள். தாழ்வாக இருந்த ஓலைக் கூரையில் நெற்றி முட்டிக்கொள்ளக் கீழே விழுந்தான். நிலாக்கால இரவுகளில் இன்னும் தாமதித்துக்கூட அவன் வீட்டுக்கு வருவதுண்டு. ஆக வரவேற்பு நேரம் கழித்து வந்ததற்கில்லை. எழ மனமின்றி அப்படியே கிடந்தான்.

'ஊர்த்தூமய வாங்கி ஊட்டுக்குக் கொண்டாரதே உனக்கு வேலையாப் போச்சு.' கிடந்தவனை எட்டி உதைத்தாள். கத்த வேண்டும் என்று தோன்றவில்லை. அனிச்சையாக உடம்பைச் சுருக்கிக்கொண்டான். படல் கதவோரம் விழுந்து அம்மா விசும்பி அழுதாள். என்ன செய்வதென்று தெரியாமல் எழுந்து உட்கார்ந்தபடியே இருந்தான். உள்ளே பிள்ளைகள் படுத்திருப்பது மங்கலாய்த் தெரிந்தது. தூங்குகிறார்களா, தூங்குவதுபோல் பயந்து கண்களை மூடிப் படுத்திருக்கிறார்களா என்பதை ஊகிக்க முடியவில்லை. வாசலின் ஒரு மூலையிலிருந்து திடீரென எழுந்து பயமுறுத்திற்று பாட்டியின் குரல்.

"காட்டுல மேட்டுல பேழுவாங்க . . . ஒதுக்குபுறமா உக்காருவாங்க . . . நாம கண்டிருக்கறம் . . . கெணத்துக்குள்ள போயிப் பேண்டிருக்கறானே ... இந்தக் கங்காட்சிய எங்கனாக் கண்டிருக்கறமா ..."

விளங்கிவிட்டது. மூவரில் எவனோ தெரியவில்லை . . . வந்து நன்றாக ஊதிவிட்டுப் போயிருக்கிறான்.

"அறியாப் பையன் ... நம்ம கைக்குள்ள காலுக்குள்ள உழுந்து கெடந்து கைவேலய எடுத்துச் செய்யும்பாங்க... இந்தக் கழுசட காத்தால கெழக்க வெளுக்கப்போனா ராத்திரி ஊரடங்கித்தான

ஊட்டுக்கு வருது ... இவனையும் ஒரு பையன்னு பெத்து வெச்சிருக்கறவளச் சொல்லோணும்...”

அம்மா ஆங்காரத்தோடு ஓடிவந்து அவன் மேலெங்கும் இன்ன இடம் என்றில்லாமல் கை வலிக்க மாறி மாறி அடித்தாள். துணி துவைத்துத் துவைத்துக் காய்ப்பேறிப்போன கை வலுவாக வந்து விழுந்தது. உடலைப் புரட்டிப் புரட்டிக் கொடுத்தான். வெகுநேரம் அடித்தபின் ஓய்ந்துபோனாள்.

கேவிக்கொண்டு அவனருகிலேயே குந்தவைத்தாள். அடியின் வலி உடம்பைவிட்டு அந்தக் கணமே ஓடிவிட்டது போலிருந்தது. ‘அம்மா’ என்றபடி அவள் மடிக்குள் புதைந்தான். அவனை வாரி அணைத்துக்கொள்ளவுமில்லை. தூரத்தள்ளிவிடவுமில்லை. பாட்டி தனக்குத்தானே பேசிக்கொள்பவளாய் ஊர் முழுதும் கேட்கும்படி இரைந்துகொண்டிருந்தாள். அவன் கிணற்றுக்குள் பேண்ட விஷயம் ஊர் முழுவதும் தெரிந்திருந்தது. சாயங்காலத்திலிருந்தே பரபரப்பாகப் பேசப்பட்டு அவன் தேடப்பட்டிருக்கிறான். வீட்டு முன்னால் வந்துநின்று வெள்ளையன் வெகுநேரம் சத்தம் போட்டுவிட்டுப் போயிருக்கிறான். திருட்டுத்தனமாய்க் கிணற்றில் குதித்ததைப் பற்றி இப்போது பேசவில்லை. அந்தக் கிணற்று நீர் என்பது கருப்பனார் சாமி. அந்நீருக்குள் பீ பேழ்பவன் புழுத்துப் போய்த்தான் சாவான். விடியவிடிய நீர் முழுவதையும் இறைத்துக் கிணற்றைச் சுத்தப்படுத்தியாக வேண்டும். காட்டு கருப்பனார் சாமி வேட்டைக்குப் போய்விட்டு தாகத்திற்கு நீரருந்தும் கிணறு அது. பீ நீரை வாயில் வைக்காமல் கருப்பனார்சாமி இரவெல்லாம் கிணற்றைச் சுற்றித் தாகத்தால் அலருவார். அதன் அலறல் ஊர் முழுக்கத் தண்ணீர் பஞ்சத்தைக் கொண்டுவரும். கிணற்று நீர் முழுவதையும் வெளியேற்றிவிட்டுக் கருப்பனாரைச் சமாதானப்படுத்த இரட்டைப் பொங்கல்வைத்து இரட்டைக்கிடா வெட்டிப் பலி கொடுத்தாக வேண்டும். எல்லாச் செலவுகளையும் ஏற்றுக்கொள்ள வேண்டும். இன்னும் என்னென்னவோ சொல்லி அவன் எச்சரித்துவிட்டுப் போயிருக்கிறான். ஊரரார் கையில் காலில் விழுந்து ‘மாப்புக் குடுக்கோனுஞ் சாமி’ என்று கேட்டுவர அப்பன் போயிருந்தார். பாட்டி இப்படிச் சொல்லி முடித்தாள்:

“தண்ணியில் பொழங்கற பயலுக்குத் தண்ணியப் பத்தி தெரிய வேண்டாம் ... அப்பங்காரன் வந்து தோல உரிச்சி உப்புக்கண்டம் போடட்டும்.”

உடல் முழுக்க கட்டுவிட்டாற் போலிருந்தது. காடு மேடுகளில் திரிந்த பகல் பொழுதில் இருந்த உடம்பு இதுவில்லை. சோர்ந்து சுருண்டுகொண்டான். கிணற்றுக்குள் பீப் பேண்டது ஊருக்கு உண்மையாகிவிட்டது. சேற்றை அள்ளிப்போட்டு மறைத்துவிட்டு

வந்த அது நொதித்து எந்த நேரத்திலும் வெளியே வரலாம். நீர்ப்பரப்பின் எல்லாப் பக்கங்களிலும் அதன் துகள்கள் பரவலாம். மேற்பரப்பை மூடிக்கொண்டிருக்கும் பாசிகள் நிறம் மாறிப் பீ அடைகள் ஆகும். கிணறு முழுக்கவும் பூப்பூத்ததுபோல மஞ் சள் மஞ்சளாய்ப் பீ. கிணற்றருகில் வந்து யார் யாரோ எட்டிப் பார்க்கிறார்கள். எல்லோரும் மூக்கைப் பிடித்துக்கொண்டு திரும்பி ஓடுகிறார்கள். இறுதியாகக் கருப்பனார் வருகிறார். தாகத்தில் அவர் நாக்கு வெகுநீளம் வெளித்தள்ளியிருந்தது. தாகத்தால் வெளித்தள்ளிய நாக்கு திரும்ப உள்ளே போகவே இல்லை. தொண்டை வறளக் கிணற்று மேட்டில் விழுந்து கிடக்கிறார். யாருக்கும் அவர் அருகில் போகத் துணிவில்லை. ‘ரத்தம் குடு ரத்தம் குடு’ என்று கத்துகிறார்கள். அப்பன் அந்தப்பக்கமும் இந்தப்பக்கமும் அலைகிறார். கை எடுத்துக் கும்பிடுகிறார். காலில் விழுகிறார். கால்கள் பின்வாங்கிப் போகின்றன. அவர்குரல் மட்டும் அந்தரத்தில் ஒலித்துக் கொண்டிருக்கிறது. பதில் குரலாகச் சிறு சத்தமும் இல்லை. கருப்பனாரின் உயிரோலமும் அப்பனின் கதறலும் கலந்து வருகின்றன. வான்வெளி முழுக்க இதே குரல்கள்தான். அப்பனின் கையில் அவன் தலை சிக்கியிருக்கிறது. விடுவித்துக்கொள்ளப் பார்க்கிறான். அப்பன் பிடியில் இளகலில்லை. அவனை இழுத்துச் செல்கிறார். கருப்பனாருக்கு முன்னால் நிறுத்தி இந்தா ரத்தம் என்று கையை ஓங்குகிறார். எங்கிருந்தோ திடீரென அவர் கைக்கு பெரிய கத்தி வந்துசேர்கிறது. அதை அவர் இறக்க அவன் கத்துகிறான் ... அய்யோ ...

வாசலிலேயே படுத்துக்கிடந்தான். மேலெல்லாம் வியர்வை. இருள் சுவர்போல் நின்று காற்றைத் தடுத்துக்கொண்டிருந்தது. வீட்டுக் கதவு திறந்தேயிருந்தது. வயிற்றில் ஒன்றுமில்லாமல் சுருட்டி இழுத்தது. எப்படியோ எழுந்து உட்கார்ந்தான். அப்பன் வருவதற்கான சுவடு எதுவும் தெரியவில்லை. வந்திருந்தால் தன்னால் இப்படித் தூங்கியிருக்க முடியாது. உண்மையாகவே அவர் கையில் கத்தி கொண்டுவரலாம். உள்ளே போய்ச் சட்டியைப் புரட்டி ஏதாவது இருக்கிறதா எனப் பார்க்கத் தோன்றிற்று. திடீரென அம்மா விழித்து ‘போய் பிய்யத் தின்னுடா’ என்று கத்தலாம். சத்தம் கேட்டு அக்கம் பக்கம் விழித்துக் கொள்வார்கள். அவனைப் பார்த்துச் சிரிப்பார்கள். சிறு பிள்ளைகள் ‘தண்ணிக்குள்ள பேண்டவன் ... தண்ணிக்குள்ள பேண்டவன்’ என்று கத்திக்கொண்டே அவன் பின்னால் வருவார்கள்.

சட்டெனக் காற்றுத்திரள் ஒன்று ஓடிவந்து அவன் முகத்திலடித்தது. அப்பன்தானோ எனத் திடுக்கிட்டுத்

திரும்பினான். காற்றை உணர்ந்ததும் வெட்கம் கூடிற்று. அப்பனின் வருகையை இந்தக் காற்று முன்னறிவிக்க வருகிறதுபோலும். வாசல்வெளி பாதுகாப்பான இடமாகத் தோன்றவில்லை. இருளுக்குள் நடக்க விரும்பினான். மெல்ல எழுந்து நாய்களுக்கு அரவம் காட்டாமல் நடந்தான். வீடுகளைக் கடந்து வீதிகளைத் தாண்டி வெளியே வந்ததும் ஆசுவாசமாக இருந்தது.

விரிந்து கிடக்கும் மேட்டு நிலங்கள் அவனை வாவென்று அழைத்தன. வெயிலில் கெட்டிப்பட்டுப்போன நிலமேனிகளை இரவு குளிர்வித்திருந்தது. எவ்வளவோ தூரம் நடந்தான். இன்னும் நடக்க வேண்டிய தூரம் முடிவில்லாமல் நீண்டிருப்பதாகப்பட்ட கணத்தில் அந்த ஊரைவிட்டு வெளியேறிவிடும் முடிவை எடுத்தான். அது அவனை உந்தித் தள்ளியது. ஆனால் நிதானமாக வும் பொறுமையாகவும் அடி எடுத்து வைத்தான். வழியில் வெள்ளையன் கிணறு குறுக்கிட்டது. உள்ளே கருப்பனார் சாமி மொச்மொச்சென்று நீரருந்தும் சத்தம் கேட்டது. அதனால் ஒன்றும்அவன் தடைப்படவில்லை.

●

***கவிதாசரண்*, ஜுன்– ஜுலை, 2002**

வளர்சிதை

இந்த அமைதி எவ்வளவு நேரம் நீடிக்குமோ தெரியவில்லை. எப்படியும் ரொம்ப நேரம் நீடிக்கப் போவதில்லை. இரண்டு குழந்தைகளும் ஈடுபாட்டோடு விளையாடுவதைப் பார்த்தால் இதிலென்ன பங்கம் வந்துவிடப் போகிறது என்றுதான் யாருக்கும் தோன்றும். துண்டு துண்டான ரீப்பர் கட்டைகளை வைத்துக்கொண்டு அவர்கள் போக்குவரத்து நடத்துகிறார்கள். பேருந்துதான் பெண்ணுக்கு மிகவும் பிடித்தமானது.

அதில் நிறைய ஆட்கள் இருப்பதும் கொஞ்ச தூரத்திற்கு ஒருதரம் நிறுத்தப்படுவதும் மட்டு மல்ல காரணம். 'டிக்கெட் டிக்கெட்' என்று கூவிக் கொண்டு வரும் நடத்துநர்தான் அவளின் வியப்பு. சீட்டைக் கிழித்துக் கொடுத்துவிட்டுக் காசை வாங்கிப் பையில் போட்டுக்கொள்வதும் நிற்கும் போதும் ஓடும்போதும் விசில் அடிப்பதும் எனப் பின்பற்றுவதற்கு ஏற்ற பல வேலைகளைச் செய்பவர் நடத்துநர். ஓட்டுநராக மாறிக் கொஞ்ச தூரம் ஓட்டுவாள். அதற்கப்புறம் முழுக்க முழுக்க நடத்து நர்தான் அவள். ஊர்ப் பெயரைச் சொல்லி இறக்கு வாள். ஆட்களை அதட்டுவாள். இந்த அளவுக்குப் பேருந்தின் மீது பிரியம் வரக் காரணம் அதில் அவள் அதிகமாகப் பயணம் செய்திருக்கிறாள். அவளைவிடச் சின்னவனும் புரிபடாத சொற்களைப் பேசுபவனுமான பையன் டிராக்டரையே பெரிதும் விரும்புகிறான்.

வீடிருக்கும் சாலையில் அவையே அதிகமாகச் செல்லுகின்றன. 'பீபீ...' என்று ஒலித்துக்கொண்டே ரீப்பர் கட்டையில் டிராக்டர் ஓடுகிறது. அவனுடைய மனோபாவத்திற்குத் தக்கபடி மண்ணையோ கல்லையோ கொண்டுசெல்லும். டிராக்டரின் பின்பக்கம் சாய்ந்து அவற்றைக் கொட்டும்போது அவன் முகம் காட்டும் தீவிரம் அற்புதமாக இருக்கும். எப்போதாவது அவனுடைய டிராக்டர் உழவோட்டவும் போகும். முக்குகளில் பலமுறை வளைந்து சீராக உழவு செய்யும். அவனுக்குக் கியர் மாற்றுவதில் அதிக விருப்பம். இரண்டு பேருடைய போக்குவரத்தும் வெவ்வேறு சாலைகளில் நிகழ்கின்றன.

அதனால் சற்று நிம்மதியாக நான் ஒரு ஓரத்தில் உட்கார்ந்து புத்தகத்தை விரித்து வைத்துக்கொண்டிருக்க முடிகிறது. 'பீஈஈஈ...' என்றும் 'டுர்ர்ர்...' என்றும் வரும் அவ்வாகனங்கள் நேருக்கு நேர் சந்தித்துக்கொள்ளும்போது ஒன்றுக்கொன்று வழிவிட்டு விலகிச் சமாதானமாகச் செல்வது நடக்காத காரியம். மோதலும் தகராறும் இயல்பாக எழும் அந்தக்கணம் எப்போதும் வந்துவிடலாம். விபத்தைத் தடுக்கவோ விபத்தின் போது உடனடியாக ஓடிச் சென்று உதவி செய்வதற்கோ நானிருக்கிறேன். 'மேற்பார்வை' என்று பெயர் கொடுத்து உட்கார்ந்து பார்த்துக்கொள்ளச் சொல்லிவிட்டுப் போயிருக்கிறாள் அவள்.

கையிலிருக்கும் புத்தகத்தில் பார்வை மட்டும் ஓடிக்கொண் டிருக்கிறது. மனம் முழுக்க விளையாட்டில். இரண்டு பேரின் விளையாட்டில் என்ன பிரச்சினை வரும் என்பது தெரிந்ததுதான். இருந்தாலும் அது வந்துவிடக் கூடாது என்று மனம் வேண்டிக் கொண்டே இருக்கிறது. முதலில் விளையாட்டு சுமுகமாகவே தொடங்கும். 'ஆப்பு ஆக்கிக்கிட்டு வெளையாடலாமா தம்பி' என்பாள் அக்கா. தம்பி 'ம்' என்பான். அவரவர்களுக்கு என்று பிரிக்கப்பட்டிருக்கும் சாமான்களை எடுத்து வைத்துக் கொள்வார்கள். சோறு, குழம்பு, ரசம் என்று இரு வீடுகளிலும் தடபுடலாகச் சமையல் நடக்கும்.

திடீரென்று தம்பியின் வீட்டில் குழப்பம் வந்துவிடும். ரசத்தை ஊற்றி வைக்கவோ குழம்பை மூடவோ அவனிடம் பாத்திரம் இருக்காது. உடனே அக்காவுடைய வீட்டுக்குப் போவான். கேட்பதெல்லாம் இல்லை. அவனுக்கு வேண்டியதைப் பட்டென்று தூக்கிக்கொள்வான். அக்கா பிடுங்குவாள். கையில் வைத்திருக்கும் பாத்திரத்தைக் கொண்டு அக்காவை அடிப்பான். திருப்பித் தாக்க அக்கா தயங்குவாள். அதற்குக் காரணம் உண்டு. அவன் சின்னவன், குழந்தை. அதோடு அடிக்கடி சளி, காய்ச்சல் என்று ஏதாவது உடல் பிரச்சினை வந்துகொண்டே இருக்கும்.

அதனால் அவனுக்கு எங்களிடம் சலுகை அதிகம். அவனைத் திட்டுவதோ அடிப்பதோ மிகக் குறைவு. அக்கா திருப்பி அவனை அடித்துவிட்டால் எங்களிடம் அவளுக்குத்தான் திட்டு விழும். 'அவன் சின்னவன் தானே, குடுத்தா என்ன,' 'கொழந்தயப் போயி அடிக்கறா பாரு,' 'அவனே நோவு நோவுன்னு கெடக்கறான்,' 'நீ பெரிய பிள்ளதான, நீதான் குடுக்கோணும்' என்றெல்லாம் அவளை நோக்கி எங்கள் வார்த்தைகள் போகும். அவள் எதையாவது கொடுக்க மறுத்தால் நாங்களே பிடுங்கி அவனுக்குத் தரவும் செய்வோம்.

அக்காவை நுட்பமாக வஞ்சிப்பதுதான் இது என்றாலும் இந்தச் சண்டையை வேறு விதத்தில் சமாளிக்கத் தெரியாத இயலாமைதான் காரணம். எங்களை நாங்களே நொந்து கொள்ளும்போது இரண்டுக்கும் குறைந்தபட்சம் மூன்று ஆண்டுகள் இடைவெளி என்பதைக் கடைப்பிடித்திருக்க வேண்டும் என்றோ ஒன்றோடு நிறுத்திக்கொண்டிருந்தால் பிரச்சினை இருந்திருக்காது என்றோ எண்ணிக்கொள்வோம். அதற்காக ஒருவரை ஒருவர் குற்றம் சாட்டிக்கொள்வதும் உண்டு.

குழந்தைகளுக்குள் சண்டை வந்துவிட்டால் அவ்வளவுதான். விளையாட்டு முற்றிலுமாகக் குலைந்துபோகும். மாறி மாறி அழுகை தொடரும். அடக்க முடியாமல் தேம்புவதைப் பார்க்க எங்களுக்கு ஆத்திரமாக வரும். இரண்டு பேரையும் இழுத்து அடி சாத்த வேண்டியதுதான். குழந்தைகளின் தேவத்தன்மைகள் எல்லாம் புத்தகங்களில் படிப்பதற்கு நன்றாக இருக்கிறது. நடைமுறையில் அரக்கமே எஞ்சுகிறது. என் முன்னால் நடந்து கொண்டிருக்கும் இந்தப் போக்குவரத்து விளையாட்டு என்ன அருமையாக இருக்கிறது!

பெரியவர்களைப் போலப் பாவனை செய்யும் குழந்தைகளின் முகங்களில் அற்புதச் சாயை படிந்திருக்கிறது. மாசு மருவற்று இப்போதுதான் வானுலகில் இருந்து இறங்கி வந்திருப்பவை போலத் தென்படுகின்றன. வெறும் மனசோடு இதனை ரசிக்க முடியவில்லையே. எந்தப் புள்ளியில் சண்டை தொடங்குமோ என்று கவலையோடே பார்க்க வேண்டியிருக்கிறது. ஏன் இப்படிச் சண்டை வருகிறது? குழந்தைகளின் மனங்களுக்குள்ளும் பிறந்ததுமேவா பிசாசுகள் குடிபுகுந்து கொள்கின்றன?

இதோ அந்தக் கணம் என்முன். இரண்டு பேரும் ஒரே மாதிரியான கட்டையை வைத்துக்கொண்டுதான் வண்டி ஓட்டுகிறார்கள். எப்போதும் மற்றவர்களின் பொருளே சிறப்பாகத் தென்படுவது பெரியவர்களுக்குத்தான். குழந்தைகளுக்குமோ?

அக்காவின் ரீப்பர் கட்டை வேண்டுமென்று அவளிடம் சென்று பிடுங்குகிறான். அகண்ட வாயின் உதடுகளைச் சுருக்கிக் கொண்டு 'குது' என்று மழலை பேசுவது கேட்க நன்றாக இருக்கிறது. அக்காவின் முகம் சுண்டிப்போய்விட்டது. 'பாருப்பா' என்று என்னைப் பார்த்துச் சொல்கிறாள். அவனோ 'அது ஏனும்' என்கிறான். அக்காவைப் பார்க்க எனக்குப் பாவமாக இருக்கிறது. எப்போதுமே அவளுக்குச் சார்பாக யாருமே பேசுவதில்லை. பாவம் அவள். 'எதுக்குடா அக்காவக் கேக்கற. உன்னோடத வெச்சிக்கிட்டு வெளையாடு' என்று மிரட்டும் தொனியில் கொஞ்சம் கடுமையாகச் சொல்கிறேன். உடனே அவன் முகப்போக்கு மாறிவிட்டது.

உரத்த அழுகை. 'அது ஏனும்' என்ற கூக்குரல். இந்தச் சங்கை அவ்வளவு சீக்கிரம் அடக்கிவிட முடியாது. அக்காவைத்தான் சமாதானப்படுத்தி வாங்கியாக வேண்டும். 'கண்ணு அவன் சின்னப்பையந்தான. நீ குடுத்திட்டு அவனுத எடுத்துக்கடா' என்று கெஞ்சுவது போலச் சொல்கிறேன். அவள் முகம் இறுகுகிறது. 'இதுலதான் ஆணி இருக்குது' என்கிறாள். இரண்டு கட்டைகளுக்கும் இப்படி ஒரு வித்தியாசம் இருப்பது என் கண்களுக்குப் படவில்லை. 'இருந்தா என்ன? ரெண்டும் ஒரே மாதிரிதான இருக்குது. குடுத்துரும்மா' என்கிறேன்.

அவள் அவ்வளவு சீக்கிரம் மசிவதாக இல்லை. 'எனக்கு இதுதான் வேணும்' என்கிறாள். 'கண்ணு இந்த நாயி அழுது உசுர வாங்கிருவான். குடுத்தர்றா' என்று கெஞ்சுகிறேன். எதற்கும் அவள் இணங்கப்போவதில்லை. 'எனக்கு வேணும்.' கண்கள் விரிந்திருக்கின்றன. பற்களைக் கடித்துக்கொண்டு சொல்கிறாள். சமாதான முறை இனிப் பலிக்காது. 'இதா இங்க பாரு, குடுக்கப் போறியா என்னங்கற' அதட்டும் என் குரலை அவள் எதிர்பார்த்தே இருக்க வேண்டும். எந்தப் பிரதிபலிப்பும் இல்லை. 'குடுக்க மாட்டன்' பதிலில் அழுத்தம். ஒருபோதும் இப்படி நடந்துகொள்ள மாட்டாள்.

கொஞ்சம் மிரட்டினால் போதும். பொலபொலவென்று கண்ணீரை விட்டுக்கொண்டு கொடுத்துவிடுவாள். இன்றைக்கு என்னவாயிற்று? 'நீயும் அடமா பண்ற, குடுக்கப் போறியா இல்லையா?' ம்கூம். அதற்கும் 'குடுக்கமாட்டேன்' தான். தன் பதிலை முன்கூட்டி நிச்சயித்தும் கொண்டிருப்பாள் போல. என்ன செய்வதென்று தெரியவில்லை. இனி அடிதான்.

அவனின் 'ஏனும்' என்கிற அழுகை. நான் எப்படியும் வாங்கிக் கொடுத்துவிடுவேன் என்னும் நம்பிக்கை அழுகையில் தொனிக்கிறது. இவ்வளவு சொல்லியும் பேச்சை மதிக்காத

திமிர்த்தனம் என்ன இந்த வயசில். 'தடி எடுத்தாரன் இரு' என்று சத்தமாகக் கறுவிக்கொண்டே குச்சி தேடப் போகிறேன். உடனே கைக்கு எதுவும் அகப்படவில்லை. கிடைத்ததும் அடிக்க வாகாக இல்லை.

கோபத்திலும் மனம் கணக்குத் தவறுவதில்லை. விளாராக இருக்க வேண்டும். மொத்தத் தடியாக இருந்தால் எலும்பில் பட்டுவிடலாம். சுளீரென்று பட்டால் போதும். தேடி ஒரு குச்சியை எடுத்துக்கொண்டு திரும்பினால் அவளைக் காணவில்லை. பையன் மட்டும் அழுதபடியே நின்றுகொண்டிருக்கிறான். அடிக்குத் தப்பித்து ஓடுவதைப் புதிதாகக் கற்றுக்கொண்டு விட்டாளா? 'அக்கா எங்கடா?' 'அக்கா' என்று வீட்டின் பின்புறமாகக் கையை நீட்டிக்கொண்டே அழுகிறான். அவள் வைத்து விளையாடிக்கொண்டிருந்த ரீப்பர் கட்டையும் இல்லை. எடுத்துக்கொண்டே ஓடியிருக்கிறாள்.

பேச்சை மதிக்காத கொழுப்பு இப்போதே. மூன்று வயதில் என்ன அழுத்தம். இதை இப்படியே விட்டால் ஆகாது. தலையை நீட்டிக்கொண்டு வீட்டின் பின்பக்கமாகப் போகிறேன். அவனும் அழுதுகொண்டே பின்னால் வருகிறான். பின்னால் சுவர் மட்டும் நீண்டு தெரிகிறது. காணோம். சுற்றிக்கொண்டு பக்கவாட்டில் போயிருப்பாள். வீட்டைச் சுற்றி வந்து ஏமாற்றுகிறாளா?

இந்த வயசில் என்னவெல்லாம் கற்றுக்கொண்டிருக்கிறது. திருடு. பக்கவாட்டில் சென்றதும் அங்கே அதே முக இறுக்கத்தோடு சுவரை ஒட்டி நிற்கிறாள். கையில் கட்டை இல்லை. குச்சியை ஓங்கிக் காலிலேயே ஓரடி விட்டபின் 'எங்க ரீப்பர்' என்கிறேன். சுளீரென்று விழுந்த அடிக்குக்கூட அழாமல் முகம் மேலும் இறுகக் கையை மட்டும் காட்டுகிறாள். எதிரில் சாக்கடை. கருங்குழம்பாய் ஓடும் சாக்கடை நீருக்குள் ரீப்பர் கட்டை புதைந்த இடம் எது?

●

நம் தினமதி இலக்கிய மலர், செப்டம்பர் 2001

மகாமுனி

வேலாத்தாளின் கால்கள் சுழன்று சுழன்று ஆடின. தறிப்பட்டறையின் அகண்ட முற்றம், அவள் கால்களுக்குப் போதவில்லை. விசையேறிய பாதங்கள் முழுப்பரப்பையும் ஆக்கிரமித்துக்கொண்டன. மூடி நின்றவர்களை எல்லாம் சுவரோர விளிம்பை நோக்கி விரட்டின. கைகள் இரண்டும் தலைக்குமேல் உயர்ந்து மாலைபோல் கோத்துக்கொண்டிருந்தன. கண்களை மூடியிருந்தாள். இழுத்துச் செருகியிருந்த முந்தானை மட்டும் துளியும் அசையவில்லை. ஒவ்வொரு அடியிலும் தரையை அளந்துகொண்டு வட்டமிட்ட கால்களில் அபரிமிதமான வலுவும் சக்தியும் வந்து சேர்ந்திருந்தன. அவள் மூச்சுவிடும் ஓசையைத் தவிர வேறு சத்தமே இல்லை. பெரும் இரையை வெகு நேரம் விரட்டிய மிருகம் இளைப்பாறுதலைப் போலத் தரையில் மண்டியிட்டுக்கொண்டு தலையைச் சுழற்றினாள். மண்டியிட்ட கால்களும் வட்டமிட்டன. சொரசொரத்த காரை அவள் முழங்கால்களை எதுவும் செய்யவில்லை.

எல்லாரும் கையெடுத்துக் கும்பிட்டு நின்றனர். கும்பிடாமல் அசிரத்தையாகப் பார்த்துக் கொண்டிருந்தவர்கள் பக்கம் திரும்பி அவ்வப்போது கண்களை விழித்துப் பார்த்தாள். கோபமூச்சை வெளிவிட்டாள். அடிக்கடி அந்தப் பக்கமாகவே கால்கள் சுழன்றன. அவளுடைய சூம்பியது போல மெலிந்த கால்களில் இத்தனை வன்மை குடியேறி விட்டதை அதிசயமாகப் பார்த்தனர். மண்டியிட்டுப் படமெடுத்த நாகமாய்ச் சுழன்ற சமயத்தில் அவள் கொண்டை அவிழ்ந்து முதுகெங்கும் மயிர் விரிந்தது.

இடுப்புக்குக் கீழ்வரை நீண்ட மயிர்க்கற்றை அவள் அசைவில் பல கோலங்களை வரைந்தது. ஒரு அசைவில் இடப்பக்கம் சாய்ந்தது. எதிர்பார்க்காத சமயத்தில் கழுத்தை ஒரு வெட்டு வெட்டி மயிரைத் தூக்கினாள். முகத்தை மூடி முன் பக்கமாகத் தொங்கியது. அப்படியே வெகுநேரம் ஆடிக்கொண்டிருந்தாள். வெறுமையான பின்கழுத்தில் பதிந்த கண்கள் அங்கேயே நிலைகொண்டிருந்தன.

இப்போது அவள் உடல் முழுவதுமே ஆட்டத்தின் இசைவுக்கு லகுவாகிக் கொண்டிருந்தது. தலைக்கு மேலுயர்ந்த கைகள் விறைப்பாக அப்படியே இருந்தன. யாருக்கும் என்ன செய்வதென்றே புரியவில்லை. வெறுமனே கும்பிட்டுக் கொண்டிருக்கவும் முடியவில்லை. முதலாளி மிக பவ்யமாக இடுப்பில் துண்டைக் கட்டிகொண்டு நின்றிருந்தார். சாமி படங்கள் வரிசையாக நிறுத்தப்பட்டுத் தீபாராதனைக்காகக் காத்திருந்தன. வேலாத்தாளின் ஆட்டம் நின்றபாடில்லை. மேஸ்திரி முன்னால் வந்து தீபாராதனைத் தட்டை எடுத்துச் சென்று வேலாத்தாளின் முன் நின்றான். அவள் ஆட்டம் உக்கிரமாக இருந்தது. திருநீற்றை அள்ளித் தலை மீது இட்டான். மூன்று முறை அவ்வாறு இட்டதும் 'ஏஏஹ்...' என்றொரு சத்தம் அவளிடம் இருந்து வந்தது. அதனூடே பின்னிய கைகளைப் பிரித்து நீட்டினாள். மேஸ்திரி திருநீற்றைக் கையில் போட்டான். அதை மறுதலித்து வேறேதோ வேண்டும் என அதிகாரக் குரலில் கனைத்தாள். அவனுக்குப் புரியவில்லை. வேறு யாரோ கற்பூரத்தை எடுத்துக் கொண்டுவந்து அவள் கையில் பற்ற வைத்தார்கள். நன்றாகக் கொழுந்துவிட்டு எரிய எரிய அதையே விழித்துப் பார்த்தாள். முகம் சிவப்பொளி பட்டுப் பிரகாசமானது. கற்பூரம் உச்சத்தில் சுடர் விடும்போது வெறி மூண்டவளாய் வாயைத் திறந்து உள்ளே போட்டுக்கொண்டாள். அப்படியே கீழே சாய்ந்துவிட்டாள். மயிர் இழைகள் நெகிழ்ந்த போர்வை போல அவளைப் போர்த்திக்கொண்டிருந்தன. பூஜை முடிந்து பிரசாத விநியோகம் நடக்கும்போதும்கூட எழவில்லை. யாரும் அவளைத் தொந்தரவு செய்யவும் முயலவில்லை.

கடந்த வார வெள்ளிக்கிழமைதான் இது தொடங்கியது. இந்த அளவுக்கு இல்லை. சாம்பிராணிப் புகையைத் தறிப்பட்டறை முழுவதும் காட்டுவதற்காக மேஸ்திரி எடுத்துப்போவான். அவன் ஒரு தறியைக்கூட விடாமல் எண்பது தறிகளுக்கும் புகை பிடிப்பான். குறைந்தது கால் மணி நேரமாவது ஆகும். அவன் திரும்பும் வரை எல்லாரும் அப்படி அப்படியே இருக்க வேண்டும். வந்தபின்தான் கற்பூரம் கொளுத்திச் சாமி கும்பிடல். அந்த இடைவெளி நேரத்தில்தான் சாம்பிராணிப் புகையில் மயக்கம்

கொண்டவளைப் போலத் தலையை ஒவைத்தாள் வேலாத்தா. அவள் நின்ற நிலையை விட்டுச் சிறிதும் அசையவில்லை. தலை மட்டும் ஒவைந்துகொண்டே இருந்தது. எல்லாரும் அவளையே பார்த்துக்கொண்டு இருந்தனர். கேலிச் சிரிப்புகளும் முனங்கும் பேச்சுகளும் அவளைச் சுற்றியே இருந்தன. கண்களை மெல்ல மூடிக்கொண்டிருந்த அவள் எதையும் காணவில்லை. கற்பூரம் கொளுத்தும்போது மிக வேகமாக ஆடிய தலை கொஞ்ச நேரத்தில் ஓய்ந்தும் விட்டது.

தறிப்பட்டறையின் இரண்டு ஷிப்ட் ஆட்களுக்கும் பேச்சுப் பொருளானாள் வேலாத்தா. தறிப்பட்டறையின் மையத்தில் குடியிருக்கும் மோகினி, இரவுவேலை ஆட்கள் உறங்கப் போகும் நள்ளிரவில் சலங்கை குலுங்க நடந்து வெளியேறும் மோகினி, அவள்தான் வேலாத்தாளைப் பற்றிக்கொண்டாள் என்பதே பெரும் நம்பிக்கையாயிருந்தது. மோகினி இளவட்டப் பையன்களை மோகிக்க இப்படி ஒரு வழி கண்டுபிடித்துவிட்டாள் என்றும் புத்தி மாறி யாரேனும் அந்தக் குழியில் விழுந்து விடவேண்டாம் என்றும் சிரித்துக்கொண்டே எச்சரித்தார்கள். திருமணமான ஓரிரு மாதங்களிலேயே ஊர்வலம் புறப்பட்டுப் போய் வெகு வருஷமாகியும் திரும்பாத அவள் புருஷன்தான் எங்கேயோ அனாதைப் பிணமாகி இப்போது ஆவியாக வந்து அவள் மேலேயே ஏறிக்கொண்டான் என்பதும் பரவலான பேச்சு. 'மனுஷனா இருந்தப்ப அடக்க முடியல. ஆவியா வந்தாச்சும் அடக்கட்டும்' என்ற கேலிகள். வெகு சிலர்தான் அவள் மீது வந்திருப்பது ஓட்டுக்காட்டு மகாமுனியோ ஆட்டூர் காளியம்மனோ என்று சந்தேகம் கொண்டார்கள். சாமி எதுவும் வந்திருக்கக்கூடிய அளவுக்கு அவள் சுத்தபத்தமானவள் அல்ல என்றும் அதை மறுத்தார்கள். பேய்கள் மௌடீகமாகச் சாமி போல வந்து ஏமாற்றும் என்று நிறைய உதாரணங்களைக் கீழ்காட்டுப் பூசாரியையும் துணைக்கு அழைத்துக்கொண்டு சொன்னார்கள்.

வேலாத்தா எல்லாப் பேச்சுக்களுக்கும் காது கொடுத்தாளோ என்னவோ எந்தப் பதிலும் தரவில்லை. அவளுடைய சொற்களே வெகுவாகக் குறைந்துவிட்டன. மொழியின் மீதே நம்பிக்கை முழுவதையும் இழந்துவிட்டவளாய் எதிர்ப்படும் ஆட்களுக்காக ஒரே ஒரு புன்னகையை மட்டும் அழியாமல் காத்துக்கொண் டிருந்தாள். வாயைத் திறந்தே ஆக வேண்டிய நிர்ப்பந்த நேரங்களில் மட்டும் கம்பரிசி கொட்டுவது போல ஓரிரு சொற்களைக் கவனமாக வெளிவிட்டாள்.

ஏரித்தண்ணீர் வழிந்தோடும் வழியில் தற்காலிகமாகப் பாலம் கட்டிக்கொண்டிருந்தபோது அந்த வழியாகப் போக நேர்ந்த

அவள் 'ரண்டு நாளைக்கு' என்று சொன்னாள். இரண்டாவது நாளே பெருவெள்ளம் வந்து பாலத்தின் சுவடு முழுவதையும் வாரிச் சென்றுவிட்டது. அதுமுதல் அவளிடமிருந்து வரும் வார்த்தை ஒவ்வொன்றிலும் தங்களுக்கான சேதி ஏதோ இருப்பதாய்க் கூர்ந்து கேட்டார்கள். அவள் பேசாதபோது அவளிடமிருந்து ஏதாவது சொற்களை வரவழைத்துவிடும் முயற்சிகளைச் செய்யலானார்கள்.

வேலாத்தா வெள்ளிக்கிழமை தவறாமல் தறிப்பட்டறை பூஜையில் அரைமணி நேரம் எடுத்துக்கொண்டாள். வாரத்துக்கு வாரம் ஆடலில் ஒழுங்கு கூடிக்கொண்டு இருந்தது. ஒவ்வொரு அடியினையும் தனதாக்கிக் கொள்வதிலும் சுற்றியிருந்த ஆட்களை ஒருபுறமாகத் திரட்டி நிறுத்துவதிலும் ஆடல் களம் அதற்கான உயிர்ப்பைப் பெறுவதிலும் கவனம் செலுத்தினாள் என்று சொல்ல முடியாது. ஆனால் அப்படித்தான் அமைந்தது. ஆடும்போது வந்திருப்பது யார் என்று அறியும் முயற்சியிலும் ஏதேனும் வாக்கு வரம் கேட்கவும் எவ்வளவோ முயற்சி செய்தார்கள். கற்பூரத்தைக் கொளுத்தி வைத்துக் கீழே விழுந்து கும்பிட்டுப் பவ்யமாகக் கேள்விகளைக் கேட்டார்கள்.

எதற்கும் பதில் இல்லை. ஆடல் வேகத்தில் எழும் 'உஸ்' ஒலியைத் தவிர்த்து எதுவும் இல்லை. சில வாரங்களுக்குள்ளேயே சலித்துப் போனார்கள். 'இது ஏதோ ஏமாத்து' என்னும் பேச்சு விரிந்து சுத்தமாக அடங்கிப்போயிற்று.

அது வெள்ளிக்கிழமை அல்ல. மாலை பொழுதும் அல்ல. வாரத்தின் இடைநாளொன்றில் பட்டப்பகல். தார்க்குச்சி சுற்றிக்கொண்டிருந்த வேலாத்தாளுக்குத் திடுமென மெரள் வந்துவிட்டது. தறிச் சத்தத்துக்கு இடையே சுழல ஆரம்பித்தாள். ஓடும் தறிக்குள் விழுந்துவிடுவாளோ என்ற பயத்தில் எல்லாத் தறிகளையும் நிறுத்தினார்கள். தீபாவளி, பொங்கல் தவிர மற்ற நாட்களில் இப்படித் தறி நின்றதே கிடையாது. தறிச் சத்தம் இல்லாமல் போனதும் முதலாளி ஓடோடி வந்தார். பட்டறைக்கு மேலேயே வீடு கட்டிக் குடியிருந்த அவர் காதுகளுக்கு எப்போதும் தறிச் சத்தம் கேட்டுக்கொண்டே இருக்கவேண்டும்.

அவர் கீழிறங்கி வருகையில் வேலாத்தாளின் ஆட்டம் உச்சத்தில் இருந்தது. தறிகளுக்கு இடையே எதிலும் இடித்துக் கொள்ளாமல் அவளால் விசையாக ஆட முடிந்தது. முதலாளிக்குப் பெருத்த சங்கடமாக இருந்தது. அவள் ஆடத் தொடங்கியதில் இருந்தே இந்தச் சங்கடம் இருந்தாலும் இப்படியோர் நெருக்கடி வந்து சேர்ந்ததில்லை. முன்பு போல அவளை அதட்ட முடிய வில்லை. ஒருமையில் அழைப்பதில் ஏதோ தவறு செய்வது

போன்ற உணர்வு ஏற்பட்டிருந்தது. அவள் பணத்திற்கு வந்து நிற்கையில் தட்டாமல் கொடுக்க வேண்டியானது. சொல்லாமல் சில நாட்கள் அவள் வேலைக்கு வராவிட்டாலும் கடிந்து வார்த்தைகள் சொல்லக்கூடவில்லை. மனசு தயாராக இருந்தாலும் நாக்கு தயங்கி உள்ளே சுருண்டு கொண்டது. இப்போதென்றால் பகலிலேயே வேலைக்குத் தடை. சீக்கிரமாக மலையேற்றிவிடலாம் என்ற எண்ணத்துடன் கற்பூரத் தட்டை எடுத்தோடி வந்தார்கள். அவள் மீது திருநீற்றை அள்ளி இறைத்து விட்டுக் கையில் சூடத்தைக் கொடுக்கப் போனார்கள்.

எப்போதும் இல்லாத விதத்தில் நாக்கைக் கடித்துக்கொண்டு ஆங்காரமாய் 'ம்ம்ம்ஹ்' என்று கூச்சலிட்டாள். மெரளை அவள் குச்சி உடம்பு தாங்கவில்லை. இந்தப் பாடுபடுத்துகிறதே என்ற இரக்கம் சிலருக்கு இருக்கத்தான் செய்தது. கற்பூரத்தை வாங்க அவள் கை நீளவில்லை. மாறாகப் பட்டறையின் மையத்தில் நின்று தலையையும் மேலுயர்த்திய கைகளையும் அசைத்தபடி ஏதோ சொல்ல ஆயத்தமாவது தெரிந்தது. குகைக்குள் இருந்து வெளியேறி வரும் பறவை ஒன்றின் மெலிந்த குரலாய் 'தீம்பு வந்திருச்சு' என்றாள். கட்டிய கையை எடுத்துக் கீழே விழுந்து கும்பிட்டு "என்ன தீம்பு சாமி வந்திருச்சு" என்றார் முதலாளி. அவள் குரல் இப்போது வான்வெளியில் அழுந்தப் பதியும் மின்னலைப் போலத் திடமாகத் 'தீம்பு வந்திருச்சுப்பா' என்றதும் பட்டறையில் இருந்த பவளாயி, முதலாளிக்கு அருகில் வந்து மெல்ல ஏதோ சொன்னாள். உடனே முதலாளி 'எந்தத் தீம்பா இருந்தாலும் நீதான் சாமி... காப்பாத்திக் கைதூக்கி விடோனும்' என்றார்.

அவருடைய வேண்டுகோளைப் பரிசீலிப்பது போல் 'ம்ம்ம...' என்ற ஓசை மட்டும் வந்தது. அதே வாசகங்களைத் திரும்பச் சொல்லி வீழ்ந்து கும்பிட்டார். 'மகாமுனிக்கு என்ன செய்ற?' அவள் கேள்வியில் அட்டை போட்ட பட்டறை முழுவதும் அதிர்ந்து ஆடியது. எல்லாருக்கும் அவள் மீது வந்திறங்கி இருக்கும் சாமி மகாமுனி என்பதை இந்தக் கேள்விதான் உணர்த்திற்று. 'மகாமுனீப்பா' என்ற குரல் ஒலிக்க எல்லாரும் வீழ்ந்து கும்பிட்டார்கள். பெரிய ஐயமொன்று தீர்ந்த மகிழ்ச்சி அவர்களிடம் இருந்தது. முதலாளி இப்போது தானாகவே 'கெடா வெட்டிப் பொங்க வெக்கறன் சாமீ' என்றார். அவ்வளவுதான். சாமி மலையேறக் கை நீட்டியது. உயர்ந்தெரியும் சூடம் விழுங்கித் தாகம் தணித்துக்கொண்டு மலையேறிவிட்டது.

சாமி சொன்ன 'தீம்பு' என்னவென்பது மதியத்துக்கு மேலதான் விளங்கியது. முதலாளிக்குத் தறிப்பட்டறை மட்டும் அல்லாமல் சில லாரிகளும் இருந்தன. அதில் ஒன்று, அதுவும் அவருடைய

மகனே ஓட்டிச் சென்ற லாரி விபத்துக்குள்ளாகி விட்டது. ஆளுக்கு அடியொன்றுமில்லை. வண்டிக்குக் கொஞ்சம் சேதாரம். தொலைபேசிச் செய்தியாக இது வந்து சேர்ந்தபோது முதலாளி அசந்துபோய்விட்டார். அவருடைய வாயிலிருந்து வந்த முதல் சொல்லே 'மகாமுனீப்பா' என்பதுதான். சாமி கேட்டபோதுகூட ஏதோ மேலுக்குத் தான் சொன்னாரே தவிர அடிமனதில் அவருக்கு நம்பிக்கை ஏற்பட்டிருக்கவில்லை. தொலைபேசிச் செய்திக்குப் பின் மகாமுனியின் மீது பக்தியும் வேலாத்தாள் மேல் மதிப்பும் கூடியிருந்தன. அவருடைய மகனையே காப்பாற்றுவது என்றால் சாதாரணமா? முனியப்பனுக்கு இரட்டைக் கிடாவெட்டி இரட்டைப் பொங்கல் வைப்பதாக வேண்டிகொண்டதோடு கீழே இறங்கி ஓடித் தார் சுற்றிக்கொண்டிருந்த வேலாத்தாளின் கால்களில் விழுந்து கும்பிட்டார். அதுதான் மிகப் பெரிய செய்தி ஆயிற்று.

வேலாத்தாளிடம் வாக்குக் கேட்கவும் குறி கேட்கவும் எல்லாரும் வந்துபோனார்கள். ஆனால் வேலாத்தா யாருக்கும் எதுவும் சொல்லவில்லை. ஏதாவது கேட்டால் வெறும் சிரிப்புத்தான். ஏமாற்றமாக இருந்தாலும் அவள் மீது எல்லாருக்கும் மதிப்பு. வெள்ளிக்கிழமைகளில் அவளுடைய ஆட்டம் முன்பு போலவே தொடர்ந்தது. ஆனால் தறிப்பட்டறையில் உள்ளவர்கள் மட்டும் அல்லாமல் வெளி ஆட்களும் வரத் தொடங்கினார்கள். அந்த நாளில் வருகின்ற அனைவருக்கும் பிரசாதம் கொடுக்க முதலாளி கூடுதலாகச் செலவு செய்யவேண்டி இருந்தது. அதை அவர் உள்ளார்ந்த மகிழ்ச்சியோடே செய்தார். ஒவ்வொரு வெள்ளிக்கிழமையும் மகாமுனி ஏதாவது சொல்லும் என்ற எதிர்பார்ப்பு பொய்த்துப் போகப் போகக் கூட்டம் குறைந்தது. ஆனால், வேலாத்தாள் மேலான மரியாதை ஊருக்குள் குறையவில்லை.

கீழ்காட்டுப் பூசாரி மட்டும் வேலாத்தாளை நம்பவில்லை. அவளுக்கு எதிராகவே எல்லாப் பக்கமும் பேசிக்கொண்டிருந்தார். 'சாமி ஆட ஒரு தரம் வேண்டாமா?' என்பதுதான் அவருடைய கேள்வி. 'கண்ட முண்டைங்க மேலெல்லாம் மகாமுனி வருமா?' என்று டீக்கடை பெஞ்சில் விடிகாலை நேரத்தில் அவர் குரல் விழுந்துகொண்டிருந்தது. அவள் வாக்குச் சொல்வதில்லை என்பது அவருக்கு உவப்பான விஷயம்தான். ஆனால் அவள் மீது கூடி வரும் மதிப்பு எங்கே தன்னைப் பாதிக்குமோ என்பது உள்ளார்ந்த கவலையாக இருந்தது. எத்தனையோ பேய்களை ஓட்டியவர் அவர். அவருடைய விளாருக்கு மசிந்து சாலைப் புளியமர ஆணிக்குள்போய் முடங்கிக்கொண்ட பேய்கள் அநேகம். முன்பு போல இப்போது அவரால் இயங்க முடிவதில்லை

என்றாலும் ஒரு சில பேர் அவரை நாடி வரத்தான் செய்கிறார்கள். தொழில் போட்டி என்று சொல்ல முடியாவிட்டாலும் தனக்கு இருக்கும் கௌரவத்தை அவள் அபகரித்துக் கொண்டுபோய் விடுவாளோ என்று பயந்தார்.

அவருடைய பேச்சின் தொனி தினந்தோறும் மாறுதல் அடைந்துகொண்டே இருந்தது. 'அவளுக்குப் புடிச்சிருக்கறது பேய்தான்' என்று படுதீவிரமாகக் கூற ஆரம்பித்தார். 'அந்தப் பேய ஓட்டறன்' என்று கூறித் தன் திறமையைப் பறைசாற்றிக் கொண்டிருந்தார். அப்படி ஒரு பேச்சின்போது டீக்ககடையில் விவாதம் முற்றியது. எதிரானவர்கள் 'அது சாமியல்ல, பேயிதான்னு உன்னால ருசுப்பிக்க முடியுமா?' என்றார்கள். அதை அவர் சவாலாக ஏற்றுக்கொண்டார். வரும் வார வெள்ளிக்கிழமையே அதைச் செய்து காட்டுவதாகவும் கூறினார். இந்தச் செய்தி எல்லாப் புறமும் பரவியது. வேலாத்தாள் காதுக்கும் வந்தது. அப்பவும் அதே பழைய புன்னகைதான்.

அந்த வெள்ளிக்கிழமை தறிப்பட்டறை பூஜைக்கு ஊரே திரண்டு வந்துவிட்டது போல அத்தனை கூட்டம். சாம்பிராணிப் புகை எழவும் வேலாத்தாளின் தலை அசையவும் சரியாக இருந்தது. அப்போதுகூடப் பூசாரி வந்து சேரவில்லை. ஆள் பின்வாங்கி விட்டார் என்று நினைக்க ஆரம்பித்த அந்தச் சமயத்தில் பூசாரி வந்து சேர்ந்தார். நெற்றி நிறைய விபூதிப் பட்டையும் இடுப்பில் எடுத்துக் கட்டிய ஒரு துண்டுமாய் வேலாத்தாளின் சுற்றுவெளிக்குள் அவர் பிரவேசித்தார். எதிரியோடு குஸ்தி போடப்போகும் வீரனை அனுப்புவது போல அவருக்குப் பின்னாலிருந்து சிரிப்பும் கெக்கலியும் கேட்டன. வேலாத்தா தன்னை மறந்து கண்களை மூடியபடி முற்றத்தைக் காலிற்குள் கொண்டுவந்துகொண்டிருந்தாள். அவள் ஆட்டம் இன்றைக்கு உச்சத்தில் இருப்பதாக எல்லாருக்கும் தோன்றிற்று. அவளுடைய அடி வைப்பில் தரை அதிர்வுமிகுந்து எல்லாரின் கால்கள் வழியாகவும் ஏறிற்று. மயிர் அவிழ்ந்து முதுகில் விரிந்தபோதும் அதன் பின் அவள் ஆடிய தாண்டவமும் பூசாரிக்கு 'இது பேய்தான்' என்று நம்பிக்கை ஊட்டிற்று. ஆனாலும் அதை அவர் வெளிக்காட்டிக்கொள்ளவில்லை.

வாய்க்குள் முணுமுணுத்துக் கும்பிட்டார். பின் தரையைத் தொட்டுக் கும்பிட்டு எழுந்தார். அவர் வாய் சுத்தமாக எல்லாருக்கும் கேட்கும்படியாகக் கூறிற்று. அங்கே அவருடைய ஒற்றைக் குரல் மட்டுமே ஒலித்தது. 'சாமீ மகா முனீப்பா ... நீ வந்திருக்கறது எங்களுக்கெல்லாம் சந்தோஷம். நானும் உன்னோட தொணையில எத்தனையோ பேய் ஓட்டிருக்கரன். பேயிங்க சாமி மாதிரி ஏமாத்தறது உண்டு. நீ மகா முனீப்பனா ... இல்ல

உம் பேரச் சொல்லிக்கிட்டு வந்திருக்கற பேயான்னு எங்களுக்கு வந்திருக்கற சந்தேகத்த நீதான் தீத்து வெக்கோணும்...' அவர் வெற்று வெளியைப் பார்த்துப் பேசுகிறாரா வேலாத்தாளைப் பார்த்துப் பேசுகிறாரா என்றே தெரியவில்லை. பொதுப்படையான பேச்சாக இருந்தது. வேலாத்தாள் மூளி முறிக்கும் 'உஸ்' என்னும் சத்தமே பதிலாக வந்தது.

அவர் மேற்கொண்டு தொடர்ந்தார். 'எம் மனசுல ஒரு குறிப்பு நெனச்சிருக்கறன். அது என்னன்னு சொல்லர வலுவு உனக்குத்தான் உண்டு. அதச் சொல்லீட்டினா எங்க சந்தேகம் தீந்துரும்... சூடமேத்தித் தீபாராதன காட்றதுக்குள்ள நீ சொல்லீரோனும்... சாமி அப்பா... மகாமுனி...' என்று கூறிக் கும்பிட்டுவிட்டுப் பின்னகர்ந்துகொண்டார். அவர் மனதில் நினைத்திருப்பதைச் சொல்ல மகாமுனிக்கு எத்தனை நேரமாகும்? மகாமுனி சரியாகச் சொன்னபின் அவர் மறுத்துவிட்டால் அவரை மகாமுனி சும்மா விடுவாரா? பெரும் போட்டியின் வெற்றி தோல்வியைக் கணிக்கும் அந்தக் குறிப்பை அறிந்துகொள்ளவும் கூட்டம் ஆவலாக இருந்தது. வேலாத்தாளுக்கு நேர்ந்திருக்கும் நெருக்கடியைக் குறித்துச் சிலருக்குச் சந்தோஷமாகவும் இருந்தது.

வேலாத்தாள் குதித்துக் குதித்து ஆடினாள். ஒரு நாளும் இல்லாத விதமாகக் கைகளை நெஞ்சுக்கு நேராக நீட்டிக் கொண்டாள். கையில் பிரம்பொன்றைப் பிடித்திருப்பதைப்போல் இருந்தது அவள் பாவனை. குதிப்பில் சேலை சிக்கித் தடுமாறி விழுந்துவிடுவாளோ என்று அச்சமாக இருந்தது. கற்பூரம் ஏற்றும் நேரம்வரை அவள் ஆட்டம் தொடர்ந்தது. பேச்சு எதுவும் இல்லை. பின் திடுமென 'டேய்...' என்று கத்தினாள்... பற்களை அவள் கடிக்கும் சப்தம் தெளிவாகக் கேட்டது. 'என்னயவா சோதிக்கற?...' என்று இழுத்துச் சிறிது நிறுத்தினாள். அமைதி முகங்கள் அவள் வார்த்தைகளுக்காகக் காத்திருந்தன.

மூச்சை இழுத்துப் பெருமூச்சொன்றை உதிர்த்துவிட்டுச் சொன்னாள்: 'உந்தோட்டத்துக்குக் கெழக்கால தூரமா இருக்கறா... ஒரு அறுத்த முண்ட... அவள நெனச்சிருக்கறையடா' என்றாள். 'டா'வில் பெரும் வன்மம் தொனித்தது. அத்தோடு சாமி மலையேற ஆயத்தமாகிவிட்டது. எல்லாரும் குறுஞ்சிரிப்போடும் கேலியோடும் பூசாரியைத் தேடினார்கள். பூசாரி எப்போதோ மறைந்துவிட்டிருந்தார்.

●

***இந்தியா டுடே*, ஜூன் 13, 2001**

சிறுத்த பூதம்

"பூதங்கத சொல்லுப்பா."

செல்ல நாய்க்குட்டியைப் போல் உடலோடு உரசிக்கொண்டு, கொஞ்சலாய்க் குழந்தை கேட்பது கிட்டத் தட்ட இருபது இருபத்தைந்தாவதுமுறையாக இருக்கலாம். கண்களை முழுக்க மூடிக்கொண்டும் பாதித் திறந்தும் 'ம்' என்பதையே பலமுறை பலவிதங்களில் சொல்லிச் சமாளிக்கப் பார்த்தான். கொஞ்ச நேரம் கேட்டுவிட்டுச் சலித்துத் தானாகவே விளையாடப் போய்விடும் என்று நம்பினான். விளையாட்டுத் தோழர்கள் யாரும் இந்த நேரத்தில் இல்லைபோல. தான் நினைத்ததைச் சாதிக்கும் வல்லமை கொண்டதாக இருந்தது குழந்தை. சிணுங்கலும் கெஞ்சலும் மாறிமாறி ஒலித்து அழுகையாய்ப் பரிணமித்தது. அழுகையின் மிரட்டலோடு அவனை மீண்டும் மீண்டும் கேட்டுக் கொண்டேயிருந்தது. கையில் ஏறி ஊர்ந்து வரும் பூச்சியை அனிச்சையாக உதறி எறியும் வேகத்தோடு குழந்தையையும் தூக்கி வீச வேண்டும் என்று தோன்றியது. உடல் அலுப்பு புரண்டு புரண்டு படுக்க அனுமதித்ததே தவிர, எதையும் பேசும் நிலையில் அவனில்லை. வீட்டுக்கு வந்தால் சிறிது இளைப்பாறக்கூட விடாமல் தொந்தரவு செய்யக் குழந்தையை விட்டுவிட்டு என்ன செய்கிறாள் அவள் என்று மனைவியின் மேல் கோபமேறியது.

குழந்தையை மார்பின் மீது படுக்கவைத்துக் கொண்டு கொஞ்சியபடி வெகுநேரம் விதவிதமான கதைகள் சொல்ல வேண்டும்; அதன் மழலைக்

கேள்விகளுக்கு முகம் சுளிக்காமல் பதில்களை அடுக்க வேண்டும்; குழந்தையோடு அது விரும்பும்படியெல்லாம் விளையாடி மகிழ வேண்டும்; அதன் ஈர முத்தங்களின் பசை எப்போதும் இருக்க வேண்டும்; குழந்தை மனம் ஏற்றிச் செல்லும் பரிசுத்த லோகங் களுக்கெல்லாம் குதூகலத்தோடு பயணம் செய்ய வேண்டும் என்றெல்லாம் செய்துவைத்திருந்த கற்பனைகளைச் செயல் படுத்தும் விதத்திலில்லை நாட்கள். இப்போது குழந்தையின் வேண்டல்கள் நச்சரிப்புகள். சமயங்களில் எரிச்சல் மண்ட எழுந்து தூரப் போய்விடவோ இரண்டு அடிகள் கொடுக்கவோ செய்வான். அப்படியும் அடங்காமல் எதையாவது திட்டித் தீர்த்தால்தான் மனம் தணியும். குழந்தையின் மெல்லுடலில் சாட்டை விளாறுகளாய்ப் படியும் விரல்களை நினைக்கக் கசிந்தான். தன் செய்கைகளைப் பற்றி யோசிக்கக் குழந்தையின் மேல் இரக்கம் சுரந்தது.

சிரமத்தோடு விழித்து அதன் முகத்தைப் பார்த்தான். கபடின் சாயை சற்றும் படியாத தெளிவான முகம். அள்ளி அணைக்கத் தூண்டும் காரியார்த்தமற்ற சொற்கள். மறைக்கத் தெரியாத சோகம் கப்பிய அதன் முகத்தைக் காணக் காணத் தன்மேல் வெறுப்புக் கூடிற்று. கதை சொன்னால் அந்த முகத்தில் சிரிப்பின் பூரிப்பைப் பார்க்க முடியும். உடனே அதற்கு ஆவல் கொண்டான். உடல் அலுப்பையும் மீறி மனம் எழுந்தது. குழந்தையை அருகில் இழுத்துக் கொஞ்சலாய் முத்தம் கொடுத்தான். அவனுடைய மாற்றம் அதற்குத் திகைப்பூட்டியிருக்க வேண்டும். இவ்வளவு நேரம் இருந்ததற்கு முற்றிலும் மாறான குரலில் “கண்ணுக்கு என்ன கத வேணுமாம்” என்றான். வெட்கம் குழையத் தலையைக் குனிந்துகொண்டது. அவன் சொல்லுவான் என்னும் நம்பிக்கை கூடிவிட்டது. மார்பின் சுருண்ட முடிகளில் விரல் அளைய “பூதங்கதப்பா” என்றது.

“பூதங்கதையா ..?” என்று பேச்சை நீட்டித்துக்கொண்டே மூளை அடுக்குகளில் பூதம் பற்றிய கதைகளைத் தேடலானான். முதலில் அவனுக்கு ‘அலாவுதீனும் அற்புத விளக்கும்’ திரைப்படம் காட்சிக்கு வந்தது. கொஞ்சம் உள்ளிறங்கப் ‘பட்டணத்தில் பூதம்’ படமும் நினைவில் ஆடிற்று. ஒரு காலத்தில் திரைப்படங்களை விரும்பிப் பார்க்கும் பழக்கமும் அவற்றில் வரும் பாடல்களை எழுதியவர், பாடியவர், இசை அமைத்தவர் முதலிய விவரங்களைச் சேகரித்துக்கொள்ளும் வழக்கமும் இருந்தது. இப்போதுகூடப் பழைய திரைப்படங்களைப் பற்றி எங்காவது பேச்சு வரும்போது அவன் தன் புலமையைக் காட்ட முயல்வான். இரண்டு படங்கள் நினைவுக்கு வந்ததும் அவற்றின் கதைகளை நினைவுபடுத்திப் பார்த்தான். குழந்தைக்குச் சொல்வதற்கு அவற்றில் இருந்து

எதையும் எடுக்க முடியாது என்று தோன்றிற்று. ஆனாலும் கதையின் துணுக்குகூட நினைவுக்கு வரவில்லை. அவற்றில் ஏதோ பூதம் சம்பந்தப்பட்டிருப்பதாக மட்டும் தெரிந்தது. வேறொன்றும் ஞாபகத்தில் இல்லை என்பதைக் கண்டு பரபரப்புக் கூடிற்று. தனக்கிருந்த சொற்ப இலக்கிய அறிவில் பூதம் எதுவும் இருப்பதாகக் காணோம். செவி வழியாகக் கேட்ட, படித்த கதைகள் எத்தனையோ மனசுக்குள் அப்படி அப்படியே புதைந்து கிடப்பதாகவும் வேண்டும்போது தூர்த்து எடுத்துக்கொள்ளலாம் என்றும் சர்வ சாதாரணமாக நினைத்திருந்தது பொய்யோ? பூதம் பற்றிய பதிவேதும் அவனுக்குள் இல்லை. சுத்தமாக அழிக்கப்பட்டுவிட்டன. முழுக்க முழுக்க வெறுமை. அவனுடைய நிதானமான யோசிப்பையும் ஒன்றும் வெளிப்படாத முகப் பரபரப்பையும் பார்த்து மீண்டும் "பூதங்கதப்பா" என்று ஒலிக்கத் தொடங்கிற்று குழந்தை.

சற்றே நிதானித்து "பூதங்கததானே" என்றான். வரவழைத்துக் கொண்ட சிரிப்பு முகத்தில் ஒட்டியிருந்தது. அவன் வயிற்றின் மேல் உட்கார்ந்து வாயையே பார்த்துக்கொண்டிருந்தது குழந்தை. "போப்பா" என்று அவனை அலட்சியப்படுத்திவிட்டு எந்த நேரத்திலும் கீழிறங்கி ஓடிவிடலாம். "எங்கப்பாவுக்குப் பூதங்கத கூடத் தெரீல" என்று மானத்தை வாங்கிவிடுமோ? மிக வேகமாகக் கதையைத் தொடங்க வேண்டியதாயிற்று. "பூதம் எப்பிடி இருக்கும் தெரீமா?" என்று கேட்டான். குழந்தையின் முகத்தில் ஆர்வம் கூடியதுபோலத் தெரிந்தது. பூதத்தின் உருவத்தை மனதில் கொண்டுவர முயன்றான். மனம் ஒரு பக்கம் யோசித்துக் கொண்டிருக்க வாய் வருணிக்கத் தொடங்கிற்று.

"பெரிய பெரிய கையி. கண்ணு ரண்டும் பனம் பழமாட்டம் இருக்கும். ஒரொரு காலும் தூணு சைசுல. வாயி கெணத்து அகலம் இருக்கும். மனுசனப் புடுச்சுதுன்னா லபக்குனு முழுங்கீரும்."

குழந்தையின் முகத்தில் கவனச்சிதைவு. இன்னும் கொஞ்ச நேரம் இந்த வருணனையை ஓட்டலாம் என்ற எண்ணம் கைகூடாதுபோலிருந்தது. பூதத்தை வருணிக்கப் பயன்படுத்திய உவமைகள் குழந்தைக்கு அந்நியமானவையோ? அல்லது ஏற்கனவே அம்மாவிடம் கேட்டுப் பழகிவிட்டதா? சொல்முறை தான் அவனுக்குச் சரியாக வரவில்லையா? தொனியை மாற்ற முயன்றான். "பூதம் எப்பிடி முழுங்கும்?" என்று சாதாரணமாகக் கேட்டுவிட்டு, கண்களை அகல விரித்து, வாயைத் திறந்து கொண்டு "லபக்குனு" என்று குழந்தையை விழுங்கப்போவது போலப் பாவனை காட்டினான். அது கொஞ்சம் பலனளித்தது. குழந்தை சிரித்துவிட்டது. ஆனால் அவனை மேலும் தொடர

விடாமல், "அப்பா...தென்னமரப் பூதஞ்சொல்லுப்பா..." என்றது. அவன் மனைவி குழந்தையை இடுப்பில் தூக்கி வைத்துக்கொண்டு பக்கத்துக் காம்பவுண்டுக்குள் இருக்கும் தென்னைமரத்தைக் காட்டிச் சோறூட்டும்போது 'தென்னமரப் பூதம்' பற்றிச் சொல்வது அவ்வப்போது காதில் விழுந்திருக்கிறது. சரியாகக் கேட்டுவைத்திருக்கலாம் என்று இப்போது தோன்றியது. இருந்தாலும் தென்னைமரத்தில் குடியிருக்கும் பூதம்தானே தென்னமரப் பூதமாக இருக்க வேண்டும்; சமாளித்துக்கொள்ளலாம் என்று பட்டது. சொற்கள் தாமாக வெளியேறின.

"அந்தப் பூதம் தென்னமரத்துமேல ஏறி உக்காந்திருக்குமாம். கொழந்தைங்க அழுவற சத்தம் எங்காச்சும் கேக்குதா கேக்கு தான்னு உத்துக் கேட்டுக்கிட்டே இருக்குமாம். அழுவற சத்தம் வந்துச்சுன்னு வெச்சுக்க..."

அதன் முடிவு குழந்தைக்குத் தெரிந்தே இருந்தது. அழக் கூடாது; அடம்பிடிக்கக் கூடாது என்று பயமுறுத்தும் அறிவுரை களை இறுதியில் கொண்ட கதை இது. முகம் சுளித்துக் குழந்தை இடையில் நுழைந்தது.

"அப்பா...கத்திப் பூதம்..." என்று அவன் பேச்சைத் திசை மாற்றியது.

சிந்தனையில் சற்றே சிடுக்கு விழ இடையிலே வேறொரு பூதம் நுழைகிற அளவுக்கு எங்கே இடமிருக்கிறது என்று யோசித்தான். தான் தொடங்கிய விதம் ரொம்பவும் இறுக்கமானது என்றும் நெகிழ்ச்சி கொண்டால் இன்னும் விஸ்தரிக்கலாம், குழந்தையையும் உள்ளே இழுக்க முடியும் என்றும் எண்ணினான். குழந்தையின் போக்குக்குச் சொற்கள் வளைந்தன.

"கத்திப் பூதமா கண்ணு. அது எப்பவும் கையில பெரிய்ய கத்தி வெச்சிக்கிட்டு இருக்குமாம். அதாங் கத்திப் பூதம். எதிர்ல ஆராச்சும் வந்தா ஒரே வெட்டா வெட்டித் தின்னுருமாம்... பயங்கரமான பூதம் அது..."

"அப்பத் தென்னமரப் பூதம்..."

"அதும் பயங்கரமான பூதந்தான். தென்னமரப் பூதம் பொம்பள பூதம். கத்திப் பூதம் ஆம்பள பூதம்..."

அதைச் சொன்னதும் குழந்தையின் முகத்தில் சிரிப்புக்களை படர்ந்தது. ஆம்பளை, பொம்பளை பிரிப்புக்கு இத்தனை வசீகரம் இருப்பது அவனுக்கு வியப்பூட்டியது. கதை மேலோடும் என்று தெம்பு கூடிற்று.

“கத்திப் பூதத்துக்கு மீச்ச இருக்குமா. அம்மா சொல்லுலியே...”

மீசை ஆம்பளையின் அடையாளம் என்பது இப்போதே குழந்தையின் மனதில் படிந்திருக்கிறது. அதன் கவனம் அவனுக்குப் பெருமையூட்டியது.

“அவளுக்குத் தெரியாது கண்ணு. கத்திப் பூதத்துக்குப் பெருசா மீச இருக்கும். ரண்டு பக்கமும் தொங்கும். கொழந்தைங்கெல்லாம் அதப் புடுச்சிக்கிட்டுத் தூரியாடலாம் . . .” மீசையைக் குறித்துக் கைகளை அசைத்து அவன் காட்டிய பாவனைகள் குழந்தைக்குத் திருப்தி தந்திருக்கும்போல. வாய் விட்டுச் சிரித்தது. மீசையைப் பிடித்துத் தொங்கியபடி ஊஞ்சலாடும் காட்சி அதன் மனதில் விரிய விரிய சிரிப்புப் பெருகி அறை முழுவதும் கமழ்ந்தது. இத்தனை சாதாரணமாகக் குழந்தையை மகிழ்வித்துவிட முடியும் என்பது ஆச்சர்யம். அவன் தாடையை இளவிரல்களால் தடவிக்கொண்டு “அதுக்குத் தாடியும் இருக்குமா?” என்றது. அந்தக் கேள்வி அவனுக்குச் சந்தோசமளித்தது.

“அது வெளீல போவோனுமில்ல. தெனமும் ஷேவிங் பண்ணிக்குமாம் . . .”

“அப்புறம்?”

“கத்திப் பூதம் பகலெல்லாம் வெளீல போயிருமாம். எங்காச்சும தீனி கெடைக்குமா, எதாச்சும் கொழந்தைங்க அழுவற சத்தம் கேக்குமா, தனியா வருவாங்களா, புடிச்சுக்கலாமுனு பாக்குமாம். ஏமாந்தவங்களப் பாத்து லபக்கனு அமுக்கீருமாம்...”

‘லபக்’ என்னும் வார்த்தை குழந்தைக்கு மறுபடியும் கிச்சுக் கிச்சு மூட்டியது. சிரிப்பின் ததும்பலோடு ‘அமுக்கி’ என்று தொடர்ச்சி வேண்டியது குழந்தை.

“அமுக்கிக் கடிச்சுத் திங்குமாம். சதைய வவுக் வவுக்குனு கடிக்குமாம். எலும்பக் கீழ எறிஞ்சிருமாம். எல்லாத்தயும் சட்டப் பாக்கெட்ல போட்டு ஊட்டுக்குக் கொண்டாருமாம் . . .”

கடிப்பதுபோலக் காட்டிக் குழந்தையின் உடம்பின்மேல் அங்கங்கே வாய் வைக்கக் கூச்சத்தில் குழந்தை நெளிந்து சிரித்தது. “கொழந்தைக்கு ரொம்பச் சிரிப்புக் காட்ட வேண்டாம். ராத்திரிக்கு வவுறு வலிக்கும்” என்று உள்ளிருந்து ஒலித்த அசரீரி அவன் காதிலேயே விழவில்லை. குழந்தையின் சிரிப்பலைகளில் மிதந்தான்.

“அப்பா . . . தென்னமரப் பூதம் என்ன செய்யும் . . ?”

கொஞ்ச நேரமாக அந்தரத்தில் தொங்கிய தென்னைமரப் பூதத்தை நோக்கிக் கதை திரும்பியது.

"தென்னமரப் பூதம் ஊட்லயே இருக்கும். வெளில எங்கயும் போவாதாம். கத்திப் பூதம் கொண்டாரத சமச்சுக் குடுக்குமாம். அந்தப் பக்கமா ஆராச்சும் போனா அவுங்களயும் புடுச்சு வெச்சுக்குமாம். குட்டிப் பூதங்க ரண்டு மூணு இருக்குமாம். அதுங்களயெல்லாம் பொறுப்பாய்ப் பாத்துக்குமாம் ..."

"குட்டிப் பூதம் எப்பிடி இருக்கும்?"

"குட்டிப் பூதம் சின்னதா இருக்கும். வெவரந் தெரியாது. அங்க இங்க ஓடுமாம். அம்மா சொன்னாக் கேக்காதாம். குறும்பு பண்ணுமாம். தென்னமரப் பூதம்தான் குட்டி பூதங்கள மேய்க்குமாம் ...கத்திப் பூதம் எதுவும் கொண்டாராத சும்மா வந்துச்சுன்னா கோவிச்சுக்குமாம். தென்னமரப் பூதம் நேரத்துக்கு ஆப்பு ஆக்கிக் குடுக்கலீன்னா கத்திக் கத்தித் திட்டுமாம் ... அதாங் கத்திப் பூதம்னு பேரு ..."

இப்போதைய விளக்கம் அவன் மனசுக்கு மிகுந்த திருப்தி தருவதாக இருந்தது. சமையலறைக்குள் இருந்து சாமான்கள் தடதடக்கும் சத்தமும் குக்கரின் கத்தலும் அடுத்தடுத்துக் கேட்டன. கதை அடுக்கடுக்காக உயர்ந்துகொண்டேபோவதாக அவனுக்குப் பட்டது. கதை சொல்லும் திறன் கூடியிருப்பதாக நம்பிக்கை கொண்டான். அவன் மேலே சொல்வதற்குள் குழந்தை குறுக்கிட்டது.

"அப்பா ...கத்திப் பூதம் கத்தி வெச்சிருக்கும்னு சொன்ன ..."

குழந்தையின் நினைவாற்றலை மனதுக்குள் பாராட்டினான்.

"ஆமாண்டா கண்ணு. கத்தியும் வெச்சிருக்கும். அப்பத்தான மத்தவங்க அதக் கண்டா பயப்படுவாங்க. அதுக்குத்தான் ..."

தன்னைப் "பரவால்லடா" என்று தட்டிக்கொடுத்துக் கொண்டான். கத்திப் பூதமும் தென்னைமரப் பூதமும் அவனுக்குள் ளிருந்து வெளிக் கிளம்பி உலா வரத் தொடங்கின. அவற்றைக் குழந்தைக்கு முழுதுமாய்க் காட்டிவிட முயன்றான். குழந்தைக்கும் ஆர்வம் கிளர "அப்பறம் அப்பறம்" என்று தூண்டுச் சொல்லை ஏவிக்கொண்டிருந்தது.

"அப்பறம் தென்னைமரப் பூதமும் கத்திப் பூதமும் சண்ட போட்டுக்குமாம். ரண்டும் அப்பிடியே வாயத் தொறந்துக்கிட்டுக் கடிக்கக் கடிக்க வருமாம். பல்லு ஒன்னொன்னும் கோடாலி யாட்டம் இருக்குமாம். அது இதக் கடிக்குமாம். இது அதக்

கடிக்குமாம். ரண்டுக்கும் வாயெல்லாம் ரத்தமா ஒழுவுமாம். அப்பவும் உடாதாம்...உருண்டு பொரளுமாம்...தென்னமரப் பூதம் தலமயிர விரிச்சுப் போட்டுக்கிட்டு அழுவுமாம். எங்கம்மா ஊட்டுக்குப் போறன்னு கத்துமாம்...கத்திப் பூதம் 'போய்த் தொலையேன்னு' மறுபடியும் அடிக்க வருமாம்..."

பூதங்கள் உருளும் காட்சி குழந்தையின் முன்னால் விரிந்தது. விழி அகலச் சற்றே பயத்தோடு மெதுவாகக் கேட்டது.

"குட்டிப் பூதம் என்ன செய்யும்பா..."

"குட்டிப் பூதமெல்லாம் பாவம். ஒரு பக்கமா உக்காந்துக் கிட்டு அழுவுமாம்..."

"எப்பிடி அழுவும்..."

"ஊ ஊன்னு உன்னாட்டந்தான் அழுவுமாம்..."

"போப்பா."

கூச்சத்தோடு அவன் மார்பில் ஓங்கி அடித்துவிட்டுக் குழந்தை கீழிறங்கி ஓடியது.

●

இசை நாற்காலி

அவர்கள் அந்த வீட்டுக்குக் குடிவந்தபோது, தூசியில் மூழ்கி, நூலாம்படை கட்டிச் சிலந்திகள் வாசம் செய்ய அனாதையாய் மூலையில் கிடந்த நாற்காலியைக் கண்டார்கள். அது ஒன்றும் ராஜா காலத்தது அல்ல என்றாலும், ஒரு வீட்டில் இருந்தாக வேண்டுமென்னும் அளவுக்குப் பாந்தமானதாகத் தோன்றியது.

துடைத்தெடுத்து நடுவீட்டில் நிறுத்தியதும், விசாலமான அந்த வீடு அழகின் ஒளியில் துலக்கம் பெற்றது. பயன்பாட்டின் சுவடுகள் கீறல்களாக அதன் மேனியெங்கும் படிந்திருந்தன. அவை வடுக்களாகவும் இருக்கலாம். நாற்காலி அதனால் ஒன்றும் பின்னப்பட்டுவிடவில்லை. பொருட்களை எல்லாம் வீட்டில் பரப்பிப் பொருத்தமான இடங்களில் அடுக்கிய பின், அனுபவச் செழுமை கொண்ட நாற்காலியின் இருப்பு கூடுதலாய் ஓர் ஆள் உடனிருக்கும் உணர்வைக் கொடுத்தது. மாற்றி மாற்றி அதில் உட்கார்ந்து குதூகலித்தார்கள். அவர்கள் பேச்சு முழுவதும் நாற்காலியைச் சுற்றியே அலைந்தது.

வீட்டிற்கு முன் பெரிய வராந்தாவைப் பார்த்த போதே, ஒரு நாற்காலி இருந்தால் எப்படி இருக்கும் என்று மனசுக்குள் இருவருமே நினைத்திருந்தார்கள். அப்படியே அமைந்துவிட்டது தெய்வாதீனம்தான். அவளை இரு கைகளாலும் ஏந்திக்கொள்ளும் சுகத்துடன் நாற்காலியைத் தூக்கி வெளியே கொண்டு போய்ப் போட்டான். அவன் முக பாவனையில்

வெட்கம் கொண்டாள். மாடியின் சுற்றுச்சுவரில் காலைத் தூக்கிவைத்துக்கொண்டு அவன் உட்கார, அவள் சூடான தேநீருடன் வந்தாள்.

உடனே எழுந்து அவன் சுவர்மேல் உட்கார்ந்துகொண்டு, நாற்காலியை அவளுக்கு விட்டுக்கொடுத்தான். அந்தப் பொழுது அவளுக்கு ரொம்பவும் இன்பகரமாயிருந்தது. வாழ்நாள் முழுவதும் இப்படியே போய்விட வேண்டும் என்று மனதார எண்ணினாள். அவன் பெருமையுடன் சிரித்தான்.

மலர்ச்சி கொண்டிருந்த அவள் முகத்தைப் பார்த்தபடியே தேநீர் பருகுவதன் சுகத்தை அனுபவித்தான். இவ்வளவு அற்புதமான வீட்டைக் கட்டியதுகூடப் பெரிதாகப்படவில்லை. அதற்கேற்ற நாற்காலியைப் புதையல்போலப் போட்டுவைத்திருந்ததற்காக வீட்டுச் சொந்தக்காரரைப் போற்றினார்கள். இருவருக்கும் பொதுவான ஜீவனாகவே நாற்காலியைப் பாவித்தார்கள். அவன் வெளியே போய்விடுகிற பகல் வேளைகளில் அதன் இருப்பைப் பெருந்துணையாய் அவள் உணர வாய்த்தது.

மாலை நேரங்களில் அவன் வந்தவுடன் உட்கார்ந்து இளைப்பாறுவதற்கு அது மடிகொடுத்தது. சுவர் அலமாரியில் காலைத் தூக்கிவைத்துக்கொண்டு வானொலி கேட்டான். புத்தகம் படித்தான். சில நேரங்களில் மடிந்து அதற்குள்ளேயே தூங்கியும்போனான். கால்களை மடித்தபடி நின்று, அது அவனை ஏந்திக்கொண்டது. தொந்தரவற்ற நிம்மதியோடு உறக்கம் கொண்டான். அவன் உறங்குவதைக் கனிவோடு பார்த்து ரசிப்பது அவளுக்கு விருப்பமானதாயிருந்தது.

அவனைப் பார்க்க எப்போதும் நண்பர்கள் வந்துகொண்டேயிருந்தார்கள். யாராவது வந்ததும் அவர்களை நாற்காலியில் உட்கார்த்திவிட்டு, அவன் சுவரோடு சாய்ந்துகொள்வான். வெளியே என்றால் கைப்பிடிச் சுவரில் உட்கார்வான். அவன் நண்பர்கள் பலரும் அந்த நாற்காலியில் உட்காருவதற்கென்றே வருவதாகத் தோன்றியது. அவர்களை உபசரிக்கும் பொருட்டோ வேறு வேலைகளிலோ சமையலறையில் அவள் இருப்பாள். அவன் வீட்டில் இருக்கும் நேரங்களிலெல்லாம் நாற்காலி தேவைப்பட்டது.

அதைவிட்டு அவன் நகர்வதேயில்லை. அவனிருக்கும்போது, அவள் நாற்காலியில் உட்கார்ந்திருந்தால் எரிச்சல்பட்டான். "வெளிய அலஞ்சிட்டுவர்றன். செத்த உட்காரலாம்னா முடியுதா?" என்று அலுத்துக்கொள்ளும்போதே, அவள் எழ வேண்டி வரும். பகல் முழுவதும் சும்மா கிடக்கும் நாற்காலியில் அவள்

உட்காரலாம்தானே என்பது உள்ளடங்கி ஒலிக்கும். நாற்காலியின் மேல் காட்டும் அக்கறையில், தன்னைக்கூட மறந்துவிடுவானோ என்று பயந்தாள். வரவர அதைப் பார்த்தாலே உணர்ச்சிவசப் பட்டாள். அடிக்கடி முணுமுணுக்கவும் செய்தாள்.

“இன்னொரு நாற்காலி வாங்கணும்.”

அவன் அதைக் கேட்காததுபோலவே நடந்துகொண்டான். சில சமயங்களில் லேசாகத் தலையை அசைத்து வாய்க்குள்ளேயே “ம் ம்” என்பான். அவள் முணுமுணுப்புப் பெருகியது. முணு முணுப்பைத் தவிர அவனோடு பேசுவதற்கு விசயம் எதுவு மில்லாமல் ஆயிற்று. அவன் வீட்டுக்குள் நுழையும்போது வரவேற்கும் முணுமுணுப்பு வெளியே கிளம்பும்வரை அப்படியே இருந்தது. அவன் வெளியேறும் சமயத்தில் ஒரே குரலாக எழுந்து அவனை விரட்டியது.

குனிந்தபடியே வேகமாகப் போய்விடுவான். இனியும் சமாளிக்க முடியாது என்ற நிலை வந்தபோது, மாத வரவு–செலவுக் கணக்கைப் பிரித்துவைத்தான். செலவுக்கு வரவு போதாமலே இருந்தது பட்டியலில். அது அவன் எண்ணியது போலவே கொஞ்ச நாள் அவள் முணுமுணுப்பை நிறுத்தியது. பெரிய பலனில்லை. வலுக்கட்டாயமாக நிறுத்தும் கட்டத்தைக் கடந்திருந்ததால், அவளை அறியாமலே அது வெளிப்பட்டது. அவன் விரிவுரை நிகழ்த்தத் தொடங்கினான்.

எந்த நேரத்தில் என்றாலும் தயக்கமின்றிப் பேசுவான். பெரிய நகரத்தில் குடும்பம் நடத்தும் சிரமங்களைப் பற்றியும் தினம் தினம் ஏறிக்கொண்டிருக்கும் விலைவாசி குறித்தும் அவனுக்குத் தேவையான உடைகளைக்கூட வாங்கிக்கொள்ளாத நிலையை விளக்கியும் அவன் சொற்பொழிவுகள் அமையும்.

கறாராக, நாற்காலியைப் பற்றிப் பேசமாட்டான். அவன் அதைக் குறித்துத்தான் பேசுகிறான் என்பதை அவள் அறிவாள். அவள் கோபமாக இருக்கும் சமயமறிந்து, பெரிய மனது செய்பவன்போல, நாற்காலியை விட்டிறங்கிக் கீழே உட்கார்ந்து கொள்வான். அவள் உட்கார்கிறாளா என்பதையும் கடைக் கண்ணால் கவனித்துக்கொண்டே இருப்பான்.

அவளுக்கு அதில் உட்கார்வதே வெறுப்பாயிருந்தது. அவன் இல்லாதபோதும் அதனருகில் போவதில்லை. அது அவனுக்கே உரியது என்கிற எண்ணம் வந்திருந்தது. அவனில்லாதபோது அதில் உட்கார்வது திருட்டுத்தனமாய் ஒரு காரியம் செய்வதைப் போலிருந்தது. அவனுடையதாக மாறிவிட்ட அதில் பங்கு கேட்பதை அவமானமாய் உணர்ந்தாள். தனக்கென்று வேறு

நாற்காலி வந்தால்தான் நிம்மதியாக இருக்க முடியுமென்பதை எத்தனையோவிதமாக அறிவித்தாள். அவன் சொற்பொழிவுகளை அசட்டை செய்து குப்பையோடு அள்ளி வெளியே போய் வீசினாள். நாற்றம் கப்பிய அவன் குரல் எழுந்த ஒரு பொழுதில் பற்களைக் கடித்துக்கொண்டு அவனைப் பார்த்துக் கத்தினாள்.

"இது உன்னோட சனியன். என்னோடதல்ல."

அதன்பின் அவன் அமைதியானான். அதிலேயே உட்கார்ந்து கொள்ளலாம் என்று விரிவுரை செய்வதை விட்டொழித்தான். ஆனாலும் புது நாற்காலி வாங்குவதில் அவனுக்கு விருப்ப மில்லை. அவளுக்குப் பணியவும் பிடிக்கவில்லை.

வழக்கம்போல் வரவு–செலவுக் கணக்கை நீட்டியபோது, பெரிய ஆர்ப்பாட்டத்தோடு அதைக் கிழித்து வீசினாள். அந்த மாதம் நாற்காலி வாங்கியே ஆக வேண்டுமென்பது அவனுக்குப் புரிந்தும், கோபித்துக்கொண்டுபோவதைப் போலச் சட்டென்று வெளியேறினான். அவள் பயந்ததுபோலவே விரும்பியது மாதிரியே எதுவும் நடக்கவில்லை. அவன் விரைவில் திரும்பிவிட்டான். கையில் புத்தம் புது நாற்காலி இருந்தது.

வேண்டாத பொருளை எடுத்தெறிவதுபோல, ஒரு சுவர் மூலையில் அசிரத்தையாக வைத்துவிட்டு, சட்டையைக் கழற்றினான். நாற்காலியைக் கண்டதும் அவனோ அவன் முகபாவமோ அவளுக்கு ஒரு பொருட்டாகவே இல்லை. குழந்தையை வாரி அணைப்பதாய் இருகைகளையும் நீட்டி எடுத்தாள். பழைய நாற்காலியைப் போல் இது அவ்வளவு கவர்ச்சியாயில்லை என்றாலும் புது மெருகு அவளுக்குக் கர்வத்தைக் கொடுத்தது. அவள் முகமும் நாற்காலியின் பளீரிடலும் வீடெங்கும் மகிழ்ச்சியைப் பரப்பின.

இதில் நீட்டவும் மடக்கவுமான வசதி இருந்தது. தேவை யில்லாதபோது மடக்கி உள்ளே வைத்துவிடலாம். யாரும் உட்கார்ந்துவிடுவார்கள் என்று பயம்கொள்ள வேண்டியதில்லை. பழைய நாற்காலியைப் பரிகாசத்தோடு பார்த்துச் சிரிப்புதிர்த்தாள். அப்போது அதில் சோர்வாக அவன் உட்கார்ந்திருந்தான். அந்த வீட்டுக்கு வந்த முதல்நாள் இருந்ததைப் போல வீடெங்கும் நிம்மதி நிறைந்துவிட்டதாய்த் தோன்றியது.

அவளுக்குப் பழைய நாற்காலியின் வாடையே பிடிக்க வில்லை. அதன் பக்கமே வருவதில்லை. அதைப் பற்றிப் பேச்சும் எடுப்பதில்லை. அவளுண்டு அவள் நாற்காலியுண்டு என்றிருந்தாள். அவனைப் போலவே நாற்காலியிலேயே தூங்கவும் செய்தாள். அவனைப் பழிவாங்குவதுபோல நாற்காலியுடனேயே

வசித்தாள். அவனும் அவன் நாற்காலியும் சட்டை செய்ய வேண்டியிராத எதிரிகளாயினர். அவன் வெளி வராண்டாவில் உட்கார்வதைப் போல அவளும் உட்கார்ந்தாள். காலைத் தூக்கிக் கைப்பிடிச் சுவரில் வைத்துக்கொண்டாள். சாய்ந்தபடி புத்தகம் படித்தாள். வானொலி கேட்டாள். சிறு அட்டை ஒன்றை இரு கைப்பிடிகளுக்குமிடையே வைத்துக்கொண்டு ஏதேதோ எழுதுவதாகவும் பாவித்தாள். சிலசமயம் எழுதவும் செய்தாள். நாற்காலியில் இருக்கும்போதெல்லாம் காற்றேறிப் பறப்பதாய் உணர்ந்தாள்.

அவ்வப்போது அவன்மீது இரக்கம் சுரந்தது. கொஞ்ச நாள் இழுத்தடித்தபோதும் அவன்தானே நாற்காலி வாங்கி வந்தான் என்ற எண்ணம் கருணை கொடுத்தது. நாற்காலி வேண்டி அவனை மிகவும் கொடுமைப்படுத்திவிட்டதாகச் சில சமயங்களில் மனசுக்குள் மருகினாள். நாற்காலியில் எந்தவித உரிமையும் கொண்டாட அவன் முயலாதது இன்னும் கனிவாகப் பார்க்கவைத்தது. அவளின் நெகிழ்ந்த தன்மையை அவன் எப்படித்தான் அறிந்துகொண்டானோ, தெரியவில்லை.

அன்று மாலை அவனைப் பார்க்க வந்த நண்பன் ஒருவனுடன் பேசிக்கொண்டிருக்கும்போது, அவள் எழுந்து தேநீர் போடப் போனாள். சுவர்மேல் இருந்த அவன் எழுந்து மிகவும் உரிமையோடு அவளுடைய நாற்காலியில் உட்கார்ந்துகொண்டான். முதன்முதலாக அப்போதுதான் அதில் உட்கார்ந்தாலும் உறுத்தல் ஏதுமின்றி மிகவும் வசதியாக உணர்ந்தான். நண்பனோடு இயல்பாகப் பேசிச் சிரித்தான். அவள் தேநீர்க் கோப்பையோடு வந்ததும், அவனைப் பார்த்து மெல்லச் சிரித்து அங்கீகரித்தாள். அவனுக்கு இதுநாள்வரை இழைத்த கொடுமையைச் சரிசெய்யத் தனக்கோர் சந்தர்ப்பம் கிடைத்திருப்பதாய் அவள் நினைத்துக்கொண்டிருக்கலாம்.

அவள் சிரிப்பு அவனுக்குப் பெரிய தைரியத்தைக் கொடுத்தது. அவள் எப்படி நடந்துகொள்வாளோ என்று மனசுக்குள் தவித்த பயம் தேவையற்றதானது. பின், யாரேனும் வரும்போது, லேசாக அவள் பக்கம் திரும்புவான். அவளும் உணர்ந்ததுபோலப் புன்னகையோடு எழுந்து உள்ளே போய்விடுவாள்.

நண்பனோ அவனோ அவள் நாற்காலியில் உட்கார்ந்து கொள்வார்கள். உள்ளே சுவரோடு சாய்ந்தபடி அவள் ஏதாவது செய்துகொண்டிருப்பாள். பெரும்பாலான மாலைகள் இப்படியாக, அவள் மனதில் பீதி சூழ்ந்தது. புது நாற்காலியையும் அவன் பிடுங்கிக்கொள்வானோ. பழையதைப் போலவே இதுவும்

கைநழுவிவிடுமோ. நண்பர்கள் வரும்போதுதானே என்றும் அவன் அத்தனை மோசமானவன் இல்லையென்றும் என்னென்னவோ சமாதானம் செய்துகொண்டபோதும் அவள் அமைதியடையவில்லை.

மாலை நேரங்களில் உள்ளேயே நாற்காலியைப் போட்டு உட்கார்ந்தாள். பழையபடி அவன் சுவர்மேல் உட்காரட்டும். பனிக்காலம், மாலைக் காற்று உடம்புக்கு ஒத்துக்கொள்ளவில்லை என்றெல்லாம் அவனிடம் சொன்னாள். அதை ஆமோதிப்பவன் போல அவனும் தலையை ஆட்டிக்கொண்டான். என்றாலும் யாராவது வந்ததும் உள்நோக்கிக் குரல் கொடுப்பான். அவள் தேநீருக்காகச் சமையலறைக்குள் நுழைந்ததும் பின்னாலேயே வந்து நாற்காலியை எடுத்துக்கொண்டு போய்விடுவான். இத்தனைக்கும் மடக்கிச் சுவரோடு சாய்த்துவைத்துவிட்டுத்தான் போவாள். எடுத்துச் செல்ல அவனுக்கு இன்னும் கூடுதல் வசதியாகிவிடும்.

உள்ளேயும் அவள் உட்காராத சமயத்தில், எதிரில் அவள் நாற்காலியை விரித்துப் போட்டு அதன்மேல் கால்களைத் தூக்கிவைத்துக்கொண்டு படிப்பான். இல்லையேல் வானொலி கேட்பான். அப்படியான ஒரு நேரத்தில் அவள் சீற்றத்தோடு பாய்ந்து நாற்காலியைப் பின்னால் இழுத்துக்கொண்டாள். அவளையே அவமதிப்பதுபோலக் கால்களைத் தூக்கிவைத்துக் கொள்ளவா தன் நாற்காலி என்பதை அவள் கனல் மூச்சு வெளிப்படுத்தியது.

அவன் எதிர்பாராத சமயத்தில் நாற்காலியை உருவியதில், கால்கள் சட்டென்று தரையில் விழுந்து தடுமாறிப்போனான். அவள் இன்னும் அந்த நாற்காலிமீது உரிமை பாராட்டிக் கொண்டிருக்கிறாள் என்பது அவனுக்கு வியப்பைக் கொடுத்தது. அப்போதுதான், தப்பித் தவறிக்கூட அவன் நாற்காலியில் அவள் உட்கார்வதில்லை என்ற கவனம் வந்தது.

அதிலிருந்து மரியாதை கொடுக்கத் தெரிந்துகொண்ட வனாய், கால் வைப்பதற்கென்று அவள் நாற்காலியைப் பயன் படுத்துவதை நிறுத்திக்கொண்டான். ஆனாலும் புத்தகம் வைக்கும் மேசையாகவோ குடித்தபின் டீ டம்ளரை வைக்கும் டீப்பாயாகவோ அதை அவ்வப்போது பயன்படுத்துவான்.

போகப்போக அதை நாற்காலி அல்லவென்று சொல்லிப் பொருட்களை நிறைத்துச் சுவரோரத்தில் தள்ளி நிறுத்தி விடுவானோ என்று பயந்தாள். நாற்காலியை நாற்காலியாகக் கூடப் பாவிக்கத் தெரியாத மரமண்டையிடமா தான் சிக்கிக்கொண்டோம் என்பதை நினைக்க நினைக்க மனது

இசை நாற்காலி

வெடித்துவிடுவது போலிருக்கும். "இது நாற்காலி என்பதை நீ முதலில் தெரிந்துகொள்" என்று எந்த நேரத்திலும் கத்திவிட அவள் தயாராகிக்கொண்டிருந்தாள்.

அதற்குள் அரசாங்க பந்த் ஒன்று வந்தது. உழைத்துக் களைத்தவர்கள் ஓய்வெடுக்கட்டும் என்ற நல்லெண்ணத்தில் அரசாங்கமே நடத்தியதால் சிறு கடைகூட இருக்க வாய்ப்பில்லை. வானொலியில் நாள் முழுதும் நிகழ்ச்சிகள். அவன் அன்று பகலிலும் வீட்டோடு இருக்கப்போகிறான் என்பது அவளுக்குப் பெரும் சந்தோஷத்தைக் கொடுத்தது. அவனுக்கென ஏதாவது விசேஷமாகச் சமைக்க விரும்பினாள்.

காலையில் சூரியன் வந்து வெகுநேரம்வரை இருவரும் தூங்கினார்கள். எந்தப் பரபரப்பும் அற்று, மெல்லமாய்க் காலைக் கடன் கழித்து, கொஞ்சமாகச் சிற்றுண்டி செய்து கொடுத்தாள். மதியம்போல அவன் நண்பன் ஒருவன் வந்தான். நீண்ட நாட்கள் கழித்து அவர்கள் சந்தித்துக்கொள்ளவில்லை என்றாலும் அவர்கள் பேச்சுக்களில் அப்படி ஒரு குதூகலம் இருந்தது. அந்தத் தினத்தைக் கொண்டாடுவதென்று முடிவு செய்தார்கள்.

ஆனால் வெளியே போவதில் யாருக்கும் ஆர்வமில்லை. போயும் பயனில்லை. எல்லா நாளும் வெளியில்தானே அலைந்து திரிகிறோம் என்று தோன்றியது. அவர்கள் பிரச்சினையை சீட்டுக் கட்டு தீர்த்துவைத்தது. இரண்டு பெரிய பாத்திரங்களைக் கவிழ்த்துப் போட்டு, உடைந்த பலகை ஒன்றை அவற்றிடையே வைத்துச் சின்ன மேசையை உண்டாக்கினான். இருவரும் எதிரெதிரில் நாற்காலிகளைப் போட்டுக்கொண்டு உட்கார்ந்தார்கள். அதுவரைக்கும்தான் அவர்களுக்கு இந்த உலகம் தெரியும். சீட்டு ராஜாக்களிலும் ராணிகளிலும் அவர்கள் உலகம் புத்துருப் பெற்றது. அவ்வப்போது எழும் சப்தங்களும் உச்சுக் கொட்டல்களும் தவிர, அவர்களை வீட்டோடு பிணைக்க வேறேதுமில்லை. அவள் என்ன செய்கிறாள் என்பதைக் கவனிக்கக்கூடத் தோன்றவில்லை.

சீட்டுகளை அடுக்கிக்கொண்டே குரலுயர்த்தி "டீ போட்டா" என்றான். அவள் சூடான தேநீர்க் கோப்பையோடு அவர்களுக்கெதிரே வந்தபோது, சிரித்துக்கொண்டே "லீவு நாள்தானே, கொறிக்க ஏதாவது பண்ணேன்" என்றான். மெல்லத் தலையாட்டிப் போனாள். அன்று முழுக்கவும் அவளுக்கு நாற்காலி கிடைக்கவில்லை. அதில் உட்கார நேரமும் இருக்கவில்லை. அடிக்கடி தேநீர் தயாரிக்கவும் சிற்றுண்டி, மதியச்சமையல் என்று செய்யவும் பொழுது சரியாக இருந்தது. விடுமுறை

நாளைப் போலவே இல்லை. சாதாரண வேலைநாள்கூட அல்ல. நிற்க நேரமில்லாத வேலையில் இடுப்பு முறிந்தது. அவனோடு கழிக்கலாம் என்று நினைத்திருந்ததெல்லாம் மண்ணாகிவிட்டது. வானொலி கேட்பாரற்று அலறிக்கொண்டிருந்தது.

அவர்கள் எழுவார்கள் என்று வெகுநேரம் எதிர்பார்த்து ஏமாந்தாள். அவளுக்குப் பேசக்கூட யாருமில்லை. அவர்கள் சீட்டைப் பிரிந்து எழுவதாயில்லை. மதியச் சோற்றைக் கடனே என்று அந்தப் பலகையாகிய மேசைமேலேயே வைத்துக்கொண்டு சாப்பிட்டு முடித்தார்கள். ஈரக்கை உலரும் முன்பே சீட்டு ஏறிக்கொண்டது. அவளுடைய நாற்காலியில் அவன் அசையும் போதெல்லாம் கிரீச் கிரீச் என்று அவளை அழைத்தது.

அவளைப் போலவே அதற்கும் அன்று ஓய்வேயில்லை. அவனுடைய கிழட்டு நாற்காலியோ அமுத்தலாகக் கிடந்தது. அவள் நாற்காலியைக் கொஞ்சம் கொஞ்சமாக அவன் ஆக்ரமித்துக்கொண்டான். இனிமேல் தனக்குத்தான் அது என்று உரிமைகொண்டாடலாம். என்னுடையதுதான் என்று அறிவித்து விடவும் செய்யலாம். ஆனால் அவள் அந்த நாற்காலியை விட்டுவிடத் தயாராயில்லை. அதைப் பெறுவதற்கு அவள் பட்ட சிரமங்களின் காயங்கள் இன்னும் காய்ந்துவிடவில்லை. அதற்குள் இழந்துவிட்டு நிற்க அத்தனை ஏமாளியல்ல.

பொழுது போகப்போக அவள் எரிச்சலும் அதிகரித்துக் கொண்டே இருந்தது. இருட்டி நெடுநேரம் ஆன பின்னும் அவர்கள் எழுந்திருப்பதாக இல்லை. அவளுக்கு இனி இரவுச் சமையல் வேலை தொடங்கியாக வேண்டும். நாற்காலியின் கூக்குரல் அவளை எழுந்துபோகவிடவில்லை. திடீரென்று எழுந்தாள். அவன் தலைமயிரைப் பிடித்துத் தூக்கி நாற்காலியை உருவினாள். ஆய் போன குழந்தையைத் தூக்கிக்கொள்வது போல, அதை எடுத்துச் சமையலறைக்குள் கொண்டுபோய்த் திண்டுமேல் போட்டுக்கொண்டாள். அவனும் நண்பனும் விக்கித்து நின்றார்கள். பின் கீழே உட்கார்ந்து மீண்டும் மீண்டும் ஆட்டத்தைத் தொடர்ந்தார்கள். அப்புறம் ஒரு நாளும் அவள் நாற்காலியை அவன் காணவேயில்லை.

●

புதியபார்வை

எல்லை

கட்டுத்தரை ஓரமாய்க் கிடந்த சோளத்தட்டை எட்டி இழுக்க முயன்றபோது பட்டென்று கயிறு அறுத்துக்கொண்டது. மாட்டுக்கு எதுவும் புரிபடவில்லை. தன்னை அழுத்திக்கொண்டிருந்த பெரும்பாரம் சட்டென்று விலகியதை உணரக்கூட முடியவில்லை. எதிரில் பேயைக் கண்டதுபோல் திருதிருவென்று விழித்தது. மனசுக்குள் பீதி இறங்கியது. என்ன செய்வதென்றே தெரியாமல் அப்படியே நின்றுகொண்டிருந்தது.

லேசாகத் தலையை ஆட்டிப் பார்த்தது. எந்தப் பக்கமும் எதுவும் இழுக்கக் காணோம். காலை ஓரடி முன்னால் வைத்தது. குரல்வளை இறுக இழுக்க வேண்டியில்லாமல் சோளத்தட்டுச் சோவை சாதாரணமாக எட்டியது. ஆனால் தின்னப் பிடிக்கவில்லை. எதிர்ப் பக்கமாகத் திரும்பி முளைக்குச்சியைத் தாண்டி நடந்தது. கட்டுத்தரையின் வட்டத்தை மீறிக் காலை வைப்பதற்கு எதுவும் தடையாயில்லை. உடனே வால் விடைத்துக் கொண்டது. பிறந்தது முதல் இத்தனை காலமும் அனுபவித்தறியாத புதுசுகம் ஒன்று பாய்ந்து ஓடுவதை அறிந்தது.

இரண்டு கன்றுகள் ஈனிய பின்னும் இந்த வட்டச் சுற்றைத் தாண்டி ஓர் அடி முன்வைக்க முடிந்ததில்லை. அவர்களாக மேய்ச்சலுக்குப் பிடித்துக்கொண்டு போகும் போதுதான். வேறு வழியில்லை. இப்போது ஒரு கணத்தில் இது எப்படி நேர்ந்தது. இது நல்லதுக்குத்தானா? கடலைக்

காட்டுக்குள் புகுந்து கொடிகளைத் தின்றதற்காகச் சாட்டையால் விழுந்த அடியைப் போல இப்போதும் கிடைக்குமா?

தலையை உயர்த்தியது. மூக்கு, கழுத்து, தலை எங்குமே கயிற்றின் அறுத்தல் இல்லை. மேலெல்லாம் மொய்த்துக் கிடக்கும் ஈக்கள்கூட அரண்டு ஓடிப்போயிருந்தன. அண்ணார அண்ணார மெல்லிய இருளில் வானத்து மஞ்சள் சுடர்கள் நன்றாகத் தெரிந்தன. இவ்வளவு பெரிய வானத்தை இந்தக் கண்களால் பார்க்க முடியுமென்று ஒருபோதும் எண்ணிப் பார்த்ததில்லை. ஆச்சரியம். வெண்புகை திட்டுத் திட்டாய் நழுவுவதைக் காணவும் உடல் தினவேறியது. குளம்புகளிலிருந்து கால் முழுதும் துள்ளல் படர்ந்தது. வாலைத் தூக்கிக்கொண்டு மெல்லிய கனைப்புடன் உடலை முறுக்கிக் குதித்துப் பார்த்தது. தலை கீழிறங்கவே இல்லை.

உடம்பை முடக்கியிருந்த மூட்டுகள் எல்லாம் இளகின. நான்கு மாதக் கன்றுக் குட்டியைப் போல் ஓடி விளையாட மேனி துடித்தது. எப்போதும் சாணமும் மல்லும் சேறு குழப்பிக் கிடக்கும் இந்தக் கட்டுத்தரையிலிருந்து இனி விடுதலை. இந்த வேகத்தோடு எத்தனையோ தூரம் ஓடிவிட முடியும். ஓடுகிற பழக்கம் விட்டுப் போய்க் கால்கள் இறுகி ஆண்டுகள் ஆகி விட்டன. ஆனால் இப்போது ஓட முடியும். தலையை உயர்த்தும் போது என்ன ஒரு கம்பீரம்.

தலைக்கு மேல் என்ன அது? இரண்டு காக்காய்களா? தலையை அசைத்துக் கீழே தள்ளிவிட முனைந்தது. அவை தலைக்குள் ஆழச் செருகியிருக்கும் உணர்வை அடைந்தது. வாச்சி போன்ற கொம்புகள். காடுகளில் அலைந்து திரிந்த தன் முன்னோர்களின் ஞாபகம் அதன் வழியாய் உட்புகுந்தது. காலைப் பிறாண்டிக் கொம்புகளை மண்ணுக்குள் பாய்ச்சியது. எங்கும் புழுதிப்படலம். கனன்று பொசுக்கிவிடும் மூச்சு.

பிறாண்டல் சத்தம் கேட்டுக் கொட்டாயிக்குள் இருந்து பாட்டி விளக்கோடு வெளியே வந்தாள். மாடு நின்ற கோலத்தைக் கண்டதுமே கயிற்றை அறுத்துக்கொண்டது தெரிந்தது. விளக்கைத் தூக்கிப் பிடித்தாள். கழுத்திலோ மூக்கிலோ ஒன்றுமே இல்லாமல் மூளியாக நின்றது. “கவுறு இத்துப் போச்சு. மாத்து மாத்துனு இந்த முண்டக் கெழவங்கிட்ட எத்தன நாளாச் சொல்றன். கேட்டானா?” கட்டுத்தரையில் இருக்கும் கயிறை அவிழ்த்துப் பிடித்துவிடலாம் என நம்பினாள். “ஹோ ஹோ” என்று சத்தம் கொடுத்து அமைதிப்படுத்த முயன்றாள்.

அவள் அசைவைக் கண்டதும் மாட்டுக்குக் காது விறைத்துக் கொண்டது. வெளிச்சம் வரவர ஓடத் தொடங்கியது. அது ஒன்றும் கஷ்டமாயில்லை. அன்றாடம் ஓடிப் பழகிய மாதிரி

இவ்வளவு சுலபமா? ஓட்டம் என்றுகூடச் சொல்ல முடியுமா? குதியாளம். ஒரே ஜோரில் வேலி மரத்தைத் தாண்டி அப்பால் போய்விட்டது. விபரீதத்தை உணர்ந்தாள் பாட்டி.

“அடே முத்து முத்து…”

இருட்டில் அவள் குரல் அலைந்தது. கொஞ்ச தூரத்தில் இருந்து பேட்டரி விளக்கு வெளிச்சம் அடித்தது. அதைக் கண்டதும் மேலும் உஷாராகி ஓடியது. ஓட்டச் சத்தத்தைத் தொடர்ந்த வெளிச்சம் “மாடு அத்துக்கிச்சு…” என்றபடி மாட்டை நோக்கி நகர்ந்தது. விடைத்து நின்ற கொம்புகளின் மினுமினுப்பைக் கண்டு குரல் நடுங்கியது.

“அய்யோ மின்னால போவாத…அது சண்டக் காள யாட்டம் நிக்கிது…”

பின்னாலிருந்து பெண் குரலின் எச்சரிக்கை. எதையும் லட்சியம் செய்யாமல் மாடு ஓடத் தொடங்கியது. இப்போது சுற்றிலும் அங்கங்கே எறிந்துவிட முடியும் என்ற தினவு மாட்டுக்கு. முறைத்த பார்வையில் எந்தக் குரலையும் தள்ளிப் போகச் செய்துவிடலாம்.

“ஒரு நாளும் இப்படி அத்துக்கிட்டதில்லையே…அந்த முண்டக் கெழவனும் எங்கயோ போயிட்டான்…ஆராச்சும் குறுக்காட்டுங்களே…”

பாட்டியின் புலம்பல் மாட்டை இன்னும் துரத்தியது. குறையாகக் கிடந்த நிலத்தின் வழியாக ஓடிச் சீமைக் கருவேல முட்களைக் கடந்து நின்றது. சுற்றிலும் பார்த்தது. ஒருவரையும் காணோம். தட்டுப்போருக்கு எதிரே வெளிக்கு உட்கார்ந் திருக்கும் ஆளைப் போல அமுத்தலாகத் தெரிந்தது. விறைத்து நின்று பின் உணர்ந்தது. இந்தப் போரிலிருந்துதான் ஒரு கத்தை இரண்டு கத்தையாகப் பிடுங்கிப் போடுவார்கள். ஒருமுறையும் ஆசை தீருமட்டும் தின்ன முடிந்ததில்லை. கழிசலைக்கூட விடாமல் கடித்துப் பார்த்தாகிவிட்டது. வருசம் முழுக்கத் தீனி வேண்டுமென்று கிழவனும் கிழவியும் பொன்னைப் போல் போடுவார்கள். அதைப் பார்க்கப் பார்க்க எரிச்சல் மண்டியது. கொம்புகளால் குத்தி உருவியது. உருவி உருவித் தூர்ந்து போயிருந்த போர் ஆட்டம் கண்டது. அதைத் தள்ளிவிடும் முயற்சியில் நாலாப் பக்கமும் நகர்ந்து நகர்ந்து இடித்தது. வாயைப் பொந்துக்குள் நுழைத்து உருவியது. தின்கிற பொறுமை இல்லை. உருவிக் காற்றில் எறிந்தது. கொஞ்ச நேரத்தில் அதைத் தகர்த்துவிடுகிற வலு கிடைத்தது.

அதேசமயம் போரின் மீது வெளிச்சம் விழுந்தது. சுவடு தெரிந்ததும் மாடு தன் ஆர்ப்பாட்டத்தை நிறுத்திக்கொண்டது. வெளிச்சம் கூடியது. அவற்றின் கைகளில் தடிகள் இருப்பதும் ஓசையில் கேட்டது. தலையைக் குலுக்கி நுழைந்து ஓடியது. அதன் தாக்குதலுக்கு விலகி வழிவிட்டு வெளிச்சம் நகர்ந்தோடியது.

"அடேங்கப்பா...திப்புரு திப்புருனு ஓடுது...இது சிக்காது."

"மாட்டுனா கொடல உருவி எறிஞ்சிடும் போ..."

குரல்கள் எட்டாத் திசை வழியில் ஓடி மாடு இட்டேரிக் கருகில் நின்றது. எங்கும் அமைதி. பூச்சிக் குரல்கள் மெல்லக் கடித்தன. இட்டேரியைக் கடந்து காட்டுக்குள் ஓடிக்கொண்டே யிருக்க விரும்பியது. ஒருமுறைகூட அதைக் கடந்ததில்லை. கிழவியின் அதட்டல் கேட்டது.

"ம்...ஏரிக்கிட்டுப் போறயா...கால முறிச்சுப்புடுவம் பாத்துக்க..."

கால் தயங்கி நின்றது. இட்டேரிப் புற்களில் வாய்வைத்துக் குனிந்தது. சரசரப்பில் குழிமுயல் எழுந்து தாவியோடியது. சின்னச் சத்தம்கூட மாட்டைப் பயமுறுத்தியது. இந்தப் பக்கம் வேண்டாம். எதுவோ தன்னைத் துரத்தி வருவதாய்ப் புலன்கள் அறிவித்தன. ஓட்டத்திசை மாறியது. செம்மாங்காட்டுப் பாறைப் பக்கமாய் அதே வேகத்தில் ஓட முயன்றது.

கிழவி தலையில் அடித்துக்கொண்டாள். கொட்டாயைச் சுற்றிலும் அங்கங்கே நின்றுகொண்டிருந்தவர்கள் பேசுவதைத் தவிர வேறேதும் செய்ய இயலாமலிருந்தார்கள்.

"இந்த இருட்டுக்குள்ள எங்கீனு போயித் தேடுவம்... முண்டயன்...இந்நேரம் பாத்து ஒழிஞ்சுபோனானே..."

"அது குதரயாட்டம் ஓடுது...மனுசனத் தூக்கி எறிஞ்சிரு மாட்டம் இருக்குது..."

"அட மூக்கணாங் கவுறுமில்ல...கழுத்துக் கவுறுமில்ல... எப்பிடிப் புடிக்கறது..."

"தாத்தா இப்பிடியா வெச்சிருப்பாரு...கவுறு இத்துப் போயிட்டா மாத்தீரதில்ல..."

"கவுறோட இருந்தாலே மாட்டக் கையில புடிக்க முடியாது..."

"இது தங்குண்டியா நிக்கிது...எதிர்ல போறதுக்கே பயமா யிருக்குது..."

"இருட்டுக்குள்ள பிதுமாறு கெட்டாப்பல எங்க ஓடுதோ…"

"கொல்லப்பட்டிப் பக்கமாத்தான் போச்சு…"

"போர்ல திங்கறப்ப அப்பிடியே அமுத்தீருக்கோணும்…"

"ம்க்கும். அமுத்துவ…அது சீறுது…"

கொட்டாயிக்குப் பின்பக்கம் மூச்சிரைக்கும் சத்தம் கேட்டது. ஓலையை முட்டித் தள்ளுகிற ஓசையும் ஓலைப் பொருக்குகள் ஒடிந்துவிழும் சத்தமும் இரைந்தன.

"அட இங்க பாரு மாடு…"

கொட்டாயிக்குப் பின்பக்கம் எல்லோரும் நகர்ந்தனர். மாடு அதே ஆக்ரோசத்தோடு நின்றது. ஆட்கள் சூழ்வதைக் கண்டதும் எகிறி முன்பக்கம் ஓடிக் கட்டுத்தரைக்கு வந்து நின்றது. தாழியை முகர்ந்து பார்த்தது. பேட்டரி வெளிச்சம் வாசலில் விழுந்ததை உணர்ந்ததும் வேலியைத் தாண்டித் திரும்பவும் இருளுக்குள் ஓடத் தொடங்கியது.

"ஆயோ…தாழியில தண்ணி ஊத்திக் கொஞ்சம் தவட்டடப் போட்டு வெய்யி…எங்கயும் போவாது…இங்கதான் வந்தா வோணும்…"

சின்னக் குரல் ஒன்று எகத்தாளமாய்க் கூறியது. அதற்குப் பிறகு எல்லோரும் கலைந்துபோனார்கள்.

●

குங்குமம்

இருள் அழைப்பு

அடிக்கடி என்றில்லை, எப்போதேனும்கூட வெளியூர்களுக்கு – குறைந்தபட்சம் மூன்று மணிநேரம் பிரயாணத் தூரமுள்ள இடங்களுக்கு – பஸ்ஸில் பயணம் செய்கிறவர்களுக்கு இந்த இடம் அறிமுகமானதாக இருக்கும். சுற்றிலும் எதுவுமற்ற பொட்டைக் காட்டுக்குள் ரொம்பச் சத்தமாக டேப்ரிக்கார்டர் அலற ஒரே ஒரு ஹோட்டல். பெட்டிக் கடை, டீக்கடை, இளநீர் கடை என்று அனைத்தும் இருக்கும் மல நாற்றத்துக்குள் பஸ்ஸைக் கொண்டு போய் நிறுத்துவார்களே அதே இடம்தான். எப்போதும் பயணம் செய்துகொண்டிருக்கிறவன் நான். என் முகத்தை பஸ்ஸின் செவ்வக ஜன்னலை விட்டுப் பிரித்துப் பார்ப்பது நண்பர்களுக்கும் உறவினர்களுக்கும் கஷ்டம். அந்த ஜன்னல் கட்டத்துக்குள்ளிருந்து உலகத்தைப் பார்ப்பதுதான் எனக்கும் பழகிப்போனது. அதைவிட்டுக் கீழிலிருந்து விரிந்த தரைப் பரப்பைக் காண என் கண்கள் கூசும். பரபரத்து நடுங்கும். கண்களைத் தாழ்த்திக்கொண்டே நடப்பேன். என் பெரும்பான்மையான நேரம் பஸ்ஸில்தான். இதனாலேயே இந்த மலநாற்றப் பிருந்தாவனங்கள் எனக்கு யாரையும் விட மிகுந்த பரிச்சயம். எந்தச் சாலையில் எந்த ஊருக்கு முன்னால் அல்லது அடுத்து எத்தனாவது கிலோ மீட்டரில் இந்தப் பிருந்தாவனம் உள்ளது என்பதை அரசாங்கப் புள்ளிவிபரத்தைவிடத் துல்லியமாக என்னால் சொல்லிட முடியும்.

ஆரம்ப காலப் பயணங்களின்போது, இந்த இடம் வந்துவிட்டால் என் உடல் முழுக்க வியர்த்துவிடும். பத்து நிமிடங்களோ கால்மணி நேரமோ சாவதானமாகக் கழிப்பதற்குரிய இடம் என்பதை நான் உணர்ந்துகொள்ளாத காலம். இறங்கிவிட்டால் சரியாக பஸ்ஸை அடையாளம் கண்டுகொள்ள முடியுமா? சீட் எந்த இடத்தில் என்பதை எப்படி நினைவுவைத்துக்கொள்ள முடியும்? திரும்பி வந்து ஏறுவதற்குள் பஸ் போய்விட்டால்...இப்படியான கேள்விகளுக்கு என்னிடம் நம்பகமான பதில்கள் இல்லாத காலம். இந்தப் பயணத்திற்கு ரொம்பப் புதியவன் என்பதோடு பயமும் முன்னெச்சரிக்கையும் கொண்டவனாக இருந்தேன். அத்தோடு எல்லாவற்றின் மீதும் அவநம்பிக்கைதான். மனிதர்கள் எல்லோரும் என்னை ஏமாற்றுவதற்காகவே பிறப்பெடுத்து வந்திருக்கிறார்கள் என்கிற எண்ணம். கொஞ்சநாள்களுக்குப் பின், மெல்லக் கீழே இறங்கிக் குளிர்ந்த காற்றை சுவாசிக்க லானேன். மல மணம் கமழ்ந்தபோதும் பஸ்ஸின் வெப்பத்தைவிட இது சுகமாக இருந்தது. பஸ்ஸின் எண்களை நினைவுவைத்துக் கொண்டு, சிறிது தூரம் நடந்து சிகரெட் பற்றவைத்துக்கொள்ளும் அளவுக்கு வளர்ந்துவிட்டேன். காக்கி நிறச் சட்டை அணிந் திருந்த ஒரு நாளில், கண்டக்டரின் பின்னால் போய், அவருடனே சாப்பிட்டால் பஸ்ஸை விட்டுவிடமாட்டோம் என்கிற எண்ணத்தில் அவரை ஒட்டி நடந்து கண்டக்டர் டிரைவர்கள் சாப்பிடும் இடத்தில் அவர்களோடு உட்கார்ந்து ஓசிச் சாப்பாடும் சாப்பிட்டு வந்திருக்கிறேன். அந்தக் கண்டக்டர் என்னைத் தெரிந்துகொண்டாலும் காட்டிக் கொடுக்கவில்லை. வயிறு நிறையச் சாப்பிடவும் பதார்த்தங்கள் வாங்கிக்கொள்ளவும் உதவினார். இந்த இடத்தில் கண்டக்டர் டிரைவர்களுக்கு ஓசிச் சாப்பாடு என்பது அன்றைக்குத்தான் எனக்குத் தெரியும். அதன் பிறகு கண்டக்டரின் சட்டை நுனியைப் பிடித்துக்கொண்டு செல்வதை விட்டுவிட்டேன். அவசர அவசரமாக எதையாவது அள்ளித் திணித்துக்கொண்டு ஓடிவந்துவிடுவேன். பெரும்பாலும் பஸ் என் கண்ணுக்குத் தெரிகிற மாதிரி உட்கார்ந்துகொள்வேன். அதையெல்லாம் நினைத்துப் பின்னால் பலமுறை சிரித்திருக்கிறேன்.

என் உலகம் பஸ் ஜன்னலுக்குள் சுருங்கிய பிறகு, இது போன்ற பயணங்களில் தேர்ந்தவனானேன். அலைப்புறும் மனிதர்களைக் கண்டுகொண்டு அவர்களைப் பார்த்து ரசிப்பேன். பஸ் நின்று டிரைவர் இறங்கும்போது நானும் இறங்கியிருப்பேன். காய்ந்த ரொட்டியைச் சுடவைத்துப் போடுவதைத் தின்றுவிட்டு, ஒரு டீயைக் குடித்துவிட்டு, மூலைக்கடையில் சிகரெட்டைப்

பற்றவைத்துக்கொண்டு ஆசுவாசமாக இழுப்பேன். சிகரெட்டின் கடைசிக் கங்கு விரலைச் சுடும் தருவாயில் டிரைவர் பஸ்ஸில் ஏறுவார். அத்தனை கச்சிதமாக என் நேரக் கணிப்பு இருக்கும். மனதில் எவ்விதக் குழப்பமும் இல்லை. இத்தகைய இடங்கள் என் ஓய்வறைகளாக மாறிப்போயின. அன்றாடம் மூன்று வேளைகளிலும் தேநீர் இடைவேளையிலும் இந்த இடங்களை அடைந்துகொண்டேயிருந்தேன். இனி நானே விரும்பினாலும் கூட என் பஸ் என்னை விட்டுவிட்டுப் போய்விடாது என்கிற திடமான நம்பிக்கை எனக்கிருந்தது.

ஆனால் என் நம்பிக்கை நேற்று இரவு சிதறிப்போயிற்று. என் தூக்கத்தைக் கலைத்து பஸ் அந்த இடத்தைச் சென்றடைந்தது. தூங்குவதற்கு பஸ்ஸின் ஜன்னலோரச் சீட்டைத் தவிர வசதியான இடம் எங்குமில்லை. தூக்கத்தைக் கெடுத்து பஸ் இந்த இடத்தை அடையும்போது மிகுந்த எரிச்சலுக்கு உள்ளாகிவிடுவேன். வயிற்றை இளக்கிக்கொண்டதும்தான் அது நோண்டி நோண்டி என்னை அழைப்பதைக் கேட்டேன். ஆபாசமான வண்ண விளக்குகளினூடே கதறும் சினிமாப் பாடலைச் சட்டை செய்யாமல், ஓட்டலுக்குள் நுழைந்தேன். கலக்கத்தினூடே என்னைத் திணித்துக்கொண்டேன் என்பதைக்கூட நினைவுகூர முடியவில்லை. அப்படியான மனோநிலை இருந்தால்தான் அதைச் சாப்பிட முடியும். வெளியே வந்து ஒரு டீயை வாங்கிக் கொண்டு ஒரு ஓரத்தில் நின்று உறிஞ்சி முடித்தபின், பஸ்ஸை நோட்டமிட்டேன். நான்கு பஸ்கள் வரிசையாக நின்றிருந்தன. என் பஸ் எது? ஊர்ப் பெயரைப் படித்துப் பார்த்தேன். நான் போவதற்காக ஏறிய ஊர்ப் பெயர் எந்த பஸ்ஸிலும் இல்லை. என் கண்களை நம்ப மறுத்தேன். உறக்கச் சடைவில் குளறுபடி செய்வதாகக் கடிந்துகொண்டேன். ஆனால் தூக்கம் சுத்தமாக விட்டுப்போயிற்று. மீண்டும் பார்த்தேன். உண்மை. என் பஸ் அங்கு இல்லை. இத்தனை சீக்கிரம் எப்படிக் கிளம்ப முடியும்? வெகுநாட்களுக்கு அப்புறம் பரபரப்பானேன். மிக அருகில் ஓடிப்போய் எல்லா பஸ்களையும் சோதித்துப் பார்த்தேன். இல்லவே இல்லை. நிச்சயம். முதல்முறையாக பஸ்ஸைத் தவற விட்டிருக்கிறேன். இல்லை, பஸ் என்னைத் தவிர்த்துவிட்டுப் போயிருந்தது. இளநீர்க் கடைக்காரன் அந்த இரவில் துணையற்று நின்றிருந்தான். அவனிடம் நான் போக வேண்டிய ஊரைச் சொல்லி அந்த பஸ் போய்விட்டதா என்றேன். அப்போதுதான் கிளம்பிப் போனதாக உறுதிப்படுத்தினான். என் முகக் கிலி அவனுக்கு உணர்த்தியிருக்க வேண்டும். அந்த ஊர் வழியாகப் போகும் வேறு ஒரு பஸ்ஸைச் சுட்டி, அதில் போனால், முன்னால்

போய்விட்ட பஸ்ஸைப் பிடிக்க முடியலாம் என்றான். நன்றி சொல்லிவிட்டுத் தூரவந்து ஒரு சிகரெட்டைப் பற்றவைத்தேன்.

இப்போது பரபரப்பு முழுக்கப் போய்ச் சாவதானமான ஆசுவாசம் வந்திருந்தது. நான் போக வேண்டிய இடத்திற்கு என் போட்டியாளன் எனக்கு முன்னால் போய்விட முடியும். அதன் காரணமாகக்கூட என் வாழ்க்கை பறிபோய்விடலாம். நான் எத்தனையோ விவர அறிக்கைகள் எழுதி அனுப்பிக் கொண்டிருக்க நேரிடும். தயவான சொற்களைத் தேடிப் பிடிக்க வேண்டியிருக்கும். பின்விளைவுகளை யோசித்துக்கொண்டு மெல்லச் சாலைக்கு நடந்தேன். கவர்ச்சி நடனமாதுவின் சப்தம் மிக மெலிதாகக் கேட்டது. ஜிகினாக்கள், ஒளி வர்ணங்கள் மறைந்தன. நான் இருளை நோக்கிப் போய்க் கொண்டிருந்தேன். உதட்டில் கனிந்த சிகரெட்டின் வெளிச்சம் எனக்குப் போதுமானதாயிருந்தது. நான் இழந்துவிட்டிருந்த வானத்தை நோக்கிப் பார்வையை உயர்த்தினேன். இந்த வானம் தகரத்தால் ஆனதல்ல குமிழ் விளக்குகளும் கைப்பிடிகளும் தொங்கவில்லை. ஒலிபெருக்கி வட்டங்கள் இல்லை. கையை எவ்வளவு வேண்டுமானாலும் உயர்த்தி முறித்துக்கொள்ள முடிகிறது. எங்கும் ஒளிக்குமிழ்கள். "இந்த இருள் இன்னும் என்னை எங்கெல்லாம் இட்டுச்செல்லப்போகிறது?" என் தோளில் எப்போதும் மாட்டியிருக்கும் தொங்குபையும் கையில் பிடித்திருக்கும் பெட்டியும் எங்கே? அவைதான் என் அடப்பம். தளவாடம். அவற்றை இழந்துவிட்டதற்கான என் வருத்தம் உண்மையானதல்ல. அதற்காக மனம் பெரும் சந்தோசத் திலாழ்ந்தது. தோலைப் போல் என்னோடு எப்போதும் ஒட்டியிருக்கும் அவற்றின் மேல் வெறுப்பும் எரிச்சலும் கொண்டி ருந்ததை இப்போது உணர முடிந்தது. ஏதாவது ஒரு பாழுங் கிணற்றில் தூக்கி எறிந்துவிட எண்ணிய கணமுமுண்டு. அது யார் கைக்கும் கிடைக்காமல் இருக்க வேண்டும். யாரிடம் சேர்கிறதோ அவரை உறிஞ்சிக் குடித்துத் துப்பிவிடும். அவற்றிற்கு ஏவலாளனாக்கிவிடும். கடிவாளத்தையும் மூக்கணாங் கயிற்றையும் ஒருசேர அறுத்துக்கொண்டுவிட்டேன்.

வேறொரு சிகரெட்டைப் பற்றவைத்தேன். இருளினூடே மிக இயல்பாக ஊடுருவினேன். என்னை வாவென்று கைநீட்டி வாஞ்சையுடன் வாரிக்கொண்டது. கைநீட்டிய வழித்தடத்தில் பயணம் இல்லை. என் விருப்பப்படி புதிய புதிய பாதைகளில் செல்வேன். அடைய வேண்டிய இடத்தைப் பற்றிய எந்த முன் அனுமானமும் இல்லை. இவ்வளவு நேரத்திற்குள் போய்ச் சேர வேண்டும் என்கிற படபடப்பு இல்லை. கைக்கடிகாரத்தை

இருளில் தூக்கி விசிறினேன். எங்கோ கல்லில் தெறித்து உடைகிற சப்தம். எனக்குப் பரவசம் தாங்க முடியவில்லை. கைகளை உயர்த்திக் கத்திச் சிரித்தேன். கடிகாரத்தின் முள்முனைகளுக் கிடையே என் சந்தோஷங்கள் சிறைப்பட்டிருந்ததை அறிந்து கொண்டேன். பஸ் சதுரம் நொறுங்கிப்போயிற்று. நான் யாருக்கும் பதில் சொல்ல வேண்டியதில்லை. தயவுச் சொற்களை இனி அகராதியிலிருந்து எடுத்துவிடலாம். இருளில் மிக மெதுவாகவே நடந்தேன். பஸ்ஸின் உறையும் சத்தத்தை மட்டுமே கேட்டுப் பழகிய காதுகளில் எவ்வளவோ விதவிதமான சப்தங்கள் வந்துவிழுந்தன. அனைத்தும் தீர்மானமற்ற கட்டற்ற இசைவெளி. மனம், மூளை, கால், கை எல்லாம் தனித்தனியாயின. எதன் பிடியும் எதனிடமுமில்லை. புதிய பாதைகளில் கால்கள் நடந்தன. சாலையை விட்டுக் கரடுமுரடான வழிகளில் பயணப்பட்டேன்.

இந்த அற்புதத்தை அனுபவிக்கவே இத்தனை நாட்கள் செவ்வகத்துள் அடைபட்டிருக்க வேண்டும். திடுமென என்னைத் தூக்கி இந்தத் தரைக்கடலில் வீசியவன் எவனோ அவனுக்கு நன்றி. நான் மிதந்து செல்கிறேன். மூச்சுவாங்க ஏறும்போது மேடுகளை அறிகிறேன். பள்ளங்களில் உருண்டு விழுகிறேன். எப்போதும் சமச்சீரான தார்ச்சாலையைக் கண்டு பழக்கப்பட்ட கால்கள். வளைவுகளில் ஒரே வகையான திருப்பங்கள். கால்கள் முற்றிலும் தளர்ந்தன. இருள் என்னை வாவா என்றழைத்துத் தன் குகையின் ஆழத்திற்கு என்னை அழைத்துச்செல்கிறது. அறை மூலைகளில் ஒளிந்துகிடக்கும் இருளுக்குப் பரிச்சயமானவன் நான். இருள் எல்லைகளற்ற சஞ்சாரி, கக்கத்துக் குழியில் பிடித்துவைத்திருப்பதாக நான் கொண்ட எக்களிப்புக்கு வெட்கமடைந்தேன். இருள் எங்கும் யாருக்கும் பயந்து பதுங்கி யில்லை. அதன் அணைப்பு இதமானது. இருள் வெளிச்சம் நிறைந்தது. அதை எனக்கு மெதுமெதுவே உணர்த்தியது. இருளின் முன் என்னை நிறுத்திவைத்து அறைந்துகொள்ள முடிந்தது. என்றைக்கோ இழந்துவிட்ட என் நிர்வாணத்தை இருளிடம் யாசித்தேன். இருள் சுத்தமாக மற்ற மனிதர்களை என் எதிரில் காட்டவில்லை. மனித வாடைபட்டு இருளின் சுவாசக் குழாயில் அரிப்பேதும் ஏற்பட்டிருக்கவில்லை. மனிதனிடம் இருந்து இருள் மட்டுமே தப்பித்துக்கொண்டிருக்க வேண்டும். இருள் தரையை மூடிக்கொண்டிருக்கிறது. இருள் தரைமேல் மிதந்து கொண்டிருக்கிறது. இருள் என் காலடிக்குள் ஊர்ந்து செல்கிறது. மரங்களினடியில் இளைப்பாறுகிறது. சொர்க்கத்தின் ஓசைகளை எல்லாத் திசைகளிலும் பரப்பிக்கொண்டிருக்கிறது. இருள் எல்லாமாய் இருக்கிறது. திசைகளைப் பிரித்துவைத்திருக்கவில்லை. பாதைகள் எதையும் செதுக்கி வைத்திருக்கவில்லை. இருளே...

இருளைத் துளைத்து வரும் சிகரெட் ஒளிக்கங்கு என்னை நோக்கியபடி. அருகில் அருகில்வர அறிகிறேன் – ஒரு பஸ். இருள் இயக்கும் பஸ். அது என்னை எங்கே வேண்டுமானாலும் கொண்டு செல்லட்டும். நான் நிறுத்தினேனா தானாகவே நின்றதா? தெரியவில்லை. ஏறிக்கொண்டேன். மெலிந்த வெளிச்சம். பழக்கமானதே. இருள் என்னைக் கைப்பிடித்து அழைத்துச் செல்கிறது. காலியாக இருந்த ஒற்றைச் சீட்டில் அமர்ந்தேன். கால் கீறல்களில் வடியும் குருதித் துளிகளின் சுகத்தில் அரைக் கண் மூடுகிறேன். எதிரே காலடியில் தோள்பையும் பெட்டியும். ஆம். எனது கடிவாளமும் மூக்கணாங்கயிறும். வெளியே இருள் சிரித்தோடிக்கொண்டிருக்கிறது.

•

நடுப்பகல் மீன்கள்

குருவி குடிக்கும் அளவுக்குத்தான் கிணற்றில் தண்ணீர் கிடந்தது. இறங்கினால் குதிகால் வரைக்கும் நனையலாம். எட்டிப் பார்த்ததும் எல்லாச் சந்தோசமும் சட்டென்று வடிந்துபோயிற்று. வெயில் புழுதியில் வெகு தூரம் நடந்துவந்த களைப்பு இப்போதுதான் கால்களில் இறங்கிற்று. குளிர்ச்சி பரவிக்கிடந்த தென்னையின் அடியில் கால் நீட்டிச் சாய்ந்ததும் சற்றே தெம்பு கூடியது. காலையிலிருந்து நடுப்பகல்வரைக்கும் இடைவிடாமல் மாடுகள் வாரியில் ஓடியிருக்க வேண்டும். ஏற்றப்பறி நீரை மொண்டு மொண்டு வெளித் தள்ளியிருக்கிறது. கண் எட்டும் வரையிருந்த ஆரியக் காடுகள் வெம்மையை எதிர்த்துத் திமிராக நிற்கின்றன. வெயில் நடை பயனற்றுப் போன எரிச்சல் மூவருள்ளும் பரவி எழுந்தது. ஒருவரை ஒருவர் வன்மத்தோடு பார்த்துக்கொள்வதாய் மாறிற்று. பழுத்த கோவணத் துணியோடு இருந்தவன் எதிரில் இருந்த இவனைப் பார்த்துச் சொன்னான்.

"உன்னால தான்டா. வேற கெணத்துக்குப் போயிருக்கலாம். இன்னமே என்னடா செய்யறது?"

இவன் அசரவில்லை.

"நீ மட்டும் வேண்டாம்னா சொன்ன? சரின்னு தான்டா வந்த?"

இருவரையும் அற்பமாகப் பார்த்த உவன் டிராயரை மேலே தூக்கிவிட்டுக்கொண்டான். நீரில் குதிக்கும்போது கட்டிக்கொள்ளவெனத்

தயாராகக் கொண்டுவந்திருந்த கோவணத் துணியைத் தலையில் பாகையாக்கிக்கொண்டான். இந்தச் சண்டை அவசியம் இல்லாதது என்பதான பாவனையோடு மீண்டும் கிணற்றை நோக்கிப் போனான். அவனும் இவனும் ஓய்வதாக இல்லை. வெயில் வேளையில் ஆசைதீர ஏற்ற மேட்டில் ஏறி ஏறிக் குதிக்கலாம்; தண்ணீருக்குள் தவளையெனப் பாய்ந்து கண்கள் சிவக்கும்வரை நீந்தலாம் என்ற எண்ணம் ஏமாற்றமாய் மற்றவர்மீதான குற்றச்சாட்டுகளாய் வெளியாயிற்று. உவன் இந்தப் பேச்சில் கலந்துகொள்ளவில்லை. ஏற்றக் கால்களைப் பிடித்துக்கொண்டு உள்ளே எட்டிப் பார்த்தான். வெயில் நேரே உள்ளே இறங்கித் தண்ணீரைத் தொட்டிருந்தது. உருகும் பாகெனத் தண்ணீர் மெல்ல அசைந்தது. கிணற்றுச் சுவர்களில் செவ்வகமாய் நீர்த்தாரை தெரிந்தது. அவ்வளவு தூரம்வரை நீர் இருந்திருக்குமானால் பொழுது இறங்குவது தெரியாமல் போயிருக்கும். உவன் பெருமூச்செறிந்தான். பார்வை மீண்டும் கிணற்றையே அளைந்தது. கரடு முரடான அதன் சுவர்களில் ஏறவும் ஏறி நின்று குதிக்கவுமான கற்கள் சிறிதாகவும் பெரிதாகவும் வெளித்தள்ளிய பற்களைப் போல நீட்டிக்கொண்டிருந்தன. ஒரு பக்கம் மரங்களும் செடிகளும் அடர்ந்திருந்தன. அதற்கு நேராக சுவரின் உள்பகுதியில் முளைவிட்டு வளர முயன்ற புற்கள் தெரிந்தன. உவன் ஏற்றக் கால்களைப் பற்றிக்கொண்டு கிணறு முழுவதையும் துழாவிக்கொண்டிருந்தான். தனக்கான எதுவோ உள்ளே இருக்கிறது, அதைக் கண்டுபிடிக்க வேண்டும் என எண்ணி மனம் கண்களில் சுழன்றது. தூர்ந்திருந்த படிகள் கால்தடம் பட்ட சுவடுகளோடு தூசி மூடி உட்கார்ந்திருந்தன. மேற்பக்கச் சுவர்ப் பொந்தொன்றில் குருவிக்கூடு இருந்தது. குருவிகளின் காச்மூச் சத்தமும் கேட்டது. உவன் சுவர்ப் பொந்துகளை எல்லாம் ஆராய்ந்தான். எங்கேனும் பாம்புகள் வசிக்கும் பொந்து கண்ணில்படுகிறதா என்பது அவனறியாமலே அவனுடைய நோக்கமாயிருந்தது. ஆனால் அதற்கு எந்த வாய்ப்பும் இருப்பதாகத் தெரியவில்லை. அதனால்தான் இந்தக் கிணறு எல்லோருக்கும் பிடித்தமானதாக இருக்கிறது என்று நினைத்துக்கொண்டான்.

கிணற்றுள்ளிருந்து குளிர்ச்சி மேலெழும்பி உடலை நோக்கிப் பாய்ந்து தழுவியது. உடல் சிலிர்க்க அப்படியே நின்றான். எங்கே தடுமாறி உள்ளே குதித்துவிட நேருமோ எனப் பயந்து மனம் எச்சரித்தது. அவனுக்கும் இவனுக்குமான சண்டை இன்னும் முடிந்தபாடில்லை. அவர்கள் வேறு கிணற்றுக்கு இனிப் போக முடியாத தவிப்பில் குரல் எழும்பக் குதறிக்கொண்டிருந்தார்கள். உவன் ஒருமுறை அவர்களைத் திரும்பிப் பார்த்து விட்டு,

மறுபடியும் கிணற்றுக்குள் கண்களை ஓட்டினான். இப்போது பார்வை நீர்ப்பரப்பில் மிதந்தது. சலனமற்றுப் படிந்திருந்த நீரைப் பார்க்கப் பிடிக்கவில்லை. அதில் அசைவுகள் ஏற்பட வேண்டும் என்று விரும்பினான். அவன் விருப்பத்தை நிறைவேற்றுவதுபோல், ஒரு மீன் ஆழத்திலிருந்து மேற்பரப்பை நோக்கி எழும்பிவந்தது. வெயில் ஒளியில் அதன் துடுப்பசைவுகளும் மேனி வழவழப்பும் துல்லியமாகத் தெரிந்தன. 'அவுரிமீன்' என்று நினைத்தான். எந்த அவசரமும் இல்லாமல் நிதானமான அதன் உலாவல், அவனுள் ஆர்வத்தைத் தூண்டிற்று. சுண்டெலி ஒன்றைப் பிடித்து வந்து நீரில் வீசி எறிந்தால், உடனே உள்ளிருந்து ஓடோடி வந்து எலியை லபக்கென்று விழுங்கிவிட்டுத் திரும்பவும் நீருக்குள் அமிழ்ந்துவிடும் அளவுக்குத்தான் மீனோடான பழக்கம் உவனுக்கிருந்தது. மீனின் சாவகாசத்தைப் பற்றி உவனுக்கு எதுவும் தெரிந்திருக்கவில்லை. சட்டெனப் பார்வை மீண்டதில் இன்னொரு மீனும் தெரிந்தது. இரண்டும் ஒன்றன் பின் ஒன்றாகவே நீந்தின. பின்னால் இருந்த மீனை இதுவரை காணாத தன் பார்வையைக் கடிந்துகொண்டான். இன்னும் மீன்கள் இருக்கின்றனவா எனக் கிணறு முழுவதையும் பார்வை நோட்டமிட்டது. இல்லை. இரண்டு மீன்களும் ஒரே அளவானதாக இருந்தன. வாலசைவுகளையும் கண்களையும் கொண்டு ஏதேனும் வித்தியாசப்படுத்த முடிகிறதா என்று பார்த்தான். ஒன்றும் தெரியவில்லை. இரண்டும் ஒரே அச்சில் வார்த்தவை போலிருந்தன. இரண்டாவது மீன் முதல் மீனின் வாலருகில் வந்து சிறிது மேலெழும்பி வாலைத் தூக்கிற்று. நீரில் டபக்கென்று ஓசை எழுந்து அசைவு கூடிற்று. உடனே முதல் மீனும் அதைப் போலவே செய்தது. இது அவற்றின் விளையாடல் என்று யூகித்தான். உடல் நீருக்கு மேலே வந்துவிடாமலும் உள்ளே அமிழ்ந்துவிடாமலும் நீர் உடல் மூடிய அந்த நிலையில் அவை நீந்துவது ஆச்சரியமாய் இருந்தது. இன்னும் அவற்றின் விளையாடல் கூடலாம் என்று நினைத்தான்.

அதைத் தனக்குள்ளான ரகசியமாய் மட்டுமே வைத்துக் கொள்ள முடியவில்லை. ஏற்ற மேட்டுக்கு வந்து அவர்களைப் பார்த்து மிகச் சத்தமில்லாமல், அதே சமயம் கடுமை தொனிக்க "டேய்" என்றான். அவர்கள் திரும்பியதும் கைச்சாடையில் அழைத்துவிட்டு ஏற்றக்கால்களை நோக்கிப் போய்விட்டான். மீன்கள் அதே நிலையில் கிணற்றை வட்டமிட்டுக்கொண்டிருந்தன. "என்னடா?" என்று கத்திக்கொண்டே அவர்கள் வந்தனர். உவன் திரும்பி "ஸ்" என்று வாய் மீது விரல் வைத்துச் சத்தத்தை அடக்கிவிட்டுக் கவனித்தான். அவர்களுக்குப் பெரும் ஆவலைத் தூண்டியது உவன் செய்கை. உவனின் இருபக்கமும் வந்து எட்டி உள்ளே பார்த்தனர். எதைக் கண்டு இவ்வளவு

நடுப்பகல் மீன்கள்

வியக்கிறான் என்பதை அவர்களால் அனுமானிக்க முடிய வில்லை. ஆழ்கிணற்றின் அகன்ற பரப்பெங்கும் கண்கள் அலைய அவர்களுக்கு ஒன்றும் படவில்லை. உவன் விரல் நீட்டி மீன் களைக் காட்டினான். மீன்களின் குலாவல் அவர்களுக்கும் உற்சாகமூட்டிற்று. சிறிது கவனித்த பின், இவன் வெளி நகர்ந்து கல்லொன்றை எடுத்து வந்து மீன்களின் நடமாட்டப் பகுதியில் விட்டெறிந்தான். சத்தத்தோடு நீர் கல்லை விழுங்கியது. மீன்கள் சிதறி அடிப்பகுதியை நோக்கி விரைவதை அலையும் நீரினூடே காண முடிந்தது.

உவனுக்குப் பெரும் கோபம் வெடித்தது. இவனைப் பிடித்துத் தள்ளி, “எதுக்குடா இப்பிடிப் பண்ணுன?” என்றான். இவனுக்குத் தான் செய்த காரியத்தில் தவறேதும் தெரியவில்லை. “என்னடா பண்ணிட்டாங்க?” என்று எகிறினான். கிணற்றையே இன்னும் கவனித்துக்கொண்டிருந்த அவன் “டேய் மீன்புடிக்கலாமாடா?” என்றான். உவனும் இவனும் திகைத்து அவனையே பார்த்தனர். பின் அலட்சிய பாவத்துடன் “என்னடா சொல்ற?” என்பது போலச் சிரித்தனர். அவன் மிகத் தீவிரமாக “மீன் புடிக்கலான்டா” என்றான். “எப்பிடீடா?” உவன் கேலி கலந்த குரலில் கேட்டான். அவன் “இங்க வந்து பாருடா” என்றான். இருவரும் மீண்டும் ஏற்றக்காலுக்குச் சென்றனர். நீரலை அடங்கி இருந்தது. மீன்கள் இரண்டும் இப்போது மேற்பரப்பில் இல்லை. ஆனால் மண்ணை ஒட்டிப் பதுங்கும் அவற்றின் தோற்றத்தை அவர்களால் நன்றாகவே காண முடிந்தது. குறைந்த நீருக்குள் அவை எங்கே போய் ஒளிந்துகொள்ள முடியும்? நீரைத் துலக்கி அவற்றின் ஒளிவிடங்களை எல்லாம் வெயில் காட்டிக்கொடுக்கிறது. மூன்று பேரும் சூழ்ந்துகொண்டால் மீன்கள் தப்பிக்க முடியாது. குதிகால் அளவுக்கே வரும் நீருக்குள் மூவரின் தாக்குதலையும் சமாளிக்க அவற்றால் முடியுமா? அவர்களிடம் நம்பிக்கையும் உற்சாகமும் கூடின. ஆடு மேய்க்கும் காடுகளில் எலிகளையும் அணில்களையும் பறவைகளையும் பிடித்துச் சுட்டுத் தின்னும் பழக்கமிருந்தது. மீன்பிடிப்பது இதுதான் முதல்முறையாக இருக்கும். அதிலிருக்கும் கஷ்டங்களையும் யோசிக்காமல் இல்லை. கிணற்றுக்காரனுக்குத் தெரிந்துவிட்டால்? எங்களுக்கு ஒன்றும் தெரியாது என்று சாதித்துவிடலாம். மீன்கள் காணாமல் போனதைக் கிணற்றுக்காரன் கண்டுபிடிக்கவே சில நாட்கள் கழியலாம். நாளைக்கு வந்து பார்ப்பதற்குள் கிணற்றில் நீர்மட்டம் கூடிவிடும். ஆகவே அது ஒன்றும் சிரமமில்லை என்று முடி வாயிற்று. எங்கே சுடுவது? அது வழக்கம்போல மேய்ச்சல் காட்டுக்குப் போய்விட வேண்டியதுதான். தேவையானவை கொஞ்சம் மிளகாய்த் தூள், உப்பு. அவை தயாராகவே இருக்கின்றன.

உவனுக்குத்தான் மனம் ஒப்பவில்லை. இதுவரைக்கும் துள்ளி விளையாடிய மீன்களை உயிரற்ற மாமிசத் துண்டங்களாய்க் காண்பது கசப்பாய்த் தோன்றிற்று. ஆனாலும் அந்தத் துண்டங்களின் சுவை நாக்கில் ஏறி உடன்படச் செய்தது. கிணற்றைச் சுற்றித் தேடி ஆளுக்கொரு தடியைத் தூக்கிக்கொண்டு கிணற்றுக்குள் இறங்கினார்கள். சரிந்த மண் படிகள் அவர்களுக்கு இயல்பானதாகவே இருந்தன. முன்னால் இறங்கி ஓடிய அவன் தடியை உயர்த்திக்கொண்டு நீர்ப்பரப்பில் விழுந்தான். மீன்கள் பதுங்கியிருப்பதாய் அவன் ஊகித்த இடத்தில் தடியால் அடித்தான். தண்ணீர் அலறலோடு விலகிச் சேர்ந்தது. அவன் நீருக்குள் தடுமாறி விழுந்தான். அவர்கள் எதிர்பார்த்ததைப் போல மிகக் குறைவானதாகத் தண்ணீர் இல்லை. முழங்காலுக்கு மேலிருக்கும். உயரத்தில் இருந்து பார்த்ததில் மண்ணும் நீரும் ஒன்றையொன்று தழுவிக்கொண்டிருந்ததைப் போலப்பட்டது வெறும் தோற்றம். தலைமூழ்க வீழ்ந்த அவனை மற்ற இருவரும் திட்டத் தொடங்கினர். "அவசரக் குடுக்கை" என்றும் "புத்தியில்லாதவன்" என்றும் வார்த்தைகள் ஏசின. மூன்று பேரும் ஒரே நேரத்தில் தாக்குதலைத் தொடுத்திருந்தால் மீன்களை இந்நேரம் பிடித்திருக்கலாம். தனியாக இறங்கித் தண்ணீரைக் கலங்கடித்துவிட்டான்.

இப்போது மீன்கள் செவ்வகக் கிணற்றின் கீழ்மூலை நோக்கி ஓடியிருப்பதாய்ப் பட்டது. அங்கேதான் தொளைக்குழி இருக்கிறது. ஏற்றப்பறி வந்து நீர் மொள்ளுவதற்கு வசதியாக சற்றே ஆழம் கொண்டது குழி. கிணற்று நீர் வடிய வடிய தொளைக்குழியை நோக்கி நீர் ஓடி விழும். குழியை நோக்கிப் பாய்ந்தான் உவன். அங்கே நீர் இடுப்புக்கும் மேலாகவே இருக்கிறது. கையிலிருந்த தடி நீருக்குள் மிதக்க உவன் உள் மூழ்கி மீன்களைத் தேடத் தொடங்கினான். தெளிந்த நீருக்குள் கண்கள் நன்றாகவே தெரிந்தன. குளுகுளுவென உடம்பில் ஏறிற்று. உவன் தொளைக்குழியைவிட்டு வரவே பிரியப்படவில்லை. தடி நீரலையில் மிதந்து மிதந்து எதிர்ச்சுவர்ப் புறமாகப் போகத் தொடங்கியிருந்தது. ஆனால் உவன் மீண்டும் மீண்டும் மூழ்கித் தொளைக்குழிக் கருநீருக்குள் மீன்களைத் தேடிக்கொண்டே யிருந்தான். அவனும் இவனும் அவர்கள் பங்குக்கு ஒவ்வொரு புறமாக மீன்களைப் பிடிப்பதற்கான முயற்சியில் ஈடுபட்டிருந்தனர். மூவரும் மீன்களாகவே மாறிவிட்டதுபோலத் தோன்றிற்று.

நீரில் படுத்தபடியும் குதித்தபடியும் அவர்களின் தேடல் தொடர்ந்தது. யாருடைய கைகளுக்கும் மீன்கள் அகப்படவில்லை. பட்டுத் தப்பித்து ஓடியதான வழவழப்புக்கூடக் கைகளில் படவில்லை. விடாமல் தேடுவதில் அவர்கள் சளைக்கவில்லை.

நடுப்பகல் மீன்கள்

தொளைக்குழிப் பக்கமிருந்து மேற்சுவர்ப் பக்கமாகவோ படிப் பக்கமாகவோ வருவதும் பின் எதிர்ச்சுவரை நோக்கிப் போவதுமென அவர்களின் இடைவிடாத தேடுதல் நடந்தது. கைகளால் நீரை அடித்து எழுப்பிய திவலைகள் கிணறு முழுக்கவும் பரந்தன. ஒருவர் மற்றொருவர்மீது அள்ளித் தெளிக்கவும் முகத்தில் இடைவிடாமல் நீரை அடிப்பதுமான விளையாட்டு தொடர்ந்தது. தொளைக்குழியின் ஆழத்தில் மூழ்கித் திளைப் பதில் போட்டி. ஒவ்வொருவராக மூழ்கவோ மூவரும் ஒரே சமயத்தில் மூழ்கவோ செய்தனர். தொளைக்குழி சுணங்காமல் இடமளித்தது. உட்கார்ந்தபடியே நீருக்குள் எம்பிக் குதிக்கவும் வழுக்கிவிழுவது போன்ற பாவனையில் நீருக்குள் சறுக்கியோடுவதும் சுகமாகத் தோன்றிற்று. எப்படியாயினும் மீன் யார் கைக்கும் அகப்படவில்லை.

நீர் கலங்கிச் சேறு குழம்பியிருந்தது. இதனிடையே இவன் சுவரோரத்தில் காலில் அகப்பட்ட பாசிகளைக் கையோடு சேரத்தள்ளிப் படிமீது கொண்டுவந்து போட்டான். உடனே பாசிக்குள் போய் மீன்கள் ஒளிந்திருக்கலாம் என்று சந்தேகம் மூவருக்கும் வந்தது. பாசிகளைக் கிணற்றிலிருந்து அகற்றாமல் மீன்களைக் கண்டுபிடிப்பது அத்தனை சாதாரணமானதல்ல என்ற முடிவுக்கு வந்தார்கள். கிணற்றைப் பாசியின் பிடியிலிருந்து மீட்பதுதான் முதல் வேலை. மூவரும் ஒற்றுமையாக அந்த வேலையில் ஈடுபட்டார்கள். பாசிகளை இழுத்துக்கொண்டு வந்து படிகளில் போட்டார்கள். சிலசமயம் மிகப் பெரும் பாசிப் படலம் அகப்பட்டது. பெரும்பாலும் பாசியின் துகள்களே கிடைத்தன. அவற்றை அள்ளிப் போடப் போடப் படிகள் நிறைந்தன. நீரற்ற சுவரின் பரப்பில் ஓடிக்கொண்டிருந்த பாசிகளையும் விடவில்லை. அப்படிப் பாசிகளை அள்ளிச் சேர்க்கையில் கிணற்றுக்கு ஆதாரமான, வடியும் ஊற்றுகளைக் கண்டுபிடித்தனர். ஊற்று நீரை அள்ளி அள்ளிக் குடித்தனர். தாகம் முழுக்கவும் அடங்கிற்று. பெரும் பாசியினிடையே மீன்கள் சிக்கிக்கொண்டு வெளிவர முடியாமல் வலைபோலத் தவிக்கலாம் என்று அவற்றைக் கிளர்ந்து சோதித்துவிட்டுத்தான் எறிந்தனர். ஆனால் கிணற்றில் சேற்றின் மட்கிய நாற்றம் எழுந்தது. பாசிகளுக்கு அடியே புதைந்துகிடந்த நாற்றம் அத்தனை குரூரமாக வெளிப்பட்டதும் அவர்களால் தாங்க முடியவில்லை. மேலும் நீருக்குள் இறங்கவும் பிரியமில்லை. உவனுக்கு உடல் குளிரவும் தொடங்கியிருந்தது.

அவன் “மீனு சிக்காதுடா” என்றான். “ஆமாண்டா. இத்தன கலக்குக் கலக்கினதக்கப்பறம் எங்கடா சிக்கப்போவது?” இவனும் ஆமோதித்தான். பாசிகளை மிதித்துக்கொண்டே மூவரும்

மேலேறினர். பொழுது சற்றே சாய்ந்திருந்தது. ஆனால் வெயிலின் உக்கிரம் குறையவில்லை. வெயில் காய்வதற்காக உட்கார்ந்தார்கள். வெகுநேரம் நீருக்குள் இருந்ததில் விரல்களிலெல்லாம் தோல் சுருங்கி வெளிறிக் காணப்பட்டன. கோவணத்தை உருவிப் பிழிந்து உதறிவிட்டுக் கட்டிக்கொண்டார்கள். சூரியனை நோக்கி விரல்களைக் காட்டிப் பதப்படுத்தினர். உடல் முழுவதும் நீர் வடிந்து காய்ந்து முதுகில் சுள்ளிட்டது. ஒவ்வொருவராக எழுந்து மெல்லக் கிணற்றைச் சுற்றி மெதுவாக நடந்தனர். ஒரு திரும்பலில் கிணற்றுக்குள் பார்வையை அனுப்பிய அவன் கத்தினான். "டேய் அங்க பாருடா." இவனும் உவனும் ஓடிவந்து எட்டிப் பார்த்தார்கள். சேறு மெல்லக் கீழிறங்கக் கிணற்று நீரில் லேசான தெளிவு தோன்றியிருந்தது. அதனிடையே மீன்கள் இரண்டும் சாவகாசமாக மேல்மட்டத்தில் வந்து உலவின. முதல் மீன் நீர்மட்டத்திற்கு மேல் தலையை உயர்த்தி டபக்கென்று சத்தமெழுப்பிவிட்டு நகர்ந்தது. இரண்டாவது மீனும் அப்படியே செய்தது. அவன் மிகவும் உன்னிப்பாகக் கவனித்துக்கொண்டிருந்தான்.

●

காக்கை

கழுத்து மினுங்கும் அந்தக் காக்கை ஒரு மாசிமாதப் பௌர்ணமி நாளில்தான் அவனைத் துரத்தத் தொடங்கியது. அத்தையின் ஊரில் மாரியம்மன் திருவிழா. வீட்டு வாசலில் நிறைந்திருந்த பெரிய வேம்பின் நிழலில் சிறுவர்களின் விளையாட்டு நடந்துகொண்டிருந்தது. விளையாட்டுக் கூச்சல் எல்லாச் சத்தங்களையும் அடக்கி விட்டது. கலவரம் நிரம்பிய குரலெடுத்து வேம்பின் கிளைமேலிருந்து அந்தக் காக்கை கத்திக்கொண்டிருந்ததை முதலில் யாரும் கவனிக்கவில்லை. கத்திக்கொண்டே ஒவ்வொரு கிளையாக இறங்கி வந்தது. தலையை ஒருச்சாய்த்துக் கீழே பார்த்தது. வீட்டுக்குள்ளிருந்து வந்த பெண்ணொருத்தி "எதுக்குக் காக்கா இப்பிடிக் கத்துது?" என்றபடி கையை உயர்த்தி விரட்டினாள். அந்த விரட்டலைப் பொருட்படுத்தாத காக்கை கிளைகளில் மேலும் கீழும் மாறிமாறித் தாவிக் கத்தலைத் தொடர்ந்தது. அதன் குரல் துயரமும் குழப்பமும் கொண்டிருந்தது. சில சமயங்களில் இரையைக் கண்டுவிட்ட உற்சாகம் போலப் பரவசமாகவும் ஒலித்தது. "ஊட்டுக்கு இத்தன ஒரம்பற வந்தாச்சு. இன்னும் ஆரு வர்லீன்னு காக்கா இப்பிடிக் கத்துது?" என்று யாரோ பேசும் குரல் கேட்டது. இவை ஒன்றையும் கவனிக்காத சிறுவர்கள் விளையாட்டின் உச்சத்திலிருந்தார்கள்.

திடீரெனக் காக்கை, கழுகைப் போல் விரித்த இறகை அசைக்காமலே கீழிறங்கி வந்தது. சிறுவர்களுக் கிடையே அவனைத் தேர்ந்தெடுத்து, தலையில் தன் அலகில் விசை கூட்டிப் பட்டென்று கொத்தியது.

மறுமுறையும் கொத்துவதற்குத் தயாராக அவன் தலைக்கு நேர்மேலேயே பறந்தது. சிறுவர்கள் பயந்து அலறிக்கொண்டே சிதறினர். அவனுக்குச் சற்றுக் கழித்தே கொத்தலின் வலி உறைத்தது. கொத்திய இடத்தில் கையை வைத்து அழுத்திக் கொண்டான். கண்கள் கண்ணீரை அடக்க முடியாமல் தத்தளித்தன. அதற்குள் மூடிய கைமீதே இன்னொரு கொத்து விழுந்தது. விழுந்த இடத்தில் பீத்தோல் பிய்ந்துபோய் ரத்தம் தென்பட்டது. பெரும் அலறலோடு அப்படியே கீழே உட்கார்ந்து விட்டான். அவன் அலறல் திண்ணையில் பலகாரம் தின்று கொண்டிருந்த எல்லோரையும் ஓடிவரச் செய்தது. கூட்டத்தைப் பார்த்த காக்கை பின்வாங்கி, மர மறைவிலிருந்து வெளியேறி வானில் சிறு புள்ளியாய்ச் சிறுத்தது. அவனைச் சமாதானப் படுத்திப் பலகாரம் கொடுத்தார்கள். தலையில் புடைத்திருந்த இடத்தில் அழுந்த நீவிய அம்மா, காக்கையை இடைவிடாமல் திட்டிக்கொண்டிருந்தாள். அதன்பின் அவன் விளையாடப் போகவில்லை. விசும்பிக்கொண்டே தூங்கிப்போய்விட்டான். இரவில் அவனை எழுப்பித்தான் கோவிலுக்குக் கூட்டிப் போனார்கள்.

திருவிழா முடிந்து மறுநாள் மாட்டுவண்டியில் ஊருக்குக் கிளம்பினார்கள். தடத்தில் வண்டி போய்க்கொண்டிருந்தபோது, சட்டென வானில் தோன்றிய அந்தக் காக்கை கூட்டத்தின் நடுவில் உட்கார்ந்திருந்த அவன் தலையை நோக்கி இறங்கியது. நொடி நேரம். கொத்திவிட்டு மேலேறிப் பறந்தது. யாரும் இதை எதிர்பார்க்கவில்லை. அந்தரத்தில் வன்மத்தோடு பறந்து கொண்டிருந்த காக்கையை நோக்கிக் கையை உயர்த்தியும் சாட்டையை வீசியும் விரட்டப் பார்த்தனர். அதன் உயரம் சற்றுக் கூடியதே தவிர, இடம் மாறவில்லை. திரும்பவும் அது அவன் தலையை நோக்கி இறங்கும் என்பது உறுதியாகத் தெரிந்தது. அவன் அம்மா, முந்தானையில் அவனை மூடி மடியில் சாய்த்துக் கொண்டாள். திருவிழாச் சந்தோசம் எல்லாம் வடிந்துபோன அவள் முகம் கறுத்திருந்தது. அவள் கண்கள் வானிலேயே நிலைத்திருந்தன. பொட்டுப்போல் தெரியும் எந்தப் பறவையும் அவனைக் கொத்த வரும் காக்கையாகவே தோன்றியது. வீடு வந்துசேரும்வரை அவள் முந்தானையை எடுக்கவில்லை என்ன தீம்பு வருவதற்கான அறிகுறி இதுவோ என்று யோசித்துக் கொண்டிருந்தாள்.

அவர்கள் ஊருக்கு வந்தபின் எதுவும் நிகழவில்லை. அவனும் காக்கைகளை உற்று உற்றுப் பார்த்தான். அந்தக் காக்கையைக் காணோம். ஒரு கணம் எனினும் அவன் அந்தக் காக்கையை அடையாளம் கண்டிருந்தான். இறக்கைகள் அடர் கருமை

யாகவும் மூக்கு வெளுத்தும் இருந்த பெருந்தலைக் காக்கை அது. அதன் கழுத்துப் பகுதியின் சிறு இறக்கை மயிர்கள் வெயிலில் வெங்கச்சங்கல்போல மின்னி மின்னி மறைந்ததை அவன் கவனித்திருந்தான். அதன் கண்களில் குவிந்திருந்த ஆக்ரோசம் அப்படியே அவன் மனதில் தங்கிவிட்டது. அவன் அம்மா பார்த்து வந்த ஜோசியக்காரர் பதினோரு சனிக்கிழமைகளுக்கு விரதம் பிடித்து, சனீஸ்வரனுக்கு நல்லெண்ணெய் விளக்கேற்றி, எள்ளிறைத்துப் பூஜைசெய்ய வேண்டும் என்றும் எல்லாச் சனிக்கிழமையுமே கோவிலுக்குப் போவது நல்லது என்றும் கூறியிருந்தார். அவன் ஊரிலிருந்து பத்துமைல் தொலைவில் இருந்த கோவிலுக்குச் சனிக்கிழமைகள்தோறும் அம்மா கூட்டிச் சென்றாள். சனீஸ்வரன் கோவில் முகப்பில் இருந்த காக்கையின் கருங்கல் சிற்பத்தையே அவன் கவனித்தான். அதில் விசேசமாக ஒன்றும் இல்லை. எந்தப்புறம் சென்று பார்த்தாலும் அதன் கழுத்தில் மினுக்கம் தோன்றவில்லை. அவன் சொன்னபோது, அம்மா, "அதெல்லாம் இல்ல. எல்லாக் காக்காயுமே சனி பகவானுக்கு வாகனந்தான்" என்றாள். அவனுக்குப் பிடிக்க வில்லை என்றாலும் தொடர்ந்து கோவிலுக்குப் போய்க்கொண்டிருந்தான்.

சில மாதங்கள் கழித்துத்தான் அத்தை வீட்டுக்கு மறுபடியும் போனான். காட்டில் ஆடு மேய்த்துக்கொண்டிருந்த அத்தையைப் பார்ப்பதற்காக வயல் கரைகளில் நடந்தபோது, புளிய மரத்தினூடே இருந்த அந்தக் காக்கை பறந்து வந்தது. அவன் கைகளால் தலையை மூடிக்கொண்டும், கற்களை எடுத்து வீசவும் முயன்றபோதும் அது வெகுதூரம் போய்விடவில்லை. போவது போலப் போக்குக் காட்டிக்கொண்டே திரும்பத் திரும்ப வந்தது. அத்தையைப் பார்க்காமலே வீட்டுக்கு ஓடிவந்தான். அவன் எதுவும் சொல்லவில்லை என்றாலும் என்ன நடந்திருக்கும் என்பது எல்லோருக்கும் தெரிந்திருந்தது. பகலெல்லாம் வீட்டுக்குள்ளேயே அடைந்துகிடந்துவிட்டு இரவில்தான் ஊர் திரும்பினான்.

அவனால் கணக்குவைத்துக்கொள்ள முடியாத தடவைகள் இது நிகழ்ந்துவிட்டது. எப்போது போனாலும் ஏதோ மூலையிலிருந்து, அவனுக்காகவே காத்துக்கொண்டிருந்த மாதிரி, அந்தக் காக்கை வெளிக் கிளம்பும். பெரிய கூட்டத்தின் இடையே பார்த்தாலும் அதை எளிதாக அவனால் கண்டுகொள்ள முடியும். ஒருமுறையும் சனி பகவான் அவனைக் காப்பாற்ற வரவில்லை. அவன் வளர வளரக் காக்கையின் குரோதமும் கூடிக்கொண்டே வருவதுபோலிருந்தது. அத்தையின் ஊர்ப்பக்கம் கிட்டத்தட்ட ஒரு வருசம் போகாமலே இருந்தான். அவனுடைய அத்தை "இந்தப் பையன் எம்மேல அப்பிடிப் பாசமா இருப்பான். காக்காயால

இப்ப வர்றதேயில்லயே” என்று பார்ப்பவர்களிடம் எல்லாம் புலம்புவதைத் தாங்காமல் திரும்பவும் போக ஆரம்பித்தான். ஆனால் காக்கை அப்படியே தானிருந்தது. அதன் துரத்தலும் குரூரமான கொத்தலும் வலிமை கூடியிருந்தன. வருசக் கணக்காக அவன் வராததால் ஆத்திரம் கூடியிருந்ததுபோல.

தீபாவளி முடிந்து சில நாட்களே ஆகியிருந்தன. அவனுடைய அத்தை ஒரு உபாயம் சொன்னாள். சிறுவர்கள் பட்டாசு வெடிக்கும் விளையாட்டுத் துப்பாக்கி ஒன்றைக் கொடுத்து, வெளியே போனதும் அந்தக் காக்கையைப் பார்த்து நீட்டி வெடிக்கச் சொன்னாள். பட்டாசுச் சத்தத்தைக் கேட்டதும் காக்கை பயந்தோடிவிடும். கதிர் முற்றிய வயல்களில் பறவைகளை விரட்டப் பயன்படுத்தும் தந்திரம் அது. அவனும் கையில் பொம்மைத் துப்பாக்கியோடு போனான். தலைக்கு நேராகக் காக்கை இறங்குகையில், வானைப் பார்த்து வெடித்தான். சுருள்கேப்பானதால் படபடவெனப் பொரிந்தது. பதறிய காக்கை அப்படியே மேலெழும்பி வானில் கரைந்தது. ஆனால் அடுத்து அவன் இன்னொரு கேப் சுருளை மாட்ட வேண்டியிருந்தபோது காக்கை அவன் தலையைப் பதம் பார்த்து விட்டது. கேப் சுருளை மாட்டுவதற்கே அவனை விடவில்லை. அடுத்தடுத்தும் கொத்தல். நீட்டிய வெற்றுத் துப்பாக்கியைக் கண்டு அது மிரளவில்லை. தப்பித்து ஓடிவருவதற்குள் மண்டை புடைத்துவிட்டது. எப்போதும் பட்டாசும் துப்பாக்கியுமாய் அலைவதும்கூடச் சாத்தியமல்ல. அவன் எத்தனையோ உபாயங்களைச் செய்துபார்த்தான். நடக்காமல் மிதிவண்டியில் அதிவேகமாகப் போய்ப்பார்த்தான். அவனுடைய கால்களின் வலுவைவிட, காக்கையின் இறக்கை வலுகொண்டதென்பது ஊர்ஜிதமாயிற்று. நீளக் குச்சியொன்றைத் தலைக்குமேல் சுழற்றிக்கொண்டே நடந்தான். கொஞ்சதூரம் போனதுமே கை ஓய்ந்துபோக ஆரம்பித்தது. கை மாற்றும் நேரம் காக்கைக்குத் தெரிந்திருந்தது. எல்லாமே பயனற்ற வழி முறைகளாயின.

நீண்ட இடைவெளி. கிட்டத்தட்டக் காக்கையை மறந்து போகும் அளவு, படிப்புக்கான தீவிரத்தில் இருந்தபொழுது, அத்தைக்கும்கூட அவன் வராதது பெரிய கஷ்டமாகப் படவில்லை. வந்து ஒவ்வொரு முறையும் புண்பட்டு ஓடுவதை விட வராமல் இருப்பதில் வேதனை குறைவு என்று நினைத்திருக்கலாம். ஒரு திருமணத்திற்காகச் செல்ல வேண்டியிருந்தது. எல்லோருக்கும் காக்கையைப் பற்றிய யோசனை வந்தது. அவன் இப்போது கொஞ்சமும் பயப்படவில்லை. அவனுக்கு ஆர்வமாகவும் இருந்தது. இன்னும் அந்தக் காக்கை உயிரோடு இருக்குமா... அதே தீவிரம் காட்டுமா... வலு இருக்குமா... கழுத்து ஜொலிப்பு

அப்படியே தோன்றுமா..? காக்கையைப் பற்றித் தெரிந்துகொள்ள வேண்டும் என்ற துடிப்பு மிகுந்திருந்தது. "நானும் வருகிறேன்" என்று சொன்னதும் யாரும் எதிர்ப்புச் சொல்லவில்லை. அம்மா மட்டும் தயக்கத்தோடு அவனைப் பார்த்தாள். ஆனால் அவன் முகத்தில் தெரிந்த பிரகாசம் மறுப்புச் சொல்லவிடவில்லை.

ஊருக்குள் இப்போது பஸ் சென்றது. இறங்கியதும் வானத்தை அண்ணாந்து பார்த்தான். வெறிச்சோடி இருந்தது. வெகு உயரத்தில் சிறியதாய் ஒரு திட்டுப்போலக் கருமேகம். அவன் இயல்பாகவே திருமண வீட்டை நோக்கி நடந்தான். கண்ணும் கவனமும் உயரத்தில் இருந்தன. எதுவும் நடக்கவில்லை. அந்தக் காக்கை செத்துப்போயிருக்கக்கூடும். காக்கையின் ஆயுள் எவ்வளவு இருக்கும்? பத்து வருசங்களுக்கு மேலாகவா? எத்தனை வருசங்களாகத் துரத்துகிறது என்று அவனுக்கு நினைவில்லை. பத்து வருசங்களுக்குக்கூட இருக்கும் என்று தோன்றியது. திருமணம் முடிந்து பந்தலுக்கு வெளியே ஆட்களோடு நின்று பேசிக்கொண்டிருந்தபோது வானில் திட்டுப்போலிருந்த கருமேகம் கலைந்து தலைக்குமேல் இறங்குவதை உணர்ந்தான். சட்டெனத் தலையை உயர்த்தினான். அவனுடைய நெற்றி மேட்டில் கொத்து விழுந்தது. எரிச்சல் உண்டாக லேசாகக் காயமும் பட்டுவிட்டது. அவன் சட்டெனப் பந்தலுக்குள் ஓடித் தஞ்சம் புகுந்துகொண்டான். எங்கோ தொலைவில் காக்கையின் ஒற்றைக் குரல் ஒலித்தது. அதில் தொனிப்பது என்ன வகையான உணர்ச்சி என்பதைத் தெளிவாக அறிய முடியவில்லை.

திருமண வீடெங்கும் இதே பேச்சாக இருக்க, அவன் வெட்கம் கொண்டு ஓர் அறைக்குள் புகுந்துகொண்டான். மாலை மங்கி இருள் அடர்ந்த பின்பே ஊருக்குக் கிளம்பினான். காக்கையின் கொத்தலில் சோர்வும் சலிப்பும் கூடியிருந்ததை உணர்ந்தான். இதுவரைக்கும் அவன் பெற்ற கொத்துகளிலிருந்து இது மிகவும் லேசானதாகவே இருந்தது. தலையை நிமிர்த்தியதில் அலகின் நுனி நெற்றியில் பட்டுவிட்டது. தலையில் பட்டிருந்தால் மயிரைத் தாண்டித் தோல்மீது லேசான தொடுதலாகவே பட்டிருக்கும். பிறகு சிலமுறை அவசர காரியமாகப் போக வேண்டியிருந்த பொழுது இரவில் சென்றிறங்கி, இரவிலேயே திரும்பினான். அந்த ஊரின் பகல் அவனுக்குத் தெரியாமலே போய்விடும் என்னும் ஏக்கம் சூழ்ந்ததும் அதையும் விட்டுவிட்டான்.

பின்னொருமுறை அவனுடைய மாமாவே அவனை அழைக்க வந்தார். அவர்கள் ஊருக்குக் குறவர்கள் வந்து டேரா போட்டிருந்ததாகவும் அவர்கள் காக்கை பிடிப்பதில் வல்லவர்கள் என்றும் கூறியதோடு, அவர்களை வைத்து அந்தப் பெருந்தலைக்

காக்கையைப் பிடித்துவிட்டோம் என்றும் உறுதியாகச் சொன்னார். அவன் அதன் கழுத்து ஜொலிப்பைக் கூறி அதுதானா என்று சந்தேகப்பட்டான். அவர், "இத்தன வருசமாக நான்தான் அந்தக் காக்காயைப் பார்த்துக்கொண்டிருக்கிறேனே, எனக்குத் தெரியாதா அடையாளம்" என்று கேள்வி எழுப்பி, அதே காக்காதான் என்று துளியும் ஐயமின்றி அடித்துச் சொன்னார். அவன் மனசில் எதையோ இழந்துவிட்டதைப் போலிருந்தது. முகம் வாட்டம் கொண்டது. மாமா ஊருக்கு அழைத்ததும் அவனுக்குப் போக என்னவோபோலத் தோன்றியது. வரவில்லை என்றால் அவருக்கு என்ன காரணத்தைக் கூறுவது? கொஞ்சமும் உற்சாகம் அற்று அவரோடு கிளம்பினான். ஊர் எல்லைக்குள் நுழைந்ததும் வழக்கம்போல் வானத்தில் கண் பதிந்தது. எங்கும் வெட்ட வெளியாகத் தெரிந்தது. உற்று உற்றுப் பார்த்தும் கொஞ்சம்கூடக் கருமை தென்படவில்லை. கண்களைத் தாழ்த்திக்கொண்டான். மண்ணையே பார்த்தபடி நடந்துகொண்டிருந்தவன், ஏதோ தோன்ற சட்டென மேலே பார்த்தான். ஒரு வேம்புக்குள்ளிருந்த அந்தக் கருநிற இறக்கை விரிந்து வந்தது. அவன் மாமா ஆபத்தை உணர்ந்தவராய்க் கையிலிருந்த குடையை விரித்து அவனுக்குப் பிடித்தார். காக்கையின் அலகு குடைத் துணியின் பல இடங்களில் ஓட்டைகள் போட்டது. வீடு வந்து சேர்வதற்குள் இருவருக்கும் திண்டாட்டமாகிவிட்டது. மாமாவின் முகம் களையற்று அவனைப் பார்க்கவே கூச்சப்பட்டது. அவனுக்குக் கஷ்டமாக இருந்தாலும், ஒருவகையில் நிம்மதியாகவும் இருந்தது. எப்போதும்போல இருளோடு ஊருக்குத் திரும்பினான். காக்கையிடம் கொத்து வாங்கியது அதுதான் கடைசி.

உயர்படிப்பும் வேலை தேடி அமர்வதும் என மும்முரமாகக் கழிந்த வருசங்களில் அத்தையூரும் காக்கையும் நினைவில் மட்டுமே வந்துபோயின. தனிமையும் துயரமும் கவிந்த பொழுதுகளில் காக்கையை நினைத்துக்கொள்வான். கண்களை மூடிக் கொண்டால், அது உள்ளமெங்கும் கருத்த இறக்கையைப் பரப்பிக் கொண்டு பறக்கும். மெல்ல மெல்லத் தலையைப் பார்த்து இறங்கும்போது அனிச்சையாகக் கைகளைக் குவித்துக்கொள்வான். சிரிப்பும் உற்சாகமும் கூடும். அது எதற்காகத் தன்னை இப்படி விடாமல் துரத்துகிறது என்னும் கேள்விக்கான பதிலை ஒருபோதும் அவன் கண்டடையவில்லை. சஞ்சலத்தோடு பல பதில்களை உருவாக்கிக்கொண்டிருக்கிறான். எல்லாம் மிகச் சாதாரணமாக அடிபட்டுப் போய்க் கேள்விகளே மிஞ்சும். அதற்காகவே சிந்தனையை விட்டுவிட்டு, காக்கையின் உருவத்தை மனமெங்கும் நிறைப்பான். அது அசைந்து பறக்கும்போது ஒரு கோணத்தில் தோன்றும் கழுத்து மின்னலை ரொம்ப நேரம்

ரசிப்பான். விளையாட்டுப்போலவும் மனம் லேசாவதற்கான உபாயமாகவும் அது இருந்தது.

வேலை அமைந்து, உடன் பணியாற்றும் பெண்ணொருத்தியையே திருமணம் செய்ய முடிவாயிற்று. அழைப்பிதழை எடுத்துக்கொண்டு அத்தை ஊருக்குச் சென்றான். காக்கைக்காக எந்த முன் தயாரிப்பும் இல்லாமலே போனபோது, காட்டில் அத்தை ஆடு மேய்த்துக்கொண்டிருப்பதாகச் சொன்னார்கள். அழைப்பிதழோடு வயல்கரைமேல் நடந்தான். வழியில் கிணற்றில் மோட்டார் ஓடிக்கொண்டிருந்தது. தண்ணீர் நிறைந்தோடியது. அவன் வானெங்கும் கண்களை அலையவிட்டுத் தேடினான். ஏமாற்றமாக இருந்தது. தண்ணீர் ஓடும் வாய்க் காலைத் தாண்டுகையில் கவனித்தான். ஓடும் நீரில் ஒரு காக்கை இறக்கையை விரித்து அடித்து, சாவுக்குச் சென்று வந்த பெண் ணொருத்தியைப் போலத் தலை முழுகிக் குளித்துக்கொண்டிருந்தது. சந்தேகத்தோடு உற்றுப் பார்த்தான். நீர்த்துளியோடு சேர்ந்து கழுத்து முங்கி முங்கிக் குளித்துக்கொண்டிருந்தது. அவன் ஆவலோடு அதையே பார்த்தான். குளிப்பதைத் தவிர வேறு ஒன்றிலும் பற்றில்லாத அது அவன் பக்கம் திரும்பவே இல்லை.

●

இந்தியாடுடே, இலக்கியமலர், 2000

விதானம்

மைதானத்திற்குள் அடர் இருள் குவிந்து தாக்கத் தயாராய் நின்றிருந்தது. அதனுள் இறங்கி நடக்கத் தயக்கமாக இருந்தாலும் அதை வெளிப்படுத்திக் கொள்ளாமல் அவனைத் தொடர்ந்தாள். சாலையில் நடந்த உரையாடல் அறுபட்டு மௌனம் சூழ்ந்தது. மைதானத்திற்குள் அவன் இறங்குவான் என்பதை அவள் சற்றும் எதிர்பார்க்கவில்லை. பேச்சைத் துண்டிப்பதன் மூலம் அந்த ஏமாற்றத்தைப் வெளிப்படுத்த விரும்பினாள். சாலையின் மஞ்சள் விளக்கொளிக்குப் பழக்கப்பட்டிருந்த கண்கள் இருள் வெளிச்சத்திற்கு இணங்காமல் தடுமாறின. இந்த நேரத்தில் மைதானத்திற்குள் நடப்பது சரியானதல்ல என்று அவனிடம் சொல்லிவிட விரும்பினாள். ஏனோ பேச்சு வரவில்லை.

பகலில் பெரும்பாலும் மைதானத்தைக் கடந்து பேருந்து நிறுத்தத்திற்குச் செல்வதுதான் எல்லோரின் வழக்கமும். சாலையைச் சுற்றிக்கொண்டு போவதை விடவும் இது குறுக்கு வழி. சிறு பையன்கள் எப்போதும் விளையாடிக்கொண்டிருப்பார்கள். அவர்களுக்குள் நுழைந்து செல்வது கடினமல்ல. எப்போதாவது பெரிய பையன்களுக்கான கிரிக்கெட் போட்டி நடக்கும். அந்தச் சமயத்தில் மட்டும் சாலையைச் சுற்றித்தான் போக வேண்டியிருக்கும். பகலில் இதற்குள் நடப்பது, மனதிற்கு இதமாக இருக்கும். வானத்தை மறைத்து நிற்கும் பல்கலைக்கழகக் கட்டடங்களையும் அரசாங்க அலுவலகங்களையும் கடந்ததும் சட்டென விரியும் மைதானம், ஆகாயத்தின் பரப்பை உணர்த்துவதற்காகவே

அமைந்திருப்பதுபோலிருக்கும். கண்களை உயர்த்தி வெட்ட வெளியைப் பார்த்துக்கொண்டே நடப்பாள். மேகங்களின் விதவிதமான உலாவலைவிடவும் எப்போதாவது தென்படும் பறவைகள் அவளுக்குப் பிடிக்கும். அதுவும் வெகு உயரத்தில் புள்ளியாய்ச் சிறுத்துத் தெரியும் பறவையைக் கண்டுகொள்ள அவள் எடுக்கும் சிரமம் அதிகமாய் இருக்கும். பையன்கள் எறியும் பந்து, அருகில் விழும்போது எடுத்து வீசுவதும் பிடிக்கும்.

இதுவரைக்கும் இப்படி இருளில் நடந்ததில்லை. மைதானத்தின் பரப்பு வெளிப்படாத இருள். வான் பரப்பிலும் மீன்களற்ற இருள். மைதான வெளியைத் தீவிரமாக அடைத்து நிற்கும் இருளைப் பிளந்துகொண்டுதான் நடக்க வேண்டியிருந்தது. அவளுடைய வழக்கமான நேரம் எப்போதோ கடந்து போய்விட்டது. இனியென்ன, இன்னொரு பத்து நிமிடம் தாமதமாவதில் ஒன்றும் ஆகிவிடாது. ஏற்கனவே தொலைபேசியில் விடுதிக்குத் தகவல் சொல்லியிருக்கிறாள். போனதும் சொல்ல வேண்டிய காரணங்களும் சமாதானங்களும் மனதில் முன்பே உருவாகி விட்டன. அவளுடைய நேரத்தைக் கணக்கில் கொண்டே அவன் மைதான வழியைத் தேர்ந்தெடுத்திருக்கலாம். வழக்கம் போல் இந்த இடம் வந்ததும் கால்கள் மைதானத்திற்குள் தாமாகவே இறங்கியிருக்கலாம்.

அவனுடன் பேச்சைத் தொடர்வதற்கான வழிகளை அவள் மனம் திறக்கத் தொடங்கியது. நடக்க நடக்க இருளின் இறுக்கமும் சற்றே இளகுவதுபோலப் பட்டது. அவன் நடப்பது, இருள் அசைவுகளாய்த் தோன்றிற்று. அவன் நாளைக்குச் சமர்ப்பிக்க இருக்கும் ஆராய்ச்சிக் கட்டுரையைப் பற்றிப் பலமுறை பேசி யாயிற்று. அதன் தட்டச்சுப் பிழைகளைத் திருத்தும்போதும் நகல்களைப் பக்கம் மாறாமல் ஒவ்வொன்றாக அடுக்கும் போதும் வரிவிடாமல் கருத்துச் சொல்லியாயிற்று. பல்கலைக் கழக வரம்பைச் சிறிதும் மீறாமல் அவன் கட்டுரை அமைந்திருக்கிறது. எனினும் விமர்சனத்தைப் பொருட்படுத்தியதாகவே தெரிய வில்லை. ஒரே ஒருமுறை மட்டும் "பல்கலைக் கழக வரம்புக்கு உட்பட்டுத்தான் எழுத வேண்டி இருக்கிறது" என்று ஒத்துக் கொள்ளும் தொனியில் பேசினான். அதற்கு மேல் அவனிடம் எதைப் பற்றிப் பேச?

இதுவே நாகராஜனாக இருந்தால் விவாதம் தீராது. நாகராஜன் அவளுடைய விமர்சனம் ஒவ்வொன்றையும் கூர்மையான காரணங்களோடு மறுப்பான். இயலாதபோது யோசிக்கவும் யோசித்து மாற்றிக்கொள்ளவும் செய்வான். அவனோடு பேசும்போது விஷயங்கள் ஊறிக்கொண்டே

இருக்கும். கருத்தரங்குகளில் அவள் உண்மையாகவே கேள்விகள் கேட்கும்போது பாராட்டவும் இருப்பைக் காட்டக் கேள்விகளை உருவாக்குகையில் எரிச்சல் படவும் அவனால் முடியும். நாகராஜனைப் போல இவன் இல்லை. இருக்கவும் வேண்டியதில்லை. மேலோட்டமாக எத்தனை படிகள் எடுத்தாய், பக்கம் மாறாமல் இருக்கிறதா என்கிற புறவிஷயங்களோடு நிறுத்திக்கொள்ள வேண்டியதுதான். கடுமையான தொனியில் எதுவும் சொல்லிவிட்டால் “இந்தப் பெண்ணியம் நமக்கு ஆகாது” என்று ஒரே வார்த்தையில் முடித்துக்கொள்வான்.

முன்னால் நடந்தவன் அவளுக்காகச் சற்றே நின்றிருப்பான் போல. அருகில் வந்ததும் மெல்லக் கையைப் பற்றிக்கொண்டான். மிகுந்த முரடாகவும் இல்லாமல் மென்மையாகவும் தோன்றாமல் இருந்தது அவன் கை. பிடிப்பில் சினேகபாவம் நிரம்பியிருந்தது. இருளில் அவளைப் பொறுப்பாக அழைத்துச் செல்லக் கடமைப் பட்டவன்போல நடந்துகொண்டதை நினைத்து மெலிதாகச் சிரித்தாள். கையை உதறிக்கொண்டு, “என்னால் தனியாக நடந்து வர முடியும்” என்றால் பொசுக்கென்று சுருங்கிப்போவான். அவன் முகக்குறுக்கும் இருளில் தீவிரமாகச் செல்ல இயல வில்லை. ஒருவேளை இருளில் அவன் பிடியை விட்டுவிட விரும்பவில்லைபோலும். அவளைப் பேருந்து ஏற்றிவிடுவதோடு நிற்கமாட்டான். கூடவே விடுதிவரைக்கும் வருவான் என்று தோன்றிற்று. அப்படி வருகிறேன் என்றால் வேண்டாம் என்று கண்டிப்பாக மறுத்துவிடுவதா வரட்டும் என்று விட்டுவிடலாமா என்பதை முடிவுசெய்ய இயலாமல் மனம் தடுமாறிற்று. பின் அதைப் பேருந்து ஏறும்போது பார்த்துக்கொள்ளலாம் என்று ஒத்திப்போட்டாள்.

அநேகமாக, மைதானத்தின் மையத்தை அவர்கள் அடைந் திருக்க வேண்டும். சாலை வெகுதூரத்தில் இருப்பதுபோலத் தோன்றிற்று. சாலை விளக்குகளின் வெளிச்சம் கொஞ்சமும் படாத தூரத்தில் அவர்கள் இருப்பதாய்ப் பட்டது. அவன் பிடி இன்னும் இறுகுவதை உணர்ந்தாள். ஆனால் அவன் நடை வேகம் மட்டுப்பட்டிருந்தது. குளுமையான காற்று, உடலைச் சிலிர்க்கச் செய்துவிட்டுப் போயிற்று. அதனூடே அவன் குரல் “ரொம்பப் பயமா இருக்குதா?” என்று கேட்டது. எதற்குப் பயப்பட வேண்டும்? அவள் பதிலேதும் சொல்லவில்லை. இதழ்க் கடைச் சிரிப்பு அவனுக்குத் தெரிந்திருக்காது. “பயப்படாத; கூட நானிருக்கறன்” என்றான் மீண்டும். இப்போது அவளால் சற்றுச் சத்தமாகவே சிரிக்க முடிந்தது. “யாமிருக்க பயமேன்னு சொல்றயா?” என்றாள். அவள் குரலில் ஏற்றியிருந்த கேலியை அவனால் உணர முடிந்தது. அதனால் மௌனமாகப் போனான்.

காலடியில் பட்டது, கிரிக்கெட் விளையாடும் இடம் போலிருந்தது. எப்போதும் அந்தப் பகுதி மட்டும்தான் துளி புல்லும் இன்றிச் சுத்தமாக வைக்கப்பட்டிருக்கும். அவன் பேசாவிட்டாலும் கைப்பிடியை விடவில்லை. அவனின் மெது நடையை அறியாமல் முன்புபோல நடந்து அவன் கால்களுக்குள் சிக்கி விழுந்துவிட எத்தனித்தாள். எதற்காக இவ்வளவு மெல்ல நடக்கிறான்? கிண்டல் செய்ததில் ரொம்பவும் காயம்பட்டு விட்டானோ, சகஜமாக்க ரொம்பவும் முயன்று பார்த்தாள். "இருட்டுல இதுக்குள்ள நடக்கறதும்கூட சுவாரஸ்யமாகத்தான் இருக்குதில்ல?" என்றாள். அவன் "ம்" என்று முனங்குவது போலக் கேட்டது. "இன்னிக்கித்தான் நான் மொதல்ல" என்றதற்கும் அவனிடம் இருந்து பதில் இல்லை. "நீ வந்திருக்கறயா?" என்றாள். அதற்கும் "ம்" என்றுதான் பதில் வந்தது. அவனை மேற்கொண்டு பேசவைக்க என்ன செய்வதென்றும் தெரியவில்லை.

சுற்றிலும் நோட்டமிட்டாள். மைதானத்தின் மேற்குப் பக்கம் மட்டும் முடிவற்ற இருள் தெரிந்தது. எங்கே வெளிச்சம் தொடங்குகிறது என்றே தெரியவில்லை. அந்தப் பக்கம்தான் சாக்கடை ஆறும் அதனோரத்தில் அளவற்ற குடிசைகளும் நிறைந்திருப்பதை நினைத்துக்கொண்டாள். அவன் விரல்கள் நடுங்குவதாகப்பட்டது. உள்ளங்கையில் லேசான வியர்வைப் பிசுபிசுப்பும் தெரிந்தது. மேலும் அழுத்தமாகப் பற்றிக்கொள்வதன் மூலம் அதை மறைக்க முயல்வதை அவள் உணர்ந்தாள். "பயமா?" என்று அவளைக் கேட்டவன், தானே பயந்து நடுங்குகிறான் போல. மைதானத்தைக் கடந்து சாலைக்கு ஏறுவதற்கு முன்னால் பெரிய அரசமரம் ஒன்றிருக்கிறது. பகலிலேயே அதன் நிழல் ஒரு துளி ஒளியையும் கசியவிடாது. இருள் ஒளிந்துகொள்ளப் பகலில் இடம் கண்டுபிடித்துவிட்டதைப் போலத் தோன்றும். அதை நினைத்துப் பயப்படுகிறானோ? இவ்வளவு நாட்கள் அவனோடு பழகியும் அவனுடைய குடும்பப் பின்னணியைப் பற்றி எதுவும் தெரிந்துகொள்ளாத தன் பொறுப்பின்மையைக் கடிந்துகொண்டாள்.

அவன் கையை விடுவித்துக்கொள்ளாமலே தைரியம் சொல்லும் முறையில் இன்னொரு கையால் அவன் விரல்களைப் பற்றித் தடவினாள். வெளிப்படையாகத் தைரியம் சொல்லப் புகுந்தால் அவன் உடைந்துபோய்விட நேரிடலாம். பெண்ணிடம் இருந்து தைரியம் பெற்றுக்கொள்ள வேண்டியிருக்கும் தன் கோழைத்தனத்தை எண்ணி நொந்துகொள்ளலாம். எதுவும் பேச வேண்டியதில்லை என்ற அவளது தீர்மானத்தையும் மீறிச் சற்றே இரக்கத்தோடு கூடிய குரல் "ஏம்ப்பா?" என்று இழுத்து நின்றது. அவன் விரல்கள் இன்னும் ஊறி இருந்தன.

மெல்ல "ஒன்னுமில்ல" என்றான். ஆனால் அவளோடு மிகவும் நெருங்கியிருந்தான். அவன் தோள் அவளை அழுத்தியது. சட்டென்று இருள் கூடியது போன்றிருந்தது. ஒருவேளை மரத்தடியை நெருங்கிவிட்டிருக்கலாம். அவன் மூச்சுவிடுவது கூட அவளுக்குத் தெளிவாகக் கேட்டது. அவன் முகமும்கூட வியர்த்திருக்க வேண்டும் என ஊகித்தாள். "அருணா" என்றான். கிசுகிசுப்பாகக் காதுக்குள் அவன் குரல் வந்து விழுந்தது. பதற்றமும் கனிவும் கலந்திருந்த குரல் வித்தியாசமாகப்பட்டது. தூரத்தில் இருக்கும்போது மட்டும்தான் பெயரைச் சொல்லி அழைப்பான். "நீ" என்பதுதான் அவனுடைய விளியாக இருக்கும். மீண்டும் "அருணா" என்றான். இப்போது அழைப்பில் அழுத்தம் கூடியிருந்தது. என்னவோ சொல்ல வருகிறான். அதற்கு என்ன தயக்கம்? "என்ன?" என்றாள். அவனிடம் சொற்கள் தீர்ந்து விட்டனவா? சொற்களை மனதிற்குள் தேடுகின்றானா? "ஒன்னு கேக்கட்டுமா?" என்றான். "ம் கேளு." அவள் சாதாரணமாகவே சொன்னாள். "வந்து..." அதற்கு மேல் எதுவும் வரவில்லை. எதுவோ வந்து தொண்டைக்குழியில் நின்று தவித்தது. திடீரென்று தைரியத்தை வரவழைத்துக்கொண்டவனாய், "நிய்யும் நாகராஜனும் அடிக்கடி ஜாலியா இருப்பீங்களா?" என்றான். தடுமாறிய குரல், சொற்களை உடைத்தது. அவன் கேள்வி உடனே புரிபடுவதாயில்லை, அவளுக்கு. அதை உள்வாங்கிக்கொள் வதற்குள், "நாம ரண்டு பேரும் ஒரு நாளைக்கு ஜாலியா இருக்கலாமா?" என்றான். சட்டென முடித்துவிட்டான். அவன் சொல்ல வந்ததைத் தெளிவாகச் சொல்லிவிட்டதாகப் பட்டிருக்க வேண்டும். இப்போதுதான் அவளுக்கு அவன் முதல் கேள்வியின் பொருளும் சேர்ந்து புரிந்தது. கையை விடுவித்துக்கொண்டாள். சிரித்தாள். வேர்வைப் பிசுபிசுப்பை உதறிவிட்டுக் கைகளைத் தட்டிக்கொண்டு சிரித்தாள். கட்டுக்கடங்காச் சிரிப்பு இருள் துளைத்து மரக்கிளைகளில் மோதிற்று. பறவைகள் கத்தத் தொடங்கின. அவன் இருளில் கரைந்துபோயிருந்தான்.

●

***இந்தியா டுடே*, நவம். 22, 2000**

தீச்சாலை

அவன் கண்களுக்கு எங்கும் பெண்கள் நிறைந் திருந்தார்கள். இது சந்தோசம் நிறைந்த விஷயம்தான் என்றாலும் சின்னத் துக்கமும் கலந்திருந்தது. அவன் எந்நேரமும் பயணம் செய்துகொண்டேயிருக்கும் சாலைகளின் இருபுறங்களிலும் சரி, இளைப்பாறும் இடங்களிலும் சரி எங்குமே ஒரு பெண் குழந்தையைக் கூடப் பார்க்க முடியவில்லை. எல்லாருமே முலைகள் குலுங்க ஓடி வருபவர்களாகப் புணர்ச்சிக்கு ஏற்ற பருவத்தை அடைந்திருந்தார்கள். உலகம் முழுக்க ஒரே நேரத்தில் பெண் குழந்தைகள் வளர்ந்துவிட்ட அதிசயத்தை அவன் உணர நேர்ந்தது, புறவழிச் சாலை ஒன்றின் ஆபத்தான வளைவில்.

அருகில் ஏதோ பள்ளிக்கூடம் இருக்க வேண்டும். புதிதாக முளைவிட்ட குடியிருப்பாகவும் இருக்கலாம். வழக்கம்போல லாரியை அனாயாசமாக வளைவில் திருப்ப நினைத்தபோது எதிர்ப்புறம் இருந்து அந்தப் பெண் முலைகள் குலுங்கக் குதித்தோடி வந்தாள். சடக்கென பிரேக்கை அழுத்தி அவன் சமாளிக்காமல் விட்டிருந்தால் துள்ளலும் ஓட்டமும் அப்போதே மறைந்திருக்கும். கோபத்தில் வார்த்தைகள் தகித்தன.

“மொலய ஆட்டிக்கிட்டு வந்தர்றாளுங்க. அறுத்தெறியறன் வா” என்று அவன் பற்களைக் கடித்துக்கொண்டு கத்தியதும் கிளீனர் பையன் சொன்னான்.

“என்னண்ணா... சின்னப்பொண்ணப் போயி.”

“எதுடா சின்னப்பொண்ணு ...”

"அதுக்கு இன்னம் பத்து வயசுகூட இருக்காதுண்ணா."

கண்களைக் கசக்கிக்கொண்டு பார்க்கும்முன் சாலையேறி ஓடிவிட்டிருந்தாள் அந்தப் பெண். அவன் உள்ளங்கை முழுக்க வேர்த்திருந்தது. துணியால் துடைத்துக்கொண்டு ஸ்டேரிங்கைப் பிடித்தபோதும் நடுங்கியது.

எதிரில் கண்ணாடி முழுக்கப் புடைத்த அந்த யோனி தோன்றியது. அவன் நரம்புகளைச் சுண்டி இழுக்கிறாற்போல் வெடித்துச் சிரித்தது. லாரியை ஓரமாக நிறுத்தினான். புறவழிச்சாலையில் அதற்கு ஏற்ற இடங்கள் பலவிருந்தன. கிளீனரை ஒயின்ஸ் கடைவரை அனுப்பிவிட்டுக் கேபினுக்குள் படுத்தான். கேபினின் மேல் பகுதி முழுக்க அந்த யோனி ஆக்கிரமித்திருந்தது. கண்களை இறுக்கி அவன் மூடமூடக் கண்ணுக்குள் அது புகுந்துவிட்டிருந்தது. அதன் சிரிப்பலைகள் அவன் காதுகளைப் பிய்த்தன. கேபின் செவ்வகம் முழுவதும் விரிந்தும் குவிந்தும் யோனியின் காட்சியால் நிரம்பியிருந்தது. ஒருவிதத் துர்நாற்றம் அவனைச் சூழ்ந்தது. சீட்டிலிருந்து அவனைத் தூக்கி எறிந்தது. அலறிக்கொண்டு அவன் கதவைத் திறந்து குதித்தான். பீடியைப் பற்ற வைத்துக்கொண்டு வெளிக்காற்றில் உலவலானான். மிகப்பெரிய யோனிவாயாய் விரிந்து சென்றபடி இருந்தது சாலை.

இந்த உலகத்தைத் துளைத்துக்கொண்டு இப்படியே போனபடி இருக்கும் சாலைதான் அவன் வாழ்க்கை. அதன் ஒவ்வொரு அணுவும் அவனுக்குப் பரிச்சயம். வந்துசேரும் சாலைகளும் எங்குமே முடியாமல் சென்றபடியே இருக்கும் சாலைகளும் அவனுக்குத் தெரியும். சிறு சாலைகளும் நெருக்கடி மிகுந்த சாலைகளும் அவனுக்குப் பிடிக்காதவை. இடைஞ்சல் எதுவுமில்லாமல் போக முடிகிற சாலைகளை அவன் மிகவும் விரும்புவான். இருபது ஆண்டுகளுக்கும் மேலாகச் சாலைகளில் கழிந்துவிட்டது அவன் வாழ்க்கை. ஆனாலும் அதன் மேலான பிரியம் வளர்ந்துகொண்டேயிருந்தது. யோனிக்குள் பயணிக்கும் சுகத்தில் அவன் திளைத்தான். அவன் லாரியில் கிளீனராய் ஏறிய புதிதில், மீசைகூட அரும்பியிராத அந்தப் பிஞ்சுப் பருவத்தில் இதே சாலையின் ஓரிடத்தில்தான் அவனுக்கு அந்த யோனி பரிச்சயமானது. அடர் இருள் ஒளிந்திருந்த புளியமரத்தினடியில் லாரியை நிறுத்திவிட்டு டிரைவர் இருட்டுக்குள் நுழைந்து திரும்பும்வரை, வெளிச்சத்தின் சுவடு எங்குமே இல்லாமல் பயத்துடிப்புடன் கேபினுக்குள் கிடந்த அந்த நிமிடம்வரை அவன் முழு லாரிக்காரனாகவில்லை. டிரைவர் களைத்து ஒருமாதிரியாய்ச் சிரித்துக்கொண்டு "போறியாடா" என்றதும்

வெட்கமும் தவிப்பும் கவியப் பெண்வாடை படாத தன் உடலைக் கூனிச் சிரித்தான்.

இருளில் முள்மேடுகளுக்கிடையே கிழிசல் நிறைந்த கோணி விரிப்பில் அம்மணமாய் அவள் கிடந்தாள். லாந்தர் அருவெறுப் பூட்டிற்று. கன்றிப்போயிருந்த முலைகளைத் தீண்ட அவள் அவனை அனுமதிக்கவில்லை. மேலே ஒன்றும் செய்யக்கூடாது என்ற நிபந்தனைக்குட்பட்டு அவன் கீழே யோனியில் குவிந்தான். பருத்த தொடைகளுக்கிடையே பெரிய பன்ரொட்டியைப் போலப் புடைத்துக் கிடந்தது யோனி. முதன் முதலாகப் புணர்ச்சிக்குரிய ஒரு யோனியைப் பார்க்கும் பரவசத்தில் அவனுக்கு யோசனைகள் தோன்றவில்லை. அதற்குப்பின் எத்தனையோ முறை யோசித்திருக்கிறான். அவள் யோனியின் புடைப்பு புணர்ச்சிப் பரவசத்தின் எழுச்சியினாலா, பலமுறை புணர்ச்சிக்குட்பட்டு ஏற்பட்ட வீக்கத்தினாலா? இரண்டாவதற்கே அவனால் முதன்மை கொடுக்க முடிந்தது. அந்த நிமிடங்களில் அவள் அவனை ஒருமுறைகூடத் தீண்டவில்லை. அவள் சுண்டுவிரல்கூடப் படவில்லை. அதையெல்லாம் அவனால் பின்னரே உணர முடிந்தது. மிக உயர்ந்த புணர்ச்சி இன்பத்தை அனுபவிக்க நேர்ந்த பிறகு முதல் அனுபவத்தைக் குறித்து என்னென்னவோ யோசிக்க முடிந்திருந்தது.

கிளீனராக இருந்தபோதும் டிரைவராகி அதிகாரம் செய்ய முடிந்தபோதும் அவன் கண்ட யோனிகளுக்கு அளவேயில்லை. கடக்கும் சாலையின் ஒவ்வோர் அடிக்கும் ஒவ்வோர் யோனியைக் கண்டிருப்பான். சாலையே யோனி வாயிலாய் விரிந்து போனது. ஆனால் அந்த முதல் யோனி மட்டும் தொடர்ந்து கொண்டேயிருந்தது. அதை மறந்துபோகத்தான் திரும்பத் திரும்ப யோனிகளைத் தேடிப் போய்க்கொண்டிருந்தான். அவன் உடம்போடு தோல்போல ஒட்டிக்கொண்டுவிட்ட அதனை உதறி எறிந்துவிட எப்போதும் முடிந்ததில்லை.

திருமணமானதும் புதுயோனியை அடையும் பரவசத்தைத் தவிர வேறொன்றுமே அவனுக்குத் தோன்றவில்லை. வழக்கம்போல் புணர்ச்சி முடிந்ததும் வெளியே வந்து பீடியைப் பற்றவைத்துக்கொண்டு நடக்கலானான். தாவி ஏறி உட்கார்ந்து கொள்ள, ஆசுவாசமாகிக்கொள்ள அப்போது லாரியில்லாத குறையை உணர்ந்தான். திரும்பத் திரும்ப ஒரே யோனியைக் காணும் அலுப்பிலிருந்து விடுபட்டதும் அதன்மீது கூடுதலான மரியாதையைக் கொடுத்ததும் அது ஒரு குழந்தையை பெற்றுக் கொடுத்த பிறகுதான். அவனுக்கு அது ஒரு வியப்பாகக்கூட இருந்தது. இரண்டு குழந்தைகள் அவனுக்கென்று ஆனபின்னும்

பெருமாள்முருகன் சிறுகதைகள்

அவனால் அந்த ஒரு யோனியோடு நிறுத்திக்கொள்ள முடிய வில்லை. முதலாவது அவனைத் துரத்திக்கொண்டிருந்தது போல இது துரத்தவும் இல்லை. அவ்வப்போது ஒப்பிட்டுக்கொள்ள வாய்த்தது. அவ்வளவே.

அவன் அனுபவத்தில் அவனையறியாமலே ஒரு திறமை கைவந்திருந்தது. எந்தப் பெண்ணைப் பார்த்தாலும் அவளுடைய யோனியைப் பற்றி ஒரு சில விஷயங்களைச் சொல்வான். அது அப்படியே சரியாக இருக்கும். அவனுடைய சக டிரைவர்கள் அதிசயிக்கும் விதத்தில் அவனுடைய அனுமானங்கள் அமையும். ஒரு பெண்ணைப் பார்த்ததும் "யோனி உடையவள்" என்கிற நினைப்பே அவனைச் சூழும். வயதுக்கேற்பவும் அவனால் வருணிக்கமுடியும். பெருமைப்படவும் சகாக்களிடத்தில் தன்னை உயர்த்திக்கொள்ளவும் அதைத்தான் பயன்படுத்திக் கொள்வான். அவனடியில் வேலை பார்க்கும் கிளீனர் பையன்கள் லாரியைப் பற்றித் தெரிந்துகொள்வதைவிடவும் யோனியைப் பற்றி நிறையவும் சீக்கிரத்திலும் தெரிந்துகொள்ள முடியும் என்பது லாரிக்காரர்களிடையே வழங்கிய பேச்சு.

அவனுடைய பெருமைகள் அனைத்தையும் குலைத்துக் கொண்டானா இல்லை, வளர்ச்சி அடைந்துவிட்டானா என்பதை அனுமானிக்க முடியவில்லை. யோனி விளிம்பில் சாலையோரத்தில் நின்றுகொண்டு எதையோ யாசிக்கும் பிச்சைக்காரனைப் போலக் கிளீனரை எதிர்பார்த்திருந்தான். போதையினூடே இத்தகைய கவலைகளைக் கொஞ்சம் மறப்பான். இனி எதை அவன் மறக்க முடியும்? சாரிசாரியாகப் பெண் குழந்தைகள் எல்லாம் தாவணி போட்டுக்கொண்டு புணர்ச்சி ஜாடைச் சிரிப்போடு அவன் முன்னால் ஓடிக்கொண் டிருக்கிறார்கள். கண்கள் இரண்டையும் பிடுங்கிக்கொள்ள வேண்டும் போலிருந்தது. இனி அவனால் மக்கள் வசிக்கும் இடங்களை நோக்கிப் போக முடியாது. குழந்தைகளை அள்ளிக் கொஞ்ச முடியாது. அவ்வளவுதான். அவன் எல்லாவற்றையும் இழந்துவிட்டான். அவன் கடவுளை நோக்கிக் கதற விரும்பினான். ஆனால் உள்ளும் புறமும் யோனியின் தோற்றமே எழுந்து நின்றது.

அவன் எப்பொழுதிலிருந்து இப்படியானான்? சிறு பெண்களை அவன் ஒருபோதும் தொட்டதில்லை. அதற்கான வாய்ப்புகள் எத்தனையோ கிட்டியபோதும் அதை அவன் விரும்பியதில்லை. குழந்தைகளைப் புணர்பவன் மிருகம் என்பான். குழந்தைகளை மிகவும் நேசித்தான். பெண் குழந்தைகள் அவன் வழியில் எதிர்ப்படும்போது தாடையைப் பற்றிக் கொஞ்சிவிட்டுச் செல்வான் "கண்ணு இன்னம் நாலு வருசம் கழிச்சு வா."

எத்தனை வருசம் என்பது குழந்தையின் வயதுக்கேற்ப மாறும். அவனது எண்ணங்கள் புதிது பின்னத் தொடங்கிவிட்டதை அவன் உணரவில்லை. ஒரு பெண் குழந்தை புணர்ச்சிப் பருவத்தில் எப்படியிருக்கும் என்பதைக் கற்பனை செய்வதும் வெளிச்சத்தின் நிழல்படாத கன்னியோனியின் வடிவமைப்புப் பற்றியும் அவனால் மிக விரிவாகக் கற்பனை செய்ய முடிந்தது.

அங்கிருந்துதான் தொடங்கி இருக்க வேண்டும். மெல்ல மெல்லப் பெண் குழந்தைகள் எல்லாரும் கன்னிகளாகிவிட்டனர். அவன் உலகத்தில் பெண்கள் கன்னிகளாகவே பிறக்கத் தொடங்கியும்விட்டனர். அவனால் குழந்தை எது, வளர்ந்த பெண் எது என்றே இனம் காண முடியவில்லை. அவன் இப்போது எங்குமே தன் பயணத்தை நிறுத்த விரும்பவில்லை. யோனிக்குள் எந்நேரமும் பயணித்தபடியே இருந்தான். நேரான பார்வை, லாரிக் கண்ணாடியுடனான பார்வை. வேறு அவனுக்கென்று பார்வைகள் எதுவுமில்லை. அக்கம் பக்கம் பார்ப்பதில்லை. ஜனநெருக்கடி உள்ள பகுதிகளில் பேசாமல் குப்புறப் படுத்துக் கொள்வான். கிளீனரோ இன்னொரு டிரைவரோதான் ஓட்ட வேண்டியிருக்கும். ஆளரவமற்ற புறவழிச்சாலைகளில் மட்டுமே அவன் கை ஸ்டேரிங்கைப் பிடிக்கும். எங்காவது தங்க நேர்கையில் புரோக்கர் ஆபிஸ் அறைக்குள் அடைந்தே கிடந்தான். அவன் மிகவும் இளைத்துவிட்டதை அவனே உணர்ந்தான். தலையணைகளில் முகம் புதைத்துக் கண்ணீர் விட்டான்.

எந்நேரமும் தனக்குக் காட்சியாகும் புடைத்த யோனியிடம் இடைவிடாது வேண்டலானான். அது 'விட்டுவிடு' என்பதாகவோ 'காப்பற்று' என்பதாகவோ சமயத்திற்குத் தகுந்தபடி இருக்கும். ஒன்றுமே வேண்டாம். பெண் குழந்தைகளை பெண் குழந்தைகளாகவே மாற்றிவிடு என்பதைத் திரும்பத் திரும்பக் கெஞ்சிக் கேட்டான்.

அவனுக்கு எதுவுமே ஆகவில்லை என்று எல்லாரும் நம்பும்படி நடந்துகொள்ள முயன்றான். வலித்த சிரிப்புகளும் பழையபடியே யோனி விவரிப்புகளுமாய் ஆட்களோடு கலந்திருக்கையில் "அது கொழந்த. அதப் போயிஞ்." என்று யாராவது முகச்சுளிப்போடு நகர்வார்கள். எவ்வளவோ பிரயாசைப்பட்டும் அவன் கண்கள் அதைக் குழந்தையாகக் காணாது. முகம் வெட்கிப் பீடி வாங்குவதுபோல் நகர்வான். தன்னந்தனியாக ஒருமுறை நகரச் சந்துக்களுள் சுற்றித் தேடினான். எங்கும் ஒரு சின்னஞ்சிறு பெண் குழந்தை அவன் கண்களுக்குத் தென்படவில்லை. அவன் மனசு அவிந்துபோய் அறைக்குத் திரும்பினான். இந்த நிலையை உணர்ந்ததும் அவன் ஊர்ப்பக்கம் போவதை முற்றிலும் விட்டுவிட்டான்.

எல்லா நாளும் அவன் ட்யூட்டியில் இருந்தான். ஊர் நோக்கிச் செல்லும் யாரிடமாவது வீட்டுக்குத் தேவைப்படும் பணத்தைக் கொடுத்தனுப்பிவிட்டு லாரிக் கேபினுக்குள் கவிழ்ந்தடித்துக் கிடப்பான்.

அவன் லாரியே ஊர்ப்பக்கம் போகும்போது பத்திருபது மைல் தொலைவில் எங்காவது புரோக்கர் ஆபிஸ் அறைக்குள் அடைந்துகொண்டுவிடுவான். ஊருக்கும் உறவினர்க்கும் ஒளிந்து வாழ்ந்துகொண்டிருந்தான். புறவழிச் சாலைகளில் அவன் லாரியை விரட்டும் வேகம் குலைநடுக்கம் கொடுக்கும். தன்னை வசீகரித்த யோனிகளையும் உலகத்தில் யோனி கொண்ட எல்லாரையும் அரைத்துச் சிதைத்துவிடும் வேகம். சாலைகளின் வளைவுகளும் திருப்பங்களும் அவனுக்குக் கைவந்த கலை. எதுவும் அவனுக்கு நம்பிக்கை வழங்கவில்லை. மூன்று மாதங்களாக இறங்காமல் ஓடியும் அவனுக்கு லாரியைவிட மனமில்லை.

வீட்டிலிருந்து எத்தனையோ முறை சொல்லியனுப்பியும் அவன் காதிலே போட்டுக்கொள்ளவில்லை. தனக்கென்று ஒரு குடும்பம் இருப்பதை அவன் மறந்தானில்லை. பணம் கொடுத்தனுப்பும்போதெல்லாம் குழந்தைகளின் முகம் தெரியும். மிகவும் கஷ்டப்பட்டுத் தன்னை மறைத்துக்கொள்வான். ஊர்ப்பக்கம் போகக்கூடாது என்பதை வைராக்கியமாகக் கொண்டிருந்தான். ஆயினும் பந்தம் விடவில்லை. புரோக்கர் ஆபிஸ் அறைக்குள் முகம் புதைத்துக்கொண்டு கிடந்த ஒரு பொழுதில் கிளீனர் வந்து எழுப்பிச் சொன்னான்.

"அண்ணா... உங்களப் பாக்க உங்க பிள்ளைங்க ரண்டும் வந்திருக்குது."

திடுக்கிட்டு எழுந்து கதவைத் தள்ளிக்கொண்டு ஓடி ஒளிந்துகொள்ள முயன்றான். அதற்குள் "அப்பா" என்று கத்திக்கொண்டே அவனுடைய இரண்டு பெண்குழந்தைகளும் முலைகள் குலுங்க அவனை நோக்கி வந்துகொண்டிருந்தனர்.

●

***சமவெளி*, ஜூலை 2000,**
***இறக்கை*, டிசம். – ஜன. 2007**

பீ

மிகவும் அழகான டம்ளர் அது. ஆண்டுகள் கடந்துவிட்டபோதும் என் புலன்களின் நினைவி லிருந்து உதிரவில்லை. மெல்லிய பழுப்புநிற அடிப்பகுதியும் வெள்ளையான மேற்பாகமும் கொண்ட பிளாஸ்டிக் டம்ளர். கழுத்தளவு பீர் நிரப்பப்பட்ட அதன் கர்ப்பிணித் தோற்றம். கனமேதும் இன்றி வெகுலகுவாகக் கைகளில் புரளும் நளினம். அந்த இனிமையான நாட்களினூடே துளைத்துச் செல்லும் வண்டென அதன் விசுவரூபம் கனவுகளை நிறைக்கிறது. குறையக் குறைய அந்தரப் புட்டியொன்று டம்ளரை நிறைத்துக்கொண்டே இருக்கிறது. திராட்சை நிறம். வெளிர் அடர் மஞ்சள். குகை நீரின் கருமை. திரவங்கள் கலந்து நிறக் குழப்பம். ஊற்றும் சத்தத்தில் நுண்ணிய வித்தியாசம். சொத்சொத்தென்று விழும் அபஸ்வரம். திரவம் அடையாக மாறுகிறது. டம்ளர் நிரம்பி வழிகையில், அதன் விளிம்புகளில் சோம்பல் முறிக்கும் சிறுபுழுவென நெளிந்து படர்கிறது அடை. ஒட்டுதலின் பிசுபிசுப்பு. கனவின் மணத்தைக் குலைக்கும் வீச்சம். வாயில் திணித்து மூக்கில் உமிழ்கிறது. உறுப்புகளெங்கும் நாற்றத்தை அப்புகிறது. வெலவெலத்துப்போன விழிப்பின் வியர்வையிலும் வழித்து எறிய எறிய விடாமல் படர்கிறது. அந்த டம்ளர். அது அமர்ந்திருக்கும் இடம் தெளிவாகிறது. பழம் வீடொன்றின் பின்புறத்தில் கண்ணுக்குப்படாத சுவரை ஒட்டிய மூலையில் தன்னந்தனியாய் அது. ஒட்டடைச் சிதறல்கள் கவியக் காற்றில் லேசாக நடுங்குகிறது. பயப் பெருமூச்சின் அசைவில் கதையொன்று தொடங்குகிறது.

நகரத்தின் புறப்பகுதி ஒன்றில் நாங்கள் தங்கியிருந்த சமயம் அது. பல்வேறு அறைகளைக் கொண்ட மாயம் பொதிந்த வீடு. பிரம்மச்சாரிகளான – அல்ல மணமாகாதவர்களான – நாங்கள் ஐந்துபேர் அதன் அறைகளைப் பயன்படுத்திக்கொள்ளத் தெரியாமல் உருண்டுகிடப்போம். எங்களின் குறைந்த எண்ணிக்கையிலான பொருட்கள் அறைகளெங்கும் விஸ்தாரமாக இறைந்துகிடக்கும். எப்படி எப்படியோ குப்பைகள் படியும். எங்களோடு வாழும். குடும்பப் பொறுப்பை முழுவதும் ஏற்று நடத்தும் குலமகளொருத்தி, தினந்தோறும் காலை மாலை இருவேளைகளிலும் கூட்டி அள்ளினால்தான் சரிப்படும். எந்த அறைக்குள்ளிருந்து யார் பேசுகிறார்கள் என்பதை அனுமானிக்கச் சற்று நேரம் தேவை. அதன் விரிந்த ஜன்னல்களைத் திறந்தால் வீட்டின் சுற்றுப்புறங்கள் காட்சியாகும். பார்த்தீனியச் செடிகள் வெண்ணிறப் பொட்டுப் பூக்களோடு உயரம் உயரமாக வளர்ந்து எட்டிப் பார்க்கும். இரண்டு மூன்று பெரும் மனைகள் தள்ளிய பிறகே பக்கத்து வீடொன்று. நாங்கள் வீட்டுக்குள் நுழைந்து அறைகளில் உலவுவதோடு சரி. சுற்றுப்புறங்களைப் பார்வையிடும் ஆசையோ நல்ல காற்றைச் சுவாசிக்கும் விபரீத வெறியோ எங்களுக்கு மூண்டதில்லை. அறைகளின் பரந்த சுதந்திரமே போதுமானதாயிருந்தது. யாருடைய கைக்கேனும் சில பெரிய ரூபாய் நோட்டுகள் வந்துசேர்ந்துவிட்டால், அன்றைய தேவைக்கெனத் தண்ணீர் ஜக்கு ஒன்று, டம்ளர்கள் சிலவெனச் சேகரித்து வைத்திருந்தோம். விபரீத மிருகங்களின் கூச்சலாய் இரவுகளில் எங்கள் குரல்கள் எழும்பும். ஆனால் யாருடைய காதுகளையும் சென்றடையாமல் காற்றில் கரைந்துபோய்விடும். வயதின் நியாயமான ஆசைகளை வடித்துக்கொள்ளும் அற்புத சுதந்திரம் கிடைத்த பேறுபெற்றவர்களாக நாங்கள் ஆனோம்.

குளிர்ந்த பச்சை விளக்கொளியில், மயக்கத் தள்ளாட்டத்தில் எத்தனையோ முற்றுப்பெறாத விவாதங்களை நடத்தியதுண்டு. ஒருவரை ஒருவர் குதறிக்கொள்ளும் வெறி மீறிக் கத்தல்களும் அழுகைகளும் தாக்குதல்களும் நடக்கும். சமூக அக்கறை கொண்ட பலவித எண்ணங்களின், ஆக்ரோசமான கருத்து மோதல்களின் களம் அது. எல்லாவற்றிற்கும் எல்லோரும் தீர்வுகள் வைத்திருந்தோம். எந்தத் தீர்வு பொருத்தமானது என்பதிலேயே விவாதப்புள்ளி தொடங்கும். சூடு ஏற ஏறக் குரல்களின் குழறலும் ஏறித் தத்தளிக்கும். அந்த நேரங்களில் அவதாரங்களாக எங்களைக் கற்பித்துக்கொண்டு, மற்றவர் குரலை முடக்கக் குரல்வளை நோக்கிக் கைகளை எல்லோரும் ஒருசேர நீட்டிக்கொண்டிருப்போம். மற்ற சமயங்களில் ஒருவருக்கொருவர் ஆசுவாசமாக உட்கார்ந்து பேசக்கூட நேரமிருக்காது.

குப்பைகளின் கனம் பெருத்துவிட்டதாய் யார் முதலில் உணர்கிறார்களோ நேரமும் கிடைத்தால், அவர்களே சுத்தம் செய்ய இறங்கிவிடுவார்கள். கூட்டிப் பெருக்கி அள்ளும்போது செத்த தவளைகளின் உடல்களும் எலிப் பிணங்களும் நாறிவரும். பல்லிப் புழுக்கைகள் சேர்ந்துகிடக்கும். பாச்சைகள், கரப்பான்களின் உடல் கருகிய வெற்று ஓடுகள் குவிந்திருக்கும். அப்போது, அடேங்கப்பா நம்மோடு எத்தனை உயிர்கள் வாழ்கின்றன என்று சிரித்துப் பேசிக்கொள்வோம். இந்தப் பிணநாற்றங்கள் துளைக்க இயலாத அளவுக்கு அத்தனை கெட்டிப்பட்ட நாசியா நமது என்று வியந்துபோவோம். எங்கிருந்தோ பூனை ஒன்று அவ்வப்போது எதையாவது பிடித்துக்கொண்டு ஜன்னல் வழியாகக் குதித்து வரும். ஓணானோ எலியோ பறவைக் குஞ்சோ அதன் கவ்வலில் துடிக்கும். வீட்டுக்குள் நுழைந்து ஏதாவது அறை மூலையைத் தேர்ந்தெடுத்துக்கொண்டு, மெல்லப் போய் உட்கார்ந்துகொள்ளும். தேர்வுசெய்வதெல்லாம் அதன் விருப்பம்தான். சாவகாசமாகத் தின்று முடித்து வாயை நக்கி, பெரிய கொட்டாவியையும் விட்டுவிட்டுப் போய்விடும். தன் உணவை எந்தப் பதற்றமும் இல்லாமல் எடுத்துக்கொள்ளப் பூனை எங்கள் வீட்டைக் கண்டுபிடித்திருந்தது. அது கழித்துப் போட்ட உணவின் எச்சங்கள் அறை மூலைகளில் உதிர்ந்து கிடக்கும். இவை எவற்றின் நாற்றமும் எங்களைப் பெரிதாக ஒன்றும் பாதித்ததில்லை. நம்முடைய வீட்டில் அப்படி என்ன நாறுகிறது? இந்தச் சமூகமே பெரிய நாற்றக் கிடங்குதானே என்று தத்துவம் பேசி அலட்சியப்படுத்துவோம்.

எல்லோரும் ஒருசேர முகத்தைச் சுளித்துச் சுளித்துப் பார்த்தும் விட்டகலாத நாற்றம் ஒன்று அறைகளுக்குள் புகுந்து வீசத் தொடங்கிற்று. முதலில் யாரும் பெரிதாக நினைக்கவில்லை. தொடக்கத்தில் மிகுந்த நாற்றத்தோடு இருக்கும் பிண உடல், ஓரிரு நாட்களில் காய்ந்து வற்றி உலர்ந்து எதுவுமற்றுப் போய் விடும். அதுபோலத்தான் எதுவோ. சில நாட்களில் சரியாகி விடும் என்று எதிர்ப்பார்த்தோம். ஆனால் எங்கள் நாசிகளுக்கு உணர்வை ஊட்டாமல் விடுவதில்லை என்று கங்கணம் கட்டிக் கொண்டதைப் போலிருந்தது அந்த நாற்றம். எங்கோ தொலைவில் இருந்து வருகிறது இது காற்றுக் காலமாதலால், அங்கிருந்து கொண்டுவந்து சேர்க்கிறதுபோலும் என்றெல்லாம் சமாதானம் கூறிப் பார்த்தோம். ம்கூம். காற்று திசைமாறி அடிக்கும் கணங்களிலும் நாற்றம் இருந்தது. கொஞ்சம் கொஞ்சமாக அது வளர்ந்து கொண்டுமிருந்தது. எப்போதும் இல்லாத விதத்தில், எல்லோரும் கூட்டாகச் சேர்ந்து அறைகளைச் சுத்தப்படுத்திப் பார்த்தோம். ஒட்டடைகள் விலகிச் சுவர்கள் ஒளிபெற்றன. காரைத் தரை

சிறு கறைகளுமற்றுத் துலங்கிற்று. குப்பையில் சேர்ந்திருந்த ஓடுகளை, வற்றிய உடல்களைக் கண்டு இவற்றால்தான் என்று முகம் சுளித்துக்கொண்டோம். பூனையின் தலை எந்த ஜன்னலில் தெரிந்தாலும் தாக்கத் தயாரானோம். எங்கள் மூர்க்கத்தைக் கண்டு அஞ்சிப் பூனை எழுப்பிய ஓலக்குரல் இரவெல்லாம் வீட்டைச் சுற்றிக்கொண்டேயிருந்தது. வீட்டுக்கு வாசனை ஊட்டும் வேலைகளிலும் இறங்கினோம். எல்லாவற்றையும் வாரிக்கொட்டிவிட்டு ஊதுவத்திப் புகைபிடித்தோம். பெனாயில் வாங்கித் தெளித்தோம். கொஞ்சம் கட்டுப்பட்ட மாதிரி தோன்றிற்று. ஆனால் காலையில் பார்த்தால், மறுபடியும் கூடுதல் வேகத்தோடு வீசத் தொடங்கியிருக்கும். இது சிற்றுயிர்களின் பிண நாற்றமல்ல என்பதைத் தெளிவாக்கிக்கொண்டதும், வேறென்னவாக இருக்கும் என்று யோசித்தோம். அதற்குள் இந்த நாற்றத்தில் இருந்தால் எதையும் யோசிக்க முடியவில்லை என்றும் மண்டைக்குள் இடைவிடாமல் புழுவொன்று கடைந்து கொண்டேயிருக்கிறது என்றும் இதைச் சுவாசித்தால் ஆயுளின் சரிபாதி காலியாகிவிடும் எனவும் தூக்கத்தை இழந்து கண்கள் குழிந்துபோய்விடுமெனவும் பலவாறாக ஆளாளுக்குப் பேசிக் கொண்டோம். சீக்கிரம் வீடு மாற்றிப்போய்விடலாம் என்றும் கூடப் பரிகாரம் தேடலானோம். நாம் வருவதற்கு முன் இந்த வீட்டில் தூக்கிட்டுத் தொங்கிய முகம் தெரியாக் கன்னிப் பெண்ணின் மோகினிப் பிசாசு செய்யும் மாயம்தானிதுவோ என்று யாரோ சொன்னபின் தனியாக வீட்டிலிருக்கப் பயந்தோம். சிலர் ஏதாவது காரணம் சொல்லிவிட்டோ சொல்லாமலோ வெளியே நண்பர்களின் அறைகளில் தங்குவது ஆரம்பித்தது. வீச்சம் விடாமல் சுழன்று சுழன்று அறைகளுக்குள் வீசியது. இது பச்சைப் பீயின் நாற்றம் போலிருக்கிறது என்று தோன்றினாலும் யாரும் வெளியே சொல்லவில்லை.

ஆனால் அதுதான் உண்மையாயிற்று. ஏதோ காரணத்திற்காக வீட்டின் பின்புறம் போன நண்பன், அலறி அடித்துக்கொண்டு முகச் சுளிப்போடு ஓடிவந்தான். அவன் சுளிப்பில் கண்டுபிடித்த பெருமிதமும் துளிர்விட்டுச் செழித்திருந்தது. ஒன்றுமில்லை, கழிப்பறையிலிருந்து மலத்தொட்டிக்குச் செல்லும் குழாய் இடையிலேயே உடைந்துவிட்டிருந்தது. தொட்டிக்கு மலம் போகவேயில்லை. உடைந்த துளை வழியாகவே வெளியேறி வீட்டின் பின்புறம் குவியலாய்ப் படர்ந்திருந்தது. பார்த்தீனியச் செடிகளுக்கிடையே மறைந்த குவியல் வெளிப்பார்வைக்குச் சட்டெனப்படவில்லை. அதன் வீச்சமே துளித்துளியாய்க் கசிந்து, ஓர் அந்நியனைப் போல் தயங்கித் தயங்கி உள்நுழைந்து, பின் படிப்படியாய் சர்வசுதந்திரமாக அறைகளுக்குள் உலவ ஆரம்

பித்துவிட்டது. உலகத்துப் பிரச்சினைகள் எல்லாவற்றிற்கும் ஆளுக்கொரு தீர்வுகளைக் கைவசம் வைத்திருந்த நாங்கள், இதற்கு என்ன செய்வதென்று தெரியாமல் முகத்தைப் பார்த்துக் கொண்டு விழித்தோம்.

இடைச்செருகல் – 1

அந்த டம்ளர் ஒன்றும் ஜமீன்தார் பரம்பரையில் வழி வழியாகப் பாதுகாக்கப்பட்டு வந்ததோ பராக்கிரமத்தோடு ஆட்சி செலுத்திய அரச எச்சில் படிந்த பேறு பெற்றதோ அல்ல. சாதாரணமானதுதான். எங்களை அது வந்தடைந்ததற்கான புராணக் கதையொன்றை உருவாக்க முயல்வதற்கான குறிப்பொன்று: முதல் தேதி விருந்தொன்றுக்கு எங்களிடம் இருந்து சில்வர் டம்ளர்களின் எண்ணிக்கையைவிடக் கூடுதலான தலை ஒன்று வந்து சேர்ந்திருந்தது. குளிர்ச்சியான பானம் என்றால் புட்டிகளே டம்ளர்களாக மாறிவிடும். அதுவோ மதுபான விருந்து. யாருக்கேனும் துளி அதிகமாகப் போய்விட்டாலும் மற்றவர்களைச் சமாதானப்படுத்துவது அத்தனை சுலபமானதல்ல. ஆகவே டம்ளர் அவசியம். ஆளரவமற்ற எங்கள் பகுதியிலிருந்து டம்ளர் வாங்குவதற்காக நான்கைந்து கிலோ மீட்டர் தொலைவு நடந்தால்தான் முடியும். வீதி விளக்குகள் எதுவுமற்ற, வீதியே அற்ற அந்த அடர்வனத்தில் இரவில் நடந்து வருவதும் அப்படியொன்றும் சுலபமானதல்ல. எல்லாப் பகுதிகளிலும் நீக்கமற நிறைத்திருக்கும் 'அண்ணாச்சி' மளிகைக்கடையொன்று எங்கள் பகுதியிலும் உண்டு. ஆனால் அங்கே டம்ளர் விற்கமாட்டார்கள் என்பது தெரிந்ததுதான். இருந்தாலும் கேட்டுப் பார்க்கலாமே என்ற நப்பாசை. பழங்களைப் பிய்த்துக்கொண்டு பேச்சோடு பேச்சாக இதைக் கேட்ட போது, சோப்புத்தூளோ காப்பித்தூளோ ஒரு பாக்கெட் வாங்கினால் இந்த டம்ளர் ஒன்று இலவசம் என்று அண்ணாச்சி எடுத்துக்காட்டினார். உடனே வாங்கிவிட்டோம். சில்வர் டம்ளர்களுக்கிடையே அது அடக்கமற்றுப் பெரிய தொன்னைபோல நிற்கும். அதுவும் அதன் அடிப்பழுப்பு சம்மணமிட்டு உட்கார்ந்திருக்கும் பெருத்த உடம்பொன்றை நினைவுறுத்தும். ஆனால் அதை எடுத்துக்கொள்ள எல்லோருக்கும் கை பரபரக்கும். அதற்கு, அதன் கம்பீர ஈர்ப்போடு கொள்ளளவும் ஒரு காரணம். சிறிதேனும் அதிகம் கிட்டிவிடாதா என்னும் ஆசை. இன்னொன்று, கனமற்ற அதன் லகுத்தன்மை. எவ்வளவு தள்ளாட்டத்திலும் கையில் அதைச் சாதாரணமாகப் பற்றிக் கொண்டிருக்க முடியும். இடைச்செருகல் – 1 நிறைவுற்றது.

அதைப் பற்றி விவாதிப்பதற்கே யாருக்கும் கருத்து இல்லாமல் போயிற்று. ஓரிரு நாட்கள் நாங்கள் காலிசெய்து

விட்டோமோ என்று அஞ்சுமளவு மௌனமே வீட்டுக்குள் நிலவியது. கம்யூனிஸ்ட் மூளைகளும் கம்ப்யூட்டர் மூளைகளும் ஒரே தீர்வை முன்வைத்தன. இந்த வீட்டைக் காலிசெய்து விடலாம் என்பதே அது. வேறு வழி அகப்பட்டால் முடிவை மாற்றிக்கொள்ள எல்லோரும் தயார்தான். அந்த அளவுக்கு இஷ்டம்போல் திரிய இடம் கொடுத்திருப்பது வீடு. எதேச்சையாகப் பக்கத்து வீட்டுக்காரர் (பக்கம் என்றால் ஒரு பர்லாங் தூரம்தான்) எதற்கோ எங்களோடு பேச வந்தபோது, எல்லோர் முகத்திலும் அப்பியிருந்த கலவரத்தைக் கண்டு துக்கம் விசாரித்து விஷயத்தைத் தெரிந்துகொண்டார். இதுதானா என்றும் இது ஒன்றும் பெரிய விஷயமல்ல என்றும் கூறிவிட்டு, அவர் அங்கே மனை வாங்கிய கதையிலிருந்து முதல்முதலாகத் தைரியமாக வீடு கட்டிக் குடியேறியது என்றெல்லாம் விரிவாகச் சொல்லத் தொடங்கினார். அந்த ஏரியாவுக்கே தான்தான் சீனியர் என்பதை எங்களுக்குள் பதித்துவிட்டபின் நிம்மதியாகக் கழிப்பறைப் பிரச்சினைக்கு வந்தார். அதுவரைக்கும் காலில் வெந்நீரை ஊற்றிக்கொண்டும் கத்த முடியாத நிலையில் நாங்களிருந்தோம். பேச்சுவாக்கில் வேறு வேலை இருப்பதுபோல ஓரிருவர் கழன்றுகொண்டிருந்தனர். இந்தப் பகுதிக்கு எப்போதாவது ஒருமுறை குப்பை அள்ளும் நகராட்சியின் டிராக்டர் வரும் என்றும் அதில் இரண்டு மூன்று தோட்டிகள் வருவார்கள் எனவும் சொன்னார். அவர்களுக்குப் பத்தோ இருபதோ கொடுத்தால் சரிசெய்துவிடுவார்கள் என்பதையும் டிராக்டர் டிரைவர் தனக்கு மிகவும் தெரிந்தவர்தான் எனவும் சொல்லிச் சென்றார். டிராக்டர் வரும்போது நாங்கள் யாரும் வீட்டில் இல்லை என்றாலும் ஆளைக் கூட்டிவந்து அவரே பேசிவிடலாம் என்னும் உரிமையை அவருக்குக் கொடுத்தோம்.

வெகுவிரைவில் வந்துவிட்டால் தேவலை என்பதே எங்களின் பிரார்த்தனை. கடவுளின் வருகை குறித்து எத்தனையோ புரட்டல் கதைகள் இருக்கும்போது, அதையெல்லாம் நம்பி ஆவலோடு கடவுளின் வருகையை எதிர்பார்த்துக்கொண்டு பலர் இருக்கையில், தோட்டியின் வருகையை நாங்கள் நம்பியதில் தவறென்ன. வீட்டில் இருக்கும்போதெல்லாம் வெளிவாசலில் கூடியிருப்போம். உள்ளே சுழட்டி அடிக்கும் நாற்றச் சாட்டையிலிருந்து தப்புவதற்காக. அப்போதெல்லாம் அடிக்கடி எங்கள் பகுதியின் நுழைவு வீதியைக் கண்கள் தொட்டுத் தொட்டு மீண்டுகொண்டிருக்கும். டிராக்டரின் ஓசை காதில் படுவதுபோலவே பிரமை சூழும். மாலைகளும் ஆரத்தித் தட்டுகளும் ஏற்பாடு செய்துகொள்ளவில்லையே தவிர, அத்தகைய மனத் தயாரிப்போடுதான் இருந்தோம். பக்தர்களின் நம்பிக்கையைப் பொய்க்க

விடாத கருணை (குப்பை) நிரம்பிய உள்ளத்தோடு டிராக்டர் ஞாயிற்றுக்கிழமை நாள் பார்த்தே நுழைந்தது. பூமியின் இயல்பு விதியான உயர்மேடும் ஆழ்பள்ளமும் கொண்ட வீதிகளில் குலுங்கிக் குலுங்கி நிதானத்தோடு நுழைந்தது. எங்கள் உற்சாகக் குதியலில் செய்தி எல்லாப்புறமும் கசிந்தது. சட்டையை மாட்டிக் கொண்டு ஒருவன் பக்கத்து வீட்டுக்காரரை அழைத்து வர ஓடினான். டிராக்டரைக் கைகாட்டி நிறுத்த ஒருவன் வீதியின் நடுவில் நின்றுகொண்டான். வீட்டின் பின்புறம் போகப் பாதை சரியாக இருக்கிறதா என்று பார்க்க ஒருவன். நாற்றம் எல்லோரையும் விரட்டி விரட்டித் துரத்தியது. பழைய உற்சாகம் எங்கும் நிரம்பிவிட்டதாய்த் தோன்றியது.

அவன் பழைய திரைப்படக் காமெடியன்களை நினைவு படுத்துவதைப் போலிருந்தான். ஒடிந்து விழுந்துவிடுவது போன்ற மிக ஒல்லியான உருவம். ஆனால் நெடுநெடுவென வளர்ந்திருந்தான். மேல் உடம்பு முழுக்க எதுவும் அணியவில்லை. கீழே ஒரு காடாத்துண்டை லுங்கிபோலக் கட்டியிருந்தான். வெற்றிலைச் சிவப்பேறிய பற்களைத் திறந்து, சிரிப்பதுபோலக் காட்டியபோது எங்கள் எல்லோருக்கும் அவனைப் பற்றி அருவெறுப்பே தோன்றியது. அப்படியெல்லாம் இல்லை என்பது போல முகத்தை வைத்துக்கொண்டோம். பக்கத்து வீட்டுக்கார 'சீனியர்' அவனை உள்ளே அழைத்துவந்தார். பத்துப் பதினைந் தடித் தொலைவிலேயே நின்றுகொண்டு அவன் பார்ப்பதற்காக அந்த இடத்தைக் கைகாட்டினோம். பார்த்தீனியப் பூக்களுக் கிடையே சோலைக்குள் உலவுபவனாய்ச் சென்றான். சட்டென்று குனிந்து பெரிதாக வளர்ந்திருந்த நான்கைந்து செடிகளைப் பற்றி இழுத்து எறிந்தான். அந்த இடம் வெட்டவெளியாய் விரிந்தது. சாம்பல் நிறக் காளான் கூட்டம் மேய்வதைப் போலக் குவியலாய் மலம் படர்ந்திருந்ததைக் கண்டு முகம் சுளிக்கவும் கையால் மூக்கைப் பொத்திக்கொள்ளவுமானோம். அவனோ ஒன்றையும் பொருட்படுத்தாமல் மேலும் மேலும் மோப்பம் பிடித்துச் செல்லும் நாயென உலவிக்கொண்டிருந்தான். வெளியேற்றத்தின் காரணத்தைத் தேடிக்கொண்டு அந்தப் புதர்க் காட்டுக்குள் முன்னும் பின்னும் நடந்தான். மலத் தொட்டியைக் கண்டடைந்தான். நாங்களே அப்போதுதான் அதைப் பார்த்தோம். பாதிக்குமேல் மண்ணுக்குள் புதைந்து புற்கள் கவ்விப் பிடித்துக் கொண்டிருந்தன. இரண்டு மூன்றுமுறை சுற்றிலும் நடந்தான். அவன் முகம் மிகுந்த தீவிரத்தோடு மூக்கு விடைத்துக் காணப் பட்டது. கண்கள் வெளியேறிச் சிவந்திருந்தன. பைத்தியக் காரனாய் முகம் கோணிச் சிரித்தான். அவன் பிரதேசத்தை அடைந்துவிட்ட வெற்றிச் சமிக்ஞையை மூளை கொடுத்தது

போலும். பின் எங்களை நோக்கி வந்தான். எங்களை அறியாமலே ஓரடி பின்னாலோ பக்கவாட்டிலோ நகர ஆரம்பித்தோம். துஷ்ட ஜந்து ஒன்றிடமிருந்து தப்பிக்கும் மனோநிலை.

அவன் உருவத்தை மனிதனாக ஏற்றுக்கொள்ள இயல வில்லை. விவாதத்தின்போது நாங்கள் சிருஷ்டித்துக்கொண்டிருந்த இந்த வேலைகளைச் செய்யும் மனிதர்கள் யாரும் அவனைப் போலில்லாததை அறிந்தோம். அவர்கள் எல்லாம் குறைந்தபட்ச அழகைக் கொண்டவர்கள்; ஜந்துக்களைப் போல மோப்பத்தோடு அலையாதவர்கள்; அனாயாசமாக, மந்திரம்போட்டது போல டக்கென்று வேலையை முடித்துவிடுபவர்கள். அப்படிப் பட்டவர்களுக்கு எங்களால் தீர்வுகளைக் கொடுக்க முடியும். ஆனால் இவன்? நாற்றம் குடலைப் பிடுங்குவதை உணராமல், என்ன சாவகாசமாக நின்றுகொண்டு பேரம் பேசுகிறான்! காரணத்தையும் வேலையின் தன்மையையும் அவரிடம் விவரித்துக் கொண்டிருக்கிறான். கழிப்பறையிலிருந்து தொட்டிக்குச் செல்லும் குழாய் இடையில் உடைந்துவிட்டிருக்கிறது. வீடு அனாதையாய்க் கிடந்தபோது, மேய வந்த எருமைகளின் மிதிபோலும். அந்த ஓட்டையில் மண்புகுந்து அடைத்துக்கொண்டுவிட்டது. அதனால்தான் இந்த மலக்கசிவு. அடைப்பை எடுத்துவிட்டு, உடைப்புக்குச் சிமெண்ட் பூசிச் சரிசெய்ய வேண்டும். வாயைத் தவளையாய்த் திறந்து தகர டப்பா உருள்வதுபோல அவன் பேசியது ஆபாசமாயிருந்தது. திடீரென்று குரலை ஏற்றுவதும் உடனே தாழ்த்தி முனகுவதுபோலப் பேசுவதும் எரிச்சலாக இருந்தது. அவன் கேட்டுக்கொண்டிருந்த தொகையும் சேர்ந்து கோபத்தை உண்டாக்கிற்று. ஐந்து நூறு ரூபாய் நோட்டுகள். 'சீனியர்' அவனிடம் மிகுந்த எச்சரிக் கையாகத் தன்னைப் பற்றி விவரித்துக் கடைசியாக அவ்வளவெல்லாம் தர முடியாது என்று சொன்னார். அவன் மந்திரம் போல "உம் பிய்யில எங்கைய வெக்கனும் சார்" என்று அடிக்கடி சொல்லிக்கொண்டிருந்ததை எங்கள் செவிகள் பொறுக்க வில்லை. "போடா நாயே" என்று விரட்டிவிட மனம் கொதித்தது. ஆனால் வேறு வழியில்லை. அவர் எங்களை நோக்கி வந்தார். மூலைக்குக் கூட்டிச் சென்று குசுகுசுப்பாக "எவ்வளவு கொடுக்கலாம்?" என்றார். முன்பு அவர் சொன்னதை மறந்துவிட்டவர் போல. அவன் பூனைக்குட்டி மாதிரி அங்கும் இங்கும் உலவிக்கொண்டு, "மண்ணா இது? பிய்யி சார். உம் பிய்யி" என்று அழுத்தம் திருத்தமாக எங்களுக்குக் கேட்கும்படி சொன்னான். அந்த இடத்தைவிட்டு அவனோ நாங்களோ சீக்கிரம் விலகிச் சென்றுவிட்டால் பரவாயில்லை என்றிருந்தது. எங்கள் முகப் போக்கு அவனுக்கு உற்சாக வெறியேற்றிக்கொண்டிருந்தது. "பிய்யி" என்ற வார்த்தையை

உச்சரிக்கும் ஒவ்வொருமுறையும் எங்களை உற்று நோக்கி முகம் சுருக்கிச் சிரித்தான். அந்த வார்த்தை எங்களைக் கஷ்டப்படுத்துவதையும் பிடிக்காமல் அரூயை கொள்ளும் முகப்போக்கையும் கண்டு மிகுந்த திருப்தியோடு அதையே திரும்பத் திரும்பச் சொல்லலானான்.

முந்நூறு சொல்லி நானூறுவரைக்கும் போவதென்று முடிவாயிற்று. அவன் நடவடிக்கைகள் அதற்குக் குறைவாக வாங்கமாட்டான் என்பதை நிச்சயப்படுத்தின. அவர் திரும்பப் போய் அவனிடம் நயமாகப் பேசினார். அவன் கொஞ்சமும் மசியவில்லை. “பிய்ய அள்ளோணும் சார்” என்றும் “பிய்ய அள்ளற ஆளிருந்தா கூப்டுக்கோ” என்றும் சொன்னதையே சொல்லி ஐநூறிலிருந்து இறங்க மறுத்துவிட்டான். மேலே ஒரு நூறு, கொடுக்கப்போவது வீட்டுக்காரர்தானே என்பதால் சரி என்று சொல்லிவிட நாங்கள் விரும்பினோம். ஆனால் அவர் நானூறிலேயே நின்றார். அவர் சொல்லுக்குக் கொஞ்ச மாவது மதிப்புக் கிடைக்க வேண்டுமல்லவா. அதற்குள் குப்பை வண்டியின் டிரைவர் “என்னப்பா இன்னம்?” என்று சலிப்போடு வந்து சேர்ந்தார். நிலைமையைப் பார்த்ததும் “அட செய்யுப்பா... நானூறு உனக்குப் பத்தாதா?” என்றார். அவன் “நானூறு ருவா நாங்குடுக்கறன் சார்...நீ பிய்யத் தொடு சார் பார்க்கலாம்” என்று சவால்விட்டான். “போதும் போப்பா...செய்யு” என்று அவர் கட்டளையிடுவதுபோலக் கூறியதும் மனமே இல்லாத வனாய் ஒத்துக்கொண்டான். கொஞ்ச நேரத்தில் வேலையைத் தொடங்குவதாகவும் நூறு ரூபாய் முன்பணம் வேண்டுமெனவும் கேட்டான். நாங்கள் தயங்கியதும் டிரைவர் “குடுங்க சார் வந்திருவான்” என்று சிபாரிசு செய்தார். பணம் கைமாறியதும் கொஞ்ச நேரத்திற்குச் சைக்கிள் வேண்டுமென்றான். எங்களிடம் ஒரு சைக்கிள் இருந்தது. அதனை வீட்டுக்குள் நிறுத்திப் பூட்டி யிருந்தோம். அவன் கேட்டதும் சைக்கிளுக்குச் சொந்தக்காரன் முந்திக்கொண்டு “எங்ககிட்டச் சைக்கிள் இல்லப்பா” என்றான். அவன் சைக்கிளைத் தொடுவதையும் தொட்டபின் அசிங்கமாகி விட்டதை நாங்கள் தொடுவதையும் ஒருசேரக் கற்பனை செய்து பார்த்து அருவெறுப்படைந்தோம். அவன் உடல் முழுக்கவும் மலத்தால் உருவாக்கப்பட்டதாகவும் நாற்றத்தைப் பரப்புவதாகவும் தோன்றிற்று. கைகால் அசைத்து அவன் நடக்கையில் வழி முழுக்க மலம் சிதறி விழுவதைக் கண்டோம். அவன் பேச்சு துர்நாற்றம் படிந்ததாக இருந்தது. அசுத்தத்தை உதிர்த்துக் கொண்டு கம்பீரமாய் அவன் வெளியேறினான். கிட்டத்தட்ட அரைமணி நேரம் கழிந்திருந்தது.

இடைச்செருகல் – 2

அந்த டம்ளரின் மனதில் வருத்தமும் பெருமையும் ஒரு சேர இருந்திருக்கலாம். இனம் சேர்ந்த யாரையும் பக்கத்தில் காண இயலாத தனிமை ஏக்கம். பல நாள் அலமாரிப் பலகையில் யாருடைய கவனமும் படாமல் தூசி படிந்துகிடக்கும் சோகம். அதேசமயம், எப்போதேனும் என்றாலும் அதைக் கையில் ஏந்திக்கொள்ள எல்லோரும் போட்டி போட்டுச் சண்டையிட்டுக் கொள்வதில் பெருமிதம். எல்லா டம்ளர்களையும்விட உயரமாக நின்றுகொண்டு அதிகாரம் செலுத்தும் கர்வம். ஒருமுறை, இதே போன்ற டம்ளர் ஒன்றைத் தங்களது கிராமத்து டீக்கடை யில் கண்டிருப்பதாக ஒருவன் சொல்ல, அந்த டம்ளர் இப்போது தனக்குக் கிடைக்காத விரக்தியில் அதன் பெருமையைக் குறைக்க முயல்வதாக மற்றொருவன் சொல்ல, கிராமத்து டீக்கடையில் கண்ணாடி டம்ளர்கள்தானே இருக்கும், பிளாஸ்டிக் டம்ளர் – அதுவும் இத்தனை அழகான பல நிற டம்ளர் எப்படி வந்து சேர்ந்திருக்கும் என்று இன்னொருவன் கிண்டலடிக்க, சின்னத் தகராறாய் அன்றைய விவாதப் பொருளில் டம்ளர் அமைந்து போனது. இடைச்செருகல் – 2 முற்றிற்று.

நீளமான கம்பி, சிமெண்ட் பை இவற்றுடன் தள்ளாட்டம் ஏறிய கால்களோடு அவன் திரும்ப வந்தான். அவன் சிரிப்பில் இப்போது சாராயமும் நாறியது. அந்த வாசனையே யாருக்கும் ஆகாது என்பதுபோல எங்கள் முகபாவம் இருந்தது. கண்கள் வெளியேறி அவன் உடலை நடத்தின. பார்த்தீனியப் பூவிரிப் பில் மிதந்து சென்றான். வெகுவிரைவாக வேலையைத் தொடங்கி விட்டான். மலத் தொட்டியின் மேல் மூடியை யாரையும் அழைக்காமலே தனி ஒருவனாக லகுவாக நகர்த்தலானான். இந்த வேலையில் மிகத் தேர்ந்தவன் என்பதை அவன் அசைவுகள் உணர்த்தின. மண்டியிட்டு முறுவலிக்கும் நாயைப் போன்று தெரிந்தான். தூரத்தில் நின்றுகொண்டே எல்லோரும் கவனித்தோம். அருகே நெருங்கினால் நாற்றத்தில் மூர்ச்சித்துவிடலாம். மலத்தைச் சுவாசிக்க நேர்கையில் உணவு வெறுத்துப்போகலாம், வாந்தி வரலாம் என்றெல்லாம் மனம் எச்சரித்திருந்தது. ஆனாலும் அவன் வேலையைப் பார்க்கவும் ஒழுங்காகச் செய்கிறானா என்று கவனிக்கவும் நாங்கள் விரும்பினோம். எங்கள் கண் பார்வையிலேயே அவன் இருக்க வேண்டும்; இல்லாவிட்டால் ஏமாற்றிவிடக்கூடும் என்பது எங்கள் அச்சம். வேலை ஒன்றைத் தவிர வேறெதையும் அவன் கவனித்ததாகத் தெரியவில்லை. தொட்டிக்கு வந்து சேரும் குழாய்க்குள் நீளமான கம்பியை நுழைத்துத் தன் சக்தி முழுக்கப் பிரயோகித்துக் குத்தினான்.

மண் அடைப்பு கெட்டிப்பட்டுப் போயிருக்க வேண்டும். மேற் கொண்டு நுழைய மறுத்து முரண்டு பிடித்தது. அடுத்த முயற்சி யாகத் தொட்டிக்குள் சட்டென்று குதித்தான். இப்போது அவன் முகம் எங்களுக்குத் தெரியவில்லை. தலைமயிரின் புறப்பாகம் மட்டும் அசைவது தெரிந்தது. செம்பட்டை பூத்திருந்த மயிரில் சூரிய ஒளிபட்டு மின்னியது. அவன் கைகள் மேலே உயர்ந்து கம்பியைப் பற்றின. இப்போது அவனுக்கு வேலை எளிதாகி இருந்தது. உள்நோக்கிச் செலுத்தும் பலம் விரயமாகவில்லை. விடாமல் கம்பியைப் பற்றி எதிரியை மோதிச் சாய்க்கும் வேகத்தோடு குத்தினான். குழாயே பெயர்ந்து வந்துவிடும்போல மேல்நிலம் அதிர்ந்தது. இடிக்கும் ஓசை துளை வழியாகக் கசிந்து லேசாக வெளிவந்தது. குழாயை உடைத்துவிடப்போகிறாய் என்று எச்சரித்துத் திட்ட மனம் பரபரத்தது. எத்தனையோ வார்த்தைகள் நாக்கு நுனியில் முட்டிக்கொண்டு நின்றன. ஆனால் ஏதோ ஒரு வித பயம், எங்களைவிட அதிகமான – மோசமான சொற்களைப் பிரயோகிக்க அவனால் முடியும் என்பதாக இருக்கலாம், எங்களைக் கட்டிவைத்திருந்தது. பார்த்தீனியச் செடிகளின் உயிர் ஓல அசைவில் சரேல் எனக் குழாய் திறந்துகொண்டது.

எல்லோருக்கும் நிம்மதியாய் மூச்சுவிட முடிந்தது. இனி நாற்றச் சுவாசமில்லை. அறைகளுக்குள் உலவும் பேய்களைச் சுலபமாக விரட்டியடித்துவிட முடியும். எங்களின் பழைய உற்சாகக் கும்மாளங்கள் தொடங்கிவிடும். வீட்டைக் காலி செய்யும் பேச்சு இனியில்லை. சந்தோசத்தின் லகானைக் கட்டி யிழுப்பதுபோல, அவன் மேலேறினான். நாங்கள் எல்லோரும் கண்களை மூடி முகம் திருப்பிக்கொண்டோம். அவனுடைய முன்தலை, முகம் முழுக்கவும் அடைப்பு உடைபட்டுச் சட்டெனப் பாய்ந்த மலக்கரைசல் தரிசு தரிசாய் அவன் முகத்தை மூடிக் கொண்டிருந்தது. அத்தோடு அவன் பல்காட்டி எங்களைப் பார்த்துச் சிரித்தான். மலக்குவியல் வாய் பிளப்பதுபோலிருந்தது. உடல் சிலிர்த்துக் குறுகிக்கொண்டோம். அவன் மெலிந்த உடலின் பாகம் முழுவதும் மலப்பூச்சு. அப்படியே மூடியை இழுத்துச் சரிசெய்ய ஆரம்பித்தான். எங்களிடம் சிறு அசைவோ பேச்சோ அற்றுப்போயிருந்தது. தலை தூக்கிப் "பிய்யி" என்று கூறிச் சிரித்தான். அந்த வார்த்தைச் சாட்டை எங்களை விளாசித் தள்ளியது. இடைவிடாத விளாசல் அறைகளில் எதிரொலித்தது. மண்மீது படிந்து பரவிற்று. வான் வெளியில் ஓசையாய் நிரம்பிற்று. இயற்கையின் எல்லா உறுப்புகளையும் ரத்தம் பீரிட உருவி இழுத்தது.

"பிய்யக் கழுவத் தண்ணி" என்ற வார்த்தைகள் எங்களை நிலைப்படுத்தி அசைத்தன. யாரோ ஒருவன் உள்ளே ஓடுவதும் கழிப்பறையில் வைத்திருந்த, அழுக்கேறிய பாசிபடிந்த வாளியும் ஓட்டை டப்பாவுமாய் ஓடிவருவதையும் புலன்கள் வெறுமனே கண்டுகொண்டிருந்தன. தூரத்தில் வைத்துவிட்டு அவனும் தப்பிவந்துவிட்டான். மலம் சிதற வாளியிடம் வந்து பொறுமை யாகக் கழுவிக்கொண்டான் அவன். ஆனால் எப்படிச் சுத்தமாக முடியும்? அவன் தோல் துளைகளுக்குள் நுழைந்துவிட்ட மலக்கரைசலை என்ன செய்ய இயலும்? வட்டமிட்டுச் சூழ்ந் திருக்கும் மலநாற்றத்தை எப்படிப் போக்கிக்கொள்வான்? ஒரு வாளித் தண்ணீரில் கரைந்து ஓடக்கூடிய சேற்று மணமா அது? ஆனால் அவன் வெகுசாதாரணமாக அதிலேயே கழுவிக் கொண்டு, இடுப்புத் துண்டை அவிழ்த்துத் (நல்ல வேளையாக, அங்கங்கே பொத்தல்கள் கூடிய சிறு ஜட்டி ஒட்டிக்கொண் டிருந்தது) துடைத்துக்கொண்டான். நீரைத் துடைத்துக்கொள்வது தான் அவன் நோக்கமே தவிர, மலத்தை அல்ல என்பதைப் போலிருந்தது மிதமான துடைப்பு. வேடிக்கைக்குரிய வித்தியாச மான ஒரு மிருகம்போலவே எங்களுக்கு மீண்டும் தோற்றமளித் தான். மறுபடியும் அவன் வாய் "தண்ணி" என்றது. வாளித் தண்ணீர் போதவில்லையோ? அவனருகே சென்று அந்த வாளியைத் தொட்டுத் தூக்கி வர யாருக்குத் தைரியமிருந்தது? அவனோ திருத்தமாகக் "குடிக்கத் தண்ணி" என்றான். எல்லோரையும் மீண்டும் ஒரு அவஸ்தை பற்றிக்கொண்டது. அந்த நிலைமையைச் சமாளிக்கத் தைரியம் கொண்டவனாய் ஒருவன் முன்னகர்ந்தான். அவன் "சொம்புல கொண்டா சார்" என்று கட்டளையிட்டான். நகர்ந்தவன் அப்படியே நின்று கொண்டு "சொம்பு இல்ல" என்றான். "நீ எதுல குடிப்பயோ அதுல கொண்டா சார்" என்றான்.

யோசித்தவாறு உள்ளே போய்விட்டு வந்தவன் கையில் அந்தப் பிளாஸ்டிக் டம்ளர் இருந்தது. எத்தனையோ சில்வர் டம்ளர்கள் இருந்தபோதும் அவன் கை பிளாஸ்டிக் டம்ளர் மீதே விழுந்திருக்கிறது. அந்த டம்ளருக்காகச் சண்டையிட்டுக் கொள்ளும் எந்த வாயும் அதற்கு ஆதரவாக இப்போது அசைய வில்லை. சமாளிக்க முயன்றவனைப் பாராட்டிக்கொண்டிருந்தன. நீர் ததும்ப அந்த டம்ளரைக் கீழேவைக்கப்போனான். "கையில் குடு சார்" என்று அவன் மிரட்டினான். அதற்கு யாருக்கும் தைரியமில்லை. வெற்றிச் சிரிப்புடன் எடுத்து வாய்வைத்துச் சூப்பிப் பன்றியைப் போல உழும்பிக் குடித்தான். வெகுநேரம் ரசித்து ரசித்துக் குடிப்பதைப் போலிருந்தது. டம்ளர் முழுவதையும்

மலத்தால் அபிஷேகம் செய்துவிடுதலே அவன் நோக்கம்போல. "இந்தா சார்" என்று நீட்டினான். யாரோ "அப்பிடி வய்யி" என்றார்கள். சுவரை ஒட்டிய மூலையைத் தேர்ந்தது அவனே. காற்றில் டம்ளர் அசைவது நடுங்குவதாய்த் தெரிந்தது. ஆனால் யாரும் அதை எடுத்து அணைத்துக்கொள்ளப் போட்டியிடவோ சண்டையிடவோ இல்லை. அதற்குப் பொருத்தமான இடம் அதுதான் என்பதாய் எல்லோரும் நினைத்துக்கொண்டோம். அப்போதுதான் உணர முடிந்தது, அது ஒன்றும் வித்தியாசமான டம்ளர் அல்ல. அரதப் பழசுதான். உற்றுப் பார்த்தால் தெரியும். பழுப்பான அதன் அகன்ற அடிப்பகுதி சிரட்டை. வெண்ணிறச் சீரான மேல்பகுதியோ கண்ணாடி டம்ளர்.

●

வேறுவேறு, ஏப்ரல் 2000

உள் நுழைந்த மூஞ்சுறு

முன்னிரவில் உண்டு வீட்டு வாசலில் ஓய்வாக உட்கார்ந்து நாங்கள் பேசிக்கொண்டிருந்த நேரத்தில்தான் முதன்முதலாக அந்த மூஞ்சுறு எங்கள் வீட்டுக்குள் நுழைந்தது. அம்மாவின் மங்கிய கண்களில் அதன் உருவம் சட்டென விழுந்தது. வியப்புடனும் பெரும் சந்தோசத் துடனும் "மூஞ்சுறு" என்ற சொல்லை அம்மா உச்சரித்தாள். குழந்தைகள் இதுவரை மூஞ்சுறுவைப் பார்த்ததில்லை. கண்டதும் அலறத் தொடங்கிவிட்டனர். மனைவிக்கு என்ன செய்வதென்று தெரியவில்லை. நான் வெகுவேகமாக வெளிச்சுவரோரம் ஓடிக் கைக்குக் கிடைத்த குச்சி ஒன்றை எடுத்துவந்தேன். அம்மாவுக்குக் கோபம் பொரிந்தது. என்னைத் திட்டியபடி குச்சியைப் பிடுங்கித் தூர விட்டெறிந்தாள். மூஞ்சுறுவைப் பற்றிக் குழந்தைகளுக்கு விளக்கிச் சொல்லி அவற்றின் பயத்தைப் போக்க அவள் முனைந்து கொண்டிருந்தாள். அவளது பேச்சில் முக்கியமாக 'சாமி', 'சாமி வாகனம்' என்னும் புனிதத்தை மூஞ்சுறுவின் மீது ஏற்றினாள். அவள் ஒரு முடிவு எடுத்துவிட்டதாகத் தெரிந்தது.

இப்போதுதான் அங்கும் இங்கும் அலைபாய்ந்து கொண்டிருந்த மூஞ்சுறுவை முழுமையாகக் கவனித்தேன். சாம்பலில் புரண்டு எழுந்து வந்தது போன்ற நிறத்துடன் இருந்தது. சாம்பல் நிறம் எனக்கு சுடுகாட்டையே நினைவுக்குக் கொண்டுவந்தது. நீட்டிக்கொண்டிருந்த அதன் வாய் ஏதோ உறுப்பிலிருந்து பிய்ந்து தொங்கும் தோல் துணுக்குப் போலிருந்தது. முழு உடம்பையும் தரையோடு அழுத்திக்கொண்டு அது அசைந்து ஓடுவதைப் பார்க்கச் சகிக்கவில்லை. ஆனால் குச்சியும்

பிடுங்கப்பட்டு வெறுமனே பார்த்துக்கொண்டிருப்பதைத் தவிர எதுவும் செய்யக்கூடவில்லை. வீட்டிற்குள் போவதற்கான வழியைக் கண்டுபிடிக்க இயலாமல் அது தடுமாறிக்கொண்டிருந்தது. எங்கே வெளியே திரும்பி ஓடிவிடுமோ என்னும் கவலையில் அம்மா கைகுவித்துக் கும்பிடும்படி ஆலோசனை சொன்னாள். சுவரோரம் ஊர்ந்து சென்ற அது ஜலதாரைக்குள் புகுந்தது அவர்களுக்கு மிகுந்த திருப்தியாக இருந்தது. கடவுளையே வீட்டுக்குள் குடியேற்றிவிட்டதாக மகிழ்ச்சி. அது வீட்டுக்குள் எந்த அறையைத் தேர்ந்தெடுத்துக்கொண்டது என்பது அப்போது தெரியவில்லை. பெண்களை ஏமாற்றி வீட்டுக்குள் தொற்றிக் கொண்ட அந்த ஜீவன்மீது எனக்குச் சிறிதும் கருணையோ அன்போ அச்சமோ வரவில்லை. வேண்டாத விருந்தாளியை எப்படியாவது கழுத்தைப் பிடித்து வெளியே தள்ளிவிட வேண்டும் என்கிற மனநிலையில்தான் இருந்தேன். ஆனால் அந்த எண்ணத்தை வெளியிட முடியவில்லை. அம்மாவின் முதுமை அவளுடைய கருத்துக்கு மிகவும் வலிமை சேர்த்திருந்தது. துணைகளையும் சேர்த்துக்கொண்டது.

அப்புறம் சில நாட்கள் என் கண்ணில் அது படவில்லை. என்னுடைய நினைவிலும் இல்லை. ஆனால் அதற்குள் வீட்டில் எல்லோரையும் கவர்ந்து நன்றாகப் பழகியும்விட்டிருந்ததைப் பின்னால்தான் அறிய நேர்ந்தது. குறிப்பாகக் குழந்தைகள். அவர்கள் அதை மிகவும் விரும்பினார்கள். வெளியிலிருந்து ஜலதாரை வழியாக உள்நுழைந்து சுவரோரமாகவே ஓட்டிச் சென்று சமையல் அறைக்குள் புகுந்து மறைவதை அது வழக்கமாகக் கொண்டுவிட்டது. தனக்கெனப் பாதையை உருவாக்கிக் கொண்டிருந்தது. அது உள்ளே நுழைகையில் குழந்தைகளின் முகத்தில் சந்தோஷமும் ஆர்வமும் பொங்கும். அவர்களின் விளையாட்டுக்கான பொருள் ஒன்றாகவோ உடன் விளையாடும் தோழனாகவோ அதை ஏற்றுக்கொண்டுவிட்டார்கள். சுவரோர மாகச் சத்தமின்றி அது ஊர்ந்து வரும்போது இவர்கள் எதிரே போய் நிற்பார்கள். இல்லையேல் அதன் வழியில் ஒரு குச்சியை எடுத்து நீட்டுவார்கள். அது சிறிது பின்வாங்கி ஓடி, திரும்பவும் அதே வழியில் உடனே நுழையும். குழந்தைகள் தொடர்ந்து வெளிவரைக்கும் விரட்டினாலும்கூட, அவர்கள் பின்னாலேயே உள்ளே நுழைந்து ஓடிவரும். எனக்கு அதன் முட்டாள்தனம் கோபமூட்டியது.

தடை இருக்கும் வழியில் சிறிது நேரத்தில் அந்தத் தடை அகன்றுவிடும் என்று அது கருதுவதும் பழகிப்போன அந்த வழியைத் தவிரச் சிறிதும் விலகி வேறொரு வழியை நாடுவதில்லை என்பதும் இப்படியுமா ஒரு முட்டாள் ஜீவன் இருக்கும்

என்ற எரிச்சலை ஏற்படுத்தியது. ஆனால் குழந்தைகளுக்கும் அதற்குமான விளையாட்டு அது என்பதை மெதுவாகவே புரிந்துகொண்டேன். குழந்தைகள் துரத்தும்போது அது பின் வாங்குவதும் அவர்கள் பின்வாங்கும்போது அது துரத்துவதுமான விளையாட்டு. அது வெளியே ஓடுவதும்கூட வெறுமனே போக்குக் காட்டத்தான். கிழிபட்ட ரப்பர் போன்ற வாயைத் தூக்கிக் கொண்டு அது குழந்தைகளைப் பார்க்கும்போது அவர்கள் குலுங்கிச் சிரித்தனர். ஓடும்போது அதன்மேல் கால் வைத்து மிதித்து அபவாதம் ஏற்பட்டுவிடுமோ என அவ்வப்போது குழந்தைகளை மனைவி எச்சரித்துக்கொண்டிருந்தாள். ஆனால் அதனோடு குழந்தைகள் விளையாடுவதை அவள் முழுதுமாக அனுமதித்திருந்தாள். அது உள்ளே நுழையும்போது “ச்சீ இதுவேற வந்திடுச்சா” என்று நான் விரட்ட முனைந்தால் அவள் முகம் சுருங்கிவிடும். அவளும் “பாம்பக் கண்டா ஓடற ஆளு… மூஞ்சூறு அடிக்க தடி எடுத்துக்கிட்டு வந்தீங்கள்ள” என்று கிண்டல் செய்யத் தொடங்குவாள். அதன் தோற்றத்தையும் வருகையை யும் எல்லோரின் வரவேற்பையும் கண்டு மனதில் கறுவிக் கொண்டேனே தவிர வெளிப்படையாக எதுவும் சொல்ல முடிந்த தில்லை. குழந்தைகளின் சுண்டி வதங்கும் முகத்தைக் காணப் பொறுக்க முடியாது. அது உள்ளே நுழைந்தவுடன் அவசரமாக வெளியேயோ என் அறைக்கு உள்ளேயோ சென்றுவிடுவேன்.

அவளுக்கு அது இன்னொரு பிள்ளையாக மாறியிருந்தது. மிகுந்த செல்லம் காட்டிக்கொண்டிருந்தாள். சமையலறையையே அதுவும் தேர்வுசெய்திருந்ததால் ரொம்பவும் வசதியாகிவிட்டது. மௌனமாகத் தனியாக உள்ளே வேலைகள் செய்துகொண்டிருக்கும் சலிப்பு அவளுக்கு நீங்கிவிட்டது. அது வெளியேயிருந்து அளவற்ற செய்திகளைச் சேகரித்துக் கொண்டுவந்து திக்குமுக்காடும் வகையில் அவள் முன்னால் கொட்டும்போல. அதனிடமிருந்து ஆவலோடு கேட்கவும் அவளாகச் சிலது சொல்லவும் எனச் சமையலறை எப்போதும் கலகலப்பாக இருந்தது. அவள் சிலசமயம் சத்தமாக அதை அதட்டவோ கோபிக்கவோ செய்வாள். என்னவோ ஏதோ என்ற பதற்றத்துடன் ஓடினால் அந்த அற்ப ஜீவனுடனான அவளுடைய வாக்கு வாதம் நடந்து கொண்டிருக்கும். அது அவளுக்கு முன்னால் நின்று கீச்கீச் என்று கத்தும். சில சமயம் அவள் கைகளின் மேலும் ஏறிக் கொண்டிருக்கும். அருவெறுப்போடு “இதென்ன” என்று முகம் சுளித்தால் அவள் கொஞ்சல்கள் அதிகமாகும். அதனுடைய கீச்கீச் சத்தத்திற்குப் பலவிதமான விளக்கம் சொல்வாள். காதைக் கொஞ்சம் கொடுத்தால் அவற்றையெல்லாம் புரிந்துகொள்ளலாம் என்று என்னைக் குத்திக் காட்டுவாள். வெகுளிபோல் பாவனை செய்யும் அசிங்கம் பிடித்த அதன் கால்கள் விரல்களின்மேல்

படுவதை நினைத்தாலே எனக்குக் குமட்டல். காது கொடுத்து அந்தச் சனியன் குரலைக் கேட்க முடியுமா?

பாத்திரங்களின் ஓசை மட்டும் கேட்டுக்கொண்டிருந்த சமையலறை இப்போது முழுதும் குரல்களால் நிரம்பிவிட்டது. அதற்கு விருப்பமான தின்பண்டங்கள், உணவு இவற்றை யெல்லாம் நன்றாகத் தெரிந்துகொண்டாள். இப்போது என்னுடைய விருப்பங்கள் அவளுக்குப் பொருட்டல்ல. மூஞ்சூறு தான் முதலில். அதற்கு எடுத்துப் பாத்திரத்தில் பத்திரப்படுத்தி விட்டுத்தான் மற்றவர்களுக்கு விநியோகமே நடக்கும். தயிர்ச் சோறு, மாவுப் பண்டங்கள் என்று அதற்குப் பிடித்தமானவற்றை அதற்கென்று இருக்கும் இடத்தில் எடுத்துவைப்பாள். போதாதா அதற்கு? பாத்திரங்கள், சமையல் பொருட்கள் இருக்கும் இண்டு இடுக்குகளில் எல்லாம் புகுந்து எதையாவது நோண்டும். அங்கேயே கழிந்துவைக்கும். அவளுக்கு அந்தத் தொந்தரவுகள் பெரிதாகப்படவில்லை. ஒருமுறை அரிசிமாவு வைத்திருந்த தட்டு ஒன்றில் தின்றுவிட்டு, அதிலேயே மோண்டும் வைத்துவிட்டது. இரண்டு மூன்று நாட்கள் அது தொடர்ந்திருக்கிறது. சமைய லறைக்குள் நுழையவே முடியவில்லை. அப்படி ஒரு நாற்றம். அந்தத் தட்டில் இருந்துதான் நாற்றம் வருகிறது என்பதைக் கண்டு பிடித்த பின்னும் அவளுக்குக் கோபம் வரவில்லை. "உன்னோட வேலைதானா?" என்று சாதாரணமாகச் சொல்விட்டுச் சுத்தம் செய்தாள். அதனோடு முகம் உரசிக் கொஞ்சாதது தான் பாக்கி. என் பேச்சுக்கு என்ன மதிப்பிருக்கிறது என்று அவ்வப்போது முனகிக்கொள்வதைத் தவிர வேறு என்ன செய்வேன் நான்?

அம்மாவுக்கென்றால் கடவுளே புறப்பட்டு வீடு தேடி வந்துவிட்டார் என்ற நம்பிக்கை. அதைப் பார்த்து எப்போதாவது பல்லை நறநறவென்று நான் கடித்தால் "பண்ணிருக்கிற பாவ மெல்லாம் போதும். இத அடிச்சு இன்னம் வேற சேத்துக் கோணுமா?" என்று அம்மா கடுமையாகச் சொல்லும். மாடு கன்று போட்டால் சீம்பாலில் காய்ச்சும் சீம்பில் ஒரு துண்டம் எடுத்து வந்து மூஞ்சூறுக்குப் படைக்கும். அந்த நேரத்தில் அது இல்லாவிட்டாலும்கூட, அது வந்து புழங்குகிற இடத்தில் வைத்துவிடும். முதலில் கடவுளுக்குப் படைக்கிற பாங்கு. எப்போதாவது அதைப் பார்த்தால் போதும். கையெடுத்துக் கும்பிடாமல் இருக்காது. மூஞ்சூறுவைப் பார்த்து அதிசயிக்கும். உலகத்தில் இல்லாத அற்புதப் பொருள் ஒன்றைப் படைத்து எங்கள் வீட்டுக்கு என்றே பிரத்யேகமாகக் கடவுள் அனுப்பி வைத்துவிட்டதைப் போல. வியாக்யானங்கள் வேறு. மற்ற எலிகள், எப்படியெல்லாம் தொந்தரவு கொடுக்கும் என்றும் மிகச் சாதுவான பிராணி மூஞ்சூறு என்றும் கூறும். சாதுவாக

இருப்பதால்தான் கடவுளே விரும்பி வாகனமாக ஏற்றுக்கொண்டிருக்கிறார் என்ற அரிய கண்டுபிடிப்பை அம்மா விளம்பும்.

இறைச்சி சமைக்கிற நாட்களில் பகலிலேயே அனைத்தையும் காலிசெய்துவிட்டு, மாலை மயங்குவதற்குள் வீட்டைத் துடைத்துச் சுத்தம் செய்துவிட ஆணையிடும். மூஞ்சுறு அழுக்கு ஜலதாரைக்குள் புகுந்து உள்ளே வரும்போது மாமிச வாடை இருக்கக் கூடாதாம். இரவில் கறிக்குழம்பில் சாப்பிடும் எண்ணம் வைராக்கியம்போல் சூழும். அந்த நாட்களில் மூஞ்சுறை பீ செருப்புக் காலால் மிதித்துச் சிதைத்துவிட வேண்டும் என எனக்கு வெறி கிளம்பும். ஆனால் ஒரு வீட்டில், முதுமையின் அனுமதியையும் குழந்தைகளின் விருப்பத்தையும் பெண்களின் அன்பையும் பெற்றுக்கொண்டபின், என்ன நினைத்தாலும் ஆண் அந்த ஜீவனை எதிர்க்கவோ அகற்றவோ முடியுமா? அதுவும் அம்மா பயன்படுத்துவது மிகப் புராதனமான வன்மையான ஆயுதம். பக்தி. அதை நிந்தனையால் எதிர்கொள்ள முடியுமா? இவ்வளவு காலம் இருந்த அம்மாப் பற்று இந்தச் சின்ன மூஞ்சுறுவால் எனக்குக் களைந்துபோயிற்று. அம்மா தன் வயதையும் அனுபவத்தையும் வைத்துக்கொண்டு எத்தகைய வன்முறையைச் செலுத்துபவளாக உள்ளாள் என்பதைப் பற்றிச் சிந்திக்கத் தொடங்கிவிட்டேன். மூஞ்சுறுவைக்கூடச் சகித்துக் கொள்ளலாம். அதன்மீது அம்மா செலுத்தும் பக்தியையும் கும்பிடலையும் எப்படிச் சகிப்பது? அம்மா இல்லாத சமயம் பார்த்து, குவித்துக் கொடுக்குப் போல நீட்டிக்கொண்டு வரும் அந்த வாயோடு சேர்த்துத் தலையை நசுக்கித் தூக்கிக் காக்காய்க்கு எறிந்துவிட வேண்டும்போலிருக்கும் எண்ணம் கூடுவதைத் தவிர்க்க முடிவதில்லை.

மூஞ்சுறு ரொம்பவும் முன்னேறிவிட்டது. முன்புபோலக் குறிப்பிட்ட நேரத்தில் வந்துவிட்டுப் பின் போய்விடுவதில்லை. வீட்டுக்குள்ளேயே வெகுநேரம் இருக்க ஆரம்பித்துவிட்டது. அதுவும் சமையலறையைவிட்டு வேறு அறைகளிலும் உலாவல். குறிப்பாக என் அறை. அதை உணர்ந்த நாளில் மிகவும் அதிர்ந்து போனேன். என் புத்தக அடுக்குகளில் வெகு சுதந்திரமாகப் புகுந்து விளையாடவோ குடியிருக்கவோ ஆரம்பித்திருந்ததை அதன் நாற்றம் மிக்க புழுக்கையை வைத்து அறிந்தேன். நெருக்கமாக அடுக்கியிருந்த புத்தகங்களுக்கு இடையே சிறுபூச்சி நுழைவதற்கான சந்துகூட இல்லை. ஆனால் எப்படி இந்த மூஞ்சுறு உள்ளே நுழைந்தது? ஒவ்வொரு புத்தகத்தின் ஓரத்திலும் ஒன்றோ இரண்டோ புழுக்கைகள் ஒட்டியிருந்தன. அதைச் சுற்றி அமிலப் பரவலாய் அசிங்க வட்டம். பசைபோட்டு ஒட்டியதுபோல எடுக்க முடியாமல் பிணைந்துகிடந்தன. புத்தகங்களின் மருவற்ற அழகு

குலைந்து சாக்கடைக்குள் நனைத்து எடுத்து வந்தது மாதிரி அவை காணப்பட்டன. அத்தோடு அந்தப் புழுக்கைகளைச் சுத்தம் செய்யும் வேலை. உலகிலேயே மூக்கால் கொஞ்சமும் சகித்துக்கொள்ள முடியாத நாற்றம் இருக்கும் என்றால், அது இந்த மூஞ்சுறுவின் மலத்தில் இருந்து வருவதுதான். கையில் பட்டால் பிசுபிசுக்கும், அரிப்பை உண்டாக்கும் அந்தக் கழிவை அள்ளிக்கொட்டும் தலைச்சுழி எனக்கு.

என்னுடைய அறைக்குள் வந்து தனது அடையாளங்களைப் பதித்துச் செல்லும் இந்த மூஞ்சுறுவின் நோக்கம் என்ன? நான் படிக்காத, வெறுமனே வாங்கி அடுக்கி மட்டும் வைத்திருக்கிற புத்தகங்களை எல்லாம் படிப்பதுதானா? அவற்றைப் படித்து விட்டு அவற்றை இழிவுபடுத்தி என் மனைவியிடம் வெகுநேரம் பேசுவதா? சமையலறை உரையாடல் வெகுநேரம் வெளியே கேட்பதன் காரணம் இதுதானா? யோசிக்க யோசிக்கத் தலை முழுவதும் ஒரு கூடைச் சாணத்தை அள்ளி அப்பியதுபோலிருந்தது. என் அறைக்குள் நான் தனித்திருக்கும் உணர்வு முற்றிலும் பறிபோய்விட்டது. ஏதாவது இடுக்குச் சந்தில் அந்த மூஞ்சுறு பிய்ந்த தோல்வாயை நீட்டிக்கொண்டு படுத்திருக்கலாம். சுகமான உறக்கம்போடலாம். வேண்டும் என்றே என் புத்தகங்களின் மீது கழிந்துகொண்டிருக்கலாம். அறைக்குள் ஏதாவது சிறு சத்தம் எழுந்தாலும் செவி விறைக்க அறை முழுவதும் தேடலானேன். அப்படியும் அது என் கண்களில் படவேயில்லை. என் மேஜைமீது வைத்திருந்த சிறிய உணவுப் பண்டங்கள் கொறிபட்டு வடிவமிழந்து காணப்பட்டன. சிறு சேதம் ஏற்பட்டிருப்பதாகத் தெரிந்தாலும் அவற்றைத் தூக்கி வெளியே வீசி விடுவேன். மூஞ்சுறுவின் நொதி எச்சில் படிந்த பண்டம் எனக்கெதற்கு? மூஞ்சுறுவின் இந்தச் செயல்களை எல்லாம் பட்டியலிட்டு அவளிடம் சண்டைபோட்டேன். இது பெரிய விஷயமா என்பதுபோல் பார்த்துவிட்டு "நான் வேண்ணா சுத்தம் பண்ணிர்றேன்" என்றாள். எதற்கும் பயன்படாமல் வெறுமனே இடத்தை அடைத்துக்கொண்டு கிடக்கும் புத்தகங்கள் என்று திருமணமான தொடக்கம் முதலாய் அவளுக்கிருக்கும் எண்ணத்தைச் சரியான சந்தர்ப்பம் இதுவென்று மிக வன்மமாக வெளிப்படுத்தினாள். ஏற்கனவே திட்டமிட்டுப் பதில்களை உருவாக்கி வைத்திருந்தாள். அதுகூடச் சொல்லிக் கொடுத்திருக்கலாம். அவளோடு விவாதிக்கும் பொறுமை அற்றுப்போய் "அத அடிச்சு எறிவன்" என்று கத்தினேன். என் முகத்தில் கொலைவெறி பளிச்சென்று தோன்றியிருக்கக்கூடும். அவள் மௌனம் அதை உணர்த்தியது. பேச்சற்றுப்போன சில கணங்களுக்குப் பின் நிதானமாகப் பதில் சொன்னாள். "உங்கம்மாவுக்குப் பயப்படலீன்னா அடிச்சு எறிங்க." அதற்கு மேலும் பேச்சு நீடிக்க என்ன இருக்கிறது?

எப்படியோ தொலையட்டும் என்று விட்டுவிடத்தான் முடிவு செய்தேன். ஆனால் எதிரி விடுவதாயில்லை. அவன் என்னைச் சீண்டிக்கொண்டே இருக்கப் பிரியப்படுகிறான். என் இயக்கம் அவனுக்கு வேண்டி இருக்கிறது. வீடே எனக்குப் பிடிக்காமல் போகும்படியான காரியத்தில் அவன் ஈடுபட்டான். வீடு எதற்கு? சுவர்களின் தேவை என்ன? உண்பதற்கும் உடுப் பதற்குமா? படுத்து உறங்கவா? அதற்கெல்லாம் சுவர்களற்ற வெளி போதுமானது. வீடு முதன்மையாகப் புணர்ச்சிக்கானது. வீடற்ற உடல்களின் புணர்ச்சியைக் கற்பனை செய்யக்கூட இயலவில்லை. என் எதிரி அதிலும் தலையிட்டான். அதைப் பற்றிச் சொல்ல எனக்கே கூச்சமாகத்தானிருக்கிறது. மூஞ்சுறு வுக்குப் பிடித்தது கொழுக்கட்டை என்று யாராவது எண்ணிக் கொண்டிருந்தால் தயவுசெய்து மாற்றிக்கொள்ளுங்கள். அதுவல்ல.

என் அப்பனுக்கும் பாட்டனுக்கும் முப்பாட்டனுக்கும் மூதாதைகளுக்கும் சித்தித்த வெறுங்குறிப்புணர்ச்சி வாய்க்காத தலைமுறை எனது. ஆக, புணர்ச்சி முடிவில் அகற்றிப் படுக்கை யோரத்தில், படுக்கைக்குக் கீழே என்று நான் வைக்கும் ஆணுறை சில நாட்களாகக் காணாமல்போகத் தொடங்கியது. உன்னிப் போடும் விழிப்போடும் கவனிக்கும் மனநிலை அப்போதைக்கு இருப்பதில்லை. கொஞ்ச நாட்களுக்குப் பின் என் அறையில் அடைத்துக்கிடக்கும் பொருட்களுக்கு நடுவே குதறப்பட்ட ஆணுறைத் துணுக்குகள் கிடைக்க ஆரம்பித்தன. அவை நாற்றமும் கொண்டிருந்தன. என் அதிர்ச்சியை யாரிடம் பகிர்ந்துகொள்வது? இந்த மாயத்தைக் கண்டுணரும் பொருட்டு விழிப்பாக இருக்கத் தொடங்கினேன். சாபம் படிந்த அந்த இரவில் சரசரப்பு ஒலி கேட்டுச் சட்டென்று எழுந்து விளக்கைப் போட்டேன். திருடனைப் போல அவன் விழித்தான். துருத்திய வாய் முழுதும் வெண்மை படிய சிதைத்து உறிஞ்சிக்கொண்டு இருந்தான். ஆம். மூஞ்சுறுவுக்குப் பிடித்தது கொழுக்கட்டையல்ல. அதற்குப் பின்னும் பலமுறை கவனித்திருக்கிறேன். தரையில் மணம் படரத் தொடங்கியதுமே அவன் வந்துவிடுவான். இதை எனக்கு யாரிடமும் சொல்லத் தோன்றவில்லை. எனக்கும் அவனுக்கும் மட்டுமே தெரிந்த ரகசியமாயிற்று. துயரத்தின் உச்சத்தில் பெருத்த நிதானம் கூடிவிடுவதுபோல, எனக்குமாயிற்று. ரகசியமாகவும் பொறுமையாகவும் திட்டம் ஒன்றை வரைந்தேன்.

அதன்படி, வீட்டில் யாருமே இல்லாத பகல் ஒன்றைத் தேர்ந்தெடுத்தேன். சில சமிக்ஞைகள் மூலமாக அந்தப் பகலைக் குறித்து அவனுக்கும் உணர்த்தி இருந்தேன். நண்பகலில் வீட்டுக்குள் நுழைந்தேன். என் அறையை அழுந்தத் தாழிட்டேன். நான் திரும்பியபோது, வெகு ஆவலுடன் எனக்காக அவன் காத்திருந்ததைக் கண்டேன். என் சிரிப்பு அவனுடைய அச்சத்தை

முழுதுமாகப் போக்கி என்னைப் பற்றிய நம்பிக்கையை மிகுவித்திருந்தது. என் காலடியை மெதுவாகப் பிறாண்டினான். பாதத்தில் குழைந்து தழைந்து விளையாடத் தொடங்கினான். என் அருவெறுப்பு அதிகரித்துக் குமட்டலாயிற்று. வாகான சமயம் பார்த்து என் இருவிரல்களால் அவன் கழுத்தைக் கவ்வினேன். வீச்வீச்சென்று அவன் அலற அலற என் பிடி இறுகிற்று. அவன் உடல் விறைத்துத் தளர்ந்தது எனக்கு ஆர்வம் ஊட்டிற்று. அந்த உயிர்த் துள்ளலைக் காணக் காண எனக்குள் திருப்தி நிரம்பிக்கொண்டிருந்தது. பிளந்த வாயோடு அந்த மூஞ்சூறு கைகளில் இருந்து உதிர்ந்தபோது சலனம் எதுவுமில்லை. நிறைவுப் பெருமூச்சு விடுபட்டது. ஒரு கொலையைத் திட்டமிட்டு முடித்து விட்ட பரபரப்பு என்னுள் சூழ்ந்தது. யாரும் வந்துவிடக் கூடாதே என்று இறைஞ்சிக்கொண்டேன். முன்பே தயாராக வைத்திருந்த பாலிதீன்பை ஒன்றில் அதைப் போட்டுச் சுருட்டி என் சட்டைப்பையில் வைத்துக்கொண்டேன். ஒரு பிணத்தைச் சுமக்கும் பாடையாக என் சட்டைப்பை. அதுவும் அசிங்க ஜென்மம் ஒன்றின் பிணம்.

நான் வந்ததற்கான அடையாளங்கள் எல்லாவற்றையும் அழித்துவிட்டு வெளியேறினேன். யாருமற்ற சாலை ஒன்றின் ஓரம் குவிந்திருந்த குப்பையில் பிணத்தை எறிந்தேன். காத்திருந்தது போல் காக்கைகள் வந்து சூழ்ந்துகொண்டன.

வீட்டில் அன்று இரவே அதைக் காணவில்லை என்று அவள் புலம்பிக்கொண்டிருந்தாள். குழந்தைகள்கூடச் சோர்ந்து இருந்தனர். அம்மாவின் முகத்தில் பீதி சூழ்ந்திருந்தது. என்னைச் சூசகமாகப் பார்த்தாலும், யாரும் எதுவும் கேட்கவில்லை. என்மீது குற்றத்தைச் சுமத்த எந்த ஆதாரமும் யாரிடமும் இருக்கவில்லை. என் சந்தோசத்தை வெளிப்படுத்தாமல் மிகவும் கட்டுப்படுத்திக்கொண்டு எப்போதும்போல் இருப்பதாகப் பாவனை மேற்கொண்டேன்.

நான்கைந்து நாட்கள் கழிந்திருக்கும். அதே போன்றதோர் முன்னிரவு. நாங்கள் பேசிக்கொண்டிருந்தோம். தயக்கமில்லாமல் ஒரு மூஞ்சூறு ஜலதாரை வழியாக உள்ளே நுழைந்தது. ஆரவாரத்தோடு கலகலத்து அதனை வரவேற்றார்கள். நான் அதை உற்றுப் பார்த்தேன். பின் சொல்லிக்கொண்டேன். அதுவல்ல இது. அதுவாக இருக்க முடியாது இது. ஆனால் பிளந்து துருத்திய அதன் வாயெனும் உறுப்பு சற்றே என் பக்கம் திரும்பியபோது, மெலிந்த சிரிப்பொன்றை உதிர்த்தது போன்ற நெருடல் என்னுள்.

●

புதுஎழுத்து, ஜனவரி – மார்ச் 2000

எருக்கஞ்செடிகள்

வேலை முடிந்து எல்லோருடனும் வயல் வரப்பில் நடந்துகொண்டிருந்தபோது, ஒளி மங்கிய இருள் மாலைப் பொழுதில், அவன் மயங்கி விழுந்து செத்துப்போனான். அவர்கள் அவசர அவசரமாகத் தூக்கிச் சென்ற மருத்துவரும் அதை உறுதிப்படுத்தி அனுப்பினார். அவன் நடுத்தர வயதுடையவன். அவனுக்கென்று பெரிய குடும்பம் இருந்தது. எல்லோருமே உழைப்பாளிகள். மூன்று மகன்கள், இரண்டு மகள்கள். மகள்களுக்குத் திருமணம் செய்து முடித்துவிட்டான். ஒரு மகனுக்கும்கூடப் போன மாதம் தான் திருமணம் நடந்தது. பெண்களுக்குத் திருமணம் முடித்துவிட்டபின் அவன் கடமையும் முடிந்த மாதிரி தான். இருந்தாலும் இன்னும் இரண்டு பையன்களின் திருமணத்தைப் பார்க்கக் கொடுத்துவைக்கவில்லையே என்பது ஆதங்கம். சிலர் மருமகள் வந்த தோஷம் ஆளை அடித்துவிட்டது என்றார்கள். எப்படியோ அவன் நல்ல சாவை அடைந்துவிட்டான். ஒரு சில நிமிடங்கள் கத்திக் கதறிவிட்டு, வெளியே வந்து "எப்படி இப்படிச் செத்தான்?" என்று வியப்புடனும் பொறாமையுடனும் பேசிக்கொண்டிருந்தனர். அவன் மனைவி மட்டும் கால்கள் அறுந்து விட்டவளாய் மூலையில் கிடந்தாள். வீடடைத்துப் பந்தல் போடப்பட்டிருந்தது. எல்லாப் பக்கமும் வெளிச்சம். அழுகுரல் மட்டும் இல்லாமலிருந்தால் கல்யாண வீடென்று மயங்கிப் போய்விட வேண்டும். பிணத்தை அடுத்த நாள்தான் எடுக்கப்போகிறார்கள். அதனால் பக்கத்து வீடொன்றில் பந்தியும் நடந்துகொண்டிருந்தது.

எல்லாச் சொந்தக்காரர்களுக்கும் ஆளனுப்பியாகிவிட்டது. பறைமேளம் உற்சாகமாய்க் கொட்டியது.

விடிய விடியப் பிணத்தைச் சுற்றி மாரடித்து அழுதிருந்தாலும் பெண்கள் ஓயவில்லை. மீண்டும் காலையில் ஒப்பாரி தொடங்கியது. நெற்றியில் அப்பிய நாணயத்துடனும் மூக்கிலடைத்த பஞ்சுடனும் பிணம் கிடந்தது. அதை வழி அனுப்புவதற்கான அலங்காரங்கள் தொடங்கின. பச்சை மட்டைப் பாடை மணம் கமழ்ந்தது. கடைசியாய் அவனை – அதை – வழியனுப்புவதற்கான அனைத்துச் சடங்குகளும் முடிந்தன. நெய்ப் பந்தம் பிடித்துப் பேரன் பேத்திகள் சொந்தம் அறுத்தனர். குடியிருப்பின் இறுதிவரை கூடிவந்து அழுது பெண்கள் நின்றுகொண்டனர். கொள்ளிவைக்கும் கடைசி மகனின் வேலைதான் பாக்கி. ஆண்கள் எல்லோரும் இடுகாட்டுக்கு நடந்தனர். பாடையைத் தூக்கத் தோள் கொடுத்தவர்களுக்கு முன்னால் பறைமேளம் பிணத்தின் வருகையை அறிவித்துக்கொண்டு முன்னோடியது. இடுகாட்டுச் சாலையை அடைந்து அதன் வாயிலுக்குள் நுழையப்போகும் தருணத்தில் பாடையின் மேல் லேசாக அசைவு தெரிந்தது. அதுவரைக்கும் இருந்த கனம் திடீரென்று குறைந்து லேசாகியது. பாடையைச் சுமந்தவர்களுக்கு அது இயல்பான அசைவாகவே தோன்றியது. மூக்குப் பஞ்சுகள் உதிர்ந்தன. கட்டிலில் எழுந்து உட்கார்வதைப் போல சாவகாசமாகப் பிணம் எழுந்து உட்கார்ந்தது. கீழே தொங்கிய காலைப் பாடையைச் சுமப்பவர்கள் உணர்ந்த அதே நேரத்தில் பின்னால் வந்தவர்கள் சத்தமிட்டுக்கொண்டு நாலாப்புறங்களிலும் சிதறியோடினர். பாடை தாறுமாறாகக் கீழே விழுந்தது. பொரியும் பூக்களும் மேல்துண்டுகள் ஒன்றிரண்டும் சாலையில் சிதறிக்கிடந்தன. பாடையும் பிணமும் மட்டும் அருகருகே. வேறு நாதி இல்லை. அவன் பிணமானான். மீண்டும் பிணம் அவனாகிவிட்டது. வேறுபாடு ஒன்றுமில்லை.

அவனுக்குத் தன் நிலையைச் சட்டென்று உணர்ந்துகொள்ள முடியவில்லை. ஆனால் ஏதோ பாடையில் இருக்கிறோம் என்பதை அறிந்து வேகமாக எழுந்து தூர நின்றுகொண்டான். தான் நிற்பது இடுகாட்டின் வாயிலில் என்பதையும் பாடையில் தூக்கி வரப்பட்டிருக்கிறோம் என்பதையும் அவன் வெகு நேரம் கழித்தே புரிந்துகொண்டான். இத்தனை நேரம் தான் பிணமாகக் கிடந்திருக்கிறோம் என்ற நினைவு அருவெறுப் பூட்டிற்று. அச்சம் படர்ந்து தலை கனத்தது. திரும்பவும் பிணமாகி விடுவோம் என்பதை உணர்ந்தான். உயிர் ஆசை மீறி, தன்னை மீட்டுக்கொண்டான். எப்போதிலிருந்து தனக்கு இந்த நிலை? வேலை முடிந்து வரப்புகளில் யாரையோ கிண்டல் செய்து

பேசிக்கொண்டு வந்தது நினைவிருந்தது. அதற்கப்புறம் என்ன வாயிற்று? அது கழிந்து எவ்வளவு நேரமாயிருக்கும்? இல்லை, நாட்கள்? எங்கே இருந்தோம் இவ்வளவு நேரம்? நினைவுகளைத் தோண்டினான். ஒன்றுமேயில்லை. வெறும் இருள். நிலவோ நட்சத்திரங்களோ இல்லை. சின்ன மின்மினிகள்கூட அற்ற இருள். தூக்கமா இது. கனவுகளற்ற ஒரு தூக்கம் உண்டா? சிறுபுரளல்கூட இல்லையே. நாய்க் குரைப்போசையைக் கேட்டோமா? எந்த ஒலியும் இல்லை. வெற்று இருளில் என்னவாக இருந்திருக்க முடியும்? பிணம். தான் பிணமாகக் கிடந்திருக்கிறோம் என்பதை அவனால் ஒத்துக்கொள்ள முடிய வில்லை. அப்படியானால், செத்துப் பிழைத்திருக்கிறோமா? உடல் உறுப்புகளைத் தொட்டுத் தொட்டுப் பார்த்தான். எதுவும் வித்தியாசமில்லை. பிணத்துக்கான அலங்காரங்கள் நிறைந்திருந்தன. எல்லாவற்றையும் அழித்தான். கிணற்றுக்குள் இறங்கி நாள் முழுக்கக் குளித்தால் அன்றி அவற்றை முழுக்கத் துடைத்தெறிய இயலாது. அவனால் சீராக மூச்சுவிட முடிந்தது. கை கால் இயக்கங்கள் இயல்பாக இருந்தன. பிணமல்ல பிணமல்ல என்பதைத் திரும்பத் திரும்ப மனசுக்குள் கூறிக்கொண்டான். இரைந்துகிடந்த பூக்களும் குலைந்துவிழுந்திருந்த பாடையும் எதிரே மரங்களின் அடர்த்தியில் மௌனமாக நின்றிருந்த இடுகாடும்தான் பிணமாகவே இருப்பதாய்க் காட்டின. உடலோடு எழுந்துவிட்ட பேய். அந்த இடத்தைவிட்டு வெகு விரைவாக நகர்ந்துவிட விரும்பினான்.

எந்தப் பக்கம் செல்வதென்றே புரியவில்லை. ஊரை நோக்கி, தன் வீட்டை நோக்கித்தான் போயாக வேண்டும். எல்லாவிதமான சடங்குகளையும் முடித்து வெளியேறிவிட்ட உடல்தானே இது? திரும்ப அங்கே இந்த உடலை அழைத்துக்கொள்ள விரும்புவார்களா? அதற்கு என்னவிதமான சடங்குகள்? அவர்களின் அழுகைகளை விரயமாக்கிவிட்ட அவனை எந்த முகம்கொண்டு வரவேற்க முடியும். தனக்கென்று வேறு எந்த இடம் இருக்கிறது. ஏன் இல்லை? பிணக்குழி இருக்கிறதே! அவன் உடலுக்காக வெட்டப்பட்ட அந்தக் குழியைக் காண ஆவல் கொண்டான். சுள்ளென்று வெயில் அடித்தது. இன்னும் உச்சி நேரமாகவில்லை. இடுகாட்டுக்குள் நுழைந்தான். மரங்கள் அனைத்தும் இறுகிக்கொண்டன. நிழல்கள் தரையைக் கவ்வியிருந்தன. அதனூடே நடந்தான். தான் இந்த வழியில் நடந்து செல்வதை நினைக்க அந்த நேரத்திலும் சிரிப்பு வந்தது. இடு காட்டின் ஒரு மூலையில் கத்தாழை முட்களின் ஓரமாய்க் குழி வெட்டப்பட்டிருந்தது. அதன்மேல் வெயில் கோரமாய்க் காய்ந்தது. அவனுக்கு ஊரார்மேல் கோபம் வந்தது. அவனுக்கென்று

வேம்பின் நிழல் பொதிந்த ஒரு குளிர்ச்சியான இடத்தைக் கூடவா அவர்களால் தேர்வுசெய்ய முடியவில்லை? அதுவும் சரளையான இடம். உடலைக் குத்திக் கிழிக்கும் கற்கள். இந்த இடுகாட்டின் எந்த இடத்திலும் குளிர்ந்த செம்மண் இல்லையா, என்ன? தனது உடம்பின் உயரத்திற்குப் பொருந்தாத நீளத்தில் இருந்தது குழி. காலைக் கையை ஒடித்து வளைத்து உள்ளே திணித்திருப்பார்களே. என்ன குரூரமான செய்கை. பூமி கிடக்கிறது. லேசாகப் புரண்டு படுக்கும் அளவுக்கு விஸ்தாரமாக வெட்டியிருந்தால் என்ன? அவனுக்கு எல்லோர் மேலும் கோபமாயிருந்தது. இதற்கு முன் எத்தனையோ பேருக்குக் குழி வெட்டும் இடங்களை இவன் தேர்வுசெய்திருக்கிறான். அப்போது இதையெல்லாம் எண்ணிப் பார்த்திருக்கிறோமா என்கிற யோசனை எதுவும் அவனுக்கு வரவில்லை. எல்லோரையும் நிறுத்திவைத்து நறுக்கென்று நாலு கேள்வி கேட்க வாய் துடித்தது. அவன் மயானத்தைவிட்டு வெளியே வந்தான். தூரத்தில் ஊரே திரண்டு அவனை நோக்கி வந்துகொண்டிருந்தது.

யாருடைய முகத்திலும் மகிழ்ச்சியின் சிறுசாயலும் இல்லை. எல்லோரும் பிணம் எழுந்து நிற்பதைப் போலவே இருந்தனர். எமனின் கைப்பிடிக்குள் இருந்து திமிறிக்கொண்டு வந்து விட்டவனுக்கு இதுதான் வரவேற்பா? அழுகையின் வருத்தங் களின் பொய்மையை அள்ளி இறைப்பதற்கு ஏதுவாக அவனை எமன் திருப்பி அனுப்பியிருக்கிறானோ. அவனுக்குப் பதினைந்து இருபதடி தூரத்திலேயே எல்லோரும் நின்றனர். அவனைப் பார்த்த சிலரின் கைகால்கள் நடுங்குவதையும் உணர முடிந்தது. பெண்களைத் தவிர ஊரின் ஒட்டுமொத்த ஆண்களும் அங்கே இருந்தார்கள். மகன்களைத் தேடினான் அவன். காணவில்லை. வராமலிருக்க வேண்டும். இல்லை, தலைகுனிந்தபடி இருக்க வேண்டும். அவர்கள் எல்லோரும் அவசரமாகக் கூடிப்பேசி ஒரு முடிவோடு வந்திருப்பதை அவனால் ஊகித்துக்கொள்ள முடிந்தது. அவனோடு சிறு வயதிலிருந்து ஒன்றாகத் திரிந்து கொண்டிருந்த அவன் தோழன் பெயர் சொல்லிக் கூப்பிட்டான். கூப்பிட்டவன் குரலில் எந்த இளக்கமும் இல்லை. உள்ளார்ந்த சிறு சந்தோசமும் தொனிக்கவில்லை. ஆனாலும் குரலைக் கேட்டதும் இவனுக்குக் கண்ணீர் சுரந்தது. குரல் எழும்பாமல் ஏறிட்டான்.

“செத்து சுடுகாடு வரைக்கும் வந்ததுக்கப்புறம் பொழச்சிக் கிட்டவன ஊருக்குள்ள சேத்த முடியாது. பொணத்துக்குனு செய்யற சாங்கியமெல்லாம் செஞ்சதுக்கப்புறம் ஊருல நீ இருந்தா ஊருக்குக் கேடு.”

அவனுக்குச் சொல்ல ஒன்றுமேயில்லை. குரல் தழுதழுக்க அழுதான்.

"தோ . . . உன்னோட கஷ்டம் புரியுது. ஆனா என்ன செய்யறது? இதே மாதிரி ரண்டு மூணு தலைமொறைக்கு முன்னால நம்மூர்ல ஒன்னு நடந்திருக்குது. அப்ப அந்த ஆள ஊருக்குள்ள உட்டிருக்காங்க.

"அதுக்கப்புறம் மழ மாரி இல்ல. ஊரே பஞ்சத்துல செத்திருக்குது. அவர ஊருக்கு வெளியே அனுப்புனதக்கப் பறந்தான் செரியாயிருக்குது.

"உனக்கு நாங்க எல்லாம் செஞ்சு தர்றம். இங்கேயே ஒரு கொட்டாயி போடறம். சாப்பாட்டுக்கு வேணுங்கறத செஞ்சு தர்றோம். ஊர் எல்லைக்குள்ள வர வேண்டாம்."

அவனிடம் எந்தப் பதிலுமில்லை. வெறுமனே மண்டியிட்டுத் தொழுதான். ஊமையன் ஒலிபோல குரல் உடைந்தது. அதனூடே சொன்னான்.

"இப்ப நா பொணமில்லே."

அங்க எழுந்த சப்தத்தில் அவன் சொற்கள் யாரையும் எட்டவில்லை. அவன் அனுமதிக்கும் யாரும் காத்திருக்கவில்லை. அவசரமாக ஒரு சிறு குடிசை போடும் பணி மும்முரமாக நடந்தது. அங்கே வேலை செய்யும்போது எழும் அரவம் எதுவுமில்லை. ஆனால் வேலை முடிந்துகொண்டிருந்தது. வேம்பின் அடியில் அவன் படுத்துக்கிடந்ததைத் தூரத்திலிருந்து கவனித்தவர்கள் மீண்டும் அவன் பிணமாகிவிட்டானோ என்று சந்தேகப்பட்டனர். அருகே வந்து பார்க்கும் தைரியம் யாருக்குமில்லை. அவன் நிலைகுத்திய கண்கள் வேம்பின் உச்சியில் நின்றன. அவன் காதுகள் அவன் மனைவியின் குரலை எதிர்நோக்கிக் காத்திருந்தன.

"அவரோடவே நானும் இருக்கறன்" என்று, எல்லோருக்கும் சவால் விடும் திரைப்பட நாயகியைப் போல அவள் வருவாள் என்ற எண்ணம் வெகுநேரம் நீடித்திருந்தது.

❍ ❍ ❍

இந்த மூன்று நாட்களில் அவனுக்கு இடம் பழக்கமாகிவிட்டது. முதல் நாளைப் போலப் பசியோடு படுத்தேகிடக்கவில்லை. ஒரு வேளைச் சமையல் செய்யத் தொடங்கிவிட்டான். பகல் நேரத்தில் ஒன்றும் பிரச்சினை இல்லை. எல்லோரும் சொல்வதுபோல மயான அமைதி—நிசப்தம் என்றெல்லாம்

எதுவுமில்லை என்பதை அவன் அறிந்து வியந்தான். அங்கே அருமையான மரங்கள் இருந்தன. பெரிய பெரிய வேம்புகள், வாதநாராயணமரங்கள், கோனப்புளியாமரங்கள் என்று இடுகாட்டைக் குளுமையாக்க எத்தனையோ மரங்கள். அவன் அறிந்தவையும் அறியாதவையுமான மூலிகைச் செடிகள். பிணக் குழிகளில் மலர்ந்து நிற்கும் சாமந்தி, மல்லிகைப் பூ வாசனைகள். இவற்றினூடே அங்கே விதவிதமான பறவைகள் வசித்தன. எப்போதும் கத்திக்கொண்டிருக்கும் காக்கைகள் தவிர கிளி, புறா, மைனா, குருவிகள் என்று அளவற்ற பறவைகள். அவன் பார்த்திருந்தும் பெயர் தெரியாதவை எத்தனையோ? அணில்களும் ஓணான்களும் பாம்புகளும் வசித்தன. சிந்தனைக்கிடையில் நிசப்தம் எங்கே ஒளிந்திருக்கிறது? அது ஒரு ராச்சியம். அங்கே பிணக்குழிகள் வெறும் பார்வையாளர்கள்தாம். எப்போதோ ஒருமுறை வரும் மனிதன் இதை அமைதிக்காடாக எப்படிச் சொல்ல முடிகிறது? பகலெல்லாம் இந்தப் பறவைகளையும் அவை நடத்தும் மயான ராச்சியத்தையும் கண்டுகொண்டிருப்பதே அவன் வேலை. அவனுக்கென்று ஊரார் போட்டிருந்த தொங்கல் கட்டிலைப் போட்டு ஏதாவது ஒரு வேம்பு நிழலில் படுத்தால் கண்கள் மட்டும் சுழலும். பார்ப்பதிலும் கேட்பதிலும் உள்ள சுகத்தை அவன் இவ்விதம் ஒருபோதும் அனுபவித்ததில்லை. மசமசவென்று எந்நேரமும் வேலைசெய்துகொண்டேயிருப்பான். ஓய்ந்த வேளையில் தூக்கம். வேறொன்றையும் அவன் கவனித்தது கிடையாது. கூட்டாக வேட்டைக்குப் போகும்போது பறவைகளைக் கவனித்துப் பார்ப்பான். அதுவும் வேட்டை நோக்கத்தில். இப்போது அவனுக்கு வேறு பார்வை வந்திருந்தது. அவனைக் கட்டைபோல நினைத்து மேலேறி விளையாடும் சிட்டுக்குருவிகளுக்கு ஆடாமல் அசையாமல் இடம் கொடுக்க முடிந்தது. அவற்றின் சந்தோசத்தில் அவனும் திளைத்தான். அது போன்ற நேரங்களில் முதல்நாள் ஊரைவிட்டு எங்காவது ஓடிப்போய் வேற்றூரில் பிழைத்துக்கொள்ளலாம் என்று தோன்றிய எண்ணத்தை நினைத்து வெட்கிப்போவான். அவன் பிறந்ததிலிருந்து வேற்றூர் போய் அறியாதவன். தேரும் திருநாளும் என்று கும்பலோடு ஓரிருமுறை போனதோடு சரி. அவன் தனியாக எந்த ஊரில் போய், என்ன செய்வான்? வெறுமனே படுத்துக்கொண்டிருந்ததால் ஏற்பட்ட சோம்பலைத் தவிர அவன் சந்தோசமாக இருந்தான்.

இரவில்தான் பிரச்சினை எல்லாம். மாலை மங்கும் நேரத் திலேயே அவன் குடிசைக்குள் நுழைந்துகொள்வான். கதவுத் தட்டியை இழுத்துக்கட்டி உட்காரவும் படுக்கவும் என்று நேரம் போகும். பறவைகளின் கூடடையும் ஆரவாரம் அடங்க

பட்டியாள் நேரமாகும். அதன்பின் துடிக்கும் இதயத்துடன் கொட்டக் கொட்ட விழித்துக்கிடப்பான். பிசாசுகளின் கொட்டம் ஆரம்பமாகும். பெரிய மரங்களில் குதித்துக்கொண்டு அவை ஊஞ்சலாடும் கிரீச் சத்தத்தில் தொடங்கும். புரிபடாத ஒலிகள் இடுகாடு முழுக்க எதிரொலிக்கும். ஒன்றை ஒன்று அடித்துக் கொண்டும் சண்டையிட்டுக்கொண்டும் அவை கத்துவதாக அவன் நினைத்துக்கொள்வான். பிசாசுகளிடம் அவனுக்குப் பயமொன்றும் கிடையாது என்று பலமுறை வீரம் பேசி இருக்கிறான். இப்போது அப்படிச் சொல்ல முடியவில்லை. பயத்தில் எகிறும் இதயத்தைக் கையில் பிடித்துக்கொண்டு மூச்சுவிடும் சப்தம்கூட வெளிவராமல் படுத்துக்கிடப்பான். சிறு கடப்பாரை ஒன்றைக் கையில் வைத்துக்கொள்வான். பிசாசுகளுக்கு இரும்பு ஆகாது. மெல்ல மெல்ல அவற்றின் ஆரவாரம் அவன் குடிசையை நோக்கித் தாவும். குடிசையின் மீதிருந்து சறுக்கல் விளையாட்டை அவை குதூகலத்துடன் வெகுநேரம் விளையாடும். ஏதாவது சந்து பொந்துகளில் புகுந்து அவை உள்ளே வந்து விடுமோவெனப் பயந்து கிடப்பான். குடிசையின் மீது கல்மாரி பொழிவதுபோலச் சத்தம் கேட்கும். கதவைத் தட்டி உதைக்கிற சத்தங்கள் வரும். எல்லாவற்றையும் கேட்டுக்கொண்டே மூலை யில் கிடப்பான். விளக்கு எப்போதோ அணைந்துபோயிருக்கும். இரவு முழுவதும் அவனுக்குப் பொட்டுத் தூக்கமிராது. எதற்காகப் பிழைத்தோம் என்று நொந்துகொள்வான்.

அவனுக்காக வெட்டிய குழியில் பெருங்கூட்டுச் சேவல் ஒன்று புதைக்கப்பட்டிருந்தது. இந்த மனிதப் பிசாசுகளுக் கிடையே கோழிப் பிசாசும் இருக்குமோ. இதில் அவன் முன்னோரின் பிசாசுகளும் இருக்கலாம். அவை அவனைக் கருணையோடு நடத்தலாம். அவற்றின் பேச்சைக் கேட்ட தாலேயே மற்ற பிசாசுகள் அவனை எதுவும் செய்யாமல் விட்டு வைத்திருக்கலாம். ஆனால் அவனை அறியாமல் கண்ணீர் வழிந்துகொண்டேயிருக்கும். பெரிய குடும்பத்தில் பிறந்து பெரிய குடும்பத்தின் தலைவனாக வாழ்ந்த அவனுக்கு இன்று எதுவுமே இல்லை. தூரத்தில் இருந்து, இடுகாட்டிற்கும் வயல் காட்டிற்கும் இடையேயுள்ள வேலியின் அப்பால் நின்று – முகத்தைக்கூடக் காட்ட வேண்டாம் – ஒரு வார்த்தை எப்படி இருக்கிறாய் என்று கேட்க யாருக்கும் வாய் இல்லையே. அவன் தன் குடும்பத்திற்கு எவ்வளவோ பொறுப்பாகத்தானே இருந்தான். பிணமானவனை எதற்காகப் பிழைக்கவைத்தான் இந்த எமன்? தவறானவனைக் கொண்டுசென்றுவிட்ட பிழையைத் திருத்திக்கொள்ளவா? பிணமாக இருந்திருந்தாலாவது குழிக்குள் கவலையின்றிப் படுத்திருக்கலாம். இந்தப் பிசாசுகளுடன் கூடி விளையாடிக்

குதிக்கலாம். இரண்டுங்கெட்டான் நிலை. இரவில் வெகுநேரம் அவனுக்கு இப்படியான யோசனைகளிலேயே கழியும். விடியலில் பிசாசுகள் அடங்கியபின் தூக்கம் மெல்ல ஆட்கொள்ளும். பொழுது கிளம்பி ரொம்ப நேரம் கழிந்த பிறகே வெளிவருவான். அப்போது பறவைகள் வெளிக் கிளம்பிப் போயிருக்கும். புதிய பறவைகள் வந்திருக்கும். மேற்கு மூலையில் இருந்த கிணற்றில் நீர் இறைப்பான். பிணக்குழியில் வைக்கும் குடம் நிரப்ப அந்தக் கிணற்றில் நீர் எடுப்பதைத் தவிர, வேறு எதற்கும் பயன்படுத்தியதில்லை. குடிக்க கரும்புச் சாறுபோல அத்தனை இனிப்பாக இருந்தது நீர். இது பிசாசுகள் குடிப்பதற்கானது. என்றாலும் கடவுள் எவ்வளவு சுவையை இதில் நிறைத்துள்ளான் என்று வியப்பான். பிசாசுகள் இரவு முழுக்க அடித்த கொட்டத்தின் சுவடுகள் ஏதும் அங்கு மிஞ்சி யிருப்பதில்லை. அது அவன் பயத்தை ஓரளவு விரட்டியது.

தன் குடிசையைச் சுற்றி வளர்ந்திருந்த புல் பூண்டுகளை ஒரு பகலில் சுத்தம்செய்யத் தொடங்கினான். அது அவனுக்கு இடைவிடாத வேலையை வழங்கியது. இடுகாட்டிற் குள்ளிருந்து மலர்ச் செடிகளையும் காய்கறிக் கொடிகளையும் பிடுங்கி வந்து நட்டான். குளிர்ந்த மரக் கன்றுகளையும் நட்டான். குடிசை ஒரு தோட்டத்தின் நடுவிலிருப்பதாக அமைந்தது. அரைப் பகல் தோட்ட வேலையைக் கவனிப்பான். மதியத்திற்கு மேல் கிணற்றிலிருந்து நீர் இறைத்துக்கொண்டுவந்து செடிகளுக்கு ஊற்றுவான். மெல்ல மெல்ல அவன் பழைய அவனாகிக் கொண்டிருந்தான். பகல் முழுக்கப் பறவைகளைக் கவனிக்கக் கூட அவனுக்கு நேரமில்லை. அவன் தோட்டம் அத்தனை அற்புதமாக வளர்ந்துகொண்டிருந்தது. அங்கே பல வண்ணப் பூக்களை அவன் பயிரிட்டான். அவை பிசாசுகள் தலையில் சூடிக்கொள்ள உதவின. காய்கறிகள் அவனுக்கும் பயன்பட்டன. மரங்கள் தளிர்விட்டிருந்தன. அந்த இடுகாட்டின் ஓரத்தில் அவ்விதமான ஒரு தோட்டம் யாருக்கும் கனவில்கூட வந்திருக்காது.

இடையே வேறொரு பிணம் இடுகாட்டுக்கு வந்தது. அப்போது அங்கு குழுமி வந்த ஊரார் எவரையும் அவன் காண விரும்பாமல், குடிசைக்குள்ளேயே அடைந்துகொண்டான். தோட்டத்தைக் கண்டு வியந்து அவர்கள் அவனைப் பாராட்டிய பேச்சுகள் காதில் விழுந்தன. ஆனால் அவனைப் பார்க்க விரும்பி யாரும் தேடவுமில்லை, கூப்பிட்டுப் பார்க்கவும் இல்லை. அன்றைக்கு முழுக்க வெதும்பிக்கிடந்தான். இரவில் கதவைத் தட்டும் பிசாசுகளின்மேல் அவனுக்கு அன்பு கூடியிருந்தது. முன்போலவே இருள் பரவும்முன் கதவை மூடிக்கொள்வான். பிசாசுகளின் கூச்சலைக் கேட்டும் கேட்காமலும் தூங்கிப்

போவான். வேலைசெய்த அலுப்பு உடலில் கூடியிருக்கும். பிசாசுகளின் ஆரவாரம் பழகியும்போய்விட்டது. அவன் தன்னை மீட்டமைத்துக்கொள்ளத் தோட்டம் உதவியது. அதன் ஒவ்வொரு செடியையும் அவன் நேசித்தான். தோட்டத்தின் பரப்பு விரிய, விரிய அவனால் நீர் இறைத்து ஊற்ற முடியவில்லை. புயல்போல வேலைசெய்தாலும் எல்லாச் செடிகளுக்கும் ஒரே நாளில் நீர் பாய்ச்ச இயலவில்லை. ஏற்றப் பறியும் மாடுகளும் இருந்தால் எல்லாவற்றிற்கும் நீர் பாய்ச்சி விடலாம் என்று எண்ணினான். இரவெல்லாம் எல்லாச் செடிகளுக்கும் குளிரக் குளிர நீர் பாய்ச்சுவதுபோலக் கனவு கண்டான். காலையில் அவன் விழித்துப் பார்த்தபோது தோட்டம் முழுக்க நீர் பாய்ந்து குளிர்ந்து கிடந்தது மண். தோட்டத்தின் எல்லா மூலைகளுக்கும் ஓடி ஓடிப் பார்த்தான். அவன் மாதம் முழுக்க இறைத்தாலும் இத்தனை நீரை இறைக்க முடியாது. ஒரு செடியின் இலைகளில்கூட வாட்டத்தைக் காண முடியவில்லை. இது பிசாசுகளின் வேலை. அவன் அவற்றிற்குப் பெரிதும் நன்றி சொன்னான். அன்றைக்கெல்லாம் அவன் மகிழ்ச்சியில் திளைத்தான். இரவில் தூக்கமே வரவில்லை. வழக்கம்போல் பிசாசுகள் கூடிக்குதித்தன. விளையாடின. அதன்பின் கூச்சலிட்டுக்கொண்டு நீர் இறைத்துப் பாய்ச்சுவதை அவனால் உணர முடிந்தது. அங்கே வேலை நடக்கையில் சோம்பித் தூங்க அவன் தின்னிப் பண்டாரம் இல்லையே. தட்டியைத் தள்ளி எறிந்துவிட்டு வெளியே வந்தான். எங்கும் வெளிச்சக் காடாய்த் தெரிந்தது.

●

சதங்கை, ஜனவரி — மார்ச் 2000

நீர் விளையாட்டு

அவனை அவர்கள் அழைத்தபோது மிகுந்த தயக்கம் காட்டினான். "நானா!" என்று வாய்க்குள்ளே மெல்ல இழுத்தான். ஆனால் அவன் நினைவுப் பாசிகள் துடைக்கப்பட்ட பளிச்சிடலின் அடியில் விருப்பமும் ஆர்வமும் புடைத்தெழும்பின. குழந்தைகள் அவனை மேலும் வற்புறுத்தலாயினர். அங்கே விருந்தாளியாக வந்திருந்தான் அவன். ஓரளவுக்கு நெருங்கிய உறவுதான். அடிக்கடி வரவில்லை என்பதே இயல்பாக இருக்கவிட வில்லை. கொஞ்ச நேரத்தில் அந்தக் குழந்தைகள் – எட்டிலிருந்து பன்னிரண்டு வயதிற்குள்ளான மூவர். சிறுமி, இரண்டு சிறுவர்கள் – அவன் மடிமீது புரளவும் விளையாட்டின் நடுவராக அவனைப் பாவிக்கவுமான அளவிற்குத் தயாராகிவிட்டிருந்தனர். அதன் உச்சபட்சமாகத்தான் இந்த அழைப்பு. மனதில் மெலிந்த குறு குறுப்பு உணர்வைத் தோற்றுவிப்பதாக, மூழ்கிவிட்ட நினைவுப்பொருள் ஒன்றைப் பெற்றுவிட்டதாக அவன் கிளர்ச்சி அடைந்தான். உடனே எழுந்து சென்றுவிடவும் முடியவில்லை. தயக்கத்தின் மெலிந்த நூல் முனைகள் அவன் கால்களை இறுகக் கட்டியிருந்தன. பாதம் வியர்த்து ஊன்றியிருந்த தரை பிசுபிசுத்தது. அங்கும் இங்குமாகக் கண்களை ஆசை நிரப்பி அலைபாயவிட்டான். குரல் எழும்பாமல் உள்ளடைத்தது. குழந்தைகள் கண்களை இடுக்கிக்கொண்டு அவன் தாடையில் கைவைத்துக் கெஞ்சவும் கைகளை உரிமையுடன் பற்றி இழுக்கவும் தொடங்கினர். அவன் அசைவால் கட்டில் கிரீச்சிட்டுக் கத்தியது. ஏதாவது ஒரு குரல்

"அவரத் தொந்தரவு பண்ணாதீங்கடா" என்று உயர்ந்து இந்தச் சூழலைச் சிதைத்துவிடுமோ என அஞ்சினான். அதற்குள்ளாக அவர்களோடு எழுந்துவிடுவது நல்லது என்று பட்டது. தன் ஆர்வத்தை மனதிற்குள் சுருட்டிக்கொண்டு தயவுசெய்யும் பாவனையின் "துண்டு இல்லையே" என்றான். அதுதான் இப்போது பெரிய பிரச்சினைபோல. அவர்கள் வெகு உற்சாகமாகக் கூவிக்கொண்டு எங்கெங்கோ ஓடி ஆளுக்கொரு துண்டை இழுத்து வந்தனர். முகம் முழுக்கப் பரவிய வெட்கச் சிரிப்போடு அவனும் எழுந்துகொண்டான்.

பசுமை மணம் பரவிய காடுகளுக்கிடையே நிலத்தின் பிளந்த வாய்போல் சட்டென்று கிணறு தோன்றியது. சீரான சுவர்களையோ சமமான வடிவத்தையோ அது பெற்றிருக்க வில்லை. அங்கங்கே கதைகள் பிதுங்கிக் குழிப்பொந்துப் புண்கள் நிறைந்து 'ஆ'வென இருந்தது. படிகளெனத் தோன்றும்படி சுவடுகள் பதிந்த தடமொன்றும் தெரிந்தது. மோட்டாரின் குழாய் பாதியளவுக்கு மூழ்கி அசைவற்றிருந்தது. தென்னங்கீற்றுகளில் நுழைந்த கதிரொளி கிணற்றைத் துளைத்து ஆழ்மண்ணைக் காட்டியது. குதிப்பதற்குக் கால்களைத் துறுதுறுக்கவைக்கும் தோற்றமுடைய கிணறுதான் இது. குழந்தைகள் யார் முதலில் குதிப்பது என்று தர்க்கித்துச் சண்டையிட்டுக்கொண்டிருந்தன. குதித்தலில் தொடக்கம்தான் முக்கியம். ஒருமுறை நீர் சிதறிக் கிணறலையும் சத்தம் கேட்டுவிட்டால் போதும். கிணற்றின் உறைந்த மௌனத்தை முதலில் உடைக்க வேண்டும். அதன்பின் உற்சாக வெறி எல்லோரையும் தொற்றிக்கொள்ளும். அதைத் தொடங்குவதில்தான் அத்தனை சிரமும். முதலில் குதிப்பவரைக் காவுகொள்ளவெனக் கிணறு காத்திருப்பதான அச்சம். உடை களைந்த குழந்தைகளின் தர்க்கம் இன்னும் நீடித்தது. சண்டை யிடலில் அவர்களின் கவனம் குவிந்திருந்தபோது, குலையிலிருந்து கழன்று விழும் நெற்றுத் தேங்காயென அவன் குதித்திருந்தான். உடனே கிணற்றின் மூலைகள் ஒவ்வொன்றிலிருந்தும் அவர்களும் குதித்தனர். உறைந்திருந்த கிணறு இப்போது பலவித ஓசை களில் பேசத்தொடங்கிற்று. இடைவிடாமல் நீர் அலைந்து சுவர்களில் மோதும் ஒலி. குழந்தைகள் அங்கங்கே பற்றி ஏறிக் குதிப்பதற்கான வழிகளை வைத்திருந்தன. குதிப்பதன் மூலம் நீரைத் துன்புறுத்துவதே அவர்களின் லட்சியம்போலத் தொடர்ந்து குதிக்கும் சத்தம்.

கிணற்றை அவன் வேறுமாதிரி உணர்ந்தான். பூங்குழந் தையை அள்ளி அணைக்கும் மென்மையுடன் நீரைக் கைகளால் வருடிக்கொண்டு நீந்தினான். கிணற்றின் ஒழுங்கற்ற உருவம் பெரும் சந்தோசத்தைக் கொடுத்திருந்தது. வெயில் வேளையில்

நீர் விளையாட்டு

தண்ணீரின் ஜில்லிப்பு உடலுக்கு ஒத்தடம். அடிக்கடி தலையை முழுகுவதிலும் மல்லாந்து நீச்சலடிப்பதிலும் அவன் விருப்ப முற்றான். சிதறி விழுந்திருந்த வெயில் ஆழ்பள்ளத்துக்குள் கிடக்கும் அவனைத் தேடி வந்து முகத்திலடித்தது. அற்புதத்தைத் தேக்கி வைத்திருக்கிறது கிணறு. அதைக் கொஞ்சம் கொஞ்ச மாக அவனுக்கு வழங்குகிறது. கிணற்றின் மீது அன்பு வெறி முகிழ்த்தது. அவன் ஒவ்வொரு அணுவையும் தொட்டுத் தழுவ ஆசையுற்றான். அலைவில் தூசிக் கோல்கள் ஒதுங்கிக்கிடக்கும் அதன் மூலைகள் ஒவ்வொன்றையும் நோக்கி வெகுநேரம் பயணம் செய்தான். ஒவ்வொரு மூலையும் நின்று ஓய்வெடுப்பதற்கான சிறு இடத்தை ஏற்படுத்தி வைத்திருக்கிறது. குறைந்தபட்சம் பற்றி நிற்பதற்கான பிடிமானங்களையேனும் கொண்டிருந்தது. கருணை மிக்கது கிணறு. மூலைகளில் பனிநீரின் சுகம். பின் ஆழத்தை நோக்கிச் சென்று கிணற்றின் அடிமேனியை அறிய ஆவல்கொண்டான். நடுக்கிணற்றில் மூழ்கிய சில விநாடிகளில் வெகுதூரம் உள்நோக்கி அமிழ்ந்துவிட்டதாக உணர்ந்தான். கிணறு இன்னும் ஆழத்தில் போய்க்கொண்டிருந்தது. எவ்வளவு தூரம். எவ்வளவு நேரம். ஒன்றும் புரிபடாது மூச்சுத் திணறியது. சட்டெனக் கைகளை அழுத்தி மேல்நோக்கி வந்தான். கிணற்றுள் எத்தனையோ ரகசியங்கள். எல்லாவற்றையும் எப்போதோ வரும் ஒருவனுக்குச் சில நிமிடங்களில் அவிழ்த்துப் பரப்பிவிடுமா? என்ன மாதிரியான முட்டாள் தனத்தில் ஈடுபட்டோம் என்று தன்னைக் கடிந்துகொண்டான். படியோரப் பலகைக்கல்லில் உட்கார்ந்து ஆசுவாசமானான். தண்ணீரின் அசைவில் சுவரைப் பற்றிக் கொள்ளும் தவளையையும் மேலிருந்து நீருக்குள் தாவும் தவளையையும் புதிதான வியப்போடு கண்டான். தான் வெறும் பார்வையாளன் மட்டுமே எனச் சற்று நேரம் தோன்றியது.

குழந்தைகளோ சற்றும் களைக்கவில்லை. சரியும் மண்ணைப் பொருட்படுத்தாமல், சுவர்களைப் பற்றியேறி மாறிமாறிக் குதித்துக்கொண்டேயிருந்தனர். தவளைகளுக்கும் அவர்களுக்கும் எந்த வித்தியாசமும் தோன்றவில்லை. கிழவனின் வாயிலிருந்து எழும் புன்சிரிப்பைப் போல, மெல்ல நகைத்துக்கொண்டு அவர்களைக் கிணறு பார்த்துக்கொண்டிருப்பதாகப் பட்டது. குஞ்சம் கலைந்த ரிப்பன் காற்றிலாட அந்தச் சிறுமி எட்டிக் குதிக்கையில், வெயில் பட்ட மினுக்கத்தில் இறங்கி வரும் குட்டி தேவதையைத் தணிவாகக் கிணறு ஏந்திக்கொள்வதாய் இருந்தது. மேலேறுவதும் குதிப்பதும் தெரியாமல் பையன்கள் அத்தனை வேகம். அவர்களின் பொருளற்ற கூச்சல்களைப் பெருமிதத்தோடு கிணறு வாங்கிக்கொண்டது. துணையற்ற தனிமையில் வெகுகாலமாக லயித்துச் சலிப்புற்றுப் போய்விட்ட

மனோபாவத்தோடு இவற்றையெல்லாம் கிணறு ரசித்துக்கொண்டிருந்ததுபோலும். அவன் உடம்பைத் தழுவிய ரகசியக் காற்று குளிரைப் பரப்பியது. மேனியிலிருந்து உருண்டோடிய நீர்த் திவலைகள் அனைத்தும் கிணற்றில் கலந்துவிட்டன. உடல் காய்ந்துபோனது. நடுக்கம் பற்றியது. நீருக்குள் இருக்கையில் தெரியாத குளிர், சற்று மேலேறியதும் சட்டெனப் பிடித்துக் கொள்கிறது. உண்மையில், இது கிணற்றின் தந்திரம். அதன் அழைப்பு தன்னுள் இறங்கச் சொல்லும். ஒருமுறை வந்துவிட்டவனை மீண்டும் மீண்டும் வரத் தூண்டுவதற்கான மந்திரத்தைக் கிணறு தூவிவிடுகிறது. அலையினூடே பாய்ந்தான். இப்போது வெதுவெதுப்பான நீர் அவன் தோலைத் தடவி அரவணைத்தது. அவனையறியாமலே கிணற்றை வட்டமாகப் பாவித்து வலம் வந்தான். அவன் காலடிகள் உடனுக்குடன் மறைந்தாலும் சுளிவுகள் இருந்தன. மறுபடியும் வலம்வரத் தூண்டிற்று. அதற்குள் அந்தச் சிறுமி அவனைப் பார்த்துக் கேட்டாள்.

“சித்தப்பா…கெணத்தச் சுத்தி நிக்காம எத்தன ரவுண்டு வருவீங்க?”

அவனால் எண்ணிக்கை சொல்ல முடியவில்லை. கிணற்றை அளவிட்டான். அதன் கோணமற்ற பரப்பு எந்தத் தீர்மானத்தையும் கொடுக்கவில்லை. பதிலின்றி மெலிதாக மழுப்பிச் சிரித்தான். அவள் விடவில்லை.

“பத்து ரவுண்டு வர முடியுமா?”

சிறுவன் அதற்குப் பதில் சொன்னான்.

“சித்தப்பனால ரண்டு ரவுண்டே வர முடியாது.”

அவனைக் கிளப்புவதற்காக அந்தச் சிறுவன் சொன்னான் என்பதை உணர முடிந்தாலும், இதையும்தான் பார்ப்போமே என்ற சவால் மனம் வந்திருந்தது. படியிலிருந்து தொடங்கி ஒவ்வொரு மூலையாகத் தொட்டு மீண்டும் படிக்கே வருவது ஒரு சுற்று. முதல் வட்டம் முடிந்து அடுத்த வட்டத்தின் பாதியில் அவன் மூச்சுறுப்புகள் பலகீனமடைந்தன. வாய் வழியாக மூச்சுவாங்கினான். கைகள் சோர்ந்து கால்கள் ஒத்துழைக்க மறுத்தன. எவ்வளவோ முயன்றும் அவனால் முடியவில்லை. மறுபடியும் கிணறு அவனைத் தோல்வியுறச் செய்துவிட்டது. ஒரு மூலையில் நின்றுகொண்டு உடல்குறுகி மூச்சுவாங்கினான். கிணற்றின் எக்களிப்புத்தானோ என அஞ்சும்படி அவர்களின் ஆரவாரம் காதடைத்தது. அவமானத்தை மிகுவிக்கும் கூச்சல். மேலேறிப் போய்விடவேண்டும் போலிருந்தது. கிணறு யாராலும் ஜெயிக்க இயலாத பிரம் மாண்டம். இதன்முன் தோல்வியை

ஒப்புக்கொள்ளத்தான் வேண்டும். இதனோடு போட்டியிட்டுத் தோற்பதே தைரியம்தான். கர்வத்தோடு பெருமூச்செறிந்தான். படியை நோக்கி நீந்தினான். தேர்வடத்தைப் பிடிக்கும் அடக்கத்தோடு கை துழாவியது. படியோரம் வந்து இறுதி முழுக்குப் போட்டுத் தலையைப் பின்னோக்கி நீர்ச்சீப்பினால் சீவிக்கொண்டான். பின் அறிவித்தான்.

"நா ஏர்றன். நீங்க குதிக்கறதுன்னா குதிச்சுட்டு வாங்க."

அவன் அறிவிப்பு குழந்தைகளிடம் அதிர்ச்சியைக் கொடுத்திருக்க வேண்டும். சில நொடிகள் கிணற்று அலை டிமிக்கிடும் ஓசை. சிறுமியின் முகத்தில் துயரத்தின் சாயை முற்றிலுமாகப் படிந்துவிட்டது. பையன்கள் சோர்ந்துபோயினர். கிணற்றுச் சுகம் இத்தனை சீக்கிரம் தீர்ந்துபோய்விடுவதை அவர்களால் ஒத்துக்கொள்ள முடியவில்லை. அவன் ஏறிவிட்டால் அவர்களும் ஏறிவிட வேண்டியதுதான். பெரியவர்கள் யாரும் இல்லாமல் கிணற்றுக்குள் இருக்க அவர்களுக்கு அனுமதியில்லை. கிணறு எத்தனையோ அச்சுறுத்தல்களைத் தன்னுள் கொண்டிருக்கிறது. அதன் மேற்பொந்துகளில் விஷமேறிய கிழட்டுப் பாம்புகள் அடைகிடக்கலாம். துஷ்டக் கணம் ஒன்றில் அவை தலைநீட்டி வெளிவரலாம். நீருக்குள் மூழ்கிச் செல்பவர்களை மாட்டி இழுக்கும் கொடங்குகள் மறைந்திருக்கலாம். வழுக்கலின் பிடி எந்த நேரத்திலும் இறுகலாம். அந்தச் சூழல்களைப் பெரியவர்கள் சமாளித்துவிட முடியும். சிறுவர்கள்? அத்தோடு, சுற்றிலும் உயர்ந்த தென்னைகள் நிற்க, நடுவில் அலையும் கிணறு, அமானுஷ்யமான தன்மை வாய்ந்தது. குரல்களின் எதிரொலி எந்தத் திசையிலிருந்தும் வரும். பயமூட்டும் மௌனம் நீரின் கருமைக்குள் நிரந்தரமாகியிருக்கிறது. இவற்றிலிருந்தெல்லாம் பாதுகாக்கும் கவசமான அவன் மேலேறிவிட்டால் அவ்வளவுதான். சிறுமி, அவனை அழைப்பதற்குக் கெஞ்சியதைப் போன்றே மறுபடியும் தொடங்கினாள்.

"வேண்டாஞ் சித்தப்பா . . . இன்னங் கொஞ்சநேரம் சித்தப்பா . . ."

இப்போது அவளுடைய கெஞ்சல் அவனை எந்தவிதத்திலும் பாதிக்கவில்லை. ஏறிப் போய்விடும் முடிவில் தீர்மானமாயிருந்தான். அசட்டையான புன்னகையோடு அடி எடுத்தான். கிழக்கு மூலையில் நின்றிருந்த சிறுமி நீரில் லாவகமாகப் பாய்ந்து அவனருகில் வந்து கால்களைக் கெட்டியாகப் பற்றிக்கொண்டாள். நனைந்து படிந்திருந்த சடை ஆட "போவ் வேண்டாஞ் சித்தப்பா" என்று தயவானாள். அவன் இதை எதிர்பார்க்கவில்லை. அவள் கைகள் முறுக்கிச் சுற்றிய பாம்பெனப் பிடித்திருந்தன. "உடு

கண்ணு...உடு கண்ணு” என்றான். இந்தச் சாதாரணச் சொற்களே அவள் பிடிவாதத்தைப் போக்கிவிடுமென நினைத்தான். அவள் விடுவதாயில்லை. வரம் தரும்வரை விடமாட்டேன் என்று இறைஞ்சுவதுபோல அவள் குனிந்திருந்த தோற்றம் காட்டியது. அவனுக்கு எதுவும் விளங்கவில்லை. தடுமாற்றத்தோடு மெல்லக் குனிந்து அவள் விரல்களைப் பிரிக்க முயன்றான். மேலும் மேலும் பிடி இறுகியதே தவிர நெகிழவில்லை.

“சித்தப்பாவ உட்ராத பிள்ள” என்னும் குரல் எங்கிருந்தோ கேட்டது. அப்போதும்கூடப் பிள்ளை விளையாட்டின் பிடிவாதம் தானே இது எனச் சாவதானமாகச் சிரித்தான். எதிர்பார்க்காத நொடியில் சிறுமியின் கை அவனை வாரி உள்ளே தள்ளியது. சுவரில் துருத்திக்கொண்டிருக்கும் கல்லொன்று பெயர்ந்து விழுவதைப் போல நீரில் படாரென விழுந்தான். வயிற்றில் நீர்ச்சாட்டை பளீரென வெளுத்து வாங்கியது. உடலெங்கும் அச்சத்தின் மின்துகள்கள் பாய்ந்தன. சுதாரித்து நீந்திப் படிக்கு வந்தான். இதுவும் கிணற்றுக்கு எதிரான தோல்விதானோ எனத் தோன்றியது. அப்படியொன்றுமில்லை என்று காட்டிக் கொள்பவனாய் “ஏங்கண்ணு இப்பிடிப் பண்ணுன?” எனச் சமாதானம் பேசிக்கொண்டு ஏறலானான். இப்போது அவனுக்கு மேல்படியில்–அது படியல்ல துருத்திக்கொண்டிருந்த சுவர்க்கல்லில் ஒன்று–கொஞ்சம் பெரிய பையன் நின்றுகொண் டிருந்தான். பையன் அவனைப் பார்த்து கைகளை விரித்து ஆட்டிக்கொண்டு “உடமாட்டமே” என்று கூச்சலிட்டான். ஏறிவிடும் வைராக்கியத்தோடு கால்தூக்க, பையன் குனிந்து அவன் கழுத்தைக் கட்டிக்கொண்டு புரண்டான். இரண்டு பேரும் ஒருசேரக் கிணற்றுக்குள் விழுந்தார்கள். பையனை நீருக்குள் இழுத்துக் கால் உந்தி ஓர் அழுத்து அழுத்திவிட்டுப் படியை நோக்கி வேகமாக நீந்தினான். பையன் அடிமண்ணைத் தொட்டுத்தான் திரும்ப முடியும். அவன் கழுத்தைக் கட்டிக் கொள்ளக் குறிவைத்து வந்த சிறுமியைத் தள்ளிவிட்டுப் பாய்ந்து படியேறினான். “ஏய்” என்று உற்சாகக் கத்தலோடு இன்னொரு பையன் அவன்மீது தாவினான். சற்றும் அவன் எதிர்பார்க்காத கணம். மீண்டும் நீருக்குள் விழுந்திருந்தான். நீரைத் துளைத்து வந்த ஒளியில் கண் கூசியது. திவலைகளினூடே அவன் பார்க்க முயன்றான். புரியாத காட்சிகளே எங்கும் நிறைந்தன. பரபரப்பானான். ஏறி ஓடிவிடுதலைத் தவிரத் தப்பிக்க வழியேதுமில்லை. ஆனால் படிக்குமேலே இன்னொரு பையன். அவர் களுக்குள் சட்டென ஓர் ஒழுங்கு வந்திருந்தது. நீருக்குள் அவனோடு போராட ஒருவர். படியேறவிடாமல் காலைக் கவ்வ ஒருவர். கொஞ்சம் உயரத்தில் நின்றுகொண்டு மேலே தாவிக் குதிக்க ஒருவர். மாற்றி மாற்றி

அவர்கள் அந்தந்த இடங்களை ஆக்கிரமித்துக்கொண்டார்கள். அவனைச் சுற்றி உடைக்க இயலாத கனத்த விலங்கென அவர்கள் மாறியிருந்தார்கள்.

இந்த விளையாட்டு எத்தனை நேரம் தொடருவது? இது என்ன விளையாட்டு? விளையாட்டெனக் கிணற்றின் தந்திரம். விருந்தாளியாக அவன் யார் வீட்டுக்கும் வரவில்லை. கிணறு வரவைத்திருக்கிறது. நீச்சலுக்கு அவனை யாரும் அழைக்க வில்லை. தன் தூதுவர்களை உருவம் கொடுத்துக் கிணறு அனுப்பியிருக்கிறது. அவர்கள் முகங்களை அவனுக்குத் தெரியாது. மாயத்தின் பிறப்பிடம் கிணறு. மரணக்குழி. காவு கேட்கத் தொடங்கிவிட்டது. கிணற்றின் பகாசுர வாய்க்குள் வசமாக வந்து சிக்கிக்கொண்டிருக்கிறான். குழந்தைகள் என அவன் நினைத்தது எவ்வளவு தவறு. கிணற்றின் ஏவலாளர்களான மூன்று பிசாசுகள். கழுத்தைக் குறிவைத்துப் பாய்கிறது ஒன்று. காலை வாரிவிடுகிறது ஒன்று. நீருக்குள் கட்டிப்புரண்டு இழுக்கிறது ஒன்று. அவற்றின் சிரிப்புகள் உயிர் உறிஞ்சும் அழைப்பு. குட்டிப் பிசாசுகள் பசி வெறி கொண்டுவிட்டன. அவன் எவ்விதம் தப்பிப் போவான்?

கிணற்றின் பொந்துகள் மரணம் ஒளிந்திருக்கும் இருட்குகை களென மாறின. தோல் கருக்கும் அமிலக் கரைசல் தண்ணீர். இவற்றை வெற்றிகொள்ளும் நீச்சல் பலம் அவனிடம் இருக்கிறதா? சுவர்களின் மீது ஏறிக்கொண்டு கழன்ற கண்களோடு வாய்பிளந்து நிற்கின்றன தவளைக்குட்டிகள். அவை எந்த நேரத்திலும் அவனை வீழ்த்திவிடத் தயாராய் இருக்கின்றன. பிசாசுகள் துவண்டுபோகையில் அவை பாயக்கூடும். அச்சம் அவன் உடல் முழுக்கப் பரவி நிலைகொண்டது. எதையும் யோசிக்கக்கூடவில்லை. ஏறி ஓடிவிடுகிற வெறி முன்ன முன்ன, மீண்டும் மீண்டும் முயன்று சரிந்தான். தண்ணீரைக் குடித்துக் குடித்து வயிறு உப்பிப்போய்விட்டது. உடல் முழுவதும் நடுக்கம் வேரோடியிருந்தது. எசகுபிசகாக விழுந்ததில் உடம்பில் எங்கெங்கோ பட்ட சிராய்ப்புகளும் காயங்களும் எரியத் தொடங்கின. அவன் அதைப் பொருட்படுத்தவில்லை. தப்பிப் பதில் குறியாக இருந்தான். அவற்றின் இலக்கு அவனைக் கொஞ்சம் கொஞ்சமாய்ச் சிதைத்து உள்விழுங்கிவிடுவதுதான் போலும். மிரண்ட விழிகளோடு சாவுடன் போராடும் மிருகமாய் மூர்க்கமானான். கைப்பற்ற வரும் பிசாசுகளை இழுத்து அடித் தான். கால் வைத்துக் கிணற்றின் ஆழம் நோக்கி உந்தினான். ஆனால் அவற்றின் மூர்க்கமும் அதற்கேற்ப அதிகரித்தன.

மரணக்குழி வேறு ஏதேனும் வழிகளைக் கொண்டிருக்கலாம். மூலையை நோக்கித் தாவினான். நிற்க இயலவில்லை. கால்கள்

வெடவெடத்தன. மேனியில் வழியும் நீரை முந்தி வியர்வை பெருகியது. அவையோ அவனின் மூலை நகர்வு தங்களுக்குக் கிடைத்த வெற்றியெனக் கும்மாளமிட்டன. துழாவிய விழிகளில் மோட்டார் பம்ப் பட்டது. பற்றுக் கிடைத்த வேகத்தில் கைகள் தாவின. குழாயைப் பிடித்துக்கொண்டு சரசரவென மேலேறத் தொடங்கினான். அது ஒன்றுதான் அங்கிருந்து வெளியேற வைக்கப்பட்டிருக்கும் சூட்சம வழியென ஊகித்தான். வழவழத்த அதன் உடலோடு வெகுவாகப் போராடி ஏறிக்கொண்டிருந்தான். அப்படியும் இப்படியுமாய் அசைந்தாலும் தன் நிலைவிட்டு மாறாமல் கடினமாகவே இருந்தது. விளையாட்டின் உச்சவெறி எங்கும் பற்றிக்கொண்டது. வெற்றி தோல்விகளைத் தீர்மானிக்கும் கடைசி நொடிகள் இவையாகவே இருக்கலாம். அவன் ஏற ஏற மேலிருந்து கூச்சலிட்டுக்கொண்டு பாகுக் குழம்பென உருவம் ஒன்று அதிவேகமாகப் பம்ப்பில் வழுக்கி வந்து அவன்மீது மோதிற்று. பிடிப்புத் தளர்ந்து நேராக நீருக்குள் போய் விழுந்தான். அவ்வளவுதான். எல்லாம் தீர்மானிக்கப்பட்டு விட்டனபோல. குழறத் தொடங்கினான். கைகள் அனிச்சையாக நீந்திக்கொண்டிருந்தன. திசை எதுவெனத் தெரியவில்லை. எங்கே பிடிப்பென உணர இயலவில்லை. கை எதை எதையோ பற்றியது. கால்கள் நடுக்கத்தோடு எவற்றின் மீதோ ஏறின. அது கிணற்றின் ஏதோ ஒரு பக்கச் சுவராக இருக்கலாம். நீட்டிக்கொண்டிருக்கும் கல்விளிம்புகளில் கைகள் பதிகின்றனபோலும். சிறிது தூரம் ஏறிவிட்டதான உணர்வுகொண்டான். அது நம்பிக்கை அளித்து ஈர்த்தது. மேலும் மேலும் தாவலானான். அப்போது கிணறு குரலெழுப்பி எதிரொலித்தது. “பாம்பு பாம்பு.” துவண்டு கைகளின் பிடி நெகிழ்ந்தது. வாய் பிளந்து கை கால்கள் விரிய மல்லாந்து விழுந்தான் நீருக்குள், தவளை ஒன்றாய்.

●

***காலச்சுவடு*, ஜனவரி – மார்ச் 1999**

சுவர்களும் கதவுகளும்

நான் என் வீட்டைவிட்டு வருவதில்லை. வந்து வெகுகாலமாயிற்று. என் வீடு என்பது சிறிய ஓர் அறையைக் கொண்டதுதான் என்றாலும், அதுதான் என் உலகம். இதற்கும் ஒரு காலத்தில் கதவு இருந்திருக்க வேண்டும். எல்லாமே கெட்டிப்பட்டுச் சுவர்கள்தாம் இப்போது. கதவுச் சுவடு எதுவும் இல்லை. இந்த வீடு என் தேவையை அறிந்து நடந்துகொள்ளும். கேட்டால் மட்டும் ஆலோசனை வழங்கும். பேச்சுத் துணையாகும். மனசு எங்கெங்கே செல்ல விரும்புகிறதோ அங்கெல்லாம் அழைத்துச் செல்லும். ஆறுதல்படுத்தும். கோபிக்கும். அதனிடம் இல்லாததே இல்லை. கற்பகத்தரு. அப்புறம் எதற்காக நான் வெளியே வர வேண்டும்.

அது மட்டுமல்ல, வெளிச்சத்திற்கும் எனக்கும் ஆகாது. மூடுண்ட என் வீட்டுக்குள் பாதுகாப்பாக இருப்பதாக உணர்ந்தாலும் ஏதாவது சிறுசிறு துளையில் ஒளி கசிந்து சுருக்கிச் சாம்பலாக்கிவிடும் என்னும் அச்சம் எனக்குண்டு. பெரும்பாலான நேரம் அறைச் சுவர்களைச் சோதனையிடுவது தான் வேலை. வீட்டைச் சுற்றிலும் பகைவனின் போர்ப்படைகளென வெளிச்சம் ஆக்கிரமித்துக் கொண்டிருப்பதை அறிவேன். அதன் தந்திரங்கள் தெரியும். எங்கேனும் சிறு விரிசல், பொந்து, துளை எதையேனும் உருவாக்கி உள்நுழைந்துவிடக் காலகாலமாக அது திட்டமிட்டுக்கொண்டிருக்கிறது. என் வீடு பழையது. ஆனால் புதுப்பித்திருக்கிறேன். புதுப்பித்துக்கொண்டும் இருப்பேன். வெளிச்சத்தோடு மோதுவதுதான் என் வேலை.

இவ்வளவு எச்சரிக்கையாக, கறாராக இருந்தும் எப்படி இது நிகழ்ந்தது என்று புரியவில்லை. தூங்கி லேசாகக் கண் விழித்துப் பார்க்கையில் என் எதிரில் மனிதன் ஒருவன். மனிதர்களைக் கண்டு எவ்வளவோ நாட்கள் கழிந்துவிட்டபோதும் என்னால் அவர்களை அடையாளம் கண்டுகொள்ள முடியும். வாடையை உணர்ந்துகொள்ள இயலும். அவன் என்னையே உற்றுப்பார்த்துக்கொண்டிருக்கிறான். இதழ்களில் வெளிச்சக் கீற்றுப்போல் விரியும் புன்னகை பயமுறுத்துகிறது. எனினும் பதற்றம் வெளிப்படாத வகையில், அவன் வருகை எனக்கொன்றும் புதிதல்ல என்கிற பாவனையில், மெல்லப் புரண்டு படுக்கிறேன். என் செவிக்குள் வேறு குரலோசை. எதிரொலிபோல் கரடுதட்டிய அதில் மென்மையையும் பூச முயற்சி.

"என்ன தூக்கமா?"

எந்தவிதத் தயக்கமும் இல்லாமல் வெகுநாள் பழகியவன் போல, சாதாரணமாகப் பேச்சைத் தொடங்கினான். அறைச் சுவர்களைப் பார்வையிலேயே சோதித்துக்கொண்டிருந்த நான் தலையசைப்பாகவும் சிறு புன்னகையாகவும் ஆமோதிப்பைப் பதிலாக்கினேன். எதன் வழியாக அவன் உள்ளே நுழைந்திருக்க முடியும்? துருவேறிப்போன கதவைத் தள்ளித் திறக்கையில் மிகப் பெரும் அலறல் எழுந்திருக்குமே? எப்படிக் கேட்காமல் போயிற்று? கதவு திறந்து உள்ளே நுழைகையில் வெளிச்சக்காடாக ஒளி புகுந்திருக்க வேண்டும். அது எங்கே? என்னை ஒன்றும் செய்யாமல் இந்த இருளுள் பதுங்கிக்கொண்டதா? யோசனை களினூடே வியர்த்துக்கிடந்தேன். எழுந்து உட்காரக் கால்களில் வலுவில்லை. அந்நிய வாசனை என் பலம் முழுவதையும் வாங்கிக் கொண்டது. கட்டிலில் அப்படியே கிடந்தேன். அவனோ பேசிக் கொண்டிருக்கிறான். அநாதி காலமாய்ப் பேச்சு முடக்கப்பட்ட அவனுக்கு இன்றுதான் விடுதலை கிடைத்திருக்கிறதுபோலும். நிறுத்தாமல் பேசியபடியே இருக்கிறான். இருள் செறிந்த குகை போன்று அவன் வாய் என் எதிரே திறந்தபடி தெரிகிறது. எங்கிருந்தோ எனக்கான சேதியை எடுத்துவந்திருக்கும் தூதனோ? கொஞ்சம் அவன் பேச்சைக் கவனிக்கத் தொடங்குகிறேன். அவன் பயன்படுத்தும் பலவிதமான சொற்கள் என் அகராதியில் இல்லை. அவற்றின் உச்சரிப்பும் ஒலியும் மிரட்டுகின்றன. அடிக்கடி சிரிக்கிறான். கைகளைக் காற்றில் அசைக்கிறான். எனக்காகத் தயவுபண்ணிக் கீழிறங்கி வருபவன்போலக் கேட்கிறான்.

"அவுங்க சந்தோசத்தக் கவனிச்சியா..."

பதில் சொல்ல எனக்கு எதுவுமில்லை. வெறுமனே பார்க்கிறேன்.

“அடடங்கப்பா...என்னா சந்தோசம்...என்னா சந்தோசம்...”

“நாள் முழுக்கச் சிரிப்பும் கும்மாளமுந்தான். புதுசாக் கலியாணம் ஆனவங்கள்ள...அதான் அப்படி...”

அவன் யாரைக் குறித்து இவ்விதம் அளந்துகொண்டிருக் கிறான்?

“ஆனா...அந்தச் சிரிப்பைக் கேட்டாலே நமக்கு சந்தோசம் தொத்திக்கும். அது ஒரு தொத்துநோய்தானா...”

அவன் தனியாகச் சிரிக்கிறான்.

“ஓடறதும் வெளையாடறதும்...மனுசனாப் பொறந்தா அப்படி சந்தோசமா இருக்கணும்...”

எனக்கு அதற்கு மேலும் தாங்க இயலவில்லை.

“யார் அவுங்க?”

என் கேள்வியில் என்னை மீறித் தொனித்த பதற்றத்தை அவன் கண்டுகொண்டிருக்க வேண்டும்.

“அடப்பாவி...பக்கத்து வீட்டுக்காரங்களையே யாருன்னு கேக்கறியா?”

எனக்கும் பக்கத்து வீடென்று ஒன்று இருக்கிறதா? அதிலும் என்னைப் போல் மனிதர்களா? இதுநாள்வரை எப்படி எனக்குத் தெரியாமல்போனது? என் வீட்டையே உலகமென்று மயங்கிக் கொண்டிருந்துவிட்டேனே. ஆனாலும் அவன் பொய் சொல் கிறான். எங்கெங்கோ தூரத்தில் வீடுகள் இருக்கலாம். சிதைந்த தார்விட்ட வீடுகள். நவீன வர்ணம் பூசி வெடிப்புகளை மறைத்த வீடுகள். அவை வீடுகளாகுமா? எனக்குப் பக்கத்தில் ஒரு வீடு. அதில் இருவர். எங்காவது ஒரு வீட்டில் இருவர் இருக்க இயலுமா? இரண்டு பேரை உள்ளடக்கியிருப்பது வீடுதானா? மௌனம் ஆள்வதுதானே வீடு. சிரிப்பலைகளால் எந்நேரமும் மௌனத்தைத் தாக்கிக்கொண்டிருப்பவர்களுக்கு வீடென்று ஒன்று இருக்குமா? வீடுகளைப் பற்றிச் சொல்லித்தர வந்த இவன் யார்? அவன் உட்கார்ந்திருந்த இடத்தில் மௌனம் இருள் போர்த்தி நிற்கிறது. எப்படிப் போனான்?

சிந்தனைக்குள் என் தலையைச் சொருகிவிட்டு அரவ மில்லாமல் மறைந்துவிட்டான். அவன் எப்படிப்பட்டவனோ எதற்காக வந்தானோ? ஆனால் அவனைச் சரிவர நடத்தியிருக்க வேண்டும் நான். என் கற்பகத்தருவிலிருந்து விண்டு எதையாவது அவனுக்குக் கொடுத்திருக்கலாம். குறைந்தபட்சம் ஒரு குவளைத்

தண்ணீர் தந்திருக்கலாம். மனித வாடையே அற்றுப்போன என் சுவருக்குள் தைரியமாய் நுழைந்த முதல் விருந்தாளி அவன். சரிவர வரவேற்று உபசரித்திருக்கலாம். என் வீட்டின் பெருமைகளைச் சுற்றிக்காட்டியிருக்கலாம். நல்லதொரு வாய்ப்பை இழந்துவிட்டேனா? அவன் எந்தப்புறமாய்ப் போய்ச் சேர்ந்தான்? போகும்போதும் கதவு திறந்த ஒலி எதுவும் கேட்க வில்லையே. திரும்ப வருவானாமாட்டானா என்பதையாவது சொல்லிச் சென்றிருக்கலாம். மாயாவி. நல்லவேளை, வெளிச்சத்தைக் கொண்டுவந்து உள்ளேவிடாமல் போனான். சிரிப் பலைகளின் ஒலியைப் பற்றிப் பேசினானே தவிர, வெளிச்ச ஒளியைப் பற்றி ஒன்றுமே கூறவில்லை. அவன் நல்ல விருந்தாளி தான். சரியாக உபசரிக்காதது எனது குறை. அடுத்தமுறை வரட்டும். வருவானா? என் சுவர்களை அணு அணுவாகச் சோதிக்கிறேன். எங்கேனும் சிறு கீறல், விரிசல் எதுவேனும் ...இல்லை. காற்றாய் வடிவெடுத்துவிட்டானா? காற்றுக்கும் சிறு சந்து வேண்டுமே?

என் காதுகளில் மெலிந்த சிரிப்பொலிகள் மோதுகின்றன. அவன் சொன்ன பக்கத்து வீட்டுச் சிரிப்பொலிகள். பெண்ணின் சிரிப்பொலி. ஆணின் சிரிப்பொலி. கலவை. என் சுவரை ஒட்டிய வீட்டிலிருந்துதான் வருகிறது. பக்கத்தில் எனக்கும் வீடிருக்கிறது. அங்கும் மனிதர்கள் இருக்கிறார்கள். ஆனால் அவர்களுக்கு மௌனம் இல்லையே. இல்லாவிட்டால் என்ன. சந்தோசமாகத்தானே இருக்கிறார்கள். சிரிப்பொலி சந்தோசத்தின் வெளிப்பாடா? ஏளனக் குரலா? பித்துப்பிடித்தவனைப் போலச் செவிவைத்துச் சுவரில் கேட்கிறேன். சந்தேகமில்லை. பக்கத்தில் வீடு. சிரிப்பொலி.

அவர்கள் எதற்காகச் சிரிக்கிறார்கள் என்று தெரியவில்லை. எந்தவிதமான பேச்சொலியும் காதில் விழவில்லை. என் சுவர்கள் சிரிப்பை மட்டுமே உள்வாங்கும் திறன் கொண்டிருக்கலாம். ஒலி என்னில் விழாமலிருக்க எந்த ஓட்டையை அடைப்பது? எந்த நேரமும் சிரித்தபடியே இருக்கும் அந்தப் புதுமணத் தம்பதிகள்மேல் கோபம் கொண்டேன். அவர்களின் ஒவ்வொரு சிரிப்பதிர்வும் என் வீட்டு நிறைமௌனத்தைக் கேலிசெய்கிறது. புழுக்கம் நிறைந்த என் இருப்பில் அவச நாற்றத்தைப் பரப்புகிறது. மெல்ல வெளியேறி அவர்கள் குரல்வளையைக் கடித்துக் குதறிவிட மனம் பரபரக்கிறது. என் அன்றாட வேலைகள் எல்லாம் முடங்கிப்போயின. பக்கத்து வீட்டில் குவியும் என் கவனத்தைத் திசைதிருப்ப இயலவில்லை. அவர்கள் யார், அந்த வீட்டின் சுற்றளவு என்ன, அதன் வாசனை எப்படி இருக்கும்...அவன் வர வேண்டும். வருவானா..?

முன்னைப் போலவே எதிர்பாராத தருணமொன்றில் பழைய இடத்திலேயே உட்கார்ந்திருந்தான். கண்களில் மெல்லிய ஏளனக் கேலி. அவன்மீதான என் கோபத்தை வெளிப்படுத்தாமல், அவன் ஒரு லட்சியமே இல்லாதவன்போல என்பாட்டுக்கு இருந்தேன். பேசலானான். எங்கே தொடங்கினான், எதைப் பற்றிப் பேசுகிறான் எதுவும் தெரியவில்லை. அவன் சொற்களில் என் பக்கத்து வீடு பற்றி ஏதாவது வருகிறதா என்று உன்னிப்பாகக் கவனித்துக்கொண்டிருந்தேன். அவனோ அது ஒரு விசயமே இல்லை என்பது போலப் பேச்சில் ஏறித் தாவிக்கொண்டிருந்தான்.

"அவுங்க..." என்று சொல்லி நிறுத்தினான்.

என் இதயத்தின் மெலிந்த துடிப்பின் வேகத்தை அவன் அங்கிருந்தே உணர்ந்திருக்க வேண்டும். "பயப்படாதே..." என்று ஆறுதல் சொல்லிவிட்டு சிகரெட்டை எடுத்துப் பற்றவைத்தான். குப்பெனப் பற்றிய துளித் தீ என் இருட்டை ஒரு கணம் தின்றது. அதன்பின் சின்ன நுனிக்கங்கு மட்டும். அதிர்ந்து ஒடுங்கிய நான் வெறும் சாம்பலாய்க் குவிந்துபோய்விட்டேன். அவன் கங்கில் புன்னகை வீச, மீண்டும் சொன்னான். "பயப்படாதே..." மந்திரம்போல அந்த வார்த்தை என்னை வளையமிட்டது. வெளிச்சப் பிசாசின் கோரத் தாக்குதலிலிருந்து அதுதான் என்னைக் காப்பாற்றியிருக்க வேண்டும். ஆனாலும் கனிந்து பரவும் தீப்பொட்டைக் காணச் சகிக்கவில்லை. வேறுபுறம் திரும்பிக்கொண்டேன். விட்டுவிட்டு அவன் குரல் கேட்டுக் கொண்டிருந்தது.

"அவங்களுக்குள்ளே சண்ட..."

நான் பரபரப்பானேன். என் முகம் அதீத நிறைவில் பொலிவெய்தியது.

நீடிக்கவிடவில்லை அவன்.

"அதனாலென்ன...வீடுன்னா சண்டையும் சச்சரவும் இருக்கத்தான் செய்யும். எப்பவுமே சந்தோசமா இருந்தா எப்படி? கசப்பும் இருந்தாதான் இனிப்புங்கறதும்..."

ஆனாலும் எனக்கு ஆவலை அடக்க இயலவில்லை. ருசி மிகுந்த, வேறெங்குமே கிடைக்காத என் வீட்டின் சுவையான தண்ணீரை அவனுக்கு வழங்கினேன். குவளையை வாங்கி ஒருபுறமாக வைத்துவிட்டான் அவன். அந்தத் தண்ணீர் போதும். எனது வீட்டு அருமையை அவனுக்கு உணர்த்தும்.

"சண்ட எல்லாம் சகஜம். தீந்துரும். இன்னங் கொஞ்ச நேரத்துல அங்கிருந்து மறுபடியும் சிரிப்புச் சத்தம் கேக்கும் பாரேன். அது அப்படியான வீடு..."

அவனுடைய இந்தச் சொற்கள் எனக்குப் பிடிக்கவில்லை. வெறுப்போடு முகம் திருப்பிக்கொண்டேன். என் கோபம் தீரட்டும் எனக் காத்திருக்கிறானோ? குரல் இல்லையே... அவனே இல்லை. ஆவலாகக் குவளையைப் பார்த்தேன். காலியாக இருந்தது. தண்ணீரின் சுவை உணர்ந்து நாணி ஓடிவிட்டான். வருவான். இதைப் பற்றிப் பேசாமலிருக்க அவனால் முடியாது. இந்தமுறை அவனுடைய பேச்சு எனக்குப் பிடிக்காமல் போனாலும், அவனைச் சரியாகவே உபசரித்திருக்கிறேன். அவன் மாயாவி என்பது எவ்வளவு சரியோ அதேபோலத் தீர்க்கதரிசியும்கூட. பக்கத்து வீட்டுச் சிரிப்பொலி மீண்டும் எழுந்தது. எந்தவிதமான பதற்றமும் இல்லாமல் உற்றுக் கேட்டேன். அதிலே எனக்கான ஏதோ ஒரு சேதி ஒளிந்திருந்தது. அந்தச் சேதியை எடுத்து வரும் தூதன்தான் மாயாவி. எவ்வளவு நேரம் சிரிப்பொலியைக் கூர்ந்து கேட்டும் ஒரு துளியும் விளங்கவில்லை. அதிகரித்துக்கொண்டிருந்த அதன் சந்தோச அலைகளில் என் மனம் ஏறி ஏறி விழுந்தது. ஆயினும் என் தண்ணீர் கொண்டிருக்கும் சுவைக்கு முன் அதுவெல்லாம் அநாவசியம். ஒரு வீட்டுக்குள் இரண்டு பேர் இருப்பது என்பதும் ஒலி அலைகளால் அவர்கள் கட்டுண்டு கிடப்பதும் வீட்டின் இலக்கணத்திற்குப் பொருந்துவதா? வீட்டிற்கென்று நான் வைத்திருக்கும் வரையறைகள் நெகிழ்வற்றவை. அவனுக்கும் எனக்கும் இதில் தான் முக்கிய வேறுபாடு. அடுத்தமுறை வரும்போது அவனோடு விரிவாகப் பேசிவிட வேண்டும். அபத்தங்களும் மேலோட்டமும் கொண்டதான அவன் சேதியை அம்பலப்படுத்திவிட வேண்டும். அவன் கர்வம் அடங்கிவிடும். எங்கிருந்தோ, நான் அறியாத புதுப்புதுச் செய்திகளை அள்ளித் தரும் மமதையின் ஊற்றை அடைத்துவிட்டால்போகிறது.

கொள்ளிக் கண்களும் சிகரெட் கங்கு வாயுமாய் மற்றோர் சமயத்தில் அவன் வந்தான். அவன் வரவின் அதிர்ச்சிகள் எதுவுமில்லை. அசட்டைப் புன்னகையோடு வரவேற்றேன். வழக்கம்போல் எவ்வளவோ பேசினான். அவன் வார்த்தை களுக்கான பொருள் அவனுக்கே விளங்கியதோ என்னவோ. பேசுகிறவரைக்கும் வீட்டுக் கூரையை நோட்டமிடுவதில் முனைந்திருந்தேன். நெடுநேரம் கழித்து, அவன் பேச்சுத் தோரணையில் மாற்றம் ஏற்பட்டது. புலன்கள் கூர்மையடைந்து அவனைக் கவனிக்கத் தொடங்கின.

"உன் வீட்டுத் தண்ணி...ரொம்ப நல்லாயிருந்தது."

என் முகம் பெருமிதத்தால் மூடிக்கொண்டது. பரிகாசம் தொனிக்க என் சிரிப்பு கொஞ்சம் வேகமாகவே ஒலித்தது போலும்.

“ஆனா...” என்று எல்லாவற்றுக்கும் முற்றுப்புள்ளி வைத்து, கொஞ்சம் இடைவெளிவிட்டுத் தொடங்கினான்.

“வவ்வால் பீ நாத்தம் வருதே.”

“கொகையோட இருள்புகை அடிக்குது.”

“வருசக் கணக்காக் கெடந்த சொனத் தண்ணியா அது.”

அவன் சொற்கள் என் புலன்களில் உறைந்தன. என் மௌனத்தின் மேல் அடுக்கலானான். இடைப்புதரில் இருந்து சிறு புட்டி ஒன்றை எடுத்து நீட்டினான்.

“இதக் குடிச்சுப்பாரு. புத்தம் புதுசு. பக்கத்து வீட்டுல கெடைக்குது.”

குவளையில் ஊற்றிக் கொடுத்தான். அவனும் பருகிக்கொண்டிருந்தான். விரல்கள் நடுங்கக் குவளையைப் பற்றிக்கொண்டு ஒரு மிடறு உறிஞ்சினேன். மெல்லிய கசப்பு. அது சுவையானது என்று எப்படி என்னால் ஏற்றுக்கொள்ள முடியும். ஆனால் அதன் அசைவின் மேலிருந்து சிரிப்பொலிகள். பிரித்தறிய இயலாத ஒலிச்சேர்க்கை. கண்ணை மூடிக்கொண்டு முற்றிலும் பருகித் தீர்த்தேன். அவன் போயிருப்பான் என்பது நானறிந்ததே. காலிக் குவளையில் இருந்தும் சிரிப்பொலி எகிறியது. அது எனக்கு வழிகாட்ட விரும்பி அழைத்தது. மெல்லத் தயங்கி எழுந்தேன். சுவரில் கைபட்டுக் கிரீச்சிட்டது. துருவேறிய வாசம். அது கதவாகத்தான் இருக்க வேண்டும்.

●

***சதங்கை*, 1998**

பெரிதினும் பெரிது

ஒரு நாளும் நள்ளிரவில் விழித்து இப்படித் தொந்தரவு செய்த குழந்தையல்ல அது. எட்டு, எட்டரைக்குள் தூங்கிவிடும். தூக்கத்திலேயே சிறுநீர் கழித்துவிடும். ஜட்டி, போர்வை, பக்கத்தில் படுத்திருப்பவரின் ஆடை எல்லாம் நனைந்து நாறும். ஆனால் குழந்தை விழிக்காது. இரவில் விழிக்கும் யாராவது ஈரத்தோடு கிடக்கிறதே என்று பரிதாபப்பட்டு ஜட்டியைக் கழற்றிப் போர்வையை மாற்றினால்தான் உண்டு. அப்போதும் ஒன்றும் தெரியாமல் தூங்கும். இரண்டு வயதுதானே. இன்னும் ஒன்றிரண்டு ஆண்டுகள் போய் வளர்ந்துவிட்டால் சரியாகிவிடும் என்று சமாதானம் கொள்வார்கள். இருமலும் சளியும் இடைவிடாது தொந்தரவு செய்யும் நாட்களில் மட்டும் "ஈரத்துலேயே எருமயாட்டம் படுத்துக் கெடந்தா சளி புடிக்காத என்ன பண்ணும்?" என்று பற்களைக் கடித்துக்கொண்டு கன்னத்தில் இடிப்பாள் அவள்.

அப்பேர்ப்பட்ட குழந்தைதான் இன்றைக்குப் படாத பாடு படுத்திவிட்டது. ஆழ்ந்து தூங்கிக் கொண்டிருந்த எல்லோரையும் அதன் அலறல் உலுக்கி எழுப்பிவிட்டது. அது குழந்தையின் அலறல்தான் என்பதைக் கண்டுகொள்ளவே கொஞ்சநேரம் பிடித்தது. குரல்வளை நசுக்கப் படும் பறவையொன்றின் கீச்சிடல்போலிருந்தது அது. விடிவிளக்கின் வெளிச்சத்தில் பார்த்தால் கட்டிலில் எழுந்து உட்கார்ந்திருக்கிறது. தூக்கத்தின் விடுபடாத சாயை முகத்தில். அதிகச் சத்தமின்றிச் சமச்சீரான குரலில் அழுதுகொண்டிருந்தது.

“என்னடா கண்ணு?” என்னும் பதற்றக் குரலோடு மூவரும் சூழ்ந்துகொண் டார்கள். “என்னடா?, “என்னம்மா?”, “என்ன பண்ணுது?” என்று ஒரே கேள்வியை மாற்றி மாற்றிக் கேட்டும் பதிலில்லை. எல்லாவற்றிற்கும் அழுகைதான்.

திடீரென்று நினைவு வந்ததுபோல் முணுமுணுத்தபடி அறைக்குள் போய் திருநீற்று டப்பாவை எடுத்து வந்து “முருகா” என்று கூப்பிட்டுக்கொண்டே தலைமீது போட்டுவிட்டு நெற்றியில் இட்டாள் பாட்டி. வாயிலும் சிறிது போட விரும்பி “வாயத் தொறகண்ணு” என்று எவ்வளவோ கெஞ்சியும் மறுத்துவிட்டது குழந்தை.

“மத்தியானத்துல ஒரு பக்கமா இருந்தாத்தான”, “உச்சி நேரத்துல அங்கேயும் இங்கேயும் வெளயாடறது, சொன்னாக் கேட்டாதான” – காத்துக் கருப்புக்கான காரணங்களைக் கண்டு பிடித்த பாட்டி மருமகளை ஓரப்பார்வை பார்த்தபடியே சொன்னாள்.

“பயப்படறாப்பல ஏதாச்சும் கெனாக் கண்டிருப்பாளா?’ என்றான் அவன். “கெனாக் கண்டியாடா?” என்று குழந்தை யைக் கேட்டும் பதில் இல்லை. “தண்ணி தாகமா இருக்கும்” என்றுவிட்டு அவள் “தண்ணி வேணுமாடா செல்லம்?” என்றாள். “ஒண்ணுக்கிருக்கறயா?” ம்கூம். எதற்கும் பதில் இல்லை. இடை விடாத அழுகை. வாயைத் திறந்துகொண்டு கன்னங்களில் கண்ணீர் வழிந்தோட அழுவதைப் பார்க்க அவளுக்கும் அழுகை வந்துவிட்டது.

“ஒடம்புக்கு எதுனாச்சுமா?” நெற்றி, கழுத்து என்று மாறி மாறித் தொட்டுப் பார்த்தும் காய்ச்சல் எதுவும் தெரியவில்லை. உள்காய்ச்சலாக இருக்குமோ? பதற்றமும் பரபரப்பும் கவிந்த முகத்தோடு மூவரும் ஏதேதோ சமாதானம் சொல்லியும் தின்ன பிஸ்கட், பழம் கொடுத்தும் ஒன்றும் நடக்கவில்லை. என்ன செய்கிறது என்பதைச் சொல்லும் விபரமில்லா வயதுக் குழந்தை. போகப்போகச் சின்னக் குழந்தையின் அழுகையைப் பெரிய குழந்தையின் அழுகை மிஞ்சிவிடும்போலிருந்தது. அவனுக்கு அது மேலும் வெறுப்பூட்டியது. இது போன்ற சமயங்களில் வெறும் அழுகையும் பதற்றமும் எதற்காகும் என்று சொல்லிக் கொண்டே அவளைப் பார்த்தான், மனதிற்குள் தன் விசும்பலையும் பரபரப்பையும் கட்டுப்படுத்தியபடி.

கவலை படிந்த முகத்தோடு “என்னடா செல்லம் வேணும்?” என்று மெலிந்த குரலில் கேட்டு அவள் மடிமீது அமர்த்திக் கொண்டாள். அவள் அணைப்பையும் வாஞ்சையையும் உதறி

எறிந்துவிட்டுக் கால்களை உதைத்து மேலும் சத்தமாக அழுது கீழிறங்கிப் பழையபடி கட்டிலில் உட்கார்ந்துகொண்டு அழுகை யைத் தொடர்ந்தது. முகத்தருகே முகத்தைக் கொண்டுபோய் வைத்து "எங்கிட்டச் சொல்லுடா கண்ணு. என்ன பண்ணுது?" என்றதும் பெரிய மனது பண்ணி இறங்கி வருவதைப் போல முகத்தை நெகிழ்த்தி "ப்உண்டா...ஆ...ஆ..." என்றுவிட்டு மறுபடியும் அழுகையில் லயித்துவிட்டது.

அப்பாடா. ஒருவழியாய்த் துப்பொன்று கிடைத்துவிட்டது. ஒருவர் முகத்தை ஒருவர் பார்த்துக்கொண்டார்கள். "ப் உண்டா" என்பதன் பொருள் யாருக்கும் தெரியவில்லை. இப்போது அதன் அழுகையினூடே "ப் உண்டா" என்பதும் சேர்ந்துகொண்டது. அதைச் சொல்லிவிட்டு ஒரு நீண்ட ராகம் பின் மீண்டும் "ப் உண்டா." கண்ணீர் நிற்கவேயில்லை. "எதும்மா?" "என்னம்மா அது?" என்று எப்படிக் கேட்டுப் பார்த்தாலும் "ப் உண்டா" என்பதுதான் பதில். என்னவாக இருக்கும் என்று யோசித்துக் குழம்பிக்கொண்டிருந்தபோதே "ப் உண்டா ஏனும்" என்று சற்று விரிந்தது குரல். எதையோ வேண்டும் என்று கேட்கிறது குழந்தை. என்னவாக இருக்கும்? தூக்கத்தில் விழித்து இவ்வளவு அழுகை ஆர்ப்பாட்டத்தோடு கேட்கும் அளவு அத்தனை முக்கியமான பொருள் எது? அதை யாராவது எங்கேனும் கொண்டு ஒளித்துவிட்டார்களோ? கூட விளையாடிய பக்கத்து வீட்டுப் பையன் பிடுங்கிக்கொண்டு ஓடி விட்ட பகல் நினைவு இப்போது வந்துவிட்டதா? இருந்தாலும் இந்த நள்ளிரவுத் தூக்கத்தில் அலறிக் கேட்குமளவு அதற்குள் என்னதான் இருக்கிறது!

அம்மாவும் பாட்டியும் எதையெல்லாம் வைத்துக்கொண்டு பகலில் குழந்தை விளையாடியது, "ப் உண்டா" என்பது என்ன வாக இருக்கும் என்றெல்லாம் யோசித்து யோசித்துக் குழந்தை யைக் கேட்டார்கள். மரச்சாமான்கள் பலவற்றை வைத்துக் கொண்டு விளையாடும். அதிலிருக்கும் சொப்பா? கோலிக் குண்டா? எதற்கும் "ம்..." என்று அழுத்தக் குரலில் மறுத்து மறுபடியும் "ப் உண்டா ஏனும்" என்றது. முழுநேரமும் குழந்தை யோட இருந்துகொண்டும் அதன் மொழி புரியவில்லையா? இருவர் மேலும் எரிச்சலைக் கொட்டுவதைத் தவிர அவனாலும் என்ன செய்ய முடியும்? அவன் கேட்டான்.

"அது என்னன்னு ரண்டு பேருத்துக்குமா தெரீல?"

"ஆமா, உம்பிள்ளை எதெதோ கேப்பா. எல்லாத்தையும் தெரிஞ்சு வெச்சிருக்கறதுதான் எங்களுக்கு வேலை" என்று பட்டெனப் பதில் கொடுத்தாள். குழந்தையை மறந்துவிட்டு

இந்தச் சண்டையில் அல்லவா இறங்க வேண்டும் போலிருக்கிறது என நினைத்து, அதே சமயம் "வேறென்ன வேலையாம்?" என்று முனகலாக அவனுக்கு மட்டுமே கேட்கும் விதத்தில் சொல்லிச் சமாதானப்பட்டுக்கொண்டான். தூக்கம் கவ்விய கண்களின் எரிச்சல் மனதிற்கு மாறியது. குழந்தையின் இடைவிடாத அழுகை ஒருவரை ஒருவர் மாற்றி மாற்றிப் பிராண்டிக் கொள்வதில் கொண்டுபோய் விட்டுவிடுமோ என்று பயந்தான். ஒவ்வொரு பார்வையும் அதற்குத் தயாராய் உருக்கொள்வதை உணர முடிந்தது. அவனுக்குத் தலையை வலிப்பதுபோலிருந்தது. கண்களை மூடிச் சுவரோடு சாய்ந்துகொண்டான். காதுக்குள் புகுந்துகொண்டு இடைவிடாமல் ரீங்கரிக்கும் ஈயொன்றின் சப்தமாய் அழுகை குடைந்துகொண்டேயிருந்தது. ஏதேதோ பொருள்களைச் சொல்லிச் சொல்லிக் கேட்கும் படலம் முடியாமலேயே விடிந்துவிடுமோ என்றிருந்தது.

அதற்கு இடம் கொடாமல் ஒருவழியாய் அந்த அதிசயப் பொருள் அவள் நினைவில் வந்துவிட்டது. தெய்வம்தான் அவள் நாக்கில் வந்து சேர்ந்திருக்க வேண்டும். "உப்புக்குண்டா வாடா கண்ணு?" என்றாள். குழந்தை "ம்" என்று கீழ் நோக்கித் தலையாட்டிவிட்டு மீண்டும் மந்திரத்தைச் சொல்லத் தொடங்கி விட்டது. அந்தப் பொருள் "உப்புக்குண்டான்" என்பதைக் கண்டுபிடித்துவிட்ட பெருமை அவளுக்குப் பிடிபடவில்லை. மின்விளக்கின் வெளிச்சத்தைவிட அவள் முகம் பிரகாசமாயிற்று. குழந்தையின் பாஷையை அவனுக்கு மொழிபெயர்த்தாள். உப்பு என்றால் சர்க்கரை. சர்க்கரைக்கும் உப்புக்கும் வேறுபாடு தெரியாததால் இரண்டுக்கும் ஒரே பெயராய் "உப்பு" என்பதையே குழந்தை வைத்துக்கொண்டது. உப்பை – அதாவது சர்க்கரையை – அள்ளிப் போடுவதற்காக வைத்திருக்கும் சிறு குண்டானைத்தான் "ப் உண்டா" என்கிறது குழந்தை. அப்புறமென்ன. அந்தக் குண்டானை எடுத்துக்கொடுத்துவிட்டால் தீர்ந்தது பிரச்சினை. நிம்மதியாய்த் தூங்கப் போகலாம். பகலில் ஏற்படப் போகும் சோர்வும் கண்ணெரிச்சலும் அவனைப் பயமுறுத்தின.

ஆனால் தயக்கத்தோடு "அந்தக் குண்டாவ நேத்து வெளையாடக் குடுத்தேன். எங்க போட்டுதோ தெரீல" என்றாள் அவள். எங்கேயென்று தேடுவது? எங்கெல்லாம் போய் விளையாடியதோ? சமையலறைச் சாமான்களை எல்லாம் எதற்காகக் குழந்தைக்கு விளையாடக் கொடுக்க வேண்டும்? அவளை அறையத் துடித்த முகம் கோபத்தில் சிவப்பேறியது. பொறுப்பற்ற அவளது செய்கையும் குழந்தையின் தீராத அழுகையும் தந்த சலிப்பும் கூடி, "எங்காச்சும் போய்த் தேடு" என்றான். அவன் குரலில் உச்ச

வெறுப்பு. அவள் எதுவும் பேசவில்லை. "அங்கதான வெளை யாடுனா. எங்க போட்டிருப்பா" என்றாள் பாட்டி. வீட்டின் உள் விளக்குகள், வெளி விளக்குகள் எல்லாம் போடப்பட்டன. தேடும் படலம் தொடங்கியது. குழந்தை தன் பொருள்களை எல்லாம் சேர்த்து வைக்கும் அட்டைப் பெட்டிதான் முதல் இலக்கு. விளையாட்டுச் சாமான்களுடன் சில குச்சிகளும் கிழிந்த தாள்களும் பாதுகாப்பாக இருந்தன. பகலாக இருந்தால் அவற்றைத் தொடுவதற்கே குழந்தை அனுமதித்திருக்காது. இப்போது அந்த "ப் உண்டா"வைத் தவிர அதற்கு வேறு லட்சியமில்லை. எல்லாவற்றையும் சரணடையச் செய்துவிடும் பிடிவாத அழுகை. அடித்தால் பிடிவாதம் இன்னும் இறுகுமே தவிர நெகிழப்போவதில்லை.

அவனுக்கு அந்தக் குண்டானின் அடிமுடி எதுவும் தெரியாது. சர்க்கரை டப்பாவுக்குள் பதுங்கியிருந்த அதனைப் பார்க்கும் பாக்கியம் அவனுக்குக் கிட்டியதில்லை. இந்த அழுகையை நிறுத்தும் பொருட்டுக் கண்களுக்குப்படும் இடங் களில் எல்லாம் அவனும் தேடினான். அதற்கு வசதியாக அந்தக் குண்டானின் அமைப்பைப் பற்றி அவள் திரும்பத் திரும்பச் சொல்லிக்கொண்டிருந்தாள். ஈயத்தால் ஆனது. அகல்விளக்கின் அகலத்தில் இருக்கும். நான்கைந்து செண்டி மீட்டர் உயரம் இருக்கலாம். வாய்ப்பகுதி லேசாக விரிசல் விட்டிருக்கும். இந்த அற்புதப் பொருளை அடைய வேண்டி உட்கார்ந்த இடத்திலேயே அழுது தவம் செய்கிறது குழந்தை. வாயைத் தொட்டு வடியும் மூக்குச் சளியைச் சிந்தினால்கூடக் கையை ஓங்கித் துடித்து அடம்பிடிக்கிறது. அந்தக் குண்டானில் அப்படி என்னத்தைப் பாதுகாப்பாகப் போட்டுவைத்திருக்கிறதோ? வெளிச்சம் பட்ட இடங்களில் எல்லாம் தேடிப் பார்த்தாயிற்று. அது மறைந்த மாயம் என்னவோ, இனி நாய்கள் முடங்கிக்கிடக்கும் ஆளற்ற தெருவுக்குள் இறங்கித் தேடினால்தான். அழுகை நிற்கவேயில்லை. சுருதி குறையாமல் இவ்வளவு நேரம் அழுவதற்கேற்ற சக்தி இந்தப் பூஞ்சை உடம்புக்குள் எங்கிருக்கிறது? அவனுக்கு வியப்பா யிருந்தது.

ஏதோ ஒரு பூனை குழந்தையைப் போலக் கத்தியது. அதன் அகாலக் கத்தல் மற்ற சமயங்களிலாயிருந்தால் திகிலூட்டுவதாக இருக்கும். இப்போது மத்தியானம்போல எல்லோரும் விழித்துக்கொண்டிருக்கிறார்கள். குண்டான் கிடைக்காத ஆத்திரத்தில் குழந்தையின் காதைப் பிடித்து, "என்ன அப்படி அடம். அழுவதற்கு நேரங் காலங் கெடையாது? எங்க கொண்டோயிப் போட்டுத் தொலஞ்சயோ?" என்று கத்தினாள் அவள். அவள் செயல் கண்டிக்கத்தக்கதாகப் படவில்லை.

அவனுக்கும்கூடக் குழந்தையின் மேல் வெறுப்பு கூடியிருந்தது. மொட்டைத் தலையைப் பற்றிச் சுவரோடு மோதித் தன் கோபத்தைத் தணித்துக்கொள்ள வேண்டும்போலிருந்தது. மனதிற்குள் "அது குழந்தை, குழந்தை" என்று திரும்பத் திரும்பச் சொல்லி மீள முயன்றான். உடம்புக்குத் தொந்தரவு எதுவும் இல்லை என்பதை எண்ணித் தன் பொறுமையின்மையை மாற்றிக்கொள்ளப் பார்த்தான். அப்படி இருந்திருந்தால் இந்த நேரத்தில் வீதிவீதியாக அலைய வேண்டியிருக்கும். பூட்டப்பட்ட டாக்டர் வீட்டுக் கதவுகளைத் தட்ட நேர்ந்திருக்கும். அத்தோடு, "என்னசெய்கிறதோ?" என்ற பீதி மனதில் பூதாகரம் கொண்டிருக்கும். அப்படி எதுவும் இல்லை என்பதை நினைத்துப் பொறுமைகொள் என்று மனதிற்குக் கட்டளை இட்டான். "கொழந்தை பாவம் தூக்கத்தில் இருக்குது. அடிக்காத" என்று பரிந்து வந்தது பாட்டிதான். வயதாக ஆகத்தான் இரக்கமும் பொறுமையும் கூடுகிறதுபோலும்.

இப்போது அந்தக் குண்டான் குழந்தைக்கு நினைவு வந்தது எதனால்? கனவில் அதை யாரேனும் தூக்கிக்கொண்டு ஓடுவதாகக் கண்டிருக்குமோ? குழந்தைகளின் கனவில் அழகிய தேவதைகளை அல்லவா கடவுள் அனுப்புவார். தேவதைகள் கொடுத்த அன்புப் பிரசாதத்தைக் குழந்தை உப்புக் குண்டானில் வாங்கிச் சேமித்திருக்குமோ? அதன் சேமிப்புப் பொருள்களில் விலைமதிப்பில்லாதது இதுதானோ? மனதிற்கு நெருங்கி அருகில் இந்தக் குண்டான் இருப்பதன் பொருளென்ன? என்ன காரணமோ? எங்கிருந்தாவது அந்தக் குண்டானையும் தேவதைகளே தேடித் தந்துவிட்டால் எல்லோரும் சந்தோஷமாக உறங்கப்போகலாமே என்றெல்லாம் தோன்றிற்று அவனுக்கு. தேவதைகளை அழைக்கும் மந்திரம் தெரியாததற்காக வருத்தப்பட்டுக்கொண்டான்.

மின்விளக்குகள் பாயாத பிரதேசங்களில் தேடக் கைவிளக்கும் தயாராகிவிட்டது. திட்டத்திட்ட அழுகையின் ஓங்காரம் கூடுகிறதே தவிர, சற்றும் குறையவில்லை. பிரமை பிடித்தவன்போல உட்கார்ந்துவிட்டான். அம்மாவும் பாட்டியும் தேடுவதில் வீட்டையே தலைகீழாக்கிவிடுவார்கள்போல. தூக்கம் கண்களைச் சுழற்றியது. இப்போது அழுகை ஒலி பழகிவிட்டது. அதைக் கேட்டுக்கொண்டே அப்படியே தூங்க முடியும் என்று தான் பட்டது. மனம் சலனமற்றுப்போயிருந்தது. அவன் மனநிலையைப் புரிந்துகொண்டு "நிம்மதியாத்தான் தூங்கேன்" என்று சொல்லிக்கொண்டு தேடும்போது அம்மிச் சந்தில் கிடந்த உப்புக் குண்டான் அவள் கைகளுக்கு அகப்பட்டுவிட்டது. "இந்தாயா உன்னோட உப்புக் குண்டா" என்று குழந்தையிடம்

நீட்டினாள். "உப்பு" என்பதில் அவள் கொடுத்த அழுத்தம் பெருமிதத்தையும் பூரிப்பையும் கொண்டிருந்தது. அவளே கண்டுபிடித்துவிட்டதால் பெரிய சுமை இறங்கியதுபோல நிம்மதி வந்திருக்கிறது. இனி அவளை யாரும் குற்றம் சொல்ல முடியாது என்பதை அவள் பாவனை காட்டிற்று.

அந்தக் குண்டானைப் பார்த்தான். வெறும் ஈயம். ஓட்டை உடைசலுக்குக்கூட வாங்கமாட்டான். அதைப் பொன்னே போல் வாங்கிக்கொண்டு உடனே படுத்துக்கொண்டது குழந்தை. அழுகை விசும்பலாக மாறி நின்றுபோகத் தொடங்கியிருந்தது. விழிமூடித் தூக்கத்திற்குள் கொஞ்சம் கொஞ்சமாய் ஆழ்ந்தும் போய்விட்டது. பெரிய கண்டத்திலிருந்து தப்பித்த நினைவோடு விளக்கை அணைத்துவிட்டு எதேச்சையாக அவன் திரும்பிய போது கண்ணில் மினுக்கம் பட்டது. இரு கைகளிலும் சேர்த்துப் பற்றி நெஞ்சோடு அழுத்திக் குழந்தை வைத்துக்கொண்டிருந்த குண்டானிலிருந்துதான் ஒளி. கண்களை விரித்து மீண்டும் பார்த்தான். உண்மைதான். பச்சையொளி. அவனைப் பரிகசித்துக் கண் சிமிட்டும் மரகதக் கல்.

●

இந்தியா டுடே, நவம்பர் 11, 1998

புகலிடம்

விடுமுறையில் ஊருக்கு வருவது முன்னைப் போல அத்தனை சந்தோசமாக இல்லை. ஊர் பற்றிய ஆவல் ஓரிரு நாட்களில் தணிந்துபோய்விடுகிறது. பேசுவதற்கும் ஆளற்ற வனாந்திரத் தீவில் சிக்கிக் கொண்டதுபோல் இருக்கிறது. காலையில் வெகுநேரம் கழித்துக் கட்டிலை விட்டெழுந்து கடன்கள் முடித்துச் சாப்பிட்டுவிட்டு அப்படியே நடந்தால் தேநீர்க் கடையும் செய்தித்தாளும், பின் மதியச் சாப்பாட்டு நேரம், தூக்கம். அதன் பிறகு வரும் மாலையும் முன்னிரவும்தாம் எல்லாவற்றை விடவும் கொடுமை. எனக்கு நண்பர்களாக இருந்த எல்லோரும் இன்றும் இருக்கிறார்கள்.

திருமணம் செய்துகொண்டு, சரியாக ஆறு மணிக்கு வீடடைந்துவிட வேண்டியவர்களாகவும் வியாபாரத்தில் இறங்கி ஏதாவது இரண்டு சக்கர வண்டியொன்றில் போய்க்கொண்டே, கோயிலைப் பார்த்தால் ஒரு கையைத் தூக்கிக் கன்னத்தில் போட்டுக்கொள்வது போலவே நண்பனுக்கும் "பாக்கலான்டா" என்று சொல்லி ஓடுபவர்களாகவும் எல்லோரும் மாறிப்போனார்கள். வயசாளிகளிடத்தில் 'இன்னமா படிச்சுக்கிட்டு இருக்கற?' என்று அவர்கள் கேட்கும் கேள்விகளுக்குப் பதில் சொல்லப் பொறுமையற்று ஓட வேண்டியதிருக்கும். எதற்கு இந்த விடுமுறை? யார் கேட்டார்கள்? என்று எரிச்சல்பட்டு வயிறெரிவதைத் தவிர வேறு வழியில்லை.

ஒரே சின்ன சந்தோசம், வெயில் கொடுமைக்காக மதியத்தில் கொஞ்சநேரம் கிணறு நோக்கிப் போவதுதான். நண்டும் சிண்டுமாய் நிறையக் குதித்துக்கொண்டிருக்கும். சுரைப் புரடையைக் கட்டிக்கொண்டு நீச்சல் பழகுவதும் பழகியதுகள் கெக்கலி போட்டுக்கொண்டு குதிப்பதுமாய் இருக்கும்கள். அவர்களோடு ஒட்ட முடியாமல் தேமேவென்று ஒரு மூலையில் நின்றுகொண்டிருப்பேன். சிலசமயம் உள்ளே பாய்ந்து வட்டமடித்துத் திரும்பவும் அதே இடத்தில் வந்து நின்றுகொள்வேன். அவர்களின் குதியாட்டத்தைப் பார்த்து என் சிறுவயது நினைவுகள் குமிழியிட்டுப் பொங்கும்.

ஆனால் என்ன செய்ய முடியும்? குதூகலத்தால் நிரம்பி வழியும் விழாக் கொண்டாட்டம் ஒன்றில் கலந்துகொள்ள இயலாமல் மூலையில் முடங்கிக்கிடக்கும் சீக்காளியைப் போன்றது என் நிலை. கிணற்று மேட்டில் ஏறி நின்று குதிக்கவும் மூழ்கி விளையாடவும் என்னால் முடியும் என்றபோதும் அவர்களில் யாரும் என்னைச் சிறு ஜந்துவாகக்கூடச் சட்டை செய்யவில்லை. அதில் சிலருடைய அப்பா அம்மாக்கள் என்னோடு தொடக்கப் பள்ளியில் ஒன்றாகப் படித்தவர்களாகவும் இருக்கலாம். விளையாட்டைப் பார்த்துப் பார்த்து வெறுமனே ரசித்துக்கொண்டிருக்க எத்தனை நாள் முடியும்? தண்ணீருக்குள் நின்றபோதும் மேலெல்லாம் தகிக்கும். அந்த நேரம் பார்த்து மெதுவாக ஏறி நழுவிவிடுவேன். நான் வருவதையும் போவதையும் அங்கே யார் கண்டுகொள்கிறார்கள்?

நீச்சல் தெரியாத ஒருவன் படிக்கட்டுப் பகுதியில் உட்கார்ந்தபடி அள்ளி அள்ளி இறைத்து ஊற்றிக்கொள்வதைப் போல, நான் இன்னும் கொஞ்சம் ஆழத்தில். வேறுபாடு அவ்வளவுதான். எதுவும் எப்போதும் அப்படியே இருப்பதில்லை. சிறு சலனமாவது நிகழத்தானே செய்கிறது. என்னைக் காண்பித்துக்கொள்ளவும் அவர்களுக்கு என்னை உணர்த்தவும் சந்தர்ப்பம் கொடுப்பதுபோல சிறுவன் ஒருவன் ஓடிவந்து என்னைக் கட்டிக்கொண்டான்.

“பாருண்ணா . . . என்னையச் சும்மாச்சும்மா புடுச்சு அமுத்தறான் . . .”

அபயக்குரல் அவனுடையது. உடனே அவனுக்கு அடைக்கலம் கொடுத்துக் காப்பாற்ற வேண்டிய பொறுப்பு என் தலைமேல் சுமத்தப்பட்டுவிட்டது. அவனைத் துரத்திக்கொண்டு வந்தவனைப் பார்த்து, “எதுக்குடா அவன அமுத்தற?” என்று மிரட்டும் குரல் அவனுக்குக் காதில் விழுந்ததாகவே தெரியவில்லை.

“டேய்...பயந்தாங்கொள்ளி...தெகிரியம் இருந்தா வாடா...”

எனக்குப் பின்னால் ஒளிந்துகொண்டவனைப் பார்த்துச் சவால் விட்டுவிட்டு நீருக்குள் பாய்ந்துவிட்டான். என்னால் பொறுத்துக்கொள்ள முடியவில்லை. என் குரல் அத்தனை தாழ்ந்ததா? பொடிப்பயலுக்கு என்ன திமிர்? அவன் பின்னால் பாய்ந்து மயிரைப் பற்றி நீருக்குள் முக்கினேன். மேலே வந்ததும் திரும்ப அமுத்தினேன்.

“அண்ணா ... உட்ருண்ணா ... உட்ருண்ணா ...” என்று திக்கித் திக்கி அவன் கெஞ்சும்வரை விடவில்லை.. அந்தக் கிணறே அப்போதுதான் என் இருப்பை உணர்ந்துகொண்டு அலை சிதறியது. அதுமுதல் கிணற்றின் அதிகாரம் முழுக்கவே என் கைக்கு வந்துவிட்டது. படி இல்லாத பக்கத்தில் மரவேர் களைப் பற்றிக்கொண்டு மேலே ஏற முனையும் வாண்டுகளை அதட்டுவதும் சரியாக நீச்சல் தெரியாதவர்களைப் பாதுகாப்பதும் அவர்களைக் கைகொடுத்து மேலேற்றுவதும் என்று என் வேலைகள் அமைந்தன.

“என்னயத் தள்ளி உடறான்... பாருண்ணா...”

“அமுத்த வேண்டாமுன்னு சொல்லுண்ணா...”

“என் ட்ராயரக் குடுக்கச் சொல்லுண்ணா...”

புகார்களைப் பெற்றுக்கொள்பவனாகவும் உடனுக்குடன் விசாரித்துத் தண்டனை தருபவனாகவும் நானிருந்தேன். என் வயதும் உடல் பலமும் கிணற்று வட்டத்தின் குட்டி ராஜாவாக என்னை உருமாற்றின. சில சமயங்களில் மட்டும் கடுமையாக அதிகாரத்தைப் பிரயோகிப்பேன். அது பயமுறுத்துவதற்காக. மற்ற நேரங்களில் மிக மென்மையாக, நான் அதிகாரம் செய்கிறேன் என்பதை அந்தச் சிறுவர்கள் சற்றும் உணராத வகையில் பிரயோகிப்பேன். என்னை மீறுவதாகத் தெரிந்தால் சலுகையாக அதை அறிவித்துவிடுவேன். பொழுது சுலபமாகக் கழிந்தது. அத்தோடு எனக்கென்று ராஜ்ஜியம் ஒன்றை உருவாக்கிக் கொண்டதில் மனம் குதூகலித்தது. ஒரு நாளில் குறைந்தது நான்கைந்து மணிநேரம் கிணற்றில் கிடக்கும் தவளையானேன்.

நான் இவர்களைப் போலச் சின்னஞ்சிறுவனாக இருந்த போது இரண்டு மூன்று பிரிவுகள் இருக்கும். பெரிய பையன்கள் தனியாகக் குதித்துக்கொண்டு அவர்கள் போக்கில் விளையாடிக் கொண்டிருப்பார்கள். இப்போது அத்தகைய பெரிய பையன்கள் யாரும் கிணற்றுப் பக்கமே வருவதில்லை. நகரத்துக் கடை வீதிகளில் சாவிக்கு இயங்கும் பொம்மைகளாகிவிட்டிருக்க

வேண்டும். இந்தச் சிறுவர்களை இன்னும் 'டை' கட்டிக்கொண்டு பஸ்ஸேறிப் போகும் பள்ளி வாழ்க்கை பிடித்துக்கொள்ளவில்லை. எல்லோரும் அரசாங்கத் தொடக்கப் பள்ளியில் சுதந்திரமாகப் படித்து – அல்ல, போய்க்கொண்டிருப்பவர்கள். பிரம்பைக் கையில் வைத்துக்கொண்டு அலையும் வாத்தியாராய் என்னை அறிந்துகொள்வார்களோ என்னும் பயம் எனக்கு வந்துவிட்டது. அத்தோடு போட்டியில்லாத இடத்தில் தனி அதிகாரம் செலுத்து வதில் சலிப்பும் கூடிவிட்டது. மிக விரைவாகப் பதவியை இழந்துவிடத் தயாராகிவிட்டேன் என்றுதான் கூற வேண்டும். நான் எதை விரும்பினேன் என்பதை அப்போது முழுமையாக உணர்ந்துகொள்ளவில்லை. என் பால்யத்தைத் திரும்பவும் அடைய வேண்டும் என்பதே என் உணர்வாக இருந்திருக்கக் கூடும்.

நான் பதவியிலிருந்து இறங்கியதை அவர்களுக்கு இப்படி அறிவித்தேன்:

"நானும் தொடற வெளையாட்டுக்கு வர்றேன்..."

அதை உடனே யாரும் ஏற்றுக்கொள்ளவில்லை. அவர்களின் சுற்றுக்குள் புகுந்து அதை மிக எளிதாக உடைத்து நொறுக்கி விடுவேன் என்று எண்ணியிருப்பார்கள். ஒருவர் முகத்தை ஒருவர் பார்த்துக்கொண்டபோது, கிணற்றின் ஒரு மூலையில் மண்சரிந்து விழுந்த சத்தத்தைத் தவிர வேறொன்றும் இல்லை. நான் கெஞ் சுவதுபோலக் கேட்கலானேன். உடனடியாக என்னை நம்ப அவர்கள் தயாராாக இல்லை. 'சேர்த்தாக வேண்டும்' என்று என் அதிகாரத்தைப் பிரயோகிப்பேன் என எதிர்பார்த்து ஏமாந்தார்கள். அவர்களைத் தொந்தரவு செய்யாமல், என்பாட்டுக்கு ஒரு பக்கமாய் நீந்திக்கொண்டிருந்துவிட்டு விலகிக்கொண்டேன். அடுத்த நாள் என் விருப்பத்தைக் கோரிக்கையாக மாற்றிக் கொண்டேன். குரலும் இறைஞ்சும் பாவனைக்கு வந்துவிட்டது.

"வெளையாட்டுக்கு என்னையும் சேத்துக்கங்கடா..."

என் தொனி உவப்பையும் நம்பிக்கையையும் தந்திருக்க வேண்டும். உடனே ஒத்துக்கொண்டார்கள். ஆனால் ஒரு நிபந்தனை. அவர்கள் நான்கு பேர் சேர்ந்து என் ஒருவனைத் தொடுவார்கள். நான் ஒருவன் நான்கு பேரைத் தொட வேண்டும். விளையாட்டு விதிப்படி இது மோசடி என்றாலும் என் உருவம்தான் அவர்களுக்கு இந்த நிபந்தனையை விதிக்கத் தூண்டியிருக்கும்.

வெகுவிரைவில் நீருக்குள் என் பலத்தை அறிந்து கொண்டார்கள். நான்கு பேரின் துரத்தலுக்கு ஈடுகொடுக்க

இயலாமல் அரைச்சுற்றில் அவுட் ஆகிவிடுவேன். அதேபோல, நான்கு பேரையும் தொட முடியாமல் வெகுநேரம் சுற்றி அலைவேன். சிறுவர்களாக இருந்தது அவர்களுக்கு நிறைய வசதியைக் கொடுத்திருந்தது. மிக எளிதாக நீருக்குள் மூழ்கிக் குட்டித் தவளை ஒன்றைப் போல அவர்களால் மறைந்துபோக முடிந்தது.

கிழட்டுப் பாம்பைப் போல முறுக்கிக்கொண்டு நான் நகர்வதற்கு ரொம்ப நேரமாயிற்று. அவர்கள் கொஞ்சம் முயன்றால் போதும். என்னைத் தொட்டுவிட முடியும். நான் மிக ஆழத்தில் மூழ்கிப்போகத் தெரிந்தவனுமல்ல. அவர்களில் ஓரிருவர் நிலத்தைத் தொட்டுப்போகக்கூடிய அளவுக்குத் திறனுள்ளவர்கள். மேல் மட்டத்தில் தக்காபுக்கா என்று நீந்துபவர்களும்கூடப் பொச்சைத் தூக்கித் தூக்கி வேகம் காட்டுவார்கள். வெகு சீக்கிரத்தில் நான் களைத்துப்போய்விடுவேன். கொஞ்ச நேரத்திற்கு ஒரு முறை உட்கார்ந்து மூச்சு வாங்கிக்கொண்டுதான் வரமுடியும். இதையெல்லாம் புரிந்துகொள்ள அவர்களுக்கு அதிக நேரம் ஆகவில்லை. அவர்களை எந்த வகையிலும் மிஞ்ச முடியாதவன் என்பது, அவர்களுக்கு உற்சாகம் கொடுத்திருக்க வேண்டும்.

நான் அவர்களைப் போன்றவன்தான். வெறும் உடல் வளர்ச்சி – என்பது எனக்கும் பெரும் சந்தோசத்தைக் கொடுத்தது. மெல்ல மெல்லப் பத்துப் பதினைந்து ஆண்டுகள் பின்னோக்கிப் போய்க்கொண்டிருந்தேன். என் கை மிக லாவகமாக வயது விழுதுகளைப் பற்றித் தாவியது. எதிர்காலம் பற்றியோ நிகழ்காலம் குறித்தோ சஞ்சலங்கள் ஏதும் அற்று மனம் திரியலாயிற்று. எந்நேரமும் தண்ணீரில் குதித்துக்கொண்டிருக்கிறான் – என்கிற அம்மாவின் திட்டுகளைக் கண்டுகொள்ளவோ எதிர்த்துப் பேசவோ செய்யாமல் என்பாட்டுக்குச் சுற்றலானேன். கிணற்றின் வட்டப் பரப்புக்குள் அடைபட்டிருக்கும் சுதந்திர உலகை என் கைப்பிடிக்குள் கொண்டுவந்துவிடுவதில் தீவிர ஆர்வம் காட்டினேன். அவர்கள் என்னைக் கிணற்றுக்குக் கூட்டிப்போக வருவார்கள். நானும் அவர்களைப் போய்க் கூப்பிடுவேன். எங்களுக்குள் எந்தப் பாகுபாடும் இல்லை.

தொடற விளையாட்டில் நானும் அவர்களுக்குள் ஒருவனாகவே ஆனேன். எனக்கு என்று சலுகைகள் எதுவும் இல்லை. நான் அவர்கள் உலகத்திற்குள் அப்பாற்பட்டவனும் அல்ல. கைகோத்துப் பழம்போடுவோம். அவுட்டானவன் ஒரு பக்கத்தில் நின்றுகொள்ள மற்றவர்கள் எதிர்ப்பக்கம். அவுட்டானவனிடம் சிக்காமல் நீந்தி வந்து உத்தியைத் தொட்டுவிட வேண்டும். எவ்வளவு நேரம் விளையாடினாலும்

அலுக்காத விளையாட்டு. தொடாமலே தொட்டுவிட்டேன் என்று சாதிக்கும் பொய்க்காரனிடம் கத்துவேன்.

"டேய்...வாடா பழம்போட்டுப் பார்க்கலாம்."

தொட்டுவிட்டவன் என் தலைமயிரைப் பற்றித் தூக்கும் போது, அவனோடு சண்டைபோடுவேன். வேகத்தில் என் கையோ காலோ அவன்மேல் பட்டுவிட்டால்,

"தொட்டுட்டன் தொட்டுட்டன்..." என்ற அவன் கத்தலுக்கு நிகராக "நீ எங்கடா தொட்ட...நாந்தான தொட்டன்..." என்று சண்டையிடுவேன். ஏற்ற மேட்டின் மேலிருந்து "டேய்" என்று கத்திக்கொண்டு குதிப்பேன். பல்டியடிப்பேன். காலைப் படார்படாரென்று அடித்துக் கூச்சலிடுவேன். போகப்போக என் உடலின் பிடிப்புகள் விட்டுப்போயின. உடல்ரீதியாகவும் நான் பின்னோக்கிப் போய்க்கொண்டிருந்தேன். என் கைகளும் கால்களும் சுருங்கத் தொடங்கின. மண்வெட்டி போன்று அகன்று அசிங்கமாக இருந்த கால்களும் முறம்போல விரிந்திருந்த கைகளும் எவ்வளவு அழகாக ஆகிவிட்டன! மீசைதாடி மயிர்கள் உதிர்ந்துகொண்டிருந்தன. என் முகம் புற்களைச் செதுக்கி எறிந்த வரப்புப்போலக் கபடற்றுத் தெளிவாயிற்று. நீருக்குள் என்னால் மீன் குஞ்சைப் போல எளிதாக மூழ்கி நீந்த முடிந்தது.

இம்சைப்படுத்தும் எல்லா லௌகீகங்களும் என் மனசிலிருந்து ஓடிவிட்டன. கிணற்றுச் சுவரோரமாய் உள்ளே இறங்கியிருந்த வேரைப் பற்றி மரத்திலேறி நீருக்குள் குதிக்கு மளவுக்கு உடல் லேசாகிவிட்டிருந்தது. நண்பர்கள் எல்லோருக்கும் மகிழ்ச்சி.

அவர்கள் கூட்டத்தில் கூடுதலாக ஒரு தலை வந்துவிட்டது என்பதுதான். எத்தனை நேரம் கிணற்றுக்குள் குதித்தாலும் காதுக்குள் நீரடைத்துத் தலை பாரமாகவில்லை. குதித்த ஜோரில் அடி ஆழம் தொட்டு மண் எடுத்துவர முடிந்தது. என்னில் ஏற்பட்ட மாறுபாடுகள் அம்மாவுக்கு அச்சத்தைக் கொடுத்தன. அவள் "இப்படியாகிப் போனானே" என்று புலம்பலானாள். இன்னொருமுறை என்னை வளர்த்தாக வேண்டுமே என்பதுதான் அவள் பயத்திற்குக் காரணமாயிருந்திருக்கும். என்னைக் கூப்பிட வருபவர்களை ஏராளமான வார்த்தைகள் சொல்லித் திட்டி விரட்ட ஆரம்பித்தாள். அவளுக்குத் தெரியாமல் ஒளிந்து கிணற்றுக்கு ஓடுவது ஒன்றும் எனக்குச் சிரமமாயில்லை. அவளை நோக்கிச் சொல்ல விரும்பினேன்.

"அம்மா...இன்னொருமுறை நீ என்னை வளர்க்க வேண்டியதில்லை. நான் எப்போதும் இப்படியே இருப்பேன். என் நண்பர்கள் வளர்வார்கள். கிணற்றைவிட்டு வெளியேறிப்

போவார்கள். நான் இப்படியே இருப்பேன். வெளியேறுபவர்களை வாழ்த்திக்கொண்டும் வருபவர்களை வரவேற்றபடியும் நான் இருப்பேன் இப்படியே...”

ஆனால் மனசில் இன்னும் ஏதோ ஒரு லௌகீக முள் துருத்திக்கொண்டிருந்தது. என் கூரிய நகங்களுக்கு எட்டாமல், விழி வீச்சுக்கு அகப்படாமல் எங்கோ சதையோடு சதையாக ஒட்டிக்கொண்டிருக்கிறது. நான் எதையோ இன்னும் பற்றியிருக்கிறேன். என் நடப்பு உலகம் என்னை முற்றிலுமாகப் போக விடவில்லை. எந்தத் தூண்டில் என்னை இழுத்துக்கொண் டிருக்கிறது? அதைப் பிடுங்கியெறிந்துவிட முயன்றும் அந்தச் சிடுக்கின் முனை தெரியவில்லை.

சோபை குறைந்த என் முகவாட்டம் போக்க அன்றைக்கு அது நடந்தது. கால்களைக் கடிக்கும் குட்டி மீன்களில் சில வற்றைப் பிடித்து அவர்கள் வீட்டுத் தொட்டியில் வைத்து வளர்க்க விரும்பினான் நண்பன். எல்லோரும் மீன்பிடிக்கும் முயற்சியில் இறங்கினோம். கைகளை விரித்துக்கொண்டு மௌனமாக மேல்மட்டத்தில் வந்து மூச்சுவாங்கும் மீன்களைப் பிடிப்பது எளிது என்பதே எங்கள் கணிப்பு. ஆனால் ஆழத்தில் நிகழும் மெல்லிய அசைவைக்கூட மிக இயல்பாக உணர்ந்து அவை நகர்ந்துவிடும். ஆளுக்கொரு பக்கம் முயன்றும் ஒருவர் கைக்கும் ஒன்றும் கிடைக்கவில்லை. சட்டென்று ஒருவன் சொன்னான்.

“ஒரு துணி இருந்தாப் போட்டுப் புடிச்சர்லாம்.”

யாரிடத்தும் பொட்டுத் துணியில்லை. அதே சமயம் எல்லோரின் பார்வையும் என்னை நோக்கின. அவன் எந்தத் தடங்கலுமின்றிக் கத்தினான்.

“டேய்...உன்னோட கோமணத்த அவுத்துக் குட்டுரா...”

தயங்கினேன். ஒரே ஒரு கணம்தான். சிடுக்கு புரிபட்டது. உருவி எறிந்தேன். கிணறு அலை சிதறுகிறது. மீன்கள் கையுரசிச் சிரித்துக்கொள்கின்றன. கதிரொளி பட்டுத் துலங்கும் நீரெங்கும் பால்கைகளின் ஊடுருவல். ஆழத்தை நோக்கி வெகு லகுவாகப் போய்க்கொண்டிருக்கிறேன். ஆழம். இன்னும் ஆழம்.

●

புதியபார்வை, **16–31 ஜனவரி, 1998**

நீலாக்கா

கத்திரி வெயில் கொளுத்தும் ஒரு கோடைப் பகல் பொழுதில் நீலாக்கா இல்லாமல் போனாள். இன்றைக்கும் அப்படித்தான் ஊரெங்கும் பேச்சு. அவள் என்னவானாள் என்பதை யாராலும் கண்டு பிடிக்க முடியவில்லை. அப்போது எனக்குச் சின்ன வயது. ரொம்ப ரொம்ப. நீலாக்கா என்னை இடுப்பில் தூக்கிவைத்துக்கொள்ளுமளவு. நீலாக்காவின் அம்மா தன் ஒடுங்கிய மேனியின் உள்ளிருந்து ஆலைச் சங்கெனப் போட்ட அலறலில் நான் பயந்து கட்டிலுக்கடியில் ஓடிப் பதுங்கிக்கொண்டதை என் அம்மா இன்னமும் சொல்வாள். பின், தலைவிரி கோலமாய் மாரில் அடித்துக்கொண்டு 'நீலா நீலா' என்று கதறியபடி எந்த நேரத்திலும் வீதிகளில் உலவும் முதிய பிசாசாகிவிட்டிருந்தாள் அவள் அம்மா. பயத்தில் காய்ச்சல் கண்டு தானாகப் பிதற்றிச் செத்துப் பிழைத்த நான், எழுந்துவர மாதக் கணக்காயிற்று.

இப்போது நீலாக்காவைப் பற்றிய பேச்சு வெகுவாகக் குறைந்துபோய்விட்டது. அவள் யாரையாவது இழுத்துக்கொண்டு ஓடியிருக்க வேண்டும் அல்லது கண்காணாமல் ஆற்றிலோ குளத்திலோ விழுந்து மடிந்திருக்க வேண்டும் என்று முடிவு செய்திருந்தார்கள். ஊரில் எந்த ஆணும் காணாமல்போகவில்லை. எனவே வெளியூர்க்கார னோடு ஓடியிருக்கலாம். நீலாக்காவோடு எவன் ஓடிப்போவான் என்று கெக்கலித்துச் சிரித்தவர்களும் இருந்தார்கள். அது மாயம்தான்.

இத்தனை ஆண்டுகளாகியும் என்னால் நீலாக்காவை மறக்க முடியவில்லை. என் பால்யத்தின் வயல்வெளிகளில் அவள் சுதந்திரமாகத்

திரிந்துகொண்டிருந்தாள். அவள் இடுப்பில் உட்கார்ந்து அலைந்ததை நினைத்தால் இப்போது கூச்சம் கவ்வுகிறது. அவள் என்னவாகி இருக்கலாம் என்பதை என்னால் யூகிக்கக்கூட முடியவில்லை. ஆராய்வதற்கான சான்றுகள் எதுவும் இன்றைக் கில்லை. நீலாக்காவும் அவள் அம்மாவும் வசித்த கை ஓடு வேய்ந்த அந்த வீடு இற்றுக் குட்டிச்சுவராகி நிற்கிறது. எப்போதேனும் அதைப் பார்க்க நேர்கையில், கலைந்து உதிர்ந்துகிடக்கும் செங்கல்களுக்குள் இருந்து முகம் முழுக்கவு மான சிரிப்போடு "பயா" என்று கூவிக்கொண்டு நீலாக்கா ஓடிவருவதாகத் தோன்றும். அது உண்மையாகவே நடக்கக்கூடும்.

எங்களுக்கு எதிர்வீட்டில்தான் நீலாக்காவும் அவள் அம்மாவும் குடியிருந்தார்கள். இரண்டு பேருமே உழைப்பையே வாழ்க்கையாகக் கொண்டவர்கள். நீலாக்கா சும்மா இருந்து நான் பார்த்ததே இல்லை. அவள் எந்த வேலைக்கும் சளைத்தவள் கிடையாது. காட்டு வேலையில் இருந்து காரவேலைவரை எல்லாமும் செய்வாள். வீட்டோடு இருந்துகொண்டு அழுதுவடிய அவளுக்குப் பிடிக்காது. தானாகவே வேலைகளை உருவாக்கிக் கொள்வாள்.

காலையில் அவள் வேலைக்குப் புறப்படும்போது, "கண்ணுப் பயா" என்று கூறியபடி என்னைக் கிள்ள வருவாள். அடங்காது திமிரும் சுருட்டை முடியை அழுந்தச் சீவிப் பின்னல் போட்டுக் கொண்டுவரும் அவளுக்கு எதிரே கன்னத்தைக் காட்டியபடி நிற்பேன். வலியே தெரியாமல் சமர்த்தாகக் கிள்ளிப்போவாள். மல்லிகையோ கனகாம்பரமோ இல்லாவிட்டால்கூட, சுல்லிப் பூவைக் கைநீளம் கட்டிச் சொருகியிருக்கும் அவள் நடையைத் தெருமுனை திரும்பி மறையும்வரை பார்க்கத் தோன்றும்.

ஆண்தன்மை கலந்த முகம்தான் என்றாலும், மஞ்சளை வழித்துப் பூசி அதன்மேல் லேசாகப் பவுடரைத் தடவியிருக்கும் மணம் உறிஞ்சி வெகுநேரம் நிற்பேன். நடுநெற்றியில் அளந்து வைத்திருக்கும் சாந்து கனன்றெரியும். சாயம்போன பழம் புடவையைப் பாந்தமாகக் கட்டியிருப்பாள். "இப்படி மினுக்கத் தான்" அவள் ஒரு நாளும் நிற்காமல் வேலை வேலை என்று ஓடுவதாக அவள் அம்மா சலித்துக்கொட்டுவாள்.

என்னைப் போலவே எல்லாச் சிறுசுகளுக்கும் நீலாக்காவை ரொம்பப் பிடிக்கும். மடிக்குள்ளிருந்து கல்லக்காயோ தட்டக் காய்களையோ அவள் அள்ளிக் கொடுப்பாள். வாங்கிக்கொண்டு 'நீலாக்கா நீலாக்கா' என்று எல்லோரும் கூச்சல் போடும்போது, பொறாமை வழிய நான் சொல்வேன். "அது எங்க நீலாக்காடா" என்று. "எங்களுக்குந்தான்டா நீலாக்கா" என்பார்கள் மற்றவர்கள். நான் வரிசையாகப் பட்டியலிடத் தொடங்கிவிடுவேன்.

“எங்களுக்கு எதிர்வீட்டுலதான் நீலாக்கா இருக்குது, என்னையத் தெனமும் கிள்ளும்டா, எனக்குத்தான் எல்லாமே ஒரு குத்து எச்சாத் தரும்.” பதில் சொல்ல இயலாமல் எல்லாப் பையன்களும் வெறுமனே “வெவ்வே” என்று பழித்துவிட்டு ஓடுவார்கள். எனக்குப் பெருமை பிடிபடாது. “நீலாக்கா நீலாக்கா” என்று ஓடி அவள் கையைப் பிடித்துக்கொண்டே வீட்டுக்கு வருவேன். அவளுக்கும் குழந்தைகளை மிகவும் பிடிக்கும். “என்ன இளிப்போ!” என்று ஏசும் அம்மாவிடம், “அதுகளோடு கொஞ்சநேரம் இருந்து பாரு தெரியும்” என்று பதில் சொல்வாள். காட்டுத் தடத்தில் வந்தால் ஊருக்குள் நுழையாமலே வீட்டுக்கு வந்துவிடலாம். ஆனால் அவள் ஊர்வீதி வழியாகத்தான் வருவாள்.

அப்படியெல்லாம் சந்தோசமாக ஆகிவிட்டிருந்தவள் தலை கீழாக மாறிப்போனது அணியூரிலிருந்து அவளைப் பெண் பார்க்க வந்தபோதுதான். மாப்பிள்ளை காட்டு வேலைக்காரன். அவனுக்கு நீலாக்காவைப் பிடித்துவிட்டது. நீலாக்காவுக்கும் பிடித்திருந்தது. சம்மதப்பட்டு உறுதிசெய்யப்போகிற நேரம். வேலைக்காட்டிலிருந்து வந்துகொண்டிருந்த நீலாக்காவை, மாப்பிள்ளையின் அக்காவோ தங்கச்சியோ வெள்ளைச் சேலைக் காரி ஒருத்தி எதேச்சையாகச் சந்தித்திருக்கிறாள். கூச்சப்பட்டுக் கொண்டே நீலாக்கா அவளிடம் சிரித்துப் பேசவும், அவள் கத்தியேவிட்டாள்.

“பொண்ணுக்குக் காறப்பல்லு.”

அந்தக் கணத்தில் சாணிப் பிள்ளையார்போலக் கூம்பிக் கருத்த அக்காவின் முகத்தில் பழைய களை பிறகு வரவேயில்லை. அந்த வெள்ளைச் சேலைக்காரியின் குரல் லேசுப்பட்டதல்ல. அது வளத்திப் பனையின் உச்சியில் உட்கார்ந்துகொண்டே எட்டுப் பட்டி ஊருக்கும் கூவிக்கொண்டேயிருந்தது. அந்த வழியாகப் போகும் ஆளைக் கண்டவுடன் அது அசரீரியாகப் பேசத் தொடங்கிவிடும். நீலாக்காவைப் பார்க்கிற முகமெல்லாம் வெள்ளைச் சேலைக்காரியின் குரலிலேயே பேசத்தொடங்கின. ஆனால் அவற்றில் வருத்தமோ இரக்கமோ தொனிக்கும். நீலாக்கா பேசும்போது, காறைப் பற்களைப் பார்த்துவிடக் கண்களைக் கூர்மையாக்கிக்கொள்ளும். அந்த நாள்வரை இருந்த எல்லோரின் சொந்தக் குரலும் பார்வையும் எங்கே தொலைந்தன என்பது நீலாக்காவுக்குப் புரியவில்லை.

அத்தோடு வைத்தியம், பரிகாரம் என்று சொல்லத் தொடங்கி விட்டார்கள். இத்தனைக்கும் முன்மேல் பற்கள் இரண்டும்தான் பிறை வடிவத்தில் காறை படிந்திருந்தன. ஆட்டின் பின்னால் திரிந்துகொண்டிருந்த சிறுவயதில், இளநுங்குக் குரும்பைகளைப் பல்லில் கடித்து அறுத்த சுவடுகள். அவை இனிப் போகவே

போகாது என்றார்கள். “அது என்ன பிரமாதம். செங்கல்ல ஒரச்சுப் பல்லு வெலக்குனா ஒரு மாசத்துல வெள்ள வெளேர்னு ஆயிருது” என்றார்கள் சிலர். அக்காவின் மனசில் அது பதிந்துவிட்டது. அந்த யோசனையே உகந்ததாகவும் இருந்தது. அதற்கப்புறம் எந்த மாப்பிள்ளையும் நீலாக்காவைப் பார்க்க வரவில்லை.

காரவேலை செய்யும் இடத்திலிருந்து ஒரு முழுச்செங் கல்லைத் தூக்கித் தலையில் வைத்துக்கொண்டு வந்தாள். ஊர்த்தெரு வழியைவிட்டுக் காட்டுத்தடத்தில் வீடடைந்தாள். அன்றிலிருந்து பின்னல் மறந்தாள். மஞ்சள், பவுடரும் மறந்தாள். பல் ஒன்றே கதியானாள். காலையில் எழுந்து பொடக்காலிப் பக்கம் போய் உட்கார்ந்தால், திரும்பி வரப் பொழுது மேலுக்கு வந்துவிடும். பெரிய வட்டக் கல்லொன்றில் செங்கல்லை உரைத்து உரைத்துப் பல் துலக்கிக்கொண்டே இருப்பாள். வேலைக்கு அவசர அவசரமாக ஓடுவாள். என்னைக் கிள்ள அழைப்பதைக் கூட மறந்துவிட்டாள். ஏக்கம் கவிய வெளியே வந்து நின்று பார்ப்பேன். காட்டுத் தடத்தில் ஓடிக்கொண்டிருப்பாள். சீவாத கூந்தல் பன்னாடைபோல இருபுறமும் பறந்துகொண்டிருக்கும். வேலைக்குப் போக நேரமாகிவிட்டதால், நின்றுவிட்ட நாட்களும் உண்டு. செங்கல் கரைந்துகொண்டு வந்ததே தவிர, ஒன்றும் தெரியாததுபோல் பல்லின் மேல் ஆடாமல் அசங்காமல் காறை உட்கார்ந்திருந்தது.

கண்ணாடியில் பார்க்கும்போதெல்லாம் அழுகை பீறிடும். “என்னடி கண்ணாடியப் பாத்து ஈஈன்னு இளிச்சுக்கிட்டு” என்று அம்மா நொடிப்பது ஒன்றும் கேளாமல் கண்ணாடியை அப்படியும் இப்படியுமாகத் திருப்பிப் பார்ப்பாள். சில சமயம் காறையின் நிறம் வீரியமிழந்து மங்கிவிட்டதாகத் தோன்றும். அப்போது அவள் முகத்தில் லேசான களைகூடும். ஆனால் அடுத்த கோணத்தில் காறை அப்படியேதானிருப்பதாகப்படும். முகம் சுண்டிவிடும். அப்புறம் எந்தப் பக்கமிருந்து பார்த்தாலும் காறை பளீரிட்டுத் தெரியும்.

கோடிக்காரப் பாட்டி ஒருத்தி ஏளனமாகவோ மனப் பூர்வமாகவோ நீலாக்காவைக் கூப்பிட்டுச் சொன்னாள்.

“அடி நீலா ... நீ வெளக்கறது நல்ல செங்கல்லா இருக்காது. நல்லா வெந்திருக்கணும். பதமாப் பாத்துத் தேடி எடுத்தாடி ...”

எந்தச் செங்கல்லைக் கண்டாலும் இது பதமாக இருக்குமா என்று யோசிக்கத் தொடங்கிவிடுவாள். காரவேலை செய்யு மிடத்தில் செங்கற்களைப் புரட்டிக்கொண்டோ கையில் வைத்த படியோ அதன் தரத்தைச் சோதிப்பாள். நேரம் போய்க்கொண்டே இருக்கும். தீர்மானிக்கவே தோன்றாது. இந்தச் செங்கல்தான் இத்தனை நேரம் தேடிக்கொண்டிருந்தது என்று மனசு சொல்லும். அது அத்தனை பதமில்லை என்றும் நினைக்கும்.

வேலை முடிந்து வரும்போது அல்வாத் துண்டைப் போல ஒரு முழுச்செங்கல் தலைமேல் உட்கார்ந்துகொள்ளும். இரண்டு நாள் அதை உறைத்துப் பல் துலக்கிப் பார்ப்பாள். அப்புறம் அதன்மேல் வெறுப்பு சூழும். நன்றாக வேகாத இதைப் போய்த் தூக்கி வந்திருக்கிறோமே என்று ஒருபுறமாய் வீசி எறிவாள். காரவேலை செய்யுமிடத்தில் அடுத்த நாள் வேறு செங்கல்லைப் பொறுக்குவாள். எதிலுமே திருப்தியற்று வெறிகொண்ட பெருச் சாளி ஒன்று தரையைப் பறித்துப் பறித்து வெளியே வீசி எறிவதைப் போல, செங்கல் குவியலுக்குள் புகுந்து அவற்றைப் புரட்டி வீசிக்கொண்டே போனாள். அவள் வேகத்தை யாராலும் கட்டுப்படுத்த இயலவில்லை. தனக்கு எதிர்ப்படும் உலகத்தைச் செங்கல்லால் காயப்படுத்திக் கொன்றுவிடுகிற உயிர்வெறி அவளுள் எழுந்திருக்க வேண்டும். அன்றோடு வேலைபோயிற்று.

அதற்குள் வீட்டுக்கு முன்னால் சிறு குத்தாரியாய்ச் செங்கல் சேர்ந்துவிட்டது. அவர்களுடையது விரிந்த வாசல் என்பதால், கேள்வி கேட்பாரில்லை. முழுக்கவும் செக்கச் செவேல் என்று கனிந்திருந்தவை, வெந்தும் வேகாமல் லேசாக வெண்மை கொண்டிருந்தவை, திருஷ்டிப் பொட்டுப்போல இடையிடையே கருப்பு வட்டம் கொண்டவை என்று விதவிதமாய் அவள் செங்கற்களைச் சேகரித்திருந்தாள். அவள் வெறியும் வேகமும் என்னையும் என்னொத்த சிறுவர்களையும் அண்டவிடாமல் விரட்டின. சவக்களை படிந்த அவள் முகத்தைக் காணப் பயந்தோம். புதுப் பித்தளைப் பாத்திரத்தைக் கல்லால் நொறுக்கியது போன்று அவள் உருக்குலைந்துவிட்டாள். செங் கல்லை எடுத்து வீசி அடித்துவிடுவாளோ என்ற எச்சரிக்கை எல்லா நேரத்திலும் இருந்தது. "நீலாக்கா நீலாக்கா" என்று என் வாய் அரற்றியது. எதிரில் போகும்போது அவள் எங்கோ சஞ்சரித்தபடி இருப்பாள். அவளை எங்கள் உலகத்துக்குள் கொண்டுவர என்ன செய்வதென்றே புரியவில்லை.

நீலாக்காவோ காரவேலையை விட்டுவிட்டாலும் செங்கல் சேகரிப்பை விடவில்லை. செங்கல் எடுத்துவருவதற்காக அவள் வெகுதூரம் பயணிக்கவும் சலித்ததில்லை. காரவேலை நடக்கும் இடங்களைத் தேடி, சுத்துப்பட்டிக் கிராமங்கள் எல்லாவற்றிற்கும் போனாள். அங்கெல்லாம் அவளை அறியாதவர் யாரும் இல்லை. "செங்கல் திருடி" என்பார்கள். சோதித்துப் பொறுக்கி எடுத்து வர முடியாத ஏக்கம் அவளை வாட்டியபோதும், வேறு வழி யுமில்லை. காலையிலிருந்து பகலெல்லாம் பல் துலக்குவாள். மாலைகளில் செங்கல் தேடிக் கிளம்பிவிடுவாள். பின்னிரவு களிலும் அவள் பல் துலக்கும் சிறுசிறு சத்தங்கள் வந்தபடியே இருக்கும். சிறுநீர் கழிக்க எழுந்து வரவும் பயம். அம்மாவைத் துணைக்குக் கூப்பிட்டுக்கொள்வேன். ஒருச்சாய்த்துத் திரும்

பினால், இருளில் அடர்த்தியாய் அவள் உருவம் தெரியும். அவள் எங்களையோ ஒலிகளையோ சட்டை செய்பவளாயில்லை. அவளுண்டு அவள் வேலையுண்டு என்றே இருப்பாள்.

காரவேலை என்று மட்டுமில்லை. காடுகளுக்கும் போகும் போதெல்லாம் அங்கிங்கெனாதபடி கண் எங்கும் அலைந்து கொண்டேயிருந்தது. காட்டுக்குள் கிடக்கும் சிறுசிறு செங்கல் துண்டுகளையும் ஓடிப் பொறுக்கி மடியில் கட்டிக்கொள்வாள். ரொம்பப் பழமை வாய்ந்த செங்கல் துண்டுகளும்கூட அவளுக்குக் கிடைத்திருக்கலாம். ஏனென்றால், சிலவற்றைக் கையில் வைத்துக் கொண்டு பொக்கிஷம் கிடைத்துவிட்டதைப் போலக் குதூகலிப்பாள். அதைப் பிடுங்க யார்யாரோ வருவதாகப் பாவித்து, யாருக்கும் கொடுக்காமல் மடிக்குள் மறைத்துக்கொண்டு ஓடுவாள். வீட்டு வாசலில் ஒழுங்கின்றி எறியப்பட்ட செங்கல் குவியல்கள் புற்றுகளாய் வளர்ந்தன. அதற்குள் உட்கார்ந்து கொண்டு பல் துலக்கிக்கொண்டே இருந்தாள். எச்சில் ஊற்று சுரந்து ஒழுகியது. எங்கும் சிவப்பு எச்சில் கறைகள் திட்டுத் திட்டாய்ப் படிந்து வாசல் நிறம் மாறிற்று. நீலாக்காவின் அம்மா கூச்சலிட்டுக் கத்திக்கொண்டிருப்பாள். புலம்பி ஒப்பாரி யிடுவாள். ஆனால் நீலாக்கா வேலைக்குப் போவதை எல்லாம் சுத்தமாக மறந்துபோனாள். நாள் முழுவதுமே செங்கல் குவியலுக் குள்தான் கிடந்தாள். வீடு கழுவக்கழுவ நுரைத்துக்கொண்டே ஓடும் அழுக்குநீர்போல, செங்கல் குவியல் சந்துகளில் எச்சில் நதி செம்மண் பிரவாகம் கொண்டோடிற்று.

‘செங்கல் பொறுக்கி’, ‘செங்கல் திருடி’ என்கிற பரிகாசப் பெயர்களோடு, ‘கிறுக்கி’ என்ற பெயரும் நிலைத்தது. எதையும் பொருட்படுத்துகிறவளாய் அவள் இல்லை. போகப் போகச் செங்கல்லோடே வாழத் தொடங்கினாள்.

உணவும் நீரும் அதுவே ஆயிற்று. இடைவிடாத தேய்த்தலில் ஆட்காட்டிவிரல் ஓட்டை விழுந்தது. ரத்தமும் செங்கல் கரைசலும் ஒரே நிறம். எப்போதாவது குவியலுக்குள் புகுந்து சிக்கினால், சடை கட்டிய மயிரைப் பிடித்து இழுத்து வெளியே கொண்டு வருவாள் அவள் அம்மா. திண்ணையில் உட்கார்த்தி வைத்துவிட்டு உள்ளே போய் வருவதற்குள் இவள் மீண்டும் குவியலுக்குள் நுழைந்திருப்பாள்.

“பாமுண்ட பாமுண்ட ...” என்று வயிற்றில் அடித்துக் கொண்டு அம்மா கதறும் ஒலி ஒன்றும் நீலாக்காவுக்குக் கேட்காது. செங்கல் இடுக்கு எதிலாவது புகுந்து ஒளிந்துகொள்ள முயல்வாள்.

அந்தச் சமயங்களில் அவளைப் பார்த்திருக்கிறேன். அதுதான் அவளை முழுமையாகப் பார்த்தது என்றும் சொல்ல வேண்டும்.

உடம்பு மெலிந்துபோய் செங்கல் நிறமாக மாறியிருந்தது. குடுகுடுக் கிழவியைப் போல உடல் குறுகிப்போயிருந்தாள். யாரையும் அவளுக்கு அடையாளம் தெரிந்திருக்கவில்லை. தொடர்பில்லாத உலகத்தில் தூக்கி எறியப்பட்ட ஜீவனைப் போல, திண்ணையில் உட்கார்ந்திருக்கத் துடித்துப்போவாள். எங்கள் காற்றும் மண்ணும் வாடையும் அவளுக்குச் சுத்தமாக ஒத்துவரவில்லை. மூச்சுத் திணறுவாள். செங்கல் குவியலுக்குள் ஓடிப்புகுந்த பின்னரே ஆசுவாசமாவாள்.

தன்னிச்சையாய் வீட்டுச் சுவரின் செங்கற்களையும் உருவத் தொடங்கினாள். ஏதோ பெருச்சாளிப் பொந்து என்றிருந்த அவள் அம்மா, செங்கல் பிரிந்த சுவர் ஆவென்று வாய் பிளக்கப் பிளக்க உஷாரானாள். கட்டை விளக்குமாற்றால் நீலாக்காவைச் சாத்தினாள். ஆனால் நீலாக்கா வாயிலிருந்து ஒரு அலறல் இல்லை. கண்ணீர் இல்லை. அவள் அம்மாதான் கத்திப் புலம்பினாள். கையை நீட்டிக்கொண்டு சாபம் கொடுத்தாள். இறுதியாய் எச்சரித்தாள்.

"அடியேய்...வண்டிக்காரங்கிட்டச் சொல்லி இந்தக் கல்லு பூராத்தையும் வாரிக்கிட்டுப் போவச் சொல்றம் பாரு..."

வெறித்த பார்வைதான் நீலாக்காவின் பதில். பின் சில நாட்கள் யாரும் அந்தப் பக்கமே போகவில்லை. சிலசமயம் அவள் அம்மா திண்ணையின் மீதேறி எட்டிப் பார்ப்பாள் தலை தெரியும். அது எந்நேரமும் ஆடிக்கொண்டேயிருந்தது. எச்சில் கரைசல் வெளியே வழிந்தோடிக்கொண்டே இருந்தது.

அன்றைக்கு விடிந்தபோது ஊர்த் தெருவில் யாரும் கால் வைத்து இறங்க முடியவில்லை. ஒழுங்கான சாக்கடை வசதியற்ற எங்கள் தெருக்களில் செங்கல் கரைசல் நிறைந்தோடிற்று. நாற்றம் கொண்ட ஆற்றுப் பெருக்கு. துர்நாற்றத்தை மோப்பம் பிடித்துக் கழுகுகள் சுற்றின. நீலாக்காவின் மேல் ஊரே கோபம் கொண்டெழுந்தது. செங்கல் குவியலை நெருங்க நெருங்க வீச்சம் கூடிற்று. குவியல் சந்துகளிலெல்லாம் வெள்ளப் பெருக்கு. கூட்டம் கற்களை எடுத்து வீசிற்று. உள்ளே நீலாக்கா இல்லை. இண்டு இடுக்குகளிலும் ஓடித் தேடிய அவள் அம்மாவின் அலறல் அப்போதுதான் எழுந்தது. "நீலா நீலா." பதற்றக் குரல் கேட்டுப் பூச்சிகள் ஓடி ஒளிந்தன. அவை சுருண்ட மீசையுடன் செங்கல் நிறத்திலேயே இருந்தன.

●

புதியபார்வை, 16-28 பிப்ரவரி, 1997

கோடித்துணி

அம்மாவின் முலைகள்தாம் பிரச்சினையாயின அவனுக்கு. அவளை வெட்கம்கெட்ட காட்டுமிராண்டி என்று மனதுக்குள் திட்டவும் செய்தான். வெயில் பரவி எல்லாவற்றையும் ஆக்கிரமித்துக்கொண்டபின் மெல்ல எழுந்து வெளித்திண்ணையில் பிரஷ்ஷோடு அவன் உட்காரும்போது, மாட்டுத்தீவனம் அள்ளிக் கொண்டோ சாணிக்கூடையைத் தலையில் வைத்த படியோ அவள் அங்கும் இங்கும் நடமாடுவாள். இடுப்பிலிருந்து முழங்கால்வரை தொங்கும் சேலையின் முந்தானை முதுகுப்பக்கம் தழுவிச் சும்மாடாக, மண்டைக் கட்டாகத் தலைக்குப் போய் அமர்ந்திருக்கும். உலர்ந்த நுங்குத் தொரட்டிகளைப் போல முன்பக்கம் தொங்கும் முலைகளின் அசைவு உறுத்தும். அவனால் உட்கார்ந்திருக்கவே முடியாது. சுருக்கங்கள் ஏறிய அவை இருக்கும் உணர்வேயின்றி அவள்பாட்டுக்கு இயங்கிக்கொண்டிருப்பாள். அது அவனை இன்னும் இம்சித்து வெறுப்பின் உச்சிக்குக் கொண்டுசெல்லும். அவற்றைப் பற்றி இழுத்துத் தான் பால் குடித்து வளர்ந்தோம் என்பதில் அவமானம் அடைந்தான். அவளது உதிரக்குழியில் இருந்துதான் உதித்தோம் என்ற நினைவே அவனைப் பெரும் சங்கடத்தில் ஆழ்த்திற்று. குறைந்தபட்சம் அவன் வெளியே வரும் போதேனும் அவற்றை அவள் மறைத்துக்கொண்டால் தேவலாம். அதை அவளுக்கு உணர்த்தும் விதமாக முகத்தைத் திருப்பிக் கொள்வதும் தலையைக் குனிந்து கொள்வதுமென என்னென்னமோ சேஷ்டைகள் செய்து பார்த்தான். எதுவும் அவளுக்கு உறைத்ததாகத் தெரியவில்லை.

அதனாலேயே அவற்றின் முகத்தில் விழிக்காமல் பச்சை வயல்களுக்குள்ளோ கிணற்று மேட்டுக்கோ

நழுவி ஓடிவிடுவான். ஆனாலும் அவனைத் துரத்திக்கொண்டு வருவதுபோல, பின்னாலேயே ஏதாவது வேலையை வைத்துக் கொண்டு அம்மா வந்துவிடுவாள். அவள் முகத்தில் ஜொலிக்கும் அன்பின் பிரகாச வெளிச்சத்தைப் பிட்டுக் கொறித்துக்கொண்டு, முலைகள் எழும்பி ஆடும். நீண்ட வாள் கொண்டு அவற்றை அறுத்து எறிந்துவிடுவதாய் உள்ளோடும் நினைவுகளின்போது உடல் முழுக்க வேர்த்து உளறிக்கொட்டுவான். அந்த இடத்தை விட்டு வெகுசீக்கிரம் நகர்ந்தோடிவிட வேண்டும் என்கிற எச்சரிக்கை உணர்வு அலறும். அவனுக்கென்று ஒதுக்கப்பட்ட ஓலை வேய்ந்த மாடிக்கொட்டகை அறைக்குள் புகுந்துகொண்ட போதும், அதன் ஓலைச் சந்துகளிலெல்லாம் கசிந்து அவனை நிலைகொள்ளாமல் ஆட்டும். கண்களை இறுக மூடிக் குப்புறப் படுத்துக்கொண்டபின் ஓரளவு தணியும். அம்மாவின் குரல் கேட்கிற சமயங்களில் சாப்பிடக் கீழே இறங்கவேமாட்டான். குனிந்து பரிமாறுகையில் ஊஞ்சலாடும் அவை வித்தியாசமான மிருகக் குட்டிகளாய் அவன் முகத்தில் மோத வரும். எத்தனை கவனமாகக் குனிந்து சாப்பிட்டாலும் அவற்றைத் தவிர்க்க முடியாது. கையைக் கழுவிக்கொண்டு மேலேறி ஓடுவதிலேயே கவனமாக இருப்பான். படிப்பை முடித்து வந்த இந்த ஒரு மாத காலத்தில் அவன் வெளியே போவதற்கு விரும்பியதே இல்லை. எதிர்ப்படும் யாரேனும் அம்மாவைப் பற்றி, அவளது முலைகளைக் குறித்துக் கேள்விகள் எழுப்பக்கூடும் என்று பயந்தான். அல்லது அதைப் பற்றிக் கேலி பேசி முதுகுக்குப் பின்னால் சிரிக்கவும் செய்யலாம் என்று நினைத்தான். யாரிடம் பேசினாலும் அது குறித்த சொற்கள் எந்த நேரத்திலும் புறப்பட்டு வந்து தன்னை வளைத்துக் கொள்ளும் என்கிற எச்சரிக்கை, அவ்விடம்விட்டகல எப்போதும் வற்புறுத்திக்கொண்டே யிருந்தது. அவன் படித்த மருத்துவத்தின் மூலமாக இதற்கு ஏதேனும் வழியுண்டா என்பதை ஆராய்பவன் போல, தடித் தடியாய் விரித்துவைத்த பக்கங்களின் வழியே நாளெல்லாம் நடந்து சலித்துத் தூங்கிப்போவான். கதவுக்கு வெளியே வரவே அவனுக்கு நாணமாயிருந்தது. அம்மா எதிர்ப் பட்டால் என்ன செய்வதென்பதைத் தீர்மானிக்காமல், எப்படி வெளியே வருவது?

அண்ணியிடம் அது குறித்துப் பேசலாமா என யோசிப்பான். என்னவென்று சொல்வது? நாக்கு நுனிவரை வரும் வார்த்தைகள் மடிந்து மடிந்து உள்ளிழுத்துச் சுருண்டு சாகும். அண்ணி புரிந்து கொள்வாள் என்கிற நம்பிக்கை அவனுக்குண்டு. தொடக்கம்தான் சிக்கல். அந்நிய இடத்தில் நுழைந்து விட்டவனைப் போலத் திக்குமுக்காடினான். சாப்பிடும்போது எப்படியாவது அதைக் குறித்து இரண்டு வார்த்தை சொல்லிவிட முனைவான். குனிந்த தலை நிமிராமலே, சோற்றை அளைந்து கொண்டிருந்துவிட்டு

எழுந்து போய்விடுவான். அவனுடைய இரவுகளெல்லாம் புழுங்கி மடிந்தன. தனக்கு மட்டும் இப்படியான ஓர் அம்மா ஏன் என்று சுவர்ப் பல்லிகளிடம் கேட்டுப் பார்ப்பான். அவையோ பூச்சி பிடிக்கும் மும்முரத்தில் அவனைச் சட்டை செய்வதுமில்லை. அம்மாவின் ஆரோக்கியத்தில் குறையேது மில்லை. அவள் காட்டும் அன்பிலோ விரிசலில்லை. எல்லாம் இருந்தும், வெளிச்சம்போட்டுக் காட்டும் முலைகள்... அவ்விடத்தின் எல்லாத் தொடர்புகளையும் அறுத்தொதுக்கி விட்டு எங்கேனும் ஓடிவிடலாமாவென விட்டம் பார்த்தபடியே கிடப்பான். தன்னை இத்தனை காலம் உய்வித்தது, உடலைப் பெருக்கித் தலையில் பெரும் கனம் கொண்டதோர் பட்டத்தைச் சூட்டியது இந்த முலைகள்தாமா? அவனுக்கென்று ஏன் இப்படி வாய்த்தது?

நகரத்துத் தியேட்டர் ஒன்றுக்கு முதலாளியும் அழகை லட்சத்தில் மதிப்பிடும்படியான பெண்ணுக்குத் தந்தையுமான அந்த ஆள், பெரிய பெரிய அறைக் கிடங்குகளில் நோய் முற்றிய நபர்களைத் திணித்துவிடும் சீரிய திட்டத்தோடு, அவனை மாப்பிள்ளை ஆக்கிக்கொள்ள முன்வந்தபோது, அவனுடைய சிக்கல் கூடியது. அந்நிய மனிதர் யாருமே அவன் அம்மாவைப் பார்த்துவிடக் கூடாது என்று விரும்பினான். மாப்பிள்ளையைப் பார்க்க அவர்கள் வரப்போவதாய்ச் சொல்லி அனுப்பியதும் வீடே சந்தோஷம் கொண்டிருந்தது. அவனுக்கு வரப்போகும் அதிர்ஷ்டத்தின் திசையை நோக்கிக் கும்பிட்டார்கள். அவற்றி லெல்லாம் ஈடுபாடற்று அவன் முகத்தில் ஓடிய கவலையின் அப்புதலை வழித்தெறியும் விதமாய் அண்ணி அவனிடம் மெல்ல ஆரம்பித்தபோது, மென்று துப்பி ஒருவழியாய்ச் சொல்லி முடித்தான்.

'அம்மாவின் முலைகள்...'

அண்ணிக்கு இவ்வளவுதானா பிரச்சினை என்றாயிற்று. ஆனாலும் இது நல்ல சந்தர்ப்பம் என்றும் தன் வாழ்நாளில் தானே தீர்த்து வைக்கும்படியான பிரச்சினை ஒன்று தன்னிடத்தில் வந்திருக்கிறது என்றும் குதூகலித்துப் போனாள். அவளுக்கும் மாமியாரின் முலைகள்மேல் ஒரு கண்தான். தன் கொழுந்தனை ஊரெல்லாம் மெச்சித் திரிந்தாள். எல்லோருமே அவனைப் போலவே கூடக் குறைய உணர்ந்துதான் இருந்தார்கள். அவனைச் சரியென்றே ஆமோதித்தார்கள். அண்ணி, ரொம்ப சாதாரணமாக ஒரு தீர்வை முன்வைத்து எல்லோரின் ஒப்புதலையும் பாராட்டுகளையும் மூட்டையாகக் கட்டிக்கொண்டாள்.

"பொண்ணு வீட்டுக்காரங்க வர்றதுக்குள்ள அத்தைக்கு ரவிக்க தெச்சுப் போட்டர்லாம்."

எல்லோருக்கும் பெரும் நிம்மதி. காலகாலமாகத் தங்க ளுடனே வளர்ந்து வந்த பெரும் பிரச்சினை ஒன்று வெகு லகுவில் தீர்ந்துபோன எண்ணம். காடுகளிலிருந்தும் வீட்டுக் குள்ளிருந்தும் எருமை, மாடு, ஆட்டு வாய்களிலிருந்தெல்லாம் ஒரே குரல்தான்.

“ரவிக்க தெச்சுப் போட்டர்லாம்.”

ரவிக்கையைப் பற்றிய அம்மாவின் விருப்பத்தை அறியும் ஆவல் யாருக்கும் எழவில்லை. அனாதி காலந்தொட்டு உருவாகி நிலைபெற்றிருந்த ஆபாசம் ஒன்றைக் களையப்போவதான நினைப்பும் பெருமையும் எல்லோரையும் பிடித்திருந்தன. ரவிக்கை யைப் பற்றி அவளிடம் பேசும்போது நமட்டுச் சிரிப்பொன்றை உதட்டோரத்தில் உதிர்த்தபடி இருந்தார்கள். அவர்களைப் போலவே அவளும் பரவசம் கொண்டு தலையைக் குனிந்து வெட்கம் கொள்ளவோ குறைந்தபட்சம் வார்த்தைகளிலாவது அதனைக் காட்டவோ வேண்டும் என்றுகூட எதிர்பார்த்தார்கள். ஆனால் அவள் பேச்சற்றுப் போனாள். ரவிக்கை விசயத்தைக் கேட்டவுடனே அந்நியக் கை உடலெல்லாம் அலைவதுபோலக் கூசி நாக்கு உள்ளிழுத்துப் பற்கள் கிட்டிக்கச் சொற்களை இழந்தாள். கொழுமுனை படாத நிலம்போல இறுகிக் கெட்டித்த அவள் முகத்திலிருந்து பரவிய பரிதாபத்தின் நிழலை யாரும் சட்டை செய்யவில்லை. நியாயமாகவே அவள் சந்தோஷப்பட வேண்டும் என்றுதான் நினைத்தார்கள்.

பூமியின் எல்லாப்புறமும் நீக்கமற உலவும் குழந்தைகளை ஊட்டி போஷித்த அயர்வில் தன்பாட்டுக்குத் தொங்கிக் கிடந்த முலைகளைத் தடவிப் பார்த்துக்கொண்டாள். அவர்களுடைய ஏற்பாடுகள் ஒன்றையும் அறியாமல் வயிற்றைத் தடவியபடி சோர்ந்து அசைந்தன. பருவத்தின் உச்சாணியில் அவள் இருந்த போது கண்டாங்கிச் சேலையின் முந்தானை துண்டத்திற்குள் புத்தம் புது தென்னங்குரும்பையின் பளபளப்போடு வளர்ந்து கொண்டிருந்த அவற்றை, திருமணத்தின்பின் இருள்கூட அறியாமல் நாக்கால் தீண்டிப் புருசன் முகம் புதைத்தபோது உணர்ச்சி நீரோட்டங்களைச் செலுத்தியபடி மதர்த்துக்கிடந்த அவற்றை, அவள் நடக்கும்போதும் கூடவே நடந்துகொண்டு சப்பி இழுத்த குழந்தைகளின் வாயிலும் அவள் வயிற்றிலுமாக வடிந்தோடிக்கொண்டே இருந்த பாலின் ஊற்றை – அந்தக் காலங்களிலெல்லாம் அவை பெற்றிருந்த முக்கியத்துவத்தை மனசுக்குள் எண்ணமிட்டபடி இருந்தாள். ஒருபோதும் ரவிக்கை கொண்டு மூடுவதைப் பற்றி யாரும் நினைத்ததாகவோ பேசிய தாகவோகூட நினைவில்லை. கோடுபோல ஓடும் முந்தானை அவ்வப்போது பட்டும் படாமலும் விட்டும் விலகியும் கிடக்கும். அத்தோடு சரி. அன்றைக்கெல்லாம் பெறாத அல்லது இழந்துவிட்ட

ஒன்றை இன்றைக்குக் கொடுப்பதுபோல எல்லோரும் பேசி மகிழ்கிற விசயம் அவளுக்கேதும் விளங்க வில்லை.

மூத்தவன் பெண்டாட்டி தன் டாக்டர் கொழுந்தனுக்குச் சீமையிலிருந்து பெண் வருவதுபோல, கலகலப்போடு காரியங் களைக் கவனித்துக்கொண்டிருந்தாள். ரவிக்கை விசயமும் அவளிடம்தான் விடப்பட்டிருந்தது. அவளுடைய பழைய ரவிக்கை ஒன்றைப் பொறுக்கி வந்து அத்தைக்குப் போட்டு அளவு பார்க்க விரும்பினாள். அவள் கைத்துணியிலிருந்து பீ நாற்றம் வருவதுபோல அத்தை முகத்தைச் சுளித்ததும், "கெழட்டுக்குத் திமுரப் பாரனே்" என்று கறுவிக்கொண்டாள். எப்படியும் ரவிக்கையை மாட்டாமல் விடப்போவதில்லை என்று சபதம்போட்டாள். கோபத்தில் அவள் கைத்துணி லேசாக ஆடி அத்தைமேல் பட்டதும் மைனாக் குஞ்சின் கீச்சிடல்போலச் சப்தமெழுந்து அக்கண வேலைகளில் கீறி நின்றது. அவளது கீச்சத்தில் எந்தப் பிரசவத்தின்போதும் பட்டிராத வலி தோன்றி நரம்புகள் புடைத்தன. அந்த ஒரு சத்தைத்தைத் தவிர அவளிடம் அசைவுகள் ஒடுங்கிவிட்டன. உள்ள வலிமை முழுவதையும் திரட்டி எடுத்து வலியை அமுக்கிக்கொண்டாள். ரவிக்கையின் நுனி அவள் உள்ளத்தில் ஆழச் செருகிக் கிச்சக் குழியி லிருந்து குழந்தைத் தலையெனக் கட்டியாய்ப் புறப்படுவதை உணர்ந்தாள். அவள் முயன்றாலும் பகுதிக்கு மேல் கையை உயர்த்த முடியாதபடி ஆயிற்று. வெளிறிப் போன முகத்தோடு மருமகள் விலகியபோதிலும் அவளுக்குள் பெருத்த கிலி ஏற்பட்டு உலவியபடி இருந்தது. "கிழம் என்ன செய்துவிடும்" என்று சொல்லிச் சொல்லித் தனக்கே தைரியம் ஊட்டிக்கொண்டாள்.

ரவிக்கைத் துணி எடுக்கப் புறப்படும் நாள் வீட்டில் நடக்கப் போகும் பெரிய விசேஷத்தைப் போலப் பரபரப்பாயிருந்தது. அதைப் பற்றிப் பேசுவதில் யாருக்கும் தயக்கமோ கூச்சமோ இல்லை. இவ்வளவு சாதாரணமாக எல்லோரையும் ஒத்துப் போகச் செய்யக்கூடிய சின்ன விசயத்திற்கா அப்படிப் பயந்து கொண்டு கிடந்தோம் எனத் தோன்றித் தன்னையே பரிகசித்துக் கொண்டான் டாக்டர் மகன். இப்போது அவனது கனவுகளில் உலர்ந்த முலைகளின் சுவடுகள் ஏதுமில்லை. அம்மாவை நேரில் பார்க்கும்போது அச்சமற்றுப்போனது. அவனாகவே ரவிக்கைத் துணியை மானசீகமாக அணிவித்துப் பார்த்துக்கொள்வான். தொய்ந்த முலைகள் படம் எடுத்துக் கிளம்பும் பழைய காட்சி அவனைத் தீண்டுவதில்லை. ரொம்பவும் திருப்திகரமாகக் கல்யாணக் கனவுகளில், அடுக்குமாடிக் கட்டடத்தில் தலைமை மருத்துவராக வீற்றிருக்கும் நினைவுகளில் அவன் பொழுதுகள் கரைந்தன. அண்ணியோடு அவனும் சேர்ந்தே துணிக்கடைக்குப் போனான். அங்கிருந்து இருபது மைல் தொலைவிலுள்ள நகரத்துக்

கடைகளின் வரவேற்பு வாசகங்கள் முன்பே அவர்களை எட்டி யிருந்தன. விடிகாலையில் எழுந்து பத்துப் பதினைந்து பேரைக் கூட்டிக்கொண்டு அவர்கள் கிளம்பிப் போனபின் வீட்டின் வெறுமையில் கட்டி வலியோடு அவள் மட்டுமே கிடந்தாள்.

எப்படியும் ரவிக்கையைப் போட்டுவிடுவது நிச்சயமான பின், எப்படி நடமாடுவது என்பதே அவளுக்குப் புதிராக இருந்தது. நடமாட முடியுமா என்பதும் சந்தேகம். இப்போது போலவே, மாடு கன்றுகளை ஆடு குட்டிகளைப் பார்த்துக் கொள்ள முடியுமாவென யோசித்தாள். முலைகள் மறைந்த பின் அவற்றுக்கு அவளை அடையாளம் கண்டுகொள்ள முடியுமா? அவள் இயக்கத்தின் எல்லா விரல்களையும் அறுத்தெரியும் சுருள்வாள் போலவே ரவிக்கையை ஊகித்தாள். முலைகளின் மீது அதன் ஸ்பரிசம் எப்படியிருக்குமோவெனச் சிலிர்த்தாள். யோசனைகளூடே பறவைச் சந்தடியுமற்றுப்போன தனித்த இருப்பில் வேலைகளேதும் ஓடாமல் சுவரோடு ஒட்டிச் சமைந்து போனாள்.

மத்தியான வெயிலில் புழுங்கி வெந்த உடல்களோடு அவர்கள் வந்தபோது, அவள் நிலையைக் கண்டார்கள். கிச்சத்துக் கட்டி பெருத்த குழியை மூடியிருந்தது. இப்போதுதான் வெளியில் மூக்கு நீட்டிய அந்தக் கட்டி எல்லோருக்கும் தெரிந்தது. அதிர்ந்து போனவனாய் டாக்டர் மகன் உள்ளோடி அவனுடைய புத்தம் புது ஸ்டெதாஸ்கோப்பை உறையிலிருந்து எடுத்துவந்து சோதித்தான். எல்லோருக்கும் துடிப்பு கூடியது. ரவிக்கைக்கே வேலை யில்லாமல் போய்விடுமோ என்றெல்லாம் பயந்தார்கள். நெடுங்காலம் கழித்து அம்மாவைத் தொடுவதான உணர்வு அவனை நடுக்கிற்று. முலைகளில் பார்வை விழாமல் அண்ணாந்து கொண்டான். இருள் கப்பிய முகங்களைப் பார்த்துச் சிரித்தபடியே சொன்னான்.

“இது வெறும் பித்தக்கட்டிதான். அறுத்து எடுப்பது சுலபம். அப்படியே இருந்தாலும் ஒன்றும் பிரச்சினை இல்லை. ரவிக்கை போட்டால் இதையும் சேர்த்து மறைத்துவிடுமே.”

ரவிக்கையைப் பற்றி அவன் சொன்னதும் எல்லோருக்கும் குளிர்ந்துபோயிற்று. துணிக் கடையின் பரப்பைக் குறித்த பேச்சுகளுடன் எத்தனையோ விதங்களிலான ரவிக்கைத் துணிகள் பற்றி அவர்கள் ஓயாமல் பேசிக்கொண்டிருந்தார்கள். எல்லாம் அவள் காதுகளில் விழுந்தபோதும் யாருடைய கையிலும் ரவிக்கைத் துணி இல்லாததைக் கவனித்தாள். அவர்கள் எடுத் திருந்தது ஒன்றிரண்டு அல்ல. டஜன். வெளியே போகும்போது போடுவதற்கென பாம்பின் தோலைப் போல் மினுக்கும் நைஸான துணி வகைகளில் அரை டஜன். அது உலகை எல்லாம் ஆளும்

கோடித்துணி 553

ஆங்கிலம் பேசுகிற ஒரு நாட்டின் நுணுக்கமான தயாரிப்பு என்று டாக்டர் மகன் பீற்றினான். வீட்டில் இருக்கும்போது போட்டுக்கொள்வதற்கென உள்நாட்டுக் காடாத் துணியில் அரை டஜன். எல்லா நேரத்திலும் எந்தச் சமயத்திலும் இனி அவள் முலைகள் மூடப்பட்டாக வேண்டும். அதற்குரிய ஏற்பாடு களைச் செய்தாயிற்று. அவற்றைத் தைக்கக் கொடுத்திருக்கும் கடைகூடப் பிரபலமானது. அளவெடுப்பதற்கே பத்துப் பேர். அப்படிப்பட்ட கடையில் தைத்த ரவிக்கையைப் போட இந்தக் கிழத்திற்குக் கொடுத்துவைத்திருக்கிறது பார் என்றுகூடப் பலரும் பொறாமைப்பட்டார்கள்.

ரவிக்கை தயாராகிற சேதிக்கு அப்புறம், குழியைக் கட்டி அடைத்துக்கொண்ட பின்னால், அவள் வேலைகள் எதுவும் செய்வதில்லை. அந்த அளவு கை உயர்வதும் இல்லை. அவள் வேலை செய்யாவிட்டால் அங்கே என்ன கெட்டுப்போகிறது? இரண்டு நாள் சிரமம். ஆடுகளை ஒட்டுமொத்தமாகச் சந்தைக்கு ஓட்டிவிட்டு மாடுகளையும் குறைத்துக்கொள்வது என்றாயிற்று. ஆடுகளின் கத்தலைக் கேட்காமல் அவளுக்கு இருப்புக்கொள்ள வில்லை. காடு மேடுகளில் அலைந்தாள். யாராவது மேய்க்கும் ஆடுகளைப் பார்த்துக்கொண்டே பொழுது போய்விடும். அவற்றின் கத்தலில்தான் தன்னுயிர் இன்னும் அடங்கி இருப்ப தாகத் தோன்றும். பால மரங்களும் வேம்புகளும் சூழ்ந்த சிறு பாறைகளுக்குள் உட்கார்ந்து விழிப்பில் இருளோட்டிக் காவல்காத்திருக்கும் சாமிகளின் அருகமர்ந்து அப்படியே உறங்கிப் போய்க்கிடப்பாள். ஆட்டுக்காரப் பையன்கள்தாம் தேடிப் பிடித்துக் கூட்டிவர வேண்டியிருந்தது.

துணிகளை அளந்து கோடு போட்டாயிற்று, வெட்டியாயிற்று என்கிற சேதிகள்தாம் கிடைத்தன. இரண்டுமுறை நகரத்துக்குப் போய் வந்தும் இன்னும் தயாராகவில்லை என்கிற சேதியோடே திரும்ப வேண்டியாயிற்று. பெரிய கடை அல்லவா, கூட்டம் அதிகம், கொஞ்சம் பொறுமையாகத்தான் தருவான், தையல் அருமையாக இருக்கும் என்றெல்லாம் சமாதானங்கள் கிளம்பின. இதற்கிடையே பெண் வீட்டார் வருகிற நாளும் கிட்டத்தில் நெருங்கிற்று. டாக்டருக்கு அதுவே பெரிய கவலை. ஒருவேளை, ரவிக்கை கடைசிவரை தயாராகாமல் போய்விடுமோ என்றும் பயந்தான். பெரிய கடை என்பதால் யாரையும் சிபாரிசு பிடித் தால், சீக்கிரம் வாங்கிவிடலாம் என்று யாரோ சொன்னதைக் கேட்டு அதற்கென அலைந்துகொண்டிருந்தான்.

எல்லாமே இப்போது வேண்டியதில்லை என்றும் ஒன்றே ஒன்று போதும் என்றும் எடுத்துச் சொல்லிக்கூட, வரிசைப்படி தான் வரும், கவலைப்படாதீர்கள் என்றே பதில் கிடைத்தது. சின்னத் தையல்காரர்களிடம் கொடுத்து உடனே ஒன்றை

வாங்கியிருக்கலாம் என்கிற யோசனை உறைத்தது. அதற்கும் ஒரு வழி விசாரித்து வைத்துக்கொண்டான். துணி கொடுத்தால் ஒரே மணி நேரத்தில் ரவிக்கையாக்கிவிடும் தையல்காரர் ஒருவரைப் பார்த்து அவரிடம் உறுதியும் பெற்றுக்கொண்டான். பெரிய கடைக்காரன் தரவில்லை என்றால், கடைசி நேரத்தில் இவரிடம் தைத்து வாங்கிக்கொள்ளலாம் என்று நம்பிக்கை இருந்தது.

பெரிய கடைக்காரன் ஆயிற்றே. சொன்ன வாக்குத் தவறு வானா? பெண் வீட்டுக்காரர்கள் வருவதற்கு முதல் நாள் மாலையில் கொடுத்துவிட்டான். விளக்கு வெளிச்சத்தில் போர்வை ஏலக்காரனைக் குழுமும் ஜனங்களென ரவிக்கையைப் பார்க்க, அவற்றின் அழகுகளை மெச்ச ஊரே கூட்டம் கூட்டமாய் வந்து போய்க்கொண்டிருந்தது. "அடேங்கப்பா...இவளுக்கு வந்த நேரத்தப் பாத்தியா?" என்று வாய்விட்டும் அரற்றினார்கள். இரவெல்லாம் பொட்டுத் தூக்கமில்லை யாருக்கும். குளித்து ரவிக்கை போட்டு, பெண் வீட்டார் வரும்போது எந்த நாற்காலியை எந்த இடத்தில் வைத்து அவளை உட்கார்த்தினால் பாந்தமாக இருக்கும் என்பது குறித்தான யோசனைகளும் சொல்லப்பட்டன.

மறுநாள் காலை, ரவிக்கையைப் போடப்போனபோது, அவள் நினைவுகளற்று வானத்தில் விழி துழாவ உட்கார்ந்த படியே இருந்தாள். கிச்சத்துக் கட்டி வளர்ந்து இன்னொரு முலையென முழங்கைவரைக்கும் இடுப்போடு ஒட்டிக்கொண் டிருந்தது. கைகளைத் தூக்கவே முடியவில்லை. முறம் புடைக்கும் பெண்ணின் சிற்பமெனப் பாதியோடு கை நின்றுபோயிற்று. டாக்டரும் அண்ணியும் எவ்வளவோ முயன்றும் கையை உயர்த்த முடியவில்லை. அவனுக்கு அந்த முலைகள்மேல் மறுபடியும் அருவெருப்பு சூழ்ந்து குமட்டியது. "ச்சை" என்று கையை விலக்கினான். அதிர்வில் ஆடி நிலைபெற்றன. சுருக்கங் களாகவே மாறிப்போயிருந்த அவற்றை உதறித் தள்ளிவிட்டுப் பொறுமையின்றி வெளியேறினான். அண்ணிக்கு உடல் உலர்ந்து தவித்தாள். அவளாலும் செய்யக்கூடியது ஒன்றுமில்லை. தூரத்தில் பெண் வீட்டாரின் கார் ஓசை. உட்புறமாக இழுத்துக் கொண்டோடினாள்.

பரஸ்பர வணக்கம் பரிமாறி, வரவேற்பு சொல்லி முறையாக எல்லாம் தொடங்கின. உட்புறமாக இறைந்துகிடந்த ரவிக்கைக் குவியலுக்கப்பால், சாணச் சகதியும் மூத்திர நாற்றமும் பரவிக் கிடந்த கட்டுத்தரை மூலையிலிருந்து, உள் அறைகளின் அமைதியை ஊடுருவியும் சந்தோஷச் சிரிப்புகளையும் சொற்களையும் பிளந்துகொண்டும் வந்தபடியே இருந்தது மெல்லிய முனகல் ஒலி.

●

இந்தியா டுடே, ஜன.21–பிப்.5, 1997

குரல்கள்

ஊரிலிருந்து வேலு சீட்டுக்கட்டோடு எங்கள் அறைக்கு வந்து சேர்ந்தான். அவனுக்கு இங்கே ஒரு சில நாட்கள் ஏதேதோ வேலைகள் இருந்தன. பகலில் கிளம்பிப் போய்விடுவான். மாலையில் எல்லோருக்கும் முன்பு அறைக்கு வந்து, தன்னந்தனியனாய் உட்கார்ந்து கிடப்பான். சீட்டாட்டத்தைத் தவிர வேறு எந்தப் பொழுது போக்கிலும் அவனுக்கு ஈடுபாடு கிடையாது. எப்போதாவது திரைப்படம் போவான். அதுவும் சீட்டாட்டத்துக்கு ஆள் இல்லாத சமயத்தில்தான்.

அறைக்கு முதலில் நான்தான் வருவேன். அவனைப் பார்க்க ரொம்பப் பரிதாபமாயிருக்கும். காற்றும் வெளிச்சமும் அற்ற தனிச்சிறையில் வெகுகாலம் அடைபட்டுக்கிடந்தவனைப் போல, என்னைக் கண்டதும் அவன் முகத்தில் வெளிறலோடுகூடிய சந்தோஷம் தோன்றும். இத்தனைக்கும் நான் ஒன்றும் பெரிதாக அவனுக்கு உதவக்கூடியவனுமல்ல. அவனோடு ஒரே விடுதியில் தங்கிப் படித்த காலத்திலிருந்தே அப்படித்தான்.

அப்போதெல்லாம் சீட்டு பற்றி எனக்கு எதுவுமே தெரியாது. அவனோ இரவு பகலாக அதில்தான் மூழ்கிக் கிடப்பான். எஞ்சிய நேரத்தில் கல்லூரி.

அவனைக் "கெட்ட பையன்கள்" வரிசையில் சேர்த்துவிட்டு, நான் "நல்ல பையனாக"க் கற்பித்துக்கொண்டு சந்தோஷப்பட்டிருக்கிறேன். அவனுக்கும் எனக்கும் மதிப்பெண்களில் பெரிதாக

வித்தியாசம் எதுவும் இருக்காது. ஆனாலும் என்னை வீட்டுக்கு அடங்கிய பையனாகவும் நல்லொழுக்கம் மிகுந்தவனாகவும் நம்பிக்கொள்வதில் அப்படி ஒரு திருப்தி. "கெட்ட" பையன்களின் சுதந்திர வெளிக்குள் என்னைத் தூக்கி எறிந்துகொள்ள இயலாத கையாலாகாத்தனத்தை எப்படி எப்படியோ மறைக்க முயன்றிருக்கிறேன்.

இப்போதும் என்னிடம் பெரிய மாற்றங்கள் எதுவும் இல்லை என்றாலும் சீட்டு பற்றிய அரிச்சுவடி தெரியும். ஆனால் வேலுவுக்கு இணையாக என்னால் உட்கார முடியாது. அவன் தனிமையை எந்தத் தடிகொண்டு உலுக்கி உதிர்ப்பது என்றே எனக்குப் புரியவில்லை. என்னுடன் தங்கியிருந்த பாபுவும் குமாரும் இரவின் ஒரு பகுதி கழிந்தபின்தான் அறைக்கு வருவார்கள். அதன்பின் சமைத்துச் சாப்பிட்டுப் படுக்க நேரம் சரியாக இருக்கும்.

அறையில் நிரம்பியிருக்கும் மௌன அமைதியைப் போக்க, நான் கிளறிய பழைய விஷயங்கள் அவனுக்கு எந்த சுவாரஸ் யத்தையும் தரவில்லை. ஏதாவது பேச வலிந்து எதையாவது நான் தேடி இழுப்பதைப் புரிந்துகொண்டுவிட்டதால், சலிப்புக் கூடிய ஒற்றை வரிப் பதில்களே அவனிடமிருந்து வெளிப்பட்டன.

அவன் எண்ணம் முழுவதுமே சீட்டுக்கட்டில் இருந்தது. தன்னந்தனியாக ஒருவனே விளையாடிக்கொள்ளும் வகையில் ஏதாவது ஒரு விளையாட்டு இந்தக் கட்டுக்குள் ஒளிந்திருக்கக் கூடாதா என்று பரிதாபம் கொண்டேன். சிகரெட்டை மெல்ல உறிஞ்சியபடி அவன் கேட்டான்.

"சீட்டு வெளையாடலாம் வர்றயாடா?"

விடுதியில் அத்தனை கும்பலுக்கிடையில் கும்மாளத்தோடு சீட்டை வீசிக்கொண்டிருந்த அவன், எதற்குமே பிரயோசன மற்ற என்னை நோக்கி இப்படிக் கேட்க வேண்டி நேர்ந்து விட்டதை எண்ணிக் கலங்கிப்போனான். அவனிடம் மன்னிப்புக் கேட்கும் பாவனையில், "எனக்கு அவ்வளவாத் தெரியாதேடா" என்றேன். "தெரியாது" என்று சொல்லத்தான் விருப்பப்பட்டேன்.

"கேளு. தெரியாதத நாஞ் சொல்லித் தர்றன்."

அவன் இவ்வளவு இறங்கி வந்தபின்னும் நான் முரண்டு செய்யத் தயாராயில்லை. அவன் எதிரே உட்கார்ந்தேன். எனக்காக அல்ல, அவனுக்காக விளையாடப்போகிறேன். அவனோ நீச்சல் வீரன். சுரைப்புரடையைக் கட்டிக்கொண்டு தக்கா புக்கா என்று சிறிது தூரம் சுற்றி வரும் கத்துக்குட்டி நான். என் அடிவயிற்றில் கைவைத்து அவன் லாவகமாகச் சொல்லித் தரலாம்.

மிகவும் பவ்வியத்துடனே அவன் எதிரில் உட்கார்ந்து, சர்சர்ரென்று அவன் சீட்டுகளை வீசுவதைப் பார்த்துக்கொண்டிருந்தேன். வீசி முடித்த அடுத்த கணத்தில், ஒரு விசிறி அவன் கையில் முளைத்துவிடுகிறதே எப்படி? நான் ஒவ்வொரு சீட்டாக எடுத்துக் கோக்க முயன்றுகொண்டிருந்தேன். அவனிடம் முதல் கேள்வியைப் போட்டேன்.

"எத்தனை செட்டுடா சேக்கணும்?"

பொறுமையாக ஆட்ட முறையை விளக்கிச் சொன்னான். விதிகளையும் எளிமையாகக் கூறினான். கேட்கும்போது இவ்வளவுதானா எனத் தோன்றியது. ஆனால் கையில் வைத்துக் கொண்டு என்ன செய்வதென்றே புரியவில்லை. அடுத்தடுத்துக் கேள்விகளைப் போட்டுக்கொண்டேயிருந்தேன்.

"கே–வுக்கு எத்தன?"

"கியூ மொதல்ல வருமா, ஜே–வா?"

அதன் விவரம் சொல்லியதோடு, சின்னத்தாளில் ஜே–11, கியூ–12, கே–13, ஏ–1, 14 என்று எழுதியும் என்னெதிரே வைத்துவிட்டான். ஒரொரு சீட்டை எடுக்கும்போதும் இறக்கும் போதும் வெகுவாக யோசித்தேன். பொறுமை இழந்து "போடுடா" என்று சொல்வான். அப்புறம் போடுவேன். ஆனால் இரண்டு மூன்று சுற்று வருவதற்குள் அவன் கவிழ்த்துவிடுவான். அது என்னைக் கஷ்டப்படுத்தவில்லை. அவனிடம் தோற்பது எதிர் பார்த்த ஒன்றுதான். அவனக்கு நிகராக ஆட முடியவில்லையே என்கிற வெட்கம் கவியச் சிரிப்புக்குள் அதை மறைப்பேன். ஆட்டத்தை முடித்ததும் சீட்டுகளைக் காட்டி எப்படி எப்படிச் சேர்த்திருக்கிறான் என்பதைப் பார்க்கச் சொல்லி விளக்குவான். கொஞ்சம் கொஞ்சமாய்ப் பிடிபட்டது. யாரும் இத்தனை விஸ்தாரமாக எனக்குச் சொல்லித் தந்திருக்கவில்லை. அன்றைய ஆட்டம் பாபுவும் குமாரும் வர, அத்தோடு முடிந்துபோனது.

வேலுவுக்கும் அவன் ஒருவனே ஜெயித்துக்கொண்டிருப்பதில் சலிப்புத் தோன்றிவிட்டது. நான் அறிய அவன் ஒருபோதும் விளையாட்டை முடித்துக்கொள்ளலாம் என்று கூறியவனல்ல. திரும்பத் திரும்பச் சவால்விட்டு எதிராளியை அழைப்பான்.

வேலு ருசிக்கீற்று ஒன்றை என் நாக்கில் தடவிவிட்டுச் சீட்டு வெறியை எனக்குள் கிளப்பியிருப்பதை என்னால் அப்போது புரிந்துகொள்ள இயலவில்லை. அவனோ சாதாரணமாகவே இருந்தான். நான் மனசுக்குள் கூட்டிக் கழித்துச் சீட்டுக்குள் கிடந்தேன். இரவெல்லாம் ஆழ்ந்த தூக்கமில்லை. இஸ்பேட்டு

களும் டைமன்களும் மாறிமாறி வந்து விழுந்தன. அவற்றில் எதுவும் இணை சேரவே இல்லை. எத்தனையோ முயன்றும் அவை தனித்தனி எண்களாகவே நின்றன. ராணிகள் எள்ளி நகையாடினார்கள். ராஜாக்களின் இதழ்களில் கமுக்கப் புன்னகை நெளிந்தது. அடுத்த கணத்தில் அப்படி அப்படியே சீட்டுகளில் உறைந்தனர். அவை துணுக்குகளாக உதிர்ந்து என்னை முழுக்கப் போர்த்திக்கொண்டபின் ஏதோ பேருக்கு உறங்கிப்போனேன்.

அடுத்த நாளும் எனக்கு முன்பே அறைக்கு வந்து வேலு உட்கார்ந்திருந்தான். பகலெல்லாம் பலப்பல வியூகங்களை வகுத்துக்கொண்டிருந்த நான், அவன் எதிரே உட்கார்ந்ததும் நிராயுத பாணியானேன். ஆவல் உந்த, என்முறை வந்தபோது நானே சீட்டுகளைக் கலக்கி, எண்ணிப் போடலானேன். இன்றைக்கும் நான் ஒருமுறைகூட வெற்றிபெறவில்லை. முக்கியமான நுணுக்கம் ஒன்றை அவன் கற்றுக்கொடுத்தான்.

கையில் இருக்கும் சீட்டில் செட்டு சேர்ப்பதிலேயே கவனமாக இருக்கக் கூடாது; எதிராளி எந்தச் சீட்டை எடுக்கிறான், எதை இறக்குகிறான் என்பதைக் கவனித்து அதற்கேற்ப நாமும் சீட்டை இறக்க வேண்டும் என்பதைச் சொல்லித் தந்தான். சீட்டின் வெற்றி அனைத்தும் என் கைக்கு வந்துவிட்டதைப் போலக் குதூகலித்தேன். வேலுதான் வெற்றிபெற்றான் என்றாலும் அதிக நேரம் என்னால் தாக்குப்பிடிக்க முடிந்தது. பாபுவும் குமாரும் சமைத்துவிட்டுச் சாப்பிடக் கூப்பிடும்வரை நாங்கள் ஆட்டத்தை நிறுத்தவில்லை. வேலுவுக்கு சுவாரஸ்யம் தட்டுகிற மாதிரி ஓரளவு ஈடுகொடுக்க முடிந்த சந்தோஷம் என்னுள்.

என் முன்னேற்றம் பெரிய எதிர்பார்ப்புகளையும் சவால் களையும் உருவாக்கிற்று. மறுநாள் பகல் முழுக்க வேலுவை நேருக்கு நேர் அழைத்துச் சவால்விட்டபடியும் வென்று கும்மாள மிட்டுக்கொண்டும் கழித்தேன். எனக்கு முன்னால் அவன் மண்டியிட்டுக் கிடப்பதைப் பல தடவை கண்முன் கொண்டு வந்து வந்து மகிழ்ந்தேன். அதற்கேற்றாற்போல அன்று இரவு வாய்த்தது. மறுநாள் ஞாயிற்றுக்கிழமை பாபுவும் குமாரும் வருமுன்பிருந்தே நாங்கள் ஆடத் தொடங்கியிருந்தோம். வழக்கம்போல வேலுதான் ஜெயித்துக்கொண்டே வந்தான். பாபுவும் குமாரும் வந்ததும் ஆட்டம் களைகட்டியது.

“என்னடா ஆட்டம்...வேலு தோக்கறாரு...நாலணா பந்தயம்டா” என்று என் சார்பாகப் பாபு நாலணா வைத்தான். குமார் வேலுவின் பக்கம் நாலணா வைத்தான். முதல் ஆட்டத்தில்

வெற்றி வேலுவுக்கே. என் சீட்டுகளைப் பிரித்துப் பார்த்த பாபு "ஒன் கார்டுதான்" என்று நம்பிக்கை தெரிவித்துவிட்டு, "இப்பவும் வேலு தோக்கறாருடா" என எட்டணாவை வீசினான்.

வேலுவின் முகத்தில் அலட்சிய பாவம் கூடிற்று. இளக்காரமான பார்வை ஒன்றை என்மேல் வீசிவிட்டு சீட்டுகளைப் போடத் தொடங்கினான். வேலுவை ஜெயிப்பது என்னால் இயலாத காரியம் என்பது தெரிந்திருந்தபோதும், எனக்கும் போட்டியின் விறுவிறுப்புக் கூடிற்று.

அந்த ஆட்டத்தில் எடுத்த உடனேயே ஒரிஜினல் ரம்மியும் டூப்ளிகேட்டும் எனக்குக் கூடிவந்திருந்தன. மிக எளிதாக இரண்டாம் சுற்றிலேயே கவிழ்த்துவிட்டேன். ஆம், வேலுவைத் தோற்கடித்துவிட்டேன்.

நான் அவனுக்கு எதிராகப் பெற்ற முதல் வெற்றி. அது இயல்பான கும்மாளத்தில் கொண்டுவிட்டது. ஊங்காரச் சத்தங்கள் எங்களுக்குள் கிளம்பின. வேலு இத்தனை நேரம் பெற்ற வெற்றிகள் அனைத்தையும் ஏளனம் செய்வதுபோல, ஏதோ ஏமாற்றி வென்றுவிட்டான் என்ற பாவனையில் எங்கள் குதூகலம். அவன் முகம் சிவந்து வேர்வை பொடிந்தது. அதைச் சட்டை செய்கிற நிலையில் நாங்கள் இல்லை.

"பாக்கலாண்டா ...ஒரு ரூவா" என்று குமார் நாணயத்தை வீசிவிட்டான். அவன் வேலு சார்பாகப் பணம் வைத்தாலும் என்னைத் தூண்டும் பொருட்டுத்தான். எனக்குள்ளும் பெருத்த நம்பிக்கை தலைதூக்கியது. பின்னாலிருந்து கெக்கலியிட எனக்குக் குரல்கள் இருந்தன. வேலு அயராமல் ஆட்டத்தில் கவனத்தைக் குவித்தான். ஆனால் அந்தமுறையும் வெற்றி என் பக்கமே வந்தது. ஜோக்கர்கள் அதிகமாக என்வசம் வந்திருந்தது காரணமாக இருக்கலாம்.

ஊளை ஆர்ப்பாட்டத்திடையே இரண்டு ரூபாயை வீசினான் பாபு. அதில் தெரிந்த அலட்சியம். "முடிந்தால் பார்" என்கிற சவால் தொனி. வேலு என்னைப் பொறுத்துக்கொள்ள இயலாமல் இருந்தான். சீட்டை இறக்கக் கொஞ்சம் யோசித்தால்கூட "போடுரா, போடுரா" என்று நான்கைந்துமுறை கத்தினான். வென்றவனின் எக்களிப்போடு "இருடா" என்று தெனாவெட்டாகக் கூறி மேலும் தாமதித்தேன்.

என் திமிர் அவனை வெருட்டியது. அவன் பற்றியிருந்த சீட்டுகள் லேசாக நடுங்கின. அதனூடே அவன் ஒரு ஜோக்கரை உருவி வீசினான். "ஆகா ஜோக்கருடா" என்று கத்தினேன். அவன் முகம் திகிலடைந்தது. ஜோக்கர் என்ன என்பதையே

அவன் மறந்திருக்க வேண்டும். தொடர்ந்து மூன்று ஆட்டங்கள். அனைத்தும் என் வெற்றிப்படிகள்.

அந்த இரவில் நாங்கள் போட்ட சிரிப்பின் கும்மாளம் எத்தனையோ ஆண்டுகளாகச் சீட்டுகளுடன் பரிச்சயம் பெற்றிருந்த வேலுவின் ஒவ்வொரு அசைவையும் சீண்டி வேடிக்கை பார்த்தது. ஜெயித்த பணத்தின் ஒட்டுமொத்தத் தொகையையும் பந்தயமாக வைத்தோம். குமார் வேலுவுக்குத் தைரியம் கொடுத்துப் பேசலானான்.

“ஒரே ஆட்டத்துல பணத்த எடுத்தர்லாம். ஆடுண்ணா நீ…”

அத்தகைய பேச்சுகள் அவனைக் கீழிறக்கியதாக வேலு உணர்ந்திருக்கலாம். அவன் பிரச்சினை பணமல்ல, அவமானம். இரண்டு நாள் அவனிடம் கற்றுக்கொண்ட அரிச்சுவடியுடனான தோல்வி. அவன் பேசவே இல்லை. முற்ற முழுக்கச் சீட்டிலேயே கவனத்தைக் குவித்தான். அலட்சியமாக ஆடும் அவன் முகத் தோற்றம் இத்தனை கடுமையாகி நான் பார்த்ததில்லை. வெற்றி மமதையின் உச்சத்தில் உட்கார்ந்திருந்த நான் எதையும் பொருட் படுத்தவில்லை. இந்தமுறை அவன் வென்றுவிடுவான் என்று நம்பினேன்.

ஆனாலும் எங்கள் ஆர்ப்பாட்டமும் ஊளையும் அடங்கிய பாடில்லை. அவனின் ஒவ்வொரு சீட்டு இறக்கலையும் நகையாடி அதை நான் எடுத்துக்கொண்டேன். எனக்குத் தேவையே இல்லாத போதும் மிகமிகத் தேவையான கார்டுபோலப் பாவித்து எடுத்துச் செருகினேன். அதைவிட, வேலு ஏமாற்றித் தனக்குத் தேவையான சீட்டுகளை எடுத்துக்கொள்வான் என்று சொல்லி, அவன் சீட்டு எடுக்கும்போதெல்லாம் பாபு உன்னிப்பாகக் கவனித்துக் கொண்டிருந்தான்.

இதற்கிடையே கோபமும் சிரிப்பும் கலந்து வேலு சீட்டைக் கவிழ்த்தான். எங்கள் குதூகலம் முழுவதும் ஒடுங்கிற்று.

ஒரே ஒரு கணம். ஓவென்று திரும்பக் கத்தலானோம். ‘டிரிப்லெட்’டில் வேறு வேறு பூவுடைய ஒரே எண் கொண்ட நான்கு கார்டுகள் சேர்த்து ஒரு செட் காட்டியிருந்தான். அதில் இரண்டு சீட்டுகளின் நம்பரும் ஒன்று, பூவும் ஒன்றே, தவறான ஆட்டம்.

“தவறான ஆட்டம். வேலு தவறான ஆட்டம்.” நாங்கள் சந்தோஷம் தாங்காமல் அறைக்குள் உருண்டு புரண்டு சிரித்தோம். கண்களில் கண்ணீர் தளும்பியது. வேலுவைக் கவனிக்கவே யில்லை. சட்டென்று எழுந்து சீட்டுகளைக் காலால் உதைத்துச்

சிதைத்துவிட்டு வெளியேறினான். அப்போது எங்கள் சிரிப்பின் சுருதி இன்னும் உயர்ந்து அவனைத் தொடர்ந்தது. அதைக் கடந்து வேகமாகப் போனான்.

எங்கள் சிரிப்பின் அலை ஓய்ந்து நீண்ட நேரம் ஆனபின்னும் அவனைக் காணவில்லை. பாத்ரூம் போயிருப்பான் என்றே இருந்தோம். லுங்கி மட்டுமே கட்டியிருந்தான். சட்டைகூடப் போடவில்லை. அவன் பையும் பொருட்களும் எங்கள் அறையிலேயே இருந்தன. இரவு கழிந்து மறுநாளும் அதற்குப் பிறகும் அவன் வரவேயில்லை.

●

குங்குமம், 30.08.1996

கடைவீதியில் ஒருவன்

உலகமே இந்த வீதிதான். முதலும் முடிவுமற்ற நீண்ட கடைவீதி. இத்தனை ஆண்டுகளைச் செல வழித்துக் கண்டுகொண்டிருக்கிறான். அறிந்ததும் விண்ணை முட்டும் உற்சாகத்தில் அவன் குதித்தாட வில்லை. இருள் சொப்பிய வனாந்திரத்திற்குள் தன்னந் தனியாய்விடப்பட்ட குழந்தை நிலை. நேற்றுவரை இந்த அவஸ்தைகள் எதுவும் இன்றி, பெருத்த நிம்மதியோடு இருந்தான். அவனுக்குத் தெரிந்ததெல்லாம் ஒரே ஒரு கடைதான். வெளியே சென்று பொருட்கள் வாங்கத் தொடங்கிய காலத்தில், அவனைக் கைப்பிடித்து அழைத்துச் சென்றவர்கள், இந்த வீதியின் மூலையில் எல்லோர் கண்களுக்கும் தெரியும்படி வாயில் அமைந்த அந்தக் கடையைக் காட்டினார்கள். அதற்கப்புறம் வேறு கடைகளைத் தேட வேண்டிய அவசியமோ நிர்ப்பந்தமோ நேரவில்லை. பழகிப்போனதுகூடக் காரணமாக இருக்க லாம். குறிப்பிட்ட தடத்தைவிட்டு விலக ஒருபோதும் அனுமதிக்காத கைவிலங்கு பழக்கமான ஒன்றுதான். கண்ணுக்குத் தெரியாமல் பிணைக்கப்பட்ட சங்கிலி அவனையும் நடத்தியிருக்க வேண்டும்.

தேவையின்போது நடந்தோ மிதிவண்டியிலோ வேகமாக அந்தக் கடையை நோக்கிப் போவான். அங்கே பெரும் வசீகரமிருந்தது. அகன்ற வாயில் கொண்ட கடையில் வேலையாட்கள் எத்தனையோ பேர். உண்மையில் வேலையாட்கள் என்று

யாருமில்லை. எல்லோருக்கும் ஒரே தகுதிதான் என்றார்கள். பொருள் எடுத்துக்கொடுப்பவர்க்கும் காசு வாங்கிப் போடுபவர்க்கும் வேறுபாடில்லை. யாரும் யாரையும் மரியாதை இல்லாமல் அழைப்பதில்லை. அந்தக் கடை நடக்கும் அழகை வெகுநேரம் பார்த்துக்கொண்டேயிருப்பான். எப்போதும் கூட்டம் நிறைந்திருக்கும் என்றாலும், பொறுமை போய்விடாது. சலிப்பு வராது. அவன் முறை வரும்வரையில் காத்திருப்பதில் பெரும் சுகம் கிடைக்கும். அங்கே காத்திருப்பது என்பதே பெருமைக் குரிய விஷயம்.

கடை பெரிதாக இருந்தாலும் அங்கே ஒரே ஒரு ஜாடிதான் உண்டு. எந்த ரசாயனத்தில் செய்யப்பட்டது என்பது தெரிய வில்லை. ஆனால் பிரமாண்டமானது. அது அங்கே வந்து நூற்றாண்டு கடந்திருக்கும் எனக் கேள்விப்பட்டிருக்கிறான். அழுக்கின் நுனியும் பட்டுவிடாமல் பளிச்சென்று இருக்கும். எந்த நேரத்தில் சுத்தம் செய்வார்களோ அல்லது அதன் அமைப்பே அப்படித்தானோ. பத்திருபது ஆட்கள் அதற்குள் தாராளமாக உட்கார்ந்துகொண்டு சாவகாசமாகப் பேசவோ சீட்டு விளையாடவோ முடியும். அதன் அடிப்பகுதியில் புகை சூழ்ந்திருப்பதால், உள்ளே நடப்பது ஒன்றையும் காண முடியாது. எந்தப் பொருள் கேட்டாலும் வெகுலாவகமாக அதற்குள் கையை நுழைத்தவுடன் வந்துசேர்ந்துவிடும். பல பேர் ஒரே இடத்தில் இருந்து நடத்தும் மிகப் பெரிய மாயாஜாலக் காட்சி. அதற்குள்ளிருந்து அபூர்வமான பொருள்களை எல்லாம் பெற்றிருப்பவர்கள் அனேகம். காத்திருக்கும் சமயங்களில் அத்தகைய கதைகளை விஸ்தாரமாகச் சொல்லிக்கொண்டு பலர் இருப்பார்கள். அவற்றை எல்லாம் நம்பாவிட்டாலும் அவனே நேரில் கண்டதை நம்பித்தானே ஆக வேண்டும். நூற்றாண்டுகளையும் தேசங்களையும் கடந்து பேய் அடித்த முகத்துடன் இந்தக் கடையை அடைந்த ஒருவரை அவனே கண்டான். அன்றைக்குப் புயல் அடித்து ஓய்ந்திருந்தது. ஊரெங்கும் ஊளைக்குரல்களின் நெடி. ஆனால் கடைக்கு எதுவும் ஆக வில்லை. வந்தவர், தனக்கு ஒரு யானை வேண்டும் என்றார். ஜாடியின் வாயகன்று யானை எழும்பியது. ஒரு ரப்பர் பந்தைத் தூக்கி விசிறுவதுபோல எளிதாக யானையைத் தூக்கி வெளியே எறிந்தனர். அது காதை ஆட்டியபடி பவ்வியமாக நின்றது. "இதுதானோ?" என்று கேட்ட ஊழியர்கள் முகத்தில் என்று மில்லாத பெருமிதம். வந்தவர் முகத்தில் திருப்தியில்லை. அவர் தனக்குத் தேவையானதைப் பற்றி வருணிக்கத் தொடங்கினார். இப்படியான யானை எங்கும் கிடைக்கிறதே என்னும் பாவனை யில் அவர் பேசினார். உடனே கல்லாவில் அமர்ந்திருந்தவரே எழுந்துவந்தார். ஒரே திசையில்

வெறித்துப் பார்த்தபடி உட்கார்ந்திருக்கும் அவரது திறமை பற்றி அதுவரை யாருக்கும் தெரியாது. யானை கேட்டவரைப் போல வேறு வேறு வித்தியாசமான பொருட்கள் வாங்க வந்த யாராவது கண்டுமிருக்கலாம். எழுந்ததும் சாமி மாடுபோல வெளியே நின்றிருந்த யானையை நோக்கிக் கையசைத்தார். அது மிகச் சாதுவாக வெளியேறி உரத்த பிளிறலோடு வீதியில் ஓடிச் சட்டென்று மறைந்துபோனது. அது ஓடிய வேகத்தில் ஊரிலிருந்து பலரை மிதித்துத் துவைத்துவிடும் என்று பயந்தார்கள். காற்றேறி வெளியில் கலந்துவிட்ட அதிசயத்தைக் காண முடிந்தது. அதைவிட அதிசயம் அதற்கப்புறம் நடந்ததுதான். கல்லாக்காரர் வெகுதோரணையோடு ஜாடியைச் சுற்றிவந்தார். வெளியே காத்திருந்தவர்களை நோக்கிப் புன்னகை காட்டினார். பின்னால் கட்டியிருந்த கையைப் பட்டென்று எடுத்து ஜாடிக்குள் நுழைத்தார். நுழைத்த வேகத்தில் கால்களை மடித்துக் குறுகிக் கிடந்த யானை ஒன்றை வெளியே வீசினார். பழைய யானை நின்றிருந்த அதே இடத்தில் இதுவும் வந்து நின்றது. கேட்ட வருக்கு உகந்த எல்லாவற்றையும் கொண்டிருந்தது. அவர் திக்கு முக்காடிப்போனார். அதற்குப் பிறகு அந்தக் கடையின் பெருமையை விளக்கி ஆட்களைப் பிடிப்பதே அவர் வேலை யாயிற்று என்று கேள்விப்பட்டான்.

கடையின் இன்னொரு விசேஷம் அதன் அடையா நெடுங் கதவு. உண்மையில் அதற்குக் கதவுகளே கிடையாது. எப்போதுமே அடைபடாத இருபத்து நான்கு மணிநேரக் கடை. எத்தனை பெரிய நெருக்கடியிலும் துணித்திரைகளைத் தொங்கவிட்டுக் கொண்டு விநியோகம் நடக்கும். பந்த்திலும் விடுமுறையிலும் கூடக் கடை இருக்கும். நம்பிப் போகலாம். அப்பேர்ப்பட்ட கடையைப் பற்றி யாரேனும் குறைசொல்லிவிட்டால் அவர் களின் பரம்பரையே நாறிவிடும். அதை எப்படி வடிவமைத்து எதிர்கொள்வது என்பதை அவன் நன்றாகவே அறிந்திருந்தான். வேறு வேறு கடைகளில் தொங்கிக்கொண்டிருந்து பின் இங்கு வந்து சேர்ந்தவர்கள் அவனுக்குத் துணை வந்துவிடுவார்கள். அப்படி இருந்தவன் வழிதவறி நகர்ந்துவிட்டானா? அதனால் தான் கடைவீதியைக் கண்டுகொள்ள முடிந்திருக்கிறதா? எப் போதுமே வழி மாறாத விசுவாசமான வாடிக்கையாளனாயிற்றே அவன். அடைபட்டிருந்ததால் வேறுபக்கம் தேடி வர நேர்ந்தது என்றும் சொல்ல இயலாது. கூட்டம் நிறைய இருந்திருக்க லாமோ? அப்படியானாலும் அவன் முறை வருவதற்கு இரவுகளும் பகல்களும் கழிய வேண்டியிருந்தாலும் காத்துக்கொண்டே இருந்திருப்பான். சந்தேகமில்லை. கூட்டம் நிறைய இருந்தால் அதில் ஏதோ விசேஷம் இருக்கிறது என்று மனம் நம்பத்தானே

செய்யும். நாம் ஏமாந்துவிடுவோம் என்ற தாழ்வில் அலைப்புறும் மனம் மற்றவர்கள் புத்திசாலிகள் என்று ஏற்றுக்கொள்ளத்தான் செய்கிறது. கூட்டம் புத்திசாலித்தனமானது. ஈ மொய்ப்பது போல, எப்போதுமே கூட்டம் நிறைந்த கடைதான் அது. ஒருவேளை திடீரென்று கூட்டம் முற்றிலுமாகக் குறைந்துவிட்டிருக்கலாமோ. கூட்டம் குறைந்தால் கடையின் விசேஷம் குறைந்துவிட்டிருக்கலாமோ? கூட்டம் குறைந்தால் கடையின் விசேஷம் குறைந்துவிட்டதாகத்தானே பொருள். அங்கே பழம் பொருள்கள் குறைந்துபோயிருக்கலாம். கெட்ட நாற்றத்தின் மீது வாசனைத் திரவியங்களைத் தெளித்து, வருபவர்கள் தலையில் கட்ட முயலலாம். அப்படித்தானாயிற்றோ? எப்படியோ ஓர் அமாவாசை இருள் நாளில் இந்தக் கடைத்தெருவைக் கண்டு கொண்டான். தெருவின் அழகைக் காண அவன் காலைவரையிலும் காத்திருக்க வேண்டியிருந்தது. குப்பைகளும் சாக்கடைக் கால்வாய்களும் நிறைந்த, நாம் அன்றாடம் காணும் வழக்கமான தெரு போன்றதேதான் இதுவும். ஆயினும் அமைதியின் அழுத்தம் கவிழ்ந்து கடைத்தெருவுக்கான ஆரவாரம் அற்றிருக்கிறது. எப்போதேனும் மனிதர் நடமாட்டம். அவர்களும் எதிர் வருபவனை அசட்டை செய்யும் தோற்றத்துடன் சூன்யத்தில் வெறித்தபடி போகவும் வரவும். யாரிடமும் விசாரிக்கத் தோன்றாமல், பழக்கமற்ற தெருவுக்குள் புகுந்துவிட்ட நாயெனக் குறுகி வாலிடுக்கி நகர்கிறான் அவன். இப்போது அவனுக்குத் தேவையான பொருள் எதுவென்பதும் தெரியவில்லை. அது எந்தக் கடையில் கிடைக்கும் என்பதும் தெரியவில்லை. தெருவின் வெற்று அதிசயங்களைக் கண்டு பிரமித்தபடி கால் நடத்தும் வழியே போகிறான். எந்தக் கடையின் வாயிலிலும் நிற்கப் பிடிக்காத கூச்சம் விரட்டுகிறது.

கடை என்றே அறிய இயலாதபடி கதவுகளும் ஜன்னல்களும் அடைக்கப்பட்ட நகரத்து வீட்டைப் போல ஒன்று. அது கடைதான் என்பது முதல் பார்வைக்குத் தெரியாது. உற்றுப் பார்த்தால் மேல் முகட்டில் மங்கலாக எழுதப்பட்டிருந்த எழுத்துகள் சொல்கின்றன. விரல் மடித்துத் தட்டினால் திறந்து, கேட்கும் பொருளை வழங்கிவிட்டுத் திரும்பவும் மூடிக்கொள்வதாக இருக்க வேண்டும். வெகுநேரம்வரை அவ்விடத்திலேயே நின்றுகொண்டிருக்கிறான். ஒருவரும் வரவில்லை. வாடிக்கையாளர் யாரும் வருகிறார்களா என்று உள்ளே இருப்பவர்களேனும் திறந்து பார்க்கக்கூடாதோ? ஒரு வேளை, குறிப்பிட்ட சில மணிநேரங்களில் மட்டும் திறந்து மூடும் கடையோ இது? நேரம் அறிவிக்கும் பலகைகூட இல்லை. காத்திருப்பு ஒருபோதும் அவனுக்கு இத்தகைய சோர்வைக் கொடுத்ததில்லை. அடுத்தடுத்த கடைகளையும் கவனிக்கும்

பொறுமை இன்றி நகர்கிறான். நிலத்திலிருந்து கடல்களுக்கும் கடல்களிலிருந்து நிலத்திற்கும் கொண்டுசேர்க்கும் நெடிய இவ்வீதியில் ஒரு சில கடைகளைத் தவிர்ப்பதால் என்ன நேர்ந்து விடும்? எந்தக் கடைக்கும் நிரந்தர வாடிக்கையாளனாக இருப்பது இயலாது என்னும்போது. தவிர்த்த கடைகள் திரும்பவும் இதே வீதியின் முக்கிய முனைகளில் இன்னும் விஸ்தாரமாகத் திறக்கப் பட்டிருக்கலாம். இறுதிக்கும் இறுதியான கடையொன்றை அவன் எப்போதேனும் அடைய இயலுமா?

இதோ கதவுகளும் ஜன்னல்களும்கூட அற்று மூடுண்ட உயர்ந்த சுவர்களால் ஆன கடை. ஆனால் இதற்கு வாடிக்கை யாளர்கள் வருகிறார்கள். சுவரைத் தொட்டதும் மறைந்து விடுகிறார்கள். உள்ளே செல்லச் சுவரில் மாய வழிகள் இருக்கலாம். மந்திரங்கள் உச்சரித்ததும் திறந்துகொள்ளலாம். யாரிடம் மந்திரம் அறிவது? போனவர்கள் திரும்பவேயில்லை. புதிதாக வெளிவருபவர்களின் வெளுத்த முகமும் களைப்பு மண்டிய சாயல்களும் பயத்தையே கிளப்புகின்றன. அவர்களை அணுகும் மனமற்று நிராசையின் சுவடுகளை எடுத்துவைக்கிறான். கதவு போன்ற சின்ன மாடக்குழி ஒன்றில் மண்விளக்கின் மெலிந்த வெளிச்சம் பரவ ஒரு கடை. கோயிலின் கருவறையை நினைவுபடுத்துகிறது. அதற்கேற்றாற்போலக் கற்பூர மணம் கமழ்ந்து தெருவை அடைக்கிறது. மணம் அழைப்பின் பரிபாஷையாக இருக்கலாம். உள்ளிழுக்கிறது. நின்று நேர்க்குத்தாக எரியும் சுடரொளியில் மனித முகங்கள் எதையுமே காணோம். எல்லாம் இருள்வெளியில் கரைந்துவிட்டிருக்க வேண்டும். அனைத்தையும் விழுங்கிக்கொண்டுதான் பிரகாசிக்கிறதோ? அதற்கு எருவானால் எதையேனும் பெறலாமோ? பின் வெளியேற அனுமதி கிடைக்குமா? அவனைச் சுற்றிலும் சந்தேகத்தின் பொறிகள் சிதற அயர்ச்சியுடன் நடை கூடுகிறது.

சோகை படிந்த, ஆட்கள் எல்லோரும் வெளியேறிவிட்ட மந்தகாசத்துடன் நெளிந்த வீதி திடீர் ஆரவாரம் பெறுகிறது. கண்கூசும் வண்ண விளக்குகளில் கால் பாவுகிறது. இங்கு எல்லாம் திறந்தே கிடக்கின்றன. வியாபாரத்திற்கு ஆட்கள் நிறைந் திருக்கிறார்கள். எல்லாக் கடைகளுக்கும் பெயர்ப் பலகைகள். வெளியேயும் தொங்கும் பொருட்கள். விளக்குகள் நிறக் கூச்சலால் வருந்தி வருந்தி அழைக்கின்றன. சிறு பையன்கள் வீதியின் மையத்துக்கே வந்து கையைப் பிடித்து இழுக்கிறார்கள். பெருத்த குண்டர்கள் வேடமிட்டு வாயிலில் நின்றபடி வேடிக்கை காட்டி ஈர்க்கிறார்கள். விளம்பரப் பலகைகள் அம்மணமாய் அலசு கின்றன. மார்க்கச்சையைக் கழற்றும் பாணியில் நடிகைகள் கூப்பிடுகிறார்கள். இங்கே வாங்குவதற்கு என்ன இருக்க முடியும்.

இது தனக்கான பகுதியல்ல என்று தோன்றுகிறது. ஆபாச இரைச்சலில் தனக்கான பொருள் கிடைக்காது என்ற மமதை மிக்க தெளிவு அவனுக்கு எப்போதோ வந்திருந்தது. இந்தப் பகுதியைக் கடந்துவிட வேண்டும் என்று மனம் அலறியது. வீதியை அறியுமுன்பே இத்தகைய கடைகளின் ஓலங்கள் அவன் வீடுவரைக்கும் வந்திருக்கின்றன. இவற்றின் ஜாலங்களை அறிவான். தெருவுக்கே இது களங்கம். ஆனால் இதைக் கடப்பது அவ்வளவு சுலபமானதல்ல. அழைக்கும் ஜாடைகளைக் கடந்து ஓடுவது யாருக்கும் எளிதல்ல. பொறுமையாகச் சமாளிக்கும் திறனுமில்லை. அவனுக்கு வேண்டியதொன்றும் இங்கே இல்லை. பணத்தை அள்ளி இறைத்தால் கிடைக்கும் பொருட்கள் இங்கே வீணில் அள்ளி வீசி விரயமாக்க அவன் அத்தனை பணக் காரனுமல்ல. எங்கும் திருடிச் சேர்க்க முடிந்தவனுமல்ல. அவன் வைத்திருப்பது அற்பக்காசுகள்–இந்த இடத்தைப் பொறுத்த மட்டில் அவற்றைப் பெற அவன் இழந்தவை அனேகம். ரண மேறிய காசுகளை ஊதாரியாய்த் தூக்கி எறிந்துவிட்டு, வெறுங் கையை வீசிக்கொண்டு எங்கே போக. பெறுவதற்கு எப்படி யெல்லாம் சிரமப்பட்டானோ அதைவிடச் சிரமப்பட்டே செலவழிக்க வேண்டும். செலவு செய்வது சுலபமல்ல. அவனிடம் பணமே இல்லை என்பதைப் போல, பரிதாப முகத்தை வைத்துக் கொண்டு அவசரம் காட்டாமல் மெல்லக் கடக்கிறான்.

மீண்டும் பேரமைதி. அவன் பையில் இருந்த சில்லறைகளின் சலசலப்பொலி. அவற்றை எண்ணி வைக்கவில்லை. ஆகவே சரிபார்க்க வேண்டியதில்லை. அந்த ஆரவாரக் கூச்சலில் சில காசுகள் உதிர்ந்தும்போயிருக்கலாம். அவற்றைப் பற்றி என்ன? இப்போதோ அவனுக்குள் வேறொரு பயம். இனிவரும் கடைகளில் எதுவேனும் வாங்க, அவன் சில்லறைகள் போதுமான தாயிருக்குமா? வெற்றுச் சலசலப்பு இவற்றிற்குப் பிடிக்காதோ என்னவோ? பையை அழுந்தப் பற்றிக்கொண்டு வியர்த்துப்போன ஆசுவாசத்தோடு அடி எடுத்துவைக்கிறான். இந்தக் கடைகளுக்கு வியாபார நெளிவு சுளிவுகள் தெரியவில்லையா? வியாபாரம் தங்கள் நோக்கமல்ல என்ற பாவனையா? முகப்புகளோ கடைகளுக்கானதல்ல. ஒரு காலத்தில் ஆனந்த ஒளி உமிழும் வீடுகளாக இவை இருந்திருக்கலாம். இப்போதும் இவை வீடுகளாகவே இருக்கும்பட்சத்தில் சில்லரைகளை உதறிவிட்டு ஏதேனும் ஒரு வாசலைத் தட்டிக் கையேந்தலாம். வீடுகளிடம் பிச்சை ஏற்பதில் இகழ்ச்சியில்லை. உள்நாற்றம் கசியக் கசிய இவை வியாபாரத்திற்குத் திறக்கப்பட்டிருக்கக் கூடும். மவுசற்ற இவற்றில் எந்தக் கடைக்குள் அவன் புக வேண்டும்? இப்படியே போய்க்கொண்டே இருந்தால், பழைய மூலைக் கடையையே

மீண்டும் சேர்வானோ? நடையில் வீதி சுருங்குமா? ஒன்றும் விளங்கவில்லை. சில்லறைப் பையைப் பற்றிக்கொண்டு உரக்கக் கூவுகிறான்.

எனக்கான பொருள் உள்ள கடைக்காரரே!

குரல் மோதிச் சிதைகிறது. எங்கும் மௌனம். மௌனமே அவற்றின் அழைப்போ? ஆனால் மௌனத்தை உடைத்துவிடும் வெறியோடு மீண்டும் குரலெடுத்துக் கூவுகிறான்.

எனக்கான பொருளுள்ள கடைக்காரரே! உங்கள்
வாடிக்கையாளன் வந்திருக்கிறான். திறவுங்கள்.
இப்போது எல்லாப் பக்கமிருந்தும் ஒரே குரல்.
உனக்கான பொருள் எது?
அவனின் கூவல்
அறியேன் ஐயா.
மீண்டும் பிளக்கவியலா மௌனம்.

●

சதங்கை, ஏப். – ஜூன் 1996

பீவாங்கியின் ஓலம்

புளிப்பு வாடை சமையலறையில் தொடங்கி வீடெங்கும் சுழன்றது. எப்போதும் அடைபட்டிருந்த கதவும் சாளரங்களற்ற சுவர்களும் அதை வெளியே விடவில்லை. விலங்குச் சங்கிலி பிணைத்த கதவை அவனோ சில நேரங்களில் அவளோ திறக்கும்போது வாடை முழுவதும் பந்தாய்ச் சுருண்டு வாசலை நோக்கி ஓடும். அதற்குள் கதவு சுவராகிவிடும். அவளுக்கு அதனால் பாதிப்பேதுமில்லை. கமழ்ந்து கொண்டேயிருக்க வேண்டும் என்பதுதான் அவள் விருப்பம். அதைச் சுவாசிப்பதாலேயே அவள் இதயம் நிரம்பிச் சீராகியது. வாடையை உணரும் அவகாசத்தில் இருக்கும்போதெல்லாம் அவன் லேசாக மூக்கைச் சுருக்குவான் அத்தோடு சரி. அதை நாற்ற மென்பதாய் அறிந்திருந்தான். இது போன்றவை அவனுக்கு இயல்பாகிப்போய் ஆண்டுகள் கழிந்துவிட்டன. அதன் மூலத்தை அறிந்துகொள்வதிலும் ஆர்வமோ நேரமோ இல்லை. அன்றாட வழக்கங்களில் கூடுதலாகச் சேர்ந்திருந்த உடல் சுகம் அவனைக் காலையில் வெகுநேரம் கழித்தே விழிக்கவைத்தது. ஸ்விட்சைத் தட்டியதுபோல் திடுக்கிட்டு விழிப்பான். எழுந்ததும் விரைவாய்க் கிளம்பி அலுவலகம் செல்வது ஒன்றே நோக்கமாய் இருக்கும். அதற்கிடையில் எதுதான் பொருட்டு?

அவன் போனதிலிருந்து மெல்லிய இருள் பரவும் போது அவன் திரும்பும்வரை புளிப்பு வாடை பற்றியே யோசித்துக்கொண்டிருப்பாள். பெரிய அன்னக் கூடையில் நொதித்து மேலெழும்பிய

நைந்த பழைய சோற்றிலிருந்து கிளம்பிய வாடை அல்ல, அவள் பிரச்சினை பாத்திரம்தான். எப்படியோ தினமும் அரைக் குண்டா சோறு நீத்தண்ணியோடு அன்னக்கூடைக்குப் போய்ச் சேர்ந்தது. அரிசியைக் குறைத்துப் போட வேண்டும் என்பதில் கவனமாக இருந்தபோதும் ஒருகை அதிகமாகவே விழுந்தது. அள்ளிய அரிசியைச் சாக்கின் மேல் பிடித்துக்கொண்டே மனம் கட்டிப்புரளும். சாக்கிலேயே கொட்டி விடும். பக்கமே அவள் நிற்பாள். ஆனால் "யாராச்சும் வீட்டுக்கு வந்துட்டா?" என்ற கேள்வியை மட்டும் இடைவிடாமல் கேட்ட படி ஆடும் கையின் பக்கமே வெற்றி சேரும். கடைசியாய்ச் சோற்றுக் குண்டாவில் போய் விழும். பழைய சோற்றைக் கரைத்துக் கரைத்து எத்தனைமுறை குடித்தாலும் அதே அளவு சோறு குண்டாவில் குறையாமலிருந்தது. அவன் அதைச் சீண்ட மாட்டான். கொடுக்க அவளுக்கும் மனம் வராது.

அவள் வந்து சேர்ந்த இந்த ஒரு வார காலத்தில் பெரிய அடுக்குமாடிக் கட்டடத்தின் நான்காம் தளத்திலிருந்து அவர்களது வீட்டுக்கு யாரும் வரவில்லை. அவனுக்கு வேண்டியவர் நகர் முழுக்க நிறைந்து கிடந்தபோதும் ஏன் ஒருவரும் வருவதில்லை என்பது குழப்பமாக இருந்தது. வீட்டைத் தவிர எங்கெங் கெல்லாம் சந்தித்துக்கொள்ள முடியும் என்பது விளங்கவில்லை. அவனிடம் கேட்டபோது, "ஆரக் கூட்டிக் கிட்டு வரச் சொல்ற?" என்று எரிந்து விழுந்தான். அரசாங்கத்தின் நடுத்தரப் பதவி ஒன்றில் இருந்த தன் மாமனான அவனுக்கு வாழ்க்கைப்பட்டு, நாளுக்கு இருமுறை புழுதி சூழ ஒரே ஒரு பஸ் வந்துபோகும் கிராமத்திலிருந்து இந்த நகருக்குப் பெயர்ந்தவள் அவள். அவள் வருகையால், அவசர அவசரமாகப் பற்றிக் கடிக்க இரு காம்புகளும் புணர ஒரு துளையும் கிடைத்ததே அவனது நிறைவுக்குப் போதுமானதாயிருந்தது. மயிர் அடர்ந்த அவன் மார்பும் மழுங்கிய குறியும் அவளைக் கிளர்த்தியபோதும் எந்நேரமும் அவற்றையே நினைத்துக்கொண்டிருக்க இயலவில்லை. நேரத்தைக் கொன்றுவிட எதெதிலோ மனதைச் செலுத்த எண்ணியிருந்தாள். வீட்டுக்கு முன்னால் கூட்டித் தெளித்துப் பாத்தியளவு கோலம் தினம்தினம் போடலாம் என, திருமணத்துக்கு முன் வரைந்து பழகிய பல நோட்டுகளை நிறைத்திருந்தாள். ஆனால் நாலைந்து செருப்பு விட்டால் நிறைந்துவிடும் அளவுக்கே இருந்த வாசலில் ஒட்டப்பட்ட ஸ்டிக்கர் கோலம் நிரந்தரமாய்க் கலையாமலிருந்தது. பக்கத்து வீடுகளிலிருக்கும் பிள்ளைகளெல்லாம் "அக்கா அக்கா" என்று அவளைத் தேடிவந்து சடை பின்னிப் போகும் எனவும் புதுப் புதுப் பின்னல்களைப் போட்டுக்கொண்டே கதைகள் சொல்லலாம் எனவும் நினைத்துக் களித்திருந்தாள். அடைபட்ட

கதவு திறந்து எந்நேரம் பிள்ளைகள் வெளியே போகின்றன என்பதையே அறிய முடியவில்லை. அங்கே பிள்ளைகளே கிடையாதோ?

சமையலறையின் மேல்பக்கம் வைத்திருந்த கீற்றுகளின் வழியாக உள்ளே வந்து விழுந்த வெளிச்சக் கோடுகள்தாம் அவளுக்குத் துணை. அவற்றுக்கு வாடையைப் பற்றிய கவலை எதுவுமில்லை. அவனைப் போலவே, பகலில் ஒரு குறிப்பிட்ட நேரத்தில் சுவரில் விழுந்து கண்ணுக்குத் தெரியாமல் மெல்லமாய் நகர்ந்து போக்குக்காட்டித் திடீரென்று ஓடிவிடும். பதிலாக அவன்தான் அவற்றை அமர்த்திவிட்டுப் போகிறானோ என்னவோ? அவையும் வெளியேறிய பின் சோர்ந்துபோவாள். நேரம் போவது பற்றி அவனிடம் சொன்னால், "இதுக்குள்ள ஒன்னு வந்தா செரியாயிரும்" என்று அவள் அடிவயிற்றைத் தட்டிக் காட்டி, ஆபாசச் சிரிப்போடு கையைக் கீழே இறக்குவான். வெட்கம் கவிய அதற்கு மேல் அவளாலும் பேச இயலாமல் போய்விடும்.

புளிப்பு வாடை வழியற்றுச் சுவர்களில் அப்பி வழிந்தது. இவ்வளவு தூரம் அதை விட வேண்டியிருக்கும் என்று அவள் நினைத்ததில்லை. அன்னக்கூடையில் முதல் நாள் கொட்டும் போது, நாளைக்குப் பால்காரனைப் பார்த்துச் சொல்லிவிடலாம் என்றிருந்தாள். கொட்டினால் மாடு உழும்பி உழும்பிக் குடிக்குமே. கதவுக்கு வெளியே போட்டிருக்கும் இரும்புக் கேட்டில் மாட்டி யிருக்கும் பைக்குள் பால் பாக்கெட்டை எந்த நேரத்தில் அவன் போட்டுச் செல்கிறான் என்பதைக் கண்டறிய முடியவில்லை. அவளுக்கு விழிப்பு வரும் எந்த நேரத்தில் திறந்து பார்த்தாலும் பால் கிடக்கும். ஆறு மணி, ஐந்து மணி, நாலு மணி என்று எழும்போதெல்லாம் போடப்பட்டிருக்கும் பாக்கெட்டின் மாயம் புரியவில்லை. அவனைக் கண்டுபிடிப்பது அவளுக்குச் சவாலாக மாறியது. அரவம் கேட்டதும் எழுந்துகொள்ளலாம் என்று கதவருகிலேயே படுத்தும் பார்த்தாள். கதவைத் திறக்கும் முன் மேல் தளப் படிக்கட்டிற்குச் சத்தம் போயிருக்கும். அவன் சட்டை நுனியைப் பார்க்கக்கூட முடியவில்லை அவளால்.

பக்கத்து வீட்டுக்காரர்கள் யாரையாவது கேட்டால், இதற்கொரு வழி பிறக்கும். அப்படியே அவர்களோடு பேச்சும் வைத்துக்கொள்ளலாம் என்றெண்ணி வெகுநேரம் வாசலில் நின்றாள். மூடியிருப்பதற்கு மட்டுமே கதவுகள் என்பதுதான் அங்கிருந்த நியதி. விருத்துப்போன கால்களோடு மனதைத் திடப்படுத்திக்கொண்டு ஒட்டியவாறிருந்த வீட்டின் அழைப்பு மணியை அழுத்தினாள். சில நிமிடங்கள் அவளைத் துடிக்க

விட்டு, ஒருக்களித்த கதவின் பின்னிருந்து "யாரு?" என்று குரல் கேட்டது. பக்கத்து வீட்டில் இருப்பதாய்த் தன்னை அவள் அறிமுகப்படுத்திக்கொண்டதும் வெளுத்த முகத்தோடு அந்தப் பெண் வெளிவந்து கீற்றுப் புன்னகைகாட்டி "என்ன வேணும்?" என்றாள். புளிப்பு வாடையைப் பற்றி விவரித்து மாடு வைத் திருப்பவர்கள் யாரும் வருவார்களா என்று விசாரித்தாள். அந்தப் பெண்ணுக்குக் கேலிசெய்யத் தோன்றியிருக்கக்கூடும். அதற்கான புன்னகையை மட்டும் காட்டிவிட்டு, "தெரீல. எங்க வீட்ல சாதம் மிஞ்சாது" என்று சொல்லிவிட்டாள். அது எப்படி…அவர்கள் வீட்டுக்கும் யாரும் வரமாட்டார்களா, ஒரு நாளைக்காவது மிஞ்சாதா, அரிசி கழியும் தண்ணீரை எங்கே கொட்டுவார்கள்… என்றெல்லாம் யோசித்து விசாரிக்க முற்படுவதற்குமுன் அந்தப் பெண் கதவைச் சாத்திக்கொண்டு போயிருந்தாள்.

அன்னக்கூடை நிரம்பிக்கொண்டேயிருந்தது. இன்னும் ஓரிரு நாளில் வழிந்துவிடும். அதற்குள் ஏதாவதொரு வழியைக் கண்டாக வேண்டும். அவன் அலுவலகம் போனபின் கதவைப் பூட்டிவிட்டுக் கீழிறங்கினாள். வீதியின் ஏதாவது ஒரு முனையில் மாடுகளோடு பால்காரன் வீடிருக்கும் என்பதில் அசையாத நம்பிக்கை கொண்டிருந்தாள். கண்ணுக்கெட்டிய அவ்வீதியின் இரு புறங்களிலும் அடுக்குமாடிக் கட்டடங்களே எழும்பி நின்றிருந்தன. அவ்விடம் விட்டு நகரவே பயமாயிருந்தது. சிறிது தூரம் தள்ளிப்போய்விட்டாலும் பின் அவளுடைய கட்டடத்தை அடையாளம் கண்டுகொள்வது அசாத்தியம். எல்லாம் ஒரே அளவான உயரத்தில் ஒரே மாதிரியான நிறத்தில் மாற்றங்கள் இன்றி நின்றன. இவற்றில் சரியாக வீட்டைக் கண்டுபிடித்து அவன் தினந்தோறும் எப்படி வருகிறான் என்று வியந்தாள். ஏதாவது ஒரு நாள் அவனுக்கு அடையாளம் மாறிவிடுமே யானால்…நினைக்கும்போதே அவள் துடிப்புக் கூடியது. ஆனால் அவன் கெட்டிக்காரன். நுணுக்கமான வேறுபாடுகளை அறிவான். இத்தனை நாளைப் போலவே இனியும் அவன் இடம்மாறாமல், தேடி அலையாமல் வந்து விடுவான் என்பதைச் சொல்லிச் சொல்லிப் பீதியை அமுக்கினாள். மாடுகளோ மாட்டுக்காரர்களோ கிடைக்கவில்லை. அந்த இடத்தைவிட்டு அசையவே விருப்பமற்று, வெகுநேரம் கழித்து மேலேறினாள்.

நுரை கிளம்பிப் பொடியும் கள்ளைப் போல, அன்னக்கூடை நுரைத்துப் பொங்கிக் கதவு திறந்ததும் முகத்திலடித்தது. குமிழிகள் பொரிந்து அது அழுவதை உணர்ந்தாள். இதைப் பற்றிப் பேசு வதற்குக்கூட ஆளற்ற ஓர் உலகத்தில் தான் நுழைந்துவிட்டோமோ என்பதில் அச்சம் கூடிற்று. நகரம் நெருக்கமான மக்களைக் கொண்டது என்று கேட்டிருக்கிறாள். திரைப்படக் காட்சிகளில்

கண்டுமிருக்கிறாள். நகரம் என்று பொய் சொல்லி வனாந்திரம் ஒன்றுக்குள் கொண்டுவந்து வைத்துவிட்டானோ மாமன் என்றும் சந்தேகித்தாள். அவன் வரும் நேரம் இன்னும் ஆகவில்லை. கீற்று வெளிச்சம் சமையலறைச் சுவரில் ஊர்ந்துகொண்டிருந்தது. கதவின் பக்கமாய்த் தலைவைத்துப் படுத்தவள் உறங்கிப்போனாள். அழைப்பு மணி தலைக்குள் வெடித்தெழ அரக்கப் பரக்கக் கதவு திறந்தாள். எப்போதும் கதவுத் துளையில் கண் வைத்துப் பார்த்து, யார் என்பதை அறிந்துகொண்ட பின்பே திறக்க வேண்டும் என்று அவன் எத்தனையோமுறை எச்சரித்திருந்த போதும் அவசரத்தில் அது நினைவுக்கு வரவில்லை. அதற்காகத் திட்டிக்கொண்டே அலுப்புத் தரித்த முகத்தோடு நுழைந்தான்.

அவன் சட்டை கழற்றும்வரைகூட அவளுக்குப் பொறுமை யில்லை. எல்லா வழிகளும் அடைபட்டு அவள் முயற்சிகள் பெற்ற தோல்விகள் கண்ணீராய் உடைந்தன. தூக்கம் பொங்கிய முகமும் கண்ணீருமாய்க் கிடைக்கும் வரவேற்பில் எரிச்சலடைந் தான். "என்ன?" என்று அவன் கேட்ட ஒன்றே அவள் உணர்வு களுக்கு ஆசுவாசம் கொடுப்பதாயிருந்தது. வாடை பற்றியும் அவளுடைய முயற்சிகள் குறித்தும் அழுகையும் பேச்சுமாய்க் கலந்து அவள் சொல்லி முடித்தபோது, அவனுக்குள் இரக்கம் சுரந்தது. அவள் பிரச்சினைகளைப் பற்றித் தான் ஒருபோதும் யோசிக்காத குற்ற உணர்வு அவன் முகத்தைக் கனிவித்தது. பொத்தான் கழற்றிய சட்டையோடு அப்படியே போய் அன்னக் கூடையைத் தூக்கினான். வெண்ணெய் சரியாகத் திரளாத மோர்ப்பானைபோல, சோற்றுக் கரைசல் அசைந்தது. சமையலறையின் பக்கவாட்டில் ஒட்டியிருந்த குளியலறைக்கும் கழிவறைக்கும் பொதுவான அந்தக் கதவைத் திறந்து உள்ளே கொண்டு போனான். அவன் என்ன செய்யப்போகிறான் என்பதை அவளால் நிச்சயிக்க முடியவில்லை. கழிவறையின் பீவாங்கிக்குள் அன்னக்கூடையைக் கவிழ்த்தான். மலத்தில் சோறு. நொடியில் அவ்வளவு பெரிய அன்னக்கூடை சோற்றையும் விழுங்கிவிட்டுப் பெரும் பிளிறலோடு இன்னும் வாயைத் திறந்தபடி காத்திருந்த பீவாங்கி, அவளை ஜாடையாய்ப் பார்த்துக் கோணல் சிரிப் புதிர்த்தது. முகம் வெளிற அலறி அவனைக் கட்டிக்கொண்டாள்.

இரு உள்ளங்கைகளையும் விரித்துக்கொண்டு, மண்டை ஓட்டு வடிவம் எடுத்திருந்தது பீவாங்கி. அதைப் பார்க்கவே விடாமல், அவள் மனதில் எழுந்த கிலி பெருகியது. கழிவறைப் பக்கம் போகவே திராணியில்லை. அதன் கதவு எப்போதும் மூடியிருக்கும்படி பார்த்துக்கொண்டாள். அதையும் மீறிச் சமையலுக்குள் அவள் மூழ்கிவிடும் கணத்தில் திறந்துகொள்ளும் என்று தோன்றியது. எதையாவது அடுப்பில் வைத்துவிட்டுத்

திடுக்கிட்டுக் கதவை நோக்கித் திரும்புவாள். உள்ளே இருந்து கதவைப் பிடித்து உலுக்கிக்கொண்டிருக்கும். எந்த நேரமும் கதவு திறந்து பீவாங்கி தன் கொப்பரை வாயைத் திறந்துகொண்டு வெளியே வந்துவிடலாம். வெளித் தாழை முழுவதுமாய் அழுந்தப் போட்டுவிட்டுச் சமையலுக்கு வருவாள். அவன் இருக்கும் தருணங்களில் எதுவும் நடந்துவிடாது என்கிற தைரியம் இருந்தது. அவன் கையசைத்தால் பீவாங்கி தன் வாலைச் சுருட்டிக்கொண்டு ஓடித் தரையில் புதைந்துகொள்ளும் என்பது அவள் அனுமானம். அவன் போய்விட்ட பின் அதன் கெக்கலியும் பசிவேகமும் அதிகரித்துக் கத்திப் பிளிறும். அவள் அசைவதில்லை. சமையலறைக் கதவையும் மூடித் தாழிட்டுவிட்டு வெளியே வந்து விடுவாள். அதன் வெறிக்கூச்சல் கேட்காமலிருக்க வானொலியை அதிகச் சத்தமாய் வைத்து உட்கார்ந்துகொள்வாள்.

அண்டாச் சோற்றைக்கூட நொடியில் விழுங்கியும் திருப்தி இல்லாமல் வாய்பிளந்து இளித்து நிற்கும் அதன் பசிக்கு எதைத் தான் போடுவது? வழக்கம்போல் அன்னக்கூடையில் சேர்ந்து கொண்டிருக்கும் பழஞ்சோற்றுக் கரைசலை இன்னும் சில நாளில் ஊற்றச் சொல்லலாம். ஆனால் அதன் திறந்த வாயின் அழைப்பு எதை நோக்கி? அவளையே விழுங்கத்தானோ எனத் தோன்றியது. அதன் அகோரச் சப்தமும் பசி ஓலமும் எட்டாத தொலைவில் இருக்கவே முயன்றாள். சமையலறைக்குள் கால்வைக்கும் போதே உடலெங்கும் அதன் மௌனப் பிளிறல் வீரிட்டது. சமையலறையைத் தாண்டாமலிருக்க வேண்டுமே என்பதே அவளின் வேண்டுதல். அவனுக்கு அதன் ஓலம் கேட்பதேயில்லை. வெற்று ஜடம் ஒன்று ஊர்வதுபோலவே இருந்தான். தீராப்பசி கொண்ட மிருகத்தை வீட்டுக்குள் வைத்துக்கொண்டு, அதன் கொடூர அலறலைக் காதில் வாங்காமல் தன்பாட்டுக்கு உலவ எப்படி முடிகிறது? அதை அடக்குகிற வீர்யம் அவனுக்குள் இருப்பதுதானா? அவளோ பகலெல்லாம் அதனிடமிருந்து மீளப் படும் அவஸ்தைகளால் உருக்குலைந்தாள். எலும்புகள் கரைந்து ஒடுங்கிப்போனாள். புதுப் பெண்ணுக்கான மெருகு முற்றிலும் சிதைந்தது. முலைகள் வதங்கின. செழிப்பின் புதுமைகள் அனைத்தும் அவளைவிட்டு நீங்கின. இப்படியே போனால் வெளுத்த மண்டையோடாய்ப் பீவாங்கியின் தோற்றமே தனக்கும் வந்துவிடுமோ எனப் பயந்தாள்.

தவளைத் தோலாய்ச் சுருங்கிய உயிர்ப்பற்ற முலைகளைத் தொட்டுத் தொட்டு ஏமாந்த இரவில் அவனுக்கு விசாரிக்கத் தோன்றிற்று. வற்றிய அவள் உடம்புக்குள்ளிருந்து கண்ணீர் பெருகிப் படுக்கையை மூழ்கச் செய்தபின், அவள் மெல்லப் பீவாங்கியைப் பற்றிச் சொல்லலானாள். அவன் சிரித்தவாறே

கைவளையத்துக்குள் அவளை வாங்கிக்கொண்டான். அவனுக்குள் அப்படியான அணைப்பின் வாஞ்சை பொதிந்திருந்ததை அன்றுதான் உணர்ந்தாள். அதைவிடவும் அவன் சொற்கள் அவளை அதிரச் செய்தன.

"உங்கிட்ட இருந்து ஒரு வாசம் வருது. பால் கம்மங் கதிரும் இளம்பயிரும் கலந்த அந்த மணந்தான் அதுக்கு ஆவுல போல."

அவள் மேனியின் எல்லா அழகுகளும் அந்த நிமிடமே மீண்டும் வந்துசேர்ந்துகொண்டன. அவள்மேல் வீசும் மணத்தைத் துல்லியமாக அறிந்திருக்கிறான் என்பதே அவளுக்குப் போதுமானதாயிருந்தது. அவன் பால்யத்தின், தூசு படிந்த ஏடுகளைக் கிழியாமல் இன்னும் பரண்களில்தான் வைத்திருக்கிறான் என்பதை அறியவும் முடிந்தது. அவன் மேலும் சொன்னான்.

"இந்த வாசம் உங்கிட்ட இருந்து போயிருச்சுனா அது சாதுவாயிரும். எங்கிட்ட இருக்கிற மாதிரி."

அந்தச் சமயத்தில் கழிவறையைவிடவும் அவனே நினைவிலிருந்தான். அவன் சொற்களைக் கேட்டுக் கூம்பிப்போனாள்.

"அப்டீன்னா உங்களுக்கும் இந்த மணம் புடிக்கலியா?"

அத்தனை நாளைய இறுக்கங்களும் கரைந்து நெகிழ்ந்தோடச் சிரித்தான்.

"ரொம்பப் புடிக்குது. ஆனா மாறியாவணும். அப்பத்தான் அதுக்குப் புடிக்கும்."

மறுநாளிலிருந்து அதன் குரலைக் கேட்டதும் உண்டாகும் பீதியை மறைத்துக்கொண்டு, பழகிய வெள்ளாட்டுக் குட்டியிடம் கொஞ்சுவதுபோல, "கொஞ்சநாள் பொறுத்துக்கோ" என்று தூரமிருந்தே கையமர்த்தினாள். சமையலறையிலேயே ஓர் ஓரத்து மூலையில் குளிப்பதை வழக்கமாக்கிக்கொண்டிருந்தாள். அவன் வாங்கிவந்திருந்த உயர்தரச் சோப்பை மூன்று தரம் தேய்த்து, கிளம்பும் நுரையைப் போர்த்திருந்து வெகுநேரம் குளித்தாள். முகத்திற்கும் மேனிக்கும் புதுப்புது க்ரீம்களைத் தடவிக் கண்ணாடியின் முன்னால் உட்கார்ந்திருப்பதே பகல் வேலை என்றாயிற்று. சோப்பின் மணமும் க்ரீம்களின் வாசமும் சேர்ந்து வீடே கமழ்ந்தது. பீவாங்கியின் ஓலம் கொஞ்சம் குறைந்ததுபோலவும் பட்டது. என்றாலும் அவனில்லாத வேளைகளில் தைரியமாய்க் கழிவறைக்குள் போக முடியவில்லை. திறந்த வாயும் ஆபாச இளிப்பும் அப்படியேதான் இருந்தன. கூடுதலாக ஒடுங்கிய வாயின் ஓரம் லேசான குறும்பு பளிச்சிட்டது.

அவள் கை கட்டுப்படவுமில்லை. எந்நேரமும் வந்துவிடும் விருந்தாளியை எதிர்பார்த்தவாறு இருந்தது போய், பீவாங்கியின் பசி ஓலத்திற்காக ஒரு சேரை அரிசியை அதிகமாகவே கை போட்டுக்கொண்டிருந்தது. அதனால் அன்னக் கூடை பழஞ் சோற்றுக் கரைசலால் நிரம்புவதும் அவன் அதைத் தூக்கிப் பீவாங்கியில் கொட்டுவதும் அவள் படுக்கையறைக்குள் ஓடிக் கதவைத் தாழிட்டும் போதாமல் போர்வையை இழுத்துப் போர்த்திக்கொண்டு படுத்துக்கொள்வதும் தொடர்ந்தன.

ஒவ்வோர் இரவும் அவன் அணைப்பில் சுருளும்போது, "இன்னங் கம்மங்கதிர் வாசந்தான் வருதா?" என்று கேட்பாள். அவன் முகர்ந்து முகர்ந்து கிறுகிறுப்போடு "ஆமா" என்பான். என்னென்னவோ செய்து பார்த்தும் மாற்ற முடியாத சோகத்தில் இறுகிப்போவாள். "அது ஒடம்புல இருந்து வர்ல" என்று அவன் முணுமுணுப்பான். முன்பிருந்த நம்பிக்கைகள் கொஞ்சம் கொஞ்ச மாய்த் தளர்ந்துகொண்டிருந்தன. மெல்லிய முனகலாய், முணு முணுப்பாய்க் குறைந்திருந்த ஓலம் மீண்டும் பெருகத் தொடங் கிற்று. அமுங்கியிருந்த பயம் எழ, எந்த நேரத்திலும் அது அவளை விழுங்கிவிடத் தயாராக இருந்ததை அறிந்தாள். ஊருக்குக் கடிதம் எழுதினாள். அவர்களுக்குப் பீவாங்கி தெரிந்திருக்கவில்லை. அம்மா அப்பாவிடமிருந்தும் மாமனார் மாமியாரிடம் இருந்தும் சொல்லிவைத்த மாதிரி பதில் வந்தது.

"அவஞ் சொல்ற மாதிரி கேளு."

நெருக்கத்தினூடே பிதற்றும் ஆறுதல் மொழிகளைத் தவிர, அவனிடமிருந்து ஒன்றுமே கிடைக்கவில்லை. எல்லாம் சேர்ந்து, பகல் பொழுதில் அதன் அனத்தலைக் கேட்க எரிச்சலும் கோபமும் கிளம்பிற்று. அவளுக்குத் தெரிந்த மோசமான வார்த்தைகளை எல்லாம் கோர்த்து, இடைவிடாமல் திட்டினாள். அதுவோ இன்னும் பலமாக ஓலமிடத் தொடங்கிற்று. அதிகமாக அதிக மாகப் பசி அகோரமாகி அவளை உரிமையோடு அழைப்பதை உணர்ந்தாள். மலத்தில் சோற்றைக் கொட்டும் அவஸ்தையிலிருந்து விடுபடாமலே, கண்களை இறுக மூடிக்கொண்டு, அன்னக் கூடைச் சோற்றை அவளே கொண்டுபோய்க் கொட்டினாள். கொட்டி முடித்து வருவதற்குள் வியர்த்துவிடும். எப்போதேனும் லேசாகக் கண்களைத் திறந்து பார்த்துவிட்டால், அவ்வளவுதான். "நீ தான் வேணும். நீதான் வேணும்" என்று அது பல்லிளித்துத்தாவும். விரித்த கைகளை மேலே உயர்த்த முயலும். அரண்டு போய் மூச்சுவாங்க ஓடிவந்துவிடுவாள். அதைத் தவிர்க்கவே முன்னெச்சரிக்கை நடவடிக்கைகள் எல்லாம் செய்துகொண்டாள். அவன் இருக்கும்போதே, காலைக் கடன்களை அவசரம் அவசரமாக

முடித்துவிடுவாள். அவன் போனதும் வெளியே வந்தால், அவன் திரும்பிய பிறகுதான் சமையலறைக் கதவே திறக்கும். அதனுடைய ஓலத்தை லட்சியம் செய்வதே இல்லை.

அப்படியும் அது நிகழத்தான் செய்தது. அன்றைக்கு விடிகாலைப் பொழுதில் சோம்பல் முறித்தபடி உள்ளே சென்றவள் எப்போதும்போல் கதவைத் தாழிடாமலே இருந்தாள். கண்களையும் மூடிக்கொண்டிருந்தாள். வெளியே வர முயலும்போது, எசகு பிசகாகக் காலை விளிம்பில் வைத்திருக்க வேண்டும். வழவழப்பு வலை காலைக் கவ்வி இமைப்பில் உள்ளே இழுத்துக் கொண்டது. சுதாரித்து, மேல் விளிம்பை இருகைகளாலும் பற்றிக்கொண்டாள். கழுத்துவரை விழுங்கிய பீவாங்கி, உறுமி உறுமி அவளை முழுக்க உள்ளிழுத்துக்கொள்ள முயன்றது. கையை விடாமல் பற்றிக்கொண்டு, மாமனை உரக்கக் கூப்பிட்ட படியே இருந்தாள். குரலைத் தடுத்துவிடும் வெறியோடும் அதுவும் குரல்வளையை நசுக்கியது. மீறி அவள் கத்தினாள். அவனோ விடிகாலைக் கனவின் முணுமுணுப்போடு இன்பமாய்ப் புரண்டு படுத்தான்.

●

நிறப்பிரிகை இலக்கிய இணைப்பு-3, நவம்பர் 1995

வேட்கை

வயிறு கழுவும் பொருட்டு நகரத்தில் வந்து விழுந்தவன் நான். எத்தனையோ விசயங்களில் நகரத்தைச் சகித்துக்கொண்டபோதும் வசிப்பிடம் பற்றியதில் மட்டும் முடியவே இல்லை. நான் தங்கியிருந்தது குறுகலான, அரைப்பாதம் வைத்து ஏறுமளவுக்கான மாடிப்படியைக் கொண்ட நான்கு பொந்துகளில் ஒன்று. எப்பொழுதும் நுரைத்துக் கிடக்கும் கழிவறையும் சாக்கடை ஊறும் கிணறும் எங்கள் பாக்கியம். இரவும் பகலும் வெந்து பிட்டுத் தின்கிறமாதிரி ஆயாசம் கொண்டு கிடக்கும். உடலின் வெம்மையைத் தணித்துக்கொள்ளும் பொருட்டு, நல்ல காற்றை நாலு இழுப்பு இழுக்கும் சந்தோசத்திற்காக விடுமுறை நாட்களில் மாலையில் சைக்கிளை எடுத்துக்கொண்டு வெளியே போவேன்.

கிட்டத்தட்ட ஒரு மணி நேரம் நகரச் சந்தடியைக் கடந்துவிட்டால் வீடுகளின் நெருக்கம் குறையத் தொடங்கும். கான்க்ரீட் கட்டடங்கள் ஒன்றிரண்டே தென்படும். இடையிடையே பசுமை ஏறிய கையகலத் தோட்டங்கள் வரும். அப்படியே போய்க்கொண்டிருந்தால் அது வரைக்கும் இருந்த உலகத்திற்குத் தொடர்பில்லாத சாலையை அடைந்து விடலாம். இருபுறமும் கூடாரமாய் அடர்ந்த புளியமரங்களினூடாக வயல்களும் பறவைகளும் நிரம்பிய அதன் வழியே போய்க்கொண்டே இருக்கலாம். மாலையின் உக்கிரமற்ற கதிர்கள் புளியமரத் தழைகளினூடே பரவி, மெல்லிய டிசைன்களைத் தார்க் கித்தானில் வரைந்திருக்கும். அந்த நேரம் மனம் விசாலம் கொள்ளும். எவ்வளவு முயன்றாலும் தவிர்க்க முடியாத மனிதத் தலைகளின் நெருக்கம் இங்கு அறவே இல்லை. அது ஒன்றே

ஆசுவாசத்திற்குப் போதுமானது. வயல்களிலும் சாலையின் நீண்ட இடைவெளிகளிலும் எங்காவது தென்படும் மனிதர்கள், கண்டறியாத பறவை போன்றவர்கள். ஆச்சரியமாய்த் தோன்றிச் செடிகொடிகளுக்குள் கரைந்துபோவார்கள். வாரம் ஒருமுறையோ இருமுறையோ இப்படியான சைக்கிள் பயணம் மனசையும் உடலையும் நிரப்பிப் புதுப்பித்துக்கொள்ள உதவும். அன்றைய மனநிலைக் கேற்ப சைக்கிள் மெதுவாகவோ வேகமாகவோ ஓடும். நெடுந் தூரம் சென்றுகொண்டிருப்பேன். சிலசமயம் அடுத்த நாள் காலைதான் நகரத்திற்குத் திரும்பும்படி நேரும்.

அன்றைக்கு மனசு மிகவும் குதூகலப்பட்டிருந்தது – சைக்கிளை உதைத்தெறிந்துவிட்டுப் புளியமர விளார்களைப் பிடித்துத் தாவிக்கொண்டே போக வேண்டும் என்கிற அளவு. சைக்கிள் மிதமான வேகத்தில் போய்க்கொண்டேயிருந்தது. மனசு சும்மா இருப்பதை விரும்பவில்லை. உதடு குவித்துப் பறவைக் குரல்களுக்கு எதிர்வினைபோலவோ அவற்றோடு கலந்துவிடவோ சீழ்க்கை தொடங்கியது. பறவைக் குரல்களை மிஞ்சிச் செல்ல வேண்டி, நீண்டதாகவும் சத்தமாகவும் சீழ்க்கை இருந்தது. இரண்டு கைகளையும் விட்டுவிட்டு லேசாகப் பின்பக்கம் சாய்ந்தபடி அழுத்தினேன். ஹேண்டில்பாரை விட்டுவிட்டதில் சைக்கிளும் சுதந்திரமாக உணர்ந்ததுபோல. அதைக் கட்டுப்படுத்த ஏதேனும் முயன்றால் என்னை மீறிப் போய்விடும் என்றும் பயம். அதன் போக்கில் விட்டாயிற்று. நரம்புகள் உடலில் இருப்பதைக் காட்டிக்கொள்ளச் சந்தர்ப்பம் கிடைத்ததென விடைத்துக்கொண்டன. எதையும் அநாயாசமாக எகிறிக் கடந்துவிட முடியும் எனத் தோன்றியது. விளையாட்டுப் பருவத்தின் உடல் திரும்பக் கிடைத்திருந்தது. அடைத்துக் கொண்டிருந்த எல்லாம் உடைந்துபோயின.

அவ்வளவு விஸ்தாரமான சாலையில் நான் மட்டுமே போய்க்கொண்டிருந்தேன். எனக்கென்றே அமைக்கப்பட்ட பாட்டை. நான்கைந்து புளியமரங்களுக்கு அப்பால் வேரடியில் கிழவன் ஒருவன் உட்கார்ந்திருந்தான். சைக்கிள் நிதானித்து நகர்ந்தது. சுற்றிலும் கந்தை, கிழிசல்கள் பரப்பிக் கிடக்க, உள்ளே உட்கார்ந்து மெல்லப் பிரித்து வகைப்படுத்திக்கொண்டிருந்தான். அவனது இத்தனை கால உழைப்பும் அந்த மூட்டைக்குள் அடங்கி இருக்க வேண்டும். கைகளால் தடவி எடுத்துக் கண்ணுக்கு மிக அருகில் கொண்டுவந்து உற்று உற்றுப் பார்த்துப் பிரித்துப்போட்டான். வேறு எதையும் கவனித்ததாகவே தெரிய வில்லை. சைக்கிளின் மணியை வெகுவேகமாக அடித்தேன். காதுகளைப் பிய்த்துப் பாய்ந்தது ஒலி. அவன் தலை நிமிர வில்லை. சீழ்க்கையை உயர்த்தினேன். அவன் செவிடாகவும்

இருக்கக்கூடும். இப்போதைக்கு என்முன் இருந்தவன் அவன் ஒருவன்தான். துள்ளலும் உற்சாகமும் கொண்ட பயணியைக் கவனியாமல், பழங்கணக்குப் பார்க்கும் அவன் சொட்டை மண்டையை உடைத்தாலென்ன. வேகமாக மிதித்து, அவன் பக்கம் நகர்ந்து, பருந்தின் சிரமமற்ற ஒரு பக்கச் சாய்வுபோல சைக்கிளை அவன் புறமாய்ச் சாய்த்து, 'தூய்...' என்று ஊங்கார மிட்டு, காக்கையாய் அவன் தலையில் ஒரு தட்டுத் தட்டி விட்டு நிமிர்ந்து எழுந்து மீண்டும் ஓட்ட ஆரம்பித்தேன். சைக்கிள் என் மனசுக்கேற்ப நடந்துகொண்டது. அவ்வளவு இலகுவாய் ஒரு நாளும் அது ஓடியதில்லை. கிழவன் பீதிகண்டிருக்க வேண்டும். தள்ளாட்டத்தோடு எழுந்து எதிரில் உற்றுப் பார்த்துக்கொண் டிருந்தான். அவனுக்கு நான் தென்பட்டிருக்க வாய்ப்பில்லை கிழட்டு நடுக்கம் இன்னும் கூடட்டும்.

மலைகளையும் வனாந்திரங்களையும் கடந்தேறி என் சைக்கிள் போவதாகப் பாவித்துக்கொண்டேன். உற்சாகத்தின் அளவு கூடிக்கொண்டேயிருந்தது. கொஞ்ச தூரத்தில் பெண் ணொருத்தி போவதைக் கண்டேன். இது போன்ற ஓரிடத்தில் மனிதர்களே அபூர்வம். அதுவும் பெண். தூக்கிச் செருகிய கொண்டையும் புழுதி படிந்து செம்பட்டை பூத்திருந்த மயிர்களும் அவள் அந்தப் பக்கத்துக்காரிதான் என்பதைத் தெரிவித்தன. வெளுத்த சேலையும் மங்கிய ரவிக்கையும் அவள் உடல் வாளிப்புக்குப் பொருந்தவில்லை. ஆளற்ற இடம், போகிற போக்கில் எட்டி அவள் இடையில் கை வைத்து இழுத்து விட வேண்டும் என்று மனம் பிதற்றியது. இது போன்ற சாகசங்களில் அனுபவமின்மையாலும் இயல்பான கோழைத் தனத்தாலும் அடக்கிக்கொள்ள நேர்ந்தது. எங்காவது புளியமரச் சந்துகளுக்குள் இருந்து திமுதிமுவென்று கிராமத்துப் பெண்கள் ஓடிவரலாம். நொய்ந்த உடம்பு தாங்காது. ஆனாலும் அவளை வெறுமனே கடந்து செல்வதில் என்ன சுவாரஸ்யம்? அவளும் இந்தச் சாலையில் என்ன வந்துவிடப்போகிறது என்ற தெனா வெட்டில், நடுவில்தான் நடந்துகொண்டிருந்தாள். சைக்கிளின் எந்த 'கிரீச்' சத்தமும் எழாமல் பூனைபோல் நகர்ந்து அவள் அருகில் சென்றதும் 'கிணி கிணி' என்று மணி அடித்தேன். திடீரென்று காதருகில் ஒலித்த சத்தத்தில் பயந்து அலறி ஓரத்துக்கு ஓடினாள். கடந்துபோகும் பொருட்டு நானும் ஓரத்திற்குத் திருப்பினேன். சாலைக்குள் ஓடினாள். சைக்கிளும் அந்தப் பக்கம் நகர்ந்தது. அவள் பதட்டத்தைப் புன்னகையற்று மனசுக்குள் ரசித்தபடியே, கொஞ்சம்கூடத் திட்டமிடாமல் எதேச்சையாக நடந்ததுபோல அதை அமைத்துக்கொண்டேன். போதும் என்றானதும் 'ஓரமாகப் போயித் தொலையறது தானம்மா'

என்று சத்தமாகக் கத்திக்கொண்டே அவளைக் கடந்தேன். தப்பு முழுவதையும் அவள்மேல் சுமத்திவிட்ட போதும் கூப்பாடு போட்டுக் கத்தினாள். கொஞ்சம் நிதானித்துக் காது கொடுத்தேன். திட்டலில் ஏதும் கெட்ட வார்த்தை இல்லாதது குறையாகவே பட்டது. ஆனால் என்ன, வழியில் வேறு யாரையும் சந்திக்காமலா போய்விடப் போகிறோம்?

மாலை வெயில், கரைத்த மஞ்சள் குழம்பாக வந்து விழுந்தது. சைக்கிள் பாகங்களில் பட்டுப் பொன்னொளியாக மாறிற்று. அந்தச் சமயத்தில் என்னை ஒரு தேவனாகக் கற்பித்துக்கொள்ள அது உதவியது. துன்பங்களற்றது என் பாதை. சைக்கிள் என்னைக் கற்பகமரங்களிடம் கொண்டுசேர்க்கும். பூத்துவாலைகளில் மூடப்பட்ட சாலை, என்னைத் தவிர எதுவும் லட்சியமில்லை போவேன், போய்க்கொண்டேயிருப்பேன். என் அனுமானத்திற்கு வராத ஏதேதோ சொற்களை எனக்குள் முணு முணுத்துக் கொண்டே மித வேகத்தில் நகர்ந்தேன். எதிர்ப்பக்கத்திலிருந்து ஒரு சிறுவன் வந்துகொண்டிருந்தான். பள்ளிக்கூடப் பையைத் தலையில் மாட்டிக்கொண்டு, சுள்ளி ஒன்றைக் காலால் உதைத்துக் கொண்டே சோர்வின் சாயல் சிறிதும் மண்டாத முகத்தோடு வந்தவனைப் பார்த்ததும் இன்னொருவன் கிடைத்துவிட்ட சந்தோஷத்தில் மனசு ஆரவாரித்தது.

கிழவனிடமோ பெண்ணிடமோ நடந்துகொண்டதைப் போலல்லாமல், இவனை வேறு வழியில் அணுக வேண்டும். பொடியன், சைக்கிளைப் பற்றித் தெரிந்திருக்குமா இவனுக்கு? வெகு தூரத்திலிருந்து நடந்து வருகிறான். சைக்கிள் விடத் தெரிந்திருக்காது. ஒருவேளை சைக்கிளைத் தொட்டுப் பார்த்திருக்கலாம். கொஞ்ச தூரம் தள்ளிப் பார்த்திருக்கலாம் மிஞ்சிப் போனால், குரங்குப் பெடலில் கால் போட்டு 'டொக் டொக்' என்று அடித்திருப்பான். அவ்வளவுதான். இவனை மடக்க வித்தை காட்டுவதுதான் வழி. அதில் என் சைக்கிளுக்கு அலாதியான விருப்பமுண்டு. சீழ்க்கை கூடியது. கைகளைப் பின்பக்கமாகக் கட்டிக்கொண்டு, சைக்கிளை நடுச்சாலைக்கு நகர்த்தினேன். அங்கே நீண்ட வெள்ளைச் செவ்வகத்தில் சாலையைப் பிரிக்கும் கோடுகள் இடைவெளி விட்டுவிட்டுக் கிடந்தன. ஓர் இடைவெளியில் புகுந்து அடுத்த இடைவெளிக்குள் வளைந்து சர்க்கஸ் காட்ட ஆரம்பித்தேன். நெடிய பாம்பின் வளைதல் லாவகத்தோடு அதை மிக எளிதாகவே செய்ய முடிந்தது. கண்கள் சிறுவனையும் கவனித்துக்கொண்டன.

அவன் பிரமை தட்டிப்போய் அப்படியே நின்றுகொண்டான். பிளந்த வாயோடு இமைக்காமல் பார்த்துக்கொண்டிருந்த

அவனை நோக்கி வார்த்தை எதுவும் வீசவில்லை. அவனைத் தாண்டிய பின்னும் நீண்ட தூரம் வித்தையைத் தொடர்ந்தேன். முதுகில் அவன் கண்களின் பதிவு உறைத்துக்கொண்டே இருந்தது. அந்த உறுத்தல் மறைந்த பின்பே பழைய நிலைக்கு வந்தேன். வெகு நேர வித்தையால் சோர்வு தட்டவில்லை. அதை மீறிய ஏதோ ஒன்று என்னை இயக்கியது. இன்னும் எத்தனை தூரம் கடக்க வேண்டியிருக்கிறது. இந்த அல்பச் சிறுவனுக்குக் காட்டிய வித்தையிலா தளர்ந்துபோய்விடுவேன்?

வேகத்தைக் குறைக்காமல் முன்னேறிக்கொண்டிருந்தேன். சுற்றிலுமான காட்சிகள் மறைந்தன. சாலையும் எதிர்ப்படும் ஆட்களுமே கவனத்தில் இருந்தார்கள். எவரையும் காணாமல் அப்படியே போய்க்கொண்டிருப்பதில்தான் மனம் சோர்ந்துவிடும் போலிருந்தது. அந்தச் சமயத்தில் எனக்கு முன்னால் சுமாரான வேகத்துடன் சைக்கிளில் போய்க்கொண்டிருந்தவனைக் கண்டேன். உடல் துடிக்கத் தொடங்கியது. அவனை என்ன செய்வதென்று யோசிக்க முடியவில்லை. அதற்குள் கூடிய வேகத்தின் ஒரே ஜோரில் என் சைக்கிள். அவனைச் சைடு வாங்கிக் கடந்தது அப்படியே போய்க்கொண்டிருந்திருக்கலாம். ஆனால் ஒரு இசைவான வேகத்தில் தலையைத் திருப்பி உதடு கோண, சிரிப்பொன்றை உதிர்த்துவிட்டேன். உண்மையில் அது அந்த நேரத்தில் என்னையும் அறியாமல் நடந்துவிட்டது. அவனைச் சீண்டிவிட வேண்டும் என்றெல்லாம் நினைத்திருக்க வில்லை என்றுதான் தோன்றியது.

அவனுக்கோ என் சிரிப்பின் கீறலில் இரத்தம் பீச்சியடித் திருக்க வேண்டும். நான்கடி தூரம்கூடக் கடந்திருக்கமாட்டேன். காற்றை அறுக்கிற சத்தம் செவியுரசிப் போனது. எனக்கு முன்னால் அவன். அதே வேகத்தில் முன்னேறித் தலை திருப்பிச் சிரிப்புதிர்த்தான். தீ நிற உதடுகள் எனக்குள் நெருப்புப் பந்தை வீசின. வாதுக்கழைக்கிறான் என்பது உறுதிப்பட்டது. நான் அதையொன்றும் எதிர்பார்த்திருக்கவில்லை. ஆயினும் தொடங்கியது நான்தானே. இத்தோடு முடித்துக்கொள்ள வேண்டும். இல்லை, தொடர வேண்டும். யோசிக்கிற நேரமில்லை. என்னைக் கடந்து அவன் வெகுதூரம் போய்விடக்கூடும். முன்பு எப்போதும் பார்த்திராத முகம் என்றாலும் கால்வைத்த பிறகு பின்வாங்கல் இல்லை. கால்கள் தாமாக இயங்கத் தொடங்கின. கையில் வாள் இல்லை. அதைத் தூக்கியபடி துரத்தினால் இன்னும் சுவாரஸ்யமாக இருக்கும். ஆனால் சைக்கிள்தான் என் ஆயுதம். அதுவே அவனுக்கும் எனக்குமான ஒரே ஒற்றுமை. என் சைக்கிள் என்னைக் கைவிட்டு விடாது. அதனோடு எத்தனை ஆண்டுப் பழக்கம்! இதை ஒரு வழிக்குக் கொண்டுவருவதற்குள்

என்னவெல்லாம் பட்டிருக்கிறேன்? முழங்காலுக்குக் கீழ் மோது கட்டிக் கிடக்கும் அசிங்கங்களெல்லாம் இதனால்தான். முட்டி உடைந்து, குப்புற விழுந்து, புரையோடிய புண்களோடு, ஏச்சுகள் பெற்று... சாதாரணமாகவா பட்டிருக்கிறேன்? இனி எந்தச் சமயத்திலும் குப்புறத் தள்ளிவிடாது. என் வேகம் கூடுவதை ஒரு பக்கப் பார்வையில் உணர்ந்துகொண்டு அவன், வேகத்தை இன்னும் அதிகப்படுத்தியதை அறிய முடிந்தது. ஆனாலும் அவனுக்கும் எனக்குமான இடைவெளி வெகுவாகக் குறைந்துவருவது, அவன் பின்பக்கம் எனக்குத் துலங்குவதிலிருந்து தெரிந்தது. அவனை மிஞ்சிவிட முடியும் என்கிற நம்பிக்கை பெரிதாகிக் கொண்டே வந்தது. ஒரு கட்டத்தில் அவன் சைக்கிளுக்குச் சமமாக வந்திருந்தேன். அப்போதுதான் ஒருவரை ஒருவர் நேராகப் பார்த்துக்கொண்டோம். துவேசம் தொனித்த பார்வையில், எங்கள் பகை பிறவிதோறும் தொடர்ந்து வருகிறதாய்ப் பட்டது. சைக்கிள்தான் எங்கள் வெற்றிக்குச் சாதனம் என்பதுகூட மறந்துபோய்விட்டது. விட்டிருந்தால், சைக்கிளைவிட்டு இறங்க முடிந்திருந்தால் நாய்களைப் போலக் குதறிக்கொண்டிருப்போம். அந்தச் சில நொடிகள் கடக்கையில், யாரும் சளைத்தவரல்ல என்பது உறுதிப்பட்டது. அவன் அடிக்கடி என்னைப் பார்த்துக் கொண்டும் முன்னே பார்த்துக்கொண்டும் மிதித்தான்.

அது இரண்டு பேருமே எதிர்பாராத ஒன்று. எதிரில் இரட்டை மாட்டுவண்டி ஒன்று அசைந்தசைந்து போய்க்கொண்டிருந்தது, அவனுக்கு நேராக. அவன் சைக்கிளை வளைத்துத் திருப்ப வேண்டும். இதுதான் நல்ல சந்தர்ப்பம். நான் மனம் இளகித் தள்ளிப்போனால்தான் அவன் நகர்ந்து வளைய முடியும். நானோ அணைத்து ஓட்டினேன்.

மாட்டுவண்டிக்கு அருகில் வர வர அவன் வேகத்தைக் குறைத்துப் பிரேக் போட வேண்டியதாயிற்று. எதிர்ப்பக்கம் நகர்ந்து வெள்ளைக் கோட்டுக்கப்பால் போய் மாட்டுவண்டியைக் கடந்து நான் போயேபோய்விட்டேன். விதிகளை மீறியதாய்த் தோன்றினாலும், அங்கே எந்த விதியும் செல்லுபடியாகாது. எதற்கு விதிகள்? அவற்றின் ஓட்டைகளை அறிந்துகொண்டு புகவோ விதிகளைத் தெரிந்து அதன்படி ஏமாற்றவோதானே! அவரவர் திறமைப்படி எதையும் கையாளலாம். கட்டுப்பாடுகள் அற்றது இது. என் அருகில் அவன் வருவானேல், எட்டி உதைத்துத் தள்ளவும் செய்வேன். முடிந்தால் அவனும் செய்துகொள்ளட்டும். சாலை விதிகளையும்கூட மீறத்தான் போகிறேன். நாங்கள் போக வேண்டிய இடது பக்கம் மழை அரிப்பால் குழிகள் விழுந்து தூர்ந்து கிடந்தது. வளைந்து நெளிந்து திடீர் பிரேக் போட்டுத்தான் போக வேண்டியிருந்தது. போக்குவரத்து அதிகம்

இல்லாத இந்தச் சாலையில் எந்தப் பக்கம் போனால் என்ன. வலதுபுறச் சாலையில் விரைந்தேன்.

அவனோ மாட்டுவண்டியிலிருந்து மீண்டு, திரும்பி வெகு தூரத்தில் புள்ளிபோல வந்துகொண்டிருந்தான். மனசுக்குள் கறுவித் துப்பினேன். என்னை மிஞ்ச இவனுக்கு என்ன யோக்யதை? ரொம்ப நிம்மதியோடு ஒரு கையால் ஹேண்டில் பாரைப் பிடித்துக்கொண்டு நிமிர்ந்து உட்கார்ந்து மெல்லவே ஓட்டினேன். அவன் பெரிதாகிக்கொண்டே வந்தான். வரட்டும், இன்னும் கொஞ்சம் வந்த பின்னால் வேகம் காட்டிக்கொண்டால் போயிற்று. என்னை நெருங்குகிற அற்ப சந்தோஷத்தைக் கொஞ்சநேரம் தான் அனுபவித்துவிட்டுப் போகட்டுமே. பெரியமனது பண்ணுகிற தோரணையால் ஒரு மிடுக்கும் கூடியது. என் அனுமானம் மிகப் பெரிய தவறாகிவிட்டது. எதிர்ச்சாரியில் நான் போய்க் கொண்டிருந்தேனாகையால் நேர் எதிரில் ஒரு கார் மிதமிஞ்சிய வேகத்தோடு சீறி வந்தது. சட்டென்று என்னால் எதுவும் செய்ய முடியவில்லை. ஒழிந்தேன் என்று நினைத்துக்கொண்டே வளைத் தேன். புளியமரங்களுக்கு இடைப்பட்ட பள்ளத்தில் பாய்ந்து முட்டி நின்றது. வேக அதிர்வில் என் உயிர்நிலையில் பெரும் வலி, என்றாலும் முகத்தைக்கூடச் சுளிக்கவில்லை. மனம் வலியைத் தின்று செரித்துக்கொள்ளும். எதுவும் ஆகாததுபோல், மெல்ல இறங்கிக் கூனிக்கொண்டது தெரியாமல் சமாளித்துச் சைக்கிளைத் தூக்கினேன்.

அவன் என்னைக் கடந்துபோய்விட முடியும் என்பதை அறிந்தாலும் அவன் மகிழ்ச்சியைப் பார்க்கவோ ஏளனப் புன்னகையைக் காணவோ திராணியில்லை. சாலையின் பக்கம் முகத்தைத் திருப்பவே இல்லை. அவன் விடுவானா? 'ஹோய்... ஹம்ம... ஹம்மா...' திரைப்பட மெட்டில் கூச்சலிட்டுக்கொண்டே கடந்தான். பார்க்காவிட்டாலும் அவன் முகம் எப்படி ஜொலித்திருக்கும் என்பதையும் அவனது துள்ளாட்ட நிலையையும் ஊகிக்க முடிந்தது. பெடல் முழங் காலில் இடித்த சிராய்ப்பின் எரிச்சல் வேறு. குத்திய முட்கள், இலைகளிலிருந்து சைக்கிளை மீட்டு வந்து நிறுத்தி, ஒருமுறை சுற்றிச் சரிபார்த்துவிட்டு ஏறினேன். குதியாளம் போட்டு ஏளனம் செய்யும் அவன் எவ்வளவு தூரம் மிஞ்சிப்போய்விட முடியும்? கண்ணுக்கெட்டிய தூரம்வரை அவனைக் காணோம்.

ஒரு முடிவுக்கு வந்துவிட்டது என்பதைக் கொஞ்சம் ஏற்றுக் கொள்ள முடியவில்லை. நான் வெல்லும்போதல்லவா முடிய வேண்டும். கூடியவரைக்கும் முயன்று பார்த்துவிடுவது. சைக்கிள் பூப்போலப் போனது. தினந்தோறும் துடைத்து எண்ணெய்

விட்டுப் பாதுகாத்து வருவதற்குப் பிரதியுபகாரமாக விசுவாச மாகவே உழைத்தது. எவ்வளவு வேகம் போனபோதும் அவன் தென்படவே இல்லை. ஒரு நாளும் இவ்வளவு வேகம் போனதில்லை. அலுப்பாக இருந்தது. கூடவே மெல்லிய இருளும் பரவிவிட்டது. சோகையாகக் கால் மெல்ல மிதியைக் குறைத்துக் கொண்டிருந்தது. அப்போது மங்கலாக ஓர் உருவம் தெரிந்தது. நிச்சயம் அவனாகவே இருக்க வேண்டும். மீண்டும் கால்களில் சக்தி கூடியது. புழுக்கள் தொற்றி ஏறுவதுபோல மொயமொயத்து உணர்வு ஏறியது.

போகப் போக அவன் தெரிந்தான். சைக்கிள் ஸ்டேண்ட் போட்டு நிறுத்தியிருந்தது. கீழே உட்கார்ந்து என்னவோ செய்து கொண்டிருந்தான். பஞ்சராகி இருக்க வேண்டும். இல்லை செயின் கடை விழுந்திருக்க வேண்டும். அவன் முழுசுமாய்த் தெரியத் தொடங்க உற்சாகம் பீறிட்டது. சைக்கிள் சீட்டிலேயே எகிறிக் குதித்துக் கத்தினேன். அவனுக்கும் என் குரல் கேட்டிருக்கும். குனிந்தபடியே அவன் பழுதுபார்ப்பதில் முனைந்திருந்தான். ஒரு நிமிடம் இறங்கி, அவனுக்கேதும் உதவலாமா என்று மனசின் நல்ல பகுதி கேட்டது. இதைவிடவும் நல்ல சந்தர்ப்பம் கிடைக்குமா? அவனே பழுதுபார்த்துவிடக்கூடிய அளவு சிறியதாகத்தான் இருக்கும். அதனாலேயே அவன் மும்முரமாய் இருந்தான். முடித்ததும் நிச்சயம் என்னைத் தொடர்வான். இது முடிந்துவிடாது. நான் அறிவிக்கக் கூடாது. முடிந்துவிட்டதாக அறிவிப்பவன் எவனோ அவனே தோற்றவன். என் வேகத்தை நிறுத்தாமல் தொடர்ந்தேன். எந்த நிமிடமும் அவன் வரலாம். முந்திப்போக எத்தனிக்கலாம். எண்ணமிட்டுக் கொண்டே மிதித்தேன்.

நகரத்தின் வால் முனை ஒன்றை அடைந்துவிட்டிருந்தேன். வண்ண விளக்குகளால் ஒளியூட்டப்பட்ட அந்நகரம் என்னைத் தன்னுள் திணித்துக்கொண்டது. இனிமேல் அவன் என்னை எட்டவே முடியாது. ஏன், ஏதாவது சந்துக்குள் இருந்து திடீரென்று முன்னால் குதிக்கலாம். எத்தனையோ சைக்கிள்களுள் ஒன்றாக என்னுடையதும் கலந்துவிட்டது. ஆனால் எந்தச் சைக்கிளும் என்னை முந்திவிடாமல் பார்த்துக்கொள்வதில் கவனமாயிருந்தேன். இனிமேல் அப்படித்தானே இருந்தாக வேண்டும்.

●

சுபமங்களா, நவம்பர் 1995

கெக்கலி

வளவை விட்டுச் சுடுகாட்டை நோக்கிப் போகும் நெடுந்தடம் அது. கால்கள் முளைத்த அழுக்குத் துணி மூட்டை நடந்துகொண்டிருந்தது. நீர் நிறைத்த பறிபோலத் துளியும் அசைவில்லை. வெயிலில் அதன் கனம் இன்னமும் கூடியது. எதிரில் இருந்து பார்ப்பவர்களுக்குத் தான், அந்தத் துணி மூட்டைக்குள் கொக்கியாய் வளைந்து புதைந்திருக்கும் தலை தெரியும். நடந்து நடந்து, நடப்பதே தன் வேலை என்பதாய் சலிப்பும் சோர்வும் மண்டிய கால்கள் தூரத்தில் ஆலமரம் நிழல்விரித்து அழைத்தது. முதுகில் பாரமேறிய காலம் தொட்டு, அந்த மரம் அவளுக்குப் பழக்கம். அழுக்கு எடுக்காமல் வெறுமனே வரும் நாட்களில்கூட அங்கே சிறிது நின்று இளைப்பாற மறந்ததில்லை. வெயில் புழுதிக்குள் கால் அளைய நடந்து ஆலமரத்தடி மேடைக்கு வந்தாள். அப்போதுதான் முதல் குரல் எழுந்தது.

"வெளுத்... தீஈ..."

தெளிவாகவே கேட்டது. கரகரத்து, சாவகாசமாய் இடைவெளிவிட்டு நீட்டி முழக்கிய குரல். கண்களைச் சுருக்கி, தரை முழுவதும் படரவிட்டாள். வெட்டப்பட்டு முளை மழுங்கிய விழுதுக் கால்கள் அசையாமல் நின்றுகொண்டிருந்தன. மண்டிக் கிடந்த சருகுகளும் பழுத்த இலைகளும்கூட எந்தச் சலனமும் இல்லாமலிருந்தன.

அண்ணாந்து பார்க்கமுடியவில்லை. மூட்டை பின்னால் இழுத்தது வெயிலை விழுங்கி அசையமுடியாமல் படுத்திருந்த நிழல், என்றுமில்லாத பயத்தை ஊட்டியது. மீண்டும் குரல் வருமாவென எதிர்பார்த்தாள். தாமதித்து நின்றாள். காணோம். நடக்கும்போது இருப்பதைவிடப் பலமடங்கு நிற்கும்போது கனம் கூடியது. மூட்டையை (அவிழ்த்து) இறங்கிக் கொஞ்சம் உட்காரலாமா, போய்விடலாமா. தயக்கம். குரல் உண்மைதானா.

ஒரு புழு பூச்சிகூட அண்டாத இந்த நேரத்தில் என்ன வந்து விடும்? எதற்கு வீண் பயம்? கழுத்து முடிச்சுகளை லேசாகத் தளர்த்தி, குந்த வைத்ததுபோலக் குனிந்தாள். மூட்டையைக் கல்லில் உட்கார வைத்து அவிழ்த்துவிட்டாள். தேமே என்று படுத்துக்கொண்டது அது. வேர்வையை வழித்து எறிந்துவிட்டு முந்தானையால் விசிறிக்கொண்டாள். கண் கிறங்கியது. உட்காருவதற்கென்றே போட்டிருந்த பலகைக் கல்லில் மெல்ல அமர்ந்தாள். மூட்டையில் தலை சாய்த்தாள். மீண்டும் குரல்.

"வெளுத்தீ..."

திடுக்கிட்டுச் சட்டென எழுந்துகொண்டாள். முதலில் வந்த குரல் இல்லை. இது ஒரு மின்னல்போல முடிந்துவிட்டது. கிறக்கம் சுத்தமாகப் போய், அடித்துக்கொண்டது மனசு. பார்வையை உயர்த்தினாள். இலை இடைவெளிகளில் பாய்ந்த கதிர்கள் பட்டுக் கண்கள் கூசின. நெற்றியில் கைகுவித்துப் பார்த்தாள். குறுக்கி முறுக்கி வளைந்தோடிய கிளைகள், மூச்சுற்று நின்றன. மருந்துக்குக்கூட ஒரு குருவி, காக்காய்களைக் காணவில்லை. காற்று எங்கோ ஒளிந்துகொண்டது எல்லாம் மௌனத்தில் உறைந்திருந்தன. கைகுவித்துப் பொழுதைப் பார்த்தாள். மணி, சரி பன்னெண்டு இருக்கும். போய் பிசாசுகளுக்கு உகந்த நேரம், இதற்கு முன் இந்த மாதிரியான நேரத்தில் வந்ததில்லை என்று ஏனோ தோன்றியது.

ஒருபோதும் நினைக்காத எண்ணங்கள் வந்தன. இந்த மரத்தில் எத்தனையோ பிணங்கள் தொங்கியிருக்கின்றன. இள வயதில் அறுத்துப் போய் வெள்ளைச் சேலை கட்டமாட்டேன் என்று பிடிவாதம் பிடித்தும் தோற்றுப்போன அத்தப்பன் மகள், புருஷனின் சந்தேகத்தைப் போக்க உயிர் விட்ட அருக்காணி, பைத்தியம் போல நாலைந்து நாட்கள் இங்கேயே உட்கார்ந்திருந்து விட்டுச் செத்துப்போன கந்தன் – யார் யாரோ நினைவுக்கு வந்தார்கள். தனியாய் இருக்கப் பயந்து, செத்துப் போன மூன்று மாதங்களுக்குள் அவர்கள் கூப்பிட்டுக் கொண்டவர்கள் தெரிந்தார்கள். நிழலுக்குள்ளும் வேர்த்தது. மூட்டையைத் தூக்கிக் கட்டிக்கொள்ள நகர்ந்தாள்.

“வெளுத்தீ . . .”

இழுத்து வளைத்து ராகமிட்டது ஒரு பால் குரல். குரல் ரொம்ப ரொம்பப் பக்கத்தில் இருப்பது போலிருந்தது. பேய்களுக்கு இத்தனை இளகிய குரலா. குரல்மாற்றிக் கூப்பிடலாமில்லையா இப்போது கொஞ்சம் தைரியம் வந்தது. துணிமூட்டையை அப்படியே போட்டுவிட்டு ஆலமரத்தைச் சுற்றி வந்தாள். பாம்புக் கூட்டம் எழுந்துயர்ந்து பின்னிக் கிடப்பது போன்றிருந்த அந்த அடிமரப் பொந்துகளில் எவரையும் காணோம். மீண்டும் பயம் கவ்வியது. மரத்தின்மேல் இருந்து ‘காகா’ என்றது ஒற்றைக் காக்கை. துணைக்கு ஆள் கிடைத்துவிட்டது போல மனசு தளர்ந்தது. அண்ணாந்து அதைத் தேடினாள். அரக்கக் குடையாய் விரிந்து மூடியிருந்த மரத்தின் இலைகளூடே ஒன்றும் தெரியவில்லை. அரவமற்ற அத்துவானக் காட்டில் சிக்கிக்கொண்டதாய் உணர்ந்தாள். சுடுகாட்டுக்குள் மேயும் கழுதையையாவது சீக்கிரம் பார்த்து விட்டால் பயம் விட்டுவிடும். மூட்டையைத் தூக்கிக் கட்டிக்கொண்டாள்.

“வெளுத்தி . . . வெளுத்தி . . .”

இரட்டைக் குரல் காதருகில் கிசுகிசுத்தது. உடம்பு வெடவெடக்க ‘ஆயா மாரியாயா . . .’ என்று மனசு முணுமுணுத்தது. எந்தப் பக்கமும் திரும்பிக் பார்க்காமல் நடையைக் கட்டினாள்.

“வெளுத்தி, வெளுத்தி . . . வெளுத்தி, வெளுத்தி . . . வெளுத்தி, வெளுத்தி . . .”

குழுப் பாடகர்களின் தொண்டையைத் தகரத்தால் அறுத்ததுபோல, நாராசமாய்க் குரல்கள் வந்தன. வட்டமிட்டுச் சுற்றிலும் கண்களை ஓட்டினாள். ஒன்றும் தெரியவில்லை. மூட்டையின் மேல் யாரோ உட்கார்ந்துகொண்ட மாதிரி, கனம் அழுத்தியது. பிசாசுகளின் குரல்தான் இது. எப்போதும் ஒண்டியாய் வருபவர்களைக் கோட்டி பண்ணுவதில் பிசாசுகளுக்குத் தனி உற்சாகம். குரல்களின் ஓரத்தில் லேசாய் சிரிப்பு ஒட்டிக்கிடந்ததை உணர முடிந்தது. ‘தூய் தூய்’ என்று சத்தமிட்டாள். நடுக்கத்தோடுதான் குரல் எழுந்தது. இனி இதையொன்றும் சட்டைசெய்யாமல் நடப்பதுதான் நல்லது. மரத்தின் உள்ளிருந்து வெளியேறுவதற்குள் சிரிப்பு பொழிந்தது. பற்கள் அவள் உறுப்புகளைக் கவ்விஇழுக்கக் கூசின. சிலிர்த்து அண்ணார முயன்றாள். தடித்த கிளைகளில் திடீரென ஆங்காங்கே தலைகள் முளைத்தன. அவள் பார்ப்பதைக் கண்டதும் மாயமாய் மறைந்தன. சிரிப்பு மட்டும் எதிரொலித்தது. அடித்தொண்டையில் எகத்தாளமிட்டது ஒரு குரல்.

“வெளுத்தீ . . .”

அதேசமயம் ஆலம்பழம் ஒன்று சொத்தென்று அவள் மூட்டைமேல் விழுந்து தேங்கி நின்றது. பொத்துக்கொண்டது போல மறுபடியும் சிரிப்பு. எங்கோ ஒரு மூலையில் இருந்து ‘ஹ்ஹேஹே...’ என்று ஒற்றைப் பழிப்புச் சிரிப்பு. அதற்கு அனுசரணையாய் மொத்தச் சிரிப்புகள். கோமாளித் தலைகொண்ட ஒன்று ஆலம்பழத்தை வீசியது. அது சரியாக அவள் தலைமேல் வந்து விழுந்தது. உடனே புழுத்த ஆலம்பழங்கள் கல்மாரியாய் அவள் மேல் விழுந்தன. தலையைக் குனிந்துகொண்டு அவள், மூட்டை எகிற வெளியே ஓடுவதைக் கண்டு கெக்கலி கொட்டியது சிரிப்பு.

“வெளுத்தி . . . வெளுத்தி . . .”

என்றபடி மரத்தின் மேல் இருந்து தலைகள் குதித்துப் பாய்ந்தன. பெரிதும் சிறுசுமாய் ஏழெட்டுக் குட்டிப்பிசாசுகள். விழுதுகளைக் குஞ்சி ஊஞ்சலாடின. சந்தோசம் கொண்டு கத்தின. இதுவரை வேண்டும் என்றே ஒளிந்து கிடந்ததுபோலப் பறவைகளும் சேர்ந்து கொண்டன. மரத்தை விட்டுத் தடத்துக்கு ஓடிவந்து ஆசுவாசம் கொண்டாள். வெயில் நிழலைவிடக் குளுமையாயிருந்தது. ஊதிப் பெருத்து மூட்டை கனம் கூடியிருந்தது. கல்லை வைத்துக் கட்டியிருப்பதுபோல நெஞ்சில் ஏறியது. ஓடிவந்ததில் மூச்சிரைத்தது. தப்பித்து வந்து விட்ட நிம்மதி. கழுத்தை ஒடித்துத் திரும்பிப் பார்த்தாள்.

சந்தோசம் நிலைக்கவில்லை. பின்னாடியே மிதந்து வந்தன அவைகள். குதிப்பும் ஆட்டமும் வெண் புழுதிக்குள் கால்கள் அற்றுப் போயிருந்தன.

“வெளுத்தி வெளுத்தி . . .

வெளுத்தி வெளுத்தி . . .”

ஓடுவதுபோல நடந்தாள். திரும்பிப் பார்க்கவில்லை. குரல்களை வைத்தே அவற்றின் அண்மையை உணர்ந்தாள். இப்போது, வந்து மேலே விழுந்தவை ஆலம்பழ அளவிலிருந்த கற்கள். சில கற்கள் மண்டையில்பட்டு எகிறின. புடைத்துக் கொண்டும் ரத்தம் கசிந்தும் வலி கூடிற்று. தொட்டுப் பார்க்கவும் முடியவில்லை. அதற்கு மேல் வேகம் கூட்டி ஓட முடியவில்லை. கால்கள் பின்னிச் சோர்ந்தன. மூட்டை எகிறி எகிறி முதுகில் விழுந்தது. எங்கும் வெண்புழுதி சூழ்ந்தது. மூச்சுவிட முடியவில்லை. குரல்கள் தேய்வதுபோல இருந்தது. திரும்பினாள். புழுதிக்குள் எதுவும் தெரியவில்லை. என்றாலும் துரத்துவது நின்றுவிட்டதை உணர்ந்தாள். வெயிலின் தகிப்பு, புழுதியின் சூடு தாங்காமல் அவை நின்றிருக்கலாம்.

மெல்ல அடி வைத்தாள். தொண்டை தகித்தது. வேர்வையைத் தான் குடிக்க வேண்டும். இந்த வயசுக்கு இப்படி ஓட்டமும் நடையும் தாளாது விழுந்து விடுவதுபோலக் கால்கள் சோர்ந்தன. தடத்துக்குக் கொஞ்சம் விலகி, பனை மரத்து நிழல் ஒன்று, அதன் காலடியில் கிடந்தது. ஓய்ந்தது, அதில் உட்காரப் போனாள். மூட்டையைத் தளர்த்தி தொப்பென்று போட்டு, அதன் மேலேயே உட்கார்ந்துகொண்டாள். கண்களுக்குப் படலமாய் எதிரில் தெரிந்தன புழுதியும் காற்றும். அவற்றில் மிதந்து வந்தன குரல்கள்.

"வெளுத்தி . . . வெளுத்தீ . . .

வெளுத் . . .தீ . . . வெளுத்தீஈ . . .

இனி ஓட முடியாது. குரல்கள் மெல்ல உயர்ந்து அருகணைந்தன. ஒரு கணத்தில் ஏதோ ஞாபகம் வந்தவள் போல், காலில் இருந்த தோல் செருப்பைக் கழற்றிக் கையில் பிடித்துக்கொண்டாள். 'தூய் . . . துய் . . . ஓடுங்கடா பெசாசுக் கழுதைவளா' என்று சத்தம் கொடுத்தாள். செருப்புக்குப் பயந்து குரல்கள் ஒடுங்குவதாய்த் தோன்றியது. 'தூய் . . . தூய் . . .' என்று நடுக்கமில்லாமல் சத்தம் எழுப்பத் தொடங்கினாள்.

●

***மக்கள்தளம்*, செப். – அக். 1995**

மழைக்குருவி

பூவாளித் தூவல்போல மழைத்தூறல் தொடங்கியதும் விளையாட்டு கலைந்தது. 'ஏ...ஏ...' என்று கூச்சலிட்டுக்கொண்டு எல்லோரும் குதிக்கத் தொடங்கினர். அண்ணாந்து முகத்தில் பூத்தெளிப்பை வாங்கினர். உற்சாகத்தில் மண்ணை வாரித் தூற்றினர். அதுவரைக்கும் இல்லாத பெரும் களேபரம் உருவானது. வானம் பார்த்து ஆடிக்கொண்டிருந்த பவானியின் சடையைப் பற்றிக் கை நிறுத்தியது. அவள் ஏறிட்டுப் பார்க்குமுன் கூட்டத்தைவிட்டு வெளியே இழுத்துவரப்பட்டிருந்தாள். மயிர் வலியை விடவும் தூறலும் கும்மாளமும் அவள் விழிகளில் நிரம்பின.

திமிறிப் பார்த்தாள். விடுவித்துக்கொண்டு ஓடிப் போகிற முயற்சியில் சடையை விலக்க முயன்றாள். எதுவும் பலிக்காது என்பது அவளுக்குத் தெரியும். என்றாலும் கூச்சலிட்டு அழுதாள். கால்களை உதைத்துக்கொண்டு நகராமல் அடம்பிடித்தாள். பாதித் தூக்கிக்கொண்டும் பாதி இழுத்துவரப்பட்டும் வீட்டுக்குள் தள்ளப்பட்டாள். வெற்றிக் களிப்பில் காக்கா ஒரு கையை இடுப்பில் மடக்கிவைத்தபடி இறகைக் கோதிக்கொண்டு நின்றிருந்தது. அதைப் பார்க்கவே அருவருப்பாயிருந்தது அவளுக்கு. முகத்தைத் திருப்பிக்கொண்டாள்.

கதவை அறைந்து சாத்தி மேல்கொக்கியைப் போட்டு, கீழ்க்கொக்கியை அழுத்தி நடுத்தாழைப் பெருஞ்சத்தத்துடன் போட்டது காக்கா. ஆடாமல் அசையாமல் முகத்தை இறுக்கிக்கொண்டு அப்படியே நின்றாள் பவானி. காக்கா இனி எதற்கும் அசையாது. ஏதாவது செய்தால், அலகை விரித்துக்கொண்டு

வாயோர வெள்ளை துருத்தக் கொத்தக் கொத்த ஓடிவரும் அண்டங்காக்கா. இப்போதே இரையத் தொடங்கிவிட்டது.

"வெளியே போ, கால முறிக்கறன். மழையில நனஞ்சு நாளக்கிச் சளி புடுச்சுக்கிடுச்சுனா ஆரு உன் எழவெடுக்கறது … உங்கப்பன் கத்தற கத்துக்குப் பதில் சொல்லவே வாய் வராது…பேசாமப் போயிப் புத்தகத்தை எடுத்து வெச்சுப் படீடி…"

கதவு ஜன்னல் எல்லாம் அடைக்கப்பட்டிருந்தன. மழைத் தூறலின் சத்தம் எதுவும் காதில் விழவில்லை. நின்றிருக்குமா? இன்னும் அதேபோலப் பூந்தூறலாக விழுந்துகொண்டிருக்குமோ? பத்மா, மஞ்சு, கதிர் எல்லாரும் இன்னும் வீதி மணல்மேல் தான் குதித்துக்கொண்டிருப்பார்கள். இல்லாவிட்டால் பக்கத்தில் பெரிய பையன்கள் விளையாடும் மைதானத்துக்கு ஓடியிருப்பார்கள். அங்கே மழையை நன்றாகப் பார்க்கலாம். அதில் நீலநிறத்தில் கொத்துக் கொத்தாகப் பூப்பூக்கும் ஒரு பெரிய மரம் உண்டு. அது நீள வளர்ந்து உயரத்தில் பெருங்குடைபோல விரிந்திருக்கும். அதனடியில் நின்றுகொண்டால் பெரு மழை பெய்தால்கூட மேலே விழாது. வேண்டும்போது வெளியே ஓடி நனையலாம். பின் மரத்தடிக்கு வந்து தாராளமாக வேறு எதுவும் விளையாடலாம்.

பள்ளிக்கூடம் விட்டு வந்த ஒரு மாலையில் எல்லோரும் விளையாடியது அங்கேதான். தடித்த தோல் பையையும் மீறிச் சில புத்தகங்கள்கூட அன்றைக்கு நனைந்துவிட்டன. தமிழ்ப் பாடத்தில் வைத்திருந்த மயில்கண் ஈரத்தோடு புத்தகத்தில் ஒட்டிக்கொண்டது. எடுத்தபோது பிசிர் பிசிராகத்தான் வெளி வந்தது. அன்று விழுந்த அடியைவிட, மயில்கண் போனதுக் குத்தான் அதிகமும் அழுதாள்.

அவள் இன்னமும் அப்படியே நிற்பதைப் பார்த்தது, சுவரோர மூலையில் முடங்கிக்கிடந்த கிழக்கோட்டான். காக்காவைவிட இதன் பார்வையில் விஷம் அதிகம். அந்தப் பக்கம் இந்தப் பக்கம் நகராது. இருந்த இடத்தில் கிடந்து கொண்டு பயமுறுத்தும். கண்களைக் கீழே விழுந்துவிடத் திறக்கும். அப்படியே பார்த்துக்கொண்டே இருக்கும். வாயைத் திறந்துவிட்டாலோ குலைநடுங்கிவிடும். அலறி உயிரைப் பிடுங்கி எடுத்துவிடும்.

"ஏண்டி இன்னம் அங்கேயே நிக்கற… சொன்னது காதுல உழுவுல…உள்ளே போயிப் படீடி…மழையில நனையறாளாம் மழையில…பொட்டப் பிள்ளைக்கி ஒரு கழுத வயசாச்சு… இன்னும் அறிவு வரலை…இதையெல்லாம் எப்படித்தான் கரையேத்துவேனோ…ஒரு வெவரமும் இல்லாமல் பெத்து வெச்சிட்டான்…"

இது ஓயாத அலறல். காதில் துளியும் விழாத மாதிரி பவானி அப்படியே நின்றிருந்தாள். ஆணியில் அறைந்தது போல. சமையல் அறைக்குள் இருந்து காக்கா எட்டிப் பார்த்தது. கையில் ஒரு நீண்ட கரண்டி, வெகுவேகமாக வந்து பவானியின் கையைப் பற்றி இழுத்து அறைக்குள் தள்ளிவிட்டு முறைத்தது. "ம்கும்"...என்று தலையை நொடித்துத் தோளில் இடித்துக்கொண்டது.

"என்ன புடிவாதம்...இத்தன சொல்றமேன்னு கொஞ்ச மாச்சும் அசையறாளா பாரு...கரண்டிக் காம்பக் காயவெச்சு சூடு இழுக்கறன் வா..."

கத்திக்கொண்டே பறந்தோடிவிட்டது. சமையல் அறையில் ஏதாவது தீய்ந்திருக்க வேண்டும். அதற்கு இணையாகக் கோட்டானும் ஏதோ அலறிக்கொண்டிருந்தது. பவானி இப்போதும் அப்படியே நின்றுகொண்டிருக்கவில்லை. அதெல்லாம் அதுகளின் பார்வையில் இருக்கும் மட்டும்தான். போட்டுக்கிடந்த மெத்தைக் கட்டிலில் உட்கார்ந்தாள்.

இன்னேரம் மழை வலுத்திருக்கும். கான்கிரீட் கூரைமேல் விழுகிற சத்தம் ஒன்றும் கேட்கவே இல்லை. காதைத் தீட்டிக் கொண்டாள். கும்மென்றிருந்தது. வேறு எந்தச் சத்தமும் வர வில்லை. அப்படியானால் மழைதான் பலத்துப் பெய்கிறது. அதன் நடுவில் அப்படியே நின்றால் சடசடவென்று தலையில் கொட்டி முகத்தில் கோடுகோடாய் வழியும். மேலெல்லாம் குறுகுறுத்து இறங்கி ஓடும். அதற்குள்ளேயே ஓடலாம். கீழே தேங்கிக்கிடக்கும் தண்ணீர்க் குழிகளில் காலுதைத்து ஆடலாம். மேலே மேலே வாரி இறைத்துக்கொள்ளலாம். மைதானத்தில் இதெல்லாம் நடக்கும். மற்ற யாருக்கும் இதுபோலக் காக்காயோ கோட்டானோ இல்லாதபோது தனக்கு மட்டும் ஏன்? அவர்கள் வீடுகளில் மட்டும் எல்லோரும் நல்லவர்கள். எப்படி அது?

நாளைக்கு வந்து பீற்றிக்கொள்வார்கள். மழைக்குள் ஆடிய ஆட்டம் பற்றி. ஓடிப்பிடித்துத் தொடற விளையாட்டுக்கூட விளையாண்டிருப்பார்கள். ஈரமண்ணை அள்ளி இறைத்துக் கொண்டிருப்பார்கள். இவள் கண்ணில் மின்னும் பொறாமையைப் பார்க்கப் பார்க்க அவர்களுக்கு இன்னும் சந்தோஷம் கூடும். மாற்றி மாற்றி அளப்பார்கள். தனக்குத்தான் எதுவுமில்லை எனத் தோன்றியது. தேம்பித் தேம்பி அழ வேண்டும் போலிருந்தது. சத்தமாக அழுதால்கூட ரண்டும் விடாதுகள். "பொழைக்கற பிள்ளைக்கு என்னடி அழுவாச்சு...ஆரு ஊட்டக் கூடப் போட இந்த ஊளக்குரிக்கற..." என்று இடிக்க வரும்கள். தலையணையில் முகம்புதைத்துக் குலுங்கினாள். தாங்கவே முடியவில்லை. விம்மல் வந்துகொண்டே இருந்தது. கதிர் வீட்டில்

சின்னத் தோட்டம் இருக்கிறது. அங்கிருக்கும் செடிகளில் பார்க்க வேண்டும். மழைத்துளிகள் மணிமணியாய்க் காய்த்து நிற்கும். ஆட்டி உதிர்த்துப் பார்க்க வேண்டும். அந்தச் சாரல் முகத்தில் மோதுகையில் பரவும் குளிர்ச்சி ஆனந்தம். நிமிர்ந்து ஒரு கணம் அந்தக் கற்பனைக்குள் திளைத்தாள். அவர்கள் எல்லோரையும்கூட இதுபோல இழுத்துப்போய் அடைத்துப் போட்டிருந்தால் எப்படி இருக்கும். ஹை என்று மனசு தாவிக் குதித்தது. இல்லாவிட்டால் மழையில் நனைகிற எல்லோருக்கும் சளிபிடித்துக் குளிர்காய்ச்சல் வந்துவிட வேண்டும். காலையில் வந்து யாரும் பீற்றிக்கொள்ள முடியாதல்லவா? சாயந்தரம் ஒவ்வொரு வீடாகப் போய் எல்லாரையும் விசாரித்து வரலாம்.

"பாத்தாயா...நா மழையிலே நனைலியே..."

ஆனாலும் அவளைத்தான் எல்லாரும் பரிதாபமாகப் பார்ப் பார்கள். காய்ச்சல் என்ன இரண்டு நாளில் போய்விடுகிறது. வந்தால்தான் வரட்டுமே. இரண்டு நாளுக்கு அந்தக் கொள்ளிக் கண் குண்டு டீச்சரிடம் கிள்ளு வாங்க வேண்டியதில்லை.

நினைக்க நினைக்க ஆத்திரமாய் இருந்தது. ஒன்று சமைய லறைக்குள் கிடக்கும். இன்னொன்று மூலைக்குள் முடங்கியிருக்கும். அதுவும் மழைச் சமயத்தில் சத்தம்போட்டு அனத்தும். சத்தம்போடாமல் கதவைத் திறந்து வெளியே ஓடிவிட்டால் என்ன? தாழ் ஓசை கேட்காதா? நின்று பார்த்தாள். ஜன்னல் விளிம்பில் லேசாக நீர் வடிவது தெரிந்தது. ஆகா ஆகாவென்று மனம் துள்ளியது. பக்கத்தில் ஓடி நின்றாள். நீர்த் துளிகள்தான். கோடு இழுத்ததுபோல ஜன்னல் கட்டையில் வழிந்து வந்தன. விரலால் தொட்டு கோடு வழி காட்டினாள். சுவரில் வழிந்து கீழோடியது. ஜன்னல் பலகையில் அழுந்தக் காதை வைத்துக் கொண்டு கேட்டாள். படபடவென்று பலகையில் பெருந்துளிகள் மோதுகிற சத்தம். கேட்கக் கேட்கப் பரவசமாய் இருந்தது.

ஜன்னல் பலகையைத் திறந்துவிட்டால் இங்கிருந்தே பெய்கிற மழையைப் பார்க்கலாம். முடிந்தால் கம்பிக்கு இடையே கை நீட்டித் துளிகளைப் பிடிக்கலாம். விரல்களில் பட்டுச் சிதறும். ஜன்னலைத் தட்டிப் பார்த்தாள். மேலே திறந்தால்தான் கீழேயும் வரும். பிடி கைக்கு எட்டவில்லை. கட்டில் விளிம்பில் ஏறி ஒருக்களித்துப் பார்த்தாள். கைக்குச் சிக்கியது. இறுகியிருந்த அந்த மூடுகட்டையைத் திருப்ப எத்தனித்தாள். கதவருகில் தோன்றியது காக்கா.

"அடியேய்...அடியேய்..."

கையை விரித்து வீசிக்கொண்டு ஓடிவந்தது. பவானியைப் பிடித்து இழுத்து மெத்தையில் தள்ளியது. லேசாக நகர்ந்திருந்த கட்டையைச் சரியாகப் பொருத்திவிட்டுக் கத்தியது.

"எதுக்குடி இந்த அதிகளம் பண்ற...மழையைப் பாக்காட்டி தொண்டைல சோறு எறங்காதா...நாளக்கி ஒடம்புக்கு வந்துட்டா எவடி பாக்கறது..."

எதுவும் செய்யத் தோன்றாமல் கட்டில் விளிம்பிலேயே கொஞ்சநேரம் கிடந்தாள். மனசு முழுக்க மழையின் சத்தமே ஆக்கிரமித்திருந்தது. பலகையில் காது பொருத்திக் கேட்டுக் கொண்டிருக்க இனியும் முடியாது. வெளியே தணிவான பேச்சுக் குரல்கள் கேட்டன. மெல்ல எழுந்து வந்து கதவை ஒட்டி நின்றாள். இரண்டும் எதிரெதிராய் உட்கார்ந்து வம்பளந்து கொண்டிருந்தன. வெளியே வந்தாள். ஒரு கணம் அமைதியாகி இரண்டும் அவளை ஏறிட்டுப் பார்த்தன. கதவைத் திறந்து கொண்டு ஓடிவிடுவாளோ என்கிற பயம் வந்திருக்க வேண்டும். காக்கா மிரண்ட கண்களுடன் "என்னடி" என்றது. ஆட்காட்டி விரலைக் காட்டினாள். சட்டென்று நடுவிரலும் நீண்டு உயர்ந்தது.

"என்னடி பொய்யா சொல்ற..."

இல்லை என்று தலையை ஆட்டினாள். என்றாலும் அவை நம்பவில்லை.

"அதெல்லாம் மழ நின்னதுக்கப்பறம் போயிக்கலாம்..."

முடியாது என்று தலையை அசைத்து "அவசரம்" என்று சிணுங்கத் தொடங்கினாள். அதுகளுக்கு என்ன செய்வதென்று தெரியவில்லை.

"செரி கதவைத் தொறக்கறன்...சீக்கிரம் போயிட்டு ஓடியாரோணும்...நல்ல பொண்ணுல்ல நிய்யி...மழையில் நிக்கக்கூடாது...ம்..."

பாவமேபோல் முகத்தை வைத்துக்கொண்டு "ம்" என்றாள். கொல்லைக் கதவைத் திறந்ததும் சோவென மழை இரைச்சல் வீட்டுக்குள் பரவியது. சொட்டும் நீரைத் தவிர ஒன்றும் தெரிய வில்லை. ஓடி இறங்கினாள். கதவுக்கும் பாத்ரூமுக்கும் இடையே இருந்த நான்கடி இடைவெளியில் இறகை விரித்துத் தலை நிமிர்த்தி முகம் நனைய மழைக்குள் குதித்துக்கொண்டிருந்தது குருவி.

●

***தினமணிக்கதிர்*, ஜூன் 1995**

‘அது நெசமாலும் பாம்பில்ல நங்க. . . எதுக்கு இப்பிடிப் பயப்படற. . . எங்கண்ணன் கோமணத்துக்குள்ளயே பூந்துக்குவியாட்டம் இருக்குது. . .’

கொழுந்தியா குலுங்கிச் சிரிக்கிறாள். விடாமல் சிரிக்கிறாள். புருசனிடம் சொல்லிச் சொல்லிச் சிரிக்கிறாள். ஆசுபத்திரியில் இருந்தப்பக்கூட இப்படித்தான் சிரித்தாள். வாய்க்கால் தண்ணீரை அள்ளித் தூற்றினாற் போல. இரண்டாவதாகவும் பையன் பிறந்த சந்தோசம். கூடவே பெருமை பிடிபடவில்லை. எகத்தாளச் சிரிப்பு.

மண்டபக் கல்லில் உட்கார்ந்தாள். மூச்சு வாங்கியது. உடல் முழுக்க வேர்வை. பொழுதாவரைக்கும் களை வெட்டினால் கூட இந்த இளைப்பு வராது. அத்தைக்காரியைப் பார்க்கப் பரிதாபமாயிருந்தது. தூணோடு சாய்ந்து கண்ணை மூடிக் கிடக்கிறாள். இந்த வயதில் எதற்கு இப்படிக் கஷ்டப்பட வேண்டும்? வேண்டுதலாம் வேண்டுதல்.

அடுத்த மண்டபம். தேவடியாள் மண்டபம். அதற்குள் யாரும் போக மாட்டார்கள். எவளோ ஒரு தேவடியாள் இதைக் கட்டினாளாம். கட்டிவிட்டு ‘அய்யோ இவ்வளவு செலவாயிருச்சே’ அப்படீன்னாளாம். அதிலிருந்து யாரும் உள்ளே போவதில்லை. கொழுந்தியாள் புருசன் வாய் வலிக்காமல் பேசிக்கொண்டிருக்கிறான். பூசணிக்காய்த் தொந்தி. கருகருன்னு தலைமுடி. வெள்ளைச் சொக்காய். சொக்காயைக் கழட்டிவிட்டு ஒரு பூணூலைப் போட்டுக் குடுமி வைத்துவிட்டால் எப்படி இருக்கும்? அப்படி ஒரு உருவம் கண்ணில் வந்தது. அடக்க முடியாமல் சிரிப்பு. கஷ்டப்பட்டுப் புன்னகையாய் மாற்றினாள்.

நடக்க நடக்கப் படிகள் விரிந்து விரிந்து நீண்டன. எத்தனை வேண்டுதலைப் பார்த்தாயிற்று. இவர்களுக்குச் சலிப்பே வராதா? பத்து வருசமாய்க் கோயில் கோயிலாய் நடந்தாச்சு. கால் ரத்தமெல்லாம் சுண்டிப் போயிற்று. இன்னும் முடியவில்லை.

மல்லிகைச் சரம் கழுத்தைச் சுற்றி சுற்றி வந்தது. ‘இரு பிள்ள’ என்று புருசங்காரன் மல்லிகைச் சரத்தை எடுத்துச் சடை நுனியில் செருகினான். கட்டிப் போட்டுவிட்டது போல இருந்தது. ‘ரண்டு மொழப் பூவத் தல நெறைய வெச்சுக்கிட்டுக் கண்ணாலப் பொண்ணாட்டம் இருக்கற புள்ள.’ குசுகுசுப்பு. அவள் திரும்பாமல் ஏறினாள். படிகள் இடறின. ஓரச் சுவரைப் பிடித்துக்கொண்டு மெல்லமாய் அடி வைத்தாள்.

‘அஞ்சாறு பிள்ளப் பெத்து ஊடு நெறையச் சந்தோசம் கொப்பளிக்குது பாரு. . . தல நெறையப் பூவு. மின்னுக்கறது மட்டும் தேவடியாளாட்டம்.’ கலங்கிய கண்களை மலை முழுக்கப் பட

விட்டாள். பாறை இடுக்குகளில் துளிர்த்த மரங்கள் கோணல் மாணலாய் வடிவங்கள் மாறிப் போய்த் தெரிந்தன. அங்கேதான் வேங்கை மரம் இருக்க வேண்டும். அந்த இரண்டாயிரம் ஆண்டு கால மரம் அப்படியேவா இருக்கும்? அதன் சந்ததி. . . சந்ததியின் சந்ததி. . . ஒரு சிறு செடியாகவேனும் பாறை இடுக்குகளில் முளை விட்டு மெலிந்த கிளையாக வெளிவந்திருக்காதா? அதற்கடியில் தலைவிரித்துக் கண்ணீர் வடிய உறைந்துபோன சிற்பமாய் இன்னமும் நிற்பாள் பத்தினித் தெய்வம்.

சிறுகுன்று போலச் சின்னதாய்த் தெரியும் மலையைச் சுட்டிக்காட்டி 'அங்கேதான்' என்பாள் பாட்டி. தன்னந்தனியே ஒருத்தியாய். . .

கொழுந்தியாள் துள்ளிக்கொண்டு ஒரு மண்டபம் முன்னால் போய்விட்டாள். அத்தைக்காரி இன்னும் கீழே இருந்தாள். கடைசி மண்டபம். கோயில். சாயம் போன கற்கள் சோகமாய் இருந்தன. பூச்சு கண்டு வெகுநாட்களாகி இருக்க வேண்டும். சர்பத் வாங்கிக் கொடுத்தான். வாய் முழுக்கத் திகட்டுகிற இனிப்பு. 'இன்னொன்னு வேணுமா?'

அருச்சனை. காணிக்கை. கூட்டம் இல்லை. 'அமாவாசைக்கும் கிருத்திகைக்கும்தான் கூட்டம் வரும். வேண்டுதல் வெச்சுக்கிட்டு அந்த நாள்ல எல்லாம் வந்தா ஒன்னும் பண்ண முடியாது.'

அர்த்தநாரீஸ்வரர் முகம் சப்புளிந்து மூக்கு மழுங்கி அடிவாரத்தில் பார்த்த பிச்சைக்காரக் குஷ்டரோகி போலத் தெரிந்தார். 'ஆம்பள பாதி பொம்பள பாதியா ஈஸ்வரன். வேற எங்கயும் அர்த்தநாரீஸ்வரர் மூலவராக் கெடையாது. இங்கதான்.' ஆமா. கும்பிட்டுக் கும்பிட்டுக் கொட்டிக் குடுத்திருவாரு. போ. செங்கோட்டு வேலவன் சன்னதி முழுக்கப் புகை. கண்களை மூடிக்கொண்டாள். என்னென்னவோ நினைக்கிறது மனசு. 'அய்யோஞ் சாமி அய்யா. . . எதும் தப்பா நெனச்சிருந்தா மன்னிச்சிக்கோ. தப்பு செஞ்சாலும் நீதான் வழி காமிக்கோணும். சாமி அய்யா. . .' நவக்கிரகம். பெருமாள்.

புருசங்காரன் பிரசாத லட்டு வாங்கி வந்தான். அய்யர் வீட்டு நெய்யில் திகட்டியது. கோயில் மண்டபத்தில் உட்கார்ந்து பசி ஆறினார்கள். 'உச்சிக் கோயிலுக்குப் போவம். வெய்ய இன்னம் எச்சா வந்திருச்சுன்னாக் கஷ்டம்.' குட்டித் தூக்கம் போடக் கண்களை மூடியிருந்த அத்தைக்காரி 'விருக்'கென்று எழுந்தாள். 'ஆமா ஆமா. நடங்க. வேண்டுதல் செஞ்சுட்டு அப்பறம் வந்து உக்காந்துக்கலாம்.'

இன்னும் என்ன வேண்டுதலோ? அருச்சனை, காணிக்கை போதவில்லையா? அவள் தலையைப் பிடித்துக்கொண்டாள். புருசங்காரன் கையைப் பிடித்துக் கூப்பிட்டான். எழுந்து நடந்தாள். படிகூட இல்லை. கரடு முரடான வழி. எவ்வளவு தூரமோ?

பெரிய குன்னாங்கல் ஒன்று விளிம்பில் நின்றது. சுண்டுவிரல் பட்டால்கூட விழுந்துவிடுகிற மாதிரி. ஒட்டி நடந்தார்கள். அவள் எதிர்ப்பக்கமாய்த் திரும்பிக்கொண்டாள். அடிவாரத்தில் எத்தனையோ வீடுகள் இருக்கின்றன. இது சரிந்து கீழே விழுந்தால் என்னாவது? வாய் முணுமுணுத்தது. 'பயமா இருக்குதுங்க.'

'இதுக்கே இப்பிடிப் பயந்தா என்னாவறது? நானிருக்கறனில்ல. எங்கூட வா.' புருசங்காரனை ஒட்டிக்கொண்டு நடந்தாள். உடம்பு முழுக்க வேர்வை கசகசத்தது. இங்கேதான் பஞ்ச பாண்டவர் குகை. வனவாசத்தப்ப வந்து படுத்திருந்தாங்களாம். எவ்வளவு தூரம் போக வேண்டும்? அங்கே வேங்கைமரம் இருக்குமா? இருப்பாளா இன்னும்?

படியற்ற பாறைகளில் தாவித் தாவி ஏறியபடியே அவன் பேசிக்கொண்டு போனான். அத்தைக்காரியைக் கையைப் பிடித்துக் கொழுந்தியாள் மெல்ல மெல்ல மேலேற்றினாள். வாயைத் திறந்துகொண்டு 'ஆங்... ஆங்' என்று மூச்சுவிட்டாள். கையை வீசி 'நீங்க போயிட்டு வாங்க. நான் இங்கயே உட்காந்திருக்கறன்' என்று ஜாடை பேசினாள்.

அத்தைக்காரியை விட்டுவிட்டு மேலேறினார்கள். அவளுக்கு நாக்கு வறண்டது. புருசன் கையை விடாமல் பற்றிக்கொண்டாள். இத்தனை உயரத்துக்குக் கண்டிப்பாய்ப் புஷ்பக விமானம் வரும். அண்ணாந்து பார்த்தாள். வானம் வெளிர்நீலமாய்ப் பரந்து கிடந்தது. வெகு உயரத்தில் இறக்கைகளை விரித்தபடி புள்ளியாய்க் கழுகு பறந்துகொண்டிருந்தது. அரவமே இல்லை. ஒன்றுமே அற்ற வெளி. சட்டென்று ஒரு சின்னப் பிளவு. காற்று குறுகி உடலை வளைத்து நெளித்து அதற்குள் புகுந்தோடியது. மெல்லிய சுனை. பனி கையில் ஊசி போல் ஏறியது. அதற்கும் மேல் ஒரு செங்குத்துச் சரிவு. குழந்தைப் பாதம் வைக்கிற அளவு படிகள். ஓரக் கம்பிகள். லேசாய்க் காலைச் சாய்த்துவிட்டால்கூட அடிவாரத்தைப் பார்த்துவிடலாம். பேய்க்காற்று சேலைக்குள் புகுந்து புகுந்து 'உய் உய்' என்று வீசிவிட்டுப் போனது. உடல் நடுக்கம் தாங்கவில்லை. கம்பியைப் பற்றிக்கொண்டு எதிர்ப்பக்கம் பார்த்தாள்.

குரங்குகள் மரக்கிளைகளில் தாவித்தாவிக் குதித்தன. அடிவயிற்றில் தொங்கிய குட்டிகள் 'கொட்டுக்கொட்'டென்று

திருச்செங்கோடு

பார்த்தன. அதனைப் பார்க்கச் சிரிப்பாய் வந்தது. என்னமாய் அழகு. . . வண்ணாத்திப் பாப்பா வீட்டுக் கழுதைக்குட்டிகூட சின்னதில் இப்படித்தான் துருதுருவென்றிருக்கும். கை தட்டிச் சிரிக்க வேண்டும் போலிருந்தது. சட் டென்று அடக்கிக்கொண்டாள்.

'கழுதக்குட்டி பாருல்லா. . . என்னமா அழகா இருக்குது.' சேந்து கிணற்றில் பெண்கள் சிரித்தார்கள். 'ஆமா ஆமா. கழுதக் குட்டியதாங் கொஞ்சோணும்.' மறுபடியும் சிரிப்பு.

மோதுகிற காற்று அப்படியே தூக்கிக்கொண்டு போய் விடாதா என்றிருந்தது. காற்றின் சத்தம் மட்டும் விட்டுவிட்டுக் கேட்டுக்கொண்டேயிருந்தது. அவளை முன்னால் விட்டு புருசங்காரன் பின்னால் வந்தான். மெல்லக் கையை ஊன்றித் தவழ்ந்து ஏறினார்கள். மேலே போகப் போகக் காற்று வலுத்தது. பத்துப் பேர் கைகொண்டு தள்ளுகிறார்கள். கோயில் வாசலைத் தொட்டு உட்கார்ந்தார்கள். சின்னக் கோயில். உள்ளே மினுக்கிடும் சிறுவிளக்கு. அதன் ஒளியில் லிங்கம். இந்த லிங்கம் படுத்தும் பாடு. அதைப் பார்க்கவே அருவருப்பாய் இருந்தது. கீழே இருந்து பார்த்தபோது கூம்பாய் வானத்தைக் கிழித்த உச்சி முனையில் இப்போது. லேசாய்க் கண்களைக் கீழிறக்கினாள்.

திருச்செங்கோடு முழுக்கத் தெரிந்தது. புள்ளியாய்ச் சிறுத்துப் போன மனிதர்கள். வெங்காயத் தாமரை மூடிப் பச்சைப் பசேலென்று அம்மன்குளம். தலை கிறுகிறுத்தது. மயங்கிச் சுழன்றது. விழுந்துவிடுவது போலத் தோன்றியது. கண்களை இறுக மூடி அவன் தோளில் சாய்ந்துகொண்டாள்.

'இதுதான் வறடி கல்லுங்கறது. கொழந்த இல்லாதவங்க இதச் சுத்துனா அடுத்த வருசத்துலயே கொழந்த கெடச்சிரும். சிலபேரு இங்கருந்து குதிச்சுத் தற்கொல பண்ணிக்கிட்டாங்க. அதனால ரண்டு பக்கமும் சின்னதா செவுரு கட்டிட்டாங்க. அப்பவும் சுத்தலாம். ஒண்ணுங் கஷ்டமில்ல. வேண்டுதலச் செய்யத்தான் வேணுமே.'

மேலெல்லாம் கொப்புளங்கள் எழுந்தன. வயிறு புரண்டது. அவன் தோளைத் தொட்டபடியே எழுந்து பார்த்தாள். கோயிலுக்கு அல்லையில் உச்சி விளிம்பில் தனிக்கல். அதைச் சுற்றிலும் ஒரே ஒரு பாதத்தை வைக்கிற அளவுக்கு இடம். கல்லைக் கெட்டியாய்ப் பிடித்துக்கொண்டு தொங்குகிற மாதிரி சுற்ற வேண்டும். அய்யோ. . .

'பயமே வேண்டாம். தெகிரியமா ஒரு சுத்து வந்திரு போதும். கல்லு வவுறெல்லாங்கூட இந்த வேண்டுதலுக்கு அப்பறம் தொறந்திருக்குது.'

அவள் முகத்தில் இப்போது கண்ணீரில்லை. சிரிக்கிறாள். தலையைக் கோதிக்கொண்டே சிரிக்கிறாள். அண்ணாந்து வானத்தைப் பார்க்கிறாள். புஷ்பக விமானம் இறக்கை விரித்துக் கொண்டு நிற்கிறது.

'அவ அவ தீயிலயே எறங்குறா. இதுக்கென்ன. சுத்து நங்க. நாங்கெல்லாம் இல்ல. உன்னயத் தள்ளியாபுடுவம்?'

தலையசைத்துக் கூப்பிடுகிறாள். சோகத்தின் இடையே கீறல் விழுந்த புன்னகை. மெல்லக் கையசைக்கிறாள். உதடுகள் அசைகின்றன. வா.

'சாமிய நெனச்சுக்கிட்டு ஒரு சுத்துச் சுத்தி வருவியா. நின்னுக்கிட்டே இருந்தா, அப்பமூட்டுக்குப் போயி உக்கோந்திருக்கோணுமா?'

பள்ளத்திலிருந்து மேலெழும்பி வருகிறாள். காற்று மூர்க்கமாய் மோதி நெட்டித் தள்ளுகிறது. 'வா வா.' ரொம்பப் பக்கத்தில் நெருக்கமாய் வந்துவிட்டாள். பெருஞ்சிரிப்பு. 'வா வா.' கண்ணில் திரை கட்டியது. தலையை உதறினாள்.

'நா மாட்டேன். . . நா மாட்டேன். . .'

பைத்தியமாய்த் தலையை ஆட்டிக்கொண்டே கீழே இறங்கும் படிகளில் ஓடினாள். செங்குத்துச் சரிவில் கொலுசுச் சத்தம் தேய்ந்து மறைந்தது.

○

(திருச்செங்கோடு என்னும் முதல் சிறுகதை நூலில் வெளியான கதை. எழுதிய ஆண்டு: 1994)

அது

அது விடுவதாயில்லை. தவித்துப் புரண்டான், இடுப்பைத் தாண்டி ஊர்ந்து கிச்சுப் பெருத்தியது. கூச்சத்தில் நெளிந்தான். கழுத்துக்கு வந்து வாயில் உட்கார்ந்து மீசையைப் பிடித்திழுத்தது. கை தானாக மீசையைச் சொறிந்துகொண்டது. மயிருக்குள் புகுந்து புகுந்து ஓடியது. தலையை உலுப்பி 'வறக்வறக்'கென்று நகங்களால் இழுத்தான். உடம்பைக் குறுக்கி முறுக்கி, கால்களுக்குள் கைகளைக் குவித்துக்கொண்டு ஒஞ் சரித்துப் படுத்தான்.

உள்ளங்காலை ஜில்லிப்பாய்த் தொட்டது. லுங்கிக்குள் நுழைந்து இரண்டு கால்களிலும் 'விருவிரென்று' ஏறியது. தொடைகளில் துள்ளிக் குதித்து விளையாடியது. 'மொச மொச'வென்று மயிர்களுக்குள் புகுந்தது. மல்லாந்து கைகளை நெட்டி முறித்தான். ஒன்றும் செய்ய முடியவில்லை. உடம்பெங்கும் தண்ணீராய்க் கொட்டியது. நசநசப்பில் நீந்தினான். தூக்கம் முழுக்கவும் போய் விட்டது. அசதியோடு எழுந்து நின்று லுங்கியை உதறினான். கட்டிக்கொண்டான். கொட்டாவி விட்டுக்கொண்டு உட்கார்ந்தான்.

பக்கத்தில் அவள் மூச்சு சீராய் வந்தது. முந்தானைச சேலையைத் தனக்கும் போர்த்தி, குழந்தைக்கும் போர்த்திச் செட்டாகப் படுத்திருந்தாள். குழந்தை அடிவயிற்றுக்குள் புகுந்து காணாமல் போயிருந்தது. நெடுநேரம் பஸ்ஸில் உட்கார்ந்து வந்த அலுப்பு அவள் முகத்தில் இன்னும் கலையாம லிருந்தது. நிலவின் மங்கிய வெளிச்சத்தில் அதைப்

பார்த்துப் பெருமூச்சு விட்டான். இத்தனை கஷ்டத்தோடு அந்தக் கல்யாணத்திற்கு வந்திருக்க வேண்டுமா என்றுகூடத் தோன்றியது. காற்று மெல்லச் சட்டைக்குள் நுழைந்து தழுவி வருடியது.

எழுந்து மொட்டை மாடிச் சுவர்ப்பக்கம் போய் நின்றான். நல்ல வேளையாக, பாக்கெட்டில் சிகரெட் இருந்தது. தீப்பெட்டி உரசும் சத்தம்கூட ரொம்பத் தெளிவாய்க் கேட்டது. ஆழ உறிஞ்சியபடி கைப்பிடிச் சுவர் மேல் ஏறி உட்கார்ந்தான். மாயமாய் மறைந்துபோன எல்லாம் திடீரென்று கொஞ்சம் கொஞ்சமாய்க் கண்ணுக்குள் தெளிவாவது போலிருந்தது. மொட்டைமாடி முழுக்கவும சதைப்பிண்டங்கள். இரண்டு இரண்டாய் மூன்று மூன்றாய். குடும்பம் குடும்பம்மாய். நீட்டி நெளிந்து குறுகி மல்லாந்து . . . பிணக்குவியலாய்த் தோன்றியது.

லேசாக அண்ணாந்தான். நிலவு மேகக்கருக்கலில் மறைந்து மறைந்து வெளியேறிக்கொண்டிருந்தது. எங்காவது ஒன்றிரண்டு விண்மீன்கள். காற்று நல்ல நண்பனாய்த் தழுவியது. வேர்வை எரிச்சல் துளித்துளியாய் அடங்கியது. சிகரெட் உள்ளிறங்கித் தெம்பைக் கொடுத்தது. எல்லாவற்றையும் மெதுவாக நினைவுக்குக் கொண்டு வந்தான். இத்தனை நாள் இல்லாமல் என்ன இது அவஸ்தை. குறுகுறுப்பாய் அது எப்படியெல்லாம் நெளிந்தது. அருவெறுப்பில் உடல் சிலிர்த்தது.

விரலைச் சுட்ட சிகரெட் துண்டை நெட்டுக்குத்தாய்க் கீழே எறிந்தான். அத்தனை உருவங்களையும் மீறி மாடியில் நிறைய இடம் காலியாயிருந்தது. கொஞ்சம்நேரம் நடந்தான். கொட்டாவி கொட்டாவியாக வந்தது. தூக்க அசதி உடம்பில் தொற்றியிருந்தபோதும் தூக்கம் வராது என்றே தோன்றியது. மணி என்ன இருக்கும் என்றும் தெரியவில்லை. ஆனால், படுத்து அதிக நேரம் ஆகிவிடவில்லை. இந்த அகாலத்தில் எங்காவது டீக்கடை திறந்திருக்குமா? கொஞ்ச தூரம் நடந்துவிட்டு வந்தால் ஆசுவாசம் கிடைக்கும்.

படுத்திருந்த இடத்துக்கு வந்தான். சுருண்டு கிடந்த துண்டை நன்றாக விரித்து வைத்தான். அவள் அப்படியே படுத்திருந்தாள். சேலை மட்டும் முழங்காலுக்குப் பக்கமாய் ஏறியிருந்தது. இழுத்து சரிப்படுத்தினான். கீழே விரித்திருந்த துண்டை எடுத்து, அவள் கால்மேல் நன்றாகப் போர்த்தினான். மீண்டும் ஒருமுறை பார்த்துவிட்டு மெல்ல நடந்தான்.

கீழே தடபுடலாய் வேலை நடந்துகொண்டிருந்தது. காலை சமையல். யாரோ அதிகாரம் பண்ணும் குரல் கேட்டது. சமையல் மேற்பார்வை வேலையை எடுத்துக்கொள்ளச் சொல்லி,

மாப்பிள்ளையின் தம்பி இவனைத்தான் வேண்டினான். பஸ்ஸில் வந்த அசதியைக் காரணம் காட்டி ஒருவழியாய்த் தப்பித்துக் கொண்டான். இல்லையென்றால், இந்த அண்டா குண்டாச் சத்தங்களுக்கு இணையாக 'வறட்வறட்'டென்று இந்நேரம் கத்திக்கொண்டிருக்க வேண்டும்.

வீதியில் விளக்கு வெளிச்சம் மட்டும் தனித்துக் கிடந்தது. தூக்கம் சுத்தமாய்ப் போய்விட்டது. இப்படியே ரொம்ப தூரம் போகமுடியாது. ஒரு டீக்கடையாவது சீக்கிரம் தென்பட்டுவிட வேண்டும். எதற்கு வந்தது இந்த அகால விழிப்பு? உடம்பில் இன்னும் சோர்வு குவிந்து கிடந்தது. தூங்கியிருந்தால் நாளைக்கு நன்றாக இருக்கும். கல்யாணத்தின்போது சோகமாய் நிற்க வேண்டியதில்லை.

ஒரு நீண்ட தெருவைக் கடந்ததும் டீக்கடை எதுவும் தென்படவே இல்லை. அவ்வளவு பெரிய நகரமல்ல இது. காலையில் ஐந்து மணிக்குத் திறந்தாலே அதிகம். இங்கே பக்கத்தில் எங்கோதான் லாட்ஜ் போட்டிருக்கிறார்கள். சீட்டு இந்நேரம் மும்முரமாக நடந்துகொண்டிருக்கும். ஒரு கை போடவில்லை என்றாலும், அந்தப் பரபரப்பிலும் உற்சாகத்திலும் கலந்துகொள்ளலாம். கொஞ்சம் இலேசாக இருக்கும்.

ஒரு விநாடி நின்று யோசித்தான். திரும்பவும் வேர்த்துப் போகிற மாதிரி இருந்தது. தூக்கம் கண்களைச் சொப்பியது. மண்டபத்தை நோக்கியே நடந்தான். பன்றிகள் தூக்கத்திலும் உலும்பி உருமின. பெருக்கான்கள் சத்தம் போடாத கூட்ஸ் வண்டிகளைப் போலச் சிதறி ஓடின. இன்னொரு சிகரெட்டை எடுத்துப் பற்றவைத்தான். வேர்வை ஓரளவு குறைந்திருந்தது. கால்கள் வேகம் காட்டின. நடக்க நடக்கத் தெரு நீண்டு கொண்டே போனது. யோசித்தபடி ரொம்ப தூரம் போய்விட்டதற்காகத் தன்னையே கடிந்துகொண்டான். சிகரெட்டையும்கூட நிதானித்துப் புகைக்க முடியவில்லை. கடமை போல ஊதி எறிந்தான்.

மண்டப வெளிச்சம் தெரியத் தொடங்கியதும் பரபரப்பு கூடியது. படியேறிப் போனான். முந்தைய அமைதி கொஞ்சமும் கலையவில்லை. வேனலுக்கு இதமாய்க் காற்று எல்லோரையும் ஆழ்த்தியது. தன்னை நிதானித்துக்கொள்பவன் போல, காற்றை இழுத்து ஆசுவாசம் கொண்டான். உருவங்களைத் தாண்டி இடத்திற்கு வந்தான்.

குழந்தை தனியாகக் கிடந்தது. அவள் மல்லாந்திருந்தாள். கால்மேல் போட்டிருந்த துண்டைக் காணோம். சேலை காலுக்கு மேலேறிக் கிடந்தது. மேல்பக்கம் முந்தானையையே காணவில்லை.

அலங்கோலமாகக் கிடந்தாள். தலை உயர்த்திச் சுற்றிலும் பார்த்தான். கொஞ்ச தூரத்தில் நாலைந்து போர் தள்ளிப் படுத்துக்கொண்டிருந்த ஒருவன், தலையை உயர்த்தி இவளையே பார்த்துக்கொண்டிருந்தான். பற்களைக் கடித்தபடியே சேலையை இழுத்துச் சரியாய்ப் போட முயன்றான். முடியவில்லை. எங்கெங்கோ சிக்கி இழுப்புக்கு வர மறுத்தது. சற்றே திரும்பினான். அவன் இன்னும் இங்கேதான் பார்த்துக்கொண்டிருந்தான்.

"முண்ட . . . ஊட்டுலதான் இப்படித் தொறந்து போட்டுக்கிட்டுத் தூங்குவா... இங்கயுமா... மனசுல பயமில்ல..."

முணுமுணுத்துக்கொண்டே இழுத்தான். வரவில்லை. என்ன செய்வதென்றும் தெரியவில்லை. கன்னத்தில் லேசாகத் தட்டினான். 'இதா இதா' என்றான். அவள் 'ம்ம்...' என்று நெட்டி முறித்தாள். மீண்டும் பழையபடியே ஆனாள். எரிச்சல் கனன்றது. தொடையில் விரல்பதித்து நிமிண்டி. ஒரு சுழற்றுச்சுழற்றிக் கிள்ளினான். வலியில் முகம் கோணியது. 'ஸ்ஸ்...' என்று சுளித்து விழித்துப் பார்த்தாள். சட்டென்று கண்களை மூடிக்கொண்டாள்.

கை தன்னிச்சையாய்ச் சேலையைச் சரிசெய்து கொண்டது. துண்டு அவன் மேல் எகிறி விழுந்தது. குழந்தை மார்புக்கு வந்திருந்தது. ஒஞ்சரித்துப் படுத்துத் தூக்கத்தில் ஆழ்ந்து போனாள். வியர்வை வழிய பெருமூச்சு விட்டுக்கொண்டான். எழுந்து கைப்பிடிச் சுவரைப் பிடித்துக்கொண்டு கொஞ்சநேரம் நின்றான். பின் துண்டில் உடலைப் பரத்திப் படுத்தான். ஏதோ தோன்றத் தலையை உயர்த்திப் பார்த்தான். இவளையே பார்த்துக் கொண்டிருந்தவன் இப்போது திரும்பிப் படுத்துக்கொண்டது போலத் தெரிந்தது.

கண்கள் மூடின. தூங்க முயன்றான். உள்ளங்காலை ஜில்லிப்பாய்த் தொட்டது.

●

***குதிரைவீரன் பயணம்*, அக்.–நவம்.1994**

கொட்டு

ராஜேந்திரன் அவனைத் தவிர்த்துவிட்டுக் கொட்டில் ஈடுபட முயன்றான். பார்வை அவனை நோக்கியே சுழன்றது. சில சமயம் ஏளனமாய்க் கடை உதட்டைச் சுழித்து அவன் சிரிப்பது போலவும் இருந்தது. 'இவ்வளவுதானே நீ, என்று அசட்டையாய்ப் பார்வையைத் திருப்பிக்கொள்ளவதாகவும் தோன்றியது. பாட்டி சாவுக்கு வந்தவனாகவே தெரிய வில்லை. அத்தனை சந்தோசம் அவன் முகத்தில் இருந்தது. கொஞ்சம் ஏமாந்தால் பக்கத்தில் வந்து தோளில் தட்டி 'என்னடா' என்று தன் பூரிப்பைக் காட்டிவிட்டுப் போவான் போலிருந்தது.

எதற்கு இங்கு வந்தோம்? மனசு அலைகையில் கொட்டும் சோபிக்கவில்லை. அடி, 'லொடக் லொடக்'கென்று ஓட்டைப்பானையைத் தட்டுவது போல் விழுந்தது. காதைக் கழற்றி வைத்துவிடலாம் போல அவனுக்கே வெறுப்பு வந்தது. ராத்திரிகளில் பையன்களின் ஆட்டத்திற்குக் கொட்டுவதில் ஒரு துளி இங்கே வரவில்லை. மணிவேல் மாமா கொட்டிக்கொண்டே பக்கத்தில் 'என்னடா' என்று கிசுகிசுத்தார். அவர் சாதாரணமாய் இப்படிச் சொல்கிறவரில்லை. தன்னிலை உணர்ந்தவனாய்த் தலையைக் குனிந்துகொண்டான். மனசைக் குவித்தான். தனக்கு முன் கெக்கலி போட்டுக்கொண்டு ஆடுவதற்குப் பையன்கள் தயாராக நிற்பதைப் பாவனை செய்துகொண்டான். சட்டென்று அவன் தப்பட்டை உயிர் பெற்றது.

விரல்கள் அசைவதும் குச்சிகள் விழுவதும் மாயம்தான். அடி மட்டும் கொட்டாயிக்குள் நீட்டிக் கிடந்த பிணத்தைக்கூட எழுப்பி ஒரு ஆட்டம் போட வைக்கிற மாதிரி விழுந்தது. உடம்பு துவண்டு புரண்டு தள்ளாட்டம் போட்டது. 'டண்டணக்கு டண்டணக்கு' என்று உடம்பை அதிரச் செய்யும் கொட்டைக் கேட்க, பெஞ்சுகளில் உட்கார்ந்திருந்த யாருக்கும் நிலைகொள்ளவில்லை. கிழடுகளெல்லாம் தாங்கள் கோயிலாட்டம் பழகிய காலத்தை நினைத்துச் சிரித்துக்கொண்டன. சரசரவென்று உடம்புக்குள் எதுவோ புகுந்து, நாறிப்போன கழிநீரை உறிஞ்சித் துப்பிவிட்டு, புதுரத்தம் பாய்ச்சியது. ஒரு ஆட்டம் போட்டால்தான் அடங்கும் உடம்பு. ராஜேந்திரனுக்கு இணையாக இன்னொரு தப்பட்டையில் மணிவேல் மாமாவும் வேகம் காட்டினார். ஓய்ந்துபோன விரல்கள் விசைகூடாமல் தத்தளித்தன. தாயோலி... இந்த வேகம் போறான் என்று ஒரு கறுவலும் மனசுக்குள் இருந்தது அவருக்கு. உருமியை இழுத்துக்கொண்டே பெரியப்பன் ஆட்டமும் போட்டார். பின்னணியாக பீப்பியும் ஒத்தும் இருந்தன. எல்லார் கால்களையும் தவிக்க வைத்து, உச்சம் போன முடிவில், போனால் போகிறது என்கிற மாதிரி சிங்கான் எழுந்து ரண்டு ரூபாயை வீசினார். கொட்டு முழுக்க நின்றது. இப்போதுதான் எல்லாருக்கும் பேசக்கூடத் துணிவு வந்தது. 'சாமீ...' கையை உயர்த்திக் கும்பிடு போட்டுக்கொண்டே ரண்டு ரூபாயை எடுத்துக் கண்களில் ஒற்றிக்கொண்டார் மாமா.

ராஜேந்திரன் பார்வை மறுபடியும் அவனைத் தேடியது. இரும்புச் சேர் ஒன்றில் உட்கார்ந்திருந்தான். வந்துகொண்டிருந்தவர்களில் சிலர் அவனிடமும் கைநீட்டி இழவு கண்டார்கள். உள்ளே பெண்களின் அழுகுரல் நீளமாக வந்துகொண்டிருந்தது . கிடைக்கும் இடைவெளியிலெல்லாம் அவன் இவனைப் பார்க்கத் தவறவில்லை. அப்போது பெருமையில் முகம் கொஞ்சம் குப்பென்று ஊதிக்கொண்டது. நேர்பார்வையைத் தவிர்த்துக்கொள்வதில் ரொம்பவும் நிம்மதியாக இருந்தது. நாளைக்கு எலலாரிடமும் என்ன சொல்வான்? 'எங்க பாட்டி சாவுக்குப் பறமேளம் கொட்டினான் டோய்...' என்று சொல்லிக் கைகொட்டிச் சிரிப்பானோ? இவன் தலையைக் குனிந்துகொண்டு நிற்பதுபோலவும் சுற்றிலும் பையன்கள் விழுந்து சிரிப்பதுபோலவும் ஒருகணம் தோன்றியது.

மாமாவின் வாழ்த்துக் குரலுக்குக் கொட்ட முன்னே தள்ளப்பட்டான். இந்த 'டும்' அடிக்கிற சத்தம் கொஞ்சமும் பிடிக்கவில்லை. தப்பட்டை கையிலிருப்பது ஏதோ நரகலைத் தொட்டுக்கொண்டிருக்கிற மாதிரி இருந்தது.

அதாகப்பட்டது –

தன் ஒரு சொல்லாலே

ஈரெட்டுப் பதினாறு லோகத்தையும்

அடக்கி ஆள்பவரும்

'டும்'

மலையூர் ஜில்லா கரட்டூர் தாலுகாவிலே

எட்டுப்பட்டி ஜனங்களுக்கும்

தலைவரானவரும்

'டும்'

நம்ப ஆட்டூரிலே இருக்கும்

அத்தப்பரு மவனாகிய

'டும்'

வேட்டிக்கு வேட்டி

வெள்ளவேட்டி வரிஞ்சு கட்டின சிங்கமாகிய

'டும்'

சிங்கான் என்கிற

முத்துசாமி அவுங்க

'டும்'

நம்புளுக்குச் செஞ்ச தானதருமம்

ரெண்டுரூபா . . .

'டும்'

அவர் கையை உயர்த்தி விசிலடித்துக்கொண்டு ஆட, கொட்டு முழங்கியது. கெக்கலியும் ஆவேசமும் சேர்ந்தன. இழவு வாசல் களைகட்டியது. பணம் கொடுத்தவருக்கு உச்சியில் கிரீடம் வைத்த மாதிரி இருந்தது. இனிப் பிணம் எடுக்கிறவரை எல்லோருக்கும் இதுதான் வேலை. ஒவ்வொருவரும் ஒரு ரூபாய், இரண்டு ரூபாய் நீட்டிவிட்டுத் தலை கிறுகிறுத்துப் போவார்கள். கைபாட்டுக்குக் கொட்டிக் கொண்டிருந்தாலும் கண் முழுக்கக் கூட்டத்தைச் சுற்றியே இருந்தது. திண்ணையின் ஓரத்தில் அவன் நின்றுகொண்டிருந்தான். இரண்டு மூன்று பெண்கள் அவனிடம் என்னவோ சொல்லிவிட்டுப் போனார்கள். திரும்பவும் ச்சேரில்

போய் உட்கார்ந்துகொண்டான். ராஜேந்திரன் தலையை நன்றாகக் குனிந்துகொண்டான். ஓரப் பார்வை அவ்வப்போது அவன்மேல் பட்டு மீண்டது. அவன் பக்கத்தில் இன்னொரு பையன் வந்து உட்கார்ந்தான். அவனிடம் இவனைக் காட்டி ஏதோ சொல்கிற மாதிரி பட்டது. தொடர்ந்து சிரிப்பது தெரிந்தது. வேறு ஏதாவது சொல்லிச் சிரிக்கலாம் என்று சமாதானப்பட்டுக்கொள்ள முயன்றான். ஆனால், இழவு வீட்டில் சிரிக்க அப்படி என்ன இருக்கிறது?

'தப்பட்ட அடிக்கிறானே ... அந்தப் பையன் என்னோட படிக்கிறவன்' என்று சொல்வான். அப்படிச் சொன்னாலும் அதற்குச் சிரிக்க முடியுமா? எப்படி யோசித்தாலும் தன்னைக் காட்டிச் சிரிப்பதற்கு அவனுக்கு ஏதோ ஒரு வகையில் விஷயம் இருக்கும் என்றே தோன்றியது. கருமுதுகுகளின் பின்னால் தன்னை மறைத்துக்கொள்ள முயன்றான். எவ்வளவுதான் மறைந்தாலும் கொட்டின் நகர்தலின் தன் உருவம் முழுவதும் அவனுக்குத் தெரியும் கணம் அடிக்கடி வருவதாகவே இருந்தது.

பெரியப்பன் இடுப்பில் கட்டியிருந்த துண்டு அவிழ்ந்து கீழே விழுந்தது. அதைத் துளியும் உணராமல், அடிவைத்து அவர்பாட்டுக்கு ஆடிக்கொண்டிருந்தார். ஒரு நிமிடம் கொட்டை நிறுத்திவிட்டுத் துண்டை எடுத்தான். ஒற்றைத் தப்பட்டை ஒலித்துக்கொண்டிருந்தது. தலையில் விரித்து, கன்னங்களையும் காதுகளையும் மூடுகிற மாதிரி வந்து, முன்கழுத்தில் முடி போட்டுக்கொண்டான். கண்ணையும் மூக்கையும் தவிர வேறெதும் தெரியவில்லை இப்போது. கொஞ்சம் ஆசுவாசமாக இருந்தது. உதறிவிட்டுக் கொட்டத் தொடங்கினான். அடுத்த வாழ்த்துக்கு இடைவெளி விட்டு நிற்கையில் நிமிர்ந்தான். எல்லார் கண்களும் தன்னையே பார்ப்பது மாதிரி தெரிந்தது.

உதட்டுச் சரிவில் ஏளனம் தொனிக்க நமட்டுச் சிரிப்புடன் இவன் தலைக்கட்டையே அவன் பார்த்துக்கொண்டிருந்தான். 'மூடிக்கொண்டால் மட்டும் விட்டுவிடுவேனா, மூக்கு கண்ணையும் மறச்சுக்க, அது இன்னும் நல்லதுதான்.' குஷியாக யோசிப்பான். பள்ளிக்கூடத்தில் பேசிச் சிரிக்கச் சேதி கிடைத்து விட்ட சந்தோசம். வன்மம் கொள்கிற அளவு ரண்டு பேருக்கும் ஒன்றும் பகையில்லையே. ஒரே ஒரு முறை கபடியில் அவனை அலாக்காகப் பிடித்துத் தூக்கிவிட்டான். அதற்கு 'பொஸ் பொஸ்' ஸென்று மூச்சு விட்டான். எரிக்கிற மாதிரி பார்த்துவிட்டுப் போனான். 'இர்ரா உன்னயக் கவனிச்சுக்கறன்' என்று அர்த்தமோ? அதற்கெல்லாம் சேர்த்துத் 'தப்பட்ட கொட்டுனான் ... தப்பட்ட கொட்டுனான்' என்று சொல்லித் தீர்த்துக்கொள்வானோ?

இந்த மாதிரியான இழவுக்குத் தான் வருவதில்லை என்று சொன்னால் யார் கேட்கிறார்கள்? 'பொதாரு'த் தாத்தா சைமாண்டு போனபின் தப்பட்டைக்கு இன்னொரு ஆள் அமையவில்லை. இளவட்டத்தில் இவன்தான் தப்படையின் நுணுக்கங்களை உணர்ந்தவன். அதனால்தான் எத்தனை சாக்கு சொல்லித் தட்டிக் கழித்தாலும் இவனை விடமாட்டேன்கிறார்கள். கெஞ்சிக் கூத்தாடிக் கூப்பிடும்போது என்ன செய்வது? அதுவும் தப்பட்டை அடிப்பது சுகம். உருமியைப் போல் 'வர்வர்' என்று கத்தாது அது. எத்தனையோ விதமான ஓசைகளை எழுப்ப முடிகிறது அதில். எதிரில் இருப்பவரைக் கிளர்ந்தாட வைக்கலாம். ஆட்டத்திற்குத் தகுந்த மாதிரி உடனே தாளத்தை மாற்றவும் செய்யலாம்.

அடிப்பதில் அவ்வளவு சுகமிருந்தாலும் இந்த மாதிரி அவஸ்தை ஆகாது. வாழ்த்திக் கத்துவதும் 'டும்' அடிப்பதும்... சனியன், அது போதாதென்று முகத்தைத் தூக்கிக்கொண்டு இந்த வெங்கடேசன் வேறு வரவேண்டுமா? பாட்டி சாவைவிட, இவனைப் பார்த்து இளிப்பதிலும் கிசுகிசுப்பதிலும் என்ன ஈடுபாடோ? வாழ்த்து இல்லாமல் போனால் பணமில்லை. பிணம் எடுக்கிறவரைக்கும் கொட்டுகிற கொட்டுக்குக் கிடைப்பதை விடவும் வாழ்த்துப் பணம்தான் அதிகம் வரும். அப்புறம் 'டும்' கொட்டாமல் முடியுமா?

திடீரென்று கொட்டு முழக்கை நிறுத்தச் சொன்னார்கள். மைக்செட்டில் பெண்கள் ஒப்பாரி பாடப்போகிறார்களாம். 'அப்பாடா, என்றிருந்தது. துண்டை அவிழ்த்து எறிந்தான். எல்லாருக்கும் தன்னைத் தனியே வெளிச்சம் போட்டுக் காட்டுகிற மாதிரி அது எதற்கு? சீக்கிரம் எடுத்துத் தொலைப்பார்களா, கிழடுகள் போய்விட்டாலே இப்படித்தான். எல்லாம் ஆர அமர நடக்கும். கொண்டாட்டம் போல.

கொட்டாயிக்குப் பின்னால் போனார்கள். அதற்குள் எங்கிருந்தோ மணிவேல் மாமாவின் கையில் பாட்டில் வந்திருந்தது. முதல் கிளாசை இவன் எடுத்துக்கொண்டான். கிழடுகள் மெதுவாகச் சப்புக் கொட்டிக்கொண்டு குடிக்கும்கள். தெம்பு வந்தது. 'வெங்கடேசன் என்ன மயராண்டி' என்று தோன்றியது. பார்த்துப் பார்த்துச் சிரிக்கிறானோ? கபடியில் ஒரே பிடியில் மூச்சை விட்டுவிட்டு விழுந்து விடுகிற நோஞ்சான் பயல். பல்லைக் கடித்துக்கொண்டு ஒரு உதை விட்டான். அதற்குள் மாமா அவர் தப்பட்டையையும் கழற்றிக் கொடுத்துக் 'காச்சு போடா' என்றார். காட்டுக்குள் ஓலைகளையும் செத்தைகளையும் பொறுக்கிக் குவித்து எரியவிட்டான். இன்னும் பாட்டில்

முடிந்தபாடில்லை. தப்பட்டையை வெதுவெதுப்பாக்கிக்கொண்டு, அடுத்த ரவுண்டுக்குப் போய்விடலாம். தப்பட்டையைத் திருப்பித் திருப்பிக் காய்ச்சிக்கொண்டிருக்கும்போது, குரல் கேட்டது.

"டேய் . . ."

வெங்கடேசன் நுனி நாக்கில் கூப்பிடுகிறான்.

"உன்னத்தாண்டா டேய் . . ."

நிமிர்ந்து திரும்பினான். லுங்கியை ஒரு கையில் தூக்கிக் கொண்டு, இடுப்பில் கை வைத்தபடி நின்றிருந்தான் வெங்கடேசன். அடக்க முடியாமல் சிரிப்பு வழிந்தது. ராஜேந்திரன் குனிந்து கொண்டான். அவன் மறுபடி கத்தினான்.

"மோளக்காரமூடு எங்க எங்கன்னு கத்தறாங்க . . . உங்காதுல என்ன ஈயமா ஊத்தியிருக்குது . . . டேய் . . ."

மூச்சுக்காற்றில் நெருப்பு அமுங்கி வீசியது. தப்பட்டை போதுமான அளவு காய்ந்துவிட்டதா என்று தட்டிப் பார்த்துக் கொண்டே எழுந்தான். அடி 'என்னடா நாயே . . . என்னடா நாயே . . .' என்று எழுந்தது.

●

நிறப்பிரிகை, இலக்கிய இணைப்பு–2, 1994

விசுவாசம்

மயங்கிக் கிடந்த கல்லின் முகத்தில் சலாரெனத் தண்ணீர் விழுந்தது. கல் திடுக்கிட்டு விழித்து ஆவலாய் உறிஞ்சியது. வயிறு ரொம்பிக் கொஞ்சம் தெளிச்சி வந்ததும் தலையை உயர்த்திப் பார்த்தது. ரங்கன். குருட்டுப் பருத்தியாய்த் தாடி மண்டிக் கிடக்கும் முகம். லேசாகக் குனிந்தபடி தண்ணீரை அள்ளி அடித்துக்கொண்டிருந்தார். கல்லுக்கு எதுக்களித்தது. குடிக்க முடியாமல் கதக்கி உமிழ்ந்தது. மடங்காத கால்களை லேசாக வளைத்து. முழுக்கக் குனிந்து. உமிழ்ந்த நீரைத் துடைத்தெறிந்தார். சொரசொரத்த முதிய கை மேனியில் சுகமாய்ச் சொறிந்துவிடுவது போலப் பட்டது. அப்படியே கண்மூடிக் கிறங்கியது.

வேட்டியின் பின்பகுதியை மேலுயர்த்தி விட்டுக் கோவணம் வெளித் தெரிய அவர் உட்கார்ந்தார். தண்ணீரை உறிஞ்சி உடல் சூட்டைத் தணித்துக் கொண்டிருந்த கல், இப்போது மிதமான வெப்பத்தை வெளிவிட்டது. அதன் இதம் அவர் பொச்சுக் குட்டுகளுக்குத் தேவையாய் இருந்தது. அவரின் மனசை அறிந்ததுபோலத் தன் இறுக்கத்தைத் தளர்த்தி, உடலை அகல விரித்து அவருக்கு இடம் கொடுத்தது. கல்லின் பரிவுக்குப் பரிசு தருவது போலத் தடவிக் கொடுத்தார். பாந்தமாக உட்கார்ந்து ஆசுவாசமாக மூச்சுவிட்டார். மிஞ்சியிருந்த குண்டா நீரை எடுத்துக் குடிக்கிற சத்தம் கேட்டது. பின் மெதுவாக அவர் தன் தோப்பரையைத் திறப்பதும் அதன் உள்ளிருந்து வார்களும் ஆணிகளும் சலசலப்பதும் கேட்டன.

அவருக்கு முன்னால் இரண்டு மூன்று செருப்புகள் தலை கவிழ்ந்து கிடந்தன. ஒவ்வொன்றாக எடுத்துப் புரட்டிப் பார்த்தார். அவரின் வழக்கமான நடைமுறை கல்லுக்கு அத்துபடி. இனி அறுந்த வார்களைத் தடவித் தடவிப் பார்ப்பார். நிதானமாகத் தைப்பார். கண் நிதானத்தைவிடக் கை நிதானமே அதிகம். வாரத்தில் ஒரு நாளோ இரண்டு நாட்களோ இது வழக்கம். அந்த நாட்களில்தான் கல் தன் வெம்மை முழுவதையும் தீர்த்துக்கொள்ளும். சொகுசாக நிழலில் கிறங்கிக் கிடக்கும். மெத்துமெத்தென்று ஒத்தடம் கொடுப்பது போல உட்கார்ந்து அசையும்போது உடல்வலியெல்லாம் போய்விட்ட மாதிரி இருக்கும். நீட்டிக் குறுக்கி மூளி முறித்துக்கொள்ளும் வயிறார உண்ணும். பொழுதுக்குக் கெக்கலி காட்டிச் சிரிக்கும்.

கல்லின் சொந்த இடம்கூட அதுவல்ல. இரண்டு காடு தாண்டி இருக்கும் ஏழு முட்டு ஆழக்கிணறு. அதன்ஆழத்தில் பாதிக்கு மேல் பாறைதான். வேட்டு வைத்து வைத்துத் தோண்டியதில் எகிறி விழுந்த அதிர்ச்சியில் வாரி மேட்டிலேயே வெகுகாலமாக மூர்ச்சையாய்க் கிடந்தது அது. மெல்ல மெல்ல உணர்வு வந்து மூச்சு விடுகிற நேரம். பெருத்த மழையில் அடித்து வந்த மண் மூடிப் புதையுண்டு மூச்சுத் திணறியது. ரங்கனின் கை பட்டது. ஒரு பக்கம் லேசாய்த் தூக்கிப் புரட்டினார். மண்ணைப் பெயர்த்துக்கொண்டு வேகமாய் வந்தது. செதுக்கி வைத்தது போல வட்டமாய் ஆழமாய் இருந்தது. உட்கார வாட்டமாய் ஆசனம் மாதிரி. கைகளால் இரண்டு தட்டுத் தட்டி நோட்டம் பார்த்தார். கொஞ்சமும் அசராத கருங்கல். சந்தோசமாய் இருந்தது. அலாக்காக ஒரே தூக்கில் தோளுக்கு வந்தது. நல்ல வாகுதான்.

பண்ணயக்காரர் வீட்டு நடைவாசலுக்கு வந்து வலிக்காமல் மெதுவாக இறக்கினார். கோலும் குச்சியுமாய்க் கிடந்த அந்த இடத்தைச் சுத்தப்படுத்திக் கொஞ்சம் மண்ணைத் தூர்த்துக் கல்லைப் பொருத்தினார். மண்ணும் குளுகுளுவென்று இதமாய் இருந்தது. சுகமான படுக்கை. பகலில் அடிக்கிற வெயில்தான் தொல்லை. என்றாலும் கிணற்றுமேட்டுக் கிடப்பைவிட இது எவ்வளவோ மேல். ரங்கனுக்கு இது ஆசனமானதும் எத்தனையோ வசதி. அதன் மேல் தூசு தும்புகள் படிய விடுவதில்லை. வாரம் முழுக்க வெயிலில் காய்ந்து சோர்வடைந்து கிடக்கும் உடலுக்கு உயிர்த்தண்ணீர் வார்ப்பதும் அவர்தான்.

கண்களை இடுக்கிக்கொண்டு பண்ணயக்காரர் வீட்டுச் செருப்புகளைத் தைத்துக்கொண்டிருக்கும் அவரைப் பார்க்க இம்சையாயிருந்தது. எந்த நிமிசத்திலும் ஊசியை விரலில்

குத்திக்கொள்வாரோ என்று பயமும் வந்தது. பழக்கத்தின் காரணமாய், கை வசம் தப்பாமல் ஓடியது. அவரின் அசைவுகளுக் கேற்ப தன்னை இளக்கி நெகிழ்த்தி இதம் கொடுக்க முற்பட்டது. கூடியவரை தன் சொரசொரத்த நகங்கள் பட்டு விடாமல் பார்த்துக் கொண்டது.

நிமிசத்திற்கு ஒருதரம் நிமிர்ந்து வீட்டு நடைவாசலைக் பார்க்கிறார். பண்ணயக்காரிச்சியின் வருகைதான் இல்லை. அவள் வெகுதூரத்தில் வரும்போதே கல் உணர்ந்துகொள்ளும். காலை 'தொம்தொம்' மென்று பதித்து வேகவேகமாக வருவாள். பழைய சோற்றுக்கரைசலை ரங்கனின் குண்டாவில் கொட்டிவிட்டு, அதே வேகத்தோடு போய்விடுவாள். நடைக்கதவு லேசாக அசைந்தது. ஆவலாய் நிமிர்ந்தார். பண்ணயக்காரர் பையன்தான் என்பதைக் கல் உணர்ந்துகொண்டது. ரங்கனுக்கு ஏமாற்றம்.

நழுவுகிற ட்ரவுசரை ஒரு கையில் இழுத்துப் பிடித்துக்கொண்டு, இன்னொரு கையில் அறுந்த செருப்பொன்றைத் தூக்கியபடி வந்தான். வழிகிற ஊளையை உறிஞ்சிக்கொண்டு ரங்கன் முன்னால் போட்டுவிட்டு ஓடிப்போனான். அவன் பண்ணயக்காரருக்குக் கடைசிப் பையன். கல்லுக்கு அவன்தான் ரொம்பவும் பிடித்தமானவன். முதலில் கொஞ்சநாள் அவனால்தான் தொந்தரவாயிருந்தது.

நடுராத்திரியில் எழுந்து வருவான். கூடவே அவன் அம்மாவும். நடைக்கதவருகிலோ வாசலிலோ அவள் நின்றுகொள்வாள். அவன் 'சொடசொட'வென்று மண்டுவிட்டுப் போவான். கொஞ்சம் நாளாக 'வாசல்லயே உட்ரயா, தூரப் போயி இர்ரா' என்று கத்துகிறாள். அவனும் வாசலைவிட்டு நகர்ந்து, கல்லுக்கு நேராக வந்து நின்றுகொண்டு விடுவான். கிணற்று பம்ப்செட்டில் நீர் விழுவது மாதிரி 'சடசட'வென்று விழும். கல்லுக்கு மூச்சு முட்டும். வெயிலின் அனலைத் துளிதுளியாய் உமிழ்ந்துவிட்டு, இருளை உறிஞ்சிக்கொண்டு தூக்கத்தில் ஆழ்ந்திருக்கும்போது கொஞ்சமும் இடைவெளியின்றி முகத்தில் விழும் மல்லைத் தாங்க முடியாமல் அப்படியும் இப்படியும் ஆட்டித் தவிக்கும். அவன் அதையெல்லாம் கவனிப்பதே இல்லை. தூக்கக் கலக்கம் மாறாமல், கண்ணை மூடிக்கொண்டு அடித்துவிட்டு, அதே மாதிரி தள்ளாடி நகர்ந்துவிடுவான்.

அது முழுக்க உருண்டோடி மண்ணில் விழும் வரைக்கும் கல்லின் வேதனை சொல்லி மாளாது. உப்புக்கரிப்பு தொண்டைக்குள் இறங்கி அறுக்கும். வாய் முழுக்க நாறும். தூக்கம் முழுதுமாகப் போய்விடும். கொட்டாவி விட்டுவிட்டுப் பார்க்கும் கண் மூட முடியாது. சிலநாள்தான். அப்புறம் பழகி

விட்டது. நடு இரவில் அவன் வருகிற அரவம் கேட்டால் போதும். கிறக்கத்திலிருந்து லேசாகக் கண்ணை விழித்துப் பார்க்கும். வாயை அங்காந்து கொள்ளும். வெவெதுப்பான சூட்டில் உப்புக் கரித்துக்கொண்டு விழும் மல்லை, சுகமாய் உடல் முழுக்கப் பரவவிட்டுக்கொண்டு மயங்கும். பனியும் குளிரும் போர்த்திக் கிடக்கும் இரவுகளில் அதுபோல ஒரு சுகம் கிடையாது. அதன் பின் அப்படியே கிறங்கிக்கொள்ளும். அடித்துப் போட்டது போலத் தூக்கம்தான். பொழுது கிளம்பிச் சுள்ளென்று மேனியில் வெயில் உறைக்கும் வரை அதை யாரும் அசைக்க முடியாது. இப்போதெல்லாம் ரங்கனின் வருகைகூட முன்போலக் கிளர்ச்சி ஊட்டுவதில்லை. ஆனாலும் வெயில் முழுவதையும் தன் முதுகில் தாங்கிக்கொண்டு அவர் குனிந்திருப்பது தனக்காகத்தான் என்றிருந்தது. அறுந்த வார்களைத் தைத்து நிமிர்கையில் முதுகில் உருண்டோடும் வியர்வைத் துளி பட்டுக் கரித்தது. அவர் முன் அடி ஆசு வைத்துத் தைத்த தோல்செருப்புகள் இறுகிக் கிடந்தன. சிறு சிறு பழுதுகளைப் பார்ப்பதற்கும்கூட வலுவில்லை.

நடைக்கதவு திறந்தது. பண்ணயக்காரிச்சியின் காலடிதான். கரி படிந்த பாத்திரத்தை ஏந்திக்கொண்டு வந்தாள். அனிச்சையாகக் குண்டாவை எடுத்து நீட்டினார். கல் குதூகலம் கொண்டது. ரங்கன் சோற்றைக் கரைத்துக் குடித்துவிட்டு, நீள் ஏப்பம் விட்டுப் பசியாறுவதைப் பார்க்க இன்பமாயிருக்கும். அப்போது அவர் சதைகள் முறுவலித்து தெம்பு பெறுவதை உணர வேண்டும். அவற்றின் அழுந்தல் அத்தனை சுகமாக இருக்கும்.

குண்டாவில் சோறும் தண்ணியுமாய் விழுந்தன. விழுந்த வேகத்தில் நீத்தண்ணித் திவலைகள் அவர் முகத்தில் அடித்தன. முன்பகுதியை இழுத்து முகத்தைத் துடைத்துக்கொண்டு, கல்லையும் துடைத்தார். கல்லுக்குள் சிலிர்ப்போடியது. சோற்றை ஒரு பக்கமாய் வைத்துவிட்டு, மீண்டும் தைக்கத் தொடங்கினார். வயிறு ஒட்டிக் கிடந்தது. என்றாலும் வேலை முடியாமல் குடிக்கக் கூடாது.

பழைய சோற்றின் கமகமப்பில் கிறுகிறுத்துக் கிடக்கையில், மண்ணின் அதிர்வு கல்லைத் தாக்கியது. 'சரக் சரக்' சத்தம். பண்ணயக்காரர்தான், அடக்க ஒடுக்கமாய்க் கைகளைக் கட்டிக்கொண்டது; ரங்கனைப் பிள்ளைப்பூச்சியாய்க் குடைந்தது. கைகளை ஊன்றி மெல்ல எழுந்தார். 'என்னடா' என்பது போல இமை உயர்த்தி ஒரு நோட்டம் விடடார் பண்ணயக்காரர்.

"செருப்பாடா தெக்கற செருப்பு... ஒரு நாளைக்கி வராத தையலு என்னடா தையலு... செஞ்சா ஒழுங்காச் செய்யி... இல்லீன்னா பண்ணயத்த உட்ரு."

செருப்பைக் காலோடு உதறி எறிந்தார். மண்ணில் பட்டுத் தெறித்தது. சோற்றுக் குண்டாவுக்குள் விழுந்தது. இன்னொன்று, ரங்கனின் முகத்தில் அறைந்து நழுவிக் கல்லின் மேல் விழுந்தது. ஆணிகள் அறைந்த அடி ஆசு கன்னத்தைச் சிராய்த்திருந்தது. தடுமாறிச் செருப்புகளைக் கையில் எடுத்துக்கொண்டு உட்காரப் போனார்.

"ச்சை, ஒழுங்காச் செருப்புக்கூடத் தெக்கத் தெரியாதவனுக்கு ஆசனம் கேக்குதா?"

பின்பக்கமாய் எகிறி ஓர் உதை விழுந்தது. மின்சாரம் பாய்ந்தது போல நரம்புகள் இழுத்தன. பண்ணயக்காரர்தானோ என்கிற பயத்தில் திரும்பிப் பார்த்தார். கல்லின் முகத்தில் கோபம் பொரிந்தது. பண்ணயக்காரர் வீட்டு உப்பைத் தின்ற விசுவாசம்.

●

தினமணிசுடர், ஆகஸ்ட் 6, 1994

மேடு

வேப்பமர வேரில் சாய்ந்திருந்த தலையை லேசாகத் தூக்கினான். வெயில் குமிழிகள் கண்களை மறைத்தன. அதனூடே பாலத்துப் பக்கத்தில் யாரோ வருவது தெரிந்தது. ராமாயி எழுந்து உட்கார முயன்றாள். தின்று நகர முடியாமல் கிடக்கும் பாம்பாய், வேர் அசைய முயல்கிற மாதிரி இருந்தது. திடுக்கிட்டு எழுந்தாள். ஊன்றிய கை அருகில் கிடந்த களைக்கொத்தில் பட்டு அழுந்தியது. முழங்கை யில் கொஞ்சம் சிராய்ப்பு. காலையிலிருந்து களை வெட்டியதில் இடுப்புவலி நிமிர முடியாமல் விழத்தாட்டியது.

நிழல் கொடுத்த தெம்பில் கொஞ்சநேரம் உட்கார்ந்துவிட்டுப் போகலாம் என்றுதான் வந்தாள். கண் சொருகி அசர வைத்துவிட்டது. இரண்டு வாய் கரைத்து ஊற்றினால்தான் அடங்கும் அளவுக்கு வயிற்றின் அலறல். அவிழ்ந்து கிடந்த தலைமயிரைத் தட்டி முடிந்துகொண்டாள். நிழல் வட்டமாக விழுந்திருந்தது. பக்கத்தில் அதைத் தவிர மரம் ஒன்றையும் காணோம். வெளியே போகவே பயமாக இருந்தது. வேலை செய்கையில் வெயிலின் உக்கிரம் தெரிவதில்லை. சும்மா நடக்கையில் தாங்க முடிவதில்லை.

இப்போது நன்றாகவே தெரிந்தது. பாலத்தைத் தாண்டி சைக்கிளைத் தள்ளிக்கொண்டு அவள். சைக்கிள் கேரியரில் இரண்டு குழந்தைகள் ஒன்றை ஒன்று கவ்வி உட்கார்ந்திருந்தன. பாலத்தை அடுத்து ஒரு பெரிய மேடு தொடங்குகிறது.

செங்குத்தான மலை ஏறுவதுபோல நீளும் தடமும் நன்றாக இல்லை. போட்ட மண் ஒரே மழையில் கரைந்து ஓடிவந்து விட்டது. சல்லிகள் வாச்சிபோலக் கூர்வாயுடன் குத்த நீட்டிக்கொண்டு நிற்கின்றன.

ஊருக்குப் புதுசுபோலத் தெரிந்தது. பளீரென்று அடிக்கும் சேலைக்கட்டையும் போட்டிருந்த நகைகளையும் பார்க்கையில், ஏதாவது பண்ணயக்காரர் வீட்டுக்குப் போகிறவளாகத்தான் இருக்க வேண்டும். எண்ணெய் படியச் சீவி, மல்லிகைக்கொத்து வைத்திருந்தாள். கவுன் போட்ட குழந்தைகள். ஒன்று மொட்டை இந்த வேகாத வெயிலில் வருகிறாளே என்று மனசு அடித்துக்கொண்டது. கொஞ்ச தூரம் பேசிக்கொண்டு போக ஒரு துணை கிடைத்த சந்தோசமும் இருந்தது. முந்தானைச் சேலையை உருவி வெயிலுக்கு மறைப்பாக மண்டைக்கட்டுக் கட்டிக்கொண்டாள். ஒரு கையில் கொத்தை மாட்டிக்கொண்டு தடத்திற்கு வருவதற்கும் சைக்கிளைத் தள்ளிக்கொண்டு அவள் நேராக வரவும் சரியாக இருந்தது.

ராமாயியை ஒரு கணம் திரும்பிப் பார்த்துவிட்டுச் சைக்கிளை மேலே தள்ளினாள் அவள். வேர்த்து முகப்பவுடர் பூச்சில் கோடுகள் ஒழுதன. இறுகிக் கெட்டித்த முகம் சலனமற்றிருந்தது. எங்கோ பார்த்த ஜாடை. 'அட... நம்மு கவுண்டரூட்டுப் பிள்ள மாதிரியில்ல இருக்குது' என்று நினைக்கப் பூரிப்பு கூடியது.

"ஏஞ்சாமீ... நீங்க ஆட்டூருச் சின்னாமூட்டுப் பிள்ளதானாயா..."

தலைகூட ஆடாமல் 'ம்' என்றாள். பின்னாலிருந்து முன் பக்கமாக ஓடி அவள் முகத்துக்கு நேராகப் பார்த்தாள் ராமாயி. சைக்கிள் நகர்ந்துகொண்டே இருந்தது. கூடவே நகர்ந்தபடி பேச்சாய்க் கொட்டினாள்.

"சின்னச் சாமீ... என்னயத் தெரீலீங்களா... ராமாயிங்க உங்க பண்ணயத்துல பத்து வருசமாக் கெடந்தேனுங்களே.. . அந்த ஊட்டுச்சோறு தின்ன ஒடம்புங்க இது... என்னயத் தெரிலீங்களா..."

மாரில் ஒரு கையை அடித்துக்கொண்டு ராமாயி மூச்சு வாங்காமல் பேசினாள். உடம்பு முழுக்கத் தத்தளித்தது. கொட்டி விடுவது போலக் கண்கள் கனிந்தன. சைக்கிளை முன்நோக்கித் தள்ளியபடி, திரும்பாமல் 'தெரீது' என்றாள் அவள். தன்னை அடையாளம் கண்டுகொண்டாள் என்பது இன்னும் குளிர்ச்சி ஊட்டியது.

"பெரீ சாமீ நல்லா இருக்காங்களா... தாட்ரிக்கமா இருப்பாங்களே... இன்னம் ஓடியாடி வேல செய்ய முடியுதுங்களா..."

‘ம் . . . ம்’ என்றாள். காலை அழுந்த ஊன்றி, லேசாகக் குனிந்தபடி ‘தம்’ பிடித்துச் சைக்கிளைத் தள்ளினாள். அவள் சிரமத்தைப் பார்த்ததும் கேரியரின் அடிப்பக்கத்தைப் பிடித்து ராமாயி லேசாகத் தள்ளத் தொடங்கினாள்.

“அப்பன் நல்லா இருக்குதுங்குளா ... பண்ணயத்த அவருதான பாத்துக்கறாருங்க . . .”

“ஆமா.”

“அம்மா எப்பவும் கால்வலி கால்வலின்னு சொல்லுவாங்களே... இப்ப எப்பிடி இருக்குதுங்க . . .”

“பரவால்ல . . .”

தன் தோளில் தூக்கிக்கொண்டு அலைந்த பிள்ளையை இரண்டு குழந்தைகளுக்குத் தாயாகப் பார்க்கிற பெருமை பிடிபடவில்லை. இத்தனை காலமாகத் தன்னைப் பீடித்திருந்த நோய்கள் எல்லாம் இந்தக் கணத்தில் விலகி ஓடிவிட்ட மாதிரி உணர்ந்தாள். தன் இளம்பிராயத்தை உறிஞ்சிக்கொண்ட அந்த வீடும் நிலமும் மனிதர்களும் சூழ்ந்துகொண்டார்கள்.

“ஊட்டுக்காரரு என்ன சாமி செய்யறாரு . . .”

“காட்டுலதான் . . .”

“அதுக்கென்ன . . . காடு தோட்டத்துக்குத்தான் எப்பவும் அழிவில்ல . . . அதுல வேல செஞ்சா என்ன கொறஞ்சா போயிருது...”

மேட்டிலிருந்து வடிந்து வருகிற மழைத்தண்ணீர் அறுத்தோடிய தாரைகள் தடம் முழுவதையும் குழியாக்கி இருந்தன. ஓரம் நகர்ந்து, கரையின் சரிவில் சைக்கிளைத் தள்ளினாள். ராமாயியும் அதற்கேற்ப நகர்ந்து பின்னால் நடந்தாள். எதையெதையோ அவளிடம் கேட்க வேண்டும் என்று மனசு பரபரத்தது. தான் அங்கிருந்த காலத்தில் நட்ட மாஞ்செடியை. இரட்டைக்குட்டி போடுகிற செம்மறி ஆடு நெடும்பியின் வர்க்கத்தை. நேரத்திற்கு ஒரு புரடை சுரக்கும் பனையை. எல்லாவற்றையும் விசாரிக்க விரும்பினாள். படபடப்பில் எதையாவது விட்டுவிடுவோமோ என்றுமிருந்தது. ஆளுயர வளர்ந்து நிற்கும் கரும்பு வயல்களுக்குள் அலைந்தாள்.

“முந்தியாட்டம் இப்பவும் கரும்பு போடறாங்களா,”

“ம்.”

“மஞ்ச ?”

“அதுந்தான்.”

வாய் விலகிக்கொண்டது. செருமினாள்.

“ரண்டு பிள்ளைவ தான ...”

“ஆமா ...”

அவள் குரல் சலிப்பு தட்டிற்று. கேட்டிருக்க வேண்டாமோ என்று தோன்றியது. அதை உணர்ந்துகொண்டவள் போலக் கேரியரின் பின்னால் உட்கார்ந்திருந்த பிள்ளையின் மொட்டைத் தலையைத் தடவிக்கொண்டு சொன்னாள்.

“அதுக்கென்ன ... வெசனப்படாத சாமி ... பசவதான் நாளைக்குத் தோண்டுதா ... எனக்கும் ரண்டும் பிள்ளைவதான் ... அதுக்கினு எதாச்சும் ஒருத்தன் பொறக்காதயா போயிர்றான் ...”

சைக்கிள் டயர் சல்லிகளின் மேலேறியேறி இறங்கியதில் அதிர்ந்தது. பிள்ளைகள் இன்னமும் கெட்டியாகப் பற்றிக் கொண்டன. கை வைத்த மொட்டைத் தலையில் வேர்வை பிசுபிசுத்தது.

‘ஏஞ்சாமி ... ஒரு குல்லாக்கீது போட்டுக்கிட்டு வரக்குடாது ... இராயா ...’ மண்டைக் கட்டை அவிழ்த்து, மண்ணாய் மக்கிக் கிடந்த முந்தானையைச் சுருட்டி அதன் மொட்டைத் தலையில் வைத்துத் துடைத்தாள். அது ‘ஈங் ...’ என்று சத்தமிட்டுத் தலையைக் குனிந்து, உடம்பைக் குறுக்கிக்கொண்டது. உடனே அவள் திரும்பிளாள். சைக்கிளின் தண்டைத் தன்மேல் சாய்த்து நிறுத்தினாள். இடுப்பில் சொருகியிருந்த கைக்குட்டையை உருவி, இவள் முந்தானையைத் தள்ளி விலக்கிவிட்டு, அதன் தலையில் போட்டாள். இரு காதோரங்களிலும் சொருகினாள். மறுபடி சைக்கிளைத் தள்ளினாள்.

“அக்கோடு எங்க இருக்கறாங்க ...”

அவள் எதுவும் பேசவில்லை. சரியாகக் காது கேட்க வில்லையோ என்ற நினைப்பில் மறுபடியும் கேட்டாள்.

“அக்கோடு கட்டூர்ல தான இருக்கறாங்க.”

அவள் முனகுவது போல ‘ம்’ என்றாள். அவர்களைப் பற்றி இன்னும் விவரமாகக் கேட்கத் தொடங்கும் முன் அவள் பேசினாள்.

“உங்க வளவுல பண்ணயத்துக்கு ஆள் கெடைக்குமா ...”

“சிட்டாளா ... பெரியாளா ...”

"ஆடு மேய்க்கத்தான் ... சிட்டாளு போதும் ..."

"இப்ப எங்கீங்க சிட்டாளுக கெடைக்குது ... அதது தார் போட தறி ஓட்டனு போயிருதுவளே ..."

மேடு பாதிக்கு மேல் தாண்டியிருந்தது. அதன் முடிவு ஒரு சின்னக்குன்றின் உச்சியைப் போலத் தெரிந்தது. கொஞ்ச நேரம் ஒன்றும் பேசாமல் நடந்தார்கள். என்னவோ போலிருந்தது ராமாயிக்கு. குழந்தையின் கன்னத்தை அள்ளி முத்தமிட்டுத் திருஷ்டியாய்க் கைவிரல்களைத் தலையில் தட்டி முறித்துக் கொண்டாள்.

"உம் பேரு என்ன கண்ணு ..."

அது அவளைத் திரும்பி முறைத்தது. அதை விரும்பியவளாய் திரும்பவும் அதன் கன்னத்தைத் தட்டினாள். குசுகுசுப்பாய்க் கேட்டாள்.

"உம் பேரு என்னன்னு சொல்ல மாட்டியா ..?"

"ரம் ... யா ..."

உதடுகளைத் தின்றுவிடுவது போல அழுத்தி அது சொன்னது. 'அடா அடா ...' என்று வெற்றிலைக் கறையேறிய பற்கள் முழுவதையும் மலர்த்திச் சிரித்தாள்.

"தங்கச்சி பேரு ..."

"சுகன்யா ..."

"ம் ..."

இவளுடைய ஆமோதிப்பில் வெட்கம் கொண்டு அது திரும்பி அம்மாவைப் பார்த்தது. அவள் எந்தச் சலனமும் இல்லாமல் தள்ளிக்கொண்டிருந்தாள்.

"பள்ளிக்கோடம் போறயாயா ..."

அது தலையை ஆட்டியது. அதற்குமேல் குழந்தையிடம் என்ன பேசுவது என்று தெரியவில்லை. அவளிடம் கொஞ்சம் சத்தமாய்ப் பேசினாள்.

"இங்க ஆருட்டுக்குப் போறீங்க ..."

அவள் என்ன சொல்வதென்று கொஞ்சநேரம் யோசிப்பவள் போல் நிதானித்தாள். இரண்டு பக்கமும் வெள்ள தாரைகள் ஓட நடுவில் ஒற்றையடித் தடம் போல் நீண்டிருந்த வழியில் சைக்கிள் நகர்ந்துகொண்டிருந்தது. மேட்டின் முடிவில் இருந்த உறைகிணற்றின் மேல்பகுதி நன்றாகத் தெரிந்தது.

“கல்லாக்காட்டுக்கு . . .”

“அட . . . அவுங்கூட்டுக்கா . . . நம்புளுக்குச் சொந்தமா கண்ணு . . .”

“ம் . . .”

“என்னாவுது,”

சைக்கிளை ரொம்பவும் பிரயாசைப்பட்டுத் தள்ளுபவள் போலக் குனிந்து உதைத்தாள். ராமாயியும் பின்பக்கமாய்த் தள்ளிக்கொண்டேதான் வந்தாள். அவள் வாயசைவே இல்லை.

பின்பக்கம் மட்டும் தெரிந்தது. வேர்வைக் கசகசப்பில் மின்னும் அவள் உடலின் இறுக்கத்தில் எதையும் கண்டுணர முடியவில்லை. உறைகிணறு முழுவதுமாய்த் தெரிந்தது. பெரிய பள்ளம் ஒன்றிற்குள் இருந்து ஏறியதும் தென்படும் விரிந்த பரப்பு போலத் தடம் நீண்டு தெரிந்தது.

மேட்டின் முடிவில் சைக்கிளைத் தாங்கி நிறுத்தினாள். நிதானித்துச் சேலையை ஒருபுறமாய்ச் சரிசெய்துகொண்டாள். பெடலில் காலை வைத்து ‘டடக் டடக்’ என்று அடித்து நகர்த்தினாள். சைக்கிள் ஒருபுறமாய்ச் சாய, ஏறிச் சீட்டில் உட்கார்ந்துகொண்டாள். காற்றில் தூசு போல வேகமெடுத்துச் சைக்கிள் போய்க்கொண்டிருந்தது. தலையைத் திருப்புவாள் என்று சைக்கிளையே பார்த்துக்கொண்டிருந்தாள் ராமாயி. வெயில் புழுதியில் அது கண்ணுக்குப் புள்ளியாய் மறைந்தது.

●

அரங்கேற்றம், **16.05.1994**

ஆளுக்காரன்

தன் மேல் நிழல் படர்வதை உணர்ந்தான். கண்கள் கிறங்கி மயங்கிக் கிடந்தவன் மனசில் கிலி தட்டிற்று. சிலிர்த்து ஒடுங்கினான். உடல் முழுவதும் முட்டை வடிவில் சுருங்கிக்கொண்டது.

எதிர்வெயிலின் உக்கிரத்தால் வேர்வை திரண்டு நனைந்திருந்தது. உட்கார்ந்திருந்த கல்லின் சூடு பொச்சுக்குட்டுகளைப் பொசுக்கியது. நிமிரும்போதும் அசையும்போதும் முதுகு சுளீரிட்டு எரிந்தது. எல்லாவற்றையும் மீறி வயிறு இரு கைகளாலும் மாறிமாறி அறைந்துகொண்டு கதறியது. இரண்டு ராத்திரிகளாகக் கண்மூடாத சோர்வும் ஆறேழு மைல்கள் ஓடிவந்த களைப்பும் அசத்தின. தலையைக் கால்களுக்குள் புகுத்திக் கைகளால் கால்களை வளைத்துக் கட்டிக்கொண்டு மயங்கியிருந்தான். மண்ணில் துவைத்தெடுத்த சட்டைக் கிழிசல்களில் தெரிந்த உடம்பின் பகுதிகளில் பாய்ந்த கதிர்கள், திடீரெனப் பின்வாங்கின. அவனை முழுக்கவும் தழுவி நிழல் கவிந்தது.

கவ்விப் பிடிக்க நீளும் கைகளுக்கு வாகாக மயிர்கள் சிலிர்த்து நின்றன. குனிந்திருந்த முதுகுத் தடிப்புகளின் ரணத்தைத் தோலுக்குள் உடல் சுருக்கிக்கொண்டது. அடிகளை எதிர்பார்த்து எக்கியது. நிறுத்தவே முடியாத நடுக்கம். தோளில் பதியும் கால் அப்படியே நிலத்துக்குள் புதைந்து விடுமென்று உடல் குறுகித் தயாரானது.

தோள்பட்டையைச் சில்லென்று தொட்டது ஒரு கை. சிரமப்பட்டுத் தலையை உயர்த்த முயன்றான்.

பெரிய பாறாங்கல்லை நிமிர்த்துகிற வலி. நிமிர நிமிர முகம் ஒரு பக்கமாய்ச் சாய்ந்து, பற்கள் கடித்துக்கொள்ள, கெட்டிப்பட்ட கன்னம் முழுவதையும் நிழலுக்குக் காட்டியது. பூளை கப்பிய கண்கள் சிதறின. நன்றாக நிமிர்ந்தும் எதுவும் நடக்கவில்லை என்கிற உணர்வோடு இமைகளைப் பிய்த்தான்.

எதிரே நின்றிருந்தவன் கொஞ்ச நேரத்திற்கு முன்னால் தனக்குத் தகவல் சொல்லி நிறுத்தியவன்தான் என்பதை அறிய நேரம் பிடித்தது. முண்டாப் பனியனும் மடித்துக் கட்டிய லுங்கியுமாய்த் தெரிந்த அவன் முகத்தில் மீசையைப் போல லேசான புன்னகை. இவனும் சிரிக்க முயன்றான். காய்ந்து வெடித்திருந்த உதடுகள் பிரிய மறுத்தன. கண்கள் படலம் பூத்து நின்றன. காதுகளுக்கு இப்போதுதான் சூழல் உறைத்தது. தறிகளின் சத்தம். உடம்பையும் நிலத்தையும் அதிர்த்தும் பிரமாண்டத்தோடு இடைவிடாமல் ஒலித்தது.

பெரிய தவறைச் செய்தவிட்டவன் போலச் சட்டென்று எழுந்து நின்றான். எரிச்சலும் வலியும் இதுவரை இல்லாத வேகத்தில் எழுந்தன. கால்களைப் பின்னிக்கொண்டு கொஞ்சம் குனிந்த உடம்போடு இவன் நின்றான். 'அட' என்று ஆச்சரியமும் சிரிப்பும் கலந்து அவன் கூவினான். கூச்சம் பிடுங்கியது. மெல்ல நெளிந்து, உடம்பைக் கொஞ்சம் தள்ளி, அவன் கையிலிருந்து விடுபட்டான்.

"என்ன வெயில்ல உக்கோந்துக்கிட்ட. உன்னய உள்ளதான உக்காரச் சொன்னேன் ... ம் ... வா."

"இருக்கட்டுங்க ... நா இங்கயே உக்காந்துக்கறன் ..."

எதிர்பார்க்காத விதத்தில் இவனுடைய கையைப் பிடித்து இழுத்தான். வயசுக்கு மீறிய முரட்டுத்தனத்தோடு கை அவனுக்குள் சிக்கி முரண்டியது. விடுபடுபவனாக இல்லை அவன்.

மிக நீண்ட சாணைப்போரின் வடிவத்தில் இருந்த பட்டறைக்குள் இழுத்தான். இரண்டு புறமும் தள்ளித் திறந்திருந்த இரும்புக் கதவுக்குள் நுழைந்தாள். இவனுக்குக் கால்கள் தயங்கின. முழங்கால்களுக்குக் கீழ் முழுவதும் இற்றுப்போய் விழுந்துவிட்ட மாதிரி இருந்தது. அதற்கு மேல் அடி எடுத்து வைக்க முடியாத நிலை. இழுப்புக்குத் தகுந்த மாதிரி உடலின் மேல்பகுதி மட்டும் வளைந்து பட்டறைக்குள் நின்றது. கால்கள் அசைவேயில்லை. ஒரு கணம்தான். தடுக்கி விழுகிற தடுமாற்றத்தோடு உள்ளே போய் நின்றான்.

"ஸ்டூல்ல உக்காந்துக்க. நா தறிய உட்டுட்டு வந்திருக்கறன் ... அப்புறமேலு வர்றன் ... ம் ..."

உள்ளேயே தடுத்துக் கட்டியிருந்த பட்டறைப் பகுதிக்குள் ஓடினான் அவன். அலாக்காகத் திறந்திருந்த கதவின் வழியே நீண்டு இயங்கும் தறிகளின் வரிசையும் சுவருக்கிடையே பஞ்சுத் திப்பிகள் பொதிந்த தலைகளும் தெரிந்தன. மாற்றமே இல்லாமல் சீராய் வரும் தறிச் சத்தத்திற்குள் கரைந்துவிட நினைத்தான். அவற்றின் பகுதிகளைத் தொட்டுத் தடவத் துடித்தன கைகள்.

கதவோரமாய் ஸ்டூல் கிடந்தது. அதை ஒட்டிச் சுவரில் மின்சாரச் சாதனங்கள் அப்பியிருந்தன. மின்விசிறி மெலிதான குரலில் சுழன்றுகொண்டிருந்தது. எதிரில் இரண்டு பேர் பீஸ் கட்டுகளைப் புரட்டி லாவகத்தோடு மடித்தனர். இவன் பக்கமாய் முகம் வைத்திருந்தவனின் ஜாடை தன் பண்ணயக்காரரின் மகன் போலிருந்ததை உணர்ந்தான். முகம் கோணித் திரும்பிக்கொள்வதற்குள் அவன் புன்னகை சிநேகத்துடன் அழைத்தது. நிம்மதியோடு சிரித்து வைத்தான். அவ்வளவு தூரத்திலிருந்து என்னவோ கேட்டான். சத்தத்தில் விளங்காமல், வெறுமனே இவன் விழித்துக்கொண்டு நிற்பதைப் பார்த்துப் பெரிய சிரிப்போடு பக்கத்தில் வந்தான் அவன்.

"நடேசனப் பாக்கவா வந்திருக்கிற..."

"ம்"... தலையை ஆட்டினான்.

"நைட் ஷிப்டுத்தான் அவனுக்கு. எட்டு மணி ஆவும் வர. உக்கோந்துக்க."

ஸ்டூல் மீது உட்கார வெட்கமாயிருந்தது. அதை ஒட்டி ஓரமாய்ச் சுவரோடு சாயாமல் எச்சரிக்கையாக உட்கார்ந்தான். மண் படிந்து நிறம் மாறிப் போன டிராயர் வழவழக் காரையின் சுகத்தை உணர்ந்தது. கொஞ்சம் கொஞ்சமாய்ச் சுவரோடு சாய்ந்தான். முதுகுக்கு இதம் கிடைத்தது. கால்களைத் தயங்கித் தயங்கி நீட்டினான். மூலையில் ஸ்டாண்ட் போட்டு தண்ணீர்க் குடம் வைக்கப்பட்டிருந்தது. அதைக் கண்டதும் அமுங்கிக் கிடந்த தாகம் முட்டியது. தொண்டைக்குள் எச்சிலும் வறண்டு போனது. ஒரு டம்ளர் தண்ணீர் வேண்டும். எடுத்துக் குடித்தால் என்னவாவது சொல்லுவார்களோ?

குடத்தையே எவ்வளவு நேரம் பார்த்துக்கொண்டிருப்பது. கேட்கவும் வாய் வரவில்லை. பற்கள் கிட்டித்து ஒட்டிக் கொண்டன.

பீஸ் மடித்துக்கொண்டிருந்தவன் எழுந்துபோய்த் தண்ணீர் குடித்தான். இவனும் எழுந்து அவனையே பார்த்துக்கொண்டு நின்றான். அதை உணர்ந்தவனாய்த் தலையை அசைத்து 'வா'வென்றான். நீர் நிறைந்த சில்வர் டம்ளரை நீட்டினான். வாங்குவதற்குள் டம்ளர் ஆடி நீர் சிதறியது.

ஆளுக்காரன் 627

கலக்கமும் குறுகுறுப்புமாய் அவனைப் பார்த்தான். கொடுத்ததோடு தன் கடமை முடிந்து விட்டவன்போல பீஸ் கட்டுகளை நோக்கிப் போய்விட்டான் அவன். தண்ணீர் உள்ளே இறங்கி வயிற்றைச்சுருட்டிப் பிடித்தது. எக்கிக்கொண்டான். அப்படியே வந்து சுவரோடு சாய்ந்தான். மூச்சு சீராக வந்தது. படுத்தால் தேவலை என்று உடம்பு கெஞ்சியது. கோழிக்குஞ்சைப் போலச் சுருண்டு மிகச் சின்ன இடத்தை அடைத்துக்கொண்டு படுத்தான். மயக்கம் சுழற்றியது.

இந்நேரம் பண்ணயக்காரன் ஊரையே சலித்திருப்பான். அப்பனிடம் போய் மிரட்டுவான். ‘உனக்குப் பணம் வாங்கித் திங்கற கொழுப்புடா’ என்பான். அப்பன் ‘சாமி . . . எங்கிருந்தாலும் புடுச்சாந்து உட்டறனுங்க’ என்று கையெடுத்துக்கொண்டு கூனி அழுவார். எல்லாரும் தேடுவார்கள். பண்ணயக்காரன் இங்கயும் கூட வந்துவிடுவான். கழுகுக் கண்கள். தினம் ஐந்தாறு முறை பைக்கில் கரட்டூரைச் சுற்றுகிறவன்.

யார் வந்தாலும் சரி. அடித்தே கொன்றாலும் சரி. இனி போகப் போவதில்லை. ஊஞ்சவிளாரால் அடி வாங்கிய தடிப்புகளை நீவிக்கொண்டான். இன்னும் நான்கு மாசம் வாய்தா இருக்கிறது. அதற்குரிய பணத்தை நடேசனோடு தறி ஓட்டிப் பழகிக்கொண்டால் இரண்டு மாசத்தில் கட்டிவிட முடியாதா? நடேசன்தான் ‘நீ எப்ப வேண்ணாலும் வா. கத்துக் குடுக்க நானாச்சு’ என்று திரும்பத் திரும்பச் சொல்லியிருக்கிறானே. முகத்தில் பணத்தை விட்டெறிந்தால், பண்ணயக்காரன் வாயடைத்துப் போவான்.

இவ்வளவு நேரத்தில் கண்டுபிடித்திருப்பார்கள். பண்ணயக் காரனின் பைக் பன்றியின் உறுமலோடு சுற்றிக்கொண்டிருக்கும். பேசாமல் இன்னும் நாலு மாசத்தைப் பல்லைக் கடித்துக்கொண்டு கழித்திருக்கலாமோ? அப்பனுக்கு அதற்குள் ஏதாவது செலவு வரும். அடுத்த வருசப் பண்ணயத்துக்கு முன்கூட்டியே பணம் வாங்கிவிடுவார். ‘திடுக்திடுக்’கென்று அடித்துக்கொள்ளும் மனசை வைராக்கியப்படுத்திக்கொள்ள முனைந்தான்.

அசைவில்லாமல் கிடக்கக் கிடக்க உடம்பில் எங்கெங்கோ வலி கூடியது. உயிர் போகிற வேதனை. இரண்டு நாள் ராத்திரிகளிலும் வைக்கோல் கொண்டுவர வண்டி கட்டிக்கொண்டு பட்டூர் போனார்கள். அதில் துணையாக இவனை அனுப்பினான் பண்ணயக்காரன். பேருக்குத்தான் துணை. போகையிலும் வருகையிலும் ஓட்டியதெல்லாம் இவன்தான். துளிகூடத் தூக்கமில்லை.

வந்து சேர மத்தியானப்பொழுது ஓடிவிட்டது. கனியைக் குடித்துவிட்டு, ஆட்டை ஓட்டிக்கொண்டு போனால் கண்சொருகல். அசதியில் பனைமரத்தடி நிழலில் உட்கார்ந்தவன் கண் அசந்துவிட்டான். மேய்ந்த ஆடுகள் பருத்திக் காட்டுக்குள் புகுந்துவிட்டன. பண்ணயக்காரனின் ஊஞ்சவிளார் கண்ணை மூடிக்கொண்டு உடம்பில் பாய்ந்த நிமிசங்களில்தான் அதையெல்லாம் உணர்ந்தான். பல நாட்களாக வைத்திருந்த வைராக்கியம்தான். அடியின் ரணங்களூடே அவன் ஓடி வந்தான்.

தறிகள் ஓய்ந்ததும் வெளியே பேச்சுக்குரல் கேட்பதும் உறைத்தன. அதற்குள் ஆள் வந்துவிட்டதோ? உடலை இன்னும் சுருக்கிக்கொண்டான். சுவரோடு ஒட்டி நகர்ந்தான். வந்திருக்கக் கூடாது. எப்படியும் பண்ணயக்காரன் இழுத்துக்கொண்டு போய் விடுவான். சும்மா விடுவானா? தோலை உரித்துத் தப்பட்டைக்குக் கொடுத்துவிடுவான். நாலு மாசத்தை ஓட்டியிருக்கலாம். வந்தது பிசகு. நடேசனையும் காணோம். சத்தம் காதருகில் உசுப்பியது.

பேச்சில் குரல் பண்ணயக்காரனுடையதைப் போலவே கரகரத்தது. பனைமரம் உயரத்திற்குக் கைகளை விரித்துக்கொண்டு, மதுரை வீரனின் ஆக்ரோசத்துடன் பண்ணயக்காரனின் நாக்கு துருத்தியது. சிக்கிக்கொண்டு கீச்கீச்செனக் கதறினான். ‘சீரங்கா, சீரங்கா …’ என்று எழுப்புகிற குரலின் தொனி அவன் மூச்சைத் தட்டியது.

கையில் டீ டம்ளரோடு அவன் உட்கார்ந்து, எழுப்பிக் கொண்டிருந்தான். வெட்கம் கவிய அரக்கப்பரக்க எழுந்து உட்கார்ந்தான். ‘டீக் குடிச்சுட்டுப் படுத்துக்க’ என்றபடி, அவன் டம்ளரை நீட்டினான். சைக்களில் டீ ட்ரம் கட்டிக்கொண்டு டீ விற்பவன் குரலும் தறிகாரப் பையன்களின் குரல்களும் ‘காமுசா’வென்றன.

வெதுவெதுப்பாக இருந்தாலும் டீ கண் மயக்கத்தைக் கொஞ்சம் தெளிவித்தது. டம்ளரைக் கொடுக்க வெளியே வருகையில், பட்டறையின் முன் விரித்திருந்த வெட்டார வெளி வாயைத் திறந்தபடி இவனையே பார்த்துக்கொண்டிருந்தது. எத்தனையோ கண்கள் சுற்றிலும் நின்றன. விரல்கள் இவனை நோக்கியே நீண்டிருந்தன. உடம்பு உதறியது.

பன்னாடையெனக் கலைந்திருந்த மயிரை நீவிக்கொண்டு ஒரே நடையில் உள்ளே வந்துவிட்டான். இத்தனை நேரமும் இது எப்படிக் கண்ணில் படாமல் போனதென அரண்டான். தறிக்காரப் பையன்கள் இவனைக் காட்டி ஏதோ சிரிப்பது போலவும் தோன்றியது. எதையும் பார்க்காமல், கவனிக்காமல் கண்களை மூடிக்கொண்டு படுத்துக்கிடப்பது நன்றாக இருந்தது.

திரும்பவும் படுத்துக்கொள்ளப் போனான். 'இரு இரு' என்று அவன் கூடவே வந்தான். பழைய நியூஸ் பேப்பர்கள் சிலவற்றை எடுத்து நீட்டினான். 'இது விரிச்சுப் படுத்துக்க' – சொல்லிவிட்டு அவன் வெளியே போனான். மின்விசிறி தானாகவே நின்றிருந்தது. பேப்பரை விரித்துக் கால்களை அகட்டிக்கொண்டு ஆசுவாசமாகவே படுத்தான்.

தலையை நிமிர்த்தினால் எதிரே வாசல் விஸ்தீரணம். இங்கிருந்து பார்த்தால் ரோடே தெரிகிறது. ஊர்க்காரர்கள் யாருடைய கண்ணிலேனும் பட்டிருந்தால், அவ்வளவுதான். இந்நேரம் பண்ணயக்காரனுக்குச் சேதி போய்விடும். கேட்டு விட்டால் போதும். கோமணம் கட்டியிருந்தால்கூடச் சரி. அப்படியே பைக்கை எடுத்துக்கொண்டு வந்துவிடுவான். எருமைக்கிடா மாதிரி கருகருவென்று நல்ல நீளத்தில் இருக்கும் பைக். மூச்சை ஆக்ரோஷமாக விடும்.

படுத்திருந்தவன் காதுகளில் ரோட்டை உதறிக்கொண்டு, பைக் வருகிற சத்தம் தூரத்தில் கேட்டது. நடுங்கியது; வேர்த்து வடிந்தது. புண்கள் எரிந்தன; தொண்டை அடைத்தது, திடீரென்று வாசலில் வந்து நிற்கிற சத்தம் 'டப் டப் டப்' என்று ஒரே சீராக எழுந்தது. பைக்தான். பண்ணயக்காரனின் பைக்குக்குத்தான் இந்தச் சத்தம். தடுமாறி எழுந்தான். பேப்பர்கள் சிதறியோடின. மூச்சு வாங்கியது. சுற்றும் முற்றும் அரண்டு பார்த்தான். சத்தம் இப்போது தெளிவாகக் கேட்டது. எதிரே பீஸ் கட்டுகள் அடுக்கியிருந்தன. சட்டென்று அதை நோக்கி ஓடினான். மறைவில் குறுகி உட்கார்ந்தான். கால்கள் மடிந்திருந்தன. கைகளை நெஞ் சில் சேர்த்துக்கட்டியிருந்தான். 'ஊ . . . ஊ . . . ஊ . . . ஊ . . .' என்கிற சத்தம் அவனிடமிருந்து வந்தது. தலையைக் கவிழ்த்து பீஸ் துண்டங்களுக்குள் புகுந்துகொள்ள முயன்றான்.

பீஸ் மடித்துக்கொண்டிருந்தவர்களுக்கு ஒன்றும் புரியவில்லை.

●

கிழக்கு, மே 1994

கீற்று

பனிமூட்டத்தைத் துளைத்துக்கொண்டு சந்தோஷப்படலமாய் வெயிலின் பரவல். கதகதப்பை உள்ளிழுத்து அனுபவித்தவாறு அவர்கள் மெல்ல நடந்தனர். அவன் எப்போதும்போல் ஆடைகளில் அக்கறையற்றுக் காணப்பட்டான். இது தருணம். எப்படியாவது தொடங்கிவிட வேண்டும். அவனுக்குத் தன் நிலையைத் தெரிவித்துவிட்டால் ஒரு பெரிய மலையைச் சுமந்து வந்து இறக்கிவிட்ட நிம்மதி வரும். ஆனாலும் ஒரு தயக்கம் அவளைப் பிறாண்டியது. அவன் மீது பார்வையை ஓடவிட்டுச் சத்தம் அந்தக் கணத்திற்குப் பொருத்தமில்லாதது போலக் கிசுகிசுப்பாய்ப் பேசினாள்.

"ஆறு மாசத்துல நீ கொஞ்சங்கூட மாறுல . . ."

"ம் ?"

"கல்யாணத்துக்குக்கூட தாடியோட வந்திருக்கற பாரு . . ."

"ம் . . . எனக்கு மறந்திடுச்சு. நீ மட்டுமென்ன அப்ப இருந்த லட்சுமிகரம் இன்னம் அதிகமாத்தான் ஆயிருக்குது."

"அப்பிடியா"

"ம் . . . சந்தோசம்னாவே உனக்கு இந்தச் சேலதான் நெனப்பு வருமோ. பாரதிராஜா பட தேவத."

அவள் பொய்க்கோபத்தில் சிணுங்கிக்கொண்டு கைகளை உதறினாள். முகத்தின் ஒளிர்ச்சியை மறைக்கும் வெள்ளையில் பூப்போட்ட சேலை. சுருண்ட முடிக்கற்றைகளை ஒருகோணமாய்ச் சாய்த்து ஒதுக்கிக்கொண்டு சிரித்தாள். ஓசைப்படாமல் நெஞ்சை உள்ளிழுத்து நழுவும் சிரிப்பு. கொஞ்சநேரம் அவளையே பார்த்துக்கொண்டிருந்தான்.

"காலேஜ் லைபே திரும்ப வந்துட்ட மாதிரி இருக்குது சுதா."

"எனக்குந்தான்."

குரலில் ஒரு நடுக்கம். சிலிர்ப்போடு அவன் கைகளைப் பற்றிக்கொண்டாள். கண்டதையும் சொல்லி இந்தத் தருணத்தைக் குலைத்துவிடுவோமோ என்று பயந்தாள். அவன் தன்னைப் புரிந்துகொள்வான். உள்ளே உடைந்து உடைந்து கன்றிய வடுக்களுக்கு அவன் ஒத்தடம் கொடுப்பான். அண்ணனைப் போல முரடனா இவன்? அண்ணனின் நாக்கு சூட்டுக்கோல்தான். 'எவண்டி அவன் என்னமே கட்டிக்கிட்டவனாட்டம் எழுதறான். நீயும் இன்னமே வரிஞ்சு வரிஞ்சு எழுது . . . வெரல் முட்டிய ஒடைக்கறன்.'

தலையை அசைத்துத் தன்னை மீட்டுக்கொண்டாள். வேனிற்காலப் பொழுதுகளை அசை போட்டவாறு ஊர்ந்தனர். அவள் மெல்ல முணுமுணுத்தாள். 'தீர்ந்துபோயின தேனில் குழைத்த நாட்கள்.'

"அந்த வாழ்க்கய அப்பிடியே கொட்டியிருக்கற. உன்னோட கவிதய மட்டுமே அச போட்டுக்கிட்டுப் பல நேரம் அப்பிடியே உக்காந்திருப்பன்."

"கடைசி எக்ஸாம் எழுதி முடிச்சுட்டு ஊருக்குப் போனா, கண்ணக் கட்டிக் காட்டுல விட்ட மாதிரி... கையத் தூக்கிக்கிட்டு ஒன்னு கத்தணும் போல இருந்திச்சு."

"உனக்காச்சும் பரவாயில்ல. எம்.பில். போன. நான் ஊட்லயே உக்கோந்துக்கிட்டு . . . அப்பா . . ."

தோள்களைக் குலுக்கிக்கொண்டு அவள் பேசிய தோரணையைக் கண்டு சிரித்தான். முகம் முழுக்கப் பரவிக் கொட்டிய சிரிப்பு. துயரம் மிகுந்த கனத்த கணங்களை உடைப்பது மாதிரி இருந்தது. சிரிப்பில் கலந்த அவளுக்கு இங்கே தொடங்கிவிட வேண்டும் என்று தோன்றியது. ஒவ்வொரு பிரச்சினைக்கும் குளிச்சியாய்த் தீர்வு வழங்கியவன். கல்லூரி நூலக ரேக்குகளுக்கிடையே அவன் உதடசையாது பேசுவதைக் கேட்டுக்கொண்டே இருக்கத் தோன்றும். எப்படியும்

அவனுக்குச் சொல்லியாக வேண்டும். ஒரு தாயின் மடியில் முகம் புதைத்துக்கொண்ட இதம் அவனுக்குள்ளிருந்து வரும். உதடுகள் தடுமாற, பேச்சு மடை மாறியது.

"பத்மா மாப்ள அவளுக்கு ஏத்த மாதிரி இல்லைனு தோணுது."

"இருக்கட்டும். இப்படி ஒரு பாதுகாப்பான வேலைல இருக்கற மாப்ள கெடச்சா உன்னய மட்டும் உட்ருவாங்களா என்ன ..."

"அது சரி. அப்பிடித்தாம் பாக்கறாங்க. அத நெனச்சாலே கஷ்டமாருக்குது."

கல்யாணப் பேச்சுகளில் நண்பர்கள் எல்லாரும் வந்தனர். பத்மாவின் கல்யாணத்திற்கு வந்திருந்தவர்கள். வராதவர்கள். கல்யாணம் ஆனவர்கள். கல்யாணத்திற்குக்கூடக் கூப்பிட மறந்தவர்கள். மரங்களும் பூக்களும் அடர்ந்து கட்டிடங்களைச் சூழ்ந்த கல்லூரியையே ஒரு சுற்று வலம் வந்துவிட்ட மாதிரி ஆயாசம். இந்தச் சந்தோசத்தினூடே அபஸ்வரம் மாதிரி சொல்லத்தான் வேண்டுமா . . . இவன் பிரச்சினையைப் புரிந்து கொள்வான். என்றாலும் இப்போது... இப்போது போய்விட்டால் மறுபடியும் எப்போது சந்திப்போ ...

அந்தக் கணத்தில் இருப்பைக் கொண்டாட உத்தாகம். எங்காவது உட்கார்ந்தால்தான் சந்தோசத்தை அப்படியே பிடித்து வைத்துக்கொள்ள முடியும் போலிருந்தது அவனுக்கு. கூட்டமற்றிருந்த ஓட்டல் மூலையில் உட்கார்ந்துகொண்டனர். ஆளரவமற்ற தீவில் இருவர் மட்டுமே இருக்கிற மாதிரி இருந்தது. மெல்லத் தொடங்கினாள். அவளையும் மீறி நாக்கு எங்கெங்கோ நழுவியது.

"காலேஜ்ல கேன்டீன் ஆள் மாறிடுச்சு தெரீமா."

"ம்."

"ஒருமுற போயிருந்தன். கேன்டீன்கூட பயங்கர அந்நியமா இருந்தது. கிளாஸ் ரூமெல்லாம் கைய நீட்டிக்கிட்டு வெளிய தொரத்தர மாதிரி பீலிங்."

"அதுக்குத்தான் காலேஜ் பக்கம் போகவே எனக்குத் தோன்றதில்ல."

விடிகாலை கல்யாண உப்புமா கொடுத்த மதமதப்பிற்கு டீ சூடாய் உள்ளிறங்கியது. அவள் துளித்துளியாய்ப் பருகினாள். தீர்ந்துபோய்விடுமோ என்ற பயம். வாழ்க்கை முழுசும் அதே

டீயை உறிஞ்சிக்கொண்டிருக்க விரும்பினாள். அவனைப் பார்த்து முறுவலித்தாள். டீயைக் கையில் எடுத்துக்கொண்டு பேசினாள்.

"உன்னோட லெட்டர்ஸெல்லாம் ரொம்ப நல்லாருக்குது. திரும்பத் திரும்பப் படிக்கணும் போல."

"ம் ..."

'எப்பிடித்தான் இப்பிடிச் சின்ன சின்ன விசயங்களைக் கூட மனச நெருடற மாதிரி எழுத முடியுமோ உன்னால."

"ம் ..."

"எங்க வீட்ல எல்லாரும் படிப்பாங்க."

"ம்கும் ..."

"ஒரு சின்ன ரெக்கொஸ்ட்."

"ம்?"

"ஒன்னுமில்ல, லெட்டரத் தொடங்கயில 'சுதா'அப்டின்னு பேசற மாதிரியே தொடங்கற"

"ம்?"

"வீட்டுல என்னமோ அதப் பெரிய விசயமாட்டம் பேசறாங்க. லெட்டருக்காகக் கொஞ்சம் மாத்திக்கவே ... ப்ளீஸ் ..."

உறிஞ்சிய டீ அவனுக்குச் சப்பிட்டுப் போயிருந்தது. கசப்பேறித் திகட்டியது. முகம் கன்றியது.

"அன்புள்ள வகுப்புத் தோழி செல்வி சுதாராணி அவர்களுக்கு, தங்கள் வகுப்புத் தோழன் ... எழுதிக்கொண்ட அப்டீன்னு தொடங்கட்டுமா?"

உதடுகள் மட்டும் விரிந்த சிரிப்போடு கேட்டுக்கொண்டே பார்த்தான். நிமிர்ந்தாள். எதிரில் அவன் முகம். டீக் கோப்பையை நோக்கிக் குனிந்துகொண்டாள்.

●

***குதிரைவீரன் பயணம்,* ஏப்ரல் 1994**

மொக்கப்பட்டம்

வெள்ளாடு சாமி மாதிரி ஆடாமல் அசையாமல் நின்றுகொண்டிருந்தது. அசையே வரவில்லை. நேற்றுப் போட்ட புழுக்கைதான். தீனி தொடவில்லை. ஒடித்துப் போட்ட பூவசரந்தழையை மோந்துகூடப் பார்க்கவில்லை. நீத்தண்ணியைக் கண்டால் ஓடோடி வரும் வெள்ளாடு அந்தப் பக்கமே திரும்பவில்லை.

சீராயி வெள்ளாட்டைத் தொட்டுப் பார்த்தாள். காதுகளை லேசாய் ஆட்டியது. வயிறு பொட்டுக்கூடையாட்டம் 'பம்' மென்றிருந்தது. நிறைந்த சினை. வெறும் வறடா இருந்தாலாவது கறி போட்டு விடலாம். இது ஈருசுரு. நாலு குட்டி போடும். பிள்ளை போலப் பின்னாடியே சுற்றிக் கொண்டிருக்குமே . . . கல்லின் மேல் உட்கார்ந்து மடியில் தலை புதைத்து அழுதாள்.

"சீரா . . . ஏ அழுவுற, வெள்ளாட்டுக்கு அப்படியேதான் இருக்குதா?"

"ஆமாக்கா. கொஞ்சங்கூட அசையே வல்ல."

"பொங்காட்டுச் சக்கரையான் இதுக்குத் தழ குடுப்பானாமா. அத ஊத்துனா அசையிலேயே அத்தனயும் வந்திரும். போயி வாங்கியா போ. சும்மா தொட்டுத் தொட்டுப் பாத்தா எனத்துக்காவும்?"

மூக்கைச் சிந்திக் கல்லில் தடவிவிட்டு எழுந்தாள். கலைந்த தலையைக் கையால் கோதி முடிந்தாள். 'இப்பவே போறனக்கா.'

பூங்குட்டியாய் வந்த வெள்ளாடு. ஆட்டுப்பால் கொடுத்து வளர்த்தது. பூனைக்குட்டி மாதிரி எந்நேரமும் காலடியிலேயே சுத்தும். தின்னாத பண்டம் கிடையாது. சோறு, வெங்காயம், மிளகாய் எது வாய்க்குச் சிக்குகிறதோ அது. கொஞ்சும் ஏமாந்தால் போதும். வீட்டை உருட்டிவிடும். ராத்திரிக்குக் கீழே படுக்காது. சீராயி படுக்கும் கட்டில் ஓரத்தில்தான் படுக்கை. முதல் ஈத்து போடும் வரைக்கும் அப்படித்தான். மான் மாதிரியான குட்டிகள் போட்டது. நான்கு. நல்ல வர்க்கம். எத்தனை குட்டி போட்டாலும் பால் கட்டும். தீனிமட்டும் குறையாமல் வைக்கவேண்டும். சொஞ்சம் வயிற்றுக்குப் போதவில்லை என்றாலும் உயிர் போகிற மாதிரி கத்தும். வெள்ளாடாட்டமா இருந்தது. குதிரைக்குட்டிதான். அது போனால் ... வீட்டு லட்சுமியே போனாற்போலத்தான்.

'சாமி ... ஆண்டவனே ... ஓட்டுக்காட்டு மினிச்சாமி ... வெள்ளாட்டுக்கு ஒரு கொறையும் வராம நல்லாப் பண்ணிக்குடுத்தரப்பா ... இந்த வெருசப் பொங்கலுக்கு ஒரு கெடா வெட்டிப்புடறன் ... தெரியாம செஞ்சிருந்தாலும் நீதானப்பா பாத்துக்கோணும் ...'

மனசுக்குள் வேண்டிக்கொண்டு ஓடினாள். காலையிலிருந்து ஒரு வேலைகூடச் செய்யவில்லை. வெள்ளாட்டைப் பார்த்தது போல உட்கார்ந்திருந்ததுதான். ஒரு வாய் நீத்தண்ணிகூடக் குடிக்கவில்லை. கண் இருட்டிக்கொண்டு வருகிறது. பெருந்தனக்காரர் வீட்டுக் காடுகளை வெட்டக் கூப்பிட்டிருந்தார்கள். அவள் எதற்கும் போகவில்லை. 'ம் ... போனாப் போவுது. வெள்ளாடு நல்லாயிருச்சுனாப் போதும் ...'

"என்னுங்க ... சக்கரையான் இருக்குதுங்களா ..."

"எதுக்கு சீரா ..."

"எங்க வெள்ளாடு அரிசியத் தின்னுடுச்சுங்க. நேத்துல இருந்து அசைகூடப் போடுலீங்க ..."

"எப்பிடிப் பாக்காத ஊட்டுக்குள்ள வரந்தின்னி உட்ட."

"இது கைப்பாடா வளந்த குட்டிங்க. நான் ஒரு துப்பத்தவ ... ஊட்டத் தொறந்து வெச்சுட்டுத் தண்ணிக்குப் போயிட்டன் ... வர்றதுக்குள்ள பூந்திருச்சுங்க ..."

"எவ்வளவு தின்னிருக்கும்?"

"ஒரு படி அரிசிக்கு மேல இருக்குங்க. அதும் கொட்ட கொட்டயா வெத மாதிரி கூப்புனு அரிசிங்க ..."

"அட சனியனே ... கூப்புனு அரிசி மனசந் தின்னாவே வவுறு வெந்து பொருமிக்கும். வெள்ளாடுன்னா கொன்னாலுங் கொன்னுருமே"

“அதாங்க… சக்கரையான் எதோ தழ குடுக்கமாமா…”

“அவன் ரண்டு நாளைக்கு முன்னாலதான் லாரிக்குப் போனான். அவன் எறங்கறதுக்குப் பத்துப் பாஞ்சு நாளாவுமே.”

“உங்களுக்கு ஆருக்கும் தெரியாதுங்களா”

“வேற ஆருக்கும் சொல்ல மாட்டானே…”

சீராயிக்கு நெஞ்சை அடைத்தது. கண்ணைக் கட்டியது. பழைய சோத்து நோரமாகியும் வயிற்றுக்கு ஒன்றும் ஊத்தாத வலி. சுருட்டிப் பிடித்தது. தலையைக் கையில் பிடித்துக்கொண்டு உட்கார்ந்தாள்.

“சீரா… என்ன ஆச்சி… அட எந்திரி…”

அவள் உலுக்கினாள். நெற்றி முழுக்க வேர்வை படிந்தது. நரம்பு பட்பட்டென்று துடித்தது.

“கொஞ்சந் தண்ணி குடுங்க.”

தண்ணீரை வாங்கிக் குடிக்கக் கிறுகிறுப்பு நின்றது. தலையை ஆட்டிக் கண்ணைத் திறந்தாள்.

“அட இதுக்குப் போயி இப்படி உழுவற. சக்கரையான் இல்லாட்டி என்ன… எங்கப்பந்தான் இவனுக்குச் சொல்லிக் குடுத்தது. எங்கப்பம் போடற பாடமெல்லாம் இவனுக்குத் தெரியும். அவர்னோல முடியல. அதான் இவனுக்குச் சொல்லிக் குடுத்தாரு. வளவுக்குப் போனா இருப்பாரு. வாங்கிக்கிட்டு வா போ…”

சக்கரையானின் அப்புச்சி முத்துப்பாட்டார். சொக்குப் பாடம், சுளுக்குப் பாடம் என்று அத்தனையும் போடுவார். வயிற்றெடுப்பு, சிலந்தி எல்லாவற்றுக்கும் தழை கொடுப்பார்.

அடுத்த ஊர். எளையூர். நிலாப்பாறை தாண்டிப் போக வேண்டும். இரண்டு மைல் சேரும்.

சீராயி நடந்தாள். வந்து ஒரு வாய் கரச்சோறு ஊத்திக்கலாம். இன்னும் கொஞ்சநேரம் தாக்குப் பிடிக்க முடியாதா? வெள்ளாட்டை நினைத்தால் பசி எடுக்குமா? இந்த ஈத்து கழுத்தில் கயிறு போட்டுக் கட்டவேயில்லை. தங்குண்டியாக மேய்ந்துகொண்டிருந்தது. வயிற்றைப் பார்த்ததும் பொறுக்காமல் எல்லாரும் கேட்பார்கள்.

“வெள்ளாடு என்ன செனயா…”

எத்தனை பேர் கண் பட்டதோ. ‘போயி நாலு மொளகா சுத்திப் போடோணும். கண்ணு பட்டதே இதுக்குக் கூத்துவன்.’

அச்சூர் நங்கையா கொடுத்தது. 'நீதான் எனத்த வைச்சிருக்கற. இந்த மூட்டுக் குட்டியக் கொண்டோயி வளத்து. ஒரு மாசத்திக்கிப் பால் குடுத்தாப் போதும். அப்புறம் மேஞ்சுக்கும்.' வெள்ள வெளேர்னு நிறம். வெடித்துக் கிடக்கும் பருத்தி மாதிரி தாடைப்பக்கம் மட்டும் வட்டமாகக் கருப்பு இருக்கும். குண்டு மூஞ்சி. நிறத்தை வைத்துத்தான் 'வெள்ளச்சி வெள்ளச்சி' என்று பெயர் வைத்தது. 'வெள்ளச்சி'ன்னா எங்கிருந்தாலும் ஓடிவரும். முன்பே ஒருமுறை கடலைக் பருப்பைத் தின்றுவிட்டது. கொஞ்சமாக இருந்ததால் ஒன்றும் செய்யவில்லை. இப்போது அரிசியையல்லவா தின்றிருக்கிறது ...

பாட்டார் கட்டிலில் கிடந்தார். குழிந்து தொங்கிய கட்டில் அழுக்கேறிப் போன வயிறு. துப்பட்டி. எலும்பும் தோலுமாய்க் கிடந்தார். நரைத்த தாடி முள் முள்ளாய் நீட்டிக்கொண்டிருந்தது.

"என்னுங்க ... என்னுங்க ..."

அவர் அசையவே இல்லை. பக்கத்து வீட்டிலிருந்து ஒரு பிள்ளை வந்தாள். நடப் பிடுங்கிய நாத்துப் போலச் செழிப்பும் வாடலுமாய்த் தெரிந்தாள்.

"பாட்டாருக்கு ஒடம்பு செரியில்லீங்க ..."

"வெள்ளாடு அரிசியத் தின்னுடுச்சும்மா. அதான் தழ வாங்கிக்கிட்டுப் போலாமுன்னு வந்தன். சக்கரையான் லாரிக்குப் போயிருச்சாமா."

"பாட்டனுக்கு ரண்டு நாளா நல்ல சொரணயே இல்ல. ஆரும் வந்து பாக்கல. அப்பிடியே கெடக்கறாரு. பேசுவாரு. இருங்க நா வந்து கூப்படறன்."

"தாத்தா ... தாத்தா ..."

கண்களை லேசாகத் திறந்தார். 'என்ன' என்பது மாதிரி பார்த்தார். சத்தமாகச் சொன்னாள்.

"இவுங்க வெள்ளாடு அரிசியத் தின்னுருச்சா. அதான் தழ கேக்கறாங்க."

"சக்கரை ... யான் ... சக்கரையான் ..."

"அவுங்க லாரிக்குப் போயிட்டாங்களாமா."

"நா ... முடியாது ..."

"என்னுங்க, உங்களால எந்திரிக்க முடியாட்டிப்போவுது. தழையச் சொல்லுங்க. நாம் போயிப் பொறிச்சுக்கறன்."

பாட்டாரின் முகத்துக்குக் குனிந்து சத்தமாகச் சொன்னாள். அவர் தலையை அசைத்தார்.

"ம்கூம்... பலிக்காது... குத்தம்..."

கடைவாயில் எச்சில் வழிந்தது.

"ஆபத்துக்கு என்னங்கய்யா சாமி குத்தம்... சொல்லுங்க..."

"ம்கூம்... ம்கூம்..."

அவர் தலையைத் தலையை அசைத்தார். கண்களை மூடிக்கொண்டார். பெருமூச்சு வந்தது. வாய் திறந்து பேசவில்லை. சொல்லமுடியாது. சொன்னால் பலிக்காது. சாமி குத்தம். அவ்வளவுதான். போ.

வெள்ளாடு அவ்வளவுதான். இனி தப்பிக்காது. நாலு குட்டியோடு மண்ணுக்குள் போட வேண்டியதுதான். சீராயி நம்பிக்கையற்றுப் போனாள். ஆவது ஆகட்டும்.

"என்னுங்க கொஞ்சம் நாட்டுச் சக்கரையும் மாவுக்குப் போடற சோடாப்பும் போட்டுக் கரச்சு ஊத்துங்க. வவுத்தால வரும். அதுல வந்தாக்கூட வந்துரும்."

அந்தப் பிள்ளை அவளின் சுண்டிய முகத்தைப் பார்த்துச் சொன்னாள். தலையை அசைத்துவிட்டு வந்தாள். உச்சிப் பொழுது ஆகிப்போனது. எப்படி இருக்கிறதோ? அதே சரியாகப் போய்விடக் கூடாதா... அப்பனைப் போலவே மகனும். எங்கிருந்துதான் ஒரே மாதிரி வாய்த்தார்களோ? வீடு தங்குவது கிடையாது. அப்பன் வேலைக்குப் போகிறேன் என்று எங்கேயோ பரதேசம் போய்விட்டான். மகனுக்கு இங்கே ஒரு வேலை கிடைக்காமல் போய்விட்டது. 'ரிக்'குக்குப் போகிறேன் என்று கண் காணாத தேசத்திற்குப் போய்விட்டான். மூன்று மாதம்; ஆறு மாதம். ஒரு அத்த அவசரம் என்றால்கூட ஆள் அம்பு ஏது... ஒண்டிக்காரிச்சி...

கடையில் கால் கிலோ நாட்டுச்சர்க்கரையும் ஒரு ரூபாய்க்குச் சோடாப்பும் வாங்கிக்கொண்டாள். இதை எப்படி ஊற்றுவது? முத்தானை வரச் சொன்னால் கோட்டை கட்டி ஊற்றிடுவான். ஆட்டு வியாபாரம் செய்பவன்தான். ஆடுகளுக்குத் தண்ணீர் போட்டுப் பழக்கம்.

முத்தான் மத்தியான வெயிலுக்கு இதமாய் வேப்பமரத்தடியில் கட்டிலைப் போட்டுத் தூங்கிக்கொண்டிருந்தான்.

"பயா..."

மொக்கப்பட்டம் 639

“எ . . . ஓ . . . என்னக்கா.”

“அந்த வெள்ளாடு அரிசியத் தின்னுருச்சு பயா. நாட்டுச் சக்கரையும் சோடாப்பும் கரச்சு ஊத்தோணும். கொஞ்சம் வர்றயா . . ?”

“போய் இருக்கா, வர்றன்.”

வெள்ளாடு படுத்திருந்தது. ‘ம்ம்ஹ்ஹ் . . .’ என்று அனத்தல் சத்தம். வயிற்றைத் தொட்டுப் பார்த்தாள். வயிறு உப்பிப் போயிருப்பது போலவும் தெரிந்தது. நன்றாக இருப்பது போலவும் தெரிந்தது. சினை வெள்ளாடானதால் வயிறு வித்தியாசம் தெரியவில்லை. எழுப்பி விட்டாள். பின்னங்கால்களைத் தூக்கிக் கொண்டு முன்னங்கால்களால் மண்டி போட்டது. அதற்கு மேல் எழ முடியவில்லை. ‘அய்யோ . . . முனியப்பா . . .’ தூக்கிவிட்டாள்.

‘காலெல்லாங் கொறக்குளி புடுச்சுக்கிடுச்சே . . . எஞ்சாமி . . . என்னய உட்டுட்டுப் போயிருவியா . . . உன்னயக் காப்பாத்தலானு எங்க போனாலும் எனக்கு மொக்கப்பட்டமாவே இருக்குதே . . .’

சுவரில் முட்டிக்கொண்டு அழுதாள். முத்தான் வந்திருந்தான். ‘இன்னங் கரைக்கலியா ?’ ‘இதா.’ கரைத்துக்கொண்டு வந்தாள். கழுத்தில்தாண்டுகால் போட்டு வாயைப் பிடித்துக்கொண்டான். கோட்டையைக் கடைவாய்ப் பக்கமாகத் திணித்து ஊற்றினான். வெள்ளாடு துள்ளவில்லை. சக்தி இல்லை. ம்ஹ்ஹ்ம் . . . மெல்லமாய்க் கத்தியது.

“அய்யோ . . . பயா . . . எப்படி இருந்த வெள்ளாடு . . . கத்தறதுக்குக் சத்தில்லயே . . .”

‘“அக்கா . . . இந்த வைத்தியமெல்லாம் ஒண்ணுஞ் சுத்தப்படாது. ஆட்டூர்ல மாட்டாஸ்பத்திரி டாக்டர் இருக்காரு. போய்க் கூட்டியாந்து பாரு. அரிசியத் தின்னதுக்குச் சீக்கிரம் கொன்னுரும். சென வெள்ளாடு. சிம்பிளா வெச்சாலும் ஆறு நோட்டுக்குப் போவும் . . .”

“காசு எவ்வளவு கேப்பான் . . ?”

“சும்மா வருவானா. அறுநூறு ரூவா மொதலு. நூறு ரூவா செலவானாப் போவுது போ . . .”

“எந்த எடத்துல ஊடு . . .”

“ரோசா கடக்கிட்ட . . .”

ராத்திரி முழுக்கப் பொட்டுத் தூக்கமில்லை. கண்ணே மூடவில்லை. கட்டிலில் படுத்தாலும் தூக்கமே வரவில்லை.

சித்த நாழிக்கு ஒருமுறை வெள்ளாட்டை வந்து பார்ப்பாள். புழுக்கைப் போட்டிருக்கிறதா, அசை போடுகிறதா என்று. லைட்டைப் பிடித்துக்கொண்டு பார்ப்பது. படுத்திருந்தால் எழுப்பி விடுவது. நின்றுகொண்டிருந்தால் படுக்கமாட்டீங்கறதே என்று புலம்புவது... 'ம்... இந்த டாக்டராச்சும் வருவானோ என்னமோ.'

ஆட்டூர். சீமை வாதநாராயணம் பூக்கள் சிவப்பு சிவப்பாய் இறைந்து கிடந்தன. சிமிட்டிக்கல் வீடுகள். அழுக்குச் சேலையும் செம்பட்டைத் தலையும் புழுதி மூஞ்சியுமாய் அந்நியமாகி நடந்தாள். ரோசா கடையில் விசாரித்தாள். கை காண்பித்தார்கள்.

"என்னுங்க"

"ஆரும்மா அது"

மொட்டைக்கட்டையோடு ஒரு ஆள் வந்தார். நெடிய உடம்பு. சீமைக்காளை மாதிரி. 'என்னம்மா.'

"வெள்ளாடு அரிசியத் தின்னுருச்சுங்க. கொஞ்சம் வந்து பாக்கறிங்களா."

"எவ்வளவு அரிசிம்மா..."

"ஒரு படிக்கு மேல இருக்கும்."

"எடம் எங்க?"

"அய்யூருங்க."

"செரி. முன்னால போ, நான் வர்றன்..."

'ஒரு கேஸ் வந்திருக்குது. நாம் போவோணும்' என்று இரைந்துகொண்டே அந்த ஆள் உள்ளே போனான். அவள் முன்னால் நடந்தாள்.

போன ஈத்து நாலு குட்டி போட்டது. மூன்று கெடா, மூடு ஒன்று. முனியப்பனுக்கு ஒன்றை வெட்டிவிட்டு மூன்று குட்டிகளை ஆயிரத்து இருநூறுக்கு விற்றாள். அதில்தான் வீட்டுக்குச் சுவர் வைத்து ஓலை மேய்ந்தது. இந்த வருசம் எப்படியும் ஓடு போட்டு விடலாமென்றிருந்தாள். ஓடு போடா விட்டால் போகிறது. வெள்ளாடு நல்லாகி வந்துவிட்டால் போதுமே. கையில் காலில் சுத்திக்கொண்டு கிடந்தது. உசுரோட வாரிக் கொடுக்கத் தாங்குமா...

"இன்னம் எவ்வளவு துரம்மா..."

அந்த ஆள் சைக்கிளில் வந்தார். அவள் ஒதுங்கிக்கொண்டு சொன்னாள்.

"அந்த வாதனாராம் மரத் தெரியுதில்ல. அந்தக் கொட்டாயிதான். இருங்க. வர்றன்."

"அவர் முன்னால் சைக்கிளில் போனார். அவள் போவதற்குள் வெள்ளாட்டைப் பார்த்துக்கொண்டிருந்தார். வயிற்றைத் தட்டிப் பார்த்தார். வாயைப் பிடித்துப் பார்த்தார்.

"ஏம்மா செனவெள்ளாடாட்டம் இருக்குது. இது தாங்காதும்மா"

"…"

"செரி. எங்கிட்ட ஒரு மருந்திருக்குது. இத ஊத்தறன். நாளைக்குக் கரட்டூரு மாட்டாஸ்பத்திரிக்குக் கொண்டார முடியுமா?"

"நடக்காதுங்களே."

"செரி நாளைக்கி ஒரு பதனோரு மணிக்கு அங்க வா. டாக்டர் இருப்பாரு. கையோட கூட்டிக்கிட்டு வந்தர்லாம்."

"நீங்க டாக்டர் இல்லீங்களா?"

"நாங் கம்பவுண்டரு. செரி, கேஸ் சின்னதா இருந்தா நானே பாத்தரலாமுன்னு வந்தன். இந்த கேஸ் எனக்கென்னமோ நம்பிக்க இல்ல."

"எதுக்கும் நாளைக்கி வா பாப்பம்…"

"செரீங்க."

"டாக்டரப் பாக்க வர்றப்ப வெறுங்கைய வீசிக்கிட்டு வராத. அவுரு வெளிக் கேஸெல்லாம் அவ்வளவு சீக்கிரத்துல பாக்க வரமாட்டாரு. நாஞ் சொல்றன். கையில் அம்பது ரூவா பணத்தோட வா."

"…"

"செரி. இந்த மருந்துக்குக் காசு குடும்மா. அப்புறம் கூழத் தவர ஒண்ணும் வெக்காத."

"ஒண்ணுங் குடிக்கவே மாட்டீங்குதே"

"குடிச்சாக்கூட வெக்காத. அரிசி உள்ள போயி ஒரு காத்த உண்டாக்கிப்புடும். வவுத்துல ஓட்ட போட்டுத்தான் அத எடுக்கோணும். டாக்டரு வரட்டுமுனு பாப்பம்."

"செரிங்க. மருந்துக்கு எவ்வளவு பணங்க."

"இரவது ரூவா குடும்மா."

"இரவதா?"

"இதே கம்மீம்மா. உனக்குனுதான் இரவது."

வீட்டுக்குள் போய் சட்டியில் தேடி எடுத்து வந்தாள். பன்னிரண்டு ரூபாய்தான் இருந்தது.

"இவ்வளவுதாங்க இருக்குது."

"ம்ம்... மிச்சத்த நாளக்கி வரும்போது சேத்திக் கொண்டாந்துரு... என்ன"

வாங்கிக்கொண்டு அவன் போய்விட்டான். பொழுதிறங்கிய நேரம். வெள்ளாட்டைப் போய்ப் பார்த்தாள். சாமி மாதிரி ஆடாமல் அசையாமல் நின்றுகொண்டிருந்தது. கால் வலுவற்று இற்று விழுந்து விடுகிற மாதிரி இருந்தது. சோர்ந்து கண் இருட்டியது.

வெள்ளாட்டுக்குப் பக்கத்தில் உட்கார்ந்து சுவரில் தலை சாய்த்தாள் அவள்.

●

புதிய நம்பிக்கை, மே 1993

வெம்பல்

பஸ்ஸை விட்டு இறங்கியதும் முகத்தில் இருள் ஓங்கி அடித்தது. மனசு அவிழ்ந்து வெளியெங்கும் பரவிவிட்ட தோற்றம். நிதானிக்க நேரமாயிற்று.

கரும்பூதங்களாய்ப் புளிய மரங்கள். நுனியிலிருந்து வேர்வரை இருள் நுழைந்து அடைந்திருந்தது. காற்றுக்கும் புழுக்கம். இருளின் கனத்தை அசைத்துக் கொண்டு நடந்தேன். வழக்கமாய்த் தோளில் தொங்கும் பை இல்லாத உறுத்தல்.

கடைகள் சாத்திக் கிடந்தன. ஆளரவமற்ற வெளி. ஓங்கிக் கதற வேண்டும் போலிருந்தது. ஒரே ஒரு சிகரெட்டாவது வேண்டும் இப்போது, கனியும் தீக்கங்குகளால் இருளைப் பொசுக்கிவிட. மனசை எத்தனையோ கரங்கள் மொய்த்துக்கொண்டு பிய்ப்பது மாதிரி வலி.

வல்லாளுக்குக் கல்யாணம். பத்தாவது வகுப்பில் உட்கார்ந்து இரண்டு மாதம்தான் இருக்கும். நன்றாகப் படிப்பாள். ஆளாகி ஆறு மாசம் கூட இருக்காது. பாரமாய்க் கனத்துவிட்டாள் எல்லாருக்கும். எப்படியாவது எங்காவது தலைபாரத்தைத் தூக்கியெறிந்து நிம்மதியாய் மூச்சு விட்டால் போதும் என்ற நிலை. உடனே கல்யாணம்.

பொம்மைக்கட்டைக்கு அலங்கரித்த மாதிரி கல்யாணப் பெண்ணாய் நிற்கிறாள். மூக்கு அடையை நோண்டி நோண்டித் தின்றுகொண்டிருந்த ‘மூக்குநோண்டி’. என்ன ருசியோ அதில். ‘இந்தா வல்லா. எம் மூக்குலயும் கொஞ்சம் அடை இருக்குது.

நோண்டிக்கறயா, வெற்று உதடுகளைக் குவித்துப் பாவனையாய் ஊட்டும் 'ஒதடூட்டி'. 'தாய்ப்பால் குடித்துக்கொண்டிருந்தவளை வலுக்கட்டாயமாய் இழுத்து எறிந்த காயம். அந்த உதடுகள் சுகத்தை மறக்கவில்லை. அவளுக்குக் கல்யாணம்.

கல்யாணக் கைகோர்வையோடு தொடங்கிய அவரின் உறவு. மாப்பிள்ளைத் தோழனுக்குரிய அத்தனை உற்சாகத்திலும் நான். முதலிரவு பற்றி மனக்கிளர்ச்சியோடு அவரை அடித்த கிண்டல்கள், கேலிகள்.

உதடு குவிந்து மலர அவர் சொன்னார்–

"டே மாப்ள … நீ வயசுக்கு வந்துட்டடா."

வெட்கத்தில் சிவந்து போனேன். கருஞ்சாம்பலாய் மீசை குறுகுறுத்த பருவம். உள்ளுக்குள் ஒரு உலகம் பொங்கி வழிந்த காலம். ப்ளஸ் டூ மலர்ச்சி.

நாய்கள் இருளைத் துரத்தி விடுகிறாற்போல் குரைத்தன. வீதி முக்கைக் கடந்தேன். இந்த இடம்தான் … அவரைச் சந்திக்கும் வழக்கமான இடம். பார்த்தவுடன் உதடுகள் குவிந்து மலரும் சிரிப்பாய். எப்போதும் பூரிப்பாய். அது செழுமையான முகம். நெற்றி முழுக்க நீறும் சிவப்பும்.

கடைசியாய் அந்த முகத்தை ஆஸ்பத்திரியில்தான் பார்த்தது. மொட்டை அடிக்கப்பட்ட கூம்புத் தலை. கருகருத்து உதடு நிறைந்த மீசை போய் வெறுமையாய். சதைகள் வடிந்து எலும்பு துருத்தி. சீவனற்றுக் கண்கள். எத்தியோப்பியா குழந்தை மாதிரி அப்பவும் மாறாத அந்தச் சிரிப்பு … மாமா …

நெஞ்சு நெஞ்சாய் அடித்துக்கொண்டால் குறையுமா? தலையைப் பிய்த்துக்கொண்டால் போகுமா? எங்காவது முட்டி முட்டிக் கத்த வேண்டும் … மாமா …

மாமா என்ன மாமா, மருமகத் தோரணையோடு எப்போதும் தள்ளி நிற்கும் மாமாவா அவர்? அண்ணன். சொந்த அண்ணன். நெஞ்சை வருடி வருடிக் கனிவிக்கும் சொந்தம். எல்லாருக்குள்ளும் நிறைந்துவிட்ட உறவு.

இந்நேரம் எரிந்திருப்பார். நெற்றி முழுக்க நீறாய் ஜொலிக்கும் அவர் உடல் முழுக்க நீறாய் வெந்து தணிந்திருக்கும். எத்தனை கோயில்களுக்கு ஓடிய உடம்பு. உலகத்துக் கடவுளர் பட்டியல் எடுத்தால் அவரைத்தான் கேட்க வேண்டும். மஞ்சாமிக்குக் கடிகாரம். அரவூர் கூளியாயிக்கு டியூப்லைட். ஓட்டுக்காட்டு முனிச்சாமிக்கு வேல். எத்தனை வேண்டுதல். எத்தனை பக்தி.

வல்லா எழுதினாளே 'அண்ணா. அவர் எத்தனை கோயில்களுக்குப் போயிருப்பார். எத்தனை சாமிகளைக் கும்பிட்டிருப்பார். ஒரு சாமியாவது அவரைக் கண் திறந்து பார்க்காமலா போய்விடும்?, எந்தச் சாமியும் அவரைக் கண் திறந்து பார்க்கவில்லைதான். சிற்பியின் உள்ளம் வடிவெடுக்க இருள் அப்பிய முகத்துடன் எல்லாச் சாமிகளும் உறைந்த சிலைகளாய். நேர்த்திக் கடன்கள் கடன்களாகவே.

எங்கிருந்தோ ஒரு சாக்குருவி கத்திப் போகிறது. அகாலத்தில் நடக்கிறேன். கால்களின் ஓசை 'தொம்'மிட்டு நெஞ்சில் பதிகிறது. வேலிப் பூச்சிகள் சரசரத்து உள்ளோடுகின்றன. நட்சத்திரங்களின் மினுமினுப்பில் அவர் சிரிப்பு வடிகிறது. வானத்து வெறுமையை அந்த முகம் ரொப்புகிறது. மாயத் தோற்றங்கள். முகத்தில் முகத்தில் அறைந்துகொள்ள வேண்டும். யாருமற்ற சூன்ய வெளியில் கைகள் விரித்துக் கதற வேண்டும்...

எப்படித் தாங்கிக்கொண்டாள் அவள்? ஐந்து வருடத் தாம்பத்தியத்தில் நான்கு வயதுப் பையன். அவரின் ஜனனம். வயிற்றில் பயிராகும் கரு. நாளை எந்த முகம் பார்த்து நெஞ்சில் உதைத்து விளையாடும்? இந்த அந்தரச் சுவடுக்குத்தானா அத்தனை ஓட்டம்?

லாரிப் பட்டறை வேலை. இரவும் பகலும். அது என்ன உடம்பா ... இரும்பா? வீடு கட்டிவிட வேண்டும். சொந்தமாய் நாலு சாமான்களாவது வாங்கிப் போட்டுவிட வேண்டும். குழந்தைகளை கான்வென்ட் சித்திரங்களாக்கிப் பார்க்க வேண்டும். கௌரவத்திற்காய் வண்டி வாங்க வேண்டும். காய்த்துத் தொங்கிய ஆசைகளின் கனத்தில் கிளையின் முறிவு.

அந்தக் கணம் எப்படிப்பட்டதாயிருந்தது? சுமைகள் விலகிய மென்மையின் உணர்வா? இத்தனை சுமைகளை விட்டுப் போகிற விகசிப்பின் உணர்வா? ஒரு மாதகாலப் படுக்கையின் போதும் தளராத நம்பிக்கைக் கட்டின் சடசடத்த முறிவா. மாமா ... எப்படியிருந்தது அது?

கிணற்று மேட்டில் உயிரற்று நிற்கிறேன். இங்கேதான் எத்தனை வார்த்தைகள் இறைந்து கிடக்கின்றன. வார்த்தைகள் குழுமி என்னில் படருகின்றன. நினைவுச் செல்களைக் கொசுக்களென மொய்த்துப் பிடுங்குகின்றன. நாளை இங்கிருந்து உன் குரல் எழுமோ? இறைந்த வார்த்தைகள் வடிவம் பெறுமோ? மாமா... உன் அன்பின் பசை தடவிய அந்த வார்த்தைகள் மட்டும்தானா இனி?

“இன்னம் என்னடா மாப்ள . . . படிக்கற. எத்தன வெருசத்திக்கிப் படிப்ப. வா . . . நாந் தொழில் கத்துத் தாறன். நாலு வெருசத்துல முன்னுக்கு வந்தர்லாம்.”

என் சிரிப்பில் உதறிய உன் யோசனைகளை உனக்காக மட்டும் பத்திரப்படுத்திக்கொண்டேன். உன்னில் முளைத்த அந்தக் கிளர்ச்சிகளின் வேர் எங்கே? கரையான் புற்றெடுக்க மலர்களின் வசத்தில் சிக்கி இருந்தாயோ? என் மாமா . . . எப்படி உன் நிதானம் தவறியது.

பேரருவி நீரின் வேத்தில் மெய்மறந்தாயா? அதனோடு கை கோத்துச் செல்லும் நினைவில் இறங்கினாயா? எந்தக் கைகள் உன்னைப் பிடித்து இழுத்தன? . . . என் கண்களில் கரையும் மாமா. உள்ளுக்குள் கதறல் சப்தம். சோர்வின் அடிகள்.

வீடு தெரிகிறது. பெட்ரோமாக்ஸ் வெளிச்சம். அழுகைகளின் ஒலியில் இருளின் மூடல். யாரை எதிர்கொள்வேன்? என்னைச் சூழ்ந்து மொய்க்க எத்தனை துக்கங்கள். என் மேல் கொட்ட இரத்தம் கசியும் உள்ளங்கள்.

“அண்ணா . . . மாமன் என்னயப் பாத்துச் சிரிக்கறாரு பிள்ள . . . அவருக்கு இன்னமே ஒண்ணும் ஆவாதுன்னு சொன்னயே . . . இப்ப மாமன் எங்கண்ணா . . . மாமன் எங்கண்ணா? . . .”

அவளின் வார்த்தைகளில் வேரற்றுச் சாய்கிறேன். கதறலின் ஒலி கூவலாய். கையற்ற வார்த்தைகள் புலம்பலாய். நெஞ்சில் பதிந்த முகம். இறுக்கிய கைகள் தளர்ந்து அழுகையாய். தோள்களைத் தொட்டு ஆசுவாசமாக்கும் கரங்கள் கனமாய் விழுகின்றன. அவனை என்னிலிருந்து பிரிக்கிறார்கள். கண்ணீரின் உடைப்பு. கலங்கலினூடே காட்சிகள் தெளிவற்று. விசித்து விசித்து நெஞ்சின் குமுறல். எங்கே எனக்குள்ளான கட்டு? பெஞ்சில் உட்கார வைக்கிறார்கள். கால்மாட்டில் தலைவிரிய அவள். கண்களை மூடிக்கொள்கிறேன்.

அழுகையில் கரையும் இருள். இருளின் எந்தக் கணத்தின் அழுத்தலோ? பெஞ்சிலேயே குறுக்கி முறுக்கி. பாரம் இறங்கிய களைப்பு உறக்கத்தில். கனவும் நனவும் சிதைந்த ஒரு நொடியில் திடுக்கிட்டு விழிக்கிறேன்.

எங்கோ பறவைகளின் கூச்சல். யாருக்கான மாரடிப்பு? விடிவின் இருள் பிரிதலில் அங்கங்கே மூட்டைகளாய் உறவுகள். கதவோரம், வாசலில், பெஞ்சில், சாக்கில் . . . என் காலடியில் வல்லா.

விரிந்த தலைமயிர் போர்வையாய். கரு வயிற்றின் முன் தள்ளல். வல்லா நெஞ்சோரம் நான்கு வயது கதிரின் அணைப்பு. கால்களை அவன் மீது சேர்த்து வல்லா. விடிவெளிச்சத்தில் மங்கல் முகம். தளர்ந்த இமைகள். சோர்ந்த கன்னம். வல்லா சிதறிய பொட்டு. வெளிறிய சேலை, சாமி என்பார்களோ. இந்தப் பிஞ்சு நெஞ்சைக் கதறக் கதறக் பிழிவார்களோ. வல்லா . . .

குனிகிறேன். ஒருச்சாய்த்த உதடுகள் . . . வெற்று உதடுகள் . . . வெற்று உதடுகள் குவித்துப் பாவனையாய் ஊட்டல் . . . ஒதடூட்டி . . . வல்லா . . . வெளியறியாப் பிஞ்சு. வெம்பும் நாட்கள். என் வல்லா . . .

மீண்டும் இருள். வல்லாளுக்காய்த் தொடங்கும் என் அழுகை.

●

நிகழ், **டிசம்பர் 1992**

ஒடை

"உருப்படியா ஒரு வேல செய்யறதில்ல. தூக்கத்தப் பாரு தூக்கத்த . . . டேய் . . . எந்திருங்கடா... நானும் ஒரு வாரமாச் சொல்லிக்கிட்டே இருக்கறேன். எவனுக்கு ஒறைக்குது?"

பனியின் குளிரைத் துளைத்துக்கொண்டு அம்மாவின் சத்தம் என்னைத் தாக்கியது. போர்வையை விலக்கி அவனைப் பார்த்தேன். அவன் இதையெல்லாம் அறியாதவன்போல் இழுத்துப் போர்த்திக் குறுக்கிப் படுத்திருந்தான். கருப்பையில் உள்ள குழந்தையின் படம் மாதிரி தெரிந்தது.

"வெடிங்காட்டி அதுவ வெள்ளாட்டித் தொரத்தர தொரத்து சொல்லமுடியில... கொஞ்சம் வெடிஞ்சாப் போதும் பனையேறி வளவுக்குப் போயிருதுவ... பொழுதானாத்தான் வருதுவ. எம் மூஞ்சிக்கோசரம் அவுங்க ஒண்ணுங் சொல்றதில்ல. இதுவ என்னடான்னா அசைவனான்னு தூங்குதுவ..."

காலைத் தூக்கம் போன எரிச்சல் என்னை உசுப்பியது. 'கருமம்'. ஹாஸ்டல்லியே இருந்திருக்கலாம். லீவுன்னு இங்க வந்தா நிம்மதியாத் தூங்கக்கூட விட மாட்டேங்கறாங்க."

"ராத்திரித்தான நா வந்தன் எனக்கு என்ன தெரியும்? வெடிங்காட்டி ஏன் இப்பிடிக் கத்தற?"

"ஆமாண்டா . . . கத்தறன். உங்கொப்பன் இருந்திருந்தா நான் எதுக்குடா கத்தறன். அந்தந்த வேல அது அதும்பாட்டுக்கு நடக்கும். ரண்டு பசங்கள வெச்சிருக்கறன்னுதான் பேரு . . . என்னத்துக்கு ஆவுது?"

இனிமேலும் படுத்திருந்தால் அம்மாவின் ஒப்பாரியைக் கேட்கச் சகிக்காது. அவனைத் தட்டி எழுப்பினேன். திரும்பிக் குறுக்கிப் படுத்தான்; நெளிந்தான். சாக்குமூட்டை மாதிரி ஆனான். எரிச்சல் வந்தது. 'டேய்...'

முனகிக்கொண்டே எழுந்தான். ராஸ்கல். விழித்துத்தான் படுத்திருந்திருக்கறான் ...

"எந்திரிச்சு வாடா . . . குட்டிய ஓடை அடிக்கக் கொண்டோவணும்."

கொட்டாயின் சுவரோரம் உடலைக் குறுக்கி ஒண்டி நின்றிருந்த வெள்ளாட்டை அவிழ்த்தேன். தூரத்தில் படுத்திருந்த குட்டிகள் ரண்டும் 'ம்கும்...' என்ற உள்குரலோடு வெள்ளாட்டை நோக்கி வந்தன. அவன் லுங்கியை இறுக்கிக் கட்டிக்கொண்டு போர்வையைத் தலை வரை போர்த்திக்கொண்டு வந்தான்.

"சக்கரையாங்கிட்டச் சொல்லு... மூணையும் அடிக்கணும்னு. குட்டி சின்னதா இருக்கும்ன்னு சொன்னா அதெல்லாம் பாக்க வேண்டாம்... அதுங்க பண்ற தொந்தரவு தாங்க முடியலீன்னு சொல்லு ..." அம்மா சொல்லிக்கொண்டே இருந்தது.

பக்கத்தில் மட்டும் நன்றாகத் தெரிந்தது. எங்கும் புகை. மூடுபனி. உடலைச் சிலிர்த்துப் பனியை உறிஞ்சினேன். குளிரின் ஜில்லிப்பு சுகமாக இருந்தது. பால் கொண்டுபோகும் அம்மாக்களும் விறகு சுமக்கும் பாட்டிகளும் கீரையுடன் நடக்கும் பாப்பாக்களும் பனியினூடே அவ்வப்போது தெரிந்து மறைந்தார்கள்.

நான் வெள்ளாட்டைப் பிடித்துக்கொண்டு நடந்தேன். பனிக்கு உடல் குறுகி நடந்தது வெள்ளாடு. பின்னால் அவன் குட்டிகளை முடுக்கிக்கொண்டு வந்தான்.

"சக்கரையான் இப்ப மரம் ஏறறானாடா."

"அவன் எந்த மரம் ஏறறான். குடிச்சுப்புட்டுப் பொழுதின்னிக்கும் சுத்திக்கிட்டே இருக்கறதுதான் வேல. பையன் மில்லுக்குப் போறான். பொண்டாட்டி ஏதோ காரவேலைக்குப் போறாளாட்டம் இருக்குது. இவனுக்குக் கும்மாளந்தான்."

"முந்தியெல்லாம் ஒழுங்கா மரமேறிக்கிட்டுத்தான இருந்தான்? இப்ப என்ன ஆச்சு?"

"எல்லாஞ் சேர்க்கதான். சேருவாரோட சேந்தாத்தான. குட்டிச் செவுராயிட்டான். சாராயக்கட சிங்கன் சகவாசம். அவனோடவே நாய் மாதிரி திரியறான்."

சக்கரையான் கைத் 'தெளுவு' நல்ல ருசியாயிருக்கும். பார்க்கும்போதே குடிக்கலாம் போல. பன்னீராட்டம். அவன் கைக்குப் பனைமரங்கள் வஞ்சகம் இல்லாமலும் ஊறும். தெளுவுக்குன்னு போனால் யாருக்கும் இல்லையென்று சொல்லமாட்டான். முகச்சுளிப்பு இருக்காது. அவன் பேர்வாசி, வருசம் முழுக்க தருணம் இல்லாத சமயத்தில்கூட எங்காவது ரண்டு மரம் இருக்கும். ஏறுவான். அப்படி இருந்தவன்தான்.

கொஞ்சம் மங்கலாகச் சக்கரையான் கொட்டாயி தெரிந்தது. பனியில் குளித்துக்கொண்டு கூரையில் படர்ந்திருந்த பூசணி இலைகள் சோர்ந்து காணப்பட்டன. வாசல் குப்பைக் கூளங்களோடு உட்கார்ந்திருந்தது.

"அண்ணா ... அண்ணா ..." அவன் கூப்பிட்டான்.

கொஞ்சநேரம் பதிலில்லை. மீண்டும் கூப்பிட்டான்.

உள்ளேயிருந்து, "ஏண்டா பொன்னு" என்று குரல் கேட்டது. சக்கரையானின் பொண்டாட்டி. கருப்பட்டிப்பாகு மணம் கையெல்லாம் வீச எப்பவும் சிரிப்பாயிருப்பாள். உடல் முழுக்கக் கருப்பட்டியில் செய்த மாதிரி இனிக்க இனிக்கப் பேச்சு வரும். இப்பவும் அப்படித்தானா. உள்ளேயிருந்து குரல் மட்டும் வந்தது.

"வெள்ளாக்குட்டி ஒடை அடிக்கக் கொண்ணாந்திருக்கறம். அந்த அண்ணன் இருக்குதாக்கா?"

"இருக்கும். அந்த மாட்டுக்கொட்டாயிக் கட்டல்ல படுத்திருக்குதான்னு பாரு. இருந்தா அங்கதான் இருக்கோணும். எழுப்பு."

குட்டிகள் பக்கத்தில் இருந்த சோளப்பயிரை மேயப் போயின. சோகை படர்ந்த பயிர்கள். தருணத்தில் மழை இல்லாத ஏக்கம். வெள்ளாடு என்னை இழுத்தது. அவனை எழுப்பிக்கொண்டு வந்தான்.

"நீ எப்படா பயா வந்த? ரீவா" என்றபடி வந்த அவன் கண்களில் செம்மை படர்ந்திருந்தது. பூளை கட்டித் திரண்டிருந்தது. கசக்கிக்கொண்டே வந்தான்.

"ஆமாண்ணா ... நேத்துத்தான் வந்தன்."

"என்னடா இது ... எளங்குட்டியா இருக்குது. இப்பவே ஒடையடிக்கோணுமா."

"எந்த எளங்குட்டின்னா. மூணு மாசமாச்சு. ஊரையே ரவுண்டடிச்சிக்கிட்டு வருதுவ. பாத்துப் பாத்து முடிக்கி யாரதுக்குள்ள உயிரு போயிருது."

"சேரி, ஒவ்வொண்ணாப் புடுச்சா" என்று சொல்லிவிட்டு அவன் உள்ளே போய் இடுக்குக்கோலை எடுத்து வந்தார். இடுக்குக்கோல் மொழுமொழுவென்று தெரிந்தது. எத்தனை பாளைகளை இடுக்கியிருக்கும். எத்தனை குட்டிகளின் காய்களை நசுக்கியிருக்கும். எல்லா வடுக்களையும் புதைத்துக்கொண்டு அப்பாவி மாதிரி அவன் கையில் இருந்தது.

அவன் கோவணம் மட்டுமே கட்டியிருந்தான். முன்பக்கம் சுருங்கி பின்னால் தொங்கிய வால் சேவேறிய பழுப்பு. இத்தனை பனியிலும் மேலுக்கு எப்பிடி ஒன்றும் போடாமல் இருக்கிறான்? வெள்ளாட்டைத் துரத்த அங்கிருந்த 'மொளக்குச்சி'யச் சுத்தி வந்தன. ஆளுக்கொரு பக்கமாய்ப் போயும் ஒன்றும் சிக்கவில்லை. துரத்தி ஒன்றைப் பிடித்தோம்.

"நல்லாப் படுக்கப் போடுடா. இப்படிப் புடுச்சா எப்படி?"

அவன் வழிகாட்டினான்.

அப்பவும் எனக்குப் பிடிக்க வரவில்லை. அவனையும் பிடிக்கச் சொன்னான். குட்டி திமிறித் துள்ளியது. இன்னொரு ஆள் வேண்டும். மிருதுவாகக் கைகளில் அழுந்திய அதன் உடல் பகுதியை இறுக்கிப் பிடிக்க என்னவோ மாதிரி இருந்தது.

"டேய் சுப்ரமணி... இங்க வாடா போவ" தடத்தில் போய்க் கொண்டிருந்த சுப்ரமணியைக் கூப்பிட்டான். அவன் வந்ததும் நான் ஒதுங்கி நின்றுகொண்டேன்.

"நீ போயி சாணி கொஞ்சம் எடுத்தா" என்றான்.

பக்கத்திலிருந்த கட்டுத்தறிக்குப் போய் சாணி எடுத்து வந்தேன். குட்டியின் பின்னங்கால்களை அகட்டிப் பிடித்திருந்தான். தலையைத் தூக்க எத்தனிக்கும்போது பற்களைக் கடித்துக்கொண்டு ஓங்கி ஓங்கி அறைந்தான். அவன் முகத்தில் சிவுசிவென ஏறிய கோபம் என்னைப் பயமுறுத்தியது. அகட்டிய கால்களினூடே நுங்குக் குரம்பையாட்டம் தெரிந்த காய்களில் இடுக்குக்கோலை வைத்து நசுக்கினான். அடிப்பாகத்திலிருந்து நுனி வரையில். கதிர் உருவுவது மாதிரியான உருவல். காய்கள் மாவாட்டம் கரைந்துபோயின. குட்டியின் கதறல் கடைசிச் சப்தம் போல நெஞ்சைப் பிளந்தது.

"எளங்குட்டிதான். இருந்தாலும் வெள்ளாக்குட்டிவ சும்மா இருக்காதுவ. இந்தக் காலத்துப் பசங்களாட்டம்..."

என்னிடமிருந்த சாணியை வாங்கிக் காய்களின் மேல் நன்றாகத் தடவினான். லொங்கிப் போய்க் கிடந்தன. குட்டியின் கண்களில் நீர் வடிந்தது. கத்தவும் சக்தியற்றுக் கிடந்தது. பிடியை

விட்டதும் எழுந்து ஓட முயன்று 'வீல்' என்று கத்தி நின்றது. பின்னங்கால்களை அகட்டிக்கொண்டு மெல்லமாய் அடி எடுத்து வைத்து வெள்ளாட்டை நோக்கிப் போனது. அடிக்கொரு தரம் கத்தல்.

"ரண்டு நாள் கழிச்சுக் காத்தால அடிச்சாய ரண்டு நேரமும் தண்ணி அடிக்கோணும்... நீ ஏண்டா பயா சாணிய வெச்சுக்கிட்டு நிக்கற. அத இப்படிப் போட்டுட்டுக் கை கழுவு" என்றான்.

நான் சாணியைப் போட்டுவிட்டுக் கை கழுவப் போனேன். பெரிய பானை வறண்டு கிடந்தது. மண்குடம் கவிழ்த்து வைக்கப்பட்டிருந்தது. தண்ணீர் எதிலும் இல்லை.

சுப்பிரமணியும் அவனும் அடுத்த குட்டியைத் துரத்தினார்கள். போர்வையை ஓரமாகச் சுருட்டி வைத்திருந்தான். குளிர் விட்டுப் போயிருந்தது. ஒடையடித்த குட்டி குறுகிப்போய் வெள்ளாட்டோரம் நல்ல பையனாட்டம் நின்றுகொண்டது. நான் தண்ணீர் தேடினேன்.

"ஏண்டா . . . தண்ணி எதிலயும் இல்லயா? இந்தக் கருவாச்சி என்னத்தப் புடுங்கறா, தண்ணிகூட கொண்ணாந்து வெக்காம?" என்று கொட்டாயைப் பார்த்துக் கத்தினான்.

இன்னொரு குட்டி சிக்கியிருந்தது. கழுத்தில் கயிறு போட்டுக் கட்டாமல் 'தங்குண்டி'யாகத் திரிந்தவை. பிடிக்கக் கஷ்டம்.

"எனக்குத்தான் வேலையில்ல . . . சாராயக்கடையிலயும் கள்ளுக்கடையிலயும் பாஞ்சாங்கரத்திலயும் புடுங்கிக்கிட்டு இருக்கறன். ஆம்பள பேசற பேச்சப் பாரு . . . பொண்டாட்டியும் பையனும் சம்பாரிச்சுப் போடறதில தின்னுட்டு . . . தண்ணி கொண்ணாந்து வெக்கறது, அதுக்கும் நானே தானா?"

கொஞ்ச நேரம் கழித்து அவன் பொண்டாட்டியின் குரல் ஓலை மீது விழுந்த கற்களாய்ச் சடசடத்தது.

"என்னடி அளக்கற . . . வந்தனா எருமாமட்ட தட்டிப் புடுவன் . . . ஆமா."

"தட்டுவ... சம்பாரிச்சுப் போடறனில்ல. தின்னூட்டு எருமா மட்ட தட்டு. அதிலயே உன்னயப் போட்டு எரிக்க."

நான் சாணிக் கையோடு நின்றுகொண்டிருந்தேன். காய்ந்து வரவரத்தது. இரண்டாவது குட்டி கால்களைக் குறுக்கி நின்றது. மூன்றாவது குட்டி துள்ளியது.

"நாலு காசு சம்பாரிக்கத் துப்பில்ல. நாசமாப் போனவன். என்னப் பேசறான். சேருவாரோட சேந்து பொழுதாப் பொழுதினிக்கும் குடி. இப்படியே போனா ஊடு வாசலாயிரும்."

"காலங்காத்தால காச்சுமூச்சுனு கத்துன. பிஞ்ச செருப்பால அடிச்சுப்புடுவன். மூடிக்கிட்டு இரு... ஆமா..."

மூன்றாவது குட்டியின் காய்களுக்குச் சாணி தடவினார்கள்.

"மறக்காத ரண்டு நாள் கழிச்சு ரண்டு நேரமும் தண்ணி சலார்சலார்னு அடிக்கோணும்... மறந்து உட்ராதீங்க... புடிச்சுக்கிட்டுப் போங்க."

சக்கரையான் முகம் சிவுசிவுத்தது. என்னைப் பார்க்காமல் தவிர்த்தான். நான் வெள்ளாட்டை அவிழ்த்தேன். அவன் குட்டிகளை முடுக்கினான். நடக்க முடியாமல் நகர்ந்தன அவை. சக்கரையான் வீட்டுக்குப் போனான்.

"என்னடி... நானும் பாக்கறன். ஏறிக்கிட்டே போற, உனக்கெல்லாம் சும்மா உட்டாச் செரிப்படாது. அங்க கொழுப்பு கட்டிக்கிச்சு... கொறைக்க வேண்டாமா..."

குட்டிகள் அடங்கி ஒடுங்கி வெள்ளாட்டின் பின்னால் மெல்ல நடந்தன.

"அய்யோ... கொல்றானே... காலங்காத்தால இப்பிடியும் ஒரு அநியாயமா... கேப்பாரில்லையா... படுபாவி... உங்க கைக்குக் கொள்ளி வெக்க."

வீட்டுக்குள்ளிருந்து சத்தம் என்னென்னவோ மாதிரி வந்தது. நெஞ்சில் அறைகிற மாதிரி. விழுகிற மாதிரி. துடிக்கிற மாதிரி. இன்னமும் சக்கரையான் வெளியே வரவில்லை. வெள்ளாட்டை இழுத்துப் பிடித்துக்கொண்டு திரும்பிப் பார்த்தேன். வாசலில் அமைதியாய் இடுக்குக்கோல். சட்டென்று அதை அவனுக்குப் பயன்படுத்த வேண்டும் போலிருந்தது.

●

தோழமை, டிசம்.1991 – ஜன.1992

ஏவாரி

"என்னக்கா அடுப்புல பொவையுது?"

"காப்பித்தண்ணி வாத்தியாரு."

"அப்படியே எனக்கும் ஒரு கிளாசு குடுக்கா."

"கட்டல்ல உக்காரு வாரேன்."

"பாலூத்தீட்டு வந்தாச்சா?"

"இப்பத்தான் வந்தன். எந்தப் பாலிருக்குது. சனியனுவ ஆனையாட்டம் தீனிதான் திங்குவ. குர்குர்ரென்னு கறக்குதா. இந்த ஈத்தோட எருமய வித்துப்புடறேன்."

"ஆமா. வித்துப்புட்டு வேறொண்ணு நல்லதா வாங்கிக்குங்க... அட அட... வெள்ளாட்டுக்குட்டி ஊட்டுக்குள்ள போவுது பாருக்கா."

"உஸ்... உஸாய்... இதுவ இப்பத்தான் மனசன ஒரு பக்கம் நிக்க உடுதா. காட்டுல போயி மேயறது. ஊட்லதான் கொட்டி வச்சிருக்குதாமா?"

"குட்டிவதாம் பெருசாயிருச்சே. ஏக்கா குடுத்திர்றீங்களா?"

"இப்ப என்ன. இன்னொரு எட்டுக்கு இருக்கட்டும் வாத்தியாரு."

"ரண்டும் கெடாக்குட்டிவதான. ஒடையடுச்சு உட்டாச்சா."

"ஆரு ஒடையடிச்சா, சும்மாத்தான் திரியுதுவ."

“ம்க்கும். அப்ப இதுதானக்கா தரணம். இன்னமே வெச்சிருந்தா குட்டி ஒடஞ்சு போயராது. வெள்ளாட்டு மேல உழுந்துதுன்னா அவ்வளவுதான். நஞ்சு போயிரும். சொல்லுக்கா பாப்பம்.”

“இங்க எந்த வெள்ளாட்டு மேல போயி உழுவுது. அவுத்துடறம். மேஞ்சதியும் புடிச்சுக் கட்டிப்புடறம். இருக்கட்டும்.”

“மேச்சலுக்குப் போறப்பப் பாத்துக்கிட்டேவா இருப்பீங்க? ரண்டுதரம் வெள்ளாட்டு மேல உழுந்துதுன்னா ஒரு நூறு ரூவா போயிரும்.”

“எங்க போவுது வாத்யாரு. இன்னம் வெள்ளாட்டுல பாலூட்டுதுவ.”

“வெள்ளாடு பயராயிருச்சா?”

“அதென்னமோ இந்த ஈத்து இன்னம் பயராவக் காணாம்.”

“அப்ப வெள்ளாட்டையும் சேத்திக் குடுத்தர்ரது? செனையோட வேற ஒன்னு வாங்கிக்கலாமில்ல?”

“ம்... இன்னொரு மாசங் கழிச்சுத்தான் பயராவட்டுமே. நாலு ஈத்தாச்சு. எப்பேர்ப்பட்ட வம்சம். இது மாதிரி வருமா வெள்ளாடு?”

“அப்ப வெச்சிருங்க. குட்டிய வித்துப்புட்டா சீக்கிரம் பயராயிரும். இன்னம் பாலூட்டிக்கிட்டிருந்தா எப்படிப் பயராவும்?”

“பாலூட்டடப் பாலூட்டடவே பயராயிரும். இந்த ஈத்துத்தான் என்னமோ இன்னுங் காணாம்.”

“அங்காமூட்டு வெள்ளாடு இப்படித்தான் பயராவாதயே கெடந்தது. குட்டிய வித்தொடன நாலே நாளுல பயராயிருச்சுக்கா.”

“கட்டுக்காட்டு அங்காமூட்டுதா?”

“ஆமாக்கா. அந்தக்காகூடப் பாலூட்டற குட்டிய எங்க விக்கிறதுன்னுது. நாந்தாஞ் சொல்லி வாங்கினேன்.”

“ம் . . . செரி பாரு இந்தக் குட்டிவளத்தான். எவ்வளவு வருமுன்னு பாப்பம்.”

“நேத்துப் பையன் மேய்க்கும்போது புடுச்சுப் பாத்தன். குட்டிவ பரவாயில்ல. ஒரு அளவுக்குப் ‘புடி’ இருக்குது. வெலச் சொல்லுங்க.”

“நானென்னத்தச் சொல்றது. நீ கேளு வாத்யாரே.”

"அதெப்டீக்கா. நீ சொல்லாத நாங் கேக்கறது. ஒரு வெலச் சொன்னா, படிஞ்சா மேல கேக்கலாம்."

"செரி, தொளாயரம் குடு."

"என்னக்கா இது. குடுக்கற மாதிரி சொல்லுங்க. ரண்டும் பூங்குட்டிவ. பாலூட்டற குட்டிவள இந்த வெலைக்கு வாங்கி நா மொதலுப் பண்ண வேண்டாமா?"

"அந்த வெலைன்னாக் குடுக்கறது. இல்லன்னா இன்னொரு எட்டுக்கு இருக்கட்டும்."

"இன்னொரு எட்டுக்கு வெச்சிருந்தா மட்டும் எவ்வளவு வந்தரப் போவுது? செரி. ஒரு குட்டி நல்லா முறுக்கம். ஒண்ணு அந்த அளவுக்கு வராது. கொஞ்சம் உடும். ரண்டுஞ் சேந்து ஏழ்நூறுக்குத் தாக்கா போவும்."

"என்ன வாத்யாரு. கறி கிலோ நாப்பது ரூவா சொல்ற. குட்டிய மட்டும் இப்பிடிக் கேக்கற."

"ஆமாக்கா, குட்டி அஞ்சஞ்சு கிலோதான் வரும். தோலு, தல, கொடலு – இப்படித்தான் சேத்து மொதலுப் பண்ணோணும். அதும் நாளைக்கு ஞாயித்துக்கெழம. வர்றவங்களுக்கு இல்லைன்னு சொல்லக்கூடாதுன்னு பாக்கறன். ஒரு இருவத்தஞ்சு சேத்தி வெச்சுக் குடுங்க."

"எட்நூத்தி அம்பதுக்குக் கம்மி வராது வாத்யாரே. ஆளா இல்ல. நட்டுவாயன், மணி ஆராச்சும் வருவாங்க."

"பத்து ரூவா எச்சுக்கம்மி. கையில காச வாங்கிக்கலாம். அவுங்களுக்கெல்லாம் குடுத்தா ஒரு மாசம் ரண்டுமாசம் இழுத்தடிப்பாங்க. நம்மகிட்ட அந்த வேலயே வேண்டாம். கையில காச வாங்கிக்கங்க."

"அதான் சொல்லிப்புட்டன. அதுக்குங் கம்மின்னா இல்ல வாத்யாரு."

"பாதிப்பணம் இப்பவே வாங்கிக்குங்க. நாளைக்குக் காத்தால பாதி. நம்மகிட்ட பாக்கிகீக்கிங்கற பேச்சே இல்ல. ஒடச்சுச் சொல்லுக்கா. எட்நூறுக்குக் கீழ வாக்கா."

"கீழ மேலங்கற பேச்சே வேண்டாம். செரியா எட்நூறு குடுத்துரு. இப்ப ஒரு பேச்சு சொல்லிப்புட்டுப் பணத்துக்கு அப்பறம் வா. இப்பறம் வான்னு இழுத்தடிக்கக் கூடாது ஆமா."

"ஏக்கா எப்பவாச்சும் நா அப்படிச் செஞ்சிருக்கறனா. சொன்னாச் சொன்னதுதான். சந்தேகம்னா, கையில காசக்

குடுத்துட்டுக் குட்டிய புடிச்சுக்கறேன். போதுமா. ஒரே வெல எழுநூத்தி அம்பது. அதுக்கு மேல போவாதுக்கா. புடி காச."

"இல்ல வாத்யாரு. இருக்கட்டும். அவுங்கப்பன் வந்தா சண்டக் கட்டுவாரு. இந்த வெலக்கா குடுத்தீனு."

"எனக்குன்னு சொன்னா மாமன் ஒண்ணுஞ் சொல்ல மாட்டாரு. இன்னக்கி நேத்தா பழக்கம். எத்தன வருசத்துப் பழக்கம். புடீக்கா காச."

"இன்னொரு இருவத்தஞ்சு சேத்திக் குடு வாத்யாரு. கைல பணம் வந்தாத்தான் குட்டியக் குடுப்பன் ஆமா."

"எங்காசு எங்கீக்கா போயிருது. உங்கூட்ல இருக்கறாப்பல. செரி, பத்து ரூவா சேத்தி. அரவது புடிக்கா."

"எப்படியும் எட்நூறுக்குப் போவும். வெலய உட்டுத்தான் குடுத்துட்டன்."

"இன்னம் பத்து நாளைக்கு வெச்சிருந்து ரண்டு மூனுபடி சோளம் வெச்சா அது பணமில்லையா, எல்லாஞ் செரியாப் போயிரும். இந்தாக்கா மும்பணம் பத்து ரூவா. முன்னூறு ரூவா போயி இப்பவே பையன்கிட்டக் குடுத்தனுப்பறன்."

"குடுத்துடு வாத்யாரே. அது இதுன்னு சாக்குச் சொல்லக் கூடாது ஆமா."

"இப்பவே குட்டியப் புடிச்சோரன். நாளைக்குக் கறிக்கு இதுதான். பணத்தப் பத்தி கவலைப்படாதீங்க. இப்பவே போயிப் பையங்கிட்ட குடுத்தனுப்பறன். மீதி ஞாயித்துக்கெழம தாரன். புடீங்க குட்டிய."

●

மனஓசை, மார்ச் 1991

முடக்கம்

அவன் பொட்டலத்தோடு நுழைந்தான்.

தலையைக் கால்களுக்குக் கவிழ்த்துக் கிடந்தவள் நிமிர்ந்தாள். அவன் நனைந்திருந்தான். தலைமயிரில் திவலைகள் தொங்கின. முகத்தில் கோடிட்டு வடிந்தன. உடம்போடு ஒட்டிப்போய்ச் சட்டை லுங்கியை மடித்துக் கட்டியிருந்தான். அங்கங்கே டிசைன் மாதிரி ஈரம்.

அவன் விசுக்கென்று எழுந்து துண்டை எடுத்துக் கொடுத்தாள். கைப்பொட்டலத்தை வாங்கிக்கொண்டாள். நடுவீட்டில் புத்தகத்தை விரித்து வைத்துப் படுத்தபடி எழுதிக்கொண்டிருந்த குழந்தைகள் இவர்கள் பக்கமாய்த் திரும்பின.

பொட்டலத்தை நோக்கிக் கண்கள் சுழித்தன. மதியம் கொட்டை கொட்டையாய் இருந்த சோற்றைக் கொஞ்சம் விழுங்கியது. ஏதோ ஓட்டல் சோறு. பசி. நான்கு நாளாய்த் தாளாத பசி. ஆனால், பொட்டலத்தைக் கண்டதும் நாக்கு உள்ளிழுத்தது. வயிறு சத்தம் அடங்கியது. ஒரு வெறுப்போடு அதனை ஒதுக்கிப் பார்வை மீண்டது.

“எங்காச்சும் கெடச்சுதா?”

“எங்க கெடைக்குது.”

தலையை அழுந்தத் துவட்டினான். சட்டையைக் கழற்றித் தூக்கிப் போட்டான். அவள் பழையபடி சுவரோரமாய் உட்கார்ந்திருந்தாள். அங்கங்கே வைத்திருந்த குண்டாக்களில் விழுந்த

மழைத்துளியின் சத்தம் 'சிக்கிக்'கென்று கேட்டது. வெளியே மழை சொளசொளத்தது. கதவைச் சாத்திவிட்டு வந்து அவளருகே உட்கார்ந்தான். குழந்தைகள் மீண்டும் எழுதத் தொடங்கியிருந்தன. கண்கள் மயங்க மனம் எங்கேயோ இருந்தது. கை ஏதோ கிறுக்கலில்.

"பக்கத்துல கேட்டயா."

"ம். எல்லாரும் கையை விரிக்கறாங்க"

"அவங்களுக்கெல்லாம் கேஸ் இருக்குமில்ல."

"இருக்குந்தான்."

எல்லாரையும் கேட்டாயிற்று. வெட்கத்தை விட்டு, ஸ்டவ் மட்டுமேயான பக்கத்து வீடுகளின் நிலைமை தெரியும். அந்த முகங்களில் வெளிறல். அதையெல்லாம் தாண்டி கேஸ் வைத்திருக்கும் ஜெராக்ஸ் கடைக்காரர் வீடு. டெய்லர் வீடு. முகம் மட்டுமே தெரிந்திருந்த பக்கத்து மாடி போர்ஷன் அம்மா எல்லாம் கேட்டாயிற்று. எங்கும் முகம் கூம்பிய பதில்தான். கேஸூம் நிரந்தரமில்லை. தீர்ந்ததும் கிடைக்கிற நம்பிக்கையில்லை. எப்போது போகும் என்றும் தெளிவில்லை. எப்பவும் ஒரு ஸ்டவ் மாற்றுக்கு. அதையெல்லாம் மீறி உதவுவார்கள் என்ற எதிர்பார்ப்பு தவறுதான். யாரைச் சொல்லி நோவது?

சுவர் ஜில்லென்று இருந்தது. சாய்ந்து கண்களை மூடிக்கொண்டான். சாய்வு ஆசுவாசப்படுத்தியது. மூச்சின் சூட்டில் இளைப்பாறினான். இமைகளைத் திறக்க முடியாதவாறு அழுத்தம். அப்படியே கிடந்துவிட வேண்டும் என்ற துடிப்பு. ஆழ்ந்த சுவாசம். இழை மாதிரி மெல்லியதாய்க் கை கால்கள் வலுவற்றுக் கிடந்தன. அந்தக் கிடப்பில் லயித்துப் போனான்.

"பிரஸ்ல பணங் கேட்டியா"

கிணற்றுக்குள்ளிருந்து கூப்பிடுகிறாற்போல் அவள் குரல். தொட்டு அசைத்தாள். பிணைந்த இமைகளை வலுக்கட்டாயமாய்ப் பிரித்தான். லயிப்பை நசுக்கிய அவள் மீது கோபம் வந்தது. அவள் முகத்தில் வடிந்த மங்கலில் அடக்கிக் கொண்டான்.

"பிரஸ்ல பணங் கேட்டியா?"

"மொதலாளியே இன்னக்கி வல்ல."

அவள் எதுவும் பேசவில்லை. முன்னைப்போல் கால்களுக்குள் தலையைக் கவிழ்த்துக்கொண்டாள்.

முன்பணம் என்று வாயைத் திறந்தால் போதும், முதலாளிக்குச் சிறுத்துப் போகும். சிடுசிடுப்பு பற்றிக்கொள்ளும். என்னமோ யாசகம் கேட்க வந்துவிட்ட மாதிரி. கைகள் எந்திரமாய் இயங்க நாள் முழுக்கக் கம்போஸிங் செய்தும் பதிலுக்கு ஒரு சிரிப்பு வராது. மனுசன் என்னத்தை வாரிக்கொண்டு போகப் போகிறானோ? வந்திருந்தால் வசவுகளோடாவது ஏதாவது கொடுப்பான். அதற்கும் இல்லை. மழைக்குக் கதகதப்பாய் வீட்டுக்குள் கிடப்பான். மூன்று வேளை மூக்குப் பிடிக்கத் தின்றுவிட்டு. நமக்குச் சொல்லு . . .

திரும்பி அவளைப் பார்த்தான். செம்பட்டைத் தலை மினுமினுத்தது. சாம்பல் கலர் ரவிக்கை அல்லையில் மூட்டுப் பிரிந்து நுனியில் தவித்தது. கால்களைக் கட்டிக்கொண்டிருந்த கறுப்பு வளையல் கைகள் குறைந்த வெளிச்சத்தில் சுடர்ந்தன. கைகளைத் தொட்டான். அவள் அசையவில்லை. இடுப்புக்கு நகர்த்தினான்.

திடுக்கென்று எழுந்தவள் குழந்தைகளைக் கூப்பிட்டாள். எழுதிக்கொண்டிருந்த நோட்டுகளை மூடி வைத்துவிட்டு வந்தன. வட்டலை எடுத்து வரச் சொன்னாள். பொட்டலத்தைப் பிரித்தாள்.

“எத்தனை நாளைக்கு லீவாமா?”

“மழ ஓயந்தின்னித்தான்.”

மெல்லிய நூல் சிக்கிக்கொண்டிருந்தது. அவள் சுற்றிச் சுற்றி அவிழ்த்துப் பார்த்தாள். வரவில்லை. அவன் வாங்கி நூலை அறுத்துப் பிரித்தான். நீர்க்குமிழிகளாய் இட்லிகள் ஒட்டிக் கிடந்தன. சின்ன இலை மடிப்பில் காரச்சட்னி. நான்கு இட்லிகளை வட்டலில் போட்டாள்.

“ஊட்டுக்காரங்க கிட்டக் கேட்டியா?”

“ம் . . . வெறவெல்லாம் எரிக்கக் கூடாதாம்.”

கால் வைக்கிற அளவுகூட இடம் சும்மா இல்லை. தீப்பெட்டி கணக்காய் அடைந்து கிடக்கிறது. பாத்ரூம். லெட்ரின் தேவையில்லாமலிருந்தால் அதுவும் வீடாகி இருக்கும். வாடகை. அதன் மகிமை. வெளியே வைத்து எரிக்கலாமென்றால் துளி இடம் இல்லை. இந்த நாலு சுவர்தான். எரித்தால் கரி படியுமாம். கூரையே இல்லாத மாதிரி ஒழுகுவது தெரியாது . . . கரி படியுமாம் கரி.

மூலையில் வெறுமனே அடுக்கி வைக்கப்பட்டிருந்த சாமான்கள் தெரிந்தன. அவற்றின் ஓரம் ஸ்டவ் அனாதைப்

பிள்ளையாய் நின்றது. பெருமூச்சு வந்தது. காரச்சட்டினியை வட்டலில் வைத்தவள் குழந்தைகளைச் சாப்பிடச் சொன்னாள். தொட்டு வாயில் வைத்ததும் கைகளை ஆட்டிக்கொண்டு 'ஆ… ஊ …' என்றன. ஓடிப்போய்த் தண்ணீர் கொண்டு வந்தாள். வாங்கி வயிறு முட்டக் குடித்தன.

நல்ல சோறு வாயில் வைத்து மூன்று நான்கு நாட்களாகின்றன. குடும்பமே கடையில் தின்றால் தலையை அடகு வைத்தாலும் போதாது. எங்காவது பாடாவதி ஓட்டலில்தான் வாங்க வேண்டியதிருக்கிறது. நாக்கில் வைக்க முடியாத காரம். அழுகல் வாசம். பார்த்தாலே குமட்டுகிறது. எளிமையாக இருந்தாலும் வாயில் வைக்கிற மாதிரி சாப்பிட்டுப் பழகிய குழந்தைகள் கால் வயிறும் அரை வயிறும்… சாப்பிட்டும் சாப்பிடாமலும்… இப்போது பார்க்கச் சகிக்கவில்லை. அவனுக்குத் தன்னை ஓங்கி ஓங்கி அறைந்துகொள்ள வேண்டும் போலிருந்தது.

"கடையில் எங்கயும் கேட்டயா?"

"சூளமேட்டுல ஒரு கடையில 12 ரூவாக்கி இருக்குதுன்னு சொன்னாங்க. போனாத் தீந்துருச்சுங்கறான். மழையில் நனஞ் சதுதான் மிச்சம்."

"பொன்னு விக்கிற மாதிரியில்ல விக்கிது. அங்க கெடைக்குது. இங்க கெடைக்குதுன்னு ஆளாளுக்குச் சொல்ல வேண்டீதுதான். எங்க போனாலும் கைவிரிப்புத்தான். பதிமூனு ரூவாயிக்கும் அசையறதக் காணோம்."

ஒரு இட்லியைத் தண்ணீரைக் குடித்துக்கொண்டே தின்ற குழந்தை 'எனக்குப் போதும்' என்றது. உதடுகளைக் குவித்துக் காரம் போக்க மூச்சு வாங்கியது. புளித்த மாவின் நெடி நாக்கில் எரிந்தது. குழந்தை கைகளை உயர்த்திக்கொண்டு வெறுப்போடு நின்றது. நாலு நாளில் குழந்தை எலும்பாகிவிட்ட மாதிரி தெரிந்தது. காய்ச்சல் உருக்கி எடுத்த உடம்பு மாதிரி. 'கறி புளிதான் ஆக்கிப்போட வக்கில்ல. ரண்டு அன்னத்தக்கூட ஆக்கிப்போட முடியலியே …'

அவள் சட்டென்று கண்ணீரை அடக்க முடியாமல் குமுறிக் குமுறி அழுதாள். குழந்தைகள் மிரண்டு பார்த்தன. அவன் 'இதா… இதா' என்று அவள் தலையைக் கோதினான். அவளுக்கு இன்னும் அதிகமாகியது. சுவரோரம் போய் ஸ்டேண்டில் இருந்த சர்க்கரை டப்பாவை எடுத்து வந்தான். கொஞ்சமாய்க் கிடந்ததைப் பகிர்ந்து போட்டுச் சாப்பிடச் சொன்னான். அவளின் கேவல் சன்னமாய் வந்தது.

"இன்னையோட மழ உட்ரும். நாளைக்கு எங்கயும் வாங்கிரலாம்."

"இப்பிடித்தான் ஒரு வாரமாகச் சொல்றான். இன்னம் உடுல."

குழந்தைகள் சாப்பிட்டதும் கைகளைக் கழுவிவிட்டு வட்டலை வெளியே கொண்டுபோய் ஊற்றினான். வாசல் படியை நிறைத்துக்கொண்டு தண்ணீர் போனது. அண்ணாந்து பார்த்தான். சுவர்களுக்கு இடையே கீற்று மாதிரி வானம் தெரிந்தது. மேகம் குழுமிக் கர்ப்பிணியாய். பக்கத்து வீடுகள் மூடிக்கிடந்தன. ஒவ்வொரு வீட்டுக்குள்ளும் என்ன நிலைமையோ. அவர்களை நினைக்கும்போதும் அவனுக்கு வருத்தமாய் இருந்தது.

தெருவில் தண்ணீரை இறைத்துக்கொண்டு மழைக் கோட்டோடு 'பைக்' ஒன்று போனது. 'இதுகளுக்கு மட்டும் எங்கதாங் கெடைக்குமோ' சலதாரையை அடைத்து நின்ற கசங்கிய தாளை எடுத்துவிட்டு வந்தான்.

ஆறு மணிகூட இருக்காது. இருட்டின் ஆக்கிரமிப்பு. கதவைச் சாத்திவிட்டு உள்ளே வந்து மீதமிருந்த இட்லிகளைப் போட்டு அவள் பக்கம் நகர்த்தினான். அவள் முகத்தை முந்தானையில் துடைத்துக்கொண்டு அவனைப் பார்த்துக் கேட்டாள்.

"அந்த ஈராக்குக்காரன் என்ன சொல்றானாமா."

அவனுக்கு ஒரு கணம் சிரிப்பு வந்தது. என்னமோ பக்கத்து வீட்டுக்காரன் மாதிரி 'ஈராக் காரன்.' ரொம்பவும் பவ்வியமாய் விசாரிக்கும் அவள் வெகுளி ரசிக்கத்தக்கதாய் இருந்தது. உதடுகள் விரியச் சிரித்துக்கொண்டான். எதுவும் பேசவில்லை.

"ரேசனுக்குக்கூட இன்னம் ஒரு வாரம் இருக்குது."

"அப்பவாச்சும் குடுப்பானா."

"அதுக்கும் அடிதடிதான்."

யாராவது கார்டு கொடுத்தால் வாங்கலாம் என்று போயிருந்தாள். அடிதடியும் கூச்சலும் பயப்படுத்தின. குறிப்பிட்ட நாளில் வந்து கூட்டமில்லாமல், அவசரமில்லாமல் நிதானமாய் வாங்கிப்போய் பழக்கமாகிவிட்டது. நல்ல தண்ணீருக்குக் குடுமி பிடித்துக்கொள்கிற நிலைமை. இங்கும் இத்தனை சண்டையில் யாரைக் கேட்பது? வாங்கி லாபத்திற்காச்சும் விற்பார்கள். இந்த டிமாண்டில் அதற்கும் வழியில்லை. கொஞ்சநேரம் ஒதுக்கமாய் நின்று பார்த்துவிட்டு வந்தாள். மழை எந்நேரமும் சிணுங்கிக்கொண்டிருந்தது. எங்காவது வெளியே போவதற்குக்

குடையுமில்லை. தெருவை அடைத்துக்கொண்டு முழங்கால் வரை தண்ணீர். பசியோடு வீட்டுக்குள் கிடக்கலாம்தான். குழந்தைகள்...

அவள் சாப்பிட்டாள். காரம் உச்சிக்குச் சுள்ளென்று ஏறியது. இருமல் துள்ளிக்கொண்டு வந்தது. 'இந்தக் கருமத்தக் கொழந்தீங்க எப்படித் திங்கும்?' தண்ணீரைக் குடித்துவிட்டு வெறும் இட்லியைச் சாப்பிடத் தொடங்கினாள்.

"இப்படியே கடைல வாங்கித் தின்னா அடுத்த மாசம் வவுத்துக்கு ஈரத்துணிதான். அதுவில்லாத ஆஸ்பத்திரிக்கு வேற அலையோணும்."

பேசிக்கொண்டிருந்தவள் வெளியே மழைச்சத்தத்தை மீறிக் குரல்கள் கேட்க உணர்ந்தாள். சட்டென்று எழுந்து கதவைத் திறந்தாள். யாரையோ விசாரித்தாள். கை கழுவ மறந்து மூலையில் கிடந்த கேனை வாரினாள். அவன் 'என்ன' என்றான்.

"பக்கத்துத் தெருவில் தள்ளுவண்டிக்காரன் ஊத்தறானாம்..."

சொல்லிக்கொண்டே சேலை தடுக்க மழைக்குள் இறங்கி ஓடினாள். என்னனமோ சொல்ல வந்தவன் வெளியே வந்து அவள் ஓடுவதையே பார்த்துக்கொண்டு நின்றான்.

●

மனஓசை, டிசம்பர் 1990

கொடுப்பினை

சரசா அவர்களைக் கூப்பிட்டாள்.

மூன்று பேர். கிழவன் கையில் கூராய், மொத்தமாய்த் தடி இருந்தது. அவனுக்கு மகன் போலிருந்தவன் கையில் புகை எழும்பியபடி நெருப்புக் கனன்ற முட்டி தொங்கியது. பொம்பளை இக்கத்தில் சோற்றுத் தேக்சாவை மாட்டியிருந்தாள். கையில் சின்ன மழைக்காகிதப் பை.

"என்னுங்க தாயி."

"நீங்க பெருக்காம் புடிக்கறவங்கதான."

"பெருக்கான், எலி, மொச எல்லாம் புடிப்பமுங்க."

"எதாலும் சிக்குச்சா."

"ஒரு எலி சிக்குச்சுங்க. வேற ஒண்ணுங் காணமுங்க."

அவன் அண்ணாக்கயிற்றில் தொங்கிய வெள்ளெலியை எடுத்துக் காட்டினான். கண்கள் குண்டு மாதிரி தெரிய, பற்கள் கிட்டித்துப் போயிருந்தன. வேப்பமரத்து நிழலில் கண்மூடிக்கிடந்த நாய், திடீரென்று அவர்கள் முன்னால் வந்து குலைத்தது. 'ச்சுடாய்... போ.' நாயை விரட்டினாள்.

"ஊட்டுக்குப் பொறத்தாண்ட பெருக்கான் வங்கு இருக்குது. ஊட்ல வந்து அது பண்ற அலும்பு தாங்க முடியில. புடிக்கறீங்களா?"

"அட... எங்கீங்க இருக்குது. காமிங்க"

சரசா அவர்களைக் கூட்டிப் போனாள். சீமைக்கருவேல முள் அடர்ந்து கிடந்தது. உள்ளே வேர் ஓரமாய் நிலம் வாயைப் பிளந்தது போல வங்கு தெரிந்தது. அதன் முன்னால் அமுங்கிப்போன மண்மேடு. கொஞ்சமாய்த் தள்ளியிருந்த புதிய மண்.

"ராத்திரிக்கு ஊடு பூந்து கல்லக்கா மூட்டய எல்லாம் தின்னிருது. இந்த நாய் பேருக்குத்தான் இருக்குது. சனியன் ..."

சரசா நாயைக் கீழே கிடந்த தடியை எடுத்து இட்டாள். அது உடலை ஒருச்சாய்த்துக் கண்களை மூடி ஒதுங்கிக்கொண்டது. மௌனமாய் நின்றது.

"இருக்கட்டுந் தாயி."

அவர்கள் வேலையைத் தொடங்கி இருந்தார்கள்.

அரிவாள் மாதிரியும் இல்லாமல் கத்தி போலவும் இல்லாமல் இருந்த ஒரு கத்தி. நீட்டிக்கொண்டிருந்த முட்களைப் போதிய அளவு வெட்டினார்கள். 'சக்சக்'கென்று அந்தக் கத்தி வெட்டித் தள்ளியது. வெளியே இழுத்துப் போட்டுவிட்டு வங்குப் பக்கம் போனான் கிழவன். வங்கைச் சுற்றிலும் ஒரு நோட்டம். பார்த்துவிட்டு 'ம்ம் ...' என்று தலையை அசைத்தான்.

"தாயி... கொஞ்சம் எதும் நீத்தண்ணி இருந்தா ஊத்துங்க."

அந்தப் பொம்பளை மயிரை உச்சியில் சேர்த்து முடிந்து கொண்டை போட்டிருந்தாள். செம்பட்டை மயிர் திரித்திரியாய்ச் சடை பிடித்திருந்தது. முகம் புழுதி படிந்து கரிச்சட்டி மாதிரி தெரிந்தது. வெற்றிலை போட்டு அதக்கி இருந்தாள். கருமண் நிறத்தில் ஒரு பாவாடையும் ரவிக்கையும் போட்டிருந்தாள். மேலே சிறுதுண்டம் போய் வந்தது. கழுத்தில் அழுக்குப்பிசுக்குடன் மொத்தமாய் ஒரு கயிறு தொங்கியது. அவள் தேக்சாவை நீட்டினாள்.

"அட ... கொஞ்ச நேரத்திக்கு மின்னாலதாம் பையன் வந்து சோறு தின்னுட்டுப் போனான். நாங்கென்ன களிக்கிளிக் கௌறுனா நீத்தண்ணி இருக்கும். ஒண்ணுமில்லியே ..."

சரசா முகத்தை வினயமாக வைத்துக்கொண்டாள்.

"செரி. கொஞ்சம் நல்ல தண்ணியாச்சும் ஊத்துங்க தாயி..."

சொம்பில் கொண்டுவந்து ஊற்றினாள். மூவரும் தேக்சாவை வாயில் வைத்துக் குடித்தார்கள். கிழவன் முகத்திலும் கொஞ்சம் அடித்துத் தெளிச்சி ஏற்படுத்திக்கொண்டான்.

"என்னக்கா ... இது ..."

"பெருக்காம் புடிக்கறாங்க"

பக்கத்தில் இருந்து நான்கைந்து பெண்களும் இரண்டு மூன்று சிறுசுகளும் குழுமிக்கொண்டார்கள். "எப்பிடிப் புடிக்கறாங்கன்னு பாப்பம்."

மரத்தைச் சுற்றிலும் கொஞ்ச தூரத்திற்கு அவன் தடியை குத்திப்பார்த்தான். இரண்டு 'பொடத்தி' விழுந்தது. அவன் ஒரு பொடத்தியைக் கற்களைப் போட்டு அடைத்தான். இன்னொரு பொடத்திக்குப் பக்கத்தில் உட்கார்ந்துகொண்டான்.

கிழவன் வங்கில் 'பொவமுட்டி'யை வைத்து ஊதினான். முட்டியின் வாயைக் கொலுஞ்சியால் அடைத்து வங்குப் பக்கம் கவிழ்த்தான். சுற்றிலும் மண்ணைக் குவித்துப் புகை வெளியே வராமல் அடைத்தான். உள்ளே கனன்ற நெருப்பைத் துளையின் வழியாக ஊத ஊதப் புகை வங்குக்குள் போகும். பின்னால் இருந்த துளையின் வழியாகக் காற்றை இழுத்து ஊதினான். நரைத்து வாயைப் பாதி மூடியிருந்த மீசை எழும்பி அடங்கியது. வாயில் போட்டிருந்த புகையிலையைத் துப்பிவிட்டு மறுபடியும் ஊதினான். கோவணம் மண்ணைத் தொட்டது. இடைவிடாமல் தொடர்ச்சியாய் ஊதினான்.

புகை அடைத்திருந்த பொடத்தி வழியாய் மேலே வந்தது.

"அம்மா ... பொவ பொவ ..."

சிறுசுகள் கத்தின. எல்லாரும் தூரமாய் நின்றுகொண்டு எட்டி எட்டிப் பார்த்தனர். துணியை வைத்துப் பொடத்தியை மூடிக்கொண்டிருந்த அவன் கையை அழுத்தித் தூக்கினான். சத்தமின்றி உடல் மட்டும் கால்களை உதையாய் உதைத்துத் துடிதுடித்து அடங்கியது. அதைத் தூக்கி அவன் உட்கார்ந்திருந்த பக்கமாய் வீசினான். அடிப்பக்கம் வெள்ளையாய், மேல் பக்கம் செம்பட்டை பூத்த மாதிரி கால் பரத்திக் கிடந்தது அது.

"இது குட்டிதானுங்க. இன்னம் பெரிசு இருக்கும்."

கிழவன் ஊதினான். மூச்சு வாங்க வாங்க ஊதினான். புகைமுட்டியின் துளை வழியாக எதுக்குளித்து வந்தது. வரவர ஊதும் வேகம் அதிகமானது. புகை எதிர்க்கும் வேகக் கணக்குப்படி 'பொடத்தி'யை நோக்கிப் பெருக்கான் வரும் தூரம் தெரியும்.

புகையைக் குடித்து மயங்கிச் சாகும். கைக்கெட்டும் தூரத்தில் வந்து சாகும்படி பார்த்து ஊத வேண்டும்.

கிழவன் சோர, அவன் வந்து ஊதினான். ரண்டு பொடத்தி களிலும் அடர்த்தியாய்ப் புகை வந்தது.

கொடுப்பினை

“என்னப்பா அவ்வளவுதானா?”

எல்லாருக்கும் பின்னால் நின்றுகொண்டு சரசா எட்டிக் கேட்டாள். “ஆரு கண்டா பாம்பு இருந்தாலும் இருக்கும். அதும் முள்ளுக்குள்ள கெடக்குது.”

“இன்ன இருக்குந் தாயி, சின்துவ மூச்சுத் தாங்காத செத்துப் போயிரும். பெருசுனா எவ்வளவுனாலும் தாங்கிக்கும்.”

கிழவன் பொவமுட்டியை எடுத்துத் தூர வைத்தான். அவன் கையிலிருந்த குச்சியால் வங்கைக் குத்தித் தோண்டினான். கடப்பாரை மாதிரி மண்ணைத் தூர்த்தது குச்சி. மண் சேரச்சேர கிழவன் கையை விட்டு மேலே அள்ளினான்.

கிழவன் ‘கெக்கெக்’கென்று சிரித்தான். புகையிலைச் சாறு படிந்த எச்சில் வழிந்தது.

“எத்தன பாம்பப் பாத்திருப்பந் தாயி”

“அட அப்பா... கைய உள்ள உடாத. பாம்பு கீது இருந்தாலும் இருக்கும்.”

“ஆமா, எத்தன பெருக்காம் புடுச்சாலும் நீங்களே வெச்சுக்குவீங்களா?”

“இல்ல தாயி. வித்தது போவ மிச்சம் இருந்துச்சுன்னா மட்டும் சாத்துக்கு வெச்சுக்குவோம்.”

“எங்க விப்பீங்க?”

“சாராயக்கடப் பக்கம் போனாச் சாக்கனாங் கடக்காரன் வாங்கிக்குவான். இல்லீன்னா சாராயங் குடிக்க வர்றவங்க வாங்கி வறுப்பாங்க.”

“ஊருக்குள்ள கொண்டோவ மாட்டீங்களா?”

“ஊரக்குள்ளீன்னா ரொம்பச் சுத்தோணும். இங்கீன்னா போனதியும் வாங்கிக்குவாங்க.”

அவன் வேரைச் சுற்றிப் பறித்திருந்தான். வங்கு இன்னும் நீண்டு போனது அந்தப் பக்கம் தணுவாய்த் தொங்கியது. அதை வெட்டினான். மீண்டும் தோண்டினான். அவள் தேக்குசாப் பக்கம் பேசாமல் உட்கார்ந்திருந்தான்.

“இதுதான் உங்களுக்கு வேலயேவா...”

“ஆமாந் தாயி. வேட்ட புடிக்கறதுதான்.”

கேட்டவள் “எனத்த வந்தரப் போவுது இதுல” என்று மற்றவர்களைப் பார்த்துச் சொன்னாள். “வராதயா பொழப்பு

நடத்தறாங்க. ஈஸ்வரன் இவுங்களுக்கும் படி அளக்காதயா போயிருவான்” என்றாள் மற்றவள்.

அதற்குள் அவன் நான்கைந்து பூங்குட்டிகளை மேலே எடுத்து எறிந்தான். இன்னும் கண் திறக்காமல் மொழுமொழுவென்று கிடந்தன. ஒன்று மட்டும் லேசாய் ஊர்ந்தது. மற்றதெல்லாம் செத்துப் போயிருந்தன.

“அட கருமத்த. இதத் தூக்கிக்கொண்டோயி தூர எறிஞ்சூட்டு வா. இவத்தயே போட்றாத.”

சரசா அருவருப்பாய்க் கண்களை மூடித் திறந்து, மூக்கைச் சுளித்தாள். அந்தப் பெண் அவற்றை எடுத்துக்கொண்டு போய் எறிந்துவிட்டு வந்தாள்.

“என்னப்பா ஒண்ணயுங் காணோம்.”

“குட்டிவ இருக்குது. கடுவன் எங்கயாச்சும் மேச்சலுக்குப் போயிருந்தாலும், பொட்ட இருக்குமுங்க.”

அவன் தலையில் குத்திய முள்ளைத் தூரத் தள்ளிக் கத்தியால் வெட்டினான். வங்குக்குள் ஏதாவது அடப்பு இருக்கிறதா என்று சுற்றிலும் குத்திக் குத்திப் பார்த்தான். கையை விட்டு தோண்டினான், நெடுநெடுவென்று வளர்ந்திருந்த அவன் உடம்பு சாணாய் வளைந்து குறுகி இருந்தது. வெற்று மேல் முழுக்க வியர்வைத் தெப்பம். மண் படிந்து நிறம் தெரியாமல் மாறியிருந்த வேட்டி பாதித்தொடை வரை தொங்கியது. அண்ணாக்கயிற்றில் தொங்கிய வெள்ளெலி உறுத்த அதை எடுத்து அவள்இருந்த பக்கம் எறிந்தான். அதை எடுத்துப் பெருக்கானுக்குப் பக்கமாய் வைத்துக்கொண்டாள்.

கொஞ்ச நேரத்தில் பெருசாய் ஒரு பெருக்கானைத் தூக்கினான். குரல்வளையைச் சத்தம் வராதபடி நண்டுப்பிடி பிடித்திருந்தான். வால் நெளிய, காலை வலிப்பு வந்தது போல் உதைத்துக்கொண்டு உயிர்வதை பட்டது. ‘செமையான சீவன்’. வாலப்பாரு முருவானாட்டம்.

“இது பொட்ட. இன்னமே இருக்காதுங்க. அவ்வளவுதான்.”

அவள் மழைக்காகிதப் பைக்குள் அவற்றைப் போட்டாள். வங்குப் பக்கமிருந்து முள்ளில் குனிந்து வெளியே வந்தார்கள்.

‘இதா. அந்தப் பெருச எங்களுக்குக் குடுத்துட்டுப் போ.”

சரசா முன்னால் வந்து பக்கத்தில் நின்றாள். மேட்டுக்காட்டுக் கரை மாதிரி இறுகிய மூஞ்சி. ஒன்றிரண்டு வியர்வைத் துளிகள் நெருஞ்சிமுள்ளாய்.

“என்னெ ... உங்களுக்குக் குடுக்கறதா.”

“தாயி ... இன்னிக்கி இதுதானுங்க சிக்கீருக்குது கொண்டோனாப் பெருசு மூன்ருவா சின்னது ரண்டு ருவாய்க்கிப் போவுங்க. ஒரு படி அரிசி வாங்கிக் கஞ்சியாச்சும் காச்சுவமுங்க...”

கிழவனின் குரல் கொதித்துக் கொதித்துக் குழைந்த சோறாய் மேலெழுந்தது.

“எங்கூட்ல பெரியகட்டுக்காரமூட்ட வல இருக்குதாமா வாங்கியாந்து புடிக்கலாமுன்னாங்க. நாந்தான் உங்களப் புடிக்கச் சொன்னன் ...”

“குடுத்துவந் தாயி ... இதுல என்ன, இன்னிக்கி வேற ஒண்ணுஞ் சிக்கல அதான். நாளக்கி இந்தப் பக்கம் பந்தா வேற எதாச்சும் குடுத்துட்டுப் போறந் தாயி”

மற்ற பெண்கள் அவர்களைப் பார்த்துப்கொண்டு பேசாமல் நின்றனர். பொவமுட்டியைச் சரிப்படுத்துவதில் அவன் முனைந்திருந்தான். சரசா போபம் தொனிக்கச் சொன்னாள்.

“எங்க பையனுக்கு பெருக்காங்கறீன்னா ரம்பப் புடிக்கும். வறுத்துக் கொடுக்கோணும்.”

“இல்ல ... தாயி ...”

“த்ச்ச ... சொல்றனில்ல. ஒண்ணக் குடுத்துட்டுப் போ. எங்கூட்ல வந்து புடுச்சுக்கிட்டு எங்களுக்கே நீ இல்லீங்கறயா?”

“செரி. அந்தச் சின்னதத்தாங் குடுத்துட்டுப் போவேன். இந்தக்கா கூப்புடுலீன்னா எங்க வந்து புடிப்பா.”

மற்றவர்கள் சப்போட்டுக்கு வந்தனர். கிழவன் அவர்கள் பக்கமாய்ப் பார்த்தான். திரும்பி மழைக்காகிதத்தை வாங்கிச் சின்னப் பெருக்கானை எடுத்து அவளிடம் கொடுத்தான்.

“வெச்சுப் பொழச்சு நல்லா ... இருங்க தாயி ...”

நாய் குலைத்துத் துரத்தத் தடியை ஆட்டிக்கொண்டே அவர்கள் நடந்தார்கள்.

●

மனஓசை, **நவம்பர் 1990**

சிதைவு

"வாடீ ..."

அவள் மயிரைப் பிடித்துத் தூக்கினான். கொண்டை அவிழ்ந்து அவன் கைகளில் சிக்கிச் சிதைந்தது. உட்கார்ந்திருந்த எல்லாரும் அவர்கள் பக்கம் திரும்பினார்கள்.

முன்னால் உட்கார்ந்திருந்த சிறுசுகள் ஆழ்ந்திருந்தன. நேராக 'சோபா'வில் உட்கார்ந்தவர்கள் 'பப்' என்று சலித்துக்கொண்டு பார்வையைத் திருப்பிக்கொண்டனர். கீழே உட்கார்ந்திருந்தவர்கள் எருமை ஈ கடித்ததுபோல் வெடுக்கெனத் திரும்பிப் பின்னர் முன்போலாகிவிட்டனர். சன்னலில் நின்றவர்கள் கொஞ்சநேரம் கண்களைப் பின்னால் திருப்பியபடி இருந்தனர். உள்ளே கதாநாயகனுக்கும் வில்லனுக்கும் ஒரு பெரிய மலைமேல் சண்டை உச்சக்கட்டத்திலிருந்தது.

அவன் அவளை இழுத்துக்கொண்டு போனான். 'ஷ்ஷ் ... உடு ...' அவள் துள்ளினாள். குழந்தைகள் இரண்டும் 'அம்மா ... அம்மா ...' என்று கத்தியபடி பின்னால் ஓடி வந்தன.

அவன் வளவைத் தாண்டி, புழுதிக்காட்டுக்குள் இழுத்து வந்தான். அவன் கையில் மயிர் சிக்கியதால் ஓடக்கானைப்போல் ஒரு பக்கமாய்த் தலையைச் சாய்த்துக்கொண்டு அவனோடு நடந்தாள்.

"என்ன இது ... எதுக்கு இழுக்கற ... சொல்லித் தொலையேன் ..."

பையன் புழுதிக்காட்டுக்குள் தடுக்கி விழுந்தான். ஒன்றரை வயது. மேலெல்லாம் மண்ஒட்ட ஊளை ஒழுக்கிக்கொண்டு அழுதான். 'அம்மா ... ம் ... ம் ...'

பாவாடையைத் தடுக்காமல் மேலே செருகிக்கொண்டு பிள்ளை அவனைத் தூக்கிவிட்டாள்.

“இரு. பையன எடுத்துக்கிட்டு வர்றன்” அவள் விடுவிக்க முயன்றாள். அவன் கை, குட்டியைக் கவ்விய பூனையாய் இறுகியிருந்தது.

கோவணம் அவன் வேகத்திற்கேற்ப ஆடி அசைந்தது. தலையில் கட்டியிருந்த அழுக்கேறிய துண்டு அவிழ்ந்து காட்டுக்குள் விழுந்தது. அதைக் கவனிக்காமல் இழுத்துக்கொண்டு போனான்.

“எதுக்கு இப்படி இழுக்கற ... என்ன செஞ்சுட்டாங்க.’

அவள் பற்களைக் கடித்து வலியைப் பொறுத்துக்கொண்டு கேட்டாள். அவன் மூச்சு தணலாய் வந்தது. வைக்கோல் போர் மாதிரி வீடு தெரிந்தது. வாதநாராயண மரங்கள். மரத்தை ஒட்டி ஓலை மறைப்புக்குள் இரண்டு அடுப்புகள். இலைகள் விழுந்து வெறும் கோல்களாய் நின்றிருந்த மரத்தைத் தாண்டி வாசலில் வெயில் உக்கிரமாய் விழுந்தது.

வாசல் வந்ததும் முன் தள்ளிவிட்டுச் சொன்னான்:

“பாருடீ.”

கீழே விழுந்துவிடுபவளைப் போல் ஓடிச் சுதாரித்து நின்றாள். அடுப்பின் மீதிருந்த தேக்குசா விழுந்திருந்தது. மூடியிருந்த தட்டம் அடுப்போரமாய்ச் சாய்ந்திருந்தது. அரைச் செங்கல் ஒன்று தேக்குசாவுக்குத் தள்ளிக் கிடந்தது. பாதி வாசல் வரை சாணிக்குழம்பு மாதிரி சாறு ஓடியிருந்தது. ஒன்றிரண்டு எலும்புத்துண்டுகள் இறைந்து கிடந்தன.

“நல்லாப் பாருடீ ...”

அவளுக்குத் திக்கென்றது. அடிவயிறு கனன்று புரட்டியது. பார்வை துரத்தப்பட்ட முயலாய் அரண்டு பிதுங்கியது.

“மனசம் பசியோட வர்ரன் ... ஆச ஆசயா ... நீ பண்ணி வெச்சிருக்கறதப் பாருடி ...

திரும்பப் பாய்ந்து அவள் மயிரை எட்டினான். பின்னகர்ந்து தப்ப எத்தனித்தாள்.

கவ்விப் பிடித்த அவன் அவள் வயிற்றில் ஓங்கி உதைத்தான். குருவியாய்ச் சுருண்டு ‘அய்யோ ...’ என்று கத்தினாள்.

“மொட்டுக்கோழி... ஒரு துளி வாயில வெச்சுப் பாக்கறதுக்கு இல்லாத பண்ணிட்டயேடி ...”

முதுகைத் திருப்பிக் குத்தினான். பொச்சுக்குட்டில் உதைத்துத் தள்ளினான்.

குப்புறப் போய்க் கட்டுத்தரையில் விழுந்தாள். எருமை பயந்து எழுந்து இழுத்தது. குழந்தைகள் இரண்டும் ஓடி அம்மாவைக் கட்டிக் கொண்டன. அவற்றை இழுத்து முதுகில் அறைந்தான். வீரிட்டன.

"மொளச்சு மூணு எல உடங்காட்டியும் டி.வி.கேக்குதா ... டி.வி ... உங்கோயாளோடவே போயிச் சாவுங்க ... எச்சக்கல முண்ட ..."

காலையில் இருபது வண்டி குப்பை உதறினார்கள். 'ஆளூ உட்டா இரவது ரண்டு நாப்பது ரூவா. எங்க போறது.' பழைய சோத்து நேரமாகிவிட்டது. அவன் கிணற்றில் ஒரு குதி குதித்து விட்டு வந்தான். அவள் தண்ணீர் சேந்தி வார்த்துக் கொண்டாள். வந்ததும் கோழியைத் துரத்திப் பிடித்தார்கள்.

இப்போதுதான் கனக்க ஆரம்பித்திருந்த வெடை. 'நல்லா கிணுக்குணு இருக்குது. கோழியா இது. அப்படியே நெய்யொழுவும்.' பள்ளத்துப் பக்கம் கொண்டுபோய்ப் பொங்குகளைப் பொய்த்துக், கருக்கிக்கொண்டு வந்தான். கறியை அரிந்து கொடுத்தான். 'மொட்டு அரும்பு பாத்தியாடி, பச்சயாவே திங்கலாமாட்டம் இருக்குது.'

அவளை ஆக்கச் சொல்லிவிட்டு அவன் காட்டுக்குப் போனான். "வயனமாப் பண்ணுடி. நா ரண்டு செரவுக்குத் தண்ணியாவும், மோட்டரு எடுத்து உட்டுட்டு வர்ரன் ..."

அவள் குழந்தைகளுககுப் போன வாரம் சந்தையில் வாங்கி வந்த பொரியை எடுத்துக் கொடுத்தாள். முதலில் சோற்றை ஆக்கி இறக்கினாள். அதற்குள் மொளவுடியை ஆட்டிக் கறியைக் கலக்கினாள். அடுப்பில் வைத்துவிட்டு நிமிர்ந்தாள்.

"அக்கா ... டீவீல படமாமா ... வர்றயா ..."

பக்கத்துக் காட்டுச் சாந்தி. புதுசாகத் தாவணி போட்டிருந்தாள். பவுடர் அப்பிய சிரிப்பு.

"இன்னிக்கி என்னமோ பதனோரு மணிக்கே படமாமா ... சாயந்தரம் எதோ பந்து வெளயாட்டு இருக்குதாமா ... எல்லாரும் உழுந்தடிச்சுப் பட்டாணி ஊட்டுக்கு ஓடறாங்க."

"கோழி அடுச்சோம். இப்பத்தா ... சாறு அடுப்புல வெச்சிருக்கறன் ..."

"மூடிப்புட்டு வா. கொஞ்சநேரம் பாத்துட்டு வந்து எறக்கீருவ ... நல்ல படமாமா ..."

"நேரமாயிருச்சா ..."

"இன்னம் அஞ்சு நிமிசந்தான் இருக்குது. படத்த மொதல்ல இருந்து பாக்காட்டி எப்படியோ இருக்கும் ..."

நான்கைந்து நுங்குத் தொரட்டிகளை எடுத்து அடுப்புக்குள் திணித்தாள். சாறு கொதித்துப் பொங்காமல் இருக்கச் செங்கல்லை எடுத்து மேலே வைத்துவிட்டுக் கிளம்பினாள். 'காமணி நேரத்துல வந்துரலாம் . . .' படத்தின் லயிப்பில் நிறையக் கால்மணிகள் ஆகிவிட்டன.

"நாய்க்காடீ கோழி அடுச்சுக் குடுத்தன் . . . ஒரு துண்டில்லாத தின்னுட்டுப் போயிருச்சே . . . நாதேறி முண்ட . . ."

மல்லாந்து எழ முயன்றவளின் முகத்தில் உதைத்தான். கடப்பாரையைப் போல் இறங்கியது. சில்லுமூக்கு உடைந்து ரத்தம் கொட்டியது.

"டீ.வி. பாக்கப் போறயா . . . அவனப் பாக்கப்போறயாடி . . . கொழுப்பெடுத்த தேவிடியா . . . சினிமாப் பாக்கலீன்னா தெனவு அடங்க மாட்டீங்குதா . . ."

எழுந்து தூரப் போய் நின்றுகொண்டாள். அவிழ்ந்த கொண்டையை முடிந்தாள். மூக்கைத் தொட்டுப் பார்த்தாள். ரத்தம் கசிந்தது. சேலைத் தலைப்பால் துடைத்தாள். நாய்க்கு முன் நிற்கும் பூனையைப் போல் சிலிர்த்தாள்.

"மாசத்துல ஏழு சினிமாவுக்கு என்னயக் கூட்டிக்கிட்டுப் போற பாரு . . . அதாங் கொழுப்பு . . . ரண்டாவது ஆட்டத்துக்கு நீ மட்டும் போறயே . . . நா அப்படியா செருக்கடுச்சுக்கிட்டுப் போறன் . . ."

"தொலக்கறதயும் தொலச்சுப்புட்டு எதுத்து நாக்கு நீளுதா . . . இருடி வரன் . . ."

கொட்டமாரை எடுத்துக் காலில் விளாசினான். அசையாமல் அப்படியே நின்றுகொண்டிருந்தாள். குழந்தைகள் கத்தி ஏங்கிப் போயிருந்தன.

"போவியாடி . . . டி.வி.பக்கம் கால எடுத்து வெப்பியாடி . . . குடியக் கூடப்போட்ட முண்ட . . ."

கையை முறுக்கிப் பிடித்து வெறி கொண்டவனாய் அடித்தான். அவளின் எதிர்ப்பேச்சு அடிகளாய் அவள் மீது இறங்கியது.

"உங்கொப்பம் மூட்டுக்கு ஓடுடி . . . இந்தப் பக்கம் காலெடுத்து வெச்ச . . . முறிச்சிப்புடுவம் முறிச்சு . . . ஓடுகாலி முண்ட . . ."

கை சலிக்க அடித்தான். அவள் வாசலில் சிதைந்து கிடந்தாள். நைந்த சீலை பொத்தல் பொத்தலாய்க் கிழிந்து தெரிந்தது. தூக்கித் தள்ளினான்.

'ஓடுடி . . .'

எழுந்து தடத்துப் பக்கம் போனாள்.

"உங்கைய முறிச்சு அடுப்புல வெக்க. என்னயவாடா அடிக்கற... நீ புழுவு புழுத்துத்தான் போவ..."

உருண்டு கிடந்த தேக்குசாவைத் தூக்கி வீசினான்.

"பேசுன... பல்லு இருக்காது... தூக்கிக்கிட்டுப் போடி திருட்டு முண்ட..."

திண்ணையோரம் பிராந்துக்குத் தப்பிய கோழிக் குஞ்சுகளாய் ஒடுங்கி நின்ற குழந்தைகளை இழுத்து எறிந்தான்.

"உங்கொம்மாளோடவே ஓடுங்க... இங்க வந்த வெட்டிப் புடுவம் வெட்டி... மொன்னவாலிக்குப் பொறந்ததுவ..."

அவள் கோணப்புளியா மரத்தடி நிழலில் உட்கார்ந்திருந்தாள். குழந்தைகள் மடியில் விழுந்தன. பையனை அணைத்துப் பால் கொடுத்தாள். 'ம்ம்...' அழுவாச்சு அடங்காமலே அவன் பால் குடித்தான். அவன் கவ்விக் குடிக்கக் குடிக்க நெஞ்சை அடைத்தது. பட்ட அடிகளின் ரணம் சீழாய் வடிந்தது. வயிற்றை எக்கி மரத்தின் வேரில் சாய்ந்துகொண்டாள். ஒன்றரை வயதுப் பையனின் கொட்டப்பற்கள் மாரில் அழுந்தின. அப்படியே உயிர் போய்விடாதா என்றிருந்தது. மூக்கு ரத்தம் தானாய் வடிந்தது.

மூக்கை உறிஞ்சினாள். சிந்திச் சிந்தி மரத்து வேரில் தடவினாள். ரத்தம் ஓயவில்லை. தலையை ஒதுக்கிக்கொண்டாள்.

"என்னக்கா இங்க உக்காந்துக்கிட்டா..."

"ம்க்கும்... எனக்கு ரோடுதான் ஊடாமா..."

"போக்கா... அந்த மாமன் பண்ணுன வேல... நீ பாதிப்படம் பாக்கவே இல்ல..."

"அவனூட்டலதான் இடி உழுந்திருச்சே..."

"பாதிக்கு மேலதாம் படம் நல்லாவே இருந்துச்சு..."

அந்தப் பெண்ணின் முகத்தில் தெளிச்சி. ஒரு வயல் ஒருத்தியாகவே களை வெட்டி வந்த மாதிரி சந்தோஷம். அவள் அந்தப் பெண்ணை ஏறிட்டுப் பார்த்தாள். கேட்டாள்.

"கத எப்பிடி சாந்தி முடுஞ்சுது?"

●

மனஓசை, **செப்டம்பர் 1990**

ஓரம்பரை

"வா கண்ணு"

சீராயின் முகத்தில் மகிழ்ச்சி கொப்பளித்தது. உதடுகளைக் குவித்து வெற்றிலைச்சாற்றை நீட்டித் துப்பிவிட்டுச் சிரித்தாள். அவன் 'டிவிஎஸ் 50'யை வாதனாராம் மரநிழலில் நிறுத்திவிட்டு வந்தான்.

"கட்டல்ல உக்காரு சிங்கான். ரோசா . . . வராத ஓரம்பரை வந்திருக்குது. வெளிய எட்டிப்பாரேன்..."

முக்காலியைப் போட்டு உட்கார்ந்து கொண்டாள். அவன் அண்ணாந்து கொட்டாயை நோட்டம் விட்டுக்கொண்டிருந்தான். 'ஐந்நூறு செலவாயிருக்குமா. இருக்கும் இருக்கும். இப்பப் போட்டா ஆயிரத்துக்குச் கொறையாது.'

"ஊட்ல அல்லாரும் நல்லா இருக்கறாங்களா சிங்கான்?"

"ம் நல்லா இருக்கறாங்க."

"பையனுக்கு என்னமோ வவுத்தால போவுதன்னு ஆசுபத்திரியில வச்சிருந்மதாச் சொன்னாங்க... எங்க இந்த வேலயப் போட்டுட்டு வர முடியுது . . . ஒரு நாளைக்கி நம்ப சாதி சனத்தூட்டுக்குப் போயி இருக்கலாமுன்னா முடியுதா . . . மருமவ வந்தும் வேல ஒழியில . . ."

"அதயேங் கேக்கறீங்க. ரண்டாயரம் செலவாயிப் போச்சு. பத்து நாளு பெட்டுல வெச்சிருந்தோம் . . . இந்தக் காலத்துல ஆன்னா ஊன்னா மருந்துதான். மாத்தரதான். உறிஞ்சு எடுத்துப்புடறானுவ . . ."

“எங்கீங்க அத்த… ஆரோ ஓரம்பர வந்திருக்குதுன்னீங்க…”

ரோசா சாணிக்கையோடு வந்தாள். வளையல்கள் முழங்கைப் பக்கமாய் ஏறி இருந்தன. சீலையை இடுப்பில் இழுத்துச் செருகியிருந்தாள்.

“அட … வாங்கண்ணா … அத்தி பூத்தாப்பல இருக்குது. இப்பத்தான் அவிக எங்கயோ கடப்பக்கம் போனாங்க …”

மதிய காலத்து நிலா மாதிரி முகத்தில் வெளிச்சம். பரபரத்தாள். ‘அடடா… அவுங்கம்மோட்டுச் சனமுன்னா மட்டும் வட்டுக்கருப்பட்டி திங்கறாப்பல மூஞ்சி குளுந்து போவுதா?’

“எளப்பு நோவு தேவுலியாண்ணா… மருந்து திங்கறீங்களா…”

“ம் … பரவால்ல. கட்டையோடதான் போவுமாட்டம் இருக்குது அது.”

“ரோசா … போயி எதாச்சும் பையனுக்குத் திங்கறதுக்குக் கொண்டா, போ …”

“இருக்கட்டுமுங்க. நல்லா இருக்கறயா ரோசா … ஏது … வளைய புதுசாச் செஞ்சதாட்டம் இருக்குது. எத்தன பவுனு …”

“உஞ் சித்தப்பம் புள்ளக்கி நீங்கதான் செஞ்சு போடறீங்களா? பத்தாயிரம் ரூவாச் சீட்டுப் போட்டம். அத எடுத்துப் பண்ணுனது.”

முகத்தில் சிரிப்பு வழிந்தது. ரோசா கையைக் கழுவிக் கொண்டு தட்டத்தில் ‘ஒப்புட்டு’க் கொண்டுவந்து வைத்தாள்.

“எதுக்கு இத்தன … ரண்டு போதும் …”

“எடுத்துக்க கண்ணு … எங்கூட்டுக்கு ஆடிக்கொருநா அம்மாவாசைக்கு ஒரு நா வர்ற… நல்லது பொல்லாதது எதும் செஞ்சாலும் ஆவும் … நேத்து செஞ்சதுதான். நல்லாருக்கும். எடுத்துக்க.”

“ரமேசு ஒழுங்கா லாரிக்குப் போறானா?”

“போறாம் போறான். ஒரு கிறுக்கு வந்தா படுத்துக்குவான்… சரி. அம்மா எப்பிடி இருக்குது? பாத்துக் கொள்ளநாளாச்சு…”

“முந்தி மாதிரி சத்தில்ல… ஏதோ நடமாடிக்கிட்டு இருக்குது. வயசான காலத்துல என்ன பண்ணறது? தொந்தரவில்லாத போய்ச் சேர்ந்தா செரி…”

ரோசா மோர் கொண்டு வந்தாள். இரண்டு டம்ளர் வாங்கிக் குடித்தான்.

"வெய்யிலுக்கு மோரு குளுகுளுன்னு எறங்குது. எரும வெச்சிருக்கறீங்களா?"

"ம்... ஒரு எரும இருக்குது. ஊட்டுக்குப் போவ எதோ கடைக்குக் குடுக்கறாங்க."

அவன் சிகரெட் பற்றவைத்தான். மோர் குடித்த களைப்பைப் போக்குபவன் போல் ஆழ்ந்து புகையை விட்டான்.

"இந்த கருமாந்தரத்த எதுக்குக் குடிக்கற? காசுக்குங்கேடா... அவனும் இப்பிடித்தான், தெனமும் ஒரு கட்டு பீடி குடிக்கறான்."

"வண்டி வாங்குனதப்புறம் பழகியாச்சு, எங்க உட முடியுது?"

"வண்டி ஓட்டம் பரவாயில்லியா?"

அவள் கல்லக்கொடிப் போருக்கு வந்துவிட்ட வெள்ளாட்டைப் போய் முடுக்கினாள். 'இரு வர்றேன்.' அண்ணாங்காலை அவிழ்த்து மொளக்குச்சியில் கட்டினாள். கழுநீரைக் கொண்டு போய்க் குடிக்க வைத்துவிட்டு வந்தாள். அவன் கட்டிலில் சாய்ந்திருந்தான்.

"வண்டி வாங்கி ஒரே அலச்சலுத்தான். அப்பிடி ஒண்ணும் ஓட்டமும் சொல்றாப்பல இல்ல. இந்தச் சீசனுத்தான் ஒழவு. அப்பறம் எங்க..."

"ம்... ஏதோ நம்ம கூலிக்கு வந்தாச் செரி. எங்கக் காடுகூட உங்கு 'டக்'லதான் ஓட்டுனதாச் சொன்னாங்க. நா அன்னக்கி அச்சூருக்கு ஒரு எழவுன்னு போயிட்டன்."

"நாங்கூட வல்ல. ட்ரைவர்தான் ஓட்டியிருக்குறான். இந்தப் பக்கம் அஞ்சாறு காடு ஓட்டுனானாம். நோட்டுல எழுதி வச்சிருக்கறான். அதாம் பணம் வாங்கிட்டுப் போலாமின்னு வந்தன்..."

"பாஞ்சு நாளாயிருச்சு கொண்ணாந்து குடுக்கலான்னு பாத்தோம். பணம் ஒண்ணுஞ் சேர்ல. சித்தாயி ஊட்லதான் கேட்டிருக்கறன். இரு போயி வாங்கியாரன்..."

அவள் போனாள். காற்று சுகமாக வந்தது. வெயிலுக்கு இதம். அவன் கண்களை மூடிச் சாய்ந்தான். நினைவு வந்தவன்போல் விழித்து 'டிவிஎஸ் 50'யைப் பார்த்தான். நிழல் கொஞ்சம் தள்ளிப் போயிருந்தது. வண்டியை எடுத்து வந்து கொட்டாயிக்குள் நிறுத்தினான். அதற்குள் அவள் வந்துவிட்டாள்.

"எவ்வளவு பொன்னு ஆச்சு..."

பணத்தை எண்ணிக்கொண்டே கேட்டாள். அவன் நோட்டைப் பார்த்துவிட்டுச் சொன்னான்.

"அஞ்சு மணி நேரம். முந்நூத்தி எழுவத்தஞ்சு ரூவாயாச்சு."

"என்னது... அஞ்சு மணி நேரமா?... எங்களுதா இருக்காது. வேற ஆருதாச்சுமா இருக்கும் பாரு..."

அவள் முகம் சுருங்கியது. பணம் எண்ணுவதை நிறுத்திவிட்டு அவனைப் பார்த்தாள். அவன் திரும்ப நோட்டில் கண்களை ஓட விட்டிருந்தான்.

"உங்களுதுதாங்க. எட்டு மணிக்குக் காட்டுக்குள்ள வந்த வண்டி ஒரு மணிக்கு வெளிய வந்திருக்குது. அஞ்சு மணி நேரந்தாங்க."

"அதெப்பிடி சிங்கான், அஞ்சு மணி நேரமாவும். கணக்கில்லாத? நாலு மணி நேரந்தான் கணக்கு. எப்பவுமே."

"வண்டி ஓட்டுன கணக்கு நோட்ல கொட்ட எழுத்துல எழுதி வச்சிருக்குது. நீங்க இல்லீன்னா எப்படி?"

"நாங்களும் நாலஞ்சு வெருசமா 'டக்'குலதான் ஓட்டறோம். எங்களுக்குக் கணக்குத் தெரியாதா? கொட்டக்காடு ரண்டு மணி நேரம் இருக்கும். செம்மண்காடு ஒண்ணே முக்கா மணி நேரம். அதுக்கும் மேல எப்பவும் வந்ததில்ல..."

"ஏக்கராக் கணக்கெல்லாம் எனக்குத் தெரியாது. எங்க வண்டி ஓட்ன நேரந்தாங் கணக்கு."

"என்னதாங் கணக்கா இருந்தாலும் என்ன... ஒண்ணேகா மணி நேரமா எச்சாவும்..."

"உங்களுக்கு ரண்டுமணி நேரத்துலகூட எவனாச்சும் ஓட்டிக் குடுப்பான். எங்க வண்டி ஓட்டுனது அஞ்சு மணி நேரம்."

"அடப் போடா பொக்கனாத்தி... கணக்குப் பேச வந்துட்டாங் கணக்கு. நாலு ஏக்கரா ஒண்ணே முக்கா மணி நேரம். அதுக்கு மேல எந்தக் காலத்திலயும் வந்ததில்ல..."

"அதெல்லாம் எனக்குத் தெரியாது. அஞ்சு மணி நேரம். முந்நூத்தி எழுவத்தஞ்சு ரூவா வரோணும்..."

அவன் எழுந்து நின்றுகொண்டான். வேட்டியை அவிழ்த்து இறுக்கிக் கட்டினான். முகம் இறுகியிருந்தது.

"ஏண்டீ ரோசா... டக்கு ஓட்டறப்ப நிய்யும் அவனுந்தான இருந்தீங்க, எத்தன மணி நேரஞ் சொன்னான்..."

வீடு வழித்துக்கொண்டிருந்த ரோசா, சாணியோடு வந்தாள்.

"நாலு மணி நேரந்தான் ட்ரைவரு சொன்னான் ..."

"நோட்டுல அஞ்சு மணி நேரமின்னு எழுதி வெச்சிருக்குது. வந்த நேரம் போன நேரம் எல்லாங் கரெக்டாக் குறிச்சிருக்குது. வெளயாடறீங்களா .. ?"

"அறுவது ரூவாக்கி எத்தனையோ வண்டி ஓடுது. அரிசீமா இவன் வண்டியக் கொண்டாந்து உட்டு ஓட்டுனீங்க. மணிக்கு எழுவத்தஞ்சு ரூவான்னா. செரிப் போனாப் போவுது. இப்ப என்னடான்னா ஒரு மணி நேரம் எச்சாச் சொல்றான் ..."

"ஒரு மணி நேரம் எச்சாச் சொல்லிப் பணம் வாங்கிட்டுப் போயித்தான் கோட்ட கட்டற நான் ..."

அவள் முகத்தில் ரத்தம் கன்றிப் போனது போலச் சிவப்பு. கொண்டையை ஆட்டும் சேவலாட்டம் நிலையின்றித் தவித்தாள். அவன் நோட்டை வீசி வீசிப் பேசினான்.

"உங்க வண்டவாளம் எங்களுக்குத் தெரியாததாங் கெடக்குதா? நாலு மூட்ட கொட்டமுத்துக் கொண்டோயிட்டுப் பக்கத்துல இருந்தவனுது ஒண்ணயும் இழுத்துப்போட்டு அஞ்சுன்னு சொல்லி, அடி வாங்கிக்கிட்டு வந்தப்பத்தான் ஏழூருஞ் சிரிச்சுதே ..." என்றாள்.

"போதும் போதும். உம் பையன் மணக்கறானா ... தண்ணியப் போட்டுக்கிட்டு என்னென்ன கூத்தடிக்கறான்னு எம் வாயால சொல்லோணுமா கருமத்த ... அதான் ஊரே சொல்லுதே ... மொதொ, பணத்த எடு ..."

"போனாப் போவுது. குடுத்துரு அத்த. எடுபட்ட நாயி ஏமாத்திச் சம்பாரிக்கங்காட்டியுந்தான் எளப்பு நோவுக்குக் கொண்டோயிக் கொண்டோயிக் கொட்டறான் ..."

"நா நாலு மணி நேரத்துக்குத் தாண்டி குடுப்பன் ..."

"அஞ்சு மணி நேரத்துக்குன்னா குடு. இல்லீன்னாப் பணமே வேண்டாம் ... வாங்கற வழில வாங்கிக்கறன் ..."

"அந்த ஆண்டவனே அவனக் கேக்கட்டும். குடுத்துத் தொல அத்த ..."

"இந்தாடா ... எங்க வவுத்தெரிச்சலக் கொட்டுன பணம் உனக்கு நெலைக்கவா போவுது ..."

கட்டிலில் வீசினாள். அவன் எடுத்து எண்ணி டிராயர் பாக்கெட்டில் திணித்தான். 'டி.வி.எஸ்'ஸைத் தள்ளினான்.

“இன்னமே இவன் வண்டி மொவத்துல முழிச்சாலும் ஆவாது. ஒரு நூறு ரூவா தெண்டம். இத்தனக்கும் ஒழவு கீறிக் கீறி உட்ருக்கறான் . . . எம் பணம் வவுத்துல அறுக்கட்டும் எச்சக்கலையனுக்கு . . .”

“இதா வாய அடக்கிப் பேசு, என்னமோ பொம்பளயாச்சேன்னு பாத்தா . . . சும்மா எவுர்றியே . . .”

“அடே . . . ஒரு சாதிக்குப் பொறந்தவனா இருந்தா என்னோட எடத்துல நிக்கக்கூடாது . . .”

“விருந்து சாப்பட வர்றாங்களா உன்னூட்டுக்கு. மூஞ்சியில முழிச்சாக்கூடத் தருத்தனம் புடிக்கும் . . .”

அவன் வண்டியை ‘ஸ்டார்ட்’ செய்தான். மண்ணள்ளித் தூற்றி நெஞ்சிலடித்துக் கொண்டாள்.

“அவனே கேக்கட்டும் . . .”

“ஆரக் கேக்கறான்னு பாப்பம்.”

“அடப் போடா நாயே.”

●

பாலம், **ஆகஸ்ட் 1990**

வேக்காடு

"தம்பீ . . . எங்கு செலுவமூட்டுப் பக்கமாவா போற . . ?

"ஆமாயா."

"தண்ணி ஒரு கொடம் கொண்டாரச் சொல்லேன் . . ."

முத்திரிப்பாட்டி ஒர நாழிப் பொழுதிலிருந்து ரோட்டோரம் நிற்கிறாள். கோட்டுவாய்ப் படிவு காதுவரை இளுக்கிக்கொண்டிருக்கிறது. கொடங்காய் இடுங்கிய கண்களைக் குவித்துப் பார்க்கிறாள். அவள் பார்வைக்கு யாரும் தப்பிப் போகவில்லை.

"கண்ணு . . . யாரய்யா அது போறது . . ."

கட்டில் முழுக்க ஒரே நசநசப்பு. அழுக்குத் துணிகள். கவிழ்ந்து படுத்தால் மூச்சடைக்கும் குசுவு நாத்தம். உடம்பில் கை வைத்தால் விட்டை விட்டையாய் அழுக்கு. பொறுக்க முடியாமல் 'இருட்டா இருக்கவே' பாட்டி எழுந்துவிட்டாள். 'இன்னக்காச்சும் ஒரு கொடம் தண்ணி கொண்டாரு வாங்களா . . .'

கண்களில் கட்டியாய்ப் பூளை. திறக்கவே முடியவில்லை. சுள் சுள்ளென்று இழுக்கிறது. சூடுகள் பிய்ந்து போய்விடுவது மாதிரி வலி. தடியைத் தொலாவினாள். 'கருமாந்தரம். வெச்சா வெச்ச எடத்துல எது இருக்குது' சுவரைப் பிடித்துக் கொண்டே ஒட்டுத்திண்ணைக்கு வந்தாள். கிடந்தது.

கொட்டாயோரம் பானையில் கைவிட்டுப் பார்த்தாள். வரவரவென்று சுக்காய்க் காய்ந்திருந்தது. தெரிந்ததுதான். நேற்றே சொட்டு இல்லை.

நப்பாசை.

நல்ல தண்ணி கொஞ்சம் இருக்கிறது. இன்னும் ரண்டு நாளைக்கு அதுதான். காலனியில் வாரம் ஒருக்கா நல்ல தண்ணி வரும். அப்போது ஒரு கொடம் கொண்டுவருவார்கள். வாரத்துக்கு ஒரு கொடம். அதையும் தொலைத்துவிட்டால் அப்புறம் குடிக்கக்கூட தண்ணி கெடையாது.

கண் கட்டுகிறது. விழிக்க முடியவில்லை. வெள்ளை விழுந்த கண்ணிலென்றால் முருக்கம் பிசின் மாதிரி அடை. பாட்டி உள்ளே போனாள். கதவைத் திறந்ததும் இரண்டு மூன்று எலிகள் திமுதிமுவென்று ஓடி ஓலைக்குள் புகுந்தன. 'பாழடஞ்ச ஊடாட்டம் எலிக்கொட்டம்'. பாட்டி கௌாசை எடுத்து அண்டாவிற்குள் விட்டாள். கால் அண்டா அளவில் தண்ணி பட்டது. அரைக் கௌாசுக்கு மோந்துகொண்டாள். 'பல்லி, பாச்ச ஏதாச்சம் உழந்திருச்சின்னா இதும் போச்சு'.

எரவானத்தில் செருகியிருந்த துணியை எடுத்து, தண்ணியில் நனைத்துக் கண்களை ஒற்றினாள். துணி உறிஞ்ச தண்ணியை மறுபடியும் கௌாசிலேயே பிழிந்தாள். கண்ணைக் கொஞ்சம் விழிக்க முடிந்தது.

'பொட்டக் கண்ணுக்குப் பூள அலங்காரமாம்.'

வயிறு சுள்ளென்று இழுத்தது. எக்கிக் குறுகினாள். 'ராத்திரி ரண்டு மூணுமுறை காட்டுப்பக்கம் போனது. என்ன பண்ணும். வவுறு வாழ எலயாட்டம் வாடிக் கெடக்குது.'

பழைய சோறு குண்டாவில் நைந்து பொதபொதத்தது. வெங்காயம் தட்டத்தில் சுண்டிக் கிடந்தது. அதைக் கடித்துக் கொண்டே குடித்தாள். வயிறு ஆசுவாசப்பட்டாலும் கசமுசா சத்தம். 'சோறு உள்ளார போனாலே கலக்க ஆரம்பிச்சிருது'

திண்ணையில் வந்து உட்கார்ந்தாள். வாசல் தூசும் துப்புமாய்த் தெரிந்தது. வெளக்கமாற்றை எடுத்துத் தெரிந்த பக்கமெல்லாம் கூட்டினாள். வாசல் பொடிப்பொடிந்து கிடந்தது. பத்து பத்தாய் வருகிறது. 'சாணி மொழுவுன மாதிரி வச்சிருந்த வாச . . . எதும் விரிக்காத அப்படியே படுக்கலாம். கார வாசமாதிரி அப்படியிருந்துச்சு . . . தண்ணி கண்டு ஆறுமாசமிருக்குமா . . . குடி இல்லாத ஊடாட்டம் பாழடஞ்சு போச்சு . . .'

கூட்டி முடித்து நிமிர்ந்ததும் வயிறு புரட்டியது. தடியை முன் நடத்தி, கொட்டாயிக்குப் 'பொறத்தாண்ட' போனாள். 'வர்றது ஆம்பளைன்னு தெரியுதா, பொம்பளைன்னு தெரியுதா . . . வயிசாயிடுச்சுனாலே மானம், வெக்கத்த உட்ரோணுமாட்டம் இருக்குது'

கற்களைத் தேடினாள். 'ஓடக்கல்லாத்தான் கெடக்குது. இந்தத் தண்ணி இருந்தா எதுக்கு இப்படி அல்லாடோணும். ஒடம்பு பூராச் சீன்றத்தோட வாழ்றத உட செத்துப் போயிரலாம். என்னக்கித்தான் ஓல வருமோ ...'

பாட்டி ரோட்டோரம் வந்து நின்றுகொண்டாள். எப்படியும் இன்னிக்குத் தண்ணி வேணும்.

"யாரும்மா அது போறது ..."

"நாந்தான் கன்னாடியா, பாட்டி ..."

"நீயாம்மா கண்ணு ... முந்தி மாதிரி கண்ணுத் தெரிய மாட்டீங்குதும்மா ... எங்கு செலுவமூட்டுப் பக்கம் போனா ஒரு கொடம் உப்புத்தண்ணி கொண்டாரச் சொல்லும்மா ..."

பாட்டி இருக்கும் 'காட்டுக் கொட்டாயி' மூன்ற பேருக்கும் பொது. ஆளுக்கொரு மாதம் சோறு கொண்டுவந்து தருவார்கள். முறை. 'அத்துவானக் காட்டுல கொண்டாந்து என்னயப் போட்டுட்டுப் போயிட்டானுவ, கூப்பிடு தூரத்தில் வீடுகள் உண்டு. பக்கத்தில் ஒரு கிணறுகூட இருந்தது. உப்புத்தண்ணிதான். இருந்தாலும் பொழங்கலாம். அதுவும் வற்றிப்போய் இரண்டு மாசமாகிவிட்டது. 'அது இருந்தா இந்த மயிரெளவிவள எதுக்கு நாம் பாக்கறன். தடிய ஊனிக்கிட்டுப் போயாச்சும் கொண்டாந்திருவனே ...'

கால் கடுத்தது. 'மூட்டே உட்டுப்போயிடறாப்பல வலி. தலையை ஒதுக்கிக்கொண்டாள். முடி பிசிர்பிசிராய்ச் சடை பிடித்து அடர்ந்து கிடந்தது. குருட்டுப் பருத்தி மாதிரி அங்கங்கு ஒவ்வொரு கருப்பு மயிர்.

'தலக்கித் தண்ணி ஊத்தி மாசக் கணக்கிலிருக்கும். தங்காயா ஒரு நா வந்து எங்கயோ போயி ரண்டு கொடம் கொண்ணாந்தா. அவ காயவெச்சு ஊத்தி உட்டுட்டு போனதுதான். அவளயும் காணோம். எத்தன வேலயோ ... அவளுக்கு?'

"என்னாயா ரோட்டுல நின்னுக்கிட்டு இருக்கற. உம் மருமவ சோறு குடுத்துட்டா, இந்தா."

பொரசா சோற்றுப் பையை நீட்டினாள்.

"சோறு குடுத்துட்டாங்களா சோறு... மானங்கெட்ட சோறு. வாய் கொப்புளிக்கக்கூட ஒரு சொட்டுத் தண்ணி இல்ல ..."

"ஊருல இல்லாத தண்ணிப் பஞ்சம் உனக்குத்தான் வந்துட்டுதா? ஆரியமும் பருத்தியும் மூட்ட மூட்டயா வெளஞ்ச காடெல்லாம் ஆவி பறந்துக்கிட்டுக் கெடக்குது... எந்தக் காலத்துல இப்படித் தண்ணிப் பஞ்சத்தப் பாத்திருக்கிறோம் ..."

“அது செரி, பானய வந்து பாரு. காட்டுப்பக்கம் போயிட்டு வந்தாக் கால் கழுவக் கூடத் தண்ணியில்ல... ரண்டு நாளக்கி ஒருக்காவாச்சும் ஒரு கொடம் தண்ணி கொண்ணாந்தா ஆவாது...”

“அட பொழப்பத்த ஆயா . . . ஆடு மாடுவுளுக்கே தண்ணியக்காணோம்... உம் பேரனும் பேத்தியும் சைக்கிள்ல மினிப்பன் கோயப் பைப்புக்குப் போயி ஆளுக்கு ரண்டு கொடம் கொண்டாறாங்க. அதும் கொஞ்சக் கூட்டமா... நீ ஏந் திரியற... போ...”

“எனக்கென்ன நல்ல ஒடம்புக்கு நாலு சொம்பு தண்ணி. அதுகூட இல்லாத சாவுட்டுமா...”

“ஆமா... ஊடு ஊடா சைக்கிள் சின்னத்துக்குப் போடு, சைக்கிள் சின்னத்துக்குப் போடுன்னு வந்தான். போட்டோம். ஒரு போரிங் பைப்பு போட்டுத்தர முடியல... மோட்டாரு பைக்கப் போட்டுக்கிட்டு வர்றான்... ஊர்க் கெணத்துல எல்லாம் குருவி குடிக்கக்கூடத் தண்ணியில்ல... சனம் என்ன என்ன பண்ணும்...”

“செம்மண்காட்டு அக்கப்பன் ஏன் அப்பிடிப் பண்ணுனானாம்...”

“அவங்கெணறு. பண்ணுவான். உனக்குத்தான் தெரியுதில்ல... அப்பற ஏன்... கெழவியக் கூப்பிட்டு மனையில வச்சாப்ல... பேசாத போய்ப் படு...”

அவள் நொடித்துவிட்டுப் போனாள். பொரசா சொல்வதும் ஞயம்தான். ‘வெயில்ல ஒடம்பெல்லாம் தீப்புடிக்கறாப்பல எரியுது. மரமெல்லாம் மொட்டையா நிக்குது. கோல் கோலா நெவுலு. எப்பிடி இருந்த ஊரு...’

செம்மண்காட்டுக் கிணற்றில் மட்டும் தண்ணீர் இருக்கிறது. தினமும் எப்படியும் நாலு செரவு பாயும். தென்னை மரங்கள் காயாமல் இருக்கின்றன. வெள்ளரியோ வெண்டையோ போட்டிருக்கிறான் அக்கப்பன். சுற்றிலும் வேலி அடைத்து யாரும் புக முடியாமல் தடுப்பு.

‘அவுங்கப்பன ஊரே கும்பிடும். அப்பிடிப் பொழச்சவன். ஒருத்தர ஒரு சொல்லு சொல்ல மாட்டான். ஊருல ஒரு கஷ்டம்னா தொண்டைக்குள்ள போனதக்கூடக் கக்கிக் குடுத்துருவான்... அப்பிடிப்பட்டவனுக்கு வந்து பொறந்தானே அக்கப்பன்... நல்லவாயன் சம்பாரிச்சத நாறவாயன் அழிக்க வந்த கதயா...”

சனமே தண்ணி இல்லாம அலயுது. இந்த நாதேரி தலயில நடக்கறான்... தூ...

பாட்டி எச்சிலைக் குமித்து உமிழ்ந்தாள். வாதனாராம் மரத்தில் சொத்தென்று விழுந்தது. அக்கப்பனின் முகத்தில் விழுந்ததுபோல் ஒரு சந்தோஷம்.

பாட்டி சோற்றை எடுத்துப் பார்த்தாள். களியும் கொள்ளுப் பருப்பும் மணந்தன. குண்டாவில் எடுத்துப் போட்டு உட்கார்ந்தான். ரண்டு நாள்களுக்கு முன் ஆடு மேய்க்க வந்த மாரியாயி பாட்டியிடம் பேச்சுக்கு வந்தாள். 'இந்நேரந்தான் இருக்கும். அன்னக்கி நெல்லஞ்சோறு தின்னுக்கிட்டு இருந்தன். அக்கப்பன் செஞ்சதச் சொல்லீட்டுக் குமுறிக் குமுறி அழுவுறா... பாவம்... பிள்ள குட்டி இல்ல அவனுக்கு...'

ஏத்தல் இறைக்கும்போது குடத்தோடு நான்கைந்து பேர் தடத்தில் போய் அவனிடம் கெஞ்சிக் கூத்தாடி, தண்ணி மோக்கப் கேட்டிருக்கிறார்கள்.

"தண்ணி வேணுங்கறவ வாங்களா... பாட்டிக்குடுசுல கட்டக் கெடக்குது. எங்கிட்டப் படுத்தெந்திரிச்சாத் தண்ணி... வர்றவ வாங்க..."

மோமணத்தைத் தளர்த்தி இறுக்கி அக்கப்பன் வாய் புழுக்கப் பேசியிருக்கிறான். மௌனமாய்க் கேட்டுக்கொண்டு குனிந்தபடியே பெண்டுகள் கொடத்தைத் தூக்கிக்கொண்டு ஓடி வந்திருக்கிறார்கள்.

"மாமா... தண்ணி மோந்தோரதுக்குத்தான் உடாட்டிப் போவுது. சீல துணி தொவக்கறதுக்கு... மேலுக்கு வாத்துக்கறதுக்காச்சும் உடுங்க மாமா... தண்ணியும் போவாது... ஊராருக்குப் பஞ்சமும் கொறஞ்சாப்பல..."

"சிவம்புத்தி சிவனோட. அவம் புத்தி அவனோடன்னு மானம் போயும் கம்னு இருக்காத நாந்தான் கேட்டனாயா. வந்தாம்பாரு சூலவேரிக் காத்தாட்டம் கத்திக்கிட்டு..."

"எவளா அவ... ஊரு மேஞ்சிட்டு இங்க வந்து கழுவுவீங்க... தொவப்பீங்க... தென்ன மரம் பொழைக்கறதா, சாவுறதா..."

சாட்டையைச் சுழற்றிக்கொண்டு வந்தான். 'உழுந்து எந்திரிச்சு' எல்லோரும் ஓடிப் போனார்கள்.

"இந்தப் பொசுங்கங் கெணத்துல மட்டும் எங்கிருந்துதான் தண்ணி வருது. வத்திப் போய்த் தொலயக் குடாது. இவங்கிட்டக் கேக்கற பேச்சுக்கு நாணுக்கிட்டுச் செத்துப் போயிரலாம்..."

ஆனாலும் அவனிடம்தான் போக வேண்டியதிருக்கிறது. முனிச்சாமி கோவில் பைப்புக்கு நாலு மைல் இருக்கும். மூனு

ஊருக்கு அதுதான் கங்கை. ராத்திரி பகலில்லாமல் எந்நேரமும் சடக்... சடக்...

'இந்தக் கானல்ல வவுத்துப்பாட்டுக்கு அலயறதே பெரும்பாடு. இதுல இந்தத் தண்ணிக்கு நாடியெல்லாம் ஒடுங்கிப் போயிருது...'

அக்கப்பனின் வாய் வீச்சுக்கு எதுவும் மசியவில்லை. எப்படியும் திமுதிமுவென்று புகுந்து தண்ணி மோந்துகொண்டு போய்விடுகிறார்கள். தண்ணி மாறிக்கொண்டிருக்கும் அவன் பொண்டாட்டி மண்ணாங் கட்டியை எடுத்து இடுவாள்.

'பொம்பளயா அவ . . . எண்ணக்கொடமாட்டம் பொச்சுக்குட்ட ஆட்டி ஆட்டி வாரா... வாயில நாத்தா நாத்தமா வார்த்த வருது... எப்பிடி ஆயா. இவளப் போயி இவனுக்குக் கட்டுனாங்க. செக்குக்கும் நாய்த் தலைக்கும் பொந்துனாப்பல...'

என்ன செய்தாலும் சனங்களுக்கு வழியில்லை.

"வாங்க வாங்க . . . கும்பி கழுவவா . . . மோந்துக்கிட்டு போங்க..."

ஏத்தலை நிறுத்திவிட்டு அக்கப்பன் சொன்னான். 'ஏதுடா இது அக்கப்பனுக்கு இவ்வளவு தாராளம். 'எல்லோரும் மோந்துகொண்டு நடக்கத் திரும்பும்போது

"பீத்தண்ணிய மோந்துகிட்டே போறீங்களா ..."

கைத்தட்டிக் கெக்கலி கொட்டினான்.

"இந்த மதவுக்கிட்ட வந்து பாத்துட்டு அப்பறம் போங்க..."

மாரியாயிதான் மெல்லப் போய் எட்டிப் பார்த்திருக்கிறாள். 'அவ சொன்னத நெனச்சா இந்தச் சோறுகூட உள்ள எறங்கமாட்டேங்குது. அதப் பாத்துட்டு என்ன பாடுபட்டாளோ...' ஓட்டில் நிறைத்துப் பறியிலிருந்து தண்ணீர் விழும் இடத்தில் கட்டி வைக்கப்பட்டிருந்தது. நொத நொதத்தவாறு மனிதக் கழிவு. அண்டாவைக் கீழே போட்டுவிட்டு அலறிக்கொண்டு வந்தாள் மாரியாயி. அதற்கப்புறம் அந்தப் பக்கம் யாரும் தலைவைத்துப் படுப்பதில்லை.

"போங்காலம்... என்னதான் இருந்தாலும் ஓடு நெறையப் பிய்ய வச்சுத் தண்ணி உடறானே... அவன் வைராவுக்கு பூச்சி புழுவு தங்குமா . . . எனக்குனா அதப் பாத்ததியும் வவுத்துல நெருப்பக் கொட்னாப்ல ஆயிப்போச்சு..."

பாட்டி குண்டாவைத் துடைத்துக் கழுவினாற்போலச் சாப்பிட்டாள். கையைத் துணியில் துடைத்துக்கொண்டாள்.

‘சனங்க குடிக்கிற தண்ணியில கல்லப் போட்டானே ... இவன் எங்க விருத்திக்கு வரப்போறான் ...’

வயிறு கலக்கியது. பாட்டிக்கு வயிற்றில் எதுவும் அதிகமாகத் தங்குவதில்லை. அதனாலேயே சத்திழந்து ஓய்ந்துபோனாள். வெயில் மண்டையைப் பிளக்கிறது. காலில் சூடு கொப்பளிக்கிறது. காட்டுக்குள் தடியை ஊன்றிக்கொண்டு போய் வந்தாள். அருவருப்பு வந்தது. ‘என்ன பொறப்பு போ ... கால் கழுவக்கூடத் தண்ணியில்ல ...’

“யாரும்மா அது ... கன்னாயாளா ...”

“ஆமாயா. உம்பேத்திக்கிட்டச் சொன்னேன். தண்ணி கொண்டாரமின்னா ...”

“இப்ப வந்திருவாளா ...”

“ஆடு மேக்கறா. உள்ளோட்டிப்புட்டு வருவா ...”

பாட்டி கைகுவித்துப் பார்த்தாள். வட்ட வட்டமாய்க் கண் சுழன்றது. வெயில் பொட்டில் அடித்தது. அப்படியே உட்கார்ந்தாள். முடியவில்லை. ஒரே நாத்தம்.

‘கண்ணுத் தெரியுதா ஒண்ணா ... சனியன் சீலயில கீது ஆயிருச்சோ என்னமோ ...’ மெல்லக் கொட்டாயிக்கு வந்து சேலையை அவிழ்த்தாள். கொசுவத்துக்குக் கீழே மஞ்சளாய்க் காய்ந்து ... வட்டமாய் ...

அவிழ்த்துப் போட்டுவிட்டு வேறு துண்டத்தை எடுத்துக் கட்டிக்கொண்டாள். அழுக்குத்தான். மேலெல்லாம் அரிக்கிறது. ‘சீலப்பேனு கீது புடுச்சுருமோ என்னமோ ...’

கண் இருட்டியது. ‘அடிச்சாயற நேரமாச்சு. வந்துருவா வரட்டும், எந்திருச்சுக்கலாம்.’ ‘கட்டிலில் விழுந்தாள். அழுக்கு மூக்கிலேறியது. தும்மல். காறித் துப்பினாள். அப்படியே கால் குறுக்கிக் கண் மூடினாள்.

இரவு வெகுநேரம் ஆனபின் விழிப்பு வந்தது. தொட்டுத் தடவிப் பானைக்கு அருகில் வந்தாள். யாரும் வந்திருக்கவில்லை.

●

***மனஓசை*, ஜூலை 1990**

உண்ணிகள்

“எந்தீரிடி கொமுரி. பொணமாட்டம் இன்னந் தூங்கற. வெடியலியா இன்னம். சோத்த ஊத்திக்கிட்டுப் போடி வேலக்கி...”

“உடும்மா... நீதான வேண்டான்னு ராத்திரி சொன்ன...”

“சொன்னஞ் சொன்ன... மாடாட்டம் வளந்துட்டாப் போதுமா... உனக்கா பொங்க வெக்கறாங்க... போடி...”

அவளின் மயிரைக் கொத்தாகப் பிடித்துத் தூக்கினாள் அம்மா. வலி தாள முடியாமல் எழுந்தவள், மயிரை விடுவித்துக்கொண்டு பொடக்காலிக்குப்போனாள்.

சாணி எடுத்துக்கொண்டிருந்த அவனுக்கு அதிர்ச்சியாக இருந்தது. “பாலூத்தீட்டு வந்ததியும் அம்மா எதுக்கு இப்படிக் கத்தறா. பாலூத்தற ஊட்டுல எவளாச்சும் என்னாச்சும் சொல்லி இருப்பாளோ... ராத்திரி அம்மா சொன்னத நம்பி அக்கா கொஞ்ச நேரம் எச்சாத் தூங்கிட்டா. அதுக்கா இத்தன ஆங்காரம்? சாமி வந்தவ மாதிரி குதிக்கறா. இல்ல, இதுக்கு வேறெங்காச்சும் கடி இருக்கும். நெறி இங்க...”

“நாளக்கி ஒண்ணுதான் வேலக்கிப் போவாட்டிப் போவுது இரு. பொங்க வெக்கலாம். பாடுபாடுன்னு பாத்தா, காலத்திக்குந்தான் பாடு”

அவளுக்குச் சந்தோஷமாக இருந்தது. நாளைக்கு ஒரு நாள் காரச்சட்டி தூக்க வேண்டியதில்லை.

புருசனைப் போல் அதட்டும் மேஸ்திரிக்காகப் பல் கடிக்க வேண்டியதில்லை. தம்பியோடு நாளைக்கு ஏரியில் குதிக்கலாம். 'தண்ணியில குதிச்சு எவ்வளவு காலமாச்சு ...'

"காத்தாலக்கி நீ எருமய ஏரிப்பக்கம் நேரமே புடிச்சோயிரு. மத்தியானத்துக்குள்ள நல்லா வவத்த நப்பி, ஏரியில ஒரு கழுவுக் கழுவிக்கிட்டு வந்துரு. மத்தியானத்துக்கு மேல கடைக்குப் போயி சாமி செலவெல்லாம் வாங்கிட்டு வந்துரு ..."

"என்னென்ன செலவும்மா... சொல்லேன்... எழுதிக்கறேன்."

எழுத அவனுக்கு ஆசையாக இருந்தது. முன்பு அவனுடைய எழுத்து குண்டுகுண்டாக, கண்ணில் ஒத்திக்கொள்ளலாம் போலிருக்கும். 'ரொம்ப நாளாச்சு எழுதி. இப்ப முந்தி மாதிரி வரமாட்டேங்கிது. சைக்கிள் வாடகைக்கு எடுத்துக்கிட்டு போறவங்க பேரயாச்சும் எழுதலாமுன்னா, கடைக்காரன் உடமாட்டேங்கறான். அவனே எழுதிக்கறான் ...' சாந்தியிடம் போய்ச் சின்னப் பேப்பரும் காகிதப் பென்சிலும் வாங்கி வந்தான்.

"எதுக்குடா இது ... நெனப்புல வச்சுக்க முடியாதா ..."

"நீ சொல்லும்மா ... நான் எழுதிக்கறேன் ..."

ஆறாவதோடு அவன் நிறுத்தப்பட்டான். அப்பன் கிணத்து வேலைக்குப் போய் வேட்டு வெடித்துச் செத்தது, அவன் படிப்புக்குச் சாவுமணி ஆனது.

"நல்லாப் படிக்கற பையன், எதச் சொன்னாலும் உறிஞ்சு உள்ள வச்சுக்குவான். செம்மண் காடாட்டம். பாவம் முருகேசந் தலயில இப்படி எழுதி இருக்குது."

பத்மா டீச்சர்கூடக் கண்ணீரோடு வருத்தப்பட்டாள். என்ன செய்ய? அவன் சைக்கிள் கடை வேலைக்குப் போனான். பஞ்சர் ஒட்ட, சைக்கிள் துடைக்க, டீ வாங்கி வர ...

"பச்சரிசி ஒரு கிலா. ஏண்டி மாது... ஒரு கிலாப் போதுமில்ல..."

"போதும். போதும். நானு, நீயு, இவன், கெழவி நாலு பேரு தான. போதாதா?"

"கரும்பு ரண்டு தட்டு. காவிக் கல்லு எருமக்கி ஒரு ருவாக்கி வாங்கிக்க ..."

"எருமக் கொம்புக்குப் பெயிண்ட் அடிக்கலாம். காவிக்கல்லு வேண்டாம் .. ?

"அட ... கட்டித்தின்னி ... மாட்டுக்குத்தாண்டா பெயிண்ட் அடிப்பாங்க ... அப்பறம் என்ன ..."

"சாமி செலவில்லாம எப்பிடிக் கும்பிடுவ .. ?

“ஆமாமா . . . சாமி செலவுன்னு கேளு. கடக்காரனே குடுப்பான் . . .”

அவன் எழுதிக்கொண்டான். வருசாவருசம் கொண்டாடுவது தான். ரண்டு வருசமாக நின்றுபோய்விட்டது. போன வருசம் அப்பன். அதற்கு முன் பாட்டன். அப்போதெல்லாம் எருமையோ மாடோ இல்லாத போதும் ஒரு வெள்ளாட்டுக்குட்டியாவது வீட்டில் இருக்கும்.

“வெள்ளாட்டுக் குட்டிக்கெல்லாம் பொங்க வெக்கோணுமா ?” அம்மா கேட்பாள். பாட்டிக்குப் பொறுக்காது.

“எதா இருந்தா என்ன . . . வாயில்லாச் சீவனுக்குன்னு நோம்பி வெக்காம உட்டா சாமி குத்தம் . . . வெச்சாத்தான் பட்டி பெருகும். பால் பான பொங்கும் . . .”

“ஆமா . . . இவங்க பேர்ல பத்தேக்கரா நெலம் இருக்குது. அதுல பட்டி பெருகும். பால் பான பொங்கும் . . .”

“இப்ப இல்லாட்டி என்ன பிள்ள . . . எம் பயஞ் சம்பாரிப்பான். பேரஞ் சம்பாரிப்பான். காடு புடிக்கத்தான் போறாங்க . . .”

பாட்டி நன்றாக வாழ்ந்தவள். ‘காதுல கொப்பு. கழுத்துல சரடு ? காலுல தண்ட . . .’ பங்காளிச் சண்டையில் கோர்ட்டுக்குப் போய்விட்டது எல்லாம். வீட்டோடு சேர்த்து ஒரு சென்ட் நிலம்தான் இருப்பது. பாட்டிக்குப் பாவம், இப்போது கண் தெரிவதில்லை.

“முருகேசா . . . எருமய ஏரிக்கா புடுச்சோர ?”

“ஆமாயா . . .”

“பாத்து. தண்ணிக்குள்ள போயரப் போவுது. சீக்கரத்துக்கு வராது . . .”

“பாட்டிக்கு ஒரு ஆப்பை களியைப் போட்டு நீத்தண்ணி ஊத்திக் கொடுத்துவிட்டு, அவனும் குடித்தான். கன்னுக்குட்டியைக் கொட்டாயோரம் கட்டினான். எருமையைப் பிடித்துக்கொண்டு ஏரிப்பக்கம் போனான்.

அக்கா மூஞ்சியைத் தூக்கிக்கொண்டு வேலைக்குப் போய் விட்டாள். அம்மாவின் சிடுசிடுப்பு குறையவில்லை. படுத்திருந்த நாயைச் ‘சனியன்’ என்று உதைத்தாள். அது ‘வாள் . . .’ என்று ஓடியது. பருத்திக்கொட்டை ஆட்டும்போது குழவியைப் ‘படார்’ என்று போட்டாள். என்னவென்றே தெரியவில்லை. அவளிடம் யாரும் பேசவில்லை. பயம்.

ரண்டு மாசத்திற்கு முன்பு வரை அவனுடைய அம்மாவும் காரவேலக்கிப் போய்க்கொண்டிருந்தவள்தான். அப்பன்

இருந்தபோது சின்னதாக வாங்கிவந்த கெடாரி பலம்பட்டிருந்தது. சினையிலேயே விற்றுவிடலாம் என்றுதான் எண்ணம்.

"என்ன பாவா ... வெல சொல்லு. மேக்கறதுக்குக் காடுகர கூட இல்ல. வெச்சுப் பாலூத்த முடியுமா ... உனக்கெதுக்கு இந்த ஏவாரம் ..."

நிறையப் பேர் கேட்டார்கள். அவளுக்கு விற்க மனசு வரவில்லை. புதிதாகப் பக்கத்தில் கட்டியிருந்த காலனிக்கு எல்லாரும் பால் கொண்டு போவதைப் பார்த்து ஆசை வந்தது. 'இந்த எழவெடுத்த காரவேலக்கிப் போறதுக்கு ... எருமயப் பாத்தாப் போதாதா. பால் ஊத்தலாம். நாலு பணம் நிக்காமலா போயிரும்.'

மகளின் தோட்டை அடகு வைத்துச் சோளத்தட்டு வாங்கி வந்து 'போர்' போட்டார்கள். 'ரண்டு மாசத்துல வாங்கிரலாங் கண்ணு. பாலூத்தற எருமக்கித் தீனி நல்லாப் போடோணும்...'

செலவு போக மாசத்திற்கு எப்படியும் நூறு மிஞ்சுகிறது. 'தீனி காசுக்கு வாங்கறதில்லைன்னா பணம் மிஞ்சும். செரி. எல்லார் சம்பாத்தியத்திலயும் புடுச்சா இன்னம் ரண்டு மாசத்துல தோட்ட வாங்கிர்லாம். சமஞ்ச பொண்ணு மூளியா இருக்குது...'

"என்னடா முருகேசா ... இன்னக்கு நீங்களும் பொங்க வெக்கப் போறீங்களா ..."

"ஆமாண்டா. எங்கம்மா காவிக்கல்லுக்கூட வாங்கலாமின்னுது."

"எங்கூட்டுல கிளிப் பச்ச, செவப்பு, புளூவு ... மூனு பெயிண்ட் வாங்கியாந்திருக்கறம். கொம்புக் கவுறு, கழுத்துக் கவுறுகூடப் புதுசு ... சாயந்திரம் போடுவம் ..."

"உங்கூட்ல மாடு இருக்குது. எங்கூட்ட எருமதா."

"எருமக்கிக் கூடப் பெயிண்ட் அடிக்கலாம். செரி, இன்னக்கி சைக்கிள் கட லீவா? அந்தக் குஞ்சான் கஞ்சனாச்சே. எப்பிடி லீவுட்டான்?"

"நோம்பிக்கு மாமியோட்டுக்குப் போயிட்டான் ..."

"அதான பாத்தன். சரி. எருமய அப்பிடி அன்னாங்கால் போட்டு உட்டுட்டு வா. ஏரியில குதிக்கலாம் ..."

அம்மாவின் கோபம் மறந்து. அக்காவின் அழுகை மறந்து உற்சாகமாக ஏரிக்குப் போனான்.

○○○

காலனி. பாலூத்தும் எல்லாப் பெண்களும் சந்திக்கும் இடம். 'ஊர் நாயத்துல இருந்து ஊட்டு நாயம் வர எல்லாங் காலனியிலதான்.'

"சீரக்கா . . . பாலிருந்தா ஒரு அரப்படி ஊத்து. அந்த அய்யரூட்டுக்கு ஒரம்பர வந்திருக்குதாம். சேத்திக் கேக்கறாங்க..."

"எங்கிட்ட இல்ல பாப்பம்மா. இந்தக் கெழடு தீனி திங்கத் திங்கப் பாலுக் கொறஞ்சிக்கிட்டே வருது. பெருமாளப் பாத்துக் கேளு. இருந்தாலும் இருக்கும்."

முக்காடு போட்ட உருவங்கள். தலையில் கூடை. சிலர் கையில் ஒயர் பை. கழிநீர் ஊற்றும் வீடுகளுக்கு ஒட்டுக் கூடையில் சாணி. 'காலனி வந்தாலும் வந்தது. பொண்டுவளக் கையில புடிக்க முடியல. ரண்டு வருசத்துல எப்பிடி மாறிப் போச்சு! பாலு, மோரு, வெறவு, கழிநீரு . . . அப்பிடி இப்பிடின்னு பொண்டுவ காலனியே கதியாக் கெடக்கறாங்க . . .'

"அந்த டேங்க் ஊட்டுக்காரி தெனமும் இல்லாத நூனாயமெல்லாம் பேசறா. இவளுக்குத்தான் எங்கிருந்து வருமோ... தயிர் தெவைல . . . கவுச்சி நாத்தம் அடிக்குது . . . அப்பிடி இப்பிடின்னு அன்னாடும் பேச்சு . . ."

"பாக்கெட்டுப் பாலு அஞ்சு ருவா போட்டு வாங்குனான்னாத் தெரியும். நாமதான் மூணுரூவாக்கி ஊத்தறமே, அப்பறம் என்ன எல்லாந்தான் பேசுவாளுவ . . ."

பூவாயி, அவன் அம்மா. 'மேட்டுக்காட்டு வெள்ளாம கூறுகெட்டுப் போனாலும் போச்சு. எல்லாரும் காரவேல... அது இதுனனு டவுனுக்கு ஓடறாங்க.' இரண்டு மாதங்களாகிவிட்டன. பால் கொண்டு வருகிறாள். 'கொத்துப் புடிச்சுக் களவெட்டுன கையில காரச்சட்டி செமக்கறது... உசுரே போறாப்பல இருக்குது...'

வீடு பிடிப்பது பெரிய காரியமாக இருந்தது. முதலில், கேட்பவர்களுக்கு ஊத்திக்கொண்டு இருந்தாள். நிரந்தரம் இல்லை. பிறகு விளாங்காட்டு நாச்சாதான் வீடு விட்டாள்.

"நாங்க எருமய விக்கறோம். என்னமோ இந்தப் பாழாப் போன குடிகாரன் எருது வாங்கி ஒத்த மாட்டு வண்டி உடறானாம் . . . என்னோட ஊட்டுக்கெல்லாம் நீ ஊத்திக்க . . ."

ஆறு வீடுகள். எல்லாரும் பரவாயில்லை. ஒரு வீட்டில் மட்டும் பணம் பெயராது. கொஞ்சம் கஷ்டம். "மத்தபடி நல்லவங்கதான்!"

"பருத்திக்கொட்ட மனுவு அம்பது ரூவாக்கி வந்துருச்சு. புண்ணாக்கு வெல தலயவே தின்னுருமாட்டம் இருக்குது. இவளுவளுக்கு மூணு ரூவாக்கிப் பொட்டு வச்சாப்பல பாலு வேணுமாமா . . ."

அங்கங்கே கிசுகிசுப்பாய்க் குரல்கள். வீதிகள் வெறிச்சோடிக் கிடந்தன. 'அம்மோய்... பாலுக்கு வாங்க' என்று கதவைத் தட்டும்

சத்தம். சிலர் உடனே எழுந்து வருவார்கள். சிலருக்காகப் பத்து நிமிடம்கூடக் காத்திருக்க வேண்டும். 'சர்க்காருக்காரன் பணத்துல தின்னுபுட்டு எதுக்குத்தான் இப்பிடித் தூங்கறாளுவளோ ... கல்லக்காட்டுல கள வெட்டப் போடோணம். அப்பத்தான் ஒடம்பு வளயும் ...'

"இந்த லட்சணத்துல நோம்பி நொடின்னா பணங்காசுன்னு அந்த எழவெடுத்த நாயி மோட்டாரு சைக்கிளப் போட்டுக்கிட்டு வந்திர்றான் ..."

"ஆமாம் போ ... இவளுவகிட்ட மாரடிச்சு வாங்கிட்டுப் போயி அவங்கிட்டக் குடுத்துட்டு நிக்கோணும்... பிச்ச எடுக்குதாம் பெருமாளு. அதப் புடுங்கித் திங்குதாம் அனுமாரு ..."

"ரங்கம்மா இப்பிடித்தான் பணங்குடுக்க மாட்டீனுட்டா. கோழீப்படத்துல வந்து புடுச்சுக் கேசு போட்டிட்டானே ... அதுக்கு அலையிறதுக்கு ஆருக்குச் சமத்து இருக்குது ..."

அவன் 'பால் புடிக்கிற இன்ஸ்பெட்டர்.' அவனுக்குக் கப்பம் கட்ட வேண்டும். நேரம் கிடைக்கும்போதெல்லாம் வண்டியை எடுத்துக்கொண்டு வருவான். 'ஒரு எருமைக்கு இவ்வளவு' என்று அளவு வைத்துக் கறந்துபோவான்.

"ஆமா. இந்தப் பொங்கலுக்கும் கீது வர்றானோ என்னமோ..."

"தீபாவளிக்குத்தான் வந்தான். அதுக்குள்ளயா மறுபடியும்?"

"ஆமாமா, மத்தியானம் வர்றானாமா ... சாந்தியூட்டு அப்பங்கிட்ட ராத்திரி சொல்லி உட்டிருக்கறான். இப்பத்தான் அவங்கம்மா சொன்னா... எல்லாரும் பணம் பொரட்டிக்கிங்க..."

"என்னலே ... தீவாளிக்குத்தான் வந்து சொளையா நூறு ரூவாயா வாங்கிட்டு போனான். பொங்கலுக்கு அதுங்காட்டியும் வர்றானா ... அக்குரும்பா இருக்குது. அப்பிடி இப்பிடிப் பொரட்டித் தோட்ட வாங்கலாமின்னு நெனச்சனே ..."

அவள் ஈரக்குலை பற்றியது. நெஞ்சுக்குள் சுரீர் என்று வலி. புருசன் செத்தபோது வந்த வலி மீண்டும். கூடையை வைத்து விட்டு அப்படியே சாய்ந்தாள். பாறாங்கல்லைத் தூக்கி வைத்தது போல் தலை கனத்தது.

'வாயக் கட்டி,, வவத்தக் கட்டிச் சம்பாரிச்சு இவனுக்கு வாக்கரிசி போடறதுக்கா ... வயசுக்கு வந்த பிள்ளய ஊட்ல வெச்சிக்கிட்டு நிக்கறனே ... எங்க போயி முட்டிக்கிறது?'

ஒரு எருமதான் தேத்திப் பொழச்சு வச்சிருக்கறேன். எனக்குக் காடு கரையெல்லாம் எதும் இல்ல. புருசனும் போயிட்டான். குருட்டுக் கெழவி, வயசு வந்த புள்ள, சின்னப்பய எல்லாரும்

இத வெச்சுத்தான் சோறு திங்கோணும். தட்டே தோட்ட அடமானம் வெச்சுத்தான வாங்கிருக்கறோம் ...'

அவங்கிட்ட அழுதா உடமாட்டானா ... இல்லைன்னாக் கொறச்சிக்கிட்டு அம்பது மட்டும் வாங்கிக்க மாட்டானா ..."

ஒரு நப்பாசை உள்ளுக்குள் எழ, ஆசுவாசப்படுத்திக் கொண்டாள்.

'மணி ரண்டாவப் போவுது. வர்றதா இருந்தா இன்னேரம் வந்திருப்பான். வரமாட்டான் ... மாரியாயி ... அவன் வராம அப்பிடியே போற எடத்துல பொசுக்குனு போயற மாட்டானா... ஒரு காசு ரண்டு காசாச் சேத்தி இவனெழவ எடுக்க வேண்டி இருக்குதே ...'

பூவாயி ஆரியம் நெரித்துக்கொண்டிருந்தாள். முருகேசன் எருமையைக் கட்டிவிட்டு, அதற்குத் தட்டு உருவிக்கொண் டிருந்தான். ஏரியில் குதித்து, அவன் கண்கள் கோவைப்பழமாய்ச் சிவந்திருந்தன. அப்போதுதான் அவன் வந்திருப்பதாகவும் பணம் எடுத்துக்கொண்டு வரவேண்டும் என்றும் பியூன் ஒவ்வொரு வீடாகச் சொல்லிப் போனான்.

'பால் புடிக்கற இன்ஸ்பெட்டரு வந்திருக்கிறானா? அதான் அம்மா காத்தால அந்த எவுறு எவுறுச்சா ... இருக்கற பணத்தயெல்லாம் அவங்கிட்டக் கொண்டோயிக் குடுத்துரும். அப்பறம் பொங்கலுக்கு அரோகராதான் ...'

"அம்மோய் ... நான் கடைக்குப் போறேன். காசு குடு."

"போடா அந்தண்ட ... ஊடு வெந்து ஒவுத்திரியப் பட்டுக்கெடக்கறாங்களாம் ... ஓலவாயன் வந்து பொண்ணுக் கேக்கறானாம்."

அம்மா அவனைப் புறக்கணித்துச் சாந்தி வீட்டுக்குப் போனாள். அவனுக்கு 'ச்சீய்' என்று இருந்தது. நோம்பி நாளுக்கூட இப்பிடியா ..?

'அம்பத எடுத்துக் கையில வச்சுக்குவம். அம்பத மடிப்பையிலயே வச்சிருப்பம். கறாராக் கேட்டானாக் குடுப்பம். அவனூட்டுல எருக்கல மொளைக்க. எம்பிள்ள பொட்டு நவையில்லாம மூளியாக் கெடக்குது ... எல்லாரும் நெல்லஞ் சோறாத்திங்கற காலத்துல, எம்பிள்ளைகளுக்கு ஆரியமும் கம்பும் ஆக்கிப்போடறேன் ...

ஏதோ இந்த எருமய வெச்சாச்சும் நாலு பணம் சேத்தா அவளுக்கு ஒண்ணு பண்ணலாம். இந்தக் காலத்துல மொடவங்கூட நாலு பவுன் இல்லாம கட்டமாட்டேங்கறானே... இவங்கப்பன் இருந்திருந்தாலாச்சும் பொன்ன வைக்கற எடத்துல

பூவ வெச்சாச்சும் பாக்கலாம்... அந்தச் சண்டாளன் எந்தலயில பாரத்தப் போட்டுட்டுப் போயிட்டான்... அவன் இனி எதப் பாக்கறான்? போய்ச் சேந்தாப் புண்ணியம். எந்தலயில இந்தக் கருமாந்தரத்தயெல்லாம் பாக்க வேணும்னு இருக்குதே... என்னக்கி வெடியுமோ எம்பொழப்பு...'

"வாம்மா... புது ஏவாரக்காரி... எப்படி இருக்குது?"

"என்னமோ இருக்குதுங்க. தலையீத்துக் கெடாரி. காடா தோட்டமா எனக்கு. பச்சகீது இருந்து போட்டா பாலு வருமுங்க. நான் இந்த வரத்தட்டப் போடறேன்... என்ன வருதுங்க..."

"ஆமாமாஞ் அப்பிடித்தான் சொல்வ... எனக்குத் தெரியாதா?

"நெசந்தானுங்க... பிள்ள தோட்ட வெச்சுத்தானுங்க சோளத்தட்ட வாங்குனங்க. இன்னம் அந்தக் கடனுக்குக்கூட ஆவுலீங்க..."

"செரி, செரி. குடுத்துட்டுப் போ."

பாப்பம்மா, சீரக்கா, வல்லம்மா என்று அக்கம் பக்கம் பாலூற்றும் எல்லாரும் வந்திருந்தனர். 'எச்சக்கல நாயி. எடுபட்ட நாயி. வவுத்துல அடிக்கறான். இவன் பொண்டாட்டி வவுத்துப் பிள்ளயோட சாவோணும்...' பாப்பம்மா முணுமுணுத்துக் கொண்டிருந்தாள். யார் முகத்திலும் ஈயாடவில்லை. சவக்களை. ஒவ்வொருவருள்ளும் ஒவ்வொரு ஒப்பாரி.

பணம் கொடுக்கக் கொடுக்க பியூன் வாங்கிக்கொண்டு நோட்டில் வரவு வைத்தான். பூவரச நிழலில் நாற்காலி போட்டு 'இன்ஸ்பெக்டர்' உட்கார்ந்திருந்தான். அவன் மீசையை அடிக்கடி தடவிக்கொண்டான். கொட்டப்புழுவாய் அது நெளிந்தது. சாந்தியின் அம்மா மோர் கொடுத்தாள். அதைக் கவ்விக் குடித்து விட்டு வயிற்றைத் தடவி ஏப்பம் விட்டான். புளிச்ச நாத்தம் அடித்தது.

"என்னங்க... பூவாயி அம்பதுதான் குடுக்குது..."

"என்ன அம்பதா... கெழட்டெரும வச்சிருக்கறவங்க. எல்லாம் நூறு குடுக்கறாங்க எளங்கன்னு எருமதான, அம்பது எதுக்கு?"

"இல்லீங்க கன்னு போட்ட பத்து நாள்லயும் தீபாவளிக்கு வந்தீங்க. அப்பக் கடன ஒடன வாங்கி நூறு குடுத்தன். அதுக்குள்ள இப்ப வந்துட்டீங்க. எங்க போவட்டும்..?"

"...என்னம்மா வாய் நீளுது. தண்ணியில பாலக்கலந்து ஊத்தறீங்க. அதுல வேற நாயமா? குடுக்கறதா இருந்தாக் குடு. இல்லைனா வாங்கற வழியில வாங்கிக்கிறேன்..."

அவன் சிவந்தான். புற்றுப் பாம்பின் இரைச்சலுடன் மூச்சு தணலாய் வந்தது. கோழி கூப்பிடும் நேரத்தில் ரோட்டில் வந்து நிற்பான். 'பாலக் குடும்மா.' டிகிரி வச்சுப் பாப்பான். தண்ணிக் கேஸ் எழுதிக்குவான். அந்த எழவு வேறயா ...

அவளுக்குப் பேச்சு வரவில்லை. மடிப்பையில் இருந்து இன்னும் ஒரு ஐம்பதை எடுத்துக் கொடுத்தாள். பியூன் வரவு வைத்தான். முந்தானையால் வாயைப் பொத்திக்கொண்டு நடந்தாள் பூவாயி. காலில் கல் இடித்தது. நகம் பெயர்ந்து ரத்தம் வந்தது. கண் இருள நடந்தாள். ஒட்டுத்திண்ணையில் உடல் சாய்த்து உட்கார்ந்தாள்.

"அம்மோய் . . . கடைக்குப் போவுட்டுமா? இப்ப வாங்கியாத்தான் எருமக் கொம்புக்குக் காவிக் கல்லுத் தடவி, பொங்க வெக்கச் செரியா இருக்கும். நீ வேற சாயந்திரம் பாலும் கொண்டோவ ..."

"..."

"சதீசூட்டு எருமக்கி கொம்புக்கவுறெல்லாம் புதுசாமா ... நாமளும் ஒண்ணு புதுசு வாங்கிப் போடலாமா ..."

"..."

"ஏம்மா பேசமாட்டேங்கறே. நோம்பி நாளு. கட சாத்தினாலும் சாத்திருவான் ..."

"போடா ... போ, ஏவாரிகிட்டச் சொல்லிப்புட்டு வா. இந்த வாரம் சனிச் சந்தக்கி எருமயக் கொண்டோலாமின்னு ... கொம்புக் கவுறு போடறானாம் ... கொம்புக் கவுறு ... தூக்குக் கவுறு வாங்கியா ..."

அவள் ஓங்கிக் குரலெடுத்துக் கதறினாள். அவன் உடைந்தான்.

●

மனஓசை, மார்ச் 1990

பலன்

வீடு வெறிச்சோடிப் போனது. ரத்தமும் சதையுமாய் வியாபித்திருந்த குழந்தையை வாரிக்கொடுத்துவிட்ட மாதிரி மனம் பொங்கிப் பொங்கி அழுதது. எந்நேரமும் காதில் ரீங்கரிக்கும் அதன் இசை வடிந்து, தேய்ந்த கனவுகளில் மெல்லிதாய் . . . அவன் அதை அனுபவிக்கும் தொனியில் கண்களை மூடினான்.

“சனியன் … சனியன் … காலங்காத்தால ரச்ச … போய் ஒழிஞ்சு தொலையுங்களே …

பத்து நாள்களுக்கு முன் இப்படியில்லை. சனியன் என்று சிவகாமி கத்தவில்லை. பாத்திரங்களை உருட்டவில்லை. சின்னச்சின்ன முனகல்கள் இல்லை.

வீடுகூட இப்படி அழுது வடிந்து களை கெட்டிருக்கவில்லை. எப்போதும் கண்ணுக்கு நிறைவாய் இருக்கும். வாயிற்படியோரம் வெறுமை. வெள்ளை வேட்டியை விரித்தாற்போலப் பளீரென்று வெயில் அடிக்கும் இந்தக் காலையில், ராமசாமி திண்ணையில் உட்கார்ந்துகொண்டிருக்கவில்லை. கொழகொழத்து ஓடும் சாக்கடையையும் அதனோரம் முகம் நீட்டித் தேடும் பன்றிகளையும் அவன் பார்த்துக்கொண்டிருக்கவில்லை.

எல்லாம் திட்டமிட்ட மாதிரி நடந்து போய்விட்டது. தூக்கில் துக்கத்திற்கு அடையாளமாய் இரண்டு கறுப்பு வேட்டிகளும் துண்டுகளும் மட்டும் மிஞ்சியிருக்கின்றன. ஒரு மண்டிலமாய்க் கரைந்த பலன் கிட்டியாகிவிட்டது.

பனிக்குளியல். பட்டை பட்டையாய்ச் சந்தனக் கீற்றுகள். தானே வடித்த சுவையற்ற இருவேளை உணவு. 'சரணம், சரணம், முணுமுணுப்புச் சுகம். 'வாங்க சாமி' அழைப்பு மரியாதை. பாட்டுப் பஜனைகள். கூட்டுக் கும்பிடல்கள். உடலடக்கி, உளமடக்கி நிலப்படுக்கை. நினைவெல்லாம் அவனாய்..."

"அம்மா... இந்தச் சொக்கா கிழிஞ்சு போச்சு..."

"வேற போட்டுக்கிட்டுப் போ..."

"இன்னிக்கிக் காக்கி வெள்ளதான் போட்டாவணும். இது கிழிஞ்சு போச்சே..."

"ம்... உங்கப்பனப் போய் தெச்சுக் குடுக்கச் சொல்லு..."

ஊசி குத்தியது. நெஞ்சுக்குள் உதை. மின்சாரம் பாய்ந்தாற் போல் வலி. வாயிற்படியோரம் திரும்பப் பார்த்தான். மிஷின் இல்லை. வெறுமை. வாழ்வின் பிடிப்பு சட்டென அறுந்துபோய் அந்தரத்தில் நிர்வாணமாய்... அவன் தலையை உலுக்கிக் கொண்டான்.

"இங்க வா... அந்த டப்பாவுல ஊசி நூலு இருக்கும். எடுத்தாடா. தெச்சுக் தர்றேன்."

"அதொண்ணும் வேண்டாம். முண்டு முண்டா வரும். மிஷின்லயின்னாத் தெச்சுக் குடு."

"மிஷினு எங்க இருக்குது? அதத்தான் வாயில போட்டாச்சே..."

கோபம். இல்லாமை. சுடுசொல். எல்லாம் எங்கிருந்தது? அவனுக்கு வேர்த்தது. பசை வேண்டும் பசையிருந்தால் எல்லாம் ஒட்டும். ஊர் வரும். உறவு பெருகும். வீடு கொஞ்சும். அலுக்க அலுக்க ஊட்டும். எல்லாம் பசை மயம். கை வறண்டால் எல்லாம் வறண்டு போகும். பேச்சில் வறட்சி. உணவில் வறட்சி. உறவில் வறட்சி. சே...

ராமசாமி எழுந்தான். சாக்கடையைத் தாண்டி விறு விறுவென்று நடந்தான். இலக்கின்றி.

போன வருசமே வந்த ஆசைதான். பக்தியும் பாட்டும் முகம் ஒளிரும் தாடிகளும் ஒரு பரவசமாய் உள்ளிறங்கின. குளியலும் உணவும் வேலைகளும் குறித்த நேரத்திற்காய்... முறையான வாழ்க்கை. அடடா...

வயிற்றுக்கு அள்ளிக் கொட்டிக்கொண்டு மிஷினைத் தள்ளிக்கொண்டு போனால்... மதியம் எப்போதோ... எங்கோ...

கால் கடுக்க அலைந்து அலைந்து கிழிந்த துணிக்கு ஒட்டுப்போட எத்தனை பேரம்... அல்லாடி அல்லாடி என்னமாய்ச் சலிப்பு... கை கட்டிச் சேவகம் பண்ணாத தொழில் என்பதில்தான் ஒரு இறுமாப்பு. வேறு என்ன?

உடம்பு வலிக்குக் கொஞ்சமாய் உள்ளிறக்கிக்கொண்டு, பிள்ளைகளுக்கு மிச்சர் பொட்டணத்தோடு வீடு வந்து சேர்ந்து விழுந்தால்... ஒவ்வொரு நாளும் ஒவ்வொரு வாழ்க்கை வாழ்ந்து முடித்த களைப்பு.

"அட அன்னாடந்தான் கவல. அது இதுன்னு பிரச்சன வராதயா இருக்குது? என்னமோ ஒரு மாசத்திக்காச்சும் ஆண்டவன நெனச்சு... கொஞ்சம் சுத்தபத்தமா இருப்பமே..."

"ஒரு மாசத்திக்குக் குடிக்காத இருந்து, கோயிலுக்குப் போயிட்டு வந்து குடிச்சுப்பாரு... அப்பத்தாண்டா அதோட அருமையே தெரியும்..."

கோவிந்தன் அவனை ஈர்த்தான். அவன் குருசாமியாகப் போகிறவன். அனுபவம். உண்மை சொல்வான். 'ரெயின்போ டைலர்ஸில்' இருந்து பிய்த்துக்கொண்டு வந்தபோது அவன் உதவினான். சிவகாமியின் தோடு பணமாகி, தையல் மிஷினாகக் கோவிந்தன் அலைந்தான். ரெண்டு நாள் மில்லுக்கு லீவே போட்டான்.

"பஸ்ல தெனமும் ஒரே மனுஷ மூஞ்சிங்களையே பாத்துப் பாத்து வெறுப்பா வருது. நமக்கென்ன கண்ணாலங் காச்சின்னு பத்துநா ... இருவது நா ... சொந்தக்காரங்க ஊருக்கா போய்த் தங்க முடியுது ... லீவுதாங் குடுக்கறானா ... மால போட்டுக் கோயிலுக்குப் போறதுன்னா இந்தா லீவும்பானே ... பத்துநா ... கோயிலுக்குப் போயிட்டு அக்கம் பக்கம் சுத்திப் பாத்திட்டு வரலாம் பாரு..."

பழநியப்பன் பஸ் கண்டக்டர் காக்கி உடையோடு துணிப்பைத் தோளோடு வீதி முக்கில் இருந்து பேசிக்கொண்டு வரும்வரை கரைத்தான்.

"மால போட்டுப் பாரு அதுக்குக் கெடைக்கற மரியாதையே தனிதான். போலீசுக்காரன் எப்பவும் அதட்டி மெரட்டி மாமூல் கேக்கறவன் ... அவங்கூட 'என்ன சாமி' அப்டீங்கறான் ..."

ஆட்டோ டிரைவர் மாரிமுத்து ரெண்டு வீடு தள்ளி இருப்பவன். வீதியில் ஐந்தாறு பேர். இரண்டு முறை மூன்று முறை போய் வந்தார்கள். பியூன் பிச்சையும் ராமசாமியும்தான் இந்த முறை புதியவர்கள்.

ராமசாமி மாலை போட்டதில் சிவகாமிக்கு உள்ளூர ரொம்ப மகிழ்ச்சி. கொஞ்சமாய்த் தண்ணிவாடை அடிப்பதும் நின்று போனது. அவனே காலையில் எழுந்து குளித்து முடித்துச் சமைத்துக்கொள்கிறான். பக்திமணம். ரொம்பவும் பொறுப்பாகி விட்டான்.

போன வருசம் காதுத் தோட்டைக் கழற்றிக் கொடுக்கச் சொன்னபோது அவளுக்கு அவன் மீது வெறுப்பாக இருந்தது. மிஷின் வாங்கத்தான் என்றாலும் அதில் அவளுக்குச் சம்மத மில்லை. தெரட்டி சுத்தியபோது மாமன் வீட்டார் போட்ட தோடு. வேறு பொட்டு நகை இல்லை. இதையும் விற்கச் சொல்கிறானே ...

"ரெயின்போகாரங்ககிட்ட அலச்சலில்லாம இருக்கலாம். நடமாடும் தையலகம் வக்கறாராம் ... நடமாடும் தையலகம் ..."

அவன் வற்புறுத்தித்தான் வாங்கிப்போனான். பதினைந்து ரூபாய் சம்பளத்திற்கு ரெயின்போவில் மானம் விட்டு மாரடிப்பதைவிட இந்த அலைச்சல் ஒன்றும் பெரிதில்லை. பகல் முழுக்க வேலை. சமயத்தில் நைட்டும் இருக்க வேண்டும். டீக்குக் கூடக் கணக்குப் பார்ப்பான் பொட்ட மொவரையன் (முதலாளி மகன்). கெட்ட வார்த்தைதான் அவன் வாயில் வரும். பல் கடித்து அடக்கிக்கொள்ள வேண்டும். நாய். எச்சிக்கல நாய். வயிரெண்ணிப் பாடுபட்டு, வயிற்றுக்காக மானம் விட்டு எவ்வளவு நாளுக்குத்தான் முடியும்?

இன்னும் இரண்டாயிரம் இருந்தால் அட்வான்ஸ் கொடுத்து மெயின் ரோட்டிலேயே கடை பிடித்துவிடலாம். சிவகாமியிடம் வேறு நகை இல்லையே. நடமாடும் தையலகம் அலைச்சல். ஆனல், போதும். புதுத்துணி வராது. பழைய துணிகள்தான். பரவாயில்லை. சொந்தத் தொழில். அலைச்சல். பேரம். இருந்தாலும் மோசமில்லை. கெட்ட வார்த்தை இல்லை உள்கொத்திப்பு இல்லை. முகச்சிவப்பை மூடி மறைக்க வேண்டியதில்லை. ராஜா. அவனே ராஜா. எல்லாம் ...

பத்து நாள்களுக்கு முன் ஓரிரு வினாடிகளில் – உயிரைக் கசக்கிப் பிழிந்து இழுத்துக்கொண்டு போவது மாதிரி – என்ன மாயமாய்ப் போய்விட்டது.

குருசாமி சொன்னார்:

"முந்தியெல்லாம் விரதம்னா கண்டிப்பா இருக்கும். இப்ப அப்பிடியெல்லாம் கெடையாது. இன்னக்கி மால போட்டு இன்னைக்கே கூடப் போவலாம். சினிமாப் பாக்கக் கூடாது.

பீடி, சிகரெட், தண்ணி... ம்கூம்... எல்லாம் முந்தி மாதிரி இப்ப இல்ல. இருந்தாலும் நாம சாமிக்குப் பயப்படறோம். மொறையா நடக்கறோம். மனசுல எந்நேரமும் சாமி இருக்கட்டும்."

பல சாமிகள், பச்சை ஒன்று, காவி ஒன்று, கறுப்பு ஒன்று. நிறத்திற்கு ஒன்றாய்... போட்டி, பணம் உயிர் உறிஞ்சும் போட்டி... அதுதான் 'இன்னக்கி மால போட்டு இன்னைக்கே போலாம்.' சினிமா. ஐயப்பன் படம் வருகிறதே. சரி, சரி, பார்த்தால் பெரிய தவறு இல்லை. பீடி, சிகரெட் விடச் சொன்னால் எவன் வருவான்? தண்ணி... சாராயக்கடைகளில் 'சாமிகளுக்குத் தனி இடம்' உண்டு.

குருசாமி கிழம். ஐம்பது வயதுப் பழம். அனுபவப் பிழிவு. அவர் எல்லாம் சொன்னார். எவனோ எப்படியோ போகட்டும். நமக்குச் சாமி முக்கியம். கரைவோம். பாட்டில் கரைவோம். பஜனையில் கரைவோம். நினைவெல்லாம் அவனே... கல்லும் முள்ளும் காலுக்கு மெத்தை... சாமியே...

விரதப் புத்தகங்கள், பாட்டுப் புத்தகங்கள் கொடுக்கப்பட்டன. ராத்திரி பன்னிரண்டு மணிவரை பூஜை. மேலெல்லாம் சந்தன வாசனை. தெய்வீக மணம்.

பத்து நாள்களுக்கு முன் சட்டென எல்லாம் கலைந்தன.

"ஒருவாரம். கோயில்ல மூணு நாள். மிச்சம் நாலு நாள். குற்றாலந் தொடங்கி வழியில இருக்கிறதெல்லாம் பாக்கறோம். பணம் அறுநூறு எழுநூறு ரெடி பண்ணிக்க..."

பஸ் ஏற்பாடாகிவிட்டது. ஐம்பத்தைந்து சாமிகள். இருமுடி கட்டிக் கிளம்ப மூன்று நாட்கள்தான்.

"நீ வேற ஏண்டா... மாமியாக்காரி போன மாசம் ஊட்டோட வந்துட்டா. அவ கொண்டாந்த பணந்தான் எனக்கே. வர்றது வாய்க்கும் வவுத்துக்கும் செரியாப் போயிருது. வேற எங்காச்சும் கேட்டுப் பாரு..."

கோவிந்தன் பதில்தான் ஒவ்வொருவர் வாயிலும் ஒவ்வொரு விதமாய். அவன் சரிந்தான். பித்தனாய்த் திரிந்தான். அவஸ்தை பொறுக்காத சிவகாமி வழி சொன்னாள்.

"இப்ப மிஷின் வித்துப்புடுங்க. அப்புறம் போய்ட்டு வந்து பாத்துக்கலாம். சாமி நம்புளுக்கு நல்ல வழி காமிக்காதயா போயிரும்..."

அறை விழுந்தது. 'சாமிகள் கோபப்படக் கூடாது.' பிள்ளைகள் ஒடுங்கின. கதறல் குறுக்குச் சந்து முழுக்கப் பரவியது. என்ன செய்தாலும் வேறு வழியில்லை. கடைசியாய்ச் சாமிமேல் பாரத்தைப் போட்டான்.

மிஷின் எச்சிலை மாதிரி அவசரமாயத் தெருவுக்குப் போய்விட்டது.

அதிக நாளில்லை. முணுமுணுப்பு சத்தமாகும். கத்தலாகும். அவளைச் சொல்லவும் முடியாது. மூன்று சிறுசுகளை வைத்துக்கொண்டு எப்படி ஓட்டுவாள்? முந்தானையில் முடிந்து வைத்திருக்கும் சிறுவாடு எத்தனை நாள் வரும்?

கோயிலுக்குப் போய் வந்து மூன்று நாட்கள் ஓடிவிட்டன. குற்றாலத்துப் போதை சுண்டிவிட்டது. ஒன்றும் ஓடவில்லை. மிஷின் புதுசு வாங்க வழியில்லை. எவன் நம்புகிறான்? 'செகண்ட் ஹேண்ட்' கூட முடியாது. கையைக் கடிக்கும். அடகுக்கு . . . தோடு கூட இல்லை. எதை வைக்க . . ?

டீக்கடை பெஞ்சில் உட்கார்ந்தான். அனிச்சையாக 'ஒரு டீ' என்றான்.

"என்ன ராமு . . . இந்நேரத்திக்கு இந்தாண்ட . . . வேல இன்னிக்கி லீவு உட்டுட்டியா . . ."

"அட நீ வேற. அவனே மிஷின வித்துக் கோயிலுக்குப் போனான். இப்ப என்ன பண்றதுன்னு தெரியாம முழிக்கறான். நீ எரியற எடத்துல சுக்க வச்சு ஊதறியா . . ."

டீ கசந்தது. வீட்டுத் திண்ணையும் பன்றிகளும் பரவாயில்லை என்றிருந்தது.

"ராமு . . . ரெயின்போவுலகூட ஆளு வேணுமின்னு சொன்னாப்பல கேள்வி. நீ முந்தி அங்கதான இருந்த. பழக்கந்தான. போய்ப்பாரு . . ."

"ஆமாப்பா. உக்காந்து சாப்பிடறவன் மானம் வெக்கம் பாக்கலாம். ஒழச்சு சாப்படறவன் முடியுமா? போய்ப் பாரு . . ?

"பொழப்பில்லாம குடும்பம் எப்பிடி ஓடும்? சிறுசுவ வேற மூணு இருக்குது."

பொட்ட மொவரையனிடமா? அவன் நாக்கு நெருப்பு. சொல் ஒவ்வொன்றும் சுடும். 'எச்சிக்கல நாயி' என்று சொன்னதற்குத் தான் முறிந்துபோனது. இப்போதும் அவனிடமா? அவன் நடந்தான்.

பத்து நாளா ஒரு பைசா இல்ல. சிவகாமி என்ன செய்யறாளோ..? எப்பிடி ஓட்டறாளோ? காப்பியக்கூட ரெண்டு நாளா நிறுத்திட்டா. கொழந்தக்கி மட்டுந்தான் பால் வாங்கறா. மிஷின் எப்போ வாங்கறது. காச எப்பப் பாக்கறது? வவுறிருக்குதே. அஞ்சு வவுறு.

வறண்ட தொண்டையைக் கனைத்துக் காறிச் சாக்கடையில் உமிழ்ந்து நிமிர்ந்தான். 'ரெயின்போ' வந்திருந்தது.

●

மனஓசை, **ஜனவரி 1998**

தடம் மாறும் வண்டிகள்

முன்னிரவின் அமைதியை உலுக்கியது அலறல்.

"அய்யோ... எங்குடியக் கூடவச்சுட்டானே..."

பட்டிக்குப் போகப் புறப்பட்டுக்கொண்டிருந்தவர்கள் அதிர்ந்து நின்றார்கள். மாட்டுக்குத் தட்டுப் போட்டுக்கொண்டிந்தவர்கள் நிலை குலைந்தார்கள். சாப்பிட்டுக்கொண்டிருந்தவர்களின் கைச்சோறு சிதறியது.

அரைத்தூக்கத்தில் பாட்டியிடம் கதை கேட்டுக்கொண்டிருந்த 'சிறுசுகள்' பயந்து அலறின.

"என்னடா இது கருமாந்தரம்?"

"ரோசாமணியூட்டு அம்மா சத்தமாட்டம் இருக்குது"

குரல்களின் நடுக்கம். எந்த நேரத்தில் என்ன வருமோ என்று தவிக்கும் பீதி.

"இந்நேரத்துல கருமம் என்ன எழவு வந்துதோ?"

அலறலின் திசை நோக்கி இருட்டைப் பிய்த்துக் கொண்டு போனார்கள்.

'திக்காலுக்கு ஒன்றாய்ச் சிதறிக் கிடந்தாலும் வீடுகளுக்கு இடையில அப்படியொன்றும் தூரமில்லை. 'எட்டிப் புடிச்சாப்பலதான்.' ஒரு சத்தம் கொடுத்தால் போதும்; பத்துச் சத்தம் எதிர்த்துக் கேட்கும்.

"அது வல்லம்மா சத்தந்தான். கொரலு நல்லாத் தெரிஞ்சுதே."

“சிங்கானுக்கும் அவளுக்கும் சண்டையோ என்னமோ?”

“சண்டைக்கா இந்தக் கத்துக் கத்துவா? அவ வாயத்தொறந்து பேசறதே கம்பரிசி கொட்னாப்பலதான்?”

“சிங்கான் கல்லக்காப் பாரத்துக்குக் கோழி கூப்படவே போனவன் … இன்னம் வந்திருக்க மாட்டானே.”

அலறல் இரண்டாய் மூன்றாய்ப் பரிணமித்தது. தீயின் வேகத்தோடு சத்தங்கள் கூடி ஊரை விட்டு ரோட்டுப்புறமாய் ஓடின.

“அடேய்… எவன்டா அவன் போறது? எங்கடா ஓடறீங்க எல்லாரும்?”

காலடிச் சத்தத்தை இனம் கண்ட கிழக்குரல் கேட்டது. இருட்டு மூச்சிரைத்துப் பேசியது.

“சிங்கானோட வண்டி, மாட்டோட குச்சங்காட்டுக் கெணத்துல உழுந்திருச்சாமா ..?

“அய்யய்யோ … சிங்கான்?”

“போனால்ல தெரியும்.”

“எப்பிடிடா?”

குரல் அதற்குள் ஒருகாடு தாண்டிப் போயிருக்கும்.

சிங்கானுக்கு அப்பன் சொத்தில் பிரிந்தது இரண்டு ஏக்கர் மேட்டுக்காடு. அங்கு எல்லாமே மேட்டுக்காடுதான். வருசம் ஒரு வெள்ளாமை. அதுவும் வானம் கண் திறக்க வேண்டும்.

ஒரு வருசம் தவசங்களும் பயிறுகளுமாய்ப் பானைகள் நிறையும்; மறுவருசம் ‘தொழிலாளி’களுக்குக்கூடத் தருவதற்குப் படாதபாடு படவேண்டும். ‘என்னமோ… இந்த ஆடுங் குட்டியும் மாடுங் கன்னும் பொழப்ப ஒருவழியா ஓட்டுது’ என்பார்கள்.

அங்கேயும் சில கிணறுகள் உண்டு. அவர்களுடைய உழைப்பைக் கண்டு வாய் பிளந்து நிற்கும் அந்தக் கிணறுகளில் நிலமே தெரியாது. எப்போதாவது வானம் பொத்துக்கொண்டால் ஆரியமும் பருத்தியும் போடுவார்கள்.

சிங்கானின் நிலத்தில்கூட ஒரு கிணறு இருந்தது. பாம்பேரியெல்லாம் இடிந்துபோய்… எப்போதோ வாழ்ந்ததற்கு அடையாளமாய் மதகுக்கல்லோடு பாழுங் கிணறு.

கிணறும் நிலமும் வாய்க்காவிட்டாலும் வல்லம்மா வாய்த்தாள். சொந்தம்தான்.

வல்லம்மாளின் 'நெடுவயிற்றில்' மூன்று தங்கியது. மூன்றும் பொட்டைகள்.

"எங்களா ... வந்து பொறந்தீ ... சிங்கானுக்குன்னு. அஞ்சு பொட்ட பொறந்தா அரசனே ஆண்டிடின்னு செலவாந்தரம் சொல்லும்... ஆண்டிக்கு மூணு பொறந்திருக்கீங்களே ... அவன் எப்டீலா கரையேத்துவான்? ..."

முத்துப்பாட்டி ரோசாமணியைக் குறையோடு கேட்பாள். ரோசாமணி ஒன்றும் பேசமாட்டாள் ... அவ 'பொடுவாட்டம்'. ஆனால், செவத்தாள் சளைக்கமாட்டாள்.

"ஆமா... மூணு பொறந்திருக்கறம். நாங்க பொறக்கும்போதும் நீதான மருத்துவம் பூந்திருப்ப. மூட்டத் திருவிப் போட் டிருக்கறதுதான ..." என்று வெடிப்பாள்.

ரோசாமணிக்குத் 'தெரட்டி' சுத்தி நாலு வருசம் ஆன பிறகு போன வருசம்தான் ஆட்டூருக்குக் கட்டிக் கொடுத்தார்கள். பையன் பரவாயில்லை. 'பொண்டாட்டியக் கருத்தா வெச்சிருக்கறான்.'

கல்யாணத்திற்கு ஒரு ஏக்கர் மேட்டுக்காட்டை விற்கவேண்டியிருந்தது. அதற்கும் கொஞ்சப்பாடா? அலையாய் அலைந்தான். ஒரு பயல் கேட்கவில்லை. எப்படியோ விற்றாக வேண்டும் என்பது தெரிந்ததும் சும்மா கேட்பதுபோல் கேட்டார்கள். கடைசியாய்த் தொங்காட்டுச் சீரான்தான் வாங்கினான்.

செவத்தாள்தான் 'நடுவலவ'. அவளுக்கும் 'தெரட்டி' சுத்தி இரண்டு வருசம் முடியப்போகிறது. 'கடைசியா' பொங்காள். அவளும் 'இப்பவோ நாளைக்கோன்னு' இருக்கிறாள்.

சிங்கானுக்கு இந்த இரண்டையும் எப்படியாவது கரை சேர்த்துவிட்டால் போதும் என்ற கவலைதான். அவன் மேட்டுக்காட்டை நம்பி எப்போதும் இருந்ததில்லை. பாரவண்டி ஓட்டப்போய்விடுவான். இரண்டு எருதுகளும் நல்ல 'ஆலாம்புடி'. 'தட்டி உட்டாப் போதும். எந்த மேடும் ஒரு எவுறுல ஏறிரும்."

கடலைக்காய்த் தருணத்துக்கு அவனைப் பார்க்கவே முடியாது. கோழிகூப்பிடப் போனால், ராத்திரி ஊரடங்கிய நேரத்துக்குத்தான் வருவான். தினமும் கொஞ்சம் தள்ளாட்டமும் இருக்கும்.

'ஒடம்பு வலிக்குது வல்லம்மா. இது ஒரு கௌாஸ் உள்ள போனாக் கொஞ்சம் தூக்கம் வரும். அதான் ..."

இப்போதும் கடலைக்காய்த் தருணம்தான்.

“டேய்... விருமுத்தி புடிச்ச பசவளா... என்னடா வேடிக்க? போயி நாலஞ்சு பேட்டரி லைட் எடுத்தாங்கடா... அப்பிடியே டீக்கடக்காரங்கிட்ட பெட்ரோமாஸ் லைட் பத்தி வாங்கிட்டு வாங்கடா ...”

“அப்பிடியே வடக்கவுறு வாலுக்கவுறு எதாச்சும் பாத்து நல்ல கவுறா நாலு எடுத்தாங்க” ஆளுக்கொரு திசையில் அவர்கள் ஓடினார்கள்.

கிணற்றைச் சுற்றி இருள். தவளை விழுங்கிய பாம்பாய்க் கிணறு செயலற்றுக் கிடந்தது.

“அய்யோ... எந்தச் சாமிக்குக் கொற வச்சோம்... எங்களுக்கு இந்தக் கதி வந்திருச்சே ... கண்ணுவளா ... நம்மளுக்கும் இனி இந்தக் கெணறுதான் கதி ... எந்திரீங்கோ ...”

வாய்விட்டு அழ முடியாத நிர்ப்பந்தத்தில் நின்றிருந்த அந்தப் பெண்களை அவள் இழுத்துக்கொண்டு எழுந்தாள்.

“வல்லம்மா ... ஆளுவ உள்ள எறங்கியிருக்காங்க ... நீ எதுக்கு இப்படிக் கத்தற? சிங்கானுக்கு ஒண்ணும் ஆயிருக்காது. கொஞ்ச நேரம் பேசாம இரு ...”

வல்லம்மாளின் குரல் ஊளைக் காற்றில் அதிர்ந்தது. பின்னிப் பின்னி வாழ்க்கைக்காய் மோதியது. சுற்றி நின்ற கூட்டம் என்ன விதமாய் ஆறுதல் சொல்வதென்று தெரியாமல் மௌனித்தது.

பெட்ரோமாக்ஸ் லைட்டுக்கள் வந்தன. நான்கைந்து கயிறுகளும் வந்தன. இருட்டுக்குள் ஒரு வாழ்க்கை மீட்புப் பணி தொடங்கியது.

“ஆமா ... மனுசனுக்குக் கெணறு இருக்கறது கூடவா தெரியாம போயிரும்?”

“ஆளு நெப்பு நெதானத்துல இருந்திருந்தாத்தான ...”

“அதெல்லாம் ஒண்ணுமில்ல இவன் நேரங்கெட்ட நேரத்துல வண்டி ஓட்டிக்கிட்டு வர்றது ... பக்கத்திலயே சுடுகாடு. என்ன அடிச்சுதோ ...”

“எது அடிக்குது... போன மாசம் நானுக்கிட்டானே முத்தான்... அவந்தான் ‘ஆய் ஆய்’னு தியறான் ...”

“முந்தா நேத்து எங்க பிள்ளயூட்டு அப்பங்கூட இந்த எடத்துல தான பயந்துக்கிருச்சு ரண்டு நாளாக் காச்ச.”

விடியற்காலை காக்கைகளின் கத்தல் போல் பெண்களின் குரல்கள் விடாமல் கேட்டுக்கொண்டே இருந்தன.

பெட்ரோமாக்ஸ் லைட்டைக் கயிற்றில் கட்டி உள்ளே இறக்கினார்கள். கிணற்றுக்குள் மின்மினியாய் வெளிச்சம். பேட்டரி லைட்டோடு நான்கைந்து பேர் மெல்லப் படிகளில் இறங்கினர்.

"பாத்து மொல்லமா எறங்குடா... ஆயில் மோட்டரு வச்சுக்கப்பறம் படியில ஆறு எறங்குனா... இடிஞ்சு கெடக்கும்..."

"கெணறு கொஞ்ச ஆழமா? ஏழு முட்டுக் கெணறாச்சே..."

"ஏழு முட்டு இருந்து என்ன பண்றது? தண்ணி மொழங்காலுக்குக்கூட இல்லியே..."

சட்டென்று சத்தங்கள் ஓய்ந்தன. வெள்ளாமை எடுத்து விட்ட காடு மாதிரி வெறுமை. உள்ளே இருந்து என்ன சத்தம் வருமோ என்று எல்லார் முகங்களிலும் எதிர்பார்ப்பு. சிலர் உள்ளே வெளிச்சத்தில் ஏதாவது தெரிகிறதா என்று எட்டிப் பார்த்துக்கொண்டிருந்தனர். விளக்கு வெளிச்சம் மிகச் சன்னமாகத் தெரிந்தது.

உள்ளேயிருந்து ஒரு குரல் எதிரொலித்து வந்தது.

"வண்டியும் ஒரு எருதுந்தான் கெடக்குது."

○○○

வண்டி செமதாங்கிக் கல்லுக்கிட்ட வரும்போதே, எதிர்க்க வந்த பொன்னான் சொன்னான்.

"என்றா சிங்கான்... கல்லக்கா ஓட்டப் போனயா? போ... போ... சுடுகாட்டுப் பக்கந்தான் விக்கறானுவ... ஒரு கெளாஸ் அடிச்சுட்டுப் போ... நல்லாத் தூக்கம் வரும்..."

எருதுகளுக்குத் கோழிகூப்பிடப் போகும்போது காட்டிய தண்ணீர். இரண்டு சோர்ந்து போயிருந்தன. கால்கள் தளர்ந்து யோசித்து அடி எடுத்து வைத்தன. தாகம் தொண்டையில் கொடுந்தீயாய் எரிய நுரை தள்ளின.

"உச்சி பொளக்கிற வெயில்ல நாப்பது மூட்ட பாரத்த இழுத்துதுவளே... கொஞ்சம் வல்லம்மாளச் சுடுதண்ணி வக்கச் சொல்லிக் கழுவி உடோணும்... பருத்திக் கொட்ட ஆட்டி வச்சிருப்பாளா... கொண்டோனதியும் தாழியிலதான் கட்டோணும்..."

எண்ணமிட்டுக்கொண்டே, மடிப்பையிலிருந்து பத்து ரூபாயைக் கையில் எடுத்துக்கொண்டான். 'சுடுகாட்டுல தண்ணி நல்லா இருந்தா ரண்டு அடிக்கோணும்...'

“எவன் விக்கறானே தெரியலியே . . . கொங்காட்டுச் சீத்தனுக்கும் மாகாட்டுப் பொருக்கணுக்குந்தான் போட்டி ... ரண்டு பேரும் ஒரு வருசத்துல கொழிச்சுக் கட்டிப்புட்டானுவளே காச... சாராய ஏவாரம் பொதையல் மாதிரி ...”

வானத்தில் ஒன்றிரண்டு மீன்கள் பூத்திருந்தன. எருதுகள் சாலை ஓரமாய் நடந்துகொண்டிருந்தன. வண்டிச்சத்தம் ஒரே ரிதமாய்க் கிறீச்சிட்டது. புளியமரத்திலிருந்து ஒற்றைக் காசு ஒலி அவ்வப்போது வந்துகொண்டிருந்தது. கொஞ்ச நேரத்திற்கொரு முறை ஏதாவது வாகனம் வெளிச்சத்தை இறைத்துப்போனது.

“அப்பல்லாம் ஒரு காலம் . . . கெடிமன்னன் வாரம் ஒரு பாட்டலு கொண்டாந்து குடுத்திருவான் . . . ராத்திரிப் பட்டிக்குப் போயி ஒரு கௌாசு அடிச்சுட்டு தூங்குனா ... ஒடம்பு தட்டாட்டம் இருக்கும். இப்பவுந்தான் இருக்குது. என்னவோ போட்டுக் காச்சறானுவ, போதை வந்தாப் போதும் ...”

வண்டி வந்திருந்தது. சுடுகாட்டுப் பக்கம் இருந்து வந்தான் பெருமாள்.

“என்றா மாப்ள ... எங்கடா விக்கறானுவ?”

“அதயேங் கேக்கறீங்க ... நானும் அதுக்குத்தான் வந்த ... எவனோ போலீசு வருதுன்னு சொன்னான்னு ... பொய்யேரிப் பக்கம் கொண்டோயிட்டாங்களாமா ...”

“அவ்வளவு தூரமா . . . இவனுவதான் பணங்கட்டு வானுங்களே ... அப்பறம் எதுக்கு வர்றாங்களாமா? ...”

“பணங்கட்டுனாலும் அவனுங்களுக்கு கேசு வேணுமில்ல ... சேரி, நாம் போற, வர்றீங்களா?”

“வந்தாத்தான் பரவால்ல ... எருதுவ வேற கோழி கூப்ட குடிச்ச தண்ணி ...”

“அட செத்த இவத்த நிறுத்தீட்டு வாங்க ... நாலு எட்டி தான ... போயிட்டு வந்தர்லாம் ...”

எருதுகளின் கயிற்றை மொளக்குச்சியில் சுற்றிவிட்டு இறங்கி னான். வலத்து எருதை ஒரு தட்டுத் தட்டிவிட்டு ‘வந்துர்றேன்’ என்று பெருமாளுடன் நடந்தான்.

“எவனுது?”

“அதெல்லாம் இப்பத் தனித்தனியா இல்ல. கூட்டுச் சேந்தாச்சு ...”

“இந்தச் சனியன உட்டுத் தொலச்சிரலாமுன்னாலும் முடிய மாட்டேங்குது ...”

“எங்க உடறது? காச்சி வச்சிக்கிட்டு வா வாங்கறானே.”

ஊருக்குள் போகும் மண்ரோட்டில் வண்டி நின்றிருந்தது. கிழக்கில் சுடுகாடு. மேற்கில் குச்சங்காடு. சோளம் விதைத்திருந் தார்கள். எப்பிடியும் பதினைந்து நாள்களுக்கு ஒரு தண்ணீர் கிடைத்துவிடும். போன வாரம் இலேசாகத் தூறல் போட்டிருந்தது. ரோட்டோரத்திலேயே கிணறு. சுற்றிலும் கல்லுக்கட்டெல்லாம் ஒன்றும் இல்லை. வாய் பிளந்து நின்றது.

ரோட்டோரங்களில் பசும்புற்கள் இருளில் மினுமினுத்தன. வலத்து மாடு தலையைச் சிலுப்பி இழுத்தது. மொளக்குச்சியில் சிக்க வைத்திருந்த கயிறு விடுபட்டது. எருது கீழே குனிந்து அந்தப் பசும்புற்களை மேயத் தொடங்கியது. ஈரப்பதம் தொண்டைக்குழிக்குள் மிதமாய்ப் பரவ, நகர்ந்தது.

‘எடத்து மாடும்’ புல் மேயத் தொடங்க, வண்டி மேற்குப்புற ரோதாவுக்கு வந்திருந்தது. வானத்துச் சிணுங்கல் விளக்குகள் அந்த வாயில்லா ஜீவன்களுக்கு வழிகாட்டவில்லை. கிணற்று ஓரத்தில் நெடிது வளர்ந்திருந்த அருகம்புற்கள் ஆசை காட்டி இழுத்தன.

நகர நகர, மேட்டிலிருந்து இறக்கம். வண்டியைத் தாங்கிப் பிடிக்கத் தோது இல்லை. எருதுகளை மீறிக்கொண்டு வண்டிச்சக்கரம் உருண்டது. மிரண்ட எடத்து மாடு கிழக்கில் இழுக்க அதன் கண்ணிக்கயிறு பட்டெனத் தெறித்தது.

நெஞ்சுக்குழியை வறள வைக்கும் பெருஞ்சத்தத்துடன் வண்டியும் வலத்து மாடும் கிணற்றுக்குள். எடத்து மாடு பிணக்குழி களின் மேல் கால் பதித்து, திக்கு தெரியாமல் ஓடிப்போனது ...

○○○

“எருதுக்கு உசிரிருக்குது மாமோவ்... கவுத்தப் போடுங்க...”

உள்ளிருந்து குரலைக் காது குவித்து கேட்டார்கள். ஆளுக்கு ஆள் சத்தம் போட்டுக் கேட்க ஆரம்பித்தார்கள்.

“ஒரு எருதுதான் கெடக்குதா?”

“வண்டி என்னாச்சு?”

“நல்லாப் பாருங்க.”

கிணற்றுக்குள் இருந்து கருவாயன் மேலேறி வந்தான்.

"ஒரு எருதுதான் இருக்குது. இன்னொன்னு மேலதான் எங்காச்சும் இருக்கும். அப்பறம் தேடிக்கலாம்... இப்ப நாலு மூலயிலயும் கவத்தப் போடுங்க... இத எடுத்துப்புடலாம்..."

சிங்கான் வேறொரு உலகத்தில் இருந்தான். பொய்யேரிப் பக்கமாகப் போகும் காற்று அவனுக்குச் சொன்னால்கூட, உணரக்கூடிய நிலையிலில்லை அவன்.

கயிறுகள் வீசப்பட்டன. உள்ளேயிருந்தவர்கள் எருதின் அடிவயிற்றில் கொங்கூடைபோல் கட்டினார்கள்.

"வண்டி என்னாச்சு?"

"பாதிச் சாமானந்தான் ஆவுமுன்னு நெனைக்கறேன். காத்தாலக்கிப் பாத்தாத்தான் நல்லாத் தெரியும்."

"எருது பொழச்சிக்குமா?"

"சந்தேகந்தான். இவ்வளவு பெரிய கெணத்துல வண்டியோட உழுந்திருக்குது. அடி கொஞ்சமாவா இருக்கும்... காலே நிக்குதோ என்னமோ..."

கிணற்றுக்குள்ளிருந்து எருது ஒரு கருங்குவியலாய் மேலே வந்தது. நாற்புறமும் கயிற்றைப் பிடித்துக்கொண்டிருந்தவர்கள் ஒருபுறமாய் மெல்லவிட்டு எருதை மேட்டுக்குக் கொண்டு வந்தார்கள். அதன் உடம்பு ஒரே நடுக்கமாய் இருந்தது... கண்ணீர் தாரையாய் வழிந்தது. நிற்க முடியவில்லை. கால்கள் இற்று விழுந்தன.

அதற்குள் 'எடத்து மாட்டை' ஓட்டுக்காட்டுச் சோளத்தட்டுப் போரிலிருந்து வேட்டுக்காட்டான் பிடித்து வந்தான். தட்டுத் தின்ற நுரை அதன் வாயில் கசிந்தது.

அதைப் பார்த்ததும், வல்லம்மா ஓடிவந்து, அதன் திமிலைக் கட்டிப்பிடித்துக்கொண்டு கதறினாள். எருது திரும்பிப் பார்த்து, முதுகை நக்கியது.

●

மனஓசை, டிசம்பர் 1989

கொறங்காடு

வீடு முழுக்கக் கூட்டம். பூவாயி அத்தை புருசன் செத்து விட்டானாம். இருபது வருடங்களாக இல்லாத உறவு, இன்று அவன் செத்த பிறகு வந்திருக்கிறது.

'ஏண்டா ராமசாமி, பக்கூருக்குப் போவப் போறீங்களாடா?'

நாட்டாமை தன் இடை வரை தொங்கிய துணடை இழுத்து விட்டுக்கொண்டு வந்தார். அப்பன் கட்டுத்தரையின் பக்கம் ஏதோ செய்து கொண்டிருந்தார்.

அத்தையைக் கட்டிக் கொடுத்தது பக்கூரில். கட்டிக்கொடுத்து ஆறு மாதத்திலேயே அவள் திரும்பிவிட்டாள். அதன் பிறகு இத்தனை வருடங்களாக எங்களோடுதான். அதுவும் அம்மா செத்த பிறகு எங்களுக்கு எல்லாம் அத்தைதான்.

அத்தை கூச்சத்தை ஒட்டினாற்போலச் சாய்ந்து உட்கார்ந்திருக்கிறாள். இழவு சொல்ல ஆள் வந்ததும் பின்னாலேயே துக்கம் விசாரிக்க வந்த ஊர்ப் பெண்டுகள் திண்ணையில் உட்கார்ந்துகொண்டு, அத்தையை அவள் புருசன் கல்யாணம் ஆன சில நாள்களிலேயே முடுக்கிவிட்ட கதையைப் பேசிக்கொண்டு இருக்கிறார்கள்.

'எங்கடா ராமசாமி? இத்தன பேரு இங்க வந்து உக்காந்து இருக்கிறாங்க... ஆளயே காணாம்?'

நாட்டாமையின் கூட வந்த நல்லான் அப்பனைத் தேடிக் கட்டுத்தரைப் பக்கம் போனான். அக்காதான் அப்பா அங்கே போயிருப்பதாகச் சொன்னாள்.

அக்கா அத்தைக்குப் பக்கத்தில் உட்கார்ந்திருக்கிறாள். அண்ணனைக் காணோம். விசயம் தெரிந்தால் வந்துவிடுவான். அப்பனுக்கு என்ன செய்வதென்று தெரியவில்லை. அதுதான் இங்கும் அங்கும் ஓடிக்கொண்டிருக்கிறார். அவருக்கு யாராவது வழிகாட்ட வேண்டும்.

'ஏனுங்க 'சேரப்' போட்டு உக்கார்றது தானுங்க' என்று சொல்லிக்கொண்டே அப்பன் வந்தார்.

"இருக்கட்டும். இருக்கட்டும். ஆமா... பக்கூர் போவிலியா?"

நாட்டாமைக்கு நாற்காலி வந்தது.

"இல்லீங்க போவுலீங்க" என்று சொல்லிக்கொண்டே அப்பன் நாற்காலியைச் சாய்திண்ணை ஓரமாகப் போட்டார்.

"ஏண்டா? என்னாச்ச?"

"கட்டிக் குடுத்த ஆறு மாசத்திலேயே பூவா இங்க வந்துட்டா. அதுக்கப்பறம் அவனுங் கூப்புடல. எங்கப்பனும் நாமா போவக் கூடாதுன்னு வைராக்கியத்துல பூவாள இங்கயே நிறுத்திட்டாரு. இரவது வருசம் ஆவப் பேவுது. போக்குவரத்து எதுவும் கெடையாது. இப்ப மட்டும் எப்படீங்க போறது? அவுங்க வாசப்படிய முதிக்க காலேறாதுங்க..."

"சேரி. அப்ப இங்கயே அழுது சாங்கியமெல்லாம் பண்ணிப்புடு."

"சாங்கியமாவுது ஒண்ணாவது... அதெல்லாம் ஒண்ணும் வேண்டா. எவனோ செத்ததுக்கு நாம ஏன் அழுவோணும்... சாங்கியம் பண்ணோணும்?"

குரல் கொடுத்துக்கொண்டே அண்ணன் வந்து சாய் திண்ணையில் உட்கார்ந்தான்.

அண்ணன்தான் இந்த ஊரிலிருந்து முதன்முதலாகக் கல்லூரியை எட்டிப் பார்த்தவன். படித்து முடித்து வருசம் இரண்டாகிறது. வேலையைக் காணோம். ஆனாலும் அவன் சும்மா இல்லை. தென்னங்கீத்து பின்னி விற்கும் வேலையைக் கவனிக்கிறான். ஊர் எளக்காரமாகத்தான் பேசுகிறது. அண்ணன் அதையெல்லாம் கண்டுகொள்ள மாட்டான்.

"ராமசாமி... உம் பயன நாலு எழுத்துப் படிக்க வச்சாலும் வச்ச ... ரொம்பத்தான் துள்ளறாம் போ ... பெரியவங்கன்னு கொஞ்சமாச்சும் மதிப்பு இருக்குதான்னு பாரே ... என்னமா எடுத்தெறிஞ்சு பேசறான் ..."

அண்ணனும் நாட்டாமையும் பேசிக்கொண்டிருக்கும் போதே, அருமைக்காரரும் கோயில் தருமகர்த்தாவும் ஒரு பட்டாளத்தோடு வந்தார்கள். அவர்களுக்கும் நாற்காலிகள் போடப்பட்டன. அத்தையும் ஊர்ப்பெண்டுகளும் இவர்களையே கவனித்துக்கொண்டு உட்கார்ந்திருந்தார்கள்.

"அரும, பாத்தியா கதைய ... ராமசாமி பக்கூருக்குப் போவுலியாம்... அழுவறது. சாங்கியம் எதுவும் கெடையாதாம்... அப்பனும் மவனும் சொல்றாங்க" என்றார் நாட்டாமை அருமைக்காரரைப் பார்த்து.

"இதென்னடா இது புதுசா இருக்குது ... எப்ப இருந்து இந்தப் புதுப் பன்னாட்டு? அங்கதான் போவாட்டிப் போவுது. இங்கயாச்சும் தொழிலாளிவளக் கூப்புட்டுச் சாங்கியம் பண்றதுக்கு என்னடா உனக்கு?" – இது தருமகர்த்தா.

"எதுக்குங்க பண்ணோணும்? இத்தன வருசமா இல்லாத ஒறவு இன்னக்கிச் செத்ததும் வந்திருச்சோ?" அண்ணன் வேகமாகக் கேட்டான்.

"ம்ம் ... நீ சின்னப்பய ... பேசாத இருடா ... என்ன தெரியும் உனக்கு? ராமசாமி நீ என்னப்பா சொல்ற?" அப்பனைப் பார்த்தார் அருமை.

"நான் என்னத்தைங்க சொல்றது? பையன் சொல்றதும் சரியாத்தானுங்க தோணுது. தோத்திப் பொழச்சு ஆறுமாசந்தான் அவ பொழப்பு. பொலித் தகராறுல கொற போட்ட காடாட்டம், இரவது வருசமாக் கொறங்காடாக் கெடக்கறா ... அவளுக்குப் போயிச் சாங்கியம், அழுவறது எல்லாம் எதுக்குங்க... அப்பறம்... நீங்க ஊர்ல நாலு பேரு பாத்துச் சொன்னாச் சரிங்க..."

அப்பனின் ஊசலாட்டத்தைப் பொறுக்காத அண்ணன் "அவங்க என்னப்பா சொல்றது? செய்ய முடியாதுன்னா முடியாதுன்னு அடிச்சுச் சொல்லுங்களேப்பா ..." என்றான்.

'டேய் ... கம்முனு இருடா. சாங்கியமுன்னு காலகாலமா எதுக்கு வச்சிருக்கறாங்க..? இரவது வருசமாப் போக்குவரத்து இல்லைன்னாலும் இன்னக்கிச் செத்ததும் ஏண்டா ஆளு உடறாங்க..? கலியாணத்தன்னிக்கு ஏர்ற முடிச்சுக்கு அப்பிடி மதிப்புடா ... தெரிஞ்சுக்க ... படிச்சுக் கிழிக்கறானுவளாம் ...

குரம்பயிலயே முத்தனதுங்க... இவனுங்க பேச்சக் கேட்டு ஊர் வழக்கத்த உட்டற முடியுமா... யார்லா அவங்க பொண்டுவ உக்காந்துக்கிட்டுக் கத பேசறது... பூவாளக் கட்டிப்புடுச்சி அழுவுங்களா ...”

அருமைக்காரரின் கட்டளைஅப்படியே நிறைவேற்றப்பட்டது. செயற்கைக் கண்ணீரோடு அவரவர் வீட்டுச் சோகம் ஒப்பாரியாய் அரங்கேற்றப்பட்டது. எப்போதோ செத்துப் போன புருசனின் பெருமைகளை ஓங்கிக் குரலெடுத்து முத்தம்மா பாடிய சத்தத்தில் அண்ணன் ஏதோ சொல்லிக்கொண்டிருந்தது துளியும் கேட்க வில்லை.

தூணுல சாஞ்சு ... நீங்க
துரைகளோட வாதாடி
தூணும் துணுக்கிட ... உங்க
துரை அடிமை வாக்குரையான்
வெரலும் கணக்கெழுதும் ... உங்க
வெள்ள மொழி தூதாகும்
கையும் கணக்கெழுதும் ... உங்க
கருத்த மொழி தூதாகும் ...

○○○

‘முத்தம்மா பாடறா... போன வருசம் இன்னாக் காலந்தான் அவ புருசன் போனான்... அவளுக்கும் எனக்கும் கண்ணாலம் ஒரு மாசம் முந்திப்பிந்தி. அவ்வளவுதான். அவள உள்ளூர்லயே குடுத்தாங்க. என்னத்தான் அந்தப் பாழாப் போனவன் ... எங்கப்பன் ... தோட்டந்தொறவெல்லாம் நெறையக் கெடக்கு துன்னு பக்கூருக்குக் கொண்டோயிக் குடுத்தான் ...

ம் ... அவுங்களச் சொல்லி மட்டும் என்ன பண்றது? நல்லாத்தான் நடத்தனாங்க கண்ணாலத்த... ஒரு கொற உண்டா? எட்டுப்பட்டி கெராமத்துலயும் அப்ப அந்த மாதிரி ஒரு கண்ணாலத்தக் கண்டதில்லைன்னு ஒரே பேச்சால்ல இருந்திச்சு ...

ஒரு மாசத்துக்கு முந்தியே புடுச்சு நெல்லுக் குத்துனாங்க... புளி சாடுசாடா வாங்கியாந்தாங்க... கண்ணாலச் சோத்தத் தின்னுட்டு ஏழபாழையெல்லாம் மவராசியா வாழோணுமின்னு வாழ்த்துனாங்க... எங்க பலிச்சது?

இந்த அருமக்காரன்... கோணவாச்சி புரசன்... இவந்தான் அப்பவும் அரும செஞ்சான். தாலி கட்டறப்ப வந்தவந்தான். இப்ப அறுக்கறதுக்கு மட்டும் செரியா வந்துட்டான்... கொஞ் சமாவா வாங்குனான் அப்ப... எங்கப்பந்தான் தவசமா வாரி

வாரிக் குடுத்தாரே ... தொழிலாளிவ எந்த ஊட்ல அவ்வளவு தவசம் வாங்கி இருப்பாங்க ...

எனக்கே அப்ப ஏழு அடுக்கு மொடா சீர் குடுத்தாரு ... அல்லாத்திலயும் வழிய வழியத் தெவசம் ... நாலு வண்டி இங்க இருந்து பக்கூருக்குக் கொண்டாந்து எறக்குச்சு ...

காது நெறைய ... கழுத்து நெறைய ... நவையாப் பூட்டிக் கிட்டுப் போனேன் ... அப்பவே மொறத்தவலம் சரிக வச்சு பட்டுப்பொடவ ... எல்லாந்தான் இருந்திச்சு ... அந்த மொன கெட்டவனூட்டுக்கு நான் ஒண்ணும் கை வீசிக்கிட்டுப் போவுலதான் ... அங்கயும் வாய்க்கா வரப்புக்கெல்லாம் கொறச்சலில்ல ... ஊடும் பெரிய நடையூடுதான் ... நாலங்கணம். சோத்தாங்கால எடுத்து வச்சு உள்ள போனேன் ... போனதுக்கப்பறந்தான் தெரிஞ்சுது அவனோட நாறப் பொழப்பு ...'

○○○

தாலி அறுத்து வெள்ளைச் சேலை கொடுக்கும் சாங்கியம் நடைபெற வேண்டிய நாள்.

ஊர்ப் பெரியவர்கள் காலையிலேயே வந்துவிட்டனர். அக்கா எல்லாருக்கும் கருப்பட்டிக் காப்பி கொண்டு கொடுத்தாள். 'எதுக்கு புள்ள இதெல்லாம்' என்று சொல்லிக்கொண்டே குடித்தனர்.

அவர்கள் எல்லாரும் வந்ததும் அண்ணன் எழுந்து வெளியே போனான்.

"தொழிலாளிக்கெல்லாம் ஆளு உட்டாச்சா ராமசாமி?" அருமை கேட்டார்.

"இல்லீங்க உடுலீங்க" – அப்பன்.

"ஏண்டா? இன்னக்கித்தான சாங்கியம்?" – இது நாட்டாமை

"சாங்கியமெல்லாம் ஒண்ணும் வேண்டாமுங்க. பூவா இத்தன வருசமா கட்டியிருந்தாப்பலயே செவப்புச் சீலயே கட்டிக்கிட்டும் ... வெள்ளச் சீலயெல்லாம் வேண்டாமுங்க ..."

அண்ணன் இரண்டு நாள்களாக உருவேற்றி வைத்திருந்த பாடம் அப்பனின் வாயில் வெளிப்பட்டது.

"என்னடா உங்களோட மாரடிக்கற பொழப்பா இருக்குது ... அன்னக்கி அழுவ வேண்டாமுன்ன ... இன்னிக்கி வெள்ளச் சீல வேண்டாங்கற ... அந்தப் போக்கத்தப் பய பேச்சக் கேட்டு நீயுமா ஆடற? புத்தி எங்கடா போச்சு? சாங்கியத்த உட்டுட்டா ஊடு நெலைக்குமா?" தருமகர்த்தா சலித்துக்கொண்டார்.

"இந்தச் சாங்கியம் வேண்டாமுன்னா ... கண்ணாலத்துல மட்டும் எதுக்குடா சாங்கியம்? நாந்தான தாலி எடுத்துக் குடுக்க றேன் ... இன்னமே நீங்களே கட்டிக்கோங்க ... நான் எதுக்கு?"

ஊரக்காரர்களை நோக்கி அருமை வேகமாகக் கேட்டார். கல்யாணச் சாங்கியங்களில் அருமைதான் முதன்மையானவர். அவர்தான் தாலி எடுத்துக்கொடுப்பார். ஒரு கல்யாணத்தில் அவருக்கு வருமானம் இருநூறுக்குக் குறையாது. கல்யாண அழைப்பிதழே முதலில் அவருக்குத்தான். மரியாதையும் வருமானமும் போய்விடுமோ என்ற பதற்றம் அவர் கோபத்தில் வெளிப்பட்டது.

"அதெப்படீங்க ... நீங்க இல்லாம கல்யாணம் பண்றது? ராமசாமி ஒருத்தனுக்காவ ஊர்ல எல்லாருத்தயும் ஒதுக்கிற முடியுங்களா? வேட்டுக்காட்டுக்கார முனிச்சாமி சொன்னார்.

"இன்னக்கி ராமசாமி சொல்லுவான் ... நாளைக்கு நீ சொல்லுவ ... இப்பிடியே போனா ஊர்ல என்னடா ஒழுங்கு இருக்கும்? கட்டுப்பாடு இருக்கும்? அப்பறம் கோயிலெதுக்கு? கொளம் எதுக்கு?"

தருமகர்த்தா பேசிக்கொண்டிருக்கும்போது அண்ணன் அவன் நண்பர்கள் ஐந்தாறு பேர்களுடன் வந்தான்.

"சாங்கியம் பண்ணலீன்னா, ஊர்க் கட்டுப்பாடு எப்படீங்க போயிரும், இப்ப மட்டும் என்னங்க கட்டுப்பாடு வாழுது?"

அத்தை கவரோரமாக ஒண்டிக்கொண்டிருப்பதுபோல் உட்கார்ந்திருந்தாள். அவளைத் தாண்டிச் சென்ற அண்ணன் சொம்பை எடுத்துத் தண்ணீர் குடித்துவிட்டு, வெளியே வந்தான்.

"இவன் என்னடா அவன் ... கூத்துல கோமாளியாட்டம் ... நாயத்துல சின்னப் பசங்களயெல்லாம் பேச உட்டது பெருந்தப்பு" என்றார் நாட்டாமை எரிச்சலுடன்.

"பெருந்தப்பா ... மகாத் தப்புன்னு சொல்லுங்க. வடக்கால அய்யூர்ல எங்கொழுந்தியா பேரன் இப்பிடித்தானுங்க. அவன் அக்கா புருசன் செத்ததுக்கு அக்காளுக்கு வெள்ளச் சீல இல்லாம பண்ணிப்புட்டான் ... அப்பறமென்ன ... அவங்க குடும்பம் தழஞ்சுதா? இன்னக்கித் திக்கால ஒருத்தராக் கெடக்கறாங்க. நெலமும் போயி ... ஊடும் போயி ... சாங்கியத்த உட்டா அந்தக் குடும்பம் முன்னேறுமுங்களா ..."

○○○

ஆமா... பெரிய சாங்கியத்தப் பேச வந்துட்டான்... எனக்குந்தான் ஆயிரம் சாங்கியத்தப் பண்ணுனீங்க... என்னாச்சு? நெல்லுனு நெனச்சுக் கருக்காயில கொண்டோயித் தள்ளுனீங்க...

சீர் செனத்தியோட சாதி சனத்தயெல்லாம் உட்டுட்டுப் போனேன்... என்னப் பூச்சியாட்டமுல்ல பாத்தான்... அவனுக்கு எனக்கு முந்தியே தாலி கட்டாத வாழ்க்கை இருந்தது. இந்தக் கண்ணத் தின்னவங்களுக்கு எப்படித்தான் தெரியாம போச்சோ... என்னக் கொண்டோயிக் குழியில தள்ளுனாங்க...

என்ன ஏறெடுத்தும் பாக்கலியே. காட்டுக்கொட்டாயிலதான் அவனோட குடியிருப்பே... எப்பவாச்சும் குடிச்சுப்புட்டு வருவான்... வந்து மாடு மாதிரி உழுந்துட்டுப் போயிருவான்... மாமியா இல்ல... மாமனாதான்... திருந்துவான்னு நெனச்சுக் கண்ணாலம் பண்ணினா... திருந்துல... அவன்தான் என்ன பண்ணுவா...

ஆறு மாசம்... அப்பங் குடுத்த மொடாவையும் தவசத்தையும் பாத்துக்கிட்டேல்ல உக்காந்து இருந்தன்... ஆரு என்ன எட்டிப் பாத்தா? அப்பன் ரண்டு தடவ ஆளு உட்டான்... சொல்லி உட்டும் நடவு, கள, அது இதுன்னு எட்டிப் பாக்கல...

அன்னக்கி அப்பிடித்தான்... ஊட்டுலயே விட்டத்தயும் சட்டத்தயும் பாத்துக்கிட்டு உக்காந்திருக்கப் புடிக்காம... எந்திருச்சுத் தோட்டத்துப் பக்கம் போனேன்... காலுப் புடுச்சு உட ஆளோட படுத்திருந்தான்... பொறுக்கல...

"எனக்கு எதுக்குத் தாலி கட்டுன?" அப்டீன்னு வாய் தொறந்தேன். "என்னடி? வேவு பாக்க வந்தியா? ஆள மயக்கற சாலக்கமெல்லாம் உங்கூரோட வச்சுக்க. இங்க எங்கிட்டக் காட்டாத"ன்னு குதிச்சான்... குடிகாரன்...

"எனக்கு ஒரு வழி சொல்லிட்டு அப்பறம் எப்பிடியோ ஆடு"ன்னு கோபத்துல கையப் புடுச்சிக்கிட்டன்... 'வழியா இதோ உங்கூருக்குப் போற வழி'ன்னு இழுத்துப்போட்டான். நான் உடல... காலக் கெட்டியாப் புடுச்சுக்கிட்டு அழுதன்... பக்கத்துல கெடந்த ஊஞ்சவெளார எடுத்து வெளுத்தான்... எம்மேனில அப்பிடி ஒரு அடி எப்பவும் பட்டதில்லயே... எங்கப்பனும் எங்கம்மாளும் என்னப் பொன்னாட்டம் போத்திப் போத்தியில்ல வளத்தாங்க... அந்த நாசமத்த நாயி... அடிச்சான்... ரத்தம் வரவர அடிச்சான்.

ஊரு சனம் பாத்துதே. வாய மூடிக்கிட்டுல்ல நின்னுது. எவனுக்குத் தெகிரியம் இருந்துது... ரோட்டுல இழுத்துப்

கொறங்காடு   719

போட்டுட்டுப் போயிட்டான். அந்தக் காலத்துல பஸ் ஏது, ஒண்ணேது? ஓடையூரு போற பார வண்டி வந்தது... நல்ல மனுஷன்... அவனில்லைன்னா. நான் எங்க, ஊரு வந்து சேந்திருக்கப் போறன்... அங்கயே அனாதப் பொணமா...

காலம் பூரா இந்த ஊட்டோட அடபட்டுக் கெடக்கறனே... அக்கடான்னு இந்தப் பொடுசுவளப் பாத்துக்கிட்டு இருக்கறனே... பாழாப் போனவன்... வாழத்தான் உடல... செத்தும் உட மாட்டங்கறானே...

ooo

ஆளுக்கு ஆள் பேச ஆரம்பித்துவிட்டார்கள். சத்தம் என்னவோ திருவிழாபோல் எழுந்தது.

"சின்னப் பசங்க சொல்றாங்கன்னு நீங்களும் பேசிக்கிட்டு இருக்கீங்க... ஆவற காரியத்தப் பாப்பீங்களாம்... அத உட்டுட்டு... செரக்கறத உட்டுட்டுச் சென ஆட்டுக்கு மயிரு புடுங்கற கதையால்ல இருக்குது..."

பெரியகாட்டு மழுக்கன் நாட்டாமையைப் பார்த்துச் சொன்னார்.

"நாம என்னடா பண்றது? ராமசாமி சொன்னால்ல... யாருடா அது ஆளுக்கு ஆளு பேசிக்கிட்டு... சத்தம் போடாதீங்க... என்ன ராமசாமி சொல்ற?" என்றார் நாட்டாமை.

"பையஞ் சொல்றது நாயமாத்தான் படுதுங்க. அதனால சாங்கியமெல்லாம் எதுக்குங்க..." என்றார் அப்பன்.

"ஊரப் பகச்சுக்கிட்டு ஆவறது என்ன ராமசாமி? சாங்கியம் பண்ணுனா உங்க குடும்பத்துக்குத்தான் நல்லது. இப்ப இதுல எங்களுக்கு அஞ்சு பைசா மிச்சம் கெடையாது... ஏதோ ஊரு கட்டுப்பாடு... நாலுசனம் அது இதுன்னு இருக்குதில்ல..." இது அருமைகாரர்.

"இந்தக் கதையெல்லாம் ஒண்ணும் வேண்டாமுங்க... சாங்கியமெல்லாம் எதும் நடக்க உடமாட்டமுங்க..."

அண்ணனுடன் வந்திருந்த முத்து பேசினான்.

"எவன்டா அவன்... செட்டு சேந்துக்கிட்டு வந்திருக்கிறீங்களா..? நாளக்கி இவங்கள ஒதுக்கி வக்கறமுன்னு வச்சுக்க... நீ என்னத்தப் புடுங்குவ..." என்றார் தருமகர்த்தா.

"ஒதுக்கி வக்கறீங்களா... ஒதுக்கி... அதயுந்தான் பாப்பமே... பயங்காட்டறீங்களா?" அண்ணன் முகம் சிவந்தான்.

"என்ன ராமசாமி... பையன் ஒரேயடியாத் துள்ளறான்..."

"டேய்... நாலு பேரு பேசிக்கிட்டு இருக்கறப்பக் கொஞ்சம் தணிஞ்சுதான் பேசேண்டா. அவுங்க சொல்றதயுந்தான் கேப்பமே..." என்று அப்பன் அதட்டினார்.

"ஊருல இத்தன காலமா இருக்கற வழக்கத்த உடறதுன்னா நல்லா யோசன பண்ணிக்க ராமசாமி... கட்டுமானம் பண்ணுவம் ஒதுக்கிவப்பம்... உனக்குத் தலக்கி மேல பொண்ணு வேற இருக்குது... நாளைக்கி ஒரு நல்ல காரியமுன்னா யாரு வருவா?"

நாட்டாமையின் பேச்சுக்கு ஊர் முழுக்க ஒத்துப் பாடியது.

"பையஞ் சொல்றதிலயும் நாயமிருக்குதின்னு பாத்தனுங்க... ஊருக்குக் கட்டுப்படாத போயிருவனுங்களா..." என்று அப்பன் இறங்கி வந்தார்.

அருமைகாரர் நாற்காலியை விட்டு எழுந்து 'ராமசாமி இப்பிடி வா' என்று அப்பனைப் பொடக்காலிப் பக்கம் கூட்டிப் போனார்.

'இதா இங்க பாருங்க... எது பேசுனுன்னாலும் இங்கயே பேசுங்க...' என்று குரல் கொடுத்தான் அண்ணன்.

"ஆமா, உங்கொப்பனக் கடிச்சுத் தின்னுடறாங்களா... பேசாத இருடா" என்றார் நாட்டாமை.

பொடக்காலிப் பக்கம் போன அருமை, அப்பனிடம் குசுகுசுத்தார்.

"இங்க பாருடா ராமசாமி... உனக்கும் தலக்கி மேல பொண்ணு இருக்குது... பொண்டாட்டி நகையும் ஒண்ணுங் கெடையாது. இந்தக் காலத்துல எவன்டா சும்மா கட்டிக்கிட்டுப் போவான்? ஒரு பத்துப் பவுனாச்சும் வேண்டா? இத்தன பேச்சுப் பேசறானே... உம் பையன் சம்பாரிச்சுக் குடுப்பான்னு நம்பறியா?"

"சேரிங்க. அதெல்லாம் இப்ப எதுக்குங்க?"

"என்னடா நீ, பொழப்பத்தவனா இருக்கற. பூவா கழுத்துல அஞ்சுபவுன் செயின் போட்டிருக்கால்ல... இப்ப உட்டா சமயம் ஏதுடா. சாங்கியம் பண்ணி வெள்ளச் சீல குடுத்தா நவையக் கழட்டித்தான் ஆவோணும்... இல்லைன்னா இன்னம் இரவது வருசம் அவ உயிரோட இருக்கான்னு வச்சுக்க... அப்ப நவ வந்து எதுக்குடா ஆவுது? இப்பன்னா பொண்ணுக்கு ஆவுமில்ல..."

"சரிதானுங்க. ஆனாக் கேட்டாக் குடுத்திருவாளுங்க."

“என்னன்னு போய்க் கேப்ப... எம் பொண்ணுக்குக் கண்ணாலம்... உன்னோட நவயக் குடுன்னா... என்னதான் இருந்தாலும் அவ மாமன் மச்சன்னமூட்டுக்குப் போனவ. நாக்கு மேல பல்லுப் போட்டு எப்டீடா கேக்கறது? அதுவுமில்லாத... ஊருல வேற ஒதுக்கி வக்கணுமுங்கறாங்க . . . எதுக்கு வீம்பொல்லாப்பு. சாங்கியம் பண்ணலீன்னா ஊட்டுக்கு ஆவாதுடா... வெள்ளச் சீல கட்டுனா என்னடா... இத்தன பேரு கட்டி இருக்கல... சாமீடா. வெள்ளச் சீலக்காரியும் சாமியும் ஒண்ணு...”

அருமை மூக்கணாங்கயிற்றைப் பிடித்தார். மாடு அவர் பேச்சுக்குத் தலையாட்டியது.

சாங்கியம் முறைப்படி நடந்தது. அண்ணன் நெஞ்சில் தழும்புகளோடு வெளியே போனான்.

அத்தை மூலையில் உட்கார்ந்து அழுதுகொண்டிருக்கிறாள். முகம் மறந்துபோன புருசனின் சாவுக்காக மட்டும் அல்ல.

●

***மனஓசை*, ஆகஸ்ட் 1989**

முதல் சுவடு

நட்சத்திரங்களை எண்ணிக்கொண்டிருந்தான். நாளையை நினைத்தால் நெஞ்சில் இடி இடிக்கிறது. ஆனாலும், தன்னால் அப்படி இவ்வளவு சாவகாசமாக நட்சத்திரங்களை எண்ணிக் கொண்டிருக்க முடிகிறது என்று வியந்துகொண்டான்.

அடியில் விரித்திருந்த அட்டைகள் முதுகைக் குத்திய போதும், வந்துகொண்டிருந்த காற்று அவனுக்குச் சுகமாக இருந்தது. அனேகமாக இன்று ஒரு நாள் தான் இந்தக் காற்றைச் சுவாசிக்க முடியும், சுகிக்க முடியும் என்று நினைக்கும்போது அவனுக்கு வருத்தமாகக் கூட இருந்தது. மனிதர்களை விடக் காற்றை நேசிப்பது தனக்குப் பொருந்தாது என்று அவன் சமாதானம் சொல்லிக்கொண்டான்.

நட்சத்திரங்கள் இவ்வளவு தெளிவாக இப்போது தெரியவில்லை. மேகங்கள் மறைத்துக்கொண்டன. மழை வருமோ? நட்சத்திரங்களை விட்டு விட்டு நாளையைப் பற்றி எண்ணினான்.

என்ன நடக்கும்? வேலையை விட்டுத் துரத்தி விடுவார்களோ? அதில் சந்தேகமில்லை எதிர் பார்ப்பே அதுதான். தான் செய்துள்ள காரியத்திற்கு இது கூடவா பரிசாகக் கிடைக்காது?

பேப்பர்களைக் கட்டிக்கொண்டிருப்பவர்களின் பேச்சுக்குரல் அவனுக்குத் தெளிவாகக் கேட்டது. இவர்கள் என்னென்ன நியூஸ் என்பதைப் படிப்பது கூட இல்லை. சீக்கிரமாகக் கட்டி அந்தந்த இடத்திற்கு அனுப்பிவிட்டு 'அப்பாடா' என்று விழுவதற்குத்தான் விரும்புவார்கள். இன்றைக்கு என்ன நியூஸ் என்பது பற்றியெல்லாம் இவர்களுக்கு அக்கறையில்லை. இவர்களைப் பற்றி வந்துள்ள நியூசைப் பற்றிக் கூட யாராவது நாளைக்குச் சொன்னால்தான் 'அப்படியா' என்று ஆச்சரியப்படுவார்கள்.

அரைவயிறும், கால் வயிறும் உண்டு விட்டுத் தலைவிதியை நொந்துகொண்டு வாழ்க்கையை ஓட்டிக்கொண்டிருக்கும் இவர்கள் தங்களைப் பற்றித் தெரிந்துகொள்வது அவசியம். அந்த அவசியத்தைத் தான் ஏற்படுத்தி இருப்பது நாளைக்குத் தெரியும் என்று எண்ணும் போது லேசாகப் புன்னகை வந்தது.

காலையில் அலுவலகத்தில் ஏற்படப் போகும் பரபரப்பைக் கற்பனை செய்து பார்த்தான். முதலில் யாரைக் கூப்பிட்டு விசாரிப்பார்கள்? எடிட்டர். அப்புறம்? 'நேத்து நைட் பேஜ் மேக்கப்பிங் யாரு?' ராமன். அவர், 'நான் முடிச்சுட்டுப் போயிட்டேன் சார். அதுக்கப்புறம் தான் இந்த நியூஸ் குடுத்திருக்கனும்' என்பார். 'அப்ப லே—அவுட்ல இருந்தது யாரு?' எனக் கேள்வி வரும். கல்யாணம். 'நான் நியூசைப் படிச்சுப் பாக்கறதெல்லாம் இல்ல சார். கடைசியா சேதுதான் ஒரு நியூஸ் குடுத்தார்' என்று சொல்வான்.

அப்புறம் தன்னைக் கூப்பிடுவார்கள் என்ற எண்ணம் வந்தது. நாளை ஒரு மணிக்குத்தான் தன்னுடைய வேலை நேரம் என்பதையும் நினைத்துக்கொண்டான். காலையில் எழுந்ததும் எங்காவது போய்விட வேண்டும். ஒரு மணிக்கு வரலாம். என்ன நடக்கும் பார்த்துவிடுவோம் என்று சொல்லிக்கொண்டான்.

மணி இரண்டிருக்குமா? இவ்வளவு நேரம் தூங்காமல் இருந்ததில்லை என்ற நினைவு வந்ததும் சட்டென்று கண்களை மூடிப் படுத்தான். ஆனாலும் மனசு தூங்கவில்லை.

தனக்கு எப்படி இவ்வளவு தைரியம் வந்தது என்பது அவனுக்கே ஆச்சரியமாக இருந்தது. தன்னுடைய எண்ணங்களை, கொள்கைகளைச் செயலாக்கும் முதல் முயற்சி இதுதான் என்பதில் பெருமையாக இருந்தது. இந்த முயற்சி தன்னுடைய வாழ்க்கையை எந்த அளவு பாதிக்கும் என்பதை அவனால் நிர்ணயிக்க இயலவில்லை.

இந்த முயற்சிக்கு ஆதரவாக இருந்தவர்களைப் பற்றி எண்ணம் வந்தது. உள்ளத்தில் கோபத்தை வைத்துக்கொண்டு

அதைச் செயலாக்க வழியின்றித் தவித்த அவர்களுக்கு, தான் இங்கே வந்தது பெரும் மகிழ்ச்சியைக் கொடுத்திருக்கும் என்பது உற்சாகத்தைக் கொடுத்தது.

கல்யாணமும் முத்துவும் ஒத்துழைக்காவிட்டால் இது சாத்தியமாகி இருக்காது. அவர்கள்தான் இத்தகைய முயற்சிக்குத் தூண்டியதே.

இங்கே வேலைக்குச் சேர்ந்த ஒரு வார காலத்தில் மிக அன்யோன்யமாகப் பழகியவர்கள் அந்த இருவரும் தான். இந்த அலுவலகத்தை, இதன் நாற்றத்தை, தொழிலாளர்களின் அல்லல்களை அவனுக்கு அறிமுகப்படுத்தியவர்கள் அந்த இருவரும் தான்.

அவர்கள் தனக்கு அறிமுகம் படுத்தியவற்றையும், தானாக விசாரித்து அறிந்தவற்றையும் இணைத்து ஒரு கட்டுரைபோல அமைத்துச் செய்தியாகத் தயாரித்தான் அவன். அதனை எப்படி வெளியிடுவது? இதே நாளிதழைப் பற்றிய மோசமான செய்தியை இதே நாளிதழில் எப்படி வெளியிடுவது? இன்றுதான் அதற்குகந்த சமயம் வாய்த்தது.

தொழிலாளர்கள் எவரையும் நிரந்தரமாக்குவதில்லை; சம்பளம் மிகமிகக் குறைவு; இங்கே வேலையில் சேர்ந்துவிட்டால் அவன சர்ட்டிபிகேட்டுகள் அனைத்தையும் அடகு வைத்து விடவேண்டும். அவற்றை வாங்குவதற்குள் பிராணன் போய்விடும்; பத்துப் பேர் இருக்க வேண்டிய செக்க்ஷன்களில் நான்கு பேர் தான் இருக்கிறார்கள்.

– முதலிய எல்லாப் பிரச்சினைகளையும் இணைத்து எழுதியிருந்தான். இந்த நாளிதழின் அலுவலகம், இதன் பதிப்புகள் வெளியாகும் ஊர்கள் முதலியவற்றையும் தெரிவித்திருந்தான். பெயரைக் குறிப்பிடவில்லை. ஆனால், பெயர் தெரிவதற்கான எல்லா விவரங்களும் அதில் இருந்தன. பேஜ் மேக்கப் முடிந்து ராமன் சார் போனவுடன் இவனுக்குச் சமயம் வாய்த்தது. கல்யாணத்திடம் சொல்லி, ‘பஞ்சாபில் 25பேர் கொலை’ என்ற செய்தியை எடுத்துவிட்டு, ‘பாவம் பத்திரிகைத் தொழிலாளர்கள்’ என்ற இந்த நியூசை முதல் பக்கத்திலேயே போட்டுவிட்டார். அவன் இங்கே துணை ஆசிரியராகச் சேர்ந்து ஒரு வாரம்தான் ஆகிறது . . .

இந்த ஒரு வாரத்தில் எவ்வளவு பேர்களின் அவலங்களை பார்த்தாகிவிட்டது. முத்து காலையில் சாப்பிடுவதே இல்லை. கல்யாணம் ரொட்டி வாங்கித் தின்பான். மதியம் மட்டும்

சாப்பாடு. இரவில் இரண்டு ரூபாய்க்குப் பழம். இவைதான் அன்றாட உணவு.

"இவன் குடுக்கிற சம்பளத்துல ரூம்வாடகை குடுத்து சாப்பிட்டு நம்ம செலவு பண்ணி இங்க இருக்கிறதுன்னா. அது ஆவற காரியமா?" என்றான் முத்து.

"என்னோட சர்டிபிகேட்ட எவ்வளவோ தடவ கேட்டுப் பாத்தும் குடுக்கவே மாட்டேங்கறான். லே-அவுட்ல ரெண்டே பேர்தான் இருக்கோம். குடுத்தா ஓடிடுவான்னு தெரிஞ்சுக் கிட்டான்'. என்றான் கல்யாணம்.

அதைவிடக் கொடுமை பிரஸில் வேலை பார்க்கும் சம்பத் சொன்னது தான்.

"நான் இப்ப இருக்கிற மாதிரி ரெண்டு அளவு இருந்தங்க. இவன் குடுக்கற சம்பளத்தில என்னால அரைவயிறுகூட சாப்பிட முடியல. இன்னம் கொஞ்ச நாள் இங்க இருந்தனா வயிறு பத்தி எலும்பாய் போயிடுவேன். வேற வழியும் தெரியல."

வருவதும் போவதுமாக இருக்கக் கூடிய இந்த அலுவலகத்தில் நிரந்தரம் என்ற பேச்சுக்கே இடமில்லை. அங்கேமோசடி இங்கேமோசடி என்று செய்தி வெளியிடும் இந்தப் பத்திரிக்கை மோசடி பற்றி யார் செய்தி வெளியிடுவது?

யோசித்து கல்யாணம், முத்து இவர்களின் துணையுடன் காரியத்தை முடித்துவிட்டான்.

வேலையை விட்டுப் போகச்சொல்வான். போய்விடலாம் பிரச்சினை இல்லை. ஆனால் இந்த வேலைக்குப் பேராசிரியரின் பரிந்துரை வேறு இருக்கிறது. அவருக்குக் கெட்ட பெயர் ஏற்பட்டு விடுமே? அதைப் பற்றியெல்லாம் கவலைப்பட்டால் புழுவாக இங்கேயே கிடக்க வேண்டியதுதான். கேள்வியும் விடையும் அவனுக்குள்ளே மாறி மாறி நிகழ்ந்தன. யோசித்துக்கொண்டே தூங்கிப் போனான்.

○○○

அவன் இந்த அளவு பரபரப்பை எதிர்பார்க்கவில்லை. உள்ளே நுழைந்ததுமே என்ன சார் இப்படிப் பண்ணிட்டீங்க? உங்கள வந்ததும் மேனேஜர் உள்ள வரச் சொன்னாரு.' என்றான் வாட்ச்மேன்.

அவன் எதிர்கொண்ட எல்லோரும் அவனை வியப்போடே பார்த்தனர். பிரஸ் சம்பத் கை குலுக்கி நன்றி தெரிவித்தான்.

அங்கே இருந்த பலரின் முகத்திலும் காணப்பட்ட ஒரு வித பரபரப்பான மகிழ்ச்சி அவனுக்கு உற்சாகத்தைக் கொடுத்தது.

மேனேஜரைப் பார்க்கலாமா? செக்ஷனுக்கு போகலாமா? என்ற குழப்பம் இருந்தது. செக்ஷனுக்குப் போகலாம் என்று முதலில் தோன்றியது. போனான். எடிட்டர் கதிர்வேலு அவனைப் பரிதாபமாகப் பார்த்தார். அவர்களுக்கெல்லாம் நல்ல டோஸ் விழுந்திருக்கும் என்பது முகத்திலேயே தெரிந்தது. யாரும் கொஞ்ச நேரம் பேசவில்லை. அது அவனுக்கு உற்சாகத்தையே கொடுத்தது.

'மேனேஜரைப் பார்த்தியா?' எடிட்டரின் குரல் மெல்ல வந்தது. அங்கே இருந்த யாரும் எதுவும் பேசவில்லை அவன் 'இல்லை' என்றான். 'போய்ப் பாரு' என்று சொல்லிவிட்டு அவர் குனிந்துகொண்டார். தனது இயலாமையை மறைக்கிறாரோ என்று அவனுக்குத் தோன்றியது.

அவன் மேனேஜரைப் பார்க்க நடந்தான். வழியில் எல்லோரும் கேட்டார்கள். அவன், 'இப்பத்தான் பாக்கப்போறேன்' என்று பதில் சொல்லிச் சென்றான்.

இனி நடக்கப் போவதை எதிர்கொள்ளக்கூடிய தைரியம் அவனுக்கு முழுமையாக இருந்தது. அவன் எதற்கும் கவலைப் படவில்லை.

ஏர் கண்டிஷன் அறை அவனுக்குக் கொதிப்பாக இருந்தது. மானேஜரும் சின்ன முதலாளியுமாகிய அவர், தலையில் தொப்பி போட்டிருந்தார். அலுவலக ஆட்கள் இருவர் உட்கார்ந்திருந்தனர். அவன் உள்ளே நுழைந்ததும் நிமிர்ந்தார். உட்காரச் சொல்லவில்லை. அவன் எதிர்பார்க்கவும் இல்லை.

'அந்த நியூஸ் நீதான் எழுதினியா?'

'ஆமா.'

நேர் பதிலில் அவர் தடுமாறிப் போனார். அது அவனுக்கு உற்சாகத்தைக் கொடுத்தது.

"உனக்கு அவ்வளவு தைரியம் யார் கொடுத்தது?" என்றார்.

"தைரியம் யாரும் எனக்குக் கொடுக்க வேண்டியதில்ல."

"எம்.ஏ., படிச்சிருக்கற திமிரா?"

"இல்ல, எம்.ஏ., படிச்சவன் இங்க எவ்வளவு கேவலமா இருக்காங்கற பரிதாபம்."

"உனக்கு இனிமே இங்க வேலையில்ல."

"சந்தோஷம்."

"போகலாம்"

"என்னோட சர்டிபிகேட்ஸ் குடுங்க"

"சர்டிபிகேட்டா? எப்பக் குடுத்த?"

"நேராக் குடுக்க மாட்டேனு சொல்லலாமே?"

"சரி குடுக்க முடியாது."

"எனக்கு வேண்டாம். நீங்களே அத வச்சுக்கிட்டு நாக்கு வழிங்க. எனக்குக் கையிருக்குது. வரட்டுமா?"

அவன் நடந்தான். அவரைப் பார்க்கவில்லை. அவனுடைய அலட்சியம் நிமிடத்தில் பரவியது.

அவன் நடந்தான். எல்லோரும் அவனையே பார்த்தார்கள். அவன் நடந்துகொண்டிருந்தான். ஓடிச் சென்று சம்பத் அவன் கைகளைப் பற்றினான்.

●

தாமரை, ஆகஸ்ட் 1988

நிகழ்வு

ஆரம்பத்தில் அந்த மூன்றாவது வீட்டின் கைப்பிடிச் சுவர் மேல் உட்கார்ந்தவாறு இரண்டு பேர்தான் பேசிக்கொண்டிருந்தார்கள். கொஞ்ச நேரத்தில் அவர்கள் ஐந்து பேர்களாகிவிட்டார்கள்.

அதற்கும் அடுத்த வீட்டு வாயிற்படியில் ஒரு பெண்ணும் அவள் அம்மாவும் உட்கார்ந்துகொண்டு தலையில் பேன் பார்த்துக்கொண்டிருந்தார்கள். இப்போது அங்கேயும் ஐந்தாறு தாய்க்குலங்கள்.

தங்களுக்குள் ஏதோ பேசிக்கொள்வதும் பின் என்னைத் திரும்பிப் பார்ப்பதுமாக இருந்தார்கள். வீதியில் விளையாடிக்கொண்டிருந்த இரண்டு சின்னக் குழந்தைகள் ஓடிப்போய் அம்மாக்களின் மடியில் உட்கார்ந்துகொண்டன.

இது பெரிய வீதிதான். இருபுறமுமாகச் சேர்ந்து முப்பது வீடுகள் இருக்கும். நான் நின்று கொண்டிருப்பது ஐந்தாவது வீட்டிற்கு முன்னால் உள்ள விளக்குக் கம்பத்திற்கு அருகில்.

நான் நிற்குமிடத்திற்கு எதிராக ஒரு துணிக்கடை. சின்னக்கடை. உள்ளே ஒரு 'அம்மிணி' சேலைகளைக் களைந்து களைந்து பார்த்துக்கொண்டிருந்தார். அந்த அம்மிணிக்கு வசதியாகச் சேலைகளை எடுத்து விரித்துப் போட்டுக்கொண்டிருந்த அந்தப் பையன் இப்போது அடிக்கடி என்னைக் கவனிக்கலானான்.

வீதியின் முகப்பை நோக்கி முகத்தைத் திருப்பினேன். இரண்டு 'குழாய் போட்ட கோமளாக்கள்' வந்துகொண்டிருந்தனர்.

நான் கம்பத்தின்மீது சாய்ந்துகொண்டேன். என்னருகில் வந்ததும் கொஞ்சம் மிரண்டுபோய் என்னைப் பார்த்தார்கள். தனித்தனியாக நடந்து வந்தவர்கள் இப்போது ஒருவர் தோளை ஒருவர் பற்றிக்கொண்டு நெருங்கினார்கள். திரும்பித் திரும்பிப் பார்த்துக்கொண்டே போனார்கள்.

அந்த ஐந்தாவது வீட்டுப் பெண்களின் கும்பல் அவர்களைப் பக்கத்தில் அழைத்து விசாரித்தது. அவர்களும் பயந்த குரலில் ஏதோ சொல்லிக்கொண்டு இருந்தார்கள்.

கடைக்குள் சேலை பார்த்துக்கொண்டிருந்த அம்மிணி கடைப் பையனிடம் என்னைக் காட்டி ஏதோ கேட்பது தெரிந்தது. அவனும் உதட்டைப் பிதுக்கிக் காண்பித்துக்கொண்டிருந்தான். மறுநிமிடம் கழுத்தில் நன்றாக இழுத்துப் போர்த்திய சேலையோடு அந்த அம்மிணி என்னைத் திரும்பிப் பார்த்துக்கொண்டே வீதியைத் தாண்டினாள்.

நான் என் மீசையைத் தடவிப் பார்த்தேன். ஆட்டுக்கிடாய் மீசையோ கொடுவாள் மீசையோ இல்லை. அரும்பிக் கருக்க ஆரம்பித்திருக்கும் மீசைதான். என் கைகளில் கத்தியோ வேறு ஆயுதமோ எதுவும் இல்லை. பாக்கெட்டில் பேனாதான் அழுந்திக் கொண்டிருந்தது. ஐந்தடி உயரம்தான். ஒல்லியான தேகம்தான். நேரம்கூட மாலை மூன்று மணி இருக்கும்.

நான்காவது ஐந்தாவது வீடுகள் தவிர ஏனைய வீடுகளிலும் மாமிகளும் மாமாக்களும் குட்டிகளும் இளைஞர்களும் குழந்தைகளும் கூடிக் குசுகுசுத்துக்கொண்டிருந்தார்கள்.

தாவணி போட்ட சில பெண்கள் தங்கள் அம்மாக்களின் பின்புறம் ஒளிந்துகொண்டு என்னையே பார்த்துக்கொண் டிருந்தார்கள். இளைஞர்கள் – விழிகளில் பொறாமையோ கோபமோ – என்னையே பார்த்துப் பார்த்து என்ன செய்வது என்று தெரியாமல் விழித்துக்கொண்டிருந்தார்கள்.

மாமாக்கள் 'யாராயிருக்கும்?' என்று மாமிகளை விசாரித்துக் கொண்டிருந்தார்கள். குழந்தைகள் பூச்சாண்டியைப் போல என்னைப் பார்த்துக்கொண்டிருந்தார்கள்.

எனக்கு எவ்வளவு நேரம்தான் இப்படியே நின்றுகொண் டிருப்பது என்று எரிச்சலாக வந்தது. சுப்பிரமணியைத் 'தா…' என்று திட்டிவிட்டு வீட்டிற்குள் பார்த்தேன். இன்னும் ஏதோ சிரித்துப்பேசிக்கொண்டிருந்தான்.

நான் இன்றாவது ஒன்று சேர்ந்த அந்தத் தெருவாசிகளைச் சிரிப்போடு கவனித்துக்கொண்டிருந்தேன். நான் இந்த இடத்தில் நிற்க ஆரம்பித்துப் பதினைந்து நிமிடம் இருக்கும்.

ஆண்களின் கும்பலில் இருந்து அவசர அவசரமாக வெளிநடப்புச் செய்த ஒருவர் அடுத்த வீட்டிற்கு ஓடினார். அது அவர் வீடு போலிருக்கிறது. வீட்டைப் பூட்டினார். நன்றாக இழுத்துப் பார்த்துக்கொண்டார். அவர் வீட்டு மாமி பிரசவத்திற்கு ஊருக்குப் போகும்போது 'வீட்டைப் பத்திரமாப் பாத்துக்குங்க' என்று சொல்லி விட்டுப் போயிருப்பாள். மீண்டும் வந்து கும்பலில் நின்றுகொண்டார்.

பந்தல் போட்டிருந்த வீட்டுச் சுவர்மீது ஒரு இளைஞன் அவசர அவசரமாக ஏறினான். அந்தப் பந்தலிலிருந்து இரண்டு மூன்று மூங்கில்களை அவசர அவசரமாக உருவிக் கீழே போட்டான். அவற்றை வேறு இரண்டு இளைஞர்கள் வாங்கிக் கொண்டார்கள்.

துணிக்கடைப் பையன் கதவைக் கொஞ்சமாகச் சாத்தி வைத்தான். சேரில் உட்கார்ந்துகொண்டு என்னையே பார்த்தான். குசுகுசுத்துக்கொண்டிருந்த கும்பலிலிருந்து ஒருவர் என்னை நோக்கி வந்தார். கையில் மூங்கில் பிடித்திருந்த இளைஞர்கள் அவரை வழியனுப்பி வைத்தனர். நரைத்த தலை. ஐம்பது வயதிருக்கலாம். பாங்கில் வேலை பார்ப்பார் என்று நினைத்தேன்.

என்னருகில் வந்தார். நடுங்கும் குரலைக் கட்டுப்படுத்திக் கொண்டு "நீங்க யாரப் பாக்கணும்?" என்றார்.

"யாரையும் பாக்க வேண்டியதில்லைங்க" என்றேன்.

திடுக்கிட்ட பார்வை எனக்கு நன்றாகத் தெரிந்தது. பாங்கில் தான் வேலை பார்ப்பார் இவர். அதுவும் காஷியர் வேலையாக இருக்கும்.

"அப்புறம் ஏன் காமணி நேரமா இங்க நின்னுக்கிட்டிருக்கீங்க?" என்றார்.

"இந்த வீட்லே ஒரு புரொபசர் இருக்காரில்ல, அவரப் பாக்க என்னோட பிரண்டு போயிருக்கான். அவனுக்காக நான் வெயிட் பண்ணிக்கிட்டு இருக்கேன்" என்றேன்.

பாலியஸ்டர் மாதிரி தெரிந்த ரயான் வேட்டியைக் கையில் பிடித்துக்கொண்டு நடந்த அவர் அந்தக் கும்பலில் கலந்துகொண்டார். அடுத்தடுத்த வீடுகளிலிருந்து ஒவ்வொருவர் வந்து இவரிடம் 'நான் யார்' என்பதை விசாரித்துக்கொண்டிருந்தார்கள். அவர்

நிகழ்வு ☙ 731 ☙

தான் கண்டுபிடித்த விவரங்களை ரசமாகவோ குழம்பாகவோ சொல்லிக்கொண்டிருந்தார்.

அவரின் வியாக்கியானம் முடிந்ததும் இன்னொருவர் என்னை நோக்கி வந்தார்.

“நீங்க புரொபசரப் பாக்கப் போவலீங்களா?” என்றார்.

“இல்லீங்க” என்றேன்.

அவர் இன்னும் விரிவான பதிலை என்னிடம் எதிர்பார்த்திருக்க வேண்டும். அதனால் மீண்டும் “ஏங்க” என்றார்.

“அவரு எம்பிரண்டுக்குத்தான் புரொபசர். எனக்கு இல்லீங்க” என்றேன்.

தலையாட்டிவிட்டுப் போன அவர் புரொபசர் வீட்டுக்குள் நுழைந்தார். எக்ஸ், ஒய் எனப் பேசிக்கொண்டிருந்த என் நண்பன் சுப்பிரமணியும் அவன் புரொபசரும் பேச்சை நிறுத்தினார்கள். அவர் விசாரித்துக்கொண்டார். பின் வெளியே வந்தார்.

“புரொபசர் உங்களயும் வீட்டுக்குள்ள கூப்படறாங்க.”

நான் உள்ளே போனேன். இரண்டு நிமிடம் கழித்து நானும் சுப்பிரமணியும் திரும்ப வெளியே வரும்போது பார்த்தேன். தெரு வெறிச்சோடிக் கிடந்தது.

●

கணையாழி, **மார்ச் – ஏப்ரல் 1988.**

தலைப்பகராதி

(கதையும் பக்க எண்ணும்)

அத்தை வீட்டுக் கோடை	398
அது	604
அந்தரக் கயிறு	268
ஆந்தைகள் அலறலை நிறுத்திய இரவு	142
ஆளுக்காரன்	625
இசை நாற்காலி	438
இடையீடு	304
இருள் அழைப்பு	451
இருள்திசை	222
உச்சிக்காற்று	79
உண்ணிகள்	689
உள் நுழைந்த மூஞ்சுறு	495
உள்ளத்தில் எழுதிய முகம்	34
உனக்கு என்ன வேணுமய்யா ?	184
எருக்கஞ்செடிகள்	503
எருமைச் சீமாட்டி	43
எல்லை	446
ஏவாரி	655
ஓடை	649
ஓரம்பரை	676
கடைசி இருக்கை	390
கடைவீதியில் ஒருவன்	563
கருதாம்பாளை	364
கருப்பனார் கிணறு	408
காக்கை	464
கீற்று	631
குமரேசனின் அதிர்ஷ்டங்கள் நான்கு	126
குரல்கள்	556
கெக்கலி	587
கொட்டு	604
கொடுப்பினை	665
கொறங்காடு	713
கோடித்துணி	548
கோம்பைச் சுவர்	106
சந்தனச் சோப்பு	310
சிதைவு	671
சிறிது நிழல்	97
சிறுத்த பூதம்	431
சின்னக் கருப்பசாமி	296
சீமைச்சரக்கும் சிகரெட்டும்	66
சுவர்களும் கதவுகளும்	520
தடம் மாறும் வண்டிகள்	705

தனித்தமிழில் சொன்னால் புணர்வறை	154	பெரிதினும் பெரிது	527
திருச்செங்கோடு	597	பெருவழி	257
தீச்சாலை	476	மகாமுனி	423
தோழர் பி.எம்.மின் வெற்றி	378	மஞ்சள் படிவு	338
நடுப்பகல் மீன்கள்	457	மழைக்குருவி	592
நல்ல கெதி	215	மன்னாசமுத்திரம்	90
நிகழ்வு	729	மாப்புக் குடுக்கோணுஞ் சாமீ	116
நிலவு ததும்பும் சாலைகள்	279	மாலை நேரத் தேநீர்	21
நின்றவண்ணம் கிடந்தவண்ணம்	321	முடக்கம்	659
நீர் விளையாட்டு	512	முதல் சுவடு	723
நீர்ச்சங்கிலி	230	மேடு	619
நீலாக்கா	541	மொக்கப்பட்டம்	635
பதினோரு வரிசை அடுக்கு மொடாக்கள்	169	வராக அவதாரம்	355
பலன்	698	வளர்சிதை	418
பிசாசுக்குப் போதுமான விஷயம்	347	வறுகறி	50
பீ	482	விசுவாசம்	614
பீவாங்கியின் ஓலம்	570	விதானம்	471
புகலிடம்	534	வெம்பல்	644
புகை உருவங்கள்	330	வெள்ளிமீன்	236
புஞ்சை வாழை	247	வேக்காடு	682
		வேட்கை	579
		வேப்பெண்ணெய்க் கலயம்	202